எனது
கதைகளின்
கதைகள்

சு.சமுத்திரம்

Made with ♥ on the Notion Press Platform
www.notionpress.com

பொருளடக்கம்

1

காப்பியா வாசிப்பகம்

உயிரைக் காக்க ஓடாத நாள் வேண்டும்.

ஆயிரத்து தொள்ளாயிரத்து எண்பத்தி மூன்று - இனப்படுகொலைக்கு முன் அறவழிப் போராட்டமும், ஆயுதப் போராட்டமும் கலந்திருந்த காலத்திலேயே தலைமறைவு வாழ்க்கைக்கு தயார் என ஒவ்வொருவரும் தனக்குத் தானே கட்டளை இட்டுக் கொண்டனர். உலகின் விடுதலைப்க்காக போராடும் இயக்கங்களுக்கெல்லாம் மிகச் சிறந்த காத்திரமான கட்டுப்பாட்டுடனும், ஒழுக்கத்துடனான வாழ்வுப் போருக்கும் முன்னுதாரணமாக திகழும் எல்டிடிஇ வருகை, வளர்ச்சி எண்பத்தி மூன்றில் மக்களோடு இரண்டறக் கலந்து மக்கள்தான் எல்டிடிஇ எல்டிடிஇ தான் மக்கள் என்கிற விடுதலைப்ப் போராட்டத்திற்கு பெருவாரியான மக்கள் *மண்ணுக்காக மரணிப்போம் என கிளர்ந்தெழுந்தார்கள்.

எல்லாவற்றையும் இழந்துவிட்ட நானும் எனது பதினோறாவது அகவையில் நண்பர்களுடன் சேர்ந்து சாவதற்கு சத்தியம் செய்தேன். பாலர் வகுப்பு முதல் பல்கலைக்கழகம் வரை என்னோடு நெருங்கிய நண்பர்கள் யாரும் உயிரோடு இல்லை. இராணுவ மொழியில் சொல்வதென்றால் அவர்கள் காணாமல் போனார்கள். கடந்த முப்பத்தி மூன்று ஆண்டுகளாக இடப்பெயர்வான சுற்றோடி வாழ்வும் - புலம் பெயர்ந்த வாழ்வும் என் பின்னால் தொடர்ந்த வண்ணம் இருக்கின்றன. வாழ்வின் நீள் பாதையில் எல்லாவற்றுக்கும் முகம் கொடுத்து வாழப் பழகிக் கொண்டேன்.

மறைந்து வாழவும், இழந்து வாழவும், இறந்து வாழவும், பழகிக் கொண்ட நான், இந்த இகழ் வாழ்வில் இன்று பதுங்கி வாழவோ, நிமிர்ந்து வாழவோ பலமும் இல்லை பயமமுமில்லை என்ற நிலையில் உள்ளேன். உடலும் உள்ளமும் தளர்ந்து போனாலும் ஏதோ ஒரு நம்பிக்கையில் வாழவும் தமிழ் சமூகத்துக்கு ஒன்றைச் செய்ய முடியும் என்ற விருப்பவியல் குருதித் தொனியில் தோணியில் வந்த காலம் கரைகிறது.

ஆயிரத்து தொள்ளாயிரத்து எண்பத்தி ஐந்து முதல் இன்று வரை ஓடித்திரியும் வாழ்வில் பல கவிதைகளும் கட்டுரைகளும் காணாமல் போனது. இதழ்களை தேடுவதும் சாத்தியமில்லை. இதழ் நடத்தியவர்களும் சேகரிப்பாளர்களும் உயிரோடு இருந்தால்தானே தேடுவதற்கு. வாழ்வதற்கே போராடும் மனிதர்களிடத்தில் எதைத் தேடி அலைவது. நான் சேகரித்த நூலகமும் எழுதியவைகளும் காலப்போக்கில் அனலிலும் புனலிலும் கரைந்தது ஒரு பக்கம் என்றால், பேரினவாத அரசால் பத்திரிகை சுதந்திரமும் எழுத்தாளர்களும் தடை செய்யப்படுவதும், கொல்லப்படுவதும், நூல்கள் எரியூட்டப்படுவதும் இன்று வரை தொடர்ந்த வண்ணம் இருக்கையில், நானும் என் கவிதைகளும் தப்புவது எம்மாத்திரம்?நானும் எல்லாவற்றுக்கும் ஆளானேன். எல்லாவற்றையும் ஞாபகப்படுத்தி எழுதி விடலாம் என்ற நம்பிக்கை மட்டும் இன்னும் முகிலாய் இருக்கிறது.

தமிழக மக்களுக்கு ஈழப் போர் குறித்த வாழ்வையும் பேரினவாத அரசால் நாளாந்தம் மக்கள் படும் பேரவலத்தையும் ஒரு நூறு கவிதைகளாகவும் கதைகளாகவும் சொல்லியிருக்கிறேன். புலம்பெயர் வாழ்வில் தமிழகப் பார்வையை உரை நடையாகவும், காதல் கவிதைகளாகவும், நாட்டுப்புறவியல் களச் சேகரிப்புகளாகவும், பத்திகளாகவும், இலக்கண இலக்கிய அகராதிக் காப்பியமாகவும், நாடகக்கலையாகவும், நுண்கலைப் பிரதிகளாகவும், நாடோடிப் பயணங்களாகவும், கலா சாலை போதகனாகவும், முற்போக்கில்லா கற்போக்கு விருந்தாளனாகவும், தொகுப்பதிகாரமாகவும் பதிவு செய்திருக்கிறேன்.

மேலும் ஆங்கிலத்தில் மூத்தகுடி கலாச்சாரப் பயணங்கள் மற்றும் கல்விப் புலக்கலைப் பேரதிகார நுட்பவியல் குறித்தும் மனைவி தமிழ் இனியா சொற்களை விதைத்து வருகிறார். புகார்க் காண்டத்திலிருந்து மதுரைக் காண்டம் வந்துள்ள கொடை மகன் இமயக்காப்பியன்(5) படைப்பாக்கப் பணியில் முந்நீர் போல் எமக்கு பேருதவியாக இருக்கிறான். துயரங்களின் சாட்சிகள் மரணிப்பதில்லை என்கிற காத்திரச் சொல்லின் சாட்சிகளாய் நாங்கள். கீழடி/உலகின்/மூத்த காலடி

எனக்கான உதவிகளை செய்யும் குழந்தைகள் விடுதலைப் வெண்பா, இலக்கியப் புரட்சியாளன், நிழலினி களமழகி, தமிழ் ஆதிரன் என்கிற தமிழ்ச்செல்வன் மற்றும் பாரா முகமாகவே போய்விட்ட ஜேர்மனியில் வாழும் குழந்தைகளான இதழினி, எளிஞன் ஆகியோருக்கும் நன்றி சொல்ல தேவையில்லை. எக்காலத்திலும் நன்றிக்குரியவர்களாக இருக்கும் என் சின்னத்தாய் செல்வி கிருஷ்ணமூர்த்தி குடும்பத்தாருக்கும் மற்றும் எனது அக்கா பத்மாவதிக்கும் நன்றிகள் பல.

இன்று நாளை நான் கொல்லப்படலாம் என்ற நம்பிக்கையுடனேயே வாழ்கிறேன்.

- தமிழ்த்தேசன் இமயக்காப்பியன்

சு.சமுத்திரம் - வாழ்க்கைக் குறிப்பு

சு.சமுத்திரம் தென்காசி மாவட்டம் தென்காசி வட்டம் திப்பணம்பட்டி கிராமத்தில் பிறந்தவர். அவர் அகில இந்திய வானொலியிலும் தூர்தர்ஷனினிலும் வேலை பார்த்தவர். அவர் 14 புதினங்கள், 4 குறுநாவல்கள், 2 கட்டுரைத் தொகுப்புகள், ஒரு நாடகம், 300க்கும் மேற்பட்ட சிறுகதைகள் எழுதியுள்ளார். அவரது சிறுகதைகள் 22 தொகுப்புகளாகப் பிரசுரிக்கப்பட்டுள்ளன அவரது பல படைப்புகள் தெலுங்கு, மலையாளம் மற்றும் ஹிந்தி மொழிகளில் மொழிபெயர்க்கப்பட்டுள்ளன. அவர் ஒரு சோஷியலிசவாதி. அவரது படைப்புகளில் சோஷியலிசக் கருத்துக்கள் பரவியிருந்தது. அடிமட்டத்து மக்களின் வாழ்க்கையும் அவர்கள் பட்ட துன்பங்களும் அவரது படைப்புகளின் முக்கியக்களமாக அமைந்தன. 1990ல் அவரது புதினம் வேரில் பழுத்த பலா சாகித்திய அகாதமி விருது பெற்றது. 2003ல் சென்னையில் அவர் ஒரு விபத்தில் காலமானார்.

விருதுகள்: 1. சாகித்திய அகாதமி விருது -1990.

2. தமிழ் அன்னை பரிசு - தஞ்சாவூர் தமிழ் பல்கலைக்கழகத்திடமிருந்து.

3. இலக்கியச் சிந்தனை - சிறுகதைப் பரிசு.

4. கலைஞர் விருது - முரசொலி அறக்கட்டளையிடமிருந்து. (மறைவுக்குப்பின்)

எழுதிய புத்தகங்கள் (முழுமையானது)

1. ஊருக்குள் ஒரு புரட்சி 2. ஒரு கோட்டுக்கு வெளியே 3. கடித உறவுகள் 4. மண் சுமை 5. தாய்மைக்கு வறட்சி இல்லை 6. வெளிச்சத்தை நோக்கி 7. வளர்ப்பு மகள் 8. சத்தியத்துக்குக் கட்டுப்பட்டால் 9. தராசு 10. சத்திய ஆவேசம் 11. இல்லந்தோறும் இதயங்கள் 12. சோற்றுப் பட்டாளம் 13. பூ நாகம் 14. மூட்டம் 15. சாமியாடிகள்

என்னுரை - கல்லூரிக் காலத்திலே...

பல்வேறு நல்லதும், கெட்டதுமான அனுபவங்களை உள்வாங்கிக் கொள்ளும் பக்குவம் எனக்கு, கல்லூரி காலத்திலேயே ஏற்பட்டது. அப்போது கொடிகட்டி பறந்த திராவிடக் கலாச்சாரத்திலிருந்து விடுபட்டு, சுய சிந்தனையுள்ள ஒரு மாணவ தேசியவாதியாக இருந்தேன். அன்றைய 1960-ம் ஆண்ட காலக் கட்டத்தில், “தேசிய முழக்கம்” என்ற வாரப்பத்திரிகையில் ஒரு கவிதை எழுதினேன். இந்தப் பத்திரிகையின் ஆசிரியர் குழுவில் ஒருவரும், கல்லூரியில் என் மூத்த சகாவுமான திரு.ச. ராசமாணிக்கம் (செந்தில்நாதனின் அண்ணன்) என்னைக் “கண்டெடுத்து”, வடசென்னையில் கோவிந்தப்பன் நாயக்கன் தெருவிலுள்ள ‘தேசிய முழக்கம்’ அலுவலகத்திற்கு அழைத்துச் சென்றார்.

அங்கே, தாய்மொழி மலையாளம் ஆனாலும், தன்னைத் தமிழ்மணி என்று ஆக்கிக் கொண்ட சகாவுடனும், தெலுங்கரான பகத்சிங், பிராமணரான கரிகாலன், மற்றும் பலராமன், நேருதாசன், தர்மலிங்கம் போன்ற தேசிய தோழர்களின் நட்பு கிடைத்தது. பின்னர் நேருதாசனை ஆசிரியராகக் கொண்ட ஐக்கிய இந்தியா என்ற பத்திரிகையில், "முட்கலூர் அழகி", என்ற முற்றுப்பெறாத சரித்திர தொடர்கதையையும், 'சாண்டில்யன் பாணியில்' எழுதினேன். கல்லூரி பேச்சுப் போட்டிகளில் திராவிட இயக்க மாணவர்களோடு, நட்பு குறையாமல், எனக்குக் கிடைத்த வெற்றி தோல்விகள் என்னை ஒரு சமூக சிந்தனையாளனாக மாற்றியது. இந்தப் பின்னணியில்தான் பல்வேறு கதைகளை எழுதினேன். இதற்குப் பிறகு பல்வேறு கட்டங்களில் எனக்குக் கிடைத்த தோழமை, என்னை நாடறிந்த நல்ல எழுத்தாளனாக மாற்றி விட்டது.

நண்பர் வட்டத்தில்... - பழுத்த தமிழ் அறிஞர்களும், சிறந்த இலக்கியவாதிகளுமான, பேராசிரியர் பாக்கியமுத்து, பேராசிரியை சரோஜினி பாக்கியமுத்து ஆகியோர் நடத்திய 'நண்பர் வட்டத்தில்', 1988-டிசம்பர் முதல், 1993-மே வரை என் கதைகளின் கதைகள் பற்றி நான் எழுதிய கட்டுரைகளின் தொகுப்பே இந்த நூல், அந்தப் பத்திரிகையின் பக்க கட்டுப்பாட்டைக் கருதி, குறிப்புகளாக எழுதப்பட்டவை. அந்த நேர உணர்வுகளை, பிரதிபலிக்கும் வகையில் அவற்றை மாற்றாமல், அப்படியே சேர்த்திருக்கிறேன் (மூட்டம் நாவல் மட்டும் இதற்கு விதிவிலக்கு) கிறிஸ்தவ இலக்கிய சங்கத்தின் மூலம் என்னை அறிமுகப்படுத்தியவர் பேராசிரியர் பாக்கியமுத்து. இந்தச் சங்கத்தின் இனிய பொதுச் செயலாளரான டாக்டர் தயானந் பிரான்சிஸ் அவர்கள் என்னை இன்னும் கௌரவப்படுத்திக் கொண்டு இருப்பதை நினைத்தால் நெஞ்சம் நெகிழ்கிறது.

ஆனந்த விகடனில் என் சிறுகதைகளை வெளியிட்ட அதன் ஆசிரியர் திரு.பாலசுப்பிரமணியம் என்றால், அதை வெளியிட உதவியவர்கள் தாமரைமணாளன், ஜே.எம். சாலி, வி.எஸ்.வி. ஆகியோர். இதேபோல் குமுதத்தில் என் கதைகள் வர காரணமானவர் எஸ்.ஏ.பி. அவர்கள். இதற்கு உதவியவர்கள் ஜ. ரா. சுந்தரேசன், சண்முகசுந்தரம் ஆகியோர். இந்தக் கட்டத்தில் என் கதைகளைப் பாராட்டி முதன் முதல் கடிதம் எழுதியவர் "இலக்கிய வீதி" இனியவன். இவரும், இந்த அமைப்பைச் சேர்ந்த எழுத்தாளர்களும், கவிஞர்களுமான மது.ராஜேந்திரன், எம்.வி.குமார், எஸ்.குமார், எஸ். வெங்கடேசரவி, குமார கிருஷ்ணன், தாராபாரதி, பல்லவன் ஆகியோர் இன்றும் என் எழுத்தையும், என்னையும் நேசிப்பவர்கள்.

தாமரையில்... - அடுத்த கட்டமாக, என் கதைகளுக்கு அழுத்தம் சேர்த்தவர் கவிஞர் கே.சி.எஸ். அருணாசலம்; இவரை ஆசிரியராகக் கொண்ட தாமரையில், கடல்மணி என்ற பெயரில் "புறம்போக்கு மரங்கள்" என்ற சிறு-

கதை முதன் முதலாக பிரசுரமாயிற்று. “இந்த மரம் அபாரம். இதில் ஒரு கொப்பைக் கூட நான் ஒடிக்கவில்லை” என்று கவிஞர் எழுதியதை இப்போது இனிமையோடு நினைத்துப் பார்க்கிறேன். இவர் மூலம் தமிழ்நாடு கலை இலக்கியப் பெருமன்றத்தின் நட்பும், அதன் மூலம் தொ.மு.சி., தி.க.சி. “சரஸ்வதி” ஆசிரியர் விஜயபாஸ்கரன், “சோவியத்நாடு” பத்திரிகையைச் சேர்ந்த பெரியவர்கள் ஆளவந்தார், ராதாகிருஷ்ணன், ஜனசக்தியைச் சேர்ந்த ஆர்.கே. கண்ணன், எம்.எஸ். கிருஷ்ணன், தா. பாண்டியன் ஆகிய சிந்தனையாளர்களின் தோழமை கிடைத்தது.

வழக்கறிஞர் என்.டி.வானமாமலை, கம்யூனிஸ்ட் தலைவர்கள் கல்யாணசுந்தரம், பா. மாணிக்கம், தியாகராஜன், ஆர். நல்லகண்ணு, கே.டி.கே. தங்கமணி, கோவில்பட்டி அழகிரிசாமி, கோபு ஆகிய தன்னல மறுப்புவாதிகளிடம் ஒரு மாணவனைப் போல் அணுகி இருக்கிறேன். இப்போது புதுடெல்லியில் கட்சி மேலிடத்தில் அங்கம் வகிக்கும் என் இனிய தோழர் து. ராஜாவும், நானும் 25 ஆண்டுகளுக்கு முன்பு ஒரு கதை சம்பந்தமாக காரசாரமாய் வாதிட்டதும், இதனாலேயே அவரும், நானும் சொந்த சகோதரர்களாய் ஆகிவிட்டதும், என் இலக்கிய பயணத்தில், நான் களைப்படையாமல் இருப்பதற்கான, கணிதரு நிழல்கள். பேராசிரியர் நா. வானமாமலை அவர்கள், இலக்கியத்தை எப்படி அணுக வேண்டுமென்று எனக்குப் பாடம் புகட்டியவர்.

தாமரையில் வெளியான “ஐம்பெரும் விழா” என்ற குறியீட்டுக் கதையை விமர்சனம் செய்த முதல் திறனாய்வாளர். அவரது இழப்பு எனக்கும், பொன்னிலனுக்கும் பெரும் பேரிழப்பு. என்றாலும் ஆர்.என்.கே. அவர்களும், தாமரையில் இப்போதைய பொறுப்பாசிரியர் தோழர் மகேந்திரனும், என்னை மேன்படுத்தும் பல்வேறு குறிப்புகளை தாமரையில் எழுதி, என் எழுத்துக்கு ஊன்றுகோலாய் இருக்கிறார்கள், என்.சி.பி.ஹெச். நிறுவனம் என்னை தனது எல்லா விழாக்களிலும் பேசவைத்து கௌரவித்துள்ளது. தமிழகத்தின் தலைசிறந்த வழக்கறிஞரான என்.டி.வானமாமலை அவர்கள் இன்றளவும் என் கதைகளை விமர்சித்து என்னை உற்சாகப்படுத்துபவர்.

தாமரையுடன் தொடர்பு ஏற்பட்ட காலக்கட்டத்தில், என் சிந்தனையை வளப்படுத்தியவர்களில் முக்கியமானவர் கவிஞர் இளவேனில். சர்வதேச இலக்கியத்தையும், அரசியலையும், மார்க்சிய முறையில் பார்த்த இந்த தோழரும், நானும், சா. கந்தசாமி, மலர்மன்னர், ஞா. மாணிக்கவாசகன், வ.உ.சி.யின் பேரன் இளங்கோ போன்றோரிடம் 20 ஆண்டுகளுக்கு முன்பு நடத்திய இலக்கிய வாதம் இன்னும் காதுகளில் ஒலிக்கிறது. இளவேனிலின் மனிதநேயமிக்க நட்பு இன்னும் என்னை செழுமைப் படுத்திக் கொண்டிருக்கிறது.

செம்மலரில்... - இதற்கு அடுத்த கட்டமாக, என் எழுத்து ஆழப்படுவதற்கும், ஒரு இயக்கமாக மாறுவதற்கும் காரணமாகத் திகழ்வது தமிழ்நாடு

முற்போக்கு எழுத்தாளர் சங்கமும் செம்மலர் பத்திரிகையும். மணியக்காரரின் மகனாகப் பிறந்தாலும் சொத்துக்களை உதறிவிட்டு, தூய தொண்டில் ஈடுபட்ட பெரியவர் கே.முத்தையா அவர்களை, சாஸ்திரி பவனில் இப்போதைய தொலைக்காட்சி செய்தி ஆசிரியர் ராமகிருஷ்ணன், சரியாக 23 ஆண்டுகளுக்கு முன்பு அறிமுகப்படுத்தி வைத்தார். அதற்கு முன்பே என் குடும்ப நண்பரும், த.மு.எ.ச.வின் இப்போதைய தலைவருமான தோழர் செந்தில்நாதனின் 'சிகரம்' பத்திரிகையில் "சத்திய ஆவேசம்" என்ற தொடர்கதையை எழுதிக் கொண்டிருந்ததை கே.எம். நினைப்பூட்டினார்.

இதற்கு மேலும் ஒரு படி சென்று எனது நான்கைந்து படைப்புகளை செம்மலரில் அறிமுகம் செய்து வைத்தார். இந்த இருவரது நட்பும், ஒரு நிறுவன நட்பாகி, சிறந்த இடதுசாரி சிந்தனையாளர்களான த.மு.எ.ச. செயலாளர் கதிரேசன், பொருளாளர் வரதராஜன், இந்த இயக்கத்தோடு இரண்டறக் கலந்த எஸ்.ஏ. பெருமாள், நன்மாறன், அகத்தியலிங்கம், குமரேசன், பிரளயன், சி.ஏ. முத்து, உதயகுமார், கமலாலயன், சு. வெங்கடேஷ், இரா.தெ. முத்து, புலவர் கி.த. பச்சையப்பன், மகேந்திரன் ஆகியோரது நட்பை ஈட்ட வைத்த மார்க்சிய கட்சி தலைவர்களான, பெரியவர்கள் ஏ.நல்லசிவன், சங்கரைய்யா, லட்சுமணன், வரதராசன், மீனாட்சிசுந்தரம், ஜவகர் ஆகியோரின் கண்துஞ்சா சமூக நினைப்பு என்னை இன்னும் பிரமிக்க வைக்கிறது.

இலக்கிய மகாநதி... - பெரியவர் வல்லிக்கண்ணன் அவர்களின் நட்பு எனக்கு கிடைத்த மிகப் பெரிய பேறு. அந்த இலக்கிய மகாநதி இன்னும் என் இலக்கிய பாத்திகளுக்கு நீர் பாய்ச்சிக் கொண்டிருக்கிறது. இவரை தி.க.சி. யோடு சந்திக்கும்போது எனக்கு இரட்டிப்பு மகிழ்ச்சி ஏற்படும். இப்போது கூட எனது கதையின் கருவை, பெரியவர் வல்லிக்கண்ணன், தோழர்கள் செந்தில்நாதன், எஸ்.ஏ.பி., சென்னை வானொலி நிலைய இயக்குனரும், சிறந்த இலக்கியவாதியுமான திரு. விஜய திருவேங்கடம் ஆகியவர்களில் ஒருவரிடம், விவாதித்த பிறகே பேனாவை எடுப்பேன். இதேபோல் அகில இந்திய ஜனநாயக மாதர் மன்றத்தைச் சேர்ந்த சகோதரிகள், மைதிலி சிவராமனும், பாப்பா உமாநாத், உ. வாசுகி, பாலபாரதி ஆகியோர் என் கதைகளில் பெண்ணியம் பெரும்பங்கு வகிக்க காரணமானவர்கள்.

மணிவாசக மெய்யப்பன்: எனக்கு அச்சுரதம் கொடுத்தவர், மணிவாசகர் நூலகத்தின் உரிமையாளர் பேராசிரியர் ச. மெய்யப்பன். கடந்த 25 ஆண்டு காலமாக என் படைப்புக்களை தொடர்ந்து பிரசுரிப்பவர். இந்த நூலகத்தின் முக்கிய பங்காற்றிய நாவலாசிரியர் திரு. நாராயணன் அவர்கள் "புரூப்பில்" என் கதைகளைப் படித்துவிட்டு அதன் நயங்களை எடுத்துரைக்கும்போது மெய் மறந்து போவேன். மேலும், மேலும் என்னை எழுதத் துண்டியவர் இவர். இவரும், என் படைப்புக்களை பல அரங்குகளில் எடுத்துரைத்த பேராசிரியர் மெய்யப்பனும், என் எழுத்துக்கு கிடைத்த வரப்பிரசாதங்கள்.

திரு. நாராயணன் இடத்தில் இப்போது அமர்ந்திருக்கும், திரு. குருமூர்த்தி அதே பாரம்பரியத்தை என்னிடம் தொடர்ந்து கடைப்பிடிப்பவர். (அந்தக் காலத்தில் கவிஞர் கண்ணதாசன், எம்.எஸ். விஸ்வநாதனுக்கு உற்சாக-மூட்டுவதற்காக இளையராஜாவை பத்திரிகையில் தாக்கியபோது, கவிஞரின் நெருங்கிய நண்பரான நாராயணன் அவர்கள் மூலம் அந்த தாக்குதலை நிறுத்தியவன் நான்) மணிவாசகர் நூலகத்திற்கு அடுத்தபடியாக எனக்கு ஆக்கமும், ஊக்கமும் தருகிறவர் வானதி பதிப்பக உரிமையாளர் பெரியவர் திருநாவுக்கரசு அவர்கள்.

திறனாய்வாளர்கள்... - ஆங்கிலத்திலும், தமிழிலும் வல்லமை வாய்ந்த வலம்புரிஜான், பேராசிரியர்கள் ரபீர்சிங், இளவரசு, பொற்கோ, தி.சு. நடரா-சன், ராமகுருநாதன், ராமன், ராஜாராம், ராமலிங்கம், சிவசுப்பிரமணியம், சு. வெங்கடராமன், எம்.எஸ். ராமசாமி, சரஸ்வதி ராம்நாத், ஒரு கோட்டுக்கு வெளியே நாவலை இந்தியில் மொழிபெயர்த்த திருமதி.விஜயலட்சுமி சுந்தர்-ராஜன், தொடக்க காலம் முதல் என்னை ஆக்க ரீதியாக அணுகும் டி.எஸ். ரவீந்திரதாஸ், இந்து பத்திரிகையின் சி.வி.ஜி. விமர்சகர் சுந்தரேசன் உள்-ளிட்ட பல சிந்தனையாளர்கள் என்னை இன்னும் எழுதும்படி சொல்லா-மல் சொல்கிறவர்கள். கோவை ஞானி அவர்களின் அண்மைக்கால நட்பும், கடிதங்களில் புலப்படுத்தும் அவரது இலக்கிய மேதமையும் என் எதிர்கால படைப்புகளை மேலும் செழுமைப்படுத்தும் என நம்புகிறேன்.

சக படைப்பாளிகள் என்ற முறையில் டி. செல்வராஜ், பொன்னீலன், தனுஷ்கோடி ராமசாமி, செ. யோகநாதன், கு. சின்னப்ப பாரதி, மேலாண்மை பொன்னுச்சாமி, கந்தர்வன், தமிழ்ச்செல்வன், தேனி சீருடையான், தோப்பில் முகம்மது மீரான், சுப்ரபாரதி மணியன், ரோஜா குமார், வேல. ராமமூர்த்தி, பிரபஞ்சன், கமலாலயன் ஆகியோர் என்னுள் தாக்கத்தை ஏற்படுத்துகி-றவர்கள். எல்லாவற்றிற்கும் மேலாக ரெயில்களில், பேருந்துகளில், இதர பொது இடங்களில், என்னிடம் அறிமுகம் செய்து கொண்டு என் கதைகளை நினைவு படுத்தும், எண்ணற்ற சகோதர சகோதரிகள், தொழிலாள தோழர்கள் கடிதங்கள் எழுதும் வாசக பெருமக்கள் ஆகியோர் என் நெஞ்சை விட்டு நீங்காத நேயர்கள்.

சென்னை பிரசிடென்சி கல்லூரியில் தாவரவியல் பேராசிரியர் சுப்ரம-ணியன், நான் இடுகுறிக் கதைகளை எழுதுவதற்கு பல்வேறு விஞ்ஞானத் தகவல்களை தந்து கொண்டிருப்பவர். எனது அரசியல் சமூக அணுகுமுறை-யில் இருந்து முற்றிலும் மாறுபட்ட தமிழகத்தின் தலைசிறந்த பேச்சாளர்க-ளில் ஒருவரான ஆலடி அருணா, மாணவர் நகலக உரிமையாளர் சகோதரர் அருணாசலம், ஆகியோரிடம் தொடர்ந்து நான் மேற்கொள்ளும் எதிர்வாதம் என் கருத்துக்களை வலுப்படுத்திக் கொள்ளவும், மறுபரிசீலனை செய்யவும் உதவுகின்றன.

தமிழ்ச் சான்றோரான சிலம்பொலி செல்லப்பன் அவர்கள், கவனகர் இரா. கனகசுப்புரத்தினம் ஆகியோர் மூலம் தமிழின் ஆழ்ந்த புலமை என்னை பிழைபட எழுதாமல் இருக்கவும், ஆங்கில வார்த்தைகளைத் தவிர்க்கவும், துண்டுகின்றன. எழுத்தாளர் கோவி. மணிசேகரன், என்னை "எழுதாமல் இருக்காதே இருக்காதே" என்று உசுப்பி விடுகிறவர். 'ஏவிஎம்' குடும்பத்தைச் சேர்ந்த நவீன சிந்தனையாளரான திரு. அருண். வீரப்பன் அவர்கள் வாழ்க்கையில் புதிய அனுகுமுறையைப் போதிப்பவர். இப்படி பலப்பல மனிதநேயர்கள், என் எழுத்தின் நோக்கத்தை அர்த்தப் படுத்துகிறார்கள்.

இறுதியாக ஒரே ஒரு வார்த்தை...- எனது முதல் சிறுகதை தொகுப்பான "குற்றம் பார்க்கில்" 1976-ஆம் ஆண்டு வாக்கில் திரு.அன்பரசனால் வெளியிடப்பட்டது. செங்கை மாவட்டத்தின் அப்போதைய ஆட்சித்தலைவரும், என் இனிய நண்பருமான காலம் சென்ற திவான் முகம்மது அவர்கள் தலைமையில் நடைபெற்ற நூல் வெளியீட்டு விழாவில் அகிலன் அவர்கள் இப்படிப் பேசினார்.

"மற்ற எழுத்தாளர்களை, அவரைப்போல் எழுதுகிறார். இவரைப்போல் எழுதுகிறார் என்று மேல்நாட்டு எழுத்தாளரோடு ஒப்பிடலாம். ஆனால் சு. சமுத்திரத்தை அப்படி ஒப்பிட முடியாது. காரணம் அவரது படைப்புகள் அத்தனையும் "ஒரிஜினல்."

அகிலன் அவர்கள் சுட்டிக் காட்டியதுபோல் என் மக்களின் ஆசைகளை, நேசங்களை நிராசைகளை, ஆர்ப்பாட்டங்களை கண்டறிந்து, உள்வாங்கி அவற்றை விஞ்ஞான ரீதியாக பார்த்து மீண்டும் அவர்களுக்கே திருப்பிக் கொடுக்கிறேன். இதனால்தான் மாடனிசம், போஸ்ட் மாடனிசம், மேஜிக்கல் ரியலிசம் போன்ற இலக்கிய வாதைகள் இல்லாமல் என்னால் சுய தன்மையுடன் நிற்க முடிகிறது. என் இலக்கியத்தை அகராதி வைத்து எவரும் படிக்க வேண்டியதில்லை. என் மொழி மக்கள் மொழி. என் எழுத்தில் பெருமைகள் இருந்தால் அவை மக்களுக்கும், சிறுமைகள் இருந்தால் அவை எனக்கும் சேர வேண்டியவை. என் எழுத்து ஏழ்மையின் வெற்றியாகாமல், ஏழைகளின் வெற்றியாக வேண்டுமென்பதே என் நோக்கம்.

தமிழில் முதன் முதலாக அய்.ஏ.எஸ். தேர்வு எழுதி வெற்றி பெற்ற தோழர் பாலகிருஷ்ணன், தமிழக அரசின் மூத்த அதிகாரி பூர்ணலிங்கம் ஆகியோர் என்னை ஆங்கில வார்த்தைகளைத் தவிர்த்து நல்ல தமிழில் எழுத வற்புறுத்துகிறவர்கள். இதேபோல் இலங்கை எழுத்தாளர் செ. யோகநாதன், பத்திரிகையாளர் திருப்பூர் கிருஷ்ணன் ஆகியோரிடம் நான் மேற்கொள்ளும் விவாதங்கள் என் எழுத்துப் பணியை செம்மைப்படுத்தும். திறனாய்வாளர் எம்.எஸ். ராமசாமி, டாக்டர் ரபீர்சிங், டாக்டர் இராமகுருநாதன், டாக்டர் பழ. முத்துவீரப்பன், பேராசிரியர்கள் டாக்டர் நளினிதேவி, தியாகமணி போன்றோர் என் படைப்புக்களை நாடறியச் செய்தார்கள். பெரி-

யவர் ஆர்.என்.கே. சொன்னதுபோல் இந்த நூல் இளம் படைப்பாளிகளுக்கு ஒரு துண்டுகோலாக இருந்தால் மகிழ்ச்சி அடைவேன். இதைப் படிக்கும் தோழர்கள் இந்த நூல்பற்றி முடியுமானால் ஒரு வரி எழுதிப் போடலாம்.

தோழமைமிக்க,

சு. சமுத்திரம்

1. எனது கதைகளின் கதைகள்

நான், கதை எழுத வந்ததே தனிக்கதை. பள்ளிக்கூடக் காலத்திலும், கல்லூரிக் காலத்திலும் "மலர் கவிஞனாக இருந்திருக்கிறேன். அதாவது பள்ளிக்கூட கல்லூரி - கல்வி மலர்களில் கதை, கட்டுரை எழுதியிருக்கிறேன். பேச்சுப் போட்டிகளிலும் முதலாவதாக வந்திருக்கிறேன். கல்லூரி காலத்தில், ஒரு கதை எழுதி ஒருபத்திரிகைக்கு காலையில் அனுப்பினால், அது மறுநாள் காலையில் திரும்பி வந்தது. ஆனால் 1973ம் ஆண்டு இதில் எனக்கு ஒரு திருப்புமுனை. இப்போது புதுதில்லியில் தொலைக்காட்சித் துறையில் செய்தி ஆசிரியராகப் பணிபுரியும் திரு. செல்வராஜூடன் அப்போதைய கதைகளின் தரம் மட்டமாய் இருப்பதாக அடிக்கடி சொல்வேன். (இப்போதோ அந்தக் கதைகள் உயர்தரம்) அவரும் ஒரு நல்ல எழுத்தாளர்.

ஒரு தடவை "நீங்கள் வீணாக குறை சொல்லிக் கொண்டிருப்பதில் அர்த்தமில்லை. ஒரு கதையை எழுதி பிரசுரித்துக் காட்டுங்கள். அதற்குப் பிறகு - பேசுங்கள்" என்றார். எனக்கு சற்று ரோஷம் வந்தது. அன்றிரவே, எழுதத் துவங்கினேன். அந்தக் கதையை, ஆனந்த விகடனுக்கு அனுப்பிவிட்டேன். கதை பிரசுரமாயிற்று. விசாரித்துப் பார்த்ததில், எனக்கு ஏற்கெனவே அறிமுகமாயிருந்த நண்பர் தாமரை மணாளனும், இப்போது மலேசிய தொலைக்காட்சியில் பணியாற்றும் நண்பர் ஜே.எம். சாலியும், இந்தக் கதை பிரசுரமாவதற்கு, பெரிதும் முயற்சி எடுத்தார்கள் என்பது தெரிய வந்தது. இந்தப் பின்னணியில் வாசகர்களிடம் எனது பல்வேறு கதைகளுக்குப் பின்புலனாக இருந்த மெய்யான கதைகளைப் பகிர்ந்து கொள்ளலாமென்று நினைக்கிறேன்.

திரு. செல்வராஜின் "நாக்கைப் பிடுங்குவது மாதிரியான" அறிவுரைக்கு, ஒரு கதையாவது பதிலாக வேண்டும் என்பதுதான் என் எண்ணம். நான், பிரபல எழுத்தாளனாக வேண்டும் என்பதல்ல. முதல் கதை என்பதாலோ என்னவோ, அந்தக் கதை எழுதுவதற்கு முன்னாலும், பின்னாலும் இருந்த என் மனப்போக்கு இப்போதும் நினைவுக்கு வருகிறது.

இப்போது, உருவம், உள்ளடக்கம், உத்தி போன்ற இலக்கிய அனாவசியங்களுக்குள் அவஸ்தைப்பட்டு, ஒரு சிறுகதை எழுத பல நாட்கள் எடுத்துக் கொள்கிறேன். அப்படி இல்லாமல், ஒரே ஒரு மணி நேரத்தில் மடமடவென்று எழுதிவிட்டேன். ஊரில் நடந்த பல நிகழ்ச்சிகளில், ஒரு நிகழ்ச்சியை

மனதில் நிலைப்படுத்தி, ஒரு சிறுகதையை உருவாக்கிவிட்டேன். கதையை முடித்ததும், ஒரு பரமார்த்த திருப்தி. அந்தக் கதையில் சில 'அறிவுரைகளும்' சொல்லப்பட்டதால், நாட்டைத் திருத்த என்னால் (என்னால் தான் அல்ல) முடியும் என்ற உறுதி. ஏதோ பிறந்ததற்கு பிரயோசனப்படுவது போன்ற நிறைவு. அந்தச் சிறுகதை நிச்சயம் பிரசுரமாகிவிடும் என்ற நம்பிக்கை. காரணம், அந்தக் காலத்துக்கு, அது வித்தியாசமான கதை. அரசியல் உப்பு கலந்த "பொடிக்" கதை. புதுதில்லியில் இருந்து எழுதிய கிராமத்துக் கதை. தனிநபர் வழிபாட்டை கண்டிக்கும் புதுக்கதை.

அங்கே கல்யாணம் - இங்கே கலாட்டா: 1974-ம் ஆண்டு நடைபெற்ற இந்த உரையாடல் என்னை என் கிராமத்திற்கு 1950-களுக்குக் கொண்டு சென்றது. அப்போதைய காலகட்டம் மிகவும் வித்தியாசமானது. இப்போதைய தமிழன்போல் அறுக்கப்படும் போது கூட அழத் தெரியாத முயல்போல் இல்லாமல், போர்க்குணத்தோடு இருந்த காலம். இரயில், பேருந்து, சந்தை, கல்யாணம் போன்ற பொது நிகழ்ச்சிகளில் அரசியல் விவாதங்கள் அடிதடி அளவுக்குக் கூட போன காலம். அடைந்தால் திராவிட நாடு இல்லையானால் சுடுகாடு என்றும், பண்டித நேருவை நேரு பண்டிதர் என்றும், உழைப்பால் உயர்ந்த உத்தமர் காமராஜை படிக்காத பாமரர் என்றும், திராவிட முன்னேற்றக் கழகத்தினர் வாதித்து வந்த காலம். இந்த இயக்கத்தின் தலைவர் அண்ணாவை, காங்கிரஸ்காரர்கள் ஒரு சிலர் கொச்சையாக வருணித்த காலம்.

பள்ளிக்கூடம், கல்லூரி முதலியவற்றில் இந்தித் திணிப்பு பற்றிக் காரசாரமான விவாதங்கள் நடைபெற்ற காலகட்டம், நாலு பேர் கூடிவிட்டால் போதும், உடனே அரசியல் பேச்சு. உடனே அக்கம்பக்கத்தில் இருப்பவர்களும் கும்பலாகி விடுவார்கள். ரத்த ஆறு, இருப்பது ஒரு உயிர், அது இப்போது வேண்டுமானாலும் போகட்டும் என்ற புறநானூறு முழக்கங்களோடு, ஓசைப்படாத "அகநானூறு" நிகழ்ச்சிகளும் நடந்த காலம். கட்டிளங்காளைகள், கலைஞரின் பராசக்தி பாணியில், அதே சமயம் அரைகுறைத் தமிழில், அண்ணா பாணியில் சொல்லப்போனால் "பருவ மங்கைகளுக்கு", காதல் கடிதங்கள் எழுதிய காலம்.

கண்ணே, கற்கண்டே, கற்பகமே, பெட்டகமே என்று குறைந்தது இரண்டு பக்கத்திற்காவது ஒருத்தன் கடிதம் எழுதவில்லையானால், கடிதத்திகுரிய காரிகை அவனை ஏறெடுத்துக் கூட பார்க்க மாட்டாள். சில அண்ணன்மாருக்கு நானே கூட பல காதல் கடிதங்களை எழுதிக் கொடுத்திருக்கிறேன். இதனாலேயே சில பெண்களிடம் செல்லமான முத்துக்களையும், வலிதாள முடியாத மொத்துக்களையும் வாங்கி இருக்கிறேன்.

இப்படிப்பட்ட காலப் பின்னணியில், எங்கள் பக்கத்து ஊரில் ஒரு வாத்தியாரும், அப்போதைய பெரிய படிப்பான எட்டாம் வகுப்பைப் படித்த ஒருத்தியும் காதலித்த நேரம். இருவரும் நிலம் பார்த்து, குலம் பார்த்துக் காதலித்தால்

பிரச்சினை இல்லை. இவர்களின் ஒத்திகையை அரங்கேற்ற இருவீட்டாரும் தீர்மானித்து ஊரைக் கூட்டினார்கள். ஆனால், அய்யகோ (அந்தக் கால பாணி) பெண் வீட்டுப் பங்காளிகள் காங்கிரஸ்காரர்கள். மாப்பிள்ளை வீட்டுப் பங்காளிகள் தி.மு.க.வினர். வந்ததே வாதம். அந்தக்கால வழக்கப்படி எந்தத் தலைவரை "இல்லற ஒப்பந்த விழாவிற்குத்" தலைமை தாங்க வரவழைப்பது என்பது பிரச்சினையானது. தலைவர்கள் கடுமையாக விமர்சிக்கப்பட்டார்கள். இதனால் தொண்டர்கள் கம்புகளைத் தூக்க வேண்டிய கட்டம். இதனால், நம்புங்கள், அந்தத் திருமணமே நின்றுவிட்டது.

தலைவர்கள் தங்களது கருத்து வேற்றுமைகளை மறந்து, கல்யாணக் காட்சிகளில் கலந்து கொள்ளும்போது, எங்க ஊர்க்காரன், கல்யாணம் போகட்டும், கருமாதியில் கூட கலந்து கொள்வது இல்லையே என்கிற ஆதங்கம் என் மனதில் இருந்தது. இதற்கு வடிகாலாக "குட்டாம் பட்டியில் கலாட்டா - சென்னையில் கல்யாணம்" என்ற தலைப்பில் ஒரு சிறுகதை எழுதினேன். இறுதியில் எந்தத் தலைவர்களுக்காக குட்டாம்பட்டிக் கல்யாணம் நின்றுபோனதோ, அந்த தலைவர்களின் மகனுக்கும், மகளுக்கும் திருமணம் நடப்பதாகவும், இதில் சர்வகட்சித் தலைவர்கள் கலந்து கொண்டதாகவும் கதையை முடித்தேன்.

திரு. செல்வராஜ் நான் கதை எழுத ஒரு தூண்டுகோல் என்றால், இப்பொழுது சென்னை பத்திரிக்கை தகவல் அலுவலகத்தில், தகவல் அதிகாரியாகப் பணிபுரியும் திரு. பாலசுப்பிரமணியம் என் இலக்கியப் பிரவேசம் முதல் கோணல் ஆகாமல் பார்த்துக் கொண்டவர். புதுடில்லியில் என்னுடன் பணியாற்றிய இவர், "வளவள வைக்கப்படப்பு" என்று 20 பக்கங்கள் வரை எழுதிய இந்தக் கதையை பத்து பக்கங்களாக்கி முத்து முத்தான எழுத்துக்களில் நகல் எடுத்துக் கொடுத்தார். ஆனந்த விகடனுக்கு அப்போதைய காலகட்டத்தில் இது வித்தியாசமான கதை. பாலசுப்பிரமணியம் கத்தரித்து அனுப்பியதை, சுத்திகரித்து "அங்கே கல்யாணம் இங்கே கலாட்டா" என்ற பெயரில் பிரசுரித்தது.

இதைப் படித்த டில்லித் தமிழர்கள் "சிரித்து சிரித்து வயிறு புண்ணாயிற்று. ஒரே தமாஷ்" என்று சொன்னபோது நான் நொந்து போனேன். தமிழன் பொது வாழ்க்கைக்காக, குடும்ப வாழ்க்கையை எப்படி சிதைக்கிறான் என்கிற ஆதங்கத்தைச் சரியாகப் புரிய வைக்கவில்லையோ என்று நான் நினைத்தபோது, புதுடில்லியில் இந்தியன் எக்ஸ்பிரஸ் தலைமைச் செய்தியாளரும், தலைசிறந்த சிந்தனையாளருமான திரு. கே. சீனிவாசன், இந்தக் கதையில் உள்ள அரசியல் பொடி அபாரம் என்று சொல்லி என்னைப் பாராட்டினார். அதற்குப் பிறகுதான் எனக்கு தெம்பு வந்தது. மனிதர்களுக்காகக் கதையே தவிர, கதைக்காக மனிதர்கள் அல்ல என்ற இலக்கியக் கோட்பாடு வலுப்பெற்றது.

குறிப்பு: திரு. செல்வராஜ் சிறந்த எழுத்தாளர். தாமரையிலும், கணையாழியிலும் தரமான சிறுகதைகளை எழுதியவர். இப்போது, தொலைக்காட்சித் துறையில் இருந்து, "வாலண்டரி ரிடையர்மெண்ட்" எனப்படும் சுய ஓய்வில் விலகியவர். தனியார் தயாரிப்பு நிகழ்ச்சி அமைப்பு ஒன்றை நிறுவி, பல்வேறு தொலைக்காட்சி நிறுவனங்களில், கொடிகட்டிப் பறக்கிறார். வாழ்க்கையில் ரிஸ்க் எடுப்பவர்கள்தான் முன்னேற முடியும் என்பதற்கு இவர் ஒரு உதாரணம்.

2. சாமியாடிகள்

எங்கள் ஊரில் (திப்பணம்பட்டி) கல்லெல்லாம் சாமி சிலைகள். கட்டிடங்கள் எல்லாம் கோவில்கள். உதிரமாடன் கோவில், சுடலைமாடன் கோயில், கோட்டை மாடன் கோவில், மாரியம்மன் கோவில், காளியம்மன் கோவில், ஜவராஜா கோவில், திரௌபதியம்மன் கோவில் என்று சுமார் முப்பது கோவில்கள். உதிரமாடன் கோவிலில், அவரே கதாநாயகன். மாடத்தி, சுடலைமாடன், வீரபுத்திரன், மயானபுத்திரன் ஆகியோர் "எக்ஸ்டிரா" தேவதைகள். இதேபோல், கோட்டை மாடன் கோயிலில், அவர் கதாநாயகன்; உதிரமாடன், சுடலைமாடன் எக்ஸ்டிராக்கள், இப்படி எக்ஸ்டிராக்கள்; கதாநாயகர்களாகவும், கதாநாயகர்கள், நாயகிகள் எக்ஸ்டிராக்களாகவும் உள்ள கோவில்களில் சாமியாட்டம் என்பது இந்தக் காலத்து சினிமா மாதிரி.

சாமியாடும் ஒருவரின் பின்னங்கைகளில் கயிறு கட்டப்பட்டிருக்கும். அதே சமயம், அந்தக் கைகளை முன்னால் கொண்டுவரும் அளவிற்கு அந்தக் கயிறு நீக்குப்போக்காக இருக்கும். அவர் முன்னால் ஒரு பனை ஓலையில், முழுக்கோழியை அடித்து வைத்திருப்பார்கள். அவர் சாப்பிடுவதற்காக தலை குனியும்போது, கயிறு மூலம் பின்னால் இழுக்கப்படுவார். ஆனாலும், சாமியாடி அந்தக் கோழியைத் தின்றாக வேண்டும். இல்லையேல், அவர் சாமியே இல்லையென்று அனுமானிக்கப்படுவார்.

இதேபோல், காளியாத்தா சாமியாடி, வெட்டப்பட்ட ஆட்டின் இரத்தத்தை பச்சையாகக் குடிக்க வேண்டும். இல்லையென்றால் ஊர்க்காரர்கள் அந்தச் சாமியாடியை "பச்சை"யாகத் திட்டுவார்கள். எங்கள் ஊரில் பிள்ளைமார்கள், முருகனையும், பிள்ளையாரையும், எலுமிச்சை பழத்தோடு வழிபட்டபோது, எங்கள் ஆட்களும், ஆதிதிராவிட மக்களும், பன்றி, ஆடுகளை கோயில்களில் கொன்று குவித்து வழிபட்டுக் கொண்டிருந்தார்கள். இருக்கிறார்கள்.

இந்தப் பின்னணியில், ஒரு கோவிலில் ஒரு நிகழ்ச்சி - நிகழ்ச்சி நிரலில் இல்லாத நிகழ்ச்சி. ஏதோ நிகழ்ச்சி. ஏதோ ஒரு ஆடி மாதம். ஊருக்கு ஒரு புறத்தில் உள்ள ஒரு மாடன் கோவிலில் விசேஷம், கணியான் பாடுகிறார். மேளம் ஒலிக்கிறது. இரயில்வே இலாகாவில் பணிபுரியும் ஒருவர், சாமியாடத் தயார் ஆகிவிட்டார். வழக்கமாக ஆடுபவர். பொதுவாக கதா-

நாயக சாமி, இதர சாமிகள் ஆடி அடங்கும் போதுதான் ஆடத் துவங்கும். நான் சொல்கிறவர், அழகாக இருப்பவர். ஒல்லியான - உறுதியான உடம்பு. அவர் தலையை ஆட்டத் துவங்கியதும், அவரது சட்டையைக் கழற்றிவிட்டு, வேட்டியைத் தார்பாய்த்துவிட்டு, சந்தனத்தை அப்பினார்கள். கரத்தில், கற்பூரத் தட்டைக் கொடுத்தார்கள். கெட்டிமேளம் முழங்கியது. அவ்வளவுதான். ஆசாமி பம்பரம் போல் சுழன்றார்.

பத்து நிமிடத்திற்குள், இன்னொரு குரல் கேட்டது சற்று கட்டையான மனிதர். குஸ்தி பயில்வான் போன்ற தோற்றம். அவர் ஒரு தீப்பந்தத்தை கையில் வைத்துக் கொண்டு, சத்தம் போட்டுக் கொண்டே வந்தார். "நான்தான்டா கோட்டை மாடன். நீ எப்படிடா ஆடலாம்" என்று கத்தியபடியே வழக்கமாய் சாமியாடுபவரைத் தடுத்தார். இருவரும் கட்டிப் புரண்டார்கள். ஒருவரையொருவர், அடித்துக் கொண்டார்கள். எப்படியோ பிரித்து விடப்பட்டு இருவரும் ஆடிக் கொண்டிருந்தபோது, முதல் சாமியாடியின் சொந்தக்காரர்கள், ஏற்கெனவே ஆடுபவர்தான் ஆடவேண்டுமென்று வாதித்தார்கள். புதுச் சாமியாடியின் சொந்தக்காரர்கள், அவர்தான் ஆடவேண்டுமென்றார்கள்.

அடிதடி, சண்டை; எந்தச் சாமியாடி உண்மையான சாமியாடி என்று சோதித்துப் பார்க்க மனமில்லாமல், சொந்தங்களை வைத்து நிசமான சாமியை தீர்மானிக்கப் போனார்கள். புதுச்சாமி ஆள்பலம் இல்லாதவர். இறுதியில் அடித்து விரட்டப்பட்டார். நிசமான சுடலைமாடனே அங்கே வந்து "இந்த சாமியாடியிடம்தான் நான் ஆடுகிறேன்" என்று சொல்லி இருந்தாலும், மாற்றுச் சாமியாடியின் ஆட்கள், ஒரிஜினல் மாடனைக் கூட விரட்டி அடித்திருப்பார்கள். இதை வைத்து விகடனில் "சாமியாடிகள்" என்ற தலைப்பில் கதை எழுதினேன். ஏற்கனவே ஆடும் சாமியாடியை, "ஆடும் சாமியாடி" என்றும், விரட்டப்பட்ட சாமியாடியை, "ஸ்தாபன சுடலைமாடன்" என்றும் அந்தக் காலத்து அரசியல் பின்னணியில் பெயர் வைத்தேன்.

அய்யாசாமியும் - பட்டிகளும்: இந்தச் சிறுகதைகளில் அய்யாசாமி என்ற ஒரு பாத்திரத்தை அறிமுகப்படுத்தினேன். இந்தக் கதைகள் நிகழும் இடத்தை, குட்டாம்பட்டி என்று அழைத்தேன். அய்யாசாமி ஆள்பலம் இல்லாத மிதவாதி. அதாவது இப்படி நடக்க வேண்டுமென்று நினைத்தாலும் அதை செயல்படுத்த முடியாமல் இருக்கும் நம்மைப் போன்றவர். இவர் பேச்சில் நியாயம் இருந்தாலும், கேட்பார் கிடையாது. இந்தப் பாத்திரத்தை, எனது பெரும்பாலான சிறுகதைகளிலும், நாவல்களிலும் கொண்டு வந்திருக்கிறேன். இதேபோல், குட்டாம்பட்டியை, மையமாக்கி பல கதைகள் எழுதுகிறேன். பழமையில் ஊறியிருப்பவர்களைச் சித்தரிப்பதற்கு குட்டாம்பட்டி என்ற ஊரை எழுதினேன். "ஒரு கோட்டுக்கு வெளியே" நாவலில் குட்டாம்பட்டி வந்தது.

வெறுமனே பேசிக்கொண்டு கிராமத்துப் பாணியில் சொல்லப் போனால், 'கீராமுட்டித்தனமாக' அல்லது ஏட்டுச் சுரைக்காயாக இருப்பவர்களை சுட்-

டிக்காட்ட "சட்டாம்பட்டி" என்ற பெயரைக் கொண்டு வந்தேன். ஒருவரிடம் மணி கேட்கும்போது, அவர் அதைத் தாமதமாகச் சொன்னால், அதற்காகவே, அவரைக் கொலை செய்யும் அளவிற்குச் செல்லும் மனிதர்களின் நடமாட்டத்தைக் காட்ட "வெட்டாம்பட்டி" என்ற ஊரைப் பெயராகச் சூட்டினேன். அதே சமயம் காலப்போக்கில் இந்த மூன்று பட்டிகளும் மாறுபட்டு வருவதாகவும் சுட்டிக்காட்ட நான் தவறவில்லை. இந்த மூன்று வித அளவுகோல்களை அதாவது பழமைவாதிகள், புதுமை என்று பெயரில் உள்ள பொய்யர்கள், புரட்சிக்கு தயாராகக் கூடிய முரடர்கள் ஆகியோரைச் சுற்றியே என் படைப்புக்கள், இதுவரை வருகின்றன.

எனது கதைகள் முற்போக்கு நிறைவுடன் அல்லது தார்மீகக் கோபத்தை எழுப்பும் அம்சத்துடன் முடியும். பெரும்பாலான கதைகள் நிஜக்கதைகள். இதனால் "சாமியாடிகள்" சிறுகதையும், "ஒரு கோட்டுக்கு வெளியே" நாவலும் என்னைச் சிக்கல்களில் சிக்க வைத்தன.

'சாமி ஆடிகள்' - வெளியான பிறகு: ஆனந்த விகடனில் "சாமி ஆடிகள்" சிறுகதை வெளியான ஒரு மாதத்திற்குள் கித்தாப்புடன் ஊருக்குப் போனேன். என் உறவினர்களும், ஊரார்களும் என்னை பிரமிப்பாக பார்க்கப் போகிறார்கள் என்ற எண்ணம்; ஆனால் ஊருக்குப் போனவுடனேயே என்னை வாயார வாழ்த்தி வரவேற்பவர்கள் கூட, ஏற இறங்கப் பார்த்தார்கள். ஊர்க்காரர்களைக் கதாநாயகர்களாக்கிய பெருமையில் போன என்னை, அசல் "வில்ல"னைப் போலப்பார்த்த பெரும்பாலோர் என்னிடம் பேசவில்லை. நானே வலிய பேசினாலும், முகத்தைத் தூக்கி வைத்துக் கொண்டார்கள். வீட்டுக்குப் போன பிறகு, என் குடும்பத்தினர் விவரம் சொன்னார்கள். நான் எங்கள் ஊரைப் பத்திரிகையில கேவலப்படுத்தி விட்டதாக ஊரில் ஒரு பேச்சு அடிபடுவதாகக் கூறப்பட்டது.

ஊரிலிருந்து நகரங்களில் வேலை பார்க்கும் படித்த பையன்கள் ஊரிலிருந்து ஒதுங்கிக் கொள்வார்களே தவிர, இப்படி சமுத்திரத்தைப் போல் கேவலப்படுத்தியது இல்லை என்றும் பேசிக் கொண்டார்களாம். இதில் ஒரு வேடிக்கை. நான் ஆடும் சுடலைமாடனாக காட்டிய பாத்திரத்திற்கு "முத்துப் புதியவன்" என்று பெயர் வைத்திருந்தேன். இது தற்செயலாக வைத்த பெயர். சாமி ஆடியவர் வெளியே வேலை பார்த்ததால் எனக்குப் பரிச்சயம் இல்லாதவர். சாமி ஆடும்போது மட்டும்தான் அவரைப் பார்த்திருக்கிறேன். அதுவும் "சல்லடையும், குல்லாயுமாக" அவர் பெயரும் முத்துப்புதியவன் என்பது ஊருக்குப் போன பிறகுதான் தெரிந்தது.

ஆகையால் அவரது குடும்பத்தினர் நான் வேண்டுமென்றே இழிவு படுத்துவதற்காக எழுதியதாக நினைத்துக் கொண்டார்கள். நல்ல வேளை, அவர்கள் எங்கள் குடும்பத்திற்கு நெருங்கிய உறவினர் என்பதால், அடிதடி வராமல் போய்விட்டது. ஆனாலும், அந்தக் குடும்பத்தினர் இப்போதுகூட என்னி-

டம் சரியாகப் பேசுவதில்லை. என்றாலும், என்னையும், என் குடும்பத்தையும் தாக்கி நான் பல கதைகள் எழுதியிருப்பதை அறிந்து அவர்களின் துவேசம் ஆவேசமாக மாறி இப்பொழுது அதுவும் குறைந்து விட்டது.

குறிப்பு: இப்போது, கிராமத்துக் கோயில்களில் பன்றிகளைப் பலியிடுவது நின்றுவிட்டது. வில்லுப்பாட்டும், கணியன் கூத்தும் போய் வீடியோ புகுந்து-விட்டது. சாமியாடிகள் இடைவேளையில் மட்டுமே ஆடுவதற்கு அனுமதிக்கப் படுகிறார்கள்.

3. 'ஒரு கோட்டுக்கு வெளியே' - பிறந்த கதை

இதுவரை நான் எழுதிய எட்டு நாவல்களில், "ஒரு கோட்டுக்கு வெளியே" என்ற எனது படைப்பு பிரபல திறனாய்வாளர்களான வல்லிக்கண்ணன், "செம்மலர்" ஆசிரியர் திரு.கே.எம். முத்தையா, பேராசிரியர் பாக்கியமுத்து, பேராசிரியை சரோஜினி பாக்கியமுத்து, சிட்டி - சிவபாத சுந்தரம், செந்தில்-நாதன், எஸ்.ஏ. பெருமாள், கதிரேசன் ஆகியோராலும், பல்வேறு வாசகர்க-ளாலும் சிறந்த படைப்பாகக் கருதப்படுகிறது. இதனால் ஒரு வேளை இந்த படைப்பிலிருந்து நான் முன்னேற முடியவில்லையோ என்று எனக்குள்ளே ஒரு சந்தேகம் எழுவதுண்டு. என்றாலும், இந்த நாவல்தான் எனக்கும் பிடித்த நாவல். "சோற்றுப்பட்டாளம்" முதலில் அச்சில் வெளிவந்தாலும், என் எழுத்-தில் முதலாவது வந்த நாவல் இதுதான்.

அனுபவப்பட்ட எழுத்தாளன் ஆனபிறகு, உருவாகிய படைப்புகளை விட, இந்த நாவல் எப்படி மக்களைக் கவர்ந்தது என்பதை நினைத்துப் பார்க்-கிறேன். எனக்கே காரணங்கள் புரியவில்லை. ஒருவேளை, உத்தி, உள்-ளடக்கம், உருவம், உதாரணங்கள் போன்ற இலக்கியத் தொல்லைகளைப் பற்றிக் கவலைப்படாமல் எனக்குத் தோன்றியதை உள்ளது உள்ளபடியே எழு-தியதே இதன் வெற்றிக்கு ஒரு காரணமாக இருக்கலாம். இதனாலேயே இந்த நாவலை இந்தக் கட்டுரைக்காக மீண்டும் படித்தபோது என்னை நானே ஓரளவு பூட்டி வைத்திருக்கும் இலக்கியச் சிறையிலிருந்து மீள வேண்டும் என்பது போன்ற ஒரு எண்ணம் ஏற்படுகிறது. இந்த நாவல் பிறந்த கதையைப் பார்ப்போம்.

அப்போது தமிழகத்தின் வடபகுதியில் வெள்ளம் கரைபுரண்டு ஓடிய நேரம். நான் மத்திய அரசில் செய்தி விளம்பர அதிகாரி என்ற முறையில் செங்கை மாவட்டத்திலுள்ள உத்திரமேரூரில் திரைப்பட பிரிவுடன் முகாமிட்-டிருந்தேன். பயணிகள் விடுதியில் தங்கியிருந்தேன். அப்போது பலத்த மழை. அங்குள்ள ஏரி உடைந்து விடுதிக்கு வரக்கூடிய அபாயம். வெளியுலகத்திற்-கும் எனக்கும் தொடர்பு அற்றுப் போய்விட்டது. எப்படியோ ஒரு நண்பர் கஷ்டப்பட்டு ஒருவேளை சாப்பாடு கொடுத்தார் என்பதைத் தவிர, மற்றப்படி எந்த ஆள் அரவமும் இல்லாத சூழல். அப்போது எனது கடந்தகால வாழ்க-

கையை நினைத்து பார்க்கத் துவங்கினேன். அப்படித் துவங்கியபோது-

உள்மன ஓட்டங்கள் வெள்ளம்போல் பிரவாகம் எடுத்து, எனது பெரியமனிதர் கரையை உடைத்து நினைவு வெள்ளமாக ஓடத் துவங்கியது. இளமையில் கணவனை இழந்து கைம்பெண்ணான என் அன்னையை சொந்த ஜாதியினர் நடத்திய விதமும், என் அம்மா எனக்காக எல்லாவற்றையும் சகித்துக் கொண்டதும், நினைவுக்கு வந்தன. இதேபோல் எனது சாதியினரான நாடார்களே அந்தச் சாதியில் உள்ள பதநீர் இறக்கும் பாட்டாளிகளை "பனையேறிப் பயலே" என்று திட்டுவது திடீர் நினைவாகியது. எனக்கு பத்து வயது இருக்கும்போது பக்கத்தூரில் நடந்த ஒரு சம்பவமும் நினைவுக்கு வந்தது. வயதுக்கு வந்த ஒரு ஏழைப் பெண்ணை கிட்டத்தட்ட அதே வயதுள்ள ஒரு பண்ணையார் - வாலிபன், சாட்டைக்கம்பால் அடித்துக் கொண்டிருந்தான்.

அக்கம்பக்கத்தில் இருந்தவர்கள் அவன் செய்வது அடாவடித்தனம் என்பதை அறிந்தவர்கள் போல் முணுமுணுத்தார்கள். ஆனால் எவரும் எதிர்ப்பைக் காட்டவில்லை. இந்த "செல்லாக் கோப"ப் பொறுமை சாலிகளின் இயலாமையால் நான் கொதித்துப் போனேன். அதே சமயம் என்னாலும் ஒன்றும் செய்ய இயலவில்லை. ஆனால், அந்தப் பெண் அவன் கொடுத்த அடிகளையெல்லாம், கம்பீரம் கலையாமல் வாங்கிக் கொண்டே, அவனும், அவன் குடும்பத்தாரும் செய்த அயோக்கியத்தனத்தை சொல்லிக் கொண்டிருந்தாள். தன்னந்தனியாக ஒரு முரடனை சகல பலவீனங்களுடனும் பலமாகச் சாடிக் கொண்டிருந்தாள். இந்த நிகழ்ச்சியை நான் ஊருக்குத் திரும்பிய பிறகும் பல இரவுகளில் திடுக்கிடும் கனவாகக் கண்டதுண்டு.

சேரிப் பால்: நான் பிறந்தபோது என் அன்னை எனக்குப் பால் கொடுக்க முடியாத நிலை. மார்பில் கட்டியோ புண்ணோ இருந்ததாகக் கேள்வி. அப்போது தாய்ப் பால் இல்லையென்றால் குழந்தை தேறாது என்ற அதாவது புட்டிப்பால் யுகம் தோன்றாத காலம் - என்னை எப்படியும் காப்பாற்றி என் அம்மாவிடம் கொடுக்க வேண்டும் என்று தீர்மானித்த அரிசன மக்கள் (என் அம்மா வயதுடைய தாய்மார்கள்) எனக்கு மாறி மாறி பால் கொடுத்தார்கள். எனக்கு இன்னும் கூட அப்படி ஒரு தாயிடம் பால் குடித்தது நினைவில் இருக்கிறது. அதோடு என்னை இடுப்பில் எடுத்துக் கொண்டு வயல் வரப்பிற்கு செல்லும் என் அன்னை சேரித் தாய்மார்களுடன் தான் படும் துயரங்களைத் தெரிவித்ததும், அந்த தாய்மார்கள் என் தாய்க்கு அவ்வப்போது ஆறுதல் சொன்னதும் எனக்கு இன்னும் மனதில் பசுமையாக உள்ளன. ஊரில் வழக்குப் பேசும் பெரிய மனிதர்கள் எப்படி ஆளுக்குத் தக்கபடி நீதி வழங்கினார்கள் என்பதையும் காதாரக் கேட்டு, கண்ணாரக் கண்டேன்.

ஊராட்சி ஒன்றியங்கள் துவக்கப்பட்ட நேரம். பெருந்தலைவர் காமராஜரின் அரும்பெரும் பணியால் பல்வேறு கல்விக்கூடங்கள் திறக்கப்பட அரிசன இளைஞர்கள் தத்தம் உரிமைகளை சேரி மக்களுக்கு எடுத்துச் சொல்லிக் கொண்டிருந்தார்கள். எனது சொந்தக் கிராமமான திப்பணம்பட்டிக்கு அருகே

பாவூர் சத்திரத்தில் இருந்த உயர்நிலைப் பள்ளிக்கூடத்தில் ஒன்பதாவது வகுப்பு படித்துக் கொண்டிருந்தபோது கந்தசாமி என்ற அரிசனப் பையன் என்னோடு படித்துக் கொண்டிருந்தான். மத்தியானம் நாங்கள் ஒன்றாகச் சாப்பிடுவது உண்டு. ஒருநாள் எனது உணவு டப்பா அவனிடமும், அவனுக்குரியது என்னிடமும் எப்படியோ மாறிவிட்டது.

நான் அவனது உணவு டப்பாவைப் பிரித்து எடுத்து உண்டுவிட்டேன். பிறகுதான் இது "அரிசனனுக்குரியது" என்பதை உணர்ந்து முகம் சுளித்தேன். உடனே அந்த கந்தசாமி விஷயத்தைப் புரிந்து கொண்டு, இன்னும் திறக்காத என் உணவு டப்பாவை என்னிடம் நீட்டிவிட்டு, நான் எச்சில் படுத்திய தனது டப்பாவை வாங்கிக் கொண்டு எதுவுமே நடக்காதது போல் சாப்பிடத் துவங்கினான். நான் வெட்கித் தலை குனிந்தேன். அன்று முதல் நாங்கள், தோழர்களாக இருந்தோம். இளமையிலேயே தாய் தந்தையை இழந்த எனக்கு பல்வேறு வித இன்னல்கள். அப்போது ஆறுதல் சொன்னவர்கள், ஆற்றுப்படுத்தியவர்கள் பெரும்பாலும் சேரித் தோழர்களே.

சித்தியின் போராட்டம்: இப்படி பல்வேறு நினைவுகள் ஏரிக்கரை மேல் உள்ள பயணிகள் விடுதியில் தங்கியிருந்த எனக்கு நினைவுக்கு வந்தன. அந்தச் சமயத்தில் என் சித்தி திருமதி. ராசம்மா சொந்தக் கிராமத்தில் நடத்திவந்த போராட்டம் நினைவுக்கு வந்தது. இவர் எனது அம்மாவின் தங்கை. எனது தந்தையின் தம்பியான திரு. பாண்டி நாடாருக்கு என் நலன் கருதி திருமணம் செய்து வைக்கப்பட்டார். சித்தப்பா வட சென்னையில் கோணி வியாபாரம் செய்தார். நான் இவர்களுடன் தங்கி எனது கல்லூரிப் படிப்பை முடித்தேன்.

இவர்கள் தான் எனக்கு அம்மா அப்பா. நான் வேலையில் சேர்ந்தபோது, சித்தப்பா புற்றுநோயால் மரணம் அடைந்தார். சித்தி கிராமத்திற்கு குழந்தை குட்டிகளோடு சென்று கொஞ்ச நஞ்சமிருந்த நிலபுலன்களைக் கவனித்துக் கொண்டிருந்தார். எனக்கோ, அவர்களுக்கு ஓரளவுதான் பொருளாதார ரீதியாக உதவக்கூடிய நிலை. இந்தச் சமயத்தில் ஊரில் இருந்த பங்காளிகள் என் சித்தி குடும்பத்தினரை படாதபாடு படுத்தினார்கள். நான் நினைத்திருந்தால், எனக்குச் சென்னையில் காவல் துறையிடம் இருந்த செல்வாக்கைப் பயன்படுத்தி அவர்களை உள்ளே தள்ளி அடக்குவதற்கு அதிக நேரம் ஆகியிருக்காது.

அதே சமயம், ஒரு ஏழை குடும்பத்தில் படித்து சப்-இன்ஸ்பெக்டராக உயர்ந்த ஒரு வாலிபன் எப்படி தனது சொந்தக்காரர்களையே சிறையில் போடுகிறான் என்று நான் "எந்நன்றி கொன்றார்க்கும்" என்று ஆனந்த விகடனில் எழுதிய சிறுகதை நினைவுக்கு வந்தது. ஆகையால், என் உறவினர்களுக்கு எதிராக என்னால் செயல்பட மனம் வரவில்லை. அதேசமயம் என் பொறுப்பைத் தட்டிக் கழிக்காமல் அவர்களை அவ்வப்போது அறிவுறுத்திக் கொண்டிருந்தேன். காட்டாற்று வெள்ளம் பாய்ந்த அந்த வேளையில், என்

சித்தி அவர்களை எதிர்த்து தீரமாகப் போராடியதும், சொத்தில் ஒரு அங்குலத்தைக் கூட விட்டுக் கொடுக்காமல் இருந்ததும், நெஞ்சில் நினைவுகளாக நங்கூரம் பாய்ச்சின.

உடனடி விருப்பம்: இப்படி அந்த ஏரிக்கரை விடுதியில் நினைத்து பார்த்த சம்பவங்களை எழுதியாக வேண்டும் என்று விருப்பம் ஏற்பட்டது. உடனடியாக எழுதத் துவங்கினேன். அப்போது லியோ டால்ஸ்டாயை நான் படித்ததில்லை. ஆனாலும், அவர் சொன்னது போல் பத்துப் பக்கங்களுக்குப் பிறகு, அந்தப் பாத்திரங்களே "என்னை இப்படி எழுது அப்படி எழுது" என்று உத்திரவிட்டன. முக்கால்வாசிப் பகுதியை நான்கு நாட்களில் உத்திரமேரூரில் முடித்துவிட்டு எஞ்சிய பகுதியை வீட்டில் வந்து எழுதினேன். உலகம்மை பட்ட இன்னல்களை விவரிக்கும்போதெல்லாம் என்னை அறியாமலேயே அழுகை வந்தது. கிட்டத்தட்ட ஒரு குழந்தை போலவே அழுதேன் என்று சொல்லலாம். இதே அநுபவம் டால்ஸ்டாய்க்கு பல தடவை ஏற்பட்டதாகப் பின்னர் அறிந்தேன்.

நாவலின் நோக்கம்: இந்த நாவலை நான் மீண்டும் திருத்தி எழுதவில்லை. இலக்கணப் பிழைகளை வேண்டுமானால் ஆங்காங்கே திருத்தி இருப்பேன். இந்த நாவலின் நோக்கம் ஒரு சாதிக்குள்ளும் எப்படி இரு வர்க்கங்கள் செயல்படுகின்றன என்பதைக் காட்டுவதாக அமைந்தது. இது நாடார் சாதியை மட்டும் குறை கூறுவது போல் இருக்கக்கூடாது என்பதற்காக பேராசிரியர் பாக்கியமுத்து அவர்களை படித்துக் கருத்துத் தெரிவிக்கும்படி கேட்டேன். அதோடு பல்வேறு நாவல்களை கரைத்துக் குடித்த அவரது கருத்தை அறிந்து கொள்ளவும் விரும்பினேன். இந்த நாவல் பூம்புகார் நிலையத்தினர் மூலம் வெளியாவதாக இருந்தது. அப்போது, கிறிஸ்தவ இலக்கிய சங்கத்தின் முக்கியப் பொறுப்பில் இருந்த பேராசிரியர் பாக்கியமுத்து இந்த நாவலை சி.எல்.எஸ். தான் வெளியிடும் என்று சொன்னார்.

பல்வேறு நாவல்களை அவற்றின் ஒரு சில பலவீனங்களுக்காக பிரசுரிக்காமல் இருக்கும் பேராசிரியர், இப்படிச் சொன்னது என்னை நெகிழச் செய்தது. நானும் உடன்பட்டேன். பின்னர், பேராசிரியர் பாக்கியமுத்து மீண்டும் என்னுடன் தொடர்பு கொண்டு, உலகம்மை சேரிக்கு புறப்படுவதோடு நாவலை நிறுத்திவிடலாம் என்றும், அதற்குப் பிறகு அவள் சேரியில் சந்திக்கும் அனுபவங்களை உள்ளடக்கிய இரண்டு அத்தியாயங்கள் தேவை இல்லை என்றும் கூறினார். அதேசமயம் முடிவைப் பெருந்தன்மையாக என்னிடமே விட்டுவிட்டார். நானும் இணங்கினேன்.

அரங்கேற்றமும், அடிதடி நிலைமையும்: இந்த நாவலை அரங்கேற்றிய பெருமையும் பேராசிரியர் பாக்கியமுத்துக்கே உரியது. சி.எல்.எஸ். நிறுவனத்தில் இதில் 300 பிரதிநிதிகளே விற்பனையாயின. இது நூலகங்களிலும் வைக்கப்படவில்லை. அப்படியிருந்தும், 'சு. சமுத்திரம் என்றால் ஒரு கோட்டுக்கு வெளியே' என்ற பெயர் ஏற்பட்டது. பேராசிரியர் பாக்கியமுத்து கிறிஸ்-

துவ இலக்கிய சங்கத்தில் ஆண்டுதோறும் நடத்திவந்த நண்பர் வட்டம், இலக்கிய ஆய்வு ஒன்றில் இந்த நாவலை பிரகடனப்படுத்தியதும், ஆய்வு கட்டுரை சமர்ப்பிக்கச் செய்ததும் இதன் வெற்றிக்கு ஒரு - ஒரே காரணம் என்று நினைக்கிறேன். இந்தச் சமயத்தில், குமுதத்தில் சுஜாதா எழுதிய ஒரு தொடர்கதை சாதிப் பிரச்சினையை கிளப்பிவிட்டது. 'கள்ளச் சாணாள் ஒத்திப்போ' என்பன போன்ற வார்த்தைப் பிரயோகங்கள் வெளியாகின.

குமுதம் அலுவலகத்திற்கு அருகே ஒரு கல்யாண வீட்டில், இந்தத் தொடர்கதை, நாடார் குலத்தைக் கேவலப்படுத்துவதாகக் கூறப்பட்டு, அங்கிருந்த நாடார்கள் அனைவரும் குமுதம் அலுவலகம் சென்று வாக்குவாதம் செய்திருக்கிறார்கள்; குமுதம், நிர்வாகத்தினரை கோபத்தில் ஏதேதோ திட்டியிருக்கிறார்கள். உடனே ஒருவர்: 'நமது குலத்திலேயே ஒரு கருங்காலி - சமுத்திரம் என்பவன் நாடார் சாதியை கேவலமாக எழுதியிருக்கிறான்' என்று ஒரு குண்டைத் தூக்கிப் போட, அங்கிருந்தவர்கள் என் வீட்டை நோக்கிப் படையெடுக்கத் தீர்மானித்தார்களாம்.

என் வீடு அங்கிருந்து சுமார் 15 கிலோமீட்டர் தொலைவில் இருந்தாலும், மேலும், அந்தக் கூட்டத்தில் இருந்த என் நண்பர்கள் தாக்குதலுக்குப் புறப்பட்டவர்களைத் தடுத்து விட்டதாகவும் கேள்விப்பட்டேன். இதற்குக் கூட, நான் அதிகமாக வருத்தப்படவில்லை. 'ஓங்கிய பனைமரங்களிலே வீரமாக ஏறிய பாட்டாளி பரம்பரை நாங்கள்' என்று பெருமிதப்பட வேண்டிய என் சாதியினர், 'நாங்கள் ஆண்ட பரம்பரையாக்கும்' என்று பல இடங்களில் ஊர்வலமாகப் போனதுதான் எனக்கு வேதனையாக இருந்தது.

இந்தப் பின்னணியில் எழுத்தாளர் சுஜாதாவை ஒரு தடவை சென்னை வானொலி நிலையத்தில் சந்தித்தேன். அதற்கு இரண்டு மாதத்திற்கு முன்பு ஒரு நண்பர், "நானும் கிராமியத்தை" எழுதுகிறேன் என்று சொன்னபோது, 'ஆனாலும் சமுத்திரம் மாதிரி எழுதமுடியாது' என்று பதிலளித்தார். அந்த உரிமையில் வானொலி நிலையத்தில் அவரைப் பார்த்தபோது இப்படிச் சொன்னேன்: "சுஜாதா சார்! நீங்கள் போட்ட ஒரு சில வார்த்தைகளில் தவறில்லை. ஆனால் ஒரு பனை ஏறி, மனைவியின் மார்புத்துணியை வெள்ளைக்காரன் வாளால் விலக்குவது போலவும், அதை அந்தப் பனை ஏறி பார்த்துக் கொண்டிருப்பது போலவும் எழுதுனிங்க-பனை ஏறி போன்ற பாட்டாளிகளுக்கு இருக்கக் கூடிய ஒரே ஒரு சொத்து தன்மானம் தான். அதற்கு அவர்கள் வைத்திருக்கும் ஆயுதம் பாளை அறுவாள். அந்தத் தொடர்கதையில் நீங்கள் பாட்டாளி வர்க்கத்தை உங்களை அறியாமலேயே கொச்சைப்படுத்தியதாக நினைக்கிறேன்."

ஆனாலும், சுஜாதாவிற்கு நான் பேசியது பிடிக்கவில்லை என்பதை அவரது முகம் சொன்னது. "மாடசாமி, பின்னால் கதாநாயகனாகப் போகிறான் என்பதற்குப் பிண்ணணியாக இதை எழுதினேன். இது கிளை மாக்-

ஸிற்கு உதவும்'' என்றார். அவர் நாடார் சாதியை இழிவுபடுத்த வேண்டும் என்ற எண்ணத்தோடு அந்தத் தொடர்கதையை எழுதவில்லை. எப்படியோ அவருக்கு எதிராக நாடார் சாதியினரைத் தூண்டிவிட்ட நாடார் எழுத்தாளர்களில், நானும் ஒருவன் என்பதுபோல் பத்திரிகை உலகில் அப்போது பேச்சு அடிபட்டது. பல்வேறு நாடார் அமைப்புகளில் என்னை பலர் தாக்கிப் பேசியதாகவும் கேள்விப்பட்டேன்.

ஒரு சில நாடார் அமைப்புகள் என்னை பேச வரும்படியும் அழைத்தன. ஒரு எழுத்தாளன், சாதிகளுக்கு அப்பால்பட்டவன். எந்த சாதிக் கூட்டத்திலும் கலந்து கொள்ளக் கூடாது என்ற கருத்துள்ளவன் நான். ஒரு சமயம் திரு நா.பார்த்தசாரதி தினமணிக் கதிரில், சாதி மலர்களை போட்ட போது - நாடார் மலர் வந்த போது என்னிடம் புகைப்படம் கேட்டார். நான் என்னை எந்த சாதிக்குள்ளும் அடைத்துக் கொள்ள விரும்பவில்லை என்றேன். அப்படியும், அவர் என் புகைப்படத்தை வெளியிட்டார்.

குறிப்பு - 1. ஒரு கோட்டுக்கு வெளியே நாவல் அகில இந்திய வானொலியில் 14 மொழிகளில் ஒலிப்பரப்பாயிற்று. நேஷனல் புக் டிரஸ்ட் இதை 14 மொழிகளில் வெளியிட ஒப்பந்தம் செய்துள்ளது. இதன் முதல் கட்டமாக, சென்னை வானொலி நிலைய வர்த்தக ஒலிபரப்பு இயக்குநர் திருமதி விஜயலட்சுமி சுந்தரராஜன் அவர்களால் மொழி பெயர்க்கப்பட்டு, இந்தியில் வெளியாகி உள்ளது. சென்னை தொலைக்காட்சியில் ஒளிபரப்பாகவும் அனுமதி வழங்கப்பட்டுள்ளது. 2. எழுத்தாளர் ஜானகிராமன் அவர்களை நான் டெல்லியில் சந்தித்தபோது இதன் நாடக வடிவத்தை மனமாறப் பாராட்டினார்.

4. கோலங்களான அலங்கோலங்கள்

கலெக்டர் வருகிறார்: நான் பஞ்சாயத்து வளர்ச்சி அதிகாரியாக, செங்கை மாவட்டத்தில் ஸ்ரீபெரும்புதூர் ஊராட்சி ஒன்றியத்தில் பணியாற்றினேன். அந்தப் பகுதிக்கு கலெக்டர் வேட்டைக்கு வருவார். அவர் ஓய்வெடுக்கும் அறைக்கு வெளிப்பக்கம் நடக்கக்கூட விடமாட்டார்கள். கலெக்டருக்கு சுகக்கேடோ, துக்கக்கேடோ ஏற்படுமாம். கலெக்டர்கள் முன்பு தாசில்தார்களும், ஆணையர்களும் குழைகிற குழைவும், அவருக்கு இடைவெளி விட்டு, இவர்கள் நிற்பதும் பார்ப்பதற்கு வேடிக்கையாக இருக்கும். கலெக்டருக்கு மூன்று அடி தொலைவில் தாசில்தாரோ, ஆணையரோ இருப்பார்கள். கலெக்டர் தாம் நிற்கும் இடத்திலிருந்து ஒரு அடி முன்னால் நகர்ந்தால், தாசில்தார் ஒரு அடி மட்டுமே முன்னால் நகர்வார்.

பின்னால் நகர்ந்தாலும் இப்படியே. எப்படியும் மூன்றடி 'கேப்', பராமரிக்கப்படும். அந்தச் சமயத்தில் ஒரு பஞ்சாயத்து யூனியனில் யாரோ ஒரு அலுவலர், கலெக்டரிடம் கோழி வறுவலையும் அதன் இதர வகையறாக்களையும் கொடுத்திருக்கிறார். உடனே கலெக்டர். "இவ்வளவு பணம் ஏன் செலவழித்-

தாய்'' என்று கேட்ட போது, அந்த ஆசாமி "அவ்வளவும் ஒரு ரூபாய்" என்றிருக்கிறார். கலெக்டர் ஐ.ஏ.எஸ். ஆச்சே. விடுவாரா? அப்படியானால். கோழி விலை ஒரு ரூபாய்க்கும் குறைவாக இருக்கலாம் என்று அனுமானித்து, முப்பது ரூபாயை அந்த ஆசாமியின் கையில் திணித்து தினமும் ஒரு ரூபாய்க்கு, ஒரு கோழி வாங்கி தனது வீட்டுக்கு அனுப்பும்படி கேட்டிருக்கிறார்.

நடந்ததோ, நடக்கவில்லையோ, நடந்ததாக கூறப்பட்ட செய்தி. இதை வைத்து, "கலெக்டர் வருகிறார்'' என்ற தலைப்பில் குமுதத்தில் ஒரு சிறுகதை எழுதினேன். சொந்தப் பெயரில் எழுத அச்சப்பட்டு (ஏனென்றால் நானும் அரசு ஊழியனாச்சே!) கடல்மணி என்ற பெயரில் எழுதினேன். அப்போது சேலத்தில் கலெக்டர்கள் மகாநாடு நடைபெற்ற நேரம். அந்த மகாநாட்டில் பல தாசில்தார்கள், முப்பது குமுதங்களை வாங்கி, கலெக்டர்கள் கண்ணில் படும்படியாக போட்டதாக அப்போது டெபுடி கலெக்டராக இருந்த எனது நண்பர் தெரிவித்தார்.

குமுதத்தில் வெளியான எனது முதல் கதை இது. இதில் ஒரு ரூபாய் ஒரு கோழி என்று சொல்லி அசட்டுத்தனமாக மாட்டிக்கொண்ட கிளார்க்கிற்கு பண்டாரம் என்று பெயர் வைத்தேன். இந்த பண்டாரம் பிறகு பல சிறுகதைகளில் வந்தான். அவனும் அசட்டுத் தனத்திலிருந்து படிப்படியாக முன்னேறி பலரை ஆட்டி வைக்கும் சக்தியைப் பெற்றான். நான் அலுவலகங்களில் கேட்ட சங்கதிகளில் இந்த பண்டாரத்தை புகுத்தி கதைகளாக்கினேன். இவற்றில் முக்கால்வாசி நடந்தவை.

பண்டாரம் படுத்தும் பாடு: ஒரு அலுவலகத்தில் ஒரு குமாஸ்தா, ஆபீஸ் பணத்தை கையாடுவது வழக்கம். ஒரு நாள் திடீரென்று மேலதிகாரி பணத்தை சரிபார்க்க வந்தார். அந்த கிளார்க்கிடம், பணப் பெட்டியில் இருக்க வேண்டிய அளவிற்கு பணம் இல்லை. அதிகாரியோ, முன்னால் வந்து நின்று விட்டார். என்ன செய்வது என்று புரியாமல் விழித்த மோசடி ஆசாமிக்குள் ஒரு அதி மோசடி எண்ணம் உதயமானது. பெட்டியைத் திறந்து ரூபாயை அவர் முன்னால் கொட்டி "இந்தாருங்கள் சார் எண்ணுங்கள்'' என்றார். அதிகாரி எண்ணிக்கொண்டிருக்கும் போதே, பாத்ரூம் போய் வருவதாகச் சொல்லி பத்து நிமிடம் கழித்து வந்தார்.

பணத்தை எண்ணிய அதிகாரி திரும்பி வந்தவரிடம் கடு கடுப்பாக "பணம் குறைகிறதே'' என்று கேட்ட போது, அந்த ஆசாமி "நான் வைத்து விட்டுப் போனேன். நீங்கள்தான் எடுத்திருப்பீர்கள்'' என்று ஊரைக்கூட்டி சத்தம் போட்டான். மோசடியைக் கண்டுபிடிக்க வந்த அதிகாரி மோசடிக்காரனாக சித்தரிக்கப்பட்டார். அந்த ஆசாமி களவாணி என்று தெரிந்தாலும் மேலதிகாரிகளால் அவனை ஒன்றும் செய்ய முடியவில்லை. இனிமேல் பணத்தை சோதிக்கச் செல்பவர்கள் சம்பந்தப்பட்ட கேஷியரைத்தான் எண்ணச் சொல்ல

வேண்டும். சோதிப்பவர் சும்மா இருக்க வேண்டுமே தவிர, காசு மீது கை வைக்க கூடாது என்ற ஒரு ஜி-ஓ (அரசாங்க உத்தரவாக) வெளியானது. அந்த ஆசாமி என் பேனாவில் பண்டாரமாக வடிவம் பெற்றான்.

நடந்தது... - இதுபோல் கர்நாடக மாநிலத்தில், மத்திய அரசு விளம்பரத்துறை தலைமை அதிகாரியாக பெங்களூரில் இருந்தேன். அப்போது அங்குள்ள தலைமை கணக்காயர் அலுவலதகத்தில் ஒரு சம்பவம் நடந்தது. ஒரு ஆடிட்டரை மங்களூருக்கு 'டூர்' அனுப்பினார்கள். அவர் ஒரு மாதமாக அந்த ஊரிலிருந்து வரவில்லை. ஒரு வாரத்தில் வரவேண்டியவர். அதிகாரிகள் குழம்பிப்போய் நின்றபோது ஒரு நாள் அவர்கள் முன்னால் அந்த ஆடிட்டர் தோன்றினார். ஒரு வாரத்திற்குள் திரும்பாமல் ஒரு மாதத்திற்கு பிறகு வந்ததற்கு அவரிடம் எழுத்து மூலம் விளக்கம் கேட்கப்பட்டது.

உடனே அந்த சூரர், தனக்கு, இலாகாவிலிருந்து 'டூர் அட்வான்ஸ்' எனப்படும் முன்பணம் அனுப்பப் படவில்லை என்றும் கையில் காசில்லாததால், ஒரு வார காலப் பணியை முடித்துவிட்டு, மங்களூருக்கும், பெங்களூருக்கும் இடையேயுள்ள முன்னூறு கிலோமீட்டர் துரத்தை 22-நாட்களாய் நடந்து வந்ததாக எழுதிக் கொடுத்தார். இதற்கு தனக்கும், 'நடை அலவான்ஸ்' கொடுக்க வேண்டும் என்றும் ஒரு சட்ட விதியையும் குறிப்பிட்டார். அதிகாரிகளால், அவரை ஒன்றும் செய்ய முடியவில்லை. அவர் கையை காலைப்பிடித்து, ஐந்து நாள் நடந்ததாகவும், எஞ்சிய நாட்களில் விடுமுறையில் இருந்ததாகவும், எழுதித்தரும்படி கேட்டுக் கொண்டார்கள். அவரும் போனால் போகட்டும் என்பதும் போல் பெரியமனது வைத்து எழுதிக் கொடுத்தார். இதை 'நடந்தது' என்ற தலைப்பில், கல்கியில் சிறுகதையாக எழுதினேன்.

5. கிராமிய அனுபவங்கள் - வளத்தம்மா

அம்மா இறந்த பிறகு, என் அம்மாவின் அம்மாவான வளத்தம்மாவிடம் வளர்ந்தேன். என் வளத்தம்மாவை 'பாப்பாத்தி' என்பார்கள். அந்த அளவிற்கு சிவப்பு, ஊரில் பிள்ளைகள் "தாயை வாளா, போளா" என்பார்கள். என் வளத்தம்மா, தன் பிள்ளைகள் தன்னை நீங்க நாங்க என்று பேசும்படி செய்தவர். வயல்வரப்பிற்குப்போகாதவள். ஏழையாக இருந்தாலும், பண்ணையார்த் தனத்தில் இருந்தவள். எஸ்.எஸ். எல்.சி. படிக்கும் வரை வளத்தம்மாவுடன், படுப்பேன். வளத்தம்மாவைப் பார்க்காமல், என்னால் இருக்க முடியாது. பிறகு, சென்னைக்கு படிக்க வந்ததும், தூங்கி எழுந்திருக்கும் போதெல்லாம், 'வளத்தம்மா, வளத்தம்மா' என்று சொல்லிக் கொண்டே எழுந்திருப்பேன்.

ஆனால் காலப்போக்கில், வளத்தம்மாவை மறக்கத் தொடங்கி விட்டேன். நான் சென்னையில் பட்ட சிரமங்களும், வளத்தம்மா, மகள்கள் விஷயத்தில் மேற்கொண்ட திருமண முடிவுகளும், (அப்போது நான் பிறக்கக் கூட

இல்லை) எனக்கு வளத்தம்மா மீது ஒருவித விருப்பமின்மையை ஏற்படுத்தின. மூத்த மகளை முதல் மனைவியைத் தள்ளி வைத்த அண்ணன் மகனுக்கு கொடுத்தது (அதாவது என் பெரியம்மாவை) எனக்கு ஏனோ ஒரு வித இடைவெளியை அவளிடமிருந்து ஏற்படுத்தியது.

விடுமுறையில் ஊருக்குப் போகும்போதெல்லாம், வளத்தம்மாவுடன் பழைய பாசத்துடன் பேசியதில்லை. வளத்தம்மாவிற்கும், மகன் வழிபேரன்கள் - பேத்திகளும் நிறைய பேர் தோன்றிவிட்டதால், என்மீது பழைய பிடிப்பு இல்லை. ஆனாலும் வளத்தம்மாவிற்கு அவ்வப்போது பணம் அனுப்பிக் கொண்டிருந்தேன். அவளுக்கு 90 வயது வந்து விட்டது. குடும்பத்தில் ஒவ்வொருவராக இறந்தார்கள். வீட்டில் பெரியவர்கள் சாகவில்லை என்றால், சின்னவர்கள் சாவார்கள் என்ற மூடத்தனத்தை எனது உறவினர்கள் சொல்லும்போது, நானும் தலையாட்டி ரசிப்பேன்.

திடீரென்று ஒருநாள் வளத்தம்மா இறந்து போனாதாக தந்தி வந்தது. அலறி அடித்து ஊருக்கு சென்றேன். அப்போது தான் வளத்தம்மா, என்னை வளர்த்த விதம், அம்மா இல்லாத குறையை நீக்கியது, ஆசையோடு ஊட்டியது, அடுக்கடுக்கான அறிவுரைகளைச் சொன்னது - எனக்கு நினைவிற்கு வந்தது. சின்னப்பிள்ளை போல கேவிக்கேவி அழுதேன். இன்னும் கூட சில சமயம் அழுகிறேன். இந்தப் பின்னணியில் 'வளத்தம்மா' என்ற கதையை 'தாயில்' எழுதினேன். இதில் என்னையும் தாக்கிக் கொண்டேன்.

அன்பில்லாத அண்ணனுக்கு: இதே மாதிரி இன்னொரு சுயவிமர்சனக் கதையையும் எழுதினேன். என்னைப் படிக்க வைத்த எனது சித்தப்பா இறந்துவிட்டார். எனது சித்தியும், பிள்ளைகளும் சென்னையிலிருந்து ஊருக்கு வந்து விட்டார்கள். மாதச் சம்பளம் வாங்கும் என்னால், அதிகமாக உதவ முடியவில்லை. என் சித்தியும், என்னிடமிருந்து அன்பைத்தான் எதிர்ப்பார்த்தாளே தவிர, பணத்தை அல்ல. ஆனாலும் சித்தப்பா மகள் ஒருத்தி வயதுக்கு வந்து விட்டாள். அவளுடைய திருமணத்திற்கு ஏற்பாடு செய்யும் பொருளாதாரச் சக்தி எனக்கில்லை.

எப்படியோ அவளுக்கு ஒரு திருமணமும் முடிவாகி, எனக்கு அழைப்பிதழ் வந்தது. நான் அந்த அழைப்பிதழைக் காட்டியே ஜி பி எப் லோன் போடப்போனேன. நம்மால் திருமணத்திற்கு உதவ முடியவில்லை, என்றாலும் அந்த அழைப்பிதழையே மூலதனமாக்குறோமே என்று எழுதிய விண்ணப்பத்தை கிழித்துப் போட்டேன். அந்த குற்ற உணர்வில், 'குமுதத்தி'ல் "அன்பில்லாத அண்ணனுக்கு" என்ற சிறுகதை எழுதினேன்.

ஊர்க்காரர்களுக்கு கொஞ்சம் மகிழ்ச்சி. நான் அவர்களைப் பற்றி மட்டுமல்ல, என்னைப் பற்றியும் எழுதுவதால், என்னிடம் எந்தவித பாரபட்சமும் இல்லை என்பதை அவர்கள் புரிந்து கொண்டார்கள்.

எந்தன்றி கொன்றார்க்கும்: எங்கள் ஊரில் ஒருவர் அந்தக் காலத்திலேயே சப் இன்ஸ்பெக்டரானார். அவரது குடும்பத்தாருக்கோ பெருமை பிடிபட-

வில்லை. ஊருக்கு அம்மன் கொடைக்கு, அவர் வரும் போதெல்லாம் போலீஸ் பாராவோடு வருவார். ஒரு தடவை, அந்தக் குடும்பத்தில், பங்காளிகளுக்குள்ளேயே சண்டை ஏற்பட்டது. இந்த சப் இன்ஸ்பெக்டர், எந்த பங்காளிகள் அவரது பதவியை பெருமையடித்துப் பேசினார்களோ, அவர்களையே உள்ளே தள்ளிவிட்டதாக பேச்சு அடிபட்டது. இதை வைத்து, 'எந்நன்றி கொன்றார்க்கும்' என்ற ஒரு சிறுகதையை 'விகடனி'ல் எழுதினேன். இந்தக்கதை வெளியான பிறகு, அவரது மனைவி தகராறு வரும் போதெல்லாம் "உங்க புத்திக்குத்தான்-சமுத்திரம் இப்படி எழுதியிருக்கிறான்" என்று சொன்னதாகக் கேள்வி. இவ்வளவுக்கும் தூரத்து உறவினரான அவரை, நான் நேருக்கு நேர் பார்த்ததில்லை.

பிறகு அவர் எஸ்பியாக பணியாற்றி, பணியிலேயே உயிர்நீத்தார். அவர்மீது, எனக்கு பிற்காலத்தில் ஒரு பாசம் ஏற்பட்டது. அவரும் என்னைப் பார்க்கத் துடித்ததாக அறிந்தேன். பார்க்கலாம் என்றிருந்த காலக் கட்டத்தில், அவர் பறந்து விட்டார். இப்போதும் திருச்செந்தூர் வட்டத்தில், அவருக்கு ஏகப்பட்ட நல்லபெயர். ஒரு குடும்பத்தில் முதன்முதலாகப் படித்து, காவல் துறைக்கு நேர்மையான ஒருவன் சென்றாலும் அவனைச் சொந்தக்காரர்கள் விட மாட்டார்கள் என்பதைப் புரிந்து கொண்டேன். இந்த பிற்கால ஞானோதயத்தின் அடிப்படையில், 'நெருப்புத் தடயங்கள்' என்ற எனது நாவலில் சொந்தக்காரர்களால் சுரண்டப்படும் நேர்மையான போலீஸ் அதிகாரியாக அவரைச் சித்தரித்தேன்.

ஒரு சந்தேகத்தின் நன்மை: எங்கள் ஊருக்குப் பக்கத்து ஊரில், ஒரு இளம் பெண் இறந்து விட்டாள். தாய் வீட்டில் இருந்த அவளை வெளியூரைச் சேர்ந்த கணவன் விஷம் வைத்துக் கொன்று விட்டதாகக் கேள்வி. அந்த பெண்ணின் உற்றார் உறவினர்கள், அவள் கணவனை எதிர்பார்த்து நின்றார்கள். அவனையும் வெட்டி, அவளுக்கு வெட்டிய குழியிலேயே போட்டுவிடுவது என்பது முடிவு. இந்தக் கணவனின் பெரியப்பா மகள், அந்த ஊரில் திருமணமானவள். அவளுக்கு விஷயம் புரிந்துவிட்டது. அண்ணன்காரன் சற்றுத் தொலைவில் வரும்போதே "அடே அற்பப்பயலே, எங்க மதனியை விஷம் வச்சாடா கொன்னே இங்கே வா, உன்னையும் வெட்டி புதைக்கப் போறோம் பாரு" என்று வாயிலும் வயிற்றிலும் அடித்தபடி அவனை நோக்கி ஓடினாள்.

உடனே அவனும் உயிர் பிழைக்க ஓடிவிட்டான். ஓடி தப்பித்து விட்டான். இந்தப் பெண் தனது பெரியப்பா மகனை இப்படி சாமர்த்தியமாக தப்பிக்க வைத்ததாக ஊரார் சொன்னபோது, அவளோ உணர்ச்சி வசப்பட்டு, தார்மீகக் கோபத்தில், "அப்படிச்" செய்ததாக சொல்லிப் பார்த்தாள். யாரும் அவளை நம்பவில்லை-நம்ப முடியாதுதான். அந்தப் பெண்ணை, இறந்து போன பெண்ணின் அண்ணனாக மாற்றி, 'ஒரு சந்தேகத்தின் நன்மை' என்ற ஒரு

சிறுகதையை 'விகடனி'ல் எழுதினேன்.

கதிர்வராத பயிர்கள்: நான் கல்லூரியில் படிக்கும் போது ஊரில் விடுமுறைக்குப் போவேன். ஒரு இளம்பெண் லேசாக சிரிப்பாள். அவள் எனக்கு துரத்து முறைப்பெண்தான். எனக்குப் பயம். படிப்பு போய் விடக் கூடாதே என்ற பயம். ஊரில் புரட்சிக்காரன் என்று பேர் வாங்கிய நான், 'அம்போக்கு' என்று அடிபட்டு விடக்கூடாதோ என்ற எச்சரிக்கை. அவள் எவ்வளவோ என்னிடம் பேசிப் பார்த்தாள். நான் என்னைக் கட்டுப்படுத்திக் கொண்டேன். ஒரு நாள் என்னால் இயலவில்லை. தனியாக வந்த அவளிடம், ஏதோ பேசப்போனேன். உடனே அவள் "முகரக்கட்டையயும் மூஞ்சியையும் பாரு" என்றாள்.

முழுக் கறுப்பனாகவும், முன் நீண்ட பற்கள் உடையவனாகவும், உள்ள நான் கோபத்தில் கண்சிவந்து, அவளைப் பதிலுக்கு திட்டிவிட்டு வந்து விட்டேன். நான்கு ஐந்தாண்டுகளுக்கு முன்பு, இருவரும் (அரைக்கிழடுகளான பிறகு) சந்தித்தோம். அவளிடம் 'முகரக்கட்டையை'ப் பற்றிக் கேட்டேன். உடனே அவள் 'செல்லமாக' சொன்னதாகச் சொன்னாள். நான் தான் அவள் காதலை புரிந்து கொள்ளாமல் திட்டிவிட்டதாக அங்கலாய்த்தாள். அன்புச்சக்தி எப்படி விபரீதமாகவும் மாறலாம் என்பதை வைத்துக் "கதிர்வராத பயிர்கள்" என்ற கதையை 'தேவி'யில் எழுதினேன்.

பால்கணக்கு: அப்போது எனக்கு ஆறு வயதிருக்கும், இன்னும் நன்றாகவே நினைவிருக்கிறது.

என் விதவைத் தாயாருக்கு 25 வயதிருக்கலாம். அம்மாவிற்குத் திருமணமான ஆறுமாதக் காலத்திற்குள்ளேயே, அப்பா இறந்து விட்டார். நான்தான் அம்மாவின் மூத்த-கடைசி மகன். ஆகையால், அம்மா என்னை 'படி படி' யென்று சொன்னதும், படிக்கவில்லை என்றால் அடித்ததும், இன்னும் நினைவிற்கு வருகிறது. வெளியூரில் சொந்தக்காரர்களின் திருமண நிகழ்ச்சிகள் போன்ற விழாக்களில், கலந்து கொள்ளும் போது, எனக்கு இரவல் சட்டை வாங்கி இடுப்பில் தூக்கி வைத்துச் சென்றதும் இப்போது கூட, அழுத்தமாக நெஞ்சில் நெருடுகிறது. நான், அம்மாவோடுதான் தூங்குவேன். என் தாய் அதிகாலையில் வயலுக்குப் போய்விட்டு, இரவில்தான் வருவாள். அதுவரைக்கும், நான் நிலா வெளிச்சத்தில் கிளித்தட்டு, சடுகுடு போன்ற விளையாட்டுக்களை, இதர தெரு வீரர்களுடன் விளையாடியது ஞாபகம் வருகிறது.

அப்போதெல்லாம், என் தாய் வயலிலிருந்து வந்த வேகத்திலேயே, என் விருப்பத்திற்கு விரோதமாக என்னைத் தூக்கிக் கொண்டு போய் விடுவாள். ஒருநாள், என் தாய் வெளியூரில் எனது பெரியம்மா வீட்டிற்கு சென்றிருந்தாள். சாயங்காலம் திரும்ப வேண்டியவள், திரும்பவில்லை. மறுநாள் காலையிலும் வந்தபாடில்லை. உடனே நான் ஒரு வாதமடக்கி மரத்தில் ஏறி, அம்மா வரும் திசையை நோக்கி, கண்களைச் செலுத்தினேன்.

சிறிது நேரத்திற்குள், அம்மா அங்குமிங்குமாய் உட்கார்ந்து உட்கார்ந்து வருவது தெரிந்தது. அந்தக் கருப்புச்சேலை, அம்மாவாகத்தான் இருக்க வேண்டும் என்பது தெளிவாகிவிட்டது. ஒருவேளை அம்மாவாக அல்லாமல் இருக்கலாம் என்று நான் மரத்திலேயே இருந்துவிட்டு, சிறிது நேரம் கழித்து இறங்கினேன். என் அம்மா வேகவேகமாக வந்து, வீட்டுத் திண்ணையில் படுத்தாள். உடனே வாந்தியும், பேதியுமாக வந்தது. என் தாத்தா, அம்மாவின் நாடியைப் பார்த்த விட்டு தலையில் அடித்துக் கொண்டு அழுதார். ஊரே கூடிவிட்டது.

அம்மாவின் கண்கள், என் மீதே நிலைத்திருந்தன; நான் அங்கே இங்கே நகரும்போதெல்லாம் அவள் கண்கள் நகர்ந்தன. அம்மாவிற்கு காலராவாம். அருகே உள்ள தென்காசிக்குப் பேயிருந்தால், ஒரு வேளை பிழைத்திருக்கலாம். அறியாமையும், மூட நம்பிக்கையும், அதற்கு மூலமான ஏழ்மையும், அம்மாவை மறுநாள் இறக்கச் செய்துவிட்டன. என்னைப் பாராமுகமாக இருந்த உறவினர்கள் அனைவரும், அன்று ஒருநாள் என் மீது அன்பு பொழிந்தார்கள்.

எனக்குகூட, அம்மா நான்கு நாள் இப்படி படுத்துக்கிடந்தால், நிலா வெளிச்சத்தில் தடையின்றி விளையாடலாமே என்ற ஒரு எண்ணம் ஏற்பட்டது இப்போதும் நினைவிற்கு வருகிறது. மறுநாள், வெள்ளிக்கிழமை, எனது தாயார் என்மீது கண்களை நிலை நாட்டியபடியே இறந்து விட்டாள். இந்தப் பின்னணியில், நான் நாற்பத்தைந்து வயது வந்தபிறகு, "பால் கணக்கு" என்ற சிறுகதை எழுதினேன். இது 'தாயி'ல் பிரசுரமாயிற்று. ஒரு ஏழைத்தாய் புற்றுநோயால் உயிருக்குப் போராடுகிறார். ஏழைபாளைகள் அவள் அவதிப்படாமல் இறந்தால் தேவலை என்று நினைக்கும்போதோ, அவளுக்கு இறப்பு வரவில்லை.

இறுதியில் ஒருவர் அவளின் ஆறு வயது மகனைக் கூப்பிட்டு, காதுக்குள் கிசுகிசுக்கிறார். உடனே அந்தச் சிறுவன் அம்மாவின் அருகே சென்று "நீ சந்தோஷமா போம்மா. நான் ஆடு மேய்ச்சோ, மாடுமேய்ச்சோ உன் பெயர் விளங்கப் பிழைத்துக் கொள்வேன்" என்று மாறி மாறி சொல்லுகிறான். அந்தத் தாயின் உயிர் நிம்மதியாகப் பிரிகிறது. இந்தக் கதையை எழுதும்போது என்னையறியமால் அழுது விட்டேன். இது எனக்குப் பிடித்த அம்மாவைப் பற்றி எழுதிய பிடித்தமான கதை.

குறிப்பு - 1. 'பால்கணக்கு' சிறுகதை பிரபல பிரசாத் ஸ்டுடியோ உரிமையாளரின் மகன் ரவியால் தயாரிக்கப்பட்டு தொலைக்காட்சியில் ஒளிபரப்பானது. ரவி இனிமையான இளைஞர். ஆனால், அந்தத் தயாரிப்பு எனக்கு கசப்பைக் கொடுத்தது. சாகும் தருவாயில் இருக்கும் அந்தப் பெண் எப்பொழுது சாவாள் என்று வெட்டியான் ஆவலோடு காத்துக் கொண்டு இருப்பதாகக் கதையில் இல்லாத ஒன்றைச் சேர்த்து அந்தக் கதை கொச்சைப்பட்டது. எந்த வெட்டியானும் இப்படி நடந்து கொள்ளமாட்டார். இது கிராமத்துப்

பண்பு. நகரத்து 'டெஸ்ட டியூப் பேபி' மன்னர்களுக்கு இதெல்லாம் தெரியாது. இனிமேல் என் கதைகள் என் மேற்பார்வையின்றி ஒளி வடிவம் பெற அனுமதிக்கலாகாது என்று உறுதி பூண்டிருக்கிறேன்.

2. சென்னைப் பல்கலைக்கழகத்தின் தமிழத்துறை சார்பில் எழுத்தாளர்களை வரவழைத்து அவர்களையே தத்தம் கதைகளைப் படிக்கச் சொல்லி, ஒலிப் பேழையாக்கினார்கள். நானும், "வேலைக்காரியின் மகன்" "பால்கணக்கு" என்று இரு கதைகளை தமிழ் அறிஞர்கள் முன்னால் படித்தேன். பால்கணக்கு கதையைப் படித்தபோது கிட்டத்தட்ட அழுது விட்டேன். இறுதியில் 'என்னைச் சிலர் இலக்கியவாதி இல்லை என்கிறார்கள். நீங்கள்தான் பதில் சொல்ல வேண்டும்' என்றேன். உடனே தமிழ்த்துறை தலைவர் டாக்டர் பொற்கோ அவர்கள் வெகுண்டெழுந்து, 'உங்களை இலக்கியவாதி இல்லை' என்று சொல்பவர்களை நீங்கள் துச்சமாக மதிக்க வேண்டும் என்றார்.

6. சேரி வாசனை

மண்வாசனையை வாசக நண்பர்களுடன் பகிர்ந்து கொண்ட நான் இப்போது சென்னை நகருக்கு உங்களை இழுத்துக் கொண்டு போகலாம் என்று நினைக்கிறேன். நான் வேண்டும் என்றுதான், அழைத்துக் கொண்டு என்று சொல்லாமல், இழுத்துக்கொண்டு என்ற பதத்தை பயன்படுத்தியிருக்கிறேன். காரணம், சேரியின் பின்னணியோ சின்னான், மங்கம்மா போன்ற பெயர்களோ, வருகின்ற கதைகளை மத்திய வர்க்கத்தைச் சேர்ந்த நாம் விரும்பிப் படிப்பதில்லை. என்னுடைய துரதிருஷ்டம் நான் யாருக்காக கதை எழுதுகிறேனோ அவர்கள், என் கதைகளைப் படிக்கும் நிலையில் இல்லை. ஆனாலும், வாசக நண்பர்கள், நண்பர் வட்டத்தில் நான் மூச்சுவிட்ட மண்வாசனையை தாங்களும் பகிர்ந்து கொண்டதுபோல் தோன்றுவதால், இப்போது சேரிவாசனைக்குப் போகலாம் என்று நினைக்கிறேன்.

நல்லா கேட்டே ஒரு கேள்வி: 1960களின் முதல் பகுதியில் சென்னையில் கல்லூரியில் படித்து வந்தேன். நான் இருந்த வீடு சேரிப்பகுதி. இருபது வீடுகளைக் கொண்ட காம்பவுண்ட் வீடு. ஒவ்வொரு அறையும், சின்ன சின்ன நரக அறைகள். உள்ளே படுத்தால், புழுக்கம்; மூட்டைப் பூச்சி; வெளியே படுத்தாலோ, கொசுக்கடி. நான் தங்கியிருந்த படித்த எனது சித்தப்பா வீடும், நாலடி குச்சு மாதிரி. ஓலைக்குப் பதிலாக ஓடு போட்டிருந்தது. அவ்வளவுதான். கிராமத்தில் கம்மாக்கரையில் சுற்றி, வயல்பரப்புகளில் நடந்து, வாலிபால் விளையாடி, விசாலமாகத் திரிந்த என்னை ஜெயிலில் போட்டதுபோல் இருந்தது.

எப்படியும், பட்டப் படிப்பை முடித்து விட வேண்டும் என்ற ஒரே வைராக்கியத்தில் பத்துப்பேர் கொண்ட அந்தச் சின்ன வீட்டிற்குள் நானும் நடமாடினேன். அதே சமயம் அங்கேயிருந்த சுமார் ஐம்பது பேரைக்கொண்ட மனித

சமூகம், என்னைப் பெரிதும் வசீகரித்தது. ரிக்ஷா ஓட்டுபவர்கள், துறைமுகத்தில் கூலி வேலை பார்ப்பவர்கள், அப்பளம் சுடும் பெண்கள், வடை சுடும் ஆயா-இவர்களின் மாசுமருவற்ற அன்பு, எனது மனக் கஷ்டத்தை மறக்கச் செய்தது. இந்த ஐம்பது பேருக்கு இருந்தது.

ஒரே ஒரு டாய்லட், அதுவும் கதவு இல்லாதது. “யாரு உள்ளே” என்று கேட்டுக் கொண்டே ஒருவர் போக வேண்டும். குளிப்பதோ, குழாயடிப்பக்கம். நான் குழாயில் இறங்கி தவலையில் தண்ணீர் பிடித்து டிரம்மை நிரப்பி, குளிக்க வேண்டும். ஜட்டியோடோ, துண்டோடோ, அத்தனை பேருக்கும் முன்னிலையில் ஐந்தரை அடி உடம்பை முக்கால் நிர்வாணத்துடன் காட்டிக்கொண்டிருக்க கஷ்டமாக இருந்தது.

பெண்களுடன் போட்டியிட்டு, குழாயடியில் தண்ணீர் பிடிப்பது என்னவோபோல இருந்தது. இந்தப் பின்னணியில், அந்த அசுத்தக் காற்றிலும் ஒரு தென்றல் வாடை கிடைத்தது. என் வீட்டிற்குப் பக்கத்து வீடு ஒரு பூக்காரக் குடும்பம் வாழ்ந்த வீடு. அங்கே வயதுக்கு வந்த ஒரு பூக்காரப் பெண். அம்மாவும், அண்ணனும், வாங்கி வரும் உதிரிப் பூக்களை மாலையாகத் தொடுக்க வேண்டியது அவளது பணி. ஆள் பார்ப்பதற்கு கவர்ச்சியாக இல்லை என்றாலும் அழகாக இருப்பாள். கலகலவென்று சிரிப்பாள். எதற்கெடுத்தாலும் ‘நல்லா கேட்டே ஒரு கேள்வி!’ என்பாள்.

அவளுக்கு என் மீது ஏனோ ஒரு அனுதாபம். நான் குழாயடியில் படும்பாட்டையும், கல்லூரித் தோழர்கள் வீட்டுக்கு வந்தால் அவர்களை உட்கார வைக்க இடம் கிடைக்காமல் திண்டாடுவதையும் கண்டவள். ஒரு நாள் குழாயடியில் தவலையுடன் இறங்கப்போன என்னை கீழே நின்ற அவள் கையாட்டித் தடுத்தாள். முகத்தை வெட்கமாக்கிக் கொண்டு, என் தவலையை வாங்கி, தண்ணீர் பிடித்துக் கொடுத்தாள். எவரும் கண்ணில் தென்படாதபோது, நான் குளிக்கப்போவதும், அவள் தண்ணீர் பிடித்துக் கொடுப்பதும் வழக்கமாகி விட்டது.

கல்லூரிக்குப் போகும் போது வாசலில் நின்று வழியனுப்பி வைப்பாள். கல்லூரியில் பேச்சுப் போட்டிகளில் நான் வாங்கும் கோப்பைகளை இரவு நேரத்தில் ஜன்னல் வழியாக அவளிடம் கொடுப்பேன். அவள், அவற்றை வாங்கி கண்ணில் ஒற்றி என்னிடம் திருப்பிக் கொடுப்பாள். இவ்வளவுக்கும் தொட்டதில்லை, கெட்டதில்லை. நேருக்கு நேராகப் பார்த்துக் கொண்டோமே தவிர, பேசிக் கொண்டதில்லை’

இப்படியாக இருந்த அவள், ஒருநாள் என்னைக் கண்டபடி திட்டினாள். நான் அவளைப் பார்க்க முற்படும்போதெல்லாம், முகத்தைத் திருப்பிக்கொண்டால் கூட பரவாயில்லை. “சோம்பேறிங்க, பொறுக்கிங்க” என்று பொறுக்கி எடுத்த வார்த்தைகளால் சூடு போட்டாள். எனக்கு எதையோ இழந்ததுபோல் தோன்றியது. நான் அவளைப் பார்க்கப் பார்க்க, அவளின் திட்டுதல், வலுத்ததே தவிர குறையவில்லை. இதற்குள் கலியாணம் வேண்டாம் என்றிருந்த

அவள், அப்போது வந்த ஒரு வரனுக்குச் சம்மதித்து வீட்டை விட்டுப் போய் விட்டாள். காலப்போக்கில், நானும் இதை மறந்துவிட்டேன். அல்லது அடி-மனத்திற்குள் அவள் எண்ணத்தைப் போட்டுவிட்டேன்.

இருபது ஆண்டுகளுக்குப் பிறகு அதாவது மூன்றாண்டுகளுக்கு முன்பு ஒரு பஸ் நிலையத்தில் ஒரு பூக்காரியைப் பார்த்தேன். அவள் மாதிரியான சாயல், வற்றிப்போன உடல், பட்டுப்போன முகம். அசல் கிழவியானது மாதிரி தோற்றம். அவள் முன்னால் போய் நின்றேன். அவள் என்னை ஏறிட்டுப் பார்த்தாள். எதுவும் பேசவில்லை. பிறகு நானே 'நீ அவள்தானே?' என்று கேட்டபோது, அவள் கண்ணீர் சிந்தாத குறையாகத் தலையாட்டினாள்.

பிறகு 'நீ பட்டபாட்டுக்கு இப்போது இவ்வளவு நல்லா இருக்கிற; பார்க்கி-றதுக்கு படா சந்தோஷமா இருக்கப்பா' என்றாள். நன்றாக இல்லாமல் போன அந்த ஏழைப்பெண்ணுடன் சிறிது நேரம் வீட்டில் உள்ளவர்களைப் பற்றிப் பேசிக்கொண்டேன். பிறகு அவளிடம் "உன் மேல் உயிரையே வச்சிருந்தேன். ஆரம்பத்தில் ஆசைகாட்டி விட்டு, அப்புறமாய் ஏன் திட்டினாய்?" என்று அவளிடம் உருக்கமாக கேட்டேன். அவள் விளக்கினாள். அவளும் என்மேல் உயிரை வைத்திருந்தாளாம்.

ஒருநாள் பாழாய்ப்போகிற ஒரு கல்லூரித் தோழனைக் கூட்டி வந்தேனாம். அவனிடம் இவளைக் காட்டி ஏதோ சொன்னேனாம். உடனே அவன் அவள் அங்கங்களை பச்சையாக வர்ணித்தானாம். நான் தட்டிக் கேட்கவில்லையாம். "இவனோட என்ன பேச்சு?" என்ற முடிவுக்கு வந்து விட்டாளாம். எனக்கே ஞாபகமில்லை, அப்படி அவன் பேசியபோது, ஒருவேளை நான் அவள் மயக்கத்தில் இருந்திருப்பேன். அவளிடம் ரகசியம் பேசுவதுபோல் கேட்டேன். "இப்பவாவது, சொல். அப்போ நீ என்னை காதலிச்சாயா?" என்றேன்.

உடனே அவள், லேசாகச் சிரித்தபடியே, "நல்லாக் கேட்டே ஒரு கேள்வி" என்று இருபதாண்டுகளுக்கு முன்பு அடிக்கடி சொன்ன வார்த்தைகளை அப்-போதும் சொன்னாள். அவள் அழகிழந்து, வயதிழந்து, வாலிபமிழந்து, இருந்த அந்த நிலையிலும், என்னைப் பார்த்து, சிரித்தது, என்னைப் புல்லரிக்க வைத்தது. ஏதோ ஒரு பெரிய சாதனை நடந்து விட்டது போல, நடத்திவிட்-டது போல, நான் நினைத்தேன். இதற்குப்பிறகு அவளை நான் பார்க்கவே-யில்லை.

இருபதாண்டுகளுக்கு முன்பு பார்த்த அவளை அந்த அழகுக்கோலத்தில் மிதந்த அவளை இப்போதைய அலங்கோலத்தில் பார்க்க ஏனோ மனம் இடம் கொடுக்கவில்லை. இந்தக் கட்டுரை எழுதும் இந்தச் சமயத்தில் ஒரு வாரத்-திற்குள் அவளைப் போய்ப் பார்க்க வேண்டும் என்பதுபோல் தோன்றுகிறது. இந்தப் பின்னணியில் "நல்லாக் கேட்டே ஒரு கேள்வி" என்று ஒரு சிறுகதை எழுதினேன். ஆரம்பக் காலத்தில் என் மனதில் ராணியாக இருந்த அவளை, ராணி பத்திரிகை வெளிப்படுத்தியது.

அண்ணன் வரட்டுண்டா... கரிமூஞ்சி

கல்லூரிக் காலத்தில், எல்லா இளைஞர்களுக்கும் வரும் "கெட்ட புத்தி" எனக்கும் வந்தது.

அப்போது ஞாயிற்றுக்கிழமைதோறும் குமுதம் வரும். அதை அன்றே படித்து முடித்து விடுவேன். அதனால் திங்கட்கிழமை ஏதாவது செய்ய வேண்டும் என்று தோன்றும். அந்தக் குறுகுறுப்பில், மூன்றாண்டு கல்லூரிப் படிப்பு முடிந்தது. நான்காவது ஆண்டு சாப்பாட்டுக்கு வழியில்லை என்றாலும். குமுதம் கிடைத்துக் கொண்டுதான் இருந்தது. பல்வேறு சூழல்களால், சப்பாட்டிற்கே அல்லாடிய நான், என் ஒன்று விட்ட தங்கை வீட்டில் அவ்வப்போது சாப்பிட்டு வந்தேன். அவளும் எந்தவித பலனையும் எதிர்பார்க்காமல் எனக்கு உணவளித்தாள்.

அந்த வீடும், நான் சொன்ன வீடு மாதிரி ஒரு காம்பவுண்ட் வீடு. பதினைந்து குடும்பங்கள் வாடகைக்கு வாழ்ந்த வீடு; அந்த வீட்டுக்காரம்மாவின் மகளுக்கு என்னைப் பார்ப்பதைத் தவிர, வேறு எந்த வேலையும் இருந்ததாகத் தெரியவில்லை. கையில் அண்ணன் குழந்தையை வைத்துக் கொண்டு, "எப்போடா வேலைக்குப் போறே?" என்பாள் "கொஞ்சம் நல்லா டிரஸ் பண்ணக் கூடாதாடா" என்று சீண்டுவாள். "உனக்கு நல்ல வேலை கிடைச்சாதான் எனக்கு நிம்மதிடா" என்பாள். நான் நிஜமாகவே அப்போது கிறுக்கன் என்று நினைக்கிறேன். இல்லை என்றால் டயலாக் சினிமாக்கள், குமுதம், ஆகியவற்றின் உந்துதலில் அப்படி ஒரு காதல் கடிதத்தை அவளுக்கு கிறுக்கி இருக்க மாட்டேன்.

அவசரம் அவசரமாக ஒரு காகிதத்தில் என்னமோ எழுதி, அவள் அண்ணன் மகனிடம் கொடுத்துவிட்டு ஓடி விட்டேன். மத்தியானம் மகிழ்ச்சியோடு எனது தங்கை வீட்டுக்குப்போனேன்; பாவி கெடுத்தாள். அண்ணன் மகனை இடுப்பில் வைத்துக் கொண்டே, இப்போதும் நின்றாள்; ஆனால் டயலாக்தான் வேறு. "ஏண்டா கரிமூஞ்சி. உன் மனசிலே என்னடா நினைச்சுக்கிட்டே... பெரிய மன்மதன்னு நினைப்பா? என் அண்ணன் வரட்டும். ராத்திரி வரட்டும் அப்ப இருக்கு வேடிக்க" என்று கூசாமல் சொன்னாள். நான் வெலவெலத்துப்போனேன்.

அவள் அண்ணன் வஸ்தாது; நல்ல மனிதர் என்றாலும், தனது குடும்பத்துப் பெண்ணைத் தவறாக அணுகுபவர்களை உண்டு, இல்லை என்று பார்க்கக்கூடியவர். ஒரு தடவை ஒரு ரவுடியை அவர் அடியடி என்று அடித்ததை என் கண்ணாலேயே பார்த்தேன். பயந்துபோன நான் ஓடினேன், ஓடினேன் எனது சித்தப்பா வீட்டு ஓரத்திற்கே ஓடினேன். அங்கே சித்தப்பாவும் இல்லை; சித்தியும் இல்லை; சோறும் இல்லை, கஞ்சியும் இல்லை. இரண்டு நாட்கள் ரொட்டி, பிஸ்கட்களைத் தின்றுகொண்டு வயிற்றைக் காத்தேன்.

மூன்றாவது நாள் என் தங்கை வந்தாள். நான் கிடந்த கோலத்தைப் பார்த்துவிட்டு, என்னை வலுக்கட்டாயமாக வீட்டிற்கு அழைத்தாள். எனக்குப் பசி ஒரு பக்கம்; பயம் ஒருபக்கம். அவளை அனுப்பிவிட்டு, ராத்திரி பத்து மணிக்கு, தலையில் முக்காடு போடாத குறையாக தங்கை வீட்டிற்குப் போனேன். "அவள்" பார்க்கமாட்டாள் என்ற நம்பிக்கையில், சாப்பிடப்போனேன், அவ்வளவுதான். சண்டாளி வந்துவிட்டாள்.

தூங்கி வழிந்த அண்ணன் மகனை தோளில் போட்டுக் கொண்டு "ஏண்டா பயந்திட்டியா? உன்னெ எப்படிடா காட்டிக்கொடுப்பேன்... சோமாறி" என்று செல்லமாகத் திட்டினாள். எனக்குப் போன உயிர் வந்தது. ஆனாலும் அவளைப் பார்க்கப் பிடிக்கவில்லை. சொன்னதே சொன்னாள். "கறுப்பா" என்று சொல்லியிருக்கலாம். கரிமூஞ்சி என்றல்லவா சொன்னாள்... அவளுக்கு ஒரு பெரிய கும்பிடாக போட்டேன். அதிலிருந்து அவளை ஏறெடுத்தும் பார்ப்பதில்லை.

அந்த ஆதங்கத்தில், அவள் எப்போதாவது "அண்ணனிடம் சொல்லட்டுமா" என்று மருமகக் குழந்தையிடம் பேசும்போது, நான் செயற்கைத்தனமாகச் சிரிப்பேன். இவளையும், பதினைந்து ஆண்டுகளுக்கு முன்பு வடசென்னையில் சந்தித்தேன். ஆனால் பூக்காரப் பெண்ணிடம் கேட்டது மாதிரி இவளிடம் கேட்கவில்லை. அவளும் எதுவும் நடக்காதது போல் ஒதுங்கிக் கொண்டாள். இந்த நிகழ்ச்சியை, மையமாக்கி குமுதத்தில் "அண்ணன் வரட்டும் சொல்லுகிறேன்" என்று ஒரு சிறுகதை எழுதினேன்.

வளர்ப்பு மகள்: வடசென்னையில் பல்வேறு குடித்தனங்களைக் கொண்ட ஒரு வீட்டில் வாழ்வது என்பது, நரக வேதனை. அதிலும் வீட்டுக்காரியின் அடாவடித்தனம் சிலசமயம் அசிங்கமாகவே இருக்கும். எல்லோரும் சாப்பிட்டுக் கொண்டிருக்கும் போது, மின்சார வெளிச்சத்தை அணைப்பாள். உழைக்கும் மக்கள் அந்த இரவில் ஏதாவது உல்லாசமாகப் பேசிவிட்டால் போதும். "என்ன பேச்சு? தூக்கத்தைக் கெடுக்கிற பேச்சு" என்பாள். காலையில் குழாயடியில் ஏழைப் பெண்கள், தண்ணீர் பிடித்துவிட்டு, வெளியே வேலைக்குப் போவதற்காகத் துடிப்பார்கள். ஒவ்வொருத்தியும் குடங்களை வைத்துக்கொண்டு, ஒவ்வொரு படியாக நிற்பாள், குடத்தை குழாய்க்குக் கீழேயும் வைத்துவிடுவாள்.

அப்போது வருவாள் வீட்டுக்காரம்மா. எல்லா குடங்களையும் வேலைக்காரியை வைத்து, வெளியே அனுப்புவாள். அரைமணி நேரம், இவள், குடம் குடமாகப் பிடிப்பாள். இவள் போய் விட்டு, ஏழைப்பெண்ணின் குடம் வரும்போது, குழாய் பெருமூச்சுவிடும். சில வீடுகளில் வீட்டுக்காரிகள், வாடகைப் பெண்களை மாவு ஆட்டச்சொல்வதும் உண்டு. வீட்டுக்காரிகள் ரேடியோ போட்டால், அது இசை. வாடகைக்காரிகள் ரேடியோ போட்டால், அது கூச்சல், இப்படி எல்லா வீடுகளிலும் பெரும்பாலாக வீட்டுக்காரி அம்மாள்கள்,

முதலாளித்துவ தாண்டவ மாடுவதுண்டு.

இவர்களையும் ஆங்காங்கே அடக்குகின்ற வாடகை வீட்டுக்காரிகளும் உண்டு. இந்தப் பின்னணியில் ஒரு வீட்டுக்காரியின் அட்டுழியத்தைப் பற்றி தாமரையில் குடித்தனம் என்று ஒரு சிறுகதை எழுதினேன். 'வளர்ப்பு மகள்' என்ற நாவலில் நான் வசித்த வீட்டில், இட்லி சுட்டு விற்கும் ஆயா என்னை சொந்த தம்பிபோல அனுமானித்த ஏழைப்பெண்கள், என்படிப்பை பெரிய படிப்பாக நினைத்து பிரமித்துப் பார்த்த ரிக்ஷாக்காரர்கள், ஆகி-யோரை அந்த நாவலில் பாத்திரங்களாக்கினேன்.

யோகி ரங்கசாமி செட்டியார்: இந்த ரிக்ஷாக்காரர்கள், இட்லி விற்கும் ஆயாக்கள், மூட்டைச் சுமப்பவர்கள், பூக்காரர்கள் இவர்கள் தான் நான் இருந்த இடத்தில் குடித்தனக்காரர்கள். இங்கே இருந்து லாரி டிரைவர்களும், காய்கறி புரோக்கர்களும், இந்த மக்களுக்கு "விஐபி" க்கள். வீட்டிற்கு வெளியே உள்ள திண்ணையில் பேட்டை ரவுடிகள் கத்தியோடு உட்கார்ந்து கொண்டு, உரையாடுவதும், அதேசமயம் தாங்கள் இருக்கும் பகுதியில் ஒழுங்-காக இருக்க வேண்டும் என்ற கொள்கையை, பொதுவாக அவர்கள் கடை-பிடித்ததும் நான் கண்கூடாகப் பார்த்தது.

இந்தச் சூழலில் பட்டப்படிப்பைப் படித்து வந்த எனக்கு, கிட்டத்தட்ட டாக்டரேட்டிற்குரிய ஒரு கல்வியும் கிடைத்தது. கோணி வியாபாரியான எனது சித்தப்பா வீடு இரண்டு அறைகளைக் கொண்டது. ஒன்றில் சுமார் ஆயிரம் கோணிகள் அடுக்கி வைக்கப்பட்டிருக்கும். இவற்றை ரெங்கசாமி செட்டியார் என்ற ஒருவர் தைத்துக் கொடுப்பார். காலையில் ஏழு மணிக்கு வந்தால் இரவில் ஒன்பது மணிக்குத்தான் வீட்டிற்குப் போவார்.

இவர், பர்மாவிலிருந்து இரண்டாவது உலகப்போரில், தமிழகத்திற்கு அகதியாக வந்த தெலுங்குச் செட்டியார். இவருடைய தந்தை பர்மாவில் பிரபலமாக விளங்கியவராம். பர்மாவிலிருந்து காடு வழியாகத் தப்பி வரும் போது எத்தனையோ உயிர்கள் குண்டுகளுக்குப் பலியாவதையும், வயதான-வர்களையும் நோயாளிகளையும், சொந்தக்காரர்கள் காடுகளிலேயே விட்டு விட்டு வந்ததையும் இவர் சொல்லும் போது, கண்களில் கண்ணீர் உருக்கும்.

இவர் புத்தபிட்சுக்களிடமும், சில சந்நியாசிகளிடமும் பழக்கப்பட்டவர். சித்த வைத்தியத்தில் நிபுணர். ஒரு தடவை குத்துக்கல்லாக இருந்த என் சித்-தியின் நாடியைப் பார்த்துவிட்டு, "மரணநாடி பேசுகிறது. உன் சித்தி மூன்று மாதங்களில் இறந்து விடுவார்" என்று எனக்கு மட்டுமே ரகசியமாச் சொன்-னவர். ஜோதிடத்தில் நிபுணர், சாமுத்திரிகா லட்சணத்தை நன்கு தெரிந்தவர். ஒரு ஆளைப் பார்த்தே, அவரது சிரிப்பு, உட்காரும் விதம் ஆகியவற்றை வைத்து கணித்துவிடுவார். அதோடு, பிரணாயத்தின் மூலம் "வாசி" என்ற கலையைக் கற்று, எதிர்காலத்தைக் கணிப்பவர். நான் கல்லூரியை விட்டு வந்ததும், தூசியும், துரும்பும் நிறைந்த அந்த அறைக்குள் இவரோடு பேசிக்

கொண்டே இருப்பேன்.

எனது எதிர்காலம் சிறப்பாக இருக்கும் என்றும், நான் எழுத்தாளனாக மாறுவேன் என்றும் குறிப்பிட்டார். பல்வேறு காரணங்களால் படிப்பை இடையில் நிறுத்தப்போகும் போது, இவர்தான் அவ்வப்போது ஆறுதல் கொடுத்தார். ஆகையால் எனது கதாபாத்திரங்கள் தரையில் பெருவிரலால் கோலம் போடுவதும், கனைத்துக்கொண்டே சிரிப்பதுமாக எழுதுவதும், மூக்கு சப்பையாக இருப்பதாக குறிப்பிடுவதும், நெற்றி விசாலமாக இருப்பதாக எழுதுவும், அல்லது கரங்கள் குவியும் போது விரல்கள் அதிகமாக ஒட்டிக் கொள்வதாய் வருணிப்பதும், ஒருவித சாமுத்திரிகா லட்சண அடிப்படையில் அந்தப்பாத்திரங்களின் தன்மைக்கேற்ப எழுதப்பட்டவை. ஏனோதானோ வர்ணனைகள் அல்ல. இவரது பாதிப்பில் பல கதைகள் எழுதியிருக்கிறேன்.

ஒரு துரோகியின் விசுவாசம்... - இவரிடம் பலர் வருவார்கள். வியாபாரிகள், காதலில் தோல்வியுற்றவர், நோயாளிகள், நோய் இருப்பதாக நினைக்கிறவர்கள். இப்படி எத்தனையோ பேர் வருவார்கள். இவர்களில் ஒரு பெண் சலவைத் தொழிலாளி. அப்போது அவருக்கு 50 வயதிருக்கும். ‘சின்ன வீடு’ செட்டப் செய்த தனது கணவர், மீண்டும் தன்னிடம் வருவாரா என்று இந்தப் பெண், அடிக்கடி அவரிடம் கேட்பாள். அதோடு, எனது துணிமணிகளை இந்தப் பெண்தான் சலவை செய்து கொடுப்பாள். இரண்டு மூன்று உருப்படிகள் மட்டும் வைத்திருந்த எனக்கு, தேவைப்படும் போதெல்லாம், ஸ்பெஷல் சலவை செய்து ‘உருப்படியாக’ கொடுத்த பெண்மணி இவள்; கிட்டத்தட்ட இவளின் வீட்டில், நான் ஒரு உறுப்பினனாகவே மாறிவிட்டேன்.

இவளுக்கு ஒரு இளம் மருமகள்; கறுப்பாக இருந்தாலும், கற்சிலை போன்ற தோற்றம். எனக்கு சகோதரிக்குச் சமமானவள். பல தடவை இவளும், ஒரு வயதான மூதாட்டியும், அக்கம்பக்கம் பார்த்தபடி காரசாரமாகப் பேசிக் கொள்வதையும், கடைசியில் அந்த மூதாட்டி கண்ணீர் விட்டுக் கொண்டே போவதையும் பார்த்திருக்கிறேன். அப்படி ஒரு தடவை அந்த மூதாட்டி போனதும், அந்தப் பெண்ணிடம் நான் விவகாரத்தைக் கேட்டேன். முதலில் தயங்கிய அவள், பிறகு ஒப்பித்தாள். அந்தக் கிழவி இவள் தாயாம். இந்தப் பெண்ணுக்கு பத்து வயது வந்த போது, யாரோ ஒரு ‘கஸ்மாலத்தை’ இஸ்துகிட்டுப் போயிட்டாளாம். இருபது ஆண்டுகளுக்குப் பிறகு, ஓராண்டுகாலமாக மகளைப் பார்க்கிறாளாம்.

இப்போது இயலாமையாகி விட்டதால், மகள் தன்னைச் சேர்த்துக் கொள்ள வேண்டும் என்று மன்றாடுகிறாளாம். இந்தப் பெண்ணும் அதற்கு சம்மதித்துவிட்டாளாம். ஆனால் அந்தக் கிழவியோ தன்னை ‘இஸ்துகின்னு’ போன அந்தக் காலத்து வாலிபனும், இந்தக் காலத்துக் கிழவனுமான இரண்டாவது கணவனையும் சேர்த்துக் கொள்ள வேண்டும் என்றாளாம். இதற்கு மகள்காரி மறுத்துவிட்டாள்.

ஆனால் அந்த மூதாட்டியோ, "ஒரு காலத்தில் என்னைக் கூட்டிக் கிட்டு போய் வாழ வைத்தவன் வகைதொகை இல்லாமல் கிடக்கும் போது நான் மட்டும் வர்றது இன்னா நியாயம்" என்று சொல்லிவிட்டுப் போய்விட்டாளாம். எனக்கு கண்கள் கலங்கின. பெற்ற மகளையும், கைபிடித்த கணவனையும் விட்டுவிட்டுப் போன அந்தப் பெண், தன்னை இஸ்துகின்னு போன ஒருவனை கைவிடாமல் இருக்க வேண்டும் என்பதில், காட்டிய அக்கறை அவளை கண்ணகிக்குச் சமமாக எண்ண வைத்தது. இதை வைத்து, குங்குமத்தில் ஒரு சிறுகதை எழுதினேன்.

இடம் தேடி... - நான் எழுதிய நூற்றுக்கணக்கான கதைகளில் எனக்குப் பிடித்த பத்துக் கதைகளைச் சொல்லச் சொன்னால், அதில் "இடம் தேடி" என்ற சிறுகதை முன்னணியில் நிற்கும். இது குமுதத்தில் எழுதப்பட்ட கதை, சென்னைத் தொலைக்காட்சியில் பிரபல மக்கள் இயக்குனர் அருண்மொழியால் இயக்கப்பட்டு நல்ல பேர் வாங்கிய நாடகம். இதுவும், எனது அனுபவ அடிப்படையில் எழுந்தது. எனது பெரியப்பா ஒருவர் எங்கள் ஊரில், தலைவர் போல வாழ்ந்தவர். ஏதாவது ஒரு வீட்டில் ஒருவர் மரணமடைந்து விட்டால், அங்கு இவர் போகும் போது எல்லோரும் இவரிடமே ஆறுதல் கேட்பார்கள். திருமணம் என்று வந்துவிட்டால், மாப்பிள்ளைக்கு அடுத்த ஸ்தானத்தில் இருப்பவர் இவர் தான். தலையிலே குடுமியோடு, செக்கச்சிவந்த நிறத்தோடு பார்ப்பதற்கு கம்பீரமாக இருப்பார்.

ஊரில் பெரிய வழக்காளி; அப்படிப்பட்ட பெரியப்பா, பஞ்சம் பிழைப்பதற்காக, எல்லோரையும் போல சென்னைக்கு வந்தார். எட்டுப் பிள்ளைகள். அத்தனை பேரும் ஆண்கள்; ஆனாலும் பெரிதாக யாரும் முன்னேற முடியாத சூழல். எப்படியோ நான்கைந்து பிள்ளைகளுக்கு திருமணம் செய்து வைத்தார். இறுதிக் காலத்தில் நோய்ப்பட்டு ஸ்டான்லி மருத்துவமனையில் சேர்க்கப்பட்ட அவர் ஓரளவு குணமாகி, மகன்கள் வீட்டிற்குத் திரும்பி வந்தார்.

மருமகள்கள் ஏதோ சாக்குப் போக்குச் சொல்லி அனுப்பிவிட்டார்கள். இறுதியில் உறவினர் வீட்டில் அவர் அடைக்கலம் தேட வேண்டியதாக இருந்தது. இந்தப் பெரியப்பாவை, ஒரு பெண்ணாக மாற்றி, சிறுகதை எழுதினேன். அப்போது ஓரளவு பரபரப்பை ஏற்படுத்தியது இந்த கதை. இலக்கியப் பண்டிதர்கள் தவிர, மற்றவர்கள் இதைப் படித்து விட்டு, அழாமல் இருக்க முடியாது. இன்னும் பெரியப்பாவின் உருவமும், இறுதிக்காலத்தில் அவர் பட்டபாடும், என் நெஞ்சிலேயே இருக்கிறது.

ஒரு நோயின் அறிகுறி: மீண்டும் எனது குரு ரெங்கசாமி செட்டியார் விவகாரத்திற்கே வருவோம். அவருக்கு ஒரு மகன். அசல் ரவுடி; ஆனால் கேடியல்ல. இவருக்கு வடசென்னையில் அப்போது கொடி கட்டிப் பறந்த ஒரு அரசியல் பிரமுகர் தூரத்து உறவினர். செட்டியாரிடம் வரும் ஒருவர் அம்பத்தூரில் சைக்கிள் பாக்டரியில் வேலை பார்த்தவர். அந்தப் பையனுக்கு அதே

பாக்டரியில் வேலை கிடைக்க ஏற்பாடு செய்தார். நிர்வாகமும் இணங்கியது; ஆனால் முக்கிய பிரமுகர் ஒருவரிடம் தான் காண்டக்ட் சர்டிபிகேட் வாங்கி வரவேண்டும் என்று வற்புறுத்தியது. ரெங்கசாமி செட்டியாரும் தனது தூரத்து உறவினரான அதே பகுதியில் குடியிருக்கும் அந்த அரசியல் பிரமுகரிடம் விவகாரத்தைச் சொன்னார்.

அவர், எல்லா விவரங்களையும் கேட்டுக் கொண்டு, 'நாளை வா' என்றார். 'நாளை' வரவேயில்லை. இவர் விசாரித்துப் பார்த்தபின், அந்தப் பிரமுகர் சம்பந்தப்பட்ட கம்பெனிக்கு போன் செய்து, இந்தப் பையனுக்குப் பதிலாக தனக்குத் தெரிந்த ஒருவனை வேலையில் நியமிக்கும்படி கேட்க, நிர்வாகமும் அரசியல் செல்வாக்குப் பெற்ற அவரது ஆளுக்கு வேலையைக் கொடுத்து விட்டது. கொதித்துப்போன நமது செட்டியார், அந்த பிரமுகரின் வீட்டிற்கு முன்னால் போய் நின்று கையில் மண்ணை வைத்துக் கொண்டு மூன்று தடவை ஊதினார்.

அதன் விளைவு ஆறுமாத காலத்திற்குள், அந்தப் பிரமுகர் கடுமையான சிக்கலில் சிக்கி அதன் பாதிப்பு வாழ்க்கை முழுவதும் இருக்கும் அளவுக்கு ஆகிவிட்டது. அதற்குப் பிறகு, அவர் அரசியலிலும் எடுபடவில்லை. இந்தச் செட்டியார் பின்னால் வருத்தப்பட்டாலும், முன்னால் நடந்ததை மாற்ற முடியவில்லை. இதை வைத்தும் ஒரு சிறுகதை எழுதினேன். ஆனால் ஜாக்கிரதையாக சாப மிட்டதையோ, அதன் விளைவையோ குறிப்பிடவில்லை. கதையின் நோக்கம் வல்லமை வாய்ந்த ஒருவன் எளியவனுக்கு கிடைக்கும் வேலையையும் எப்படித் தட்டிப்பறிக்கிறான் என்பதைச் சொல்ல வேண்டும் என்பதே. மூட நம்பிக்கை மாதிரி தோன்றக் கூடியதை நான் குறிப்பிட விரும்பவில்லை.

இந்தப் பையன், ஒரு முழுக் குடிகாரனாக வாழ்க்கையை, தொலைத்துவிட்டான். 'குடி' ஒரு நோயின் அறிகுறியே தவிர, நோயல்ல' என்பதைச் சொல்வதற்காக அந்தக் கதைக்கு 'ஒரு நோயின் அறிகுறி' என்று வைத்தேன்.

ஒரு நாள் போதுமா? - கல்லூரி படிப்பை முடித்த பிறகு, அங்குமிங்குமாகச் சுற்றிவிட்டு, நான் மத்திய அரசின் திட்டம் என்ற பத்திரிக்கையில் உதவி ஆசிரியராக வேலைபார்த்தேன். அப்போது.... கீதா என்ற தொழிற்சங்க தோழியரின் பரிச்சயம் கிடைத்தது. இந்தக் கீதா, மதுரையில் வசித்த பிரபல மார்க்சீய தத்துவவாதியும், கம்பராமாயண இலக்கயவாதியுமான அறிஞர் ராமகிருஷ்ணனனின் மகள், பாட்டாளி மக்களுக்காக, கல்லூரியில் ஆசிரியை வேலையையும் ராஜினாமா செய்து விட்டு, காதலித்து கைபிடித்த கணவனுடன் கட்டிடத் தொழிலாளர் சங்கத்தைத் துவக்கினார்.

கீதா, நான் இந்தத் தொழிலாளர்கள் பற்றி ஒரு நாவல் எழுத வேண்டும் என்று கேட்டார். அவருடன் பல்வேறு சேரிப்பகுதிகளுக்குச் சென்றேன். தேனாம்பேட்டை, சூளை, ஆகிய விடங்களில் உடலுழைப்பை விற்பதற்காக

மண்வெட்டி கூடைகளோடு, நிற்கும் ஆண்களையும், பெண்களையும், அவர்களது அவல நிலையையும் பார்த்தேன். சேரிப் பகுதிகளில் தக்க கழிப்பிடம் இல்லாததால், பெண்கள், எல்லாவற்றையும் அடக்கி அடக்கியே சிறுநீரகக் கோளாறுக்கு உட்பட்ட பல சம்பவங்கள் தெரிந்தன. காண்ட்ராக்டர்களும், மேஸ்திரிகளும், இவர்களைச் சுரண்டும் விதங்களும், விவரங்களும் கிடைத்தன. மேலே இருந்து கீழே விழுந்தால் இவர்களுக்கு நஷ்ட ஈடு கிடையாது.

நிரந்தரத் தொழிலாளர்களைப்போல் இவர்களுக்கு எந்தவித வசதியும் இல்லை. மழை வந்துவிட்டால், இவர்கள் பிழைப்பிலே மண். ஒரு தாய், இருந்த உணவில் முக்கால் வாசியை தான் உண்டுவிட்டு, கால் வாசியை மட்டுமே குழந்தைக்குக் கொடுத்தாள். குழந்தையோ பசி பொறுக்க முடியாமல் கத்துகிறது. அந்த தாயிடம் நான் கேட்டேன். அவள் சொன்னாள் இப்படி-

"என் வவுறு கொஞ்சம நிறைஞ்சாத்தானே சாமி, வேலை பாக்கலாம், இல்லாட்டி, மயங்கி விழுந்திட்டா இந்தக் குளந்தய யார் கவனிக்கிறது? பொறுத்துக் கோடா ராசா... சாங்காலமா கூலி வாங்கினு வந்து அம்மா ஒனிக்கி நல்ல சோறு போடுறேன்... மசால் தோச வாங்கித்தர்றேன்!"

இப்படிச் சொல்லிவிட்டு, அந்தப்பெண் எதுவுமே நடக்காதது போல் போய்க் கொண்டிருந்தாலும், அவள் அழுதுகொண்டிருந்த தன் ஆறு வயது மகனைக் கண் கலங்கத் திரும்பித் திரும்பிப் பார்த்ததையும் நான் பார்த்தேன். எவ்வளவு பெரிய யதார்த்த உண்மை இது! எல்லா உணவையும் பிள்ளைக்குக் கொடுத்து விட்டு, வயறு காய்ந்து, மாடியிலிருந்து மயங்கி விழுந்து தன்னோடு குழந்தையையும் சாகடிக்கும் ஒரு தாயை விட, இந்த யதார்த்தமான தாய் எனக்கு ரொம்பப் பிடித்து விட்டாள். இப்படி எத்தனையோ நெஞ்சை உருக்கும் சம்பவங்கள். இவற்றை வைத்து "ஒரு நாள் போதுமோ" என்று ஒரு குறு நாவல் எழுதினேன். நயனதாரா என்ற பத்திரிக்கையில் மாத நாவலாக இது வெளி வந்தது. தாமரையில் நான் சொன்ன இந்தத் தாயை மட்டும் மையமாக வைத்து 'மண்சுமை' என்ற சிறுகதையும் எழுதினேன்.

பொதுவுடமை தத்துவம் தந்தவர்: யோகி ரெங்கசாமி செட்டியாரைப் பற்றியும் அவர் என் எழுத்துக்களில் ஏற்படுத்திய தாக்கம் பற்றியும் விவரித்திருந்தேன். ஆனால் அவர் சொல்வதை முழுமையாக ஏற்றுக்கொள்ள முடியாத அளவுக்கு அதே காலக் கட்டத்தில் இன்னொரு நட்பு கிடைத்தது. நான் வசித்த குடித்தன வளாகத்தில், ஒரு தையல் தொழிலாளி இருந்தார். என்னைவிட பத்து வயது அதிகமாக இருக்கலாம். அந்த வளாகத்திற்குள் வீட்டுக்காரி அடாவடியாகப் பேசும்போது, எல்லோரும் குமுறுவார்கள், ஆனால் அவரோ லேசாகச் சிரிப்பார். இது மாதிரி பேச்சுக்களும் ஏச்சுக்களும், எதிர்பார்க்க கூடியதுதான் என்பதுபோல, புன்முறுவல் செய்வார்.

இதை நெடுநாட்களாகக் கவனித்துக் கொண்டிருந்த நான், ஒரு தடவை அவரை அணுகினேன். அவர் மூலம் ஒரு மாபெரும் தத்துவத்தையே அணு-

கினேன் என்று சொல்லலாம். நான் அவரது சிரிப்பைப் பற்றி கேட்டதற்கு "அந்த அம்மாவிற்கு முதலாளித்துவ குணம். அந்தக் குணம் உள்ளவர்கள் அப்படித்தான் பேசுவார்கள்" என்பார். தெருத் திண்ணைகளில் ரவுடிகள் கத்தி கம்புகளோடு, அட்டுழியமாக அரட்டை அடிப்பதைப் பார்த்துவிட்டு, இவர்கள் லும்பன்கள்; இப்படித்தான் இருப்பார்கள் என்பார். இப்படி அவரிடம் ஏற்பட்ட நட்பு, நாளடைவில் தத்துவார்த்த ரீதியான நட்பானது.

கல்லூரியின் பொருளாதார பாடத்தில் "கார்ல் மார்க்ஸ் சொல்வது தவறு. இருபது ரூபாய் புத்தகமும், இருபது ரூபாய் செருப்பும் சமமாகுமா" என்று ஒரு உருப்படாத கிரிட்டிலிஸம் வரும். இன்னும் அப்படித்தான் வந்து கொண்டிருக்கிறது என்று நினைக்கிறேன். இத்தகைய பொருளாதார மாணவனான எனக்கு, அந்தத் தையல் தொழிலாளி பாட்டாளி வர்க்கத்தைப் பற்றியும், முதலாளித்துவ வர்க்கத்தில் உள்ள போலித்தனமாக மரபுகள் பற்றியும், விவரமாக எடுத்துரைத்தார். இது எனக்கு ஒரு புதிய பார்வையைக் கொடுத்தது. பி.யு.சி. படிக்கும்போது, என்னைச் சென்னை நகர மாணவர்கள் "அண்ணாச்சி" என்று கிண்டல் செய்வார்கள்.

என்னுடைய நிறமும், போக்கும், ஆடையும் அவர்களுக்கு நேரப்போக்காக இருந்ததை அறிந்தேன். இதனால் கூனிக்குறுகிப் போனேன். கல்லூரியில் குளிரில் கூட உடம்பு வேர்த்தது. ஆனால் இந்தத் தையல் தொழிலாளரின் பரிச்சயம் ஏற்பட்ட பிறகு, பாட்டாளி மக்களின் கலாசாரமும், பழக்க வழக்கங்களும், எப்படி முதலாளித்துவ வர்க்கத்தாலும் பூர்ஷ்வாக்களாலும் ஏளனத்துக்குரியதாகவும், அடக்கி வைக்கப்படுவதற்குரியதாகவும் ஆகிறது என்பதை அறிந்து தெளிந்தேன். இதனால் என்னைக் கிண்டல் செய்த மாணவர்களை துச்சமாக மதிக்கக் கற்றுக் கொண்டேன்.

அவர்களிடத்தில் அவர்களின் நலிவுற்ற கலாசாரத்தையும், சொல்லத் துவங்கினேன். இதன் விளைவு, நான் தலைவனாகி விட்டேன். கல்லூரியில் வேலைநிறுத்தத்திற்குத் தவிர்க்க முடியாத மாணவர் தலைவர்களில் நானும் ஒருவன். அதுமட்டுமல்ல. திராவிட முன்னேற்றக் கழக மாணவர்கள் 99 சதவிகிதம் இருந்த சர் தியாகராயா கல்லூரியில் நான் தமிழ் மாணவர் மன்றத் தலைவராகவும் தேர்ந்தெடுக்கப்பட்டேன். இப்போதைய தலைவர்களான திரு என்.வி.என்.சோமு, திரு கே.ஏ.கிருஷ்ணசாமி திரு பெ.சீனிவாசன், விசுவநாதன் முதலியவர்கள் பல்வேறு பேச்சுப் போட்டிகளில் என்னோடு கலந்து கொண்டவர்கள்.

இப்படி நான் வெற்றிகளைக் குவிப்பதற்கு ரங்கசாமி செட்டியார் ஒரு காரணம் என்றால், இந்த தையல் தொழிலாளியும் இன்னொரு இணையான காரணமாகும். நான் எழுதிய 'சத்திய ஆவேசம்' என்ற நாவலில், இந்த தையல் தொழிலாளியை ஒரு ப்ரூப் ரீடராகச் சித்தரித்து, அவர் எப்படி மார்க்சீய தத்துவத்தை மனம் குமுறிப்போகும் கதாநாயகனுக்கு உணர்த்தி, தெளிய வைக்-

கிறார் என்று எழுதியிருந்தேன்.

துரதிருஷ்டவசமாக இந்தத் தொழிலாளித் தோழர் ஒரு குடும்பச் சிக்கலில் மாட்டி, நான் அவருடன் பரிச்சியப்பட்ட மூன்று மாத காலத்திற்குள்ளே எங்கேயோ போய்விட்டார். இப்போது அவர் எங்கே இருக்கிறாரோ, எப்படி இருக்கிறாரோ. பார்க்க ஆவலாக இருக்கிறது. இவருடைய தாக்கத்தால் தான் தாமரை, செங்கோல், (அப்போது செம்மலர் இல்லை) ஜனசக்தி ஆகிய வித்தியாசமான பத்திரிகைகளைப் படித்து, சிந்தனை நோக்கைத் தீட்டிக் கொண்டேன்.

சுகமாகிப் போன வெயில்: இந்தச் சந்தர்ப்பத்தில், பக்கத்து வீட்டில் முப்பது வயது பெண் ஒருத்தி இருந்தாள். கணவன்காரன் அவளைத் தள்ளி வைத்துவிட்டான். இவள், கூலி வேலை பார்த்து, கொஞ்சம் கொஞ்சமாக பணம் சேமிப்பாள். ஐந்தாறுமாதம் கழித்து நாடு திரும்பிய காட்டு விக்கிரமாதித்தன் போல் அவள் கணவன் காட்டான் வருவான். பேண்ட் சட்டையோடு கிருதா மீசையோடும் இருக்கும் கணவனைப், பார்த்து. இந்த அப்பாவிப் பெண் மயங்கிவிடுவாள். அவனும் அவள் பணத்திலேயே ஒருவாரகாலம் அவளிடம் உல்லாசமாக இருந்துவிட்டு, முடிந்தால் அவளுடைய நகை நட்டுகளையும் எடுத்துக்கொண்டு போய்விடுவான்.

இவள் குமுறிக்குமுறி அழுவாள். அவனைக் கண்டபடி திட்டுவாள். இனிமேல் அவனைச் சேர்க்க மாட்டேன் என்று சபதமிடுவாள். பிரசவ கால சபதம்தான். என்னால் தாள முடியவில்லை. இப்படி அவன் அவளை ஏமாற்றிய பிறகு, அந்த அக்காளிடம் போய் "இப்படி ஏமாறலாமா?" என்று கேட்டால் அதற்கு அவள் அளித்த பதில் எனக்கு வியப்பைக் கொடுத்தது.

"நீ சொல்றது நியாயம்தான் நயினா... ஆனா காட்டி ஒண்ணு சொல்றேன் கேளு சினிமா பாக்கோம். அதிலே வரது வெறும் கததான்னு தெரியும். ஆனாலும், அந்தச் சமயத்தில அத நெசமா நம்பி அயுவுறோம், சிரிக்கிறோம். இதுபோல அந்தக் கசமாலம் காசுக்காவ என்னெ ஏமாத்தறான்னு எனக்கே தெரியும். ஆனாலும், அவன் பேசற அந்தச் சமயத்தில் சினிமாவுல நம்ம மறக்கிறதுமாதிரி மறந்துடறேன். இன்னொன்று இந்தத் தடவையாவது அந்தக் கம்மனாட்டி நெசமாவே இருப்பான்னு அக்காவுக்கு ஒரு ஆசெ."

இப்படிச் சொல்லிவிட்டு அந்தப் பெண், ஏங்கி ஏங்கி அழுதாள். எல்லா சேமிப்புப்பணமும் தீர்ந்து போய், பழையபடியும் வாழ்க்கையைத் துவக்கி, காசு சேர்ப்பாள். இப்படிச் சேர்ப்பதும், அதுக்காகவே அவன் அவளோடு சேருவதும் வாடிக்கையாக இருந்தது. பின்னாளில் ஒரு பத்திரிக்கை கதை கேட்டபோது, இந்தச் சம்பவம் நினைவுக்கு வந்தது. இதையே கதையாக எழுதினேன். குங்குமத்தில் பிரசுரமானதாக ஞாபகம்.

பூவம்மாவின் குழந்தை: இன்னொரு சமாசாரமும் என்னைப் பெரிதும் நெகிழ வைத்தது. நான் இருந்த வீட்டு வளாகத்திற்கு பக்கத்து வளாகத்தில் ஒருத்தன். அவன் பெண்டாட்டி ஒரு லாரி டிரைவரோடு ஓடி விட்டாள்.

கைக் குழந்தையையும் எடுத்துக் கொண்டு போய்விட்டாள். அந்த டிரைவ-ருக்கும், இவன் பெண்டாட்டிக்கும், இஸ்குதோஸ்கு இருந்தது எல்லோருக்கும் தெரியும். ஆனால் இந்த அப்பாவிக்கு தெரியாமல் போய்விட்டது. ஆனால் அவராலோ அந்த ஐந்து அல்லது ஆறு மாதக் குழந்தையைப் பார்க்கா-மல் இருக்க முடியவில்லை. மகாபலிபுரத்திற்கருகே உள்ள ஒரு கிராமத்தில், அவர்கள் இருப்பதைக் கண்டுபிடித்து, அவன் போயிருக்கிறான். குழந்தை-யைக் கொடு என்று கேட்டிருக்கிறான்.

அவளோ, அந்த குழந்தை ‘உனக்குப் பிறக்கவில்லை. இவருக்குத்தான் பிறந்தது’ என்று சொல்லியிருக்கிறாள். இவன் குழந்தையை விட்டு விட்டு, புறப்படத் தயாராக இருந்திருக்கிறான். ஆனால், அந்தக் குழந்தையோ, இவன் கழுத்தைக் கட்டிக்கொண்டு விம்மி இருக்கிறது. இவன் நெகிழ்ந்து போனான். அந்தக் குழந்தை தனக்கு ஒருவேளை பிறந்திருக்காது என்பது தெரிந்தாலும், அவனுக்கு அந்தக் குழந்தையைவிட மனமில்லை. கூட்டிக் கொண்டு வந்து விட்டான்.

இப்படிப்பட்ட ஒரு தந்தை, தந்தையின் தந்தையான கடவுளுக்கு சமம் போல் தோன்றியது. ஒரு அப்பாவி மனிதன் - ஆனாலும் தனக்குப் பிறக்காத அந்தக் குழந்தை மீது அப்படி அன்பைப் பொழிந்தான். இத்தகைய நிகழ்ச்-சிகளை இப்போது நினைக்கும் போதெல்லாம் இவர்களை எல்லாம் பார்க்க வேண்டும் என்று மனம் துடிக்கிறது. இதை வைத்து குமுதத்தில் ‘பூவம்மாவின் குழந்தை’ என்ற ஒன்று பிறந்தது.

குறிப்பு: 1. சாமுத்திரிகா லட்சணத்தில் இப்போது எனக்கு நம்பிக்கை கிடையாது. சப்பை முக்குக்காரர்கள் திறமையற்றவர்கள் என்றால் ஜப்பான்-காரன் நம்மைப் பார்த்துச் சிரிப்பான். 2. வளர்ப்பு மகள் நாவல் பல்வேறு பதிப்புகளைக் கண்டது. பல பல்கலைக்கழகங்களிலும், மத்திய மேல்நிலைப் பள்ளிகளிலும், பாடநூலாகப் பயன்பட்டது. டாக்டர் சாலை இளந்திரயன் அவர்கள்தான் முதன் முதலில் மேல்நிலைப் பள்ளியில் இதைப் பாடநூலாகக் காரணமானவர்.

7. கன்னட வாசனை

சென்னை தொலைக்காட்சி நிறுவனத்திலிருந்து, பதவி உயர்வு பெற்று கர்-நாடக மாநிலத்தில், மத்திய அரசின் செய்தி விளம்பரத்துறைக்கு, மாநில அதிகாரியாக பொறுப்பேற்றேன். நான் பொறுப்பேற்ற மறுநாள், ஒரு கன்னடப் பத்திரிக்கையில் தமிழர்களின் ஆதிக்கத்திற்கு என்னுடைய நியமனத்தை மேலும் ஒரு அத்தாட்சி என்று வர்ணித்திருந்தார்கள். விசாரித்துப் பார்த்ததில், எனது அலுவலகத்திலேயே ஒரு சில கன்னட வெறியர்கள் இருக்கிறார்கள் என்பது தெரிய வந்தது. (இவர்கள் இந்த அளவிற்கு தமிழர்கள் என்றாலே கடும் கோபம் கொள்வதற்கு, நம்மவர்களும் ஒரு காரணம் என்பது வேறு

விஷயம்.) சரி... சொல்ல வந்ததற்கு வருகிறேன்.

எனது அலுவலகத்தில், நான் வித்தியாசமான தமிழன் என்பதையும், என்னிடம் பாகுபாடு கிடையாது என்பதையும் அலுவலக ஊழியர்கள் புரிந்து கொள்ளத் துவங்கினார்கள். பிரபல கவிஞர் சித்தலிங்கைய்யா என்னைப் பற்றி கேள்விப்பட்டு அடிக்கடி என்னைப் பார்ப்பதற்காகவே, அலுவலகம் வந்தது, கன்னட ஊழியர்களிடையே என் மீது அன்பை ஏற்படுத்தியது. ஆனாலும், ஒரு ஆசாமி, அவர் டெப்த்திரி - அதாவது பியூனிற்கும், கிளார்க்கிற்கும் இடையிலான அபாயப் பதவி. இந்த ஆசாமி நன்கு விவரம் தெரிந்தவர். எல்லா அலுவலகர்களையும் கைக்குள் போட்டுக் கொண்டு தலைமை அதிகாரிகளை ஆட்டிப் படைத்தவர்.

அவர்களை தப்புகள் செய்யத் தூண்டிவிட்டு, அந்த தப்புகளாலேயே அவர்களை அடிப்பவர். இவரது வேலை பைல்களை எடுத்து வைப்பது. ஆனாலும் சட்டையில் ஒரு தூசு படாமல் இருப்பவர். ஒரு தடவை, எங்கள் அலுவலகக் கட்டிடத்தை மாற்றும்போது வேலை செய்ய வேண்டியது இருக்கும் என்பதற்காக விடுப்பெழுதிப் போட்டுவிட்டுப் போய்விட்டார். இது வேண்டும் என்றே செய்ததென்பதால், நான் மெடிக்கல் சர்ட்டிபிகேட் கேட்டேன். அவர் திரும்பி வந்த பிறகு. அந்த சர்டிபிகேட்டை கொடுக்காதது மட்டுமல்ல, ஏன் கொடுக்க இயலவில்லை என்று கூடச் சொல்லவில்லை.

ஆகையால், நான் அவரது விடுப்புக்கால சம்பளத்தைப் பிடித்தேன். உடனே அவர் டில்லியில் உள்ள மேல் அதிகாரிகளுக்கு தந்தி அடித்தார். பொதுவாக, மேல் அதிகாரிகள் ஒரு பிரச்சினையின் நியாய அநியாயத்தைப் பார்க்காமல், பிரச்சினையே இருக்கக்கூடாது என்று நினைப்பவர்கள். கொலை செய்தால் கூட அவர்கள் சம்மதிப்பார்கள். ஆனால் அது பிரச்சனையாகக் கூடாது. இந்த மனோபாவம் உள்ள டில்லி மேலதிகாரிகள் அவரது சம்பளத்தை நான் உடனடியாகக் கொடுக்க வேண்டும் என்று ஆணையிட்டார்கள். எனக்கோ இது அதிகப்படியாகத் தெரிந்தது. அந்த ஆசாமிக்கு சம்பளத்தை நான் கொடுத்து விட்டேன் என்றால், பிறகு கர்நாடக மாநிலம் முழுதிலும் உள்ள, எங்கள் துறையின் ஊழியர்கள் என்னுடைய ஒவ்வொரு நடவடிக்கையையும் எதிர்த்து தந்திகள் அடிக்கலாம்.

ஆகையால், நான் துணிந்து தந்தி அடித்தவரை சஸ்பெண்ட் செய்தேன். மேல் அதிகாரிகளிடம், என் அனுமதியின்றி தந்தி, அடித்ததை அதற்குக் காரணமாகக் காட்டினேன். தில்லி அதிகாரிகளுக்கு என்மீது கோபம் என்றாலும் - எனது சஸ்பென்ஷன் உத்திரவை அவர்கள் ரத்துச்செய்யலாம் என்றாலும், அவர்களுக்கு எதையும் எழுத்தில் கொடுக்க பயம்; பேசாமல் இருந்துவிட்டார்கள்.

இந்த சந்தர்ப்பத்தில்தான் ஒரு பயங்கரமான உண்மை எனக்குப் புரிந்தது. அதாவது இந்த அரசாங்கத்தில் ஒரு கழுதையைக் கூட வேலையில் சேர்த்துவிட முடியும். ஆனால் அந்தக்கழுதையை நீக்குவது என்பது முடியாத

காரியம். இந்த ஆசாமியை சஸ்பெண்டு செய்து விட்டு நான் ஏதோ சஸ்பெண்டு ஆனதைப் போல அலைந்தேன். அரசாங்க உத்தரவுகளைத் தெரிந்து வைத்திருக்க வேண்டிய என்னுடைய நிர்வாக அதிகாரியோ, நான் சொல்வதற்கெல்லாம் "எஸ் ஸார்" போடமாட்டார். ஏனென்றால், எடுத்த எடுப்பிலேயே "எஸ்" என்கிற வார்த்தை மரியாதைக்குறைவானது என்பது அவருடைய கருத்து.

ஆகையால் "ஸார் எஸ்" என்றுதான் சொல்வார். நீட்டின இடத்தில் கையெழுத்தைப் போடுவதைத் தவிர வேறு எதுவும் தெரியாத மனிதர். சஸ்பெண்டு செய்யப்பட்ட ஆசாமிக்கோ அரசின் விதிமுறைகள் தெரிந்த ஓய்வு பெற்ற ஒரு அண்டர் செக்கரட்டரி துணை. அவரிடமிருந்து ஒரு நாளைக்கு ஒரு கடிதம் வீதம் வரும். அத்தனையும் சட்டதிட்டங்களைக் கொண்டதாக இருக்கம். நான் அந்த ஆசாமியை டாக்டரிடம் போகச் சொன்னதே தவறு என்று ஒரு செக்ஷனைச் சுட்டிக்காட்டி ஒரு கடிதம் வந்தது. அந்த குறிப்பிட்ட செக்ஷனைப் படித்தால், நான்காவது பிரிவு அலுவலரை மருத்துவ சான்றிதழிக்காக டாக்டரிடம் அனுப்பக் கூடாது என்றும் ஒரு விதி இருக்கிறது. இது எனக்குத் தெரியாதது நியாயமே. ஏனென்றால் நான் அடிப்படையில் ஒரு பப்ளிசிட்டி ஆபிசர். ஆனால் என் நிர்வாக அதிகாரிக்கும் தெரியாமல் போனதுதான் அநியாயம்.

நிர்வாக அதிகாரியையும் இழுத்துக் கொண்டு ஒவ்வொரு அலுவலகமாக சட்டவிதிகளைத் தெரிந்து கொள்ள லோ... லோ... என்று அலைந்தேன். ஒருவரை சஸ்பெண்டு செய்து விட்டால், அவருக்கு சார்ஜ் ஷீட் கொடுக்க வேண்டும். இதற்கு அவர்கள் பதில் அளித்ததும், அதில் திருப்தி ஏற்படவில்லை என்றால் விசாரணை நடத்தலாம். விசாரணை அதிகாரியை நியமித்த பிறகு, அந்த 'விசா' அதிகாரியே எகிறுவார். அவரை நீக்க அதிகாரம் கிடையாது. ஆனால், அந்த விசாரணை அதிகாரி வேண்டாம் என்று சஸ்பெண்டு செய்தவர் சொல்லலாம். அவர் சார்பில் டிபென்ஸ் அஸிஸ்டென்ட் என்று ஒருவரை வைத்துக் கொள்ளலாம்.

அவர் அலுவலகப் பழைய குப்பைகளை கிளறலாம். மேல் அதிகாரி மீது என்னென்ன பழிகளையெல்லாம் போட முடியுமோ, அவற்றையெல்லாம் போடலாம். என் பக்கமோ விவரமே தெரியாத நிர்வாக அதிகாரி. சஸ்பெண்டு ஆனவர் பக்கமோ சட்ட திட்டங்களைக் கரைத்துக் குடித்த அண்டர் செக்கரட்டரி; நான் அறிவுரை கேட்கப்போன அலுவலகங்களில் எல்லாம் "உங்களுக்கு எதுக்கு சார் வம்பு... பேசாமல் அந்த ஆசாமிகிட்ட மன்னிப்புக் கேட்டு அவரை வேலையில் சேர்த்து விடுங்க." என்று உபதேசங்கள். நானும், சஸ்பெண்டு ஆனவரை ஒருநாள் கூப்பிட்டு "நடந்ததற்கு வருத்தம் தெரிவித்தால் உன்னை வேலையில் சேர்க்கிறேன்" என்று சொன்னேன். அந்த ஆசாமியோ, "பார்க்க வேண்டிய இடத்தில் பார்த்துக்கலாம்" என்று சொல்லிவிட்டு நிற்-

காமல் போயவிட்டார். ஒருவேளை அவர் நின்றிருந்தால் "இரண்டு பேருமே வருத்தம் தெரிவித்துக் கொள்ளலாம்பா" என்று சொன்னாலும் சொல்லி இருப்பேன்.

நாயர் பிடித்த புலிவால்: இந்தச் சமயத்தில், ஒரு அறிவுரையாளர் ஒரு வெடிகுண்டைப் போட்டார். இப்படித்தான் ஒரு பியூனை அவர் சஸ்பெண்டு செய்தாராம். இந்த சம்பந்தப்பட்ட பியூன், இரவில் குடித்து விட்டு, அலுவலகம் வந்து, வாட்ச்மேனை அடித்து, பல்லை உடைத்து விட்டாராம். ஆனால் விசாரணையில் அப்படி ஒரு சம்பவமே நடக்கவில்லை என்று நிரூபிக்கப்பட்டதாம். காரணம் பல்லுடைபட்ட ஆசாமி, இன்னொரு பல்லும் உடையக்கூடாது என்பதற்காக தன்னை அந்தப் பியூன் தாக்கவில்லை என்றும் சத்தியம் செய்து விட்டாராம்.

இதனால் சஸ்பெண்டு ஆன பியூன் சகல மரியாதைகளுடன் வேலையில் சேர்க்கப்பட்டாராம். இப்போது எனக்கு அறிவுரை சொல்லிக் கொண்டிருக்கும் இந்த அதிகாரியின் பல்லை உடைக்கப் போவதாக பகிரங்கமாக சவால் விடுகிறாராம். இதை, பயந்தபடியே என்னிடம் தெரிவித்த அந்த அதிகாரி, "எது செய்தாலும் சஸ்பெண்டு மட்டும் செய்யக்கூடாது சார்". என்றார். அந்த சமயத்தில் என்னுள் அதிகாரி என்பவர் இறங்கி, எழுத்தாளன் என்பவன் மேலோங்கினான்.

இந்தப்பல்லுடைப்பு சமாச்சாரங்களை வைத்து ஒரு கதை எழுதலாமே என்று தோன்றியது. உடனே பண்டாரத்தின் ஞாபகம் வந்தது. அவனை சஸ்பெண்டு ஆன பல்லுடைத்த பியூனிற்கு டிபென்ஸ் அஸிஸ்டன்டாகப் போட்டேன். பண்டாரம், பல்லுடைபட்ட வாட்ச்மேனைப் பார்த்து "ஒரு பியூன் அடித்த அடியிலேயே உனக்குப் பல் உடைகிறது என்றால், பழைய ராணுவ வீரனான நீ எப்படிய்யா. ஆபீச காவல் காப்ப? இதுக்காகவே உன்னை டிஸ்மிஸ் செய்ய வேண்டும்" என்று ஒரு போடு போட்டவுடனேயே, பல்லுடைபட்டவன் பயந்து விடுகிறான். பிறகு பண்டாரம் சம்பந்தப்பட்ட அந்தப் பியூன் குடித்துவிட்டு வந்தான் என்ற குற்றச்சாட்டையும் பொய்யாக்குகிறான்.

அவன் குடித்துவிட்டு வந்தான் என்பதற்கு ஆதாரம், அந்த பியூன் "ஆடுவோமே... கள்ளு பாடுவோமே..." என்று அலுவலகம் வந்து தள்ளாடியபடியே பாடியதுதான். பண்டாரம் சம்பவம் நடந்த நாள் சுதந்திர தினம் என்பதை அறிந்து, பல்லுடைத்த பியூன் செக்கிழுத்த சிதம்பரனாரையும், இதர தியாகிகளையும் நினைத்து எல்லாவற்றிற்கும் மேலாக பராதியின் நினைவு பொங்கி 'பள்ளு பாடுவோமே'.. என்றுதான் பாடினான் என்கிறான். பாடியது பள்ளா, கள்ளா என்பது விவாதம். பண்டாரம் இன்னொன்றையும் கண்டு கொள்கிறான். சுந்திர தினத்தன்று எல்லா அலுவலகங்களிலும் தேசியக் கொடியை ஏற்ற வேண்டும்.

ஆனால் அந்த அலுவலகத்திலோ அது ஏற்றப்படவில்லை. பண்டாரத்திற்குக் கொண்டாட்டம், தேசியக் கொடி ஏற்றப்டாத வெங்கொடுமையை நினைத்து பல்லுடைத்த பியூன், பாரதியார் பாட்டைப் பாடி தனது தேசபக்தியை நிலைநாட்டினான் என்றும். இதைப் பொறுக்காத அதிகாரிகள், அவனைப் பழிவாங்குகிறார்கள் என்றும் எதிர்க்குற்றம் சாட்டினான். இந்த நாட்டிலே தேசபக்திப் பாடலை அபிநயத்துடன் ஒரு தேசபக்தன் பாடினால், அது குடிகாரத்தனமா? என்று திருப்பிக் கேட்டான். பல் உடைத்தவன் மன்னிப்புக் கேட்கிறான். பல் உடைந்தவனோ கொக்கறிக்கிறான். இப்படி ஒரு கதையை எழுதி கல்கிக்கு அனுப்பினேன். பிரசுரித்தார்கள்.

பார்லிமெண்டில் ஒரு கேள்வியும் - பண்டாரமும்: சென்னைத் தொலைக்காட்சியில் உதவி செய்தியாசிரியராகப் பணியாற்றிய எனக்கு நியாயமாக அங்கேயே பதவி உயர்வு கொடுத்திருக்க வேண்டும். அப்போது சக அதிகாரி ஒருவரின் சூழ்ச்சியால் கர்நாடக மாநிலத்திற்கு மாற்றப்பட்டேன். இந்த அதிகாரி நான் தொலைக்காட்சிக்குப் போவதற்கு முன்பு வியாபாரச் செய்திகளை திணித்தார். பத்திரிகை தகவல் அலுவலகத்தில் பணியாற்றிய இவர் செய்தி ஆசிரியரையும் கைக்குள் போட்டுக் கொண்டார். நான் அங்கே போன பிறகு இத்தகைய வியாபாரச் செய்கைகளை நிறுத்தினேன். நிறுத்த முடியாத சமயங்களில் மேலதிகாரிகளுக்கு தெரியப் படுத்தினேன்.

இதனால் வெகுண்டெழுந்த இவரும், செய்தி ஆசிரியரும், அப்போதைய நிலைய இயக்குநரும் தீரமான அம்பேத்கார் வாதியுமான திரு சௌடேகர் மீதும் என் மீதும் பல அவதூறுச் செய்திகளை தொலைக்காட்சியில் நான் சேர்ந்ததால் பிழைப்பற்றுப் போன நிருபர்களின் மூலம் பத்திரிகைகளில் இடம்பெறச் செய்தார்கள். மேலிடம் விசாரணை நடத்தி, நானும், சௌடேகரும் குற்றமற்றவர் என்பதைக் கண்டறிந்து, சம்பந்தப்பட்ட அந்த அதிகாரி தொலைக்காட்சி நிலையத்தை வியாபாரத் தலமாக்கிவிட்டார் என்று குற்றம் சாட்டி அவரை டெல்லிக்கு மாற்றியது.

லஞ்ச லாவண்யத்தை தடுத்த என்னையும் பெங்களூருக்கு மாற்றியது. அப்போது சென்னை தொலைக்காட்சி நிலையத்தில் இரண்டு செய்தியாசிரியர் பதவிகள் இருந்தன. சமமான இந்த இரு பதவிகளில் ஒன்றை செய்தியாசிரியர் என்றும் மற்றொன்றை கூடுதல் செய்தியாசிரியர் என்றும் அழைப்பதுண்டு. டெல்லிக்கு தண்டனை மாற்றமாகச் சென்ற அந்த அதிகாரி - எந்த தொலைக்காட்சி நிலையத்தை வியாபாரத் தலமாக்கினாரோ அங்கேயே செய்தியாசிரியராக வந்தார்.

ஏற்கனவே அங்கு ஒரு செய்தியாசிரியர் அங்கு இருந்ததால் இவர் கூடுதல் செய்தி ஆசிரியராக நியமிக்கப்பட்டிருப்பார் என்று "மக்கள்" அனுமானித்தார்கள். இதே "மக்கள்", நாடாளுமன்ற உறுப்பினர் ஒருவரை அணுகி, இந்த அடாவடி நியமனத்தை ஒரு கேள்வி கேட்கச் செய்தார்கள். இன்னாரை கூடுதல் செய்தி ஆசிரியராக நியமிக்கலாமா என்பது கேள்வி. இல்லை என்-

பது பதில்... எப்படி என்கிறீர்களா... அவர் செய்தி ஆசிரியராகவே நியமிக்கப்பட்டிருக்கிறார்... கூடுதல் என்ற வார்த்தை எடுக்கப்பட்டுவிட்டது. இந்த வார்த்தைக்குள் அதிகாரிகள் விளையாடி விட்டார்கள்... இது தாயில் பிரசுரமாயிற்று.

அதாவது ஊழல் அதிகாரியை கூடுதல் ஆசிரியராக நியமிக்கலாமா என்ற கேள்விக்கு நியமிக்கவில்லை என்ற பதில்; செய்தி ஆசிரியராகத்தான் நியமித்தோம். கூடுதல் ஆசிரியராக நியமிக்கவில்லை, என்று நியாயமாகச் சொல்ல வேண்டிய பதிலை, “இல்லை” என்று சாமர்த்தியமாக முடித்து விட்டார்கள். ஒரு வேளை அந்த உறுப்பினர் திருப்பிக்கேட்டால் நீங்கள் கேட்டது கூடுதல் செய்தியாசிரியர் நியமனம் பற்றி; செய்தி ஆசிரியர் நியமனம் பற்றி அல்ல என்று சொல்லிவிடலாம். இப்படி வார்த்தைகளுக்குள்ளேயே விளையாடி, பார்லிமென்ட் உறுப்பினரின் கேள்வி அடிபட்டுப் போனது. யாரோ சொல்லிக் கேட்ட அந்த உறுப்பினரும், மீண்டும் அந்தக் கேள்வியை வற்புறுத்த மாட்டார் என்பது அந்த அதிகாரிகளுக்கும் தெரியும்.

இந்தச் சம்பவத்தைப் பின்னணியாக வைத்து பண்டாரத்தைக் கொண்டு வந்தேன். கூடுதல் ஆசிரியராக நியமிக்கவில்லை என்றாலும், ஆசிரியராக நியமித்திருக்கும் போது இல்லை என்று எப்படிச் சொல்ல முடியும் என்று மேல் அதிகாரியான டைரக்டர், கேட்கும் போது பண்டாரமோ “மாண்புமிகு” உறுப்பினர்கள் மிகப் பெரிய மனிதர்கள். நாம் அவர்களுக்கு வேலைக்காரர்கள் மாதிரி; ஆகையால் பெரியவர்கள் கேள்விக்கு உண்டு அல்லது இல்லை என்று ஒரே வார்த்தையில்தான் பதில் சொல்ல வேண்டுமே தவிர அதிகப்பிரசங்கித்தனமாகப் பேசக்கூடாது, என்று பவ்வியமாச் சொல்லிவிட்டு பண்டாரம் கிண்டலாகச் சிரிப்பான்.

திகைத்துப்போன டைரக்டரிடம் “கவலைப்படாதீங்க சார்... நிர்வாகக் காரணங்கள், பொதுமக்கள் நலன், ஆகிய இரண்டு வார்த்தைகள் இருக்கும் வரை “மாண்புமிகு” உறுப்பினர்களோ, மேதகு பார்லிமென்டோ நம்மை எதுவும் செய்ய முடியாது” என்று குறுஞ்சிரிப்பாய் சிரித்துச் சொல்வான். இது கல்கியில் பிரசுரமாயிற்று. இந்தப் பண்டாரத்தோடு பண்டாரமாக, இன்னும் சில கதைகளை எழுதி, பண்டாரம் படுத்தும் பாடு என்று, ஒரு சிறுகதைத் தொகுப்பை வெளியிடலாம் என்று நினைக்கிறேன். இந்த மாதிரி வி.கே.என். என்ற மலையாள ஆசிரியர், பையன் என்ற ஒரு பாத்திரத்தை பல சிறுகதைகளிலும், நாவல்களிலும், உலவ விட்டிருப்பதாகக் கேள்விப்பட்டிருக்கிறேன். இந்த வி.கே. என். சிறிது காலம் புதுதில்லி வானொலி நிலையத்தில் மலையாள செய்திப்பிரிவில் பணியாற்றியவர்.

அப்போது தமிழ் செய்திப் பிரிவில் அவருடன் ஒரே அறையில் பணியாற்றிவன் நான். மலையாளிகள் ஒற்றுமையாகவும், தமிழர்கள் சண்டை போட்டுக் கொள்வதும் எங்கேயும் நடப்பது போல அங்கேயும் நடந்தது. இதை வைத்து

அவர் "அசுரவாணி" என்ற ஒரு நாவலை எழுதியதாகக் கேள்விப்பட்டேன்.

அலிய சந்தானம்: கர்நாடக மாநிலத்தில் இன்னொரு கொடுமை நிலவுகிறது. இதற்கு அலிய சந்தானம் என்று பெயர். நான், தொழில் நிமித்தம் எனது மங்களூர் பப்ளிசிட்டி ஆபீசருடன் குந்தபுரா என்ற பகுதிக்குப் போனேன். பின்னர் மூகாம்பிகை கோயிலுக்குப் போய்விட்டு, அதற்கு அருகே ஒரு மலைப் பகுதியில் திரைப்படம் காட்டப் போனோம். அங்கே ஒரு இளம் பெண்ணிடம் "உன் புருஷன் எங்கே இருக்கிறார்" என்று அரைகுறை கன்னடத்தில் கேட்டேன். அவள் உடனே "அவர், அவர் வீட்டில் இருக்கிறார். நான் என் வீட்டில் இருக்கிறேன். உனக்கு என்ன வந்தது" என்றாள். ஒரு வேளை, இது விவாகரத்து கேஸாக இருக்கலாம் என்று நினைத்து, இன்னோரு பெண்ணைக் கேட்டேன்.

அவளும் இதே பதிலைத்தான் சொன்னாள். பிறகு, எனது பப்ளிசிட்டி ஆபீசர் விளக்கினார். அந்தப் பகுதியில் கேரளத்தில் நிலவிய மறு மக்கள் மானியம் சகல பலவீனங்களோடும் நிலவி வருவதாகக் குறிப்பிட்டார். இதன்படி ஒருவன், ஒருத்தி கழுத்தில் தாலியைக் கட்டிவிட்டு தன் வீட்டுக்குப் போய், சகோதர சகோதரிகளோடு வாழ்வான். எப்போதாவது மனைவியின் வீட்டுக்குப் போய், அவளுக்கு ஒரு குழந்தையை கொடுத்துவிட்டு வந்துவிடுவான். இந்தக் குழந்தைகளுக்கு அப்பா பரிச்சயம், அமாவாசை - ஆடி மாதிரி. தாய் மாமாக்கள், அத்தைகள் இல்லாமல் வாழும் அவஸ்தையைப் பார்த்தவர்கள்.

இந்தப் பெண்களின் முகங்களில் ஒரு வெறுமை இருப்பதை கண்டேன். கேரளத்திலாவது கணவன், மனைவி வீட்டில் வாழ்ந்தான். ஆனால் இங்கேயோ கணவனும், மனைவியும் வருடத்தில் நான்கைந்து முறை மட்டுமே சந்திப்பார்கள். இந்தப் பெண்களிடம் பேசிப்பார்த்ததில், கள் இந்த முறையினால் பெரிதும் பாதிக்கப்பட்டிருப்பதும் இதனை வெறுப்பதும் புரிகிறது.

இந்த அவல நிலையை, பெங்களூர் டி.வி. நிலைய இயக்குநர், வானொலி நிலைய இயக்குநர், பிரச்சாரத் துறை உட்பட பல உயர் அதிகாரிகளைக் கொண்ட பப்ளிசிட்டி ஒருங்கிணைப்பு கமிட்டியிடம் தெரிவித்து, இதற்காக ஒரு பிரச்சார இயக்கத்தை மேற்கொள்ள வேண்டும் என்று சொன்னேன். யாரும் அதைக் காதில் போட்டுக் கொள்ளவில்லை. அப்படி ஒரு முறை இல்லை என்று அடிக்காத குறையாகத் தெரிவித்தார்கள். இந்தப் பெண்களின் நிலைமைப் பற்றி நான் தாமரையில் விரிவாக ஒரு சிறுகதை எழுதியதைத்தவிர வேறு எனக்கு எதுவும் செய்யத் தெரியவில்லை.

மலைக்கதை: மூகாம்பிகை கோவில், பயங்கரமான மலைப்பகுதிக்குள் இருக்கிறது. இதற்கு அருகே உள்ள ஒரு மலைக் கிராமத்திற்குப் போனேன். காதுகளிலும், கைகளிலும் பெரிய பெரிய ஈய நகைகளைப் போட்ட பெண்களும், கிழிந்த வேட்டி கட்டிய ஆண்களுமாக இருந்த கிராமம். இங்கே புதிய

தலைமுறைப் பெண்கள் பாவாடை தாவணியை கஷ்டப்பட்டு அணிந்து வர முயற்சி செய்கிறார்கள். இந்தக் கிராமத்தில் ஒரு இளம்பெண் கைக்குழந்தையோடு கண்ணீரும், கம்பலையுமாக இருந்தாள். அவள் கணவன் குடித்து, குடித்தே, இறுதியில் தன் உயிரை தானே குடித்து விட்டான்.

கூட்டுக் குடும்பத்தில் வாழும் இந்தப் பெண், சந்தோஷமாக இருப்பதாக மற்றவர்கள் சொன்னபோது இவளும் தலையாட்டினாள். ஆனால் தனிமையில் இவளைச் சந்தித்துக் கேட்டபோது, இவள் மறுமணம் செய்துகொள்ள விரும்புவதாகவும், ஆனால் மலை ஜாதி தலைமை அதற்கு மறுப்பதாகவும் பன்னிப்பன்னிச் சொன்னாள். மெஜாரிட்டியின் சர்வாதிகாரம் எப்படிப் போகும் என்பதற்கு இது ஒரு எடுத்துக்காட்டு. இவளையும் பின்னணியாக வைத்து ஒரு கதை எழுதினேன். அது குமுதத்தில் பிரசுரமானது.

தாய்மைக்கு வறட்சியில்லை: வட கர்நாடகத்தில், நான் ஊழியர்களோடு சுற்றுப் பயணம் செய்யும் போது வறட்சி மிகுந்த குல்பர்க்கா என்ற இடத்திற்குப் போனேன். அங்கே பண்ணை நிலம் காய்ந்து கிடந்தது. நாங்கள் அங்கே போய் கையோடு கொண்டு வந்த உணவுப் பொட்டலங்களைப் பிரித்துச் சாப்பிட்டபோது, ஒரு ஆணும், பெண்ணும் அடியற்ற மரம் போல் சாய்ந்து கிடப்பதைக் கண்டேன். அவர்களை எழுப்பி விசாரித்ததில், அந்த நிலத்துச் சொந்தக்காரர், 'பயிர் செய்து கட்டுபடியாகாது. நீங்கள் எங்கே வேண்டும் என்றாலும் போகலாம்' என்று சொல்லிவிட்டு, பெங்களூருக்குப் போய்விட்டாராம் காரில்.

இந்தத் தம்பதி, குழந்தை குட்டிகளோடு குடிக்கக் கூழ் கூட இன்றி அல்லாடினார்கள். அந்த நிலப்பிரபு அப்படி நடந்து கொண்டது சரிதான் என்பது மாதிரியான மனோ நிலையில் இருந்தார்கள். இவர்களிடம் போய் "உங்களால் இந்த நிலம் விளைந்த போது உங்களுக்கு கூலியைத் தவிர பிரமாதமாக எதையும் கொடுக்காத இந்தப் பண்ணை யார், வறட்சி வந்த போது உங்களைக் கைவிடுவது நியாயமா?" என்று கேட்டேன். அப்போது தான் அவர்களுக்கு ஆங்கிலத்தில் சொல்வோமே 'கான்ஷியஸ்னஸ்' என்று அந்த உணர்வு ஏற்பட்டது. பண்ணையார் இருக்கும் பெங்களூர் திக்கை அவர்கள் கோபமாக முறைத்துப் பார்ப்பது போல் எனக்குத் தோன்றியது.

இப்படித்தான் இன்று நாட்டில் பெரும்பாலான ஏழைகள், தாங்கள் ஏன் இந்த நிலையில் இருக்கிறோம் என்ற உணர்வில்லாமலேயே இருக்கிறார்கள். இவர்களுக்குப்போய்ச் சேருகின்ற, நடிகை நளினி குழந்தை பெற்ற வரலாறு, ஸ்ரீபிரியாவின் காதல் தோல்வி, ஆகிய சமாச்சாரங்களை மீறி நடப்பு நிலையை எடுத்துரைப்பது இவர்களுக்கு இப்போதைய படைப்பாளிகளுக்கு தலையாய கடமையாகிறது. இந்தக் கடமையின் ஒரு பகுதியாக, ஒரு கதை எழுதிக் குங்குமத்தில் இடம்பெற வைத்தேன்.

தஞ்சைக் காவேரியாகாத தலைக்காவேரி: மைசூருக்கும், மங்களூருக்கும் இடையே மலை சூழ்ந்த பகுதி மெர்க்காரா; இதை தமிழில் குடகு என்று

சொல்கிறோம். இங்கே ஒவ்வொரு குடும்பத்தினரும் நமது பாதுகாப்பு படையில் பணிபுரிபவர்கள். தன்மானப் பிரியர்கள். இங்குள்ள பெண்கள் பேரழகிகள். எழில் சிந்தும் இயற்கை. இந்தப் பகுதிக்குச் சென்ற நான் அப்பாவித்தனமாக ஒரு விடுதியில் ஆறிப்போன அதோடு அரைகுரையாய் வெந்த மீன் வறுவலைத் தந்ததற்காக ஹோட்டல்காரரிடம் சென்று சண்டை போட்டேன். வாய்ச் சண்டை தான். உடனே நான்கைந்து, கூர்க் இளைஞர்கள் என்னைச் சுற்றி வளைத்தார்கள். ஒருவன் அடிப்பதற்கு கையை ஓங்கிவிட்டான்.

நான் வெலவெலத்துப் போனேன். என்னுடைய பப்ளிசிட்டி ஆபீசர், உதவியாளர், ஆகியோர் முன்னிலையில் இப்படிப்பட்ட நிலைமை ஏற்பட்டதற்காக வருந்தினேன். எனது கன்னட உதவியாளர்களும், பேசமுடியாமல் நின்றார்களே தவிர, எனக்கு ஆதரவாக ஒரு துரும்பைக் கூட எடுத்துப் போடவில்லை. ஒரு வேளை விவகாரம் விபரீதமாக வேண்டாம் என்று நினைத்திருக்கலாம். என்னை அவசர அவசரமாக அங்கிருந்து அப்புறப்படுத்தப் போனார்கள். ஆனால், நானோ எதிர்ப்புக் குரல் காட்டி நின்றேன். உடனே ஒரு ஆசாமி கொஞ்சு தமிழில் “நாங்களும் அப்போது பார்த்தே உன்னைக் கவனிக்கிறோம்.

நீ என்னடான்னா கூர்க்கு பெண்கள் ரொம்ப அழகா இருக்காங்கன்னு சொல்றே. அவங்கள உத்து உத்து பாக்கறே. ஜாக்கிரத! அவளுங்க ஒவ்வொருத்தி கிட்டயும் துப்பாக்கி இருக்கு. ஒரு புல்லட்டுல்ல நீ போயிடுவே” - இந்த “தண்ணி” ஆசாமியைத் தொடர்ந்து, பலரும் என்னை மொய்த்துக் கொண்டார்கள். நல்லவேளையாக, அந்தப் பக்கமாக வந்த ஒரு கூர்க்கு ஆசாமி, ஏதோ கூர்க்கு மொழியில் சொன்னார். உடனே என்னைத் திட்டியவர்கள் பெட்டிப்பாம்பாகி, மன்னிப்புக் கேட்டார்கள்.

வந்தவர், நான் கர்நாடக மாநில விளம்பர அதிகாரி என்றும் கூர்க்கு பகுதிகளில் திரைப்படங்களைக் காட்டுவதற்காக வந்திருக்கிறேன் என்றும், சொல்லியிருக்கிறார். உடனே என்னை எந்த வேகத்தில் திட்டினார்களோ, அந்த வேகத்தில் நண்பர்களாக ஆனார்கள். எல்லாம் முடிந்ததும், நான் என்னை ஏன் அப்படித் திட்டினிர்கள் என்று கேட்டேன். உடனே ஒருவர் “நான் கோயம்புத்தூரில் இருக்கும்போது உங்க ஆட்கள் என்னைத் திட்டினாங்கோ - இது பதிலுக்குப் பதில்” என்றார்.

ஒரு கூர்க்கு திருமணத்தையும், மெர்க்காரா மலை நகரத்தில் நான் பார்த்தேன். பெண்கள் அழகோவியங்கள். அவர்கள் நம் பெண்களை மாதிரி முந்தானையை முன்னால் போடாமல், தோளில் இருந்து கீழே அங்கிமாதிரி போட்டிருந்தார்கள். இந்தக் கோலத்தில் அவர்கள் நிச்சயமாக மயில் மாதிரியே தோன்றினார்கள். இந்தக் கல்யாணத்தில், கையில் வாளோடும், பல்வேறு விதமான மெடல்களோடும் நான்கைந்து பேர் உட்கார்ந்திருந்தார்கள். இவர்கள், குரு பரம்பரையாம். சின்னப் பையனிடம்கூட, பெரியவர்கள்

காலில் விழுந்து ஆசீர்வாதம் பெற்றது எனக்கு ஆச்சரியமாக இருந்தது. என்னதான் என்னைத் திட்டியவர்கள் நண்பர்களாகி விட்டாலும், எனக்கு மனம் கேட்கவில்லை. நான்குபேர் முன்பு அவமானப்பட்டது போன்ற எண்ணம்.

இந்த எண்ணச் சுமையோடு மறுநாள் ஒரு மலைக் கிராமத்திற்கு ஜீப்பில் திரைப்படப் பிரிவுடன் சென்றேன். மெர்க்காரா நகரிலிருந்து சுமார் 20 கிலோ மீட்டர் தொலைவில் பஸ் போக்குவரத்து இல்லாத தொலைந்து போன கிராமம். வழியெல்லாம் மலைக்குகைகள், அந்தக் கிராமத்திலோ நாலு பக்கமும் மலை. அதன் மேலுள்ள ஆகாயத்தில் கூட மலைகள் ஆக்கிரமித்திருந்தன. இந்தக் கிராம மக்கள் சூரியோதயத்தை பார்க்க முடியுமா என்பதே சந்தேகம். ஆனாலும், இங்கே வாலிபால் கோர்ட் இருந்தது.

பங்களாக்கள் இருந்தன. எங்களைப் பார்த்ததும், அந்த ஊர் மக்களுக்கு ஏகப்பட்ட மகிழ்ச்சி. ஆங்கிலம் தெரிந்தவர்கள் பலர் இருந்ததால், நான் பல்வேறு விஷயங்கள் பற்றி அவர்களுடன் உரையாடினேன். இந்த மாதிரி அடிக்கடி நான் வந்து சினிமா போட்டுக் காட்ட வேண்டும் என்று அந்த ஊர்ப்பிரமுகர்கள் கேட்டுக் கொண்டார்கள். இந்தச் சமயத்தில் ஒரு இளம்பெண் என்னை தயக்கமாகப் பார்த்தாள். அவளுக்கு முப்பது வயது இருக்கும். முழு ஆப்பிள் நிறம். சிறிது நேரம் கழித்து 'நீங்கள் மெட்ராசா' என்று தமிழில் கேட்டாள். எனக்கு ஆச்சரியமாகவும், ஆனந்தமாகவும் இருந்தது. என் உதவியாளர்களிடமே தமிழில் உரையாட முடியாத எனக்கு அந்தக் காட்டு சூழலில் ஒரு பெண் தமிழில் பேசுவதில் ஆனந்தம் அடைந்தேன்.

பேச்சுக் கொடுத்துப் பார்த்ததில், அவள் தனது தங்கை வீட்டிற்கு (சென்னை) அடிக்கடி வருவாள் என்றும், அங்கே தமிழ் கற்றுக் கொண்டதாகவும் சொன்னாள். அவள் குடும்பச் சூழ்நிலையைப் பற்றிக் கேட்டதும் யாருக்கும் தெரியாமல் தன் கண்ணீரை துடைத்துக் கொண்டாள். பின்னர் சிறிது தூரம் என்னை பின்னால் நடக்கச் சொன்னாள். எனக்கு ஒரே பயம். கூர்க்கு நண்பர்கள் சொன்ன துப்பாக்கிச் சூடு, வாயைக் கட்டிப் போட்டது. ஆனால் அவளோ நெடுநாளைய தோழனைப் பார்த்ததுபோல் 'திக்கு தமிழில்' தனது குடும்ப சோகத்தைச் சொன்னாள். அவள் டென்னிஸ் விளையாட்டுக்காரியாம். ஒருவரைக் காதலித்து கை பிடித்திருக்கிறாள். ஒரே ஜாதி என்பதால் பிரச்னை இல்லை. இரண்டு குழந்தைகளுக்கும் தாயாகிவிட்டாள்.

ஒரு நாள் ஏதோ நிலத்தகராறில், அவள் கணவனை, கணவனின் தம்பி துப்பாக்கியால் சுட்டுக் கொன்று விட்டானாம். ஊர்காரர்களோ பாராமுகமாக இருந்ததுடன், கொலைகாரன் தப்பிக்கும் வகையில் விவகாரத்தை பூசிமெழுகி விட்டார்களாம். இதுவும் போதாது என்று ஊர்க்காரர்களோ அவளை உதாசீனம் செய்துவிட்டு, கொலைகாரனையே, கொலையுண்டவனின் ஈமச்சடங்கை நிறைவேற்றச் சொன்னார்களாம். அவள் சொல்லிச் சொல்லி அழுதாள். கணவனைக் கொன்றவனை ஒரே வீட்டில் தினமும் பார்க்கும் அவல

நிலையை நினைத்து தினமும் அழுவதாகக் கூறினாள். நான் அவளுக்கு ஆறுதல் சொன்னேன்.

ஆண்டவன் பொறுப்பில், தன்னை ஒப்படைத்து விடும்படி தேற்றினேன். குழந்தைகளை வளர்ப்பதில் தீவிரமாக இருக்கும்படி எடுத்துச் சொன்னேன். எவருமே இந்த உலகில் நிரந்தரமாக இருக்கப் போவதில்லை என்பதை நினைத்து, இருக்கிற காலத்தை பிறருக்கு பாதிப்பு ஏற்படாத வகையில் நல்லவிதமாய் கழிக்கும்படி சொன்னேன். உடனே அவள் என் கைகளைப் பிடித்துக் கொண்டு கண்ணீர் விட்டாள். அவள் முகத்தில் லேசான தெளிவு தெரிந்தது.

ஒரு மணி நேரம் பேசிக் கொண்டு இருந்தோம். பிரியும் வேளை வந்தது. இனிமேல் நாங்கள் மீண்டும் சந்திக்கப் போவதில்லை என்பது அவளுக்கும் புரிந்தது. ஏனென்றால் நான் சென்னைக்கு மாற்றலாகிப் போகிறேன் என்பதை அவளிடம் சொன்னேன். அவள் திடிரென்று தனது விரலில் இருந்த ஒரு ஐம்பொன் மோதிரத்தை எடுத்து என்னிடம் தந்தாள். இந்த மோதிரம், கர்நாடக மாநிலத்தில் புகழ் பெற்ற தர்மஸ்தலா ஆலயத்தின், லிங்கத் தோற்றத்தை கொண்ட மோதிரம், “இதை கோவிலில் வைத்து அர்ச்சனை செய்து ஒரு வருடமாக போட்டுக்கிட்டேன்.

என் ஞாபகமாக நீங்க போட்டுகோணும்” என்றாள். நான் அதை வாங்கி கண்களில் ஒற்றிக் கொண்டு கையில் போட்டுக் கொண்டேன். இந்த நிகழ்ச்சி நடந்து பலப்பல வருடங்கள் ஆகின்றன. எனக்கு வாழ்க்கையில் சலிப்பு தோன்றும் நேரத்தில் எல்லாம் இந்த மோதிரத்தையும், அந்தப் பெண்ணையும் நினைத்துக் கொள்கிறேன். இந்தப் பின்னணியில், “தஞ்சைக் காவேரி ஆகாத தலைக் காவேரி” என்ற சிறுகதை ஒன்றை எழுதினேன். “குங்குமம்” அதைப் பிரசுரித்தது.

கள்ளி நியாயம்: பிருந்தாவனுக்கு அருகே ஒரு கிராமம். நானும், என் உதவி அதிகாரியும் ஒரு தேநீர்க் கடைக்குப் போனோம். அங்கே நான் தமிழ்நாட்டிலிருந்து வந்த பெரிய அதிகாரி என்று அறிமுகம் செய்து வைக்கப்பட்டேன். உடனே, அங்கிருந்த கன்னடக்காரர்கள் “இங்கே தமிழன் ஆதிக்கம்தான்”, கன்னடத்தை சேர்ந்த ஒருவரைப் போட்டால் என்ன என்கிற பாணியில் முணுமுணுத்தார்கள். எனக்குச் சங்கடமாக இருந்தது. அரைகுறைத் தமிழில் உரையாடிய அவர்களை வேதனையோடு பார்த்தபோது கீழே ஒருவர் தரையில் உட்கார்ந்து தனிக் கிளாசில் டீ குடித்துக் கொண்டிருந்தார். உடனே அவர் யார் என்றேன்.

ஆதிதிராவிடர் என்று பதில் வந்தது. உடனே நான், ‘தமிழனும், கன்னடனும் ஒரே ஜாதிப்பா... ஏன்னா நாம ரெண்டு பேருமே ஆதி திராவிடர்களை இப்படித்தான் அமுக்கி வைக்கிறோம்’ என்று கிண்டலடித்தேன்... ‘உன் ஆளை கீழே வைத்துக் கொண்டு, என் ஆளைச் சாடுவதற்கு உனக்கு

என்ன யோக்யதை இருக்கிறது' என்று கோபமாக கேட்டுவிட்டு, அவர்கள் ஏச்சுக்கு பயந்து வெளியேறினேன். அப்போது அவர்கள், 'பன்னி, பன்னி...' என்றார்கள். நானும் அவர்களை ஒரு காட்டுப்பன்றி முறைப்பது போல் முறைத்தேன்... கடைசியில் விசாரித்தால், பன்னி என்ற கன்னட வார்த்தைக்கு 'வாங்கோ... வாங்கோ...' என்ற மரியாதையான அர்த்தமாம். அதாவது என்னை நடத்திய குற்ற உணர்வில் அவர்கள், கொடுத்த மரியாதையான வரவேற்பு. கல்கியில் இது 'கள்ளிநியாயம்' என்ற பெயரில் கதையானது... கன்னடத்தில் 'ஹள்ளி' என்றால் கிராமம்... நான் இரு பொருளில் இந்த தலைப்பை வைத்தேன்.

எக்குடி தோற்பினும்: எனது ஹாசன் பப்ளிசிட்டி ஆபீசருடன் குதிரை மூக்கு என்ற இடத்திற்குச் சென்றேன். இந்தப் பகுதியில் இரும்புத் தாது எடுக்கப்பட்டு, ஈரானுக்கு ஏற்றுமதி செய்யப்படுகிறது. இங்குள்ள மலைக் குதிரைமூக்கு மாதிரி இருக்கிறது என்பதால், இதற்கு குதிரை மூக்கு என்று பெயர் வைத்தார்களாம். இங்குள்ள விருந்தினர் மாளிகையில் தங்கினேன். இந்தத் தொழில் திட்ட பொதுமக்கள் தொடர்பு அதிகாரி, எனக்கு மேல் அதிகாரியாக இருந்தவரின் மகன். என்னை நன்றாகவே கவனித்தார். இங்குள்ள தொழிலாளர்களுக்கு குடியிருப்பு வீடுகள், திரையரங்குகள், விளையாட்டு மைதானங்கள் என்று எல்லா வசதிகளும் செம்மையாக உள்ளன.

பெருக்குகிறவர்களுக்குக் கூட இரண்டாயிரம் ரூபாய் வரை சம்பளம். ஆனாலும், இந்த டவுன்ஷிப் தெருக்களைச் சுத்தப்படுத்துவது, பூங்காக்களைப் பராமரிப்பது, விருந்தினர் விடுதியை சுத்தப்படுத்துவது போன்ற களப்பணிகளை கான்ட்ராக்டர்களே ஒப்பந்த தொழிலாளர்களை வைத்து அவர்களுக்கு ஐந்தோ, பத்தோ கொடுத்து சுத்தம் என்ற பெயரிலே சுரண்டல் செய்து கொண்டிருக்கிறார்கள். அமைப்பு ரீதியில் இல்லாத இந்த அப்பாவி தொழிலாளர்கள், இந்த திட்டப் பகுதியிலிருந்து மூன்று கிலோ மீட்டருக்கு அப்பால், ஒரு பொந்துப் பகுதியில் கோலோச்சுவதாகக் கேள்விப்பட்டேன்.

பி.ஆர்.ஒ., இந்த இடம் கள்ளச்சாராயத்திற்கு பேர் போனது என்றும், நான் போவது நல்லதில்லை என்றும் குறிப்பிட்டார். அவரை ஒதுக்கிவிட்டு, எனது திரைப்படப் பிரிவுடன் அந்தப் பகுதிக்குப் போனேன். அங்கிருந்த மக்கள் கிட்டத்தட்ட மலைப் பொந்துகளிலேயே இருந்தார்கள். நான்கு குச்சிகளை நிறுத்தி அவற்றை கோணிகளால் மூடி, வீடு கட்டியிருந்தார்கள். கொசுக்கள் குருவிகள் போல் வட்டமடித்தன. சதசத என்ற தரைப்பகுதி. சுமார் ஐநூறு தொழிலாளர்கள் இருப்பார்கள். தமிழ்க்காரி, இந்திக்காரரை கல்யாணம் செய்திருந்தாள்.

மலையாளத்தாளுக்கு கூர்க்கா கணவன். தெலுங்குப் பெண்ணுக்குப் புருஷன் தமிழன். இப்படி ஜாதி தொழில் பேதமின்றி தாம்பத்தியம் வைத்திருந்த அந்தத் தொழிலாளர்கள் ஒரு சின்ன இந்தியா போல் காட்சியளித்தார்கள். இவர்கள் என்னைப் பார்த்ததும் மெய்சிலிர்த்துப் போனார்கள். இப்படி ஒருவர்

தங்களைத் தேடி வந்ததில்லை என்பதே அதற்குக் காரணம். குதிரை மூக்கு திட்டப் பகுதியில் நிரந்தர தொழிலாளர்கள் வேலை நிறுத்தம் செய்தபோது, நிர்வாகம், இவர்களை, அந்த இடங்களில் அமர்த்துவதற்கு முன் வந்தார்களாம்.

இவர்களோ மறுத்துவிட்டார்களாம். இத்தகைய, இவர்களின் வர்க்க உணர்வு, என்னை புல்லரிக்க வைத்தது. திரைப்படத்திற்குப் பிறகு, இவர்களிடம் இருந்து பிரியாவிடை பெற்றேன். இவர்கள் காட்டிய அன்பும், ஆரவாரமும் நான் கண்ட இனிமையான சுகங்களில் ஒன்று. இவர்களைப் பின்னணியாக வைத்து - இவர்கள் தங்களுக்கு வலிய வந்த நல்ல வேலையை தொழிலாளர் வர்க்கத்திற்காக, அதுவும் பாராமுகமாக இருந்த தொழிலாளர்களுக்காக விட்டுகொடுத்ததை மகோன்னதமான தியாகம் என்றே நினைக்கிறேன். இதை வைத்து “எக்குடி தோற்பினும்” என்ற தலைப்பில் ஒரு சிறுகதை எழுதினேன். கதை செம்மலரில் பிரசுரமாயிற்று. பின்னர் இதே கதை தமிழகத்தின் சிறந்த சிறுகதைகள் என்ற புத்தகத்தில் இடம் பெற்றது. தாய் இதழில் ‘சிகரங்களைத் தொட்ட சிறுகதைகள்’ என்ற தலைப்பில் மீண்டும் பிரசுரமாயிற்று. இது எனக்கு மிகவும் பிடித்த கதைகளில் ஒன்று.

தமிழ்நாடு முற்போக்கு எழுத்தாளர் சங்கத்தின் பொறுப்பாசிரியர்களில் ஒருவரும், தலைசிறந்த சிந்தனையாளருமான திரு எஸ்.ஏ. பெருமாள் ஏழெட்டு ஆண்டுகளுக்கு முன்பு இந்த சங்கத்தின் திருச்சி மாநில மாநாட்டில் சந்தித்தபோது இந்தக் கதை பாட்டாளி வர்க்க கலாச்சாரத்தை மிகச் சிறந்த நேயத்தோடு குறிப்பிடுகிற கதை என்று என்னிடம் தெரிவித்தார். இப்போதும் நான் அதை நினைத்துக் கொள்வேன்.

காக்கைச் சிறகினிலே... - பெங்களூரில் காலையில் உலவச் செல்வதே ஒரு அலாதி இன்பம், அழகான கட்டிடங்கள், தூய்மையான தெருக்கள். சிநேக பாவமுள்ள மக்கள். பொதுவாக ஒரு பெண் எந்த நேரத்தில் வேண்டுமென்றாலும் தனித்துச் செல்லமுடியும். பெண் தனியாகப் போகிறாள் என்பதற்காக சென்னை நகரத்தைப் போல் அங்கே யாரும் தொடர்வதில்லை. சிவாஜி நகரில் இருந்த நான், எம்.ஜி.ரோட்டிற்கு (எம்.ஜி. ரோடு என்பது நமது சென்னை நகர அண்ணாசாலை மாதிரி அதாவது மகாத்மா காந்தி ரோடு. பலருக்கு மகாத்மாவின் நினைவிலான சாலை என்பது தெரியாது. வெறுமனே எம்.ஜி. ரோடு தான்.) இந்தப் பகுதியில் நான் ‘காலை வாக்கிங்’ போனபோது, ஒரு பெரிய மைதானத்தில் அடர்ந்த மரங்களுக்கு இடையே காகங்கள் கூச்சலிட்டன. கிட்டே போய் பார்த்தேன்; ஒரு காகக்குஞ்சு, கீழே விழுந்துக் கிடந்தது. அது தத்தி தத்தி துள்ளியதும், பறக்க முடியாமல் அவதிப்பட்டதும், பெரிய காகங்களைப் பரிதாபமாக பார்த்ததும், என் நெஞ்சைப் பிழிந்தது.

அந்தக் குஞ்சை எடுத்து, மரத்தில் வைக்கலாம் என்று போனேன். ஆனால், கத்திக் கொண்டிருந்த காகங்கள் என்னைத் தாக்கத் தொடங்கின.

இதற்கு இடையே, இரண்டு மூன்று நாய்கள் அந்தப் பக்கமாக வந்தன. நான் அவற்றிடமிருந்து அந்தக் குஞ்சை காப்பதற்காக இரண்டு கல்களை கைகளில் வைத்துக் கொண்டு நின்றேன். எம்.ஜி. ரோடு வழியாக போய்க் கொண்டிருந்த ஆட்டோக்களும், சைக்கிள்களும் உடனே நின்றன. என்னையும், என் கையில் இருந்த கற்களையும் மாறி மாறிப் பார்த்தனர். பைத்தியும் பிடித்த நான் கல் எறிவேன் என்று பயந்ததுபோல் சிலர் ஒதுங்கி நின்றபடியே என்னை வேடிக்கை பார்த்தார்கள்.

தற்செயலாக அந்தப்பக்கம் பார்த்த நான் நிலமையைப் புரிந்து கொண்டேன். கற்களைப் போட்டுவிட்டு, அசல் பைத்தியம் போலவே ஓடினேன். நல்லவேளை பைத்தியம் என்று என்னை யாரும் விரட்டிப் பிடிக்கவில்லை. இதேபோல், சென்னையில் பெசன்ட் நகரில் ஒரு காகக்குஞ்சிற்கு இத்தகைய நிலமை ஏற்பட்டது. இங்கேயும் அதைக் காப்பாற்றப் போன என்னை காகங்கள் தாக்கின. ஆனாலும், நான் இரவு பத்து மணி வரை, கையில் கல் ஆயுதங்களுடன் அந்தக் குஞ்சை, பூனையோ, நாயோ நெருங்க விடாமல் காவல் காத்தேன்.

மறுநாள் காலையில் அலுவலகம் போகும்போது, வழியில் அந்தக் குஞ்சை காணவில்லை. சற்றுத் தொலைவில் அதன் இறக்கைகளும், நகப் பகுதிகளும் கிடந்தன. புரிந்து கொண்டேன். நெஞ்சு கனத்தது. இந்த இரண்டு நிகழ்ச்சிகளின் பின்னணியில் "காக்கை சிறகினிலே" என்ற சிறுகதையை எழுதினேன். கலைமகள் பொங்கல் மலருக்காக எழுதப்பட்ட கதை. இது பின்னர் பாரதியார் பல்கலைக்கழகத்தில் சிறுகதை தொகுப்பில் ஒரு கதையாக இடம் பெற்றது.

தாயாகி... மகளாகி - குப்பைத் தொட்டி:வட கர்நாடகத்தில், அத்தனி என்ற இடம்; இது பம்பாய் கலாச்சாரத்தை உள்ளடக்கிய பகுதி - இங்கே தேவதாசி திட்டத்திற்கு எதிராக போர் தொடுத்தோம். கர்நாடக அமைச்சர் திரு சிந்தியாவின் தலைமையில், தேவதாஸி முறைமைக்கு எதிராக கல்லூரி மாணவ மாணவியரை வைத்து ஊர்வலம் நடத்தினோம். பிறகு ஒரு தேவதாஸிக்கும் ஒரு சமூகத் தொண்டருக்கும் திருமணம் செய்து வைத்தோம்.

இந்த தேவதாஸிப் பெண்ணும், இந்த "சமூகத் தொண்டரும்" இப்படி பல இடங்களில் பல விழாக்களில் திருமணம் செய்து கொண்டவர்கள் என்பது பின்னர் தெரியவந்தது. சொன்னாலும் வெட்கமடா - சொல்லாவிட்டால் துக்கமடா என்ற கதை தான். இந்த விழாவில் ஆடியன்ஸ் பஞ்சத்தைப் போக்குவதற்காக, மகளிர் காப்பகத்திலிருந்து சுமார் நூறு பெண்கள் வரவழைக்கப்பட்டிருந்தார்கள். இந்தப் பெண்கள், விடுதிக்குப் போன பிறகு ஒரே அழுகை மயமாய் இருப்பதாக எனக்குத் தகவல் வந்தது. உடனே, அதை விசாரிப்பதற்காக அந்த விடுதிக்கும் போனேன்.

இந்தப் பெண்கள் கற்பழிக்கப்பட்டவர்கள், அல்லது காதலர்களால் கைவிடப்பட்டவர்கள். இவர்களைத் தேவதாஸிகளாக கூட்டத்தில் நிறுத்தியது

அவர்களுக்கு கேவலம் ஆகிவிட்டதாம். எல்லாப் பெண்களும் அழுது அழுது கண்கள் வீங்கிப் போயிருந்தார்கள். இவர்களே இளக்காரமாக நினைக்கும் அளவிற்கு இருந்தால், தேவதாஸிகளின் நிலமை எப்படி இருந்திருக்கும் என்பதை யூகிக்கலாம். இந்தப் பெண்களைச் சமாதானப்படுத்தி விட்டு, அவர்களில் பல பெண்களின் வாழ்க்கையைக் கேட்டேன். கேட்க கேட்க மனம் கொதித்தது. ஒரு பெண்-தர்மஸ்தலா பகுதியைச் சேர்ந்தவள். பணக்கார குடும்பத்தைச் சேர்ந்தவள்.

அந்தக் குடும்பத்தில் வேலைக்காரனாக இருந்த ஒரு இளைஞனை காதலித்து திருமணம் செய்து தனிக்குடித்தனம் நடத்தியிருக்கிறாள். இதைப் பொறுக்காத அவள் தந்தையும், அண்ணனும் இவள் கணவனைக் கொலை செய்து விட்டார்கள். கொலைகாரர்கள் கைது செய்யப்பட்டு, கோர்ட்டில் வழக்கு நடக்கிறது. இந்த பெண் சுமார், 600 கிலோமீட்டர் தொலைவில் உள்ள இந்த விடுதிக்கு அனுப்பப்பட்டாள். இவளை, இவள் அம்மாவும், இவளது அண்ணன் மனைவியும் அடிக்கடி வந்து பார்த்தார்களாம். அம்மாக்காரி. தன் கணவனுக்கு மடிப்பிச்சைக் கேட்கிறாள். மகனின் உயிரைப் பறித்து விட வேண்டாம் என்று மகளிடம் மன்றாடுகிறாள். அண்ணிக்காரியும் மடிப்பிச்சைக் கேட்கிறாள். இந்தப் பாவி பெண்ணுக்கோ என்ன செய்வது என்று புரியவில்லை. ஏதோ எனக்கு தோன்றியதைச் சொன்னேன். இப்போது என்ன ஆச்சுதோ தெரியவில்லை.

இதேபோல் இன்னொரு இளம்பெண். கைவிடப்பட்ட பெண்களின் நிலைமையைப் பற்றி ஆய்வு செய்து டாக்டர் பட்டம் வாங்குவதற்காக ஒரு பெங்களூர் பயல் இந்த விடுதிக்கு வந்திருக்கிறான். இந்தப் பெண்ணை காதலிப்பதாகவும், கல்யாணம் செய்து கொள்ளப் போவதாகவும் வாக்குக் கொடுத்திருக்கிறான். அனாதை விடுதியிலேயே பிறந்து வளர்ந்த அந்த அப்பாவிப் பெண், வாழ்க்கையின் சுகந்தத்தை சுவாசிக்கலாம் என்று மனம் மகிழ்ந்தாள். இந்த விடுதியின் தலைவியும், அந்த வாலிபனை வெகுவாகப் பாராட்டியிருக்கிறாள். ஆனால், அந்தப் பயலோ ஆய்வு முடிந்ததும் திரும்பிப்பாராமல் போய்விட்டான். இந்தப் பாழும் பெண்ணோ மீண்டும் அனாதை ஆனது போல் துடித்ததை நானே நேரில் பார்த்தேன். இந்த இரண்டு சம்பவங்களையும் இரண்டு சிறுகதைகளாக்கி அனுப்பினேன். பத்திரிகைகளில் பிரசுரமாயின, ஒன்று “சிறுகதை இதழில்” இன்னொன்று ‘குங்குமத்தில்’

பெங்களூர் தெரேஸா: எனது அலுவலகக் காரில் எம்.ஜி. ரோடில் போய் கொண்டிருந்தேன். எனது டிரைவர், ஒரு வயதான அம்மாவை நேராகக் குறிவைத்தது போல் மோதிவிட்டார். நேரடியான ஹிட். அந்த அம்மா சுருண்டு விழுந்தார். நானும் டிரைவரும், பதறிப்போய் அவரைத் தூக்கினோம். அருகே இருந்த போக்குவரத்து கான்ஸ்டேபிள் வழக்குப்பதிவு செய்யப் போனார். வழக்குப் பதிவானால் நான் டிரைவரை சஸ்பென்ட் செய்தாக வேண்டும். ஏற்கனவே அவர் இன்னொரு விபத்தில் ஒருவரைக் கொன்றவர். இந்தப்

பின்னணியில், என்ன செய்வதென்று தெரியாமல், அந்தக் கான்ஸ்டேபிளைப் பார்த்து "ஒரு ஏழையை இன்னொரு ஏழைதான் காப்பாற்ற வேண்டும்" என்று மன்றாடினேன். அவரும் பெரிய மனது வைத்து, அந்த அம்மாளுக்கு ஆட்சேபம் இல்லை என்றால், வழக்குப்பதிவு செய்யவில்லை என்று கூறி, உடனடியாக மருத்துவமனைக்கு எடுத்துச் சென்றுவிட்டு, தன்னைப் பார்க்கும்படி கேட்டுக் கொண்டார். அவரது பெருந்தன்மையைப் பாராட்டி, அந்த அம்மாவை காரில் தூக்கிப் போட்டோம்.

அவருக்கு கால் முறிந்திருந்தது. வலி தாங்க முடியாமல் துடித்தார். ஆனால் இந்த மாதிரி சமயங்களில் விபத்துக்குள்ளானவர் திட்டுவாரே, அப்படித் திட்டவில்லை. நாங்கள் பதறிப்போய், துடித்ததைப் பார்த்து, மெல்ல புன்முறுவல் செய்தார். "ஏசுவே ஏசுவே" என்பதைத் தவிர எந்த வார்த்தையும், அவரிடமிருந்து வரவில்லை. அரசாங்க மருத்துவமனையில் சேர்த்தால் வம்பு என்று அவரை தனியார் மருத்துவமனையில் சேர்க்கப் போனோம். அங்கே இருந்த டாக்டர்கள் பயந்துவிட்டார்கள். ஆனாலும் அங்கிருந்த வார்டு பாய்க்கு கையில் பத்து ரூபாயை "காப்புக்கட்டி" அந்த அம்மாவை, எப்படியோ சேர்த்து விட்டோம். கால் முறிவுக் கட்டுப்போடப்பட்டது. இதற்குள் அந்த அம்மாவின் பையன்களும், பெண்களும் தகவல் தெரிவிக்கப்பட்டு, வந்தார்கள். குய்யோ முறையோ என்று கூப்பாடு போட்டார்கள். அவர்களில் ஒருவர் கூட எங்களைத் திட்டவில்லை.

இந்த மாதிரி சந்தர்ப்பங்களில் நன்றாக அடி கிடைப்பதும் உண்டு. ஆனால் இந்த அம்மாவின் பிள்ளைகளோ எங்களை அதிர்ந்து கூட ஒரு வார்த்தை பேசவில்லை. அந்த அம்மாள், பிள்ளைகளுக்கு ஆறுதல் கொடுத்தபடியே எங்களை ஆசீர்வாதம் செய்வது போல் பார்த்தார். நான் நெக்குருகிப் போனேன். இந்த மாதிரி அற்புதத் தாயைப் பார்த்ததில்லை. அவருக்கு எங்களால் இயன்ற உதவிகள் அனைத்தையும் செய்து, விவகாரத்தை முடித்து விட்டோம். இப்படி அநியாயமாக அடிபட்ட போதிலும், ஒரு வார்த்தை கூட திட்டாத அந்த அம்மாவை வைத்து 'பெங்களூர் தெரேஸா' என்ற சிறுகதையை எழுதினேன். குமுதத்தில் பிரசுரமாயிற்று. என்றாலும் அந்தக் கதையில் டிரைவர் முக்கியத்துவம் பெற்று, அந்த அம்மாள் அதிக முக்கியத்துவம் பெறவில்லை என்பது ஒரு விமர்சனம். குமுதம் இந்தக் கதையை ஒருவேளை சுருக்கிப்போட்டதால் இருக்கலாம்.

சாக்கம்மா: கர்நாடக மாநிலத்தில் இன்னும் மறைமுகமாக தேவதாசி முறை இருந்து வருகிறது. அரசு இதை சட்ட விரோதம் என்று அறிவித்துவிட்ட போதிலும் இந்தக் கொடூரம் இன்னும் நிலவத்தான் செய்கிறது... ஒரு கிராமத்தில் தாழ்த்தப்பட்ட அல்லது பிற்படுத்தப்பட்ட சாதியில் ஒரு அழகான இளம் பெண் இருந்துவிட்டால் போதும். ஜாதி இந்துக்களுக்குப் பொறுக்காது. உடனே அவளை தேவதாசியாக்க வேண்டுமென்று அவளைப் பெற்ற சாமானியனிடம் சொல்லி விடுவார்கள்... சொன்னால் சொன்னதுதான்... இல்லை-

யானால் அந்தக் குடும்பமே நிர்மூலமாக்கப்படும். வேறு வழியில்லாமல் அவள் தேவதாசியாக்கப்படுவாள்... இந்தச் சடங்கும், அதன் சம்பிரதாயமும் அறுவறுக்கத்தக்கது.

அந்தப் பாவிப் பெண்ணுக்கு சிவமாகவும், சக்தி சொரூபியாகவும் உள்ள எல்லம்மா சார்பில் பூசாரி அவளுக்குத் தாலி கட்டுவான்... இவளின் முதலிரவு அந்த பூசாரிக்கு... மறுநாள் இரவு இந்த சடங்குச் செலவை ஏற்றுக்கொண்ட மேட்டுக்குடிகாரனுக்கு அப்புறம் அடுத்தடுத்து அந்தஸ்து வரிசையில் உள்ள மேல் ஜாதிக்காரர்களுக்கு... பூவும், காம்புமாய் கசக்கப்படும் இந்தப் பாழும் பெண் நான்கைந்து தகப்பன் பெயர் தெரியாத குழந்தைகளைப் பெற்றெடுத்து, ரோகியாகி வீதியிலே வீசப்படுவாள்.

இந்தச் சடங்கு பெரும்பாலும் வட கர்நாடகத்திலுள்ள எல்லம்மா கோவிலில் நடைபெறும். புராணத்தில் வரும் ஜமாதக்னி முனிவரின் மனைவி, ஒரு கந்தர்வனை அதிசயமாகப் பார்த்து கற்பு கெட்டுப் போனதாகக் கருதப்பட்டுத் தந்தையின் ஆணைப்படி மகன் பரசுராமனால் கொலை செய்யப்பட்டவள்... ஆனாலும் புத்துயிர் பெற்று பெல்காமிற்கும், தார்வார் நகரங்களுக்கிடையே சுடுகாட்டுப் பகுதி போன்ற இடத்தில் எல்லம்மாவாக விளங்குகிறவள். இந்தக் கோவிலில் இன்றும் இளம் பெண்கள் பலவந்தமாக கொண்டு வரப்பட்டு தேவதாசிகளாக ஆக்கப்படுகிறார்கள். இது சட்டவிரோதம் என்றாலும் அதிகாரிகள் மாமூலாக நடந்து கொள்வார்கள். நான் பெல்காமிற்குப் போகும் வழியில் இந்த கோவிலுக்குப் போனேன்.

அங்கே முடியெல்லாம் சடையாக, உடம்பெல்லாம் வியாதியாக பிச்சையெடுத்துக் கொண்டிருந்த வயதான தேவதாசிகளையும், பலியாடாக நிறுத்தப்பட்டிருந்த அப்பாவி பெண்களையும் கண்டு, இப்போதுகூட மனதிற்குள் அடிக்கடி அழுகிறேன். என் துறையின் சார்பில் இவர்களுக்காக நான் ஒரு இயக்கமே நடத்தினாலும் அது பலித்ததா என்பது சந்தேகமே. இங்குள்ள பூசாரிகள் அசல் ரௌடிகள்... எதிர்ப்பு தெரிவிப்பவர்களை தீர்த்துக்கட்டவும் துணிந்தவர்கள்... இவர்களுக்கு அங்கிருந்து பெங்களூர் வரை ஒவ்வொரு கிலோ மீட்டர் வரைக்கும் அடியாட்கள் பட்டாளம் உண்டு. நாவலாக எழுத வேண்டிய இந்தக் கொடுமையை மேலே குறிப்பிட்ட பெயரில் சிறுகதையாக்கினேன்... மணியன் அவர்கள் புதிதாகத் துவங்கிய சிறுகதை இதழில் முதலாவது இதழிலேயே இது பிரசுரமாயிற்று...

கர்நாடக மாநில மக்களைப் பற்றி மிக அதிகமாக சிறுகதைகள் எழுதிய தமிழ் எழுத்தாளன் நான் தான் என்று நினைக்கிறேன். இதற்காக, கின்னஸ் புத்தகத்தில் என் பெயர் இடம்பெற வேண்டும் என்று சொல்லவில்லை. ஆனால் அண்மையில் வெளியான ஒரு புத்தகத் தொகுப்பு என் மனதை வெகுவாகப் புண்படுத்திவிட்டது. கர்நாடக அரசு, தென்மாநில மொழிகளில் வெளியான இருபது சிறுகதைகளைத் தொகுத்து கன்னடத்தில் வெளியிட்டுள்ளது. இந்த வகையில், தமிழிலிருந்து 20 சிறுகதைகள் தேர்ந்தெடுக்கப்-

பட்டு கர்நாடக அரசு சார்பில் கன்னடத்தில் வெளியாகியுள்ளது.

இந்தத் தொகுப்பில் என் கதை இடம் பெறவில்லை. சொந்த மொழிக்கதைகளைத் தொகுப்பவர்களுக்கு கர்நாடக மாநில மக்களைப் பற்றி தமிழில் வெளியான கதைகள் தெரிந்திருக்க வேண்டும். தெரியாதது, அந்தத் தொகுப்புக்கு நஷ்டமே தவிர, எனக்கல்ல. தமிழ் திறனாய்வும், பிறமொழி பெயர்ப்பும், முதுகு சொரிபவர்களுக்கே முக்கியத்துவம் ஆகிவிட்டது என்ற எனது கணிப்பை இந்தத் தொகுப்பு, மீண்டும் நிசப்படுத்தியிருக்கிறது.

வெந்த புண்ணில் வேல் பாய்ச்சுவது போல், ஒரு கட்டுரை தினமணியில் வெளியானது. பெங்களூர் கல்லூரி ஒன்றில் பணிபுரியும் நண்பர் கார்லோஸ் (தமிழவன்) இனிமையானவர். பெங்களூரில் நான் பணியாற்றிய போது, நானும், அவரும் சந்தித்து, விரிவாகப் பேசியிருக்கிறோம். அவர் பொறுப்பேற்ற 'இன்று' என்ற பத்திரிகையிலும், நான் தொடர் கட்டுரை எழுதியிருக்கிறேன். இந்த நண்பர், 'சிறுகதை' இதழில் நான் எழுதிய 'தேவதாசி' பற்றிய கதையை வெகுவாகப் பாராட்டினார். அந்த நடை தனக்கு மிகவும் பிடித்தது என்றார். அந்த கதையில், எனக்குப் பிடிக்காமல் போனது இந்த நடைதான். அத்தகைய நடையை நான் இப்போது விட்டுவிட்டேன்.

ஆனால் நண்பர் தமிழவன், இந்த நடை தம்மை மிகவும் கவர்ந்ததாகவும் கதையும் சிறப்பாக இருந்ததாகவும், என்னிடம் குறிப்பிட்டார். ஆனால் கட்டுரை என்று வந்த போது தமிழ் சிறுகதைகளைக் கொண்ட கன்னடத் தொகுப்பில், நகுலனின் கதை விட்டுப் போனதைப் பற்றி குறைப்பட்டுக் கொண்டார். ஆனால் என் கதை விடுபட்டது, அவருக்குப் பெரிதாகத் தோன்றவில்லை. குறைந்தபட்சம் நான் கன்னட மக்களைப் பற்றி கதை எழுதியிருப்பதைச் சுட்டிக்காட்டி, அவை தொகுப்பில் இடம்பெறும் அளவுக்கு முழுமையாக இல்லை என்றாவது, அவர் சொல்லியிருக்கலாம்.

அந்த மக்களைப் பற்றி முழுமையாக எழுதியவனைப் பற்றி ஒருவரி கூட அவர், எழுதாதது எனக்கு வேதனையை அளித்தது. நண்பர்கள் என்றாலும், நேரிடையாக பாராட்டினாலும், கட்டுரை என்று வரும் போது, தங்களுக்கென்று இருக்கக்கூடிய முகமூடிகளை போட்டுக் கொள்வது, இயல்பாகிவிட்டது என்பதற்கு, அவரது விமர்சனக் கட்டுரை ஒரு எடுத்துக்காட்டு. இதனாலேயே பெங்களூரில் உள்ள எனது நண்பர்கள் சிலர் எனது கதைகளை - அதாவது கன்னட மக்களைப் பற்றி எழுதிய கதைகளை, கன்னட மொழியில் கொண்டு வர வேண்டும் என்று என்னிடம் கேட்கிறார்கள்.

எனக்குத்தான் நேரம் இல்லை. அதோடு கன்னடத்தில் எனது கதைகள் வெளிவராததால் கன்னட மக்களின் குடியோ அல்லது எனது குடியோ கெட்டுப் போகப்போவதில்லை என்ற ஒரு எண்ணமும் காரணம். என்றாலும் திறனாய்வு என்ற பெயரில், முதுகுசொரியும் படலம் தொடர்ந்து தமிழ் இலக்கியத்தை சனியன் மாதிரி பிடித்திருக்கிறது. இதையும் மீறித்தான் ஒரு ஆத்மார்த்த எழுத்தாளன் மேலே எழும்ப வேண்டியிருக்கிறது.

8. மீண்டும் கிராமப் பயணம்

ஒரு குறிப்பிட்ட காலக்கட்டத்தில், நான் அதிகமாகக் கதைகள் எழுதவில்லை. அதற்கு முன்பு, எல்லா பத்திரிகைகளிலும், ஏதாவது ஒருவிதத்தில், என் பெயரோ அல்லது கதையோ அல்லது நான் பேசிய உரையின் ஒரு பகுதியோ வெளியாகிக் கொண்டிருக்கும். "சோற்றுப் பட்டாளம்" திரைப்படமாகப் போனபோது, அதற்கு வசனம் எழுதுவதற்காக, எடுத்துக் கொண்ட ஆறுமாத இடைவெளி, ஐந்தாண்டு கால இடைவெளியாகி விட்டது. அவ்வப்போது, நான் இருக்கிறேன் என்பதைக் காட்டிக் கொள்ளவே கதை எழுதும் நிலைக்கு வந்துவிட்டேன். பொதுவாக, பத்திரிகைகளுக்கு நானாக கதை அனுப்புவதில்லை என்றும், கேட்டால் எழுதுவது என்றும், தீர்மானித்தேன்.

பத்திரிகைகளும் கண்டு கொள்ளவில்லை, நானும் அலட்டிக் கொள்ளவில்லை. ஆனால் பலர் 'துக்கம்' விசாரிக்க ஆரம்பித்தார்கள். பிரபல பத்திரிகைகளோ, டி.வி.யில் மலரும் நினைவுகள் வருவது போல, என்னை, பொங்கல், தீபாவளி மலர்களுக்கு மட்டுமே, எழுதச் சொல்வது என்று தீர்மானித்து விட்டன. ஏதாவது ஒரு பத்திரிகை ஒரு கதை கேட்டாலோ, என்னால் உடனடியாக எழுத முடியவில்லை. அதுவும் ஒருகாலத்தில் மூன்று மணி நேரத்தில் ஒரு சிறுகதையை முடித்த எனக்கு, மூன்று நாட்களில்கூட முடிக்க முடியவில்லை. அலுவலக வேலைப்பளுவாலும், நமது 'சீசன்' முடிந்துவிட்டது என்ற எண்ணத்தாலும், நானும் அதிகமாகக் கவலைப்படவில்லை.

தோழியரே! தோழியரே! - இந்தப் பின்னணியில், ஓரிரு மாதங்களுக்கு முன்பு நெல்லை மாவட்டத்தில் உள்ள எனது கிராமத்திற்குப் போயிருந்தேன். நான், ஒரு காலத்தில் மனதுக்குள்ளாவது ரசித்த பெண்களில் பலர் பேத்திகள்கூட எடுத்துவிட்டார்கள். என்னுடைய தோழர் ஒருவர், ஊராட்சி ஒன்றியத் தலைவராகி, சதா அரசியலைப் பற்றியே புலம்பினார். அப்போதைய தோழர்கள், இப்போதைய குடும்பத் தலைவர்களாகி, தெருவாசிகளுக்கும் உதவாத சிறியவர்களாகிவிட்டார்கள். இளைய தலைமுறையோ பரிச்சயமற்றது. ஆனாலும் நானே இளைய தலைமுறையினரிடம் வலியப் பேசினேன். சிலர் "எங்கள வச்சிக் கதை எழுதவா" என்று சொல்லி நழுவினார்கள். சிலர் நம்ம ஊரைக் கேவலப்படுத்துகிறீர்களே என்றார்கள்.

நான் அவர்களுக்கு நம்முடைய பண்பாட்டில் நாம் பெருமைப்பட வேண்டும் என்று லெக்சர் அடித்தேன். சிலர் சிரித்தார்கள்; சிலர் ரசித்தார்கள். ஊரிலிருந்து திரும்பும்போது, "ஒரு வண்டிக்" கதைகளுடன் திரும்பினேன். இப்போது மடமடவென்று எழுதிக் கொண்டிருக்கிறேன். கிராமத் தொடர்பு, ஐந்தாண்டுகளாக அற்றுப் போயிருந்ததால் தான், கதை எழுத இயலாதவனாகி விட்டேன் என்ற உணர்வு, எங்கள் ஊருக்குப் போன பிறகுதான் தெரியவந்தது. ஒருவேளை, நான் எனது கதைகளை டெஸ்ட் டியூப் பேபி-

களாக, சோதனைக்கூடத்தில் எழுதாமல் இருப்பதை ஒரு வைராக்கியமாக வைத்திருப்பதும், இதற்கு ஒரு காரணமாகும். எனக்குக் கிடைத்த கதைகளை வாசகர்களுடன் பகிர்ந்து கொள்ளவே இந்தப் பீடிகை.

ஊருக்குப் போனபிறகு, அங்கே பீடி சுற்றும் தொழில் பெரிதாக வளர்ந்திருப்பதைப் பார்த்தேன். ஒரு விவசாய சூழல், தொழில் துறைச் சூழலாக மாறும்போது, பண்டைய மரபுகள் அற்றுப்போகும் என்பது, சமூக இயல்.

வீடியோ— ஆடியோ சூழலிலும், பெண்கள் மத்தியில் முற்போக்குச் சிந்தனை வளர்ந்து கொண்டு தான் இருக்கிறது. அங்குள்ள ஒரு இளைஞர் - கண்ணாடிக்காரர் என்று அழைக்கப்படுகிறவர், கம்யூனிஸ்ட் கட்சி இயக்கத்தில் ஈடுபட்டு, இந்தப் பெண்களுக்கு சங்கம் அமைக்கப் பாடுபடுகிறார். அந்தக் கிராமத்தில் கம்யூனிஸ்ட் கட்சி பெயர் அடிபடுவதே, அண்மையில்தான். ஒரு காலத்தில் அதாவது அறுபதுகளில், நான் அந்தக் காலத்து மூக்கு வழிப் பேச்சாளர்களால், தமிழர்கள் முழு மூடர்களாகி விடுவார்கள் என்று சரியாகக் கணித்ததால், அப்போதிருந்த ஒரே ஒரு பழுதுபட்ட— தவிர்க்க முடியாத இயக்கமான காங்கிரஸ் கட்சியில் பேச்சாளனாக இருந்தேன்.

எங்கள் கிராமத்தில் கட்சிக்கொடியை ஏற்றப்போகும்போது, ஒருவர் "அமைதியாக இருக்கும் இந்த ஊரில், அரசியலைப் புகுத்திக் கெடுக்காதே" என்றார். அவர் சொன்னது, சரியாகப்பட்டதால், நானும் ஒதுங்கிக் கொண்டேன். அதற்குப் பிறகு திராவிட முன்னேற்றக் கழகமும், காங்கிரஸ் கட்சியும் கொடிகட்டின. இதுகூடப் பெரிய அளவில் இல்லை. ஆனால் இப்போதோ கம்யூனிஸ்ட் இயக்கம், பெண்கள் மத்தியில் ஒரு பாதிப்பை ஏற்படுத்தி உள்ளது. சங்கம் அமைக்க முற்பட்ட கண்ணாடிக்காரன், பீடி முதலாளிகளிடம், தான் சங்கம் வைக்காமல் இருக்க பணம் கேட்டதாக ஒரு புரளியை ஊரில் கிளப்பிவிட்டிருக்கிறார்கள் என்று என்னிடம் முறையிட்டார். நான் "கவலைப்படாதே, உன்னை வைத்தே ஒரு கதை எழுதி ஊக்கப்படுத்துகிறேன்" என்றேன். சொன்னபடி "தோழியரே, தோழியரே" என்ற சிறுகதை தாயில் பிரசுரமாயிற்று. அதற்கு இலக்கியச் சிந்தனை பரிசும் கிடைத்தது.

பூனைக்கும் மணிகட்டலாம்: எங்கள் ஊரில் ஒரு காலத்தில் யார் வேண்டுமானாலும் அடிக்கலாம் என்பது மாதிரி இருந்த ஒரு குடும்பம், இப்போது எழுச்சிபெற்று நிற்கிறது. அந்தக் குடும்பத்தின் இளைஞர்கள் இப்போது எந்த கொம்பனையும் எதிர்ப்பதற்குத் தயாராகிவிட்டார்கள். இதை வைத்து "பூனைக்கும் மணி கட்டலாம்" என்று ஒரு சிறுகதையை "தாய்" பெற்றுக் கொடுத்தாள்.

ஒரு போலிஸ் படையின் கிராமப் பிரவேசம்: எங்கள் ஊருக்குப் பக்கத்து ஊரான சிவநாடான் ஊரில் ஒரு சம்பவம் அப்போது நடைபெற்றது. போலீஸ்காரர்களில் ஒரு பகுதியினர், ஒரு வேனில் கள்ளச்சாராயம் காய்ச்சுபவர்களிடம் மாமூலாகக் குடித்துவிட்டு, வழியில், வயலுக்குத் தண்ணி கொண்டு

போன ஒரு இளைஞனை வேனில் தூக்கிப்போட்டுக் கொண்டு போயிருக்கிறார்கள்; அவனை எங்கெல்லாமோ நிறுத்திவிட்டு, அவன் முன்னாலேயே சாராயமும் குடித்திருக்கிறார்கள்; சட்டமும் பேசியிருக்கிறார்கள். அந்த இளைஞனின் தந்தை ஒரு ஆசிரியர். 'ஜாக்டி' அமைப்பாளர்;

அந்த வேனை ஊர்க்காரர்கள் மறித்து, போலீஸ்காரர்களை பலவந்தமாக இறக்கி, காலில் கிடந்த பூட்ஸ்களை கையில் பிடிக்கச் செய்து, ஊர்வலமாக நடத்தி இருக்கிறார்கள். இதைப் பின்னணியாக வைத்து, "ஒரு போலீஸ் படையின் கிராமப்பிரவேசம்" என்ற சிறுகதையை 'செம்மலரில்' எழுதினேன். எனக்குப் பிடித்த கதை. நான் ஏதோ ஒரு அப்பட்டமான பிரசார நெடியை அலைமோத விட்டிருப்பதாகவும், 'செம்மலர்' என்பதால், கதையை முற்போக்காக முடித்திருக்கிறேன் என்றும், நமது ஞான பண்டிதர்கள் நினைக்கலாம். ஆனால் கதை முழுக்க முழுக்க நடந்த நிகழ்ச்சி.

சாமியாடிகள்: எங்கள் ஊரில் பல குடும்பங்கள். சுமார் 100 தலைக்கட்டுக்களைக் கொண்ட ஒவ்வொரு பங்காளிக் கூட்டமும், பல்வேறு பெயர்களால் அழைக்கப்படும். பண்டாரக் கூட்டம், மாதவன் கூட்டம், சங்கிக் கூட்டம், குழியன் கூட்டம், இப்படி பலப்பல கூட்டங்கள். இந்தக் கூட்டங்களில் அருகருகே உள்ள இரண்டு கூட்டங்களுக்குத் தீராப்பகை. மாமா மச்சான்களாகப் பழகியவர்கள், தத்தம் குல தெய்வங்களுக்கு ஒரே சமயத்தில் போட்டி போட்டு, கொடை கொடுத்தார்கள்.

இந்தச் சூழலில், இந்தக் கூட்டத்தைச் சேர்ந்த ஒரு பெண், எதிரிக் கூட்டத்தைச் சேர்ந்த ஒரு இளைஞனோடு ஓடி விட்டாள். பெண் பிறந்த குடும்பக் கூட்டத்தினர் இதை ஒரு தலைகுனிவாக நினைத்தார்கள். பையனின் கூட்டமோ, அவர்களை அவமானப்படுத்தி விட்டதுபோல் துள்ளினார்கள். விவகாரம், காவல் துறைக்குச் சென்றது. ஆனால் காவல் துறையின் சப்-இன்ஸ்பெக்டரோ கிராமத்திற்கு வந்து இந்த விவகாரத்தை முழுமையாக விசாரித்து, ஒரு முடிவெடுக்காமல், பையனைப் பெற்ற குடும்பத்தோடு சேர்ந்து, ஏற்கனவே அவமானப்பட்டது போல் துடித்த குடும்பத்தினரை மிரட்டத் துவங்கினார்.

இதில் எனது உறவினரும் பாதிக்கப்பட்டார். நான் அந்த சப்இன்ஸ்பெக்டருக்கு எனது நண்பரான ஊராட்சி ஒன்றியத் தலைவர் மூலம், நிலைமையை எடுத்துச்சொல்லி, அவர் ஓரம் சாயாமல் பார்த்துக் கொண்டேன். ஒரு ஆணுக்கும் பெண்ணுக்கும் இடையே ஏற்பட்ட அல்லது ஏற்படுத்தப்பட்ட காதல், எப்படி விஸ்வரூபம் எடுத்து, பல தலைகளை விழ வைக்கும் நிலைமைக்குக் கூடப் போகும் என்பதை உணர்ந்தேன். இந்தக் காதலில், அந்தப் பையனோ, அல்லது அந்தப் பெண்ணோ முக்கியத்துவமற்று, சுமார் முந்நூறு பேரின் மானமே நடுத்தெருவுக்கு வந்ததுபோல், ஒரு எண்ணம் ஏற்பட்டது; ஏற்படுத்தப்பட்டது.

நமது "புனிதக் காதல்" எழுத்தாளர்கள் இத்தகைய சூழலை ஆழ்ந்து பார்த்து, எழுத வேண்டும்; எழுதினால் நன்றாக இருக்கும். இப்போது ஓடிப்-

போனவனும், உடன்போனவளும் இரு கூட்டங்களாலும் ஏற்றுக் கொள்ளப்பட்டார்கள் என்ற சுப செய்தி எனக்குக் கிடைத்தது. ஆனால் இருதரப்பிலும் ஏதாவது ஒரு தரப்பு சற்று மிதமிஞ்சிப் போயிருந்தால், கொலை அல்ல, படுகொலை விழுந்திருக்கும். காவல்துறையினரோ 'மாமூலாகத்தான்' நடந்தார்கள். இந்தக் கொலைகள், காவல்துறை இருந்தும் நடைபெறவில்லை என்பதுதான் முக்கிய அம்சம்! இந்தப் பின்னணியில் 'கோலவடிவு' என்ற தொடர்கதையை 'தினகரனில்' எழுதினேன்.

குறிப்பு: நான் எழுதியதில் ஒரு வரியைக்கூட மாற்றாமல் வெளியிட்ட தினகரனுக்கு நான் நன்றி சொல்லியாக வேண்டும். இந்தத் தொடர்கதை 'சாமியாடிகள்' என்ற தலைப்பில் மதுரையில் உள்ள மீனாட்சி பதிப்பகத்தால் வெளியிடப்பட்டது. இன்றைய கிராமங்களில் வீடியோ - ஆடியோ தாக்கங்கள் எப்படி இருக்கின்றன என்று விலாவாரியாக எடுத்துக்கூறும் படைப்பு.

9. பெண்ணிய அனுபவங்கள்

இந்த மாதம் பெண்கள் மாதம் என்பதால், பெண்களைப் பற்றி நான் எழுதிய கதைகளை நினைத்துப் பார்த்தேன். கற்பழிப்பு என்ற ஒன்றை வில்லன் மூலம் நடத்த விட்டு, பிறகு அந்தப் பெண்ணிற்காக பரிதாபப்பட்டு, எழுதும் எழுத்து வகையை, நான் தொட்டதில்லை. இது பெரும்பாலும் செக்ஸ் உப்பு போட்டு, கொடுக்கின்ற ஒரு பாசாங்கு எழுத்து என்பதுதான் என் கருத்து. இலக்கியத்தைப் பற்றி லியோ டால்டாய் சொல்லுகின்றபோது, "எழுத்தாளன் ஒருவன், அல்லது ஒருத்தி என்ன மனவுணர்வோடு எழுதுகிறாரோ, அந்த உணர்வு வாசகர் மனதில் பதிய வேண்டும். நல்லுணர்வு படிந்தால், அது நல்லியக்கியம், நச்சுணர்வு பதிந்தால், அது நச்சிலயக்கியம்" என்றார். நமது எழுத்தாளர்களில் பெரும்பாலோர், மானசீகமாக ஒரு பெண்ணை கற்பழித்துக் கொண்டே கதை பண்ணுவதால், வாசகன் மனதில் செக்ஸ் ரசனையே மிஞ்சி நிற்கிறது. தார்மீகக் கோபம் ஏற்படுவதில்லை.

ஆகையால் பெரும்பாலும் பெண்களின் செக்ஸ் அல்லாத பிரச்னைகளை எழுதுவது என்றே, நான் தீர்மானித்தேன். ஆனால், செக்ஸ் மனோபாவம் பற்றி எழுதியிருக்கிறேன். பொதுவாக எனது கதைகளிலும், நாவல்களிலும், படிக்காத கிராமத்துப் பெண்கள் பண்புள்ளவர்களாகவும், படித்த பெண்கள் ஒரு தினுசாகவும் வந்திருக்கிறார்கள். இந்த அணுகு முறையிலிருந்து இப்போது நான் மாறி இருக்கிறேன். பெண்களை மேன்மைப்படுத்தும் வகையில்தான் எனது பெரும்பாலான கதைகள் வந்துள்ளன.

சோற்றுப் பட்டாளம்: 28 ஆண்டுகளுக்கு முன்பு, எங்கள் குடும்பத்தில் நடந்த நிகழ்ச்சியே சோற்றுப்பட்டாளமாக வடிவெடுத்தது. எனது அம்மாகூடப் பிறந்த சித்தியை, அவரது சொந்த தாய்மாமா மகனுக்கு சென்னையில் கட்டிக்கொடுத்திருந்தது. எனக்கு, சித்தியும் சித்தப்பாவும் எவ்வளவோ செய்தி-

ருக்கிறார்கள். சித்தி நாற்பது வயதில் இறந்து போனாள். சித்தப்பாவிற்கு 50 வயது இருக்கும். இன்னொரு கலியாணம் செய்ய ஊருக்குப் போன அவருக்கு, இருபது வயது நிரம்பிய எனது கடைசி சித்தியை கலியாணம் செய்து கொடுக்க ஏற்பாடு நடந்து கொண்டிருந்தது. சென்னையில் கல்லூரியில் படித்த நான், விஷயத்தைக் கேள்விப்பட்டு, ஒரு கத்தியை எடுத்துக் கொண்டு, அந்தக் கல்யாணத்தைத் தடுப்பதற்காக ஓடினேன்.

ஆனால் அதற்குள் திருமணம் முடிந்து விட்டது. அந்த ஊரில் அப்போதைய ஒரே படித்த மனிதரான உள்ளூர் ஆசிரியர்தான் இந்த அநியாயத்தை நியாயப்படுத்தி, செயல்பட வைத்த பெரிய மனிதப் பேர்வழி. சம்பந்தப்பட்ட உறவினர் ஒவ்வொருவரும் அந்தத் திருமணத்தால் தனக்கு என்ன லாபம் வரும் என்று யோசித்தார்களே தவிர, சித்தியின் பாதிப்பைப் பற்றி நினைத்துக்கூட பார்க்கவில்லை. கோபத்தோடு குமுறிய என்னைப் பார்த்து பரிகாசம் செய்தார்கள். ஊரில் உள்ள பெரிய மனிதர்கள்கூட அந்தத் திருமணம் அநியாயமானது என்று தெரிந்தாலும், அதைத் தடுக்க முன்வரவில்லை. இந்தப் பின்னணியில் எழுந்ததுதான் "சோற்றுப்பட்டாளம்". வெறுமனே ஒருத்தியை சாகடிக்காமல் சற்று முற்போக்காகக் காட்ட வேண்டும் என்பதற்காக சோற்றுப்பட்டாள நாயகி சுந்தரி, இறுதியில் பொருந்தாக் கலியாணத்தை எதிர்த்து புரட்சி செய்கிறாள்.

இதை அப்போது கற்பனாவாதம் என்று சொன்னார்கள். ஆனால், ஒருசில பத்தரிகைகளில், வரதட்சணை அதிகமாகக் கேட்கப்பட்டது என்பதற்காக, மேடையிலிருந்து குதித்த மணமகளையும் தாலி கட்டுவதற்கு முன்போ அல்லது பின்போ அக்னி சுற்றி வலம் வந்தபோது, மணமகனுக்கு தொழுநோய் இருப்பதைக் கண்டுபிடித்து, அந்தத் திருமணத்தை அங்கீகரிக்காத ஒரு பெண்ணைப் பற்றிய செய்தியும் வெளியாயின.

"ஒரு கோட்டிற்கு வெளியே" நாவலை நான் முன்னதாக எழுதினாலும், ஆனந்தவிகடனில் தொடர் கதையாக வெளியாகி, பின்னர் பேராசிரியர் பாக்கியமுத்து அவர்களால், சி.எல்.எஸ். நிறுவனம் மூலம் முதலாவதாக வந்த நாவல் இந்தச் "சோற்றுப்பட்டாளம்". இது பத்தாண்டுகளுக்கு முன்பு டி.வி.யில் நாடகமாக வந்தது. இன்னும் மிகச் சிறந்த நாடகமாகப் பேசப்படுகிறது. பின்னர் இது "பாசம் ஒரு வேசம்" என்ற தலைப்பில் திரைப்படமானது. ஆனால் எடுக்கத் தகுதியில்லாதவர்கள் எடுத்ததால், அது பார்க்கத் தகுதியில்லாமலேயே போய்விட்டது.

மானுடத்தின் நாணயங்கள்: பெண்ணைப் பற்றி எழுதிய எனக்குப் பிடித்த ஒரு சிறுகதை, 'மானுடத்தின் நாணயங்கள்! என் மனைவி வழி சொந்தக்காரப் பெண் ஒருத்தி, கிராமத்திலிருந்து கணவனுடன் எண்ணூரில் வசித்து வந்தாள். அவள் கணவன், இன்னொருத்தியைச் சேர்த்துக் கொண்டு, அவளைக் கொடுமைப்படுத்துவதாகத் தகவல் வந்தது. எப்படியாவது அந்தப் பெண்ணை

மீட்டு அவளுக்கு வாழ்வளிக்க வேண்டும் என்று சொந்தக்காரர்கள், என்னைக் கேட்டுக் கொண்டார்கள். பப்ளிசிட்டி ஆபீசராக, சற்று போலீஸ் செல்வாக்கில் உள்ள நான், அந்தப் பெண்ணின் சித்தப்பாவுடன் எண்ணூருக்குப் போனேன்.

அங்கிருந்த டிஎஸ்பி என்னுடைய நண்பர். "ஐயோ இதெல்லாம் பொம்பள விவகாரங்க. போலிஸ்காரனை கிழிச்சிப்பிடுவாங்க" என்றார் அவர். உடனே ஒரு கான்ஸ்டபிள் டமார் என்று சல்யூட் அடித்து, தான் இந்த விவகாரத்தை முடித்து வைப்பதாகக் குறிப்பிட்டார். டிஎஸ்பி நண்பர் வேண்டாவெறுப்பாகச் சம்மதித்தபோது, (பின்னால் அந்தக் கான்ஸ்டேபிளுக்கு, சம்மன் இல்லாமல் ஆஜரானதற்காக டோஸ் கிடைத்திருக்கலாம்) அந்தக் கான்ஸ்டேபிளுடன், இன்னும் நான்கைந்து போலீஸ்காரர்களுடன் என் சொந்தக்காரப் பெண் வீட்டிற்குப் போனோம். அவள் தலை மொட்டையடிக்கப்பட்டு, கூனிக்குறுகி இருந்தாள். அவளின் தாலி கட்டாத சக்களத்தி, இரண்டு குழந்தைகளோடு கும்மென்று இருந்தாள்.

கான்ஸ்டேபிள் எடுத்த எடுப்பிலேயே அந்தக் காதல் மன்னனை நாயே பேயே என்று பேசினார். அடிக்கக்கூட போய் விட்டார். அதற்குள் அவன், அவர் காலிலும் என் காலிலும் விழுந்து, என்ன சொன்னாலும் கட்டுப்படுவதாக வாக்களித்தான். என்னுடன் வந்த பெண்ணின் சித்தப்பாவும் அந்த கான்ஸ்டேபிளும், அவன் வைப்பாட்டியை அப்போதே துரத்திவிட வேண்டும் என்று மிரட்டினார்கள். அவனும் போலிஸைப் பகைத்து அந்த ஏரியாவில் வாழ முடியாது என்பதால், அதற்கு உடன்பட்டான். ஆனால் எனக்கோ மனசு கேட்கவில்லை. நான் இதை என் சொந்தக்காரப் பெண் ஒருத்தியின் பிரச்னையாக அனுகாமல், ஒரு பெண்ணின் பிரச்னையாக அணுகியதால், எனக்கு அவனது வைப்பாட்டி பிரச்னையும் மனதை நெருடியது.

இவனால் இரண்டு குழந்தைகளுக்குத் தாயாக்கப்பட்ட அவள், எங்கே போவாள்? என்ன செய்வாள்? என் சொந்தக்காரப் பெண்ணும் அவளும் பிரச்னையைப் பொறுத்த அளவில் இடம் மாறுகிறார்களே தவிர, பிரச்னை தீர்ந்தபாடில்லை. நான் மனதைக் கல்லாக்கிக் கொண்டு, அவள் இரண்டு பெண்களோடும் வாழட்டும்; இருவரில் எவளையாவது கொடுமை செய்தால், போலீஸ் அவனை உதைக்க வேண்டும் என்று சொல்லி விட்டேன். இதனால் என் சொந்தக்காரப் பெண்ணுக்கும் அவள் சித்தப்பாவிற்கும் என்மேல் வருத்தம் தான். ஆனால் என் முடிவு எனக்கு இன்னும் சரியானதாகவே தெரிகிறது. இந்த அடிப்படையில், 'மானுடத்தின் நாணயங்கள்' என்று, ஒரு சிறுகதை எழுதினேன். குமுதத்தில் பிரசுரமாயிற்று.

இதேபோல் காவல்துறையிடம் கள்ளக்காதலியுடன் பிடிபட்ட கணவன், வீட்டிற்கு கொண்டு வரப்பட்ட போது அவன் மனைவி, கணவனைத் துரத்திவிட்டு அவன் காதலிக்குப் பாதுகாப்பு கொடுத்தாள் என்று ஒரு கற்பனைக் கதையையும் எழுதினேன். மானுடத்தின் நாணயங்கள், டி.வி. நாடகமாக

ஒளிபரப்பானது. நாடகத்தில் கணவன், மனைவியை காட்டுத்தனமாக அடிப்பதைக் குறைத்திருக்கலாம் என்று நமது 'மனிதாபிமானிகள்' மனம் பொறுக்காமல் கூப்பாடு போட்டார்கள். அடிக்கின்ற காட்சியையே காணக்கூசும் இவர்களால், நிதர்சனத்தை எப்படித் தாங்கிக் கொள்ள முடியும்?

ஆபீஸ் மோகினி: ஒரு பிரச்னையை உள்ளது உள்ளபடி சொல்ல வேண்டும் என்று எண்ணுவதால் படித்த சில பெண்கள் அலுவலகங்களில் மேலிடத்தை கண்வீச்சால் அடித்து சகாக்களை காலால் உதைக்கும் பல சம்பவங்களைக் கண்டிருக்கிறேன். பாதிக்கப்பட்டு இருக்கிறேன். சென்னை வானொலியில் என்னுடைய சகா, ஒரு பெண். போலீசில் ஒருவர், சினிமாவில் ஒருவர், தனது இலாகாவில் ஒருவர், அடியாட்களில் ஒருவர் என்று விதவிதமான மனிதர்களைப் பரிச்சயம் கொண்டவர். புதிதாக வேலைக்கு வந்த, என்னை இவர் படாதபாடு படுத்திவிட்டார். ஒரு பெண்ணின் திருமணத்தையே நிறுத்துவதற்கு முயற்சி செய்தவர்.

தன்னை வேலையில் சேர்த்த ஒருவரையே தூக்கியெறியும்படி செய்தவர். இவர் பேசினால் அசல் கண்ணகியே மறுபிறவி எடுத்தது போல் தோன்றும். என்னிடத்திலும் இவர் வேலையைக் காட்டத் துவங்கினார். ஆனால் நான் விட்டுக் கொடுக்கவில்லை. திருப்பி போராடினேன். இந்த அம்மையாரைப் பற்றி புதுதில்லியில் உள்ள அதிகாரிகளுக்கு புகார் கடிதங்கள் எழுதிப்போட்டேன். விளைவு அவர் மாற்றப்பட்டார். அப்படியும் திருப்தியுறாமல், "அவள் ராட்சஸி" என்ற ஒரு சிறுகதையை குமுதத்தில் எழுதினேன். "ஆபீஸ் மோகினி" என்ற எனது மாத நாவல் இந்த அம்மையாரை மையமாக வைத்து வெளி வந்தது.

குமுதத்தில் மாலைமதி வெளியான முதல் ஐந்து மாதங்களில் பிரசுரமான நாவல் இது. இதில் ஒரு வேடிக்கை; இவரது மகளை நல்ல பெண்ணாகவும், யோகத்தில் ஈடுபாடு கொண்டவளாகவும் அம்மாவை எதிர்த்துப் போரிடுபவளாகவும் காட்டினேன். உண்மையிலேயே அந்தப் பெண் இப்போது யோகத்தில் ஈடுபடுபவளாக, அம்மாவின் போக்குப் பிடிக்காமல் அவளிடமிருந்து விடுபட்டு, தனித்து நிற்கும் பண்புள்ள பெண்ணாக வாழ்ந்து கொண்டிருக்கிறாள். ஆனால் இப்போது நினைத்துப் பார்க்கும் போது, ஒரு சகாவை இழிவுபடுத்தி இப்படி எழுதியது சரிதானா என்று தோன்றுகிறது. நீலபத்மநாபன் விவகாரத்தில், அவருக்காக நான் இன்னும் அனுதாபம் கொள்கிறேன் என்றாலும், ஒரு அலுவலக சகாவைப் பற்றி அவர் இழிவாக எழுதக் கூடாது என்று எழுத்தாளர் விக்ரமனிடம் வாதித்தேன்.

உடனே அவர், "நீங்கள் மட்டும் என்னவாம்?" என்று ஆபீஸ் மோகினியைச் சுட்டிக்காட்டினார். அதிலிருந்து அந்த நாவலை எழுதியிருக்க வேண்டாம் என்றே நினைக்கிறேன். இதற்காக அலுவலக சமாச்சாரங்கள் எழுதக் கூடாது என்பதல்ல. ஆனால் அந்தப் பாத்திரம் நமக்குத் தெரிந்த ஒருவரின்

உருவத்தை வர்ணிப்பதாகவோ, முழுக்க முழுக்க அவரைப் பற்றி வருவதாகவோ இருக்கலாகாது என்பது என் கருத்து. எழுத்தில் நிராயுதபாணிகளாக இருக்கும் அவர்களை, நமது எழுத்தாயுதத்தால் தாக்கக் கூடாது என்று இப்போது நினைக்கிறேன். இதே நாவல் 'பிற்பகல்' என்ற பெயரில், வானதியால் வெளியிடப்பட்டது.

அம்மாவைத் தேடி... - பெண்மையை மேன்மைப்படுத்தி நான் எழுதிய ஒரு கதை இன்னும் என் உடம்பை புல்லரிக்க வைக்கிறது. பதினைந்து ஆண்டுகளுக்கு முன்பு "அம்மாவைத் தேடி" என்று ஆனந்தவிகடனில் எழுதிய சிறுகதை. ஒரு நாள் காரிலோ, ஸ்கூட்டரிலோ போய்க் கொண்டு இருக்கும்போது, மரணத்தின் தருவாயில் இருக்கும் ஒருவர், யாரைப்பற்றி சிந்திப்பார் என்ற ஒரு கற்பனை வந்தது. நிச்சயம் அவர் குழந்தையாகி, தனது அம்மாவைப் பற்றியே சிந்திப்பார் என்று தோன்றியது. உடனே ஒரு கற்பனை ஏற்பட்டது. இப்படி எல்லோருமே அம்மாவைப் பார்க்க வேண்டும் என்று நினைத்து மரணமடைகிறார்கள்.

ஆகையால் அனைவருமே ஆவிக் குழந்தைகளாய் ஆகிறார்கள். அம்மாவைத் தேடி ஆகாயத்தில் பறக்கிறார்கள். அங்கே ஆதி பராசக்தியின் முன்னால் லட்சக்கணக்கான குழந்தைகள் நிற்கின்றன. ஒவ்வொரு குழந்தையும் தனது அம்மாவைத் தேடுகிறது; அம்மா இல்லை. இரண்டு குழந்தைகள் பேசிக் கொள்ளும் போதுதான் ஒரு குழந்தைக்கு இன்னொரு குழந்தை அம்மா என்பது தெரிகிறது. ஆனால் அந்த அம்மா குழந்தையும் கடைசிக் காலத்தில் தனது அம்மாவைப் பார்க்க வேண்டும் என்ற எண்ணத்துடனேயே இறந்ததால், குழந்தையாகவே வடிவம் பெறுகிறது, எல்லாக் குழந்தைகளும் திகைத்து ஆதிபராசக்தியைப் பார்த்தபோது, அவள், ஒவ்வொரு குழந்தைக்கும் அதன் தாய்போல் வடிவம் காட்டுகிறாள். மீண்டும் சுயவடிவுக்கு வருகிறாள்.

ஆவிக் குழந்தைகளுக்கு இந்த ஆதிபராசக்தி தான் அனைவருக்கும் தாய் என்ற ஒரு எண்ணம் ஏற்படுவதாக சிறுகதையை முடித்தேன். இது இந்து மதக் கதை போல் தோன்றினாலும் அப்போது ஆனந்த விகடனில் உதவி ஆசிரியராக இருந்த முஸ்லிம் நண்பரான எழுத்தாளர் ஜே.எம். சாலி, இந்தக் கதை தான் தனக்குப் பிடித்த கதை என்று அடிக்கடி சொல்லுவார். அனுபவத்தின் அடிப்படையில் எழுதாமல், கற்பனாவாதத்தில் எழுதப்பட்ட கதை இது என்றாலும், இந்தக் கதை பெண்மையின் தாய்மையை மேன்மைப்படுத்தியதுபோல் வேறு எந்தக் கதையும் செய்யவில்லை என்று நினைக்கிறேன். அதாவது எனது கதைகளில்.

தாய்மை: 'தாய்மை' என்ற தலைப்பில் சென்னை வானொலி நிலையத்தில் அகிலன் அவர்களின் துண்டுதலின் பேரில் ஒரு சிறுகதை படித்தேன். அதுவும் அனுபவக் கதையே, ஒரு தடவை சென்னைக் கடற்கரையில் ஒரு கதைக்கு கரு தேடி அங்குமிங்குமாக சுற்றியபோது, நான்கைந்து வாட்டசாட்-

டமான ஆசாமிகள் ஒரு இளம் பெண்ணுடன் வந்து என்னைச் சுட்டிக்காட்டி "இவன் தான் உன்னிடம் வாலாட்டியவனா?" என்று கேட்டபடியே, என்னைக் கோபமாகப் பார்த்தார்கள். அவள் தற்செயலாக மேலும் கீழும் தலையை ஆட்டியிருந்தால் கூட போதும், நான் அப்பளமாகியிருப்பேன்.

ஆனால் அவள் நானில்லை என்று தலையாட்டிவிட்டாள். உடனே ஒரு சின்ன கற்பனை ஏற்பட்டது. இப்படி வாலாட்டியவனை அவள் கண்டு கொண்டாலும், அண்ணன் தம்பிகளிடம் சொல்லி அவனை அடித்துத் துன்புறுத்த அவள் தாய்மை இடம் கொடுக்கவில்லை; ஆகையால் தப்புச் செய்தவனையே சம்பந்தப்படாதவன் போல் சொல்லுகிறாள் என்னும் வகையில் எழுதினேன். இப்படி மட்டும் கதையை முடித்தால் அவள் ஏதோ அந்தப் பயலின் கண்ணசைவில் ரசனை கண்டவள்போல் ஆகிவிடும்.

ஆகையால் யாருக்கும் தெரியாதபடி, அந்தப் பயலுக்கு மட்டும் தெரியும்படி, அவனைக் காப்பாற்றி விட்டு, காறித்துப்பியபடியே நடந்தாள் என்று கதையை முடித்தேன். ஒரு நிகழ்ச்சியை, உள்ளது உள்ளபடிச் சொல்லல் நடப்பியல், அதையே நடப்பியலுக்குப் புறம்பாகாதபடி நடக்கும் வகையில் சமூகத்திற்குப் பயன்படும் வகையில், மனிதனை மேன்மைப்படுத்தும் வகையில் முடிப்பது யதார்த்தம். சென்னை வானொலி நிலையத்தில் 'தாய்மை' என்ற தலைப்பில் ஒலிபரப்பாயிற்று.

பதிலடி: நான் இருக்கும் திருவான்மியூருக்கருகே என் வீட்டுப் பக்கமாக ஒரு குடிசை. அங்கே ஒரு குடிகாரக் கணவன். அவன் மனைவி பிள்ளை குட்டிகளோடு இருந்தான். இருவருமே இளம் வயதினர். புருஷன் குடிகாரன். வேலைக்கு வேறு போக மாட்டான். இவள் வீட்டு வேலைக்குப் போய்விட்டு வருகிற எஞ்சிச் சோறை சாப்பிட்டு விட்டு, இவள் சம்பாதிக்கிற பணத்தில் குடிப்பது தான் அவனுடைய ஒரே வேலை. குடிகாரன் சமயத்தில் மிகவும் நல்லவன். ஆனால், தொடர்ச்சியாக அவன் குடித்ததால், அவனின் நல்லவனைக் காண்பது கடினம். இரவில் திடீரென அவன் மனைவி வெளியே அலறி அடித்து அங்குமிங்குமாக ஓடுவாள்.

இவன் கையில் கம்பை வைத்துக்கொண்டு அவளை விரட்டுவான். "என்னைக் காப்பாத்துங்க காப்பாத்துங்க" என்று அவள் அலறுவாள். பக்கத்தில் உள்ள அனைவரும் பங்களாக்காரர்கள். லைட்டைப் போட்டு வேடிக்கை பார்த்து, அந்தச் சம்பவத்தை லைட்டாகத்தான் எடுத்துக் கொள்வார்கள். ஆனால் எனக்கோ மனசு கேட்கவில்லை. பல தடவை நான் வெளியே வந்து, அவனைத் திட்டியிருக்கிறேன். போலீசில் பிடித்துக்கொடுப்பதாக மிரட்டியிருக்கிறேன். அவன் அடங்கிப் போவான். அவள் அழுது தீர்ப்பாள். இப்படிப்பட்ட சூழலில், அந்தக் குடிசைக்குள் வேலை தேடி அவள் தாய்மாமன் வந்தான்.

அங்கேயே தங்கி ஏதோ வேலை பார்த்துக் கொண்டிருந்தான். இவனும் சின்ன வயசுக்காரன். ஒருநாள் வழக்கம் போல், சாராயப் புருஷன் மனை-

வியை இரவில் துரத்த, இந்தத் தாய்மாமன், அவள் கணவனை புடம்போட்டு விட்டான். நான் இருவரையும் சமாதானப்படுத்தி அனுப்பினேன். ஆனால் அந்த பெண் தாய்மாமன் தூண்டுதலில் கணவன் மீது போலீசில் புகார் கொடுக்க, புகார் கொடுத்த நாள் மாதக்கடைசி என்பதால் போலீசார் புருஷன்காரனை வாரிக்கொண்டு போய் விட்டார்கள். மறுநாள் அந்தப் பெண் என்னிடம் கண்ணீரும் கம்பலையுமாக வந்தாள். கணவனை போலீசில் ஒப்படைத்ததற்காக, அழுது தீர்த்தாள்.

அவனை எப்படியாவது மீட்டுத் தாங்க சார் என்று என்னிடம் மன்றாடினாள். நானும் என் பதவியைப் பயன்படுத்தி, சம்பந்தப்பட்ட காவல் நிலையத்திற்கு டெலிபோன் செய்து, அவனை விடுதலை செய்யும்படி கேட்டுக் கொண்டேன். இந்தப் பெண், கணவனுக்கு மசால் வடைகளையும், பீடிகளையும் வாங்கிக் கொண்டு ஆசையோடு போயிருக்கிறாள். அவளுடைய அன்பைப் புரியாத அந்தப் பயல், போலீசாரிடம் அவள் தாய்மாமனை வைத்துக் கொண்டிருப்பதாகவும், இருவரும் சேர்ந்து, தன்னை அடித்து துன்புறுத்துவதாகவும் சொல்லியிருக்கிறான். இந்தப் பின்னணியில் அங்கிருந்த போலீசார், கணவனை மீட்கப் போன இந்தப் பெண்ணை, கண்டபடி திட்டியிருக்கிறார்கள்.

‘விபச்சாரி’ என்று ஏசியிருக்கிறார்கள். விபச்சாரத்தடை சட்டத்தில் வழக்குப் போடப் போவதாகவும் பயமுறுத்தியிருக்கிறார்கள். பிறகு அவனையும் விடுதலை செய்துவிட்டார்கள். ஆனால் இந்தப் பெண் புருஷனை சேர்க்க மறுத்துவிட்டாள். நான் எவ்வளவோ சொல்லிப் பார்த்தும் அவள் கேட்கவில்லை. தாய்மாமனோடு வாழத் துவங்கினாள். என்னைக் கண்டதும் தலையைக் குனிந்து கொள்வாள்.

இரண்டு மாதங்களில் தாய்மாமன் நடுரோட்டில் அவளை உதைத்திருக்கிறான். பயங்கரமாக அடித்திருக்கிறான். அக்கம்பக்கம் இருந்த சேரிப்பெண்கள், “புருஷனைத் துரத்திய அவளுக்கு சரிதான்” என்பதுபோல், சும்மா இருந்திருக்கிறார்கள். இந்த நிகழ்ச்சியைக் கேள்விப்பட்ட நான், ஒருதடவை அவளை வழியில் பார்க்கும்போது, “தாய்மாமனோடாவது ஒழுங்காகக் குடித்தனம் செய்யக் கூடாதா?” என்று கேட்டேன். அதற்கு அவள் எனக்குப் போட்ட பதில் கேள்வி, கிட்டத்தட்ட பகவத் கீதையைப் படித்ததுபோல் இருந்தது.

“ஏன் சாரே, ஒருத்தி ஒரு ஆம்புடையானோட வாழனும்னா, அவன் கொடுக்கிற உதையை வாங்கிட்டுத்தான் இருக்கணுமா? ஒருத்தனோடு அடிபட்டுகிட்டு தான் வாழனும்னா, அது இன்னா கொடும்பம்? இன்னா வாழ்க்கை? அந்தக் கசமாலமும் அடிச்சான் இந்தக் கசமாலமும் அடிச்சான். இனிமேகாட்டி எனக்கு எந்த கசம்மாலமும் வேணாம்.”

இந்தப் பெண் இப்போது எங்கே இருக்கிறாள் என்று தெரியவில்லை. அவள் கேட்ட கேள்வி என்னை இன்னும் உறுத்திக் கொண்டே இருக்கிறது. கணவன்காரன், பிறகு அவளிடம் எவ்வளவோ கெஞ்சியும், அவள் அவனோடு வாழ சம்மதிக்கவில்லை. இதை வைத்து, "பதிலடி" என்று ஒரு சிறுகதையை குங்குமம் பத்திரிகைக்கு அனுப்பினேன். அப்படியே பிரசுரித்தார்கள்.

10. அனுபவ படிப்பினை

எனக்கு எல்லோருக்கும் ஏற்படுவது போன்ற ஒரு அனுபவம் ஏற்பட்டது, அனுபவத்தில் இருந்து பாடம் கற்றுக் கொள்வதே, அனுபவத்தைவிட முக்கியம் என்று, லியோ டால்ஸ்டாய் சொன்னதுபோல், அந்த அனுபவத்தில் எனக்கொரு மகத்தான படிப்பினை கிடைத்தது. அது என் வாழ்க்கை அணுகும் முறையையும், எதிர்காலப் படைப்புகளையும் மாற்றக்கூடியது. ஆகையால் இந்த இதழில், என்னென்ன எழுதினேன் என்பதைவிட, என்ன எழுதப் போகிறேன் என்பதை உங்களுடன் பகிர்ந்து கொள்ளப்போகிறேன்.

எதிர்கால நாவல்: சென்ற டிசம்பர் மாத மத்தியில் குடியரசுத் தலைவர் திரு. ஆர்.வி. அவர்கள் அண்ணாமலைப் பல்கலைக்கழகத்தின் வைர விழாக் கூட்டத்தில் உரையாற்றுவதை செய்தியாக்குவதற்காகச் சென்றிருந்தேன். வயலுக்கு களையெடுத்தது மாதிரியாயிற்று, மாட்டுக்கு புல் வெட்டியது மாதிரியும் ஆயிற்று என்பது போல், அங்கே படிக்கும் என் மகனை கடமையாற்றும் சாக்கில் பார்க்கப்போகிற மகிழ்ச்சியில் போனேன். இந்த மகிழ்ச்சியில், அதற்கு முன்பு மூன்று நாட்களாகச் சாப்பிடுவதில் ஒரு ஈடுபாடு இல்லாமல் போனதை உதாசீனம் செய்துவிட்டேன்.

பல்கலைக்கழகத்திலும் இரண்டு நாட்கள் இருந்தேன். உடம்பு ஒரு மாதிரி தோன்றியது. அந்த இரண்டு நாட்களிலும் காபி, பன் தவிர எதையும் சாப்பிடவில்லை. அதைப்பற்றி அலட்டிக்கவும் இல்லை. அங்கிருந்து மதுரை பாத்திமா மகளிர் கல்லூரிக்குச் சென்று, கண்ணகி கல்தோன்றி மண்தோன்றாக் காலத்தே முன்தோன்றியதாகக் கூறப்படும் பேச்சு வழக்கு, கல் கொண்டு வந்த செங்குட்டுவன், ஆகிய அபத்தங்களால் தமிழகம் மக்காகியிருப்பதை மாணவிகளுக்கு எடுத்துரைத்தபோது, அவர்கள் கைத்தட்டி ஆரவாரம் செய்தது மகிழ்ச்சியாக இருந்தது.

பேராசிரியை சக்திபெருமாள் அவர்கள், கொடுத்த விருந்திலும் சாப்பிடவில்லை. வழக்கம்போல் இதையும் பொருட்படுத்தாமல், வானொலி நிலையத்திற்கு என் நண்பர்களைப் பார்க்கப்போகும் போது, மேகநாதன் என்ற நண்பரிடம் எதேச்சையாக என் பிரச்னையைச் சொன்னேன். உடனடியாக அவர், தனது மைத்துனரான வயிற்று நோய் நிபுணரிடம் கூட்டிச் சென்றார். அங்கே ரத்தத் துளிகளோடு வாந்தி எடுத்தேன்.

அந்த நிபுணர், எனக்கு மஞ்சக்காமாலை வந்திருக்கிறது என்றும், இதற்குமேலும் தாமதித்தால் சிறுநீரகம் கெட்டுவிடும் என்றும் - ஒருவேளை இப்போதே கெட்டிருக்கலாம் என்றும் சொன்னதுடன், என்னை ஒரு நர்சிங்ஹோமில் சேர்த்துவிட்டார். நிலைய இயக்குனர் திருவேங்கடம் உட்பட பல அன்பர்கள், காட்டிய அன்பில் நெகிழ்ந்தேன். நோயின் வலிமையை குறைத்து மதித்துவிட்டேன். மஞ்சக்காமாலைதானே என்ற மெத்தனத்தில் சென்னைக்கு வந்தேன். மகாராஷ்டிர ஆளுநர் திரு. சி. சுப்ரமண்யத்தின் பேரனும், பிரபல வயிற்று நோய் நிபுணருமான திரு. பழனிச்சாமியிடம் சென்றபோது, அவர் சில பரிசோதனைகளைச் செய்யச் சொன்னார்.

எதிர்பார்த்ததுபோல் மஞ்சக்காமாலை 20 நாளாகியும் கூடியதே தவிர குறையவில்லை. இந்தப் பின்னணியில், எனக்கு ஆஸ்திரேலியா ஆன்டிஜீனா என்ற விஷக்கிருமியின் தாக்குதல் இருப்பதாக ஒரு சோதனை கூறியது. எனது உறவினர் டாக்டர் கலைவாணனிடம், "வெளிநாட்டுக் கிருமியப்பா" என்ற விளையாட்டாகச் சொன்னபோது, அவரோ "ஐயோ இது கான்சருக்கு ஆரம்பமாகக் கூட இருக்கலாம்" என்று உண்மையிலேயே பதறிச் சொன்னார். நான் துடித்துப் போய் விட்டேன். இறக்கப் போவது போல, உடனடியாக டாக்டர் பழனிச்சாமியிடம் சென்று, "அப்படியா" என்று கேட்டேன்.

அவரும் புன்முறுவல் செய்யாமல் பேசாமல் இருந்தார். "எதற்கும் ஒரு ஸ்கானிங் எடுங்கள்" என்று பட்டும் படாமலும் சொல்லிவிட்டார். அதாவது எனக்கு வந்த மஞ்சக் காமாலை கான்சரின் துவக்கமாக இருக்கலாம் என்பது மாதிரியான ஒரு அனுமானத்தைக் கொடுத்தார். எனக்கோ உடனடியாக சோதனை செய்து, அப்படியில்லை என்றாக வேண்டும் என்ற துடிப்பு. ஆனால் ஸ்கானிங் எடுப்பதற்கோ, மூன்று நாள் இடைவெளி இருந்தது. இதற்கிடையே இந்தியன் எக்ஸ்பிரசில் வந்த ஒரு கட்டுரையும் ஆஸ்திரேலிய கிருமி கேன்ஸரின் முதலீடு என்பதை உறுதிபடுத்தியது. நான் என்ன பாடுபட்டிருப்பேன் என்பதைச் சொல்லவேண்டியதில்லை.

இதுவரை வாழ்ந்த வாழ்க்கையும், எழுதிய எழுத்தும், பொய்யாய், பழங்கனவாய் போனதுபோல் தெரிந்தது. வாழ்க்கையின் வரவுசெலவு கணக்கைப் போட்டுப் பார்த்தால் ஒரு வெறுமையே மிஞ்சியது. வாழ்ந்ததெல்லாம் வீண் என்பது மாதிரி; ஒவ்வொரு மனிதனுக்கும் பிறப்பிலே மரணம் பிறந்திருக்கிறது என்று தெளிவாகத் தெரிந்தபோதிலும் மனிதன் ஆடுகின்ற ஆட்டமும், (அதாவது நான்தான்) குதித்த குதியும், பரிகாசமாகத் தோன்றின. இதுவரை புரியாத ஒரு உண்மை புலப்பட்டது. மரம் செடி விழுந்தால் கூட, விறகாகும். ஆனால் மனிதன் இறந்தாலோ, ஒருபிடிச் சாம்பலாகிறான். இந்தப் பின்னணியைப் பார்க்கின்றபோது நமக்கப்பால் ஏதோ ஒரு சக்தி மட்டுமே நிரந்தரமாக நிற்கக்கூடியது என்ற எண்ணம் வந்தது. இந்த எண்ணம் எல்லோருக்கும் ஏற்படும் தான்.

ஆனால் மரணத்தின் கோரப்பிடியில் இருப்பதாக நினைக்கும் ஒருவருக்கு வந்தால் அது எப்படியிருக்கும் என்பதை, எழுத்தில் இயம்ப இயலாது. வள்ளலாரின் அருட்பெருஞ்ஜோதி அகவலை பல ஆண்டுகளாகப் படித்திருந்தாலும், அதன் புதிய தாத்பரியம் இந்தக் காலக்கட்டத்தில்தான் தெரிந்தது. நல்ல வேளையாக அப்படிப்பட்ட கிருமி போய்விட்டதாகவும், வயிற்றில் அத்தகைய நோய்க்குரிய (ஐயோ அதன் பெயரைச் சொல்லவே பயமாக இருக்கிறது) எதுவும் இல்லை என்றும் சோதனைகளில் தெரிந்து விட்டது.

நாளாக நாளாக ஆன்மீக உணர்வு போய் "உங்களுக்கு பழையபடியும் கொழுப்பு வந்துவிட்டது" என்று என் மனைவி சொல்லும் அளவுக்கு, உணர்வுகள் மாறிவிட்டன. நான் திடுக்கிட்டேன். ஒருவாரத்திற்கு முன்பு இருந்த வாழ்க்கை பற்றிய அனுமானத்தை மீண்டும் மாயை வந்து பற்றிக் கொண்டதே 'என்று பழைய உணர்வுகளுக்கு என்னை ஆட்படுத்தப் பார்த்தேன். இதிலிருந்து தெரிந்து கொண்டது, சங்கடங்கள், சஞ்சலங்கள் வரும்போது, ஒவ்வொருவரும் தனக்கு ஏற்படும் உணர்வுகளை எழுதி வைத்தால், அதுவே ஒரு காவியமாகும். நிலையற்ற வேளைக்குவேளை மாறுகின்ற மனித உணர்வுகளை, அத்தகைய டயரி, பரிகாசம் செய்து பக்குவப்படுத்தும். இந்தச் சமயத்தில் குசலம் விசாரிக்க வருவார்கள் என்று எதிர்பார்த்த சில நண்பர்கள் வரவில்லை. எதிர்பாராத சகாக்கள் வந்தார்கள்.

எல்லாவற்றிற்கும் மேலாக, பேராசிரியர் பாக்கியமுத்து, உடல்நலக்குறைவிலும், உச்சி வெயிலில் என்னைப் பார்த்தார். தில்லி தமிழ்ச்சங்கத்தின் துணைத் தலைவர் திரு. விஸ்வநாதன், 60 வயதைத் தாண்டிவிட்டாலும் கண்தெரியாத இரவில் தட்டுத்தடுமாறி என் வீட்டிற்கு வந்தார். இந்த இரண்டு பெரியவர்களும் என்னைவிட்டுப் பிரிந்தபோது, அவர்களின் முதுகுகளையே பார்த்துக் கொண்டு, அதேசமயம், அவர்களோடு சிறிது நடந்து வழி அனுப்பமுடியாத நிலையில் இருந்த நான், அல்லோகல்லோலப் பட்டேன். எந்தவிதப் பிரதிபலனும் இல்லாத அவர்களின் தூய்மையான அன்பு, வாழ்க்கை என்பது அன்பு ஒன்றையே அடித்தளமாகக் கொண்டிருக்க வேண்டும் என்ற ஒரு கோட்பாட்டைப் பதித்தது. நட்சத்திரங்கள் ஒன்றையொன்று ஈர்ப்பதுகூட அன்பால் தான். செடிகொடிகள் வளருவது கூட சூரியசக்தியின் அன்பால்தான். இத்தகைய அன்பு மானிடத்திடம் ஏன் அதிகமாக இல்லை என்ற ஒரு ஆய்வு நோக்கையும் ஏற்படுத்தியது.

சென்னை மயிலையில் வாழும் மாமுனிவர் குறிஞ்சி சுந்திர சாமிகளை நானும் என் துணைவியாரும் மருத்துவமனைக்குப் போய்விட்டு வரும் வழியில் பார்த்தோம். மரண விளிம்பில் இருக்கும் ஒரு நோயாளியாக அவரை நான் நோக்கினேன். காலையில் எட்டு மணிக்கு பத்மாசனம் போட்டு இரவு எட்டு மணி வரை அப்படியே அமர்ந்திருக்கும் இந்த எண்பது வயது முனிவர் எனக்கு ஆறுதல் கூறியதோடு, ஒரு எலுமிச்சம் பழத்தையும் கொடுத்து இது சுருங்கச் சுருங்க உன் நோயும் போய்விடுமென்றார். எனக்கு இது

ஒரு பெரிய மனோதிடத்தைக் கொடுத்தது.நான் படுத்து விட்டால் இலக்கிய உலகமே துடித்துப் போகும் என்று நினைத்தேன். சென்னை வானொலி நிலையச் செய்திப் பிரிவே இயங்காது என்ற மாய எண்ணம் எழுந்தது. அந்த மாதிரி எந்தப் பிரளயமும் ஏற்படவில்லை. ஒருவேளை மரித்திருந்தால் ஒரு சினிமா நடிகையின் கல்யாணச் செய்திக்குக் கீழே, ஒரு சின்னச் செய்தி வரலாம். அதுவும் எனக்கு சலுகை காட்டுவது போல்.

இந்தப் பின்னணியில், ஒரு நாவல் எழுதலாம் என்று இருக்கிறேன். ஒருவருக்கு நோய் வருவதோ, அல்லது வருவதாக அச்சுறுத்துவதோ சாதாரண சம்பவம்தான். ஆனால் சாதாரண சம்பவத்தையும், அசாதாரணமாகச் சொல்ல முடியும் என்ற தாக்கத்தை நோய்க் காலத்தில் நான் படித்த ஒரு நாவல் ஏற்படுத்தியது. ஞானபீடப் பரிசு பெற்றவரும், காங்கிரஸ், ஜனதா தள பெருந்தலைகள் மோதிய கர்நாடக மாநில தார்வார் தொகுதியில், எழுத்தாளர் என்ற ஒரே காரணத்திற்காக 60 ஆயிரம் வாக்குகளைப் பெற்றவரும், ஒரு தேவதாசியைத் துணிந்து மணந்தவருமான சிவராம் கரந்தின் "எல்லாம் அழிந்த பிறகு" என்ற கன்னட நாவலின் தமிழாக்கத்தைப் படித்தேன்.

பேராசிரியர் சித்தலிங்கய்யா, மொழி பெயர்ப்பு என்ற எண்ணம் ஏற்படாதவகையில் அதை அழகாக இயல்பாகச் செய்திருந்தார். சராசரிக்கு சற்றே மேற்பட்ட ஒருமனிதர், குடும்பத்தைத் துறந்து, தன்னந்தனியாக வாழ்ந்தாலும் எவ்வளவு மனிதாபிமானியாக இருந்தார் என்பதை சித்தரிக்கும் நாவல். அந்தப் பாத்திரத்தின் மனிதாபிமானம் நமக்கும் இருக்கும். வானத்தை வில்லாய் வளைக்கும் அளவிற்கான மனிதாபிமானமல்ல. நம்மைப் போன்ற நல்லவர்களின் மனிதாபிமானத்தைப் போன்றதுதான். அதாவது கதைக்குரிய "கிளைமாக்ஸ் மனிதாபிமானமல்ல" ஆனாலும் சிவராம் கரந்த், அதைச் சொன்ன விதம் இருக்கிறதே, அது ஒரு சராசரி மனிதனையும் தன் வாழ்க்கையின் அர்த்தத்தை உணர வைக்கக்கூடியது. இந்தத் தாக்கத்தில், எனது அனுபவத்தை மையமாக வைத்து நாவல் எழுதப்போகிறேன்.

11. எனது களங்கள் - ஒரு அமாவாசை பௌர்ணமியாகிறது

ஒரு அலுவலகத்தில் அரசுப் பத்திரிகையின் உதவி ஆசிரியராக நான் பணியாற்றினேன். அதன் ஆசிரியர் நோயால் அவதிப்பட்டதால், கிட்டதட்ட நானே அந்தப் பத்திரிகையை நடத்திக் கொண்டு இருந்தேன். இங்கே ஒரு ஏழைப்பெண் கிளார்க்காக இருந்தாள். இவளுக்கு தமிழ் டைப்ரைட்டிங் தெரியும் அப்போதெல்லாம் நான் அதிகமாகச் சிறுகதைகள் எழுதுவதால், அந்தக் கதைகளை அவளிடமே டைப் அடிக்கக் கொடுப்பதுண்டு. கதைகளுக்கு சன்மானம் கிடைத்ததால், அவளுக்கும் ஒரு கதைக்கு பத்து ரூபாய் கொடுப்-

பேன். சில நாவல்களும் டைப் அடிக்கப்பட்டு, அவளுக்கு நூற்றுக்கணக்கிலும் கொடுத்திருக்கிறேன். இந்த டைப் வேலை பொதுவாக அலுவலகம் முடிந்த பிறகே நடைபெறும். அந்தப் பெண்ணும் அலுவலகப் பணியை சுறுசுறுப்பாகச் செய்வாள்.

அவள் ஏழை என்பதாலும், ஒரு பெரிய குடும்பத்தை சுமந்து கொண்டிருப்பதாகச் சொன்னதாலும், எனக்கு அவளிடம் ஒரு பரிவுணர்வு. எங்கள் இலாகா இயக்குனர் எனக்கு மிகவும் வேண்டியவர். சென்னைக்கு வந்திருந்த அவரிடம் வாதாடி, இந்தப் பெண்ணிற்கு இவள் தகுதிக்கு மீறிய ஒரு உயர்ந்த வேலையை இன்னொரு துறையில் வாங்கிக் கொடுத்தேன். ஒரு மாதத்திற்குப் பிறகு, ஒரு கடிதம் வந்தது. எங்கள் பத்திரிகையில் கட்டுரை எழுதிய ஒருவர், தனக்கு அன்பளிப்பு பணம் வரவில்லை என்று கடிதம் எழுதியிருந்தார். கேஷ் புக்கைப் பார்த்தால், அதில் அவருக்குக் கொடுக்கப்பட்டதாகக் கடிதம் எழுதியிருந்தது. அந்தப் பெண்ணைக் கூப்பிட்டு மிரட்டினேன்.

அந்த உத்தமி உண்மையை ஒப்புக் கொண்டாள். தில்லிக்கு இப்படி பணம் கொடுத்ததற்காக எழுதியக் கடிதத்தை கிழித்துப் போட்டுவிட்டு, டெஸ்பாட்ச் ரிஜிஸ்டரில் தில்லிக்குக் கடிதம் அனுப்பப்பட்டதாக எழுதியதாகவும், வேண்டுமென்றே மோசடி செய்ததாகவும் அவள் ஒப்புக் கொண்டாள். இந்த விவகாரத்தை நான் தில்லிக்குத் தெரிவித்திருந்தால், அவள் சின்னாபின்னமாகி இருப்பாள். எனக்கோ மனசு கேட்கவில்லை. பணம் அனுப்பாதவர்களுக்கெல்லாம் பணம் அனுப்பும்படி சொல்லி விவகாரத்தை விட்டுவிட்டேன். அப்போது ஏதாவது தப்பு செய்திருந்தால் இப்போதே சொல்லிவிடு. சரிக்கட்டி விடுகிறேன்" என்று கூட சொன்னேன். அவள் சத்தியம் செய்தாள்.

ஒருநாள் அலுவலக டெலிபோன் கட்டாகியது. விசாரித்தால், டெலியோன் பணம் கட்டப்படவில்லை என்று சொல்லப்பட்டது. கேஷ் புக்கைப் பார்த்தால் கட்டப்பட்டதாக குறிப்பிடப்பட்டு இருந்தது.

அந்தப் பெண்ணை மீண்டும் கூப்பிட்டு விசாரித்தால், அந்த உத்தமியோ, அந்த ஒரே ஒரு தப்பைத் தவிர அடுத்த தப்பைச் செய்யவில்லை என்று சொல்லி விட்டாள். அவளிடம் நடந்ததை எழுதி வாங்கிக் கொண்டு வேறு வழியில்லாமல் நடந்தது அனைத்தையும் தில்லிக்கு எழுதினேன். இதற்குள் பழைய இயக்குனர் போய்விட்டார். புதிய மனிதர் உடனடியாக விசாரணைக்கு உத்தரவிடுவார் என்று நான் நினைத்தால், ஒருநாள் இன்னொரு அதிகாரி வந்து, நான் இனிமேல் கேஷ் விவகாரங்களைக் கையாளக் கூடாது என்று உத்தரவிட்டுவிட்டுப் போனார்.

என்னால் பொறுக்க முடியவில்லை. தில்லி மேல் அதிகாரிகளுக்கு கடிதம் மேல் கடிதம் எழுதிப் போட்டேன். அந்தப் பெண் சம்பந்தப்பட்ட கையாடலை விசாரித்து, என் பங்குபணி பற்றியும் கண்டறிந்து, தவறு செய்தவர்கள் மீது நடவடிக்கை எடுக்க வேண்டும் என்று கடுமையாக எழுதிப் போட்டேன். பதில் வரவில்லை. இந்தப் பெண் தில்லிக்குச் சென்று விளையாடி விட்டாள் என்-

பது பின்னர் தெரிந்தது. நானும் ஒழிந்து போகட்டும் என்று விட்டு விட்டேன்.

ஒருநாள், திடீரென்று, ஒரு சர்தார்ஜி அதிகாரி என்முன் தோன்றினார். அந்தப் பெண் மீது, நான் எழுதிய புகாரை விசாரிக்க வந்ததாகப் பைலைக் காட்டினார். அவர், கேட்ட குறுக்குக் கேள்விகள், நான்தான் அவளை அப்படிக் கையாட வைத்தேன் என்பதுபோல் இருந்தது. நான் பலமாக ஆட்சேபித்தேன். உடனே அவர், ஒரு சிறு துண்டுக் காகிதத்தைக் காட்டினார். அதில் என் கைப்பட எழுதிய கணக்கு விவரம் இருந்தது. மொத்தம் 300 ரூபாய் இருக்கும். இதை அந்தப் பெண்ணிடம் நீங்கள் கொடுத்தது உண்டா என்று கேட்டார். எழுத்து என் எழுத்து. ஆனால் எப்போது கொடுத்தேன் என்பது தெரிவில்லை. நான் குழம்பினேன்.

இதைத் திருட்டுத்தனமாகக் கருதிய அந்த அதிகாரி, இன்னின்ன தேதிகளில் இவ்வளவு இவ்வளவு பணத்தை அந்தப் பெண் உங்களுக்குக் கொடுத்ததாகவும், அது அலுவலகப் பணம் என்றும், ஆகையால் கையாடல் செய்ய வைத்தது நீங்கள்தான் என்று அவள் விளக்கம் அளித்திருக்கிறாள் என்றும் விளக்கினார். பிறகு இதற்கு பதில் சொல்லுங்கள் என்றார் கம்பீரமாக, நான் பதறியடித்து, அந்தக் காகிதத்தைப் பார்த்தேன். அதில் “தினமணிக்கதிர்”, “குங்குமம்” போன்ற வார்த்தைகள் இருந்தன. திடீரென்று எனக்கு நினைவுக்கு வந்தது. அந்தப் பெண் டைப் அடித்ததற்கு அதிகமாகப் பணம் வாங்கி இருப்பதாக என் மனைவி என்னிடம் சொன்னதை, நான் அந்தப் பெண்ணிடம் சொன்னேன்.

உடனே அவள் “இந்தந்தக் கதைகள் இந்தந்த பத்தரிகைகளுக்கு அனுப்பப்பட்டுள்ளன, நீங்கள் இவ்வளவு பணம் தரவேண்டும். உங்களுக்கு ஞாபகமறதி அதிகம். ஆகையால் இதில் கையெழுத்துப் போடுங்கள்” என்று கேட்க, நானும் அப்பாவித்தனமாகப் போட்டுவிட்டேன். எனக்குப் பற்றி எரிந்தது. ஆனாலும் அந்த அதிகாரியிடம் “குமுதம்” “தினமணிக்கதிர்” என்ற வார்த்தைகள் வந்திருந்தால், அது என்னவாக இருக்கும் என்று திருப்பிக் கேட்டேன். பிறகு நிலைமையை விளக்கினேன். அந்த அதிகாரியும் புரிந்து கொண்டார். ஒருமணி நேரத்திற்குப் பிறகு, அந்தப் பெண்ணிடம் பேசியிருப்பார் போலிருக்கிறது. எனக்கு டெலிபோன் செய்தார்.

அந்த பெண் என் காலில் விழுந்து மன்னிப்பு கேட்க, தயாராக இருப்பதாகவும், என்னால் காலை நீட்ட முடியுமா என்றும் கேட்டார். நான் அவள் முகத்திலேயே விழிக்க விரும்பவில்லை என்று சொல்லிவிட்டேன். அவள் மீது எந்த நடவடிக்கையும் எடுக்கப்படவில்லை. நான் இந்த விவரங்களையெல்லாம் மேல் அதிகாரிகளுக்கு எழுதியும், அது கிணற்றுக்குள் விழுந்த கல்லாகியது. பிறகு விசாரித்துப் பார்த்ததில் அந்த சர்தார்ஜி அதிகாரி சென்னைக்கு மாற்றப்பட்டார் என்றும், பதவியில் சேருவதற்கு முன்பு, சென்னையில் வீடு பார்ப்பதற்காக வந்தார் என்றும், அதற்கு இந்த விசாரணையை

ஒரு சாக்காக வைத்துக் கொண்டு சர்க்கார் செலவில் ஓடி வந்திருக்கிறார் என்பதும், தெரிய வந்தது.

இப்படிப் பட்டவர்கள்தான் இந்த நாட்டிலே அதிகாரிகள். ஈரத்துணியைப் போட்டு கழுத்தறுப்பவர்கள்தான் அலுவலர்கள். இப்படிச் சொல்வதால், எல்லாரையும் இப்படி சொல்ல மாட்டேன். ஆனால் இந்த பரந்து விரிந்த பாரதப் பெருநாட்டில், ஒரு தாலுகாவில் ஒரு காவல் நிலையம், ஒரு இன்கம்டாக்ஸ் ஆபீஸ் முழுமையாக லஞ்சப்பிடிப்பிலிருந்து விலகியிருக்கிறது என்று நம்மால் சொல்ல முடியுமா? அப்படிச் சொல்ல முடியாத வரை இப்படி ஒட்டுமொத்தமாகச் சொல்வதிலும் தவறில்லை. எப்படியோ, இந்தப் பின்னணியை வைத்து ஒரு குறுநாவல் எழுதினேன். குங்குமத்தில் பிரசுரமாயிற்று.

தர்மவான் தோற்றாலும் தர்மம் ஜெயிக்கும்: நான் களவிளம்பரத்துறை அதாவது பீல்டு பப்ளிசிட்டி ஆபீசராக இருந்தேன். இது ஒரு வேடிக்கையான டிபார்ட்மென்ட். ஊர்ஊராக திரைப்படம் போடுவது, பப்ளிசிட்டி ஆபீசர் வேலை. அவருக்கு ஒரு ஜீப் உண்டு. ஆனால் இப்படி ஏழெட்டு பப்ளிசிட்டி ஆபீசர்களை மேற்பார்வையிடும் தலைமை அதிகாரிக்கு ஜீப் போகட்டும் - ஒரு சைக்கிள் கூட கிடையாது. ஆனால், இந்த தலைமை அதிகாரி பப்ளிசிட்டி ஆபீசர் ஜீப்பை எடுத்துக் கொண்டு கண்டபடி சுற்றுவார். மாமா வீட்டிற்குப் போவார். மச்சினி சடங்கான விழாவிற்கு குடும்பத்தோடு போவார். தான் மட்டும் போனால் போதாது என்று தன் தம்பியையும் தம்பி மனைவியையும் தனியாக அனுப்பி வைப்பார்.

இவற்றிற்கெல்லாம் கணக்கு பப்ளிசிட்டி ஆபீசர் எழுதவேண்டும். பொதுவாக இந்த பப்ளிசிட்டி அதிகாரிகள் தலைமை அதிகாரிக்கு ஜீப் பைக் கொடுத்துவிட்ட தைரியத்தில் தங்கள் பங்குக்கும் ஒரு சுற்று சுற்றுவார்கள். இவர்களுக்கு ஒரு சுற்று என்றால், இவர்களது பெண்டாட்டிகளுக்கு ஒன்பது சுற்று. இந்த ஜீப் போகின்ற கிலோமீட்டர்கள் பல கிராமங்களுக்குப் போய் திரைப்படங்கள் காட்டப்பட்டதாக (லாக்புக்கில்) எழுதப்பட்டிருக்கும். சென்னையில் பப்ளிசிட்டி ஆபீசராகச் சேர்ந்த நான், என் குடும்பத்தினரை எந்தக் காரணத்தைக் கொண்டும் ஜீப்பில் ஏற்றியதில்லை. இவ்வளவுக்கும் புதுப்பெண்டாட்டி; அரசு வண்டிகளை அத்தை மாமி வேலைக்கு பயன்படுத்துபவர்கள் சமூக விரோதிகள் என்று கருதுபவன் நான்.

ஆகையால் ஒரு மூடத்தனமான அக்கவுண்டன்ட் ரிஜினல் ஆபீசர் மாமியின் பிரிட்ஜை ரிப்பேர் செய்ய ஜீப் வேண்டும் என்று கைப்பட எழுதிக் கொடுத்த போதும், நான் ஜீப்பைக் கொடுக்க மறுத்து விட்டேன். இதனால், தலைமை அதிகாரிக்கும் எனக்கும் வாய்ச்சண்டையும், பேப்பர் சண்டையும் நடைபெற்றது. என்னை அந்தமானுக்கு மாற்றுவது என்று தில்லி முடிவு செய்து விட்டது. நான் நினைத்திருந்தால், அந்த அக்கவுண்டன்ட் கைப்பட எழுதிய கடிதத்தை தில்லிக்கு அனுப்பி அவரையும், அந்த ரிஜினல் ஆபீசரையும் சின்னாபின்னமாக்கியிருக்கலாம். ஆனால் அர்ஜுனனைப் போல்

நான் "திவ்ய" அஸ்திரங்களைப் பிரயோகப்படுத்த விரும்பவில்லை.

ஆனாலும் போராட்டத்தை விடவில்லை. விளைவு நான் எச்சரிக்கப்பட்டேன். அதேசமயம் நான் எதற்காக சண்டை போட்டேன் என்பதைப் புரிந்து கொண்ட, தில்லி மேலதிகாரிகள், அரசு வண்டிகளைத் தவறாகப் பயன்படுத்தாமல் இருப்பதற்கு, சில கடுமையான உத்தரவுகளைப் பிறப்பித்தார்கள். இந்தப் போரில் நான் தோற்றாலும், நான் சுட்டிக்காட்டிய கொள்கை, கொள்கை அளவிலாவது ஏற்றுக் கொள்ளப்பட்டது.

ஒரு கூட்டத்தில் திரு மா.பொ.சிவஞானம், தர்மவரன் தோற்றாலும் தர்மம் ஜெயிக்கும் என்று பேசிய பேச்சு, நினைவுக்கு வந்தது. தர்மம் ஜெயிக்கும் என்ற தலைப்பில், குமுதத்தில் ஒரு சிறுகதை வெளியாயிற்று. எமர்ஜென்ஸி சென்சார் இருந்த நேரம். சம்பந்தப்பட்ட சென்சார் அதிகாரி, எனது தலைமை அதிகாரிக்கு விரோதி என்பதால், இந்தக் கதையை பிரசுரிக்க அனுமதித்து விட்டார். ஆனால் இந்த சென்சார் அதிகாரியே, பிறகு எனக்கு தலைமை அதிகாரியாக வந்தார். ராமராவண யுத்தம் முடிந்து, மகாபாரத யுத்தம் துவங்கியது.

இந்த அனுபவங்களை வைத்து, பல கதைகளை எழுதியுள்ளேன்.

ஒரு மணி நேர அறுவை: இப்படி அதிகார வர்க்கத்தோடு நான் அடிக்கடி போராடினாலும், பப்ளிசிட்டி ஆபிசர் என்ற முறையில் எனக்கு அலாதியான அனுபவங்கள் கிடைத்தன. ஒரு தடவை ஒரு ஊரில் மேல்நிலை தண்ணீர் தொட்டியை மாவட்ட ஆட்சித் தலைவர் தலைமையில் அப்போதைய அமைச்சர் காளிமுத்து திறந்து வைக்க வேண்டும். இதற்கு விழா எடுத்தார்கள். இதில் நானும் ஒரு பேச்சாளர். திரு. காளிமுத்துக்கு என் எழுத்து மீது மிகுந்த மரியாதை உண்டு. இதே போல், மாவட்ட ஆட்சித் தலைவராக இருந்த தஞ்சை மாவட்டத்தைச் சேர்ந்த திரு.யூ.சுப்ரமணியத்திற்கும் என் மீது கொள்ளைப் பிரியம், (ஆனாலும் அவருக்கு அரசு வட்டாரத்தில் 'மிளகாய்' என்று பெயர்). நாங்கள் மூவரும் இந்த விழாவிற்குப் போயிருந்த போது பஞ்சாயத்து யூனியன் ஆணையாளர் என் காதில் கிசுகிசுத்தார்.

அமைச்சர் திறப்பதாக உள்ள மேல்நிலை தண்ணீர் தொட்டி சரியாக இயங்கவில்லை என்றும், இப்போது அதை ரிப்பேர் செய்து கொண்டிருக்கிறார்கள் என்றும், அதற்கு ஒரு மணி நேரம் ஆகும் என்றும், அதுவரைக்கும் நான் மேடையில் பேசிக் கொண்டே இருக்க வேண்டும் என்றும் கையெடுத்துக் கும்பிட்டார். விழாத் துவங்கியதும், நான் பேசத்துவங்கினேன். குடும்ப நலம், நாட்டு நலம், மொழிநலம் என்ற சம்பந்தா சம்பந்தம் இல்லாமல் பேசிக் கொண்டே போனேன்.

அமைச்சர் கடிகாரத்தைப் பார்த்தார் உடனே அவரைப் பற்றி ஒரு கால் மணி நேரம் துதி பாடினேன். உடனே கலெக்டர் கடிகாரத்தைப் பார்த்தார். இவரைப் பற்றி ஒரு கால் மணி நேரம் துதித்தேன். இப்படி அவரைப் பற்றியும், இவரைப் பற்றியும் மாறிமாறி புகழ்ந்துரைத்து முக்கால் மணி நேரத்தைப்

போக்கிவிட்டேன். அதற்கு ஆணையாளரும் தண்ணீர் தொட்டி ரெடியாகி-விட்டது என்று தலையசைத்தார். இதை வைத்து "ஒரு மணி நேர அறுவை" என்ற தலைப்பில் ஆனந்த விகடனில் ஒரு சிறுகதை வெளியாகினது.

கிழவிகளைப் பிடித்து: ஊராட்சி ஒன்றிய ஆணையாளர்களுக்கு எத்-தனையோ வேலைகள்; பல ஆதாயமானவை. ஒரு சில அப்படி அல்ல. குடும்பக் கட்டுப்பாட்டுக்கு ஆள் பிடிக்க வேண்டியதும், முதியவர்களின் கண்-பிறை நோயையை குணப்படுத்துவதற்கு முகாம் போடுவதும் அவர்களை முகம் சுழிக்கச் செய்யும் வேலைகள். ஒரு ஊராட்சி ஒன்றியத்தில், இப்ப-டியாக, கண்நோய் சிகிச்சைக்கு பல கிழவர்கள் கிழவிகள் வைக்கப்பட்டி-ருந்தார்கள். இவர்களுக்கு சுகமாகிறதா என்பது முக்கியம் அல்ல. எத்தனை பேருக்கு சிகிச்சை வழங்கப்பட்டது என்ற புள்ளி விவரமே முக்கியம். அந்தச் சமயத்தின் அந்த ஒன்றியத்திற்கு நான் திரைப்பட பிரிவுடன் காம்ப் போயி-ருந்ததேன்.

இந்த முகாமில் ஒரு கிழவி காணாமல் போய் விட்டாள். பலருக்கு அவளை அடையாளம் தெரியவில்லை. ஆகையால் ஆணையாளர் ஜீப்பும், எனது அம்பாசிடர் காரும் பறந்தன. அந்த வட்டாரத்தில் எந்தெந்த கிழவிகள் எல்லாம் தனியாக நடந்து கொண்டிருந்தார்களோ அவர்களையெல்லாம் காரில் தூக்கிப் போட்டுக் கொண்டு முகாமிற்கு வந்தோம். அவர்கள் கூப்பாடு போட்டார்கள். நாங்கள் விடவில்லை. புள்ளி விவரம் கூடியது. ஆனால் தப்-பித்த கிழவி கிடைக்கவில்லை. இதை வைத்து ஆனந்தவிகடனில் ஒரு சிறு-கதை எழுதினேன்.

இல்லந்தோறும் இதயங்கள்: நெருக்கடி காலத்தில் தேனும் பாலும் ஓடி-யதாக மக்களிடம் சொல்ல வேண்டியது எங்களுடைய பொறுப்பு. தில்லியி-லிருந்து ஒரு நாற்பது பேர் கொண்ட நாட்டியக் குழு சென்னைக்கு வந்தது ஒவ்வொரு பெண்ணுக்கும், தான் இந்திராகாந்தி என்ற நினைப்பு. (ஆனால் நான் அறிந்த அளவில் அன்னை இந்திரா எந்தவிதமான பந்தாவும் இல்லாத தலைவர்) இந்தக்குழுவுக்கு, குன்றத்தூர் பக்கம் ஒரு நாட்டிய நிகழ்ச்சி நடத்த ஏற்பாடாகியிருந்தது. எல்லாம் 20 அம்ச திட்டத்தைப் பற்றித்தான். நான் முன்னதாகவே போய் விட்டேன். நாற்பது அடி அகல மேடை போடப்பட்டது.

அந்தப் பகுதி ஊராட்சி ஒன்றிய ஆணையாளர் திரு. அந்தோணி எனது பழைய பஞ்சாயத்து சகா. அவரும் நானும் இந்த தில்லிக் கலைஞர்-கள் தங்கியிருந்த இடத்திற்குப் போனோம். அங்கே அவர்கள் பரிதாபமா-கப் படுத்துக்கிடந்தார்கள். உடனே நான் அவர்களுக்கு தக்க வசதி செய்து கொடுக்கவில்லை என்ற காரணம் காட்டி, எனது நண்பர் அந்தோணியை சத்தம்போட்டு அதட்டினேன். உடனே தூங்கிக் கொண்டிருந்த ஒரு "மூதேவி" எழுந்தாள் எங்கள் பேச்சு, அவள் தூக்கத்தைக் கெடுத்துவிட்டதாகவும், இந்-திரா காந்தியிடம் புகார் செய்யப்போவதாகவும் அதட்டினாள். நான் எவ்வ-ளவோ சொல்லிப் பார்த்ததேன்.

இவ்வளவுக்கும் அவள் தமிழ்நாட்டுக்காரி. "அம்மா உங்களுடைய வசதிக்காகத்தான் பிடிஓ சார்கிட்டே சண்டை போடுகிறேன்" என்று பரிதாபமாச் சொன்னேன். என்னை அறிமுகப்படுத்திக் கொண்டேன். ஆனாலும் அவள் கேட்கவில்லை. கண்டபடி திட்டினாள். உடனே நானும் "சரிதான் போடி" என்று, சொல்லிவிட்டு ஆணையாளருடன் போய்விட்டேன். ஒரு மணி நேரம் கழித்துப் பார்த்தால், மேக்கப் அறையில் ஒரே கலாட்டா. நான் அந்தப் பெண்ணிடம் மன்னிப்புக் கேட்கவில்லை என்றால், கலைநிகழ்ச்சி நடக்காது என்பதோடு, விவகாரம் அன்னை இந்திரா காந்தியிடம் போகும் என்றார்கள். என்னுடைய மேல் அதிகாரி என்னை மன்னிப்புக் கேட்கச் சொன்னார். நான் மறுத்துவிட்டேன். உடனே அவர் என் சார்பில் மன்னிப்புக் கேட்டார். உடனே அந்த மன்னிப்புக்கும் எனக்கும் சம்பந்தம் இல்லை என்று நானும் உரக்கக் கத்தினேன். எப்படியோ கலை நிகழ்ச்சி கலைக்கப்படவில்லை.

இந்த நாட்டியக்குழு நங்கையரை கூட்டிக் கொண்டு, உத்திரமேரூர் போனேன். இதற்குள் அந்தப் பெண்களுக்கு என்மேல் ஒரு பிடிப்பு ஏற்பட்டுவிட்டது. அவர்களது வசதிகளை நான் நல்ல படியாகக் கவனித்துக் கொண்டதும், நான் வெளிப்படையாக பேசக்கூடியவன் என்பதும், அவர்களுக்குப் பிடித்து விட்டது. உத்திரமேரூரில் இவர்களுடைய பிரமாதமான நாட்டியம் நடந்து கொண்டிருந்தபோது உள்ளூர் முனியாண்டி ஹோட்டல் பக்கம் ஒரு சத்தம் கேட்டது.

மதுரை மணிக்குறவன் மாண்ட கதை சொல்லுகிறேன்' என்று பாட்டு கேட்டது. ஒரு மைக் முன்னால் ஒருவர் மேளம் அடித்துப் பாட, இரண்டு, மூன்று ஆண்களும் பெண்களும் முன்னும் பின்னுமாக ஆடினார்கள். அற்புதமான குரல்; அதிசயமான ஆட்டம். எங்கள் நாட்டியத்தைப் பார்த்த எல்லா மக்களும் மணிக்குறவன் பக்கம் போய்விட்டார்கள். எங்கள் நாற்காலிகள் காலியாகக் கிடந்தன. இறுதியில் கலை நிகழ்ச்சியை மூட்டை கட்டிவிட்டு, நாங்களும் அங்கே போனோம், அப்போது ஒரு பாட்டு "டி.வி.எஸ்.டிரைவர் தன்னை எட்ட நின்னு வெட்டுனானே" என்று கேட்டது.

நிகழ்ச்சி முடிந்ததும், இந்தப் பெண்களின் மத்தியில், மணிக்குறவனிடம் 'ஒரு வீரன், "எதற்காக ஒருவனை எட்ட நின்னுவெட்ட வேண்டும்" என்று கேட்டேன். உடனே அந்த 'ஆசாமி அறுவா அம்புட்டு நீளமுங்க' என்றார். நான் இந்தப் பெண்களிடம் ஒரு லெக்சர் அடித்தேன். கலை என்பது அடித்தளத்தில் இருந்து வந்தால்தான், அற்புதமாக வரும் என்று சொன்னேன். அவர்கள் புரிந்து கொண்டார்கள். கர்வபங்கப்பட்டது போல் லேசாக நமுட்டுச் சிரிப்பு சிரித்தார்கள். இதை வைத்தும் ஒரு கதை எழுதினேன் என்பதை நான் சொல்ல வேண்டியதில்லை. இந்த கூத்துக் கலைஞன் மேலே குறிப்பிட்ட நாவலில் ஒரு முக்கிய பாத்திர் ஆனார்.

புதிய திரிபுரங்கள்: அலுவலக சம்பந்தமாக கன்னியாகுமரி மாவட்டத்தில் சுற்றுப் பயணம் செய்து கொண்டிருந்தேன். அங்கே உள்ளவர்கள், சில எஸ்டேட் முதலாளிகளின் பேச்சும் போக்கும் கிட்டத்தட்ட திரைப்படங்களில் வருவது போலவே இருந்தன. அரசை ஏமாற்றி ஆயிரககணக்கான ஏக்கரை 99 ஆண்டு காலத்திற்கு லீஸ் என்ற பெயரில் வைத்துக் கொண்டு, தொழிலாளர்களை இவர்கள் படுத்தும்பாடு பெரும்பாடு. திரும்பி வரும் போது ஒரு எஸ்டேட்டில் ஒரு மரத்தில் ஒரு தொழிலாளியின் பிணம் தொங்கிக் கொண்டிருந்தது. அக்கம்பக்கம் விசாரித்ததில், அவர் அடித்துக் கொல்லப்பட்டதாக முணுமுணுக்கப்பட்டது. இதற்குள் ஒரு கார் வந்து நின்றது.

அதில் ஒரு கான்ஸ்டபிள் கம்பீரமாக வந்து இறங்கினார். கார், எஸ்டேட் முதலாளியுடையது 'அந்தக் காரில் வந்து இறங்கும் போலீஸ்காரரிடம் எப்படி நியாயத்தை எதிர்பார்க்க முடியும்? அப்படியே அவர் நியாயமாக நடந்து கொண்டாலும் மக்கள் எப்படி நம்புவார்கள்? இதேபோல் தமிழக மின்சார வாரிய காட்டுப்பகுதிகளில் ஒப்பந்தத் தொழிலாளர்கள், கோணிகளையே கதவுகளாகக் கொண்ட குடிசைகளில் சேரும் சக்தியுமான கரைகளில் வாழ்வதைப் பார்த்தேன்.

இவர்களைப் பற்றி நிரந்தரமான தொழிலாளர்கள் கவலைப்படுவதில்லை. இந்த இரண்டு பின்னணியையும் வைத்து "புதிய திரிபுரங்கள்" என்ற குறநாவலை எழுதினேன். 'நாகமணி' என்ற ஒரு அருமையான பத்திரிகை. இதன் ஆசிரியர் திரு.குமாரசுவாமி, பிரபல மருத்துவ நிபுணர். ஓய்வு என்பதே இல்லாதவர். ஆனாலும், சமூக பிரச்சனை காரணமாக நாகமணி என்ற பத்திரிகையைத் துவக்கினார். இந்தப் 'புதிய திரிபுரங்கள்' இந்தப் பத்திரிகையில் வந்தது. 'நாகமணி' நல்ல பத்திரிகை என்பதால் அதுவும் விரைவில் மூடப்பட்டது. எனக்குப் பிடித்த குறுநாவல்களில் இது ஒன்று.

ஊருக்குள் ஒரு புரட்சி: செய்தி - விளம்பர அதிகாரியாக இருக்கும்போது நமது ஐந்தாண்டு திட்டங்கள் எப்படி சீரழிந்து செயல் இழந்து அமல் செய்யப்பட்டன என்பதை நேரிடையாகக் கண்டேன். பணக்காரர்கள், ஏழைகள் பெயரில் மாடுகளை வாங்கி பயன்படுத்திக் கொள்வதையும் சமபந்தி போஜனம் என்ற பெயரில் அரிஜன மக்களுக்கு சாப்பாடு போட்டே அவர்களைச் சாப்பிட்டதையும் கண்டேன். பெரும்பாலான வங்கிக் கடன்கள், உதவிப் பொருட்களை எல்லாம், ஏழைகள் பெயரில் பணக்காரர்கள் அமுக்கிக் கொள்வார்கள். மாவட்ட அதிகாரிகளும், ஜாதிக்கார கிராமங்களுக்குப் போய் பண்ணையாளர்கள் வீட்டில் கோழி வகையாறாக்களைத் தின்றுவிட்டுப் போய்விடுவார்களே தவிர, சேரிக்கார காலணிகளுக்குப் போகமாட்டார்கள்.

பொதுவாக, தாசில்தார், ஊராட்சி ஒன்றிய ஆணையாளர், ஊராட்சி ஒன்றியத் தலைவர், சர்க்கிள் இன்ஸ்பெக்டர் ஆகியோர் ஒன்றாகச் சேர்ந்துக் கொண்டு ஊர்களை அடித்து உலையில் போடுவார்கள். இவர்களோடு தனியார் பள்ளிக்கூட மானேஜரும் சேர்ந்து கொள்வார். கிராம நிர்வாக அதிகா-

ரிகளும் இவர்களது கட்சி. இந்தப் பின்னணியில் ஏழை மக்களால் எதுவுமே செய்யமுடியாது. இந்த அம்சங்களை எல்லாம் வைத்து ஒரு குறுநாவல் எழுதினேன். 'கல்பனா' என்ற மாத நாவல் பத்திரிகை எழுத்தாளர் ஜெயகாந்தனுக்கு அடுத்தபடியாக சு.சமுத்திரம் என்ற பெயரில் ஒரு நாவல் வரவேண்டும் என்று நியூஸ் செஞ்சுரி புக் நிறுவனத்தின் தலைவரும், மார்க்சிய அறிஞருமான திரு. ராதாகிருஷ்ணனனும், செயலாளர் குசேனும் கேட்டு கொண்டதற்கு இணங்க இந்தக் குறுநாவலை எழுதினேன். ஆனால் பத்திரிகை ஆசிரியர் ஜெயகாந்தன் அடுத்த ஆறு மாதங்களுக்கான எழுத்தாளர் பட்டியலைப் போட்டு விளம்பரம் செய்துவிட்டார்.

அசோகமித்திரன், ச.கந்தசாமி போன்ற எழுத்தாளர்களின் பட்டியல் அது. அந்த அறுவர் பட்டியலில் என் பெயர் இடம் பெறவில்லை. ஆனால் நான் மனம் தளரவில்லை. அதையே பெரிய நாவலாக எழுதப் போனேன். இந்தச் சமயத்தில் தேவி பத்திரிகையில் ஒரு தொடர் கதை கேட்டார்கள். இதே நாவலை "ஊருக்குள் ஒரு புரட்சி" என்ற பெயரில் தேவியில் எழுதினேன். இந்த நூலுக்கு தமிழக அரசின் பரிசு கிடைத்தது. இதைத் திரைப்படமாகவும் தயாரித்தார்கள். உருப்படவில்லை. ஆனாலும் இந்திய அரசின் செய்தி விளம்பரத் துறையில் இந்தப் படம் 16 எம் எம் களாக ஆங்காங்கே திரையிடப்படுகின்றது.

இந்த நாவல் சம்பந்தப்பட்ட திரைப்பட அனுபவத்தையும், உங்களுடன் பகிர்ந்தால்தான் எனக்கு சுமை குறையும். 'ஒரு இந்தியக் கிராமத்தின் கனவு' என்ற திரைப்படத்தை தயாரித்து, விருது பெற்ற திருவாளர்கள் தேசிகன், வரதராஜன் ஆகியோர் இந்தப் படத்தையும் தயாரித்தார்கள். பணம் செலவாகிறது என்று அழுதுகொண்டே இந்தப் படத்தைத் தயாரித்தார்கள். டைரக்டராக ஆசை பட்ட ஒருவர் இவர்களுக்கு ஒரு லட்சம் ரூபாய் கொடுத்தார். கொடுத்தது கடன். ஆனாலும் இவர்கள் அதை இனாமாகக் கருதிவிட்டார்கள். படமும் வெளியாகி, சென்னையில் சோவியத் தூதரகத்தில் இது காட்டப்பட்டது.

படத்திற்கு பலரின் பாராட்டுகள் கிடைத்தாலும் அது என்னமோ டப்பாவை விட்டு நகரவில்லை. இதற்குப் பிறகு, இரண்டு நண்பர்களும், எனக்குத் தெரியாமல் செய்தி விளம்பரத்துறையில் இதை விற்பதற்கு ஏற்பாடு செய்வதாகக் கேள்விப்பட்டேன். உடனே அவர்களை டெலிபோனில் கூப்பிட்டு வரவழைத்தேன். என்னுடைய கணக்கை செட்டில் செய்யும் முன்னால் படப் பிரதிகளை வாங்கக்கூடாது என்று புதுதில்லியில் உள்ள செய்தி விளம்பரத்துறைக்கு எழுதப் போவதாக மிரட்டினேன். அப்படி நான் எழுதியிருந்தால் படப் பிரதிகள் விற்பனையாகாது என்பது அவர்களுக்கும் தெரியும். கையெடுத்துக் கும்பிட்டார்கள்.

செய்தி விளம்பரத் துறை படத்தை வாங்கிய உடன், எனக்கு பாக்கித் தொகையில் ஒரு பகுதியைக் கொடுப்பதாக எழுதிக் கொடுக்க முன்வந்-

தார்கள். ஏமாளியான நான் அவர்கள் விசுவாமானவர்கள் என்று கருதி "எழுத வேண்டியதில்லை உங்களை நம்புகிறேன் பிரதிகள் விற்றதும் சொன்னபடி பணத்தைக் கொடுங்கள்" என்று சொன்னேன். ஆனால் அந்தப் பேர்வழிகளோ எனக்குத் தெரியாமலே படத்தை விற்று பணத்தையும் வாங்கிக் கொண்டார்கள். நீண்ட நாளுக்குப் பிறகு இதைக் கேள்விப்பட்ட நான் மீண்டும் அவர்களுக்கு டெலிபோன் செய்தால், கோர்ட்டுக்குப் போ என்று சொல்லி விட்டார்கள். கோர்ட்டுக்கும் போயிருக்கிறோம்.

குறிப்பு: 1. தமிழ்நாடு முற்போக்கு எழுத்தாளர் சங்கத் தலைவரும், என் குடும்ப நண்பருமான தோழர் செந்தில்நாதன் இந்த வழக்கை எங்களுக்காக வாதாடினார். வெற்றி கிடைத்தது. சம்பந்தப்பட்ட தயாரிப்பாளர்களிடம் இருந்து 10,000 ரூபாய் வந்தது.

2. "ஊருக்குள் ஒரு புரட்சி", பாரதிதாசன் பல்கலைக் கழகத்தில் பாடநூலாய் இருந்ததாய் கேள்வி. கேள்வி என்று சொல்வதற்குக் காரணம் சம்பந்தப்பட்ட பல்கலைக் கழகங்கள் ஒரு எழுத்தாளரின் படைப்புகள் பாடநூலாக வைக்கப்படுவதை அவருக்கு தெரியப் படுத்துவதே கிடையாது.

12. அதிகப் பிரசங்கித்தனம்... - கேள்வித்தீ

கல்பனா மாத இதழுக்காக நான் எழுதிய குறுநாவல், 'ஊருக்குள் ஒரு புரட்சியாக' 'தேவி'யில் வந்துவிட்டது. என்றாலும், இப்படித் தாங்கள் கேட்டு எழுதப்பட்ட நாவல் வெளிவரமுடியாமல் போனதற்காக அந்த இதழை பிரசுரித்த நியு செஞ்சுவரி பிரசுரத்தின் நிர்வாகிகளான தோழர்கள் ராதாகிருஷ்ணன், குசேன் ஆகியோர் மிகவும் வருத்தப்பட்டார்கள். இரண்டு மூன்று மாதங்களுக்குப் பிறகு, என்னை என் அலுவலகத்தில் சந்தித்தார்கள். எப்படியோ, தவறு நடந்துவிட்டது என்றும், நான் உடனடியாக ஒரு குறுநாவலை "கல்பனா"விற்கு எழுதித்தர வேண்டும் என்றும் கேட்டுக் கொண்டார்கள். அவர்கள் நினைத்தால் என்னை ஓரம் கட்டியிருக்கலாம். ஆனால் அவர்கள் மார்க்சிய மனிதநேயத் தொண்டர்கள். மனம் விட்டுப் பேசினோம். பின்னர் கல்பனாவில் எல்லோரும் பேசுகிற மாதிரி ஒரு நாவல் எழுதவேண்டும் என்று சிந்தித்தேன்.

பொதுவாக, நான் கதைகளோ அல்லது நாவல்களோ எழுதும்போது, பல்வேறு சம்பவங்களை சுமார் ஒரு மணிநேரம் வரை நினைத்துப் பார்பேன். இந்த முயற்சியில் பல கதைக்கருக்கள் மனதுக்குள் உருவாகும். இவற்றில் எதை எழுதலாம் என்று சமூக நோக்கத்தோடு கணக்குப் போடுவேன். இப்படி நான் சிந்தித்தபோது, கிராமப் புறங்களில் நடைபெறும் தனியார் பள்ளிக்கூட சங்கதிகள் நினைவுக்கு வந்தன. இப்போதாவது இந்த பள்ளி நிர்வாகிகளின் ஆட்டமும் பாட்டமும் ஓரளவு அடங்கியிருக்கிறது. ஆனால் 15 ஆண்டு-

களுக்கு முன்பு இவர்களுக்கு இவர்களே எஜமானவர்கள்; ஆசிரியர்களுக்கு சரியாக சம்பளம் கொடுக்க மாட்டார்கள்.

அத்தைமகன், மாமாபிள்ளை, பெரியம்மா பேரன், சின்னம்மா புருஷன் ஆகியவர்கள் தான் பள்ளியில் ஆசிரியர்களாக இருப்பார்கள். நியாயம் கேட்கும் ஆசிரியர்கள் எல்லா விதத்திலும் அடிபட்டுப் போவார்கள். எங்கள் ஊர் பள்ளிக்கூடத்தில் ஒரு ஆசிரியைக்கு அப்போதைய சம்பளம் 400 ரூபாய். அந்த அம்மாவுக்கு மானேஜர் 100 ரூபாய் கொடுத்தார். அந்த ஆசிரியை '400 ரூபாயாச்சே' என்று கேட்டார். உடனே, அந்த மானேஜர் 'நீ வயலுக்கு களைவெட்டப் போனால் முப்பது ரூபாய் தானே சம்பளம். அதைவிட நான் மூன்று மடங்கு அதிகமாக சம்பளம் அழுகிறேனே' என்று சிரித்துக்கொண்டே சொன்னாராம்.

போதாக்குறைக்கு, அந்த ஆசிரியை தனது சர்டிபிகேட்டை வேற இந்த நிர்வாகியிடம் கொடுத்திருந்தார். ஒரு பள்ளிக் கூட மானேஜர் இறந்ததும் அவரது இரண்டு மகன்களும் மானேஜர் வேலை யாருக்கு என்று போட்டா போட்டியில் இறங்கினார்கள். இறுதியில் உறவினர்கள் முன்னிலையில் மானேஜ்மென்ட் உரிமை ஏலம் போடப்பட்டது. ஏலத்தில் அதிகத் தொகை கேட்ட தம்பிக்கு பள்ளி நிர்வாகம் கொடுக்கப்பட்டது. இந்த ஏலத்தை முதன்மையாக வைத்து ஆசிரியர் போராட்டத்தைச் சித்தரிக்கும் "கேள்வித்தீ" என்ற குறுநாவலை எழுதி கல்பனாவுக்கு கொடுத்தேன். ஆசிரியர்கள் சமூகத்தில் இன்னும் இந்த நாவல் பேசப்படுகிறது.

'கல்பனா' மாத இதழ் இன்றைய அசிங்கமான மாத நாவல்களைப் போல் அல்லாமல், தரமான நாவல்களைக் கொடுப்பதற்காக உருவானது. ஒரு நல்ல நோக்கம் கூட எப்படி தோற்கடிக்கப்படும் என்பதற்கு இந்த இதழின் ஆசிரியத்தனமும் அதற்கு உடன்பட்டுப் போன நிர்வாக முறைமையும் காரணங்கள். எடுத்த எடுப்பிலேயே அசோகமித்திரன், சா.கந்தசாமி என்று தெரியாத பாணியில் எழுதப்பட்ட நாவல்களை வெளிப்படுத்தினார்கள். பின்னர் வாசகர் வட்டம் என்ற பெயரில் பல்வேறு நகரங்களில் கூட்டங்கள் போட்டு எழுத்தாளர் ஜெயகாந்தனுக்கும் அவரது விசிறிகளுக்கும் மேடை கொடுத்தார்கள்.

இதற்காக பேச்சாளர்கள் போக்குவரத்து, கூட்டச் செலவு எல்லாம் கல்பனா இதழின் தலையில் கட்டப்பட்டது. அது நஷ்டப்பட்ட போது, வாசகர்கள் மேல் பழிபோடப்பட்டது. இந்த இதழை மட்டும் ஒழுங்காக நடத்தியிருந்தால், இதற்கென்று இருந்த இடதுசாரி வாசர்கள் மத்தியில் இன்றும் அது கம்பீரத்துடன் உலா வந்து கொண்டிருக்கும். ஆனால் வாசகர் சந்திப்புக்கள் என்ற அதிகப்பிரசங்க செலவுகள் இந்த இதழை சந்திக்கு கொண்டு வந்து இறுதியில் அதன் குரல்வளையை நெறித்துவிட்டன.

நான் எழுதிய "கேள்வித்தீயும்" பொன்னிலன் எழுதிய "கொள்ளைக்காரர்கள்" குறுநாவலும் இதற்கென்று இருந்த வாசர்களிடம் நல்ல பெயரை வாங்கிக் கொடுத்தன. ஆனாலும் 'டூ லேட்'. அழகியல்வாதிகள் என்று கரு-

தப்படுபவர்களுக்கு இது 'டூ லெட்' செய்யப்பட்டதால் கடைசியாக எழுதிய எங்களால் எதுவும் செய்ய முடியவில்லை. ஆனாலும் கல்பனா ஒரு அற்புதமான முயற்சி.

இவர்களின் உலகம்: 'இந்தியா டுடே'யில் அதன் ஆசிரியர் திரு. மாலன் கேட்டுக் கொண்டதற்கு இணங்க ஒரு சிறுகதை எழுதப்போனேன். வழக்கம்போல் கடற்கரையில் உட்கார்ந்து சிந்தித்தேன். முன்பு பஞ்சாயத்து விஸ்தரிப்பு அதிகாரியாக பார்த்த ஆட்சித் தலைவரை, மாவட்ட அதிகாரிகளின் பார்வையில் பார்த்தேன். பல்வேறு நிகழ்ச்சிகள் நினைவுக்கு வந்தன. பொதுவாக மாவட்ட நிர்வாகம் செக்குமாடு மாதிரி ஆட்சித் தலைவரையே சுற்றிச் சுற்றி வரும். செகரட்டேரியட்டில் டெப்புடி செகரட்டிரிகளாக கிடக்கும் தூங்குமூஞ்சிகள் கூட மாவட்ட கலெக்டராகி மாவட்டங்களில் ஆட்சித் தலைவர்களாகி சக்கைபோடு போடுவார்கள்.

அண்மையில்கூட ஒரு மாவட்ட ஆட்சித் தலைவர் அலுவலகத்திற்கு நான் போயிருந்தபோது, ஆட்சித் தலைவர் காருக்கு என்று ஒரு மைதானத்தில் பாதி இடத்தை அடைத்து வைத்திருந்தார்கள். அவரைப் பார்க்கப் போகும் எவரும், காரை அந்த சின்னச் சுவர் கேட்டிற்கு அப்பால் நிறுத்தி விட்டுத்தான் போகவேண்டும். இத்தகைய சுல்தான் கோடுகள் இன்னும் நமது நிர்வாக வளாகங்களில் வரையப்பட்டுத்தான் வருகின்றன. இந்த நிகழ்ச்சியும் மனதுக்குள் வந்தது. இதை வைத்து "இவர்களின் உலகம்" என்ற சிறுகதையை எழுதினேன். தோழர் மாலன் ஒரு வரியைக்கூட சிதைக்காமல் அப்படியே பிரசுரித்தார். இந்தக் கதைக்கு நல்ல பேர்.

மூன்று வரி விமர்சனம்: இந்தக் கதை பிரசுரமானதை விட என்னைப்பற்றி நண்பர் மாலனே மூன்று வரிகளில் எழுதியிருந்த விமர்சனம் எனக்கு மிகுந்த மகிழ்ச்சியைக் கொடுத்தது. 'பகிரங்கமான கிண்டலுக்கும் அதற்குள் மறைமுகமான எதிர்ப்புக் குரலுக்கும் பேர் போனவை சமுத்திரம் சிறுகதைகள்' என்று எழுதியிருந்தார். இதுதான் என்னைப் பற்றி நானும் கொண்டிருக்கும் கணிப்பு. இந்தக் கதையை பல வாசக நண்பர்கள் படித்திருப்பார்கள் என்ற அனுமானத்தில் இதனை எப்படி உருவாக்கினேன் என்பதை இதோ பகிர்ந்து கொள்கிறேன்.

கொள்ள வேண்டியவை - தள்ள வேண்டியவை: மாவட்ட அதிகாரிகளுக்கு குறிப்பாக வருவாய்த் துறை நண்பர்களுக்கு கலெக்டரே உலகம். ஒரு வேடிக்கையான கதை கூடச் சொல்லுவார்கள். ஒரு டாவாலிப் பியூன் ஆட்சித் தலைவர் வீட்டுக் கிணற்றில் ஒரு தவலையைக் கட்டி தண்ணீர் மொண்டு கொண்டு இருந்தாராம். கயிற்றை இழுத்து குடம் பாதி தூரம் வந்துவிட்டது. அந்தச் சமயம் பார்த்து ஒரு கிளார்க் வந்து அந்த ஆட்சித்தலைவர் மாற்றப்பட்டார் என்றும், புது ஆட்சித் தலைவர் பொறுப்பேற்க வந்திருக்கிறார் என்றும் சொன்னாராம். உடனே நமது டவாலி அந்தப் பாத்திரத்தை அப்படியே கிணற்றில் போட்டுவிட்டு புது கலெக்டர் இருக்கும் இடத்திற்கு ஓடினாராம்.

இப்படி, கலெக்டர்களுக்கே கொத்தடிமை என்று ஆகிப்போனவர்கள், ரயில் நிற்பதை பார்த்துவிட்டு, "கலெக்டர் அம்மா வருகிற ரயிலை ஸ்டே-ஷன் மாஸ்டர் எப்படி நிறுத்தி வைக்கலாம்?" என்று நினைக்கிறவர்கள். கலெக்டர் அம்மா ரயில்வே மாடிப் படிகளில் ஏறினால் உடம்பு வலிக்கும், என்று எண்ணி, அந்த ரயிலை வேறு பிளாட்பாரத்திற்கு விடக்கூட நினைக்-கிறார்கள்" என்று எழுதினேன். இந்த ஒரு வரியில் இவர்கள் கலெக்டர் என்ற மூல ஸ்தானத்தை எப்படி மார்க்கண்டன் மாதிரி பிடித்துக் கொண்டார்-கள் என்பதை சித்தரித்தேன்.

நோக்க வேண்டியவை...: இரண்டாவதாக ஒரு கதையை அல்லது அதில் வரும் கேரக்டர்களை எந்த எழுத்தாளனும் கொச்சைப் படுத்தக் கூடாது. முதலில் மனம்போன போக்கில் எழுதலாம். பின்னர் அதை நன்றாகப் படித்து சமூக நோக்கத்தோடு திருத்த வேண்டும். இந்தக் கதையில் டெப்புடி கலெக்-டரான இளைஞன் இளவயது கலெக்டர் அம்மாவுக்கு வரவேற்பு மாலையை கழுத்தில் போடுகிறான். இதனைச் சொல்லிவிட்டு அந்த அம்மா "புருஷன் போடுவது மாதிரி மாலையைப் போடுகிறானே" என்று கோபப்படாமல் அந்த மாலைக்காக மனதுக்குள் மகிழ்ந்து வெளியே ஒப்புக்காக மறுத்துப் பேசினாள்" என்று எழுதியிருந்தேன்.

இப்படி எழுதியதை பிறகு அடித்துவிட்டேன். காரணம் கலெக்டர் என்ற பதவி எப்படி நோக்கப்படுகிறது, அந்த பதவிக்குரியவர்கள் எப்படி நடந்து கொள்கிறார்கள் என்பதை சித்தரிக்கும் நோக்கத்தைக் கொண்டதே தவிர, அந்தப் பதவியில் இருப்பவர்களை மலிவாகக் கொச்சையாக விமர்சனம் செய்ய வேண்டும் என்ற நோக்கமல்ல. ஆகையால்தான் கலெக்டர் அம்மா-வைப் பற்றி எந்த இடத்திலும் தரம் குறைத்து நான் விமர்சிக்கவில்லை.

மூன்றாவதாக ரயிலில் தன்னுடன் வந்த ஒரு தொழிலதிபரை கலெக்டர் அம்மா "யு ஆர் அன் இன்டரஸ்டிங் பெர்சானாலிட்டி" வீட்டுக்கோ ஆபீ-சுக்கோ டெலிபோன் செய்து விட்டு வாருங்கள் என்கிறாள். இதில் ஆபீ-சுக்கோ என்று போட்டதன் நோக்கம், இந்த இளமங்கை, அந்த தொழிலதி-பரை காதல் கண்ணோட்டத்தோடு கூப்பிடவில்லை என்பதைச் சித்தரிக்கவும் பொதுவாக பெரிய அதிகாரிகள் பெரிய முதலாளிகளின் நலன்களையே பேணுவார்கள் என்பதை எடுத்துக்காட்டவும் போடப்பட்ட வார்த்தை. எழுத்-தில் வீணான அர்த்தம் வராமலும் பார்த்துக் கொள்ள வேண்டும்.

நான்காவதாக அதிகாரவர்க்கம் என்பது ஆட்சித் தலைவரோடு நின்று விடவில்லை என்பதை விளக்கும் வகையில் மாவட்ட அதிகாரிகள் கலெக்டர் தங்களை தப்பாக நினைத்துக் கொண்டாரோ என்று கவலைப்படும் போது 'கலெக்டர் அம்மா' சீப் செகரட்டரி தன்னைத் தப்பாக நினைத்திருப்பாரோ என்று கவலைப்படுவதாக இறுதியில் எழுதினேன்.

ஐந்தாவதாக எந்தச் சிறுகதையிலும் ஒரு சமூகப் பிரச்சினை தெளிவாகவே உணர்த்தப்பட வேண்டும். இந்தக் கதையில் "குட்டாம் பட்டியில் மனுநீதி நாளுக்காக அதிகாரிகளின் வரவிற்கு பொதுமக்கள் காத்திருந்தாலும், சம்பந்தப்பட்ட அதிகாரிகள், கலெக்டர் மனதில் ஒரு நல்லெண்ணத்தை ஏற்படுத்தும் முன்னால் எந்த வேலையும் செய்வதில்லை என்பது போல் நின்றார்கள்" என்று குறிப்பிட்டிருந்தேன். அதிகாரிகளின் மனப்போக்கால் குடியானவர்களின் எதிர்பார்ப்பு எப்படி வீணாகிறது என்பதையும் இன்றைய அதிகார வர்க்கம் எப்படி செயல்படுகிறது என்பதையும் சித்தரிப்பதே இந்தக் கதையின் நோக்கம். ஒரு கதையை எழுதி விட்டு அதைப் படிக்கும் போது எவையெல்லாம் எனக்கு போர் அடிக்கிறதோ அவை எல்லாம் வாசகர்களுக்கும் போர் அடிக்கும் என்று நான் அடித்து விடுவேன் அல்லது திருத்திவிடுவேன்.

என்னடா இது, சமுத்திரம் சம்பந்தா சம்பந்தம் இல்லாமல் அனுபவங்களைப் பகிர்ந்து கொள்ளாமல் அவர்பாட்டுக்கு லெக்சர் அடிக்கிறாரோ என்று நீங்கள் நினைக்கலாம். சமுத்திரம் கட்டுரை இளைய தலைமுறை எழுத்தாளர்களுக்கு வழி காட்டக் கூடியவை என்று வாசக நண்பர்களின் கடிதங்கள் நண்பர் வட்டத்தில் அடிக்கடி பிரசுரம் ஆவதால் ஏற்பட்ட கோளாறு இது. இந்தக் கோளாறு இனிமேல் வராமல் பார்த்துக் கொள்வேன்.

குறிப்பு: என்னைப் பொதுவாக மனமாறப் பாராட்டும் பெரியவர் வல்லிக்கண்ணன் அவர்கள் இந்த கதையின் பிலாக்கணத்தைக் கண்டித்தார். சமுத்திரத்திற்கு ஏன் இந்த வாத்தியார்த்தனம் என்று நண்பர் வட்டம் மூலமாகக் கேட்டார்.

13. யமுனைக் கரையில்...

'நண்பர் வட்டத்தின்' அக்டோபர்-நவம்பர் 90 இதழில் என்னைப்பற்றி ஆசிரியர் எழுதிய குறிப்பு, என் மனதை நெகிழச் செய்தது. பல்வேறு தோழர்கள், குறிப்பாக எழுத்தாளர்களும், எனக்குப் பல கடிதங்கள் எழுதினார்கள். ஏற்கனவே ஐந்தாண்டுகளுக்கு முன்பு எனக்கு ஏற்பட்ட தொலைக்காட்சி அனுபவத்தை வைத்து, 'சத்திய ஆவேசம்' என்ற நாவலை எழுதினேன். இதேபோல், ஒருவேளை இதன் இரண்டாவது பாகமாக ஒரு நல்ல நாவல் வரலாம். ஒரு எழுத்தாளருக்கு ஏற்படும் சோதனை படைப்பிலக்கியத்தில் சாதனையானால் அதுவும் நல்லதற்கே. என் அனுபவங்களை வைத்து அப்படிப்பட்ட சாதனையை நிகழ்த்த முடியுமா என்பதை காலம்தான் பதில் சொல்ல முடியும்.

இதற்கிடையே இரண்டு மாதங்களுக்கு முன்பு தில்லியில் ஒரு மாத காலம் தங்கியிருந்த அனுபவத்தைப் பற்றி நான்கு சிறுகதைகளை எழுதினேன். அந்த அனுபவத்தை நண்பர்களிடம் பகிர்ந்து கொள்ள விரும்புகிறேன்.

பயிற்சியோ-பயிற்சி: மத்திய-மாநில அரசுகளில் அதிகாரிகளுக்கும், ஊழியர்களுக்கும் பயிற்சி வழங்குவதற்கென்று பல உருப்படாத அமைப்புக்கள் உண்டு. அதில் ஒன்று புதுதில்லியில் உள்ள ஒரு அமைப்பு. இங்கே இருப்பவர்கள் வாழ்வதற்காக எங்கெல்லாமோ பணியாற்றுபவர்கள், பயிற்சிக்காக 'சாகடிக்கப்படுவார்கள்'. யாருக்குமே தெரியாது. ஏதோ ஒரு கிளார்க் போடுகிற 'நோட்டில்' செக்ரட்டரி கையெழுத்துப் போட்டு அனுப்பி விடுவார் - லாட்டரி குலுக்கல் மாதிரி. ஆனால் லாட்டரியோ அதிர்ஷ்ட சீட்டுக்கள். பயிற்சியோ துரதிருஷ்ட சீட்டுக்கள்.

தற்காலிகமாக சிலரை கழித்துக்கட்டவும், சிலர் புதுதில்லி வேலைகளைப் புதுப்பித்துக் கொள்ளவும், இத்தகைய பயிற்சி உதவுவதுண்டு. இந்த வகையில் நானும், பயிற்சிக்காக அனுப்பப்பட்டேன். ஏற்கனவே இந்த அமைப்பில் மூன்று தடவை "பயிற்சி" பெற்றவன் நான். நான்காவது தடவையும் என்னை அனுப்பினார்கள். வெறுப்போடு சென்ற நான் பயிற்சி அதிகாரிகளின் பிரதிநிதியாக செயல்பட்டேன். அந்த வகையில் எனக்கு மகிழ்ச்சி. ஆனால் பயிற்சிக்கு வந்த அனைவருமே பயிற்சியாளர்களை பயிற்சிவிக்கும் தகுதியும் வயதும் பெற்றவர்கள். அந்த 'ஏட்டுச்சுரைக்காய்கள்' பேசும் போது தூங்குவதைத் தவிர வேறு வழியில்லை.

என்றாலும், அரசு அலுவலகங்களில், துருப்பிடித்துக் கிடந்த சொந்த 'பைல்களைத்' துடைப்பதற்கு எங்களைப் போன்றவர்களுக்கு பயிற்சி என்ற பெயரில் ஒரு சந்தர்ப்பம் கிடைத்தது. இந்தப் பயிற்சி என்பது எப்படி நாட்டிற்கோ அல்லது சம்பந்தப்பட்டவர்களின் வீட்டிற்கோ உதவாதது என்பதுமல்லாமல், விவஸ்தை கெட்டது என்பதை ஒரு 'சட்டயர்' சிறுகதையாய் எழுதியிருக்கிறேன். பயிற்சிக்கு சென்ற ஒரு தமிழக அதிகாரி, பயிற்சி நிறுவன இயக்குனரைப் பார்த்து "28ம் தேதியே பயிற்சி முடிய வேண்டும்" என்கிறார். நிறுவனத்தலைவரோ, 31ம் தேதிதான் முடியும் என்கிறார். இருவருக்குமிடையே வாக்குவாதம், கடைசியில் நிறுவன இயக்குனர் 28ம் தேதி எதற்காக பயிற்சி முடிய வேண்டும் என்று கேட்க, அந்த அதிகாரி, 28ம் தேதி முடிந்தால்தான், நான் உடனே தில்லியிலிருந்து சென்னைக்குப் புறப்பட்டு, 31ம் தேதி பொறுப்புக்களை ஒப்படைக்க முடியும். ஏனென்றால் 31ம் தேதி நான் ரிட்டயர்டு ஆகிறேன் என்கிறார். இப்படி உள்நாட்டுப் பயிற்சிகள் அல்ல, வெளிநாட்டுப் பயிற்சிகளும இந்த லட்சணத்தில்தான் நடைபெறுகின்றன.

சூடாமணியின் கண்ணீர்: புதுதில்லியில் அந்த அமைப்பிடம் உள்ள ஹாஸ்டலில் நாங்கள் தங்கினோம். பம்பாய்த் தொலைக்காட்சி ஆசிரியை, அஸாம் செய்தி விளம்பரத்துறை அதிகாரி, பெங்களூர் பத்திரிகை தகவல் அதிகாரி, முதலிய பல்வேறு மாநில அதிகாரிகள் ஒன்று சேர்ந்து ஒரு மாதம் இருந்தோம். இது புதிய அனுபவம்; இதே விடுதியில் பத்திரிகை இயல் பற்றி பட்டம் வாங்குவதற்காக பல மாணவ, மாணவிகள் இருந்தனர்; தமிழக மாணவிகளும் நான்கைந்துபேர் இருந்தனர். இந்த இளைய தலைமுறையினரிடம்

ஒரு அளவு கூட சமூகப்பிரக்ஞை என்பது இல்லை. பல "தோழர்களோடு" ஒருத்தி செல்வதும், ஒருத்தியுடன் பல "தோழர்கள்" செல்வதும், இரவெலாம் கும்மாளம் அடிப்பதும், தோழர், தோழிகள் ஒருவரை விட்டு ஒருவர் காதல்-காட்சிகள் மாறுவதும், சகஜம். (ஒரு வேளை பாதிக்கிழடுகளான எங்களுக்கு, பொறாமையாகக் கூட இருந்திருக்கலாம்!) ஆனாலும் இந்த இளம் பட்டா-ளம் நடந்து கொண்ட முறை என்னவோ போலிருந்தது.

குறிப்பாக அச்சம், மடம், நாணம், பயிற்பு என்ற அரும்பெரும் குணங்க-ளைக் கொண்டதாக கருதப்படும் நமது தமிழ் தாய்க்குலம், காஞ்சமாடு கம்-பம் புல்லுக்குள் போன கதையாய் நடந்து கொண்ட விதம், பிரச்னையை இன்னும் ஆழமாய்ச் சிந்திக்கத் தூண்டியது. அதேசமயம் அங்கேயிருந்த ஒரு உத்திரபிரதேச சமையல்காரப் பெண், அசல் தமிழ்பெண் போல் நடந்து கொண்டாள். எங்களுக்கும், மாணவர்களுக்கும் சப்பாத்திகள் வழங்கும்போது, அந்த இளம் பெண் ஒரு மூதாட்டி போல தாய்மைப் பரிவோடு நடந்து கொண்ட போக்கும், பாட்டாளி கலாச்சாரம் இன்னும் கெட்டுப் போகவில்லை என்ற எண்ணத்தை எனக்குத் தோற்றுவித்தது.

நெருப்புக்கு நெருப்பாகவும், நீருக்கு நீராகவும், அந்தப் பெண் பல்வேறு தரப்பினரிடமும் பட்டும் படாமலும் அதே சமயம் தாய்மைப் பாசத்துடனும் நடந்து கொண்டாள். இப்படிப்பட்ட இரண்டும் கெட்டான் பெண்மையையும், இப்படித்தான் இருக்க வேண்டும் என்பதில் உறுதியாய் இருந்த சமையல்காரப் பெண்ணின் பெண்மையையும், இவற்றின் முரண்பாடுகளையும் விவரித்து ஒரு சிறுகதை எழுதினேன். குங்குமம் கேட்டதற்கிணங்க, இந்த கதையை அனுப்பி வைத்தேன். பிரசுரமானது என்பதை சொல்லத் தேவையில்லை.

இந்த ஒருமாத இடைவெளி என்னை முழுக்க முழுக்க ஒரு கலை-ஞனாக்கியது. வானொலியிலும் பின்னர் தொலைக்காட்சியிலும் மாட்டிக் கொண்டு யந்திரமயமான வாழ்க்கையை நடத்திக் கொண்டிருந்த எனக்கு, புதுதில்லியில், ஒருமாத காலம், பிரிந்துபோன கலைக்கண்கள் மீண்டும் பொருந்தின. ஒவ்வொரு நிகழ்ச்சியையும், கலாபூர்வமாகப் பார்த்து சமுதாய ரீதியில் சிந்தித்து மனோதத்துவ ரீதியில் எழுத முற்பட்டேன். இந்த ஒருமாத கால அனுபவம் பாலைவன பசுஞ்சோலை போன்றது. சென்னைக்குத் திரும்-பியதும், செயற்கை வாழ்வு பிடித்துக் கொண்டது. இதிலிருந்து எப்படியாவது மீள வேண்டும் என்ற ஒரு உத்வேகமும், தொலைக்காட்சியில் செய்திகளைப் போடுவதில் காட்டும் ஆழத்தையும் அறிவையும் இனிமேல் இலக்கியத்தில் காட்ட வேண்டும் என்ற ஒரு எண்ணமும் ஏற்பட்டுள்ளது.

சடையன்: அஸாம் தொலைக்காட்சி அதிகாரி ஒருவர் ஒரு தலைமை அதிகாரியைப் பற்றி சொல்லிச் சொல்லிச் சிரித்தார். அந்தத் தலைமை அதிகாரி அலுவலகக் காரில் போவாராம். காரை ஒருபக்கமாக நிறுத்திக் கொண்டு, டிரைவரை வாழைப்பழம் என்ன விலை என்று கேட்கச் சொல்வா-ராம். பக்கத்துக் கடையில் கேட்டால் கார் இருப்பதால் விலையைக் கூட்டு-

வார்கள் என்று, ஒரு கிலோ மீட்டருக்கு அப்பால் தென்படும் ஒரு கடையை நோக்கி டிரைவரை நடக்கச் சொல்வாராம், அந்த டிரைவரும் ஒரு கிலோ மீட்டர் நடந்து, வாழைப்பழம் விலை கேட்டு மறு கிலோமீட்டர் நடந்து இவரிடம் விலையைச் சொல்லுவாராம்.

மீண்டும் காசை வாங்கிக்கொண்டு, கடைக்குப் போவாராம். வாழைப்பழத்தோடு திரும்பியவரைப் பார்த்து, "இந்தப் பழம் நல்லா இல்ல. பழத்தைக் கொடுத்து காசு வாங்கிட்டுவா" என்று பழையபடி இரண்டு கிலோமீட்டர் நடக்க வைப்பாராம். இப்படிப்பட்ட பின்னணி யில், ஒரு டிரைவர், அதிகாரி முன்னாலேயே வாழைப்பழத்தை விழுங்கிவிட்டு, தனது சட்டைப்பையிலிருந்து காசை எடுத்துக் கொடுத்தாராம். இதனால் ஆண்டானுக்கும், அடிமைக்கும் பலத்த சண்டையாம். இப்படிப்பட்ட இந்த அதிகாரி அலுவலகத்திலும், ஏடாகோடமாம். இப்படிப்பட்டவர்களை நாம் சென்னையில் சடையன் என்று சொல்வதுண்டு.

இடைவேளை - கதையாகாத நினைவுகள்: புதுதில்லியில் எனது பயிற்சி என்னைப் பொறுத்த படைப்பிலக்கியத்தில், அதற்குரிய சிந்தனைக்கு ஒரு பொற்காலம். ஏகப்பட்ட கதைகள், உவமானங்கள், என்னை அறியாமலே வந்தன. மைனாக்குருவி நடப்பதைப் பார்க்கும்போது, கர்ப்பிணிப்பெண் நடப்பது போல் தோன்றியது. மேக்கப் போட்ட ஒரு 'அதிகாரி-பாட்டியின்' இளமைக்காலத்தைக் கிளறியபோது, அவர் தன்னை மறந்து, தனது காதல் திருமணத்தை விளக்கிய விதம், இன்னும் மனதைவிட்டு அகலவில்லை. அதே சமயத்தில் என்னை மாதிரியான நடுத்தர வயதுக்காரர்கள், 'சின்னஞ்சிறுசுகள்' காதலிப்பதை அலட்சியப்படுத்துவதுபோல் லட்சியப்படுத்தியதும், லேசாக கண்களைச் சிமிட்டியபடியே ஒவ்வொருவரும் தனக்குள்ளேயே ஒன்றையோ, பலதையோ தேடிப்பார்த்ததையும் நினைத்தபோது, இந்த இளைய தலைமுறையினரும், பிற்காலத்தில் இப்படித்தானே நினைக்கப் போகிறார்கள் என்ற சிந்தனை ஏற்பட்டு, வாழ்க்கை சுவையானதாகவும், ஒட்டுமொத்தமாகப் பார்த்தால், நினைவுகளின் சாம்பலின்றி வேறில்லை என்பது போலவும் தோன்றியது. ஒவ்வொரு நிகழ்ச்சியிலும், ஒரு கலை நயத்தைக் கண்டேன்.

ஒவ்வொருவர் பேச்சிலும், மனித உணர்வு சர்வதேசத் தன்மை வாய்ந்தது என்பதை உணர்ந்தேன். மொழி, மதம், என்பவை வெறும் போர்வைகளே என்பதை முன்பே கண்டிருந்தாலும், இந்த வயதில் கண்டது ஒரு அருமையான அனுபவம். இப்போது நினைக்கும்போதும், மனது அடித்துக் கொள்ளுகிறது. அந்த ஒருமாத கால பொற்காலத்தில் இருந்து, மீண்டும் தமிழக கற்காலத்தில் விழுந்து கிடக்கிறேனே. விழுவதும் எழுவதற்கே - அதாவது எழுதுவதற்கே!

'நண்பர் வட்டத்தில்' எனக்கு சாகித்ய அகாதமி விருது கிடைத்ததைப் பாராட்டி எழுதிய பாங்கு என்னை மிகவும் நெகிழ வைத்தது. சாதாரணமாக ஒரு நட்புப் பத்திரிகையின் தோழமை வியப்புக்குரியது அல்ல. ஆனாலும்,

இந்த விருது பற்றிச் சில வகுப்புவாதிகள், சில தமிழ் வியாபாரிகள் மேற்கொண்ட அணுகுமுறை விருதுக்குள்ளான எனது "வேரில் பழுத்த பலா" என்ற நாவலில் உள்ளடக்கம் இன்னும் பூதாகாரமாக இருக்கிறது என்பதை உறுதிப்படுத்தியது. வகுப்புவாதிகளால் நடத்துவது போல் தோன்றும் கணையாழி பத்திரிகை 'இட ஒதுக்கீடு இலக்கியத்திற்கும் வந்து விட்டது' என்று எழுதியது. அதன் அடுத்த இதழில் ஐயருக்குப் பூணூல் இருப்பதால் விருது வருவதில்லை என்ற அர்த்தத்தில் ஒரு கடிதம் புலம்பியது. போதாக்குறைக்கு சுஜாதா என்னை வாழ்த்துவது போல் வாழ்த்தி வீழ்த்துவது போல் வீழ்த்துவதற்கு முயற்சி செய்வது போல் அதே பத்திரிகையில் 'கமெண்ட்' அடித்திருந்தார். இப்படி எழுத்துக்களைப் பூணூலை வைத்து அளப்பது இன்னும் இருக்கத்தான் செய்கிறது. ஆனால், பனையேறிகளை முன்னோர்களாகக் கொண்ட நான், என் இலக்கியத்தைப் பனை நாராலேயே அளக்கிறேன். பூணூலைவிடப் பனை நார் வலுவானது.

இப்படி வகுப்புவாதம் என்மீது ஏவி விடப்பட்டாலும், என் நாவலை விமர்சிக்காமல் என்னை விமர்சிப்பது முஸ்தபா என்ற பேருக்குள் ஒளிந்திருக்கும் எழுத்தாளருக்கு ஒரு பொழுதுபோக்கானாலும், நான் ஒரு வகுப்புவாதியாகவில்லை. காரணம் 'வேரில் பழுத்த பலா'வில் வரும் பிற்படுத்தப்பட்ட சமூகத்தைச் சேர்ந்த சரவணன் என்ற கதாநாயகன் போலவே நானும் நடந்து கொள்ள விரும்புகிறேன். அந்தக் கதாநாயகன் இதேபோன்ற வகுப்புவாதிகளால் அல்லலுக்கு ஆளானாலும், அவன் வகுப்புவாதியாக மாறவில்லை. சந்தானம் என்ற பிராமண இளைஞனின், நியாயமற்ற வேலையையும், அதிகாரி என்ற முறையில், மனிதாபிமானத்தின் உந்தலில் அவன் கட்டிக்காத்தான்.

சில பேர்வழிகள், வகுப்புவாத சாக்கில் என்னைச் சாடினாலும் இதை ஒரு வகுப்புவாத பிரச்னையாக பெரியவர்கள் எடுத்துக் கொள்ளவில்லை என்பது மகிழ்ச்சிக்குரியது. எடுத்துக்காட்டாக நான் விருது பெற்ற செய்தியை மிகச்சிறப்பாக வெளியிட்டவர் எனது நண்பரும் தினமலர் ஆசிரியருமான கிருஷ்ணமூர்த்தி. அதை இருட்டடிப்பு செய்தவர் ஒருவேளை எனது தூரத்து உறவினராக இருக்கக் கூடிய 'மாலைமுரசு' ஆசிரியர் ராமசந்திர ஆதித்தன். பழைய கசப்பான அனுபவங்களையும் மறந்து எனது பேட்டியை தான் பெற்ற குழந்தைக்குக் கிடைத்த பேறு போல பெருமிதத்துடன் போட்டவர் 'ஆனந்த விகடன்' ஆசிரியர் திரு. பாலன். பிற்படுத்தப்பட்ட சமூகத்தில் எழுச்சியுற்று வரும் சக்திகளை அடையாளம் காட்டும் இந்த நாவலுக்கான விருதை வெறுப்போடு அணுகியவர்களில் தமிழர் 'தளபதி'யும் ஒருவர். ஆகையால், இந்த அகாதமிப் பரிசில், வகுப்புவாத முலாம் பூசுவது சந்தர்ப்பவாதிகளுக்கு ஒரு சாக்கு என்பதும் அதே சமயம், அந்த வகுப்புவாதம் இன்னும் இருக்கத்தான் செய்கிறது என்பதையும் கண்கூடாகக் கண்டேன்.

வேரில் பழுத்த பலா: 'வேரில் பழுத்த பலா' என்ற குறுநாவல் வலம்புரி ஜானை ஆசிரியராக கொண்ட 'மெட்டி' என்ற மாத நாவல் இதழில் வெளியானது. ஆதி திராவிட இனத்தைச் சேர்ந்த ஒரு பெண் முதன்முதலாக மத்திய அரசு அலுவலகத்திற்குள் வேலைக்கு வரும் போது மேல் ஜாதிக்காரர்கள் - குறிப்பாக பிராமணர்கள் அவளை என்ன பாடுபடுத்துகிறார்கள் என்பது நாவலில் ஒரு அம்சம். சொல்லுக்குச்சொல் "காலனிக்காரி, காலனிக்காரி," என்று அவளை ஒரேயடியாய் பிரமை அடிக்க வைத்து, அவள் தகுதிக்கோ, தேர்வுக்கோ குறைந்த, டெஸ்பாட்ச் செக்ஷனில் போடுகிறார்கள்.

இதே சமயம், சர்வீஸ் கமிஷன் தேர்வு மூலம் வராத சந்தானம் என்ற இளைஞனை அக்கவுண்டண்ட் வேலையில் வைக்கிறார்கள். இந்தச் சமயத்தில் பின்தங்கிய சமூகத்திலிருந்து வந்த சரவணன் என்ற இளைஞன் அந்த ஆதிதிராவிடப் பெண்ணை மேன்படுத்துகிறான். அவளுக்குரிய செக்ஷனைக் கொடுக்கிறான். "கான்ட்ராக்டர்களுடன் உடன்பட மறுக்கிறான். இதனால், அலுவலக மேல்ஜாதிக்காரர்களாலேயே அல்லலுக்கு உள்ளாகிறான். ஆனாலும், அரசு விதிமுறைகளுக்கு மாறாக போராட்டத்திற்கு தயாராகிறான்.

விருதுக்கான பாராட்டு விழாவில் என்னை வாழ்த்திப்பேசிய பலர் கிராமத்தில் பிற்படுத்தப்பட்ட மக்கள் தூசி படிந்த கண்ணாடி மாதிரி; அதை துடைக்க வேண்டுமே தவிர உடைக்கக்கூடாது" என்று சரவணன் தன் சகாக்களுக்குச் சொன்ன அறிவுரையை மேற்கோள் காட்டிப் பேசினார்கள். இந்த நாவலில் வருவதுபோலவே, ஒருவேளை என்மீதுள்ள பிரச்சார தூசியை துடைத்து என்னைப் பிரகாசப்படுத்துவதற்குப் பதிலாக நான் ஏற்கனவே சொன்ன பேர்வழிகள் என் முகத்தை உடைப்பதையே ஒரு பிரச்சாரமாக வைக்கிறார்கள். இதே நாவலில் சரவணன், மேல்ஜாதி ஜூனியர்களைப் பார்த்து, "அரசாங்க வேலை என்பது உங்களுக்கென்ன பட்டா போட்ட சொத்தா" என்று கேட்பான்.

இதேபோல் நாடகம், நாட்டியம், கதை, நாவல் போன்றவற்றில் தங்களுக்குத்தான் பட்டா என்று நினைத்துக் கொண்டிருக்கும் அசோகமித்திரன், இந்திரா பார்த்தசாரதி போன்ற எழுத்தாளர்கள் தங்களது பட்டா பறிபோய்விட்ட ஆத்திரத்தில் நாவலை விமர்சிக்காமல், நாவல் ஆசிரியரை விமர்சிக்கிறார்கள். 'வேரில் பழுத்த பலா'வில் வருவது போலவே, ஒரு மர்மத்தனமாக கான்ட்ராக்டருக்கு உடன்போக விரும்பிய அலுவலக சகாக்கள் போல், அசோகமித்திரனை இலக்கிய மூலஸ்தானத்தில் வைக்க வேண்டும் என்றால், சா. கந்தசாமி, வண்ணநிலவன், போன்ற சூத்திரர்களை துவாரக பாலகர்களாக நிறுத்துவதற்கு முயற்சி செய்கிறார்கள். அதேசமயத்தில் இந்த வகுப்புவாதிகளை நினைக்கும்போது மனித நேயத்தை மட்டுமே குறிக்கோளாகக் கொண்ட, என் மீது உயிரையே வைத்திருக்கும் பிராமண சமூகத்தைச் சேர்ந்த மதுராந்தகம் குமார், ஒரு பத்திரிகை என்னை இருட்டடிப்புச் செய்ததால்

துடித்த கவிஞர் பீஷ்மன், எழுத்தாளர் சி.ஆர். கண்ணன், தீபம் திருமலை ஆகியோரை நினைத்துப் பார்க்கிறேன்.

வகுப்புவாதம் அதுவும் மாறும். என் அனுபவத்தில் வலுக்கட்டாயமாக வந்திருப்பது ஆச்ரியம் தான். ஆனாலும், கஸ்தூரி ரங்கன் போன்ற ஒரு பிராமண எழுத்தாளர் பீஷ்மன் போன்ற மனிதாபிமானிகளை விழுங்கிவிடும் கேந்திர நிலையிலிருக்கிறார் என்பதும் உண்மை. வேரில் பழுத்த பலாவில் மேலதிகாரியைப் பாராட்டிக் கொண்டே அவனுக்கு குழி பறிக்கும் சகாக்கள் போல், தினமணிக் கதிரில் என்னை இலக்கியவாதி என்று சொன்ன கஸ்தூரி ரங்கன், 'கணையாழி'ப் பத்திரிகையில், அதே பேனாவால் 'இடஒதுக்கீடு' என்கிறார். எனது நாவலில் வரும் 'பட்டா போட்ட' கதாபாத்திரங்கள் போல், இந்த பூணூல் போட்ட மனிதர்கள் தங்களைக் காட்டிக் கொள்ளாமலே முஸ்தபா என்ற முஸ்லீம் பெயருக்குள் நுழைந்து கொண்டு பேடித்தனம் செய்கிறார்கள்.

எந்த நாவலில் என்ன எழுதினேனோ, அந்த சமாச்சாரங்கள் எனக்கே நடந்து விட்ட பின்னணியில் அந்த நாவல் எப்படி உருவானது என்பதைப் பகிர்ந்து கொள்ள விரும்புகின்றேன்.

1976ம் ஆண்டு வாக்கில் 'சென்னை வானொலி' நிலையத்தில் வானொலி என்ற பத்திரிகைக்கு ஆசிரியராக இருந்தேன். வானொலி நிகழ்ச்சிகளை மட்டுமே கட்டம் போட்டுச் சொல்லிக் கொண்டு 10 ஆயிரம் பிரதிகளுடன் உலா வந்த அந்தப் பத்திரிகையில் வானொலி உரையாடல்கள், கட்டுரைகள், கவிதைகள், நாடகங்கள் ஆகியவற்றைப் பிரசுரித்து 50 ஆயிரம் பிரதிகளாகக் கூட்டினேன். ஆனால், ஒப்பந்தக்கார பிரிண்டர் ஒத்துழைக்கவில்லை. பயன் என்கிற வார்த்தை பய என்று வந்துவிட்டதே என்று கேட்டால் 'ய்' டைப் இல்லை என்பார். இப்படிப்பட்ட ஆசாமிக்கு எனது அலுவலக அக்கவுண்டண்டும் ஒருசில ஊழியர்களும் உடன்பட்டனர். ஒரு ஊனமுற்ற கருப்பு இளைஞருக்கு நான் புதிய பொறுப்பைக் கொடுத்த போது முணுமுணுத்தனர்.

ஒரு, பெண் ஊழியை, "சொஸைட்டியில் அந்தஸ்து இல்லாதவங்கல்லாம் ஆபிஸ்ரா வந்துட்டாங்கண்ணு" என் காதுபடவே சொன்னார். இறுதியில், அந்த கான்ட்ராக்டரைத் தூண்டி விட்டு நான் வேறு அச்சகத்திடம் இச்சகமாகி விட்டேன் என்று புகார் மனுக்களை எழுத விட்டார்கள். அந்த ஆசாமியின் கடிதங்களுக்கு விளக்கம் கொடுக்கவே எனக்கு நேரம் போதவில்லை. போதாக்குறைக்கு இந்த கான்ட்ராக்ட் ஆசாமியின் சட்டகர் மத்திய அரசின் பிரசுரத்துறையில் துணை இயக்குநர். எனது நிலைய இயக்குநர் எம்.எஸ். கோபாலுக்கு என் மீது அனுதாபம் இருந்தாலும், அதைவிட பயம் அதிகம். சக்தி வாய்ந்த மேலதிகார வாய்மொழி உத்தரவுகளுக்கு அடங்கிப் போனார். ஆனாலும் நான் விட்டுக் கொடுக்கவில்லை.

ஒப்பந்த விதிகளின்படி பிரிண்டருக்கு கடுமையான அபராதம் விதித்து, 'கமாண்டோ' நடவடிக்கைகளில் இறங்கினேன். இறுதியில் அந்தப் பத்திரிகை

கோவையில் உள்ள அரசு அச்சகத்திடம் ஒப்படைக்கப்பட்டது. இந்த அனுபவத்தை வைத்து எழுதப்பட்ட நாவல்தான் 'வேரில் பழுத்த பலா', பத்தாண்டுகளுக்குப் பிறகு இந்த பழைய அனுபவத்தை சமூக நோக்கோடு அணுகி விஞ்ஞான ரீதியாகப் பரிசீலித்து, அதை ஒரு நாவலாக வடிவம் கொடுத்தேன். இந்த நாவல் விமர்சனம் செய்யப்பட்டால், நம் சமூகத்தின்முன் இப்போதும் பூதாகரமாக வியாபித்திருக்கும் வகுப்பு பிரச்னைகளையும் வர்க்கப் பிரச்சனைகளையும் அடையாளம் கண்டு கொள்ள உதவும். ஆனால் அவர்களோ நிஜத்தை விட்டு நிழலை அடிக்கிறார்கள். நிழலை அடிப்பவன், எப்படிப்பட்டவன் என்பதைச் சொல்ல வேண்டியதில்லை.

புதுதில்லியில் சாகித்ய அகாதமியில் நான் ஆற்றிய உரை அனைவராலும் பாராட்டப்பட்டது. தில்லித் தமிழ்ச்சங்கம், பாவேந்தர், பாரதிதாசன் பாசறை, சந்திப்புமுனை போன்ற அமைப்புகள் எனக்கு சிறப்பான வரவேற்பை அளித்தன. தமிழில் சாகித்ய அகாதமி பெற்ற ஒருவருக்கு இப்படி எல்லா அமைப்புகளும் போட்டி போட்டு ஜாதி வித்தியாசம் இல்லாமல் நடந்து கொண்டது இதுவே முதல் தடவை என்று பலர் சொன்னார்கள்.

எழுத்தாளன்தான், கதாபாத்திரங்களைத் தீர்மானிப்பான். ஆனால், பரிசுக்குப் பிறகு ஏற்பட்ட விமர்சன அமளியில் தேசிய வாதியான நான் வகுப்புவாதியாகாமல் விஞ்ஞானபூர்வமாக நடந்து கொண்டதற்கு நான் உருவாக்கிய சரவணன் என்ற பாத்திரம் ஒரு காரணம். ஒரு பாத்திரமே படைப்பாளனின் போக்கைத் தீர்மானிப்பது ஒரு அதிசயந்தான். ஆனாலும் உண்மை.

இந்த உணர்வை உணர்த்துவதற்கு தமிழ்நாடு முற்போக்கு எழுத்தாளர் சங்கம் ஒரு பின்புல சக்தியாக விளங்கியது. செம்மலர் பத்திரிகை எனக்கு வாழ்த்து தெரிவித்ததோடு என்னை தண்டித்த கனையாழியை கண்டித்து எழுதியது. த.மு.எ.ச. தலைவர்களான தோழர்கள் கே.எம். முத்தையா, செந்தில்நாதன், அருணன், எஸ்.ஏ. பெருமாள் எனக்கு பக்கபலமாக நின்றார்கள். தமிழ்நாடு கலை, இலக்கிய பெருமன்றம் எனக்குப் பாராட்டு விழா நடத்தியது. தமிழ்நாடு காங்கிரஸ் (ஐ) கட்சியின் தலைவர் வாழப்பாடி ராமமூர்த்தியும், மக்களின் மரியாதைக்குரிய ஜி.கே. மூப்பனாரும் எனக்குத் தனித்தனியே விழா நடத்தி கௌரவித்தார்கள். கவிஞர் இளந்தேவனும் தனியாக விழா நடத்தினார்.

த.மு.எ.ச. கிளைகள் பலவற்றிலும் எனக்கு விழாக்கள் நடத்தினார்கள். என் ஆஸ்தான பதிப்பகமான மணிவாசக நூலகத்தின் உரிமையாளர் ச.மெய்யப்பனும், அவரது சகாக்களான நாராயணன், குருமூர்த்தி ஆகியோர் இந்தப் பரிசு தங்களுக்குக் கிடைத்ததாகவே நினைத்தார்கள். தமிழ்நாடு கம்யூனிஸ்ட் கட்சியின் தோழர்கள் தியாகராஜன், து. ராஜா, மகேந்திரன் ஆகியோர் மகிழ்ச்சி தெரிவித்தார்கள். பெல் நிறுவன ஊழியர்கள், வருமான வரித்துறை ஊழியர்கள், சங்கங்கள் இதே மாதிரி இயங்கின. கல்வி, விகடன் போன்ற மூத்த பத்திரிகைகள் வாழ்த்துகளை தெரிவித்தன.

தினமணிக் கதிரும் அப்படியே... எழுத்தாளர் விக்கிரமன் அவர்கள் தாம் தலைமை ஏற்றிருக்கும் அகில இந்திய எழுத்தாளர் சங்கத்தின் சார்பில் ஒரு தேநீர் விழா கூட்டத்தை ஏற்படுத்தினார்... எழுத்தாளர்கள் பாலகுமாரன், இந்துமதி உட்பட பல எழுத்தாளர்கள் வாழ்த்திப் பேசினார்கள்... 'இலக்கியவீதி' சார்பில் அதன் தலைவர் இனியவன் செங்கையில் ஒரு பாராட்டு விழாவை நடத்தினார்.. டாக்டர் தமிழ்க்குடிமகன் உட்பட பல சிந்தனையாளர்கள் வாழ்த்து தெரிவித்தார்கள்... டாக்டர் ரபீர்சிங், டாக்டர் குருநாதன், டாக்டர் இளவரசு, கவிஞர் இளவேனில் போன்ற சான்றோரும், பொன்னிலன், செ. யோகநாதன், கந்தர்வன், மேலாண்மை பொன்னுச்சாமி, கு. சின்னப்பபாரதி, டி.செல்வராஜ், பிரபஞ்சன், திலகவதி போன்ற சமூக நோக்குள்ள படைப்பாளிகள் எனக்கு வாழ்த்துக் கடிதங்கள் எழுதினார்கள்.

கவிஞர் கே.சி.எஸ். அருணாசலம், டாக்டர் தயானம் பிரான்சிஸ் உட்பட தமிழகம் எங்குமிருந்தும் நூற்றுக்கணக்கான வாழ்த்துக் கடிதங்கள் வந்து குவிந்தன. என் சிந்தனையை வளமைப்படுத்திய என் தோழர் இளவேனில் சத்திரியனில் என்னைப் பாராட்டி ஒரு கட்டுரையே எழுதினார். இவையே சாகித்ய அகாதமியை விடப் பெரியது. இவன் கிடக்கான் கணையாழிக்காரன்.

குறிப்பு : அண்மையில் வெளியான சுபமங்களா பேட்டியில் திரு. கஸ்தூரி ரெங்கன் இட ஒதுக்கீட்டை அந்த அர்த்தத்தில் சொல்லவில்லை என்று பூசி மழுப்பினார்... என்மீதும், என் இலக்கிய முயற்சி மீதும் மரியாதை இருப்பதாகவும் தெரிவித்தார்.

14. செய்திக்காக போனபோது...

அகில இந்திய வானொலி நிலையத்தின் மூத்த செய்தியாளர் என்ற முறையில், நான் தமிழகம் முழுவதும் சுற்றுப்பயணம் செய்யலாம். வானொலி என்பதால், மாவட்ட நிர்வாகத்தி மிருந்து, கார், ஜீப், சர்க்யூட் மாளிகை ஆகியவற்றிற்கு குறைச்சலில்லை. செல்லுமிடமெல்லாம் கிட்டத்தட்ட ஆட்சித் தலைவர் தவிர அத்தனை அதிகாரிகளும் என்னுடன் வருவதுண்டு. இதில் ஒரு லாபமும் உண்டு, நட்டம் உண்டு. இவர்களின் முன்னிலையில் மக்கள் தங்களது குறைகளை கூறுவது கடினம். அதே சமயம் வானொலிக்கு உரிய செய்திகள் தாராளமாக கிடைக்கும். இந்த 'பந்தாக்களையும்' ஊடுருவி நான் மக்களை ரகசியமாகச் சந்தித்து பல்வேறு சங்கதிகளை விவாதித்திருக்கிறேன். அந்த அடிப்படையில் ஒருசில சிறுகதைகளை எழுதியிருக்கிறேன். எழுதப்போகிறேன்.

குடிக்கள்ளன்: அண்மையில் ஆறு தென் மாவட்டங்களில் சுற்றுப்பயணம் செய்தேன். மதுரைக்கு அருகே கிடாரிப்பட்டி என்ற ஒரு கிராமம். அங்கே நிலச்சீர்திருத்த சட்டத்தால் கையகப்படுத்தப்பட்ட மிகுதி நில விநியோகம் பற்றி கண்டறியச் சென்றபோது ஒரு ரசமான செய்தி கிடைத்தது. அந்தக்

கிராமத்திலும் அதன் சுற்றுப்புற வட்டாரத்திலும், முக்குலத்தோரில் கள்ளர் பிரிவினர் அதிகம். இதற்கு அடுத்தபடியாக முஸ்லீம்கள் இடம் பெறுகிறார்கள். நாடார்கள், மூப்பனார்கள் ஆகியோரும் உள்ளார்கள். பொதுவாக இந்தப் பகுதியில் சாதிச் சண்டை கிடையாது. சமயச் சண்டையும் கிடையாது. அதுவும் இந்து-முஸ்லிம் என்ற பேதமே எள்ளளவும் இல்லை.

இதற்கு காரணம் குடிக்கள்ளன் என்ற ஒரு முறைமை அந்தப் பக்கம் இன்னும் பழக்கத்தில் இருக்கிறது. அதாவது சிறுபான்மையினரான ஒவ்வொரு முஸ்லிம் குடும்பத்திற்கும் ஒரு கள்ளர் குடும்பம் அதன் நல்லது கெட்டதுகளை கவனித்துக் கொள்ளும். இதற்குக் குடிக்கள்ளன் குடும்பம் என்று பெயர். இந்தக் குடும்பத்திற்கும் சம்பந்தப்பட்ட முஸ்லிம் குடும்பத்திற்கும் சகோதர பந்தம் உண்டு. இந்த முறை, இத்தகைய இரு குடும்பங்களுக்குமிடையே காலங்காலமாக இருந்து வருகிறது. உதாரணமாக ஒரு முஸ்லிம் குடும்பத்துப் பெண்ணை வெளியூரில் கட்டிக்கொடுத்து, அங்கே அவள் பல இன்னல்களுக்கு ஆளானபோது, அவளுடைய சொந்த ஊர் குடிக்கள்ளன் தனது சகாக்களோடு அவளது புகுந்த வீட்டிற்குப் போய் அவளைத் துன்புறுத்தியவர்களை மரத்தில் கட்டி வைத்து விட்டார்.

ஒரு முஸ்லிமிற்கும், ஒரு கள்ளருக்கும் ஏதோ ஒரு தகராறு வந்தால், இந்த குடிக்கள்ளன், முஸ்லிம் பக்கம் நிற்பார். இவருடைய கல்யாணத்தில் அந்த முஸ்லிம் வீட்டிற்கு முதல் வெற்றிலை, அந்த முஸ்லிம் வீட்டு கல்யாணத்தில் இவருக்கு முதல் பாக்கு. இந்த செய்தி தமிழகத்தில் பெரும்பாலோருக்கு குறிப்பாக நமது எழுத்தாளர்களுக்கு நிச்சயம் தெரியாது. இந்த முறை, இப்போது அருகிக் கொண்டிருந்தாலும், இது மேலும் புதுப்பிக்கப்பட வேண்டிய ஒன்று. இதை வைத்து குடிக்கள்ளன் என்ற தலைப்பில் செம்மலரில் கதை எழுதினேன். அந்தக் கிடாரிப்பட்டியில் பார்த்தவர்களையெல்லாம் கேரக்டர்களாக்கி கதையாக்கி விட்டேன். அண்மையில் நான் எழுதிய கதைகளில் எனக்கு பிடித்த கதை இது.

எழுத வேண்டிய இன்னொரு உலகம்மை: இதே போல் பசும்பொன் மாவட்டத்தில் சுற்றுப்பயணம் செய்தபோது அரசு கடனுதவி பெற்ற ஒரு விவசாயத் தொழிலாளரின் ஊருக்குப் போனேன். இப்படி கடனுதவி பெறுகிறவர்களுக்கு, அவர்கள் அந்தக் கடனை திருப்பிக் கட்டினாலும் கட்டாவிட்டாலும் அவர்கள் இறக்க நேரிட்டால் இந்த கடனோடு இணைந்த இன்சூரன்ஸ் பணமான மூவாயிரம் ரூபாயை கொடுக்க வேண்டும். நான் குறிப்பிடுகின்ற தொழிலாளர் பாம்பு கடித்து இறந்தவர். அரசு விதிப்படி பாம்பு கடித்து இறந்தவர் குடும்பத்திற்கு மூவாயிரம் ரூபாய் கொடுக்க வேண்டும். இப்படி இரண்டு வகையில் தேறிய ஆறாயிரம் ரூபாயை, ஒரு நல்ல அதிகாரி, அவரது மனைவியைத் தேடி பிடித்து வாங்கிக் கொடுத்து விட்டார்.

அந்தப் பெண்ணை நான் நேரில் விசாரிக்க வேண்டும் என்றும் கேட்டுக் கொண்டார். இதன்படி அந்தக் கிராமத்திற்குப் போனேன். எங்களைப் பார்த்-

தவுடனேயே அந்தப் பெண் கண்கலங்கினாள். முப்பது வயதுக்கு உட்பட்டவர். எங்கிருந்தோ வந்த அவள் மாமியார் - அதாவது இறந்தவரின் அம்மா, விறகுக் கட்டைப் போட்டுவிட்டு வாயிலும் வயிற்றிலும் அடித்து மகனுக்காக அழுதார். பிறகு, அந்தப் பெண்ணிடம் கொடுக்கப்பட்ட ஆறாயிரம் ரூபாயில் மூவாயிரத்தை வசதியாக உள்ள தனது கல்யாணமான மகள்களுக்கு கொடுக்க வேண்டும் என்று அழுதபடியே சொன்னார்.

ஆனால், மருமகள்காரி, மிக கண்ணியமாகவும், அதேசமயம் அழுத்தம் திருத்தமாகவும், "இது என் ஐயாகூடப் பிறந்த அத்தை. இவுங்கள கண்கலங்காம காப்பாத்தணும் என்கிறதுக்காகத்தான் இங்கே இருக்கேன். இல்லன்னா இந்த ரூவாயோட பக்கத்து ஊர்லே இருக்குற எங்க அண்ணந்தம்பியோட போறதுக்கு எனக்கு அதிக நேரம் ஆகாது. நான் பிறந்த வீட்டுலேயே பிறந்த என் அத்தைய விட்டுட்டு நான் போகமாட்டேன்.

இந்த ஆறாயிர ரூபாய் இருந்தால்தான் பாங்கு வட்டியில் காலத்தை தள்ளலாம்" என்றாள். கோதிமுடிந்த கொண்டை, மொச்சக்கொட்டை மாதிரியான உடம்பு, அழுத்தமான பார்வை அப்பப்பா..... இப்படி ஒரு கவுரமான துயரச் சுமையை சுமந்து கொண்டு கண்ணியமாகப் பேசும் ஒரு பெண்ணை நான் கண்டதில்லை. இதைக் கதையில் வர்ணிக்கப் போவதால் இத்துடன் விட்டு விடுகிறேன். இந்தப் பெண் மறுமணம் செய்துகொள்ள வேண்டும் என்று நான் வாதாடினேன். முதலில் அவள் லேசாய் சிரித்து விட்டு தேவையில்லை என்றாள். நான் வற்புறுத்தியபோது "சரி, அந்த பேச்சு விட்டுட்டு அடுத்த பேச்சு பேசுங்க" என்று கண்டிப்புடன் கூறினாள்.

அந்தக் கண்டிப்பைக் கண்ணகி இவளைவிட அதிகமாகக் காட்டியிருக்க முடியாது. எனக்கு கண்ணகித் தன்மை பிடிக்காது என்றாலும், இந்தக் கோனார்ப் பெண் காட்டிய கற்பின் வலிமை, கண்மூடியபடியே காலங்கடந்த கணவனை நினைத்துப் பார்த்த சோகமயமான லாகவம், அத்தை மீது கொண்ட பாசம், சுயமரியாதையை விட்டுக் கொடுக்காமல் அதிகாரிகளிடம் விடுத்த வேண்டுகோள் என்னை ஒரு கலக்கு கலக்கிவிட்டது. 'ஒரு கோட்டுக்கு வெளியே' நாவலில் வரும் உலகம்மை மாதிரியானவள். இவளை வைத்தே மிகப்பெரிய நாவல் ஒன்றை எழுதலாம். துவக்கத்தில் சிறுகதையாகச் செய்யலாம் என்று நினைத்திருக்கிறேன். இந்த 'பாழும் வேலையில்' மாட்டிக் கொண்டதால் அடுத்தவர்கள் சொல்வதைத் தான் செய்தியாக்க நேரம் இருக்கிறதே தவிர நான் சொல்ல வேண்டியதைச் சொல்ல காலநேரம் கிட்டவில்லை.

சுபேதாவா - சும்மாவா: வானொலி செய்தியாளர் என்ற முறையில் பல்வேறு தரப்பு மனிதர்களைப் பார்க்கும் அனுபவம் கிட்டுகிறது. ஒருதடவை, எழுத்தாளர் பொன்னிலன் அவர்களிடம் என்னால் எழுதமுடியவில்லை என்று குறைப்பட்டபோது "நாட்டின் நாடித்துடிப்பையே அறிந்து கொள்ளும்

நிலையில் இருக்கும் நீங்கள் இப்படியா சொல்வது'' என்றார். அவர் சொல்வது போல் நாட்டின் நாடித்துடிப்பை அறியமுடிகிறதோ இல்லையோ, அரசியல்வாதிகளின் ஆசாபாசங்களை அவர்களைச் சார்ந்திருக்கும் "ஒட்டுண்ணிகளை'' கண்டறியமுடிகிறது. பெருந்தலைவர்கள் புதுதில்லியிலிருந்து வரும்போது பத்திரிகையாளர்களோடு நானும் விமான நிலையத்திற்குப் போவதுண்டு. அப்போது பல மாறுபட்ட கட்சித் தலைவர்களின் வரவேற்பின் போதெல்லாம் ஒரு சமூக 'சேவகியை' அடிக்கடி பார்ப்பதுண்டு.

விசாரித்துப்பார்த்ததில், இந்த சமூகத்துக்கு ஆகாத சேவகி பெரிய பெரிய தலைவர்களுக்கு பொன்னாடை போர்த்தி அதை வீடியோவிலும் கேமராவிலும் எடுத்துக்கொள்ள செட்டப் செய்வாளாம். இவள் தலைவர்களுடன் அந்தரங்கமாக உரையாடுவது போல் பத்திரிகைகளில் பலதடவை புகைப்படங்கள் வந்திருப்பதை நானே பார்த்திருக்கிறேன். இவ்வளவுக்கும் இவள், விபச்சார தடுப்பு சட்டத்தின் கீழ் பலதடவை கைதுசெய்யப்பட்டவளாம். இத்தகையப் குற்றம் புரிந்த ஒரு பெண் சமூக சேவையில் ஈடுபடக்கூடாது என்ற அற்பத்தனமான எண்ணம் எனக்கில்லை. ஆனால் இவள், அதே தொழிலை இப்போது நாகரிகத்தோடும் கவுரவத்தோடும் செய்து வருகிறாள் என்பது தான்.

ஒரு தடவை குறிப்பிட்ட ஒரு கட்சியின் உள்ளூர் தலைவர்கள், இவளை ஓரங்கட்ட முயற்சித்தார்கள். ஆனாலும் அவள், எப்படியோ டில்லியிருந்து வந்த பெரிய தலைவரோடு காரில் ஏறிச்சென்று, மேடைக்கே போய், அவருக்கு இணையாக மக்களைப் பார்த்து ஆசீர்வதித்திருக்கிறார். அதுமட்டுமல்லாமல், அந்த பெரிய தலைவரிடம், கிசுகிசுத்து, இந்த உள்ளூர் தலைவர்கள் கட்டாயத்தின் பேரில் நீட்டிய காப்பியை சுவைத்து சுவைத்து குடித்திருக்கிறாள். எந்தக் கட்சியிலும் உறுப்பினராக இல்லாத இந்த அம்மையார் இப்படி பல அரசியல் கட்சிகளின் ஒட்டுண்ணியாக இன்றும் இருந்து வருகிறாள்.

மாநிலத்தலைவர்களைப் பார்த்து தேசிய தலைவர் 'அந்த மேடத்திற்கு காப்பி கொடுங்கள்' என்ற கட்டளையை இடச்செய்தவள். இப்படி இனி என்னெல்லாம் செய்யப்போகிறாளோ, இந்த கேரக்டரை வைத்து "சுபேதாவா சும்மாவா'' என்று நான் எழுதிய சிறுகதை இதயம் பேசுகிறது பத்திரிகையில் பிரசுரமாயிற்று.

15. தானாய்த் தோன்றிய தாழம்பூ

'தினத்தந்தி'யிலிருந்து தொடர்கதை எழுதும்படி ஒரு அழைப்பு வந்தது. நான் சிறிது தயங்கினேன். 'தினத்தந்தி' வாசகர்கள் அளவிற்கு கீழே இறங்கிப் போய் கதை சொல்ல முடியுமா என்று யோசித்தேன். வழக்கமான பார்முலா கதைகளை படித்துப் பழக்கப்பட்ட அடிமட்ட வாசகர்களிடம் என் எழுத்து

எடுபடாது என்பது இப்போதும் என் நம்பிக்கை. ஆனால், பல நண்பர்கள் இப்படிப்பட்ட சமூகத்தின் அடிமட்ட வாசக, வாசகிகளின் மனோபாவத்தையும் ரசனையையும் மாற்றுவதற்காவது நான் எழுத வேண்டும் என்றார்கள். அதோடு ஒரு எழுத்தாளனின் எழுத்து சராசரி வாசகனுக்கு புரிந்தால்தான் அந்த எழுத்திற்கு ஒரு நோக்கம் உண்டு என்றும் வாதித்தார்கள். இறுதியில் நானும் தொடர்கதை எழுத உடன்பட்டேன்.

அடையாறில் கடற்கரையில் உட்கார்ந்து தொடர் கதையின் மையக்கருத்து பற்றி யோசித்தேன். சாதாரண மக்களிடம் நிலவும் விவகாரங்களாக இருந்தால் நன்றாக இருக்குமே என்று நினைத்தபோது ஒரு சம்பவம் நினைவுக்கு வந்தது. அதுவே தாழம்பூ என்ற பெயரில் இப்போது தொடர்கதையாகி பின்னர் நாவலானது.

அடிபட்ட நானும் - அடித்துவிட்ட அவளும்: சென்னை திருவான்மியூரில் நான் வீடு கட்டிய காலம். நான்கு ஐந்து ஆண்டுகளுக்கு முன்பு நடந்த நிகழ்ச்சி. நாங்கள் குடியிருக்கும் தெரு கிட்டத்தட்ட ஒரு காடு மாதிரி. நாலே நாலு வீடுகள் இன்னும் உள்ளன. எஞ்சிய மனைகள் நீதிமன்ற வழக்கில் வைக்கப்பட்டுள்ளன. ஆகையால் இந்தப் பக்கம் திருடர்களுக்கும், திருடிகளுக்கும் கும்மாளம். ஒரு தடவை இருபது வயதுள்ள ஒரு இளம் பெண்ணும், அவளை விட ஐந்து வயது பெரிய ஒருத்தியும் ஒரு கோணி மூட்டையோடு வந்து, எதிர் வீட்டில் போட்டிருந்த இரும்பு முட்கம்பிகளைப் பிய்த்து கோணி-மூட்டையில் போட்டார்கள். இதைப் பார்த்த என் மனைவி அவர்களை 'சத்தம் போட்டார்'. ஆனால் அந்தப் பெண்களோ என் மனைவியை நெருங்கி, கிட்டத்தட்ட அடிக்கப் போயிருக்கிறார்கள்.

என் மனைவியும் பயந்து போய் வீட்டுக்குள் ஓடிவிட்டார். மாலையில் வீட்டுக்கு வந்த என்னிடம் நான் என்னமோ அந்தப் பெண்களை அப்படி இரும்புக்கம்பிகளை பிய்க்கும் படி சொன்னதுபோல, மனைவியின் கோபதாபப் பேச்சுகளுக்கு உள்ளானேன். ஆனாலும் நான் அந்த நிகழ்ச்சியை மறந்து விட்டேன். என்றாலும் அடுத்த மறுநாளே அந்த இரண்டு பெண்களும் அந்தப் பக்கம் வந்து அதே வீட்டில் மிச்சம் மீதி இருந்த இரும்புக் கம்பிகளைப் பிய்த்தார்கள். என் மனைவி என்னை உசுப்பினார். நானும் புறநானூற்று வீரன் போல் அவர்களை நெருங்கி அதட்டினேன். அவர்கள் எதிர்த்துப்பேசியதால், ஒருத்தி கையிலிருந்த கோணிப்பையை பிடித்து இழுத்தேன்.

இதற்குள், இன்னொருத்தி என்னை மல்லாக்க தள்ளி இரும்புக்கம்பியால் ஒரு அடி அடித்து விட்டு ஓடிவிட்டாள். இதற்குள் என் மனைவி போலீசுக்கு போன் செய்ய, போலீஸ்காரர்கள் ஆட்டோரிக்ஷாவில் ஓடி வந்தார்கள். மாயமாய் மறைந்த அந்தப் பெண்களை கண்டுபிடிக்க அவர்களோடு நானும் போனேன். இறுதியில் ஒரு இரும்புக் கடைக்குள் அந்தப் பெண்கள் உள்ளே போவதைக் கண்டதாக ஒருவர் சொன்னார். போலீஸ்காரர்கள் அந்தக் கடைக்குள் போகவில்லை. அது மாமூல் கடை. மாறாக என்னைப்பார்த்து

“ஒரு பொம்மனாட்டியை மடக்க முடியாமே ஏன் சார் விட்டே?.... வெளியில் சொல்லாதே சார் வெட்கம்” என்று சொல்லிவிட்டு, போய் விட்டார்கள். நான் இதைக் கெட்டகனவாக நினைத்து மறந்திருப்பேன்.

ஆனால் வீட்டில் ஒரு சின்ன தகராறு வரும் போதெல்லாம் என் மனைவியும், என் மகளும் “ஓங்கப் புத்திக்குத் தான்... குப்பத்துக்காரிகிட்டே அடிபட்டிங்க... அவளை உங்களால் ஒன்னுமே பண்ண முடியலே.... அவளை ஏதாவது பண்ணிட்டு அப்புறமா எங்களை திட்டுங்க” என்றார்கள். அடிபட்டதை என்னால் மாற்ற முடியாது. ஆனால் மேற்கொண்டு ஏதாவது செய்ய வேண்டும். இல்லையென்றால் வீட்டில் சுய மரியாதையை புதுப்பித்துக் கொள்ள முடியாது என்ற இக்கட்டான நிலைமை. நானே தன்னந்தனியாய் அவளைக் கண்டுபிடித்து போலீசிடம் ஒப்படைக்க வேண்டும் என்று என்னுள் மறைந்திருந்த கிராமத்து மண் தூள்பரப்பியது. ஆனாலும் நகரத்தில் பழக்கப்பட்ட நான் ஒரு கையாளையும் கூட்டிக் கொண்டு அந்தப் பெண்கள் நடமாடும் பகுதிக்குப் போனேன்.

அவள் தனது வயதான உடம்பெல்லாம் ஆடிய தந்தைக்கு உணவூட்டுவதைப் பார்த்து மனம் நெகிழ்ந்தது. ஆனாலும் அதைக் கல்லாக்கிக் கொண்டு, அந்தப் பெண்ணை நானும் எனது கையாளும் சேர்ந்து பக்கத்திலிருந்த ஒரு போலீஸ்காரரிடம் ஒப்படைத்து, அவருடன் சென்று காவல் நிலையத்தில் அவளைப் பூட்டிவிட்டோம். எனது ஓரளவு பிரபலமான பேரையும், நான் இருக்கும் பதவியையும் கருத்தில் கொண்டோ என்னவோ, காவல் துறையினர் அவளிடம் கடுமையாக நடக்கத் தொடங்கினார்கள். அவளோ என்னைப் பார்த்து கையெடுத்துக் கும்பிட்டாள். அடிக்க ஓங்கிய அவள் கைகள், அனாதரவாக அல்லாடின. எனக்கு சொல்ல முடியாத துயரம். அவள் கண்களில் பொங்கிய கண்ணீரும், கூப்பிய கைகளும் என்னை நானே ஒரு அரக்கனாகப் பாவித்து குற்ற உணர்வில் துடிக்க வைத்தன.

ஒரு மணிநேரத்திற்குப் பிறகு, ஒரு சப்-இன்ஸ்பெக்டர் என்னிடத்தில் வந்தார். அந்தப் பெண் சின்னச்சின்ன திருட்டுக்களை மட்டுமே செய்யக்கூடியவள் என்றும், ஒரு தள்ளாத தந்தையை கவனித்துக் கொள்ளும் பொறுப்பில் இருப்பவள் என்றும், அவ்வப்போது கள்ளச்சாராயம் விற்பவள் என்றும் சொல்லி விட்டு, என் முகத்தைப் பார்த்தார். பிறகு அவளை என்ன செய்யலாம் என்பதுபோல் யோசனை கேட்டார். காவல் துறையினர் கண்டுபிடிக்க முடியாத குற்றங்களையெல்லாம் அவள் மேல் சுமத்தி, அவளை வேலூருக்கு 6 வருடத்திற்கு அனுப்பி வைத்து விடும் நிலைமையையும் சுட்டிக்காட்டினார்.

அந்தப் பெண்ணை விடுவிக்கும்படி, நான் ஆலோசனை சொன்னேன். என்னுடைய புகாரையும் திரும்பப் பெற்றுக் கொண்டேன். இதனைச் சற்றும் எதிர்பாராத காவல்துறையினர் லாக்கப்பில் உள்ள அவளை என்னிடம் மன்னிப்பு கேட்க வைப்பதற்காக கூட்டிவரப் போவதாகச் சொன்னார்கள். நான்

மறுத்து விட்டேன். காரணம், அந்தப் பெண்ணை சிறுமையான ஒரு நிலையில் சந்திக்க நான் விரும்பவில்லை. இப்படியாக தாழம்பூ தொடர்கதைக்கு மையக்கருத்து கிடைத்தது. இதில் சில திருத்தங்களை மேற்கொண்டு, அந்தப்பெண் கள்ளச்சாராயக்காரியாக ஆவதற்குரிய அடிப்படை காரணங்களையும் ஆங்காங்கே இணைத்து எழுதினேன்.

நான் எழுதிய 'தாழம்பூ' என்ற தொடர்கதையை 20 வாரங்களுக்குள் முடிக்க வேண்டும் என்று சொல்லி இருந்தார்கள். நானும் அதற்கு முன்னதாகவே முடித்து விடுவதாக வாக்களித்திருந்தேன். பட்டமேற்படிப்பு படித்தவர்களுக்கு எப்படி கணையாழிக்காரர்கள் இலக்கியவாதிகளோ, அப்படி எழுதப்படிக்கத் தெரிந்த சாதாரண மக்களுக்கு, நான் ஒரு "இலக்கியவாதிதான்" என்று நினைத்ததால் எழுதுவதற்கே சங்கடப்பட்டேன். பெரும்பாலான இத்தகைய வாசகர்கள் எனது சிறுகதைகள் புரியவில்லை என்று சொல்லும்போது ஆரம்பத்தில் மகிழ்ச்சியாக இருந்தது. (அப்போ நானும் இலக்கியவாதிதானே!)

இந்தத் தொடர்கதையை மிகவும் எளிமைப்படுத்தி நான் எழுதிக் கொண்டிருந்தாலும் அதில் வரும் நிகழ்ச்சிகள் அன்னக்காவடி மக்களின் அன்றாட வாழ்வில் நடைபெறுபவை. ஆகையால் என் இலக்கிய "தரத்தையும்" மீறி அந்தக் கதை தினத்தந்தி வாசகர்களால் ஆர்வமாகப் படிக்கப்படுகிறது என்பதை அறிந்ததும் நான் தப்பித் தவறிக் கூட, "இலக்கியவாதியாக" இருக்கக்கூடாது என்று சபதம் மேற்கொண்டிருக்கிறேன்.

இது செக்ஸ்சோ அல்லது புனித காதலோ இல்லாமல், போலீஸ் கெடுபிடிகள், கள்ளச்சாராய காய்ச்சல்கள், பேட்டை ரவுடிகள், அலுவலக சித்திர குப்தர்கள் ஆகியவர்களைச் சித்தரிக்கும் இந்த நாவலை இருபது அத்தியாத்திற்குள் முடிக்க முடியாமல் முப்பதுக்கும் மேலே நகர்த்னேன். தினத்தந்தி வாசகர்களுக்கு புதியதான இந்த கதை பெரிதும் வரவேற்கப்பட்டதால் நான் எத்தனை அத்தியாயங்கள் வேண்டுமென்றாலும் எழுதலாம் என்று சொல்லிவிட்டார்கள். ஆனாலும், நான் பழம் இனிக்கிறது என்பதற்காக கொட்டையோடு சேர்த்து சாப்பிட விரும்பவில்லை.

கள்ளச்சாராயக் கலை: தாழம்பூவில் கள்ளச்சாராயம் காய்ச்சுதல் ஒரு பிரதான அம்சம். எப்படி காய்ச்சுகிறார்கள் என்பதையும் அதன் பின்னணியையும் தெரிந்து கொள்ளக் காய்ச்சல் லோகத்திற்கு போவதாகத் திட்டமிட்டேன். ஒரு சாராயக்காரர் என்னைக் கூட்டிக் கொண்டு போவதாக ஒப்புக்கொண்டார். எதற்கும் இரண்டு நாள் கழித்து பதிலளிப்பதாக குறிப்பிட்டிருந்தார். குறிப்பிட்ட அந்த நாளில் என்னைக் கூட்டிக் கொண்டு போக ஒரு நிபந்தனை போட்டிருந்தார். நானும் அவரோடு சேர்ந்து குடிக்க வேண்டுமாம். அப்போது தான் காய்ச்சலாளிகளுக்கு சந்தேகம் வராதாம். என் நோக்கம் தெரிந்தால் அங்கேயே என்னை வெட்டிப் போட்டுவிடுவார்களாம். நான் யோசித்தேன். ஒரு 'முடக்கு' குடிப்பதில் தப்பில்லை.

ஆனால் அதுவே ஒரு விஷ சாராயமாக இருந்து கண்போய்விட்டால், ஒருவேளை அன்றைக்குப் பார்த்து போலீஸ் ரெய்டு நடந்து, அவர்கள் வலையில் பெரிய மீனான நான் அகப்பட்டு, பத்திரிகைகளுக்கு செய்தி போய் சாகித்திய அகாடமி எழுத்தாளர் குடிபோதையில் கைது என்று செய்திகளுக்கு செய்தியாகிவிடக்கூடாதே... எப்படியோ இறுதியில் கள்ளச்சாராயத்தில் கரை கண்ட ஒரு நண்பரை வைத்து, அந்தத் தொழிலின் ஊறல், காய்ச்சல், விநியோகம் ஆகிய முப்பெரும் நுணுக்கங்களை கற்றுக் கொண்டேன். சில குடிசைப் பகுதிகளுக்கும் சென்று இந்தத் தொழிலை இலை மறைவு காய் மறைவாகத் தெரிந்து கொண்டேன்.

இந்த அனுபவத்துடன், இன்னொரு அனுபவம் சேர்ந்தது. செங்கை மாவட்டத்தில் தமிழகமெங்கிலுமிருந்து கொண்டுவரப்பட்ட சுமார் 500 போலீஸ்காரர்கள் கள்ளச்சாராய வேட்டையில் ஈடுபடுத்தப்பட்டனர். மூன்று நாட்கள் நடைபெற்ற இந்தச் சோதனையில் நூற்றுக்கணக்கான லிட்டர் ஊறல், பேரல்கள், முதுமக்கள் தாழி மாதிரியான கெட்டியான பானைகள் கைப்பற்றப்பட்டன. கள்ளச்சாராயம் கடத்திய இரண்டு கார்களும் பறிமுதல் செய்யப்பட்டன. ஒரு காரின் டிக்கி சாராய தொட்டி மாதிரியான அமைப்பாக மாற்றப்பட்டிருந்தது.

காய்ச்சும் பானை மூன்று வகை. கீழே ஒன்று, மத்தியில் ஒன்று. அந்த மத்திக்கும் மத்தியில் ஒரு ஈயப் பாத்திரம்; அதற்கு மேலே குளிர்ந்த நீரைக் கொண்ட ஒரு பானை, கீழே ஊறல். நெருப்பினால் அது ஆவியாகி குளிர்ந்த பானையில் பட்டு சாராயமாக மாறி அலுமினியத் தட்டில் உள்ள டியூப் மூலம் வெளியே கேனில் வந்து விழும். இந்தத் தொழிலில் இப்போது விஞ்ஞான நுட்பம் புகுந்திருப்பதாகவும் கேள்வி. குளிர்ந்த பானையில் தண்ணீரை அது சூடானதும் அடிக்கடி மாற்ற வேண்டும். அது சிரமம் என்று, இப்போது பம்ப்செட் தண்ணீரையே வாய்க்கால் மாதிரி அந்தப் பானை வழியாக விடுகிறார்களாம்

ஊறல் கிக்காக 15 நாள் ஆகும். ஆனால் ஒரே நாளில் காரியத்தை முடிப்பதற்காக சில விஷங்களின் ஒரு சில சொட்டுக்களை விட்டு ஒரே நாளில் தேற்றி விடுகிறார்களாம். இந்த விஷச் சொட்டுக்கள் அதிகமானால் தான் அது விஷ சாராயமாக மாறுகிறதாம். ஸ்பெஷல் சாராயத்திற்கு ஊமத்தை விதைகளை ஒரு துணியில் போட்டு சாராயத்தின் மேல் ஒத்தடம் கொடுப்பார்களாம். ஒரு கிராமத்தில் ஒரு கிணற்றில் முக்காலடி உயரத்திற்கு சாராயத்தையே ஊற்றி வைத்திருந்தார்களாம்.

இத்தகைய அனுபவங்களை தாழம்பூவை நாவலாக்கும்போது விரிவுபடுத்தி எழுதினேன். அதே சமயம் எப்படி காய்ச்சலாம் என்ற ஒரு எண்ணத்தை கைத்தொழிலாக கற்றுக் கொடுக்காமல் சமூக பிரக்ஞையோடு இவற்றை எழுத வேண்டும். இந்தத் தொழிலில் ஈடுபட்டிருப்பவர்களுக்கு மாற்றுத் தொழில் கொடுத்தாலன்றி கள்ளச்சாராய காய்ச்சலை நிறுத்த முடியாது என்று

காவல் துறையினரே கூறுகின்றனர். இதையும் கணக்கில் எடுத்துக் கொள்ள வேண்டும்.

போலீஸ் நண்பன்: செங்கை மாவட்டத்தில் நடைபெற்ற இந்தக் கள்ளச்சாராய வேட்டையின் இறுதி நாளில் கைப்பற்றப்பட்ட பொருட்களைப் பார்வையிடுவதற்காக வானொலி செய்தி ஆசிரியரான எனக்கும் இந்தத் துறையின் இன்ஸ்பெக்டர் ஜெனரல் திரு. அலெக்சாண்டரிடமிருந்து அழைப்பு வந்திருந்தது. 500க்கும் அதிகமான காவலர்கள் அணிவகுத்து நின்றனர். அவர்களுக்குப் பின்னால் கைப்பற்றப்பட்ட கள்ளச்சாராய உபகரணங்கள். என்னை அறிமுகப்படுத்திப் பேசிய, திரு. அலெக்சாண்டர் என்னை போலீஸ் நண்பன் என்று வர்ணித்தார். உடனே கைதட்டல். நான் திடுக்கிட்டேன்.

பல ஐ.பி.எஸ். அதிகாரிகள் எனக்கு வேண்டிய நண்பர்கள் என்றாலும், நான் அவர்களையும், இந்தக் காவல்துறையினரையும், சாடாமல் இருந்ததில்லை. இன்னும் சொல்லப்போனால், போலீஸ்காரர்கள் ஏழை பாளைகளை லாக்கப்பில் என்ன பாடுபடுத்துகிறார்கள் என்பதை தமிழ் இலக்கியத்தில் என்னைவிட இன்னும் யாரும் நுணுக்கமாகவும், அழுத்தமாகவும், சித்தரிக்கவில்லை. இந்தத் தாழம்பூவிலும், காவல்துறையினர் பெரும்பாலோர் கள்ளச்சாராய ஏஜெண்டுகளாக எப்படி செயல்படுகிறார்கள் என்பதை சித்தரித்து வருகிறேன். இந்தப் பின்னணியில் என்னை போலீஸ் நண்பனாக அறிமுகப்படுத்தியதும், ஒருவேளை நானும் காவல்துறையினரை அவர்களது சூழல் புரியாமல் வரம்புமீறி சாடுகிறேனோ என்று என்னுள் ஒரு சந்தேகம் ஏற்பட்டது. சிந்தித்துப் பார்த்தபோது போலீஸ் பற்றி எனது அணுகுமுறை மேலும் வன்மையானதே தவிர மென்மையாகவில்லை.

என் வீட்டில் திருட்டு: எனது வீட்டில் மூன்று மாதங்களுக்கு முன்பு ஒரு திருடு நடந்தது. ஒரு டு-யின்-ஒன், இரண்டு கைக்கடிகாரங்கள், பல்வேறு அரசாங்கம் பாஸ்களை கொண்ட லெதர் பேக், 500 ரூபாய் இரவோடு இரவாகப் போய்விட்டன. பத்திரிகைகளிலும் 'ரேடியோ அதிகாரி வீட்டில் திருடு' என்று பெரிய செய்தியாக வந்தது. எனக்கு பொருட்கள் திருடு போனதைவிட, நான் விமான நிலையத்திற்குள் எந்த இடத்திற்கும் செல்லக்கூடிய ஏர்போட் பாஸ், பல கேந்திரமான நிலையங்களுக்குள் நுழையக்கூடிய செய்தியாளர் பாஸ், பறிபோனதில் அதிர்ச்சியுற்றேன். யாராவது விமான நிலைய 'பாஸை' வைத்துக் கொண்டு அங்கே ஏதாவது கோளாறு செய்யலாம். இதனால் பேரிழப்புகூட ஏற்படலாம். ஆகையால் நான் பதறியடித்து இரண்டு ஐ.ஜிக்களுக்கு டெலிபோன் செய்தேன்.

அவர்களின் அறிவுரையின்படி அருகே உள்ள காவல்நிலையத்திற்கும் நேரே சென்று எழுத்து மூலமும் புகார் செய்யச் சென்றேன். நான் இன்னார் என்று டெலிபோனில் சொல்லிக் கொண்டும் திருட்டின் விபரீதத்தைச் சுட்டிக்காட்டியும் சம்பந்தப்பட்ட சப்-இன்ஸ்பெக்டரை ஒரு 10 நிமிடம் காத்திருக்கும்படி விண்ணப்பித்துக் கொண்டு புறப்பட்டேன். ஆனால் நான் போனபோதோ,

அவர் எங்கேயோ போய்விட்டார் என்ற அலட்சியமான பதில், நான் அங்கே இருந்தவர்களைச் சாடினேன். கோபமாகக் கத்தினேன். புகார் வாங்க மறுத்த ஒரு ஏட்டையாவை வாங்கித்தான் ஆக வேண்டுமென்று வற்புறுத்தினேன். வீட்டுக்கு வந்து சம்பந்தப்பட்ட டெபுடி கமிஷனருக்கு புகார் செய்தேன்.

ஒரு மணி நேரத்தில் போலீஸ் நாய் வந்தது, போலீஸ் படையும் வந்தது. கைரேகை அது இது என்று என்னவெல்லாமோ எடுத்தார்கள். ஆனால் அதற்குப் பிறகு யாருமே திரும்பிப் பார்க்கவில்லை. டெலிபோன் செய்தாலோ முறையான பதில் கிடையாது. மேல் அதிகாரிகளுக்கு நான் புகார் செய்தேன் என்பதாலும் காவல்நிலையத்தில் கத்தினேன் என்பதற்காகவும் விபரீதத்திற்கு வித்தாகக் கூடிய ஒரு குற்றத்தைப்பற்றி காவல்துறையினர் அலட்டிக்கவில்லை. எனக்கே இப்படி என்றால் ஏழை பாளைகள் என்ன ஆவார்கள்? இதை எனது பக்கத்து வீட்டுக்காரரிடம் சொன்னபோது, அவரும் ஒரு விவாகரத்தை சொன்னார்.

யாரோ நான்கைந்து பேர் இரவோடு இரவாக பித்தளைப் பொருட்கள், மோட்டார் பைக் உதிரி பொருட்கள், பம்ப் செட் பாகங்கள் ஆகியவற்றை அருகே உள்ள புதரில் போட்டுவிட்டு சாவகாசமாக எடுப்பதற்காக திரும்பிப் போய்விட்டார்கள். இதைப் பார்த்துக் கொண்டிருந்த எனது நண்பர், தன்னால் குற்றவாளிகளை அடையாளம் காட்ட முடியும் என்று சொன்னபோது கூட அவரைப் பார்த்து ஒரு முறைப்பு முறைத்து விட்டு "எங்களுக்குத் தெரியும்" என்ற கண்டிப்புப் பதிலோடு போய்விட்டார்களாம். இதேபோல் முதலமைச்சர் போகும்போது காவல்துறையினர் மேற்கொள்ளும் கெடுபிடிகளால் ஏழை பாளைகள் பெரிதும் பாதிக்கப்படுகிறார்கள்.

கொத்தவால் சாவடியில் காலையிலே காய்கறிகளை வாங்கிக் கொண்டு அவை வாடும் முன்னே மத்தியானத்துக்குள் விற்று வயிற்றை நிரப்ப வேண்டிய ஏழைமக்கள் போக்குவரத்து போலீஸ் கெடுபிடியால் படாதபாடு படுகிறார்கள். அவ்வளவு ஏன்? - சென்னை விமான நிலையத்தில் முதலமைச்சர் டில்லியிலிருந்து வந்திறங்க வேண்டும். விமானம் வருவதற்கு முன்பு, அரைமணி நேரத்திற்கு முன்னதாகவே சென்னை-கன்னியாகுமரி நெடுஞ்சாலையின் விமான சாலைப் பகுதியை காவல்துறையினர் அடைத்துவிட்டார்கள்.

ஆனாலும் அன்றிரவு விமானம் ஒரு மணி நேரம் லேட். அப்போது கூட போக்குவரத்தை மாமூலாக்கிவிட்டு மீண்டும் முடக்கிக் கொள்ளலாம் என்று காவல்துறையினர் நினைக்கவில்லை. முதலமைச்சர் விமான நிலையத்திலிருந்து வீட்டுக்குப் போவது வரைக்கும் யாரையும் விடப்போவதில்லை என்று 'ஒருவழி' செய்து விட்டார்கள். இவற்றையெல்லாம் தாழம்பூவில் கொண்டு வந்திருக்கிறேன்.

அலுவலக கேசுவல்கள்: இந்தத் தொடர்கதையில் ஒரு அம்சம் அலுவலக கெடுபிடிகள். மக்களுக்கு அரசு அலுவலகத்தின் கெடுபிடிகள்தான் தெரியும். ஆனால் அந்த அலுவலகங்களுக்குள்ளேயே நடக்கும் அத்துமீறல்கள் அதி-

கமாகத் தெரியாது. உதாரணமாக நிரந்தரமான ஆட்கள் விடுமுறையிலிருந்தால், அந்த இடத்தில் 'கேஷ்வல்கள்' என்ற பெயரில் வெளியாட்களை நியமிப்பார்கள். மாதம் ஆறு நாளைக்கு அன்றாட சம்பளத்தில் வைத்துக் கொள்ளலாம். எனது செக்ஷனிலே 7, 8 பட்டதாரிகளும் நான்கைந்து பியூன் வேலைக்காரர்களும், 10, 15 டைப்பிஸ்டுகளும் பணியாற்றுகிறார்கள். இந்த கேஷவல்கள் என்றாலே நிரந்தரமானவர்களுக்கு இளக்காரம். ஒரு தடவை ஒரு டைப்பிஸ்டு பெண் ஒரு பியூனைப் பார்த்து ஒரு டீ வாங்கிக் கொண்டு வரச்சொன்னபோது, "உனக்கா, கேஷ்வலுக்கா, வேற ஆளைப் பாரு" என்று பதில் வந்ததாம். எனது டெலிபோன் எஸ்.டி.டி. வசதி கொண்டது.

நான் இல்லாத சமயத்தில் பலர் கேஷவல் பையனை மிரட்டி திருட்டுத்தனமாய் பல நகரங்களுக்கு டெலிபோன் செய்வதாகக் கேள்விபட்டேன். அந்தப் பையனைக் கூப்பிட்டு இத்தகைய பேர்வழிகளின் பட்டியலைக் கேட்டேன். அவன் விஷயத்தை ஒப்புக்கொண்டாலும், சொல்ல மறுத்து விட்டான். அப்படி அவன் சொல்லியிருந்தால் அவனை பாஸ் இல்லையென்று சொல்லி கேட்டில் நிறுத்தலாம். அவனுக்கு 'பில்' போடாமல் போகலாம். ஏதோ ஒரு திருட்டை அவன் மீது போடலாம். அவன் சொல்ல மறுத்ததால் நான் வேறு-வழியின்றி அவனை வேலையிலிருந்து நீக்கிவிட்டேன். ஆனால் அவனோ ஒருவார காலம் என் பிரிவையே சுற்றிச் சுற்றி வந்தான்.

உள்வாங்கிய கண்களோடு, ஒட்டிப்போன வயிற்றோடு அவனைப் பார்க்க பரிதாபமாக இருந்தது. என் அறைக்குள் அவனைக் கூப்பிட்டு சம்பந்தப்பட்டவர்களின் பெயர்களை சொன்னால்தான் வேலையில் சேர்ப்பேன் என்றேன். அவனும் "டெலிபோன் சாவியை நான் கொடுக்காட்டி ஒங்க அப்பன் வீட்டு சொத்தாடா... கேஷுவல் பையா" திட்டுவாங்குவதாக அழுதான். ஆனால் நிசமான டெலிபோன் திருடர்களின் பெயரைக் கொடுக்காமல் "வாய் செத்த" அப்பாவிகளின் பெயர்களை குறிப்பிட்டு அவர்கள்தான் தன்னை அப்படி மிரட்டுவதாகச் சொன்னான்.

எனக்கு அது பொய் என்று தெரியும். அதேசமயம் அவனுடைய நிலைமையும் புரிந்தது. அவன் ஏதோ உண்மையைச் சொல்வது போலவும், அதை நான் நம்புவது போலவும் ஒர பாவலா செய்து அவனை வேலையில் சேர்த்துக் கொண்டேன். கேஷுவல்கள் இந்தக் காலத்து தீண்டத்தகாதவர்களாய் எல்லா அலுவலகங்களிலும் நடத்தப்படுகிறார்கள். இந்தப் பிரச்சினையையும் தாழம்பூ எடுத்துச் சொல்கிறது.

பேட்டை ரௌடிகள்: எங்கள் அலுவலகத்தைச் சுற்றியுள்ள குப்பங்களில் பேட்டை ரவுடிகள் ஆட்சி நடைபெற்று வருகிறது. ஆறுகொலை செய்துவிட்டு, அண்மையில் சிறைச் சாலையிலிருந்து திரும்பிய ஒருவரின் அண்ணனுக்கு சிலை வைக்க முயற்சி நடைபெறுகிறது. இதற்கு ஒரு அமைச்சரே பொறுப்பேற்று இருப்பதாகக் கேள்வி. பொதுவாக அமைதியும் அப்பாவித்-

தனமும் கொண்ட குடிசை மக்களிடையே இத்தகைய கொடுங்கோல், அரசியல் பின்னணியுடன் ஆதிக்கம் செலுத்துவதை கண்கூடாகப் பார்க்கிறேன். ஆகையால் தாழம்பூவில் ஒரு 'அண்ணாத்தே' வருகிறார். அவர் பேட்டை ரவுடிகளின் ஒட்டு மொத்தமான உருவம்.

தாழம்பூ பொதுவாக அதிகமாய் மணக்காது. ஆனால் எனது தாழம்பூவை மீண்டும் விரிவாகவும் திருத்தியும் மேலே சொன்ன விவரங்களை உள்ளடக்கியும் நாவலாகக் கொண்டு வந்தேன். இது காகிதப்பூவாக இருந்தாலும் நிச்சயம் மணக்கும் என்று நம்புகிறேன்.இந்த நாவல் பாலக்காடு பல்கலைக்கழகத்தில் பாடநூலாக வைக்கப்பட்டிருப்பதாக பேராசிரியர் ராஜாராம் தெரிவித்தார்.

16. காலக்கிழம்

என் எழுத்தின் வெற்றிக்கு பெரும் காரணமான 'செம்மலர்' பத்திரிகை அக்டோபர் மாதத்திற்கு ஒரு கதை எழுதும்படி எனக்கு ஒரு கடிதம் அனுப்பியது. நானும் வழக்கம்போல் அடையார் கடற்கரையில் கடல் மண்ணை கைகளால் துழாவிக்கொண்டே சிந்தித்தேன். ஐந்தாறு ஆண்டுகளுக்கு முன்பு ஒரு ஆங்கிலப் பத்திரிகையில், புதிதாக விடுதலை பெற்று பொருளாதார வளர்ச்சி காணும் நாடுகளில் மக்கள் மனோபாவங்கள் எப்படியெல்லாம் மாறும் என்று ஒரு ஆய்வுக்கட்டுரை வெளியாகியிருந்தது. அதில் கற்பு, கண்டிப்பான கொத்தடிமை, பெண்ணடிமை போன்ற நில-பிரபுத்துவ நெறிகள் சிதறியடிக்கப்பட்டு, நீக்குப்போக்கான கற்பு, விழிப்புணர்வு போன்ற புதிய அம்சங்கள் தோன்றும் என்று கூறப்பட்டிருந்தது.

அதோடு தொழில் ரீதியான பொருளாதார மாற்றத்தால், தனி நபர் வழிபாடு, மனோபயம், பாலுணர்வில் அதிக ஈடுபாடு இருப்பது போன்ற மனோமாயம் போன்ற எதிர்மறை விளைவுகளும் ஏற்படும் என்று எழுதப்பட்டிருந்தது. இந்தப் பின்னணியில் எனது கிராமத்தின் அப்போதைய நிலையையும் இப்போதைய நிலையையும் ஒப்பிட்டுப் பார்த்தேன். அன்று கள்ளக் காதலுக்காக இரவோடு இரவாய் "பாம்பு கடித்து செத்துப்போன" பெண்களையும் இப்போது யாரோ ஒரு இளைஞனுடன் நான்கைந்து நாட்கள் 'டூர்' போய்விட்டு மீண்டும் ஊருக்குத் திரும்பி பெற்றோரால் ஏற்றுக்கொள்ளப்படுகின்ற பெண்களையும் ஒப்பிட்டுப் பார்த்தேன்.

அண்மையில் ஊருக்கு போயிருக்கும்போது கேள்விப்பட்ட ஒரு சம்பவமும் நினைவுக்கு வந்தது. பீடி சுற்றிக்கொண்டிருந்த ஒருத்தி, ஒருவனுடன் (வெளியூர்க்காரன்) ஊரிலேயே சுற்றிவிட்டு, பிறகு அவனுடன் ஓடிப்போய்விட்டாள். ஓடிப்போன இடத்தில் அவர்களுக்குள் என்ன நடந்ததோ ஏது நடந்ததோ, ஒரு நாள் அந்தப் பெண் தன்னந்தனியாக ஊருக்கு வந்து, வீட்டுத் திண்ணையில் கூனிக்குறுகி உட்கார்ந்து விட்டாள். மகளைப் பார்த்து விட்ட தாய்க்காரி அவளை அப்படியே கட்டிப்பிடித்து, "அய்யோ எம்மோ.... என்

மகளை அந்த நொறுங்குவான் மயக்க மருந்து போட்டு கூட்டிட்டு போயிருக்கானே.. இல்லாட்டா என் 'பத்திரமாத்துத் தங்கம்' அப்படிப் போகுமா.... இந்த அநியாயத்தை கேட்க ஆள் இல்லையா" என்று ஒப்பாரி போட்டு, அந்த ஒப்பாரிக்கிடையே மகள் காதிலேயும் கிசுகிசுத்தாளாம்.

அந்தப் பெண்ணும் தன்னை, கைக்குட்டையில் தடவிய ஒரு மருந்தால் சம்பந்தப்பட்டவன் முகத்தை துடைத்தான் என்றும், அதற்குப்பிறகு என்ன நடந்தது என்று தனக்குத் தெரியாது என்றும், தேம்பித்தேம்பி அழுதழுது சொன்னாள். ஊரார் இதை நம்பவில்லை தான். ஆனாலும் அவள் பேச்சுக்கு மறுபேச்சு பேசாமல், அப்படி மருந்து போட்டுத்தான் அவள் மயக்கமாகி போய்விட்டாள் என்று அவள் சொன்னதை அங்கீகரிப்பதைப் போல் தலையாட்டிவிட்டு - அதேசமயம் தங்களுக்குள் கண்சிமிட்டியபடியே போய்விட்டார்கள். இப்படி ஓடிப்போன ஒருத்தியை ஊரார் ஒப்புதலோடு குடும்பம் கவுரமாக ஏற்றுக் கொண்டது.

இந்த நிகழ்ச்சியையும், ஒருகாலத்தில் சைக்கிள்காரனை அவன் சைக்கிளுக்காக பார்த்த மகளை, அடித்துக் கொன்ற அப்பனையும் இணைத்து ஒரு சிறுகதை உருவாக்கினேன். எந்த மகளை அடித்துக் கொன்று அதைப்பற்றி அதிகமாக அலட்டிக் கொள்ளாமல் இருக்கிறாரோ அந்தக் கிழவனின் பேத்தி, இப்படி ஓடிப்போய்விட்டு அந்தக் கிழவன் கண்முன்னாலேயே வீட்டுக்குள் ஜம்மென்று போவதாக கதையை முடித்தேன். கொலைகார கணவனுடன் பேசாமலே நாற்பது ஆண்டுகளை கடத்திவிட்ட அந்த கிழவனின் மனைவி, அந்தக் கிழவனுக்கு கண்களால் சாட்டையடி கொடுப்பதாகவும் விளக்கினேன். தலைமுறை இடைவெளியையும், மாறிவரும் நெறிகளையும், ஒருவன் மாறவில்லை என்றாலும், காலம் தன்பாட்டுக்கு மாறிக் கொண்டே இருக்கும் என்பதையும் சித்தரிக்கும் இந்தச் சிறுகதை எனக்கு பிடித்த எனது சிறுகதைகளில் ஒன்று.

17. கிறிஸ்துவக் கதைகள்

நமது சகோதர சகோதரிகள் கிறிஸ்மசைக் கொண்டாடிக் கொண்டிருக்கும் இந்த தருணத்தில் கிறிஸ்துவ மதமும், அதைச் சார்ந்த நண்பர்களும் என்னில் எந்த அளவிற்கு தாக்கம் ஏற்படுத்தியிருக்கிறார்கள் என்று எண்ணிப் பார்த்தேன். இதுவரை சிந்தித்துப் பார்க்காத எனக்குப் பெரும் தாக்கத்தை ஏற்படுத்திய இந்த மதமும், மக்களும் ஏன் இதுவரை என்னால் நினைத்துப் பார்க்கப்படவில்லை என்ற எண்ணம் ஏற்பட்டது.

எலியபெத்தாகும் மாரியாத்தா: எங்கள் ஊரில் கிறிஸ்துவர்கள் நான் சார்ந்த சாதியிலேயே பாதி அளவு இருக்கிறார்கள். இவர்கள் 'தெக்கூர்காரர்'கள்; 'வடக்கூரில்' வாழ்கிறவர்கள் உதிரமாடனையும், சுடலைமாடனையும் கோவிலில் கும்பிட்டுக் கொண்டிருப்பவர்கள். முருகன், பிள்ளையார் கோவில்கள்

இரண்டு உண்டு. இவற்றிற்கு பிள்ளைமார்கள்தான் போவார்கள். மாடன்களை வழிபட்டுக் கொண்டிருக்கும் 'வடக்கூரார்'களுக்கு தாங்கள் இந்துக்கள் என்று தெரியாது. எனக்கும் அப்போது தெரியாது. கிறிஸ்தவ ஆலயக்காரர்கள் மாடன் கோவில்களுக்கு போவதும், மாடன் கோயில்களில் சாமியாடுகிறவர்கள் கூட கிறிஸ்தவ கோயில்களுக்குப் போவதும் அத்துபடி.

வருடத்தில் இரண்டு மூன்று தடவை அந்தக் கிறிஸ்தவ ஆலயத்தில் ஸ்பீக்கர்கள் கட்டப்பட்டு அனைத்து சினிமா பாடல்களும் ஒலிக்கும். அப்போது உயர்நிலைப் பள்ளியில் படித்துக் கொண்டிருந்த நானும் நண்பர்களும் குளத்துக்கரையில் "வாராய் நீ வாராய்" என்ற பாட்டையும் "அமுதைப் பொழியும் நிலவே" என்ற பாட்டையும் எங்களுக்குப் பிடித்த பெண்களை மனதில் நினைத்துக் கொண்டு கேட்டது நினைவுக்கு வருகிறது. பண்டிகை முடிந்ததும், செட்டுக்காரன் ஸ்பீக்கரை சுழட்டிக்கொண்டு டவுனுக்கு போகும்போது எங்களுக்கு என்னவோ போல் இருக்கும். ஏனென்றால், எங்கள் ஊரில் அப்போது ரேடியோ கிடையாது.

கல்யாணத்தில் கூட மேளம்தான். ஆகையால் எனக்கு கிறிஸ்தவ மதத்தில் (சினிமாபாட்டை கேட்பதற்கு) ஒரு ஈடுபாடு ஏற்பட்டது. அதோடு பெண் கொடுக்கல் வாங்கல் கூட ஒரே சாதிக்குள்தான் நடக்கும். மாடசாமி ஒரு நாளைக்கு எட்வர்டு என்றாகி ஒரு எலியபெத்தை திருமணம் செய்து கொள்வான். ராசம்மா திடீரென்று ரோஸ்லின் ஆகிவிடுவாள். ஆனால் பழக்கவழக்கத்திலோ மற்றவற்றிலோ எந்த வேறுபாடும் இருந்தது இல்லை. நிலைமை இன்னும் அப்படியே நீடிக்கிறது. எங்கள் பக்கம் 'மண்டைக்காடு' வரவில்லை; வரவும் வராது.

எங்கள் ஏரியாவிலேயே அதிமாகப் படித்து ஒன்றிய ஆணையாளராகப் பணியாற்றிய ஒருவர், டில்லியில் வேலைபார்த்த என்னை நேரிடையாக அழைத்துத் தனது மகளை திருமணம் செய்து கொள்ளும்படி கேட்டார். அவர் கிறிஸ்துவர். எனக்கும் பெண்ணைப் பிடித்துவிட்டது. நானும் தலையாட்டினேன். உடனே அவர் ஞானஸ்நானம் எப்பொழுது வைத்துக் கொள்ளலாம் என்றார். நான் இலேசாய்த் தயங்கி மறுநாள் பதில் அளிப்பதாகத் தெரிவித்தேன். நான் வரட்டும் என்று அவரும், அவர் வரட்டும் என்று நானும் இருந்து விட்டோம். இல்லையானால் நான் ஒரு தாமஸ் ஆகவோ அல்லது ஜேசுராஜாவாகவோ மாறி இருப்பேன்.

திடப்பட்டவள்: கிறிஸ்தவப் பின்னணியில் எனக்குப் பிடித்த ஒரு சிறுகதையை எழுதியிருந்தேன். அதற்கு திடப்பட்டவள் என்று பெயரிட்டேன். எங்களுடைய உறவுக்கார மூதாட்டி ஒருவர் இன்னும் தனது பாதிரியார் மருமகனுடன் இருக்கிறார். இவர் வாயில் அதிரடியான வார்த்தைகள் எதையும் கேட்க முடியாது. யாராவது திட்டினால் கூட 'ஏசுவே' என்றுதான் தனக்குள்ளே பேசிக்கொள்வார். எவராவது நோய்ப்பட்டிருந்தால், உடனடியாக அவர்களுக்காக ஜெபிப்பார். ஆனால் யாரையும் தனது வழிக்கு வரும்படி

சொல்லவே மாட்டார்.

கிராமத்தில் ஆசிரியையாக பணியாற்றிய இவர் தனக்கு குழந்தை இல்லை என்பதை அறிந்தும், நடுத்தர வயதில் தனது கணவனுக்கு தானே முன்னின்று திருமணம் நடத்தினார். இரண்டாவதாக வந்தவளுக்குப் பிறந்த குழந்தைகளைத் தன் குழந்தைகளாக நினைத்து மகிழ்ந்தார். ஆனால் அவருக்கோ பல சோதனைகள். கிராமத்தை விட்டு நகரத்திற்கு வர வேண்டிய கட்டாயம். நான் கூட அவரிடம் கணவருக்கு திருமணம் செய்து வைத்தது தவறு என்று வாதாடினேன். அவரால் அதை மறுக்கவும் முடியவில்லை. உடன்படவும் முடிய வில்லை. 'ஏசுவே' என்று ஒரே பதில்தான். உத்தமியான இந்த மூதாட்டி இப்படி அல்லல்படுவதை நினைக்கும் போது சாமர்செட் மாம் எழுதிய மனிதபந்தம் (HUMAN BONDAGE) என்ற நாவல் நினைவுக்கு வந்தது.

அதில் ஒரு கால் ஊனமுற்ற மாணவன் பொருமிக் கொண்டேயிருப்பான். அவனுடைய ஆசிரியர் அவனைக் கூப்பிட்டு "ஆண்டவர் உலக பாவத்தை சுமப்பதற்காக உனக்கு ஒரு சிலுவை கொடுத்திருக்கிறார். உன்னால் தான் அதைத் தாங்கிக் கொள்ள முடியும் என்று உன்னைத் தேர்ந்தெடுத்திருக்கிறார். ஆகையால் நீ பெருமைப்படு, சிறுமைப்படாதே" என்பது மாதிரியான வாசங்கள் வரும். இவை எனக்கு மிகவும் பிடித்து மனதில் ஒலித்துக் கொண்டிருப்பவை. இதில் எனது நம்பிக்கை முக்கியமல்ல. இந்த மாதிரியான மானுட சேதங்கள் வாழ்வதற்கு இந்தக் கருத்து ஒரு மாமருந்து என்பதே காரணம்.

பேராசிரியை சரோஜினி பாக்கியமுத்து எழுதிய பிரபலமான "விவிலியமும் தமிழும்" என்ற நூல் வெளியீட்டு நிகழ்ச்சியில் நானும் உரையாற்றினேன். அந்தப் புத்தகத்தில் கிறிஸ்தவ பெரியவர்கள் தமிழ் உரைநடைக்குச் செய்த அரும் தொண்டை அப்போது தான் ஆழமாக அறிந்து கொள்ள முடிந்தது. இந்தப் பின்னணியில் சீகன் பால்குவும், அவரைப்போன்ற தமிழ் அறிஞர்களும் எனது மூதாதையர்கள் என்று நான் ஆங்கிலத்தில் சொன்னபோது அந்த நிகழ்ச்சியில் கலந்து கொண்ட வெளிநாட்டுக்காரர்களும் மகிழ்ச்சி ஆரவாரம்-தெரிவித்தார்ள். உண்மைதான். தமிழ் இலக்கியத்திற்கு சேவை செய்த கிறிஸ்தவ பெரியவர்களை மூதாதைகளாக நினைக்காதவர்களும் கிறிஸ்தவத்தை நமது பாரம்பரியத்தின் ஒரு பகுதியாக சேர்க்க மறுப்பவர்களும் அரசியல்வாதிகளாக கொடி கட்ட முடியும். ஆனால் முழுமையான எழுத்தாளர்களாகத் திகழ முடியாது.

வழக்கமாக எழுதும் பாதையில் இருந்து இந்தக் கட்டுரையில் சிறிது விலகிவிட்டேனா என்று நினைக்கிறேன். எண்ணிப் பார்த்தால் நான் விலகவில்லை. ஒருவனின் எழுத்துக்கு அவனது அனுபவப் பின்னணியும் ஒரு காரணம் என்பதால் இந்த அனுபவ நினைப்பைப் பகிர்ந்து கொள்கிறேன்.

18. சுண்டைக்காய் சுமப்பவர்கள்

புதிதாக ஆரம்பிக்கப்பட்ட வாசுகி பத்திரிக்கையிலிருந்து பழம் பெரும் எழுத்தாளரான திரு தாமரை மணாளன் எனக்கு டெலிபோன் செய்து, உடனடியாக ஒரு சிறுகதை வேண்டும் என்றும் அதை முதல் இதழிலேயே வெளியிட விரும்பவதாகவும் குறிப்பிட்டார். எனவே உடனடியாக கதை அனுப்புவது என்று தீர்மானித்தேன். ஆகையால் வழக்கம் போல் கடற்கரை மண்ணில் உட்கார்ந்து சிந்தித்தேன்.

அதிகார வர்க்கம், எந்தச் சூழலையும் தனக்கு சாதகமாத் தன் சுயநலத்திற்கு பயன்படுத்திக் கொள்ளும் வல்லமை பெற்றது. பாரதப் பிரதமரின் புதிய பொருளாதார கொள்கையை எங்களைப் போன்ற ‘மூத்த’ அதிகாரிகளுக்கு, விளக்க வேண்டுமென்று, டில்லி, பம்பாய், திருவனந்தபுரம், கௌஹாத்தி ஆகிய இடங்களில், கான்பரன்ஸ்கள் போட்டார்கள். நூற்றுக்கணக்கான கார்கள் பறந்தன. டின்னர்கள், பார்ட்டிகள். நான் கூட விமானத்தில் பறந்து போய்க் கலந்து கொண்டேன்.

இதே போல் மகாபலிபுரத்தில் மனித சக்தியை பயன்படுத்துவது எப்படி என்று வானொலி நிகழ்ச்சியை உருவாக்குவதற்கு, அகில இந்தியாவிலிருந்தும் திரண்டுவந்த 60 பேர், ஒரு ஆலோசனைக் கூட்டம் போட்டார்கள். சென்னையில் போடாமல் ஏன் மகாபலிபுரத்தில் அதுவும் காட்டேஜ்களில் தங்கிக் கொண்டு போட வேண்டும் என்று நான் பொறுக்க முடியாமல் கேட்டேன். அதற்கு மனித சக்தியை பற்றி சிந்திக்க அமைதியான சூழல் தேவை என்று என் கிட்டவே ஒருவர் கண்ணைச் சிமிட்டிக் கொண்டு சொன்னார்.

இந்த அறுபது பேரும், இரண்டு ‘டீலக்ஸ்’ பஸ்ஸில் போயிருக்கலாம். மனிதசக்தி மாநாடாயிற்றே? அப்படி போகலாமா? நான்கைந்து அம்பாஸிடர் கார்கள் மூன்று மூன்று பேராக ஏற்றிக் கொண்டு மகாபலிபுரத்திற்குப் போய் விட்டு ‘எம்டி’யாகத் திரும்பி, பழையபடியும் மனிதச் சுமைகளை ஏற்றிக் கொண்டு போவதும் வருவதுமாக இருந்தன. வருகிறவர்களுக்கோ ஏ.ஸி.ரூம்கள், விமான டிக்கெட்டுகள். ஆலோசனைக் கூட்டமோ, வேலையில்லாத குறிப்பாக பாமர மனித சக்தியை எப்படி உருவாக்கலாம் என்பது பற்றி என்னுள் எழுந்த ஒரு ஆவேசத்தில் “சுண்டைக்காய் சுமப்பவர்கள்” என்ற தலைப்பில் அன்று இரவே, இது குறித்து ஒரு சட்டயர் கதை எழுதினேன்.

இப்படிப்பட்ட மாநாட்டுக்கு வருகிறவர்கள், எப்படி ஓசைப்படாமல் பரமாசாரியாரைப் பார்க்கவும். ஏழுமலையானைத் தரிசிக்கவும் போகிறார்கள் என்பதை விளக்கினேன். இத்தகைய கூட்டங்களில் டிரைவர்களுக்கு ஓ.டி.கொடுக்காமல் சிக்கனத்தைக் கடைபிடிக்க வேண்டும் என்று பெரிய அதிகாரிகளை அறிவுரை சொல்ல மறக்க மாட்டார்கள். இந்த கதை ‘வாசுகியின்’ முதல் இதழில் பிரசுரமானது.

டிரைவர்கள் என்றதும் அவர்களுக்கும் எனக்கும் உள்ள உறவு நினைவுக்கு வருகிறது. பொதுவாக, நான் பணியாற்றிய அத்தனை அலுவலகங்களிலும் உள்ள டிரைவர்கள், என் மீது மிகுந்த அன்பு வைத்திருப்பவர்கள். காரணம், அவர்களுக்கும் போலீஸுக்கும் ஏற்படுகின்ற தகராறுகளை நான் தீர்த்து வைப்பதுண்டு. ஒரு தடவை, ஒரு அம்பாஸிடர் காரில், நானும் எனது பெரிய அதிகாரியும் போய்க் கொண்டிருந்தோம். வழியில், ஒரு கான்ஸ்டேபிள் டிரை-வரை மடக்கினார். பிரகாசமான விளக்கை வண்டிகளில் போடக் கூடாது என்பது போக்குவரத்து விதி. இதனால் எதிரில் வரும் டிரைவர்களின் கண் கூசி விபத்து ஏற்படும் என்பதற்காக போடப்பட்ட உத்தரவு.

எங்கள் டிரைவர் இரவில், எரிந்த விளக்கை, பகலில் அணைக்க மறந்து விட்டார்! இந்த கான்ஸ்டபிள் எப்படி பிரகாசமாக லைட்டைப் போடலாம் என்று பகலில் மிரட்டினார். டிரைவரோ, அந்த விதி போடப்பட்ட காரணத்-தைச் சுட்டிக்காட்டி, இப்போது எரியும் லைட், யார் கண்ணை கூச வைக்-கிறது என்று கேட்டவரா? வழக்கு எழுதப் போனார். இந்த அநியாயத்தை தட்டிக்கேட்கும் தைரியமில்லாமல் எனது பெரிய அதிகாரி ஒரு தினசரி பத்-திரிகைக்குள் தலையை முக்கிக் கொண்டார். நான், கான்ஸ்டேபிளிடம் கண்-டிப்புடன் பேசப் போன போது “டிரைவர்பாடு, கான்ஸ்டபிள்பாடு விடுங்க” என்றார். நான் விடவில்லை.

இந்த நிகழ்ச்சியோடு, இன்னொரு நிகழ்ச்சியும் நினைவுக்கு வந்தது. தாலுகா மட்டத்திலுள்ள ஒரு அதிகாரி, ரத கஜ துரகபதாதி அலுவர்களுடன் டூர் போனார். பொதுவாக சீனியர் அதிகாரி முன்னிருக்கையில், அதுவும் இடது பக்கம் உட்காருவார். ஜூனியர் அதிகாரி, டிரைவருக்கும் இந்த பெரிய அதிகாரிக்கும் மத்தியில் உட்காருவார். இந்த எழுதப்படாத விதியின்படி ஜீப் புறப்பட்டது.

ஒரு ஓட்டலுக்கு போனது. அந்த அதிகாரியுடன் வந்த உதவியாளர்களும் அந்த பெரிய அதிகாரிகளும் எதிரும் புதிருமாக உட்கார்ந்தார்கள். டிரைவர் தெரிந்தோ, தெரியாமலோ அந்த அதிகாரியின் பக்கத்தில் இருந்த நாற்காலி-யில் உட்கார்ந்து விட்டார். உடனே அந்த பெரிய அதிகாரி “வேற இடமா போய் உட்காருய்யா” என்று அதட்டினார். டிரைவர், உடனடியாக எழுந்தார். ஜீப்பை அங்கேயே விட்டுவிட்டு, எங்கேயோ மாயமாய் மறைந்து போனார். அவர் திரும்பவே இல்லை. இந்த இரண்டு நிகழ்ச்சிகளையும் ஒன்றாக்கி ‘செம்மலரில்’ கதை எழுதினேன்.

பனிப்போர்: குமுதத்திலிருந்து ஒரு அழைப்பு வந்தது. ‘அன்று இரவு எனக்கு தூக்கம் பிடிக்கவில்லை. காரணம் என்னவென்றும் தெரியவில்லை’ என்ற முதல் வரியோடு கதையைத் துவக்கவேண்டுமென்றும், இதே வரியை வைத்து எழுத்தாளர்கள் பாலகுமாரன், சுஜாதா முதலியோர் எழுதுகிறார்கள் என்று குறிப்பிட்டார்கள். இரண்டு நாட்களில் கதை வேண்டுமென்றும் கேட்-டுக் கொண்டார்கள். பொதுவாக பிறத்தியார் கொடுக்கும் இத்தகைய வரிக-

ளையோ அல்லது கருத்துக்களையோ பிடித்துக் கொண்டு கதை எழுதுவது எனது வழக்கமல்ல.

ஒரு தொடர் கதையை 12 பேர் ஒவ்வொரு அத்தியாயமாக எழுத வேண்டுமென்றும், அவர்களில் நான் ஒருவராக இருக்கவேண்டுமென்றும், வேறு ஒரு பத்திரிகை கேட்டபோது, நான் மறுத்துவிட்டேன். ஆனால் இந்தக் குமுதம் ஆரம்ப காலத்தில், என்னை உருவாக்கிய பத்திரிகைகளில் ஒன்று; லட்சக்கணக்கான வாசகர்களைக் கொண்டது. இந்த வாசக பரப்புடன் மீண்டும் ஒரு தொடர்பு ஏற்படுவதை நிராகரிக்க மனமில்லை. அதோடு நடந்த ஒரு சம்பவத்தை மையமாக வைத்து எழுதுகிற எனக்கு இது ஒரு சவாலாக தோன்றியது. இது, இப்படி சவாலாக தெரியத் தெரிய, அதை எதிர்நோக்க வேண்டுமென்ற ஒரு வைராக்கியமும் என்னுள் ஏற்பட்டது.

ஞானமும் - பைத்தியமும்: கடற்கரையில் தனியாக உட்கார்ந்து சிந்தித்தேன். குமுதம் கொடுத்த இரண்டு வரிகளை எழுதிவிட்டு சம்பந்தமில்லாமல் கதையை வேறுபக்கம் எடுத்துக் கொண்டு போகலாம். இப்படித்தான் சுஜாதா தவிர, மற்ற எழுத்தாளர்கள், இந்த வரியை மட்டும் எழுதி விட்டு கதையை சம்பந்தமில்லாமல் எங்கோ கொண்டு போனார்கள். எனக்கோ தலைப்பை ஒட்டியே எழுத வேண்டுமென்று ஒரு எண்ணம். ஆகையால் தூக்கம் பிடிக்கவில்லை என்று பொருள் கொண்டேன். இந்தச் சந்தர்பத்தில் தூக்கம் வந்தாலும், தூங்க மனமில்லாமல் இரவில் நடமாடிய எனது உறவுக்காரப் பையன் ஒருவனின் அனுபவம் நினைவிற்கு வந்தது. பொதுவாக, மனநோயால் பீடிக்கப்படுகிறவர்களுக்கு ஆரம்பத்தில் கொடுக்கப்படுவது தூக்க மாத்திரைதான்.

எனது உறவுக்கார இளைஞனுக்கு மனநோய் முற்றிவிட்டது. அவனது உறவினர்கள் என்னை அணுகினார்கள். உடனே நான், மனநோய் சிகிச்சையில் பிரபலமாக விளங்கும் டாக்டர் பாப்பா குமாரிக்கு, டெலிபோன் செய்தேன். தனியார் மருத்துவமனைக்கு வரும்படி கூறினார். மறுநாள் அந்த மருத்துவமனைக்கு அவனை கூட்டிக்கொண்டு போனேன். அவனோ விஷயத்தை யூகித்துக் கொண்டு, "அண்ணாச்சி எனக்கு பைத்தியமுன்னு நினைக்கிற உங்களுக்குத்தான் பைத்தியம், வேணுமின்னா பாருங்க... டாக்டரு, உங்களுக்குத்தான் பைத்தியமுன்னு, மருந்து கொடுக்க போறாங்க" என்று சொல்லிவிட்டு அட்டகாசமாகச் சிரித்தான்.

நான், அவனை உறவினர்களை வைத்து சமாளித்தேன். மருத்துவமனைக்கு டாக்டர் பாப்பா குமாரி அப்போது வரவில்லை. அந்த மருத்துவமனையில் மனநோய் அல்லாத, மற்ற நோயாளிகளுக்கு சிகிச்சை அளித்தார்கள். ஒரு பெண் டாக்டர், பல நோயாளிகளுக்கு நோய்களுக்கு தக்கபடி மருந்துகளை கொடுத்துக் கொண்டிருந்தார். எனக்கு தொண்டை வலி இருப்பது நினைவுக்கு வந்தது. உடனே அந்த டாக்டர் அம்மாவை அணுகி, நான் பாப்பா குமாரியை பார்க்க வந்திருப்பதாக சுருக்கமாய் சொல்லி விட்டு, தொண்டை வலிக்கு மருந்து தரும்படி கேட்டுக் கொண்டேன்.

உடனே அந்தம்மா, என்னை ஏடாகோடமாகப் பார்த்துவிட்டு "எது பேசணுமுன்னாலும் பாப்பா குமாரி வந்த பிறகு பேசுங்க" என்றார் உடனே, நான் அலறி அடித்து "எனக்கு ஒன்னும் அப்படி இல்லேம்மா" என்றேன். அந்தம்மாவோ, அனுதாபமாக என்னைப் பார்த்தபடியே, "டாக்டர் பாப்பா குமாரியை பார்க்க வருகிற எல்லாருமே இப்படித்தான் உளறுவாங்க" என்றார். பக்கத்தில் இருந்த அந்த உறவுக்காரப் பையனோ "பாத்தீங்களா அண்ணாச்சி, நான் நினைச்சது சரியா போயிட்டது பாருங்க" என்று அட்டகாசமாகச் சிரித்தான். உடனே நான் அவன் ஒரு ஞானவானாக இருப்பானோ என்று கூட ஆச்சிரியப்பட்டேன்.

இந்த நிகழ்ச்சி கடற்கரையில் உட்கார்ந்திருந்த எனக்கு மீண்டும் நினைவுக்கு வந்தது. ஞானத்திற்கும் பைத்தியத்திற்கும் நூல் இழை தான் வித்தியாசம் என்ற ஒரு பழமொழியும் நினைவிற்கு வந்தது. கதை கிடைத்து விட்டது. இந்த பின்னணியில் தூக்கத்தை ஒரு நடுத்தர வயதுக்காரர் ஒரு நாள் இரவு திடுதிப்பென்று வெறுப்பதாகவும், அன்று பகலில், நடந்த நல்லது, கெட்டதுமான அனுபவங்களை அவர், நினைத்துப் பார்ப்பதாகவும் குறிப்பிட்டேன்.

ஞானத்திற்கும், பைத்தியத்திற்கு கடந்தகால வாழ்க்கையும் ஒரு காரணமல்லவா? ஆகையால் தாயில்லாக் குழந்தையான அவரது இளமைக் கால துயர அனுபவங்களையும், அதே சமயம், அவரது சாதனைகளையும் ஒரு சேர கோடி காட்டினேன். அவரை திட்டுகிறவர்களையும் சுருக்கமாக விவரித்தேன். அவருக்கு யோகாமுறை ஓரளவிற்கு அரைகுறையாகத் தெரியும் என்பதையும் விளக்கினேன். (இரவில் நானும் ஒரு வித யோகமுறையைக் கையாளுகிறேன்).

இறுதியில் மருத்துவமனையில் சேர்க்கப்பட்ட அவரை அவருக்கு பரிச்சியமான ஒரு சாமியார் விபூதியோடும், டாக்டர் ஊசியோடும் நெருங்குவதை குறிப்பிட்டு கதையை முடித்து, முடிவை வாசகர்களிடம் விட்டுவிட்டேன். இது எனக்கு மிகவும் பிடித்தகதை.

பெண் என்றால் பெண்: புதிதாக ஆரம்பிக்கப்பட்டு, வர்த்தகத்திற்கும், இலக்கியத்திற்கும் இடைப்பட்ட நிலைக்களத்தில் வெளியாகிக் கொண்டிருக்கும் வாசுகி பத்திரிக்கையில் குடியும், குடித்தனமும் என்ற எனது சிறுகதை ஒன்று அண்மையில் வெளியானது. இது வழக்கம் போல் முழுக்க முழுக்க ஒரு அனுபவத்தை அடிப்படையாகக் கொண்டது. எனது உறவினர் ஒருவர் உறவுக்காரருக்கே உரிய இலக்கணப்படி நடக்காமல் என்னுடன் அன்பாகப் பழகுபவர். ஊரில் எப்படியோ குடிப்பழக்கம் ஏற்பட்டு இருந்த சொத்தையெல்லாம் சிதைத்து விட்டவர். பிறகு மனம் திருந்திக் குடியை விட்டாலும் நொடித்துப் போன குடும்பத்தை காப்பாற்ற முடியவில்லை. அவரது மனைவியும் எனக்கு உறவுக்கார பெண். ஆகையால் இருவரையும் சென்னைக்குக் கொண்டு வந்து தங்க வைத்தேன். பிறகு சென்னைத் தொலைபேசி வாங்கிக்

கொடுத்தேன்.

ஒரு பேன்சி கடையையும் ஏற்பாடு செய்தேன். மீண்டும் குடிக்கக் கூடாது என்றும் அப்படிக் குடித்தால் தொலைபேசி துண்டிக்கப்படும் என்றும் ஒளிவு, மறைவு இல்லாமல், கண்டிப்புடன் சொல்லி வைத்தேன். இதற்குப் பிறகு நானே கடன் கேட்கும் அளவிற்கு மாதம் இரண்டாயிரத்துக்கு மேல் வருமானம் வந்தது. 400 ரூபாயில் ஒரு வீடும் வாடகைக்கு கிடைத்தது. ஓராண்டுக்கு பிறகு, ஒருநாள் அவர் குடித்து விட்டு வீட்டுக்கார அம்மாவை (வீட்டின் உரிமையாளரை) கலாட்டா செய்வதாக செய்தி வந்தது. நானும் ஓடிப்போய்ப் பார்த்தேன். பழைய வாடகைக்காரி ஒருத்தியை அரிவாள் மனையால் வெட்டிய அந்த வீட்டுக்கார அம்மா, இப்போது குடித்துவிட்டு, 'மண் வாசனையுடன்' அவளைத் திட்டிக் கொண்டிருந்த என் உறவுக்காரரைப் பார்த்து நடுநடுங்கிக் கொண்டிருந்தாள்.

அந்த குடிமன்னன் அந்த அம்மாவை நோக்கி கால்களை தூக்கிக் காட்டினார். கைகளை ஓங்கிக்காட்டினார். இது அதிக பட்சமாக தெரிந்தது. "உன்னை என்ன செய்கிறேன் பார்" என்று அந்த போதைக்காரரை மிரட்டி விட்டு வெளியேறினேன். எனது கௌரவத்திற்கு பாதிப்பு ஏற்படுத்தும் அவர் சுபாவமே கூடாது என்றும் அதற்காக அவர் டெலிபோனை துண்டிப்பது என்றும், பேன்சி கடையை இழுத்து மூடி விடுவது என்றும் தீர்மானித்தேன். சிறிது நேரத்திற்குப் பிறகு அவர் மனைவி என்னை வீட்டில் வந்து பார்த்தாள்.

அவர் விட்டுப்போன குடியை தொட்டதற்கான காரணத்தை விளக்கினாள், வீட்டுக்காரம்மா, அவர்களை நாயே, பேயே என்று திட்டுவதாகவும், கைப்பம்பை பூட்டிப் போடுவதாகவும் கழிவறையை மூடிப் போடுவதாகவும், இரவில் சாப்பிடும் சமயத்தில் மின்சார சுவிட்சை ஆப் செய்து விடுவதாகவும் குற்றம் சாட்டினாள். அவளை சமாளிப்பதற்காக, தானே, கணவனை குடிக்கச் சொன்னதாக ஆணித்தரமாகச் சொன்னாள். அவள் சொன்ன விதம் என் மனதில் இன்னும் அப்படியே இருக்கிறது. "இதுதான் கூகையாச்சே... குடிக்காட்டா ரோஷமே வராது. அதனால்தான் நானே குடிக்கச் சொன்னேன். இனிமே குடிக்காம பார்த்துக்கறதுக்கு நானாச்சு" என்றாள்.

இதையே 'குடியும் - குடித்தனமும்' என்று எழுதினேன். தமிழக அரசு திரு.ஜி.வி. -யை வைத்து எடுக்கும் மதுவிலக்கு பிரச்சாரப் படத்தில் குடியால் இருதயம் பாதிக்கப்பட்ட ஒருவருக்கு மேல்நாட்டில் சிகிச்சை அளிப்பதாக பல காட்சிகள் வருவாதகவும் அவற்றை படமாக்க படப்பிடிப்புக்குழு மேல்நாடு போகப்போவதாகவும் கேள்விப்பட்டேன். அதாவது நமது அரசுக்கு மேல் குடிமக்களே கண்ணில் படுகிறது. கதையின் முடிவில் இதைக் குறிப்பிட்டு விட்டு அந்த மதுவிலக்கு கமிட்டி எந்த உலகத்தில் இருக்கிறது என்று ஒரு வினாவை எழுப்பினேன். ஆனாலும் இந்தக் கதையை பிரச்சாரமாக கருதிவிடக் கூடாது என்று அப்படி எழுதியதை அடித்துவிட்டேன்.

19. வாடாமல்லி நாவலின் வரலாறு

பல ஆண்டுகளுக்கு முன்பு கடலூருக்கு போயிருந்த போது - அப்போது மாவட்ட மக்கள் தொடர்பு அதிகாரியான திரு.சுபாஷ் அதன் அருகாமையிலுள்ள ஒரு கடலோர கிராமத்திற்கு கூட்டிச் சென்றார். அங்குள்ள கூத்தாண்டவர் கோவிலில் ஆயிரக்கணக்கான அலிகள் குழுமியிருந்தார்கள். அருகே இருந்த பெண்களுக்கும் இவர்களுக்கும் எந்த வித்தியாசமும் இல்லை. ஆண்டுதோறும் இங்குள்ள கூத்தாண்டவர் கோயிலுக்கு நாடெங்கிலுமிருந்து அலிகள் வருவதுண்டு. இவர்களில் கிட்டத்தட்ட அனைவரும் தமிழ் நாட்டைச் சேர்ந்தவர்கள். இந்த கோவிலில் தங்களது கணவர் என்று இவர்கள் கருதும் கூத்தாண்டவருக்குச் சேவை செய்ய வருபவர்கள்.

முதல் நாள் கூத்தாண்டவருக்கு தங்களை அசல் திருமணப் பெண்களாக ஜோடித்துக் கொண்டு பூசாரி மூலம் தாலி கட்டி மனைவி ஆவார்கள். பிறகு நான்கு நாள் கழித்து கூத்தாண்டவரான அரவான், மகாபாரதப் போரில் பலியாக்கப்பட்டதை நினைவுப்படுத்தும் வகையில் ஒரு பொம்மையை பலியிடும் போது இவர்கள் தாலிகளை கழற்றி விட்டு, பூப்பொட்டுகளை கலைத்து விட்டு, வெள்ளைச்சேலை கட்டி ஒப்பாரி வைப்பார்கள். பின்னர் ஒரு வாரம் கழித்து தத்தம் இருப்பிடங்களுக்கு கலைத்து போவார்கள்.

இந்த அலிகளின் பேச்சு, முகபாவம், சண்டை, சச்சரவு, சந்தோஷங்கள் என்னை ஆச்சரியப்பட வைத்தன. அவர்களிடம் பேசிப் பார்த்தேன். மனதுக்குள்ளே அழுது கொண்டிருக்கிறார்கள். மாமூல் மனிதர்கள் கிண்டல் செய்யும் போது வேதனைப்படுகிறார்கள். அதே சமயம் தங்களுக்குள் ஒரு கட்டுப்பாட்டை வைத்து வாழ்கிறார்கள். இவர்களின் பிரச்சினை என் மனதில் முள்ளாகக் குத்திக் கொண்டிருந்தது. இந்த அலிகளின் குடும்பத்தாருடன் பேசிப்பார்த்தேன். வரதட்சிணை கொடுமை வறுமை போன்றவைகளால் ஒரு குடும்பம் பாதிக்கப்படுவது போல் அலிகளை உருவாக்கும் குடும்பமும் பெரிதும் பாதிக்கப்படுகின்றது. முதலில் பெண்ணாக ஆசைப்பட்டு, முடிவளர்த்து புடவை கட்டும் ஆணை குடும்பத்தினர் அடித்து உதைத்து திருத்தப் பார்க்கிறார்கள். பிறகு துரத்தி விடுகிறார்கள். இடையில் நடப்பதோ சொல்லொண்ணாத் துயரம்.

ஒரு கிராமத்தில் படித்துக் கொண்டிருக்கும் ஒரு பையன் எப்படி படிப்படியாக அலியாக மாறுகிறான். அதனால் அவன் குடும்பமும் அவனும் எப்படிப் பாதிக்கப்படுகிறார்கள் என்பதே கதையின் கரு.

அலிகளின் கிலிகள்

'வாடமல்லி'யை எழுதுவதற்கு முன்பு தினமலரின் மூத்த செய்தியாளர் நூருல்லா, அலிகளைப் பற்றி எழுதிய ஒரு சிறு நூலை மீண்டும் படித்தேன். 'இந்தியா டுடே'யில் வந்த ஒரு கட்டுரையையும் படித்தேன். இவை அலிகளைப் பற்றி ஒரு அறிமுகமாவும், அவர்களது கேளிக்கை பற்றிய விமர்சன-

மாகவும் இருந்தனவே தவிர, முழுமையாக இல்லை. கடலூருக்கு அருகே உள்ள அதிராம்பட்டினத்தில் அலிகள் நடத்திய அரவான் விழாவை கண்ட அனுபவத்தில், சென்னையில் அலிகள் குவிந்திருக்கும் பகுதிக்குச் சென்றேன். தமிழக அரசின் தலைமையகத்திற்கு அருகே சந்தும் பொந்துமான ஒரு குடிசைப் பகுதியில் சேலை கட்டிய அலிகள் நைந்தும் பிய்ந்தும் வாழ்வது கேள்விப்பட்டு இன்னொரு நண்பரோடு அங்கே சென்றேன்.

எங்களது உருவ அமைப்பைப் பார்த்துவிட்டு, நாங்கள் போலீஸோ என்னமோ என்னமோ என்று பயந்து விட்டார்கள். பேச வந்த இளம் அலிகளை, முதிய அலிகள், 'கபடி, கபடி' என்றார்கள். அதாவது போங்கள் போலீஸ் என்றார்கள். போலீஸ் என்றால் அவர்களுக்கு அவ்வளவு பயம். எப்படியோ அந்த அலிகளின் தலைவியான, குருவக்காவிடம் போனோம். அசல் பெண் மாதிரியான தோற்றம். சிறட்டைப் பொட்டு மாதிரியான நிறம் அவளிடம் அல்லது அவனிடம் நான் அவர்களது பிரச்சனைகளை ஆத்மார்த்தமாக மனிதாபிமானத்தோடு எழுதப் போவதாகக் குறிப்பிட்டேன்.

ஆரம்பத்தில் தயக்கம் காட்டிய குருவக்கா. பிறகு என்னைப் புரிந்து கொண்டாள். வீடுகளிலிருந்து துரத்தப்பட்ட பல்வேறு அலிகளை எனக்கு அறிமுகம் செய்து வைத்தாள். அவர்களின் கதையைக் கேட்டால் கண்ணீர் வந்துவிடும், பல வசதி படைத்த பெற்றோர்கள் கூட இப்போதும் அந்தப் பக்கமாக வந்து தூக்கி எறியப்பட்ட தத்தம் செல்வங்களின் கைகளைப் பிடித்து கண்ணீர் மல்கி கதறுவார்களாம். அந்தப் பக்கத்துச் சேரியில் வாழும் இவர்கள் அந்தப் பக்கத்துச் சேரிக்காரர்களோடு இரண்டறக் கலந்தவர்கள்.

அலித் தொழில்

இரவு நேரங்களில் மரங்களோடு மரங்களாக நின்று காரில், இரண்டு சக்கர வாகனங்களில் நிற்பவர்களை வாடிக்கையாக அழைப்பதே இவர்களது தொழில். கையும்களவுமாக இவர்கள் பிடிபடும்போது, காவல்துறையினர் நையப்புடைத்து விடுகிறார்களாம். அதோடு, கஞ்சா கடத்தியதாக வழக்குப் போடுகிறார்களாம். குருவக்கா, என்னிடம் "நாங்க விபச்சாரம் செய்யுறதா வழக்குப் போடுங்க சார் அப்பவாவது எங்களோட நிலமை ஜட்ஜுக்குத் தெரியட்டும். நாங்க இதைத் தவிர வேறு என்ன செய்ய முடியும்? மார்க்கட்ல கடை போட்டா, பொட்ட பொட்ட என்கிறாங்க. வீட்டு வேலைக்கு யாரும் சேர்க்கிறது கிடையாது.

கவிர்மெண்ட்லயும் வேலை இல்லை. எங்களுக்கும் வயிறு இருக்கே. இதைத் தவிர வேறு பொழைப்பு இல்லையே" என்று காவல்துறையிடம் அடிக்கடி சொல்வதாகவும் அவர்கள் இவர்களைக் கஞ்சியாகவும், கஞ்சாவாகவும் மட்டுமே பார்க்கிறார்கள் என்றும் குறைபட்டாள். "எல்லோருக்கும் ஏதோ ஒரு சங்கம் இருக்கிறது எங்களுக்கு என்ன இருக்கிறது. நாதியில்லாதவங்க நாங்க" என்று அவள் சொன்னபோது, அத்தனை அலிகளும் கண்

கலங்கினார்கள். பேசி முடித்த பிறகு, நான் ஐம்பது ரூபாய் நீட்டியபோது அதை வாங்க மறுத்தார்கள். மாறாக, எனக்கும் என் நண்பருக்கும் 'கேம்பா கோலா' வாங்கிக் கொடுத்தார்கள்.

அந்தக் குடிசைப் பகுதியை விட்டு வெளியே வருவது வரைக்கும் "சார், சார், போலீஸைப் பத்தி நாங்க சொன்னது வெளியில தெரியப்படாது சார் தெரிஞ்சா சாவடி கொடுப்பாங்க சார்" என்று அந்த அலிகள் மாறி மாறிச் சொன்னது இன்னும் என் மனதை நோக வைக்கிறது. இவர்களோடு அல்லாது, 'சொந்தக்காரர்கள் வீட்டிலேயே இருந்து ஏதோ ஒரு வேலை செய்து கொண்டிருக்கும் அலிகளையும் சந்தித்தேன். பம்பாயிலிருந்தும், டில்லியிலிருந்தும் சென்னைக்கு அடிக்கடி வரும் குறிப்பிட்ட சில அலிகளையும் சந்தித்துப் பேசினேன். ஒவ்வொருவரிடமும் ஒரு சோகச்சுமை. கூட்டிலிருந்து சிறகு முளைக்கு முன்பே தரையில் தள்ளப்பட்ட குருவிக் குஞ்சைப் போன்ற பரிதாபம்.

இவர்களைச் சந்தித்த பிறகு, எனது உறவு டாக்டர்களான, ராஜ்குமார், கலைவாணன் ஆகியோரைச் சந்தித்து இந்த அலிகள் உடல் ரீதியில் எப்படி ஆகிறார்கள், என்று தகவல் சேகரித்தேன். சென்னை மாநிலக் கல்லூரியில் பணியாற்றும் பேராசிரியர் சுப்ரமணியத்திடமும் உடல்கூறு பற்றி விசாரித்தேன். ஆக மொத்தத்தில், அலிகள் ஆண் உடம்பில் சிறை பட்ட பெண்கள், அல்லது பெண் உடம்பில் சிறை பட்ட ஆண்கள். இவர்கள் ஆணிலிருந்து

20. பேச முடியாதவைகளுக்காக... முயல் போட்ட மூன்று முடிச்சு

அண்மையில் வானொலிச் செய்தியாளர் என்ற முறையில் திருவண்ணாமலைக்கு அருகே உள்ள ஒரு முயல் பண்ணைக்குச் சென்றேன். ஸ்பிக் பல இளைஞர்களுக்கு பயிற்சி அளித்து முயல் பண்ணை, மீன் பண்ணை, காளான் பண்ணை போன்றவற்றை அமைத்துக் கொடுத்திருக்கிறது. நான் மாவட்ட அதிகாரிகளுடனும் ஸ்பிக் நிறுவன ஊழியர்களுடனும் ஒரு முயல் பண்ணையைப் பார்வையிட்டேன். விதவிதமான முயல்கள்; பொன்நிறம் கொண்டவை, ஜோதி நிறமானவை பல்வேறு வகைகள். ஆனால் அத்தனைக்கும் ஒரு ஒற்றுமை. இவற்றை அறுத்தால்கூட சத்தம் போடாதாம். அந்த அளவிற்கு அப்பிராணிகள். பண்ணை இளைஞர் ஒரு முயலை காதோடு அழுந்தப் பற்றி தூக்கினார். அப்போதுகூட அதன் முகத்தில் ஒரு சின்ன முணுமுணுப்பு இல்லை. இந்த முயல்களைப் பற்றி அவர் சொன்ன இன்னொரு தகவல் என்னை வியப்புறச் செய்தது.

பொதுவாக பெண் முயல்களையும், ஆண் முயல்களையும் தனித்தனிக் கூடுகளிலேயே அடைத்து வைக்க வேண்டுமாம். ஆண் முயலை, பெண் முயலின் கண்ணில்கூட காட்ட கூடாதாம். அப்படிக் காட்டிவிட்டால் போது-

மாம் பெண் முயலுக்கு, தான் கர்ப்பம் தரித்து விட்டோம் என்று எண்ணம் ஏற்பட்டு ஒரு போலித்தனமாக கர்ப்பம் கூட ஏற்பட்டு விடுமாம். பிரசவம் இல்லாத சேர்க்கை கர்ப்பம். இதனால் ஆண் முயலின் சேர்க்கைக்குப் பிறகும் இந்தப் பெண் முயல்கள் கர்ப்பம் அடைய முடியாதாம். ஆகையால் பெண் முயல்களுக்கு பருவம் வரும்போது (ஆறாவது மாதம் இவைப் பூப்பெய்து விடுமாம்.) இந்த பெண் முயலை ஆண் முயலின் கூட்டில் விட வேண்டு-மாம்.

இதன் கூட்டில் ஆண் முயலை விட்டால் பெண் முயல் அந்த ஆணைத் துரத்தி விடுமாம். ஆகையால் பெண் முயலை, ஆண் முயல் கூட்டில் விட்டு அது சூழல் புரியாமல் குழம்பும்போது, ஆண் முயலை சேர்க்கைக்கு விட்டு விட வேண்டுமாம். எல்லாம் சரி, பெண் முயலுக்கு விரகதாபம் வந்திருப்-பதை எப்படி அறிந்து கொள்வது? அடித்தால்கூட அழத் தெரியாத இந்தப் பெண் முயலுக்கு பருவதாகம் வரும்போது அதன் பிட்டம் ஆடுமாம், அல்லது அதை ஆட்டிக் காட்டுமாம். பிட்டத்து முடிகள் அதிர்ந்து, அதிர்ந்து நெளி-யுமாம்... இந்த சமிக்ஞைதான் பெண் முயல், துணை தேடும் வேட்கையைப் புலப்படுத்துவது.

இந்த விவரங்களை உள்வாங்கிக் கொண்டு சென்னைக்குத் திரும்பினேன். குமுதம் பத்திரிகை பெண்களுக்காக ஆரம்பித்திருக்கும் 'மலர் மல்லிகைக்கு' ஒரு கதை கேட்டார்கள். வழக்கம்போல் அடையார் பீச்சில் உட்கார்ந்து ஒரு அப்பாவி முயல் போல் விவரம் தெரியாமல் வளர்க்கப்படுகிற ஒரு பெண்-ணும், தனக்கு திருமணம் செய்ய வேண்டும் என்பதை மறந்துபோன பெற்-றோருக்கு எப்படி புலப்படுத்துவாள்? என்று எண்ணிப் பார்த்தேன். அதுவே ஒரு யதார்த்தம் கலந்து கற்பனையாகி கதையானது. இதற்கு 'நெளிவு' என்று குமுதம் பால்யூ பெயரிட்டார். 'முயல் போட்ட மூன்று முடிச்சு' என்பது பொருத்தமாக இருக்கும் என்றும் பின்னர் குறிப்பிட்டார்.

சிறைச்சாலை என்ன செய்யும்...? - இதேபோல் சிவகாசிப் பக்கம் டூர் போயிருந்த போது ஒரு புறாக் கூண்டைப் பார்த்தேன். பல்வேறு வகை-யான புறாக்கள்... இந்தப் புறாக்கள் காட்டுக்குப் போய்விட்டு மீண்டும் திரும்பி வந்து விடுமாம். வரும்போது காட்டு ஆண் அல்லது பெண் புறாக்-களை கூட்டி வந்து விடுமாம். காட்டில் சுதந்திரமாகத் திரியும் புறாக்கள் காதல் வயப்பட்டு, பூனைகளும், நாய்களும் பயமுறுத்துகிற கிராமங்களுக்கு காதல் கிழத்திகளோடு வருகின்றன என்றால் அது புனிதக் காதல் அல்-லவா?... நாட்டுப்புற புறாக் காதலிகளோடு அல்லது காதலர்களோடு கூண்டில் அடைபட சம்மதிக்கின்றன என்றால் அது காதலின் சக்திதானே.... இதை வைத்து 'சிறைச்சாலை என்ன செய்யும்,' என்ற சிறுகதை எழுதினேன்...

ஒரு யானையின் காதல்: இதேபோல் கர்நாடக மாநிலத்தில் சிமோகா காட்டிற்கு டூர் போயிருந்த போது காட்டிலாகா அதிகாரிகள், ஒரு அரிய விபரத்தைச் சொன்னார்கள்... அதாவது சங்கிலியால் பிணைக்கப்பட்ட பெண்

யானையை, காட்டு ஆண் யானை விரும்புமாம். ஒரு வேளை அதன் கண்களுக்கு இந்தச் சங்கிலி யானை நகை நட்டுப் போட்ட குடும்பப் பெண்ணாகத் தெரியுமோ என்னமோ பழக்கப்பட்ட பெண் யானைக்கும் இந்த காட்டு யானைதான் பிடிக்குமாம். பக்கத்தில் உள்ள பழக்கப்பட்ட ஆண் யானை பிடிக்காதாம்.

ஆகையால் வன இலாகா அதிகாரிகள் பழக்கப்பட்ட இந்தப் பெண் யானைகளை காட்டுக்கு அனுப்பி விடுவார்களாம். இவைகளும் காட்டு யானைகளுடன் சல்லாபம் செய்துவிட்டு வன இலாகா அதிகாரிகளிடமே திரும்பி விடுமாம். எவ்வளவு பெரிய சத்தியக் கட்டுப்பாடு... எவ்வளவு பெரிய காதல் வேகம்... பாவம்... பழக்கப்பட்ட ஆண் யானையை.... இம்போடன்ட் பெல்லோ... எந்தப் பெண் யானையும் சீண்டாதாம்... இதை வைத்து, 'மனிதா தெரிந்து கொள்' என்று தேவியில் ஒரு சிறுகதை எழுதினேன்... தலைப்பு வேறு வைத்திருக்கலாம் போல் தெரிகிறது....

21. இஸ்லாமியத் தோழர்களுக்காக - மூட்டம்

அயோத்தி சம்பவத்திற்கு பிறகு நெல்லைக்கு போய்விட்டு ரெயிலில் திரும்பி வந்தபோது பழமையான பழுத்த காங்கிரஸ்வாதியும், நேர்மையான நாடாளுமன்ற உறுப்பினருமான திரு. எஸ்.கே.டி.ராமச்சந்திரன், தி.மு.க. பிரமுகர் திரு. ஜின்னா ஆகியோருடன் வந்து கொண்டிருந்தேன். அப்போது அயோத்தி சம்பவங்களுக்கு எதிரொலியாக நடைபெற்ற வகுப்பு கலவரங்களைச் சுட்டிக்காட்டி, தமிழகத்தில் நீண்ட பாரம்பரியத்தின் காரணத்தால், இப்படிப்பட்ட சம்பவங்கள் நடைபெறவில்லை என்று பெருமிதமாகச் சொன்னேன். அப்போது திரு. ஜின்னா குறுக்கிட்டு, தமிழக முஸ்லீம்கள்தான் இப்போது அதிகமாக பாதிக்கப்பட்டு இருக்கிறார்கள் என்றார்.

வட இந்தியாவிலாவது முஸ்லிம்கள் திருப்பி தாக்கி, தங்களது ஈகோவை, திருப்தி செய்துக் கொண்டார்கள். ஆனால் தமிழகத்திலோ முஸ்லிம்கள் மனப்பிராந்தியோடு வாழ்கிறார்கள் என்றார். இதற்கு எடுத்துக்காட்டாக நெல்லை மாவட்டம் மேலப்பாளையத்தை இந்து வகுப்புவாதிகள் முற்றுகையிட்டு, அங்குள்ள முஸ்லிம் மக்களை மூன்று நாள் பட்டினி போட்டுச் சரணடையச் செய்ததையும், போலீஸ் துப்பாக்கி சூடு ஏற்பட்டதையும், நினைவுபடுத்தினார். இப்பொழுது தமிழக முஸ்லீம்கள்தான் மற்ற முஸ்லீம்களை விட கையறு நிலையில் தவிப்பதாகத் தழுதழுத்த குரலில் குறிப்பிட்டார்.

மறுமுறை நெல்லைக்குச் சென்றபோது மேலப்பாளையத்திற்குச் சென்றேன். திரு. ஜின்னா அவர்கள் சொன்னதுபோல அங்குள்ள முஸ்லீம் பெருமக்கள் இயலாமையில் தவிப்பதைப் புரிந்து கொண்டேன். விவரங்களைச் சேகரிக்கச் சேகரிக்க அங்குள்ள முஸ்லீம் மக்கள் அநியாயமாகப் பழிவாங்கப்பட்டது புரிந்தது. இதை ஒரு நாவல் ஆக்கவும் திட்டமிட்டேன்.

இஸ்லாமிய மக்களைப் பற்றி ஒரு (இந்து) எழுத்தாளன் எழுதும்போது எவ்வளவு எச்சரிக்கையாக இருக்க வேண்டும் என்பதைச் சொல்ல வேண்டியதில்லை. ஆனாலும் இவர்களை ஒரு ஆத்மார்த்தமாக நேசித்ததால் தைரியப்பட்டேன். மசூதிகளுக்குச் சென்று இவர்களின் தொழுகை முறைகளை தெரிந்து கொண்டேன். பெரியவர்களிடம் என்னுடைய நோக்கத்தை குறிப்பிட்டு பிரார்த்தனைக் கூட்டத்தில் கலந்து கொண்டேன். பெரியவர்களின் வரவேற்பு கிடைத்த அதே சமயம் சில முஸ்லீம் இளைஞர்கள் என்னை குறுக்கு விசாரணை செய்து, வேண்டாவெறுப்பாய் அனுமதித்தார்கள்.

நான் மனம் தளரவில்லை... திருக்குரானைப் படித்தேன்... பல்வேறு இஸ்லாமிய தொழுகை முறைகளை விளக்கும் நூல்களை வாசித்தேன்... என் முஸ்லீம் நண்பர்களோடு ‘ஜமாத்’ பற்றியும், அவர்களது வீட்டு கலாச்சாரம் பற்றியும் துல்லியமாகத் தெரிந்து கொண்டேன். அதோடு கல்லூரி படிப்பிற்குப் பிறகு சின்னாளப்பட்டிக்கு அருகேயுள்ள ஆத்தூரில் முஸ்லிம் தாய்மார்களுக்கான பாய்முடையும் கூட்டுறவு சங்கத்திற்கு, இன்ஸ்பெக்டராக நியமிக்கப்பட்டிருந்தேன். அந்த தாய்மார்களின் வீட்டிற்குத் தாராளமாகச் சென்று உணவு அருந்தும் உரிமை எனக்கிருந்தது. ஆகையால் மேலப்பாளையம் சம்பவத்தை ‘மூட்டம்’ என்ற பெயரில் செம்மலரில் தொடர்கதையாக எழுதினேன்.

ஒரு இந்துவுக்கும், முஸ்லீமுக்கும் (இருவருமே கொழுத்த பணக்காரர்கள்) ஏற்படும் ‘தொழில் போட்டி’ அயோத்தி சம்பவத்திற்கு பிறகு எப்படி வகுப்புவாதமாக மாறுகிறது என்பதையும், அதே சமயம் இந்து, முஸ்லீம் பாட்டாளிகள் எப்படி அண்ணன் தம்பியாக வாழ்கிறார்கள் என்பதையும் விளக்கி இருந்தேன். கல்லூரி இந்து - முஸ்லீம் காதல் பகையாக மாறும் போது, பெட்டிக்கடை - வெற்றிலை பாக்கு இந்து முஸ்லிம் காதல் எப்படி உதயமாகிறது என்பதையும் எழுதியிருந்தேன். அண்மையில் நான் எழுதிய நாவல்களில் எனக்கு பிடித்த நாவல் இது....

ஒரு படைப்பு அதன் சமூக தாக்கத்தின் அடிப்படையில் விமர்சிக்கப்பட வேண்டியது என்பது என் கருத்து. நல்ல தாக்கத்தை ஏற்படுத்தினால் அது நல்ல படைப்பு... மோசமான தாக்கத்தை ஏற்படுத்தினால் அது நச்சுப் படைப்பு... இப்படித்தான் விமர்சன அணுகுமுறை இருக்க வேண்டும். ஆனால் நமது விமர்சன பண்டிதர்களோ, ஒரு படைப்பின் சமூக தாக்கத்தைப் பற்றி கவலைப்படாமல் அதிலுள்ள இலக்கியக் கிருமிகளைத் தான் பூதக்கண்ணாடி போட்டு ஆராய்ச்சி செய்கிறார்கள். இந்த விமர்சன நீரோக்களுக்கு மூட்டம் பிடிக்காமல் போகலாம்... ஆனால் முற்போக்கு இலக்கியத்தில் இது ஒரு முத்திரை....

நன்றி தோழர்களே...

2

சமுத்திரக் கட்டுரைகள்

குகையாளப் பிறந்தவனே! என் குழந்தாய்! எழுந்திரடா!
சாதியான கொடிப்பாம்பு சதி செய்யும் பாம்பு
தாழக் கிடப்பாரைத் தற்காப்பதே தர்மம்
மானமாக இருந்தால் மாளுங்கலி தன்னாலே!
- ஆன்மீகப் போராளி வைகுண்டசாமி

எனது உயில் வரைவு...

வரலாற்றைத் திருப்பிய ஆன்மீகப் போராளியான வைகுண்ட சாமியின் சில கவித்துவ வரிகளை இங்கே திட்டமிட்டே எடுத்துப் போட்டிருக்கிறேன். அன்று அவர் சொன்னது இன்றும் நடைபெறவில்லை என்பதை நினைக்கும்போது, வேதனை ஏற்படுகிறது.

தனிப்பட்ட முறையில் என் வேதனைக்கு எந்தக் காரணமும் இல்லை. ஒரு பாட்டாளி வர்க்கத்தில் - அதுவும் காய்கறிகளை வண்டியில் ஏற்றிச் சென்று, மாடு தள்ளாடும்போது, அந்த மாட்டை விலக்கிவிட்டு தானே ஒரு மாடாகி, வண்டியை ஓட்டிய ஒரு பாட்டாளியின் மகன் நான். இப்போது எனக்கு தனிப்பட்ட முறையில் நிறைவான வாழ்க்கையே. நாடறிந்த எழுத்தாளன். ஆயிரக்கணக்கான தோழர்களின் அன்பைப் பெற்றவன். சொந்த வீட்டோடும், காரோடும், இனிமையான மனைவி, மக்களோடும் எந்தக் குறைவுமின்றி வாழ்கிறவன். ஆனாலும், நான் வேதனைப்படுகிறேன். காரணம்

இளமையிலிருந்தே என் மனதை ஆட்டுவிப்பது சமூகக் காரணிகளே. அன்று, 'போர்த் பாம்' எனப்படும் ஒன்பதாவது வகுப்பு படிக்கும்போது, அப்போதைய அரசியல், சமூக நடவடிக்கைகளால் இந்தத் தமிழகம் எப்படி மனநோயாளி மாநிலமாக மாறக்கூடும் என்று நினைத்து வருந்தினேனோ, அந்த வருத்தம் என் விருப்பதிற்கு விரோதமாக நிறைவேறியிருக்கிறது. அன்று துவங்கிய சினிமாத்தனங்களும், தனிநபர் வழிபாடுகளும், லஞ்ச

லாவண்யங்களும் இன்று, பல்கி பரவி இருக்கிறது.

அன்றாவது, எங்கள் தலைமுறைக்கு ஒரு சமூகப் பிரக்ஞை இருந்தது. இன்றைய இளைய தலைமுறையைப்போல் நாங்கள் கணிப்பொறி வகையறாக்களிலும், பொது அறிவிலும், திறமையானவர்கள் அல்ல. ஆனால், எங்களுக்குத் தாய்மொழியான தமிழில் பிழையின்றி எழுதவரும். தமிழ்வழி கல்வியில் படித்தாலும், கல்லூரிக் காலத்திலேயே ஆங்கிலத்தில் தேறி நன்றாக எழுதவரும். ஆனால், இன்றைக்கு ஒரு பட்டதாரி மாணவருக்கு மூன்று வரி தமிழிலோ அல்லது ஆங்கிலத்திலோ எழுத முடியவில்லை.

அன்று சினிமா நடிகர்-நடிகைகள் மானத்தை பெரிதாக நினைத்தார்கள். இன்றோ முதலிரவைவிட வெளிப்படையான காட்சிகளைப் பார்க்கிறோம். தமிழ் செத்துச் செத்து, ஒரு புதுத் தொலைக்காட்சி தமிழ் உருவாகி வருகிறது அந்தக் காலத்து வேசிகள் எப்படி மாடங்களில் நின்று சீவி சிங்காரித்து கை ஆட்டுவார்களோ, அப்படிப்பட்ட அறிவிப்பாளத் தனங்கள் இருக்கின்றன. பெண்ணியம் வலுப்பட்டுக் கொண்டிருக்கும் இந்தக் காலத்தில்கூட, பாவப்பட்ட பெண்கள் அவர்கள் விருப்பத்திற்கு விரோதமாக, தொழில் ரீதியில் கொச்சைப்படுத்தப்படுகிறார்கள்.

எந்த மாநிலத்திலாவது கட்-அவுட்கள் பெரிதாக இருந்தால் அங்கே தமிழர்கள் வசிக்கிறார்கள் என்று அர்த்தம். இங்கே உள்ள தமிழன், அங்கே உள்ள தமிழனையும் சினிமாத்தனமாக்கி விட்டான். எந்த மாநிலத்திலும் நடிகர்களுக்கு சங்கங்கள் வைத்து, தோரணம் கட்டி. கற்பூர ஆராதனை செய்து, அவர்கள் காலடியில் மூளையை அடகு வைக்கும் முட்டாள்தனம் இல்லை. இங்கேதான் இந்த மாநிலம் ஒரு மனநோயாளி பூமியாகிவிட்டது. பெரியார், அண்ணா, கலைஞர் போன்றவர்கள் தத்தம் தகுதிகளால் தனிநபர் வழிபாட்டுக்கு உள்ளானார்கள்.

ஆனால், இன்றோ தகுதி இல்லாத தலைவரைக்கூட, அவர் பேரை சொல்லி அழைக்க முடியாத அளவிற்கு அடிமைத்தனமான தொண்டர்களும், ஆணவத்தனமான தலைவர்களும் தோன்றி விட்டார்கள். குனிந்து விழுந்தால் இந்த ஆணவக்காரர்களுக்கு அல்லது காரிகளுக்கு கோபம் வரும் என்று அப்படியே தொப்பென்று விழுகின்றவர்களும், நமது பிரதிநிதிகளாக பல்வேறு அவைகளில் இருக்கிறார்கள். அன்று நான் கண்ட விபரீத நிலைமை, இப்போது விபத்தாகியிருக்கிறது. எந்த மண்ணை நேசிக்கிறேனோ அந்த மண்ணில் துகள்கள் கண்ணை உறுத்துகின்றன.

மேலே குறிப்பிட்ட சங்கதிகளிலிருந்து, நமது தமிழனை மீட்டு, பெரியவர் என்று வியக்காமலும், சிறியவர் என்று இகழாமலும் இருக்கவேண்டுமென்று நமது முன்னோர்களான கணியன் பூங்குன்றனும், வைகுண்டர், வள்ளலார் போன்றவர்களும் அறிவுறுத்தியதை, செயலாக்க வேண்டிய காலக்கட்டம் வந்துவிட்டதை காட்டுவதற்கே இந்த கட்டுரைத் தொகுப்பு. இந்தத் தொகுப்பு, பல தோழர்கள், கண் துஞ்சாது மெய்வருத்தம் பாராது எழுதும் ஆய்வுக் கட்-

டுரைகள் மாதிரியல்ல. சாமான்யர்களுக்காக ஒரு சாமான்யன் மேற்கொண்ட கருத்துப் பகிர்வே இது.

எனவே, இன்றைய தமிழனை மீட்டு நாளைய நல்லதோர், வல்லதோர் தாயகத் தமிழனை உருவாக்க இப்போதே முயல வேண்டும். இல்லையானால் எதிர்காலத்தில் தமிழகம் முழுவதும் குண்டர்களின் குண்டு கலாச்சாரத்திற்கு பலியாகலாம். இதற்கு ஒரு கலாச்சார புரட்சி தேவைப்படுகிறது. இல்லையா-னால் இருபத்தொன்றாம் நூற்றாண்டில் தாயகத் தமிழனும், தமிழும் காணாமல் போய்விடுவார்கள்.

இதையே, வாழ்க்கையின் மாலைப் பொழுதில் உள்ள இந்த தாயகத் தமிழ்ச் சமுதாயத்தின் தொண்டனாக கருதும் நான், இன்றைய இளைய தலைமுறைக்கு ஒரு உயிலின் வரைவுபோல் எழுதி முடிக்கிறேன்.

எனது கட்டுரைகளை பிரசுரித்த-பிரசுரிக்கும் அத்தனை பத்திரிகைகளுக்-கும் நன்றிக்கடன் பட்டுள்ளேன்.

தோழமையுடன்,
சு. சமுத்திரம்.

1. ஆன்மீகப் போராளி வைகுண்டசாமி

இந்தியா முழுவதும் 80 சதவீத மக்கள் தீண்டாமை, தோன்றாமை, காணாமை போன்ற சாதியத் தீமைகளில் முடக்கப்பட்டிருந்த 18 ஆம் நூற்-றாண்டின் தொடக்க காலம். அண்ணல் அம்பேத்கார் பின்னர் குறிப்பிட்ட-துபோல், சாதியும் - வர்க்கமும் ஒன்றான கொடுங்காலம். இந்தக் கொடு-மைகளின் உச்சமாக விளங்கியது தென் திருவாங்கூர் சமஸ்தானம். இந்த உச்சத்தின் மையமாக கெட்டுப்போனது, இந்த சமஸ்தானத்தின் ஒரு பகுதி-யாக இருந்த கன்னியாகுமரி. இந்தப் பகுதியில் இரணியல் போன்ற இடங்-களில், தாழ்த்தப்பட்ட, பிற்படுத்தப்பட்ட மக்கள் தாய் வேறு, சேய்வேறாய் அடிமைகளாக விற்கப்பட்டார்கள். நம்பூதிரி, நாயர்கள் போன்றோர் சொக்கத்-தங்கத்திற்கு இணையான கவர்னர் என்ற மேட்டுக்குடியாகவும், வைகுண்ட-ரின் 'அகிலத் திரட்டு அம்மானை' குறிப்பிட்டதுபோல், சாணான், இடையன், வணிகன், துலுக்கப் பட்டர், தோல் வணியன், சாதி வணிகன், பறையன், கம்மாளன், ஈழன், கருமறவன், பரவன், கவுண்டன்.

சக்கிலியர் முதலிய பதினெட்டு சாதிகள் அவர்னர்கள் என்றும் அட்ட-வணைப் படுத்தப்பட்டிருந்தது. இந்த இரண்டாவது வகை மக்களான அவர்-னர்கள், இடுப்புக்குக் கீழே துணி உடுத்தவோ, காலணி அணியவோ, ஓடு வேய்ந்த வீடுகளைக் கட்டவோ, குடை பிடிக்கவோ கூடாது. பள்ளிகளிலும், நீதி மன்றங்களிலும், ஆலயங்களிலும் இவர்களுக்கு முழு அடைப்பு. இவர்-கள் பசுமாடு வளர்க்கலாகாது. சுவர்னர்களும், அரசாங்கமும் ஏவும் எந்த வேலையையும் கூலி இல்லாமலே செய்து முடிக்க வேண்டும்.

மேட்டுக் குடியினரிடம் 'தூங்கப் போகிறேன்' என்று சொல்லக் கூடாது. 'தரையில் விழப்போகிறேன்' என்றே சொல்ல வேண்டும். இந்தக் கொடுமைகளுக்கும் கொடுமையாக இவர்களது பெண்கள் இடுப்புக்கு மேலே எந்த ஆடையும் அணியலாகாது. இடுப்பிலோ செப்புக்குடம் ஏந்தலாகாது. எந்த நகையும் அணியக் கூடாது. இவை போதாது என்று இவர்கள் தாலிக்கு வரி, கையிலுள்ள தடிக்கு வரி, அரிவாளுக்கு வரி, தலைவரி, தாவர வரி, பெண்கள் மார்பகம் துளிர்த்தால் அதற்கும் வரி என்று வரிவரியாக வதைக்கப்பட்டார்கள். இந்த விதிகளை மீறுகிற ஒரு அவர்னரை, எந்த சுவர்னரும் வெட்டிக் கொல்லலாம்.

இத்தகையக் காலக் கட்டத்தில் எளிய குடும்பத்தில் பிறந்து, பனையேறித் தொழிலாளியாய் வாழ்க்கையைத் துவக்கிய ஒரு ஆன்மீகப் போராளி அவர்னர்களான இந்தப் பதினெட்டு சாதி மக்களின் ஆண்களுக்கு தலைப்பாகை கட்டி விடுகிறார். பெண்களை தோள் சீலை அணியச் சொல்கிறார். இவர்களிடம் சாதி என்பது கொடிப்பாம்பு என்றும், 'எல்லோர்க்கும் கொடிப்பாம்பு இருக்குதப்பா சத்ருவாய்... முச்சந்திக்குள் இருந்த பாம்பு உச்சம் பெற்று வருகுதய்யா...' என்று அப்போதே எச்சரிக்கிறார். அனைத்து சாதி மக்களையும் தம் மக்கள் என்கிறார். கூனிக் குறுகிக் கிடந்த இந்த மக்களை 'குகையாளப் பிறந்த என் குழந்தாய்! எழுந்திரிடா!' என்கிறார்.

'அவனவன் செய்த முதலை அவனவன் வைக்க வேண்டும் - அதாவது சமஸ்தானத்துக்கு வரி கொடுக்கலாகாது' என்று சூளுரைக்கிறார். கும்பினி ஆட்சிக்கார வெள்ளையர்களை 'வெண்நீசன்' என்றும், திருவாங்கூர் மன்னனை 'கலிநீசன் அனந்த நீசன்' என்றும் பிரகடணப்படுத்துகிறார். தாழக் கிடப்போரை தற்காப்பதே தர்மம் என்றும் முழங்குகிறார். தன்னைச் சுற்றி அத்தனை அவர்ன சாதிகளையும் ஈர்க்கிறார். இவர்தான், வைகுண்டசாமி என்று பின்னரும், முத்துக்குட்டி சாமி என்று முன்னரும் அழைக்கப்பட்ட மெய்யான வீரத் துறவி. இப்படிப்பட்ட போராளியைப் பற்றி எத்தனைப் பேருக்குத் தெரியும்? இதனால் இழப்பு அவருக்கா, இந்த சமுதாயத்திற்கா?

வரலாறு என்பது வெற்றி பெற்றவர்களால் எழுதப்படுகிறது என்றான் மக்கள் எதிரியாக விளங்கிய இட்லர். வரலாற்றில் உண்மையை மறைப்பதும் ஒருவிதப் பொய்யே என்றார் மனிதநேயப் படைப்பாளியான லியோ டால்ஸ்டாய். இந்த இரண்டு எதிர்முனைகளுக்கும் இடையே மெய்யும், மெய்கலந்த பொய்யும், மெய்தவிர்த்த பொய்யுமாய் எழுதப்பட்டதே வரலாறு. இதனால்தான், ஜான் கந்தர், அண்ணல் காந்தியை 'நழுவும் ஆசாமி' என்றான். 1857ல் கல்கத்தாவில் ஏற்பட்ட சிப்பாய்க் கலகம், முதல் சுதந்திரப் போராக வரலாற்றுச் சிறப்பு பெற்று, அதற்கு முன்பே வேலூரில் ஏற்பட்ட சிப்பாய்க் கலகம் இருட்டடிப்பு செய்யப்பட்டது. விடுதலைப் போர், வங்காள சந்நியாசிகளால் துவக்கப்பட்டது என்பது பொய் கலந்த மெய்யென்றால், இவர்களுக்கு முன்பே வாழ்ந்த வைகுண்டசாமியைப் பற்றிய மௌனம் மெய்தவிர்த்த பொய்-

யாகும்.

இத்தகைய வரலாற்றுப் புதை மண்ணிலிருந்து வைகுண்டசாமி போன்ற ஆன்மீகப் போராளிகளை மீட்டெடுத்து, சாதிக்குப் பலியாகும் இன்றைய சரா-சரித் தமிழனிடம் எடுத்துச் சொல்ல வேண்டியது இப்போதையக் கட்டாயக் கடமையாகும். ஒரு லட்சியப் போராட்டத்திற்கான வரலாற்றில் இறுதிக் கட்டத்தில் வெல்கிறவர்களே அறியப்படுகிறார்கள். இதே லட்சியத்திற்காக, ஆரம்பத்தில் போராடியவர்கள் வரலாற்று வெள்ளத்தில் மூழ்கிப் போகிறார்-கள். அப்படிப்பட்ட வெள்ளமும் இதற்கு ஏதுவாக, அதன் போக்கில் விடப்ப-டாமல் விருப்பு, வெறுப்பு என்ற அணைகளால் கட்டப்பட்டு தேக்கப்படுகிறது.

இதனால்தான் ஒரு அம்பேத்காரை தெரியும் நமக்கு, ஒரு அயோத்தி தாசரையோ, இரட்டை மலை சீனிவாசனையோ அதிகம் தெரியாது. அண்-ணல் காந்தியைத் தெரிந்த அளவிற்கு, ஒரு திலகரையோ, ஒரு வ.உ.சி.யையோ தெரியாது. பகத்சிங்கைத் தெரிந்த அளவிற்கு ஒரு வாஞ்சி நாதனைத் தெரியாது. திருத்தணிப் போராட்டத்தை நடத்திய மா.பொ.சிவஞா-னம் அவர்களைத் தெரியும். ஆனால் அவருக்கு முன்பே திருத்தணி தமி-ழகத்தோடு சேர வேண்டும் என்று வீடு வீடாக இயக்கம் நடத்திய மங்கலம் கிழாரைப் பற்றி எத்தனைப் பேருக்குத் தெரியும்? இது வரலாற்றுக் குற்றத்-தோடு வரலாற்றைச் சரியாகப் புரிந்துகொள்ளாத குற்றமும் ஆகும். இந்தக் குற்றங்களால் மக்களுக்கு பரந்த அளவில் எடுத்துச் சொல்ல முடியாதபடி முடக்கப்பட்ட போராளிகளில் வைகுண்டரும் ஒருவர்.

சாமித்தோப்பு சாமி - கன்னியாகுமரியில் இருந்து 7 கி.மீ. தொலைவில் உள்ள பூவண்டன் தோப்பில் ஒரு எளிய குடும்பத்தில் பிறந்தவர் இப்போது வைகுண்ட சாமி என்று பயபக்தியோடு கூறப்படும், அழைக்கப்படும் முத்துக்-குட்டி சாமி. ஆரம்பத்தில் பெற்றோர்கள் இவருக்கு ‘முடி சூடிய பெருமாள்’ என்றுதான் பெயரிட்டார்கள். ஆனால் சுவர்னர்களும், அரசுப் பிரதிநிதிகளும் எளிய சாதியினர் இந்தப் பெயரை வைக்கலாகாது என்று இவரது பெற்-றோரை அச்சுறுத்தவே, முடி சூடிய பெருமாள், ‘முத்துக்குட்டி’ ஆனார்.

1809ஆம் ஆண்டில் பிறந்த இவர், இருபத்தி நான்கு வயது வரை ஒரு பனையேறித் தொழிலாளியாகவோ அல்லது சிறு விவசாயியாகவோ வாழ்ந்-திருக்கிறார். இதற்குப் பிறகு சரும நோயால் அவதிப்பட்டு பெற்றோரால் திருச்செந்தூர் கொண்டு போகப்பட்டு, கடலுக்குள் காணாமல் போனதாகக் கூறப்படுகிறது. மூன்று நாட்களுக்குப் பிறகு கடலில் இருந்து ‘விஞ்சை’ (ஞானம்) பெற்று மீண்டு, பூவண்டன் தோப்பிற்குத் திரும்பியதாகக் கூறப்ப-டுகிறது. அங்கே, கலிநீசன் ஆட்சி முடிய இரண்டாண்டுகள், பெண்ணடிமை ஒழிய இரண்டாண்டுகள், செங்கோலாட்சி மலர இரண்டாண்டுகள் என்று ஆறாண்டு காலம் தவமிருந்திருக்கிறார்.

சிறையும் - எதிர்வினையும் - அந்தத் தவக் காலத்திலேயே தாழ்த்தப்பட்ட-பிற்படுத்தப்பட்ட சாதி மக்கள் இவரை தரிசித்து, தலையில் தலைப்பாகை-

யோடும், தோளில் சேலையோடும் புது மனிதர்களாய் மாறியிருக்கிறார்கள். இதனால் வெகுண்டெழுந்த மேட்டுக்குடியினரின் தூண்டுதலால் சுவாதித் திருநாள் மன்னன் 1836ஆம் ஆண்டு இவரைப் பிடித்து, திருவனந்தபுரத்திற்கு அருகே உள்ள சிங்காரத் தோப்பில் சிறை வைத்து, சித்தரவதை செய்வித்திருக்கிறான். இறுதியில் ஒரு கூண்டில் பசியோடு இருந்த புலியோடு இவரைத் தள்ளியதாகவும், ஆனால் முத்துக்குட்டி சாமியிடம் அந்தப் புலி மண்டியிட்டதாகவும் கூறப்படுகிறது. மன்னன் பயந்துபோய், இவரை நூற்றுப்பத்துநாள் சிறைவாசத்திற்குப் பிறகு சொந்த சாதி அல்லாத எந்தச் சாதியோடும் சேரலாகாது என்ற நிபந்தனையோடு விடுதலை செய்ததாகவும் அறியப்படுகிறது. இதுமுதல் முத்துக்குட்டி, "வைகுண்ட சாமியானார்".

சொந்த ஊருக்கு மீண்ட வைகுண்டர் மேலும் வேகமாகத்தான் செயல்பட்டிருக்கிறார். மன்னனின் அறிவுரைக்கு எதிர் வினையாகவே இயங்கி இருக்கிறார். மதத்தை அறிவுப் பூர்வமாகவும், ஞான ஒளியாகவும் எடுத்துக்கொண்ட மேட்டுக்குடி மக்கள், அதே மதத்தை இந்த தாழ்த்தப்பட்ட - பிற்படுத்தப்பட்டவர்களுக்கு உணர்வு மயமாக ஆக்கி இருப்பதை புரிந்துகொண்ட வைகுண்டர், ஆடுகோழி பலியிடுவது ஆயனுக்குத் தேவையில்லை என்றும் பரம்பொருளுக்கு காணிக்கையோ, காவடியோ அவசியமில்லை என்றும் அறிவுறுத்தியிருக்கிறார். கடவுளை வேட்டையாடும் மாடன்களாகவும், பயமுறுத்தும் பேச்சியம்மாக்களாகவும் பார்த்துக் கொண்டிருந்த தாழக்கிடந்த மக்களை அதே மதத்தை மேட்டுக்குடியினர் போல் அறிவுப் பூர்வமாக அணுகச் செய்திருக்கிறார்.

பெரும்பாலான கிராமங்களில் நிழல் தாங்கல்கள் என்ற சிறு சிறு கோவில்களை நிறுவி, அங்கே தீபமேற்றி அந்தத் தீபத்தின் அருவ வழிபாட்டில் இந்த மக்களை ஈடுபடுத்தியிருக்கிறார். மேட்டுக்குடியினரே அரைகுறை ஆடையோடு ஆலயம் சென்று வழிபட்டபோது, இந்த ஏழை எளிய மக்கள் தலைப்பாகை கட்டி கோவிலுக்குள் சென்றது வைகுண்டரின் மிகப்பெரிய ஆன்மீகப் புரட்சியாகும். அதோடு இவர்களை ஒரு கொடியின் கீழ் கொண்டு வருவதற்காக காவி நிறத்தில் தீபம் பொறித்த அன்புக் கொடி ஒன்றையும் ஆக்கியிருக்கிறார். இவரது முறையில் வழிபடும் மக்கள், "அன்புக் கொடி மக்கள்" என்று இப்போதும் அழைக்கப்படுகிறார்கள். சமரச சுத்த சன்மார்க்க சங்கம் நிறுவி சாதிபேதமற்ற சமயக் கொடியை ஏற்றுவித்த வள்ளலாருக்கு முன்பே, வைகுண்டர், இப்படி ஒரு கொடியை உருவாக்கியது இன்றைய ஆன்மீகவாதிகளுக்கே தெரியாது.

துவையல் பந்தி - முத்திரிக் கிணறு... - மேட்டுக்குடியினர், கீழ்க் குடியினரை அழுக்காக்கியும், அந்த அழுக்கிலேயே ஆழ்த்தியும் கைகொட்டி நகைத்த காலத்தில் தூய்மையின் அவசியத்தை உணர்ந்த வைகுண்டர், துவையல் பந்தி என்ற ஒரு செயல் முறைமையை கொண்டு வந்திருக்கிறார். இதன்படி அத்தனை சாதியினரும், கடலில் நீராடி, மதியம் பச்சரிசி, பயிறு

சாதத்துடன் ஒன்றாய் உண்டு-ஒன்றாய் உறவாடி இருக்கிறார்கள். இந்தப் பந்தி, வையம்பதி என்ற இடத்தில் வைகுண்டரின் தலைமையில் ஆறு மாத காலம் நடந்திருக்கிறது. இதனால் வெகுண்ட மேட்டுக் குடியினர் இந்தப் பந்தியில் கலந்து கொண்ட மக்களைச் சிதறடித்ததாகவும், இதையும் மீறி இந்தத் துவையல் பந்தி பல இடங்களில் நடந்துள்ளதாகவும் தெரிகிறது.

இன்று சமபந்தி போஜனம் தொலைக்காட்சி, பத்திரிகைகள் சாட்சியாக நடத்தப்படுகிறது. இதற்கு நூற்றைம்பது ஆண்டுகளுக்கு முன்பே, இதைவிடச் சிறப்பான முத்திரிக் கிணறு என்ற இன்னொரு செயல்பாட்டு முறைமையை வைகுண்டர் கொண்டு வந்திருக்கிறார். இதன்படி இவர் தவமிருந்த தாமரைப்பதிக்கு அருகே, ஒரு கிணறு வெட்டப்பட்டுள்ளது. ஊர்க் கிணறுகளில் எட்டிப் பார்க்கக்கூட உரிமை இல்லாத அத்தனை எளிய மக்களும் இந்தக் கோவில் குளத்தில் குளித்து விட்டு, வைகுண்டரின் வேண்டுகோளின்படி கொண்டுவந்த அரிசி, பருப்பு வகையறாக்களை சமைத்து இவரது முன்னிலையில் ஒன்றாக உண்டு மகிழ்ந்திருக்கிறார்கள்.

இப்போது, தமிழக அரசு சாதியச் சண்டைகளை தீர்ப்பதற்கு சமத்துவபுரங்களை அமைத்து வருகிறது. கலைஞர் இதற்கு பெருமுயற்சி எடுக்கிறார். ஆனால், எங்கேயோ ஒரு மூலையில் ஒரு சாமானியனாய்ப் பிறந்த வைகுண்டரோ அனைத்து அவர்னர் சாதிகளும் ஒன்றாக ஒரே இடத்தில் வீடுகட்டி வாழ்வதற்கு வழி செய்திருக்கிறார். ஓடு வேய்ந்த வீடுகளை எளிய சாதியினர் கட்டக்கூடாது என்று மேட்டுக்குடியினரும், அவர்களுக்காகவே ஆட்சி செய்த அரசும் கொடிய சட்டத்தைப் போட்டிருந்தபோது, வைகுண்டர் இதற்கு சவால் இடுவதுபோல் முட்டம்பதி என்ற இடத்தில் அனைத்துச் சாதிகளையும் கொண்ட ஒரு குல குடியிருப்பை நிறுவியிருக்கிறார். ஆனாலும் யாது காரணத்தாலோ இந்த குடியிருப்புக்கள் பரவலாகவில்லை.

தோள் சீலைப் போராட்டம் - எல்லாவற்றிற்கும் மேலாக எளிய சாதிப் பெண்கள் ஆடு மாடுகளைப்போல் இடுப்புக்கு மேல் எதுவுமின்றி அலைந்து கொண்டிருந்த காலத்தில் - அதுவும் அண்மையில் உள்ள திருநெல்வேலி மாவட்டத்தில் மேலாடை போட்டு வாழ்ந்த பெண்கள்கூட கன்னியாகுமரி மாவட்டத்தில் கல்யாணமாகி விட்டால் மேலாடையை எடுத்துவிட வேண்டும் என்ற விதிவிலக்கில்லாத கொடூரச் சட்டம் இருந்தபோது, இத்தகையப் பெண்களுக்கு சுய மரியாதையைக் கொடுத்தவர் வைகுண்டர். இவருக்கு முன்பே மீட்பாதிரியார் போன்ற கிறிஸ்தவ மத போதகர்கள் அந்த மதத்தில் சேர்ந்த பெண்களை குப்பாயம் போட வைத்து, அதனால் எழுந்த தோள் சீலை போராட்டத்திற்கு தலைமை தாங்கியிருக்கிறார்கள்.

மூன்று கட்டங்களில் முப்பத்தேழு ஆண்டுகள் நடந்த கன்னியாகுமரி பகுதி பெண்களின் தோள் சீலை போராட்டத்தின் இறுதிக் கட்டம் அழுத்தம் பெறவும், எளிய சாதி இந்துப் பெண்கள் அதில் ஈடுபடுவதற்கும் வைகுண்டரின் தாக்கம் முக்கிய காரணம். நமது பெண்ணியவாதிகளுக்கும், பெண்ணிய

இயக்கங்களுக்கும் தெரியாத இந்த தோள் சீலை போராட்டம் சிவகங்கை வரை வந்துள்ளது. எளிய சாதியைச் சேர்ந்த ஏராளமான ஆடவர்களும் பெண்களும் இதற்காக உயிர்ப் பலியானார்கள். நீதிமன்றங்கள்கூட இந்த தோள் சீலை போராட்டத்திற்கு எதிராக தீர்ப்பளித்தபோது, கிறிஸ்தவ பாதிரி-மார்களும், வைகுண்டரும் இந்தப் பெண்களுக்கு உடலுக்கு மட்டுமல்ல, உள்-ளத்திற்கும் ஒரு மரியாதை கொடுத்திருக்கிறார்கள்.

வைகுண்டர் குறித்த புராணப் பொய்களையும் செவிவழிக் கதைகளையும் புறந்தள்ளி விட்டுப் பார்க்கும்போதுகூட, அவர் இப்போதைய தாழ்த்தப்பட்ட, பிற்படுத்தப்பட்ட அப்போதைய அவர்னர்களுக்கு ஒரு சின்னமாக விளங்கி இருக்கிறார். இவரை, திருவாங்கூர் அரசு சிறைபிடித்தபோது வைகுண்டரைப் பகைக்க வேண்டாம் என்று சுவாதித் திருநாள் மன்னரிடம், வாதாடிப் போராடி, அதனாலேயே அந்த மன்னனால் சிறையில் வைக்கப்பட்டவர் பூவண்டன் என்ற இடையர் சாதியைச் சேர்ந்த பெருமான்.

இவர் அரசில் உயர்ந்த பதவி வகித்தவர். இதேபோல் தாமரைப் பதியில் 96 வளைவுகளைக் கொண்ட தத்துவக் கொட்டகையை அமைத்துக் கொடுத்தவர் முத்துக்குட்டி ஆசாரி என்பவர். 'சாரையோடு' வண்ணார்குல பிச்சையம்மாள், 'வடிவீஸ்வரம்' வெங்கடாச்சல அய்யர், 'தென் தாமரைக்-குளம்' கிறிஸ்தவரான 'அருமைநாயகம்', 'தொண்டைமான்' ராமலிங்கம், 'மணவாளன் குறிச்சி' கடவுள் செட்டியார், 'தச்சநல்லூர்' வெள்ளாளர் அழகப்பப் பிள்ளை, 'அரியநந்தல்' வீரய்யாத் தேவர், 'குறும்பர்' இனத்தின் குபேரன் போன்ற அத்தனை சாதி மாந்தர்களும் வைகுண்டரின் ஒரே சாதி-யில் இரண்டறக் கலந்த சமகாலத்து தொண்டர்கள்.

அருளாளர்களில் இரண்டு வகை உண்டு. முதலாவது சாதியை மறுத்த-வர்கள், இரண்டாவது தன்னளவில் சாதியைத் தாண்டியவர்கள். பொதுவாக நமது அருளாளர்களான சங்காராச்சாரியார்களும், சாமி தயானந்த சரஸ்வதி-யும், இராமகிருஷ்ண பரமஹம்சரும், ரமண ரிஷியும் தங்கள் அளவில் சாதி-களைத் தாண்டியவர்கள். ஆனால் வைகுண்டரும், வள்ளலாரும் சாதியை மறுத்தவர்கள். அதற்காக பாடுபட்டவர்கள். இதனால் வைகுண்டர் சிறை வைக்கப்பட்டார். அப்போதைய மதவாதிகளால் கல்லடியும், சொல்லடியும் பட்டார். 'சாதி சமயம் பொய்யென ஆதியில் உணர்த்திய அருட்பெருஞ் சோதி' என்று செம்மாந்து சொன்ன வள்ளலாரை, தீவிர சைவர்கள் இன்று கூட ஏற்பதில்லை. இவரது திருவருட்பாவை மருட்பா என்று அறிவிக்கக் கோரி கடலூர் நீதிமன்றம் சென்றவர் யாழ்பாணத்துத் தமிழறிஞர் ஆறுமுக நாவலர்.

இந்த இரண்டு பெரிய ஆன்மீகப் போராளிகளும் இன்றைய சாதித் தமிழனுக்கு தேவைப்படுகிறது. இவர்களோடு, மேட்டுக்குடியான பாளைய அரசை பாஞ்சாலங்குறிச்சியில் தாற்காலிகமாக மீட்டெடுத்த ஊமைத் துரைக்-காக படையோடு சென்று கோட்டையில் ஏறி, அந்தக் கோட்டையைச் சுற்றி

வெள்ளையர்கள் வைத்த வெடி மருந்தில் தனது உடம்பு முழுவதும் வெண்ணெயைத் தடவி வெடி மருந்துகளின் விபரீதங்களை தவிர்த்து உயிர்த் தியாகம் செய்த ஆதி திராவிட வீரன் சுந்தரலிங்கத்தையும், சித்தர் மரபு வழியில் வந்த சாதிய மறுப்பாளர் குணங்குடி மஸ்தான், சாஸ்திரக் கும்மி எழுதிய வேதநாயகம் சாஸ்திரி, தோள் சீலைப் போராட்டத்தை துவக்கிய மீட்பாதிரியார் சாதிப் பேரால் கையெழுத்துப் போட மாட்டேன் என்று பிரகடனப்படுத்திய தேவர் இனத்தைச் சேர்ந்த, அந்தக்காலத்து மதுரை ஜில்லா போர்டு தலைவரான ராமச்சந்திரனாரையும், தந்தை பெரியாரை எடுத்துச் செல்வதுபோல் மக்களிடம் கொண்டு செல்ல வேண்டும்.

எத்தனையோ சிலைகளுக்கும், நினைவு மண்டபங்களுக்கும் கோடி கோடியாய் பணம் கொட்டும் அரசு, இந்தப் போராளிகளை குறும்படங்கள், கூத்துக்கள், வில்லுப்பாட்டு, வீதி நாடகம், நாட்டுப்புற இசை போன்ற கலை நிகழ்ச்சிகள் மூலம் சாதாரண மக்களிடம் அறிமுகப்படுத்த வேண்டும். ஆமாம் அறிமுகம் தான். ஆழப்படுத்தல் அல்ல. காரணம், இன்று சாதியின் பேரால் சண்டையிடும் தலைவாங்கித் தமிழனுக்கு இவர்களைப் பற்றித் தெரியாது. இது, இவனுடைய குற்றமும் அல்ல. இவர்களைத் தெரியப்படுத்தாத வரலாற்றின் குற்றம். நமது குற்றம். அரசின் குற்றம். இந்த முப்பெருங் குற்றங்களை நீக்குவதோடு, இதற்கு எதிர்வினையாய் ஆக்க ரீதியான செயல்களை அனைவரும் மேற்கொண்டால் சாதிச் சண்டைகள் போகிறதோ இல்லையோ குறைந்தது குறையும்.

இதன் முதல் கட்டமாக தமிழகத்தின் தலைசிறந்த எழுத்தாளர்கள், கவிஞர்கள், சிந்தனையாளர்கள், பேராசிரியர்கள் ஆகியோரைக் கொண்ட வள்ளலார் மனிதநேயப் பேரவை என்ற ஒரு அமைப்பு அண்மையில் சென்னையில் உருவாக்கப்பட்டுள்ளது. இந்த அமைப்பின் மூலம் வள்ளலாரை மட்டுமல்லாது, அவருக்கு முன்னால் வாழ்ந்த வைகுண்டர் முதல் பின்னால் வாழ்ந்த தந்தை பெரியார் வரை மக்களிடம் எடுத்துச் செல்ல வேண்டும் என்பதே இதன் நோக்கம். என்றாலும், இந்த நோக்கத்தை நிறைவேற்றுவதில் எல்லாம் வல்ல அரசிற்கே பெரும் பொறுப்பு உள்ளது.

2. எனது முதல் படைப்பு

என் முதல் படைப்பு எது என்று கண்டுபிடிப்பது எனக்கே, சற்று சிரமமாக இருந்தது. பத்து வயதில், நானே எழுதி, நானே பாடி, நானே கேட்ட வில்லுப்பாட்டைச் சொல்வதா? அல்லது எஸ்.எஸ்.எல்.சி. படித்துக் கொண்டிருந்தபோது, நான் எழுதி,

ஆணே பெண்வேடம் போட்டு, அரங்கம் ஏறிய நாடகத்தைச் சொல்வதா? அல்லது உயர்நிலைப் பள்ளி மலர்களிலும், கல்லூரி மலர்களிலும் எழுதிய கவிதை களைச் சொல்வதா? எது முதல் படைப்பு?

இந்த சிந்தனை, படைப்பு என்றால் என்ன? என்று இன்னொரு எண்ணத்திற்கு என்னை இட்டுச் சென்றது. பாடுபவை எல்லாம் எப்படிப் பாட்டாகாதோ, அப்படி எழுது பவை எல்லாம் எழுத்தாகாது. படைப்பு என்று வரும்போது, குறைந்தபட்சம் அது படைப்பாளியிடம் ஒரு தாக்கத்தை ஏற்படுத்தவேண்டும். அந்த தாக்கம் வாசகர்களிடமும் தாவ வேண்டும். எழுத்தாளன் எந்த உணர்வோடு எழுதுகின்றானோ அந்த உணர்வு படிப்பவனிடமும்

ஏற்பட வேண்டும். "நல்லுணர்வு ஏற்பட்டால் நல்லிலக்கியம், நச்சுணர்வு ஏற்பட்டால் நச்சிலக்கியம்" என்றார் லியோ டால்ஸ்டாய். இதுதான் படைப்பிலக்கியத்திற்குச் சரியான அளவுகோல் என்று கருதுகிறேன். இந்த அளவின்படி மட்டுமல்ல, மனதில் சட்டென்று நினைவுக்கு வரும்படியும் தோன்றுவது எனது முதல் சிறுகதையான "அங்கே கல்யாணம் - இங்கே கலாட்டா" என்ற படைப்புதான். 1974-ம் ஆண்டு இறுதிவாக்கில் இது ஆனந்தவிகடனில் வெளியானது. இந்த சிறுகதைதான் என்னை 'உடனடி' எழுத்தாளனாக்க உதவியது.

இந்த சிறுகதையை எழுதும்போது நான் எழுத்தாளனாக மாறப் போகிறேன் என்று நினைத்ததில்லை. பத்துப்பேரோடு பதினோராவது நபராக ஒரு கதையை எழுதித்தான் பார்ப்போமே என்ற தோரணையில்தான் எழுதினேன். கதையைத் திருப்பி வாங்குவதற்கு தபால் தலைகளைக்கூட இணைக்கவில்லை. அந்தச் சிறுகதையை எந்த சூழலில் எழுதினேன் என்பதை நினைத்துப் பார்க்கும்போது, இதோ இந்தத் தருணத்திலும் இனிமையாக இருக்கிறது.

எழுத்தாளச் சவால் - அப்போது நான், டில்லியில் வானொலி நிலையத்தில் பணியாற்றிக் கொண்டிருந்தேன். உள்ளூரில் நான் ஏறெடுத்தும் பாராத வாரப் பத்திரிகைகள் அங்கே மிகவும் பிடித்துப் போயின. என்ன எழுதினாலும் தமிழை சுமந்து வருகின்றவை என்ற பாசம். ஆனாலும் இந்த பத்திரிகையில் வெளியான சிறுகதைகள் பெரும்பாலும் பிடிக்கவில்லை. பிடிபடவும் இல்லை. அப்போது டில்லியில் என்னுடன் பணியாற்றியவரும், எனது குடும்பத்தோழருமான செல்வராஜிடம், "ஒரு கதைகூட உருப்படியாக இல்லை" என்று அடிக்கடி அலுத்துக் கொள்வது வழக்கம். அவரும் பொறுத்துப் பொறுத்துப் பார்த்துவிட்டு, பிறகு பொறுமைக்கு எல்லை கட்ட விரும்பாதவர் போல், "சும்மா குறை சொல்வதில் அர்த்தமில்லை சமுத்திரம்! குறை சொல்வது எளிது. எழுதுவதுதான் கடினம். நீங்கள் உண்மையிலேயே இலக்கிய ஆர்வம் உள்ளவராய் இருந்தால், ஒரு கதை எழுதி பத்திரிகையில் வரவழைத்துக் காட்டுங்கள். அதற்குப் பிறகு பிறத்தியார் கதைகளைப் பற்றி விமர்சியுங்கள்" என்றார்.

நண்பரின் பேச்சு என்னுள் ஒரு வேகத்தை ஏற்படுத்தியது. அவர் என் திறமைக்கே சவால் இடுவதுபோல் இருந்தது. ஆரம்பப் பள்ளிக்கூட காலத்தில்

வில்லுப்பாட்டாளியாகவும். கல்லூரிக் காலத்தில் கவிதை எழுதுபவனாகவும் இருந்தது, அப்போது என்னுள்ளே கும்பகர்ணனாய் முடங்கிக் கிடந்த கலைத்தன்மை துகில் களைந்து எழுதுவதுபோல் இருந்தது. சிறுகதை ஆசிரியனாக மாறவேண்டும் என்பதைவிட நண்பரின் சவாலுக்கு பதிலளிக்க வேண்டும் என்ற எண்ணமே மேலோங்கி நின்றது.

அன்று இரவே காகிதத்தை எடுத்துக் கொண்டேன். அந்த சமயத்தில் எனது சொந்த கிராமத்தில் நடந்த, நடக்கும் நிகழ்ச்சிகளை நினைத்துப் பார்த்தேன். பெரும்பாலான ஏழை-எளியயவர்கள். எங்கேயோ இருக்கின்ற தலைவர்களுக்கு உயிரைக் கொடுக்கவும் தயார் என்பதைக் காட்ட, தங்களுக்குள்ளேயே அடித்துக் கொள்ளும் அவல நிலையை எண்ணிப் பார்த்தேன். கோவில் திருவிழாக்களிலும், கல்யாண காரியங்களிலும் கட்சி-அரசியல் புகுந்து, கிராம மக்கள் அடித்துக் கொள்வதை கண்ணால் கண்டவன் நான். மக்களை ஒன்று திரட்டி ஒருமைப்படுத்துவதற்காக எழுந்த திருவிழாக்களும், கல்யாணச் சடங்குகளும் கட்சி அரசியலின் பீடங்களாகிப் போனதை நினைத்து, கதை எழுதப் போவதை மறந்து, அந்தக் காட்சிகளிலேயே நினைத்தபடி இருந்தேன். அரைமணி நேர சிந்தனைக்குப்பின் நண்பரின் சவாலும் கதை எழுதுவதற்கே காகிதத்தை வைத்திருக்கிறேன் என்ற எண்ணமும் என்னுள் எழுந்தது. உடனடியாக எழுதினேன். மடைதிறந்த வெள்ளம்போல் வார்த்தைகள் வரிகளாயின. கதை இதுதான்.

குட்டாம்பட்டி என்ற சிறு கிராமம். அங்கே சண்முகம் என்ற வாலிபன் கல்லூரி வரைக்கும் கால் வைத்தவன். உள்ளூரில் ஆசிரியையாக வேலைபார்க்கும் அமுதா என்ற பெண்ணை நேசிக்கிறான். ஓரிருதடவை சந்திப்புக்கள் கூட நடக்கின்றன. இருவருமே சொந்தக்காரர்கள். இந்த இரு இளம் உள்ளங்களையும் இணைத்துவைக்க பெற்றோர்கள் தீர்மானித்து விடுகிறார்கள்.

பெண் வீட்டில் நிச்சய தாம்பூல விழா நடைபெற்றுக் கொண்டிருக்கிறது. வாழைக்குலை, வெத்திலை பாக்கு எல்லாம் வாங்கியாகி விட்டது. ரொக்கம், நகைநட்டு வகையறாக்கள் எல்லாம் முடிவாகி விட்டன. இதில் எந்த தகராறும் எழவில்லை. கல்யாணத் தேதியை நிச்சயிக்க வேண்டியதுதான் பாக்கி. எல்லோரும் நல்ல காரியம் ஒன்றிற்கு உடன்பட்ட திருப்தியோடு புன்னகைக்கின்றனர்.

திடீரென்று மாப்பிள்ளை வீட்டைச் சேர்ந்த ஒரு பி.யு.ஸி. பெயிலன் கல்யாண விழாவிற்கு நல்லார் கட்சித் தலைவர் நல்லசிவம் தலைமைத் தாங்கவேண்டும் என்றான். உடனே பெண் வீட்டுப் பிள்ளையாண்டான் ஒருவன் இன்னொரு கட்சித் தலைவர் வெண்சாமரம் தலைமை தாங்க வேண்டும் என்றான். மாப்பிள்ளை பங்காளிகள், வெண்சாமரம் திருடன், அவன் கருமாந்திரத்திற்குத்தான் லாயக்கு என்றார்கள். பிள்ளை வீட்டார் சொன்னது நல்லார் கட்சி நல்லசிவத்திற்கே பொருந்தும் என்றனர் பெண் வீட்டுப் பங்காளிகள்.

வார்த்தைகள் தடிக்கின்றன. பிரச்சனை கௌரவப் பிரச்னையாகியது. தலைவர்களைத் திட்டிய பங்காளித் தொண்டர்கள் பிறகு ஒருவரை ஒருவர் திட்டிக் கொள்கிறார்கள். இரண்டு தலைவர்களும் வராமலே கல்யாணத்தை நடத்தலாம் என்று அய்யாசாமி தாத்தா சொன்னது மற்றவர்களின் காதில் விழுந்ததே தவிர, கருத்தில் விழவில்லை. நிலைமை அந்த அளவிற்குப் போனது.

மாப்பிள்ளை வீட்டார் போய்விடுகிறார்கள். அமுதா வீட்டுக்குள்ளேயே அழுகிறாள். காதலை மறக்க முடியாமலும் கல்யாணத்தை நினைக்க முடியாமலும் போன சண்முகம், ராணுவத்தில் சேர்ந்து தொலை தூரத்திற்குப் போய் விடுகிறான். ஒரு மாதம் கழித்து எல்லாப் பத்திரிக்கைகளிலும் ஒரு பெரிய செய்தி வருகிறது. கிராமத்து மக்கள் அதைப் படித்துவிட்டு விக்கித்துப் போகிறார்கள். செய்தி இதுதான்.

“தலைவர் வெண்சாமரத்தின் மகளுக்கும், தலைவர் நல்லசிவத்தின் மகனுக்கும் திருமணம். சர்வகட்சித் தலைவர்கள் வாழ்த்து.”

இந்தச் சிறுகதை விரைவில் பிரகரமாகும் என்று ஆனந்தவிகடன் பத்திரிகை கடிதம் எழுதிய நாளிலிருந்து பிரசுரமாகும் நாளை எதிர்பார்த்திருந்தேன். மாதக்கணக்காக கதை பிரசுரமாகவில்லை. பிறகு நானே சலித்துப் போயிருந்த ஒருநாளில், டில்லியின் வி.ஜி.பி.யான பாக்யராஜ், “நீங்கதானே சமுத்திரம்” என்றார். எனக்கு ஆச்சர்யம். ஓரளவு பரிச்சயமான நண்பர். பெயர் தெரியாமல் போகுமோ? நான் அவரை நெருங்கியபோது இது உங்க கதையா? என்று பத்திரிக்கையைப் பிரித்துக் காட்டினார். நான் ஒரு கதை எழுதியிருக்க முடியாது என்று எப்படி அவருக்கு ஒரு எண்ணம் ஏற்பட்டு, அதுவே என் பெயரையே சந்தேகிக்க வைத்ததோ, அதுபோல் எனக்கும் ஒரு சந்தேகம். நம் கதைதானோ? நம் பெயர் தானா? என்று, சந்தேகமில்லை. என் கதைதான். என் பெயர்தான்.

இந்தக் கதையை நகைச்சுவையாக பலரும் ரசித்தபோது அப்போது டில்லியில் இந்தியன் எக்ஸ்பிரஸ் மூத்த செய்தியாளரான திரு. சீனிவாசன் அவர்கள் இந்தக் கதையில் ஒரு ‘பொடி’ வைத்திருக்கிறீர்கள் என்று வாஞ்சையோடு சொன்னார். அன்றைய பொடிதான் எனது பல படைப்புகளில் வேட்டுகளாக வெடிக்கின்றன.

இந்தச் சிறுகதை வெளியானதும் சில சிறுகதைகளை எழுதி பல பத்திரிகைகளுக்கு அனுப்பினேன். அத்தனையும் பிரசுரமாயின. இப்போதும் பிரசுரமாகிக் கொண்டிருக்கின்றன. ஆனாலும், “அங்கே கல்யாணம் - இங்கே கலாட்டா” என்ற சிறுகதையை என்னால் மறக்க இயலாது. காரணம், அது முதல் கதை என்பதால் அல்ல. அதில் நான் வைத்திருந்த சில நிலைகலன்களைத்தான் இப்போது என் படைப்புகளில் பயன்படுத்துகிறேன். அந்த சிறுகதையில் வந்த கிராமத்தின் பெயர் குட்டாம்பட்டி. இந்த குட்டாம்பட்டியையே, பழைமைப் பிடிப்பும், புதுமை நுழைவும் கொண்ட இன்றைய சராசரி

கிராமமாக எடுத்துக் கொண்டு நாவல்களிலும் இதே ஊரையே குறிப்பிட்டு வருகிறேன். இதுபோல் நல்லது நினைத்து அதைச் செயல்படுத்த முடியாத நிலையில் உள்ள அய்யாசாமி தாத்தாவையும், பல சிறுகதைகளிலும் நாவல்களிலும் கொண்டு வந்திருக்கிறேன். மொத்தத்தில் இந்தக் கதையில் வந்த கிராமமும், கதா பாத்திரங்களும் சமூகப் பொருளாதார தாக்கத்தில் எப்படி மாறிவருகின்றனர் என்று காட்டுவது என் படைப்பிலக்கிய நோக்கங்களில் ஒன்றாகும்.

அடுத்து இந்த சிறுகதையில், ஓரளவு 'நஹற்ண்ழ்ங்' கொண்டு வந்தேன். "சொந்தபந்தம் இல்லாத தலைவர்கள் கல்யாண வீட்ல சந்தித்து ஒருவரை ஒருவர் கட்டித் தழுவுறாங்க; நீங்க என்னடான்னா சொந்தக்காரர்களா இருந்தும் கட்சிபிரிந்து கருமாந்திரத்திலகூட கலந்துக்க மாட்டேங்கறீங்களடா" என்று அய்யாசாமி தாத்தா வேதனையோடு சொல்வது என் படைப்புக்களில் ஆதார சுருதியாக பத்தாண்டுகள் வரை இருந்தது.

மொத்தத்தில் குட்டாம்பட்டியையும், அய்யாசாமி தாத்தாவையும், கிராமிய நடையையும், ஓரளவு அங்கதச் சுவையையும் ஆக்கித்தந்த அந்த சிறுகதை, வாசகர்களுக்கு ஒரு சிறுகதை! எனக்கோ பெருங்கதை!

3. எழுத்தாணி ஊர்வலம்

சென்ற மாதம், கேரளத்தில் மலபார் பகுதியில் உள்ள திருவூரில், துஞ்சன்-எழுத்தச்சன் நினைவுவிழா நடைபெற்றது. மலையாள இலக்கியத்தில் தடம் பதித்த மக்கள் எழுத்தாளரான எம்.டி. வாசுதேவ நாயரைத் தலைவராகக் கொண்ட குழு ஒன்று கடந்த நீண்டகாலமாக எழுத்தச்சன் நினைவை இலக்கிய விழாவாகக் கொண்டாடி வருகிறது. அகில இந்திய அளவில் பிறமொழி எழுத்தாளர்களையும் வரவழைத்து, இலக்கியம் பற்றிய தேசிய கருத்தரங்கையும் நடத்துகிறது. இந்த ஆண்டு தமிழகத்திலிருந்து சிந்தனையாளர் வலம்புரிஜானும், நானும் கலந்து கொண்டோம். 'இலக்கியம் எதிரொலிக்கும் சுற்றுப்புற நயங்கள்'என்பது கருத்தரங்கின் தலைப்பு, எழுத்தாளர் சிவசங்கரி அவர்கள் தான் எங்கள் பயணத்திற்கு பரிந்துரைத்தவர்.

கம்பரைப் பின்பற்றி... - துஞ்சன்-எழுத்தச்சன் பதினாறாம் நூற்றாண்டில் வாழ்ந்தவர். மலையாள இலக்கியத்தின் பிதாமகன். இராமாயணத்தையும் மகாபாரதத்தையும் மலையாளத்தில் இலக்கியமாக்கியவர். இன்றும் இவரது இந்த இரண்டு படைப்புகளும் பயபக்தியோடு படிக்கப்படுகின்றன. அந்தக் காலத்தில் இவர் மலையாள மொழி இலக்கணத்திற்கு உட்படாத விதத்தில் இயற்கைக் கவிபாடியவர். இது மலையாளப் பண்டிதர்களுக்கு பிடிபடாமல் இருந்தது. தமிழ் இலக்கியத்தில் பல்வேறு புலவர்களின், மன்னர்களின் காலக் கட்டங்களை விஞ்ஞானப் பூர்வமாக அணுகி நிச்சயித்ததால், இன்றும் தமிழறிஞர்களிடையே வேண்டாதவராய் முணுமுணுப்பை ஏற்படுத்தும் பேராசிரியர்

வையாபுரி பிள்ளைதான், எழுத்தச்சனின் மகாபாரதமும், ராமாயணமும், கம்பனின் கம்பராமாயண விருத்தப்பா இலக்கணத்தைப் பின்பற்றுபவை என்று குறிப்பிட்டார். இந்தக் கருத்தை, நான் கருத்தரங்கில் தெரிவிப்பதாக இருந்தேன். ஆனாலும் குறிப்பிடவில்லை.

தமிழன் உலகை ஆண்டவன், கல்தோன்றி மண் தோன்றா காலத்தே முன் தோன்றி மூத்தவன் என்று நம்முடைய பண்டிதர்கள் பேசிப்பேசி, நம்மை பிறமொழியினர், ஒரு 'மாதிரியாகப்' பார்க்காமல், 'ஒரு மாதிரிப்' பார்க்கும் நிலை ஏற்பட்டிருப்பதால் என் பங்குக்கும், இலக்கியக் குளத்தில் ஒரு கல்லை எடுத்துப் போட நான் விரும்பவில்லை... தமிழ் இலக்கியத்தைப் பற்றி, இந்திய மொழி அறிஞர்கள் குறிப்பாக அண்டை மொழி அறிஞர்கள் மூலத்தமிழை சுட்டிக்காட்ட ஒரு சூழலை உருவாக்காமல், நம்மை நாமே பிறமொழிகளைப் படிப்பது போல் கூச்சலிடுவதே இதற்குக் காரணம். இதனால்தான், இந்த உண்மையைக் கூட சொல்ல இயலவில்லை.

அதேசமயம் சங்க இலக்கியத்தில், அன்றைய தமிழர்களான இன்றைய மலையாளிகள், பாதிக்குப் பாதி உரிமை கொண்டாடலாம் என்று குறிப்பிட்டேன். இது மலையாள இலக்கியவாதிகளுக்கும் எனக்கும் ஒரு நட்புப் பாலத்தை அமைத்தது. பின்னர் பேசிய வலம்புரிஜானும் தனது அருமையான ஆங்கிலச் சொற்பொழிவில் இதைத்தான் குறிப்பிட்டார். இதனால் மலையாளப் படைப்பாளிகளே தமிழ்தான், தங்களுக்கும் மூல மொழி என்பதை எங்களிடம் பேசியபோது குறிப்பிட்டார்கள்.

எல்லாப் படைப்பும் மக்களுக்கே... - எழுத்தச்சன் நினைவகம், ஐந்து ஏக்கர் நிலப்பரப்பில், மலைகள் மண்டிய திருவூரில் வியாபித்திருக்கிறது. இந்த நிலத்தை, கேரள அரசே தனியாரிடமிருந்து கையகப்படுத்தி கொடுத்துள்ளது. இந்த வளாகத்தில், உள்ளரங்கம், வெளியரங்கம், பன்மொழி நூலகம், இலக்கிய அருங்காட்சியகம் உள்ளன. இதில் எழுத்தச்சனின் எழுத்தாணி, அவர் எழுதிய ஏடுகளோடு பூமணக்க, புகழ் மணக்க ஒரு சிற்பக்கல் தளத்தில் வைக்கப்பட்டுள்ளது. ஒவ்வொரு ஆண்டும் இலக்கிய விழாவின் இறுதி நாளில், இந்த எழுத்தாணி, கொட்டு முழக்கத்தோடு ஊர்வலமாகக் கொண்டு போகப்படுகிறது.

ஊர்வல இறுதியில் ஒரு சின்னப்பிரசங்கம்.... நானும், வலம்புரிஜானும் ஒரிரு நிமிடங்கள் தமிழில் பேசினோம். இதேபோல் பிறமொழிப் படைப்பாளிகளும் தத்தம் மொழிகளில் பேசினார்கள். இந்த ஊர்வலத்தில் இந்து, கிறிஸ்துவ, இஸ்லாமிய எழுத்தாளர்களும், பொதுமக்களும் பெருந்திரளாகக் கலந்து கொண்டார்கள். இது எழுத்தச்சனை கடவுளாக்கும் முயற்சியல்ல. மாறாக அவரை மக்களிடம் கொண்டு செல்லும் ஒரு ஊடகமென்று எம்.டி. வாசுதேவநாயர் எங்களிடம் தெளிவாக்கினார். எல்லாப் படைப்புகளும் மக்களுக்கே என்று சொன்ன கார்க்கீயின் மறுபதிப்பு முழக்கமாக இது எனக்கு தோன்றியது.

எழுத்தச்சனுக்கு ஏன் சிலை வைக்கவில்லை என்று நான் கேட்டபோது இப்படித்தானிருப்பார் என்று அனுமானிக்க முடியாதவருக்கு எப்படி சிலை வைப்பது என்று எம்.டி.வி, என்னை வினாவினார். உடனே, எனக்கு சிலை மயமான சென்னைக் கடற்கரைச் சாலைதான் நினைவிற்கு வந்தது கூடவே திருவள்ளுவர் சிலையில் பூணூல் உள்ளே இருப்பது போல் ஒரு அனுமானம் ஏற்படுவதாய் கவிஞர் கண்ணதாசன் அப்போது உருவான திருவள்ளுவர் சிலைப்பற்றி கருத்து தெரிவித்ததும் நினைவிற்கு வந்தது. மலையாள இலக்கியவாதிகளைப் போல் அல்லாது, நாம் உருவங்களைப் பிடித்துக்கொண்டு, உயிர்ப்புகளை விட்டு விட்டோமோ என்றும் எண்ணத் தோன்றியது.

விழாவின் இறுதிநாளில், விழாக்குழுவின் அலுவலகத்தில் தனது வசதியான நாற்காலியில் எம்.டி.வி. உட்கார்ந்திருக்கிறார் பக்கவாட்டிலுள்ள ஒரு சின்ன நாற்காலியில் அமர்ந்தபடி கதராடை அணிந்த ஒரு பெரியவர் பேசிக் கொண்டிருக்கிறார். சிறிது தொலைவில் இலக்கியக் கூட்டம் நடைபெற்றுக் கொண்டிருக்கிறது. இந்தக் கூட்டம் துவங்குவதற்கு முன்பே வந்துவிட்ட அந்தப் பெரியவரை, ‘இவர்தான் கேரள மாநில கலாச்சார மற்றும் மீன்துறை அமைச்சர் ராமகிருஷ்ணன்’ என்று வாசுதேவநாயர் எங்களுக்கு அறிமுகம் செய்கிறார். நாங்கள் வியந்து போகிறோம்.

கலைஞருக்கு ஒரு பரிந்துரை.... - தமிழக முதல்வர் கருணாநிதி அவர்கள், மாற்றாராலும் கலைஞர் என்று ஏற்றுக் கொள்ளப்பட்டவர். அவரது பெயருக்குப் பதிலாக அவரது பட்டமே எதிர்காலத்தில் நிலைத்து நிற்கும்... நிற்க வேண்டும். தமிழ் இலக்கியத்தில் மகத்தான தாக்கத்தை ஏற்படுத்திய கலைஞர், எழுத்தச்சனுக்கு இருப்பது போன்ற, ஒரு தமிழ் வளாகத்தை நகர்ப்புறப்பகுதியில் பத்து ஏக்கர் பரப்பளவில் அமைக்க வேண்டும். இதில் திருவள்ளுவரையோ தமிழ்த்தாயையோ அல்லது தொல்காப்பியரையோ அல்லது மூவரையுமோ முன்னிலைப் படுத்த வேண்டும். எழுத்தச்சனின் எழுத்தாணியை, மக்களிடம் கொண்டு செல்வதுபோல் இவர்களை உருவகப்படுத்தி ஏடுகளோடு ஊர்வலமாக கொண்டு செல்ல வேண்டும். ஆண்டுதோறும் இலக்கிய விழா நடத்தி, அனைத்து தரப்பு தமிழர்களையும் திரட்ட வேண்டும். சாதி சமயங்களால் பிரிந்தும், இப்போது குட்டையைக் குழப்பும் மதவாத சக்திகளால் மிரண்டும் போயிருக்கும் தமிழர்களை, நம் முன்னோரின் பெயரால் ஒருமுனைப்படுத்த வேண்டும்.

தமிழக அரசு, இதற்காக படைப்பாளிகள், தமிழறிஞர்கள், கட்டிடக் கலை நிபுணர்கள் ஆகியோரைக் கொண்ட ஒரு குழுவை அனுப்பலாம். எழுத்தச்சன் இலக்கிய வளாகத்திலுள்ள நவீனமான கட்டிடங்கள் கண்ணை மயக்குபவை. கருத்திற்கு நங்கூரம் பாய்ச்சுபவை. என்னைக் கேட்டால் எளிமையும், இனிமையும் கூடவே கம்பீரமும் கலந்த அந்தக் கட்டிடங்களை தமிழகத்தில் நகலெடுக்கலாம்.

கலைஞர் கண்ட பூம்புகாரோ அல்லது வள்ளுவர் கோட்டமோ, நான் குறிப்பிடுகிற புதிய வளாகத்திற்கு மாற்றாகாது. தமிழக அரசு இந்த பரிந்துரையை ஏற்று ஆவண செய்தால் அது தமிழுக்குப் பெருமை. தமிழனுக்கும் பெருமை. இந்த இரண்டு பெருமைகளும் கலைஞருக்கே போய்ச் சேர வேண்டுமென்பதே என் விருப்பம். கலைஞர் தமிழர்களுக்கு விட்டுச் செல்லும் மிகப் பெரிய இலக்கிய பாரம்பரியமாக இதுவே அமையவேண்டும். இதுவரை, இந்த மலையாள பரிணாமத்தில், தமிழகத்தில் எதுவும் அமையவில்லை. கலைஞர் இதை ஈடேற்ற வேண்டும்.

4. உயிர்க்கொல்லி விளம்பரங்கள்

மகாபாரத் தர்மரையே விரட்டியடித்த கலியுகம் முடிந்து, அதைவிடக் கொடூரமான விளம்பரயுகம் தொடங்கி சுமார் அரைநூற்றாண்டு காலம் ஆகிவிட்டதாக எனக்குத் தோன்றுகிறது. 21-ஆம் நூற்றாண்டில் இந்த விளம்பரத் தாக்கம் ஒரு தாக்குதலாகவே ஆகப்போகிறது. வயிற்றிலுள்ள குழந்தைகூட 'வருக! குழந்தாய் வருக!' என்ற வரவேற்புவளைவைப் பார்க்காமல் வெளியே வராதோ என்ற சந்தேகம் ஏற்பட்டுள்ளது. அகப்பையில் இருந்து ஆகாய விமானம் வரை, ஜட்டியில் இருந்து சல்வார் கமீஸ் வரை விளம்பரங்களே தீர்மானிக்கின்றன. இதனால் நினைத்தது ஒன்று, நடந்தது ஒன்று என்ற விவகாரங்களுக்கும் பஞ்சமில்லை.

சேலையே செய்தியான கதை - எடுத்துக்காட்டாக, நான் சென்னைத் தொலைக்காட்சியில் செய்தி ஆசிரியராக இருந்தபோது, பல செய்தி வாசிப்பாளர்கள், குறிப்பாக பெண்கள் அளவுக்கு மீறிய ஆடை அலங்காரங்களோடு தோன்றி வாசித்தார்கள். இந்த வாசிப்பில் நானும் பெருமிதப்பட்டேன். ஆனாலும் இந்தப் பெருமிதம் அதிக நாள் நீடிக்கவில்லை. கிராமங்களில், பெண் வாசிப்பாளர்கள் வாசித்த செய்திகளைவிட, அவர்களது ஆடை அலங்காரங்களைக் கவனிப்பதிலேயே மக்கள் குறிப்பாய் பெண்கள் கண்ணுங் கருத்தாக இருந்தார்கள்.

இவர்களுக்கு, இந்திய பாகிஸ்தான் பிரச்சினையை விட, நியாயவிலைக் கடைகளின் அநியாயங்களைவிட, செய்தி வாசிப்பாளர்கள் அணிந்த புடவை டிசைன் மாதிரியும், காதணிகள் மாதிரியும், எப்படி, எங்கே வாங்கலாம் என்பதே பிரச்சினை. இதை நேரடியாகவும், ஒரு சர்வே மூலமும் கண்டுபிடித்தோம். ஏற்கனவே தொலைக்காட்சி சட்ட விதிகளில், நிகழ்ச்சியாளர்கள், நேயர்களின் கவனத்தை திசைதிருப்பும் வகையில் ஆடை அலங்காரங்களை கொள்ளலாகாது என்று இருக்கிறது. ஏட்டுச்சுரைக்காயாக இருந்த இந்த விதியை நான் புதுப்பித்து, கற்றறிக்கையாக விட்டேன். இன்றைய விளம்பரங்களும் இந்த லட்சணத்தில்தான் உள்ளன.

எடுத்துக்காட்டாக, புதுடில்லியில், பல்கலைக்கழக அந்தஸ்தில் உள்ள இந்திய பொதுமக்கள் தொடர்பு நிறுவனத்தில், நான் பயிற்சி பெற சென்றிருந்தேன். (வேண்டாத அலுவலர்களை இப்படி பயிற்சிக்கு அனுப்புவது வழக்கம்) அப்போது விளம்பரத்துறைப் பேராசிரியர், நடந்த நிகழ்ச்சி ஒன்றை எடுத்துரைத்தார். ஒரு சோப்பு வியாபாரி, கிராமம் கிராமமாகச் சென்று, தனது சோப்பின் நியாயமான குணநலன்களை மக்களிடம் எடுத்துரைத்திருக்கிறார். அவருக்கு பேசிப் பேசி வாய் வலித்ததும், எழுதி எழுதி கைவலித்ததும் தான் மிச்சம். திடீரென்று அவருக்குள் ஒரு அற்புதமான வியாபாரி உயிர்த்தெழுந்தார். மறுநாள் அவர் தயாரித்த சோப்பைப் பயன்படுத்தினால், பாலியல் உறவு பிரமாதமாக இருக்கும் என்று ஒரு பொய்யை அவிழ்த்து விட்டார். அவ்வளவுதான். விற்பனை பிய்த்து வாங்கிவிட்டதாம். இதேபோல், இப்போது வயாகரா மாத்திரைக்கு வந்திருக்கும் பவுசை சொல்ல வேண்டியதில்லை.

உயிரைக் குடிப்பவை - உடைமைகள், ஆடைஅலங்காரங்கள் குறித்த விளம்பரங்கள் பெரும்பாலும் கையைமட்டுமே கடிக்கும். ஆனால் மருந்து மாத்திரைகள் சம்பந்தப்பட்ட விளம்பரங்கள், உயிரையே குடித்து விடுகின்றன. நமது சித்தவைத்தியர்களும் தங்களது தொழில் நுட்பம் தாங்கள் கட்டியிருக்கும் டைகளில் மட்டுமே இருப்பதுபோல், கலர்கலரான டைகட்டி இடையிடையே ஆங்கில வார்த்தைகளை வலுக்கட்டாயமாகத் திணித்து பல்வேறு மருந்துகளை பரிந்துரைக்கிறார்கள். இது அல்லாது, பல்வேறு நிகழ்ச்சிகளுக்கு இடையே தீராத வியாதிகளை எல்லாம் தீர்த்து வைக்கும் மருந்து மாத்திரைகள் விளம்பரப்படுத்தப்படுகின்றன.

உண்மைதான், இந்த விளம்பர மாத்திரைகளை நம்பி விழுங்குகிறவர்களை இந்த மாத்திரைகள் விழுங்கிவிடுகின்றன. இதனால்தான், மத்திய சுகாதார அமைச்சகம், ஒரு மாதத்திற்கு முன்புகூட, இத்தகைய விளம்பரதாரர்கள் மீது கடுமையாக நடவடிக்கை எடுக்கப்படும் என்று எச்சரித்தது. ஆனாலும் மத்திய அரசுக்கு இது முக்கியமான பிரச்சினையல்ல என்பதால், இதுகுறித்து மக்களே ஒரு போராட்டத்திற்கு ஆயத்தமாக வேண்டிய கட்டாயம் ஏற்பட்டுள்ளது. இந்தக் கட்டாயங்கள் குறித்து இனி பார்ப்போம்.

மாரடைப்பு விளம்பரம் - தொலைக்காட்சிகளில், குறிப்பிட்ட ஒருவகை மாத்திரையை சாப்பிட்டால் நீரழிவு நோயில் இருந்து நோயாளி முற்றிலும் விடுபடலாம் என்ற விளம்பரம் நாள்தோறும் இன்னும் வந்து கொண்டுதான் இருக்கிறது. எனக்கு நெருங்கிய ஆன்மீகத் தோழர் ஒருவர், இதை நம்பி அந்த மாத்திரைகளை வாங்கி உட்கொண்டார். இதனால் அவரது கல்லீரல் பலமடங்கு வீங்கி, இதயத்தைத் தாக்கி மாரடைப்பே வந்துவிட்டது. எப்படியோ தப்பித்துவிட்டார். இவரைப்போலவே இதே மாத்திரைகளை வாங்கி உட்கொண்ட ஒரு நெய்வேலி நண்பருக்கும் இவரைப்போன்ற நிலைமை ஏற்பட்டதாம்.

மருத்துவமனையில் சேர்க்கப்பட்ட அவர் செத்தாரா பிழைத்தாரா என்பது தெரியவில்லை. அண்மையில், தோழர் வலம்புரிஜான் அவர்கள் நடத்திய எய்ட்ஸ் விழிப்புணர்வு கூட்டத்தில் இந்தத் தகவலை அந்த விளம்பரத்தின் பெயரைச் சொல்லியே அறிவித்தேன். அந்தக் கூட்டத்தில் கலந்து கொண்ட எழுத்தாளர் அனுராதா ரமணன், தானும் இந்த மாத்திரையை சாப்பிடத் துவங்கி இருப்பதாகவும், நான் சொன்னது நல்லதாய் போயிற்று என்றும் நன்றியுடன் குறிப்பிட்டார். அனுராதா ரமணனுக்கு ஆயுள் கெட்டியாக ஆனதில் எனக்கு மகிழ்ச்சி.

வேலியே பயிரை மேயும் விளம்பரம் - இதைப்போல் இன்னொரு உடல்நல விளம்பரம். எய்ட்ஸ் நோயை முற்றிலும் குணப்படுத்திவிடலாம் என்று விளம்பரங்கள் மூலம் பல மருத்துவர்கள் புறப்பட்டு இருக்கிறார்கள். இவர்களை கத்துக்குட்டிகள் என்றும், வசூல் மன்னர்கள் என்றும் மக்கள் ஒதுக்கிவிடுவார்கள். ஆனால், அரசு மருத்துவ அமைப்புகளே எய்ட்ஸ் நோயாளி ஒரு சிலரை குணப்படுத்தி விட்டதாக பகிரங்கமாக அறிவிக்கின்றன.

என்னால் திட்டவட்டமாக கூறமுடியும். எய்ட்ஸ் நோய்க்கு இன்னும் மருந்து கண்டுபிடித்த பாடில்லை. நமக்கு, நோய் எதிர்ப்பு சக்தியை கொடுத்தும், உடம்புக்குள் உட்புகும் பகையாளிக் கிருமிகளை கொன்று குவித்தும், உடல் நலத்தின் காவல் தெய்வமாக விளங்கும் நமது இரத்தத்தில் உள்ள வெள்ளை அணுக்கள், தங்களைப் போல் வேடம் போட்டு உள்ளே நுழையும் எய்ட்ஸ் கிருமிகளிடம் ஏமாந்து, அவற்றை 'நம்ம ஆளு' என்று நினைத்து உடம்புக்குள் விட்டு விடுகின்றன. இந்த சகுனிகளான எய்ட்ஸ் கிருமிகள், இறுதியில் வெள்ளை அணுக்களை வஞ்சகமாகக் கொன்று நோய் எதிர்ப்பு சக்தியை முற்றிலுமாக அழித்து, ஒருவர் உடம்பை பல்வேறு நோய்களின் கூடாரமாக மாற்றிவிடுகின்றன. மருத்துவ வரலாற்றிலேயே புதுமையாகவும், எந்த மருந்துப் பகைவனும் இல்லாததுமான இந்த நோயை முறியடிக்கும் மருந்துகளைக் கண்டு பிடிக்க ஆய்வுகள் நடக்கின்றனவே தவிர, ஆன்றபயன் ஏதும் இல்லை.

இந்தப் பின்னனியில், தம்பட்டம் அடித்துக் கொள்ளும் மருத்துவர்கள், எய்ட்ஸ் நோயாளிகளின் அவஸ்தையைக் குறைத்திருக்கலாம். ஆனால் அந்தநோயை அகற்றியிருக்க முடியாது. அதாவது எய்ட்ஸ் நோயின் அறிகுறிகளோடுதான் இந்த மருத்துவர்கள் போராடுகிறார்களே தவிர, அடிப்படையான நோய்க்கு எதிராக அல்ல. ஒரு நோயைக் குணப்படுத்துவது என்பது வேறு, கட்டுப்படுத்துவது என்பது வேறு.

இப்படிச் சொல்வதால் நான் சித்த மருத்துவத்தையோ அல்லது அலோபதி மருத்துவத்தையோ குறை கூறுவதாகாது. இருதரப்பு மருத்துவத்தின் மீதும் எனக்கு பெருத்த மரியாதை உண்டு. ஆனால் இப்படி மரியாதைக்குறைவான காரியங்களை பொறுப்பானவர்களே செய்யும் போது அனத, நாம் கண்டித்தாகவேண்டும். வலம்புரிஜான் அவர்கள் நடத்திய விழிப்புணர்வு கூட்டத்தில்

கேள்விபதில் நிகழ்ச்சியில் கலந்து கொண்ட, தகுதிவாய்ந்த ஒரு சித்தமருத்துவ வல்லுநரிடம், இதே கேள்விகளைத்தான் நான் கேட்டேன் அவரும், சித்த மருத்துவத்திலும் இதுவரை எய்ட்ஸ் நோயின் தாக்குதலை குறைக்க முடிகிறதே தவிர, கரைக்க முடியவில்லை என்றார்.

சட்ட மௌனம் - உடமைகளோடு விளையாடும் விளம்பரங்களையும் சுயதம்பட்டங்களையும் பொறுத்துக்கொள்ளலாம். ஆனால் இப்படி உயிரோடு விளையாடும் விளம்பரங்களை, தம்பட்டங்களை எப்படிப் பொறுத்துக்கொள்ள முடியும்? கேரளத்தில் ஒரு வைத்தியரின் மூலம் பல எய்ட்ஸ் நோயாளிகள் "குணமானார்கள்". இந்த நோய் தீர்ப்பு குணமான எய்ட்ஸ் நோயாளிகள் மூலமே விளம்பரப்படுத்தப்பட்டது. நோயிலிருந்து விடுதலை பெற்றதாக நம்பிய இந்த நோயாளிகள் மூன்று மாதத்திற்குப் பிறகு மீண்டும் பாயில் விழுந்தார்கள். விசாரித்துப் பார்த்ததில் ஸ்டெரிராய்ட் என்ற செயற்கை ஹார்மோனும், இதுமாதிரியான இதர சேர்க்கைகளும் மருந்துடன் கலந்து கொடுக்கப்பட்டது கண்டுபிடிக்கப்பட்டது. இந்த மருத்துவர் எய்ட்ஸ் நோயாளிகள் மீது வியாபாரம் செய்வதும் வீதிக்கு வந்தது. இந்தவகை மருந்தை உட்கொண்டால் எந்த நோயாளியும் மூன்று மாதம் ஒருவித குணமாயையில் இருக்கலாம். பிறகு பழைய கதைதான். அதோடு இந்த ஸ்டெரிராய்ட் வேறு விளைவுகளையும் ஏற்படுத்தும். இவ்வளவு நடந்தபிறகும் இந்த புதிய எமன் மருத்துவர் மீது எந்த நடவடிக்கையும் எடுக்கப்படவில்லை.

இது சம்பந்தமாக சட்டம் என்ன சொல்கிறது என்று, எனது இனிய தோழரும், சமூகப்பிரக்ஞை உள்ள பிரபல வழக்கறிஞருமான செந்தில்நாதனிடம் கேட்டேன். சமூகவிரோதமாகக் கருதப்படும் நடவடிக்கைகள் குறித்தோ அல்லது தடை செய்யப்பட்ட ஒரு அமைப்பு குறித்தோ விளம்பரங்கள் செய்தால் அரசே நடவடிக்கை எடுக்கலாமாம். அதேசமயம், நோய் நொடி சம்பந்தப்பட்ட விளம்பரங்கள் குறித்து பாதிக்கப்பட்டவர், காவல் துறையிடம் புகார் செய்யலாம் அல்லது நுகர்வோர் நீதிமன்றத்திற்கு போகலாம் என்றும், இந்த இரண்டையும் தவிர வேறுவழி சட்டத்தில் இல்லை என்றும் குறிப்பிட்டார். விளம்பரப்படுத்தப்பட்ட ஒரு மாத்திரை, நான் குறிப்பிடுவதுபோல் பரவலாக சுகக்கேட்டை ஏற்படுத்தினால், அது வெளியே தெரிந்துவிடும் என்றும் வாதிட்டார்.

இதில் எனக்கு உடன்பாடு இல்லை காரணம் எல்லோருக்கும் காவல் துறையைப் பற்றியும் கன்ஸ்யூமர் கோர்ட்டைப் பற்றியும் தெரியும். பாதிக்கப்பட்டவர்களின் 'ஆனது ஆச்சு போனது போச்சு' என்ற மனப்பான்மையும் புரியும். இப்போது, இந்தப்பிரச்சினையை வழக்கறிஞர்களாலும் தீர்க்க முடியாது என்பதையும் புதிதாகத் தெரிந்து கொண்டேன். ஆகமொத்தத்தில், நாடுமுழுவதும் உள்ள ஏழை பாழைகள், விளம்பர மருந்துகளை வாங்கி கடுமையாகப் பாதிக்கப்படுவது அல்லது இறந்துபோவது தொடரும் என்பதும் புரிந்து விட்டது. சிந்தனையாளரான செந்தில்நாதன் சொல்வது ஒருவேளை சரியாக

இருக்கலாம். என்றாலும், இதை சரிபார்க்கும் பொறுப்பு இந்த கட்டுரையின் வாசகர்களைப் பொறுத்தது. ஏனென்றால், இது வாழ்வுரிமைப் பிரச்சினை. தீயில் விழும் விட்டில் பூச்சிகள் மாதிரியான பிரச்சினை. வளைக்குள் நயவஞ்சகமாக நீளும் நரியின் வாலை உணவுப் பூச்சி என்று நம்பி, கவ்விப்பிடித்து அந்த நரிக்கே இரையாகும் நண்டுகள் பிரச்சினை மாதிரி....

என்றாலும், எனக்குத் தெரிந்து இது ஒரு பெரிய அரசியல்சாசனப் பிரச்சினையல்ல. ஒரு மருந்து மாத்திரை குறித்த விளம்பரம், வாய்மொழியாகவோ, பிரசுரமாகவோ, ஒலி-ஒளி பரப்புகளாகவோ வெளிப்படுவதற்கு முன்பு, இந்திய மருத்துவவல்லுநர்களையும் அலோபதிமருத்துவ வல்லுநர்களையும் கொண்ட ஒரு குழுவை அரசாங்கம் அமைக்கலாம். இந்தக் குழுவின் சான்றிதழ்கள் இல்லாமல், இத்தகைய விளம்பரங்கள் வெளிவரலாகாது என்று எச்சரிக்கலாம். இப்படி செய்தால், இது ஒரு ஆரோக்கியமான நடைமுறை ஆகும். மக்களின் ஆரோக்கியம் சம்பந்தப்பட்ட வழிமுறையாகும்.

உயிர்களோடு விளையாடுபவர்களை தடுத்து, அப்பாவிகளை, இவர்களிடம் இருந்து மீட்டுவிடலாம். எல்லோரும் கண்ணால் பார்த்து, காதால் கேட்டு ரசிக்கும் இந்தப் பட்டப்பகல் கொலைகார விளம்பரங்களை பார்த்துக்கொண்டு மத்திய அரசும், மாநில அரசும் கண்ணை மூடிக்கொண்டு இருப்பது இருக்கலாகாது. விளம்பரங்களை ஒழுங்குபடுத்த அனைத்துத் துறை வள்ளுநர்களையும் கொண்ட குழுக்களை தேசிய, மாநில அளவிலும் அமைப்பதோடு, இந்த முறைகேடுகளை முடிவுக்கு கொண்டுவர தக்க சட்டங்களை இயற்றவேண்டும்.

5. வரலாற்றுப் பின்னணியில் பேராசிரியர்

பேராசிரியர் அன்பழகன் அவர்கள் பிறந்த காலக் கட்டத்தையும், இப்போதைய காலக் கட்டத்தையும் பின்னணியாகவும், முன்னணியாகவும் வைத்து, தமிழ் - தமிழனின் அன்றைய இன்றைய நிலைகளை நினைத்துப் பார்க்கிறேன். பவள விழாவிற்குக் கால் வைக்கும் பிற பெரியவர்களைப் பற்றி எழுதும் போது இந்த இருவேறு கால கட்டங்களை நினைத்துப் பார்க்க வேண்டிய அவசியம் எனக்கே ஏற்படாமல் போகலாம். ஆனால் பேராசிரியர் அன்பழகனாரின் வாழ்க்கை பழைய கால கட்டத்தை மாற்றிய வரலாற்று ரீதியான சமூகப் போராட்டத்தில் பின்னிப் பிணைந்திருப்பதால் இவரது பவள விழாவில் ஒரு வரலாற்றுப் பதிவு அவசியமாகிறது.

விடியலை நோக்கி... - பேராசிரியரின் பிள்ளைப் பருவத்தில் தமிழின் இருண்ட காலம், விடியலை நோக்கி நகர்ந்தாலும், விடிவு ஏற்படாத காலம். ஆங்கில மருத்துவக் கல்வி பயில வேண்டுமென்றால் வடமொழி அவசியம் தெரிந்திருக்க வேண்டுமென்ற பிறமொழி ஆதிக்கக் கொடுங்கோன்மை நிலவிய காலம். வடமொழி தேவ மொழியாகவும், தமிழ் மொழி நீச மொழியாக-

வும் கருதப்பட்ட காலம்.

இந்தக் கால கட்டத்தில் மறைமலை அடிகள், திரு.வி.க. போன்ற தமிழ் அறிஞர்கள் ஒரு அறிவுப் போராட்டத்தை நடத்தியபோது, அதே போராட்டத்தை மக்களுக்கு அறிவிப்பாகச் செய்தவர்களில் குறிப்பிடத்ததக்கவர்கள் பேரறிஞர் அண்ணா, கலைஞர் கருணாநிதி.... இந்தப் போராட்டத்தை உயர்நிலைப் பள்ளிகளுக்கும், கல்லூரிகளுக்கும் எடுத்துச் சென்றவர் பேராசிரியர் அன்பழகன் அவர்கள். தமிழாசிரியர்கள், கல்வி நிறுவனங்களில் கேலிப் பொருட்களாக, இளக்காரமாக நினைக்கப்பட்ட காலம் அந்தக்காலம். ஆங்கில, கணித ஆசிரியர்களிடம் பயபக்தியுடன் பழகும் மாணவர்கள், அதை ஈடு செய்யும் வகையில் அவர்களின் நையாண்டிக்குச் சுமைதாங்கியானவர்கள் தமிழாசிரியர்கள். புதுமைப்பித்தன் கூட, விவகாரத்தின் கனபரிமாணம் புரியாமல், தமிழாசிரியர் என்ற பாத்திரத்தை ஆண் சரஸ்வதி என்று கிண்டலாக வர்ணித்ததுண்டு. இத்தகைய காலக்கட்டம் மெல்ல மெல்லச் செத்துக் கொண்டிருந்தாலும், அது அரைகுறை உயிரோடு 1950ஆம் ஆண்டுவரை இருந்ததாக அனுமானிக்கிறேன்.

பேராசிரியரும் - மாற்றப்பட்ட வரலாறும் - இத்தகைய வரலாற்றுப் போக்கை மாற்றி அமைத்ததில் பேராசிரியர் அவர்களுக்குப் பெரும் பங்கு உண்டு. அவரின் கண்ணியமான தோற்றம்-கறாரான உரையாடல் இவற்றுடன் ஒரு மாபெரும் இயக்கத்தில் தன்னைத் துணிச்சலாக இணைத்துக் கொண்டது. தமிழகத்திலுள்ள தமிழாசிரியர்களின் கூன்களை நிமிர வைத்தது. ஒரு தமிழ்ப் பேராசிரியர் போராளியாகவும், இருக்க முடியும் என்பதை பயந்த சுபாவம் உள்ள நமது தமிழாசிரியர்களை நினைக்க வைத்தவர். மொழி பண்பாட்டு மக்கள் போராட்டத்தில் முதல் தலைமுறையான பேராசிரியர் அன்பழகனே.

இரண்டாவது தலைமுறையில் டாக்டர் தமிழ்க்குடிமகன், முனைவர்கள் டாக்டர் பொற்கோ, ச. மெய்யப்பன், இளவரசு, தி.சு. நடராசன், ஈரோடு தமிழன்பன், இன்குலாப், இரபீசிங், இராம குருநாதன் போன்ற தமிழாசான்கள் உருவாவதற்குக் காரணம். உயர்நிலைப் பள்ளியில் தமிழாசிரியர்களை மற்ற மாணவர்களைப்போல் நையாண்டி செய்த மாணவர்கள்கூட, கல்லூரிகளில் தமிழாசிரியர்களைச் சுற்றி வலம்வர வேண்டிய காலக் கட்டாயத்தை மாணவர்களிடையே உருவாக்கியவர்களில் குறிப்பிடத்தக்கவர்கள் பேராசிரியர்கள் டாக்டர். மு. வரதராசனார், டாக்டர் வ. சுபமாணிக்கம், ஆ.மு. பரமசிவானந்தம், அ.ச. ஞானசம்பந்தம், அன்பழகன், அரசு மணிமேகலை போன்றவர்கள்.

வெளியே போகாத வெளிநடப்பு - நான் கல்லூரி மாணவனாக இருந்தபோது நானே நடத்திய ஒரு வெளிநடப்பை இப்போது நினைத்துப் பார்க்கிறேன். அப்போது நான் தீவிரமான மாணவர் காங்கிரஸ்காரன்... வடசென்னையில் உள்ள சர் தியாகராயர் கல்லூரியின் தமிழ் மன்றத்தில் பேராசிரியர் பேசுகிறார். அவர் வடவர், இந்தி என்று பேசத் துவங்கினால் உடனே வெளி-

நடப்புச் செய்ய வேண்டுமென்ற திட்டத்துடன் நான் முதல்வரிசையில் உட்கார்ந்து இருந்தேன். அவரும் பேசினார். வாழைப்பழத்தில் ஊசி ஏற்றுவதுபோல் பேசினார். நான் வெளிநடப்பு செய்தேன். ஒற்றைக் காங்கிரஸ்காரனான என்னுடைய போக்கை, கழக மாணவர் கண்டிக்கவில்லை என்றால், அதற்குள்ள ஒரேயொரு காரணம், அவர்கள் பேராசிரியரின் பேச்சில் அப்படியே மயங்கிப் போனதுதான். நான்கூட அவரது தர்க்கரீதியான, இயல்பான பேச்சில் கட்டுண்டு பின்வரிசையில் உட்கார்ந்து, அவர் பேச்சை ரசித்ததையும், பின்னர் சிந்தித்ததையும் இப்போது நினைத்துப் பார்க்கிறேன்.

பேராசிரியரின் சொற்பொழிவு ஆற்று நீரோட்டம் போன்றது. பாய்ச்சலும் இருக்கும், பசுமையும் இருக்கும். ஒரு தோழர், தனது குடும்பத்தினருக்குத் தான் கண்டதையும், கேட்டதையும் எப்படி மனம் ஒன்றிச் சொல்வாரோ அப்படி இருக்கும் அவர் பேச்சு... கேட்டால் கேளுங்கள் கேட்காவிட்டால் போங்கள் என்ற பாவனையில் அவர் பேச்சுத் துவங்குவதுபோல் எனக்குத் தோன்றும். ஆனால் பேசப் பேச அவர் தனது பேச்சை நிறுத்தி விடக் கூடாதே என்ற ஒரு விருப்பத்தை ஏற்படுத்திவிடும். கொண்ட கருத்தும் கோணாமல் மேடைப் பண்பாட்டையும் மீறாமல் இயல்பாக இருக்கும். அவரது பேச்சில் நான் சொக்கிப் போனேன்.

நோக்கும் போக்கும் - போராசிரியரின் நோக்கும், போக்கும் ஒரு துறவியின் தோரணையைப் போலத் தோன்றும். இப்படிப்பட்ட தோரணை பொது வாழ்வில் ஒருவரை வெற்றிகரமாக ஈடுபடுத்த முடியுமா என்ற கேள்வியையும் எழுப்பும். என்னுள்ளேயும் எழுப்பி இருக்கிறது. ஆனால் இந்தக் கேள்விக்கான திட்டவட்டமான பதில் அண்மையில் சென்னையில் நடைபெற்ற கலைஞரின் நெஞ்சுக்கு நீதி நூல் வெளியீட்டு விழாவில் எனக்குக் கிடைத்தது. அந்த விழாவில் பேராசிரியரின் உரை ஒரு தன்னிலை விளக்கமாக எனக்குத் தோன்றியது. அரசியலில் அவர் மேற்கொண்டிருக்கும் பரபரப்பற்ற நிதானமான போக்கு தற்செயலான ஒரு நிகழ்வல்ல என்பதும், அவர் தனக்குத்தானே அமைத்துக் கொண்ட ஒரு வரைமுறை என்பதும் எனக்குத் தெளிவானது.

கலைஞரின் வேகத்தையும், தனது நிதானத்தையும், சில நிகழ்ச்சிகள் மூலம் குறிப்பிட்டார். கலைஞரின் செயல்பாட்டுத் திறனையும், தனது தீர்க்க தரிசனமான சிந்தனைப் போக்கையும் ஒப்பிட்ட பேராசிரியர், இருவருக்குமிடையே நிலவும் அணுகுமுறை "வேற்றுமைகளில்" ஒரு ஒற்றுமை நிலவுவதை சொல்லாமலே உணர்த்திவிட்டார். ஒரு நாணயத்தின் அசோக சக்கரம் கலைஞர் என்றால், அந்த நாணயத்தின் மறுபக்கத்தின் குறியீடு பேராசிரியர்.

ராம், லட்சுமணர்களிடம் ஒற்றுமை இருந்தாலும், அது ஆண்டான் அடிமை உறவு. புதிய இராம லட்சுமணர்களான கலைஞருக்கும் பேராசிரியருக்கும் உள்ள உறவு ஒரு தோழமை உறவு. பேராசிரியரும், கலைஞரும் பொது நிகழ்ச்சிகளிலும், செய்தியாளர்கள் கூட்டத்திலும் ஒருவருக்கொருவர்

பழகும் விதத்தை நான் பத்திரிகையாளன் என்ற முறையில் ரசிப்பதுண்டு. பேராசிரியரின் மௌன சம்மதத்தை அவரது முகபாவம் மூலம் வாங்கிக் கொண்டே சில திடீர்ப் பிரச்சினைகளுக்கு பதிலளிப்பவர் கலைஞர். எனக்குத் தெரிந்த அரசியலில் இப்படிப்பட்ட இணையான தோழமையை நான் கண்டதில்லை. வரலாற்றைத் திருப்பிப் பார்த்தால், இந்த இணைக்கு முன்னோடிகளாக கார்ல் மார்க்சும், ஏஞ்செல்சும்தான் நினைவுக்கு வருகிறார்கள்.

இன்றைய தமிழர்கள் சாதிச் சண்டைகளில் உடல் சிதைந்து, அந்நியக் கலாச்சாரப் படையெடுப்பால் மனம் சிதைந்து கிடக்கிறார்கள். கலைஞர், பேராசிரியர் காலத்துக்குப் பிறகு, இவர்கள் என்ன ஆவார்களோ என்ற அச்சம் ஏற்படுகிறது. இந்த "அறியாத் தமிழர்களின் அந்நிய மோகம்" இவர்களை என்ன பாடுபடுத்தப் போகிறதோ என்ற ஆதங்கம் ஏற்படுகிறது.

எனவே, பேராசிரியர் அவர்கள் மேன்மேலும் விழா காண வேண்டுமென்பதும், அந்த விழாவில் கலைஞரும் கலந்துகொள்ள வேண்டுமென்பதும் எனது நெஞ்சார்ந்த விருப்பம். எல்லைக் காந்தி கான் அப்துல் கபார்கான் நாட்டுப் பிரிவினையின்போது சொன்னதைச் சிறிது மாற்றிச் சொல்ல வேண்டும்போல் தோன்றுகிறது.

"ஏய், இயற்கையே! தயவு செய்து மூப்பைச் சாக்காகக் கட்டி எங்கள் தலைவர்களை எங்களிடமிருந்து பிரித்தெடுத்து எங்களை ஓநாய்களிடம் ஒப்படைத்து விடாதே.... அவர்களை பல்லாண்டு, பல்லாண்டு வாழ வைப்பாயாக...."

6. சீர்வரிசை முகமூடிகள்

பெண்ணியம் பெரிதாகப் பேசப்படுகிற காலம். இன்னும் அதிகமாகப் பேசப்பட வேண்டிய காலக்கட்டம். எல்லாச் சமயங்களும் முடக்கிவைத்த பெண்ணினத்தின் இன்றைய தலைமுறை, பெண்ணியக்கத்தை விடுதலை வேள்வியாக நடத்தி வருகிறது. உடன்கட்டை என்ற பெயரில் பெண்களை, இறந்த கணவனின் சிதையில் சேர்த்து எரித்ததுபோன்ற கடந்தகால சுமையோடு, 'சாண் பிள்ளையானாலும் ஆண்பிள்ளை ஆண் பிள்ளையே' என்ற பழமொழி ஊர் முழுக்க நிலவும் நிகழ்கால விலங்கோடு, தவிப்பது தெரியாமலே தவிக்கிறது பெண்ணினம். இதன் போராளிகள், தங்களுக்காகவும், தங்களது சகப்பெண்களுக்காகவும் போராடி வருகிறார்கள். இது வரவேற்கத்தக்கது. பொதுவாக, அடிமைப்பட்ட நாடோ அல்லது இனமோ தங்களை அடக்கி வைத்த அந்நியர்களுக்கு எதிராகவே போராட வேண்டிய கட்டாயம் உண்டு. ஆனால், பெண்களுக்கோ தங்களது உரிமைப் போராட்டத்தை குடும்பத்தினருக்கு எதிராகவே நடத்த வேண்டிய, விருப்பத்திற்கு விரோதமான சூழல் நிலவுகிறது.

இதனால் ஏற்படுகிற தாட்சண்யம், பெண்விடுதலையை தாமதப்படுத்துகிறது. தம்பியின் படிப்பிற்காக அக்காளும், அல்லது அண்ணனின் படிப்பிற்காக தங்கையும் தத்தம் படிப்புரிமையை விட்டுக்கொடுக்க வேண்டிய கட்டாயம் ஏற்படுகிறது. இந்தக் கட்டாயத்தால் இந்தப் பெண்களின் வாழ்வுரிமைகூட பாதிக்கப்படுகிறது.

சொந்தமண்ணைப் புதைத்தவர்கள் - என்றாலும், இன்றைய பெண்ணிய இயக்கம் சரியான பாதையில் போகிறதா என்பதே கேள்வி. எல்லா உரிமைமீட்புப் போராட்டங்களையும் மேட்டுக் குடியினரே கைவசப்படுத்தி இருப்பதுபோல், இன்றைய பெண்ணிய இயக்கத்தையும், பெரும்பாலும் இந்த குடியினரே கையகப்படுத்தி இருக்கிறார்கள். இதற்கு பெரும்பாலும் விதிவிலக்காக இருப்பது பாப்பா உமாநாத், மைதிலி சிவராமன், உ. வாசுகி ஆகியோரைக் கொண்ட அகில இந்திய ஜனநாயக மாதர் மன்றம் மட்டுமே. பெண்ணியத்தின் பெயரால், இவர்கள்போடும் கலை நிகழ்ச்சிகள் மேட்டுக்குடிப் பெண்கள் வட்டத்தையே சுற்றிச் சுற்றி வருகின்றன. இவர்களுக்கு, அடித்தளப் பெண்களின் பிரச்சினைகள் அதிகமாத் தெரியாது. இந்த அடித்தளத்தின் முந்தைய வரலாறும் இவர்கள் அறவே அறியாதது. இவர்களுக்கு, பெண்ணினத்திற்காய் குரல் கொடுத்த அன்னி பெசன்ட், சரோஜினி தேவி, டாக்டர். முத்துலட்சுமி ரெட்டி, பியாட்ரிஸ் வெப் போன்ற போராளிப் பெண்களை அதிகமாகத் தெரியும்.

கன்னியாகுமாரி மாவட்டத்தில் 19-ஆம் நூற்றாண்டில் மாராப்புச் சேலை போட உரிமைவேண்டும் என்று 35 ஆண்டுகாலம் போராடிய தாழ்த்தப்பட்ட - பிற்படுத்தப்பட்ட பெண்போராளிகளின் போர் முகம் தெரியாது. "தோள் சீலைப் போராட்டம்" என்று அரைகுறையாக அறியப்பட்ட இந்த மகத்தான உரிமைப் போராட்டம், சிவகாசி வரைக்கும் வந்ததோ, இந்தப்பெண்கள் மாராப்பு போட்ட ஒரே காரணத்திற்காக, நிர்வாணமாக்கப்பட்டு, மானபங்கப் படுத்தப்பட்டதோ, இவர்களின் உரிமையை டில்லி உயர்நீதிமன்றமும், லண்டன் உயர்நீதிமன்றமும் நிராகரித்ததோ, இன்றைய பெண்ணியக்க வாதிகளுக்கு துளிகூடத் தெரியாது. பிரிட்டிஷ் பிரபுக்கள் சபை மன்றம் இவர்கள் மாராப்பை முற்றிலுமாக போடக்கூடாது என்றும், அதேசமயம் மார்பகத்தை மறைக்கும் அளவிற்கு போட்டுக்கொள்ளலாம் என்றும், மதவாத பத்தாம் பசலித்தனத்திற்கு பாதுகாவலாகவும், பெண்ணுரிமைக்கு தோழமையாகவும், ஒரு தீர்ப்பை வழங்கியதும் தெரியாது. சொந்த மண்ணை, இன்னொரு மண்ணில் புதைப்பது தெரியாமலே புதைத்தவர்கள் இவர்கள்.

சமூகக்காரணிகள் - ஆனாலும், இப்போதைய பெண்ணியவாதிகளும், தங்களுக்குத் தெரிந்த தளத்தில் இருந்து போராட்டங்களை விசுவாசமாக நடத்தி வருகிறார்கள். அதேசமயம், ஒரு வரலாற்றுப் பார்வையோடு தங்களது பெண்ணியத் தளத்தை விரிவாக்க வேண்டுமென்ற சிந்தனை, இவர்களிடம் அதிகமாகக் காணப்படவில்லை. ஆகையால், எந்த முப்பாட்டிகள் மாராப்பு

உரிமைக்காகப் போராடினார்களோ, அவர்களின் பேத்திகளால் நடத்தப்படாத-வரை, பெண்ணுரிமைப் போராட்டம் முழுமையாகாது. இதுவரை மேட்டுக்குடி அல்லது நடுத்தட்டு பெண்களின் பிரச்சினையே பெண்ணிய பிரச்சினையாகத் திணிக்கப்படுகிறது.

பத்திரிகைகளின் வாய்களிலும், பேச்சாளர்களின் வாய்களிலும் அடிக்கடி அடிபடும் வரதட்சணை பிரச்சினை இதற்கு எடுத்துக்காட்டு. இந்தப் பிரச்சி-னைதான் பெண்ணினத்தின் மிகப்பெரிய பிரச்சினைப் போல் பேசப்படுகிறது. ஒரு கத்துக்குட்டி கவிஞன்கூட, இந்த கொடுமையை எதிர்த்துத்தான் முதலில் கவிதை எழுதுகிறான். கிராமத்து பெண்களுக்கும், அடித்தளப் பெண்க-ளுக்கோ இந்த விவகாரம் பெரிய பிரச்சனையே இல்லை. இதற்கு சமூகரீதி-யான காரணிகள் உண்டு.

சொத்துரிமை மறுப்பு - இந்தக் கிராமத்துப் பெண்களுக்கு, உரித்தான பெற்றோர் வழிச் சொத்துக்கள் மறுக்கப்படுகின்றன. புகுந்த வீட்டிலும் கணவன் சின்னவயதிலேயே இறந்துவிட்டால், இந்தப் பெண்கள் குழந்தைக-ளோடு அடித்துத் துரத்தப்படுகிறார்கள். இந்தச் சொத்துரிமை-மறுப்பு, இன்-றைய பெண்ணிய போராளிகளின் நிகழ்ச்சி நிரலில் இடம்பெறாதவை. கார-ணம் இவர்கள் பிரதிநிதித்துவம் வகிக்கும் பெண்கள் பெரும்பாலும் சமூகத்தின் மத்திய தட்டில் உள்ள மாதச்சம்பளத்தினர். இவர்களுக்கு படிப்பும், வேலையும் மட்டுமே மூலதனம். வாடகை வீடும், வட்டி பெருகிய கடனுந்தான் பெற்றோர் கொடுக்கும் சீதனம்.

இதனால், இவர்களை, கணவன்மாரும், மாமியார்களும் கூட்டணிவைத்துக் கொடுமை படுத்துகிறார்கள். இது வன்முறையாகும்போது “ஸ்டவ்” வெடிக்கி-றது. பரிதாபத்துக்குரிய இந்தப் பெண்களுக்கு கைகொடுக்க வேண்டியது, ஒரு போராளிப் பெண்ணுக்கு மட்டுமல்ல, ஒவ்வொரு ஆணுக்கும் கடமையாகும். ஆனால், இதுமட்டுமே, ஒரே நிகழ்வாக இருக்க முடியாது. இவர்களுக்கு சொத்துரிமையை வற்புறுத்த முடியாது என்பதாலேயே, பெண்களின் சொத்து-ரிமைப் பிரச்சினையை ஒப்புக்குப் பேசுவதும், நியாயமாகப் படவில்லை.

இழப்புத் தொகை - இத்தகைய நடுத்தட்டுப் பெண்கள் பிரச்சினையை ஒதுக்கி விட்டு, பொதுவாக கிராமப் பெண்களின் நிலைமையை எடுத்தால், இவர்களின் திருமணங்களில் வழங்கப்படும், வரதட்சணை என்பதும், நகை-நட்டுகளும், குடும்ப சொத்தில் உரியபங்கு இவர்களுக்கு போய்ச்சேராமல் தடுப்பதற்காக கொடுக்கப்படும் இழப்புத்தொகையே. தென் மாவட்டங்களில் இதை ‘சுருள்’ என்று சொல்கிறார்கள் இப்போது வரதட்சணை தடுப்பு சட்-டத்திற்குப் பயந்து அன்பளிப்பு என்கிறார்கள். பொதுவாகவே, ஒரு கிராமி-யக் குடும்பத்தில் ஆண்பிள்ளைதான் பரம்பரை சொத்துக்கு உரியவன் என்ற முறைமையே நிலவுகிறது. (இப்படிச் சொல்வதால் நகரங்களில் இது நில-வவில்லை என்றும் பொருளாகாது.) இந்த மனப்போக்கில்தான், ஆணும் பெண்ணும் வளர்க்கப்படுகிறார்கள். நமது அரசாங்க குடும்பநல விளம்பரத்-

தில்கூட, ஒரு காலத்தில் ஆசைக்கு ஒரு பெண் ஆஸ்திக்கு ஒரு ஆண் என்ற வாசகமே மேலோங்கி நின்றது.

அம்மான் என்ற முறை வார்த்தை - அண்மைக்காலம்வரை, பெண்களுக்கு, சொத்துக்குப் பதிலாக, அதற்குக் குறைவான சலுகைகள் வழங்கப்பட்டன. ஒரு சிறுமி பூப்பெய்தால், தாய்மாமன், சீர் செய்யவேண்டும். இந்தச்சீர், இந்த மாமன், இந்தப் பெண்ணின் அம்மாவான தனது சகோதரிக்கு சேரவேண்டிய சொத்துக்காக, இவனை அறியாமலேயே, இவன் கொடுக்கும் இழப்புத் தொகையாகும். இதேபோல் ஒரு பெண், திருமணமாகி புகுந்தவீடு சென்றாலும், ஆடிமாத அம்மன் கொடைகளிலும், தீபாவளி, பொங்கல் போன்ற திருநாட்களிலும், இவளுக்கும், இவள் கணவனுக்கும் பிறந்தவீடு, சீர் செய்வது மரபு. இந்தப் பெண்ணின் முதல் பிரசவம், தாய்வீட்டிலேயே நடைபெறும். பிறக்கிற பிள்ளைக்கு கையில் மோதிரமோ அல்லது வெள்ளி அரைஞாண்கயிறோ போடுவது ஒரு வழக்கம்.

தாய் இறந்த பிறகு, அவளது நகைகளும் மகள்களுக்கே போய்ச்சேரும். இவள்களின் பிள்ளைகளுக்கு, தாய்மாமன் வாழ்க்கை முழுவதும் ஏதாவது ஒன்றை செய்துகொண்டிருக்க வேண்டிய கட்டாய சமூகக் கடமை இருந்தது. இதனை முறைப்படுத்துவது மாதிரி, சகோதரி மகனின் ஜாதகம், தாய் மாமனுக்குத்தான் முதலில் தாக்கத்தை ஏற்படுத்தும் என்ற மரபும் நிலை நாட்டப்பட்டது. தந்தையைவிட, தாய்மாமனே ஒரு பிள்ளைக்கு ஜாதக ரீதியில் பெரிதாகக் கருதப்பட்டான். இதனால்தான், அம்மா என்ற பெண்பாலுக்கு, அம்மான் (தாய்மாமன்) என்ற வார்த்தை ஏற்பட்டது. பழைய தலைமுறையினர் தாய்மாமன்களை அம்மான் என்றே அழைத்தார்கள்.

பிள்ளைகளின் தந்தைவழி பாட்டன், தாத்தா என்றும்; பாட்டி, அய்யாமை என்றும் அழைக்கப்பட்டார்கள். ஆனால், தாய்வழி பாட்டன் வளத்தய்யா என்றும், பாட்டி வளத்தம்மா என்றும் அழைப்பட்டார்கள். பொதுவாக, இந்தப் பாட்டிகள், மகள் வழிப்பேரன் பேத்திகளை, தமது அருமை மகளும், அற்புதமான மருமகனும் சேர்ந்து பெற்ற பிள்ளைகள் என்று கருதுகிறார்கள். மகன் வழிப் பேரப்பிள்ளைகளையோ, தமது பைத்தியக்கார மகனும், தனது ஜென்ம எதிரியும் சேர்ந்து பெற்ற பிள்ளைகளாகவே கருதுவதுண்டு.

இப்படி ஒரு பெண் புகுந்தவீட்டிற்குப் போனபிறகும், பிறந்த வீட்டில் தொடர்ந்து சீருசெனத்திகளை வாங்கிக் கொண்டிருந்தாள். இவளும், இந்த சீர் மயக்கத்தில் தனக்குக் கொடுக்கப்படுவது தனக்குச் சேரவேண்டிய சொத்திற்கான சொற்பமான இழப்பீட்டு தவணைத்தொகை என்பதை மறந்து விட்டாள். இதனால் தேவைப்படாத சூழல்களில்கூட, பிறந்த வீட்டு பெருமையைப் பேசினாள். இவளது தாலாட்டுப் பாடல்களில்கூட, கணவனை மென்மையாய் மட்டம்தட்டியும், உடன்பிறப்பை உச்சாணிக்குத் தூக்கியும் ஒலித்தாள். இப்படியாகவே, இந்தக் கிராமத்துப்பெண் சொத்துரிமை பற்றி நினைக்க முடியாத அளவிற்கு வளர்க்கப்பட்டாள். நடத்தப்பட்டாள்.

அக்கா, மாமியாரான கதை - இப்போதோ காலம் மாறிவிட்டது. அம்மான் என்ற தாய்மாமன் இப்போது முறைமாமன் ஆகிவிட்டான். இவனும் மாப்பிள்ளை முறுக்கில் அக்காவை மாமியாராகவே பார்க்கிறான். கிராமத்து சீருசென நேர்த்திகளும் குறைந்துகொண்டே வருகின்றன. வாழ்க்கைப் போராட்டமோ பெருகிக் கொண்டே போகிறது. கூடவே ஆடியோ வீடியோ கலாச்சாரம், செயற்கைத் தனமான திரைப்படங்கள், கிராமிய கட்டுமானத்தை, குடும்ப நிலையில் இருந்தே சிதைத்துக்கொண்டு இருக்கின்றன. 'மாப்பிள்ளை முறுக்கு மாமியாரோடு போச்சு' என்பது பழமொழி. அதாவது மாமியார் இருப்பது வரைக்குந்தான் மருமகப்பிள்ளை, மனைவியை அடித்தோ, அடிக்காமலோ, பிறந்த வீட்டிற்கு அனுப்பி, வாங்கவேண்டியதையும், வாங்கக்கூடாததையும் பெறமுடியும். மாமியார் போய்விட்டால் 'உன் பெண்டாட்டியை இங்கே ஏன் அனுப்புறே' என்று மைத்துனர்கள் அந்தக் காலத்திலேயே கேட்டதாக பழமொழி ஆவணம் கூறும்போது, இந்தக் காலத்தைப்பற்றி கூற வேண்டியதில்லை.

இப்படி ஒரு பெண், தனது சொத்துரிமையை விட்டுக்கொடுத்த போதும், சொந்தக் காலில் நிற்கமுடியாமல் நொண்டியடிக்கிறாள். பிச்சைக்காரியைவிட கேவலமாக நடத்தப்படுகிறாள். வேறுவழியில்லாமல் உதைக்கிற காலுக்கே முத்தம் கொடுக்கிறாள்.

எனவே, ஒரு பெண் எந்தத்தட்டில் இருந்தாலும் தனக்குச்சேர வேண்டிய சொத்தோடோ அல்லது கடனோடோ, ஒரு ஆணோடு தன்னுடைய வாழ்க்கையைத் துவக்க வேண்டும். அந்த ஆணுக்கு, எப்படி தன் பெற்றோரை கவனிக்க வேண்டியது ஒரு கடமையோ, அதுபோல் இவளுக்கும், தன் பெற்றோரை கவனிக்க வேண்டியது கடமையாக்கப்பட வேண்டும். இந்தக் கடமையை நிறைவேற்றும் உரிமை இவளுக்கு இருக்க வேண்டும். பெண்கள் பொருளாதார ரீதியில் சொந்தக்காலில் நிற்கமுடியாது போவதாலேயே, அவர்கள் இழிவுபடுத்தப்படுகிறார்கள்.

சொத்துரிமை என்ற பொருள் உரிமையோடு, அவர்கள் திருமண வாழ்க்கையை துவக்கினால், மாமியாரின் ஏச்சுக்கோ, மாமனாரின் நையாண்டிக்கோ இடமில்லாமல் போய்விடும். ஒரு லட்ச ரூபாய் சொத்தில், ஒரு பெண்ணிற்கு அறுபதாயிரம் ரூபாய் அளவிற்கு சீர்வகை செய்தாலும், இத்தகைய மாமியார்த்தனமான முணுமுணுப்புக்கள் நிலவும். அதே பெண்ணிற்கு, அவளுக்குரிய ஐம்பதாயிரம் ரூபாய் சொத்தை பிரித்துக் கொடுத்தாலோ, அதற்குரிய சந்தை விலையை வெளிப்படையாகப் பேசிக்கொடுத்தாலோ, பெண்ணுரிமை முழுதும் முன்னேறாது போனாலும் பெருமளவு முன்னேறும்.

இப்படி பட்டவர்த்தனமாக சொத்தை பங்கீடுசெய்தால், பந்தபாசத்திற்கு இடமில்லாமல் போய்விடும் என்று நினைக்கலாம். பந்தபாசத்தை மகன்கள் சொத்தாக பார்க்கும்போது, பெண்களும் அப்படிப் பார்ப்பதில் தவறில்லை. இன்றைய சீர்முறைகள் பிறந்த வீட்டிற்கு வரும் பெண்ணை தாழ்வு மனப்-

பான்மையில்தான் ஆழ்த்துகின்றன. நாத்தனார்களின் முகச்சுழிப்பால் இவர்கள் அனிச்சை மலராகிறார்கள். ஏழுபிள்ளை நல்லத்தங்காள் கதை இதைத்தான் எடுத்துக் கூறுகிறது. மாண்புகளை மேலோங்கச் செய்ய மரபுகளை மாற்றிக்கொள்ளலாம். இத்தகைய சொத்துரிமை பலத்தால், ஒரு பெண், தன்னை கணவனுக்கு இணையாக நினைக்க முடியும். இத்தகைய சொத்துரிமைதான், இவர்களுக்கு சுயமரியாதையைக் கொடுக்க முடியும். இந்த உரிமையை மூடிமறைப்பதற்காக போடப்படும் நகைநட்டுக்கள், இவர்களை நகைப்பிற்கு இடமாகவே ஆக்கிவருகின்றன.

எனவே, இன்றைய பெண்ணியப் போராளிகள், இந்த சொத்துரிமைப் போராட்டத்தையும் தங்கள் நிகழ்ச்சி நிரலில் சேர்த்துக்கொள்வதோடு, அடித்தளப் பெண்களின் பிரச்சினைகளை புரிந்துகொள்ள இரங்கி வரவேண்டும், இறங்கியும் வரவேண்டும்.

7. படைப்பாளியும் தாய்மொழியும்

ஒரு படைப்பாளிக்கு தாய் மொழி ஞானமும், பற்றும் தேவையா?

பல்வேறு பத்திரிகைகளில், தொலைக் காட்சிகளில் இந்தக் கேள்விக்கு எதிர்மறையாக இலைமறைவு காய்மறைவாய் பேசப்பட்ட கருத்து, அண்மையில் சென்னையில் உலகத் தமிழாராய்ச்சி நிறுவனம் சார்பில் நடந்த, இந்திய பல்கலைக் கழக தமிழ் ஆசிரியர் மன்றத்தின் 30-வது கருத்தரங்கில் ஒரு விவகாரமாக மாறியிருப்பது வரவேற்கத்தக்கது. 'தொல்காப்பியம் படித்துவிட்டு, நான் எழுத வரவில்லை.' என்று 'வாழும்போதே வரலாறான' ஒரு எழுத்தாளர் தெரிவித்த கருத்து தாய்மொழியை மதிக்காமல், அவர் புறக்கணிப்பதாக அனுமானித்து காரசாரமாக விவாதிக்கப்பட்டுள்ளது. இதில் உரையாற்றிய மன்றத் தலைவர் முனைவர் தமிழண்ணல், இந்தப் போக்கை முறியடிப்பதற்காக, அடுத்த ஆண்டில் இருந்து
தமிழாசிரியர்கள் படைக்கும் ஆய்வுக்கோவைகளில் ஒன்று படைப்பு இலக்கியமாக இருக்க வேண்டும் என்று குறிப்பிட்டு இருக்கிறார்.

இந்தக் கருத்தரங்கில் தலைமைவகித்துப் பேசிய அமைச்சரும் முனைவருமான தமிழ்க் குடிமகன், இதே தொல்காப்பிய விவகாரத்தைச் சுட்டிக் காட்டி, ஆணவ எழுத்தாளர்களை புறக்கணிக்க வேண்டும் என்றும், படைப்பாளிகளுக்கு அங்கீகாரம் அளிப்பதே தமிழாசிரியர்கள்தான் என்றும், சக ஆசிரியர்களுக்கு 'அடி' எடுத்துக் கொடுத்திருக்கிறார்.. தமிழ் வாக்கியங்களில் ஆங்காங்கே அடைப்புக்குறி இல்லாமல் ஒரு தமிழ் வார்த்தை போலவே ஆங்கிலத்தை ஆங்கில எழுத்துக்களிலேயே எழுதுவதும், தலைப்புகளுக்கே ஆங்கில பெயரிடுவதும், ப்,க் போன்ற ஒற்றெழுத்துக்களை முதலெழுத்துக்களாக வைத்துப் பெயர்சூட்டிக் கொள்வதும் இதே மாதிரி வாக்கியங்களைத் துவக்குவதும் பல எழுத்தாளர்களுக்கு ஒரு பாணியாகி விட்ட சூழலில், தமி-

ழாசிரியர்களின் சினம் நியாயமானதே.

படைப்பிலக்கியமும், தொல்காப்பியமும் - சம்பந்தப்பட்ட எழுத்தாளர், தமிழ்ப்புலமையால் படைப்பிலக்கியம் ஆக்க முடியாது என்ற தொனியில் கருத்து தெரிவித்து இருக்கலாம். தொல்காப்பியம் படித்துவிட்டுத்தான் ஒருவர் படைப்பிலக்கியம் செய்ய வேண்டியதுமில்லை. இது வற்புறுத்தப்பட்டால், பெரும்பாலான படைப்பாளிகள் மிஞ்சமாட்டார்கள். அதேசமயம் ஒரு எழுத்தாளர், படைப்பாளியாய் பரிமாணப்பட்டு, நாடறிந்த படைப்பாளியாகி, அவரது கருத்துக்களை சமுதாயம் உன்னிப்பாக செவிமடுக்கும் நிலைமை ஏற்படும்போது, சம்பந்தப்பட்ட படைப்பாளி, தொல்காபியம் போன்ற நமது முன்னோர்களின் மூலநூல்களை படிக்கவேண்டும். - இயலாதுபோனால் குறைந்தது அவை பற்றிய கட்டுரைகளையாவது படிக்க வேண்டும்.

தொல்+காப்பு+இயம் என்று பிரித்துப் பார்த்தால், பழமைமையைக் காத்து இயம்பும் நூல் தொல்காப்பியம் எனப்படும். இப்படிப்பட்ட நூல்களைப் படித்தால்தான், இன்றைய படைப்புக்களையும் கட்டிக் காக்க வேண்டுமென்று எதிர்கால சந்ததியினர் நினைப்பார்கள். எனவே இது எழுத்தாளனின் படிப்பாளித்தனத்தைப் பற்றியது அல்ல. அவன் தன் தாய்மொழி மூலம் தனது தொன்மங்களை எப்படி நேசிக்கிறான் அல்லது பார்க்கிறான் என்பது சம்பந்தப்பட்ட இன்றைய தேவை.

தொல்காப்பியம் போன்ற நமது முன்னோர் நூல்கள் படைப்பாளிகளால் அலட்சியப் படுத்தக் கூடியவை அல்ல. எதுகை, மோனை, முரண்தொடை, இயைபு, அளபெடை, பொழிப்பு, செந்தொடை உள்ளிட்ட 13,669 தொடைகளை எடுத்தாண்டு, தொல்காப்பியம், தனக்கு முன்னிருந்த இலக்கியங்களை வகைப்படுத்திய நூலாகும். இந்த வகைப்படுத்தல் கணிப்பொறி இல்லாத காலத்திலேயே சுவடிகளில் எழுதப்பட்டுள்ளது. இன்று பேசப்படும் இலக்கிய அமைப்பியலுக்கு வழிவகுப்பதும் தொல்காப்பியமே. நமது தமிழ் முன்னோர்களின் ஐந்திணை ஒழுக்கம், எந்த மொழி இலக்கியத்திலும் இல்லாதது. இத்தகைய தொல்காப்பியத்தையும், சங்க இலக்கியத்தையும், ஐம்பெரும் காவியங்களையும், பக்தி இலக்கியங்களையும் படிக்கவேண்டியது மெய்யான தமிழ் எழுத்தாளர்களின் கடமையாகும் இவற்றைப் படித்தால், நாம் இன்னும் சங்க இலக்கிய நாடகபாணி காதல் நிகழ்ச்சிகளை கவின்படத் தாண்டவில்லை என்பது புரியும்.

'பெரியவர் என்று வியத்தலும் இலமே' என்று பாடிய நம் முன்னோன் கணியன் பூங்குன்றனின் அன்றைய முழக்கம் இன்றைய தனிநபர் வழிபாட்டையும், சினிமாத்தனங்களையும் எழுத்தால் வீழ்த்துவதற்கு உதவும். அதோடு, சங்கக் காலத்திலேயே மென்மையான காதலுக்கும் திணை ஒழுக்கத்திற்கும் தகுதியற்றவர்களாக கருதப்பட்ட கடைசியர்களை புரிந்து கொள்ளவும், 'நான் ஆழ்கடலில் பெரிய சுறாமீன்களை கூறுபோடும் பரதனின் மகள். உன்னைவிட சிறப்பான இளைஞர்கள் எம்குலத்திலும் உளரே' என்று நற்றிணையில்

காதலனை அதட்டிப் பேசிய ஒரு புரட்சிப் பெண்ணை அடையாளம் காணவும் முடியும். தமிழை, ஆரவார முழக்கமாக்கி, பழமை மீட்பு வாதத்தில் ஈடுபடும் பத்தாம் பசலிகள் மீது இந்த ஞானத்தின் மூலம் உருவாகும் படைப்பிலக்கியத் தேரில் இருந்து அம்பிடமுடியும். எனவே, நமது பண்டைய இலக்கியங்களை படிக்க வேண்டியது ஒரு தமிழ் எழுத்தாளனின் கட்டாயக் கடமை.

கொடியும் - மொழியும் - பொதுவாக, ஒரு சிலரைத்தவிர, நமது தமிழ் கவிஞர்கள் தாய்மொழியான தமிழில் ஆழ்ந்த அறிவும் தீராத பக்தியும் கொண்டவர்கள். இதற்கு மாறாக இருப்பவர்கள் பிரபல எழுத்தாளர்களில் பெரும்பாலோர். இவர்களுக்கு மொழி என்பது ஒரு கருவியே. ஒரு இலக்கியக் கூட்டத்தில் ஒரு உலகளாவிய இதழாசிரியர் ஒருவர் மொழி நமது அடிமை, வேலைக்காரன் என்று கூட குறிப்பிட்டார். இது அடாவடித் தனமானது நமது தேசியக் கொடி, வெறும் துணியினால் ஆனதுதான். ஆனாலும் அது புனிதமாகப் போற்றப்படுகிறது. அது கிழித்துப் போடப்பட்டாலோ அல்லது அவமரியாதை செய்யப்பட்டாலோ விளைவுகள் விபரீதங்களாகும். மொழி என்பதும் அந்தத் துணியைப் போல் எழுத்துக்களால் ஆனதாக இருக்கலாம். ஆனாலும் தேசியக்கொடியைப் போல் இதுவும் புனிதமானது. இன்னும் ஒருபடி அதிகமானது.

மூதாதையர் வழியான பதிவுகள் - அதோடு, தாய்மொழி என்பது, உடல்-உயிர் தொடர்புடையது. நமது உடம்பில் உள்ள கோடிக் கணக்கான செல்கள் ஒவ்வொன்றிலும், ஜீன் என்ற ஒரு சின்னஞ்சிறு திரள் உள்ளது. இது, இன்றைய கணிப்பொறியில் உள்ள சிலிக்கான் மாதிரியானது. நமது முப்பாட்டன் உள்ளிட்ட முன்னோர்களின் துயரங்கள், துக்கங்கள், வெற்றிப் பெருமிதங்கள் முதலிய அத்தனை உணர்வுகளும் நமது ஜீன்களில் பதிவாகி உள்ளன. இந்தப் பதிவுகளின் அடிப்படையில் இப்போதையப் பதிவுகளையும் உள்வாங்கி நாம் செயல்படுகிறோம் என்பது விஞ்ஞான பூர்வமான உண்மை. நமது முன்னோர்கள், மனதளவில் எந்த மொழியில் குதூகலித்தார்களோ அல்லது குமுறினார்களோ - அத்தனை உணர்வுகளும், அதே மொழியில் நமது ஜீன்களில் பதிவாகி உள்ளன.

இத்தகைய பல்லாயிரத்தாண்டு தலைமுறைவழி தாய்மொழியை -அது எந்த மொழியாக இருந்தாலும், இதைப் புறக்கணிக்கும் அந்த மொழி எழுத்தாளன் சமூகத்திற்கு பயன்படமாட்டான், தாயை, அவளது சகலவித பலத்தோடும் பலவீனத்தோடும் நேசிக்காதவன் தான், தன் மொழியை நேசிக்க மாட்டான். இப்படிப்பட்ட எழுத்தாளனின் படைப்புக்களும் சமூகத்தால் ஒதுக்கப்படும். காரணம் இவர்களது எழுத்தில் தார்மீகக் கோபமோ, உரிமைத்தனமான சாடலோ மனிதநேயமோ இல்லாமல், போலித்தனமும், வியாபாரத்தனமான புதுமைகளுமே மிஞ்சி நிற்கும்.

தமிழ்ப்பற்றாள கவிஞர்கள் - தமிழின் அனைத்து வகை இலக்கியத்திலும் தடம் பதித்தவர்கள் தாய்மொழியான தமிழ் மொழியைப் போற்றியிருப்பதைப்

பார்க்கலாம். புறநானுற்றில் 'தமிழ்கெழு கூடல்' என்று மொழிவளம் சுட்டிக் காட்டப்படுகிறது. சைவத்தின் அடிநாதமான திருமந்திரத்தில் - ஈசனோடாயினும் ஆசையறுக்க வேண்டும் என்று இயம்பிய பற்றற்ற ஞானியான திருமூலர் 'என்னை நன்றாக இறைவன் படைத்தனன்; தன்னை நன்றாகத் தமிழ் செய்யுமாறே' என்று பாடினார். கம்பன் 'முத்தும் முத்தமிழும் தந்து முற்றுமோ' என்றான். திருவாசகத் தேன் பருகத்தந்த மாணிக்கவாசகர் 'கூடலில் ஆய்ந்த ஒன்தீந் தமிழ்' என்றார். தமிழ் நீசபாஷையாகவும், வடமொழி, தேவபாஷையாகவும், மொழிப்பண்டிதர்களால் கருதப்பெற்ற காலக் கட்டத்தில் தோன்றிய வள்ளலார் பெரு மறைப்பையும், போதுபோக்கையும், உண்டுபண்ணுகின்ற ஆரிய முதலிய பாஷைகளில் எனக்கு ஆசை செல்ல வொட்டாது.

'பயிலுதற்கும், அறிதற்கும் மிகவும் இலேசுடையதாய், பாடுதற்கும் துதித்தற்கும் மிகவும் இனிமையுடையதாய், சாகாக்கல்வியை இலேசில் அறிவிப்பதாய், திருவருள் வலத்தாற் கிடைத்த தென்மொழி யொன்றனிடத்தே மனம் பற்றச்செய்து அத்தென்மொழியால் பல்வகைத் தோத்திரப் பாட்டுகளைப் பாடுவித்தருளினீர்' என்று ஆண்டவனுக்கு நன்றி கூறுகிறார். வேதநாயகம் பிள்ளை, தனது பிரதாப முதலியார் சரித்திரம் நாவலில், "தாய் மொழிப் பண்பாட்டு வளர்ச்சிக்கு ஒரு அறிகுறி" என்று தெளிவாக்கினார். பாரதியார் 'வானம் அளந்த தமிழ்' என்றார். பாரதிதாசன் 'தமிழ் எங்கள் உயிருக்கு மேல்' என்று கூறியதோடு, "சலுகை போனால் போகட்டும்; அலுவல் போனால் போகட்டும்; தலைமுறை கோடிகண்ட என் தமிழ் விடுதலை ஆகட்டும்" என்று இப்போதைய எழுத்தாளர்களை மனதில் வைத்து பாடியிருக்கிறார்.

ஆனால், நமது தமிழ் எழுத்தாளர்கள் தாங்கள் எழுதும் தாய் மொழியைப் பற்றி நினைப்பதே இல்லை. இதனை ஒற்றுப்பிழை இலக்கணப் பிழை இல்லாமல் எழுதவேண்டும் என்றும் தோன்றுவதில்லை. மண்வாசனைத் தமிழில்கூட பேசுவதற்கே வெட்கப்பட வேண்டிய ஆபாச வார்த்தைகளை சரமாரியாகக் கலக்கிறார்கள். நம்மைப் போல் நமது எழுத்துக்கும் ஆடைகட்ட வேண்டும் என்பதை மறந்து விடுகிறார்கள். படைப்புகளுக்கும் ஆங்கிலத்திலேயே தலைப்பு வைக்கிறார்கள். இந்த லட்சணத்தில் இவர்களில் ஒருவர் இறந்தால் அந்த இறப்பு சமுதாயத்தில் ஒரு தாக்கத்தை ஏற்படுத்தவில்லை என்று அங்கலாய்க்கிறார்கள். சமூகம் தங்களை நேசிப்பவர்களையே நிரந்தரமாக நேசிக்கும் என்பதை மறந்துவிடுகிறார்கள்.

புறக்கணிப்பு தீர்வாகுமா? - என்றாலும், தமிழ்குடிமகன் அவர்கள் விடுத்துள்ள புறக்கணிப்பு ஆணை ஒரு தீர்வல்ல. தமிழாசிரியர்கள்தான் எழுத்தாளர்களுக்கு அங்கீகாரம் அளிக்கிறார்கள் என்பதும் சரியல்ல. இவர்கள் மேற்கொள்ளும் ஆய்வு எம்.பில்., முனைவர் பட்டங்களுக்குத்தானே தவிர, எழுத்தாளர்களுக்கான சலுகைகள் அல்ல. எனக்குத் தெரிந்த வரை, என் படைப்-

புக்களில் மேற்கொள்ளப்பட்ட ஐம்பதுக்கும் அதிகமான ஆய்வுகளில், ஒரு சிலவற்றைத் தவிர, எஞ்சியவை உருக்குலைந்தவை. ஒரு சில தமிழாசிரியர்களைத்தவிர பெரும்பாலோருக்கு நவீன இலக்கியம் துளிகூடத் தெரியாது. முனைவர் தமிழண்ணல் அவர்கள் நினைப்பதுபோல் தமிழ்ப் புலமையால் மட்டுமே தமிழ் படைப்பை உருவாக்க முடியாது. தமிழில் பிறமொழி கலவை செய்து கொச்சைப்படுத்துகிற எழுத்தாளர்கள், தமிழ்க்குடிமகன் அவர்கள் நினைப்பதுபோல் தமிழாசிரியர்களின் அங்கீகாரத்திற்காக ஏங்கவில்லை. சாகித்திய அகாடமி, தேசிய புத்தக அறக்கட்டளை போன்ற அரசு நிறுவனங்களிலும் பிறமொழி இலக்கிய அமைப்புக்களிலும் இவர்கள் தான் கொடிகட்டிப் பறக்கிறார்கள்.

எனவே, தமிழ்ப்பேராசிரியர்கள், அந்தத் தகுதியை மட்டும் வைத்துக் கொண்டு, படைப்பிலக்கியத்துக்கு வரலாம் என்று நினைப்பது, பகல் கனவு. அதேசமயம் படைப்பாற்றலை சமூகச் சிந்தனையால் வலுப்படுத்தி - அவர்கள் படைப்பிலக்கியத்திற்கு வருவது இலக்கிய வளத்திற்கும், மொழிவளர்ச்சிக்கும் உதவும். தமிழறிஞர் மு.வ. அவர்கள் இதற்கு வழிகாட்டி. என்றாலும் அவரையும் பலமடங்கு தாண்டியாகவேண்டும்.

இந்தப் பின்னணியில், தன் மகனை, சான்றோன் எனக்கேட்ட தாயைப் போல், தமிழாசிரியர்கள், தமிழர்களுக்காகவும், தமிழ் மொழிக்காகவும், தமிழ் மண்ணில் காலூன்றியபடியே எழுதும் படைப்பாளிகளை ஊக்குவிக்க வேண்டும். தமிழாசிரியர்களுக்கும் இத்தகைய, படைப்பாளிகளுக்கும், இடையே அடிக்கடி கலந்துரையாடல் இருக்க வேண்டும். இதுதான், தாய் மொழியைப் பற்றியும் அதுதந்த முன்னோர்களைப் பற்றியும் கவலைப்படாத எழுத்தாளர்களுக்கு நல்ல பதிலடியாக அல்லது நல்ல பாடமாக அமையும்.

8. செல்லரிக்கும் கரையான்கள்

சென்ற பொதுத்தேர்தலின் போது, அரசுப்பணி சம்பந்தமாக நெல்லை மாவட்டத்திலுள்ள ஒரு கிராமத்திற்குச் சென்றிருந்தேன். வாக்களிக்கப் போவதில்லை யென்று நாலைந்து கரை வேட்டிகளுக்குள் சிக்கிய ஒரு நடுத்தர வயது மனிதர், அவர்களிடமிருந்து விடுபட முண்டியடித்தார். இந்தக் காட்சியைப் பார்த்த நான் அவரிடம் சென்று, ‘வாக்களிப்பது ஒரு குடிமகனின் கடமை’ என்று ஒரு குட்டிச் சொற்பொழிவு ஆற்றினேன். அரசாங்க ரீதியான சுற்றுப் பயண டைரியில் ஒரு குறிப்பு எழுதக் கிடைத்த மகிழ்ச்சி எனக்கு.

ஆனாலும் அவர் நான் ஒரு வாக்கு கொடுத்தால், தான் வாக்குச் சாவடிக்குச் செல்ல தயாராய் இருப்பதாகத் தெரிவித்தார். நான் அவரைக் கேள்விக் குறியோடு பார்த்த போது, இந்த நாட்டில், நமது கட்சிகளில், எந்தக் கட்சி ஆட்சிக்கு வந்தாலும், ஒரே ஒரு தாலுகா ஆலுவலகத்தில்....; ஒரே ஒரு காவல் நிலையத்தில் அல்லது எந்த ஒரேயொரு அரசாங்க அலுவல-

கத்திலாவது லஞ்சம் இருக்காது என்று உங்களால் உறுதியளிக்க முடியுமா? ஏதாவது ஒரு நியாய விலைக் கடையிலாவது அநியாயம் நடக்காது என்று வாக்களிக்க முடியுமா? கள்ளச் சாராயம் இல்லாத ஒரேயொரு கிராமத்தை-யாவது காட்ட முடியுமா?, என்று என்னைக் கேட்டார்.

நான் பொய் சொல்ல விரும்பாது திக்கித் திணறியபோது 'எந்த கட்சி ஆட்சிக்கு வந்தாலும் அல்லது எந்த ஆட்சி மாறினாலும் எங்கள மாதிரி ஏழைகள், அதிகாரிகளுக்கு மாமூல் கொடுத்தாகணும். காக்கிச் சட்டைக்கா-ரன் நாயே பேயே என்று பேசினாலும், நாங்கள் சிரித்து மழுப்ப வேண்டும். இந்த நாட்டில் ஒரு ஏழை, தன்னோட மரியாதையை காவுகொடுத்துத்தான், சுதந்திரமாய் திரியமுடியும். இந்த லட்சணத்தில் நான் எதுக்கு வாக்குச் சாவ-டிக்குப் போகவேண்டும்?' என்று திருப்பிக் கேட்டார். நான் அந்த இடத்தை விட்டு திரும்பிப் பாராமல் போய் விட்டேன்.

அப்பட்டமான யதார்த்தம் - அந்த கிராமத்துக் கந்தல் குடிமகன் பேசி-யதுதான் இன்றைய அப்பட்டமான யதார்த்தம். நமக்கு வெள்ளைக்காரனி-டமிருந்து சுதந்திரம் கிடைத்தாலும், அந்த சுதந்திரத்தை அரசு இயந்திரம் இன்னும் மக்களுக்கு வழங்கவில்லை. பொதுவாக மேல்மட்டம் சரியாக இருந்தால் கீழ்மட்டம் சரியாகிவிடும் என்பார்கள். இது எதற்குப் பொருந்-தினாலும் அரசு இயந்திரத்தின் கீழ்மட்டத்திற்கு பொருந்தவேபொருந்தாது. இதனால்தான் அண்மையில் நடைபெற்ற மாவட்ட ஆட்சியாளர்கள் மாநாட்-டில் கீழ்மட்டக் கையூட்டைச் களைய வேண்டுமென்று முதல்வர் கலைஞர் கேட்டுக் கொண்டிருக்கிறார். இது சம்மந்தமான கலைஞரின் வேண்டுகோள், ஏழையின் சொல்போல், நிச்சயம் அம்பலம் ஏறாது. ஏறுவதற்கும் விடமாட்-டார்கள்.

மேல்மட்டத்தில் நடக்கும் கோடிக்கணக்கான ரூபாய் ஊழல்கள் எவ்வளவு முக்கியமோ அவ்வளவு முக்கியம், கீழ்மட்டத்தில் நூறு ரூபாய் கணக்கில் நிழும் ஊழல்கள் என்பதும். பெரும்பாலானோருக்கு - இன்னும் சொல்லப்-போனால், சாதாரண மக்களை நேரடியாகப் பாதிப்பது இத்தகைய சின்னச் சின்ன லஞ்சங்கள்தான். இந்த அப்பாவிகள் சந்திக்கும் சின்ன சின்ன அலுவலர்கள் சமூகத்தை செல்லரிக்கும் கரையான்கள். மேல்மட்ட ஊழலில் கவனம் செலுத்துவது போல் கீழ்மட்ட ஊழலில் கவனம் செலுத்தாத வரையில் சாதாரண மக்களுக்கு சுதந்திரமென்பது எட்டாக் கனியே.

அதிகார பிச்சைக்காரர்கள் - ஒரு துரும்பை தூக்கிப் போட்டு 'நீதான் மாப்பிள்ளை' என்று சொன்னால், அது கூட துள்ளும் என்ற ஒரு சொல்-லடை உண்டு. இது அரசில் பணியாற்றும் அனைத்து தரப்பு ஊழியர்களுக்-கும் பொருந்தும். இவர்கள் அதிகாரப் பிச்சைக்காரர்கள். தங்கள் கரங்களை, கொடுக்கிற கரங்களுக்கு மேலே கொண்டு போகிறவர்கள். ஒரு சாதாரணக் குடிமகன் வேறு வழியில்லாமல் கொடுக்கும் லஞ்சப் பணத்தை ஒரு கப்ப-மாகவே கருதும் குட்டி மன்னர்கள். இவர்களுக்கு கொடுக்கும் கையூட்டுப்

பணத்தையாவது காலப்போக்கில் மறந்துவிடலாம். ஆனால், இவர்கள் சராசரி மக்களை நடத்தும் விதம், இருக்கிறதே அது நாம் பெற்றதாகக் கூறப்படும் விடுதலைக்கே களங்கமானது.

சில சமயங்களில் இவர்களின் மமதை பெரிய மனிதர்களையும் இழிவு படுத்தும். சங்கீத விமர்சகர் பெரியவர் சுப்புடு அவர்களின் தம்பியும், அகில இந்திய வானொலிக்கும் - தொலைக்காட்சிக்கும் தலைமை இயக்குனராக பணியாற்றியவருமான திரு பி.வி. கிருஷ்ணமூர்த்தி அவர்கள், நான்கைந்தாண்டுகளுக்கு முன்பு, என்னிடம் தொலைபேசியில் என் உதவியை நாடினார். தமிழக அரசின் வீட்டு வசதி வாரியத்தில் அவர் வசித்த குடியிருப்பில் அந்த வாரியத்தின் ஒரு கிளார்க்கே தீர்த்து வைக்க வேண்டிய சின்னஞ் சிறு பிரச்சினை. இதற்கு என் உதவியை நாடினார்.

‘உடனே, நான், உங்களை யார் என்று அறிமுகப்படுத்திக் கொண்டாலே, அந்த கிளார்க் அலறியடித்து உதவுவாரே’ என்றேன். இதற்கு, அவர் அது-தாம்ப்பா இல்லை... என்னை அந்த கிளார்க்குகிட்ட அறிமுகம் செய்துகிட்-டேன் ஆனாலும் He refuses even to look at me என்றார். அதாவது அந்த கிளார்க் அவரை ஏறிட்டுக்கூடப் பார்க்க விரும்பவில்லையாம். சம்-பந்தப்பட்ட கிளார்க்கைப் போல் எல்லா கிளார்க்குகளும் உயர் பதவி வகித்-தவர்களிடம் இப்படி மிகையாக நடந்து கொள்ளுவதில்லைதான். ஆனால், சாதாரண மக்கள் என்று பார்க்கும் போது அவர்களை இவர்கள் ஏறெடுத்-துப் பார்க்க மாட்டார்கள். அப்படியே பார்த்தால், அந்த மக்களைத் திட்டுவ-தற்காகத்தான் இருக்கும். மேலதிகாரியின் காலைப்பிடித்துக் கொண்டு சராசரி மக்களின் தலையில் கால் பதிக்கும் மனோபாவிகள் இவர்கள்.

எனது அனுபவக் கொடுமை - இதே மாதிரி எனக்கும் ஒரு அனுபவம் அண்மையில் ஏற்பட்டது. பண்டிகைக் கால நெரிசலை கருத்தில் கொண்டு, வேலூரில் ஒரு இலக்கிய நிகழ்ச்சியில் கலந்து கொள்வதற்காக, திருவள்ளுவர் பேருந்தில் பயணச்சீட்டை பதிவு செய்யும்படி என் உறவினரை அனுப்பியி-ருந்தேன். அவர், அந்தச் சீட்டை இன்னொருத்தர் மூலம் கொடுத்தனுப்பி-னார். சென்னையிலுள்ள திருவள்ளுவர் பேருந்து நிலையத்திற்குச் சென்றால் அந்த எண்ணுக்குரிய பேருந்தை கால் மணி நேரம் தேடியும் அது கண்ணில் படவில்லை. போதாக்குறைக்கு நான் மூக்குக் கண்ணாடி போட மறந்துவிட்-டேன். அதாவது நான் ஒரு தாற்காலிக கைநாட்டு. அந்த பேருந்து நிலைய அதிகாரிகளிடம் பயணச்சீட்டைக் காட்டினேன். அதை ஏனோதானோ என்று வாங்கியபடியே ‘இந்த பஸ் இங்கே கிடையாது’ என்றார்கள் ‘அப்படியானால் எங்கே’ என்று பயபக்தியோடு கேட்டேன். ‘எங்களுக்குத் தெரியாது அவ்வ-ளவுதான்’ என்று கத்தினார்கள் நல்ல வேளை, பயணச் சீட்டை கிழிக்காமல் கொடுத்தார்கள்.

உடனே நான், அந்த வளாகத்திற்கு வெளியேவந்து வரிசைவரிசையாக நின்ற பேருந்துகளைப் பார்த்தேன். என் பேருந்து தட்டுப்படவில்லை. நாமக்-

கல்லுக்குப் போகும் பேருந்து ஓட்டுநரிடம், பயணச்சீட்டை நீட்டி விபரம் கேட்டேன் அவர் ஏதோ சொன்னார். எனக்கு கேட்கவில்லை. நான் திருப்பிக் கேட்டேன் 'அட போய்யா இதெல்லாம் தெரியாம எதுக்காக வெளியூர் போறே?' என்று அடிக்காத குறையாகக் கூச்சல் போட்டார். நான் விக்கித்து வெலவெலத்துப் போனேன். ஏதோ ஒரு புண்ணியவான் (இந்த சராசரி உதவிகூட புண்ணியமாகக் கருதப்பட வேண்டிய சூழல்) பயணச்சீட்டைப் பார்த்துவிட்டு, என்னை பழையபேருந்து நிலையத்திற்குப் போகச் சொன்னார்.

திருவள்ளுவர் பேருந்து தான் என்று திட்டவட்டமாக நம்பியது என் தவறு-தான். இருபதாண்டு காலமாக அரசாங்க காரிலேயே பயணம் செய்த எனக்கு, ஒரு முன்னாள் அதிகாரி என்ற முறையிலும், ஒரு எழுத்தாளர் என்ற முறை-யிலும் இந்த கர்வபங்கம் தேவைதான். ஆனால் தப்பு செய்வதற்குக்கூட தகு-தியற்ற சாதாரண மக்களிடம் அரசு அலுவலர்கள் இப்படித்தான் நடந்து கொள்கிறார்கள்.

எளிய மக்கள் பயப்படுவது ஏன்? - இன்னொரு சம்பவத்தையும் குறிப்-பிட்டாகவேண்டும். சென்னையிலுள்ள ஒரு நியாயவிலைக் கடை... அந்தக் கடைக்கு எச்சரிக்கையான இடைவெளி கொடுத்து நின்றபடியே, ஒரு நடுத்-தரவயது சேரிப் பெண் கூடையும் அரிசியுமாக புலம்பிக் கொண்டிருந்தாள். விசாரித்துப் பார்த்ததில், அவளுக்குக் கொடுத்த ஒவ்வொரு கிலோ அரிசியி-லும் கால் கிலோ குறைக்கப்பட்டதாம். கண்ணுக்குத் தெரிந்து மண்ணெண்-ணெய் வைத்துக் கொண்டே இல்லை என்றார்களாம் எண்ணெய் இல்லாமல் எப்படி சமைப்பது என்பது அவள் பிரச்சினை உடனே நான் 'அவங்களைப் போய் ஒரு அதட்டுப் போடும்மா' என்றேன்.

அதற்கு அவள் 'உனக்கென்ன சொல்லிட்டே... அவன் போலீஸ்ல என்னை பிடிச்சுக் கொடுத்தால், நான் செய்ய முடியும்' என்று திருப்பிக் கேட்டாள். சிறிது சிந்தித்துவிட்டு, என்னோடு அந்தக் கடைக்கு வரும்படியும் நானே அந்த அம்மாவிற்கு நியாயம் கேட்பதாகவும் குறிப்பிட்டேன். இதற்கும் சூடுபட்ட பூனையைப்போல் 'ஒனக்கென்ன இப்போ கத்திட்டு அப்பாலே எங்-கயோ போய்டுவே... வாரத்திற்கு ரெண்டுவாட்டி நான் இந்தக் கடைக்கு வந்-தாகணும். இன்னும் அரிசியைக் குறைப்பான், இல்லாட்டி கார்டுல கோளாறு கண்டுபிடிப்பான்' என்று அழாதக் குறையாகச் சொன்னாள்.

இப்படிப்பட்ட போலீஸ் பயமும், உள்ளதும் போய்விடும் என்னும் முன்-யோசனையும் இந்த மக்களைத் தவிர்க்கமுடியாத அடிமைத்தனத்தில் தள்ளி-விடுகிறது. பொதுவாக கிராமப் பகுதிகளில் போலீஸ் இன்ஸ்பெக்டர், தாசில்-தார், ஒப்பந்தகாரர்கள், தனியார் பள்ளிக்கூட நிர்வாகிகள், வழக்கறிஞர்கள், பெரும்பாலான குட்டி அரசியல் தலைவர்கள் ஒரு குடையில் நிற்பார்கள். கள்ளச் சாராயம் காய்ச்சுகிறவர்களே இந்தக் குடையைப் பிடித்துக் கொண்-டிருப்பவர்கள். இத்தகைய அதிகாரக் கூட்டணிக்கு எதிராக சாதாரண மக்-கள் எதுவும் செய்ய இயலாது. இவர்களுக்கு அரசாங்கத்தின் தெரிந்த முகம்

கிராம நிர்வாக அதிகாரியும், போலீஸ் ஏட்டுந்தான். இவர்களே இவர்களின் அரசாங்கம். ஒன்று இந்த லோக்கல் அரசாங்கத்திடம் கைகட்டி மெய்பதைத்து நிற்கவேண்டும் அல்லது இவர்களை ஆட்டிப் படைக்கும் தொகுதி அல்லது பகுதி கூட்டணியிடம் தஞ்சம் ஆகவேண்டும். இப்படிப்பட்ட சூழலில் ஒரு குடிமகனின் சுயமரியாதை லஞ்சலாவண்ய அரசாங்கவர்க்கத்தால் கரையான்கள் போல் அரிக்கப்படுகிறது.

இப்படிக் குறிப்பிடுவதால் அனைத்து அரசியல் ஊழியர்களும். கரைப்பட்டவர்கள் என்று சொல்லவரவில்லை. பல இடது சாரி அரசு ஊழியர் சங்கங்களுடன் எனக்கு தொடர்பு உண்டு. இதன் நிர்வாகிகள் அப்பழுக்கற்றவர்கள், ஆனாலும் இவர்களையும் மீறி பாதிப்பேர் லஞ்சக்குப்பையில்தான் புரளுகிறார்கள்.

ஆட்டோரிக்க்ஷாவில் இருந்து ஆகாயவிமானம் வரை லஞ்சக்கூத்து நடைபெறும்போது, அரசு ஊழியர்களை மட்டும் தனிப்படுத்தி சுட்டிக்காட்டலாமா என்ற ஒரு நியாயமான கேள்வி எழுகிறது. மேல்மட்ட அதிகாரிகளும், கொள்ளைக்காரத் தலைவர்களும் சுரண்டுவதில், கோடி ரூபாய்க்கு கீழே அவர்கள் சிந்திக்காதபோது வெறும் நூறு, இருநூறு ருபாய் அளவில் வாங்கும் ஊழியர் செயல்பாட்டை ஒரு பொருட்டாக கருதவேண்டுமா? என்ற இன்னொரு கேள்வியும் எழுகிறது. என்றாலும், இது வெறும் எளிய கையூட்டுப் பிரச்சினை அல்ல. ஆணவப் பிரச்சினை, சாதாரண மக்களிடம் தோழமையுடன் பழகவேண்டியவர்கள் கடமையை செய்வதற்கே காசு கேட்கும் பிரச்சினை. ஏழைகளை கிள்ளுக் கீரைகளாக நினைக்கும் ஜனநாயகப் பிரச்சினை. செத்துப்போன பிரபுத்துவத்தின் மீட்பு. ஆகையால் சாதாரண மக்களுக்கு சுயமரியாதையை கொடுப்பதற்கு இந்தக் கீழ்மட்ட ஊழலையும், கிறுக்குத்தனமான மமதையும் நீக்கியாகவேண்டும்.

என்றாலும், மேல்மட்ட ஊழல் பேர்வழிகள் சிறைக்குப் போக வேண்டியவர்கள். கீழ்மட்ட ஊழியர்கள் சீர்திருத்தத்திற்கு உட்படவேண்டியவர்கள். வெளியே வெள்ளையும்சொள்ளையுமாய் தோன்றினாலும் இவர்களும் ஒரு மனோ அடிமைகள்தான். இந்த நாட்டில் அரசு நிர்வாகம் ஜனநாயகப்படுத்தப்படவில்லை. ஒரு சராசரி துக்கடா அதிகாரியைக்கூட அவரது பதவியை பெயர்ச் சொல்லாக்கியே பேசவேண்டும் அதாவது ஒரு தாசில்தாரிடம் ‘தாசில்தார் போகச்சொன்னால் போறேன் என்றே பேசவேண்டும் நீங்க சொன்னால் போகிறேன்’ என்று பேசமுடியாது. ஒரு விடுமுறை விண்ணப்பம் எழுதும்போது கூட நான் கெஞ்சிக்கேட்டுக் கொள்ளுவதெல்லாம் (I beg to submit) என்றே எழுதவேண்டும். ஒரு போலீஸ் இன்ஸ்பெக்டர் ஒரு கான்ஸ்டபிளிடம் பேசும் சராசரி வார்த்தை ‘ஏண்டா நாயே’ என்பதுதான். ஒரு ஆர்ப்பாட்ட நிகழ்ச்சியில் இன்ஸ்பெக்டருக்கு தண்ணீர் கொடுக்காமல், என்னிடம் சிறிது நேரம் பேசிக் கொண்டிருந்த என் உறவினரான ஒரு காவலர் பலர் முன்னிலையில் வாங்கிய வார்த்தைதான் நான் மேலே குறிப்பிட்டது.

கடைசியர்கள் - இத்தகைய புதிய வர்ணாஸ்திர அரசின் அடுக்கடுக்கான அதிகார வர்க்கத்தில் வைசியர்களும், சூத்திரர்களுமான ஊழியர்கள், கடைசியர்களான பொதுமக்களிடம் தங்களைத்தாக்கிய எஜமானத்துவத்தை வட்டியும் முதலுமாகக் கொடுக்கிறார்கள். அதிகாரிகளின் கால்களைப் பிடித்துக்கொண்டே சாதாரண மக்களின் தலையில் கால் பதிக்கிறார்கள். ஆகையால் இந்நாட்டு மன்னர்களாக கருதப்படும் மக்களுக்கு இவர்கள் சக்கரவர்த்தியாகிறார்கள். என்றாலும் கூட்டுறவுத்துறையும், ஊரகவளர்ச்சித் துறையும் ஜனநாயகப்பட்டும், மக்களை ஜனநாயகப்படுத்தியும் வருகின்றன. இது ஒரு மகிழ்ச்சிக்குரிய மாறுதல். தமிழ்நாடு அரசு ஊழியர் மாநில சங்கம் தனது உறுப்பினர்களை சமூகப் பிரச்சினைகளிலும் ஈடுபடுத்தி வருவது குறிப்பிடத்தக்கது.

எனவே அரசின் கீழ்மட்ட ஊழியர்களுக்கும் சாதாரண மக்களுக்கும் இடையே ஒரு தோழமை உணர்வை ஏற்படுத்த வேண்டியது அவசர அவசியமாகிறது. இத்தகைய ஊழியர்களுக்கு சமூகப் பொறுப்பில் பயிற்சி அளிக்கவேண்டும். எளிமை இல்லாமல் நேர்மை இல்லை என்று தத்துவார்த்தமாக போதிக்கவேண்டும். இதற்கு இவர்களை மேலிட அடிமைத்தனத்தில் இருந்து விடுவித்து, சட்டமே சகலமும் என்ற மனோதளத்திற்கு கொண்டு வரவேண்டும். வெளிப்படையாகச் சொல்லப்போனால், தங்களை ஊழலில் இருந்து விடுவித்துக்கொண்டே, ஊழல் அரசியல்வாதிகள்-அதிகாரிகளுக்கு எதிராக ஒரு அறப்போரை மேற்கொள்வதற்கு ஆயத்தப்படுத்த வேண்டும். பல்வேறு அரசு ஊழியர் சங்கங்கள், இதற்கு ஆவன செய்ய வேண்டும். தங்களது உறுப்பினர்களை அவர்களது நியாயமான சுதந்திரத்துக்கும், பொதுமக்களின் அடிப்படை சுதந்திரத்தையும், சுயமரியாதையும் பேணிக்காக்கத் தயார்படுத்த வேண்டும்.

இந்தத் தோழமை வந்துவிட்டால், கீழ்மட்ட ஊழியர்களாலயே மேல்மட்ட கொள்ளைக்காரர்களைத், தூக்கி எறிய முடியும். கரையான்கள் ஒரு கட்டத்தில் சிறகு முளைத்த ஈசல்களாவதுபோல், சுயநலப்பொந்தில் லஞ்சக் கரையான்களாய் நிர்ப்பந்திக்கப்பட்டிருக்கும் இவர்களை சமூகநீதித்தளத்திற்கு கொண்டு வந்தாகவேண்டும். இல்லையானால் சுதந்திரம் என்பது இவர்களுக்கும், இவர்களைச் சார்ந்த சாதாரண மக்களுக்கும் தொடர்ந்து கேலிக் கூத்தாகவே நிலவும்.

9. மிளகாய்ச் சாதமும் மூங்கில் கம்புகளும்

தமிழகத்தில் தலைவர்களின் சிலைகளை - குறிப்பாக டாக்டர் அம்பேத்கர், பசும்பொன் முத்துராமலிங்கத் தேவர் சிலைகளை உடைப்பதும், இதற்கு எதிர்வினையாக, சாலை மறியல், பேருந்துகளில் கல்லெறிதல், எதிர்ச் சாதிக்காரர்களின்

அமைப்புக்களைத் தாக்குதல், காவல் துறையினரின் தடியடி போன்றவை அன்றாட நிகழ்வுகள் ஆகிவிட்டன. இவற்றோடு
நம்மால் வாழமுடியாது ஆகையால் இதற்கு வழிகண்டாக வேண்டும். அதற்கு முன்னதாக தமிழ்ச் சமூக சாதிய வரலாற்றை
உணர வேண்டும்.

தமிழக சாதிய வரலாறு - இந்தியாவிலேயே, பிற மாநிலங்களோடு, ஒப்பிடும்போது ஏணி வைத்தாலும் எட்ட முடியாத அளவிற்கு அதிக எண்ணிக்கையுள்ள சாதிகள் உலவி வரும் இடம் தமிழகம் ஒன்றே. இந்த நூற்றாண்டின் துவக்கத்தில் அரசு எடுத்த மக்கள் தொகை கணக்குப்படி தமிழகத்தில் 350 சாதிகள் உள்ளன. இவற்றின் ஒவ்வொன்றிலும் உட்பிரிவுகள் ஏராளமாக உண்டு. தமிழக சமூக இலக்கிய வரலாற்றை அலசினால் சாதியமே மேலோங்கி இருக்கிறது. சங்ககாலத்தில் மட்டுமே சாதிகள் இல்லாமல் இருந்திருக்கலாம். இதைத் தவிர்த்த பின்னய காலத்தில் சிற்சில இடைவேளைக் காலங்களோடு சாதியப் பிரிவுகளே ஆதிக்கம் செலுத்தி உள்ளன. ஒரு குறிப்பிட்ட சாதியைச் சேர்ந்தவர் ஏதாவது தப்பு செய்தால், அந்த சாதியையே வெறுப்பது பிறசாதிகளின் அன்றாடக் கடமையாக இருந்திருக்கிறது. சிலப்பதிகாரத்தில் ஒரு பொற்கொல்லன் தனது திருட்டிற்கு, கோவலன் மீது பழி போட்டு மதுரையே எரிவதற்கு காரணமாக இருந்தானாம். இதற்காக, ஆண்டுதோறும் கண்ணகி விழாவில் ஆயிரம் பொற்கொல்லர்கள் பலியிடப்பட்ட மாநிலம் இந்த மாநிலந்தான்.

18ஆம் நூற்றாண்டில் பறையர் குலமக்களுக்கும், அருந்ததி குலமக்களுக்கும் ஏற்பட்ட மோதலில் பெரும்கலவரம் ஏற்பட்டதாக அபேதுபே என்ற பிரெஞ்சு அறிஞர் தெரிவிக்கிறார். ஒரு திருவிழாவில் அருந்ததியர் ஒருவர், தனது தலைப்பாகையில் சிவப்புப் பூவை வைத்ததினால், அந்தச் சாதிக்கு அந்த உரிமை இல்லையென்று பறையர் குலமக்கள் ஆட்சேபிக்க, அது சாதிய போராக தாண்டவமாடி இருக்கிறது. 19ஆம் நூற்றாண்டில் சிவகாசிக்கொள்ளை என்ற ஒன்று ஒரு பரபரப்பான வன்முறையாக நடந்தியிருக்கிறது.

சிவகாசியில் வாழும் ஒரு குறிப்பிட்ட சாதிக்கு எதிராக, இன்னொரு சாதி, கொள்ளை அடிப்பதற்கு நாள் நேரத்தை முன்கூட்டியே தெரிவித்து விட்டுப் படையெடுத்துச் சென்றது. இதனால் சிவகாசி மக்களுக்கு உதவியாக நெல்லை, கன்னியாகுமரி மாவட்டத்தைச் சேர்ந்த அந்த சாதிக்காரர்கள் சிவகாசிக்குச் சென்று அங்குள்ள சாதிக்காரர்களுக்கு துணையாக நின்றிருக்கிறார்கள். இதனால் பின்வாங்கிய படையெடுப்புச் சாதி, புளியங்குடி, தென்காசி, செங்கோட்டை போன்ற இடங்களில் வாழும் சிவகாசி சாதியினரை அடித்து நொறுக்கியிருக்கிறார்கள். முதுகுளத்தூர் கலவரத்தைப் பற்றிச் சொல்ல வெண்டியதில்லை.

சாதியக் கட்டுமானம் - இந்தப் பின்னணியில் பார்த்தால், இப்போதைய சாதிச்சண்டைகள், ஒரு தொடர்ச்சி போலவே தோன்றுகிறது. இந்த சாதியத்

தொடர்பு அறுபட்டுப் போகமுடியாத அளவிற்குத்தான் சாதியக் கட்டுமானமும் உள்ளது. ஒருத்தன் தலையில் தனது காலை மிதித்துக் கொண்டும், மேலே இருப்பவனின் கால்களைப் பிடித்துக் கொண்டும் இருப்பதுதான் இந்திய சாதிக் கட்டுமானம். தமிழகத்தைப் பொறுத்த அளவில் நான்கு வர்ண சாதி அமைப்பில் பிராமணர்களையும், சத்திரியர்களையும் தவிர்த்து வைசியர்களும், சூத்திரர்களும், ஆதிதிராவிடர்கள் அல்லாதவர்கள் என்று பிரிக்கப்படாமல் வலங்கைப் பிரிவு என்றே பிரிக்கப்பட்டார்கள். இந்த இரண்டு பிரிவுகளிலும் தாழ்த்தப்பட்ட மக்களில் பறையர்கள் எனப்படுவோர் ஒரு பக்கமும், பள்ளர்-கள் எனப்படுவோர் இன்னொரு பக்கமும் நிறுத்தப்பட்டார்கள். ஆகமொத்-தத்தில் நமது சாதிய அமைப்பில், தாழ்த்தப்பட்ட மக்களில் ஒரு பிரிவினர், பிற்படுத்தப்பட்ட மக்களில் ஒரு பிரிவினரோடு சேர்ந்து கொண்டு தத்தம் மக்-களையே அடித்துக்கொள்கிற வம்புத்தனமாக ஒரு கட்டுக்கோப்பு இருந்தது.

பிராமண எதிர்ப்புப் பற்றி பாரதி - இத்தகைய சாதியத்திற்கு எதிராக ஏற்-பட்ட முதல் குரல் பிராமண எதிர்ப்பாக உருவானது. அந்தக் காலகட்டத்-தில் இது நியாயமே. அந்தக் காலத்து தமிழக அரசின் பிராமணர் அல்லாத ஊழியர்கள் பிராமண ஆதிக்கம் மேலோங்கிய சென்னை நகரில் ஓட்டல்-களில் உட்கார்ந்து சாப்பிட முடியாது. எடுப்புச் சாப்பாடுதான் எடுக்கலாம். இந்தத் தீண்டாமையை எதிர்த்து 1912ஆம் ஆண்டில் டாக்டர் நடேசனால் உருவாக்கப்பட்ட அமைப்பே பின்னர் திராவிடர் சங்கமாகி, நீதிக் கட்சியாகி, திராவிடக் கழகமானது. பொதுவாக இந்த இயக்கம் மேல் தட்டுக்காரர்களுக்-காக பிராமணர்களை எதிர்த்து வந்தது. ஆகையால் தான் பாரதி 1921ஆம் ஆண்டில் சுதேசிமித்திரனில் எழுதிய கட்டுரையில் பிராமண எதிர்ப்பு இயக்-கம் பிராமணர்களை ஒன்றும் செய்யாது என்றும், மாறாக சாதி இந்துக்கள்; அரிஜனங்களை அடக்கவே பயன்படும் என்றும் தீர்க்கதரிசனமாகத் தெரிவித்-தான்.

தந்தை பெரியார், சாதி ஒழிப்பு மாநாடு, தீண்டாமை ஒழிப்பு மாநாடு என்று வலுவான இயக்கத்தை நடத்தினாலும், தாழ்த்தப்பட்ட மக்கள், பிற்-படுத்தப்பட்ட மக்களுக்கும், நடுத்தட்டு மக்களுக்கும் பல்லக்குத் தூக்கிகளா-கவே இருந்தார்கள். இப்போதுதான் தாங்கள் வெறும் பல்லக்குத் தூக்கிகளாக இருந்திருப்பது இவர்களுக்கே புரிகிறது. சாதி இந்துக்களை சுமக்கும் பல்-லக்கை மெல்ல இறக்காமல் பலவந்தமாக தூக்கிப்போடுவதே இப்போதையப் பிரச்சினை. இந்தப் பின்னணியில் சாதிக் கலவரங்கள் தோன்றுவதற்கு பல்-வேறு காரணங்கள் உள்ளன.

காரணங்கள் - முதலாவதாக, இப்போது மேலாதிக்கம் செய்யும் சாதியினர் தாங்களும் ஒரு காலத்தில் தலித்துகளைப் போல் அடக்கப்பட்டவர்களே என்-பதை மறந்து போனார்கள். குற்றால அருவியில் தாழ்த்தப்பட்ட மக்களும் பிற்-படுத்தப்பட்ட மக்களும் குளிப்பதற்கு ஒரு காலத்தில் தடை விதிக்கப்பட்டிருந்-தது. இதனால்தான் குற்றாலம் சென்ற அண்ணல் காந்தி, இந்த பாவப்பட்ட

மக்களுக்கு குளிக்கும் உரிமை கிடைக்கும் வரை தானும் குற்றால அருவியில் குளிக்கப்போவது இல்லை என்று திரும்பிவிட்டார். ஆலயப் பிரவேசப் போராட்டத்தில் உயிர்ப்பலி கொடுத்தவர்கள் நாடார்கள்.

குற்றப் பரம்பரை பட்டியலில் சேர்க்கப்பட்டு, அவமானப்படுத்தப்பட்டவர்கள் முக்குலத்தோர். இந்தக் குலத்தின் ஆண்கள் ரேகைச்சட்டம் என்ற சட்டத்தின் பேரில், தினமும் இரவில் அருகே உள்ள காவல் நிலையங்களில் கைரேகை வைத்து விட்டு, அந்த நிலையத்தின் முன்னாலேயே படுக்கவேண்டும். அந்தக் காலத்தில் "அருகே" என்பது பத்து-பதினைந்து மைல்கள். இந்தக் கொடூரமான ரேகைச்சட்டம் 1939 ஆம் ஆண்டு வரை நீடித்தது. ஆகமொத்தத்தில் அடிமைப்பட்ட சாதிகள் அந்த அடிமைத்தளத்தில் இருந்து முற்றிலும் மீளாத தாழ்த்தப்பட்ட சாதியினரை மீட்க வேண்டியது ஒரு தார்மீகக் கடமையாகும். ஆனால் மீட்க வேண்டியவர்களே இந்த மக்களை தங்கள் பங்கிற்கும் இன்னும் தாழ்த்தி வைக்கிறார்கள்.

இரண்டாவதாக தலித்து மக்களின் எழுச்சி வெளிப்பாடுகளிலும் குற்றங்கள் இல்லையென்றாலும் குறைகள் உள்ளன. முதலாவதாக, நமது நாடு சுதந்திரம் பெற்ற பிறகுதான், தாழ்த்தப்பட்ட மக்களுக்கு அதிகமான சலுகைகள் மேன்பட்டு வருவதையும் அவர்கள் எண்ணிப்பார்க்க வேண்டும். வேறு விதமாகச் சொல்லப்போனால் அரசையோ, சமூகத்தையோ முற்றிலும் தலித் விரோத நிறுவனங்களாக இவர்கள் நினைக்கலாகாது.

மூன்றாவதாக, தலித் மக்களின் சமூகப் பொருளாதார எழுச்சியை சாதி இந்துக்கள் குறிப்பாக பிற்படுத்தப்பட்ட மக்கள் புரிந்துகொள்ள மறுக்கிறார்கள். சொந்த சாதியிலேயே எளியவன் ஒருவன் முன்னேறிவிட்டால், அவனை கிண்டலும் கேலியுமாக விமர்சிப்பது சமூகப் பழக்கம்; இந்தப் பழக்கத்தை தலித் மக்களிடமும் இவர்கள் கடைபிடிக்கிறார்கள். உலகத்திலேயே மிகப்பெரிய கொடுமை தீண்டாமைக் கொடுமை என்பதை இந்தப் பிரிவினர் புரிந்து கொள்ளவில்லை. தலித்துகளின் முன்னேற்றம் தலித் எதிர்ப்பலையாக உருவாகியிருக்கிறது.

நான்காவதாக, தென்மாவட்டங்களில் தலித் என்றாலே வன்முறை என்ற ஒரு பெயர் தெரிந்தோ தெரியாமலோ ஏற்பட்டிருக்கிறது. இத்தகைய வன்முறையை கண்ணால் காணாதவர்கள் கூட, இவர்களை வன்முறையாளர்கள் என்று நினைக்கிறார்கள். இது ஆபத்தானது. எந்தப் பிரிவிலும், அது கட்சியாக இருந்தாலும், மதமாக இருந்தாலும், சாதியாக இருந்தாலும் வன்முறையாளர்கள் இருப்பார்கள். இத்தகையோரை இவர்கள் சேர்ந்த சாதியோடு முடிச்சிடலாகாது. அதேசமயம் தலித் இளைஞர்களும் தங்களுக்கு எதிராக உள்ள சதிவலையை உணர்ந்து, வன்முறையை தவிர்த்து அறப்போராட்டத்தில் ஈடுபடவேண்டும்.

ஐந்தாவதாக, தலைவர்களை ஒரு சாதிக்குள் சிறை வைக்கலாகாது. 1940களில் ஒரு சமயம் பசும்பொன் முத்து ராமலிங்கத் தேவர் குற்றாலத்திற்-

குச் சென்றிருந்தபோது, அவரது சாதியைச் சேர்ந்த ஒரு ஜமீன்தார், அங்கே முக்குலத்தோர் மாநாடு நடைபெறப்போவதாகவும், அதில் பசும்பொன் கலந்து கொள்ளவேண்டும் கேட்டுக்கொண்டார். ஆனால் தேவரோ, 'ஓட்டல்களில் பாத்திரம் கழுவும் ஆதிதிராவிடரும், உணவு பறிமாறும் பிராமண ஏழைக-ளுமே என் சாதியினர்.... மிட்டா மிராசுவான நீங்களல்ல' என்று முகத்துக்கு எதிராக தாட்சண்யம் பாராமல் சொன்னவர். அண்ணல் அம்பேத்காரோ தன் இனத்து மக்களை மேம்படுத்துவதை லட்சியமாகக் கொண்டாலும், ஆயிரம் இழிவுகளையும் மீறி அனைவரையும் நேசித்தவர். அனைத்து இந்தியாவிற்கும் உரியவர். இந்த இரு போராளிகளையும் சாதியப்பேராட்டங்களுக்கு சாக்காக வைப்பது தவறானது.

ஆறாவதாக, வெளிநாட்டுச் சக்திகள், சாதிச் சண்டைகளை பிறநாடுக-ளுக்கும் விற்கும் ஒருசில தன்னார்வ அமைப்புக்கள், சாதி என்பதைத் தவிர எந்த மனிதத்தகுதியும் இல்லாத சண்டியர்கள் அவ்வப்போது சாதிக்கலவரங்-கள் தூண்டிவிட்டு, மயான நெருப்பில் குளிர்காய நினைக்கிறார்கள். இந்த சதியின் ஒரு அங்கமாகத்தான் சிலைகள் உடைபடுகின்றன. இதில் உணர்ச்சி வயப்பட்டால், அந்த சதிகாரர்கள் வெற்றிப் பெற்றார்கள் என்று அர்த்தம். ஆகையால், அம்பேத்கார் சிலையாக இருந்தாலும் சரி அவற்றை வெறும் சிலைகளாகவே பார்க்கவேண்டும். இந்தச் சிலைகளையும் இந்தத் தலைவர்-களையும் ஐக்கியப்படுத்தலாகாது. இது சுயமரியாதை சம்பந்தப்பட்டதுதான். ஆனால், இந்தத் தலைவர்கள் இந்தச் சிலைகள் இல்லையென்பதையும், சிலைகளை உடைத்தவர்கள் எதிர்ச் சாதியினராக இருக்கவேண்டிய அவசி-யம் இல்லை என்பதையும், ஒருவேளை சொந்தச் சாதிக்காரனே அந்தக் காரியத்தை செய்திருக்கலாம் என்பதையும் உணரவேண்டும்.

ஏழாவதாக சாதிகளைத்தாண்டி, தமிழ்ச் சாதிக்காக உழைத்த பெரியவர்-களை இந்த இருதரப்பிற்கும் அடையாளம் காட்டவேண்டும். எடுத்துக்காட்-டாக சமபந்தி போஜனம் நடத்திய வைகுண்டசாமி, இதேபோல், "சாதியும், மதமும் பொய்யென ஆதியில் உணர்த்திய அருட்பெருஞ்சோதி" என்று குரல் கொடுத்தவர் வடலூர் வள்ளலார், மேல்சாதி ஊமைத்துரைக்காக, படையோடு பஞ்சாலங்குறிச்சி சென்று உடம்பில் வெண்ணையைத் தடவி வெள்ளைய-ரின் வெடிமருந்து கிடங்கில் உயிர்த்தியாகம் ஆதிதிராவிட வீரர் சுந்தரலிங்கம் ஆகியோரை அரசு குறும்படங்களாக எடுத்து மக்களிடையே காட்டவேண்-டும். சாதியின் பெயரால் கையெழுத்து போடமாட்டேன் என்று சூளுரைத்தவர் அந்தக் கால மதுரை ஜில்லா போர்டு தலைவரும், தேவர் இனத்தைச் சேர்ந்-தவருமான ராமச்சந்திரனார்.

வரலாற்றில் இடம்பெறாத சுந்தரலிங்கம் - எந்த நெருக்கடியும் தன்ன-ளவில் இல்லாமல் இப்படி உயிர்ப்பலி கொடுத்த வீரன் சுந்தரலிங்கத்தின் வரலாறு தென்மாவட்ட மக்களுக்கு தெரியவேண்டிய அளவிற்கு தெரியப்-படுத்தி இருப்போமானால், அந்த வீரன் பெயரில் போக்குவரத்துக் கழகம்

அமைக்கப்பட்டபோது பிற்படுத்தப்பட்ட மக்களில் ஒரு பிரிவினர் அப்படி அநாகரீகமாக ஆட்சேபித்திருக்க மாட்டார்கள். பிற்படுத்தப்பட்ட- தாழ்த்தப்பட்ட சாதிகளை ஒரே சாதியாகப் பார்த்தவர் பகுத்தறிவுப் பகலவன் தந்தை பெரியார். இவரது கோட்பாடுகளை செயலாக்கியவர் கர்ம வீரர் காமராசர். இவரது அமைச்சரவையில் இருந்த கக்கன் பெருமகனார், இந்த இருதரப்பினருமே பெருமைப்பட்டுக் கொள்ளும் அளவிற்கு சொல்லாலும், செயலாலும் நடந்தவர். இவரோடு தோளோடு தோள் நின்று பணியாற்றியவர் அப்போதைய அமைச்சரும், தேவர் இனத்தைச் சேர்ந்தவருமான ராமைய்யா அவர்கள். இந்தப் பெருமக்களின் தொண்டு குறித்தும், தமிழக அரசு குறும்படங்களை எடுத்து மக்களிடையே திரையிட்டுக் காட்ட வேண்டும். இதனால் மக்களின் சாதித்திரை நிச்சயம் கிழிபடும்.

கரும்புத்தோட்டமும் குரங்குகளும் - இந்த சாதியச் சண்டைகளை நினைக்கும்போது, கடந்தகால விவசாய உக்தி ஒன்றுதான் என் நினைவுக்கு வருகிறது. நெல்லை மாவட்டத்தில் கரும்பு தோட்டத்திற்குள் நுழைய வரும் குரங்குகளை தடுப்பதற்காக விவசாயிகள் மிளகாய் கலந்த அரிசிச் சாதத்தை ஒரு பாறையில் குவியலாக வைத்துவிட்டு, பத்து பதினைந்து மூங்கில் கம்புகளையும் வைப்பார்கள். மலையில் இருந்தோ, மரங்களில் இருந்தோ கரும்புத் தோட்டம் நோக்கிச் செல்லும் குரங்குகள் வழியில் இந்த மிளகாய்ச் சாதத்தை உண்டு, இதனால் எரிச்சல் தாங்க முடியாமல் சுத்தும். பிறகு அந்த மூங்கில் கம்புகளை எடுத்துக்கொண்டு ஒன்றையொன்று அடித்துக் கொண்டு, ரத்தக் களரியோடு கரும்புத் தோட்டத்திற்கு எதிர்முனையில் ஓடும். தோட்டம் பத்திரமாக இருக்கும். இதேபோல் பல்வேறு சக்திகள், வறுமை என்னும் சாதத்தை உண்ணும் எளிய மக்களுக்கு சாதி, சமயம், மொழி என்ற கம்புகளை கொடுத்து ஒருவரையொருவர் அடிக்க வைக்கிறார்கள்.

இத்தகைய சேதிகளை, அரசாங்கமும் சமூகநல அமைப்புக்களும் மக்களிடம் எடுத்துச் சென்றால் பிரச்சினைக்குத் தீர்வு ஏற்படும் என்று நிச்சயமாக நம்பலாம்.

10. திரைப்பட அபத்தங்களும் ஆபத்துக்களும்...

அண்மைக்காலமாக, ஒருவகை நிகழ்ச்சிகளை செய்திப் பத்திரிகைகளும், வாரப் பத்திரைகைகளும், மேலே பார்த்தால் சூடாகவும், விலக்கிப் பார்த்தால் சுவையாகவும் சித்தரித்து வருகின்றன. ஈவ்டீசிங் என்றும் தலைப்பிடுகின்றன. எந்தக்குற்றமும் செய்யாத மாணவி சரிகாவின் மரணத்தையொட்டி பதினைந்து நாட்கள் காரசாரமாக பேசப்பட்ட விவகாரம், பேப்பர் குப்பைகளில் போடப்பட்டது. இப்போது மீண்டும் அவை பரபரப்பாகப் பேசப்படுகிறது. அடங்கிக்கிடந்த வம்பர்கள் மீண்டும் கை வரிசையையும், வாய் வரிசையையும் காட்டுவதே காரணம்.

பாதிக்கிணறு தாண்டுதல் - ஒரு அனாதரவான பெண்ணை, கிண்டலால், கேலியால் அவமானப்படுத்தும் கொடிய குற்றத்தை "ஈவ்டீசிங்" என்று சொல்வது பொழுது போக்குச் செய்திகளே. முதலில் இந்தக் குற்றத்திற்கு பெண் கொடுமை அல்லது பெண்களை மானபங்கப் படுத்தல் என்று பெயரிட வேண்டும். ஈவ்டீசிங் என்ற வார்த்தையை தூக்கி தூர எறியவேண்டும். விவகாரத்தின் கடுமை, வாசர்களுக்கு - குறிப்பாக இளைஞர்களுக்கு உறைக்கும்படி செய்திகளோ, காவல்துறையோ செயல்படவில்லை. இந்தக் குற்றத்தில் மாட்டிக் கொள்வதுகூட ஒரு விபத்து போலவே நினைக்கப்படுகிறது.

நேற்றைய ரயிலில் விபத்து ஏற்பட்டால், இன்றைய ரயிலிலும் அது ஏற்பட வேண்டும் என்ற அவசியமில்லை என்று பயணிகள் நினைப்பது போல, நமது இளைஞர்களும் நினைக்கிறார்கள். இது சம்பந்தப்பட்ட குற்றவாளிகளை, கடுமையாகத் தண்டிப்பதன் மூலமே, இத்தகைய மனப்போக்கை ஒழிக்கமுடியும் என்று சிலர் கருதுகிறார்கள். இது உண்மைதான். ஆனால் பாதி உண்மையே தவிர, முழு உண்மையல்ல. இந்தப் பாதியை மட்டுமே, வைத்துக் கொண்டு செயல்படுவது, பாதிக்கிணறு தாண்டுவதுபோலதான்.

நோயின் அறிகுறிகள் - பெண்களைக் கிண்டல் முதல் வம்பு வரை செய்கிறவர்கள் ஒரு நோயின் அறிகுறியே தவிர நோயல்ல. இவர்கள் ஏவுகணைகள். ஏவுதளங்களை நம் கண் முன்னாலேயே பார்க்கிறோம். பாதுகாப்புப்படை ரகசியம்போல் இந்தத் தளங்கள் ஒளித்து வைக்கப் படாமல், பகிரங்கமாகவே காட்சியளிக்கின்றன. இவற்றுடன் கட்டிப்புரளாமல் இந்த வம்புதும்பு காரியங்களை தடுக்க முடியாது. இந்த ஏவுதளங்கள் நமது எதிரி நாட்டு படைத்தளங்கள் அல்ல. நமது தொலைக் காட்சிகள், நாடகங்கள். பத்திரிகைகள்தான் இந்தத் தளங்கள்.

அனைத்துத் தொலைக்காட்சிகளிலும் பெரும்பாலும் கவர்ச்சிக் கன்னிகளே தொகுப்பாளர்களாகத் தோன்றுகிறார்கள். இவர்கள் நுனிநாக்கில் பேசுவது, ஒரு கவர்ச்சியையும், சிணுங்குவது படுக்கையறைக் குரல் போலவும் ஒலிக்கின்றன. தொலைக்காட்சி நிகழ்ச்சி என்பது ஒவ்வொரு பார்வையாளரையும் தனித்து வசீகரிப்பது. இதைத் தனித்துப் பார்க்கும் போது, இந்த வசீகரம் வக்கிரமாகிறது. கவர்ச்சியான ஆடையுடன் முத்தம் கொடுப்பதுபோல் முகம் குவித்து, ஒரு இளம்பெண், சினிமாக் காதலைப்பற்றி வர்ணிக்கும்போது, அதை உற்றுப் பார்க்கும் இளைஞனிடம் ஒரு கிறக்கம் ஏற்படுகிறது. அந்தப்பெண், தன்னிடம் மட்டுமே அந்தரங்கமாக பேசுவதுபோல் ஒரு பிரமை ஏற்படுகிறது. இந்தப் பெண்கள் அறிமுகப்படுத்தும் ஒலிஒளி காட்சிகளோ, ஆபாசத்தின் உச்சம். ஒரு காலத்தில் லாவகமாகவும், நளினமாகவும் இருந்த திரைப்பட நடனங்கள் இப்போது அசிங்கமாகி விட்டன நடன இயக்குனர்கள், ஆட்டக் குழுவிற்கும், நாயகன் நாயகியருக்கும் ஒவ்வொரு உறுப்பையும், எப்படி ஆட்டவேண்டும் என்று ஆட்டுவிக்கிறார்கள்.

அள்ளிவர ரெடியாம்.... - திரைப்படங்களிலோ, கதாநாயகன் என்பவன் கதாநாயகியை நிச்சயம் இம்சை செய்யவேண்டும். அவள் சடையைப்பிடித்து இழுக்கவேண்டும். ஓடிப்போகிறவளின் முன்னால்போய் நின்று பாட்டுப்பாட வேண்டும். நண்பர்களிடம், பித்துப் பிடித்தது போல் நடந்துகொண்டு தனது காதல் வெளிப்பாடுகளை காட்டவேண்டும். உடனே அவர்கள் 'ராசாத்தி..... ராசாத்தி....... அட்ரஸ் என்ன கண்டுபிடி....., ராவோடு ராவாக அள்ளிவர நாங்க ரெடி.....' என்று பாடவேண்டும். இல்லையானால், கதாநாயகன் பதுக்கி வைக்கப்பட்ட தனது காதலியைக் காண, அவளது வீட்டிற்குப் போவான்.

இதைப்பார்த்த நாயகியின் தந்தை, கதாநாயகனின் கையைப்பிடித்து தடுப்பார். உடனே அந்த நாயகன் 'இந்த கை, இவளை எனக்கு ஒருகாலத்தில் பிடித்துக்கொடுக்க வேண்டிய கை என்பதால் விட்டு வைக்கிறேன். இல்லையானால் வெட்டியிருப்பேன்' என்று வீரவசனம் பேசுவான். கதாநாயகியும், அவனை புதிய புறநானூற்று வீரன்போல் பார்ப்பாள். (இப்படியொரு திரைப்படத்தை நான் பார்த்தேன்.) சினிமாக்காதலுக்கு அப்பன்களே வில்லன்களாய் ஆக்கப்படுகிறார்கள். பெத்தவன், தன் கண் முன்னாலேயே, தன் வீட்டிலேயே, தன்னோட மகளை ஒரு இளைஞன் சல்லாபிக்கும்போது, சும்மா இருக்க வேண்டும்.

இத்தகைய சினிமாத்தனத்தை உள்ளடக்கிய படங்கள்தான் அரசாங்கத் தொலைக்காட்சியிலும் ஒளிப்பரப்பாகின்றன. இப்படிப்பட்ட காட்சிகளைப் பார்த்துவிட்டு, கண்போனபோக்கில் நடந்து, மனம்போனபோக்கில் பெண்களை இம்சிக்கும் இளைஞர்களை கைது செய்ய காக்கிச்சட்டை இருக்கிறது. ஆனால், இந்தத் திரைப்படங்களையும், தயாரிப்பாளர்களையும், தொலைக்காட்சி நிர்வாகிகளையும் கைது செய்ய, எந்த சட்டம் இருக்கிறது? யார் இருக்கிறார்கள்? எங்கிருந்தோ ஏவிவிட்டான் கிளியை, அது என்மீது போட்டதடி பழியை என்கிற கதைதான்.

பெண்ணியப் போராளிகளின் பாராமுகம் - இவைபோதாதென்று, நாடகங்களிலும், திரைப்படங்களிலும் இருபொருள் வசனங்கள். அதுவும் கவுண்டமணி - செந்தில் நகைச்சுவை என்பது ஆபாசத்தின் ஊற்றாகிவிட்டது. இந்த ஊடகங்கள், இயற்கை மனிதர்களுக்கு செயற்கை மனிதர்களை காட்டிக் காட்டி, இப்போது இயற்கை மனிதர்களும் செயற்கையாகி விட்டார்கள். இந்தத் திரைப்படங்களில் வருகிற ஆபாச வசனங்களை, அல்லது பாடல்களை இளைஞர்கள் பாடிக்காட்டும்போது, அவர்கள் நிச்சயமாக கைதுசெய்யப்பட்டு கசையடிக்கும் உள்ளாகவேண்டும்.

அதேசமயம் இவர்களுக்கு இந்தத் தண்டனை விதிக்கப்பட்டால், இவர்களை இப்படித்தூண்டாமல் தூண்டிவிடும் பேர்வழிகளுக்கு என்ன தண்டனை இருக்கிறது? தண்டனை இல்லையென்பதோடு, இதற்கு எதிர்விகிதத்தில் கார் கிடைக்கிறது, பங்களா கிடைக்கிறது. கள்ளப்பணம் மிதமிஞ்சிப் போகிறது. வெளிநாட்டு மேடைகளிலும் கைத்தட்டுக்கள் கிடைக்கின்றன. இந்தச் சினி-

மாக்காரர்கள், தங்களது சமூகவிரோத நடிப்பை நியாயப்படுத்துவது, விஞ்ஞானி அப்துல்கலாம் சாதனையைவிட அதிக சாதனையாக சித்தரிக்கப்படுகிறது.

வாரப்பத்திரிகைகளைப் பற்றி சொல்ல வேண்டியதில்லை. அழகான இளம் பெண்ணின் படத்தை அட்டைப்படமாக போடாத வாரப்பத்திரிகையே கிடையாது. இந்த அழகிய அட்டைப்பட முகப்பில் 'பாகிஸ்தானை எப்படி முறியடிப்பது' போன்ற கேள்விகள். ஒரு தொலைக்காட்சியில், அதோடு சம்பந்தப்பட்ட வாரப்பத்திரிகை குறித்த விளம்பரவரிகளை பேசுகிற பெண்குரல் படுக்கையறைக்கு கூப்பிடுவது போல் ஒலிக்கிறது. இப்படிக் குறிப்பிடுவதால், நான் பெண்களைக் குறைகூறுவதாக ஆகாது. வயிற்றுப் பிழைப்பிற்கு வரும் பெண்களை வைத்தே பெண்மை கொச்சைப்படுத்தப்படுகிறது என்பதே பிரச்சினை.

இந்தப் பெண்களைப் போல எல்லாப் பெண்களும் இல்லை. இவர்கள் சிறுபான்மையினர்தான், ஒரு ஆணின் ஒழுக்கத்திற்கு ஒரு பெண்ணே தன் ஆடை அலங்காரம் மூலம் பொறுப்பு வகிக்கவேண்டும் என்ற அவலநிலை இருப்பதாக பெண்ணியப் போராளி மைதிலி சிவராமன் தெரிவிக்கும் வேதனையை நானும் பகிர்ந்து கொள்கிறேன். ஆனாலும் இத்தகைய கலாச்சாரச் சீரழிவுகளுக்கு எதிராக இத்தகைய தன்னலமறுப்பு பெண்ணியப் போராளிகள் ஒரு துரும்பைக்கூட எடுத்துப்போடவில்லை. ஆணாதிக்க ஆண்களைப் பற்றிச் சொல்ல வேண்டியதில்லை.

வாய்தாவே ஒரு அவதி - நீதிமன்றங்களும், குற்றவாளிகளுக்கு கடுமையான தண்டனை வழங்குவதில்லை. அப்படியே வழங்கினாலும் அவை செய்திகளாவதில்லை. இந்தப் பெண்ணுக்கும் எனக்கும் நெருக்கமான பழக்கம். 'அதனால்தான் இப்படி செய்தேன்.... ஆட்கள் பார்த்துவிட்டதால் அவள் அலட்டிக் கொண்டாள்' என்று குற்றஞ்சாட்டப்பட்டவன் கூசாமல் சொல்லி வழக்கை இழுத்துக்கொண்டே போகலாம். பாதிக்கப்பட்ட பெண்ணிற்கு வாய்தா என்பதே இன்னொரு தண்டனை. இதனால்தான் கன்னியாகுமரி மாவட்டத்தில் நீதிமன்ற வாய்தாவிற்கு அவதி என்ற மண்வாசனைச் சொல் ஏற்பட்டுள்ளது.

ஆண்கவர்ச்சி - பத்திரிகைகளில் வரும் கதைகளில் பெரும்பாலானவை ஆபாசக் களஞ்சியங்கள். ஆபாசம் என்பது அதற்குரிய வார்த்தைகளில் மட்டுமில்லை. அதைவிட ஆபாசமானது, இலைமறைவு காய்மறைவான பாலியல் தூண்டுதல்தான். இதற்கு கதைகளில் பஞ்சமில்லை. இவைபோதாதென்று, சினிமா கிசுகிசுப்புக்கள். எவன் பெண்டாட்டி எவனோடு போனாள் என்பது மாதிரியான சித்தரிப்புக்கள். தமிழகத்தில் பாலியல் கள்ள உறவு தவிர வேறு எதுவுமே இல்லை என்பது மாதிரியான மாய்மால எழுத்துக்கள்- இவைதான் இன்றைய பத்திரிகை அலங்காரங்கள். இப்போதோ திரைப்படங்கள், தொலைக்காட்சிகள் ஆகியவற்றில் ஆண்கவர்ச்சியும் தலைகாட்டுகின்-

றது. உருண்டு திரண்ட உடம்பை பனியனோடு காட்டும் பழக்கம் இப்போது துவங்கியிருக்கிறது.

செய்யத்தக்கவை - எடுத்துக்கொண்ட விவகாரத்திற்கு வருவோம். பெண்கேவலத்தில் ஈடுபடுகிறவர்கள், கைதான பிறகு, மாமூலாய் விடப்பட்டார்களா, அல்லது மாமியார் வீட்டுக்கு அனுப்பப்பட்டார்களா? என்பது நாட்டுக்குத் தெரியவேண்டும். காவல் துறையே இதுகுறித்து அவ்வப்போது அறிக்கை விடவேண்டும். இரண்டாவதாக, பேருந்துகளில் ஆணுக்கும் பெண்ணுக்கும் தனித் தனி இடஒதுக்கீடு செய்வது இந்தப் பிரச்சனையை கூட்டுமே தவிர குறைக்காது. டில்லி போன்ற பெருநகர்களில் பேருந்து இருக்கைகளில் ஆணும் பெண்ணும் இணையாகவே அமருகிறார்கள். எந்த இளைஞனும் எந்த பெண்ணையும் சீண்டியதில்லை.

இதனை அவ்வப்போது டில்லிக்குச் செல்லும் நான் பேருந்துகளில் பயணிக்கும் போதெல்லாம் உன்னிப்பாக பார்த்தது உண்டு. அங்கே பெண் என்பவள் பாலியல் உருவகத்திற்கு அப்பாற்பட்ட ஒரு மானிடக்கூறு. அவ்வளவுதான். இத்தகைய சமத்துவ இருக்கையை படிப்படியாக இங்கே கொண்டு வந்தால் இந்தப் பிரச்சினை இல்லாது போகலாம். மூன்றாவதாக, இளைஞர்களுக்கு சமூகப் பொறுப்பை ஊட்டவேண்டும். அந்தக்காலத்து மாணவர்களாகிய எங்களுக்கு தேசியம் - திராவிடம் என்பதே பேச்சாகவும், சிந்தனையாகவும் இருந்தது. பெண்களை ஏளனம் செய்வதோ, குடித்துவிட்டு வகுப்புக்குப் போவதோ நாங்கள் கனவில்கூட கண்டறியாதவை.

உடல்தேவை அல்ல - பாலியல் உணர்வு என்பது உடல்தேவையாக இருக்கவேண்டும் என்பது அவசியம் இல்லை. காலில் அடிபட்டால், தொடையில் நெறிகட்டுவது போல், வேறுசில அடிப்படைப் பிரச்சினைகள், பாலியல் உணர்வில் வரும். பொதுவாக அடிமன பயம் வெளிமனப் பாலியலாய் தோன்றும். இந்தப் பயத்திற்கு பல்வேறு காரணங்கள் உண்டு. இப்படி வரும் பாலியல் மனநோய் பெண்கேலியாக வெளிப்படும். உடலுறவாலும் இந்த மனநோய் தீராது. அடிமனபயத்தை ஒழித்தால் வெளிமனப் பாலியல் வக்கிரம் விடுபடும். மனம் என்பது நெருப்பு மாதிரி எதையாவது ஒன்றை பற்றிக் கொண்டே நிற்கும். எனவே இளைஞர்கள் மனம் சமூகப்பொறுப்பை பற்றிக்கொள்ளுமாறு செய்ய வேண்டும். இவர்களுக்கு உளக் கோட்பாடுகளிலும் பயிற்சி கொடுக்கவேண்டும். இதனால், பெண்களை எள்ளி நகையாடுவது ஒருவித பேடித்தனம் என்பதை சம்பந்தப்பட்டவனால் அறிய முடியும்.

இறுதியாக, நமது திரைப்படங்களையும். தொலைக்காட்சிகளையும் பார்க்கும் போது இந்த நாட்டில் தனிக்கைக்குழு என்ற ஒன்று இருக்கிறதா என்ற கேள்வியும் எழுகிறது. இதன் விதிகளை கடுமையாக்கி, செயல்பாட்டை தீவிரமாக்க வேண்டும். இல்லையானால் இத்தகைய தனிக்கைக்குழு, திரைப்படத்துறை, தொலைக்காட்சி, பத்திரிகை, காவல் துறை, நீதிமன்றம் ஆகிய மாபெரும் அமைப்புக்களின் சார்பில், நமது பெண்களை, வம்பர்கள் அவமா-

னப்படுத்துவது தொடர்ந்து கொண்டே இருக்கும்.

இந்த சந்தர்ப்பத்தில் திரைப்பட அபத்தங்களையும் சொல்லியாக வேண்டும். அண்மையில் புதிதாக திருமணமான தன் தங்கையுடன், எனக்கு தெரிந்த ஒரு இளைஞர் அமெரிக்கா சென்றிருந்தார். அக்கா கணவரின் நண்பர்களான அமெரிக்கத் தம்பதிகள் புதுமண மக்களை வாழ்த்துவதற்கு அவர்கள் வீட்டுக்கு போயிருக்கிறார்கள். அப்போது ஒரு அமெரிக்கர், புதிய தம்பதியரைப் பார்த்து; 'நீங்கள் இரண்டு பேரும் டூயட் பாடி ஆடுங்கள்' என்று கேட்டிருக்கிறார். இவர்கள் மென்மையாக மறுத்ததோடு, அப்படி ஆணும் பெண்ணும் பாடிப்பாடி "பாடி"களை அணைத்துக் கொள்வது தமிழக மரபல்ல என்றும் தெரிவித்திருக்கிறார்கள்.

உடனே அந்த அமெரிக்கர், உங்கள் நாட்டு சினிமாக்களில் ஆணும் பெண்ணும் மரங்களைச் சுற்றியோ, மட்டைகளை சுற்றியோ, கோயில் குளங்களைச் சுற்றியோ ஆடுகிறார்களே, என்று கேட்டிருக்கிறார்கள். நமது தம்பதியர், சினிமாவில் வரும் டூயட் மாதிரி காதலன் காதலியோ, அல்லது கணவன் மனைவியோ பாட்டு பாடி ஆடுவதில்லை என்று விளக்கியிருக்கிறார்கள். அந்த அமெரிக்கர்கள் ஆச்சரியப்பட்டு போனார்களாம். இந்திய தம்பதியரோ அல்லது காதலர்களோ டூயட் பாடுவதைப் பார்த்துத்தான் இந்தியத் திரைப்படங்கள் காப்பி அடிக்கின்றன என்று அதுவரை நினைத்திருக்கிறார்கள். காரணம் அங்கே வாழ்க்கை திரைப்படமாகிறது. இங்கேயோ திரைப்படத்தை வாழ்க்கையாக்குகிற முயற்சி நடைபெறுகிறது.

அபத்தப் பிரியர்கள் - எனக்குத் தெரிந்து, இந்தியத் திரைப்படங்களில் மட்டுந்தான், டூயட் பாடல்கள் இடம் பெறுகின்றன. வேறு எந்த நாட்டுத் திரைப்படத்திலும், இப்படிப்பட்ட கோமாளித்தனங்கள் கிடையாது. தேவைப்பட்டால் ஒரு கிளப்பின் ஆடல் பாடல் காட்சிகளையோ அல்லது மேடை நிகழ்ச்சிகளையோ, டேப்புகளை போட்டோ உள்ளது உள்ளபடி காட்டுவார்கள்.

இந்தியத் திரைப்படங்களில் இத்தகைய நம்ப முடியாத டூயட் பாடல்கள், ஒருவனை வீரனாக்குவதற்காக முப்பது பேரை பேடியாக்குவது, மகன் இன்ஸ்பெக்டர், தந்தை கொள்ளைக்காரன், மகள் குற்றவாளி, தந்தை நீதிபதி, அம்மாவுக்குத் தெரிந்த மகன், மகனுக்கு தெரியாத அம்மா, எல்லாம் முடிந்த பிறகு இறுதியாக வரும் போலீஸ், நீதிமன்ற களேபரங்கள் போன்ற அபத்தமான காட்சிகளை மக்களும், அபத்தமாகவே ரசிக்கிறார்கள்; பெரும்பாலோருக்கு இது செயற்கைத்தனம் என்றும், ஒரு திரைப்படத்திற்கு தேவையான மசாலா என்றும் தெரியும். இப்படி தெரிந்து கொண்டுதான் ரசிக்கிறார்கள். அபத்தங்களை ரசிப்பதில் நம்மவர்களுக்கு ஒரு அலாதிப் பிரியம்.

ரத்தம் தேவைப்படாத கண்ணீர் - என்றாலும், விளையாட்டு, வினையாகும் என்பதுபோல், சினிமாத் துறையினர் எடுக்கும் சில அபத்தமான காட்சிகளும், கருத்துக்களும் சமூகத்திற்கு கேடு விளைவிக்கின்றன. இவர்-

கள், விஞ்ஞான விரோதமான கருத்துக்களை நம்ப வைத்து பல சமூக விபரீதங்களை ஏற்படுத்துகிறார்கள். இப்படி ஏற்படுத்தும் படங்களும் சக்கை போடு போடுகின்றன. எடுத்துக்காட்டாக, நடிகவேள் எம்.ஆர்.ராதாவை நாடறியச் செய்த ரத்தக் கண்ணீர் சினிமாவை மேற்கோள் காட்டலாம். இந்தப் படம், அந்தக் காலத்தில் கொடி கட்டிப் பறந்ததோடு, பரபரப்பாக பேசப்பட்டது. இதில் நடித்த எம்.ஆர்.ராதாவுக்கு, காந்தா என்ற தாசியோடு பாலியல் உறவு கொண்டதால் தான், அவருக்கு தொழுநோய் (குஷ்டரோகம்) வந்ததாக கதைக்கரு அமைந்திருந்தது.

இந்தத் நோய் பெண்களால் வரக்கூடியது என்ற ஒரு தவறான கருத்து அனைத்து மட்டத்திலும் இந்தப் திரைப்படத்தால் ஏற்பட்டது. இன்று கூட இதன் தாக்கம் உள்ளது. ஆனால் இந்த தொழுநோய் பெண்களோடான பாலியல் உறவால் வருவதல்ல. 'மைக்கோ பாக்டீரியம் லெப்ரேணி' என்ற கிருமிகளால் வரக்கூடியது. ஆகையால் இந்த நோய் உண்மையான பிரம்மச்சாரிகளுக்கும் வரலாம். இந்த விஞ்ஞான உண்மைக்கு புறம்பாக ரத்தக் கண்ணீர் திரைப்படம் தவறான தகவலை கொடுத்ததோடு பெண்களையும், கொடூரமாக நோக்குவதற்கு தளம் அமைத்துக் கொடுத்தது. இது குறித்து கவிஞர் தணிகைச்செல்வன் தினமணியில் விபரமாகவே எழுதியிருக்கிறார்.

சிறு பிள்ளைத்தனமான கற்பனை - சில ஆண்டுகளுக்கு முன்பு வெளியான ஒரு திரைப்படம். அதில் இளம் பெண்ணான ரேவதிக்கு ஏதோ ஒரு மனச்சிக்கலுக்காக 'ஹிப்னாட்டிஸம்' எனப்படும் வசீக சிகிச்சை வழங்கப்படும். இதன் மூலம் ஒருவரை அவரது கடந்த காலத்திற்கு கொண்டு செல்ல முடியும். இந்த சிகிச்சையின்படி, ரேவதி, ஐந்தாறு வயது குழந்தை பருவத்திற்கு போய்விடுவார். அந்தச் சமயம் பார்த்து, அவரை அந்த குழந்தைப் பருவத்திற்குள் அழைத்துச் சென்ற டாக்டருக்கு மாரடைப்பால் மரணம் ஏற்படும். இதற்குப் பிறகு இளம்பெண்ணான ரேவதி ஒரு குழந்தை போலவே பேசுவார்; நடப்பார். இவரை பழைய நிலைக்கு கொண்டு வருவதற்கு ஒரு கதை. இப்படிப்பட்ட ஒரு மட்டமான கற்பனை எப்படி தோன்றியதோ?

மனநோய் சிகிச்சைகளுக்கு, பல வழிகள் உள்ளன. இவற்றில் மிகவும் எளியது "ஹிப்னாட்டிஸம்" என்று சொல்லக்கூடிய வசிய முறை. மனநோயாளியை, ஒரு மெத்தைக் கட்டிலில் படுக்க வைத்து சுருள் சுருளான வட்டக் கோடுகளின் மையத்தில் உள்ள ஒரு புள்ளியை மட்டும் பார்க்க வைத்து, சம்பந்தப்பட்ட மனோதத்துவ நிபுணர் இன்னும் பத்து சொல்வதற்குள் உங்கள் மனம் நான் சொன்னபடி கேட்கும் என்று சொல்வார். உடனே அந்த நோயாளியின் மனமும் நிபுணரின் வசப்படும். இந்த சிகிச்சைக்கு நோயாளியின் ஒத்துழைப்பு அவசியம்.

அவர் நிபுணர் பேச்சைக் கேட்க வேண்டும் என்ற எண்ணமற்றவராக இருந்தால், "ஹிப்னாட்டிஸம்" எடுபடாது. என்றாலும், ஒத்துழைப்பு கொடுக்கும் மனநோயாளியை, அரை மயக்க நிலையில் வைத்து, அவரது அடி-

மனதை வெளிப்படுத்தி, குழந்தைப் பருவம், வாலிபப் பருவம் போன்றவற்றை நிபுணரால் வெளிக்கொண்டு வர முடியும். அந்த நோயாளின் அடிமனதில் மண்டிக் கிடக்கும் நிகழ்ச்சிகள் தொடர்பான உணர்வுகளை நோயாளியாலேயே பேச வைக்க முடியும். இதனால் அடிமனச்சுமை இறங்கும். பிறகு, இன்னும் பத்து சொல்வதற்குள் நீங்கள் பழைய படி ஆகிவிடுவீர்கள் என்று நிபுணர் சொல்லிவிட்டு, ஒன்று, இரண்டு என்று எண்ணும்போது சம்பந்தப்பட்ட மனநோயாளியும் இப்போதைய வயதுக்கு திரும்பி விடுவார்.

மனோதத்துவ நிபுணர் அந்தத் திரைப்படத்தில் வருவது மாதிரி ஒருவரை குழந்தையாக்கி விட்டு, சிவலோகமோ அல்லது பரலோகமோ போய்விட்டாலும், அந்த மனநோயாளி சிறிது இடைவெளிக்குப் பிறகு சகஜ நிலைக்கு திரும்பி விடுவார். மனோதத்துவ நிபுணரின் ஆணைகள் கேட்கப்படும் வரைக்குமே, அந்த நோயாளி குறிப்பிட்ட பருவக்கட்டத்தில் இருப்பார். அந்த ஆணைகள் தொடர்ந்து கிடைக்காது போனால், நோயாளி மனோவசிய நிலையில் இருந்து பழைய நிலைக்கு தானாகவே மீண்டு விடுவார்.

இந்தச் சிகிச்சையையும் அதிக நேரத்திற்கு செய்ய முடியாது. அதாவது மனநோயாளியை அந்த நிபுணரின் மனோ ஆதிக்கத்தில் அதிக நேரம் வைத்திருக்க முடியாது. இப்படிப்பட்ட நிலையில், குழந்தைப் பருவத்திற்கு கொண்டு போகப்பட்ட கதாநாயகி, ஆண்டுக்கணக்கில் குழந்தை போலவே ஆகிவிடுவதாக காட்டுவது அப்பட்டமான அறியாமை. அல்லது வேண்டுமென்றே காது குத்தும் முயற்சி. ஆனாலும், காதுகள் குத்தப்படாமல் ரசிகர்களின் மூளை குத்தப்படுகிறது.

பொதுவான பாமரத் தனங்கள் - பெரும்பாலான திரைப்படங்களில், பொதுவான பாமரத்தனங்களை நாம் பார்க்கலாம். வில்லன், கதாநாயகியையோ அல்லது அவள் தந்தையையோ கடத்திக் கொண்டு போவான். மறைவான ஒரு இடத்தில் கட்டிப் போடுவான். பிறகு துப்பாக்கி முனையில் அத்தனைச் சொத்துக்களையும் கதாநாயகி அல்லது அவள் தந்தை தனக்கு எழுதி கொடுத்ததாக ஒரு பத்திரத்தை காட்டி அதில் கையெழுத்து போடச் சொல்வான். கதாநாயகி மறுப்பாள் அல்லது கையெழுத்துப் போட்டு தியாகம் செய்வாள்.

இது அபத்தத்திலும் மோசமான அபத்தம். ஒருவர் தனக்கு உரிமையான சொத்துக்களை பிறருக்கு கொடுக்க வேண்டுமென்றால், பத்திரம் எழுதி கையெழுத்து போட்டால் மட்டும் செல்லாது. எந்தச் சொத்தையும் அரசு பதிவு அலுவலகத்தில் முறைப்படி பதிவு செய்ய வேண்டும். விற்பவர் அங்கே சென்று சார்வு பதிவாளர் முன்னால் கையெழுத்துப் போடவேண்டும். அவர் கேட்கும் சந்தேகங்களுக்கு விடையளிக்க வேண்டும். நிலைமை இப்படி இருக்கையில், ஏதாவது ஒரு பத்திரத்தில் ஒரே ஒரு கையெழுத்து போட்டுவிட்டால் எல்லாம் முடிந்து விடும் என்பதுபோல், நமது சினிமாக்காரர்கள் இந்தப் பொய்யை பரவலாக பரப்பி விடுகிறார்கள்.

திரைப்படங்களில் பொதுவாக வரும் இன்னொரு பாமரத்தனமான கருத்து. ஒருவர் தலையில் அடிபட்டு பைத்தியமாகத் திரிவார். இடைவேளைக்குப் பிறகு அதே தலையில் இன்னொரு அடிபட்டு அவருக்கு பைத்தியம் தெளிந்துவிடுமாம். இப்படி பைத்தியக்காரத்தனமான படங்களை பார்க்க வேண்டியது நமது தலைவிதியாகி விட்டது. இன்னும் ஒரு பொதுப்படையான காட்சி. கதாநாயகன், கடத்தப்பட்ட காதல் பெண்ணை தேடிப் போகவேண்டிய நிர்ப்பந்தம் ஏற்படும். அவனிடமோ வாகனம் ஏதும் இருக்காது.

உடனே ஒரு சைக்கிள்காரனை அடித்துப் போட்டுவிட்டோ அல்லது கார்க்காரனை பள்ளத்தில் உருட்டி விட்டோ அந்த வாகனத்தை ஓட்டிக்கொண்டு ஓடுவான். இதற்கு ரசிகர்களின் கைதட்டும் பலமாக இருக்கும். இப்படிச் செய்வது ஒரு கிரிமினல் குற்றம். இதை உண்மையாகவே செய்கிறவனுக்கு சிறைத் தண்டனை கிடைக்கும். ஆனால் அப்படி நடிப்பவருக்கோ லட்சக்கணக்கில் பணம் கிடைக்கும். இப்படிப்பட்ட நாயகனை போல் அவன் ரசிகன் நடந்து கொண்டால் இந்த சமூகம் என்னாவது?

கொச்சைப் படுத்தப்படும் கிராமங்கள் - என் வீட்டிலும் தொலைக்காட்சி இருப்பதால், என் விருப்பத்திற்கு விரோதமாக சில திரைப்படங்களை பார்க்க வேண்டிய கட்டாயம் ஏற்பட்டுள்ளது. அண்மையில் நான் பார்த்த ஒரு படத்தில், கதாநாயகனான கார்த்தி, காதலர்களை ஒன்று சேர்த்து வைத்த குற்றத்திற்காக, ஊர்ப்பஞ்சாயத்து அவருக்கு பூமி பூஜை என்ற தண்டனை வழங்குகிறது. இதன்படி, சாத்திர சம்பிரதாயங்களோடு, மாலை மரியாதைகளோடு அவர் ஒரு குழிக்குள் இறக்கப்படுகிறார்; மண்ணை மூட வேண்டியதுதான் பாக்கி. இப்படி எந்த ஊரில் பூமி பூஜை என்கிற உயிரோடு சமாதி வைத்தல் நடைபெறுகிறது? நடைபெறாத ஒரு கொடூரத்தை நடைபெறச் செய்ய நினைப்பதும் சட்டப்படியான குற்றமே.

இன்னொரு படத்தில், கதாநாயகி தன் கையால் கன்னத்தில் அறை வாங்கும் ஊர்வாசிகள் ஒவ்வொருவருக்கும் தலைக்கு பத்து ரூபாய் வழங்கப்படும் என்று அறிவிக்கிறாள். உடனே ஊரே அவளிடம் அடி வாங்கி, தலைக்கு பத்து ரூபாய் வாங்க திரள்கிறதாம். இன்னொரு படம். இந்தப்படம் அதன் அப்போதைய புதிய இயக்குநரை நாடறியச் செய்து, என் உயிரினும் இனிய தமிழ் மக்களே என்று பேச வைத்திருக்கும் வெற்றித் திரைப்படம். இந்தப் படத்தில் வறண்டு போன ஊருக்கு, மழையை வருவிப்பதற்காக, கன்னி கழியாத இளம் பெண் ஒருத்தி அந்த ஊரைச்சுற்றி நிர்வாணமாக போகிறாளாம். எந்த ஊரிலும் நடைபெறாத சம்பவம் இது. ஆனாலும், இந்தக் காட்சியை அந்த இயக்குநர் அரசு விருதுகள் சாட்சியாக நியாயப்படுத்துகிறார். இப்படி கிராமங்கள் கொச்சைப் படுத்தப்படுகின்றன.

கொடூரமான கொடுமை - கொடூரமான கிரிமினல் செயல்பாடுகளையும், நமது திரைப்பட நண்பர்கள் வியாபாரமாக்க தயங்குவதில்லை. உதாரணமாக, பத்து பதினைந்து ஆண்டுகளுக்கு முன்பு ரங்கா, பில்லா என்ற இரண்டு

கொடூரமான ரவுடிகள் புதுதில்லியில் புத்தர் பூங்காவில், ஒரு ராணுவ அதிகாரியின் மகளை கற்பழித்து கொடூரமாக கொன்றார்கள். ஆனால், இவர்களின் பேரில் இங்கே திரைப்படங்கள் தயாரிக்கப்பட்டு வெற்றிகரமாக ஓடின. இவற்றின் கதைக்கருக்கள் மாறுபட்டது என்றாலும், அப்போது பரவலாக பேசப்பட்ட கொடிய கயவர்களின் பெயர்களை திரைப்படங்களுக்கு வைத்தது ஒரு இழிவான வியாபாரத்தனமாகும்.

மேலே குறிப்பிட்டுள்ள எடுத்துக்காட்டுகள் ஒரு பானை சோற்றுக்கு ஒரு சோறு பதம் என்பது மாதிரிதான். அபத்தங்களை பட்டியலிட்டால் பெரும்பாலான திரைப்படங்கள் தேறாது. திரைப்படங்களில் பேன்டஸிணி (எஆசபஆஈவ) எனப்படும். நம்பமுடியாத அதீதங்கள் தேவைப்படலாம். ஆனால் இவையே விஞ்ஞானத்திற்கு புறம்பாகவும், சமூகத்தில் நிலவாத சம்பவங்களை காட்சிப் படுத்துவதாகவும் இருக்கலாகாது. ஆனால் நமது திரைப்படக்காரர்களோ செயற்கையான திரைப்படங்களை எடுப்பதன் மூலம் இப்போது மக்களையும் செயற்கையாக்கிக் கொண்டு வருகிறார்கள்.

ஒரு வேண்டுகோள் - திரைப்படத் துறையினருக்கு, இந்த சமூகத்தின் சார்பில் ஒரு பணிவான வேண்டுகோளை விடுக்க வேண்டியதாகிறது. இவர்கள், வெறும் கனவு வியாபாரிகளாக இல்லாமல், சமூகப் பொறுப்புள்ள கலைஞர்களாகவும் பரிணாமப்பட வேண்டும். மத்திய அரசு சார்பில் திரைப்படத் தணிக்கைக்குழு ஒன்று இருப்பதாக அறிகிறேன். இந்தக் குழு காட்சிகளை தணிக்கை செய்கிறதே தவிர, விஞ்ஞான அல்லது சமூக விரோதமான கதைக்கருக்களைப் பற்றிக் கவலைப்படுவதில்லை. இதற்குக் காரணம் இந்த குழுவில் பெரும்பாலும் திரைப்பட வியாபாரிகளும், சமூகப் போலிகளுமே இடம் பெற்றிருக்கிறார்கள். இதில் மருத்துவர், பேராசிரியர், பொறியாளர், சமூகப் பொறுப்புள்ள எழுத்தாளர், சமூக சிந்தனையாளர் போன்றவர்களையும் சேர்க்க வேண்டும். இதனால் திரைப்பட அபத்தங்கள் குறையாது போனாலும், விஞ்ஞானத்திற்கும், சமூக பொறுப்புக்கும் எதிரான கருத்துக்கள் இடம்பெறாது என்று நம்பலாம்.

11. போராளித் துறவி சாலய்யார்...

பேராசிரியர் சாலய். இளந்திரையனார் அவர்களைக் குறித்து, இந்தக் கட்டுரையை எழுதும் இந்தத் தருணத்தில், நான் நெகிழ்ந்தும், குழைந்தும் போகிறேன். அவரோடு சம்பந்தப்பட்ட எனது உறவாடல் நிகழ்ச்சிகளை நினைத்துப் பார்க்கிறேன். பொதுவாக கடந்தகால நிகழ்ச்சிகள் மனதில் மங்கலான சுவடுகளாகவே தெரியும். ஆனால், சாலய்யாரைப் பற்றிய எனது நினைவுகள் முன்னைய நிகழ்ச்சிகளைவிட வலுவான நிகழ்ச்சிகளாக, மனதில் மறு காட்சிகளாய்த் தோன்றுகின்றன.

1966ஆம் ஆண்டு ஏப்ரல் மாதம்.... - நான் புதுதில்லியில் வானொலி அமைப்பின் செய்திப் பிரிவில் உதவி ஆசிரியராக பொறுப்பேற்ற வேளை. என் பணியிடத்தில் எனக்குப் பெரிய அதிர்ச்சியே காத்திருந்தது. அங்கு பணியாற்றிய மேட்டுக்குடி தமிழர்கள் என்னைப் பகைப் பார்வையாகவே பார்த்தார்கள். என் மொழி பெயர்ப்பை சிதைத்து, என் மனதைச் சிதைக்க முயற்சித்தார்கள். பிறமொழி மேலதிகாரிகளுக்குப் 'போட்டு'க் கொடுத்தார்கள். அவர்களுக்கு, நான் ஒரு தீண்டத்தகாதவனாகவே தென்பட்டேன். என் நிற-மும், பேச்சும், பதவியும் அவர்களின் காலங்காலமான பதவிப் பட்டாவிற்கு வில்லங்கமாக தோன்றியது. நான் வாழ்ந்த கரோல் பாக்கிலும் இதே நிலை-மைதான். அப்போதுதான், வடமொழித் தமிழர்கள் பெரும்பான்மையாய் இருக்கும் இடத்தில்தான், அவர்களது சுய ரூபத்தை அடையாளம் காண-முடியும் என்று தந்தைப் பெரியார் தெரிவித்த கருத்தின் முழுத் தாக்கமும் எனக்குப் புரிந்தது.

இந்தச் சமயத்தில்தான் சாலய்யார் அவர்கள் எனக்கு அறிமுகமானார். அதுவும் வேறுபட்ட சூழலில் அறிமுகமானார். அங்குள்ள ஒரு சாதியினர், ஒரு சாதி அமைப்பை உருவாக்கி, சாலய்யாரை அதில் சேரச்சொன்னார்கள். அவர், அவர்களை "திட்டி"யதோடு, திட்டவட்டமாக மறுத்துவிட்டார். ஆனால் நான், இந்த முயற்சியை, புதுதில்லிக்கு வந்திருக்கும் 'காலா மதராசி'களில் ஒரு பிரிவினரின் எழுச்சி என்று அனுமானித்து, பட்டும் படா-மலும் கலந்து கொண்டேன். சொந்தச் சாதியைச் சேர்ந்தவர்களை, கைத்தடி-களாக பல இலக்கியவாதிகள்கூட பயன்படுத்திக்கொள்ளும்போது, பேராசிரியர் அதற்கு மறுத்தது, நாளடைவில் என்னை ஒரு சாதிய மறுப்பாளனாக பரி-ணமிக்க வைத்தது.

இரண்டு வகை உறவாடல் - எவருக்கும் இரண்டு வகையான உறவாடல் உண்டு. ஒன்று சொந்த உறவாடல். இன்னொன்று சமூகச் சிந்தனை வெளிப்-பாடுகளில் ஏற்படும் சமூக உறவாடல். இத்தகைய இரண்டு உறவாடல்களும், ஒன்றுக்கொன்று, சம்பந்தமில்லாமல் இருக்கலாம். இப்படித்தான் எல்லோரை-யும்போல் எனக்கும் இந்த இரண்டு வகை உறவாடல் உள்ளன. ஆனால், சாலய்யாரிடமும், அவரது துணைவியாருடனும், நான் கொண்ட உறவு, இந்த இரண்டு வகைகளையும் கொண்டது. என்னை சொந்த சகோதரனாகவே இருவரும் கருதினார்கள். அதே சமயம், தமிழ்ச் சமூகத்தின் புதிய முளை-களில் ஒன்றாகவும் அனுமானித்தார்கள். தில்லித் தமிழ்ச் சங்கத்திலும், பல்-வேறு இலக்கிய நிகழ்ச்சிகளிலும், என்னைப் பங்கெடுக்க வைத்தார். இந்த மகத்தான குடும்பத்திடம், நான் ஒரு மாணவனைப்போல சமூக நிகழ்வுகளுக்-கான காரணங்களை கண்டுபிடித்திருக்கிறேன்.

நாடாளுமன்ற உறுப்பினர்களும், அரசு ஊழியர்களும் தத்தம் அரசாங்கக் குடியிருப்புகளை வாடகைக்கு விட்டு பணம் சம்பாதிப்பதற்காக, அதே குடி-யிருப்பில், ஒற்றை அறையில் தங்களைத் தாங்களே சிறைவைக்கும் சூழலில்,

சாலய்யார் விசாலமான வீட்டில் குடியிருந்தார். இப்படி குடியிருப்புகளை வாடகைக்கு விட்ட எம்.பி.க்களை கண்டித்தும் கட்டுரை எழுதினார். அண்ணா உள்ளிட்ட அனைத்துத் தலைவர்களும், டில்லிக்கு வந்தால் அவரைப் பார்க்காமல் சென்றதில்லை. நாடாளுமன்ற உறுப்பினர்களில் பலர் அவரது மாணவர்கள். இப்படி, சமூகத் தலைமை கொண்ட பலருடன் பேசுவதற்கே நேரமில்லாமல் இருந்த சாலய்யார், என்னையும் அவர்களுக்கு இணையாகவே நடத்துவார். என்னை மட்டுமல்ல, டில்லி மாநகரில் படிக்காத பாமரத் தமிழர்களிடமும்கூட, படிப்பாளிகளிடம் எப்படி நடந்து கொள்வாரோ, அப்படியே நடந்து கொள்வார்.

தொழில் ரகசியம் - நானும், ஓய்வு கிடைக்கும் போதெல்லாம், குறிப்பாக ஞாயிற்றுக் கிழமைகளில், அவரது வீட்டிற்குச் செல்வேன். அரிசியில்லாச் சாப்பாடு அதிகாரப் பூர்வமாக செயல்பட்ட சமயத்தில், சாலய்யார் வீடு எனக்கு ஒரு பசியாற்றும் தளமாக விளங்கியது. சாலய்யாருடனும், அவரது துணைவியார் சாலினியுடனும், நான் பணியில் படுத்தப்படும் பாட்டை, அழாக்குறையாகத் தெரிவித்ததுண்டு. அப்போது, சாலினி அவர்கள், ஒரு தாய்மைப் பார்வை வீசுவார். சாலய்யார் ஒரு கோபப் பார்வை வீசுவார். எனது இன்னல்கள் தொடர்வதைக் கண்ட அவர், ஒரு நாள், ஒரு தொழில் ரகசியத்தையும் எனக்குச் சொல்லிக் கொடுத்தார். தகவல் ஒலிபரப்பு அமைச்சகத்தில், விளம்பரக் கண்காட்சித் துறையில், சிறிதுகாலம் தாம் பணியாற்றியதைச் சுட்டிக்காட்டி, அங்கே, இப்படிப்பட்ட சந்தர்ப்பங்களில் தான் கொடுத்தப் பதிலடியை எனக்கு விலாவாரியாக விளக்கினார். இதனை நானும் பயன்படுத்தத் துவங்கியதில் இருந்து, எனது இன்னல்கள் ஒரேயடியாகப் போயின. என்னுள் ஏற்பட்ட தாழ்வு மனப்பான்மை போயிற்று.

தில்லிப் பெருநகரில், இப்போது எப்படியோ, அப்போது அதாவது முப்பது, முப்பத்தைந்து ஆண்டுகளுக்கு முன்பு, சிவப்புத் தமிழர்களும், கறுப்புத் தமிழர்களும், எண்ணெயும் நீறுமாகவே இருந்தார்கள். மண்வாசனைத் தமிழர்கள், தந்தைப் பெரியாரின் தீவிரப் பணியாலும், பெருந்தலைவர் காமராசரின் அரசுத் தலைமையாலும், அப்போதுதான் சிறிது சிறிதாக, தில்லியில் காலூன்றிய காலம். இவர்கள் அத்தனைப் பேருக்கும். சாலய்யார் அவர்களே தலைவராகவும், முன்மாதிரியாகவும் விளங்கினார். இதை, மனதில் கொண்டோ என்னவோ, சிவப்புத் தமிழர்களைக் கொண்ட தில்லித் தமிழ்ச்சங்கம், நமது பேராசிரியரின் தலைமையை ஏற்றுக்கொண்டது. இவரது பங்களிப்பு இல்லாமல், அந்தக் காலத்தில் தமிழ்ச்சங்க நிகழ்ச்சிகள் எதுவுமே நடந்ததில்லை. சாலய்யாரின் தாக்கத்தால், இத்தகைய மேட்டுக்குடி தமிழர்களும், தங்களைத் தாங்களே, மறுபரிசீலனை செய்து மண்வாசனைக்கு உரியவர்களாய் மாறினார்கள் என்பதையும் பதிவு செய்தாக வேண்டும்.

தமிழ்ச்சங்கத் தலைமை - நானும், தில்லித் தமிழ்ச்சங்கத்தில், சாலய்யார் தலைமையில், கவியரங்கம், பேச்சரங்கம் போன்றவற்றில் பங்கெடுத்திருக்கி-

றேன். ஒரு நிகழ்ச்சி இன்னும் நன்றாகவே நினைவுக்கு வருகிறது. அந்தச் சங்கத்தின் மலரை (சுடர்), உருவாக்கும் பொறுப்பு சாலய்யாரிடம் வழக்கம்போல் ஒப்படைக்கப்பட்டிருந்தது. பேராசிரியரும், தமிழ்ச்சங்க துணைத்தலைவரும், தமிழறிஞருமான விஸ்வநாதன், அவர்களின் உதவியோடு, இந்த மலர்களை செம்மையாகத் தயாரிப்பதுண்டு. இவற்றில் ஒன்றில், “நான் ஒரு மூடன்” என்று நான் எழுதிய கவிதை பிரசுரமானது. சராசாரியான ஒருவருக்கு, வானொலிப் பெட்டியின் உள் நுணுக்கங்களோ, அல்லது ஒலிபரப்பின் விஞ்ஞான முறைமைகளோ தெரியாதுபோனாலும், அந்த வானொலிப்பெட்டியில் எதைஎதை எப்படித் திருகினால், இசையோ அல்லது சொற்பொழிவோ கேட்கும் என்பதைத் தெரிந்து வைத்திருப்பார்.

இதுபோல் ‘எனக்கு முருகனுக்கு வேல் இருப்பதாகவோ, மயில் இருப்பதாகவோ, முருகன் என்ற ஒன்று இருப்பதாகவோ தெரியாது. ஆனாலும், முருகக் கோயிலுக்கு நான் போனால் எனக்கு நினைத்தது நடக்கிறது, வேண்டுமானால் என்னை மூடன் என்று சொல்லுங்கள், கவலையில்லை’ என்ற பொருளில் அந்தக் கவிதையை எழுதி இருந்தேன். இதைப் பற்றிக் கருத்துச் சொல்லும்படி, சாலய்யாரை வம்புக்கும் இழுத்தேன் உடனே அவர், “நீங்கள் மூடனாகவே இருப்பதாகத் தீர்மானித்தால், நான் என்ன செய்ய முடியும்?” என்று கேட்டார். என் முகம் சுருங்கியதைப் பார்த்த, மிகச்சிறந்த மனிதநேயரான அவர், “உங்கள் கவிதை எனக்கு ஏற்புடையது இல்லையென்றாலும், அது நல்ல கவிதை” என்பதுமாதிரி பாராட்டினார்.

வால்டேர் வழியில்.... - சாலய்யாரிடம், எனக்கு பல கருத்து வேறுபாடுகள் உண்டு. இது எப்போதுமே மோதல்கள் ஆனதில்லை. அந்தக்காலத்தில், அவரது வீட்டில், உணவருந்திக்கொண்டே அவரது கருத்துகள் சிலவற்றை மறுப்பேன். சாலினி அவர்கள், தனது துணைவரோடு சேர்ந்து எனது கருத்துகளுக்கு எதிராக வாதாடுவார். பலசமயம், சாலய்யாரின் அணுகுமுறைக்கு என்னை உட்படுத்திக் கொள்வேன். சில சமயம், முற்றிலும் மாறுபடுவேன். இந்த இரண்டு சமயங்களிலும், சாலய்யார் மகிழ்ச்சியும் அடையமாட்டார். வருத்தமும் கொள்ள மாட்டார். பிறருக்கு உள்ள மறுப்புரிமையை வால்டேரைப்போல, முழுமையாக அங்கீகரித்தவர். ஆரம்பகாலத்தில் அவருடன், நான் மேற்கொண்ட கருத்துப் பகிர்வு, என்னை ஒரு சமூகப் போராளி எழுத்தாளனாக உருவாக்குவதற்கு முக்கியக் காரணங்களில் ஒன்றாகும். நான் ஆரம்ப காலத்தில் எழுதிய, ‘வளர்ப்பு மகள்’ என்ற நாவல், நடுவண் அரசின் மேல்நிலைப் பள்ளிகளில் பன்னிரண்டாவது வகுப்பிற்கு பாடநூலாக வைக்கப்பட்டதற்கு, சாலய்யாரே காரணம்.

பலாப்பழம் போல்வார்.... - சாலய்யார் அவர்கள், ஒரு பலாப்பழம் மாதிரி. அவரது அடலேறான தோற்றமும், பேச்சும் ஆரம்பத்தில், முன்பின் அறியாதவர்களுக்கு ஒரு அச்சத்தைக் கொடுக்கும். ஒரே ஒரு நிமிடம் தான். அதற்-

குள் அந்த பலாப்பழமே தானே உடைந்து, தனது சுளைகளைக் காட்டும். ஒருபக்கம் போராளியாக இருந்த அவர், மறுபக்கம் எல்லாப் போராளிகளையும்போல ஒரு சேயாகவும், தோன்றினார். இத்தகையப் பலாப்பழத்தை கண்டறிந்து, உண்டறிய முடியாத - தமிழகத்தில் வாழும், சாதிகெட்ட தமிழனை, செம்மைப்படுத்த பல்வேறு திட்டங்களோடு சென்னைக்கு வந்தார். இதற்காகவே வசதியாக வாங்கிய சம்பளத்தையும் உதறிவிட்டு ஓடிவந்தார். ஆனால், இந்தத் தமிழன் அவரை கண்டுகொள்ள வேண்டிய அளவிற்கு கண்டுகொள்ளவில்லை. இது அவரது தோல்வி அல்ல. சினிமாத்தனங்களிலும், காலடிக் கலாச்சாரத்திலும் சிக்கிக் கிடக்கும் தமிழனின் தலைவிதி இது. இவன், சாலய்யார் போன்றோரின் தலைமைக்கு தகுதி இல்லாதவனாகவே இருந்து வருகிறான்.

வித்தும் - விளைச்சலும்... - எனது நிழல் முகங்கள் என்ற நாவலில் ஒரு காட்சி. இந்திய ஆட்சிப்பணிக்குத் தேர்ந்தெடுக்கப்பட்ட இளங்கோ என்ற கருப்புத் தமிழ் இளைஞன், தமிழகத்தின் அவல நிலைக்கு தமிழ்ப் பழைமை மீட்பு வாதத்தில் மனம் செலுத்தும் தமிழாசிரியர்களும் ஒரு காரணம் என்று ஒரு ரயில் பயணத்தில் விமர்சித்தபோது, அதற்குப் பதிலாக பேராசிரியர் சோமய்யா என்ற பாத்திரம் இப்படிப் பேசும்:

“முற்போக்குத் தமிழனுக்கும், கெட்டதுகளில் நல்லது இருப்பதைக் கண்டுபிடிக்க இப்போதைக்கு முடியவில்லை என்பதற்கு நீயும் ஒரு உதாரணம். இப்போதைய தமிழறிஞர்களிலே உன்னைவிட வேகமாக சிந்திப்பவர்கள் இருந்தார்கள், இருக்கிறார்கள்.... உதாரணத்துக்கு காலஞ்சென்ற இலங்கைத் தமிழறிஞர் கைலாசபதி.... நெல்லைத் தமிழறிஞர் வானமாமலை..... இன்னும் நம்மிடையே வாழும் பேராசிரியர்கள் சிவத்தம்பி.... சாலய் இளந்திரையன்... முகவை ராசமாணிக்கம்.....”

அந்த நாவலில் தமிழாசிரியரான சோமய்யா, தனது துணைவியாருடன் தில்லிப் பல்கலைக் கழகத்தில் பணியாற்றுபவர். கோடை விடுமுறைகளில் தமிழகம் முழுவதும், பகுத்தறிவு அடிப்படையில் இலக்கியச் சொற்பொழிவுகளை நிகழ்த்துபவர். இந்த சோமய்யா பாத்திரத்தையும், சாலய்யாரையும், சாலினியையும் மனதில் வைத்தே எழுதினேன்.

சமூகக் காரணங்களுக்காக சாலய்யார் அவர்களோடு நான் தொடர்பற்றிருந்த காலக்கட்டத்தில், எழுதப்பட்ட நாவல் இது. அப்படி எழுதியதாக நான் அவரிடம் தெரிவிக்கவும் இல்லை. ஆனாலும் அந்த நாவல் அவரது பார்வைக்குச் சென்றுள்ளது. ஒரு நிகழ்ச்சியில் சாலய்யாரை சந்திக்கும்போது, இந்த நாவலில் அவரை நான் குறிப்பிட்டதற்காக சிறிது நெகிழ்ந்து போனார். இப்படிச் சொல்வதால், நான் அவருக்கு ஏதோ சலுகை வழங்கியதாகக் கூறவில்லை. இன்றையக் காலக்கட்டத்தில் மண்வாசனைப் படைப்பாளிகளுக்கும், தமிழாசிரியர்களுக்கும் பொதுவாக தொடர்போ, அல்லது இலக்கியப் பரிமாற்றமோ அதிகமாக இல்லை.

ஆனால் சாலய்யார் பழமை இலக்கியத்தையும், நவீன இலக்கியத்தையும் நன்கு அறிந்தவர். எல்லாவற்றிற்கும் மேலாக தமிழாசிரியர்கள் இடையே சுய-மரியாதையைக் கொடுத்த ஒருசில பேராசிரியர்களில் ஒருவர், சாலய்யார். அவரது முன்மாதிரி நோக்காலும், போக்காலும், தமிழாசிரியர்கள் புதுமைச் சிந்தனையாளர்களாகவும், சமூகப் போராளிகளாகவும் விளங்குகிறார்கள். சாலய்யார் போன்றவர்கள் நட்ட வித்துக்களே இப்படிப்பட்ட விளைச்சலாகப் பெருகியுள்ளது.

புகழ் மறுத்த துறவிப் போராளி - சாலய்யார் சிறிது விட்டுக்கொடுத்திருந்-தால், அவரது தகுதிக்குரிய பல்கலைக் கழகத் தலைவர் பதவி உள்ளிட்ட பல பொறுப்புகள் அவருக்கு வந்திருக்கும். ஆனாலும் மெய்ப்பொருள் என்-பது, பதவியைவிட மேலானது என்று திட்டவட்டமாகக் கருதியவர், கடைபி-டித்தவர். எந்தப் பதவியும், மனிதப்பதவிக்கு மேலானதல்ல என்று உறுதியுடன் நம்பியவர். ஆகையால் அருகில் தோன்றிய பொறுப்புக்கான வாய்ப்புக்களை, தொலைவாய்ப்..... புறந்தள்ளிவிட்டு, ஒரு போராளித் துறவியாகச் செயல்பட்-டவர்.

என்றாலும், சாலம்யார் அவர்கள் மரணத்திற்குப் பிறகு, மறுபிறவியாய் விசுவரூபம் எடுத்திருக்கிறார். இவரது மரணம் நம்முள் மரணமுற்ற சுயமரி-யாதை, தன்னல மறுப்பு, தமிழ் நேயம் போன்ற நெறிகளை மரித்தெழச் செய்-திருக்கிறது. இப்போதாவது, பல்வேறு அமைப்புகள் சாலய்யாரின் மரணம், தமிழ் நெறிகளின் மரணமாகும் சூழலைப் புரிந்து கொண்டது பாராட்டத்தக்-கது. அவரை மையமாக வைத்து நிகழ்ச்சிகளை நடத்தாத அமைப்புகள்-கூட. இப்போது, அவரைப்பற்றி நிகழ்ச்சிகளை அமைப்பதும், நிகழ்ச்சிகளை இதழ்களில் எழுதுவதும், காலம் தாழ்த்திய செயற்பாடு என்றாலும், பாராட்-டிற்குரியது. சாலய்யாரின் நினைவைப் போற்றுவதென்பது, அவரது நெறிக-ளைப் போற்றுவதே! அவரைப்போல், புகழை விரும்பாதத் துறவியாக, எந்த விவகாரத்திலும் உள்ளதை உள்ளபடிச் சொல்லும் சிந்தனையாளராக, எந்தப் போராட்டத்திலும் முதலில் நிற்கும் போராளியாக நாம் நிற்பதே அவருக்குச் செய்யும் சேவையாகும்.

சாலய்யார் விட்டுச் சென்ற பணிகளை, அவருக்கு இணையாக செயல்-படுத்தும் ஆற்றல் கொண்டவர் சாலினியார் அவர்கள். இவர்கள் இருவரும், வீட்டிலும் மேடையிலும் ஒரேமாதிரியான பார்வை கொண்டவர்கள். ஒரு இம்மி அளவுகூட கருத்து வேறுபாடு கொள்ளாதவர்கள். ஒரு சுயமரியாதைப் போராளி, எப்படி மனைவியை நடத்த வேண்டும் என்பதற்கு சாலய்யாரும், இதே நெறிகளைக் கொண்ட ஒரு மனைவி, எப்படிக் கணவனிடம் நடந்து-கொள்ள வேண்டும் என்பதற்கேற்ப என்பதற்கேற்ப சாலினியாரும் இருந்தனர்.

இந்த இருவருக்கும் இணையாக எவரும் இருப்பார்களா என்பது சந்தே-கமே. இப்படி இவர்கள் இணையான இணை. இந்த இணையில் ஒருவர் நம்-மோடு வாழ்கிறார். அந்தச் சாலினியாரின் தலைமையில் நம்மிடையே நிலவும்

ஒருசில கருத்து வேறுபாடுகளுக்கு அப்பாற்பட்ட, தமிழனுக்கு உரிய பொது-விவகாரங்களுக்கு போராடுவது சாலய்யாருக்கு ஒரு நிரந்தரமான நினைவா-கும். அதேசமயத்தில், தக்காரும் மிக்காரும் இல்லாமல் மானுட சேவைக்-கென்றே வாழ்ந்த சாலய்யாருக்கு, அரசோ அல்லது நாமோ ஒரு நினைவு மண்டபத்தை அமைக்க வேண்டும்; அமைத்தாக வேண்டும்.

12. அரவானிகள்

ஆணின் உடம்பில் சிறை பட்டிருக்கும் பெண்களைப் பார்த்திருக்கிறோமா? கேள்விப்பட்டிருக்கிறோமா?

அனைவரும் பார்த்திருக்கிறார்கள். ஆனால் கேள்விப்பட்டதில்லை எங்-கேயாவது ஒரு இடத்தில் குறிப்பாக கடைகண்ணிகளில், கூத்துக்களில், கடற்-கரைகளில், நகரப் பேருந்து நிலையங்களில் இவர்களைப் பார்த்திருக்கிறோம். ஆனால் இவர்கள்தான், ஆணுடம்பில் அடைபட்டிருக்கும் பெண்கள் என்-பதை அறிய மாட்டோம். இவர்களைப் பார்த்ததும், நயத்தகு நாகரிகமான வர்களுக்கும் உதட்டோரம் ஒரு கேலிச் சிரிப்பு ஏற்படும். சிலர் ஒதுங்கிப் போவார்கள். பலர் ஒதுக்கிப் போவார்கள். கீழ்மட்ட ரவுடிகளும், கேடிகளும் இவர்களை "பொட்டை" என்பார்கள். ஆனாலும் இவர்கள் பொட்டைகள் அல்ல. பலர் நினைப்பது போல், பாலியல் உணர்வு இல்லாத ஆண்மையற்-றவர்களும் அல்ல. ஓரினச் சேர்க்கையில் ஈடுபடுகிற ஆண்களும் அல்ல.

இவர்கள் அவர்கள் அல்ல - ஆண்மையற்றவர்கள், ஒரு ஆணுக்குரிய சகலத்தோற்றத்தோடும் அறிவோடும் விளங்குவார்கள். அதேசமயம் இவர்க-ளுக்கு பாலுணர்வு முற்றிலும் கிடையாது. இவர்களை நகரங்களில் 'ஒன்பது' என்றும், தென் மாவட்டங்களில் 'பெத்தட்டிகள்' என்றும் குறிப்பிடுவார்கள் இதேபோல் ஓரினச்சேர்க்கையில் ஈடுபடுகிறவர்கள், சராசரி சிறுவர்களாகத் துவங்கி, வக்கரித்தப் பெரிசுகளின் பணத்திற்கும், பண்டங்களுக்கும் மயங்கி, ஓரினச்சேர்க்கைக்கு கட்டாயமாக்கப்பட்டு, பிறகு அந்த ரசனைக்கே அடிமை-யானவர்கள். இவர்களை, சென்னை நகரத்தின் பூங்காக்களிலும், கடற்கரைச்-சாலையில் ஒவ்வொரு ஞாயிற்றுக்கிழமையிலும் மெல்லிய ஆடல் பாடலோடு பார்க்கலாம்.

இங்கே குறிப்பிடப்படுகிற 'ஆண் உடம்பின் கைதிகள்' இவர்களில் இருந்து முற்றிலும் மாறுபட்டவர்கள். அவர்கள் ஆக்கப்பட்டவர்கள். இவர்கள் பிறவி-யிலேயே ஆனவர்கள். இவர்கள்தான் அலிகள். இப்போது தங்களை அரவா-னிகள் என்று அழைக்க வேண்டுமென்று சங்கம் அமைத்து வேண்டுகோள் விடுப்பவர்கள்.

இந்த அலிகள் எப்படித் தோன்றுகிறார்கள்? - பூப்படைந்த பெண்ணிற்கு, மாதம் ஒரு தடவை கருப்பையில் ஒரு முட்டை உருவாகிறது. உடல்சேர்க்-கையின் போது ஆணின் விந்தில் உள்ள கோடிக்கணக்கான உயிர் அணுக்-

கள் இந்த கருமுட்டைக்குள் ஊடுருவப் போட்டியிடுகின்றன. இதற்காக இந்த முட்டையை முற்றுகையிடுகின்றன. இவற்றில் ஒன்றே ஒன்றுதான் முட்டைக்குள் சேருகிறது. இந்த உயிர் உயிர் அணுவில் குரோமோசோம்கள் என்ற திரள்கள் உள்ளன. இவற்றில் பாதி ஆண்தன்மை உள்ளவை. எஞ்சிய மீதி பெண்தன்மை உள்ளவை. முட்டை இயல்பிலேயே பெண்தன்மையானது. இந்த முட்டையில் ஆண்தன்மையுள்ள குரோமோசோம் இணைந்தால், கருமுட்டை, ஆண்குழந்தையாகிறது. பெண்தன்மை உள்ளது சேர்ந்தால் குழந்தை பெண்ணாகிறது. ஆக ஒரு குழந்தை ஆணா பெண்ணா என்பதை தீர்மானிப்பது ஆண்தானே அன்றி, பெண்ணல்ல; (ஆனாலும் இந்த ஆண்களும் இவர்களது அம்மாக்களும், ஆண்குழந்தை பெற்றுத்தரவில்லை என்று குற்றஞ்சாட்டி மாட்டுப் பெண்ணை மாடாக்கி விடுகிறார்கள்.)

இத்துடன் இன்னொரு முக்கியமான சங்கதி, பெண்தன்மை கொண்ட கருமுட்டையும், ஆண் அல்லது பெண்தன்மை கொண்ட குரோமோசோம்களும் இணையும்போது முட்டையின் பெண்ணியல்பும் ஓரளவிற்கு இருக்கும். இதனால்தான் முழுமையான ஆண் என்றோ, முழுமையான பெண் என்றோ, எவரும் கிடையாது. ஒருவரை ஆண் தன்மை மிஞ்சியவர் என்றும், ஒருத்தியை பெண்தன்மை மிஞ்சியவள் என்று மட்டுமே அழைக்கலாம். ஆனாலும் இந்த மிஞ்சிய தன்மைக்கு ஏற்ப முட்டை ஆண் வடிவத்தையோ அல்லது பெண் வடிவத்தையோ பெற்றுவிடுகிறது. ஆளுமை மட்டும் விகிதாச்சார அடிப்படையில் இரண்டும் கலந்ததாக இருக்கும். ஒரு சிலர், ஆணிலிருந்து பெண்ணாகவோ அல்லது பெண்ணிலிருந்து ஆணாகவோ மாறியிருக்கிறார்கள். குறைவாய் உள்ள ஆண் அல்லது பெண் தன்மை இன்னொரு தன்மையை அமுக்கி விட்டு ஒரு கட்டத்தில், மேலோங்கி விடுவதே காரணம்.

என்றாலும், இந்த அலிகள் இவர்களோடும் சேர்த்தியில்லை. இவர்கள் மானுடத்தின் மூன்றாவது பரிமாணம். ஆணுடம்பில் பெண்ணுமாய், பெண்ணுடம்பில் ஆணுமாய்- இந்த இயல்பு எப்போதும் மாறமுடியாததாய் இருப்பவர்கள். நமது பக்தி இலக்கியங்கள் ஆண்டவனை குறிப்பிடும்போது ஆணாகி, பெண்ணாகி, அலியாகி என்கின்றன. இந்த அலிகள் மனதளவில் பெண்கள் அல்லது ஆண்கள். பெண்ணுடம்பில் ஆண்களாயிருக்கும் அலிகள் குறைவு என்பதால் அவர்களைப் பற்றி இங்கே பேசப்படவில்லை.

இவர்களுக்கு, ஒரு பெண்ணுக்குரிய அத்தனை உடலுறவு ஆசைகளும், ஆசாபாசங்களும் கொண்டவர்கள். ஒரே ஒரு வித்தியாசம் இவர்களுக்கு கர்ப்பப்பை கிடையாது. ஆகையால் இவர்களால் குழந்தை பெற இயலாது. என்றாலும் தங்களை முழுமையான பெண்களாக ஆக்கிக் கொள்ள, அறுவை சிகிச்சை செய்து கொள்கிறார்கள். ஹார்மோன் ஊசி போட்டு மார்பகங்களை பெரிதாக்கிக் கொள்கிறார்கள். என்றாலும், ஒரு பெண்ணைப் போலவே மனதுக்குப் பிடித்த ஆணுடன் உடலுறவு கொள்ள விரும்பும் இவர்கள் புறக்கணிக்கப்படுகிறார்கள் எள்ளி நகையாடப்படுகிறார்கள்.

வீட்டிலும் இடம் இல்லாமல், நாட்டிலும் இடம் இல்லாமல் நிர்க்கதியாகும் இவர்களுக்கு, வயிற்றுப்பிழைப்பிற்கு, விபசாரத்தைத் தவிர வேறு வழியில்லாமல் போகிறது. கையும் களவுமாக பிடிபடும்போது இவர்களது ஜோடிகளைப் பிடிக்காமல், இவர்களை மட்டுமே காவல் துறை கைது செய்கிறது. இவர்கள் மீது விபசாரத் தடை சட்டத்தின்கீழ் வழக்கு போடமுடியாது. ஆகையால் நமது வீரதீரக் காவல் துறையினர், இவர்கள் கஞ்சா உள்ளிட்ட பல போதைப் பொருள்களை விற்பதாக வழக்கு போடுகிறார்கள். நீதிமன்றத்தில் நிறுத்துவதற்கு முன்பு இவர்களை படாதபாடு படுத்துகிறார்கள்.

அலிகளும் குடும்பமும் - பாலியல் குணங்கள் பக்குவம்பெறும் பத்துப் பன்னிரெண்டாவது வயதில் சிறுவனாகத் தோன்றுகின்றவன் தன்னுள் ஒரு சிறுமியைக் காண்கிறான். பூப்படைந்த பெண்போல் நாணுகிறான். அவர்களைப் போலவே ரகசியமாக புடவை கட்டுகிறான். இந்தச் சமயத்தில் தன்னைப் பற்றிய புதிர் புரியாமல் அல்லாடுகிறான். இதுவே மனோ நோயாகிறது. ஒவ்வொரு அலியும், விஞ்ஞானப் பூர்வமான மருத்துவ விளக்கம் இல்லாத பின்னணியில், ஆரம்பத்தில் மனோ நோயில் சிக்கிக் கொள்கிறான். குடும்பத்தினரும் இவர்கள் சேலை கட்டுவதை பார்க்கும்போது, அடித்து உதைக்கிறார்கள்; உடம்பில் சூடு போடுகிறார்கள்.

அப்படியும் அந்த அலியை திருத்த முடியாததால் வீட்டை விட்டு விரட்டியடிக்கிறார்கள். இல்லையானால், அடி உதை தாங்கமுடியாமல் அந்த அலி சிறுசுகள் வீட்டை விட்டு ஓடிவிடுகின்றனர். எப்படியாவது ஒரு வழியில் தங்களைப் போன்ற அலிகளைக் கண்டறிந்து, அந்த சமூகத்தில் இரண்டறக் கலந்து விடுகிறார்கள். ஆனாலும், குடும்பப் பாசம் இறுதிவரை இவர்களை ஆட்கொள்கிறது. பெரும்பாலோர், பல வழிகளில் சம்பாதித்து அடித்து விரட்டிய தங்கள் குடும்பத்திற்கே பணம் அனுப்புகிறார்கள். ஒரு சில பணக்கார வீடுகளில் இப்படிப்பட்ட அலிகள் நாசூக்காக வைக்கப்படுகிறார்கள். எனக்குத் தெரிந்து, ஒரு சில அரசு ஊழியர்களும் பேராசிரியர்களும் ஆணுடையில் வேடம் போட்டு விளங்குகிறார்கள்.

கூவமாகிப் போன கூவாகம் - விழுப்புரத்திற்கு அருகே உள்ள கூவாகத்தில் கூத்தாண்டவர் விழா நடைபெறும் மூன்று நாட்கள் மட்டும் அனைவரும் பெண்ணுடையில் வருகிறார்கள். கூத்தாண்டவர்க்கு மாலையிட்டு, இறுதியில் மாங்கல்யம் அறுபடும்போது தங்களது நிலைமையை நினைத்துக் கத்துகிறார்கள், கதறுகிறார்கள். சராசரி மனிதராய் இருக்க முடியாமல் போய் தங்களுக்கும் தங்களது குடும்பத்திற்கும் சிக்கலை ஏற்படுத்துவதற்காக ஒப்பாரி போடுகிறார்கள். இந்த அடிமன வேதனை புரியாமல், நமது பத்திரிகைகளும், தொலைக்காட்சிகளும் இவர்களை கேலிக்கும் கேளிக்கைக்கும் உரியவர்களாக சித்தரித்துத் தொலைக்கிறார்கள்.

இந்தப் பாவப்பட்ட பிறவிகளும், தங்களை மானுடத்தின் மூன்றாவது பரிமாணமாக நினைக்காமல், புராண சங்கதிகளில் அடைக்கலமாகிறார்கள்.

பாரதப்போரில் பாண்டவர்கள் வெற்றி பெறுவதற்காக சாமுத்திரிகா லட்சணங்கள் அத்தனையையும் கொண்ட அரவானை, பாண்டவர்கள் பலியிடவேண்டிய நிலைமை. ஆனாலும் தனக்குத் திருமணம் செய்துவைத்தால்தான் அப்படி பலியாகத் தயாராய் இருப்பதாக, அரவான் கூறுகிறான். சராசரிப் பெண் எவளும் பலியாகப்போகும் அவனை மணக்க முன்வரவில்லை. ஆகையால், கிருஷ்ணனே பெண்ணாகி அரவானை மணக்கிறார். அரவானும், மணம் முடித்த மூன்று நாளில் களத்தில் பலியாக்கப்படுகிறான். இந்த அலித் தோழர்கள் தங்களை ஆணாகிப் பெண்ணாகி அரவானின் மனைவியாகிய கிருஷ்ண விதவைகளாக நினைக்கிறார்கள். இதற்காக, கூத்தாண்டவர் போன்ற பல்வேறு அரவான் கோயில்களில் ஆண்டுதோறும் சித்திரா பவுர்ணமியில் மணம் முடித்து மாங்கல்யம் இழக்கிறார்கள்.

அலிகள் உருவாக்கம் - ஒரு அலிக்குழந்தை எப்படி உருவாகிறது என்பது பற்றி இன்னும் முழுமையான ஆராய்ச்சி செய்யப்படவில்லை. குளோனிங் முறையில் சாதனை படைப்பதாய் தம்பட்டம் அடிக்கும் விஞ்ஞானிகளுக்கு மானுடத்தின் அலிகளைப் பற்றி ஆராய்ச்சி செய்யவோ, இந்த அலித்தன்மையை போக்குவதற்கான வழிவகைகளை கண்டறியவோ மனமில்லையோ மார்க்கமில்லையோ அவர்களுக்குத்தான் வெளிச்சம். மேலே குறிப்பிட்டுள்ள குரோமோசோம்களில் ஏற்படும் கோளாறே அலிகள் உருவாவதற்கு காரணம் என்று இதுவரை பொத்தாம் பொதுவாக கூறப்படுகிறது.

என்றாலும், இது இயற்கையின் சமச்சீர் நிலை என்று தத்துவார்த்தமாகக் கூறப்படுகிறது. பொதுவாக மிருகங்களும் பறவைகளும் ஒரு குறிப்பிட்ட காலவரைக்குட்பட்டே பாலியல் உறவில் ஈடுபடும். தாவரங்களில் கூட எல்லா மலர்களும் ஒரே சமயத்தில் மலருவதில்லை. எல்லாப் பூச்சிகளும், வண்டுகளும் ஒரே சமயத்தில் தேன் எடுத்து தங்குத்தடையில்லாத மகரந்தச் சேர்க்கையைச் செய்விப்பதில்லை. ஒரு பூவில் முட்டையிடும் பூச்சி, அந்த முட்டையின் பாதுகாப்பிற்காக இன்னொரு பூவையும் இழுத்து மூடி, மகரந்தச் சேர்க்கையை ஏற்படுத்துகிறது. அந்த முட்டை, பூச்சியாய் ஆவதும், பூ பழமாய் ஆவதும் பின்னர் ஒரே நேரத்தில் நிகழ்கின்றன. இத்தகைய பிரமிக்கத்தக்க சமச்சீர் நிலைக்கு, மனிதன் போக்கு காட்டுகிறான். இவனுக்கு அல்லது இவளுக்கு உடலுறவு என்பது 24 மணி நேர ஈடுபாடு. குழந்தை பிறப்பதிலும் தாவரங்கள், மிருகங்கள், பறவைகள் போல் வரம்பு கிடையாது. ஆகையால் இயற்கையே, குழந்தை பெற முடியாத அலிகளை உற்பத்தி செய்து, மனிதன் தாழ்த்தும் சமச்சீர் நிலையை நேராக்குகிறது என்றும் கூறப்படுகிறது.

இவர்களுக்குச் செய்யவேண்டியது - என்றாலும் ஒரு கேள்வி எழுகிறது. மனித சமூகத்தின் ஒட்டுமொத்தமான - இயற்கை மீதான பாரா முகத்திற்காக, இந்த அலிகள் ஏன் சிலுவை சுமக்க வேண்டும் என்பதுதான். இவர்களை உற்பத்தி ஆக்குவதில் தந்தைக்கும், மறைமுகமாக சமச்சீர்நிலை தாழ்த்தும்

மானுடத்திற்கும் பங்குண்டு. இவர்கள் இப்படி பிறப்பதற்கு இவர்களைப் பிறப்பித்த தந்தையே காரணம். ஆகையால் இவர்களுக்கு படிப்பிலும், வேலையிலும், குடியிருப்பிலும், இடஒதுக்கீடு கொடுக்கப்படவேண்டும். அன்னை இந்திரா காந்தி இவர்களுக்கு டில்லியில் குடியிருப்பு கட்டிக் கொடுத்தார். இன்றளவும் அவரை இவர்கள் நன்றியோடு நினைவு கூருகிறார்கள். அவருக்குப் பிறகு அனாதையாகிப் போனதாய் நினைக்கிறார்கள். எல்லாவற்றிற்கும் மேலாக இவர்கள் கேலிக்குரியவர்கள் அல்ல என்று விளக்க வேண்டும். இவர்களை கிண்டல் அடிக்கும் திரைப்படங்களை, நாடகங்களை தடைசெய்ய வேண்டும்.

வாடாமல்லியின் தாக்கம் - நமக்கு நாமே என்ற தத்துவத்தின் அடிப்படையில் தமிழ்நாடு அரவானிகள் சங்கம் என்ற ஒரு அமைப்பை அண்மையில் ஏற்படுத்தி இருக்கிறார்கள். பிற சங்கங்களைப் போல் அல்லாமல் இவர்களின் பிரதிநிதிகளே இவர்களின் தலைவர்கள். இவர்களைப் பற்றி நான் எழுதிய நாவலான "வாடாமல்லிக்கு" வழங்கிய ஆதித்தனார் விருதில் கிடைத்த ஐம்பதாயிரம் ரூபாயில் பத்தாயிரம் ரூபாயை இந்தச் சங்கத்தின் தோற்றத்திற்காகக் கொடுத்தேன். நான் எழுதிய வாடாமல்லி நாவலின் தாக்கத்தால் இப்போதெல்லாம் அரவானிகள் ஒன்றுபட்டு நிற்கிறார்கள். பழைய பத்தாம்பசலித்தனமான முறைகேடுகளை விட்டுவிட்டு எய்ட்ஸ் விழிப்புணர்வு போன்ற பணிகளில் ஈடுபடுகிறார்கள்.

மத்திய, மாநில அரசுகள் ஊனமுற்றோருக்காக எவ்வளவோ உதவிகள் செய்கின்றன. இந்தப் பாவப்பட்ட அலிமக்களுக்கு இந்த இருவகை அரசுகளும் வேலைவாய்ப்பில் இட ஒதுக்கீடு, வீட்டுமனை, மருத்துவ வசதி போன்றவற்றைச் செய்து கொடுக்கவேண்டும். காரணம் இவர்களும் பாலியலில் ஊனமுற்றவர்களே.

இதற்கிடையே விஞ்ஞானிகளும், அலிக்குழந்தைப் பிறப்பைத் தடுக்க ஆராய்ச்சி செய்யவேண்டும். இப்போது உயிரணுவில் உள்ள 23 குரோமோசங்களை பிளந்து பார்க்கிற முயற்சி வெற்றியின் முதல் கட்டத்தில் உள்ளது. இந்த குரோமோசங்களில் நாலு கோடியே பத்து இலட்சத்துக்கும் அதிகமான இயல்புகள் இருப்பதாக கண்டறியப்பட்டுள்ளது. இதில் அலித்தன்மைக்கு உரிய இயல்புகளைக் கண்டறிந்து இத்தகைய பிறப்பைத் தவிர்க்க ஆய்வு செய்யலாம். அலித்தோழர்களும் தங்கள் பங்கிற்கு அரவான் கதை, முர்க்கே மாதா கதை போன்ற புராணங்களின் வம்சா வழிகள் என்று எந்தக் காலத்திலோ சொன்னதை இன்னும் நம்பிக் கொண்டிருக்கிறார்கள். இது அசல் மூடநம்பிக்கை. கூவாகம் போன்ற கோயில்களில் தாலி கட்டியும், பிறகு அதை அறுத்தும் ஒப்பாரி வைக்கும் நிகழ்ச்சிகளை நிறுத்தவேண்டும். அதே சமயம் கூவாகம் போன்ற இடங்களில் ஆண்டுக்கு ஒரு தடவை ஆரோக்கியமான முறையில் கூடுவதில் தவறில்லை.

இப்போது அலிகளைப் பரிகாசமாகப் பார்ப்பதுபோய், அனுதாபமாக பார்க்கும் போக்கு ஏற்பட்டுள்ளது. இதுவே பாசமாக வேண்டும். மேலும் கீழும் இல்லாத ஒரு தோழமை உணர்வாக மாறவேண்டும். நான் வாடாமல்லி என்ற தொடர்கதையை ஆனந்தவிகடனில் எழுதி, பின்னர் வானதி பதிப்பகத்தால் வெளியிட்ட பிறகு நிலைமையில் சிறிது மாற்றம் ஏற்பட்டுள்ளது. இவ்வளவு காலமாக அலிகளை கிண்டலும் கேலியுமாக விமர்சித்த திரைப்பட-தொலைக்காட்சியினர் இப்போது திடீர் ஞானோதயம் பெற்று அலித்தோழர்களை அனுதாபத்தோடு சித்தரிக்க துவங்கியிருக்கிறார்கள். இவை என்னுடைய நகல் போன்றவைதான். இதற்காக மூலம் கோபப்படவில்லை. காப்பி அடித்தாலும் ஆரோக்கியமாக அடிக்கிறார்களே என்கிற மகிழ்ச்சிதான்.

13. வீட்டைக் கட்டிப் பார்!

எந்தக் காலத்திலோ, 'கடன்படத் தயார்' என்று விண்ணப்பித்து, அந்த நாளே மறந்துபோன சமயத்தில், அரசு என் விண்ணப்பத்தை அங்கீகரித்து வீடு கட்டக் கடன் தொகை 'ஸாங்க்ஷன்' செய்தது. அந்தச் சமயம் பார்த்துப் பதவியுயர்வு என்ற பெயரில் நான் சென்னையிலி ருந்து பெங்களூர் போகும்படி ஆகிவிட்டது. மொத்தக் கடன் எழுபதாயிரம் ரூபாயில், இருபதாயிரம் ரூபாய் வந்து சேர்ந்தது. பெங்களூரில் எப்படி வீடு கட்டுவது என்று நான் யோசித்த போது, என் மனைவி 'நீங்க... இங்கே இருந்தால் மட்டும் வீடு கட்டுவீங்களாக்கும். எழுத்துல கோட்டை கட்டுறது வேற... நிலத்துல வீடு கட்டுறது வேற' என்றார்.

இதனால், என் மனைவியையே 'ஐடியா' கேட்டேன். உடனே அவர் 'அப்பா... எங்கப்பா...' என்றார். நெல்லை மாவட்டத்தில் கோவங்கோடு என்ற கிராமத்தில் உள்ள என் மாமனாரை வரவழைத்தோம். சென்னைக்கு அருகே உள்ள குன்றத்தூரில் வசிக்கும் என் சகலபாடி (அதாவது சட்டகர்) லிங்கசாமி, தனது கோழிப்பண்ணையில் வேலைப் பார்ப்பவர்களை, வீடுகட்ட அனுப்புவதாகக் கூறிவிட்டார். இதற்கிடையே 'வீட்டுப் பிளான்' புதுப்பிக்கப்பட்டது. மாநகராட்சி மக்கள் தொடர்பு அலுவலர் உதவியாலும், சம்பந்தப்பட்ட இன்ஜினீயர்கள் கண்ணியமானவர்களாய் இருந்ததாலும், சென்னை மாவட்ட ஆட்சித் தலைவர் அலுவலகத்தில் மக்கள் தொடர்பு அலுவலக அதிகாரி உதவியாலும் சிமெண்ட் பெர்மிட்டும் தயாராகிவிட்டது.

ஒரு நல்ல நாளில் - பூசை முடிந்து, நிலத்தில் செவ்வகக் கோடு வரையப்பட்ட பகுதிகளில், வேலையாட்கள் கம்பியோடும் மண்வெட்டியோடும் இறங்கினார்கள். இந்தச் சமயத்தில், கல்வெட்டுத் துறை நிபுணரும், இஞ்சினீயருமான நண்பர் கொடுமுடி சண்முகம் வந்தார். இவர்தான் எனக்கு இந்த இடத்தை வாங்கிக் கொடுத்தவர்.

"இங்கே என்ன பண்றீங்க...?"

“வாங்க ஸார்... வாங்க... வீடு கட்டப் போறோம்...!”

“மகிழ்ச்சி... ஆனால், உங்க நிலத்துலதானே வீடு கட்டணும்?”

“அப்போ!...”

“ஒங்க நிலம் அங்கே... அதோ!”

நான், என் மனைவியின் கண்களுக்குத் தப்பித்துக் கொண்டிருந்தேன். அவர் பிறந்தகம் போயிருந்தபோது, சும்மா இருக்கக் கூடாது என்பதற்காக வாங்கிப்போட்ட இடம். சென்னை திரும்பியதும், இந்த இடத்தைக் காட்டி, மனைவியிடம் சபாஷ் பட்டம் வாங்கினேன். ஆனால், இப்போதோ என் மனைவி என்னிடம் பேசவில்லை. அப்பாவை அழைத்தார்.

“வாங்கப்பா... வீட்டுக்குப் போகலாம்... அந்த நிலத்துல வீடு கட்டுறதுக்குப் பதிலாய் பெஸண்ட் நகர்லே ஒரு குடிசை போட்டுக்கலாம்.... நிலம் வாங்கத் வாங்கத் தெரிஞ்சா வாங்கணும்... வாங்கப்பா....”

வம்புச் சுவரும் - வராத சுவரும் - என் மாமனார் பொறுமைசாலி. உருப்படாத தன் மாப்பிள்ளை, எந்த நிலமோ ஒன்றை வாங்கிப் போட்டாரே என்ற சந்தோஷக்காரர். மகளைச் சமாதானப்படுத்திவிட்டார். அப்புறம் நான் வாங்கிப்போட்ட இடம் கண்டுபிடிக்கப்பட்டது. நிலத்தில் மீண்டும், பிளான்படி சுண்ணாம்புக் கோடுகள் போடப் போகிற சமயத்தில், என் மாமனார் ஓர் ஆட்சேபணையைக் கிளப்பினார்.

“மாப்பிள்ளே... நிலத்தைக் கவனிக்காமல் போயிட்டியளே... மோசம்...”

“யாரு மாமா... எது மோசம்...?”

“நிலத்துக்கு அடுத்தபடியாய் இருக்கிற வீட்டைப் பாருங்க... அதுல காம்பவுண்ட் சுவர் கண்ணுல படலியா? நம்ம இடத்துக்குள்ளே நாலு அடி எடுத்திருக்கு.”

“அய்யய்யோ... அதனாலே!”

“வீட்டுக்காரரைப் பார்த்துக் கேட்கணும்... அவர் சாக்குப் போக்குச் சொன்னால்... வேற வழியில்ல... காம்பவுண்ட் சுவரை இடிக்கணும்...”

என் மாமனார் பழைய காலத்து ஆள். வைரம் பாய்ந்த உடல் கட்டுள்ளவர். வம்புச் சுவருக்கும் போக மாட்டார். வந்த சுவரை விடவும் மாட்டார். நான் யோசித்துச் சொன்னேன்.

‘நாலடிதானே. வீடு கட்டுறபடி கட்டுவோம். அப்புறம் பேசுறபடி பேசுவோம்.’

மாமனாரும் பதிலளித்தார். ‘ஊர்ல எனக்கு நிறைய வேலை இருக்குது.’

அத்துமீறிய வீட்டுக்காரரைப் பார்க்கப் போனேன். அங்கே நீக்ரோ மாணவர்கள்தான் கிடைத்தார்கள். ‘வீட்டுக்காரர் எங்கே?’ என்று அவர்களே என்னிடம் கேட்டார்கள். இதற்குள் என் மாமனார் டேப்பை வைத்து நிலத்தை மேஸ்த்திரியின் உதவியோடு அளந்து கொண்டிருந்தார். நான் மனத்துக்குள் பிரார்த்தித்துக் கொண்டேன். “கடவுளே... கடவுளே... நீ இருப்பதை நான்

நம்புறேன். ஆனால், ஒரு நிபந்தனை. அந்தக் காம்பவுண்ட் சுவர் என் நிலத்துக்குள்ளே இருக்கப்படாது. மாயம் செய்தோ, மந்திரம் செய்தோ மாற்று... மாற்றி வை."

நல்ல வேளையாக காம்பவுண்ட் சுவர், நிலத்தின் எல்லையிலேயே இருந்தது. என் நிலத்தில் அடுத்தவர் ஆக்கிரமிப்பு இல்லை. எப்படியோ, தொழிலாளர்கள், நிலத்தில் இறங்கினார்கள். நானும் ஒப்புக்கு ஒரு மணி நேரம் இருந்துவிட்டு, "மாமா... நீங்க எனக்குப் பெண் கொடுத்தது மாதிரி எப்படிப் பெரிய காரியமோ அதே மாதிரி இதுவும் மாமா." என்று சொல்லிவிட்டு, வீட்டுக்குத் திரும்பி விட்டேன். அப்புறம் பெங்களூருக்குப் போய்விட்டேன்.

லாக்கப்பில் தொழிலாளர்கள் - சென்னையில் உருவாகும் என் வீட்டைப் பற்றிய சுவையான கற்பனையோடு, நான் லால் பாக்கைச் சுற்றிவிட்டு, அலுவலகம் திரும்பியபோது, வங்காளி செளகிதார், தனது ஆங்கிலத்தை என்னிடம் பரீட்சித்தார்.

"சார்... மதர் டெலிபோன்ஸ்..."

"யூ வாண்ட் பெர்மிஷன்?"

"நோ ஸார்... மதர்... டெலிபோன்ஸ்..."

"யுவர் மதர்...?"

"நோ ஸார்... அவர் மதர்..."

"க்யா ஹலோ... மை மதர் டைய்ட்...!"

"மை மதர் ஆல்ஸோ டைய்ட்... பட் மதர் டெலிபோன்;"

எனக்கு ஒன்றும் புரியவில்லை. செளக்கிதார் கிழவர், நான் பார்த்த பார்வையில், தனக்கு 'குல்பர்க்காவுக்கு' டிரான்ஸ்பர் கிடைக்குமோ என்று பயந்து பார்த்தபோது, ஒரு டெலிபோன் கால். என் மனைவியின் குரல். "இந்த அநியாயத்தைக் கேளுங்க. நம்ம நிலத்தில் வேலை செய்து கொண்டிருந்த தொழிலாளர்களில் இரண்டு பேரை, திருவான்மியூர் போலீஸார் பிடித்துக் கொண்டுபோய் விட்டார்கள்."

நீக்ரோ மாணவர்கள் வீட்டில் நடந்த ஏதோ ஒரு திருட்டுக்கு இவர்களைச் சந்தேகத்தின் பேரில் பிடித்து வைத்திருக்கிறார்களாம். நமது போலீசாரின் சர்வதேச அபிமானத்தால்; இரண்டு தொழிலாளர்கள் லாக்கப்பில் இருக்கிறார்களாம்... "ஒங்களுக்கு இன்புளூயன்ஸ் இருக்குன்னு பெரிசாப் பேசுவீங்களே... அதை இப்போ காட்டுங்க..." என்ற முடிவுரையுடன், என் மனைவி என்னை முடுக்கிவிட்டார்.

எனக்குத் தெரிந்த போலீஸ் அதிகாரிகளிடம் முறையிட்டேன். எந்த ஏரியாவைச் சேர்ந்த அதிகாரி மேற்படி கேஸுக்கு உதவுவார் என்பதைக் கண்டுபிடிக்கவே என் கிராப்பில் பாதி பிய்ந்துவிட்டது. மாலையில், என் மனைவி டெலிபோன் செய்தார். பிடிபட்ட தொழிலாளர்கள் விடுதலையாகி விட்டார்களாம். ஆனால் அவர்களின் குடும்பத்தினர் "எந்த வீடு கட்டும்போதும் இந்த

அநியாயம் நடக்கல... இந்த நிலத்துக்கு வந்த பிறகுதான் இப்படி" என்று சொல்லிவிட்டு, அவர்களைத் தடுத்துவிட்டார்களாம். ஆகமொத்தத்தில், வேறு ஆட்களைப் பார்த்துத்தான் வீட்டு வேலையைத் துவங்க வேண்டுமாம்.

மார்ச் மாதம் முடிந்த பிறகுதான், அடுத்த செட் தொழிலாளர்கள் 'மார்ச்சாகி' வந்தார்கள். கட்டிடச் சுவர் நிலத்திற்கு மேலே மூன்றடி வந்தபோது, கையில் காசு இல்லை. 'என்ன செய்யலாம்' என்று யோசித்தபோது, என் சட்டகர் லிங்கசாமி, தொழிலாளர்களுக்குக் கூலி சப்ளைக்கும் பொறுப்பேற்றார். எனது நண்பரான நூலக வெளியீட்டாளர் முனைவர் ச. மெய்யப்பன் அவர்கள், 'பிடிங்க ரூபாயை... அப்புறம் அட்ஜெஸ்ட் செய்துக்கலாம்' என்று பணம் கொடுத்து உதவினார்.

கிரில் ஆசாமி - வீடு கட்டும் பணி தொடர்ந்தது. ஜன்னல்களுக்கு, 'கிரில்' வைக்கும் கட்டம் வந்தது. அடையாறில் உள்ள ஒருத்தர், கிலோ இரும்பு பதினோறு ரூபாய்க்குக் கிடைக்கும்போது பத்து ரூபாய் விகிதத்தில் செய்து தருவதாக வாக்களித்தார். மாமனார், ஐந்நூறு ரூபாயை அட்வான்ஸ் தொகை கொடுக்கப் போனபோது, நான் ஆயிரம் ரூபாயைக் கொடுத்து வைத்தேன். ஒரு மாதம் ஆகியது. அட்வான்ஸ் வாங்குவதில் அட்வான்ஸாக இருந்த அந்த ஆசாமியைக் காணவில்லை. கடையில் பொறுப்பான பதில் கிடைக்கவில்லை. விசாரித்துப் பார்த்ததில், "அவர் அப்படித்தான்!" என்று கேள்விப் பட்டோம்.

ஒவ்வொரு பைசாவின் அருமையையும் தெரிந்து வைத்திருந்த என் மாமனார் கோபங் கொண்டார். வீடு கட்டும் தொழிலாளர்கள் உதவியுடன், எப்படியோ அந்த ஆசாமியை என் வீட்டுக்குப் பலவந்தமாகக் கொண்டுவந்துவிட்டார். மாமனாரின் மிரட்டலுக்கும், தொழிலாளர்களின் பார்வைக்கும் பயந்துபோன அந்த மனிதர், கடிகாரத்தைக் கழட்டிக் கொடுக்கப்போனார். ஒரு மனிதனைச் சிறுமைப்படுத்தலாகாது என்று சிறுமையான அனுபவங்கள் மூலம் பட்டறிந்த நான், அந்த மனிதரை நெருங்கினேன். உடனே நான் அவரை அடிக்கப்போவதாக நினைத்து, அவர் என்னை பயந்து பார்த்தபோது, "ஒங்களை நம்புறேன். நீங்கள் கடிகாரத்தைத் தர வேண்டாம். இன்னும் பதினைந்து நாட்களுக்குள் கொடுத்த பணத்தையோ அல்லது அதற்கான கிரில்களையோ கொடுங்கள். நீங்கள் போகலாம்." என்று கிரில் மனிதரைப் போக விட்டேன். அவரைக் கடத்தி வந்த தொழிலாளர்கள், சூள் கொட்டினார்கள். "கடைசியில் நமக்குத்தான் கெட்டபேரு." என்றார்கள். என் மாமனார், என் கையில் இருந்து, தன் கையை உதறியபடியே சொன்னார்.

"நான் ஊருக்குப் போகணும். நிறைய அங்க வேலை இருக்குது... டேய், யாராவது டிக்கெட்..."

மரமும் - மாமனாரும்... - எப்படியோ மாமனார் முறுக்கைச் சமாளித்தேன். மீண்டும் வீட்டு வேலை துவங்கி, கதவு ஜன்னல்களுக்கு மரம்

வாங்கும் கட்டத்திற்கு வந்தோம். கர்நாடக மாநிலத்தில், காட்டிலாகா அதிகாரிகளிடம் எனக்கு இருக்கும் செல்வாக்கைப் பயன்படுத்தி, இருபதாயிரம் ரூபாய்க்கு, 'ஹென்னே மரம்' வாங்கப் போவதாகவும், இதன் மார்க்கெட் மதிப்பு முப்பதாயிரம் ரூபாய் என்றும் மாமனாரிடம் சொன்னேன். உடனே அவர், "என்ன மாப்பிள்ளே... (அதாவது என்னய்யா நீ மாப்பிள்ளே....) எட்டாயிரம் ரூபாய்ல அடங்குற மரத்துக்கு இருபதாயிரம்... அப்புறம் லாரிச் செலவு." என்றார். உடனே நான், "சும்மா கிடங்க மாமா... எட்டாயிரம் ரூபாய்ல எதுவும் வாங்க முடியாது... வாங்கப் போறது சிக்மங்கலூர்ல... கொடுக்கப் போறது இருபதாயிரம் ரூபாய்." என்றேன். மாமனார் பதிலளித்தார்.

"நான் ஊருக்குப் போகணும். நிறைய வேலை இருக்கு."

மரத்தை விடலாம். மாமனாரை விட முடியுமா...? விட்டுக் கொடுத்தேன். மாமனார் கணக்குப்படியே, எட்டாயிரம் ரூபாய்தான் ஆனது. நல்ல வேளையாக என்னைச் சுமார் பதினையாயிரம் ரூபாயில் இருந்து காப்பாற்றினார்.

மாமனார் போட்ட கணக்கு - என் மாமனார் போட்ட கணக்கு தப்பியதே இல்லை. எங்களோடு எங்களாக, ஒரு வாலிபன் கட்டிட வேலை பார்த்து வந்தான். ஒரு ஏழைக் குடும்பத்துடன் வசித்து வந்தான். ஏழைகளுக்குள் எந்த வித்தியாசமும் இல்லை என்ற என் கோட்பாட்டுக்கு எடுத்துக்காட்டான அந்தப் பையன் மீது எனக்கு அபார பிரியம். மாமனாருக்கும் அப்படியே. அவருக்கு நாங்கள் கொடுத்தனுப்பும் சாப்பாட்டின் பாதியை அவனுக்கே கொடுத்துவிடுவார். அவனும், என் மாமனாருடனேயே இரவில் கட்டிடத்திற்குள் தங்குவான்.

ஒருநாள்...

மாமனார் என்னிடம் சொன்னார்.

'மாப்பிள்ளை... இந்தப் பையனும் அந்தக் குடும்பமும் இங்கே தங்குறாங்க. கட்டிடத்துல... நிறைய சாமான் இருக்குது. இவங்க முழிக்கிற முழி சரியில்ல. அதனால்... இங்கே தங்கப்படாதுன்னு சொல்லப்போறேன்.'

'சரியான ஆளு மாமா நீங்க! நமக்காக எவ்வளவு கஷ்டப்பட்டு வேலை பார்க்காங்க. இப்போ மெட்ராஸ்ல ஒரே வெள்ளக்காடு இந்தச் சமயத்துல விரட்டினால் எப்படி.'

நான் பெங்களூர் வந்துவிட்டேன். ஒரு வாரம் கழித்து, என் மனைவியின் கடிதம் வந்தது. என் மாமனார் குறிப்பிட்ட அந்தப் பயலும், அந்தக் குடும்பமும் கொட்டும் மழையிலும், நடு ராத்திரியில், கட்டிடத்திற்குள் கிடந்த ஆயிரம் ரூபாய் இரும்புக் கம்பிகளையும், கார்ப்பென்டரின் கருவிகளையும் எடுத்துக்கொண்டுபோய் விட்டார்களாம். என் மாமனார், நான் அவர் பேச்சை கேட்கவில்லை என்று காரணம் காட்டி, நிஜமாகவே ஊருக்குப் போய்விட்டாராம். கடிதம் போதாது என்று என் மனைவி டெலிபோனில் கத்தினார்.

பெங்களூரில் தற்செயலாக கண்ணில்பட்ட அந்தப் பயலிடம், நான் விபரம் கேட்க, அவன், 'நான் அப்படி செய்வேனா?' என்று அழுது புலம்ப, அதை நம்பி அவனுக்கே பத்து ரூபாய் அன்பளிப்பு கொடுத்த விபவரத்தை மனைவியிடம் சொல்லவில்லை.

டில்லிக்குக் காவடி - இதற்கிடையே, அரசாங்கக் கடனில் இறுதித் தவணைப் பணமான இருபத்தெட்டாயிரம் ரூபாய் வரவில்லை. மூன்று மாதமாக எழுதி எழுதிப் பார்த்தும் பலனில்லை. வேறு வழியில்லாமல், உடனடியாகப் பணம் வரவில்லையானால், அட்மினிஸ்டிரேட்டிவ் டிரிப்யூனலுக்குப் போகப்போவதாக மிரட்டி எழுதினேன். இரண்டு மாதமாகியும், இதற்கும்கூட எதுவும் தெரியவில்லை. வேறுவழியில்லாமல், புதுடில்லிக்குப் போனேன். போகும்போது சாங்ஷன் ஆர்டர் வந்துவிட்டது. பலனில்லாமல், அதாவது மூன்றாவது தவணை என்பதற்குப் பதிலாக, இரண்டாவது தவணை என்று தவறுதலாய்ப் போட்டுவிட்டார்கள். இவ்வளவுக்கும் என் நண்பர் ராவ் என்பவர்தான் நிர்வாக அதிகாரி; தென்னிந்தியர். இந்த தவறை குறிப்பிட்டு மேலதிகாரிக்கு குறிப்பு எழுதி அவரது அனுமதியோடு புது சாங்ஷன் ஆர்டர் வருமென்றும், அந்த அதிகாரி வெளிநாடு போயிருப்பதால் காரியம் பழுக்க ஒருமாதம் ஆகும் என்றும் எனக்கு சலுகை காட்டுவதுபோல் பேசினார்.

நான் ஓடினேன்; ஓடினேன். ஏ.ஜி.சி.ஆர். ஆபீஸ்வரை ஓடினேன். அங்கே சாங்ஷனுக்கு ஏற்பப் பணம் வழங்கும் 'இர்லா' அலுவலகம் போனேன். சம்பந்தப்பட்ட கிளார்க்குக்கு சல்யூட் அடித்ததும், பைலைப் புரட்டினார். ஒரு காகிதத்தைப் பார்த்து 'கியர் ஹாலே... அட்மினிஸ்டிரேட்டிவ் டிரிப்யூனல்' என்றபடி, அவர் லேசாய்ப் படிக்கப் போனார். அப்போதுதான், அந்த ஆசாமி அப்படி ஒரு கடிதம் நான் எழுதியிருப்பதை பார்க்கப்போனார். நான் அந்த கடிதத்திலேயே கையைப் பரப்பி மறைத்துகொண்டு "டெல்லி ஆத்மி, அச்சா ஆத்மி" என்றேன். அதாவது, டெல்லிக்காரர்கள் நல்ல மனிதர்கள் என்றேன்.

அந்த அஸிஸ்டெண்டைப் பார்த்து, சாங்ஷன் ஆர்டரில் இரண்டாவது தவணை என்று தப்பாகப் போடப்பட்டதை சுட்டிக் காட்டி, ஒரு மாதத்தில் மூன்றாவது தவணை என்ற திருத்தம் வந்துவிடும் என்றும், அப்படி வந்தவுடனே, எனக்கு பணத்தை அனுப்பிவிட வேண்டும் என்றும் வேண்டினேன். அவர் என்னை ஒரு மாதிரி பார்த்துவிட்டு, நான் காட்டிய காகிதத்தில், இரண்டாவது தவணை என்ற ஆங்கில வாசகத்தை அடித்துவிட்டு, மூன்றாவது தவணை என்று கையால் எழுதினார். என்னை கையெழுத்து போடவும் சொன்னார். திடீரென்று எழுந்தார். ஒருமணி நேரத்தில் அவரே எல்லா செக்க்ஷன்களுக்கும் போய், இருபத்தெட்டராயிரம் ரூபாய்க்கு 'செக்' வாங்கி வந்துவிட்டார்.

இது போதாதென்று இரண்டு தடவை 'டீ' வாங்கிக் கொடுத்தார். இந்த வடஇந்திய அலுவலர்களிடம் ஒரு பழக்கம். அதாவது; பைல்களைப் படிப்பதில்லை என்ற பழக்கம். அலுவலத்திற்கு காலை பதினோரு மணிக்கு

முன்போ, மாலை நான்கு மணிக்கு பின்னரோ இருப்பதில்லை என்று ஒரு சபதம். ஆனால், நேரில் போய்விட்டாலோ, எந்தப் பிரதிபலனையும் எதிர்பாராமல், உடனடியாக உதவுவதும் அவர்களின் பண்பாடு.

ஈரம் காயாத உள்ளம் - வீடு கட்டி முடித்துப் பால் காய்ச்சும் கட்டம் வந்தது. குடிபுகு விழாவைப் பெரிதுபடுத்த விரும்பவில்லை அதே சமயம், உறவினர்களுக்குக் கொடுத்த வட்டியில்லாக் கடனை (அதாவது பரிசுப் பொருட்களை) திருப்பி வசூலிக்காமல் விட மனமில்லை. ஆகையால் உறவினர்களுக்கென்றே அழைப்பிதழ்கள் அனுப்பப்பட்டன. அதே சமயம், மிகவும் நெருங்கிய பிரமுகர்களுக்கும், நண்பர்களுக்கும் அழைப்புக்கள் அனுப்பினேன். பல்வேறு ஊர்களில் இருந்து உறவினர்கள் குழுமினார்கள். 'தேறாத கேஸ்' என்று கருதப்பட்ட நான், வீடு கட்டிவிட்டதில் அவர்களுக்கு மகிழ்ச்சி. மாமனார் முறுக்கோடு கோபித்துப்போய் திரும்பி வந்த என் மாமனாருக்கு இந்த மருமகனே பட்டு வேட்டி, பட்டு சட்டை வாங்கிக் கொடுத்தான். எல்லாவற்றிக்கும் மேலாக,

குறிப்பிட்ட நிகழ்ச்சிகளுக்குகூட நேரம் இல்லாமல் அல்லாடும் தினத்தந்தி இயக்குநர் திரு. சிவந்தி ஆதித்தன் அவர்கள் தனது மூத்த செய்தியாளர் சுகுமாரோடு, முட்டளவிற்கு தண்ணீர் தேங்கியிருந்த தெருவழியாக நடந்து, ஈரக்கால்களோடு என் வீட்டிற்கு வந்தது இன்னும் என் நெஞ்சில் ஈரம் காயாமல் உள்ளது.

14. ஒரு மனநோய்ச் சிறுவனுக்காக...

'உருவுகண்டு எள்ளாமை வேண்டும்' என்று ஔவையார் அறிவுறுத்தினார். இதனால் அந்தக்காலத்திலேயே ஊனமுற்றவர்கள் ஏளனம் செய்யப்பட்டார்கள் என்பது புலனாகிறது. கூடவே இத்தகைய போக்கிற்கு ஒரு எதிர்ப்பும் இருந்துள்ளது. நமது தமிழில் காதுகேளாதவர்கள், பார்வை அற்றவர்கள், கால், கை இழந்தவர்கள் போன்றவர்கள் மோசமானவர்கள் என்பதுபோல் பழமொழிகளும் உள்ளன. இங்கே இவற்றைக் குறிப்பிடுவது, அவற்றை அங்கீகரிப்பதுபோல் ஆகிவிடும். எனவே தவிர்க்கப் படுகிறது. இப்போதும், வெந்த புண்ணில் வேலைப்பாய்ப்பது போல் இந்த மக்களை நகைச்சுவை என்ற பெயரில் தொலைக் காட்சிகளிலும், திரைப்படங்களிலும் கேவலமாகச் சித்தரிக்கிறார்கள்.

இத்தகைய மக்கள் விரோதக் கலைச்சிதைவு வெளிப்பாடுகளைக் கொண்ட திரைப்படங்களையும், நாடகங்களையும் அரசாங்கத் தொலைக்காட்சிகூட ஒளிபரப்பி மனிதநேய எதிரியாக விளங்குகிறது. என்றாலும், இத்தனை இழிவுகளையும், மீறி ஊனமுற்றோர் உலகெங்கும் எதிர்க் காற்றாய் வீசுகிறார்கள். இவர்களின் நலனுக்காக மூன்றாண்டுகளுக்கு முன்பே நமது நாடாளுமன்றத்தில் ஒரு சட்டம் நிறைவேற்றப்பட்டது. அது ஏட்டுச்சுரைக்காயாய், இருந்தா-

லும் எதிர்காலத்தில் செயல்படுத்தப்படும் என்று நம்பலாம். இதேபோல் தமிழக அரசு, உடல் ஊனமுற்றோர்களுக்காக அண்மையில் ஒரு தனி ஆணையாளரை நியமித்து இருக்கிறது.

ஊனமுற்றோர், வாதாடி - போராடி, அரசை ஓரளவு நிர்ப்பந்திக்க முடிகிறது. ஆனால் மனநோயாளிகள் இதற்கு மாறானவர்கள். இந்த உள்ளத்தில் ஊனமுற்றோர் தங்களுக்காக வாதாடமுடியாது. இவர்களை பராமரிக்க வேண்டியவர்களும், ஒரு கட்டத்தில் இவர்களை சுமையாகவே நினைக்க வேண்டியது ஏற்படுகிறது. இவர்களிலும் குழந்தை மனநோயாளிகள் - குறிப்பாக ஏழை பாளை வீட்டில் பிறப்பவர்கள் பிறந்திருக்கவே வேண்டாம் என்ற நிலைதான் இன்றுவரை உள்ளது. இது சம்பந்தமாக எனக்கு ஏற்பட்ட அனுபவங்களை இங்கே பகிர்ந்து கொள்ள விரும்புகிறேன்.

வறுமை வியாபாரிகள் - எனது உறவுப்பையன் - தெளிவாகச் சொல்லப் போனால் எனது மைத்துனியின் மகன் அவன் பிறந்து மூன்றாண்டுகளுக்குப் பிறகே, அவனுடைய மனச்சிதைவு கண்டுபிடிக்கப்பட்டது. ஏழைப் பெற்றோரால் எதுவுமே செய்ய இயலவில்லை. இந்தச் சிறுவனுக்கு ஏழுவயது எட்டியபோது சென்னைக்கு வாந்தார்கள். ஒரு எளிய தொழிலை செய்து வருகிறார்கள். இந்தச் சிறுவனை அடையார் பக்கமுள்ள ஒரு தொண்டு நிறுவனத்தில் சேர்த்தேன். எல்லா நிறுவனங்களையும் போல இந்த நிறுவனமும் இந்திய வறுமையையும், ஏழைகளின் இயலாமையையும், இத்தகைய மனச்சிதைவுகளையும் வெளிநாடுகளுக்கு விற்று பணம் சம்பாதித்து வருவதை மூன்று மாத காலத்திலேயே அறிந்துகொண்டேன்.

இதன் நிர்வாகத் தலைவரோ அல்லது ஏகபோக முதலாளியோ, அரசு அதிகாரியாக உள்ள என் செல்வாக்கின் மூலம் அப்போதைய குடியரசுத் தலைவர் திரு. வெங்கட்ராமன் அவர்களை அந்த நிறுவனத்தின் புதிய கட்டிடத்திறப்பு (ஜப்பானில் இருந்து மட்டும் இந்த நிறுவனம் கோடிகோடியாய் வசூலித்து இருப்பதாய் கேள்வி) விழாவிற்கு அழைக்க விரும்பினார். குடியரசுத் தலைவரின் வருகையைப் பயன்படுத்தி, அந்த வளாகத்தின் முன்னால் உள்ள ஏழெட்டு கிரவுண்டு நிலத்தை வாரிச்சுருட்டவும் விரும்பினார். நான் இதற்கு உடன்படவில்லை. இதன் விளைவாக அந்தச் சிறுவன் அந்த மனிதரின் மனநோய்ச்சிறுவர் காப்பகத்தில் இருந்து விரட்டப்பட்டான். இதில் ஒரு வேடிக்கை என்னவென்றால், குடியரசுத்தலைவரை எப்படியோ, யார் மூலமோ வரவழைத்து திறப்புவிழாவையும் நடத்தி விட்டார். அந்த நிலத்தையும் விழுங்கி விட்டார்.

மன்னிப்பு மட்டும் போதுமா? - வேறுவழியில்லாமல் அப்போதைய சமூகநலத்துறை அமைச்சர் திருமதி. இந்திரகுமாரியின் பரிந்துரையின் பேரில் தாம்பரத்திலுள்ள அரசு மனநோய் சிறுவர் காப்பகத்தில் சேர்த்தேன். அங்கே, இந்தச் சிறுவன் துரும்பாக இளைத்து விட்டான். விசாரித்துப் பார்த்ததில் இத்தகைய சிறுவர்களுக்குரிய உணவு, உடை வகையறாக்கள் அதன் பராம-

ரிப்பாளர்களுக்கே போய்ச் சேர்ந்ததாக தெரிந்தது. ஒரு அரசு நிறுவனத்தின் மோசடித்தனத்திற்கு இந்த நிறுவனம் ஒரு முன்னோடியானது. சகித்துக் கொண்டோம். ஒரு நாள், இந்த நிறுவனத்திடமிருந்து ஒரு கடிதம் வந்தது. கடிதம் இல்லை... கட்டளை. 'உங்கள் பையன் நோய்வாய்ப் பட்டிருக்கிறான். அவனை நீங்கள் உடனடியாக வீட்டிற்கு கூட்டிப்போகவேண்டும். இல்லையா-னால் அவன் உயிருக்கு நாங்கள் பொறுப்பல்ல.' என்று ஒரு அரக்கத்தன-மான தாக்கீது வந்தது.

ஒரு அரசு நிறுவனம், தன்னிடம் உள்ள பிள்ளைகளுக்கு மனநோயைத் தீர்க்க முடியவில்லையானாலும், உடல் நோயையாவது தீர்க்க வேண்டும். இதற்கான மருத்துவர்களும் இருப்பார்கள் என்று நம்புகிறேன். சிறுவனுடைய உடல்நலத்தின் கடுமையை நாகரீகமாகவும் குடும்பத்தினருக்கு தெரிவிக்கலாம். இதற்குப் புறம்பாக, இப்படி ஒரு காட்டு மிராண்டித்தனமான கடிதத்தை அனுப்பியது. இந்தக் கடிதவிவரத்தை எத்திராஜ் கல்லூரியின் சமூக அமைப்பு நிகழ்ச்சி ஒன்றில் நான் குறிப்பிட்டேன். மனிதநேயரான தமிழக அரசின் சமூ-கநலத்துறை செயலாளர் திரு. தீனதயாளு அவர்கள் பகிரங்கமாக மன்னிப்புக் கேட்டுக்கொண்டார். ஆனாலும் அவர் இத்தகைய போக்கிற்கு எதிராக எது-வுமே செய்யவில்லை. செய்ய முடியவில்லையோ என்னவோ....

பதிலுக்குப் பதிலாய்..... - மத்திய அரசின் களவிளம்பரத்துறையில் இணை இயக்குநராக பணியாற்றிய நான், இந்தச் சிறுவனை மதுரைப் பக்கம் அரசு நிதியோடு இயங்கும் அரசு சார்பற்ற நிறுவனம் ஒன்றில் (என்.ஜி.ஓ) சேர்த்தேன். எனது பரிந்துரையை மிகப்பெரிய கவுரவமாக அந்த நிறுவனம் கருதியது. ஆனாலும் அடுத்த மாதமே அந்த இயக்குநர் சென்னையில் சாஸ்திரி பவனில் என்னைச் சந்தித்து தமது நிறுவனம் தயாரித்து மத்திய அரசின் பல்வேறு துறைகளுக்கு அனுப்பி இருக்கும் லட்சக்கணக்கான ரூபாய் செயல்திட்டங்களுக்கு நான் அனுமதி வாங்கிக்கொடுக்க வேண்டும் என்று கேட்டுக்கொண்டார். நான் தலையாட்டியிருந்தால் கமிஷனும் கொடுத்திருப்-பார். நான் கையை விரித்தபோது, அந்த பையனின் காலை இடறிவிட்டார்-கள்.

நானும் சளைக்கவில்லை. சமூகநலத்துறைக்கு புதிய அமைச்சராக சேர்ந்த திருமதி. சற்குணபாண்டியன் அவர்களைச் சந்தித்தேன். கல்லூரி காலத்தில் அவர் தி.மு.க. பேச்சாளராகவும், நான் காங்கிரஸ் பேச்சாளாராகவும் எதிரும் புதிருமாக செயல்பட்டாலும் நன்கு பரிச்சயமானவர். அவரும் பாலவாக்கத்-திற்கு அருகே உள்ள ஒரு நிறுவனத்திற்குப் பரிந்துரைத்தார். இந்தச் சிறு-வனை கூட்டிக்கொண்டு சென்ற அவன் தந்தையின் ஏழ்மைக்கோலத்தை பார்த்தோ என்னவோ, அந்த நிறுவனமும் கைவிரித்துவிட்டது.

சமூகசேவை நடிகை - ஒரு பொது நிகழ்ச்சியில் நானும், பிரபல 'சமூக-சேவை' நடிகையும் கலந்து கொண்டு உரையாற்றினோம். ஏற்கனவே அவர் எனக்கு நன்கு பழக்கமானவர். சமூகநல அமைப்புக்களில் செயல்படுவதாகக்

கூறி மாலை மரியாதைகளை வாங்கிக் கொள்கிறவர். சென்னை கோட்டூரில் உள்ள இத்தகைய சிறுவர் காப்பகத்தில் ஈடுபாடு கொண்டவராய்க் கருதப்படுகிறவர். இந்தச் சிறுவனை அங்கே சேர்க்கலாமா என்று அவரிடம் கேட்டேன். அந்தப் பையனின் நிலைமையை எடுத்துச் சொன்னேன். 'இயலாது' என்று ஒற்றைச் சொல்லில் முடித்து விட்டார். ஒருவேளை இவர் இந்தச் சிறுவனைப்பற்றி திரைப்படமோ அல்லது தொலைக்காட்சித் தொடரோ தயாரித்து சமூக விழிப்புணர்வை ஏற்படுத்தி பத்மஸ்ரீ பட்டம்கூட வாங்கலாம்.

அஞ்ஞான வாசத்தில்... - இவனது அஞ்ஞான வாசத்தை தடுக்கும் விடுமுறைக் கால ஏற்பாடாக, நான் வாழும் பகுதியில் உள்ள ஒரு தொண்டு நிறுவனம் இவனைச் சேர்த்துக் கொண்டது. சேர்த்த மறுநாளே, இந்த நிறுவனத்திற்கு யாரோ ஒருவர் ஒரு காரை அன்பளிப்பாய் வழங்கியிருப்பதாகவும், அமைச்சர் சற்குணபாண்டியன் அவர்கள் அந்த கொடையாளி சார்பில் காரின் சாவியை தொலைக்காட்சி சாட்சியாக இவரிடம் ஒப்படைக்க வேண்டும் என்றும், இதற்குரிய ஏற்பாடுகளை நான் செய்யவேண்டும் என்றும் எனக்கொரு செய்தி வந்தது. நான்கூட, இந்தப் பையனின் நலத்திற்காக இந்த ஏற்பாட்டை செய்வதற்கு முயற்சித்திருப்பேன். ஆனால் சம்பந்தப்பட்ட அமைச்சர் அவர்கள், தனது மகன் திருமண அழைப்பிதழை என் இல்லத்திற்குக் கொண்டு வருவதாகவும், நான் வீட்டிலேயே இருக்கவேண்டும் என்றும், அவரது நேர்முக உதவியாளர் என்னிடம் தொலைபேசியில் தெரிவித்தார்.

இதற்காக நான் இரண்டு நாள் வீட்டுக்காவலில் இருந்தேன். அந்த அமைச்சரின் மகன் திருமணம் இனிதே நடைபெற்றதை பத்திரிகைகளில் தெரிந்துகொண்டேன். சில சமயம் வேண்டியவர்களுக்கு நேரில் அழைப்பிதழ்களை கொடுக்க வேண்டும் என்ற ஆர்வக் கோளாறில், இப்படி ஏற்படுவதுண்டு. இதற்காக அமைச்சர் மீது எனக்கு வருத்தமும் இல்லை. என்றாலும், இந்தப் பின்னணியில் நான் அவரைச் சந்திக்க விரும்பவில்லை. இதனால் அந்தச் சிறுவனை அந்த நிறுவனமும் தன்னிடம் வைத்துக்கொள்ள விரும்பவில்லை. என்றாலும்-

வழக்கமான தொண்டு நிறுவனங்களிலிருந்து சிறிது விதிவிலக்காக உள்ள ஒரு நிறுவனத்தில் இப்போது இந்தச் சிறுவன் இருக்கிறான். இவனது ஏழைப்பெற்றோர் சில நூறு ரூபாய் நோட்டுக்களை செலவழித்து மூன்று மாதத்திற்கு ஒரு தடவை, முறை வைத்து இவனைப் பார்த்து வருகிறார்கள். இந்தச் செலவைவிட இன்னொரு சிக்கல்... பதினைந்து வயதை தாண்டிய சிறுவர்களை இந்த நிறுவனத்தில் வைத்துக்கொள்ள இயலாதாம். இப்போது இவனுக்கு பதினான்கு. ஓராண்டு காலத்தில் இவன் சென்னையில் பெற்றோரிடம் அனுப்பப்படுவான். இப்போது விடுமுறையில் வரும்போதெல்லாம் வீட்டை விட்டு ஓடிவிடுகிறான். அவனது பெற்றோர்கள் தங்களது அன்றாட ஜீவனத்தொழிலை ஒதுக்கிவிட்டு, இவனை நாடு நகரெங்கும் தேடிப்பிடித்து கொண்டுவ-

ரவே பொழுது போய்விடும்.

பதிலுக்காக ஒரு கேள்வி - இந்தச் சிறுவனாவது, ஓரளவு வசதிபடைத்த எனது பராமரிப்பில் இருக்கிறான். எங்காவது தொலைந்து போனாலும், எப்படியாவது அவனை என்னால் மீட்டு விடமுடியும். ஆனால் ஏழைப் பெற்றோருக்குப் பிறந்து, உற்றோருக்கும் முகச்சுழிப்பை ஏற்படுத்தி, திக்கற்று திசையற்று திரியும் மனநோயாளி குழந்தைகளை முழுமையாய் அரவணைக்க தமிழக அரசிடம் காப்பகம் ஏதும் இருக்கிறதா? உடல் ஊனமுற்றோர், விதவைகள், முதியவர்கள், படித்த ஏழைப்பெண்கள். போன்றவர்களுக்கு நிதியுதவி வழங்கும் தமிழக அரசிடம் இத்தகைய சிறுவர்களையும் பராமரிக்க ஏதாவது திட்டம் இருக்கிறதா? இந்தப் பாமரனுக்கு அப்படி இருப்பதாகத் தெரியவில்லை. தமிழக அரசு இந்த கேள்விக்கு எனக்கு பதிலளிக்கவில்லை என்றாலும், இத்தகைய சிறுவர்களுக்காக புள்ளி விபரங்களில் போகாமல், ஒரு நல்ல விடையை கண்டுபிடிக்க வேண்டும்.

15. பெரியவரும், தோழரும்

பெரியவர் எம். கல்யாண சுந்தரம் அவர்களைப் பற்றி எழுதுகின்ற இந்த சமயத்தில் உடலெல்லாம் புல்லரிக்கிறது. எத்தனையோ தலைவர்களை நெருங்கிய வட்டாரத்திலிருந்து பார்த்திருக்கிறேன், பழகி இருக்கிறேன். கசப்பும் உண்டு, இனிப்பும் உண்டு. ஆனால், எம்.கே. அவர்களுடன் எனக்கு இருந்த தொடர்பு வாழ்நாள் முழுவதும் நினைத்து மகிழக்கூடிய ஒன்றாகும். இப்படிப்பட்ட ஒரு அபூர்வமான மனிதரை எனது எஞ்சிய வாழ்நாளில் பார்க்க முடியுமா என்பது சந்தேகம். என் மனதுக்குள், இப்போது, எம்.கே. அவர்கள் என்னிடம் காட்டிய அன்பையும், உதவியையும் உயிரூட்டிக் கொண்டே, அவர் இன்னும் இருப்பதாகவே அனுமானித்துக் கொண்டிருக்கிறேன்.

பெரியவர் எம்.கே. அவர்களை எனது பள்ளிக் காலத்திலிருந்தே அதிசயமாக நினைத்திருக்கிறேன். தமிழக சட்டப் பேரவையில், அவர் ஆற்றிய உரைகளும், கேட்ட கேள்விகளும் அந்தக் காலத்திலேயே, என் மனதில் அவரை ஒரு அதிசயத் தலைவராகவே உருவங் கொள்ளச் செய்தது. பிறகு அவரை சென்னையில் சந்திக்கும் பேறு கிடைத்தபோது, எனக்குக் கிடைத்த மகிழ்ச்சியை சொல்லால் வடிக்க இயலாது. நான் தாமரையில் பல கதைகள் எழுதியதன் மூலம் எம்.கே. அவர்களுக்கு, என்னை நன்றாகத் தெரியும்.

பதறிப்போன எம்.கே. ..... - இத்தகைய பின்னணியுடன், பன்னிரெண்டு ஆண்டுகளுக்கு முன்பு, எழும்பூரில் உள்ள ஒரு கல்யாண மண்டபத்தில் தோழர் ஒருவரின் கல்யாண நிகழ்ச்சியில் இருவரும் கலந்து கொண்டோம். எம்.கே. அந்த திருமண நிகழ்ச்சிக்கு தலைமை தாங்கினார். நான் வாழ்த்திப் பேசினேன். அப்போது இளைஞனாக இருந்த நான் வாழ்த்துரையின் போது

பழைய தலைமுறை பயனற்றுப் போய் விட்டது என்றும், புதிய தலைமுறையால்தான் நாட்டிற்கு சுகத்தைக் கொண்டுவர முடியும் என்றும் குறிப்பிட்டேன். இறுதியில் பேசிய எம்.கே. அவர்கள், இதற்குப் பதிலளிக்கும் வகையில், என் படைப்புக்களை பலவாறு பாராட்டிவிட்டு, நாட்டுக்கு விடுதலை வாங்கித் தந்ததுடன், நாட்டைப் பற்றியே சிந்தித்துக் கொண்டிருக்கும் பழைய தலைமுறையினரை சமுத்திரம் இப்படி பேசலாகாது என்று மிகமிக இனிமையாக தெரிவித்தார். இந்த அர்த்தத்தில் அவர் சொன்னாரே தவிர, அந்த பதில் இனிமையாகவும், ஆணித்தரமாகவும், என்னைத் திருத்துவது மாதிரியும் இருந்தது.

துடித்துப்போன நான்..... - நான் துடிதுடித்துப் போனேன். எம்.கே. அவர்கள் நாட்டின் விடுதலைக்கு ஆற்றிய பணியையும், ஒரு நாளில் இருபத்துநான்கு மணி நேரமும், நாட்டு மக்களைப் பற்றி மட்டுமே சிந்தித்துக் கொண்டிருப்பதும் நான் அறிந்ததே. அப்படிப்பட்ட ஒரு உன்னத தலைவனின் மனதை புண்படுத்தி விட்டோமோ என்று கிட்டத்தட்ட அழும் நிலைக்கே வந்துவிட்டேன். திருமண நிகழ்ச்சிக்குப் பிறகு அவரிடம் என் பேச்சுக்கு விளக்கம் அளித்து, பழைய தலைமுறையினரின் தியாகத்தை குறிப்பாக எம்.கே. அவர்களின் தியாகத்தை நான் போற்றிப் பாதுகாப்பேன் என்று சொன்னதுடன், அவரிடம் மன்னிப்பும் கேட்டுக்கொண்டேன். அவரும் ஒரு தந்தைக்குரிய கனிவுடன் என் முதுகைத் தட்டிக் கொடுத்தார்.

இதற்குப் பிறகு, எம்.கே. அவர்களுடன், ஒரு சில நிகழ்ச்சிகளில் கலந்து கொள்ளும் பேறு எனக்குக் கிடைத்தது. அவர் என்னைப் பார்த்து ஒரு புன்முறுவலைத் தோற்றுவிக்கும்போதெல்லாம் நான் சொக்கிப் போவேன்.

சர்வதேச பிரச்சினையும் - சொந்த பிரச்சினையும்... - நான் சென்னை தொலைக்காட்சியில் பணியாற்றியபோது எனக்கு ஒரு பெரிய சிக்கல் ஏற்பட்டது. அரசு பணியில் நியாயப் போராட்டம் தொடுத்த எனக்கு, அதன் விளைவாக பல்வேறு பிரச்சினைகள் சொந்த வாழ்விலும் ஏற்பட்டன. இதற்கு எம்.கே. அவர்களின் ஆலோசனையையும், உதவியையும் பெறலாம் என்று ஒரு எண்ணம் ஏற்பட்டது. எனது இனிய நண்பரும், பாட்டாளிக் கவிஞருமான திரு. கே. சி. எஸ். அருணாசலம் அவர்களுடன், திரு. எம்.கே. -வை, தியாகராயநகரில் அவர் வசித்த தோழர் வீட்டில் சென்று பார்த்தேன்.

எனது பிரச்சினைகளை அவரிடம் சொன்னேன். அவர் உடனடியாக உதவி வழங்குவதாகக் கூறினார். பிறகு எனது பிரச்சினை, சர்வதேசப் பிரச்சினையுடனும் சம்பந்தப்பட்டிருக்கிறது என்று முன்னுரை கூறிவிட்டு, அதற்கு விளக்கமளித்தார். அந்த விளக்கத்தால் இன்னும் நான் ஒரு சிறந்த எழுத்தாளனாக வராமல் இருக்கிறேன் என்றால், அது என்னுடைய குற்றம்தான். பாரதம், தனது சமதர்ம இலக்கை நோக்கிச் செல்வதற்கு இடையூறாக மேல்நாட்டு சக்திகள், வர்த்தகக் கலாச்சாரத்தை நமது நாட்டில் உருவாக்கி, வியாபார நடத்தையை அறிமுகம் செய்துவிட்டதால், என்னைப் போன்றவர்கள்

அதற்கு 'அரவானாய்' ஆக்கப்படுகிறார்கள் என்றார்.

சொந்தப் பிரச்சினைகளில், சோர்வு கொள்ளாமல், சர்வதேச ரீதியில் நிலவும் சமதர்ம எதிர்ப்புச் சக்திகளுக்கு எதிராக எனது பேனாவைத் திருப்ப வேண்டும் என்றார் இப்படி கொள்கையளவில் பேசிவிட்டு, அவர் சும்மாவும் இருக்கவில்லை. எனது பிரச்சினைகளையும் தீர்த்து வைத்தார். அவர் எனது பிரச்சினையை இப்படி வேறு முறையில் ஆக்கியபோது நான் புல்லரித்துப் போனேன். அவர் காலைத் தொட்டு வணங்கி, எனது பேனாவை அவரிடம் கொடுத்து அதை எனக்குத் திருப்பித் தரும்படி வேண்டிக் கொண்டேன். அவரும் சிறிது நேரம் என்னையும், அந்தப் பேனாவையும் மாறிமாறி உணர்ச்சித் ததும்ப பார்த்துவிட்டு, பின்னர் அதை என்னிடம் நீட்டினார். தள்ளாத வயதிலும், தன்னை பார்க்க வரும் தோழர்களிடம் அவர் பேசிய விதம் பண்பின் உச்சகட்டமாகும்.

மருத்துவமனையில் எம்.கே. - எம்.கே. அவர்கள் சென்னைப் பொது மருத்துவமனையில், நோய்வாய்ப்பட்டுச் சேர்க்கப்பட்டிருந்த நேரம். நான் அவரை அங்குப் போய்ப் பார்த்தேன். அவரது கையிலும் காலிலும் கட்டு சிறிது நேரம் பேசிக் கொண்டிருந்த அவர், பேச்சுவாக்கில் 'இங்கேகூட சிபாரிசுக்காக ஒருவர் என்னைப் பார்க்க வந்தார்' என்று சிரிப்பும், கேலியுமாக சொன்னார். அவர் சொன்னதன் உள் அர்த்தம் புரிந்த நான் 'இப்படித்தான் உலகம் ஆயிட்டுது' என்று சலிப்பாகச் சொல்லிவிட்டு, 'நீங்கள் என்ன செய்தீர்கள்' என்றுக் கேட்டேன். அவர் சிரித்துக் கொண்டே, 'அவர் வந்த காரியத்தை முடித்துக் கொடுத்தேன்' என்றார். எனக்கு அவரை ஐந்து நிமிடம் மௌனமாகப் பார்க்க முடிந்ததே தவிர, மறுவார்த்தை பேச முடியவில்லை. இவர் அற்புதத்திலும் ஒரு அற்புதம். மனிதாபிமானத்திற்கு ஒட்டுமொத்தமான உருவம்.

எம்.கே. தலைமையில் திரைப்படம் - எனது 'ஊருக்குள் ஒரு புரட்சி' என்ற நாவல் 'புத்தம் புது காலை' என்ற தலைப்பில் திரைப்படமானது. (படம் இன்னும் டப்பாவுக்குள்ளேயே இருப்பது என்பது வேறு விஷயம்). சோவியத் கலாச்சார மாளிகையில் இந்திய சோவியத் நட்புறவுக் கழகத்தின் ஆதரவுடன் போட்டுக் காண்பித்தோம். எம்.கே. அவர்கள் அதற்கு தலைமை வகித்தார். படம் முடியும் போது அவர் உரையாற்றுகையில், அந்தப் படத்தை பெரிதும் பாராட்டினார். இதை வெளிச்சத்திற்குக் கொண்டுவர எல்லோரும் முயற்சி செய்ய வேண்டும் என்று கேட்டுக் கொண்டார். பிறகு, தனிப்பட்ட முறையில் என்னிடம் பேசும்போது, இந்தப் படம் அரங்கேறுவதற்கு ஆவண செய்வதாகக் கூறினார். ஒரு வாரத்திற்குள், தம்மைச் சந்திக்கும்படியும் கேட்டுக்கொண்டார்.

அவரது செல்வாக்கில் அந்தப் படத்தை பிரபலப்படுத்தியிருக்கலாம். ஆனாலும், அவரது தள்ளாமையைக் கண்டும், அந்த மகத்தான தலைவரை, அவருக்கு இருக்கும் கட்டாயப் பணிகளைக் கருத்தில் கொண்டும், என்-

னளவிலாவது விட்டு வைக்க வேண்டும் என்றும் நினைத்தேன். அதனால், இது சம்பந்தமாக அவரிடம் நான் எதுவுமே பேசவில்லை. அந்த தியாகிக்கு அவரது சிரமத்தைக் கூட்டாமல் இருப்பதற்காக நான் என் வரையில் செய்த சிறு 'தியாகம்' இது.

மகான்களிடம் போனால் அவர்களின் இருப்பிடத்தில் நமக்கு ஏதோ ஒரு-விதமான சுக உணர்வு ஏற்படும் என்பார்கள். அவர்களிடம் உள்ள ஆன்-மீக சக்தியால் அவர்கள் அருகே இருக்கும்வரை வாழ்க்கைப் பிரச்சினை-களோ துக்கச் சுமைகளோ மறந்துபோய்விடும் என்பார்கள். இதுபற்றி, எனக்கு அதிகமாகத் தெரியாது. ஆனால், எம்.கே. அவர்கள் முன்னிலையில், நாம் இருக்கும்போது மட்டுமல்ல, அவரைவிட்டுப் பிரிந்து வீட்டிற்கு வந்தபிறகும்-கூட, சுமையாகத் தெரிந்த வாழ்க்கை நமக்கு சுவையாகத் தெரியும். காரணம், அவர் சிறியன சிந்தியாதார். ஒரு தடவை தோழர் வி.பி. சிந்தனிடம் "உங்-களுக்கும் எம்கேவுக்கும் சாவே, கிடையாது. எந்த விபத்திலிருந்தும், ஆபத்-திலிருந்தும் நீங்கள் தப்பித்து விடுவீர்கள்" என்று கூறினேன். உடனே, அவர் என் கைகளைப் பிடித்துக் கொண்டு, "தயவு செய்து சிறியவனான என்னை அந்தப் பெரியவருடன் ஒப்பிடாதீர்கள்" என்று உணர்ச்சித் ததும்ப கூறினார்.

நான் எத்தனையோ கதைகள் எழுதியிருக்கிறேன். நாவல்கள் படைத்-திருக்கிறேன். கவிதைகள் எழுதியிருக்கிறேன். ஆனால், எம்.கே.--யுடன் எனக்கு ஏற்பட்ட நட்பையும், தோழமையையும், அவரது இதய விசாலத்-தையும் என்னால் உள்ளது உள்ளபடி விளக்க முடியவில்லை. சில சங்க-திகள் அனுபவத்தால் உணரக் கூடியதேயன்றி, அடுத்தவர்களுக்கு சொல்லி-யல்ல என்ற கருத்தை இப்பொழுது நான் முழுமையாக நம்புகிறேன். திரு. எம்.கே. அவர்களை, நான் எப்போதும் பெரியவர் என்ற முறையிலேயே தரி-சித்தேன். ஆனால், அவரோ என்னிடம் தோழன் என்ற முறையிலேயே பேசி-னார்; நடந்து கொண்டார்.

16. காரச் சுவையான கலந்துரையாடல்

சமுத்திரம்: தோழர் புஷ்பா, ரொம்ப நாளாவே நமக்கு ஒருத்தரை ஒருத்தர் தெரியும். இலக்கியத்தால் சமுதாயத்தை மேம்படுத்த முடியாதுன்னு நீங்க சொல்லுவீங்க. இப்போ எனக்கு புஷ்பா தங்கதுரைகிட்ட பேசுறதா, ஸ்ரீ வேணு கோபாலன்கிட்ட பேசுறதான்னு தெரியலே. இருந்தாலும் முதல்ல ஸ்ரீ வேணு-கோபாலன்கிட்ட பேசுறேன். நீங்களே மனிதர்களை மேம் படுத்தக்கூடிய சில கதைகளை ஸ்ரீவேணுகோபாலன்கிற பெயர்லே எழுதியிருக்கீங்க. அப்புறம் எதை வச்சு இலக்கியத்தால் சமுதாயத்தைத் திருத்த முடியா துன்னு நீங்க சொல்றீங்க?

புஷ்பா: என்னோட கருத்து என்னன்னா... நானும் எவ்வளவோ படிக்கி-றேன். படிச்ச பிறகு என் அறிவு வேணும்னா கூடுதே தவிர, பண்பாடு கூட மாட்டேங்குது. இப்போ, நான் ரயில்லே போயிக்கிட்டிக்குபோது, ஒரு பிச்-சைக்காரன் வாரான்னு வச்சுகிங்க... நான் எடத்தை விட்டு எழுந்திருந்து, கால்சட்டைப் பையிலேயிருந்து பணத்தை எடுத்துப் போடறதுக்குப் பொறுமை இருக்காது. ஆனா, அங்க வாழக்காய் விக்கிறவன் உக்காந்திருப்பான் சார்.... அவன் எழுந்து உள்ளேருந்து காசை எடுத்துக் குடுப்பான் சார். படிக்காத அவரு பெரியவரா, படிச்ச நான் பெரியவனா?

சமுத்திரம்: டால்ஸ்டாய் சொன்னாரு. 'அனுபவம் முக்கியமில்லே. அனுப-வத்திலேருந்து பெறக்கூடிய படிப்பினையே முக்கியம்'ன்னாரு. அனுபவம்கிறது ஜன்னல். அந்த ஜன்னல் வழியா தெருவைப் பாக்கணுமே தவிர, ஜன்னலே தெருவாகாது.... இல்லியா... இப்போ இப்போ நீங்க சொன்னது ஒருவிதத்-தில் சரிதான். 'மெத்தப் படிச்சவன் சுத்தப் பைத்தியக்கார'ம்பாங்க. சமீபத்தில் பேராசிரியர் அன்பழகன் பேசினாராம். 'பெரியார் அதிகமாப் படிக்கலே. அது-னாலேதான் அதிகமா சிந்திச்சார்'ன்னு. சரி, நீங்க சொன்ன ரயில்லே, உங்க இடத்தில் நான் இருந்திருந்தா, அந்த வாழக்காய் விக்கிறவன் உக்காந்திருந்த தோற்றம், அவன் எழுந்து வேட்டிய தூக்கின விதம், அதிலேருந்து ரூபாய் எடுக்கிறது, அதை ஒரு கதையில் சொல்லியிருப்பேன். என் வருத்தம் என்-னன்னா நீங்க அதையே கொஞ்சம் செக்ஸ் கலந்து, அந்த வாழக்காய்கா-ரனை ஒரு பொண்ணா மாத்தி, அவ ஜாக்கெட்டுலேயிருந்து காசை எடுத்துக் குடுத்தான்னு சொன்னாலும், அதுலே மனிதாபிமானம் இருக்கு. இதை ஏன் நீங்க எழுதாம விட்டீங்க?

புஷ்பா: நான் என்ன சொல்றேன்னா, நீங்க அப்படி எழுதிட்டா மட்டும் படிக்கிறவன் உடனே மாறிட மாட்டான். இப்போ வரதட்சணையைப் பத்தி இந்திலே ஒரு சினிமா வந்திருக்கு. உருக்கமா எடுத்திருக்கான். கண்ணுலே தண்ணீர் வந்திடும். ஆனா அதைப் பாத்து எத்தனை பேர் மாறிட்டாங்க? ஒன்னும் பிரயோஜனமில்லே. எனக்கு 15 வயசுலே படிஞ்சதுதான் மனசுலே உறைஞ்சு நிக்குது. நம்மளை விடுங்க. அமெரிக்காவில நம்மவிட படிக்கி-றவங்க அதிகம். அங்க சிறந்த - மிகச் சிறந்த நாவல்களைக்கூட, முதல் நாலுபக்கம் படிச்சவங்க எத்தனை பேரு, பாதி வரைக்கும் வந்தவங்க எத்-தனை பேரு, முழுப் புத்தகத்தையம் படிச்சவங்க எத்தனை பேருன்னு கணக்-குப் பாத்தா, முழுசும் படிச்சவங்க ரொம்பக் குறைவு சார். அமெரிக்கா-விலேயே அப்படின்னா, ரொம்ப ரொம்பக் குறைவான ஆளுங்க மட்டுமே படிக்கிற நம்ம தமிழ் நாட்டில், எழுதி எழுதி கோடிக்கணக்கான மக்களையும் திருத்தப் போறோம்கிறது லேசான விஷயமில்லே.

சமுத்திரம்: புஷ்பா, சமூக வளர்ச்சிங்கிறது, ஒரு பரிணாம வளர்ச்சி. ஒரு புரட்சிப் படைக்குப் பின்னாலே ஒரு கலாச்சாரப் படை வேணும். ஆயிரம் பேருதான் படிக்கிறான். கோடிக்கணக்கானவங்களை எப்படி எழுத்து போய்ச்

சேரும்னு கேக்கறீங்க. பெரியார் நடத்தின 'குடியரசு' பத்திரிகை ஏற்படுத்தின தாக்கத்தை, பெரிய பத்திரிகை எதுவும் ஏற்படுத்தல. நேரடியா மக்களை நீங்க தொட முடியலேன்னாலும், மக்கள்கிட்ட வேலை பாக்கிற தன்னலமற்ற தொண்டர்கள்கிட்ட உங்க எழுத்து போனாலே போதும். அவன் அதை மக்கள்கிட்ட எடுத்துக்கிட்டுப் போவான். ஹிட்லர் சொன்னான் - அவன் மோசமானவன் - ஆனா அவன் அருமையா சொன்னான் - 'சரித்திரம் வென்றவர்களால் எழுதப்படுகிறது'ன்னான். நான் ஏதாவது துன்பத்தைச் சந்திக்கும்போது "நாமார்க்கும் குடியல்லோம், நமனை அஞ்சோம்" அப்பிடின்னு என் பாட்டன் எழுதுனது தான் ஞாபகம் வருது. எப்பவும் இந்த வார்த்தை என் மனசுலே ஒலிச்சுகிட்டிருக்கு. அப்புறம் லியோ டால்ஸ்டாய், போலீஸ் அட்டகாசத்தைப் பத்தி எழுதியிருக்கிற 'புத்துயிர்ப்பு' நாவலை மறக்க முடியுமா?

புஷ்பா: இலக்கியத்தை, சமூக மாற்றத்துக்கான காரணங்களில் ஒன்னுன்னு வேணும்னா சொல்லலாம். ஒரே காரணம்னு சொல்ல முடியாது. உலகம், 1930-40 வரைக்கும் ரொம்ப மெதுவாத்தான் நகர்ந்தது. மாற்றங்களே இல்லை. சயின்ஸ் வந்தப்புறம் ரொம்ப வேகம். பென்சிலின் எல்லாம் கண்டுபிடிச்ச பிறகு அது வாழ்க்கை முறை, சிந்தனை எல்லாத்தையும் மாத்திடுச்சு. விஞ்ஞானத்துக்கு முன்னால் இலக்கியம் பயனற்றுப் போச்சே.

சமுத்திரம்: நீங்க சொல்றது மாதிரி என்னதான் விஞ்ஞானம் வந்தாலும், அடிப்படை மனிதன் இருக்கானே அவனோட உணர்வுகள், சமூகப் பங்கீடுகள், விஞ்ஞானத்தைக் கூட, விஞ்ஞானத்தை அதன் விளைவுகளை எப்படிப் பகிர்ந்தளிக்கிறது எல்லாத்துக்கும் இலக்கியம் வேணுமே. இப்போ, கிராமத்தில் ஒரு பெரியவரு ஒரு ஆட்டை, ஒரு கிடா கிட்டே சேர்றதுக்கு விடறாரு. நான் புது ஆளா அங்க நின்னா அது வெக்கப்படுது. நான் அந்தப் பக்கம் போனப்புறம், அது ரெண்டும் லவ் பண்ணுது. ஆட்டுக்கு இருக்கிற வெக்கம்கூட நம்ம ஊரு சினிமாக்காரனுக்கும் இல்லே, சினிமாக்காரிக்கும் இல்லே. இந்தக் காலக்கட்டத்தில் ஒரு வைராக்கியம், ஒரு மான உணர்வு இதுக்கெல்லாம் இலக்கியம் தேவைப்படுது. பிரெஞ்சுப் புரட்சிகூட, வால்டேர், ரூசோ எழுதின இலக்கியத்தாலேதானே வெடிச்சது.

புஷ்பா: அப்படியில்லே... ஒரு சமூகம் புரட்சிக்குத் தயாரா இருந்த காலத்தில் வால்டேரும், ரூசோவும் எழுதினாங்க. எந்த சமூகம் புரட்சிக்கு தயாரா இருக்கோ, அப்போ அந்த சமூகத்தில நாமும் எழுதலாம். பயனிருக்கும்.

சமுத்திரம்: அப்போ, இலக்கியத்துக்குப் பயனிருக்கு.

புஷ்பா: ஆனா அதுதான் ஒரே காரணம்னு சொல்ல முடியாது.

சமுத்திரம்: புஷ்பா, இலக்கியத்துக்கு ஒரு தொலைநோக்கு உண்டு. கார்க்கி எழுதுன 'தாய்' நாவல்லே, கிராமத்துலே இருக்கிற தொழிலாளி மாஸ்கோவுக்குப் போவான். ஆனா, மாஸ்கோவில் இருக்கிற படிச்ச தொழிலாளி இவனை எளக்காரமா பார்ப்பான். அப்பவே, சோவியத் யூனியன்

வீழ்ச்சிக்கு விதை ஊன்றப்படுவதை கார்க்கி எவ்வளவு சூசகமா, தொலை-நோக்கோட சொல்லியிருக்கார் பாருங்க. அப்புறம், இலக்கியம்கிறது ஒரு காலப்பதிவு. இப்போ நம்ம காலத்துத் தமிழர்கள் சினிமாவுக்கு இரையாப் போயிட்டானேங்கிற வருத்தத்தை நான் ஒரு கதையில் பதிவு செய்திருக்கேன்.

புஷ்பா: ஏங்க... அவனுக்கு வேற வழியில்லே. பொழுது போக்கில்லே. சினிமாவுக்குப் போறான்.

சமுத்திரம்: கன்னடக்காரனுக்கு வேற வழியிருக்கு. ஆந்திராகாரனுக்கு இருக்கு. கேரளாக்காரனுக்கு இருக்கு. இவனுக்கு மட்டும் இல்லியா?

புஷ்பா: மனித இனம் தானாகவே மாறிப்போயிக்கிட்டு இருக்கு. யாரோட தலையீடும் தேவையே இல்லை.

சமுத்திரம்: அந்த மாற்றத்துக்கு இலக்கியம் உதவுது.

புஷ்பா: பெரிசா ஒன்னும் உதவலை. சாதாரண மனிதனுக்கு, நேத்து ரேஷன்லே அரிசி போட்டான். இன்னிக்குப் போடலை, இப்படிப் பொருளா-தாரக் காரணம் தான் பெரிசா தெரியும். 1967ல் தி.மு.க. வரும்னு ஒரு பத்-திரிகையும் எழுதலே. பத்திரிகைகள், இலக்கியம் எல்லாம் ஒரு கருத்தையும் உருவாக்க முடியாது.

சமுத்திரம்: ஒரு மாவட்ட ஆட்சித் தலைவர் என்கிட்ட சொல்றாரு "எனக்கும் ஆட்சியில சலனங்கள், சபலங்கள் வரது உண்டு. ஆனா உங்க எழுத்துக்களை நினைச்சுக்கிட்டு, நான் உடனே சரி பண்ணிக்குவேன்" அப்-படிங்கிறாரு. என் எழுத்துன்னா அது நான் மட்டுமில்லே, எனக்கு புதுமைப்-பித்தன், அழகிரிசாமி, விந்தன் சொல்லிக் குடுத்தாங்க. மக்கள் சொல்லிக் குடுத்தாங்க. நான் வாழக் கூடிய சமூகம் சொல்லிக் குடுத்துச்சு.

புஷ்பா: ஒருத்தரை மாத்தி உங்களுக்கு என்ன நடந்திடப் போவுது?

சமுத்திரம்: அவர் சாதாரண ஒருத்தரல்ல. சாதாரணமான லட்சக்கணக்-கான மக்களின் மீது நடைபெறும் போலீசின் கொடுமைகளை, அராஜகங்-களை தட்டிக் கேட்கும் நிலையில் உள்ளவர்.

புஷ்பா: நீங்க என்னதான் கரடியா கத்தினாலும், பொதுமக்கள் எல்லோரும் சேர்ந்து ஒத்துக்கிற வரைக்கும் எதுவும் பயன்தராது. இப்போ நீங்க நூறுபேர் சேர்ந்து வரதட்சிணை கூடாதுன்னு எழுதுனாலும், ஒரு பொண்ணு அவளா சுதந்திரமா இவன் இல்லைன்னாலும் இன்னொருத்தன கட்டிக்க முடியும்னு தைரியம் வந்தாத்தான் வரதட்சிணையைப் போக்க முடியும்.

சமுத்திரம்: வரதட்சிணைப் பிரச்சினைங்கிறது, மேட்டுக்குடி தங்கள் பிரச்-சினையை சமூகத்தின் மீது திணிக்கிறது. சாதாரண மக்களுக்கு வரதட்சி-ணைப் பிரச்சினையே இல்ல. யாராவது இந்த வரதட்சிணைப் பிரச்சினையில பெண்களுக்கு சொத்துரிமை உண்டுங்கறத கேக்கறானா? சரி, இலக்கியத்து-னால எந்தப் பயனும் இல்லைன்னு சொல்ற நீங்க அப்புறம் எதுக்கு எழுது-றீங்க?

புஷ்பா: சம்பாதிக்கறேன். பணம் கெடைக்குது. அதனால் எழுதுறேன். கருத்துக்காக எழுதுன புதுமைப்பித்தன் பேரே இப்ப மங்கிகிட்டுதானே வருது.

சமுத்திரம்: அதெல்லாம் இல்ல. அந்தக் காலத்த அவர் பதிவு செய்தார். இப்ப நீங்க மேல போங்க.

புஷ்பா: அப்ப இலக்கியம்கறது ஒரு காலகட்டத்துக்கு மட்டும்தான் உதவும்.... அப்படிங்கிறீங்களா?

சமுத்திரம்: இல்ல... இலக்கியம்கறது ஒரு தொடர்ச்சி... இலக்கியக் கருத்துக்கள் நிரந்தரமில்ல... ஆனா இலக்கியம் நிரந்தரம்.

புஷ்பா: கடந்த பத்தாண்டுகள்ல நிக்கக்கூடிய இலக்கியம் எது?

சமுத்திரம்: நிறைய இருக்கு. பொன்னீலனின் 'புதிய தரிசனங்கள்' ஒரு காலப்பதிவு.

புஷ்பா: நான் அதப் படிக்கல. இப்போ நானே படிக்காதபோது நம்ம நாட்டுல எத்தன ஜனங்க அதைப் படிச்சிருக்கப் போறாங்க.

சமுத்திரம்: போராளிகள் படிக்கிறாங்க.

புஷ்பா: அவங்க படிச்சிட்டுப் போகட்டும்.

சமுத்திரம்: அவங்க படிச்சிட்டுப் போறதில்ல. அவங்க எதையாவது செய்வாங்க.

புஷ்பா: சார்... நான் ஸ்ரீவேணுகோபாலன்கிற பேர்ல அருமையான கதைகள் எழுதுனபோது 18 வருசத்துல ஏதோ பத்துப்பேர் வந்து பாராட்டிருக்காங்க. புஷ்பா தங்கதுரைன்னு எழுத ஆரம்பித்தற்கப்புறம் ஆறு வாரத்துல நான் பாப்புலராயிட்டேன்.

சமுத்திரம்: இப்போ 'அந்தி மந்தாரை' படம் பாரதிராஜா எடுத்திட்டிருக்காரே நீங்களும் பாத்தீங்கள்ல.... அதுல வர்ற அந்த தியாகியவிட நீங்க என்ன பெருசா கஷ்டப்பட்டுட்டீங்க? எதுக்கு சொல்ல வர்றேன்னா அறிமுகம் கெடைக்கலேங்கறதுக்குக்கா ஸ்ரீவேணுகோபாலன் புஷ்பா தங்கதுரையா...

புஷ்பா: இருங்க... இருங்க... அப்ப எனக்கு முன்னோடிகள் ஜெயகாந்தனும், தி. ஜானகிராமனும். எப்பப் பார்த்தாலும் தி. ஜானகிராமன் ஒரு அடல்ட்ரிய எழுதறது கவனிச்சிருக்கேன். தி. ஜா.-வ ரசிக்கிறவங்க இதை மறைமுகமா ரசிக்கிறாங்கன்னு நான் புரிஞ்சிக்கிட்டேன்.

சமுத்திரம்: இத நான் உறுதியா ஏத்துக்கிறேன்.

புஷ்பா: அப்புறந்தான் நானும் இதப் புரிஞ்சிக்கிட்டு கொஞ்சம் செக்ஸ் கலந்து எழுத ஆரம்பிச்சேன். ஆகையினால் நான் உங்களுக்கும்கூட சொல்றேன் அதுல ஒண்ணும் தப்பில்ல. நல்ல கதை எழுதறதோட கொஞ்சம் பணமும் பண்ணத்தானே வேணும்.

சமுத்திரம்: நான் புஷ்பா தங்கதுரைய மாத்தணும்னு பாத்தா நீங்க என்னை மாத்த முயற்சிக்கிறீங்க. சரி அவுங்கவுங்க வழியில் நாம நடந்தாலும், மனிதநேயத்த, மனித மேம்பாட்ட நமக்கேத்த வகைகள்ல சொல்லணும்.

17. பாரதி என்ற மனிதன்

இதுவரை பாரதியார் பாடல்களைப் படாதபாடு படுத்திக்கொண்டிருந்த நமது தமிழ் விற்பன்னர்களும், வியாபாரப் பத்திரிக்கைகளும், இப்போது பாரதியாரையே படாதபாடு படுத்தத் துவங்கியிருக்கிறார்கள். பாரதி தனது கோட்டில் ஒட்டுப் போட்டுத் தைத்தது குடைத்துணியா அல்லது மனைவியின் புடவைத் துணியா என்பது ஒரு பத்திரிக்கையின் ஆராய்ச்சி. பாரதியை எல்லோரும் மகா கவி என்று ஒப்புக் கொள்ளவேண்டும் என்பதற்காகத்தான், கல்கி, பாரதி மகா கவியில்லை என்ற விவாதத்தை வேண்டுமென்றே துவக்கினார் என்று ஒருவரின் மழுப்பல். பாரதியார் என்னய்யா...

பாரதியார்... நான் வளர்ந்து விட்டேன். ஆகையால், அவர் எனக்கு 'சுப்பிரமணியக் கவிதான்' என்ற பேராசிரியர் ஒருவரின் அடம். என் வீட்டை தேடிவரும் சிற்றிலக்கிய பத்திரிக்கை ஒன்று 'பாரதி ஒரு நிலப்பிரபுத்துவ பிற்போக்கு கவிஞன்' என்று சொல்லும் பேஷன். இவற்றை எல்லாம், கேட்கும்போதும், பார்க்கும்போதும், இந்த பாரதி

நூற்றாண்டு விழா சீக்கிரம் முடிவடைந்து விடக்கூடாதா என்று கூட நினைக்கத் தோன்றுகிறது.

தமிழறிந்த தண்டல்காரர்கள் - பாரதியாரை, இப்படி தமிழ்படித்தவரெல்லாம் தண்டல்காரர்களாகி கண்டபடி விமர்சிப்பது தமிழ் இலக்கியத்தில், இன்னும் தீர்க்கப்படாமல் வழி வழியாக வரும் ஒரு குறையையே எடுத்துக் காட்டுவதாக நினைக்கிறேன். தமிழ் இலக்கியத் திறனாய்வில் படைப்பாளிகளின் பின்னணியையும், அவற்றின் காலக்கட்டத்தையும், படைப்பாளியின் நிலையில், அந்தக் கட்டத்தில் நாம் இருந்திருந்தால் எப்படிச் செயல்பட்டிருப்போம் என்ற "பின் நோக்கும்" இல்லாததையே இது காட்டுகிறது. இந்த குறைதான் "தான் கள்ளி பிறரை நம்பாள்" என்பது மாதிரி பாரதி மேல் குற்றம் காண வைக்கிறது.

எடுத்துக்காட்டாக சொல்லப்போனால், குழந்தை அழுவதன் மூலம், பிறநாட்டு எதிரிகள், தன்நாட்டு வீரர்களை அடையாளம் கண்டு, கொன்று விடக்கூடாதே என்பதற்காக, பெற்ற குழந்தையையே கொன்ற தாய்க்கும், 'தீர்மானம் என்று வந்து விட்டால், என் பிள்ளையைக் கூட கொல்வேன்' என்று வீறாப்பு பேசிய, ஷேக்ஸ்பியரின் "லேடி மேக்பெத்"துக்கும் இடையே உள்ள வித்தியாசத்தை நம்மவர்களால் காண முடியாது. முன்னவள் செய்தது கொலை என்றாலும், அது தியாகம். பின்னவள் செய்தது கொலையல்ல என்றாலும் அது கொலையினும் கொடிய நெஞ்சத்தைக் காட்டுவது. இப்படிப்பட்ட தமிழ் இலக்கியச் சூழலில் பாரதியை, சரியாக அடையாளம் காட்ட வேண்டியது, நமது பொறுப்பாகிறது. பாரதியாரின் ஒவ்வொரு பாடலுக்கும் உரித்தான நிகழ்ச்சிகளையும் சமூகப் பின்தளத்தையும் ஆராய வேண்டும். இந்த முறைமைக்கும் காணிக்கையாக - நான் கேள்விப்பட்ட நிகழ்ச்சிகளை பகிர்ந்து

கொள்கிறேன்.

கடையத்தில் கண்டனம் - பாரதியாரின் மனைவி செல்லம்மா பாரதி பிறந்த கடையத்தில், என் பள்ளியிறுதிப் படிப்பை முடித்தேன். பொதுவாக, பள்ளிப் பேச்சுப் போட்டிகளில் முதற் பரிசுகள் வாங்குபவன் நான். எஸ்.எஸ்.எல்.சி படிக்கும்போது, பாரதி நினைவாக நடந்த பேச்சுப் போட்டியில், எனக்குத்தான் முதற்பரிசு என்பது, மாணவர்கள் மத்தியில் முடிவான தீர்ப்பு. ஆனாலும் எனக்கு இரண்டாவது பரிசு கிடைத்தது. நான், பாரதியாரின் "சொல்லத் தகாத" பாடல்களை சொல்லி விட்டேன் என்பதுதான் காரணம். ஒருவேளை என்னை, திராவிட இயக்கத்துடன் இணைத்துப் பார்த்திருக்கலாம். 1956ஆம் ஆண்டு வாக்கில், பாரதி என்ற பனை மரத்தடியில், அவன் கவிதை நுங்கின் சுவையைச் சொன்ன என் வார்த்தைகள் நடுவர்களுக்கு, கள்ளாக தெரிந்திருக்கலாம்.

ஆகையால், எனக்குக் கோபம் இல்லை. பரிசு என்பது ஒரு அங்கீகாரம். அந்த அங்கீகாரம் எனக்குத்தான் பரிசில்லாமல் கிடைத்தது என்பதால் - அதுவும் முதல் பரிசு வாங்கிய மாணவர் தோழனே 'ஓனக்குத்தாண்டா கிடைத்திருக்கணும்' என்று பெருந்தன்மையாக சொல்லிவிட்டதால், எனக்கு வருத்தமும் இல்லை. ஆனால் விவகாரம், அதோடு முடியவில்லை. அதுவரை, என்னைச் செல்லப் பிள்ளையாக நடத்திய ஆசிரியர்கள், என்னை விரோதப் பிள்ளையாக நடத்தத் துவங்கினார்கள். நின்றால் குற்றம், எழுந்தால் குற்றம். தனிப்பட்ட முறையில், வகுப்புகள் முடிந்ததும், என்னிடம் நிமிடக் கணக்கில் பேசும் என் அபிமான ஆசிரியர்கள்கூட, என்னை விரோதி மாதிரி பார்த்தார்கள்.

எனக்கோ தர்ம சங்கடம். பிராமண எதிர்ப்பு மாணவர்களோடும் சேர முடியவில்லை. பிராமண மாணவர்களுடனும் இணைய முடியவில்லை. பள்ளியில் இருந்து, நீக்கப்பட்டு விடக்கூடாதே என்பதற்காக, எனக்கு கொடுக்கப்பட்ட அத்தனை "பாராமுகங்களையும்" பார்த்து சகித்துக் கொண்டேன். என்றாலும், எனக்கு ஆசிரியர்கள்மீது கோபம் ஏற்படுவதற்குப் பதிலாக, பாரதி மீது பச்சாதாபம் ஏற்பட்டது. 1956-ஆம் ஆண்டில் பாரதியார் பாடல்களைப் பாடிய - அதுவும் பூசி மழுப்பிப் பாடிய எனக்கே இந்தக் கதி என்றால், நான் சொன்னதை விட கடுமையான பாடல்களை பாடியது மட்டுமல்ல - யாத்ததுபோல் வாழ்ந்த பாரதியை என்ன பாடுபடுத்தியிருப்பார்கள்! பாரதியின் அந்த ஊர் நடமாட்டத்தை விசாரிக்கத் துவங்கினேன்.

விசித்திர பாரதி - நல்ல வேளையாக, பாரதியாரின் சமவயது கிழவர்கள், அப்போது வாழ்ந்து கொண்டிருந்தார்கள். இவர்களுக்கு, பாரதி மீது துவேஷமோ அல்லது ஆவேசமான பக்தியோ கிடையாது. அவர்களைப் பொறுத்த அளவில் பாரதி ஒரு விசித்திரமான மனிதன். அவ்வளவுதான். நான், அந்த முதியவர்களை, மெல்ல அணுகியதும் கொட்டிவிட்டார்கள். "சுப்பிரமணியமா, செல்லம்மா ஆத்துக்காரனா. சரியான கிறுக்கன்.... கழுதைக் குட்டி வாலைப்

பிடித்துக்கிட்டு... அது பின்னாடியே, இந்த ஆறு பக்கமா ஓடுவான். இன்னொரு நாளைக்கு சேரில போய் வம்பளப்பான்.... அவங்க டீக்கடையில் ஒக்காருவான்.... ஒரு நாள்... சுடல மாடசாமிகூட ஆடுறான். ஆனால் மனுஷாள்னா உயிரை விடுவான்.... இப்போ என்னடான்னா, அவனுக்கு...." இந்த முதியவர்களின் தொனி, பாரதிக்கு, இத்தகைய கிறுக்குத்தனம் இல்லாதிருந்தால், இன்னும் அதிக பேர் புகழ் கிடைத்திருக்கும் என்பது மாதிரியும், அவனை ஒரு கெட்ட உதாரணமாக நினைத்து, 'ஆசாரப்படி வாழ்ந்த தங்கள் பெயர், தெருவிற்கு குறுக்கே போகவில்லையே' என்ற ஆதங்கம் ஒலிப்பது போலவும் தோன்றியது.

மறவன் பாட்டின் மர்மம் - பாரதியார், கடையத்தில் இருந்தபோது, பட்ட அவமானங்களும், ஏற்பட்ட வறுமையும் கொஞ்ச நஞ்சமல்ல. பொதுவாக, தீவிரமாக வாழ்க்கையை துவக்கி, பிறகு வாழ்வால் 'குட்டுப்படுபவர்கள்' இறுதியில் 'ராமா கோவிந்தா' ஏன்றோ அல்லது இயல்பான குழு உணர்வினால், சொந்த ஜாதியினருடனோ, சரண் புகுவது இயற்கை. பாரதி, அப்படிப் பட்டவன் அல்ல. கடையத்தில் வாழும்போது (அல்லது வாடும் போது) பக்கத்துச் சேரிக்குப் போய், அந்த மக்களோடு, உரக்கப்பேசி, பலமாகச் சிரித்து வாழ்ந்தவன். ஒரு சமயம் சேரியில் சுடலை மாடனுக்கு 'கொடை', மேளத்தோடு, வில்லுப்பாட்டும் அமர்க்களப்பட்டது. பாரதியார், சாமியாடத் துவங்கி விட்டாராம். உடனே பக்தர்கள், அவர் கையில் தட்டைக் கொடுத்து கற்பூரத்தை ஏற்றி விட்டார்கள். நாணயங்களை காணிக்கையாகப் போட்டார்கள். உடனே பாரதி கேட்டானாம்.

"நான் கேட்கிறதை ஒங்களால காணிக்கை கொடுக்க முடியுமா?"

"எது கேட்டாலும் கொடுக்கோம்."

"முடியாது. நான் மூளையைக் கேட்பேன். உங்களால் தரமுடியுமா? கடவுள்தான் ஒங்களுக்கு 'அதைக்' கொடுக்கலியே"

பக்தர்கள் துணுக்குற்றபோது, பாரதி கலகலவென்று சிரித்தானாம். ஒருவேளை, சாமியாடும் பாமரமக்களை, அவன் செல்லமாகக் கண்டித்திருக்கலாம். எப்படியோ... உயர் ஜாதியில் பிறந்தவன் 'ஹரிசன' சுடலைமாடனை ஆடியது கண்டு பொறுக்காதவர்கள் பாரதியை எள்ளி நகையாடினார்கள். செல்லம்மாவை இளக்காரமாகப் பார்த்தார்கள். விருந்து, கேளிக்கைகளுக்கு, சுப்பையா (பாரதியின் செல்லப்பெயர்) அழைக்கப்படவில்லை. மொத்தத்தில், தள்ளாமல் தள்ளி வைத்தார்கள். இந்தச் சமயத்தில் அவன் பாடியதுதான் "மறவன் பாட்டு."

"மண்வெட்டி கூலிதின்னலாச்சே" என்று துவங்கி
"பேராசைக் காரனடா பார்ப்பான் ஆனால்
பெரியதுரை என்றிடில் வேர்ப்பான்" என்று நீட்டி,

“வீர மறவன் நாமன்றோ? - இந்த
வீண் வாழ்க்கை வாழ்வதினி நன்றோ?” என்று முடித்தானாம்.

இருட்டடிப்பு - பல பிரசுர நிறுவனங்கள், பாரதியின் இந்தப் பாடலை ‘எடிட்’ செய்திருக்கின்றன. பிராமணர்களை, கடுமையாகச் சாடும் வரிகளை நீக்கியிருக்கிறார்கள். இதிலிருந்து இவர்களுக்கு, பாரதியைப்பற்றி புரியவில்லை என்பது தெளிவாகும். பாரதி, “உடன் பிறந்தே கொல்லும் நோய்போல்” பிராமண விரோதி அல்ல. அதனால் பின், பிராமணம் - பிராமணர் அல்லாதோர் என்ற ஜாதி இந்துக்களின் பிரபுத்துவ போராட்டத்தை, பல கட்டுரைகளில் அம்பலப்படுத்தியதுடன், பல அரிய கருத்துக்களை, தொலை நோக்கோடு கட்டுரை வடிவுகளாகத் தந்தான்.

எந்த ஜாதி ஆதிக்கத்தையும் விரும்பாத பாமர ஜாதிக்கு மாறியவன் பாரதி. சாதீய சமூகத்தில், தான் பட்ட இன்னல்களையும் மீறி, அவற்றை சமூக நோக்கோடு பார்த்தான். இவனின் ‘எடிட்டான’ கவி வரிகள், ஒரு ஜாதிக்கு எதிரான கீதமல்ல. தொழிலாளர்-பாமரர் வர்க்கம் அப்போதைய சூழலில் தங்களுக்கு தடங்கலாக இருந்த இன்னொரு வர்க்கத்திற்கு எதிராக, தனக்கே இயல்பாக உள்ள முரட்டுத்தனத்தில் முழக்கிய பாடல். பாரதி இந்த நலிவுற்ற வர்க்கத்தின் வாய். அந்த வாயையே இந்த நிறுவனக்காரர்கள், அடைக்கிறார்கள்.

பாரதியின் பாடல்களுக்குப் பின்னே - பாரதியின் ஒவ்வொரு பாடலுக்கும் பின்னால் ஒரு வரலாற்றுப் பின்னணியோ அல்லது குடும்பப் பின்னணியோ சமூகப் பின்னணியுடன் இணைந்துள்ளன என்று பல பெரியவர்கள் சொல்ல கேட்டிருக்கிறேன். ஆனால், இவை பற்றி முழுமையான கள ஆராய்ச்சி ஏதும் நடத்தப்படவில்லை. எனக்குத் தெரிந்த ஒரு நிகழ்ச்சியை இங்கே பகிர்ந்து கொள்ள விரும்புகிறேன்.

பி.ஜி. தீவினிலே எம்குல மாதர்... - அந்தக் காலத்தில், வெளிநாட்டு மலைத் தோட்டங்களிலும், இதர முதலாளித்துவ அமைப்புகளிலும் வேலை செய்வதற்காக, நம் நாட்டவர்கள் குறிப்பாக தமிழர்கள், கொத்தடிமைகளாகச் சென்று குற்றுயிராகத் துடித்த சோக நிகழ்ச்சிகள் பாரதியாரை உலுக்கியிருக்கின்றன. பல பாடல்களாக புனைந்தான் பாரதி. இவற்றில் இரண்டு பாடல்களுக்கு, நான் கேள்விப்பட்ட நிகழ்ச்சிகள் இவை.

நெல்லை நகரில் ஒரு இளம் தாய். கூலித் தொழிலாளி பெற்ற பெண் குழந்தையை, உறவினர் குடும்பத்திடம் ஒப்படைத்துவிட்டு, மகளின் எதிர்காலம் கருதியோ என்னவோ, பிஜித் தீவிற்குப் போய் விடுகிறாள். அங்கிருந்து, மாதா மாதம் குழந்தையின் பராமரிப்பிற்காக பணம் அனுப்பி வைக்கிறாள். கரும்புத் தோட்டத்திலே ஊழியம் செய்யும் அந்த கூலிப் பெண்ணால் மகளை மறக்கவும் முடியவில்லை. எப்படியோ, காலம் உருண்டு மகளை கன்னி பெண்ணாக்கி விடுகிறது. நெடிய கொடிய பிரிவிற்கு பிறகு ஆசை

மகளின் ஒவ்வொரு அணுவையும் பார்த்து ரசிப்பதற்காக, தாயகம் திரும்புகி-றாள்.

நெல்லை நகரில் இருந்து இளம் பெண்ணாய் போய் மூதாட்டியாய் திரும்-பும் அந்த தாய்க்கு, ஒரு தயக்கம். மகள் வாழும் வீட்டிற்கு போகத் துடித்த மனத்தை கல்லாக்குகிறாள். பி.ஜி. தீவில் இருந்து அங்கங்கள் குறைந்து, குஷ்டரோகியாகத் திரும்பிய தன்னை, மகள் அடையாளம் காணக்கூடாது என்று அவள் மனம் வைராக்கியப்படுகிறது. எப்படியோ ஒரு உறவினர் மூலம், மகளை தாமிரபரணி நதிக் கரையோரம் வரவழைத்து விடுகிறாள். மகளைக் கண்டு கண்ணீர் கொட்ட அதாவது மகளை 'கண்குளிரப்' பார்த்த அந்த தாய், தாயை அடையாளம் காணாமலே அந்த இளம்பெண் சென்ற பிறகு அங்குள்ள ஒரு மரத்தில் தூக்கிபோட்டு தன்னைத்தானே மாய்த்துக்-கொள்கிறாள்.

இந்த நிகழ்ச்சி பாரதிக்கு எட்டுகிறது. துடியாய் துடிக்கிறான். மூன்று நாட்-கள் வரை அவனுள் மூச்சு மட்டுமே இயங்குகிறது. இறுதியில் "பி.ஜி. தீவி-னிலே எம்குல மாதர்" என்ற பாடலை கண்ணீரும் கம்பலையுமாக எழுது-கிறான். இதனால்தான் அவனால் பாமரர்களும் படிக்கக்கூடிய கவிதைகளை எழுத முடிந்தது. சில மனிதர்கள், சிறந்த கவிஞர்களாக இருப்பார்கள்; ஆனால், நல்ல மனிதர்களாக இருக்கமாட்டார்கள். சில கவிஞர்கள், நல்ல மனிதர்களாக இருப்பார்கள்; ஆனால் சிறந்த கவிஞர்களாக இருக்கமாட்டார்-கள்; பாரதியோ இந்த இரண்டிலும் உச்சம்.

18. அவ்வையாரான அழகிய நாயகி அம்மாள்

அந்தக் காலத்து பாணியில் சொல்லப்போனால் இந்தக் காலத்து தமிழ்ப் படைப்புகள், செட்டியார் முடுக்கினால் மட்டுமே பேசப்படுகின்றன. ஆனால் ஒரு படைப்பு- ஒரே ஒரு படைப்பான கவலை, முழுக்கமுழுக்க சரக்குமுடுக்-காலேயே, பரபரப்பாக பேசப்பட்டுவருகிறது. இதனை விமர்சிக்காத பத்திரிகை எதுவுமே இல்லை. சென்னையில், நான், எழுத்தாளர் கி.ராஜநாராணனன் அவர்களை அண்மையில் சந்தித்த போது அவர் கேட்ட முதல் கேள்வி 'கவலையைப் படித்தீர்களா?' என்பதுதான் இதனை வெளியிட்ட பாளையங்-கோட்டையில் உள்ள தூயசவேரியார் கல்லூரியின் நாட்டார் வழக்காற்றியல் ஆய்வுமையம், தமிழகமெங்கும் பல்வேறு இடங்களில் 'கவலைக்கு' மகிழ்ச்-சியான ஆய்வரங்கங்களை நடத்துகிறது.

"தாய் எட்டடி பாய்ந்தால், குட்டி பத்தடி பாயும்" என்பது பழமொழி ஆனால் 'கவலையை' பொறுத்த வரையில் இது உல்டாவாகி இருக்கிறது. எழுத்தாளத் தோழர் பொன்னீலனின் இலக்கிய வீச்சு எட்டடி என்றால் அவரது தாயார் அழகிய நாயகியம்மாளின் வீச்சோ பத்தடியாகியிருக்கிறது. இந்த அளவிற்கு படைப்பிலக்கியத்தில் தன் வரலாறாகவும், தன் வரலாற்றில் படைப்பு இலக்-

கியமாகவும், கவலை பல்வேறு இலக்கிய அதிர்வுகளை தோற்றுவிக்கின்றது. உள்ளதை உள்ளபடி எழுதுவதே இலக்கியம் என்பதற்கு கவலை, ஒரு இலக்கியமாகவும், இலக்கணமாகவும் ஒரே சமயத்தில் திகழ்கிறது.

தமிழ் இலக்கிய ஔவையார்களைப் போல, இந்தப் படைப்பு சிறுமி அழகியநாயகி, கன்னிப்பெண் அழகியநாயகி, குடும்பத் 'தலைவி' நாயகி அம்மாள், விதவை அழகியநாயகி, மாமியார் அழகியநாயகி என்று பல்வேறு அழகிய நாயகிகள் நடமாடுகிறார்கள். இப்போது லெட்டர் பாட் வைத்து நூற்றுக் கணக்கான வாசகர்களின் கடிதங்களுக்கு பதில் எழுதியும், தரமான ஓம்சக்தி பத்திரிகையில் தொடர் எழுதியும், புகழோடு விளங்கும் அழகிய நாயகி அம்மாள், ஒரு முதுபெரும் ஔவையாய், பரிணமித்து நிற்கிறார்.

சிறுமி நாயகி - கன்னியாகுமரி மாவட்டத்தில் ஈத்தாமொழி என்ற கிராமத்தில், பாரம்பரியமிக்க குடும்பத்தில் இளையநாடானின் மகளாக பிறந்தவள் இந்த சிறுமி. முதலில் அண்ணனையும், கடைசியில் தங்கையையும் உடன்பிறப்புகளாகக் கொண்டவள். சின்ன வயதிலேயே தாயற்றுப்போனவள். பாட்டியோ, தனது ஒரே மகனை சாவுக்கு காவுக்கொடுத்துவிட்டு, அவனது சமாதியில் ஓட்டையிட்டு தலையை உள்ளே விட்டு 'மகனே மகனே' என்று அரற்றியதை பார்த்தவள் இந்தச் சிறுமி. இவளது ஒன்றுவிட்ட சகோதரனான கட்டநாடான், தனது மூன்றாவது தாரமான அகஸ்தீஸ்வர நாடாத்தியை ரத்தம் சொட்டச்சொட்ட அடித்து நொறுக்கியதையும், அவன் வீட்டுக்குள்ளேயே அந்தப் பாவிப்பெண் ஓராண்டுக்கு மேல் கண்ணில் படாமல் வாழ்ந்ததையும், இறுதியில் வீட்டுக்கு வெளியே தூக்கி எறியப்பட்டதையும், கண்நோயாய்க் கண்டவள் இந்தச் சிறுமி.

இந்த மயினியிடமிருந்து நாட்டுப்புறப் பாடல்களை கேட்டவள். பனை ஓலைகளில் இவளது கலை வேலைப்பாடுகளைக் கண்டவள். எல்லாவற்றிற்கும் மேலாக, இந்த மயினிக்கு பக்கபலமாக நின்றவள். இந்தக் கட்டநாடான் இறுதியில், சித்திரவதை செய்யப்படாத குறையாக செத்த போது, சொந்த ஊருக்கு விரட்டப்பட்ட, அகஸ்திஸ்வரிகாரியிடம் செய்தி போகிறது. உடனே அவள் 'எனக்கு அறுக்கத் தாலி கழுத்தில் இல்லை' என்று சொல்லுகிறாள். இந்தப் பெண்ணடிமைக் கொடூரங்களை கண்டு இந்தச் சிறுமி அப்போது அழுது இருக்கிறாள். அதைச் சொல்லிச்சொல்லி இப்போது நம்மையும் அழவைக்கிறாள். ஏழுவரை படித்துவிட்டு, இவரது தந்தையின் அடாவடித்தனத்தால், மேற்கொண்டு படிக்கமுடியாமல் போனாலும், துகிலுரிதல், அல்லி அரசாணி மாலை, பவளக்கொடி மாலை, முத்துப்பட்டன் மாலை, ஆகிய நாட்டுப்புற கலை இலக்கிய நூல்களை படித்தவள். மலையாள மொழியிலும், ஓரளவு தேர்ச்சிப் பெற்றவள்.

இளம்பெண் அழகியநாயகி - இவள், தனது தந்தை இளையநாடானுக்கு, இரண்டாம் தாரமாய் வந்த சின்னம்மாவை சொந்தத்தாயாக கருதியவள். இந்த நூலில், பெற்ற மகனும் கட்டிய கணவரும்கூட தாக்குதல்களில் இருந்து

தப்பிக்க முடியாதபோது, மாற்றாந்தாயான இந்தச் சின்னம்மா, மாற்றுக்குறையாத பொன்னாக விளங்குகிறாள். இது அழகியநாயகி சிறுமி இளம்பெண்ணாக உருமாறினாலும், அவளது மனிதாபிமானமும் நேர்மையும் மாறவில்லை என்பதற்கு அத்தாட்சி. ஊரில் இருக்கிற சின்னஞ்சிறு குழந்தைகளை கூட்டி வைத்துப் பாடம் சொல்லி கொடுத்தவள். புத்தக வியாபாரி வரும்போதெல்லாம் சொந்தமாய் சேர்த்த சக்கரங்களை (காசுகள்) கொடுத்துப் புத்தகங்கள் வாங்கிப் படித்தவள். செல்லமாக ஒரு மைனாவை வளர்த்தவள். அந்த மைனா தனது தம்பியைப்பார்த்து 'ஏ ராஜா.... வாடே' என்று பேசும்போதும், 'கஞ்சி குடிச்சியா' என்று இவளை கேட்கும்போதும் புளகாங்கிதப்பட்டவள். அதே மைனா ஒரு பூனைக்கு இரையானபோது. தந்தையோடு சேர்ந்து ஒப்பாரி போட்டவள். ஆகமொத்தத்தில் சுற்று வட்டாரத்தில் அனைத்து சாதிப்பெண்களின் மதிப்பைப் பெற்றவள்.

குடும்பத் தலைவி - இப்படி மனிதாபிமானத்தோடும், நேர்மையுடனும் திகழ்ந்தவள் பொட்டலூரில், அம்மம் கொண்டாடியார் குடும்பத்தில், காந்தியவாதியான ஆசிரியருக்கு வாழ்க்கைப்பட்டவள். தந்தை, தன்னை ஒரு சாதாரண குடும்பத்தில் தள்ளிவிட்டுவிட்டார் என்று தப்பாகவோ சரியாகவோ நினைத்தவள். ராமருக்கு லட்கமணன் போல், அண்ணனுக்கு தம்பியான, தனது கணவர், குடும்ப விவகாரங்களில் - குறிப்பாக அண்ணன் மனைவி பூமத்திவௌக்காரியின் அடாவடித்தனங்களை கண்டுக்காதவர் என்பதில் இவளுக்கு ஒரு குறை உண்டு. அதோடு அண்ணனிடமும், அவரின் சொக்கரனான கந்தசாமி என்னும் வம்பனிடமும், பேசக்கூடாது என்று கணவர் போட்ட கட்டளையை வெளியே சொல்ல முடியாமல் வெம்பியவள். கணவன் வீட்டிற்கு தாழ்ப்பாள் போட்டால், பழி இவளிடம் வந்து சேருகிறது. தலைப்பிரசவத்திற்கு கூட்டிப்போகும் தந்தை இளைய நாடானோ, இவளை வண்டியோடு வழியில் விட்டுவிட்டு, நீதிமன்றத்திற்கு இடையிலேயே பிய்த்துவிடுகிறார். குழந்தை பிறந்தபிறகு, தாயையும் சேயையும் சீரோடும் சிறப்போடும், அனுப்பாத குடும்பத்தால் குலைந்துபோனவள்.

இதுபோதாது என்று இவளுடைய மச்சான் மனைவியான பூமத்திவௌக்காரி பொதுச்சொத்துக்களைத் திருடி தம்பிக்கு கொடுக்கிறாள். இவளை ஊரில் எவ்வளவு கேவலமாக பேசமுடியுமோ, அவ்வளவு கேவலமாக பேசுகிறாள். ஒரு கட்டத்தில் இவளை அடிக்கிறாள். இவளோ 'இன்னும் காணாது இன்னும் அடி, என் தகப்பன்கிட்டே, நீ பொண்ணு கேட்க வந்த அண்ணு, நீரு எங்களுக்கு ஒன்னுந்தரவேண்டாம். எங்களுக்கு சொத்து நிறைய இருக்கு எண்ணு.... சொல்லி, தாலியக் கெட்டி ஒங்கையில புடிச்சி தந்து..... ஒம்பிள்ளைய புடிச்சித் தந்திட்டேன், நீ கூட்டிக்கிட்டுப் போ எண்ணு தந்தானே..... அந்த தோசமெல்லாம் இண்ணோடே தீரட்டும்....... அடி.... என்ன வளர்த்து, நேச்சக்கிடா போல ஒனக்கு பெலி தந்தான் என் தகப்பன். நீ இண்ணும் நேசக்கடன தீரு' என்று கையறுநிலையில் பேசுகிறாள்.

வீட்டுக்குத் திரும்பிய கணவனிடம் சொன்னாலோ, அவர் “அந்த அடி ‘சிறீராமர்’ அடிச்ச அடி, அந்த அடியில குத்தமில்லை” என்கிறார். இந்தப்-புதிர் இன்றளவும் இந்த ஆசிரியருக்கோ நமக்கோ புரியவில்லை. இதனால்-தான் ‘கொண்டவன் துணையில்லாதவளுக்குக் கூரையளக்கும் துணை இல்லை’ என்ற பழமொழியை நினைத்துப் பார்க்கிறாள். ‘எனக்கும் ஏழையான கோழையை வகுத்தான் விதிகாரன்’ என்று வாசகர்களிடம் கூறுகிறாள். இவளது கோபம் இந்த நூலில் ஒரு பரபரப்பான விவகாரம். பெற்ற மகன் பொன்னீலனே இதை மறுத்து எழுதி இந்த நூலில் பிற்சேர்க்கையாக இணைத்திருக்கிறார்.

இதில் அப்பழுக்கற்ற தனது தந்தை அம்மாவின் துணி மணிகளை ஓடைக்குப்போய் துவைத்து வந்த துணிச்சலான காரியத்தையும் சுட்டிக்காட்-டுகிறார். ஆனாலும், அழகிய நாயகி அம்மாளின் கோபம் அல்லது வருத்தம் நியாயமாகவே படுகிறது. அதே சமயம் இந்த அழகிய நாயகி தனது மகன் சிரமமில்லாது, மதுரையில் தனியார் பள்ளியில் இருந்து மீண்டு, அரசாங்க பள்ளியில் சேர்வதை இவர்கள்(கணவன்) செய்த புண்ணியம் என்கிறாள். பொட்டலூரில் உயர்நிலைப்பள்ளி வருவதற்காக சொத்தையும் பணத்தை-யும் கொடுத்தும் ஊராரால் உதாசீனம் செய்யப்பட்ட கணவருக்கும், அவரது அண்ணனுக்கும் ஒரு தார்மீக கோபத்தோடு நியாயம் கேட்கிறாள்.

விதவை - கல்யாண வயதில் நின்ற இரண்டு மகள்களும் இறந்துபோக, நடுத்தர வயதிலேயே கணவனை இழந்து தவிக்கிறாள் அழகியநாயகி. ஆனாலும், மூத்தமகனான பக்தவசலத்தை (பொன்னீலன்) மேல்படிப்பு படிக்க வைக்க படாத பாடுபடுகிறாள். உருட்டிப்பெறட்டி, பணம் திரட்டி, அவனைப் படிக்கவைத்தும் விடுகிறாள். வீட்டுப்பொதுச் சுவரை பலவீனமாக்கியதோடு, அதைப் புதுப்பிக்க போகும் போது வம்புக்கு வந்த பங்காளி கந்தசாமியை எதிர்த்து நிற்கிறாள். இந்த வரலாற்றை சொல்லும்போது, சோகமும் வீரமும் கைகோர்க்கின்றன.

சொந்த அண்ணனின் மகள் கனியைவிட, மூத்தய்யா பேத்தி புஷ்பத்தை மருமகளாக ஏற்றுக் கொள்ள இலைமறைவு காய்மறைவாய் ஆசைப் பட்டதும் இந்த நூலில் இந்த அம்மாவை மீறி ஒரு தகவலாக வந்துள்ளது. அத்தை மகன் மீது காதல் வயப்பட்ட கனி, அந்த அத்தைக்கு தன்னை பிடிக்கவில்-லையென்று நினைத்து ‘அத்தையை ஊருக்குப் போகச்சொல்லுங்க’ என்று சினந்து சொல்வது பகட்டில்லாத இந்த மண்ணின் மகள்களால் மட்டுமே முடி-யக்கூடியது.

மாமியார் - மருமகளான கனி, தனக்குப் பிடிக்கவில்லை என்பதை மாமி-யாரான அழகிய நாயகியம்மாள் கருங்கச்சொல்லி விளங்க வைக்கிறார். இதை விலாவாரியாய் விவரிக்காததில் ஒரு முதிர்ச்சியான, முன்னெச்சரிக்-கையான மாமியாரைப் பார்க்கிறோம்.

ஆனாலும் நாடறிந்த படைப்பாளியாய் திர்ந்திருக்கும் அழகிய நாயகி அம்மாள் இப்போது குடும்பப் பொறியிலிருந்து மீண்டு, சமூகத்தளத்திற்கு வந்திருப்பதால், மருமகள் மீதான கோபம் தணிந்திருக்கும் என்றும் நம்பலாம். மருமகளுக்கும் தனது மாமியாரான, தனது அய்யாகூடப் பிறந்த மாமியாரின் புகழில் மகிழ்ச்சி ஏற்பட்டிருக்கும். இதுதான் மனோதத்துவம்.

இறுதியாக... - மண்வாசனையும், சொல்லடைகளும், வளமான வர்ணனைகளும் கொண்ட இந்தப் படைப்பில் என்னால் முற்றிலும் ஒன்ற முடிகிறது. இதில் என் மூளை மட்டுமல்லாது, என் இதயமும் ஒட்டிக் கொள்கிறது. காரணம் இவரது காலத்தில் நடந்த கிராமத்து நிகழ்ச்சிகளும், பழக்கவழக்கங்களும், சண்டைகளும், சச்சரவுகளும், அம்மன் கொடைகளும், எனது கிராமத்திலும் நகலெடுத்தது போல் நடந்தவை. இந்தப் படைப்பு என்னை ஏழெட்டு வயது சிறுவனாய் கிராமத்தில் திரிய வைக்கிறது. அந்தச் சிறு வயதிலிருந்து இன்றைய ஐம்பத்தெட்டு வயதுக்கு இன்னும் நான் திரும்பவில்லை. என்னைப்போல் எவரும், இதைப் படித்து முடிக்காமல் வைக்கமுடியாது. நான்கைந்து மணிநேரம் வாசகனின் கவலையை மறக்க வைக்கும் கவலை. கவலையே ஒரு சாதனைக்கு அடித்தளமாகும் என்பதை எடுத்துரைக்கும் படைப்பு.

19. முகடுகளிலும் அடிவாரங்களிலும்

அடித்தள மக்களின், அடிப்படைப் பிரச்சினைகளை எழுதும் எழுத்தாளர்களுக்கும் ஒரு அடிப்படைப் பிரச்சினை உண்டு.

யாருக்காக நாம் எழுதுகிறோமோ, அவர்கள், நம் படைப்புக்களைப் படிப்பதில்லை. படிக்கும் நிலையிலும் இல்லை. இதனால், ஒரு எழுத்தாளனுக்கு தன் எழுத்தின் நேரடித் தாக்கம் பிடிபடுவதில்லை. சம்பந்தப்பட்ட படைப்பை, பெரும்பாலும் 'ரசிப்பவர்கள்' நடுத்தர வர்க்கத்தினர் தான். இவர்களின் ரசனை, ஒரு பெண்ணின் அழகை மட்டும் பார்ப்பதுபோல, அந்த அழகிற்கு அப்பாலும், ஒன்று இருப்பதைச் சுட்டிக் காட்டும்போதுதான், சமூகப் பிரக்ஞையுள்ள எழுத்தாளன் திருப்தியடைவான்.

இந்த 'திருப்தி' கிடைக்காததால், பலர் கீழே விழுந்துவிட்டார்கள். சிலர், எதிரே முகாமிற்குப் போய் 'அழகுணர்ச்சி... இலக்கியம், நயம்' என்றவற்றைப் பேசினால் மட்டும் பரவாயில்லை. இவற்றின் அனாவசியங்களாகவும் போய்விடுகிறார்கள். போய் விடுவதோடு, இலக்கிய நீரோக்களோடு சேர்ந்து, இவர்கள் 'இலக்கிய பர்வெர்ட்டுகளாகவும்' மாறி விடுகிறார்கள். மாறுவது மட்டுமல்ல, நமக்கே இலக்கிய உபதேசம் செய்ய முற்படுகிறார்கள்.

இயல்பும் - யதார்த்தமும் - இவர்கள், அடிப்படைப் பிரச்சினைகளைப் பற்றி எழுதுபவர்களாக மட்டும் இருந்து விடுவதுதான். வித்தியாசமான படைப்பாக இருக்க வேண்டும் என்பதற்காகவே, இந்தப் பிரச்சினையை

எடுத்துக் கொள்வதுதான். எந்த சமூகத் தவிப்பைப் பற்றி எழுதுகிறோமோ அந்த சமூகத்தளம் உய்வடைவது வரைக்கும் அதைப்பற்றி எழுதிய எழுத்தாளனும் அங்கீகாரத்திற்கு அலையக்கூடாது என்ற இலக்கியக் கம்பீரம், மக்கள் எழுத்தாளனுக்கு இருக்க வேண்டும். புத்தர் உலகில் உள்ள எல்லோருக்கும் 'நிர்வாணம்' கிடைப்பது வரைக்கும் தனக்கு 'நிர்வாணம்' வேண்டாம், என்று கிடைத்த நிர்வாணத்தை உதறிவிட்டதாகக் கூறப்படுகிறதே, அப்படித்தான் மக்கள் எழுத்தாளனும் இயங்க வேண்டும்.

நான், பெரும்பாலும் அப்படித்தான் இயங்குவதாக நினைக்கிறேன். 'உயரத்தின் தாழ்வுகள்' தொடர்கதைக்கு நான் எதிர்பார்த்த வரவேற்பு, தினமணிக்கதிர் வாசகப் பரப்பில் கிடைக்கவில்லை. அது வாசகப் பரப்பின் முடத்தனத்தைக் காட்டுவதோடு, இன்றைய படித்ததாகக் கூறப்படும் வர்க்கம், அடித்தள மக்களின் பிரச்சினைகள், இலக்கியமாக வடிவெடுக்கும்போது, 'புரியாத வார்த்தைகள்' என்று பேச்சுத் தமிழை சுட்டிக் காட்டித் தங்களின் புரியாத்தனத்தைக் காட்டிக் கொள்வதுண்டு.

ஆனாலும் அந்த தொடர்கதையை, 'விழலுக்கு நீர் பாய்ச்சியதாக நினைக்கவில்லை'. சோற்றுப் பட்டாளத்தைவிட, 'உயரத்தின் தாழ்வுகளைச்' சிறப்பாகக் கருதுகிறேன். அதற்கான அளவுகோல் வைத்து அளந்துதான் சொல்கிறேன். கவிஞர் இளவேனில், இது நன்றாக இருக்கிறது என்றார். என் இலக்கிய வீச்சுக்கு, அவர் சொல்வதே அளவுகோல். அவர் சொல்வது, ஆயிரமாயிரம் தோழர்கள் அடித்தள மக்களை கரையேற்ற உழைக்கிறார்களே - அவர்கள் சொல்வது மாதிரி. ஆகையால்தான், தோழர் இளவேனில், என்னிடம், 'உயரத்தின் தாழ்வுகளை' எந்த சூழலில் எழுதினேன் என்பதை ஒரு கட்டுரையாகத் தரும்படிக் கேட்டதும், அதை இலக்கியக் கௌரவமாகக் கருதி, எழுதத் தீர்மானித்தேன்.

கல்லாக்கப்பட்ட கல்வராயன் மலைமக்கள் - கல்வராயன் மலையைப் பற்றிக் கேள்விப்பட்டிருப்பீர்கள், சேலத்தில் இருந்து, ஐம்பது அறுபது கிலோமீட்டர் தொலைவில் உள்ள இந்த மலைப் பகுதியில் பல கிராமங்கள் சிதறிக் கிடக்கின்றன. கொத்தடிமை முறையில் இருந்து "மீட்கப்படுவது" வரைக்கும், இந்த மலைவாசிகள் மூன்று ஜாகிர்தார்களின் கட்டுப்பாட்டில் காட்டு தர்பாரில் இருந்தார்கள்.'

இந்த நூற்றாண்டின் எழுபதுகளில், கல்வராயன் மலைக்குப் போகும் வாய்ப்பு எனக்குக் கிடைத்தது. அப்போது அரசு அதிகாரிகள் முகாம் போட்டிருந்தார்கள். இந்த மலைப்பகுதியில் மக்களை கொத்தடிமையில் இருந்து மீட்டு, தேனும் பாலையும் ஓட வைப்பதே இவர்களின் விருப்பம். நானும் எனது பதவி அடிப்படையில்தான் சென்றேன். அங்கிருந்து, இருபது கிலோ மீட்டர் தொலைவுவரை பல குக்கிராமங்களைப் பார்த்தேன். பொதுவாக, மலை ஜாதி என்றால், வில் அம்போடு, முரட்டுத்தனத்துடன் இருப்பார்கள் என்பதும், இவர்கள் தங்களின் பெண்டு பிள்ளைகள், பிறரால் பயன்படுத்தப்-

படுவதை அனுமதிப்பார்கள் என்றும் ஒரு கருத்து நிலவுகிறது.

இந்தக் கருத்தின் அடிப்படையில் பாரதம், முழுவதும் பல அப்பாவி மலைமக்கள் கொல்லப்பட்டிருக்கிறார்கள். பெண்கள் சூறையாடப்பட்டிருக்கி-றார்கள். கல்வராயன் மலை மக்களைப் பற்றியும் 'சமவெளிக்காரர்கள்' இப்ப-டித்தான் கருதுகிறார்கள். இது உண்மையா?

சூரிய இருட்டு - உண்மை மாதிரி. ஆனால் உண்மையல்ல. காட்டில் நடக்கும்போது, உடம்பில் முள் குத்தலாகாது என்பதற்காக, கோவணத்தைக் கட்டிக் கொண்டு, தலை முழுவதையும் வேட்டியால் மூடிக்கொள்ளும் இந்த மக்களைப் பார்த்ததும், சூரியனைப் பற்றிப் படித்த ஒரு விஞ்ஞானப் புத்தகம் எனக்கு நினைவுக்கு வந்தது. சூரியனின் அடிப்பாகம், சொல்ல முடியாத கரு-நிறத்தில் உள்ளதாம். இங்கே நினைத்துப்பார்க்க முடியாத உஷ்ணம் ஆட்சி செலுத்துகிறதாம். மற்ற பகுதிகளை விட அளவற்ற உஷ்ணம் அளவற்ற இருட்டு. உஷ்ணம் அதிகமானதால், அதிகமாய்ப் போன இருட்டு. பொது-வாக, உஷ்ணத்தில் தான் ஒளி பிறக்கிறது என்று நினைத்திருந்தேன். இங்-கேயோ மையிருட்டையும் ஒளிப்பிரளயமாய்க் காட்டும் இருட்டான இருட்டு.

இதற்கு அந்தப் புத்தகத்திலேயே விளக்கம் இருந்தது. அளவுக்கு மீறிய உஷ்ணம் ஒரு அளவில் இருக்க வேண்டுமாம். இதே மாதிரிதான் இந்த மக்-களும். இவர்கள் கோழைகள் அல்ல, பெண்டு பிள்ளைகளை மனமொப்பிக் கொடுப்பவர்கள் அல்ல. இவர்களுக்கும் தன்மானம் இருக்கிறது. காலங்கா-லமாக, கற்காலத்தில் இருப்பதுபோல் வாழ்ந்து வாழ்ந்து, வாழ்க்கை என்பது தங்களைப் பொறுத்த அளவில் இப்படித்தான் என்று நினைத்துப் பழகி விட்-டார்கள். புலி என்றால், மானை அடிக்கும் என்பது எப்படி தவிர்க்க முடியாத இயற்கை விதியோ, அப்படி, நாகரிக மனிதன், இவர்களுக்குக் கொடுத்த செயற்கை விதியை, இயல்பாக மட்டுமல்ல, இயற்கையாகவும் எடுத்துக் கொண்டார்கள்.

நான், இவர்களிடம் பேச்சுக் கொடுத்துப் பார்த்தேன் 'மலையாளி' (அதா-வது ஜாஹிர்தார்கள்) போன பிறகு, தேனும் பாலும் ஓடுவதாகத்தான் சொன்-னார்கள். அதிகாரிகளும் சரி, என்னைப்போல் அங்கு போகிறவர்களும் சரி, தேவ தூதர்கள் என்றும், மிலேச்சர்காளான தங்களை வாழ்விக்க வந்த மகான்கள் என்றும் நினைக்கிறார்களாம் மலைமக்கள். தலைவர்களின் முகங்-களையும் பேச்சையும் ஊடுருவிப் பார்த்தபோது, 'அட சரிதான் வந்தவன் பத்-தாதுன்னு நீ வேறயா... ஆள விடுய்யா' என்ற சொல்லாத சொல் ஒலிப்பது போல் கேட்டது.

இரண்டு நண்பர்களைக் கூட்டிக் கொண்டு, ஒரு கிராமத்திற்குப் போனேன். அங்கே, தினம் மூன்றுபடி வரகுக் கூலிக்கு, 'நிலத்தைக் கொத்த' வந்திருந்த சேலம் மாவட்ட நாடோடிப் பெண்களைப் பார்த்தேன். அவர்கள், ஏதோ கும்மியடித்துப் பாடிக் கொண்டிருந்தார்கள். நானும் என் பங்குக்குத் தாளம் போட்டேன். (இங்கே ஒன்றைக் குறிப்பிட வேண்டும். நான், அந்தக் கிராமத்-

திற்குப் போன போது, அவர்களைப் பற்றி கதை எழுதும் நோக்கம் எதுவுமே எனக்குக் கிடையாது. அவர்களின் வாழ்க்கை முறையை அறிய வேண்டும் என்ற 'டாக்டரேட்' மனபான்மை கூட கிடையாது. புரட்சித் தீயைப் பற்ற-வைப்பதும் நோக்கமல்ல)

என் கிராமத்தின் நகல் - இந்த மக்களின் கலைப் போக்கையும், வீட்டை-யும், வேலையின் இயல்பையும் பார்த்தபோது, சின்ன வயதில் நான் வாழ்ந்த என் வீட்டிற்கும். நான் உண்ட உணவிற்கும், இவர்களின் இருப்பிடங்க-ளுக்கும், எந்த வித்தியாசமும் இருப்பதாக எனக்குத் தெரியவில்லை. நான் 'சோளக் கஞ்சி' குடித்தேன். இவர்கள் 'கேழ்வரகுக் கூழ்' நான் 'வில்லுப்-பாட்டு' பாடியிருக்கிறேன். இவர்கள் கரிராமன் பாட்டு, ஆக, கிராமங்களில் வாழும் எளியவர்களை இங்கே கொண்டு வந்து நிறுத்தினாலோ, அல்லது இவர்களை அங்கே கொண்டு நிறுத்தினாலோ, வாழும் முறையிலும், கலாச்-சார ரீதியிலும் வேறுபாடு காண முடியாது. எப்படியோ, என்னிடம் அவர்க-ளும் தங்களைக் கண்டிருக்கக் கூடும். சரளமாகப் பேசத் துவங்கினார்கள்.

ஜாஹிர்தார் காலத்தில், பல்வேறு வகையான வரிகளைச் செலுத்தியிருக்-கிறார்கள். கல்யாணமாகாத பையனுக்கு 'காவாலி வரி', 'அரிவாள் வரி', விதவைப் பெண்களுக்கு 'வாழா வெட்டி' வரிகளோடு, ஜாஹிர்தாரர்களுக்கும், சமவெளிக்காரர்களுக்கும் 'பெண் வரி'யையும் கொடுத்திருக்கிறார்களாம். கூச்-சத்தோடுதான் சொன்னார்கள். ஆனாலும், அப்போது, இஷ்டப்பட்ட இடத்-தைக் கொத்தி நிலமாக்க முடிந்தது. பொதுவாக, காட்டு மரங்களுக்குத் தீயிட்டு அவற்றின் சாம்பலைக் காட்டில் தூவி உழுது, வரகு பயிரிடுவார்கள். இதற்கு 'புனக்காடு' என்று பெயர், இந்த நிலத்தில், இரண்டு போகத்திற்குப் பிறகு பயிரிட முடியாது.

அப்படிப் பயிரிட்டால், விளையும் வரகு, போதையைக் கொடுக்குமாம். ஆகையால், நிலம் விட்டு நிலம் தாவும் வழக்கத்தை வைத்திருந்தார்கள். இப்போது, அரசாங்க அதிகாரிகள், புனக்காடு உருவாவதைத் தடுக்கிறார்கள். ஆக, நிலம் இல்லை. காட்டுச் சொத்துக்களான முந்திரி, தேக்கு முதலியவை, காண்டிராக்டர்களுக்கு போகின்றன. இவர்கள் என்ன செய்வார்கள்? இதுதான் இவர்கள் பிரச்சினை. இது அரசாங்கத்தின் பிரச்சினையாக மாறவில்லை. இதுவே மொத்தப் பிரச்சினை 'சரி நம்ம தலையெழுத்து' என்று இவர்கள், அரசிற்கு பிரச்சினையாகாமல் இருக்கிறார்கள். இதற்குக் காரணம், ஏற்கனவே சொன்னது போன்ற சூரியக் கறுப்பு...

ஆளில்லாத பிரசவம் - இந்தக் கறுப்பு போக வேண்டுமானால், இவர்-களை உஷ்ணப்படுத்த வேண்டியதில்லை. இவர்களின் உஷ்ணத்தைக் குறைக்க வேண்டும். இதற்கான அறிகுறிகள், பல கிராமங்களில் தோன்றத் துவங்கியுள்ளன. ஜாஹிர் காலத்தில் தங்களுக்குள்ளே வாழ்ந்த மூப்பன் போன்ற உள்ளூர் அலுவலர்கள் நடந்து கொண்ட விதத்தை வெறுப்போடு பேசி, உஷ்ணத்தைக் காக்கும் இவர்கள், விரைவில் ஒளி சிந்தத் துவங்-

குவார்கள். ஆனால், இவர்களுக்குள் ஒரு தலைமை இன்னும் உருவாகவில்லை. உருவாகக்கூடிய பிரசவம், உள்ளது. பிரசவம் என்றதும் இன்னொன்று நினைவுக்கு வருகிறது. சமீபகாலம்வரை, இந்த மக்கள் பிரசவநிலையில் உள்ள பெண்களை, தனியாக ஒரு குடிலில் ஆளுதவி இல்லாமல் விட்டு விடுவார்களாம். அவள் பெற்று வந்தால் உண்டு. இல்லையானால், குடும்ப நலத்திட்டம், வாஸெக்டமி டூபெக்டமி இல்லாமல் செயல்படுவதாக அர்த்தம்.

இப்படி, அனர்த்த வாழ்வு நடத்தும் இந்த மக்கள், என் மனத்தைப் பெரிதும் பாதித்த தருணத்தில் ஒரு பிரபல பத்திரிகை, என்னிடம் ஒரு சிறு தொடர்கதை கேட்டது. உடனே வேண்டும் என்றார்கள். இந்த மக்களையே மையமாக வைத்து எழுதியனுப்பினேன். இதற்கிடையே அந்த 'பிரபல' பத்திரிகை, செக்ஸ் எழுத்தாளர்களுக்கு, ஒரு மரியாதை. எனக்கு இன்னொரு மரியாதை வைத்திருப்பதாக அறிந்து, அந்த பத்திரிகை ஆசிரியருக்கு அதைக் கண்டித்து, கடிதம் எழுதிப்போட்டேன். இரண்டு மாதம் கழிந்து கதை திரும்பி வந்தது, 'கனமான' கதையாம். பிரசுரிக்க இயலாதாம். தினமணிக்கதிரின் ஆசிரியரான திரு. நா. பார்த்தசாரதி அவர்கள் என்னிடம், தனது உதவி ஆசிரியரை அனுப்பி தொடர்கதை கேட்டார். இந்தக் கதையைக் கொடுத்தேன். பிரசுரமாயிற்று.

'கதையே' இல்லாமல், கல்வராயன் மக்களின் வாழ்க்கை முறையை மையமாக வைத்து விளங்கும் இந்த திரில் இல்லாத கதையை பிரசுரித்த நா.பா. வுக்கு, நான் நன்றி சொல்லித்தான் ஆக வேண்டும். ஆனால், இந்தக் கதைக்கு வரையப்பட்ட சித்திரங்கள், பிரச்சினையையே கொச்சைப்படுத்தியதோடு, அசிங்கப்படுத்திவிட்டன. மலைப்பெண்கள் சாக்கெட் போடமாட்டார்கள் என்று, யார் சொன்னார்களோ. பிரதான பெண் கதாபாத்திரத்தை 'ஏ' பெண்ணாக வரைந்தது மட்டுமல்ல, ஒரு ஆடவனை, கையுங் காலுமாய் சேர்த்துக் கட்டப்பட்டிருக்கும் நிகழ்ச்சியை வரையாமல், கட்டப்பட்டிருக்கும் தம்பியைப் பார்க்க வரும் வெள்ளச்சியை ஒருவன் கழுத்தைப் பிடித்துத் தள்ளுவதை செக்ஸியாக வரைந்து, எந்த வியாபாரத்திற்கு மனச்சாட்சி இருந்தாலும் சதை வியாபாரத்திற்கு இருந்தாலும், கதை வியாபாரத்திற்கு கிடையாது என்பதை நிரூபித்து விட்டார்கள். எழுதியது பிரசுரானபோது ஏண்டா எழுதினோம் என்ற குறை, இந்த கட்டுரை எழுதும் இந்தத் தருணத்தில்தான் ஓரளவு போயிருக்கிறது.

இந்தத் தொடர்கதை, அரசு யந்திரத்தின் அசமந்தப் போக்கை, பெரிதும் சித்தரிக்கிறது. ஆனாலும் இது மாவட்ட மட்டத்திலோ, நமது செகரட்டேரியட் மட்டத்திலோ, யாருடைய மனச்சாட்சியையும் உசுப்பவில்லை. சம்பந்தப்பட்ட, இலாகா நண்பர்களிடம் சொன்னால் 'அப்படியா... எப்போ எழுதினிங்க' என்று என்னையே, சினிமா எழுத்தாளர் மாதிரி கதை சொல்லச் சொல்கிறார்கள். இவ்வளவுக்கும் இத்தகைய செய்திகளைச் சேகரிக்க ஒரு தனி

இலாகா வேறு இருக்கிறது. இந்த மக்களின் பிரச்னைகளைப் பற்றித் தப்பாகவோ அல்லது சரியாகவோ எழுதப்பட்ட ஒரு படைப்பைப் பற்றித் தெரியாதவர்கள் இந்த மக்களைப் பற்றி எப்போது தெரியப் போகிறார்கள்?

இந்தப் பகுதிக்கு, செக்ஸ் எழுத்தாளர்கள் போயிருந்தால் வண்டி வண்டியாக எழுதலாம். சின்னப் பையன்களுக்கு, பெரிய பெண்களைக் கட்டி வைப்பது, அங்கே வழக்கம். ஆனால், இப்போது ஓரளவு விழிப்புற்று வரும் அந்த சமூகத்தில், இப்போது, இது பல வெளிப்படையான பிரச்சினைகளையும், எதிர்ப்புக்களையும் தோற்றுவித்திருக்கிறது. ஆரோக்கியமான அறிகுறிதான். ஆனாலும், நமது பிரபல எழுத்தாளர்களுக்கு, இந்த பாவப்பட்ட மக்கள், சரியான அறுவடை. இதை வைத்து, பிரபல பத்திரிகைகளில் ஆண்டு முழுக்க கதை எழுதி, மலை மக்களின் அடிமனவருடலை வெளிக் கொண்டு வந்தவர்கள் என்றுகூட பாராட்டுகள் வாங்கலாம்.

என்னால் அப்படி எழுத முடியாது. எனக்கோ அல்லது இளவேனிலுக்கோ, எதை எழுதுகிறோம் என்பதோடு, எதை எழுதாமல் விடுகிறோம் என்பதும் முக்கியம். இதுதான் நானறிந்த எதார்த்தம். இதில் இன்னொரு எதார்த்தம் அடிப்படுகிறது. அதுதான், பத்திரிகைகளுக்கு ஏற்றபடி, இவர்களை கிளு கிளுப்பாக எழுதி, குளு குளுப்பான 'புகழை' வாங்குவது.

எந்த எதார்த்தம் முக்கியம் என்பதே கேள்வி.

மக்களின் எதார்த்தத்திலும் எதார்த்தமாக இருக்க வேண்டிய அம்சங்களா? அல்லது அடிப்படைப் பிரச்னையையே திசைதிருப்பும், 'மேனாமினுக்கி' எதார்த்தங்களா?

எதார்த்தம் பல்முனைப்பட்டது. எனது எதார்த்தம் - நமது எதார்த்தம் பிரச்சினையை திசை திருப்பாத எதார்த்தம். உள்ளதை உள்ளபடி எழுதுவது எதார்த்தமல்ல. உள்ளபடி இருப்பதில் உள்ளதைக் கண்டு எழுதுவதே எதார்த்தம். இந்த எதார்த்தத்திற்கு ஒரு இலக்கிய உதாரணமாக 'உயரத்தின் தாழ்வுகள்' இருப்பதாக நினைக்கிறேன். 'கார்க்கியில்' இதுபற்றி ஒரு கட்டுரை வருவதே, இந்தக் கதை வீணடிக்கப்பட்ட கலாச்சார சூழலில் தோன்றினாலும், எதிர்காலத்தில் இது மாதிரியான பிற படைப்புக்களுக்கு அடித்தளமாக இருக்கும் என்று நம்புகிறேன்.

நம்புவது என் உரிமை. அது சரியா தவறா என்று சுட்டிக்காட்ட வேண்டியது, உங்கள் கடமை.

20. ஏட்டுச்சுரைக்காய் தீர்ப்புகள்

ஊர்ப்பஞ்சாயத்து கட்டப்பஞ்சாயத்து ஆகியவை வலுக்கட்டாயமான - சில சமயம் அநீதியான தீர்ப்புகளை வழங்கும் போது, பெரும்பாலும் அனை வராலும் ஏற்றுக் கொள்ளக் கூடியது, நீதிமன்றத் தீர்ப்புகளை. இவ்வளவுக்கும் நீதிமன்றங்கள்

தர்மசபைகள் அல்ல. கிடைக்கின்ற சாட்சியங்களை வைத்தே நீதி வழங்கப்படுவதால் அந்த நீதி அறவெளிப்பாடாக இருக்க வேண்டும் என்ற அவசியமும் இல்லை.

ஆனாலும் பல ஏழைகள், தங்களால் தவிர்க்க முடியாத காரணங்களாலேயே நீதிமன்றத்திற்குச் செல்கிறார்கள். அந்த மன்றங்களில் நீதி கிடைக்கும் என்றும் நம்புகிறார்கள். இந்த நம்பிக்கை பெரும்பாலும் பொய்ப்பதும் இல்லை. என்றாலும் தன் சொல்லைக் கேட்க வேண்டிய வழக்கறிஞரிடம் கைகட்டி வாய் புதைத்து நீதிமன்றங்களில் வழக்கைத் தொடுத்து வாய்தா வாய்தா என்று வருடக்கணக்கில் நடந்து, இருக்கிற சொத்துக்களையும் அடிமாட்டு விலைக்கு விற்று இறுதியில் அந்த நீதிமன்றத்தில்

இருந்து, தான் எதிர்பார்த்த நீதியை ஒரு ஏழைக் குடிமகன் பெற்றுவிடுகிறான் என்று வைத்துக் கொள்வோம். ஆண்டுக்கணக்காக பட்ட இன்னல்களும், ஏளனங்களும் அந்த பத்து நிமிட தீர்ப்பில் காணாமல் போய் விடுகின்றன. வேர்வை சிந்தி உழைத்த நிலத்தில் நல்ல விளைச்சல் ஏற்படும்போது, அந்த உழைப்பின் சுமையே ஒரு சுவையாய் மாறுவதுபோல் நீதி கிடைத்த ஏழை மகிழ்ந்து போகிறான். ஆனாலும், மகசூலை கணக்கு பார்க்கும்போது எப்படி தார்க்கம்பு கூட மிஞ்சாமல் போகிறதோ அப்படி இந்த நீதியின் கணக்கை பார்க்கும்போது ‘உள்ளதும் போச்சு நொள்ளைக் கண்ணா’ என்கிற நிலைமைதான் ஏற்படுகிறது. காரணம் நீதிமன்றம் தக்க நீதியை வழங்கினாலும், அந்த நீதியை செயல்படுத்தும் பொறுப்பு அரசு அமைப்புகளிடம் அல்லது பொது நிறுவனங்களிடமே உள்ளன. இவை ஆரம்பம் முதலே இந்த ஏழைக்கு எதிராக இருப்பதால் இவனுக்குக் கிடைக்கும் நல்ல தீர்ப்பும் கிடப்பில் போடப்பட்டு விடுகிறது.

பெரும்புள்ளிகளின் கூட்டணி - எடுத்துக்காட்டாக, கிராமங்களில் உள்ள பெரும்புள்ளிகளிடம், ஆள்பலம், பணபலம், அதிகாரபலம் ஆகிய முப்பெரும் பலங்கள் உள்ளன. இன்றைய சூழலில் அரசியல் அதிகாரமும் இவர்களிடமே உள்ளன. எந்தக் கட்சியில் இருந்தாலும் சுயநலம் என்று வரும்போது இவர்கள் ஒன்று சேர்ந்து கொள்வார்கள். இவர்களோடு அந்தந்தப் பகுதி தாசில்தார், பத்திரப் பதிவாளர், போலீஸ் இன்ஸ்பெக்டர் ஆகியோர் கூட்டணி வைத்துக் கொள்வார்கள். இந்தப் பின்னணியில் ஒரு பெரும்புள்ளியின் வயலுக்கு இடையே சிதறு தேங்காயாக ஒரு துண்டு துக்கடா நிலம் ஒரு ஏழைக்குச் சொந்தமாக இருக்கும். அந்த ஏழையின் மூதாதையர்கள் வைத்திருந்ததில், எஞ்சிய இந்த நிலம் அவனுக்கு விலைமதிப்பற்றது. ஆழ்ந்த பாசத்திற்குரியது.

இதை விற்பதற்கு, மனதாலும், அவனால் நினைக்கமுடியாது. ஆனாலும் பெரும்புள்ளிக்கு, இந்த நிலம் கண்ணை உறுத்தும், அந்த நிலத்தைத் தரும்படி அன்போடு கேட்பார். அப்புறம் அடாவடியாய்க் கேட்பார். இந்த ஏழைக்கோ, அந்த நிலம் தாய்க்குச் சமம் என்பதால் தாயைப் பழித்தவனைப்

பார்ப்பது போலவே அந்தப் புள்ளியைப் பார்ப்பான். ஆனாலும் ஏழையின் கோபம் செல்லத்தக்கதல்ல. இதனால்தான் செல்லாக் கோபம் பொறுமையின் அடையாளம் என்கிற பழமொழியே வந்தது. எப்படியோ கொஞ்சங்கொஞ்சமாக வரப்பு வெட்டப்பட்டு, இந்த நிலம் ஒரு புள்ளிகூட இல்லாமல் பெரும்புள்ளியிடம் போய்விடும்.

இந்த ஏழையோ, தன்னைத்தவிர எல்லாவற்றையும் விற்று நீதிமன்றம் போவான். அந்த மன்றமும், அந்த நிலத்தை பெரும்புள்ளி திருப்பி ஒப்படைக்க வேண்டும் என்று தீர்ப்பளிக்கும். ஆனாலும் இந்தத் தீர்ப்பை நிறைவேற்ற வேண்டியது வருவாய்த் துறை அதிகாரிகளின் பொறுப்பு. இவர்களுக்கு பாதுகாப்பு கொடுக்க வேண்டியது காவல்துறையினரின் பொறுப்பு. இந்த இரு துறைகளும் பெரும்புள்ளியின் பைக்குள் அடக்கம். சாக்குப் போக்குகள் சகலமும் சொல்லி தீர்ப்பு கிடப்பில் போடப்படும்.

அந்த ஏழைக்காக வழங்கப்பட்ட தீர்ப்பு ஊமைகண்ட கனவாகிவிடும். இந்த தீர்ப்பை அமுல் செய்யவில்லை என்று மீண்டும் நீதிமன்றம் செல்ல வேண்டுமானால், கோர்ட் அவமதிப்பு வழக்கு என்று பெரும்புள்ளியின் மீதும், அரசு அலுவலர்கள் மீதும் அதே ஏழை வழக்குப் போட வேண்டும். அதனால் அந்த ஏழைக்கு பகை இரட்டிப்பாகுமே தவிர, பலன் இருக்காது. அப்படியே இருந்தாலும், அந்த வெற்றி தோல்விக்குழியில் அடக்கமாகிவிடும். இதை வைத்துத்தான் சாட்சிக்காரன் காலில் விழுவதைவிட சண்டைக்காரன் காலில் விழலாம் என்ற பழமொழி ஏற்பட்டிருக்க வேண்டும்.

மண்ணாகிப்போன தீர்ப்பு - ஆள்பலமோ, பண்பலமோ இல்லாத ஒரு ஏழைக்குக் கிடைக்கும் நீதியின் லட்சணம் இதுதான். பல சமயம் நடுத்தர மக்களும் பாதிக்கப்படுவதுண்டு. எனக்குத் தெரிந்த வெளி மாநிலத்தில் பணியாற்றிய தமிழர் ஒருவர், வாயைக்கட்டி வயிற்றைக்கட்டி, சென்னை நகரில் வீட்டுமனை வாங்கிப் போட்டார். பதவியிலிருந்து ஓய்வுபெற்று திரும்பி வந்து பார்த்தால், அந்த மனையில், ஒரு தாதா சொகுசு பங்களா ஒன்றை கட்டியிருந்தார். இவர், காவல்துறையினரிடம் முறையிட்டார். காவல்துறையோ, ஒரு விசித்திரமான சட்டத்தை அவர் மீது ஒரு ஆயுதமாக எறிந்து தாதாவுக்கு கேடயமாக நின்றது. அதாவது,

சட்டவிதியும் - தலைவிதியும் - ஒரு உடமை யாருடைய பொறுப்பில் இருக்கிறதோ அந்த உடைமைக்குச் சேதம் வராமல் இருக்க, சம்பந்தப்பட்டவருக்கு காவல்துறை, பாதுகாப்பு கொடுக்கவேண்டும் என்பது சட்ட விதியாம். தலைவிதியைக்கூட மாற்றலாம். சட்டவிதியை மாற்ற முடியுமா? இந்த விவகாரத்தில் அந்த அப்பாவி மனிதர் வாங்கிப்போட்ட நிலம், அந்த தாதாவின் பொறுப்பில் பங்களா முளைத்த இடமாகிவிட்டது. ஆகையால் காவல்துறையினர் அந்த வீட்டுக்கும், வீட்டுக்காரனுக்கும் பாதுகாப்பு கொடுப்போம் என்றார்கள். மனையை வாங்கிப் போட்டவர் வம்புதும்பு செய்தால் கைது செய்யப்படுவார் என்று எச்சரித்தார்கள்.

இந்த அப்பாவியோ நீதிமன்றத்திற்குப் போனார். ஓய்வு கால இறுதியில் கொடுக்கப்படும் பணத்தை வழக்கில் போட்டு, மனையைத் திரும்பிப் பெறுவதற்கான தீர்ப்பை பெற்றுவிட்டார். ஆனால், அந்த தாதாவோ, நிதியில் தீர்த்துவிட்டான். இதனால் இந்தத் தீர்ப்பை செயலாற்ற வேண்டிய அரசு இயந்திரத்திற்கு காதுகள் செவிடாகிவிட்டது. கண் குருடாகிவிட்டது. மீண்டும் கோர்ட் அவமதிப்பு வழக்குத்தான் போட வேண்டும். கையிலோ பணமில்லை. அந்தப் பாவப்பட்ட மனிதரோ மூன்று பிடி மண் எடுத்து தன் மனையில் கட்டிய வீட்டுக்கு முன்னால் வீசியடித்துவிட்டு, எந்த மாநிலத்தில் கவுரமாகவும் சுயமரியாதையாகவும் வேலை பார்த்தாரோ, அந்த மாநிலத்திற்கு சொத்திழந்து சுயமிழந்து விரக்தியோடு ஓடிவிட்டார்.

என் கண்ணில்பட்ட இன்னொரு நிகழ்ச்சி. நான் வாழும் பகுதியில் சுமார் நாற்பது கிரவுண்டு வீட்டுமனை, நீதிமன்ற தாவாவில் இப்போதும் உள்ளது. இந்த மனைகளில் எவரும் வீடுகட்டலாகாது என்று உயர்நீதிமன்றம் பத்தாண்டுகளுக்கு முன்பே இடைக்காலத் தடை விதித்துள்ளது. இந்தத் தடைக்கு இன்னும் உயிர் இருப்பதாகக் கேள்வி. ஆனாலும் அத்தனை வீட்டு மனைகளிலும், பிளாட்டுகளிலும் சொகுசுப் பங்களாக்கள் தோன்றிவிட்டன. இன்றளவும், நீதிமன்றத்தைப் பொறுத்த அளவில் இந்த நாற்பது கிரவுண்டும் காலிமனைதான். நீதிமன்றத் தீர்ப்புக்கு எதிரான இத்தகைய சூட்சமங்கள் எப்படி நடைபெறுகிறது என்பதுதான் புரியாத புதிராக இருக்கிறது.

இரட்டை வேடங்கள் - பல ஆண்டுகளுக்கு முன்பு வழங்கப்பட்ட தீர்ப்புகள் செயல்படுத்தப்படாமல் இருப்பதை சுட்டிக்காட்டி, பாதிக்கப்பட்டவர்கள், மீண்டும் நீதிமன்றத்திற்குப் போன செய்திகள் பத்திரிகைகளில் விலாவாரியாக வந்துள்ளன. நாமும் படிக்கத்தான் செய்கிறோம். இனிமேலும் படிக்கத்தான் போகிறோம். ஆனாலும் நீதிமன்ற தீர்ப்புகள் செல்லாக் காசாய் ஆக்கப்படுவது குறித்து நம்முள் ஒரு தார்மீக கோபம் ஏற்படுவதில்லை. அதே நேரம் தீர்ப்பு, ஏழைகளுக்கு எதிராகவோ அல்லது அரசுக்கு ஆதரவாகவோ இருந்தால், அது உடனடியாகவும் தடாலடியாகவும் செயல்படுத்தப்படுகிறது.

ஆகமொத்தத்தில் நீண்ட நெடிய ஆண்டுகளை உள்ளடக்கிய கொடூரமான செலவு பிடித்த வாய்தா காலத்திற்குப் பிறகு, வாராது வந்த மாமணிபோல் நியாயமான தீர்ப்பு கிடைத்தாலும் அந்த தீர்ப்புகூட, ஏழை என்றால் எள்ளி நகையாடுகிறது. இதை செயலாக்க வேண்டிய அரசு இயந்திரம் வடமொழி மந்திரம் போல் ஏழைக்குப் புரியாத சட்டச்சரத்துக்களை சாக்குப் போக்காகச் சொல்லி, காலத்தைத் தாழ்த்தி நீதியையும் தாழ்த்தி விடுகிறது. தாமதப்பட்ட நீதி - மறுக்கப்பட்ட நீதி என்ற புகழ்மிக்க சட்டப்பழமொழியை நடைமுறையில் கண்டாலும் ஒருத்தர் தாமதப்பட்ட நீதியைப் பெறுகிறார். அப்படியும் அந்த நீதி மறுக்கப்படுமானால், அதை எந்த மொழியால் அழைப்பது?

ஆக, ஏட்டுச் சுரைக்காய் தீர்ப்புகளை, எப்படி அரங்கேற வைப்பது என்பதே சமூக நீதியில் அக்கறை கொண்ட அத்தனை பேரும் சிந்தித்து பரி-

கார நடவடிக்கைகளை எடுத்துக்கூற வேண்டியது கட்டாயமாகிறது. காரணம் இதில் பெரும்பாலும் ஏழைகள், குறிப்பாக பெண்களே பாதிக்கப்படுகிறார்கள். இறந்து போன கணவரின் வாரிசான இளம் விதவைக்கு சொத்துக்கள் கொடுக்கப்படாமல் அவள் விரட்டியடிக்கப்படுகிறாள். நீதிமன்றத்தில் இவளுக்கு முன்கதவு திறக்கப்பட்டு, இவளது மாமியார், மாமனார், மச்சான் வகையறாக்களுக்கு பின்கதவு திறக்கப்படுகிறது.

கண்காணிப்பு ஆணையம் - எனவே, நீதிமன்ற தீர்ப்புகளைச் செயல்படுத்துவதற்கு மாநில அளவில் உயர்நீதிமன்றத்தின் நேரடி மேற்பார்வையில் ஒரு கண்காணிப்பு ஆணையம் உருவாக்கப்பட வேண்டும். இந்த ஆணையம் ஒப்புக்கு ஐந்தாறு பேரை மட்டும் நாற்காலியில் அமர்த்தாமல், மாநிலம் முழுவதும் ஆலமரமாய், வேர் விட்டும், விழுதுகள் விட்டும் பல்கிப் பரவி இருக்கவேண்டும். ஒவ்வொரு நீதிமன்றத்தின் தீர்ப்பும், செயல்படுத்தப்படுகிறதா என்று இந்த ஆணையமே கண்காணிக்க வேண்டும். இதுகுறித்து ஒவ்வொரு தீர்ப்பின் செயலாக்கம் பற்றி சம்பந்தப்பட்ட நீதிமன்றத்திற்கு அறிக்கை சமர்ப்பிக்க வேண்டும்.

கைக்கெட்டினாலும் வாய்க்கு எட்டாத நிலைபோல நீதி கிடைத்தாலும் அதன் பலனை அனுபவிக்க முடியாமல் தவிப்பவர்களின் முறையீடுகளுக்காக காத்திருக்காமல், இந்த ஆணையமே தன்னிச்சையாக ஒவ்வொரு தீர்ப்பையும் அது செயல்படுகிறதா என்று கண்காணிக்க வேண்டும். இதற்கு காலவரம்பும் நிர்ணயிக்க வேண்டும். நீதியின் மறுபக்கமான தீர்ப்பை நிலைகுலைய வைப்பவர்கள் மீது சிறைத்தண்டனை உட்பட கடுமையான தண்டனைகள் விதிக்க வேண்டும். இத்தகைய அமைப்பிலும் ஊழலும் பாரபட்சமும் இருக்கலாம். ஆனாலும், இப்படிப்பட்ட அமைப்பு ஒன்று இருக்கிறது என்கிற எண்ணமே, நீதிமன்ற தீர்ப்பிற்கு ஒரு மரியாதையைக் கொடுக்கும்.

ஒரு தீர்ப்புக்குப் முன்னால், வாய்தாக்கள் மாதங்களாகி ஆண்டுகளாகின்றன. இந்த வாய்தாவே தண்டனையைவிட கொடூரமானது. வாதிகளும், பிரதிவாதிகளும் பல்வேறு இடங்களில் இருந்து பல்வேறு சாட்சியங்களைக் கொண்டு வருகிறார்கள். இவர்கள் விசாரணை குறுக்கு விசாரணை என்று செய்யப்படுகிறார்கள். வழக்கின் ஆவணங்கள் அலசப்படுகின்றன. சட்ட நுணுக்கங்கள் இருதரப்பு வழக்கறிஞர்களாலும் பிரகாசப்படுத்தப்படுகின்றன. மாண்புமிகு நீதிபதியும் இந்த வாதப் பிரதிவாத தகவல்களையும், சாட்சியங்களையும் ஆவணங்களையும் தராசு முனையில் ஆய்ந்து வேண்டுதல் - வேண்டாமை இல்லாத நீதித்தன்மையோடு, ஒவ்வொரு வார்த்தையையும் எண்ணி எடைபோட்டு, தீர்ப்பு வழங்குகிறார். ஆனால், இந்த தீர்ப்புகளோ அரசு கோப்புகளில் சமாதியாகி விடுகின்றன. ஆயிரம் ரூபாய்க்கு குதிரை வாங்கி, அதை தக்க வைத்துக் கொள்வதற்கு ஐந்து ரூபாய்க்கு கயிறு வாங்காத கதைதான் இந்த நீதிக்கதையும்.

மாண்புமிகு உறுப்பினர்களின் பார்வைக்கு....... - பெரிய பெரிய வழக்குகளில் தீர்ப்புகள் உடனடியாய் செயல்படுவதற்காக பத்திரிகை கண்காணிப்பும், பொது நிறுவனங்களின் முன்னெச்சரிக்கையும் உதவுகின்றன. ஆனால், பத்திரிகைகளில் வராத ஏழை-எளியவர்களின் தீர்ப்புகளோ பெரும்பாலும் நீர்த்துப் போகின்றன அல்லது தீர்த்துக்கட்டப்படுகின்றன. இந்த அவலத்தைப் போக்க ஒரே வழி, சுயாட்சி அதிகாரம் கொண்ட, நீதிமன்றத் தீர்ப்புகளுக்கான கண்காணிப்பு ஆணையம் ஒன்றை பல கிளைகளோடு உருவாக்குவதுதான்.

நாடாளுமன்றத்திற்குப் புதிதாகத் தேர்ந்தெடுக்கப்பட்டிருக்கும் நமது தமிழக உறுப்பினர்கள், இந்தப் பிரச்சினை குறித்து சிந்திக்க வேண்டும். புதிய மக்களவையும் இத்தகைய ஆணையத்திற்கு வடிவம் கொடுக்க முயற்சிக்க வேண்டும். சமூக நீதியில் அக்கறை கொண்ட நமது சட்டப்பேரவை உறுப்பினர்களும் வரும் கூட்டத் தொடரில் இந்த ஆணைய உருவாக்கம் குறித்து மாநில அரசின் கவனத்திற்குக் கொண்டுவர வேண்டும். இதனால் எண்ணற்ற ஏழைகளின் ஊமை அழுகை, ஆனந்தப்பள்ளாக ஒலிக்கும். இந்த வரலாற்றுக் கடமையை மாண்புமிகு மக்கள் பிரதிநிதிகள் தட்டிக்கழிக்க மாட்டார்கள் என்று நம்புவோமாக.

21. வேரில் பழுத்த பலா

1962ஆம் ஆண்டு பி.ஏ. தேர்வில் பிரமாதமாக வரலாம் என்று நினைத்து இருந்தேன் ஆனால் ஆங்கிலத்தில் 'அவுட்' இதுவரை, முதல் நான்கு மாணவர்களில் ஒருவனாக வந்த எனக்குப் பெரிய அதிர்ச்சி. இளமையிலேயே பெற்றோரை இழந்த என்னை வளர்த்துப் படிக்க வைத்த என் சித்தப்பாவுக்கும், சித்திக்கும் என் மீது பயங்கரமான கோபம். அரசியல் மேடைகளில் பேசியதால்தான், நான் 'அவுட்டாகி' விட்டேன் என்று கருதி, என்னை 'கெட்அவுட்' என்று சொல்லக் காத்திருந்தார் என் சித்தப்பா.

சென்னையில் அப்போது கோணி வியாபாரம் செய்து வந்தார். பி.ஏ.வில் தோற்றுப் போனதால் இனிமேல் உயிரோடு இருக்கப் போவதில்லை என்று நான் சூளுரைத்தேன். சித்தப்பா-சித்தி பயந்து விட்டார்கள். ஒரே ராஜமரியாதை-நான்கு நாட்களுக்கு. நான் சாப்பிடுகிற வேகத்தைப் பார்த்த சித்தப்பா 'இவன் சாப்பிடப் பிறந்தவனே தவிர, சாகப் பிறந்தவன் அல்ல' என்பதைப் புரிந்து கொண்டு திட்டத் துவங்கினார். ஒருநாள், எனக்கு வெறுப்பும் வந்துவிட்டது. "வேலையில் சேராமல் இந்த வீட்டுல நுழைய மாட்டேன்," என்று சொல்லிவிட்டு, இரண்டு பேண்ட் சட்டைகளை ஒரு கைப் பையில் வைத்துக் கொண்டு, வெளியேறி விட்டேன்.

கையில் ஐந்து ரூபாய் - எங்கே போவது என்று தெரியவில்லை. கையில் ஐந்து ரூபாய்தான் இருந்தது. நேராக காஞ்சிபுரம் போனேன். அப்போது காங்கிரஸ் பேச்சாளராகவும், லாரி டிரைவராகவும் இருந்த என் நண்பர்

வடமலை ராஜ் அங்கே இல்லை. திடீரென்று ஒரு எண்ணம். கல்லூரி மாணவனாக இருந்தபோது, அச்சரப்பாக்கம் தொகுதியில் காங்கிரஸ் வேட்பாளர் திரு. வெங்கட சுப்பா ரெட்டியாரை ஆதரித்து மேடைகளில் பேசியிருந்தேன். அவருடைய மருமகன் திரு. ஸ்ரீராமுலு ரெட்டியார் (எழுத்தாளர் சரோஜினியின் கணவர்) அப்போது சொற்பொழிவிற்காக பணம் நீட்டினார். நான், அதை வாங்க மறுத்துவிட்டேன். இதனால், அவருக்கு என் மீது அளவு கடந்த பற்றுதல். அப்போது அவர் அச்சரப்பாக்கம் பஞ்சாயத்து யூனியன் தலைவர். அவரிடமே வேலை கேட்கலாமே?

கூடவே ஒரு போலீஸ் - காஞ்சிபுரத்தில் இருந்து, மதுராந்தகம் கூட்டு ரோட்டில் இறங்கி, வேடந்தாங்கலைப் பார்த்து நடந்தேன். ஒரு போலீஸ்காரரும் என்னுடன் வந்தார். ஒரு கிலோமீட்டர் வரைக்கும் 'நீங்க' போட்டார். இரண்டாவது கிலோமீட்டரில் 'அப்பா' போட்டார். மூன்றாவது கிலோமீட்டரில் நான் கேடியாக இருப்பேன் என்று 'டா' போட்டார். நல்ல வேளையாக வேடந்தாங்கல் வந்துவிட்டது. இல்லையானால், நான்காவது கிலோமீட்டரில், அவர் என்னை அடிக்கவும் அடித்து இருப்பார்.

ஸ்ரீராமுலு ரெட்டியார் என்னைப் பார்த்ததும் எழுந்து நின்று வரவேற்றார். எதிரே உள்ள நாற்காலியில் உட்கார வைத்தார். போலீஸ்காரர் நின்று கொண்டிருந்தார். அவரிடம் ஏதோ பேசி அனுப்பிவிட்டு, என்னைப் பார்த்தார். நான் வந்த காரியத்தைச் சொன்னேன். 'இவ்வளவுதானா' என்று சொல்லிவிட்டு "நான் யூனியன் கமிஷனருக்குப் போன் செய்றேன். இன்னும் இரண்டு நாளில், அவரைப் பார்த்துவிட்டு, வாத்தியார் வேலையில் சேருங்கள். அப்புறம் வேற வேலை தேடலாம்" என்றார்.

நான் புறப்பட்டேன். இரண்டு நாட்களுக்கு என்ன செய்வது? கையில் ஒரு ரூபாய்தான் இருந்தது. அவரிடம் கேட்க வெட்கம். தயங்கித் தயங்கி திரும்பி நடந்தேன். வழியில் எனக்காக காத்திருந்தவர் போல் தோன்றிய போலீஸ்காரர்! "ஐயாதான் ரெட்டியார்கிட்டச் சொல்லி என் மகளுக்கும் வேலை வாங்கித்தரணும். செகண்டரி கிரேட்" என்றார்.

விபரீத எண்ணம் - எனக்கு ஒரு விபரீத எண்ணம். 'அதுக்கும் நானாச்சு. நூறு ரூபாய் தள்ளும்' என்று கேட்கலாமா? லாக்கப்பில் தள்ளத் தயாராக இருந்தவர், பணத்தைத் தள்ளுவார் என்பதில் சந்தேகம் வரவில்லை. 'சீ, இப்பவே இந்த புத்தியா?' என்று என்னை நானே கோபித்துக் கொண்டு நடந்தேன். திடீரென்று, ரெட்டியார் கூப்பிடுவதாக, ஒருவர் வந்து சொன்னதும், ஸ்ரீராமுலு ரெட்டியாரிடம் ஓடினேன். அவர் சிரித்தபடியே 'தம்பி, தப்பா நினைக்கப்படாது. எல்லோருக்கும் பணத்தட்டுப்பாடு வரத்தான் செய்யும். எனக்குக் கூட வந்திருக்கு. அதனாலதான் கேட்கிறேன். கையில பணம் இருக்கா, இல்ல நான் தரட்டுமா?' என்றார்.

எனக்கு அழுகை வந்தது. அடக்கிக்கொண்டேன். சொற்பொழிவுக்கு அவர் நீட்டிய பணத்தை வாங்க மறுத்த நானா இப்போது பணம் கேட்பது? கூடாது. கூடாது. "பணம் இருக்கு" என்று கம்பீரமாகப் பதிலளித்துவிட்டு திரும்பி நடந்தேன். பஸ் கட்டணத்திற்குரிய பணம் இல்லை. காஞ்சிபுரம் வரை நடப்பது என்று தீர்மானித்து நடந்து கொண்டிருந்தேன். கண்ணீர் தானாக வந்தது. இவ்வளவு தூரத்தையும் எப்படி நடப்பது? திடீரென்று ஒரு கார் வந்து நின்றது. ஸ்ரீராமுலு ரெட்டியார் சிரித்தபடியே 'நானும், உட்களுக்காக இன்னைக்கே காஞ்சிபுரம் வாரேன், ஏறுங்கோ,' என்றார்.

குளத்தில் விழுந்து சாகலாமா? - காஞ்சிபுரத்தில் என் நண்பர் வடமலைராஜ் இல்லை. எப்படியோ அங்கே ஒரு நாள் சமாளித்துவிட்டு, அச்சரபாக்கம் போய்ச் சேர்ந்தேன். யூனியன் அதிகாரிகள் எதுவுமே தெரியாது என்றார்கள். ஸ்ரீராமுலு ரெட்டியாரோ, டெல்லிக்குப் போய்விட்டார். கையில் இருந்தது நாலாணா. பசி தாங்க முடியவில்லை. அச்சரபாக்கம் குளக்கரைக்குப் போனேன். குளத்தில் தண்ணீர் இருந்தது. ஆழம் எவ்வளவோ. காட்டுக் கொடிகளால் கை கால்களைக் கட்டிக் கொண்டு, குளத்தில் விழுந்து சாகலாமா, எவனாவது இந்த நாலணாவுக்கு விஷம் தருவானா. இரவு மணி எட்டு இருக்கும். அக்கம் பக்கம் நாதியில்லை.

காட்டுக் கொடிகளை எடுக்கப் போனேன். திடீரென்று கதராடை அணிந்த ஒருவர், நான்கைந்து பேர்களுடன் வந்தார். எடுத்த எடுப்பிலேயே "நீ சமுத்திரம் தானேடா?" என்றார். நான் தலையாட்டினதும் "முட்டாள் ஒன்னை எங்கெல்லாம் தேடறது. நீ நேராய் என்னைப் பார்த்திருக்கணும். என் பெயர் சீனிவாசன். கல்வி வளர்ச்சி அதிகாரி. ரெட்டியார் என்கிட்ட சொல்லியிருக்கிறார். காட்டுக்கரணை பள்ளிக்கூடத்திற்கு நீதான் ஹெட்மாஸ்டர். சரி, வா, என் ரூமுக்குப் போகலாம். டேய்.... ஏண்டா அழறே.... சரி வா மொதல்ல சாப்பிடலாம்" என்றார்.

பி.ஏ. வாத்தியார் - காட்டுக்கரணை என்ற கிராமத்தில் அப்போது ஒரு சின்னக் கடை கூடக்கிடையாது. கார் போக முடியாது. அப்படியே தப்பித் தவறி போகிற கார் திரும்ப முடியாது. ஆனால் நல்ல ஜனங்கள். பஞ்சாயத்துத் தலைவர் என்னை வரவேற்று ஒரு வீட்டின் முன்னறையைத் தயாராக வைத்திருந்தார். அரிசி பருப்பு வகையறாக்களை அவரே வாங்கி வைத்திருந்தார். அப்போது எட்டாவது வகுப்பை ஈ.எஸ்.எல்.சி. என்பார்கள். அரசாங்கப் பரீட்சை எழுதியாக வேண்டும். ஆனால் மாணவர்களுக்கு நான் போய்த்தான் 'ஏ.பி.ஸி.டி.' சொல்லிக் கொடுத்தேன். நல்ல ஆசிரியர் வேண்டும் என்று இந்த எட்டாவது மாணவர்கள் 'ஸ்டிரைக்' செய்ததாலேயே, என்னை அங்கே, தலைமை ஆசிரியராகப் போட்டார்களாம். நானும், இரவு பகலென்று பாராது, மாணவர்களுக்குப் பாடம் நடத்தினேன். அவர்களுக்கும், நானென்றால் உயிர். பாடம் நடக்காத சமயத்தில் மாணவர்களோடு தேக்குத் தோப்புகளில் திரி-

வேன். காடுகளுக்குச் சென்று, நாகப் பழங்களைத் தின்பேன்.

ஊரிலும் எனக்கு நல்ல மரியாதை. எனக்கு 'பி.ஏ.' வாத்தியார் என்று பெயர். அந்த பள்ளிக்கூடத்திலேயே 'பழமும் தின்று கொட்டையும் போட்ட' ஒரு வயதான ஆசிரியருக்கு இது பிடிக்கவில்லை. அவர், மாணவர்களை, தன் வீட்டு சமையலுக்கு பள்ளிக்கூட நேரத்தில் பயன்படுத்தக்கூடாது என்று நான் உத்தரவு போட்டது காரணமாக இருக்கலாம். அல்லது ஒருவேளை நானே 'கிராஜுவேட்-தலைமை ஆசிரியர்' என்று அகங்காரமாக நடந்திருக்கலாம். சமயத்தை எதிர்பார்த்து இருந்தார்.

சாதிய மேலாண்மை - ஒரு நாள் நல்ல மழை. பள்ளிக்கூடம் ஒழுகியது. இதே இந்த ஆசிரியர் என்னிடம் வந்து "ஸார்... ஸ்கூல் ஒழுகுது. பேசாமல் கிருஷ்ணன் கோவிலுல ஒரு வகுப்பை வைக்கலாம்," என்றார் வினயமாக, நானும் அதற்கு உடன்பட்டு, இன்னொரு ஆசிரியரை, மாணவர்களுடன் கோயிலுக்குப் போகும்படி சொன்னேன். அரைமணி நேரத்திற்குப் பிறகு இரண்டு ஹரிஜன மாணவர்கள் அழுது கொண்டு வந்தார்கள். "கோவிலுக்குள் எப்படிப் போகலாம்?" என்று அவர்களை ஊர் மக்கள் அடித்தார்களாம். "இதை விடக்கூடாது ஸார்," என்றார் அந்த ஆசிரியர். நான் கோபத்துடன் கோவிலுக்குப் போனேன்.

ஹரிஜன மாணவர்களின் சிலேட்டுக்களும், நோட்டுப் புத்தகங்களும், கோவிலுக்கு வெளியே சிதறிக் கிடந்தன. ஓரிரு பெஞ்சுகள் உடைக்கப்பட்டு வெளியே கிடந்தன. ஹரிஜன மாணவர்களுடன், இதர மாணவர்களும் சேர்ந்து அழுது கொண்டிருந்தார்கள். என்னைப் பார்த்ததும், சத்தமாக புலம்பினார்கள். "இந்த நாட்ல எல்லாரும் சமம்டா... வாங்கடா கோவிலுக்குள்ளே போகலாம். ஊர்க்காரங்க என்ன செய்யுறாங்கன்னு பார்த்துடுறேன்," என்று சொல்லிக் கொண்டே, கோவிலுக்குள் நுழையப் போனேன்.

ஊர்க்காரர்களில் ஒருவர், "வாத்தியாரே, நீர் வேணுமுன்னால் போகலாம். காலனி பசங்க போனால்...." என்றார். நான், அதைப் பொருட்படுத்தாமல், உள்ளே ஹரிஜன மாணவர்களை இழுத்துக் கொண்டு நுழையப் போனேன். பஞ்சாயத்துத் தலைவர் ஊரில் இல்லை. ஊர்த் தலைவர்கள் என்னைத் தாக்கலாம் என்ற சூழல். எனக்கோ, மகாத்மா காந்தியின் நினைவு மட்டுமே நின்றது. திடீரென்று, தையல் ஆசிரியரான கேசவன் செட்டியார் என்பவர், என் காலில் நெடுஞ் சாண்கிடையாக விழுந்து, "ஸார்.... இந்த ஊருக்குப் புத்தி வர இன்னும் இருபது வருடம் ஆகும். வத்தி வச்சு விட்டது கிழட்டு வாத்தியான். இவங்க அப்பாவிங்க. ஒங்களால ஊர்ல ரத்தக்கறை வேண்டாம்," என்று சொல்லி, என் கால்களைப் பிடித்துக் கொண்டார். நானும் "எக்கேடாவது கெட்டுப் போங்க," என்று சொல்லிவிட்டு, பெட்டி படுக்கையை சுருட்டிக் கொண்டு புறப்பட்டேன்.

மாணவர்கள் கதறி அழுதார்கள். என்னிடம் லேசாகப் பிரியம் காட்டிய இரண்டு இளம் பெண்கள், கண்ணீர் மல்க நின்றார்கள். ஊர்க்காரர்கள் கூடத் தடுத்தார்கள். ('கிழட்டு' வாத்தியார்தான், நான் போகக்கூடாது என்று அதிகமாகக் கெஞ்சினார்.) உருண்டோடிய கண்ணீரைத் துடைத்துக் கொண்டே, திரும்பிப் பாராமல் நடந்தேன்.

மீண்டும் மீண்டும் சித்தப்பா - மீண்டும் சென்னை. மீண்டும் சித்தப்பா. மீண்டும் திட்டு. ஓரிரு மாதங்களில் தென்னாற்காடு மாவட்டத்தில், ஓர் உயர்நிலைப் பள்ளியில், 'பி.டி. அஸிஸ்டெண்ட்' என்ற வாத்தியார் வேலை கிடைத்தது. தலைமை ஆசிரியரின் தில்லு முல்லுத்தனம் (சம்பளம் சரியாகத் தராமலே கையெழுத்து வாங்கிக் கொள்பவர்) பொறுக்காமல் வெளியேறினேன். மீண்டும் சென்னை. மீண்டும் சித்தப்பா. மீண்டும் திட்டு. இரண்டு மாதங்களுக்குள் சீனியர் கோவாபரேட்டிவ் இன்ஸ்பெக்டர் வேலை கிடைத்தது. மதுரை மாவட்டத்தில் உள்ள ஆத்தூரில், பாய் நெசவு கூட்டுறவுச் சங்கத்தின் செயலாளராக நியமிக்கப்பட்டேன். எனக்கு முன்னால் இருந்தவர், கூட்டுறவு சங்கத் தலைவரை 'முதலாளி' என்று சொல்லிப் பழகிவிட்டார். என்னிடமும் இதை எதிர்பார்த்தார். நடக்கவில்லை. இதனால் அடிக்கடி தகராறு வந்தது.

மீண்டும் சித்தப்பா வீடு. இப்போது, அவர் என்னைத் திட்டவில்லை. தேறாத கேஸை எதுக்காகத் திட்டணும்? பேச மறுத்துவிட்டார். சித்தி, ஊரில் விவசாயத்தைக் கவனிக்கப் போய்விட்டார். பசியால் துடித்தேன். என் பெரியம்மா மகன், காசு கொடுப்பான். என் ஒன்றுவிட்ட பெரியப்பா மகள் சோறு போட்டாள், எப்படியோ மூன்று மாதத்திற்குள் பஞ்சாயத்து வளர்ச்சி அதிகாரி வேலை கிடைத்தது. ஸ்ரீபெரும்புதூரில் பஞ்சாயத்து யுனியனில் வேலை. பஞ்சாயத்துகளுக்கு, அய்யாதான் ஆடிட்டர்! இதே சமயத்தில், யூனியன் பப்ளிக் சர்வீஸ் கமிஷனில், எப்போதோ எழுதி மறந்துபோன பரீட்சைக்கு 'இன்டர்வியூ' வந்தது மத்திய தகவல் சர்வீஸுக்கான பேட்டி. புதுடில்லிக்கு புறப்பட்டேன்.

மத்திய தகவல் சர்வீஸுக்குத் தேர்ந்தெடுக்கப்பட்டு, டில்லி வானொலித் துறையில், தமிழ்ச் செய்திப் பிரிவில் 'சப் எடிட்டராக' நியமித்த ஓர் ஆர்டர் வந்தது. டில்லி வானொலியில், தமிழ்ச் செய்திப் பிரிவில் சேர்ந்தேன். எல்லா மொழி செய்திப் பிரிவுகளும், குதிரை லாயம் போன்ற ஒரு கட்டிடத்திற்குள் இருந்தன. எல்லா மொழிக்காரர்களையும் ஒரே சமயத்தில் பார்த்ததும், பழகியதும் இனிமையான அனுபவம். முதல் நாளே, கான்டீனுக்குப் போன் செய்து 'இட்லி ஹை... வடா ஹை...' என்றேன். 'குச் நை' பதில் வந்தது. உடனே 'ஏக் பிளேட் குச்சி நை ஹை' என்றேன். ('குச்சி நை' என்றால் ஒன்றும் இல்லை என்று இந்தியில் அர்த்தம்.)

செய்தி வாசிப்பாளராக... - ஒரு மாதம் ஆகிவிட்டது. செய்திகளைப் படிப்பது என் வேலை இல்லை என்றாலும், எனக்குப் படிக்க ஆசை. எப்படியோ படிக்கும் பணியும் கிடைத்துவிட்டது. நான்கு கோடி தமிழ் மக்களும்

என் வாசிப்பைக் கேட்க உன்னிப்பாய் இருப்பதுபோல் எனக்குள் ஒரு எண்ணம். அந்த நாளும் வந்தது. மத்தியானச் செய்தியைப் படிக்க, சகாக்களுடன் போனேன். ஏர் கண்டிஷன் செய்யப்பட்ட ஸ்டூடியோவிற்குள் என் உடம்பு வேர்வையில் நனைந்தது. கைகால்கள் ஆடின. பேடரைத் திறக்க வேண்டும். சிவப்பு விளக்கைப் பார்க்க வேண்டும். படிக்கத் துவங்கினேன். பத்து நிமிட செய்தியை ஆறு நிமிடத்திற்குள் முடித்துவிட்டு, நான்கு நிமிடத்திற்கு என்ன செய்வது என்று தெரியாமல் விழித்தேன். சகாக்கள், தயாராகக் கொண்டு வந்திருந்த, ஏற்கனவே காலையில் படித்து முடித்த செய்திகளை, பலாத்காரமாய்ப் பிடுங்கி, அங்கொன்றும் இங்கொன்றுமாகப் படித்து முடித்தேன்.

சென்னையில் பல்வேறு பேச்சுப் போட்டிகளில் வென்றும், தமிழ் மாணவர் தலைவராக திகழ்ந்தும் செயல்பட்ட எனக்கு அங்கே என்னுடைய சகாக்களோடு ஒன்றிக்க முடியவில்லை. இதற்கு நான் காரணமல்ல. என்னுடைய ஆங்கில உச்சரிப்பிற்காக எதிரே உள்ள மலையாளப் பிரிவு அலுவலர்களை கண்சிமிட்டி சிரிப்பார்கள். எனது பணி செய்திகளை மொழியாக்கம் செய்வது. 'சொன்னார்' என்று எழுதினால் அதை அடித்துவிட்டு 'தெரிவித்தார்' என்று திருத்துவார்கள். 'தெரிவித்தார்' என்று எழுதினால் 'சொன்னார்' என்று திருத்துவார்கள். இப்படி பக்கம் பக்கமாக திருத்தப்பட்டதை தமிழ் தெரியாத ஒரு வங்காளி இயக்குநரிடம் காட்டி "சமுத்திரம் இவ்வளவு தப்புகள் செய்திருக்கிறார்" என்று சொல்லியிருக்கிறார்கள். அவர் இதனாலேயே என்னை வேறு துறைக்கு மாற்றும்படி அமைச்சரவைக்கு கடிதம் எழுதியதாகப் பின்னர் அறிந்தேன்.

என் நிறத்திற்காக சிரித்தவர்கள்-என் உச்சரிப்பிற்காக சிரித்தவர்கள். இப்படி நாளெல்லாம் சிறுமைப்பட்டுக் கொண்டிருந்தேன். இந்தச் சமயத்தில் எங்கள் பிரிவுத் தலைவர் எனக்கு சரியாக மொழி பெயர்ப்பு வரவில்லையென்றும், ஆகையால் எனது மொழி பெயர்ப்பை பிற சகா திருத்தவேண்டும் என்றும் ஒரு சர்க்குலரை ஆங்கிலத்தில் எழுதி வெளியே தொங்கபோட்டார். இந்த சர்க்குலர் எனக்கு ஒரு தன்மானப் பிரச்சினையாகியது. அப்படி எழுதியவர் அன்று மட்டும் என் கண்ணில் பட்டிருந்தால் நிச்சயம் கொலை செய்திருப்பேன். கரோல்பாக்கில், அவரது சின்னவீட்டில் தேடிப் பார்த்தேன். கிடைக்கவில்லை. இந்த சர்க்குலர் படி ஒவ்வொருவரிடமும் குட்டுப்படுவது என்பது என்னால் முடியாத காரியம். ஆகையால் வங்காள மேலதிகாரிக்கு ஆங்கிலத்தில் ஒரு விடுமுறைக் கடிதம் இப்படி எழுதினேன்.

"எனது தமிழ் செய்திப் பிரிவுத் தலைவர் இன்னொரு சகாவான ஒரு பெண்ணின் தூண்டுதலால் என்னை இழிவுபடுத்தி ஒரு சர்க்குலர் போட்டிருக்கிறார். ஆகையால் என் மனநிலை பாதிக்கப்பட்டிருக்கிறது. பாதிக்கப்பட்ட மனம் பழைய நிலைக்கு வருவதற்காக எனக்கு இரண்டு நாள் விடுமுறை கொடுக்கும்படி கேட்டுக்கொள்கிறேன்."

(Sir, As I am Mentaly upset by a circular issued by the unit incharge, Mr..... denigrating me, instigated by our lady collague Miss..., I request you to give me two days casual leave, to recover my shattered feelings)

இந்த மாதிரியான விடுமுறைக் கடிதம் வானொலி நிலைய வரலாற்றிலேயே புதிதாக இருந்திருக்கும். மேல் அதிகாரியான வங்காள இணை இயக்குநர் அதிர்ந்து போனார். அந்தக் கடிதத்தை அவரால் ஏற்க முடியாது. ஆகையால் கரோல்பாக்கில் நான் தங்கி இருந்த அறைக்கு வானொலி கார் வந்தது. என்னை அந்த அதிகாரியின் அறைக்குள் கொண்டு போய் போட்டது. நான் போவதற்கு முன்பே எனது சகாக்கள் இரண்டு அணிகளாகப் பிரிந்து அங்கு வாதிட்டுக் கொண்டிருந்தார்கள்.

என்னைப் பார்த்ததும் அந்த அதிகாரி கத்தினார். சஸ்பெண்ட் செய்யப் போவதாக மிரட்டினார். உடனே நான், எனக்குத் தெரிந்த ஓட்டை ஆங்கிலத்தில் அப்படி ஏற்பட்டால் சாகும்வரை உண்ணாவிரதம் இருக்கப்போவதாக சொன்னேன். வேலைபோய் வெளியே சோற்றுக்கு திண்டாடுவதைவிட உங்கள் அறையிலேயே உண்ணாவிரதம் இருப்பேன் என்கிற மாதிரி ஏதோ ஒரு விரக்தியில் உரத்துக் கத்தினேன். அந்த அதிகாரி தனது சுருக்கெழுத்தாளரை வரவழைத்தார். நானோ என்ன நடந்தாலும் நடக்கட்டும் என்று வீம்பாக இருந்தேன். உடனே அந்த அதிகாரி எனது செய்திப் பிரிவுத் தலைவர் வெளியிட்ட சர்க்குலரை ரத்து செய்வதாகவும், இப்படிப்பட்ட சர்க்குலரை இனிமேல் அவர் வெளியிடக்கூடாது என்றும் டிக்டேஷன் கொடுத்தார். இந்த வெற்றியை என்னால் ரசிக்கக்கூட முடியவில்லை. இந்தப் போரில் நான் வெற்றி பெற்றாலும் அதில் கிடைத்த காயங்கள் இப்போதுகூட வலிக்கின்றன.

சிறையில் செய்தி வாசிப்பாளர் - இந்தச் சமயத்தில் இன்னொரு போதாத வேலை. நான் தனியாக அறை எடுத்து ஒரு தோழரோடு தங்கியிருந்தேன். அதற்கு முன்பு தமிழர்களுக்கு பரிச்சயப்பட்ட ராமானுஜம் மெஸ்ஸில்-அதாவது உண்டு உறையும் இடத்தில் தங்கி இருந்தேன். அப்போது தமிழ்நாட்டு இளைஞர் ஒருவர் தடபுடலாக தங்கியிருந்தார். சென்னையில் ஒரு பிரபலமான ஒரு டாக்டரின் மகனாம். இவரைச் சுற்றி பத்து பதினைந்து பேர் சூழ்ந்திருப்பார்கள். சில சமயம் ஓரிரு பெண்களைக்கூட கூட்டி வருவார். இவர் எனக்கு பழக்கமே தவிர. நட்பல்ல. ஆனால் என்னிடம் மிகவும் கண்ணியமாகப் பழகுவார். நான் தனியறைக்குப் போன பிறகு ஒருநாள் என் அறைக்குள் ஓடி வந்து, "என்னை காப்பாற்றுங்கள் காப்பாற்றுங்கள்" என்று கதறினார். ஒரு நிமிடத்திற்குள் ஒரு சர்தார்ஜி இளைஞன் ஒரு தடியோடு ஈட்டிக்காரன் மாதிரி வந்து அந்த இளைஞனை என் கண் முன்னாலேயே அடித்து வெளியே இழுத்தான்.

எனக்கோ இந்தி வராது. அதோடு எங்கள் இரண்டு பேரையும் சேர்த்து அடிக்கும் வலிமை கொண்டவன் அவன். ஆனாலும் என்னால் தாளமுடி-

யவில்லை. அரைகுறை ஆங்கிலத்தில் “யூ பேஸ்டட் டாக்” என்று சொல்லிக்கொண்டு அவன் கையைப் பிடித்தேன். உடனே அவன் நான் இந்த இளைஞன் வாங்கிய கடனுக்கு கேரண்டி கொடுக்க முன் வந்திருப்பதாகக் கருதி சிரித்தான். அதையே இந்தியில் விளக்கமாகக் கேட்டான். உடனே நான் “நோ நோ” என்றேன். பழையபடியும் அந்த இளைஞனை கண்ணத்தில் ரெண்டுபோடு போட்டு வெளியே இழுத்துக் கொண்டு போனான். அவனோ என்னை கையெடுத்துக் கும்பிட்டான்.

எனக்கு மனசு கேட்கவில்லை. அந்த சர்தார்ஜி இளைஞனை அதட்டியபடியே அவன் வீட்டுக்குப் போனேன். அவனும் சிநேகிதமாக சிரித்தபடியே அந்த இளைஞனை ஒன்றும் செய்யப் போவதில்லை என்றும் தெரிவித்தான். என்னையும் வரும்படிக் கேட்டான். இந்த இளைஞன் வாங்கிய ஆயிரக்கணக்கான ரூபாய்க்கான ஆவணங்களை புதுப்பிக்க வேண்டும். மற்றபடி ஒன்றுமில்லை என்றான். இந்த இளைஞனும் என்னைப் பார்த்துக் கெஞ்சினான். வேறு வழியில்லாமல் நானும் அவனோடு போனேன். ஒரு அறைக்குள் எங்களை உட்கார வைத்தான். நாங்கள் உட்கார்ந்ததுதான் தாமதம்..... உடனே அறைக்கு வெளியே போய் கதவை சாத்தி விட்டான். ஜன்னல் வழியாக எங்களைப் பார்த்து சிரித்துக்கொண்டே, தந்தையைக் கூப்பிடுவதற்காகப், போய்விட்டான்.

எனக்கோ நடுக்கம். அன்று மத்தியானம் நான் செய்தி வாசிக்கவேண்டும். அதுவும் மொழி பெயர்த்து செய்தி வாசிக்க வேண்டும். சில சமயம் செய்தி வாசிக்காத ஒருவர் மொழி பெயர்ப்புக்காக வந்திருப்பார். நான் போகவில்லையானால் நாள், மணி, நேரம் தவறாமல் வரும் செய்தி நின்று போகலாம். வேலையும் கோவிந்தாவாகி விடும். ஒரே குழப்பம். அந்தச் சமயத்தில் நான்கைந்து பெண்கள் எதுவுமே நடக்காதது போல் அங்கே வந்தார்கள். உள்ளே ஒரு டெலிபோன் இருப்பதை அப்போதுதான் பார்த்தேன். உடனே அந்தப் பெண்களிடம் கைகளை அங்குமிங்குமாக ஆட்டி, ‘ஐ கவர்மெண்ட் செர்வண்ட், போலீஸ் மே கம்ளைண்ட் ஹே’ என்று டெலிபோன் ரீசிவரை தூக்கினேன். அந்தப் பெண்கள் பயந்து விட்டார்கள். அப்போது புதுடெல்லியில் போலீஸ் என்றால் எல்லோருக்குமே பயம். உடனே அந்தப் பெண்கள் கதவை திறந்து விட்டார்கள்.

நாங்கள் இருவரும் எடுத்தோம் ஓட்டம். ஒரு கிலோமீட்டர் வரை ஓடிய பிறகு அந்த இளைஞனுக்கு ‘ஆளைவிடு’ என்கிற அர்த்தத்தில் ஒரு கும்பிடு போட்டு விட்டு, ஒரு ஆட்டோவைப் பிடித்துக்கொண்டு வானொலி நிலையத்திற்குள் பாய்ந்தேன்.

சென்னை திரும்பல் - நான் சென்னையிலுள்ள வேறு பதவிக்கு திரும்புவதற்கு ஆசைப்பட்டேன். பேருந்து நிலையத்தில், கூட்டத்தில் தவிப்பவரை எப்படிக் கூட்டம் உள்ளே தள்ளிவிடுமோ, அப்படி எனது சகாக்களில் பலர் என்னை சென்னைக்கு தள்ளிவிடுவதில் உதவிகரமாய் இருந்தார்கள். மூன்-

றாண்டு காலம் சென்னையில் களவிளம்பரத்துறை அதிகாரியாக காரோடும், பேரோடும், மேலதிகாரிகளோடு சண்டை சச்சரவுகளோடும், நீடித்தேன். இதில் கிடைத்த அனுபவங்களும், களநிகழ்ச்சிகளும் நான் கதை எழுத உதவின. மூன்றாண்டுகளுக்குப் பிறகு, உதவி செய்தி ஆசிரியராக பதவி உயர்வு ஏற்பட்டு டெல்லிக்கு மாற்றப்பட்டேன்.

பைத்தியக்கார மருத்துவமனையை போல... - டெல்லியில் அத்தனை இந்திய மொழிகளுக்கும் செய்திகளை ஆங்கிலத்தில் கொடுக்கும் ஒரு மாபெரும் கூடம். இதற்கு ஜி.என்.ஆர்., அதாவது 'ஜெனரல் நியூஸ் ரூம்' என்று பெயர். இப்போது குளிர்சாதன வசதிகளோடு நவீனமாக உள்ள அந்தக்கூடம் அப்போது மாட்டுத் தொழுவம்போல் இருந்தது. இதன் மத்தியில் மிகப்பெரிய நாற்காலியில் பொறுப்பாசிரியர் உட்கார்ந்திருப்பார். பக்கவாட்டில் தென்னிந்திய, வடஇந்திய, கிழக்கிந்திய மொழிகளுக்கான உதவி செய்தி ஆசிரியர்கள் இருப்பார்கள். டெலிபிரிண்டர்கள் இரையும். டெலிபோன்கள் கத்தும். இண்டர்காம்கள் அலறும். தந்திகள் குவியும். பிறநாட்டு ஒலிபரப்புகள் முனங்கும்.... உதவி செய்தி ஆசிரியர்கள் பொறுப்பாசிரியரை சூழ்ந்து கொண்டு தத்தம் தலைப்பு செய்திகளைக் காட்டி அங்கீகாரத்திற்காக நிற்பார்கள். செய்தி நேரம் நெருங்குவதைப் பார்த்து, பல்வேறு வினோதமான குரல்களை எழுப்புவார்கள். ஆகமொத்தத்தில் புரியாதவர்களுக்கு அது ஒரு பைத்தியக்கார ஆஸ்பத்திரியாகவே தெரியும்.

தொழில் குருநாதர் இராமநாதன் - இத்தகைய மருத்துவமனையில், உதவி செய்தி ஆசிரியரான அடியேன், என்னை எந்த செய்திப் பிரிவு இழிவுப்படுத்தியதோ அந்த செய்திப்பிரிவிற்கும், செய்திக் கட்டளைகளை தீர்மானிக்கும் பொறுப்பில் இருந்தேன். பொறுப்பாசிரியர்கள் பெரிய அதிகார அந்தஸ்து கொண்டவர்கள். அவர்கள்தான் செய்திகளின் போக்கை தீர்மானிக்க வேண்டியவர்கள். இதில் குறிப்பிடத் தக்கவர் 'இந்தியன் எக்ஸ்பிரஸி'ல் மூத்த செய்தியாளராக பணியாற்றிவிட்டு, டெல்லியில் வானொலி செய்தி ஆசிரியராக பணியாற்றிய திருமிகு. இராமநாதன் அவர்கள். இவர்தான் எனது தொழில் குரு. தூசி படிந்த இந்தக் கண்ணாடியை துடைத்துவிட்ட செய்தி மேதை. 'வருவதைப் படி, படித்ததை தூர எறி எது மனதில் நிற்கிறதோ அதுதான் செய்தி' என்பார். இவருக்கு ஈடான செய்தி ஆசிரியர் எவருமே கிடையாது. எல்லோரின் பிரமிப்புக்கும் உரியவர். இப்போதும் நன்றாகவே நினைவுக்கு வருகிறது.

பங்களாதேசம் விடுவிக்கப்பட்ட செய்தி வந்தது. அதேசமயம் பாகிஸ்தானிய அதிபர், சண்டை தொடரும் என்கிறார். இந்த இரண்டையும், நம் மக்களின் மகிழ்ச்சி குன்றாத வகையில் செய்தியாகப் போடவேண்டும். எங்கள் செய்தி இயக்குநர் டாக்டர் பஜாஜ் அவர்கள் குழம்பிப் போனார். பொறுப்பாசிரியர் குழப்பிக் கொண்டிருந்தார். உதவிச் செய்தி ஆசிரியர்கள் உதட்டைப் பிதுக்கினார்கள். அப்போது டெஸ்கில் இருக்க வேண்டிய அவசியமில்லாத

என் குரு இராமநாதன் எங்கிருந்தோ வந்தார். எல்லோரும் அவரை மொய்த்தார்கள். சோமபானம் கொடுக்கவேண்டும் என்ற நிபந்தனையின் பேரில், அவர் ஒரு தலைப்புச் செய்தியை ஆங்கிலத்தில் கொடுத்தார். அதன் தமிழ்வடிவம் இதுதான்.

“பங்களாதேஷ் விடுவிக்கப்பட்டாலும், இந்தியாவுடனான போர் தொடருமாம். இந்த விடியலுக்கு மத்தியில் பாகிஸ்தான் அதிபர் தன் மக்களுக்கு ஆறுதலாக இப்படி ஒரு ஆண்மையற்ற அச்சுறுத்தலை அறிவித்திருக்கிறார்.”

இந்த தலைப்புச் செய்தியை கேட்டு, அனைவரும் மகிழ்ந்து போனார்கள். இப்பேர்பட்ட இவர், என்னை பொறுப்பாசிரியரான தனக்கு, உதவி ஆசிரியராக வைத்துக் கொண்டார். அரசியல் முக்கியத்துவம் உள்ள செய்திகளை ‘எடிட்’ செய்து எழுதுவது என் பொறுப்பு. அவரிடம் காட்டினால், என்னை கண்டபடி திட்டுவார். எல்லோரும் சிரிப்பார்கள். இன்னொரு நாளும் இப்படி திட்டி முடித்துவிட்டு சிரித்தவர்களை தன்னருகே கூப்பிட்டார். “சமுத்திரத்தை திருத்த முடியும். அவனுக்கு இயல்பான அறிவு இருக்கிறது. அதனால்தான் திட்டுகிறேன். நீங்களோ புத்தி கெட்டவர்கள். ஆகையால்தான் உங்களை திட்டவில்லை” என்று ஆங்கிலத்தில் முழங்கினார்.

என்றாலும் திட்டிக்கொண்டே இருந்தார். நான் ஒரு தந்திரத்தை கடைப்பிடித்தேன். அவர் சிகரெட்டிற்காக அங்குமிங்கும் பார்க்கும்போது, என்னிடம் உள்ள சிகரெட்டை அவர் வாயில் வைத்து, நெருப்பிட்டுக்கொண்டே, தலைப்புச் செய்தியைக் காட்டுவேன். ‘சிங்கக்குட்டிடா நீ’ என்று அதை கிளியர் செய்துவிடுவார். பிறகு, என் செய்தியில் உள்ள தப்பை அதற்கென்ற உள்ள சில சகாக்கள் சுட்டிக்காட்டும்போது அவர் கண்ணுக்குத் தெரிந்த இந்தச் சிங்கம் அசிங்கமாகிவிடும். ஆனால், வெளியே வந்தாலோ நாங்கள் தோழர்கள். ஒவ்வொரு திட்டுக்கும் ஒரு பெக் சோமபானம் கொடுப்பார். பிராமணராக இருந்தாலும், தந்தை பெரியாரிடம் அளவற்ற பற்று கொண்டவர்.

இந்த சந்தர்ப்பத்தில் என் புது மனைவி ஒன்பது மாதத்தோடு ஊருக்குப் போய்விட்டார். எனக்கு சமையலை சொல்லிக் கொடுத்தார். செய்ய முடியவில்லை. எப்படியோ கண்டதைத் தின்று வேலை பார்த்தபோது, துப்பினால் ரத்த ரத்தமாக வந்தது. நான் பயந்து போனேன். மருத்துவமனைக்குப் போனால் எனக்கு டி.பி. வந்திருப்பதாகத் தெரிவித்து மருந்தும் கொடுத்தார்கள். இதைக் காரணம் காட்டி என் மேல் அதிகாரியிடம் வேறு துறைக்கு மாற்றம் கேட்டேன். அதற்குள் என் வேலையையும் விசுவாசத்தையும் புரிந்துகொண்ட என் குரு இராமநாதன், ‘எளிதாக ஷிப்ட் கொடுக்கிறோம். இங்கேயே இரு’ என்றார். என்னுடைய உடல் இளைக்காததை பார்த்துவிட்டு, நான் வேண்டுமென்றே பொய் சொல்லுவதாக மேலதிகாரிகளுக்கு ஒரு அனுமானம்.

என்றாலும், அமைச்சரவை ஆணையிட்டு, புதுடெல்லியில் உள்ள பத்திரிகைத் தகவல் அலுவலகத்தில் உதவித் தகவல் அதிகாரியாக மாற்றினார்கள். ஆனால், வானொலி அதிகாரிகள் என்னை விடுவித்த மறுத்தார்கள். இது தெரிந்ததும் என்னைப் போல் மாறுதலாகி விடுவிக்கப்படாமல் இருக்கும் அனைவரையும் ஒன்று திரட்டி, "உதவி செய்தி ஆசிரியர்கள் மீது இழைக்கப்படும் கொடுமைகளுக்கு எதிர்ப்பான சங்கம்" (Society for prevention of cruelties on Assistant News Editors) என்று ஒன்றைத் துவக்கினோம். இதைக் கேள்விப்பட்ட அதிகாரிகள் உடனடியாக என்னை விடுவித்தார்கள். என்குரு 'அல்பம்... அல்பம்...' என்றார்.

பப்பாளி தர்பார் - நான் டி.பி.க்காக ஊசி போட்டும், ரத்தம் கொட்டுவது நிற்கவில்லை. பயந்துபோய் சென்னைக்கு விடுப்பில் வந்தேன். அப்போது என்னுடைய ஆன்மீகக் குருவான ரங்கசாமி செட்டியார் ரத்தம் கொட்டுவதற்கான காரணத்தை கண்டுபிடித்தார். மனைவி இல்லாத இரண்டுமாத இடைவெளியில் தினமும் பப்பாளிப் பழங்களையே ஆகாரமாக உண்டேன். 'அடே! பாவி. அபார்சனுக்கு உரிய பழத்தை சாப்பிட்டிருக்கியே, உனக்கு அறிவு இருக்கா?' என்று கடிந்து கொண்டார். பப்பாளி பழக்கடியும் நின்றது. ரத்தகொட்டலும் நின்றது. மீண்டும் டெல்லியில் வேலைக்குச் சென்றேன்.

இந்தப் பின்னணியில் ஒன்று சொல்லவேண்டும். புதிதாய் வேலையில் சேர்ந்த ஆறுமாத காலத்திற்குள் ஒன்றை புரிந்து கொண்டேன். மத்திய அரசு செய்தி-தகவல்துறை அலுவலருக்கு, தமிழ் அறிவு மட்டும் போதாது. ஆங்கில அறிவும், பொது அறிவும் தேவை என்பதை உணர்ந்து கொண்டேன். இதனால் வானொலிச் செய்திகளையும், அவற்றின் உச்சரிப்பையும் மணிக்கணக்கில் கேட்பேன். நூலகத்தில் இருந்து பல்வேறு புத்தகங்களை வாங்கிப் படிக்கத் துவங்கினேன். நுணுக்கமான ஆங்கில வார்த்தைகளை எழுதிக் கொண்டு மனப்பாடம் செய்தேன். பத்திரிகைகளை பாடநூல் போல் படித்தேன். ஆங்கிலத்தில் உரையாடுபவர்களை உன்னிப்பாக கவனித்தேன். திறமையில்லாமல் கௌரவத்தை நிலைநிறுத்த முடியாது என்று எனது கல்லூரி ஆசிரியர் ஒருவர் சொன்ன கருத்தை சிக்கெனப் பிடித்துக் கொண்டேன்.

பத்திரிகைத் தகவல் அலுவலகத்தில் உதவி அதிகாரியாக மாற்றப்பட்ட பணியில் சேர்ந்தேன். வானொலி செய்தி கிணற்றிற்குள் தவளையாக இருந்த எனக்கு, ஒரு பரந்துபட்ட அனுபவம் கிடைத்தது. அனைத்து மாநில அலுவலர்களும் என்னை "காலா மதராசி" (கறுப்பு மதராசி) என்றும், "ராம்" என்றும் அன்போடு அழைப்பார்கள்.

இந்தச் சமயத்தில் ஒரு மூத்த தமிழ் அதிகாரி, ஒரு காக்டைல் பார்ட்டியில், ஒரு இழிவான காரியம் செய்ய முயற்சித்திருக்கிறார். இதற்காக அரசாங்கம், அவரை கட்டாய விடுமுறையில் அனுப்பிவிட்டது. விசாரணைக்கும் உத்தரவிட்டது. துறைத்தலைவரான இந்த அதிகாரி, நான் களவிளம்பர அதிகாரியாக சென்னையில் பணியாற்றிய போது, என்னை ஒரு

புழுவைப் பார்ப்பது போல் பார்ப்பவர். இவரை எங்களது சங்கத்திலிருந்து வெளியேற்ற வேண்டும் என்று பேரவை கூட்டப்பட்டது. கூட்டியவர்களோ, இவரைவிட இழிவானவர்கள். இந்த அதிகாரியும், எவரையும் மதிக்காமல் 'எடுத்தேன் கவிழ்த்தேன்' என்று பேசும் ஆசாமி. பேரவையில் ஒருவர் மாற்றி ஒருவராக இவரை திட்டித் தீர்த்தார்கள். எனக்குப் பொறுக்க முடியவில்லை. உடனே நான் எழுந்து, 'இங்கே பேசியவர்களில் பெண்பித்து இல்லாத - அதை செயலில் காட்டாத யாராவது ஒருவர் உண்டா?' 'அரசாங்கமே நடவடிக்கை எடுக்கும்போது, உங்களுக்கு என்ன யோக்கியதை இருக்கிறது' என்று கத்தியதில், பேரவை கை தட்டியது. நான் திடீர் கதாநாயகனானேன்.

திடீர் கதாநாயகன் - இதன் விளைவாக, ஓரிரு மாதங்களில் இந்திய செய்தி தகவல் அதிகாரிகள் சங்கத்தின் பொதுச்செயலாளராக தேர்ந்தெடுக்கப்பட்டேன். எனது மேல் அதிகாரிகளில் பலர் தங்களுக்கு அமைச்சரவை சிக்கல் கொடுக்கும் போதெல்லாம் இந்த காலா மதராசியிடமே வருவார்கள். எந்த அமைச்சகத்துக்கு கைகட்டி வாய் பொதித்து சென்றேனோ, அந்த அமைச்சகத்தில் மூத்த அதிகாரிகளோடு, என்னால் முரண்டுபிடித்து வாதாட முடிந்தது. இது என் பலம் அல்ல. ஒரு இயக்கத்தின் பலம் என்பதை உணர்ந்து கொண்டேன்.

எங்கள் அமைச்சரவைக்கு, நான் ஒரு தலைவலியாக ஒரு கட்டத்தில் தோன்றியது. அமைச்சரவைக்கு எதிரான, நியாயமான போராட்டத்தில் இப்போது என்.எப்.டி.சி எனப்படும் தேசிய திரைப்பட வளர்ச்சி நிறுவனத்தின் சென்னை மேலாளர் திரு. பி.ஆர். பரமேஸ்வரன், மத்திய கிராமிய மின்சார வாரியத்தில் மூத்த அதிகாரியாக உள்ள நாயர் (அப்படித்தான் கூப்பிடுவேன் முழுப்பெயர் தெரியாது), எங்களது மூத்த அதிகாரியும், சங்கத் தலைவருமான திரு. எஸ்.சி. பட் போன்றவர்கள் எனக்கு பக்கபலமாக இருந்தார்கள். இப்போது சென்னை தொலைக்காட்சியில் செய்தி ஆசிரியராக இருக்கும் பாலசுப்ரமணியம், எனது சங்க நடவடிக்கைகளுக்கு பெரிதும் உதவினார். அமைச்சரவை, செய்தித்துறைக்காக நியமிக்கும் ஆணைகளின் நகல் ஒவ்வொன்றும், என் பெயருக்கும் வரும். இந்தியா உள்ளிட்ட அனைத்து மாநிலங்களிலும் உள்ள மத்திய செய்தித் துறைத் தோழர்களுக்கு என் பெயர் அத்துபடி.

இந்தப் பின்னணியில் குடும்பச் சூழ்நிலை காரணமாக சென்னைக்கு மாற்றும்படி அமைச்சரவைக்கு விண்ணப்பித்தேன். முன்பு ஆண்டுக்கணக்கில் கையெடுத்து கும்பிடாத குறையாக போட்ட விண்ணப்பங்களை கண்டுகொள்ளாத அமைச்சரவை, தங்களது தலைவலி தீர்ந்ததுபோல் காலையில் போட்ட விண்ணப்பத்திற்கு மாலையிலே சென்னை வானொலி பத்திரிகைக்கு உதவி செய்தி ஆசிரியராக மாற்றியது.

ரப்பர் இல்லாத மின்சாரம் (LIVE WIRE)

எவருக்கும் இல்லாத வழக்கமாக சங்கம் எனக்கு பிரிவு உபச்சாரவிழா நடத்-

தியது. இதில் பேசிய ஒரு இளையசகா, "சமுத்திரம் இரண்டு மகத்தான காரியங்களை சாதித்திருக்கிறார். ஒன்று, நமக்கெல்லாம் கெஜட்டட் அந்தஸ்து வாங்கி கொடுத்திருக்கிறார். இரண்டாவதாக, அவருக்கு டிரான்ஸ்பரையும் வாங்கிக்கொண்டார். ரப்பர் இல்லாத மின்சார ஒயரான இவர் நம்மிடையே இருந்தால் நன்றாக இருக்கும்" என்றார்.

இப்படியாக, வானொலி செய்தி ஆசிரியராய், மீண்டும் களவிளம்பர அதிகாரியாய், "திட்டம்" பத்திரிகையின் உதவி ஆசிரியராய், சென்னை தொலைக்காட்சியின் உதவி செய்தி ஆசிரியராய், பெங்களூரில் களவிளம்பரத் துறை தலைமை அதிகாரியாய், சென்னை வானொலி நிலையத்தின் செய்தி ஆசிரியராய், அங்கிருந்து சென்னை தொலைக்காட்சி செய்தி ஆசிரியராய், பின்பு அங்கிருந்து துரத்தப்பட்டு, அதே சென்னை வானொலி நிலையத்தில் மூத்த செய்தியாளராய், இறுதியாக சென்னை சாஸ்திரிபவனில் செய்தி விளம்பரத்துறை இணை இயக்குநராய் பணியாற்றி, வயதுக்கு வராமலேயே ஓய்வு பெற்றேன். அதாவது, கிராமத்தில் என் உண்மையான வயதை ஒன்றே முக்கால் வருடம் கூட்டிப் போடப்பட்டதே காரணம்.

இந்த 33 ஆண்டுகால அலுவலக வாழ்க்கையில் ஐந்து இணைச் செயலாளர்களுக்கு எதிராக எழுத்து மூலமாக போராடி இருக்கிறேன். இரண்டு உடனடித் தலைமை அதிகாரிகளுக்கு எதிராகவும் போராட வேண்டிய நிலைமை ஏற்பட்டது. உயர்நீதிமன்றம், மத்திய அலுவலர் தீர்ப்பு ஆணையம் போன்ற நியாயத் தலங்களுக்கு அரசை எதிர்த்து பலதடவை சென்றிருக்கிறேன். அத்தனை வழக்குகளிலும் தமிழ்நாடு முற்போக்கு எழுத்தாளர் சங்கத் தலைவர் தோழர் செந்தில்நாதன் எனக்காக வாதாடினார். ஏதாவதொரு வகையில் வெற்றிகள் எனக்கு கிடைத்தன. ஆனால், அதில் விழுப்புண்கள் இன்னும் வலித்துக்கொண்டே இருக்கின்றன.

நான் 1998 மார்ச் மாதத்தில் பதவியிலிருந்து ஓய்வு பெற்றேன். அப்போது மத்திய அரசு அதிகாரிகளுக்கு நீட்டிப்பு கொடுக்கும் பொறுப்புள்ள துறைக்கு அமைச்சராக இருந்தவர் என் இனிய நண்பர் எஸ்.ஆர். பாலசுப்ரமணியம் அவர்கள். தோழர் செந்தில்நாதனைப் போல முப்பதாண்டு கால நண்பர். எஸ்.ஆர்.பி. என்று அழைக்கப்படும் இந்தத் தோழர், எனக்காக பலதடவை மேலதிகாரிகளோடு வாதாடியவர். என்னிடம் பதவி நீட்டிப்புக்கு விண்ணப்பிக்கும்படி கேட்டுக்கொண்டார். இவர் என் நண்பர் என்பதை தெரியாத எங்கள் களவிளம்பரதுறை தலைமை இயக்குநரான சுரோஷ் சோப்ரா அவர்களும், நிர்வாக துணை இயக்குநர் பீர் அவர்களும் நீட்டிப்பு கேட்கும்படி என்னை கேட்டுக்கொண்டார்கள். எந்த சமுத்திரம் மேல் அதிகாரிகளுக்கு தலைவலி போல் தோற்றம் காட்டினானோ அந்த சமுத்திரத்திற்கு அவர்கள் உதவ முன்வந்தது நெஞ்சை நெகிழ்த்தியது. இந்த நிறைவோடு ஓய்வு பெறவேண்டும் என்று தீர்மானித்து அவர்களது வேண்டுகோளை நன்றியோடு மறுத்தேன்.

பதவியில் இருப்பவர்கள் எப்போதாவது ஒருநாள் நாற்காலியை காலி செய்தாக வேண்டும். இதை உணர மறுக்கிறவர்கள்தான் அவதிக்கு ஆளாகிறார்கள். அதோடு ஒரு மூத்த அதிகாரியின் நீட்டிப்பு இளைய சகாக்களின் பதவி உயர்வுகளை பாதிக்கும். இதுவும் என் மறுப்பிற்கு ஒரு காரணம். சுருக்கமாகச் சொல்லப்போனால் என் எஞ்சிய வாழ்க்கை நன்னடத்தை ஜாமீனில் விடுதலையாகி உள்ளது. இந்த பதவி ஓய்விற்குப் பிறகு எனக்கு நிற்கக்கூட நேரமில்லை. எழுத்தாளர் பணி.... இலக்கிய பேச்சுப்பணி.... இளைய தோழர்களின் படைப்புகளுக்கு முன்னுரை கொடுக்கும்பணி, கூடவே சும்மாதானா இருக்கீங்க இந்த வேலைய செய்யுங்க என்ற என் மனைவி கொடுக்கும்பணி.... வாழ்நாள் முழுதும் இனிமையான வேலைதான்.

நான் பிற்படுத்தப்பட்ட வகுப்பிலிருந்து வந்தவன். ஐந்து வயதிற்குள்ளேயே தாய்-தந்தையை இழந்தவன். ஒற்றைப் பையன், என்னுடைய தாய்மாமா தங்கய்யா, சித்தப்பா பாண்டி ஆகியோரின் உதவியால் கல்லூரிப் படிப்பை முடித்தவன். நான் டெல்லிக்குப் போனபோது காலா மதராசிகளை விரல்விட்டு எண்ணிவிடலாம். ஆனால் இப்போதோ எங்குமே ‘டால்’ அடிக்கும் கறுப்பு மயம். என் நிறத்திற்காக அன்று சிரித்தவர்கள் முகத்தில், இப்போது எந்த இளக்காரமோ ஏளனமோ இல்லை. காலா மதராசிகள் கண்டிப்பானவர்கள் என்பது அவர்களுக்குப் புரிந்து விட்டது. என்றாலும் இங்கே ஒன்றை நான் சுட்டிக்காட்ட வேண்டும். நான் தங்கியிருந்த ராமானுஜம் மெஸ்ஸுக்கு எதிரே ஒரு பிராமண குடும்பம் இருந்தது. இளந்தம்பதிகள். அவர்கள் என்மீது காட்டிய அன்பு இருக்கிறதே அதை சொல்லியும் தீராது; சொன்னாலும் மாளாது. அந்த சகோதரிக்கு மது என்று ஒரு சகோதரன். என் இனிய தோழன். இப்போது எங்கே இருக்கிறார்களோ? எப்படி இருக்கிறார்களோ? நிச்சயம் நன்றாகத்தான் இருப்பார்கள்.

இறுதியாக, எனது அரசு அலுவலக அனுபவம் இதைத்தான் சொல்கிறது. “நேர்மையாக இருக்கவேண்டும்... விசுவாசமாகவும் இருக்க வேண்டும்... திறமையையும் வளர்த்துக் கொள்ளவேண்டும்... பொதுச் சொத்தில், ஒருகாசு கூட எந்த வகையிலும், நம் பையில் விழக்கூடாது... கெட்டது நடந்தால் அவ்வப்போது சாடி நல்லதின் பக்கம் நிற்கவேண்டும்... கோடிக்கணக்கான மக்கள் கொடுக்கும் வரிப்பணத்தில் சம்பளம் வாங்குகிற என்னைப் போன்ற அரசு ஊழியர்கள், அந்த மக்களை மனதில் நினைத்து விசுவாசமாக பணியாற்றினால், நமது குடும்பம் ஆல்போல் தழைத்து, அருகுபோல் வேரூன்றும்”

இரண்டாவதாக, தாழ்த்தப்பட்ட - பிற்படுத்தப்பட்ட மக்கள் தூசி படிந்த கண்ணாடி. இந்தத் தூசியை, மேல் அதிகாரிகளாக இருப்பவர்களில் நான் குறிப்பிட்ட இராமநாதன் அவர்களைப் போல் துடைப்பவர்களும் உண்டு. எனது தமிழ் செய்தி துறைத்தலைவர் போல் தூசியை துடைக்கிறேன் என்கிற சாக்கில் உடைப்பவர்களும் உண்டு. புதிதாக பணியில் சேருகின்ற இந்த இருபிரிவு இளைஞர்களும் இதை மனதில் வைத்துக்கொள்ள வேண்டும். இந்த

அடிப்படையில்தான் நான் ‘வேரில் பழுத்த பலா’ என்ற நாவலை எழுதி ‘சாகித்ய அகாதமி விருது’ம் வாங்கினேன்.

இந்தச் சந்தர்ப்பத்தில், ஆரம்பத்தில் தூசி படித்த இந்தக் கண்ணாடியை உடைக்க முயற்சித்தவர்கள் மீது எந்தக் கோபமும் கொள்ளாமல், அதன்மீது படர்ந்த தூசிகளை துடைத்து விட்ட மேல் அதிகாரிகளையும், சகாக்களையும் நன்றியோடு நினைத்துப் பார்க்கிறேன். காலா மதராசிகளுக்கு இக்கட்டான அறுபதுகளில், டெல்லியில் நுழைந்த எனக்கு என் போர்க்குணத்தை கூர்மைப்படுத்திய அப்போதைய டெல்லிப் பேராசிரிய தம்பதிகளான சாலய் இளந்திரையன், சாலினி இளந்திரையன், கோயில்பிள்ளை, எனக்கு யோகாசனம் சொல்லிக்கொடுத்த உறவினரான திரு. தங்கச்சாமி, முடித்திருத்தகம் நடத்திய என் தோழர் முதலியோருக்கு நன்றிக்கடன் பட்டவன்.

மத்திய தேர்வாணையக் குழுவிற்கு 1966-ஆம் ஆண்டு நேர்காணலுக்காக சென்ற முகம் தெரியாத இந்த முகத்திற்கு தன் சொந்த வீட்டிலேயே இடம் கொடுத்து ஆதரித்த முத்துச்சாமி என்ற தோழரையும் (இப்போது மதுரையில் இருக்கிறார்), இப்போதும் எனது பரிந்துரைகளை ஏற்றுக்கொள்ளும் தொலைக்காட்சி இணை இயக்குநர் இராமகிருஷ்ணனையும், துணை இயக்குநர் பீர்முகம்மதையும், இந்திய திரைப்பட நிறுவனத்தின் தென்னக மேலாளர் பி.ஆர். பரமேஸ்வரனையும், சென்னை தொலைக்காட்சி இயக்குநர் ஏ. நடராசனையும், சென்னை வானொலி இயக்குநர்களான எம்.எஸ். கோபால், செல்வம், விஜய திருவேங்கடம், வேணுகோபால் ரெட்டி, சுப்பிரமணியம், நெல்லை வானொலி இயக்குநர் குக நமச்சிவாயம், சென்னை வானொலி நிகழ்ச்சி தயாரிப்பு அதிகாரி ரவீந்திரன், குமார், என்னை கேளாமலேயே எனது நாவல்களை ஒலிபரப்பிய இப்போதைய சென்னை வானொலி நிலைய இயக்குநர் வி.ஆர். குமார், இனிய தோழர் நல்லதம்பி, தஞ்சைவாணன், ஓய்வுபெற்ற-இப்போதும் என்னுடன் தொடர்பு வைத்திருக்கும் எனது இளைய சகாக்களான, களவிளம்பர அதிகாரிகள் தனசேகரன், திரேசநாதன், தமிழ்மணி, ரவி போன்ற தோழர்களையும் இந்த நேரத்தில் நினைத்துப் பார்க்கும்போது மனம் நெகிழ்கிறது. அன்புக்கு ஈடாக எதுவும் இல்லை என்று அழுத்தமாகச் சொல்கிறது.

எனக்கு அரசுப் பணியில் சோதனை நேரும்போதெல்லாம் என்பக்கம் நின்ற யு.என்.ஐ. தோழர். ரமேஷன், தினமணி சிகாமணி, தினந்தந்தி சுகுமார், தினமலர் உரிமையாளர் கிருஷ்ணமூர்த்தி, அதன் செய்தியாளர் அமுதன், செம்மலர் ஆசிரியர் கே.எம். முத்தையா, என் இனிய நண்பர் செந்தில்நாதன் ஆகியோர்கள் ஏதோ ஒருவகையில் அரசுப் பணியில் நான் நிலைத்திருக்க உதவி செய்தவர்கள். இந்தக் கட்டுரையும், வீட்டைக் கட்டிப்பார் கட்டுரையும் பிரசுரமாக காரணகர்த்தாவாக இருந்த குமுதம் ஆசிரியர் எஸ்.ஏ.பி. அவர்களும், ஜ.ரா. சுந்தரேசன் அவர்களும் இந்த கட்டுரைகளை பிரசுரிக்கவில்லை என்றால் உங்களோடு நான் இப்படி விரிவாக என் அனு-

பவங்களை பகிர்ந்திருக்க முடியாது.

மேலே குறிப்பிட்டட அத்தனை பேரும் எனக்கு இனிய நினைவுகளை கொடுத்துக் கொண்டிருக்கிறார்கள். ஓய்வுபெற்ற ஒருவருக்கு இனிய நினைவு-கள் மட்டுமே இருந்தால் அதற்கு ஈடேது? இணையேது? இன்றைய இளை-ஞர்களுக்கு அண்ணல் காந்தியடிகள் சொன்னதுபோல் என் வாழ்க்கையே ஒரு செய்தியானால் மகிழ்வேன்.

பின்குறிப்பு: இந்தக் கட்டுரையில் சில பகுதிகள் குமுதத்தில் வந்தவை அல்ல.

22. தாழ்த்தப்பட்ட தமிழிசை

திருவையாறு தியாகராச ஆராதனையிலிருந்து, சென்னையிலுள்ள மியூசிக் அகாடமி என்று ஆங்கிலத்திலும், 'சங்கீத வித்வத் சபை' என்று புரியாத தமிழிலும் உள்ள கச்சேரிக்கூடம் வரை 'சங்கீத ரகளை' நடந்து முடிந்தது நினைவிருக்க வேண்டும். நினைவில் நிற்கமுடியாத - இந்த கர்நாடகக் கச்-சேரிகளை பத்திரிகைகள் பக்கம் பக்கமாய் விமர்சித்து, புகழ்ந்து தள்ளுவது, அடுத்த சங்கீத சீஸன் வரைக்கும் நீடிக்கும். இங்கே பலியாவது தமிழிசை. இசை என்ற வார்த்தையைப் பயன் படுத்துவதற்கு, காலங்காலமாக நமது முதுகில் அழுந்தந்திருந்தமாக அழுத்தும் ஒரு காரணமும் உண்டு. செய்யுள் என்பது எப்படிக் கவிதை யாகாதோ, அப்படி சங்கீதம் இசையாகாது. சங்கீதம் என்பது மேட்டுக்குடி மக்களை தனிப்படுத்தவும், அவர்களது ரசனைக்கு ஒரு கவுரவம் கொடுக்கக் கூடியது மான புரியாத வார்த்தைகளைக் கொண்டது.

சங்கீதமும் - இசையும் - இதில் பாடப்படுகின்ற மொழி அந்நியமானது. மக்களுக்குப் புரியாதது. இன்னும் சொல்லப்போனால், அவர்களை மட்டம் தட்டுவது. ஆனால், இசை என்பதோ, எந்த மக்கள் அதைச் செவிமடுக்-கிறார்களோ, அந்த மக்களின் மொழியில், அவர்களின் பண்பாட்டை எதி-ரொலிப்பதாகவும், மேம்படுத்துவதாகவும் ஒலிக்கக்கூடியது. சங்கீதம் காட்டில் பெய்த மழை. இசை, பழம் நழுவிப் பாலில் விழுந்தது போல. சுருக்கமாகச் சொல்லப்போனால், சங்கீதம் ஒரு போலித்தனமான பிரமையை ஏற்படுத்து-வது. இசையோ, தன்னை மக்களின் மொழி மூலம் பாட்டாக புரியவைத்து, அந்தப் பாட்டையும், அதன் பொருளையும் உணரவைக்கும் அடிநாதம்.

இதனால்தான், சைவ சமயக் குரவர்களில் ஒருவரும், திருவாசகத் தேனைக் காதிலும் கருத்திலும் பாய வைத்தவருமான மாணிக்கவாசக சுவா-மிகள், "சொல்லிய பாட்டின் பொருள் உணர்ந்து சொல்லுவார்" என்று அரு-ளினார். ஒரு பாட்டின் பொருளை அதைக் கேட்பவர்களுக்கு புரியவேண்டும் என்று சொல்லாமல் சொன்னார். ஆனால், "எங்கும் தமிழ், எதிலும் தமிழ்" என்று பேசுவதற்கு என்றே பிறந்தவர்கள் உள்ள இந்தத் தமிழகத்தில், கேட்-பவர்கள் பொருள் உணர்ந்து கேட்கும்படியான தமிழ்ப் பாடல்கள் பாடப்படு-

கின்றனவா?

இல்லை. முக்கால்வாசி இல்லை. மீதிக் கால்வாசியிலும், பெரும்பகுதி தமிழ்ப் பாடல்கள் வடமொழி கலந்தவை. இதற்குக் காரணம், தியாகராஜ சுவாமிகளின் கீர்த்தனைகளும், சியாமா சாஸ்திரிகளின் பாடல்களும், முத்-துஸ்வாமி தீட்சிதரின் பக்திப் பாடல்களும் தமிழிசையை ஆக்ரமித்து, அதை மெல்ல மெல்ல சாகடித்துக் கொண்டிருப்பதே. இந்தச் சங்கீத மும்மூர்த்திகள் பிறப்பதற்கு நூற்றைம்பது ஆண்டுகளுக்கு முன்னரே, மூன்று தமிழிசை மேதைகள் நமக்காக, தமிழிசையோடு கூடிய பல அரிய பாடல்களை விட்டுச் சென்றார்கள்.

தமிழிசை மேதைகள் - முதலாமவர், 1550-ம் ஆண்டு சீர்காழியில் பிறந்து, நூற்றுக் கணக்கான தமிழ்ப் பாடல்களை இயற்றிய முத்துத் தாண்டவர். இவரது பாடல்கள் இருபதாம் நூற்றாண்டின் நுழைவாயில் வரை கச்சே-ரிகளில் ஒலித்தன. இப்போதோ கேட்கக் கிடைக்காதவை இன்னொரு தமி-ழிசை மேதையான மாரிமுத்தாபிள்ளை, 1712-ம் ஆண்டு சிதம்பரம் அருகே தில்லைவிடங்கத்தில் பிறந்து, வெண்பா, மடக்கு, திருக்கு என்று பலப்பல வகையான பாக்களையும், பொருள் செறிவு கொண்ட இசைப் பாடல்களை-யும் அருளியவர். மூன்றாவமர், 1711-ம் ஆண்டு தில்லையாடியில் உருவாகி, 258 இசைப்பகுதிகளைக் கொண்ட ராம நாடகத்தை எழுதியும், அவற்றில் நாற்பது ராகங்களைப் பயன்படுத்தியவருமான அருணாசலக் கவிராயர்.

ஆனால், இன்றோ, இந்தச் சொந்த மொழி இசை மேதைகளை “வந்த மொழி” மேதைகள் துரத்திவிட்டனர். அவர்கள் துரத்தினார்களோ, இல்-லையோ, அவர்களது பேரால், தமிழர்களின் இசை மேதைகள் இருட்டடிப்பு செய்யப்பட்டு வருகிறார்கள். இவ்வளவுக்கும் செட்டிநாட்டரசர் ராஜா சர் அண்ணாமலைச் செட்டியாரும், பாரதத்தின் முதலாவது நிதி அமைச்சர் திரு. ஆர்.கே. சண்முகம் செட்டியாரும், டி.ஏ. நாராயணசாமிப் பிள்ளையும் - எல்-லாவற்றிற்கும் மேலாக தந்தை பெரியாரும் தமிழிசைக்கு உந்து சக்தியாக இருந்தவர்கள். இந்தத் தமிழிசை இயக்கம் வந்ததே ஒரு தனிக்கதை. திரு-வையாறிலுள்ள தியாகராச சுவாமிகளின் நினைவாக அமைக்கப்பட்ட சபா-விற்கு, 144 வயதாகிறது. ஆண்டுதோறும் இங்கு நடைபெறும் விழாவில் அந்த சுவாமிகளின் தெலுங்கு கீர்த்தனைகள் இசைக்கப்பட்டு வருகின்றன. ஒட்டுமொத்தமாக பேர் பெற்ற அனைத்து வித்வான்களும் இதில் பாடுவார்-கள்.

சங்கீதக் குண்டர்கள் - 1931-ம் ஆண்டுவாக்கில் தமிழிசை மேதை பேராசான் தண்டபாணி தேசிகர் அங்கு பாடுவதற்காக அழைக்கப்பட்டார். அவரும், தியாகராஜ சுவாமிகளின் இரண்டு கீர்த்தனைகளைப் பாடிவிட்டு, மூன்றாவதாக ஒரு தமிழ் பக்திப் பாடலை பாட முற்பட்டிருக்கிறார். அவ்வள-வுதான், அங்குள்ள சங்கீதக் குண்டர்கள் அவரைப் பாட விடவில்லை. கூச்-சலிட்டுக் குழப்பமிட்டு கீழே இறக்கி விட்டார்கள். இதைக் கண்ட கொதிப்-

பில்தான் அண்ணாமலைச் செட்டியாரும், ஆர்.கே. சண்முகம் செட்டியாரும், ரத்னசபாபதி முதலியார் போன்றவர்களும் தமிழிசைக்கு மீண்டும் புத்துயிர் அளித்தார்கள். அப்படியும் தமிழிசைக்கு மேடை கொடுத்த மன்றத்தில், தமிழ்ப் பாடகர்கள் பாடுவதற்குத் தயங்கினார்கள். இதை மனதில் வைத்து, 4-1-44ல் ஆர்.கே. சண்முகம் செட்டியார் அவர்கள் இப்படிச் சொல்லியிருக்கிறார்:-

“எந்தப் பாடகர்களும் வர மாட்டோம் என்று சொல்லி இருந்தாலும், கடைசி முடிவில், ராஜா சர் அண்ணாமலை செட்டியார் அவர்களும் நானும் மேடையிலேறிப் பாடிவிடுவது எனவும்கூட தீர்மானித்தோம்.” இப்படி நமது முன்னோர்கள் முன் வந்தும், தமிழ்ப் பாடகர்கள் முன்வராததற்குத் தாழ்வு மனப்பான்மை காரணமாக இருக்க முடியாது. பின் என்ன காரணம்?

தமிழிசையின் செட்டிநாட்டரசர் - தமிழிசைக்காக, செட்டிநாட்டரசர் ஒரு இயக்கம் தோற்றுவித்தாலும், அதிலும் இப்போது, கர்நாடக வாடை வந்துவிட்டதாகக் கூறுகிறார்கள். ஆரம்பத்தில் வாத்தியங்களில் உருவான கர்நாடக வாசனை, இப்போது பாடல்களிலும் மெல்ல மெல்ல ஊடுருவி, தமிழ்ப் பாடல்களை நோகடித்து வருவதாகக் கூறப்படுகிறது. பேராசிரியர் அ.மு. பரமசிவானந்தம் இதை மனதில் வைத்துத்தானோ என்னவோ, “தமிழ்ப் பண்ணிசை ஏட்டில் இருக்கிறது. இலக்கணத்தில் உள்ளது. ஆனால் நாட்டில் நடமாடவில்லை. நடமாட நம் விடவில்லை” என்றார். அதாவது, பழியை பிறமொழிக் கீர்த்தனைகள் மீது போட்டு விட்டு, நாம் ஒதுங்கக்கூடாது என்கிறார்.

இசை மறியல் அல்ல... - இப்படிச் சொல்வதால், நான் வடமொழிக்கோ, சங்கீத மும்மூர்த்திகளுக்கோ எதிராய் இசை மறியல் செய்வதாக பொருள் கொள்ளலாகாது. பாரதி குறிப்பிட்டது போல் தியாகராஜ சுவாமிகளின் கீர்த்தனைகள் ‘சுந்தரத்’ தெலுங்கில் உதயமானது, அவர் தப்பல்ல. அவரது கீர்த்தனைகள் ஆங்காங்கு பாடுவதிலும் தப்பில்லை. ஆனால், அவையே எல்லாம் என்று ஆகி, தமிழிசை அது தோன்றிய மண்ணிலேயே புதைக்கப்பவதை ஏற்றுக்கொள்ள முடியாது. கோவிலின் கருவறைக்கு வெளியே அடிமைத்தனமாக இருக்கும் ஓதுவார் தமிழ்போல், தமிழிசையும் தள்ளி வைக்கப்பட்டுள்ளது. இந்த சங்கீத மேட்டுக் குடித்தனத்தை, இளையராஜா போன்றவர்கள் தமிழ்ப் பண்ணால் முறியடித்திருக்கலாம். ஆனால், அவர்கள் ஏனோ அதில் முழுக்கவனம் செலுத்தவில்லை. இசைக்கருவிகளின் நாதம்தான் தமிழைப் பின்புறம் தள்ளுகிறது.

பண்ணமைந்த பாடல்கள் - நமது தேவாரப் பாடல்கள் அனைத்துமே பண் அமைத்துப் பாடக்கூடிய வகையில் இயற்றப்பட்டவை. குறிப்பாக, திருஞானசம்பந்த சுவாமிகள், பாடல்களையும் பண்களையும் பின்னிப் பிணைத்தவர். ஆழ்வார் பாடல்கள் அத்தனையும் இசைத் தேனாய் மிளிர்பவை. ஆனால்,

இவற்றை எந்தக் கச்சேரிகளிலும் அதிகமாகக் கேட்க முடியாது.

பெரியார் தமிழிசை மன்றம் - இந்த நிலையைக் கண்டும், வெகுண்டும், எங்கும் தமிழ் ஒலிக்க வேண்டும் என்று நினைக்கும் "ஸ்டூடண்ட்ஸ் ஜெராக்ஸ்" உரிமையாளர் அருணாசலம் அவர்கள், தந்தை பெரியார் தமிழிசை மன்றம் என்ற அமைப்பை தோற்றுவித்திருக்கிறார். அண்மையில் இதன் இசைவிழா, மூன்று நாட்கள் சென்னையில் நடந்தது. ஆண்கள் மட்டுமே வாசித்து வந்த நாதசுரத்தை அருமையாக வாசித்துப் புகழ்பெற்ற மதுரை எம்.எஸ். பொன்னுத்தாய், திருப்பூர் சகோதரிகளான எஸ்.பி. சாரதா, கலைமாமணி ஏ.கே. காளீசுவரன் ஆகியோரைக் கவுரவித்தார்கள். இந்தப் பெரியவர் மூலம், சங்கரதாஸ் சுவாமிகளின் நூறு பாடல்களை தஞ்சைப் பல்கலைக்கழகம் ஒலிப்பதிவு செய்துள்ளது.

நாடறிந்த தமிழிசைச் செல்வன் முத்துக்கூத்தன், வெண்கலக் குரலில் தமிழ்ப் பாடல்களை ஒலிக்கும், டி.கே.எஸ். கலைவாணன் நாட்டுப்புற இசையை நயம்பட பாடும் புஷ்பவனம் குப்புசாமி போன்றவர்களின் இசை நிகழ்ச்சிகளையும் நடத்தியிருக்கிறார்கள். இவர்கள் இக்கால நல்ல கவிஞர்களான கவிஞர் தாராபாரதி, கவிஞர் பல்லவன் போன்றோரின் பாடல்களையும் பாடியிருக்கிறார்கள். தமிழிசை, பழம் பாடல்களை மட்டும் பாடிக்கொண்டு இருக்கக்கூடாது என்பதற்கு இது ஒரு நல்ல எடுத்துக்காட்டு. திரு. அருணாசலம் வெளியிட்டுள்ள ஒரு சிறுகுறிப்பு நூலில், தந்தை பெரியார் 1943-ம் ஆண்டு டிசம்பர் 25ம் தேதி குடியரசு இதழில், "தமிழ்ப் பாட்டுக்கள் என்றால், அவை முழுக்க முழுக்கத் தமிழ் மொழியில் அமைந்தவைகளாகவே இருக்கவேண்டுமேயொழிய, 100க்கு 99 வடமொழி வார்த்தைகளைக் கொண்ட தமிழ்ப் பாட்டாயிருத்தல் கூடாது" என்று குறிப்பிட்டு, பல அரிய கருத்துக்களையும் தொகுத்துத் தந்திருக்கிறார்கள்.

தந்தை பெரியார் கருத்து - 1944-இல் தந்தை பெரியார் "நம் மொழியாவது, பாட்டு இசைக்கக்கூட பயன்படாது என்று சொன்னால் இந்த இழிமொழி நம் உயிரைப் போலல்லவா கவ்வுகிறதாய்" இருக்கிறது என்று மிக்க வேதனையோடு கூறுகிறேன். சுருக்கமாகச் சொன்னால்..... தமிழன், தான் நுகரும் இசையை... தமிழில் இசை, தமிழில் பாடு, தமிழர்களைப் பற்றி, தமிழர்களுக்கு ஏற்றதை... "தமிழர்களுக்குப் பயன்படுமாறு பாடு என்கிறேன்" என்று அண்ணாமலைப் பல்கலைக்கழகத்தில் உரையாற்றியிருக்கிறார். தமிழிசைக்கு ஆபிரஹாம் பண்டிதர், சட்டாம்பிள்ளை போன்ற கிறிஸ்துவப் பெரியோர்களும் அருஞ்சேவையாற்றியிருக்கின்றனர். இந்த வகையில் தமிழிசைக்குப் புத்துணர்ச்சி ஊட்டிய பெருமை, கிறிஸ்துவத் தமிழர்களுக்கும் உண்டு.

உட்பகை - தமிழிசை இயக்கத்தை யார் நடத்தினாலும் அதைப் போற்றியே ஆகவேண்டும். ஆனாலும் இதை நடத்துகிற தோழர்களுக்கு ஒரு பரிந்துரையும் செய்ய வேண்டியது அவசியமாகிறது. தமிழிசை என்ற பெயரில்

பகுத்தறிவுக்குப் புறம்பானது என்று கூறிக்கொண்டு, தேவார திருவாசகப் பாடல்களை இசைக்காமலிருந்தால், அது தமிழிசைக்கு ஒரு உட்பகையாகும். இதேபோல், இந்த இயக்கத்தை ஒரு குறிப்பிட்ட சாதிக்கோ, அல்லது மொழிக்கோ எதிராகவும் திருப்பி விடலாகாது. எந்த வர்க்கம் ஆதிக்கம் செலுத்துகிறதோ, அந்த வர்க்கம், தனது சிறுபான்மை கலாச்சாரத்தைக் பெரும்பான்மை மக்கள்மீது சுமத்துவது உலக வரலாறு.

பாட்டாளி மக்களால் மேற்கொள்ளக்கூடிய செயற்கரிய செயல்களை மேட்டுக்குடி மக்கள் செய்ய முடியாமல் போகும்போது, அவற்றை இழிவுபடுத்துவது முதலாளித்துவக் கலாச்சாரம். பனை ஏறுதல், மீன் பிடித்தல் போன்ற வீரத் தொழில்கள் இழிவாகக் கருதப்பட வேண்டும் என்ற ஒரு நிலையை தோற்றுவித்த பிரபுத்துவவாதிகள்தான் தமிழிசை மேல் கர்நாடக இசையை அழுந்த வைத்திருக்கிறார்கள். தமிழிசைப் பாடல்கள் மக்களை மேம்படுத்துவதாகவும், பிற மொழிக்காரர்களை மட்டந்தட்டாததாகவும் இருக்கவேண்டும். தமிழிசையை, அப்போதைய ஆழ்வார்கள், நாயன்மார்கள் பட்டிதொட்டியெங்கும் பரப்பியது போல் மீண்டும் பரப்ப வேண்டும் என்ற ஒரே நோக்கையே கொள்ளவேண்டும். இல்லையானால், தாளம் தவறிப்போகும்; தமிழிசையும் தளர்ந்து போகும்.

23. உலகம்மை - என் அம்மை

எனது சிறுகதைகளிலும், நாவல்களிலும் பிரதானமாக விளங்குபவை பெண் பாத்திரங்களே. இந்தப் பாத்திரங்கள், துவக்கத்தில் சமூக நியதிகளைத் தூக்கிச் சுமந்து கொண்டு 'பௌவிய'மாக இருக்கும். பிறகு, சமூக நியதிகள் எனப்படுபவை, தங்களை கொத்தடிமையாய் பிணைத்துக் கொண்டிருக்கும் சங்கிலிகள் என்பதை உணரும் போது, அந்தச் சங்கிலிகளை-அவை பொற்சங்கிலிகளாய். இருந்தாலும்-அவற்றை அடித்து நொறுக்கிக் கொண்டு, பெண் அடிமை பேணுவோருக்கு எதிராகப் போர்ப்பரணி பாடும். இக்கருத்தைத்தான், என் சிறுகதைகளை 'எம்.பில்' பட்டத்திற்காக ஆய்வு செய்த பேராசிரியர் துரைசாமியும், இதே பட்டத்திற்காக நாவல்களை ஆய்வு செய்த பேராசிரியர் சதாசிவமும் வலியுறுத்தி இருக்கிறார்கள்.

சுந்தரி - மல்லிகா - மணிமேகலை

ஓர் இளம் பெண்ணின் திருமணம், ஒரு சில முட்டாள்-

களால் நிச்சயிக்கப்படுவதை உணர்ந்து, ஒரு கிழவனுக்கு தான் நிச்சயிக்கப்பட்டிருப்பதை முறையிட்டும், அகலக் கைவிரித்த சுற்றத்தையும், காதலனையும், துச்சமாக்கி, தன் தலைவிதியைத் தானே நிர்ணயிக்கக் கிளம்பிய 'சோற்றுப் பட்டாளம்.' சுந்தரி - ஆரம்ப காலத்தில் தன் நகைகளை மூலதனமாக்கி தொழிற்சாலையை துவங்கிய கணவனும், புகுந்த வீடும், தனக்க. குஷ்டரோக நோயின் அறிகுறிகள் தெரிய துவங்கியதும், கொடுமை புரிய,

அவற்றின் வெம்மை தாங்காமல், அனாதை விடுதியில் அடைக்கலமாகி பிறகு அந்த விடுதியின் வளர்ச்சிக்காக, கணவனையும், அண்ணன் தம்பிகளையும் எதிர்த்துப் போராடி, தன் சொத்தைப் பிரிக்கும் இல்லந்தோறும் இதயங்கள் ‘மணிமேகலை’ -

ரௌடியைக் கல்யாணம் செய்ய மறுத்ததற்காக, வளர்ப்புத் தாயால் விரட்டப்பட்டு, வறுமையால் வாடும் பெற்ற தாயிடம் வந்து, ஏழைப் பெண்களுக்கு எதிராக ஆதிக்கம் செலுத்தும் வீட்டுக்கார அம்மாவுக்கு எதிராகப் போராடி, தன்னை பாட்டாளி வர்க்க ஜனசங்கிலியில் இணைத்துக் கொள்ளும் “வளர்ப்பு மகள்” மல்லிகா - ஆகிய இந்தப் பாத்திரங்கள் என்னை எழுத்தாளனாக அங்கீகரித்தவை. ‘சோற்றுப் பட்டாளம்’ ஒரு கல்லூரியில் பாட நூலாகவும், ‘வளர்ப்பு மகள்’ மத்திய செகண்டரி போர்டின் கீழ் இயங்கும் உயர்நிலைப் பள்ளிகளில் 12வது வகுப்பிற்கு பாட நூலாகவும் வைக்கப்பட்டுள்ளன. என்றாலும் -

உலகம்மை உலகம்மைதான் - எனக்கு மிகவும் பிடித்த பெண் பாத்திரம், இதுவரை சுந்தரி போலவோ, அல்லது மல்லிகா போலவோ, நாட்டு மக்களுக்கு அதிகமாக அறிமுகமில்லாத ‘ஒரு கோட்டுக்கு வெளியே’ நாவலில் வரும் உலகம்மைதான்! முன்னைய கதாபாத்திரங்கள், நான் பெற்ற பெண்கள். ஆனால் உலகம்மையோ, எனது தாய். முன்னவர்களை நான் எழுதி வளர்த்தேன். இவளோ, என்னை எழுதச் சொல்லி வளர்த்தாள்.

முதலில் கதையைச் சொல்கிறேன்.

உலகம்மை, குட்டாம்பட்டியில் உள்ள ஒரு பனையேறியின் மகள். இளம் வயதிலேயே தாயை இழந்தவள். இருபத்தோரு வயதுக்காரி. பனையில் இருந்து விழுந்து, முடங்கிப் போன தந்தையைக் காப்பாற்ற வேண்டியவள். விவசாயக் கூலிப் பெண் அவள் வீட்டின் மனைகூட, ஒரு பண்ணையாருக்கு உரியது. தன்னையறியாமலே-கண்ணுக்குப் புலனாகாத, கருத்துக்குப் புலனாகாத ஏதோ ஒரு சமூக உணர்வு உள்ளவள்.

ஆள் பலமும், பண பலமும் கொண்ட பீடிக்கடை ‘ஏஜெண்ட்’, பீடி சுற்றும் தன்னை பெண்டாள நினைப்பதை அறிந்து, ‘ஒனக்கு அறிவிருக்கா? ஒன் அக்கா தங்கச்சிய இடியேண்டா’ என்று சொல்லி விட்டு, வயல் வேலைக்குப் போகும் வைராக்கியம் கொண்டவள்.

வகுப்பும்-வர்க்கமும் - சக கூலிப் பெண்கள், அவளின் தொழில் மாற்றத்திற்குக் காரணம் கேட்டபோது, ஏஜெண்டைப் பற்றி முறையிட, ‘அவனை செருப்பால் அடித்திருக்க வேண்டும்’ என்று யோசனை சொன்ன ஒருத்தியைப் பார்த்து - ‘நீயாயிருந்தா அடிக்கலாம்..... ஒனக்கு அண்ணன், தம்பி, சொக்காரான் சொகக்காரன் இருக்கு.... எனக்கு யாரிருக்கா?...... அவன் திருப்பியடிச்சா கேட்க நாதியில்லியே..... இல்லாதவன் பொண்ணு எல்லாத்துக்கும் மயினிதான் (அண்ணி)’ என்று, தன் நிலையை உணர்ந்த யதார்த்தமான பெண். அதே சமயம், பண்ணையார் மாரிமுத்து நாடாருடன் வயலில் இருந்து

ஊருக்குள் போகும்போது, அவர் தன் மகள் சரோஜாவை பெண் கேட்க வரும் மாப்பிள்ளைக் குடும்பத்தை 'பனையேறிக் பய குடும்பமா?' என்று கர்ணத்திடம் கேட்டபோது, பனையேறியின் மகளான உலகம்மை, தனக்குள்ளேயே சிந்திக்கிறாள்.

"பனையேறிப் பய குடும்பமான்னு" மாமா, நாக்கு மேல பல்லு போட்டு கேக்காரே.... ஏன்.... இவரு தாத்தா.... பனை ஏறினாராமே.... பனையேறுற நாடார் சாணான்னும், ஏறதவங்க நாடார்னும் ரெண்டு சாதியா மாறிட..... இப்படித்தான் ஜாதிங்க வந்திருக்குமோ?.... இத்தன சாதி இல்லாம.... ஏழை-சாதி.... பணக்கார சாதின்னு ரெண்டு இருந்தா எவ்வளவு நல்லாயிருக்கும்! பிராமணன்ல ஏழை, பறையன் மாதிரி கஷ்டப்படுறான்... பறையன்ல பணக்காரன் பிராமணன் மாதிரி குதிக்கான். ஏழைப் பறையனும், ஏழை சாணானும், ஏழை பிராமணனும் ஒண்ணாச் சேர்ந்தா ஊரையே மாத்திப்பிடலாம்..... அம்மாடி என் புத்தி ஏன் இப்படிப் போவுது?..... எந்த ஜாதி சந்தைக்குப் போனால் நமக்கென்ன....?

இப்படி சமூக உணர்வுக்கும், தனது பலவீனமான நிலைமைக்கும் இடையே ஊசலாடும் உலகம்மை, பின்னதை வென்று, முன்னதைப் பலப்படுத்திக் கொள்கிறாள். மாரிமுத்து நாடார், சட்டாம்பட்டியில் உள்ள பட்டதாரி வாலிபனான லோகுவிற்கு, அழகான பெண்ணான உலகம்மையை தன் மகள் சரோஜாவாகக் காட்டி பையனை மயங்க வைத்து, இறுதியில் மணமேடையில் தன் மகளை உட்காரச் செய்வதற்காக, ஆள் மாறாட்டம் செய்கிறார். உலகம்மை, இந்த தில்லுமுல்லில், அவளை அறியாமலே பயன்படுத்தப்படுகிறாள். விவரம் தெரிந்ததும், நேராக சட்டாம்பட்டிக்குப் போய், லோகுவிடம் விஷயத்தைச் சொல்லிவிட்டு வந்து விடுகிறாள்.

பிராந்தனை ஏவி... - மாரிமுத்து நாடாரின் ஆதிக்க பலமும், அசுரத்தனமும், தெரிந்திருந்தாலும், தன் உடம்பைக் காட்டி, ஒரு திருமணம் நடப்பதையோ, பிறகு மணமக்கள் இருவரும் கஷ்டப்படுவதையோ விரும்பாத உலகம்மை, நியாயத்தின் பொருட்டு, சிலுவை ஏந்திக்கொள்ளத் தயாராகிறாள்!

தந்தை மாயாண்டி, அவள் மானபங்கப் படுத்தப்படலாம் என்று சொன்னபோது, 'நான் புலிக்குப் பொறந்தவ..... ஒம்மோட மவள்..... எந்தப் பய வேணுமுன்னாலுங் வாலாட்டிப் பார்க்கட்டும். அவன் தலய வெட்டி ஒம்ம காலுல வைக்காட்டி, நான் உலகம்மல்ல' என்று சூளுரைக்கிறாள். உலகம்மை, லோகுவிடம் தெரிவித்த உண்மை ஊருக்குத் தெரிந்து விடுகிறது. மாரிமுத்து நாடாரின் வயலில் வழக்கம் போல் வேலை செய்து கொண்டிருக்கும் அவள், மாரிமுத்துவின் சொந்தக்காரன் 'பிராந்தனால்' கண்டபடி திட்டப்பட்டு வெளியேற்றப்படுகிறாள். சக கூலிப்பெண்கள் உதவிக்கு வந்தாலும், உலகம்மை அதை நாசூக்காக நிராகரித்து விட்டு, சட்டாம்பட்டியில் வயல் வேலைக்குப் போகத் தீர்மானிக்கிறாள்.

ஒரு கோட்டுக்கு உள்ளே... - விவகாரம் இத்துடன் நிற்கவில்லை. அவள் தந்தை மாயாண்டி, மாரிமுத்து நாடாரிடம் என்றோ வாங்கிய கடனுக்காக, ஒரு கோட்டுக்குள் நிறுத்தப்படுகிறார். இன்னும் சில கிராமங்களில் நடந்து வரும் சம்பிரதாயப்படி, வாங்கிய கடனை திருப்பிக் கொடுக்காத ஏழை எளியவர்கள், வட்டமாகப் போடப்பட்ட கோட்டுக்குள் வைக்கப்படுவார்கள். அதை அவர்கள் தாண்டக் கூடாது. தாண்ட முடியாது. உலகம்மை, சட்டாம்பட்டி வயலில் இருந்து நேராக தந்தை சிறை இருக்கும் கோடு போட்ட இடத்திற்கு வருகிறாள்.

அவர் 'தண்ணீர் தண்ணீர்' என்று கதறுகிறார். அவரை மீட்கப்போகும் மகளை, மாரிமுத்து கோஷ்டி அச்சுறுத்துகிறது. அக்கம் பக்கம் நிற்பவர்கள், 'கண்டுக்கவில்லை'.

காளியம்மன் கோவிலைப் பார்த்து, 'அடியே.... காளி... இவ்வளவு நடந்த பிறகும் ஒனக்கு.... அங்க இருக்க என்னடி யோக்கியத இருக்கு?' என்று கத்திக்கொண்டே, நான்கு கிலோமீட்டர் தொலைவில் உள்ள போலீஸ் நிலையத்தைப் பார்த்துப் போகிறாள்.

ஆரம்பத்தில் அதட்டிப் பேசிய தலைமைக் கான்ஸ்டபிள், உலகம்மையின் ஆவேசத்திற்குப் பயந்து, குட்டாம்பட்டி வருகிறார். அவரைக் கண்டதும், கோடு அழிக்கப்படுகிறது. கான்ஸ்டபிளுக்கு 'கலர் பாட்டல்' உடைக்கப்படுகிறது. மாயாண்டியே குடித்து விட்டு கோடு கிழித்துக் கொண்டதாகக் கூறப்படுகிறது. உலகம்மை, சுற்றிலும் நின்ற கிராம மக்களைப் பார்த்து, போலீஸாரிடம் உண்மையைச் சொல்லும்படி மன்றாடுகிறாள். எல்லா வாய்களும், நோய் கண்டது போல் மூடுகின்றன. தலைமை கான்ஸ்டபிள் அரசியல் பின்னணியும், ஆள்பலமும் கொண்ட மாரிமுத்து நாடாருடன் சேர்ந்து கொண்டு, மாயாண்டியை 'குடித்துக் கலாட்டா செய்தான்' என கைது செய்து கொண்டு போகிறார்.

உலகம்மை 'அய்யா அய்யா' என்று முனங்கிக் கொண்டே, பின் தொடர்கிறாள். ஊர் ஜனங்களோ, வேடிக்கைப் பார்க்கிறார்கள். அதுவும், அவனைப் பின் தொடர்ந்து சென்று வேடிக்கை பார்க்கிறார்கள்.

புதுமைப் பெண்ணாய்...

உலகம்மையால் பொறுக்க முடியவில்லை. வெடிக்கிறாள். நாடி நரம்பெங்கும் வியாபித்திருந்த தைரிய அணுக்கள் ஒன்றிரண்டாய், இரண்டு நான்காய், நான்கு பதினாறாக, பதினாறு இருநூற்று ஐம்பத்தாறாய் பிளந்து, அடக்க முடியாத 'அணு பிளப்பாகி', அணு குண்டை அடியில் வைத்திருப்பவள் போல் கத்துகிறாள்.

"நீங்கள்ளாம் மனுஷங்களாய்யா... பொட்டையிலயும் கேடு கெட்ட பொட்ட பயலுவ.... ஏன் பின்னால வாரீக? உள்ளதைச் சொல்ல பயப்படுற நீங்களெல்லாம் எதுக்காவ மனுஷன்னு பூலோகத்துல லாந்தணும்? போங்கய்யா.... ஒங்க வேலையைப் பாத்துக்கிட்டு...."

மாயாண்டி லாக்கப்பில் அடைபடுகிறார். வழியில் சென்னைக்குப் போகும் லோகுவைப் பார்த்தாலும், உலகம்மை-அவன் கேட்டும்-தன் கஷ்டத்தைக் கூறவில்லை.

போலீஸ் நிலையத்தில் காத்துக் கிடந்து, வேலைக்குப் புதிதாகையால் இன்னும் கெட்டுப் போகாமல் இருக்கும் சப்-இன்ஸ்பெக்டரைப் பார்த்து, எங்க அய்யாவ.... மாரிமுத்து நாடார் குடுத்த கடனெ சாக்கா வச்சி... கோட்-டுக்குள்ள நிறுத்திட்டாரு..... போலீஸ்.... ஏழை மக்களோட துணைவன்னு சொல்லு தாங்களேன்னு இங்க வந்து, இந்த அய்யாகிட்ட சொன்னேன். இந்த அய்யாவும் வந்தாரு.... கோட்டுக்குள் நிறுத்துனவங்கிட்டயே கலர் குடிச்-சிட்டு, 'பட்ட போட்டார்'னு என் அய்யாவ, இழுத்துக்கிட்டு வந்துட்டாரு நானும் கேக்குறேன்... எங்கய்யா சாராயம் குடிச்சதுக்கும், இந்த போலீஸ் அய்யா, மாரிமுத்தோட கலர் குடிச்சதுக்கும் என்ன வித்தியாசம்? சொல்லுங்க எசமான்?

மாயாண்டி விடுதலை செய்யப்படுகிறார். மாரிமுத்து நாடார் எச்சரிக்கப்படு-கிறார். ஆனால் விவகாரம் முடியவில்லை. சப்-இன்ஸ்பெக்டரை, உலகம்மை 'வச்சிக்கிட்டு' இருப்பதாக ஊரில் செய்தி அடிபடுகிறது. ஊர்க்காரர்களை, பொட்டப்பயல்கள் என்று சொன்னதற்காக, ஊர் கூட்டப்பட்டு, உலகம்மைக்கு அபராதம் விதிக்கப்படுகிறது. அதோடு, மாரிமுத்துவின் ஆட்கள் உலகம்மை-யின் வீட்டைச் சுற்றியுள்ள தத்தம் நிலத்தை, சுவரெழுப்பி அடைக்கிறார்-கள். அவளுக்கு இருந்த ஒரே வழியும் அசுத்தம் செய்யப்படுகிறது. இரவில் கூரையில் கற்கள் விழுகின்றன. உலகம்மை அதிகாரிகளிடமும், பஞ்சாயத்-துத் தலைவரிடமும் முறையிடுகிறாள்.

பஞ்சாயத்தின் முன்னால்... - ஊர்க் கூட்டம் கூட்டப்படுகிறது. ஆனால், அவள் புகாரை எடுத்துக் கொள்ளாமல், அவள் சக்திக்கு மீறிய அபராதத் தொகையை ஏன் கட்டவில்லை என்று அங்கு கேட்கப்படுகிறது. ஊராரை, 'பொட்டப் பயலுக' என்று முன்பு சொன்னதற்கு, இப்போதும் விளக்கம் கேட்-கப்படுகிறது. உலகம்மை, ஊரில் இருந்து தள்ளி வைக்கப்படுகிறாள். தனி-மையில் தவிக்கும் அவள், சேரிக்குச் செல்கிறாள். சேரி ஜனங்கள்-குறிப்பாக பட்டதாரி இளைஞன், அருணாசலத்தின் ஆதரவு கிடைக்கிறது. தண்ணீர் பிரச்சினையில் உண்ணாவிரதம் இருக்கும் அருணாசலம், அதை மாவட்ட ஆட்சித் தலைவர் முன்னிலையில் வெற்றியுடன் முடித்துக் கொள்ளும் போது, உலகம்மை அவனுக்கு வாழைப் பழம் கொடுக்கிறாள். ஊர்ப் பிரமுகர்கள் வெகுண்டெழுகிறார்கள்.

புரட்சிப் பெண்ணாய்... - உலகம்மை வயலுக்குப் போயிருந்த போது, அவள் வீட்டுக்கு உள்ள ஒரே வழியும் அடைபடப் போகிறது. வீட்டுக்குள்-ளேயே சிறைப்படப் போகும் நிலையில், மாயாண்டி மன்றாடுகிறார். கதறுகி-றார். ஊர் மக்கள் காலில் விழுகிறார். பலனில்லை. இறுதியில் வழி அடை-படும் முன்னே அவர் உயிர் விடை பெறுகிறது. வீட்டுக்கு வந்த உலகம்மை,

கதறுகிறாள். விடிய விடிய அய்யாவை வைத்து 'அழகு' பார்க்கிறாள். மறுநாள் காலையில் பிணத்தைத் தூக்க வந்த ஊர்க்காரர்கள் முன்னால் கண்ணீர் விடுவதே பாவம் என்று கருதி, அழுகையை ஆவேசமாக்கி, ஊராரை உள்ளே விடாமல், தன்னந்தனியாய் பிணத்தைத் தூக்கிக்கொண்டு போய் சேரி ஜனங்களின் ஒத்தாசையுடன் எரிக்கிறாள்.

அருணாசலம் 'கொள்ளி' வைக்கிறான்.

"ஊர்க்காரன் காலுல விழுந்ததுக்காக, நான் திட்டுவேன்னு பயந்து செத்துட்டீரா? என்ன பெத்த அய்யா! கோழி மிதிச்சு குஞ்சு சாவாதுன்னா, குஞ்சி மிதிச்சி கோழி சாவுமாய்யா... என்னப்பெத்த அய்யா?"

உலகம்மை கதறுகிறாள்.

சேரியில் சில நாள் இருக்கும் உலகம்மை, ஒரு முடிவுக்கு வந்து விடுகிறாள். 'மேல் ஜாதியில் இருக்கும் ஏழை பாழைங்களும், ஹரிஜனங்கள் தான்.... அவங்களும் ஹரிஜனங்களோட சேரணும்' என்று நினைத்து, அதற்கு முன் மாதிரியாக நடக்க விரும்பி, கிராமத்திற்கு வந்து, தன் வீட்டு தட்டு முட்டுச் சாமான்களை எடுக்கிறாள்.

'ஜாதிப் பெண்' சேரியில் போயிருப்பதை விரும்பாத ஊர் மக்கள், இப்போது அவளை, அங்கே வரும்படி கெஞ்சுகிறார்கள். பலருக்கு அவளை அளவுக்கு மீற கொடுமைப்படுத்திவிட்ட குற்ற உணர்வும் வருகிறது.

"பறக் குடியில் போய் இருக்காதே! அது உனக்கும் கேவலம்...... எங்களுக்கும் கேவலம்" என்று சொல்லும் கணக்கப் பிள்ளையைப் பார்த்து உலகம்மை கர்ஜிக்கிறாள்.

"நான் இப்போ பறச்சிதான்...... அப்படி ஆனதுனால சந்தோஷம் இல்லாமப் போவல. நான் ஒருத்தி போறதால.... மேல் ஜாதி எல்லாம் போயிடுமுன்னா, ஒங்க ஜாதிங்க எவ்வளவு இத்துப் போயிருக்கணும்? என்னைப் பத்திக் கவலைப்படாம ஒங்களைப் பத்தி மட்டுமே கவலைப்படுங்க.... நான் மேல் ஜாதியில் செத்து, கீழ் ஜாதியில் பொழைச்சிக்கிட்ட பொம்பல!....."

உலகம்மை சேரியில் சேர்கிறாள்.

ஹரிஜனப் பையன் அருணாசலம் மூலம் நான் சொன்னேன்.

"மேல் ஜாதி ஏழையும், கீழ் ஜாதி ஹரிஜனங்களும் ஒரே வர்க்கமாய் போற காலம் வரப்போவது...... நீ சேரியில் சேருற காரியம், எதிர்காலத்தில் ஒருவேளை நடக்கப் போற சமதர்மப் புரட்சிக்கு ஒரு காரணமாய் அமையலாம்."

உலகம்மையை வெறும் வீரப் பெண்ணாக-உணர்ச்சிகளை ஒடுக்குகிறவளாக மட்டும் நான் சித்தரிக்கவில்லை. அவளின் மென்மையான உணர்வுகளையும் காட்டியிருக்கிறேன்.

லோகுவிடம், ஆள் மாறாட்டத்தைச் சொல்லப் போகிறவள், அவன் மாரிமுத்து நாடார் மகள் சரோஜாவை மணந்து கொள்ள வேண்டும் என்று வாதாடுகிறாள். அவன் இளநீர் சாப்பிடச் செல்லும்போது, "சாப்பிட்டால் சரோ-

ஜாக்கா கூடத்தான் சாப்பிடுவேன்'' என்கிறாள்.

லோகு, பஸ் நிலையத்தில் அவளைப் பார்த்து, 'இதுதான் கடைசி பஸ். போகட்டுமா? என்று சொல்லிவிட்டு, அவன் போனபோது கடைசி பஸ்ஸா.... கடைசி சந்திப்பா' என்று தனக்குள்ளேயே மருகுகிறாள். சரோஜாவுக்கு, வேறொரு இடத்தில் திருமணமானதும் லோகுவை அல்லும் பகலும் நினைக்-கிறாள். வக்கீல் நோட்டீஸை, அவன் எழுதிய காதல் கடிதமாகக் கூட நினைத்துப் படிக்கிறாள்.

ஓர் ஏழைப் பெண்-அதுவும் இளம்பெண், ஊரை எதிர்த்து தன்னந்தனி-யாகப் போராட முடியுமா? என்று சில விமர்சகர்கள்-அதுவும் கண்ணகி மது-ரையை எரித்ததை நம்புகிறவர்கள்-கேட்டார்கள். உலகம்மையைப் போன்று, பல பெண்கள் குக் கிராமங்களில் இன்னும் இருக்கத்தான் செய்கிறார்கள். ஊரில் முக்கால் வாசிப் பேர் ஏழை எளியவர்கள். இவர்கள், உள்ளூர, உலகம்மை மீது அனுதாபம் கொண்டாலும், வெளிப்படையாக ஆதரவு தெரி-விக்க முடியாதவர்கள் என்பதை சுட்டிக்காட்டி இருக்கிறேன். அதோடு காலம் மாறி, சமூக அமைப்பு மாறுதலுக்குட்பட்டு வருகிறது. இந்த நிலைமை, இயல்பிலேயே வீரமுள்ள பெண்கள், நியாயத்திற்குப் போராட களம் அமைத்-துக் கொடுக்கிறது. இது சென்னை நகர சாளரங்கள் வழியாக கிராமங்களைப் பார்ப்பவர்களுக்குப் புரியாது.

இந்த உலகம்மையை தமிழில் வந்த தனி ரக நாவல் என்று வல்லிக்கண்-ணன் வர்ணித்தார்.

'உலகம்மை தமிழில் பின்னால் தோன்றும் நாவல்களில் எதிரொலிசெய்-வாள்' என்று ஈழத்துத் தமிழறிஞர் டாக்டர் கைலாசபதி கருத்துத் தெரிவித்-தார். சென்னை வானொலியில் நாடகமாக்கப்பட்டு, இருமுறை ஒலி பரப்-பாகியது. பிறகு அகில பாரத நாடக நிகழ்ச்சியில், 14 மொழிகளில், 87 நிலையங்கள் மூலமாக, ஒரே சமயத்தில் குரல் கொடுத்தாள் உலகம்மை.

உலகம்மை படைப்பின்போது...

உலகம்மையைப் படைக்கும் போது அழுதிருக்கிறேன். முஷ்டிகளால் மேஜையைக் குத்தியிருக்கிறேன். அவள் தந்தை இறந்தபோது என் தந்தை இறந்ததுபோல், ஏங்கி அழுதேன். ஏனென்றால், உலகம்மையில் என் சாய-லைக் கண்டேன். ஏழைப் பெண்களின் அவல நிலையின் அடையாளத்தைப் பார்த்தேன். உலகம்மை சேரிக்குப் போன பிறகு ஏற்பட்ட நிகழ்ச்சிகளை இரண்டாவது பாகமாக எழுதும்படி நண்பர்கள் சொல்கிறார்கள். அதே சமயம், இனிமேல் அப்படி எழுத முடியுமா என்று கேட்கிறார்கள். எனக்கும் பயமாக இருக்கிறது.

எப்படியோ கச்சிதமாக அமைந்த உலகம்மையை, பலவீனப்படுத்த நான் விரும்பவில்லை. நாவல் எழுதுவதற்கு முன்பு, இவளை சென்னைக்குக் கொண்டு வந்து, சீரழிய வைக்க நினைத்தேன். ஆனால் அவளோ ஒரு கட்-டத்திற்கு வந்ததும், 'இப்படித்தான் எழுதணும்' என்று ஆணையிட்டு விட்-

டாள். நீங்கள் சொன்னால் நம்புவீர்களோ என்னமோ, இந்த உலகம்மை-யையே, சிக்கல் வரும்போதும், இலக்கிய வெற்றிக்கும், நான் மானசீகமாக இப்போது வணங்கி வருகிறேன். என்னால் படைக்கப்பட்டவள், இப்போது என்னைப் படைத்துக் கொண்டு இருக்கிறாள்!

பின்குறிப்பு: அண்மையில் பேராசிரியர் சிவத்தம்பியை நான் சந்தித்தபோது இந்த நாவலில் எதிர்கால தலித்திய போராட்டத்திற்கான விதை உள்ளடங்கி இருந்ததாக குறிப்பிட்டார்.

24. பதிவுபெறாத படைப்பாளிகள்

உலக இலக்கியங்கள் என்று ஏற்றுக் கொள்ளப்படுபவைகளில் எதைப் படித்-தாலும், அது வாசகர்களின் மனோபாவத்தில் ஒரு திருப்பத்தை ஏற்படுத்து வதுண்டு, இப்படிப் பட்ட ஒரு திருப்பு முனையை என்னுள்ளே ஏற்படுத்தியது பிரெஞ்சுக்காரர் ஆன ஹென்றி ஷாரியர் எழுதிய 'பட்டாம் பூச்சி' என்ற மாபெரும் இலக்கிய படைப்பாகும். பொதுவாக எந்த எதிர்மறையான பிரச்சி-னையும், "நாமார்க்கும் குடியல்லோம்", 'அஞ்சுவதும் இல்லை, அஞ்ச வரு-வதுமில்லை' என்ற நாவுக் கரசரின் வீரம் செறிந்த வரிகளை, நெஞ்சுக்கு உரமாக்கி நிமிர்ந்து நிற்பவன் நான். ஆனாலும் அண்மையில் எனக்கு ஒரு சோதனை ஏற்பட்டபோது, சிறிது ஆடிப்போய் விட்டதும் உண்மை தான். என்றாலும், புதுடெல்லிக்கு ரெயிலில் சென்ற போது இந்தப் பட்டாம்பூச்சியை படித்துப் படித்து இப்போது நானே ஒரு பட்டாம்பூச்சியாகி விட்டேன் எந்த ஆணவத்தையும் எதிர்த்து நிற்கும் துணிச்சலையும், ஆற்றலையும் இந்தப் பட்டாம் பூச்சி எனக்கு வழங்கியிருக்கிறது!

பட்டாம்பூச்சியின் படத்தை மார்பில் பச்சை குத்தி, அதனாலேயே அந்தப் பெயரைப் பெற்ற இருபத்தைந்து வயது பிரெஞ்சு இளைஞன் ஒருவன் செய்-யாத கொலைக்காக தண்டனை பெற்று, பிரெஞ்சு கயானாவில், கொடிய-தும், கொடூரமானதுமான தீவாந்திர சிறைக்கு கொண்டு செல்லப்பட்டதையும், அங்கிருந்தும் அதைப்போன்ற பிற சிறைகளில் இருந்தும் அவன் தப்பிக்க முயற்சிகள் மேற்கொள்வதையும் அந்த முயற்சிகள் முறியடிக்கப்படுவதையும், இறுதியில் அவன் முயற்சி வெற்றி பெற்று சுதந்திர மனிதனாக மாறுவதையும் காட்டும் விடுதலைக் காவியம் இது.

செய்யாத குற்றத்திற்காக தண்டனை பெறுவதற்கு காரணமான நீதிபதி, ஜூரர்கள், அரசாங்க நீதிபதி போன்ற சுவையில்லாத பேர்வழிகளை பழி-வாங்கியே தீர்வது என்று தீர்மானத்துடன் அட்லாண்டிக் சமுத்திரத்தின் மறு-கோடியில் உள்ள தீவாந்திர சிறைக்கு செல்கிறான். புத்தம் புதிய ரூபாய் நோட்டுக்களை கட்டை விரல் பருமனுள்ள ஒரு குழாயில் அடைத்து, அதை மறைப்பதற்காக அவன் ஆசன வாயின் வழியாக பெருங்குடலுக்குள் தள்-ளிவிடும்போதே உற்சாகம், 'திகில்' ஆகிறது. சிறைச்சாலையில் பயங்கரமான

மரணக்கூச்சல்கள்.... சித்திரவதைகள்... ஆண்டுக்கு எண்பது சதவீதம் கைதிகள் இறந்து விடும் கொடுமை.... தனிமைச்சிறை.... தலைக்கு மேலே தொங்கும் விளக்கே கண்ணை வலிக்க வைக்கும் நிலைமை. 'தேகா' என்ற சகக் கைதியின் உதவியால், சிறையை வெடிவைத்து தகர்க்க முயற்சி செய்து பிடிபட்டுவிடுகிறான்.

இதனால், பயங்கரமான ஒரு கொட்டடிக்குள் மாட்டப்படுகிறான். எதிரே உள்ள கடல் அலைகள் அவன் இடுப்பு வரைக்கும் வந்துபோகும். இப்படிப்பட்ட சிறைகளை எல்லாம் தப்பி, கட்டுமரம் மூலம் தப்பிக்க பார்க்கிறான். பதிமூன்று வருடங்களாக, கொட்டடிகளில் இருந்து தப்பிக்க பல்வேறு முயற்சிகள் செய்து, 1945-ஆம் வருடம் அக்டோபர் 15-ந் தேதி தப்பித்த 'பட்டாம்பூச்சியை'ப் படிக்கும் எவருக்கும் எந்தப் பிரச்சினையையும் எதிர்கொள்ளும் உறுதி கிடைக்கும்.

ஆரம்பத்தில், பிரெஞ்சு மொழியில், பாப்பிலியான் என்ற தலைப்பில் வெளியான இந்தப் படைப்பு பின்னர் பல மொழிகளிலும் வெளியாகி திரைப்படங்களாகவும் வெளிப்பட்டது. இந்தப் படைப்பை படியுங்கள் என்றுதான் சொல்ல முடிகிறதே தவிர, இப்படி நயங்கள் உள்ளன என்று என்னால் பரிந்துரைக்க இயலவில்லை. காரணம் ஒவ்வொரு வரியுமே ஒவ்வொரு விடுதலை விரும்பியின் உயிர்த் துடிப்பு.... ஒவ்வொரு அத்தியாயமும் ஒரு விடுதலை விரும்பியின் விடாமுயற்சிக்கு உரைகல்....

இந்தப் படைப்பை படிப்பவர்கள், கை, கால்களை இழந்தும், கண்கள், மூக்குகளை இழந்தும் குற்றுயிராய் வாழும் தொழுநோயாளிகள் இழக்காத மனித நேயத்தையும், சிறைச்சாலைக்குள் நடைபெறும் கொலை, கொள்ளை, லஞ்ச லாவண்யங்களையும் கிட்டத்தட்ட நம்மூரில் நடப்பது போலவே சித்தரிக்கிறது. எல்லாவற்றுக்கும் மேலாக 'பட்டாம்பூச்சி' பட்டபாட்டை நினைக்கும்போது, நாம் படும் பாடு ஒரு பாடே இல்லை என்பது புரியும்.

இந்த உண்மைக்கதையை இருபத்தோரு ஆண்டுகளுக்கு முன்பு தமிழில் மொழி பெயர்த்து, அது குமுதத்தில் வெளியாகியது. இதை நூலாகக் கொண்டு வந்த 'மணிவாசகர்' பதிப்பகத்தின் உரிமையாளரும், பிரபல இலக்கியவாதியுமான டாக்டர் ச. மெய்யப்பன் 'மூலமா', 'மொழி பெயர்ப்பா' என்று ஐயுறும் வரையில் இந்த உயிரோவியத்தை வழங்கிய அவருக்குத் (ரா.கி. ரங்கராஜன்) தமிழுலகம் என்றும் கடமைப்பட்டிருக்கிறது என்கிறார். இதே கருத்தை சுஜாதாவும் தமது முன்னுரையில் சொல்லி இருக்கிறார்.

இந்த உரைநடைக் காப்பியத்தை தமிழுக்கு அப்படியே தந்த ரா.கி. ரங்கராஜன் அவர்களின், மொழிபெயர்ப்பு திறனை நமது இலக்கிய உலகம் இன்றும் அங்கீகரிக்கவில்லை. தொ.மு. சிதம்ப ரகுநாதன், த.நா. குமாரசாமி, தா.ந. சேனாதிபதி, சரஸ்வதி ராம்நாத், விஜயலட்சுமி சுந்தரராசன் போன்ற மொழி பெயர்ப்பாளர் வரிசையில் குறிப்பிடப்பட வேண்டியவர் இந்த ரங்கராஜன். இப்படி ஒரு மொழி பெயர்ப்பை நான் படித்ததில்லை. வானொலியில்

மொழி பெயப்பிலேயே மூழ்கிப்போன என்னை மிகவும் சிறிதாக்கிவிட்டார் இந்த ரா.கி.ர. ஆனாலும் இவர் நம்மவர்களால் கண்டுகொள்ளப்படவே-யில்லை. சென்னையில் 'சாகித்ய அகாதமி' நடத்திய மொழி பெயர்ப்பு கருத்-தரங்கிலும் இவர் புறக்கணிக்கப்பட்டார். இதுமட்டுமல்லாமல், இவர் எழுதிய 'கையில்லாத பொம்மை' என்ற நாவல் திறமை இருந்தும் டிகிரி வாங்காத-தால் சிரமத்துக்குள்ளாகும் ஒரு இளைஞனைப் பற்றிய கதை. சுஜாதாவிற்கு முன்பே தமிழில் நவீனத்துவத்தை கொண்டு வந்தவர் ரா.கி.ரா என்று நான் அந்தக் காலத்திலேயே எனது 'குற்றம் பார்க்கில்' சிறுகதையில் குறிப்பிட்டி-ருக்கிறேன்.

இவரைப்போல் இலக்கியப் பதிவுபெறாத ஒரு அற்புதமான எழுத்தாளர் ஜ.ரா. சுந்தரேசன். இவரது 'அப்புசாமி சீதாப்பாட்டி' சிறுகதைகளுக்கும், நாவல்களுக்கும், தமிழ் இலக்கியத்தில் தனி வரலாற்றில் பதிவு செய்யப்பட-வேண்டியவை. ஆனால், குமுதம் பத்திரிகையில் எழுதினார் என்கிற ஒரே காரணத்திற்காகவே இவர் இலக்கியப்பதிவு பெறாமல் இருக்கிறார். இவரது நடை எளிமையாகவும். அதே சமயம் நையாண்டியாகவும் இருக்கும். மேஜீக்-கல் ரியலிசம் என்று சொல்கிறார்களே-மாந்திரீக யதார்த்தம், அதை அந்தக் காலத்திலேயே 'நெருங்கிநெருங்கி வருகிறாள்' என்ற நாவலில் கொண்டுவந்-தவர் சுந்தரேசன். இவரைப்போல் சண்முகசுந்தரம் என்ற புனிதன், சுந்தர பாகவதர் என்ற பெயரிலும், பல அற்புதமான கதைகளை சிலேட நடையில் எழுதியவர். இவர்களது குமுதக் குருநாதரான எஸ்.ஏ.பி. அவர்களின் 'காத-லென்னும் தீவினிலே', 'சக்தி' போன்ற படைப்புகளும் மிகவும் ஆழமானவை, தரமானவை. இவரது படைப்புகளும் குமுதம் ஆசிரியர் என்கிற ஒரே கார-ணத்திற்காக பதிவு செய்யப்படவில்லை. தாசில்தார் நாய் செத்தால் துக்கம் விசாரிக்க வருகிறவர்கள் அதே தாசில்தார் செத்தால் வராமாட்டார்கள் என்ற பழமொழிக்கு ஏற்ப இவர் மரணத்தின்போது இவரால் ஊக்குவிக்கப்பட்ட பல படைப்பாளிகளை நான் பார்க்கவில்லை.

இதேபோல், அரக்கத்தனமாக நிராகரிக்கப்படுபவர் அசுரத்தனமாக எழுதும் தாமரை மணாளன். புதுமைப்பித்தனுக்கு பிறகு இவரைப்போல் அங்கதச் சுவையோடு எழுதுவதற்கு, இப்போதுகூட ஆளில்லை. வணிகப் பத்திரிகை-களுக்காக சிலசமயம் வளைந்து கொடுத்தாலும், இவரது நடையில் எள்ளல், துள்ளல், இலக்கியநயம், யதார்த்தம், புரட்சி ஆகியவை உள்ளடங்கியிருக்-கும். எல்லாத் துறைகளிலும் தன் எழுத்து வல்லமையை நிரூபிப்பவர். இப்-போதுகூட 'வாசுகி'யில் இவர் எழுதும் கடைசி பக்க 'உள்ளத்தை கிள்ளிய-வர்கள்' அற்புதமான சித்தரிப்புகள்.

நெல்லை பூமியின் மண்வாசனையை அப்படியே நுகர வைப்பவர் எழுத்-தாளர் தாமரை செந்தூர்பாண்டி. இவரது குடிப்பிறப்பு என்ற சிறுகதைத் தொகுப்பு லில்லி சிகாமணி அறக்கட்டளை பரிசையும், தென்னக பண்பாட்டு இயக்கத்தின் பரிசையும் பெற்றவை. தமிழக அரசு இவரது படைப்புகளை

எல்லா பள்ளி கல்வி நூலகங்களிலும் வைக்கவேண்டுமென்று ஆணையிட்டிருக்கிறது. படிக்க மனமிருந்தும் முடியாமல் போன சிறுவர்-சிறுமிகளையும் அப்படி அவர்களை படிக்க வைக்க இயலாத ஏழைப் பெற்றோர்களையும் இந்த தொகுப்பில் படிக்கும்போது கண் கலங்காதவர்கள் கல்நெஞ்சுக்காரர்களாகத்தான் இருப்பார்கள். இப்போது இவர் கொண்டு வந்திருக்கும் இதோ ஒரு மனுஷி என்ற சிறுகதையும் சமூகப் பொறுப்பு வாய்ந்த போராளித்தன்மை கொண்டவை.

எழுத்தாளர் சிவசங்கரி அவர்களின், நான்கு தொகுதிகளைக் கொண்ட "இலக்கியம் மூலம் இந்திய இணைப்பு" என்ற முயற்சி ஒரு மாபெரும் இலக்கிய வேள்வி. இந்த முயற்சியை பிறமொழிப் பத்திரிகைகள் பாராட்டி பக்கம் பக்கமாக எழுதுகின்றன. ஆனால் இங்கே காழ்ப்புணர்ச்சியின் காரணமாக, இது கண்டுக்கப்படவில்லை. மூன்று தலைமுறைகளை கொண்டு இவர் எழுதிய 'பாலங்கள்' என்ற நாவல் தமிழில் வெளியான மிகச் சிறந்த படைப்பு.

இதேபோல் ஜே.எம். சாலி, ஒரு அற்புதமான எழுத்தாளர். இஸ்லாமிய மக்களின் பிரச்சினைகளை யதார்த்தமாகவும், மனிதநேயமாகவும் சித்தரித்ததோடு பொது பிரச்சினைகள் குறித்தும், எழுதியவர். அருமையான தமிழ்நடைக்காரர். இவரை போன்றவர் இனியவனும். இலக்கிய வீதியில் பல எழுத்தாளர்களை வளர்த்து விட்டவர். தரமான கதைகள் எழுதியவர். போதாக்குறைக்கு, பதிப்பகத்தார் தாங்கள் பதிப்பிக்கும் எழுத்தாளர்களைப் பற்றி வானளாவ துதி பாடுகிறார்கள். இதே துதியை ராயல்டியில் காட்டினால் நன்றாக இருக்கும்.

இப்படி ரோஜாகுமார், தேனீ சீருடையான், அல்லி உதயன், ஜீவகாருண்யன், ராஜாமணி, ஜனநேசன், தி.சு. வேலாயுதம் என்று அடுக்கிக்கொண்டே போகலாம். மேலே குறிப்பிட்டவை அனைத்தும் உடனடியாய் நினைவுக்கு வந்த பெயர்கள். இதேபோன்ற படைப்பாளிகள் விடுபட்டுப்போயிருந்தால் என்னை மன்னிக்க வேண்டும். "ஒருபானை சோற்றுக்கு ஒரு அகப்பை சோற்றைத்தான்" காட்டியிருக்கிறேன். என்றாலும்-

ஒரு எழுத்தாளர் திராவிட இயக்கத்தை நாலாந்திர இலக்கியம் என்கிறார். அதில் கலைஞரைப் பற்றி ஒருவார்த்தை இல்லை. பிறகு அதே கலைஞரை கணையாழியில் புகழ்ந்து தள்ளுகிறார். ஒரு எழுத்தாளர் இன்னொரு எழுத்தாளரைப்பற்றி திரைப்படம் எடுக்கிறார். உடனே, அந்த எழுத்தாளர் இவருக்கு 'சாகித்ய அகாதமி பரிசு' வாங்கிக் கொடுக்கிறார். ஒருவர், சாகித்ய விருது பெற்ற படைப்பாளியை நேர்காணல் தத்துவத்தையும் மீறி வானளாவ புகழ்கிறார். உடனே, புகழப்பட்டவர், புகழ்ந்தவரைப்பற்றி ஒரு திரைப்படம் எடுக்கிறார். இப்படி அசிங்கமாக போய்விட்டது நவீனத்தமிழ் இலக்கிய உலகம். இதனால் சாகித்ய அகாதமியின் பரிசுக்கான தமிழ்மொழியின் உயர்குழுவில் தேர்வுக்கு வந்த சிற்பியின் கவிதைகளுக்கோ, ஈரோடு தமிழன்பனின் படைப்புகளுக்கோ, அல்லது கு. சின்னப்ப பாரதியின் 'பவளாயி' நாவ-

லுக்கோ கிடைக்கவேண்டிய விருது கிடைக்காமலே போய்விடுகிறது. இத்தகைய இலக்கிய தகிடுதத்தங்களில் தகுதிக்குரிய எழுத்தாளர், பதிவுபெறாமல் போவதில் ஆச்சரியமில்லை.

இதேபோல் பல எழுத்தாளர்களை தனது பத்திரிகைகள் மூலம், கைதூக்கி விட்டு பல்வேறு படைப்புகளை உருவாக்கிய நாரணத்துரைக் கண்ணன் விடுபடப்படுகிறார். சிற்றிலக்கிய சொற்பொழிவுகளில் மாமணியின் முகம் பத்திரிகையும், பொன்னடியானின் கவிதைச்சரமும், கவிஞர் செங்குட்டுவனின் கவிக்கொண்டலும், மூவேந்தர் முத்தும், வா.மு. சேதுராமனின் தமிழ்ப்பணியும் விடுபட்டுப்போகின்றன. ஒரு படைப்பைத் தீர்மானிப்பது காலமேயன்றி, ஆய்வாளர்கள் அல்ல. இந்த "ஆய்வுக் காலன்களை" நினைக்கும்போதெல்லாம் எனக்கு பாரதி பாடலே நினைவுக்கு வருகிறது.

'காலா! இங்கே வா! உன்னை காலால் உதைக்கிறேன்' புதிய கட்டுரை - 1999.

25. திராவிட இயக்கப் படைப்பாளிகள்

திராவிட இயக்கத்தின் இலக்கியத் தாக்கம், வகுப்பும் வாதிகளால் மூடி மறைக்கப் பட்டது. மருந்துக்குக்கூட, இலக்கிய வரலாற்றில் சிறு கதைகளில் முத்திரை பதித்த, இந்த இயக்க எழுத்தாளர்களைப் பற்றி எவரும் குறிப்பிடுவதில்லை. இப்படிச் சொல்வதால் திராவிட இயக்கம் சிறுகதைத் துறையில் தக்காரும் மிக்காரும் இல்லாத தாக்கத்தை ஏற்படுத்தியது என்று சொல்ல வரவில்லை.

பெரியார் - அண்ணா - கலைஞர் - இந்த இயக்கத்தின் நிறுவனரான தந்தை பெரியார் ஈ.வெ.ரா. 'மதுரையை கண்ணகி எரிப்பதற்கு அவள் மார்பகம் என்ன பெட்ரோல் பங்கா?' என்று கேட்டு, தமிழனை மூடத்தனமான இலக்கிய ரசனையில் இருந்து மீட்பதற்குப் பாடுபட்டார். ஆனால், திராவிட இயக்கமோ, காலம் செல்லச்செல்ல மூடத் தனங்களைச் சாடிக்கொண்டே, அதே சமயம் மூடத்தனம் மிக்க பழமை மீட்பு வாதத்தில் இறங்கியது. இதனால், இந்த இயக்கத்தினர் பதித்த சிறுகதை முத்திரைகளில் சேதாரம் வந்தது. ஆனாலும், இலக்கிய விமர்சகர்கள் என்று தம்பட்டம் அடித்துக் கொள்பவர்கள் ஒதுக்குகிற அளவுக்கு இவர்கள் சோடை போனவர்கள் அல்ல. இவர்களின் படைப்புகளைப் படிக்காமல் எழுதப்படும் எந்த இலக்கிய வரலாறும் முழுமையானதாக இருக்க முடியாது

மூவர் தாக்கம் - தந்தை பெரியார் தமிழை பகுத்தறிவாக்கி கொண்டிருந்தபோது பேரறிஞர் அண்ணாவும், கலைஞர் கருணாநிதியும் தமிழை வீதிக்கு கொண்டு வந்தார்கள். ஒவ்வொரு சாதாரண தமிழனின் வாயிலும் தமிழ் அருவிபோல் ஆவதற்கு இவர்களே காரணம். அண்ணாவின் 'ரங்கோன் ராதா'வில் வருவதுபோல் ஒரு பெண்ணுக்கு பைத்தியப்பட்டம் சூட்டி அவளை

ஆண்டுக்கணக்கில் ஒரு அறையில் அடைத்துப்போட்ட கொடூர நிகழ்ச்சி அண்மையில் செய்தியாக வந்தது. அண்ணாவின், 'பணத்தோட்டம்', 'நல்ல-தம்பி', இன்றைக்கும் பொருத்தி பார்க்கக்கூடிய படைப்புக்கள். கலைஞரின், 'பொன்னர் சங்கரும்', 'தென்பாண்டி சிங்கமும்', ஏராளமான சிறுகதைகளும் இன்றைய யதாத்தங்களாகவும் இருக்கின்றன. இந்த இருவரின் தமிழ்வீச்சு வடமொழியால் அமுக்கப்பட்டிருந்த தமிழை மீட்டியது. இது இலக்கியப்பணி இல்லையென்றால், இது இலக்கிய வரலாற்றில் இடம்பெறக்கூடியது அல்ல என்று சாகித்ய அகாதமியின் முன்னைய அறிவுரைக்குழு முடிவெடுத்தது ஒரு மூடத்தனமான செயல்.

என்றாலும், அண்ணா, கலைஞர் என்ற ஆலமரங்களுக்கு அடிவாரத்தில் தோன்றிய திராவிட படைப்பிலக்கியங்கள் பேசப்படாமல் போயிற்று. இதற்கு பாதிக்காரணம் அண்ணாவையும், கலைஞரையும் முன்னெடுத்ததுபோல், இவர்களை கொண்டு செலுத்த ஆளில்லை. அதோடு திராவிட இயக்க எதி-ரிகளின் கையில் இலக்கிய வரலாற்றை தீர்மானிக்கும் பொறுப்பு இருந்ததும் ஒரு காரணம். மேல்நாடுகளில் தரமான கட்டுரைகளும், இலக்கியங்களாக கருதப்படுகின்றன. இங்கேதான் சமூகப் பிரக்ஞை உள்ள படைப்புகள் கூட கட்டுரைத்தனமாக விமர்சிக்கப்படுகின்றன.

அண்ணா வழிச் சிறுகதைகள் - இந்த இயக்கத்தில் ஊறித் திளைத்த ப. புகழேந்தி தொகுத்த 'அண்ணா வழிச் சிறுகதை'களை படிக்க நேர்ந்தது. இவரும் தமது முன்னுரையில் "தெரிந்தோ, தெரியாமலோ ஒரு எல்லைக் கோட்டினுள் உலவும் ஒரு குறிப்பிட்ட சார்பு எழுத்தாளர்களின் கதைகளே தொகுக்கப்பட்டுள்ளன" என்று ஆதங்கப்பட்டுள்ளார். "சில முன்னுரைகளில், தமிழில் சிறந்த சிறுகதைகள் எழுதுவோர் என்ற பெயர்ப் பட்டியலில் அறிஞர் அண்ணா, கலைஞர் கருணாநிதி, டி.கே. சீனிவாசன், கே.ஜி. இராதாமணா-ளன் போன்ற பெயர்கள் குறிக்கப்பட்டிருப்பினும், அவர்களில் எந்த ஒருவரின் கதையும் அந்தத் தொகுப்புகளில் இடம் பெற்றிருக்கவில்லை" என்றும் சுட்-டிக்காட்டி இருக்கிறார்.

அப்போதைய போக்கு இப்போதும் நீடிப்பதற்கு இந்த திராவிட இயக்கமும் ஒரு காரணம். இவர்களும் அழகிரிசாமியையோ, புதுமைப்பித்தனையோ, வல்லிக்கண்ணனையோ கண்டு கொண்டதில்லை. இந்தப் பாரம்பரியம் இன்-னும் தொடர்ந்து கொண்டுதான் இருக்கிறது. ஆகையால் சிந்தனையாளர் புகழேந்தி திராவிட இயக்கப் படைப்பாளிகள் விடுபட்டுப் போனதற்கு, வருத்-தப்படுவதில் தவறில்லை.

காவியமான கோமதி - புகழேந்தி தொகுத்த 'அண்ணா வழிச் சிறுகதை-கள்' என்ற தொகுப்பு, மிகச் சிறப்பானது. பாமர மக்கள், பாட்டாளி மக்கள் ஆகியோரின் பழக்க வழக்கங்களையும், அழகுறச் சித்தரித்திருக்கிறது. இதில் ஒரு வேடிக்கை என்னவென்றால், இத்தொகுப்பில் சிறந்த கதைகளில் ஒன்-றாக எனக்குத் தோன்றுவது திருவனந்தபுரத்தில் வசிக்கும் எழுத்தாளர் ஆ.

மாதவன் எழுதிய 'கோமதி' என்ற சிறுகதை. இவர் எப்படி அண்ணா வழியில் வந்த திராவிட இயக்கக்காரரர், என்பது புதிராக உள்ளது.

ஆனாலும், நல்ல கறுப்பியான-மதமதத்த உடம்புக்காரி, கோமதி என்ற பசு, கோட்டை, நகர பஸ் நிலையம், அரசமரத்தடி ஆகிய இடங்களில் சுதந்திரமாக சுற்றித் திரிந்தது என்பதையும், கண்டன் வாசுவும், ஜாலி மணியனும், தலைக்கட்டு வேலப்பனும், இதனோடு எப்படி குதூகலித்தார்கள் என்பதும் செம்மையாகக் கூறப்பட்டுள்ளது. இவர்களின் இந்த 'இஷ்ட தோழியை' மலடு என்பதற்காக வீட்டை விட்டு தள்ளி வைத்த ஒரு பிராமணரைப் பற்றியும், அவரது மனிதநேயத்தைப் பற்றியும் (பசுவைக் கசாப்புக் கடைக்குக் கொடுக்காமலிருப்பது ஒரு மனிதநேயம் தானே) மாதவன் அழகுறச் சொல்கிறார். இறுதியில், கோமதியால் போக்குவரத்து இடையூறு ஏற்படுவதை அறிந்த கார்ப்பரேஷன்காரர் அதைச் சுற்றி வளைக்கும்போது, கோமதி, கால்களை வெட்டி, வாயில் நுரை தள்ள வைத்து செத்துப்போனது போல் ஒரு பாவலா செய்துவிட்டு, பிறகு எல்லோரும் அசட்டையாக இருந்தபோது, ஜாலி மணியுடன் ஒரேயடியாய் ஓட்டம் போட்டதையும் "யாரப்பா பிடிங்க அந்த -தந்திரக்கார மூதேவியை" என்று மற்றவர்கள் இயலாமல் கத்துவதையும் இந்தக் கதை ஒரு காவியம் போல் சித்தரிக்கிறது.

இந்தத் தொகுப்பின் முதல் கதை "சொல்வதை எழுதேண்டா" என்ற அண்ணாவின் கதை. ராகவாச்சாரி, திவான் பகதூர் தீர்த்தகிரி முதலியாருக்கு, அவரைப் பாராட்டி எழுதிய ஒரு கடிதமும், தனது மகனுக்கு, திவான் பகதூரை திட்டித் தீர்த்து எழுதிய கடிதமும், இருவருக்கும் இடம் மாறிப்போனதால் ஏற்பட்ட பிரச்சினையை அங்கத பாணியில் அழகாகச் சொல்லியிருக்கிறார். திவான் பகதூருக்கு, தனது மைத்துனியை 'இஸ்கு தொஸ்காகக்' கொடுத்த ராகவாச்சாரியார், அவளையே ஒரு பகடைக் காயாக்கி, அவளிடம் திவான் பகதூர் தவறாக நடந்து கொண்டார் என்று பத்திரிகைகளில் அறிக்கைகள் கொடுக்கிறார் என்று கதை முடிகிறது. இந்தக் கதையை எந்தவித இழிவும் இல்லாமல் மிக யதார்த்தமாக எல்லோருக்கும் புரியும்படி எழுதியிருக்கிறார், அண்ணா.

பல்மொழி கண்ட குப்பைத்தொட்டி - கலைஞரின் 'குப்பைத் தொட்டி' என்ற கதை ஐந்தாறு ஆண்டுகளுக்கு முன்பு எனக்கு சுமாராகத்தான் தெரிந்தது. இப்போது நவீனத்துவம், பின்நவீனத்துவம், மேஜீக்கல் ரியலிசம், அமைப்பியல் போன்ற இலக்கிய இசங்கள் பிரபலமான இந்தக் காலக்கட்டத்தில் இதன் மறுவாசிப்பு பிரமிக்க வைக்கிறது. ஒது குப்பைத் தொட்டி மூலம் சொல்வதுபோல் கலைஞர் சமுதாயத்தை விமர்சிப்பது மேஜீக்கல் ரியலிசத்திற்கு எடுத்துக்காட்டான கதை. இதனால் இது இடதுசாரி இலக்கிய இதழான செம்மலரில் சிகரங்களைத் தொட்ட சிறுகதை வரிசையில் பிரசுரிக்கப்பட்டது. தோழர் கு. சின்னப்பப்பாரதியை ஆசிரியராகக் கொண்ட, 'ILA' என்ற மும்மாத இதழில் மொழி பெயர்க்கப்பட்டது. எனது 'வாடாமல்லி'க்கான

ஆதித்தனார் விருது வழங்கும் நிகழ்ச்சியில் கலைஞரோடு மேடையை பகிர்ந்துகொண்ட நான் இந்தக் குப்பைத்தொட்டி பற்றி குறிப்பிட்டேன். உடனே, கலைஞர் தனது இறுதி உரையில், 'குப்பைத்தொட்டி இங்கே குப்பைத்தொட்டியாக ஒதுக்கப்பட்டாலும் பிற மொழிகளில் மொழியாக்கம் செய்யப்பட்டுள்ளது' என்று இங்கே நிலவும் இலக்கிய போலித்தனங்களை தோலுரித்துக் காட்டினார்.

'உங்களைப் போன்ற ஒரு மனிதாபிமானியைப் பார்க்கவே முடியாது' என்று நாடாளுமன்றத்தில் மக்களவைத் தலைவரால் போற்றப்பட்ட இரா. செழியன் 'ராஜாதி ராஜா' என்ற சிறுகதையை எழுதியிருப்பது எனக்குப் பெருத்த ஆச்சரியத்தைக் கொடுத்தது. சிந்தனையாளர்கள், தங்களது சக்தியை இலக்கிய வடிவுகளாகவும் ஆக்க முடியும் என்பதற்கும், சிறுகதை எழுதுவதற்கு என்று யாரும் தனியாகப் பிறக்க வேண்டியதில்லை என்பதற்கும், இந்தக்கதை ஒரு உதாரணம். இந்த இரா. செழியனையே சிறுகதை வரலாற்றில் பேசப்படவில்லை என்பது ஆச்சரியமாக இருக்கிறது.

மாரி என்ற சேரிவாசி, கர்ணம் கை தவறி கீழே போட்டு, தொலைக்கும் அந்தக் காலத்து நாலணாவை எடுத்துத் திரும்பக் கொடுக்கும் அளவுக்கு நேர்மையானவன். ஆனால் அவனுக்கு ஒரு சோதனை. ஒரு நாயின் வாயில் வெள்ளையாகத் தெரிவதை வெள்ளி டப்பியாக நினைத்து துரத்துகிறான். புதர், புல்தரை, சுடுமணல், கல், முள் ஒன்றையும் பார்க்காமல் ஓடுகிறான். தாக்குப்பிடிக்க முடியாத நாயும், வாயிலுள்ள தேங்காய்த் துண்டைத் துப்பிவிட்டு ஓடிவிடுகிறது. அவனும் தேங்காயை நாயின் பற்கள் பதிந்த இடத்தைக் கடித்துத் துப்பிவிட்டு மீதியை வாய்க்குள் போட்டுக் கொள்கிறான். இதைப் பார்த்த குருக்கள் ஐயர், அக்கிரகாரத்திற்குப் பின்புறமாக வரவேண்டிய சேரிக்காரன், முன்புறமாக-அதன் மத்திக்கே வந்து விட்டதைக் கண்டு கத்துகிறார். தேங்காய் திருடிப் பட்டமும் சுமத்துகிறார்.

அம்பலக்காரரை வைத்து அடிக்க வைக்கிறார். 'கூக்குரலைக் கேட்டு ஐயர் அசையாது நின்றார். புளிய மிளாறோ அசைந்தபடி இருந்தது' என்று செழியன் விளக்கும் விதமே கண்களில் நீரை வரவழைக்கும். இப்படித் திருட்டுப் பட்டம் சூட்டப்பட்ட மாரியை அனைவருமே திருடன் என்கிறார்கள். அவனும், முற்றும் நனைந்தவர்க்கு ஈரமில்லை என்பதுபோல் திருடத் துவங்கி விடுகிறான். மனைவியிடம் 'ராஜாடி ராஜா' என்கிறான். இத்தகைய பழக்க வழக்கத்திற்கு புதிதான அவன் மனைவி, "நீ திருடும்போது யாரும் பார்த்தால் தெரியும்-ராஜாபாடு" என்கிறாள். உடனே நமது மாரி,

"இந்த ராஜாபாடு மட்டுந்தானா? நெசமாலும் ராஜா கூடத்தாண்டி சண்டையிலே தோத்துப்போனா, இன்னொரு ராஜா கையில் அடிபடுவான்," என்று சொல்லிவிட்டுச் சிரிப்பாய்ச் சிரிப்பான். கதை என்றால் இதுதான் கதை. "மழையை லட்சியம் செய்யாத எருமை போல அலைந்தேன்."

'அடுப்பில் கஞ்சி கொதிக்கும் சத்தம் அஞ்சலைக்கு இன்னிசையாக இருந்தது' போன்ற உதாரணங்கள் தனித்துவம் பெறுகின்றன; இப்போது அரசியல் ஓரங்கட்டப்பட்ட இரா. செழியன், அதுவும் நன்மைக்கே என்று நினைத்து இலக்கியத்திற்குத் திரும்ப வேண்டும். கண்டவர்கள் எல்லாம் இன்றைய அரசியலை யானை பார்த்த எவனோ போல கேளிக்கையாகச் சித்தரிக்கும் இந்தக்காலத்தில், திரு. இரா. செழியன் நல்லதோர் அரசியல் நாவலைப் படைக்க முடியும்.

இதர திராவிடக் கதைகள் - இந்தத் தொகுப்பில் இராம. அரங்கண்ணலின் 'உலகம் யாருக்கு?' என்ற சிறுகதை வசன பாணியில் உள்ளது. ஆனாலும், அந்தக் காலத்திலேயே ஒரு நாடோடிக் கும்பல்களில் நலிந்தவளான ஒரு குறத்தியை கதாநாயகியாய் ஆக்கியிருப்பது பாராட்டுதற்குரியது. சின்னப் பெரியார் என்று பாரட்டப்பெற்ற ஏ.வி.பி. ஆசைத்தம்பியின் "திருச்செந்தூர் முருகன்," முருக பக்தியை கிண்டல் செய்வதற்காக, எழுதப்பட்ட ஒரு சராசரிக்கதை. ஆனால், "ஒருவரை ஒருவர் ஆண் பெண் வித்தியாசமின்றி அத்வைத வேத அடிப்படையில் இடித்துக்கொண்டு ரயில் ஏறினர்" என்பது போன்ற வர்ணனை நன்றாக வந்துள்ளது. திராவிட இயக்கத்தில் மிகச்சிறந்த எழுத்தாளர்களில் ஒருவரான திரு. கே.ஜி. இராதாமணாளன் 'அந்தப் புன்னகை' என்ற சரித்திரக் கதையை எழுதியிருக்கிறார். திப்புவின் சேனாதிபதி அலிகாரால் கற்பழிக்கப்பட்ட ஒருத்தி, திப்புவின் யோசனைப்படியே, அவனையே திருமணம் செய்து முதலிரவிலேயே அவனைக் கொன்று போடுவதுதான் கதை. கர்நாடகத்தை ஒரு தளமாக எடுத்துக்கொண்டு இந்தக் கதையை மிக அழகாக எழுயிருக்கிறார்.

அங்கத இலக்கியம் - இந்தச் சிறுகதைத் தொகுப்பில் வரலாற்று பூர்வமான கதையம்சத்திற்கும், அங்கத இலக்கியத்திற்கும் எடுத்துக்காட்டாக இருப்பது மலையாளத்திலும் தமிழிலும் வன்மை மிக்க ரா. இளஞ்சேரன் எழுதிய சரித்திரக்கதை. இந்தக் கதையை மேல்ஜாதியைச் சேர்ந்த ஒருவர் எழுதியிருந்தால், இந்நேரம் இதற்கு ஒரு அகில உலகப்புகழ் கிடைத்திருக்கும். ஆனால், இங்கே சோகம் என்னவென்றால், இளஞ்சேரன் என்ற ஒருவர், 'பாண்டியன் கொன்ற அபிராமி' என்ற சரித்திரச் சிறுகதை எழுதினார் என்பது மறந்து போனதுதான். இப்படி எத்தனை கதைகள்... எத்தனை ஆசிரியர்கள்... மண்ணின் மணத்தை நுகர வைத்த படைப்பாளிகள். மறக்கடிக்கப்பட்டார்களோ? இந்தக் கதையில் தென்காசியிலுள்ள ஒரு மடத்தில் பெரிய சந்நிதானமும், சிறிய சந்நிதானமும், காம இச்சையில் ஈடுபட்டிருந்ததும், முஸ்லிம்களின் படையெடுப்பிற்குத் தாக்குப் பிடிக்க முடியாத மதுரைப் பாண்டியர்கள் தென்காசிப் பக்கம் வந்ததும், பெண்கள் எப்படி தங்கள் வீரத்தைக் காட்டினார்கள் என்பதுமே கதை.

பாண்டிய மன்னனால், அபிராமி என்ற ஆரணங்கு ஏற்கனவே சந்நிதானங்களின் கண் பார்வைக்குத் தப்பித்து வந்த அந்தப் பெண்ணழகி எப்படி கற்பழிக்கப்பட்டு கொலை செய்யப்பட்டாள் என்பதே கதை. ஆனால், இளஞ்சேரன் அதைச் சொன்ன விதமோ தனிப்பாணி. எந்த எழுத்தாளராலும் காப்பி அடிக்க முடியாத நடை. இளைய தம்பிரான், சம்பங்கியிடம் சொல்வது போலவும், பெரிய தம்பிரான் இளைய தம்பிரானிடம் சொல்வது போலவும், இருவரிடமும் சம்பங்கி சொல்வது போலவும் கதை பின்னல் பின்னலாய்ப் பின்னப்பட்டு ஒரு மோகன வடிவம் பெறுகிறது. இடையிடையே அடைப்புக் குறிக்குள், பேசுபவர், பேசப்படுபவரிடம், அவருக்குத் தெரியாமல் வைத்திருக்கும் அபிப்பிராயம் அழகிய முறையில் சித்தரிக்கப்படுகிறது.

மூழ்கிப்போன சேகரன் - 'தெய்வத் திருப்பணிகளையும்; தரும நீதிகளையும் சுல்தான்கள் பிரியாணியாக்கிச் சாப்பிட்டு விட்டார்கள்' என்ற வாசகமும், 'கழுத்திலிருந்த நகக்குறியை மறைக்க பிணத்தின்மீது குங்குமத்தைப் பூசியவர்தானே நீர்?', 'கிளைகளிலிருந்து வேர்கள் இறங்கிய மாதிரி எல்லா மரங்களிலும் பிணங்கள் தொங்குகின்றன' என்ற உதாரணமும், 'விக்கிரகங்கள்' புதைந்த இடத்தைக்காட்டி விடாதீர்கள். அவ்வளவும் சொக்கத் தங்கத்தில் செய்த "விக்கிரகங்கள்" என்ற நையாண்டியும் இந்த சிறுகதையை இலக்கியத்துள் இலக்கியமாக்கி விடுகிறது. ஆனால், அந்த பரிதாகபரமான இளஞ்சேரன், எந்த இயக்கத்தில் தோன்றினாரோ அந்த இயக்கத்தாலேயே சொல்லப்படவில்லை. இவர், சமூக பிரக்ஞை கொண்ட ஒரு புதுமைப்பித்தன். சாமான்யர்களின் வழிகாட்டி. ஆனாலும் இவர் இலக்கியத்திலிருந்து ஒரு 'வழி' செய்யப்பட்டு விட்டார்.

திராவிட இயக்கத்தில் சிறுகதை மன்னன் என்று சொல்லப்படுகிறவர் அது டி.கே. சீனிவாசன், இதைவிட்டு விட்டு, அவருக்குத் தத்துவ மேதை என்று சம்பந்தமில்லாத ஒரு பட்டத்தைச்சூட்டி, அதில் அவரும் மயங்கி, சிறுகதையை விட்டுவிட்டார். இதனால் அவருக்கு நஷ்டமோ என்னமோ, சிறுகதை உலகிற்கே நஷ்டம்தான். இவரது ஆடும் மாடும் மிகச்சிறந்த நாவல். 'பொன்னி' இலக்கிய இதழில் பல சிறுகதைகளை எழுதியவர். இந்தத் தொகுப்பில் இடம் பெற்றுள்ள இவரது 'துன்பக்கதை' ஒரு காதலையும், கூடவே பொருந்தாத திருமணத்தையும் உள்ளடக்கியது. 'நான் என்று தொடங்கி எழுதப்படும் பெரும்பாலான கதைகளில் எப்படியோ சோகத்தின் சாயல் படிந்து விடுகிறது' என்று சுயமரிதையாகக் கதையைத் துவக்கும் இவர், இந்த 'நான்' தந்தையால், தாயின் ஊக்குவிப்போடு, அடிக்கப்படுவதைக் கண்டு 'நான் பேய்க்கும் பிடாரிக்கும் பிள்ளையாகப் பிறந்திருப்பேனோ' என்று சொல்ல வைப்பது நெஞ்சை நெகிழச் செய்கிறது.

இளமையிலேயே அவருடன் பழகிய சக்கு, அவர் தந்தையிடம் அடிபடும் போதெல்லாம் 'வலிச்சுதா' என்று கேட்கிறாள். பிறகு ஒரு கிழவனுக்கு வாழ்க்கைப்பட்டு வாழ்க்கையைக் சருகாக்கிக் கொள்கிறாள். அப்போது

அவளிடம் உரிமையோடு, சரசமாடப்போன, 'நானை' அவள் அடிக்கிறாள். கன்னத்தில் அறைந்த கையோடு வீட்டை விட்டு வெளியேறச் சொல்லுகிறாள். 'வலிக்குதா' என்று கேட்கவில்லை. இதுதான் கதை. இதைப் படிக்கும்போது நமக்கே வலிக்காதா? சரளமாக நடையில் தனித்துவமான கருத்துக்களைத் தெரியப்படுத்தியவர் டி.கே. சீனிவாசன்.

தில்லை மறை முதல்வன் - ஆயுதப்புரட்சி இலக்கியங்களெல்லாம் அங்கீகரிக்கப்பட்டு வரும் இன்றைய கால கட்டத்திற்கு முன்பே, அப்படி ஒரு கதையை எழுதியவர் தில்லை மறை முதல்வன். 'திராவிடன்' இதழில், 'சங்கப் பலகை' என்ற பெயரில், பல கருத்துக்களைச் சிறப்புற எழுதிய எழுத்தாளர் புகழேந்தியால் அறிமுகப்படுத்தப்படும் இவர், குடும்பத்தின் மீது பற்று பாசம் இருந்தாலும், அதற்கு பயன்பட முடியாமல் போன ஒரு புரட்சிவாதியையும், பிள்ளை பெண்டு என்று முடங்கிப்போன அவனது நண்பனையும் சித்தரிக்கும் சீரிய கதை. குமாரசாமி என்ற புரட்சிவாதி, மனைவியையும் பெற்றோரையும் விட்டுவிட்டுத், தலைமறைவாகி நண்பனிடம் வருகிறான்.

அந்த நண்பனின் அன்பான வேண்டுகோளின்படி, மீண்டும் குடும்பத்திற்குச் செல்ல முயற்சிக்கிறான். அதற்குள் அவன் ஆந்திராப் பக்கம் 'வழக்கமான வேலைக்கு' போவதென்று முடிவெடுக்கிறான். இறுதியில், தெருப்பின்றி வேள்வி நடத்த முடியாது என்பதை நினைவுபடுத்திக் குடும்பத்தின் வாழ்க்கையை அந்த வேள்வியில் தாரை வார்க்க அவன் தயங்கவில்லை. ஆனால், கல்லூரிக் காலத்தில் அவனோடு புரட்சி வேகம் கொண்டிருந்து நண்பனோ, நெஞ்சில் லட்சிய நெருப்பு கிளம்பாதிருக்க மனைவியின் உடல் நெருப்போடு ஒட்டிக் கொள்கிறான். கல்லூரிக் காலத்தில் லட்சியம் பேசிவிட்டு, பிறகு குடும்ப வாழ்க்கையில் அதை அலட்சியப்படுத்தும் முன்னாள் புரட்சிக்காரர்களுக்கு இது ஒரு அருமையான சவுக்கடி.

தென்னரசின் முத்தாயி - எஸ்.எஸ். தென்னரசு, திராவிட நாவலாசிரியர்களில் குறிப்பிடத்தக்கவர் தென் மாவட்டங்களில் நிலவிய, இப்போதும் ஓரளவு நிலவும் ஆவேசப் போக்கையும், அதன் பின்னணியிலுள்ள அன்புப் பிரவாகத்தையும் 'முத்தாயி' என்ற சிறுகதையில் அழகாகச் சித்தரிக்கிறார். இந்தக் கதையில் அந்த மண்ணுக்கே இயல்பாயுள்ள வீரம் ஒளிர்கிறது. காதலுக்காக அனைத்தையும் அலட்சியப்படுத்தும் ஒரு வீராங்கனையின் ஆளுமை அழகாகச் சித்தரிக்கப்படுகிறது.

கருமுயலை திருமணம் செய்து கொள்கிறாள் முத்தாயி. இது அவள் அண்ணன் செந்தட்டிக்குப் பிடிக்கவில்லை. கருமுயல் கொலை செய்யப்படுகிறான். செந்தட்டி சிறைக்குச் சென்று பதினான்காண்டுகள் கழித்து, தான் கொலை செய்ததாகக் கோர்ட்டில் சாட்சியம் சொன்ன தங்கையின் தலையறுக்கச் சபதமிடுகிறான். ஆனால், அவள் திருமணம் செய்துகொண்ட வைரஊசி, தான்தான் கருமுயலைக் கொன்றதாகச் சொல்லுகிறான். இந்தக் கதையில் மண்வாசனைப் பெயர்கள். அதோடு கருமுயலைக் காதலித்துக்

கைப்பிடித்த முத்தாயி, அவன் கொலையுண்டதும், வைரஊசியைத் திருமணம் செய்து கொள்ளும் யதார்த்தமான முடிவு. இப்படி மாறுபட்ட கதையைத் தென்னரசால் மட்டுமே சொல்ல முடியும்.

புகழேந்தியின் உறவு - பேராசிரியர்கள் கதை எழுத வரக்கூடாது என்பதற்கு மிகச்சிறந்த சிந்தனையாளரான பேராசிரியர் நா. பாண்டுரங்கன் எழுதிய 'அரசியல்' என்ற சிறுகதை ஒரு உதாரணம். குடும்பத்தால் ஒதுக்கி வைக்கப்பட்ட ஒருவன், தந்தையால் விரட்டியடிக்கப்பட்ட நான்காவது பிள்ளை, எப்படி அரசனானான் என்பதே சிறுகதை. இதேபோல், தொகுப்பாசிரியர் ப. புகழேந்தி எழுதிய 'உறவு' ஒரு உறவைக் கொச்சைப்படுத்தினாலும், சிறிது வித்தியாசமானது. ஆண்மையிழந்த ஒருவனுக்கு மனைவியான ஏழைப் பெண் மீனாட்சி, மாமனார் மூலம் குழந்தை பெற்று இறுதியில் அவர் இறந்த பிறகு, அவருக்குத் தான் பெற்ற பிள்ளைகளைப் போல் தனது கணவனையும் ஒரு பிள்ளையாக நினைக்கிறாள் என்பதே கதை. இங்கே பொறுப்பற்ற மாமனார் மனிதாபிமானியாக சித்தரிக்கப்படுகிறார். என்றாலும், சிறுகதை என்பது குறிப்பிட்ட ஒரு சமூகக் கோட்பாட்டுக்குள் இயங்கலாகாது என்று எடுத்துக் கொண்டால் இது ஒரு நல்ல கதை.

முரசொலிமாறனின் வால் நட்சத்திரம் - முரசொலி மாறன் 'வால் நட்சத்திரம்' என்ற சிறுகதையை எழுதியிருக்கிறார். நல்ல நடை இயல்பான விறு விறுப்பு. 'காதல் வராத கதைகள் சோபிப்பதே இல்லை' என்பது அவரது பார்வை. புரட்சி வசியன் என்ற எழுத்தாளன் உயிரிழக்க அவனுக்கு அனுதாபக் கூட்டம் நடைபெறுகிறது. அவன் ஏற்படுத்திய சமூகத் தாக்கங்கள் பற்றி பத்திரிகை ஆசிரியர் கனவான் கருப்பையா முதலியார் பொரிந்து தள்ளுகிறார். அவரது பத்திரிகையிலேயே இதே புரட்சி வசியன் 'இன்பப்பித்தன்' என்ற பெயரில், "நிக்கல் நாணயத்திற்கு நிர்வாண அழகிகள்" என்பது மாதிரியான தொடர்கதைகளையும் எழுதியிருப்பது அவருக்கு மட்டுமே தெரியும். இப்படிப் புரட்சி படைப்பாளியாகவும், செக்ஸ் மன்னனாகவும் ரெட்டை வேடம் போடுகிறவனைப் பற்றியும், அப்படி அவனைப் போட வைக்கிற பத்திரிகை ஆசிரியரைப் பற்றியும், இப்படிப் போடுவதைத் தவிர வேறு வழியில்லை என்பது மாதிரி, சிறந்த எழுத்தாளரான முரசொலி மாறன் சொல்லியிருப்பது சிறப்பாக இல்லை ஆனாலும், வியாபாரப் பத்திரிகை ஆசிரியர்களின் பேச்சுக்குக் கட்டுப்படாமலும், அந்தப் பத்திரிகைகளுக்கு செக்ஸ் தீனி போடாமலும், சுயமரியாதையோடு எழுதும் ஒரு சில எழுத்தாளர்கள் இன்றும் இருக்கிறார்கள் என்பது முரசொலிமாறன் அவர்களுக்கும் தெரியும். ஆலடி அருணாவும், டாக்டர் தயானந்தன் பிரான்ஸிஸூம் பல்வேறு திராவிட இயக்கக் கதைகளை எழுதியவர்கள்.

திராவிட இயக்கக் கவிஞர்கள் - நான் கல்லூரிக் காலத்தில் தேசியவாதியாக இருந்தபோது பல்வேறு தி.மு.க. வாசக சாலைகளில் நம்நாடு, முரசொலி, இனமுழக்கம், தென்றல், திராவிட நாடு போன்ற எண்ணற்ற

இயக்கப் பத்திரிகைகளை பொறாமையோடும், பொச்சரிப்போடும் படித்தவன். கவிக்கொண்டல் மா. செங்குட்டுவன், கா. வேழவேந்தன், பொன்னிவளவன், மதியழகனைப் பற்றி அண்ணா எழுதிய கவிதை, அண்ணா இறந்தபோது கலைஞர் எழுதிய கவிதை, ஆகியவை எனக்கு மிகவும் பிடிக்கும். தேசிய எரிச்சலோடு இந்த திராவிடக் கவிதைகளை ரசிப்பேன். தென்றலில் கண்ணதாசன் ஈற்றடி கொடுத்து வெண்பா எழுத வைத்தது சிறப்புக்குரிய செயல்.

கவிஞர் செங்குட்டுவன் கவிக்கொண்டல் என்ற பத்திரிகையை இதே பாணியில்தான் இப்போது நடத்துகிறார்; இவர்கள் அல்லாது திராவிட இயக்கத்தின் பிற கவிஞர்களான பாரதிதாசன், கண்ணதாசன், சுரதா, நா. காமராசன், சாலய் இளந்திரையன், ஈரோடு தமிழன்பன், இன்குலாப், அப்துல் ரகுமான், பொன்னடியான், நிர்மலா சுரேஷ், வைரமுத்து, பொன்மணி வைரமுத்து, கனிமொழி ஆகியோரது கவிதைகள் இப்போதும் எனக்கு கற்கண்டு மாதிரி, கடிக்கும்போதே இனிப்பதுபோல் படிக்கும்போதே பரவசப்படுத்துபவை.

மறுபதிப்பும் - மறுவாசிப்பும் - இத்தகைய பெருமைமிக்க திராவிட இயக்க படைப்புகள் அனைத்தையும் மறுவாசிப்பு செய்வதற்கு வசதியாக மறுபதிப்புகளாக வெளியிடவேண்டும். அன்று ஆடு, மாடு மேய்த்துக் கொண்டிருந்தவர்களின் வாரிசுகள், இன்று என்னைப் போன்ற படைப்பாளி வாசகர்களாய் திகழ்வதால் திராவிட படைப்புகளுக்கு மிகச்சிறந்த வரவேற்பு கிடைக்கும்.

இந்தக் கட்டுரையை முடிக்கும் இந்த தருவாயில் தேசியவாதியான என்னுடன் பேச்சுப்போட்டியில் கலந்துகொண்டு தோழமையோடு பழகிய முன்னாள் அமைச்சர்களான கே.ஏ. கிருஷ்ணசாமி, விசுவநாதன், வேழவேந்தன், முன்னாள் சட்டப்பேரவை துணைத்தலைவர் பெ. சீனிவாசன், இப்போதைய அமைச்சர்களான என் மேடைக்கு எதிர்மேடை போட்ட எஸ்.பி. சற்குணம், இன்னும் என்னுடன் வாஞ்சையுடன் நடந்து கொள்ளும் துரைமுருகன், அண்மையில் பழைமைகளை பகிர்ந்துகொண்ட வழக்கறிஞர் ஜின்னா, பேச்சுப்போட்டிகளில் கலந்து கொண்ட பிரபல பின்னணிப் பாடகி வாணி ஜெயராம், ஏழிசை வல்லி போன்றோரை நினைத்துப் பார்க்கிறேன். கட்சி வேறுபாட்டிலும் அப்போது கண்ணியம் காக்கப்பட்டது. மாணவர்களிடையே ஒரு சமூகப்பொறுப்பும் சகோதரத்துவமும் நிலவின

26. நான் கண்ட காமராசர் - அண்ணா - பெரியார்

அப்போது எனது கிராமத்தில் ஆறாவது வகுப்பு படித்துக் கொண்டு இருக்கிறேன். திடீரென்று ஒரு நாள் எனது ஆசிரியர் 'டேய் பசங்களா! இனி மேல் நீங்கள் காலையில் மட்டும் பள்ளிக்கூடம் வந்தால் போதும்- மத்தியானம் உங்க பெற்றோர் சொல்கிற வேலையை செய்யுங்கள்' என்று ஆணை இட்டார். எங்களுக்கு எதுவும் புரியவில்லை. ஆனால், அந்த ஏற்பாடு, அரசின் ஆணை வருவதற்கு முன்பே செய்யப் பட்டதாக இப்போது அறிகிறேன்.

ஆசிரியர் சொன்னபடியே காலையில் மட்டும் பள்ளிக்கூடம் வந்துவிட்டு, மத்தியானம் வயல் வேலை பார்க்கப் போனேன். அதில் எனக்கு நாட்டமில்லை. எனது தாத்தா அடேய் சமுத்திரம்! நீ வயல் வேலை நல்லா பார்க்கிற... இனிமேல் பள்ளிக்கூடம் போய் கிழிச்சது போதும். கூலிக்கு ஆள் போட்டுக் கட்டாது... விவசாய வேலையைப் பார் என்றார். எனக்கு அழுகை வந்தது. அந்த வயதிலேயே சிறப்பாகப் படித்து முன்னேற வேண்டும் என்று என்னுள்ளே இருந்த கனவு, பாதியிலேயே பறிபோகிறதே என்று வெம்பி வேதனைப்பட்டேன்.

காமராசர் முதல்வரானதால்... - நல்லவேளையாக ஒருநாள் எங்கள் ஆசிரியர் வீட்டுக்கு வந்து, இனிமேல் மாணவர்கள் வழக்கம்போல் காலையிலும், மாலையிலும் பள்ளிக்கூடம் வரலாம் என்று தெரிவித்தார். பிறகுதான் எனக்கு மெல்லமெல்ல புரிந்தது. முதலமைச்சரான மூதறிஞர் இராஜாஜி கொண்டு வந்த கல்வித் திட்டத்தால், பள்ளிக் கூடங்களிலிருந்து வெளியேற்றப்பட்ட என்னைப் போன்ற ஏழை மாணவர்கள், பெருந்தலைவர் காமராசர் முதலமைச்சரானதால் மீண்டும் மறு வாழ்வுப் பெற்றார்கள் என்பது புரியத் துவங்கியது. அதிலிருந்தே காமராசர், என் கல்விக் கண்களைத் திறந்த கடவுளாகத் தென்பட்டார்.

இலுப்பம் பூவான நான்... - எடுத்த எடுப்பிலேயே என் மனதைக் கவர்ந்த பெருந்தலைவரின் காங்கிரசு இயக்கத்தில் என்னை அறியாமலேயே ஒரு பற்று ஏற்பட்டது. மாணவர்களின் நிறுத்தப்பட்ட படிப்பை நீடிக்கச் செய்த அவரை 'படியாதவர்-பாமரர்' என்று பலர் கிண்டலும் கேலியும் செய்தபோது, எனக்கு அவரிடம் ஓர் அனுதாபம் ஏற்பட்டது.

கல்லூரிக் காலத்தில் காமராசரை ஆதரிக்க வேண்டும் என்ற ஒரே நோக்கத்தோடு காங்கிரசுக் கட்சியில் சேர்ந்தேன். "இல்லாத ஊருக்கு இலுப்பம் பூ சர்க்கரை" என்பதுபோல், நான் அந்தக் கட்சியின் முக்கியப் பேச்சாளர்களில் ஒருவரானேன். காஞ்சிபுரத்தில் நடைபெற்ற ஒரு மாநாட்டில், என் பேச்சை பல்லாயிரக்கணக்கான மக்கள் அடிக்கடி கைதட்டி வரவேற்றார்கள். அப்போது பெருந்தலைவர் என்னை உற்றுப்பார்த்து மனதுக்குள் குறித்துக் கொண்டார் என்று நினைக்கிறேன். அவர் பேசும்போது என் பேச்சை முன்னுதாரணமாக எடுத்துக்காட்டினார். எனக்கு மெய் சிலிர்த்தது. ஆனாலும் அவரிடம் பேசப் பயம். அவரது செல்வாக்கைப் பயன்படுத்திக்கொள்ளும் திறமையோ, மனமோ எனக்கு இல்லை என்பது இப்போதுதான் எனக்குப் புரிகிறது.

அடிக்கடி சத்தியமூர்த்தி பவனில் அவரைப்பார்க்கும் வாய்ப்பு பலமுறை கிட்டியதுண்டு. சிலரை, 'எடுத்தேன், கவிழ்த்தேன்' என்று பேசுவார். பிறகு விசாரித்தால் சம்பந்தப்பட்ட அவர்கள் சரியான பெருச்சாளிகள் என்பது தெரியவரும். இதில் ஒரு வேடிக்கை என்னவென்றால், பெருந்தலைவரைப் போலவே சிலர் பேசி கெட்டபெயர் வாங்கிக் கொண்டதுண்டு. காரணம், தொண்டர்கள் பெரியவர் ஒருவருக்குத்தான் அப்படிப் பேச உரிமை கொடுத்-

திருந்தார்கள். எனக்குப் பெருந்தலைவரிடம் பல தடவை பேச வாய்ப்புக் கிட்டியும், என்னால் பேச இயலவில்லை.

சித்தப்பாவின் அப்பாவித்தனம் - ஒரு தடவை, சென்னையில் வண்ணைப்பகுதியில், என் சித்தப்பா வீட்டில் அவருக்கும் எனக்கும் ஒரு விவாதம். அவர்தான் என்னைப் படிக்க வைத்தார். பேச்சு வாக்கில், "ஆனானப்பட்ட காமராசரே உன்னை வரும்படி ஆள் அனுப்பினார். உன் படிப்பைக் கெடுக்க நானா சம்மதிப்பேன். சாக்குப் போக்குச் சொல்லி அனுப்பிவிட்டேன்" என்று கூறினார். அந்த காமராசர மாதிரி பெண்டாட்டி-பிள்ளை இல்லாம உன்னை அலையவிடுவேனா? நான் யாராக்கும்? என்றார் பாமரத்தனமாக. அதில் அப்பாவித்தனமான பாசம் ஒலித்தது. அப்போதுதான் எனக்குப் புரிந்தது. எனது அப்பாவி சித்தப்பா, நான், காமராசருக்குத் துணையாகி அரசியலில் சேர்ந்தால் என் படிப்புக் கெட்டுவிடும் என்றும், பிரம்மச்சாரியாகவே இருந்துவிடுவேன் என்றும் மனப்பூர்வமாக நம்பியிருக்கிறார். அதற்குப்பிறகு பெருந்தலைவரை சந்தித்து நிலைமையை எடுத்துக்கூறும் துணிச்சல் எனக்கு இல்லை.

கேள்வியும் - காட்டமான பதிலும் - கல்லூரிப்படிப்பு முடிந்தபிறகு, சென்னைக்கு அருகே உள்ள செங்குன்றத்தில் உயர்நிலைப்பள்ளி ஆசிரியராக வேலை கிடைத்தது. அப்போது டெப்டிக் கலெக்டர் தேர்வுக்கு நான் படித்துக் கொண்டிருந்தேன். திடீரென்று வேலையில் சேர்ந்த பத்து நாள்களுக்குள், ஈக்குவார்பாளையம் என்ற இடத்திற்கு என்னை மாற்றிவிட்டார்கள். இந்த மாற்றம், என் தேர்வை கெடுக்கக்கூடியது. அதோடு மாவட்ட உயர் அதிகாரி ஒருவரின் மகனுடைய வசதிக்காக, என்னை மாற்றியது எனக்கு அதிகப்படியாகத் தெரிந்தது. ஆகையால், நான் ஆவேசத்துடன் காமராசரின் இல்லத்திற்கு நேராகச் சென்றேன். அவரும் என்னை அடையாளம் கண்டவர்போல் தலையாட்டினார். எங்களுக்கிடையே இப்படிப்பட்ட பேச்சு நடந்தது.

'என் பேரு சமுத்திரங்க'

'தெரியும். என்ன சேதி?'

'நான் செங்குன்றத்தில் ஆசிரியரா வேலை பார்க்கிறேன். என்னை அநியாயமா ஈக்குவார்பாளையத்துக்கு மாத்திட்டாங்க. நீங்க தான் அத கேன்சல் பண்ணிக் கொடுக்கணும்.'

'நீ மேல் அதிகாரிகளுக்கு வேலையிலே சேரதுக்கு முன்னால மனுப்போட்டியா?'

'போட்டேங்க'

'மேல் அதிகாரிகளோட உத்தரவுக்குக் கீழ்படிவேன்னு அந்த மனுவில எழுதினியா?'

'ஆமாங்க'

'மேல் அதிகாரி உத்தரவு போட்டிருக்கான். அவன் சொன்னபடி ஈக்குவார்பாளையத்துக்குப் போ'

'அப்படியெல்லாம் சொல்லக்கூடாதுங்க'

'நீயே எனக்கு உத்தரவு போடறயா? போ... போ... அவனவன் வேற எதுக்கலாமோ வருவான் நீ என்னடான்னா...'

நான், வெறுமையா வெளியே வந்தேன். அப்போது செய்தியைக் கேள்விப்பட்ட நெல்லை ஜெபமணி அவர்கள், பெருந்தலைவர் கடைசியாகச் சொன்ன சொல்லுக்கு வியாக்கியானம் கொடுத்தார். அதாவது நான் ஐ.ஏ.எஸ், டெப்டி கலெக்டர் ஆகிய பதவிகளுக்காக அவரை அணுக வேண்டும் என்றும், பதவி மாற்றம் போன்ற சில்லறைக் காரியங்களுக்குப் போகக்கூடாது என்றும் பெருந்தலைவர் கருதுவதாகக் கூறினார். செங்குன்றத்தில் நான் பள்ளிக்கு சென்றபோது. தலைமையாசிரியர் உட்பட ஒரு பெரிய கூட்டமே என்னை எதிர் பார்த்துக் காத்திருந்தது. என்னை ஈக்குவார்பாளையத்துக்கு மாற்றிய உத்தரவு ரத்து செய்யப்பட்டுவிட்டதாம்.

பயமான பக்தி - நான் பெருந்தலைவரை மானசீகமாக வணங்கினேன். அவருக்கு நேரில்போய் நன்றி செலுத்த வேண்டும் என்ற புத்தி எனக்கு இல்லை டெப்டிக் கலெக்டர் தேர்வில் தேறினாலும், செல்வாக்கால் மட்டுமே தேறக்கூடிய நேர்முகத் தேர்வில் பெருந்தலைவரை அணுகுவதற்கு எனக்கு துணிச்சலும் இல்லை. ஆகையால், புதுதில்லியில் வானொலி நிலையத்தில் தமிழ் செய்திப் பிரிவில் துணை ஆசிரியராக இடறி விழுந்தேன் அப்போது செய்திகளையும் வாசித்துக் கொண்டு இருந்தேன் பொதுத் தேர்தல்கள் நடைபெற்றுக் கொண்டிருந்தன பெருந்தலைவர் காமராசர் விருதுநகரில் தோற்றுவிட்டார் என்ற ஒரு செய்தி. எனக்கு, அழுகையும், ஆத்திரமுமாக வந்தது. மத்தியானம் செய்தி படிப்பதற்காக ஸ்டூடியோவிற்குள் சென்ற நான், அப்போதுதான் கிடைத்த பெருந்தலைவரின் தோல்விச் செய்தியைப் படிக்கும்போது அழுது விட்டேன். இதைத் தமிழகம் முழுவதுமே கேட்டது. இப்போதுகூட என்னைப் பார்க்கும் பெரியவர்கள் நான் அப்படி அழுததை சுட்டிக் காட்டுகிறார்கள்.

மறையா உருவம் - பெரியவர் தோற்ற ஓரிரு ஆண்டுகளுக்குப் பிறகு நான் நாடாளுமன்ற வளாகத்தில் அவரை சந்தித்தேன். உடம்பு பழுத்துப் போய் இருந்தது. ஆனாலும், அந்தக் கண்களிலே ஒரு பிரகாசம். நான் என்னை அறிமுகம் செய்து கொள்ளப் போனபோது - 'உன்னை எனக்குத் தெரியாதா சமுத்திரம்? நான் தோத்தத அழுதுகிட்டே படிச்சியே, கிறுக்கா... அப்படியா படிப்பது?' என்றார். சிறிது நேரம் என்னையே பார்த்துவிட்டு, 'செய்தி படிக்கும்போது நம்மோட உணர்ச்சிய காட்டக்கூடாது தெரியுமா?' என்று நான் ஐநூறு பக்கங்களில் படித்ததை ஒரே வரியில் சொன்னார். மீண்டும் என்னை உற்றுப் பார்த்துவிட்டு, 'போகட்டும், இதுக்காக ஒனக்கு மெமோ கொடுத்தாங்களா?' என்று வினவினார். 'இல்லீங்கய்யா, திட்டுனாங்க.' என்றேன்.

நான் பெருந்தலைவரை வைத்த கண் வைத்தபடியே பார்த்தேன். அப்போது என் கண் வழியாக மனதுக்குள் பதிந்த அவரது உருவம் இன்னும்

அப்படியே நிற்கிறது. மக்களுக்காகத் தன்னையே அர்ப்பணித்துக் கொண்ட இலஞ்ச லாவண்யமற்ற அந்த மாபெரும் மனிதரைப் பற்றி, மக்கள் இப்போது முழுமையாக உணருவதைக் கேட்கும்போது, 'கற்பூரமே... உன் வாசனையை இப்போது அனைவரும் உணர ஆரம்பித்து விட்டனர்' என்று சொல்லிக் கொள்கிறேன். அவர் பெருந்தலைவர் என்பதை அப்போது மட்டுமல்ல இப்போதும் நிரூபித்துக் கொண்டு இருக்கிறார்.

காங்கிரஸ் பேச்சாளனாய்... - 1962-ஆம் ஆண்டில் நடந்த சட்டப்பேரவை பொதுத் தேர்தலில் காஞ்சீபுரம் லோக்கல் பேச்சாளர்களில் நான்தான் நட்சத்திரப் பேச்சாளர். காங்கிரஸ் வேட்பாளர் நடேச முதலியாருக்கு ஆதரவாகவும், அண்ணாவிற்கு எதிராகவும் தினமும் இரண்டு, மூன்று கூட்டங்களில் பேசுவேன். காஞ்சீபுரம் கல்லூரிக்கு போகும்போதும், வரும்போதும் அவரை அவர் வீட்டுமாடியில் பார்ப்பேன். நூற்றுக்கணக்கான இளைஞர்கள் திரண்டு நின்று 'வாழ்க' போடுவார்கள். அவர் இயல்பாகவே நிற்பார். எளிமையாகப் பார்ப்பார். அன்பின் உயிர்ச்சக்தி அனைத்தும் அவர் முகத்தில் நடனமிடும். மேடைகளில் நான் அவரை அண்ணாத்துரை என்றுதான் அழைப்பேன்.

அண்ணாத்துரை அண்ணாவானது... - ஒருதடவை காங்கிரஸ்காரர்கள் மூன்று கேள்விகளுக்கு பதில்சொல்ல முடியுமா? என்று அவர் ஒரு மேடையில் கேட்டார். வெள்ளைக்காரன் வைத்துவிட்டுப்போன ஸ்டெர்லிங் நிதியை என்ன செய்தீர்கள்? என்பது முதல் கேள்வி. சுதந்திரத்திற்குப் பிறகு விலைவாசி ஏன் கூடியது? என்பது இரண்டாவது கேள்வி. மூன்றாவது கேள்வி எனக்கு நினைவில்லை. அண்ணாவின் தெருவிலேயே ஒரு கூட்டம். அவர் மாடியில் நின்று உற்றுக் கவனிக்கிறார். நான் பொருளாதாரப்பாட மாணவன். பல புள்ளி விபரங்களோடும், வேடிக்கையாகவும் அவரது கேள்விகளுக்கு பதில் சொல்கிறேன்.

மறுநாள் நடந்த தேர்தல் பிரச்சாரக் கூட்டத்தில் தி.மு.க பேச்சாளர்கள், அண்ணாவின் முன்னிலையில் என்னை கண்டபடி ஏசியிருக்கிறார்கள். இறுதியாகப் பேசிய அண்ணா, 'அந்த இளைஞர் நல்லவர், வல்லவர், சிறந்த பேச்சாளர். சேராத இடத்தில் சேர்ந்திருக்கிறார். என்னிடத்தில் இருந்தால், அவரை எங்கேயோ வைத்திருப்பேன். ஆகையால், அவரை திட்டாதீர்கள். அவருக்காக அனுதாபப்படுங்கள்' என்று நயம்பட உரைத்திருக்கிறார்.

எனக்கு இந்த செய்தி வந்ததும் கிட்டத்தட்ட நான் நெகிழ்ந்தேன். குற்ற உணர்வில் தவித்தேன். எவ்வளவு பெரிய மனிதர்! எவ்வளவு பெரிய உள்ளம்! ஆனாலும் நான் அவர் பக்கம் போகவில்லை. அதே சமயம் மேடைகளில் அண்ணாத்துரை என்று சொல்லாமல் அறிஞர் அண்ணா என்றே அழைத்தேன். கவிஞர் பூ கணேசன் குடும்பநல திட்ட துணை இயக்குநராக இருந்த என் நண்பர். அண்ணாவிற்கு வேண்டியவர். அவரைப்பற்றி சொல்லுக்கு சொல் சொல்லுவார். அண்ணாவின் முன்னிலையில் நாம் இருக்கும்போது

நமக்கு எந்த கெட்ட எண்ணங்களும் வராது. அவரைப்போலவே அந்தச் சமயத்திலாவது நாம் சிறியென சிந்திக்கமாட்டோம் என்பார். இத்தகைய அற்புத மேதையோடு உறவாட முடியாமல் போயிற்றே என்கிற வருத்தம் இன்னும் என் நெஞ்சில் முள்ளாய் குத்துகிறது.

கல்லூரியிலிருந்து வெளியேற்றம்... - 1962-ஆம் ஆண்டு அநேகமாக நவம்பர் மாதம்... வட சென்னையிலுள்ள சர் தியாகராயா கல்லூரியில் பி.ஏ. இறுதியாண்டு படிக்கிறேன். எம்.ஜி.ஆர். அவர்களை அறக்கட்டளை தலைவராகக் கொண்ட அந்தக் கல்லூரியில், நூற்றுக்கு தொன்னூற்றொம்பது சதவீத மாணவர்கள் கழகக் கண்மணிகள். நானும், எனது மூத்த சக மாணவருமான ச. ராஜாவும் (முற்போக்கு எழுத்தாளர் சங்கத்தலைவர் ச. செந்தில்நாதனின் அண்ணன்), ஆகிய இருவர் மட்டுமே காங்கிரஸ் மாணவர்கள். தேசிய முழக்கம், ஐக்கிய இந்தியா ஆகிய பத்திரிகைகளில், நேருதாசன், பகத்சிங், கரிகாலன், தர்மலிங்கம், ராஜா, அடியேன் ஆகியோர் ஆசிரியர் குழு உறுப்பினர்கள். தி.மு.க.வை கடுமையாக விமர்சித்தவர்கள்.

அப்படியிருந்தும் தமிழ்ப்பற்றால் அனைத்து மாணவர்களும் என்னை தமிழ் மாணவர் மன்றத் தலைவர் ஆக்கினார்கள். ராஜாவை சரித்திர மாணவர் சங்க தலைவர், ஆக்கினார்கள். அந்தச் சமயத்தில் தெலுங்கு தமிழ் மாணவர் கெடுபிடிப்போர் நிலவியது. ஆசிரியர்களும் இருபிரிவாய் செயல்பட்டார்கள். ராஜா படிப்பை முடித்துவிட்டு போய்விட்டார். இப்போதைய அட்டர்னி ஜெனரல் மாசிலாமணி, முன்னாள் மாநகராட்சி உறுப்பினர் பசுபதி தன்ராஜ், சடகோபன், காங்கிரஸ் செயலாளர் அஜீஸ், தெய்வசிகாமணி போன்ற காங்கிரஸ் மாணவர்கள் பக்கமும் இந்த பத்திரிகை தேசியவாதிகள் பக்கமும் ஒரே சமயத்தில் பழகியவன் நான்.

இந்தச் சந்தர்ப்பத்தில் தியாகராய கல்லூரியின் தெலுங்கு நிர்வாகம் ஒரு மாணவரை பழிவாங்கியபோது, நானும், இதர தோழர்களும் போராட்டத்தில் ஈடுபட்டோம். இதில் பெல், ரங்கநாதன், சிறில் டேவிட், அடியேன் ஆகிய நால்வரும் கல்லூரியில் இருந்து வெளியேற்றப்பட்டோம்.

கல்வி காத்த பெரியார் - சக மாணவர் ரங்கநாதனின் தந்தை பெரியாருக்கு வேண்டியவர். பெரியார் பட்டப்படிப்பு மட்டும் படித்த ஒருவர் காஞ்சீபுரம் தியாகராய கல்லூரியில் முதல்வராய் நியமிக்கப்படவேண்டும் என்று காமராசருக்கு பரிந்துரைத்திருக்கிறார். பல்கலைக்கழக வரலாற்றிலேயே பெரியாரின் முயற்சியால் முதுகலைப்பட்டம் படிக்காத, அதேசமயம் திறமையுள்ள ஒருத்தர் முதல்வராக நியமிக்கப்பட்டது முதுகலைப்பட்ட ஆசிரியர்களுக்கு பிடிக்கவும் இல்லை. பிடிபடவும் இல்லை. தந்தை பெரியார் அந்த முதல்வரிடம் எங்கள் நால்வரையும் சேர்க்கவேண்டும் என்று பரிந்துரைத்திருக்கிறார். உடனே அந்த முதல்வரும் எங்களை சேர்த்துக்கொண்டார். ஒரு கல்வியாண்டில் இரண்டு பருவங்கள் தாண்டி இறுதிப்பருவத்தில் மாணவர்களை அதுவும் வெளியேற்றப்பட்ட மாணவர்களை சேர்ப்பது என்பது மிகப்பெரிய காரியம்.

இதை எளிதாகச் செய்து எங்கள் கல்வியை காப்பாற்றியவர் தந்தை பெரியார்.

1966-ஆம் ஆண்டு டெல்லி வானொலி நிலையத்தில் வேலையில் சேர்ந்துவிட்டு, 1968-ஆம் ஆண்டு வாக்கில் சென்னைக்கு வருகிறேன். எனது மாணவர் காங்கிரஸ் தோழரும், அப்போதைய சட்டப்பேரவை உறுப்பினருமான தஞ்சை மாவட்டத்தை சேர்ந்த க.பா. பழனி அவர்கள் பெரியாருக்கு மிகவும் வேண்டியவர். அப்போது பெரியார் சென்னை பொது மருத்துவமனையில் நோய்வாய்ப்பட்டு அனுமதிக்கப்பட்ட வேளை.

அய்யா... அய்யாவே.... - தோழர் பழனி என்னை கூட்டிக்கொண்டு பெரியாரிடம் சென்றார். கட்டிலில் படுத்திருக்கிறார் பெரியார். சோகமே உருவாக அருகே அமர்ந்திருக்கிறார் மணியம்மை அம்மையார். என்னைப் பெரியாரிடம் அறிமுகம் செய்ததும் நான், எப்படி அவர் எனது கல்லூரிப் படிப்பை காப்பாற்றினார் என்று ஒரே மூச்சாக விளக்கினேன். பின்னர், 'அய்யா! காங்கிரஸ் இளைஞன் என்கிற முறையில உங்க கருத்தை எதிர்த்து நான் பிரச்சாரம் செய்திருக்கிறேன். ஆனால், டெல்லிக்கு போனபிறகுதான் உங்க அருமை எனக்குத் தெரிஞ்சது. அதோட ராஜாஜியின் புதிய கல்வித் திட்டத்தை ரத்து செய்த காமராசர் ஒரு கருவி. அதை கையாண்டவர் தாங்கள் என்பதை அறிந்தேன்.'

'அய்யா! நீங்களும் காமராசரும் இல்லையானால் நான் இந்நேரம் ஒரு விவசாயியாகி வரப்பு வெட்டுகிறவனை வெட்டியோ அல்லது அவனால் வெட்டப்பட்டோ கொலையாளியாக அல்லது சிறைவாசியாக இருந்திருப்பேன். என்னை காப்பாற்றிய தெய்வமே!'

என்னால் தொடரமுடியவில்லை. அழுகை முந்துகிறது. அந்தத் தந்தையை கையெடுத்து கும்பிடுகிறேன். அவர் பதிலுக்கு என் கைகளை பிடித்துக்கொண்டு 'இந்த நன்றியே போதுங்கய்யா! போதுங்கய்யா!' என்று குரல் தழுதழுக்க பேசுகிறார். என்னையே பெருமிதமாகப் பார்க்கிறார். பிறகு, 'மன்னிச்சிடுங்கய்யா, உங்கள எழுந்திருச்சு என்னால வரவேற்க முடியல' என்று அழாக்குறையாக கெஞ்சுகிறார். எழுந்திருக்கவும் முயற்சிக்கிறார். தோழர் பழனி என்னை தள்ளிக்கொண்டே போகிறார். அப்போது அழுததுபோல் இந்தக் கட்டுரை எழுதும் இந்த சமயத்திலும் நான் அழுகிறேன்.

தமிழ் இளைஞர் பண்பாட்டுக் கழகம் - 1988

பின்குறிப்பு: இந்த கட்டுரையில் பல பகுதிகள் சேர்க்கப்பட்டுள்ளன.

....

3

வாசிப்புகள்-எழுத்துகள்

1. தனித்துக் களமாடிய இலக்கிய வீரன் க.நா.சு - சு.வேணுகோபால்

க. நா. சுப்ரமண்யம் நவீன தமிழ் இலக்கியத்தின் புதுமாதிரியான ஆளுமை. நாவலாசிரியராக, கவிஞராக, சிறுகதையாளராகப் பல படைப்புகளைத் தந்திருந்தாலும் ஓங்கி ஒலித்த ஒரு விமர்சன ஆளுமையாகவே பார்க்கப்பட்டார். நாவல் என்பது தொடர்கதைகளாக, மேம்போக்கான மரபை, குடும்ப உறவுகளைப் போற்றும் கதைகளாக வந்தபோது வாழ்க்கையை விசாரணைக்கு உட்படுத்தும் ஒரு கலை வடிவம் அது என்பதை உணர்ந்து நாவல் எழுதினார் க.நா.சு.

தமிழ் நாவல் இலக்கியத்திற்கு க.நா.சு வழியாகப் புதுத்தடம் போடப்பட்டது. யாப்பு கவிதையிலிருந்து விலகி உரைநடையைத் தக்கவைத்துக் கொண்டு மரபுக்கவி வடிவங்களையும் பழைய கருத்தியல் எண்ணங்களையும் உதறி புதுக்கவிதைகளை எழுதினார்.

வெகுஜன எழுத்துக்களையும், பண்டிதர்களின் ஆக்கங்களையும் இலக்கியப் படைப்புகள் அல்ல என்று முற்றாக நிராகரித்து புதுமைப்பித்தன், மௌனி, கு.ப.ரா, ந. பிச்சமூர்த்தி, சி.சு. செல்லப்பா, ந. சிதம்பரசுப்பிரமணியம், ஆர். சண்முகசுந்தரம், சங்கரராம் இவர்களின் ஆக்கங்களே இலக்கியப் படைப்புகள் என்று 1946 வாக்கில் விமர்சன ரீதியாக முன்வைத்தார். இதனால் வெகுஜன பத்திரிகைகளில் புகழ்பெற்று விளங்கிய கல்கி, அகிலன், சாண்டில்யன் என்ற எழுத்தாளர் வரிசைக்குப் பகைமையானதோடு அவரது வாசகர்களாலும் வெறுக்கப்பட்டார்.

தங்களின் வியாபார வழிவகைகளை அடைப்பதால் பத்திரிகையாளர்கள், பதிப்பாளர்களால் எழுத்து மேடைக்கான வாய்ப்புகள் மறுக்கப்பட்டு ஒதுக்கப்பட்டார் க.நா.சு அதைப்பற்றிக் கவலைப்படாமல் மணிக்கொடி வழியில்

'சூறாவளி', 'சந்திரோதயம்', 'இலக்கிய வட்டம்' இதழ்களைத் தொடங்கி நடத்தினார். தீவிர இலக்கியத்தின் வழித்தடமாகச் சிற்றிதழ் மரபு உண்டானது.

'தேனி', 'எழுத்து', 'சரஸ்வதி' என்று தோன்றிய சிற்றிதழ்களிலும் 'சுதேசிமித்திரன்' போன்ற நாளிதழ்களிலும் எழுதினார். தமிழ்ச் சூழலில் பணம் சம்பாதிக்கும் எழுத்து வகைக்கு நேரெதிரான பணத்தையும் உழைப்பையும் கொடுத்து வாழ்க்கையை நடுத்தெருவில் நிறுத்திவைக்கும் சிற்றிதழ்களில் தன் இலக்கிய இயக்கத்தைத் தீவிரமாகத் தொடர்ந்தார். புதுமைப்பித்தன் தொடங்கிவைத்த விமர்சன மரபை தன் இறுதிக்காலம் வரை தனி ஆளாக நின்று வளர்த்தெடுத்தார்.

பண்டிதத்தனத்தைக் குறிப்பிட்டு அரசியல் சார்பை, கல்விப்புலம் சார்ந்தவர்களின் புனைவுகளை, வெகுஜன எழுத்தாளர்களை முற்றாக நிராகரித்தார் க.நா.சு. அவர்களுக்குத் தீவிர இலக்கியம் என்ன என்பதே தெரியாமல் இருப்பதைத் திரும்பத் திரும்பச் சுட்டிக்காட்டினார். எனவே பல்வேறு திசைகளிலிருந்து வசைபாடப்பட்டார். அதுபற்றி கவலைப்படாமல் மேலான இலக்கியம் குறித்துப் பேசினார். இந்த நிராகரிப்பும் அவரது தேர்வும் ஓர் இலக்கியத் தகுதியை உருவாக்கியது. க.நா.சுவால் நிராகரிக்கப்பட்டவர்கள் அல்லது ஏற்றுக்கொள்ளப்படாதவர்கள் அவர் மீது வசைமாரி பொழிந்தனர். இந்த வசைகளைப் புறந்தள்ளியே இயங்கினார்.

ஐம்பது ஆண்டுகால இடைவிடாத அவரின் விமர்சனக்குரல் வலுவான ஓர் இலக்கிய மறுமலர்ச்சியைத் தமிழில் உண்டாக்கியது. காத்திரமானப் படைப்புகள் தோன்றின. க.நா.சு இலக்கியப்பள்ளி என்றே உருவானது. அவருடன் நேரடியாக உறவில் இல்லாமல் சற்று விலகியிருந்த முக்கியமான படைப்பாளிகள்கூட க.நா.சு அவர்களால் முக்கியத்துவம் பெற்றார்கள்.

1

க.நா.சுவின் இந்தத் தரப்படுத்துதல் வேலை நூற்றுக்கு நூறு சரியாக நடந்ததா என்றால் அரிதாக சில வேளை இல்லையென்றும் சொல்லலாம். தேர்வு சார்ந்து அவரிடம் சில சரிவுகளும் நிகழ்ந்தன. க.நா.சுவின் கலைகொள்கையை ஏற்று பின்தொடர்ந்தவர்களே இந்தச் சரிவுகளைச் சுட்டிக்காட்டி விமர்சிக்கவும் செய்தனர். இந்த விஷயத்தில் சுந்தர ராமசாமி, பிரமிள் போன்றவர்கள் இரும்பு பிடியாகப் பிடித்தனர்.

அநுத்தமாவின் 'கேட்டவரம்' நாவலை அறிமுகப்படுத்தி எழுதியதையும், சதா சாகித்திய அகாதமியின் செயல்பாடுகளை விமர்சித்த க.நா.சு அகாதமிக்காக தரமற்ற 'குருதிப்புனல்' நாவலை ஆங்கிலத்தில் மொழிபெயர்த்ததையும் சுந்தர ராமசாமி விமர்சித்தார். பிரமிள் என அழைக்கப்பட்ட தருமு சிவராம் ஒரு தேர்ந்த கவிஞர். சிறந்த விமர்சகர். இலக்கிய கட்டுரைகளில் வெளிப்பட்ட பிரமிளின் உழைப்பு அபாரமானது. எழுத்துலகில் தீவிரமாக இயங்கிய பிரமிளை கவிஞராகவோ விமர்சனராகவோ ஆரம்பத்தில் க.நா.சு முன்நிறுத்தவில்லை. அவரது சாதனை சிறுகதைகளில் பெரியளவில்

இல்லை.

ஒரு நல்ல சிறுகதையைப் பொறுக்கும் அளவிற்குக் கதைகள் படைக்கவும் இல்லை. பிரமிளைக் கவிஞராக அங்கீகரிக்காத க.நா.சு சிறுகதையாளராக அவரது 'சந்திப்பு' கதையை ஆங்கிலத் தொகுப்பில் சேர்த்திருப்பது ஒரு மோசமான முன்னுதாரணம் என்றார் சுந்தர ராமசாமி. சுந்தர ராமசாமி அவ்விதம் குறிப்பிட்டிருந்தாலும் ஆங்கில தொகுப்பில் சேர்க்கப்பட்ட அக்கதை தொகுப்பின் சிறந்த கதையென்று இண்டியன் எக்ஸ்பிரஸ் இதழ் எழுதியது. ஆர்.வி.யின் 'அணையாவிளக்கு' அகிலனின் 'சிநேகிதி', அநுத்தமாவின் 'கேட்டவரம்' போன்ற மூன்றாம் தரமான நாவல்களைக் க.நா.சு அறிமுகப்படுத்தியது ஒரு திருவிளையாடலாக இருக்கிறது என்று விமர்சித்தார் சு.ரா.

சுந்தர ராமசாமியின் விமர்சனத்தில் எந்த அளவிற்கு முக்கியத்துவம் உள்ளது என ஆராய வேண்டியுள்ளது. 'கேட்டவரம்' வெகுஜன சூழலில் பேசப்பட்ட ஒரு நாவல். பிராமண வாழ்க்கை முறை அந்நாவலில் நம்பகத்தன்மையுடன் கூடிவந்ததால் க.நா.சு அதனை அறிமுகப்படுத்தி இருக்கலாம். அதுபோல 'குருதிப்புனல்' நாவல் சாகித்திய அகாதமி விருது பெற்றபோது தஞ்சை மண்ணின் வாழ்க்கையைப் பேசாத ஒரு போலி படைப்பு என்று விமர்சிக்கப்பட்டது. க.நா.சுவிற்கும் அந்த நாவல் மீது எவ்வித மதிப்பும் இல்லை.

சமூக உண்மையைத் தீவிரமாக அந்த நாவல் சொல்லவில்லை என்றே அந்நாவல் குறித்து மதிப்பிட்டிருந்தார். ஆனால் அதை ஆங்கிலத்தில் மொழிபெயர்க்க நிர்பந்தம் இருந்திருக்கிறது. க.நா.சுவின் மருமகன் பாரதிமணி இந்திரா பார்த்தசாரதியின் நாடகங்களில் நடித்து வந்தார். இந்தத் தொடர்பு நிர்ப்பந்தித்திருக்கலாம். பணத் தேவை கருதி மொழிபெயர்த்திருக்கலாம் என ஊகிப்போரும் உண்டு. இவையன்றி இந்திரா பார்த்தசாரதி கேட்டிருக்கவும் வாய்ப்பு உண்டு.

2

க.நா.சுவுடன் ஐம்பதுகளில் நெருங்கிப் பழகிய சுந்தர ராமசாமி ஓர் இடத்தில் தனக்கும் க.நா.சுவுக்குமான உரையாடலைப் பதிவு செய்கிறார்.

'தி. ஜானகிராமன் உயர்ந்த எழுத்தாளர்' என்று சொல்லிவிட்டு 'அவ்வளவு உயர்ந்த எழுத்தாளர் அல்ல' என்று தன்னிடம் க.நா.சு சொன்னதைக் குறிப்பிடுகிறார். அதற்குச் சுந்தர ராமசாமி 'இப்படிச் சொல்கிறீர்களே!' எனக் கேட்க, "ஜானகிராமன் ரசானுபாவத்துக்கு ரொம்ப முக்கியத்துவம் தருகிறார். அவ்வளவு முக்கியத்துவம் அதற்குத் தரக்கூடாது. வாசகன் ரசித்துதான் ஆகணும் என்ற கட்டாயம் இல்லை.

அவனை ரசிக்கவைத்துத்தான் ஆகணும் என்பதற்காக விஷயங்களைக் கதைக்குள் கொண்டுவரக்கூடாது. வடமொழியில் இருக்கக்கூடிய ஒரு மரபு இது. வடமொழிக் காப்பியங்களில் அது அதிகமாக இருக்கிறதே ஒழிய தமி-

ழில் செய்ய வேண்டிய செய்யக்கூடிய விஷயமே அல்ல. கு.ப.ரா.வோட கிராஃப்ட்டை எடுத்துக்கொண்டு அதற்குள் தேனைவிடறது மாதிரி செய்கிறார் ஜானகிராமன்,'' என்று க.நா.சு குறிப்பிடுவதாக சு.ரா. கூறுகிறார்.

சுந்தர ராமசாமி - தி.ஜானகிராமனைக் க.நா.சு விமர்சித்ததக்ச் சுந்தர ராமசாமி சொல்லியிருந்தாலும் க.நா.சு அவருடைய எழுத்தில் எங்கும் இப்படி விமர்சித்ததில்லை. அவை தனி உரையாடல்கள். இந்த விமர்சனத்திற்கும் பொருந்தக்கூடிய அவருடையப் படைப்பு 'மோகமுள்'. ஆனால் மோகமுள்ளைத்தான் தி.ஜா. வின் சாதனைப் படைப்பு என்று க.நா.சு கூறியிருக்கிறார். 'இந்த நாவல் பற்றி இலக்கியத் தரம் அறிந்தவர்கள் பெருமைப்படலாம். மனிதனின் பலத்தையும் பலவீனத்தையும் துருவி ஆராய்ந்து எழுதப்பட்டுள்ள ஜானகிராமனின் மோகமுள் தமிழில் நல்லதோர் சாதனை - பெரியதோர் சாதனை' என்று உறுதியளித்தார். இதனைக் காலச்சுவடு பதிப்பகமும் மோகமுள் நாவலின் அட்டையில் பொறித்திருக்கிறது.

மற்றோரிடத்தில் தி. ஜானகிராமனின் 'மோகமுள்' மிக லெகுவான விதத்தில் சாதனையாக அமைந்த படைப்பு என்று பாராட்டியிருக்கிறார் க.நா.சு. ஆங்கிலத்தில் தமிழ் இலக்கியத்தை அறிமுகப்படுத்தி வந்த க.நா.சு 'மோகம்முள்' அப்போது ஆங்கிலத்தில் மொழிபெயர்க்கப்படாததால் மேலை வாசகர்களுக்கு அறிமுகப்படுத்தி வைக்க முடியாமல் போனதில் வருத்தம் என்றெல்லாம் சொல்லியிருக்கிறார். பலராலும் பாராட்டப்பட்ட அவரது 'அம்மா வந்தாள்' நாவலை நம்பகத்தன்மை குறைவு என்று சொல்லியிருக்கிறார். ஆனால் சுந்தர ராமசாமி 'மோகமுள்' நாவலை விட 'அம்மா வந்தாள்' நாவலையே தி.ஜா. வின் சாதனை என்று முன்வைத்திருக்கிறார். இருவரின் பார்வைகளிலும் வேறுப்பாடைக் காண முடிகிறது.

தி.ஜா தன் நாவல்களில் பெண்களின் சாயல்களை ஆணின் பார்வையில் விதந்து சில வரிகள் எழுதியதுண்டு. நாவல், சிறுகதைகளில் தி.ஜா வாழ்வின் கசப்பையோ உன்னத தருணங்களையோத்தான் எழுதியிருக்கிறார். சிறுகதைகளில் தி.ஜாவின் சாதனை பெரியது. தி.ஜாவின் நடை வசீகரம் மிக்கது. அது இயல்பாகக் கூடிவந்த ஒன்று. தேனை ஊற்ற வேண்டும் என்ற நோக்கம் இல்லாதது. சுந்தர ராமசாமி தி.ஜாவை 'யதார்த்தத்தின்மேல் கனவின் பனிப்படலத்தை விரித்தவர்' என்று எழுதியிருக்கிறார். தி. ஜானகிராமன் கதைகளைச் சிறந்த உருவத்தில் அமையாத கதைகள் என்று க.நா.சு விமர்சித்திருக்கிறார்.

ஆனால் அவர் எழுத்து, வாழ்வை ஒரு கோணத்தில் நின்று சொன்ன இலக்கியப் பூர்வமான சாதனைகள் என்று கொண்டாடவும் செய்திருக்கிறார். எப்படி விமர்சித்தாலும் தி.ஜா.வைக் க.நா.சுவால் கொண்டாடாமல் விட முடிந்ததில்லை. தி.ஜ.வின் மொழியும் பாத்திரங்களின் குணரூபங்களும் க.நா.சுவிற்குப் பெரிய ஈர்ப்பை ஏற்படுத்தியுள்ளதைக் காண முடிகிறது. அதேபோல, சுந்தர ராமசாமி கதைகளில் உருவும் சொல்முறையும் அழகாகக் கூடி-

வந்தும் சொல்ல வந்த விசயம் கனமற்று, இல்லாமல் பறந்துபோன தோற்றத்தையே தருகிறது என்றும் க.நா.சு சொல்லியிருக்கிறார்.

தி. ஜானகிராமன் - க.நா.சு 'ஜே.ஜே. சில குறிப்புகள்' வந்த புதிதில் பினான்சியல் டைம்ஸில் முக்கியமான நாவல் என்றே எழுதியிருக்கிறார். பின் தமிழில் எழுதியபோது அந்நாவலை நவீன அறிவியல் சிக்கல் தளத்தில் எழுதப்பட்ட தோல்வியுற்ற நாவல் என்று விமர்சித்திருக்கிறார். இவற்றிற்கெல்லாம் நடைமுறை காரணங்கள் இருக்கின்றன. க.நா.சுவின் விமர்சன முறையைச் சுந்தர ராமசாமி விமர்சித்துள்ளதும் பிற்காலத்தில் 'கசடதபற' குழுவுடன் இணைந்து செயல்பட்டுள்ளதும் க.நா.சுவின் இத்தகைய கருத்துக்குக் காரணமாக இருக்கலாம்.

3

தமிழின் முக்கியமான சிறுகதை ஆசிரியர்கள் என்று ஆரம்பக்காலங்களில் கூறும்போது ஒரு வரி மட்டும் க.நா.சு ஜெயகாந்தக்ச் சேர்த்துள்ளார். தமிழ் இலக்கியத்தில் ஜெயகாந்தனின் பங்களிப்பு பற்றி அதிகம் சொல்லாமல் விட்டார். சுந்தர ராமசாமியை முக்கியமான இளம் எழுத்தாளர் என்று தொடர்ந்து வாசகர்களிடம் க.நா.சு முன்வைத்தபோது, ஜெயகாந்தனை அவ்விதம் தொடர்ந்து முன்வைக்கவில்லை. ஜெயகாந்தன் தன் கதைகள் மீது க.நா.சு வைத்த விமர்சனங்களுக்கு ஒரு வாசகனுக்குப் பதில் சொல்வதுபோல கதைத்தொகுதியின் முன்னுரையில் மறைமுகமாகச் சொல்லியிருக்கிறார். 1959 வரை ஜெயகாந்தனும் க.நா.சுவுடன் நெருங்கிய இலக்கிய உரையாடல்களில் கலந்துகொண்டவர்தான். க.நா.சு ஜெயகாந்தனைத் தவிர்த்ததற்கும் ஒரு காரணம் இருக்கிறது என்று நினைக்கிறேன்.

க. நா. சுப்ரமண்யம் - 1960இல் நடந்த தமிழ் எழுத்தாளர் சங்கத் தேர்தலில் க.நா.சுவை எதிர்த்து தி.மு.க சார்பாளர் எம்.பி சோமசுந்தரம் நின்றார். இந்தப் போட்டியில் இளம் வயதில் துடுக்குத்தனத்துடன் ஜெயகாந்தனும் போட்டியிட்டார். ஆனால் ஜெயகாந்தன் போட்டியிட்டதோடு மேற்கொண்டு எந்த வேலையும் செய்யாமல் நின்றுகொண்டார். ஜெயகாந்தனுக்கு ஐந்து வாக்கு கிடைத்தன. க.நா.சு ஒன்றோ இரண்டோ வாக்குகளில் தோற்றார். ஜெயகாந்தன் ஓட்டைப் பிரிக்காமல் இருந்திருந்தால் க.நா.சு வெற்றி பெற்றிருப்பார். மட்டுமல்லாமல் சோமசுந்தரத்திற்கும் இலக்கியத்திற்கும் துளிகூட சம்பந்தம் கிடையாது.

இடதுசாரி எழுத்தாளர்கள் க.நா.சுவுக்கு ஓட்டுப் போடக்கூடாது என்ற நிலை எடுத்தனர். தி.க.சி.யிடம் இருவரில் யார் தகுதியானவர் என்று க.நா.சு கேட்டிருக்கிறார். கட்சி கட்டளைப்படிதான் நடக்க முடியும் என்று தி.க.சியும் சேர்ந்தே தோற்கடித்தார். இலக்கியம் தெரியாத ஒருவரைக்கூட கொண்டுவருவோம் தவிர க.நா.சுவைக் கொண்டு வரமாட்டோம் என்ற நிலைப்பாடு இடதுசாரிகளிடமும் தி.மு.கவிடமும் இருந்தது. இதையெல்லாம் இங்குச் சொல்வதற்குக் காரணம் அல்லறை சில்லறை விவகாரங்கள் விமர்சனத்திலும்

எதிரொலித்தன என்பதற்குத்தான்.

ஜெயகாந்தன் 'மிகைப்படுத்தப்பட்ட உணர்ச்சிகள் எதுவுமே எனக்கு எப்பொழுதுமே அருவருப்பைத் தருகின்றன. மிகைப்படுத்தப்பட்டது என்று முடிவுக்கு வரும்முன் அது சம்பந்தப்பட்ட சகல பரிமாணங்களையும் பரிசீலனைக்கு எடுத்துக்கொள்ளவேண்டும். தன் குறை தெரியாத மேதாவிகளுக்கு எல்லாம் தன் பலம் தெரிந்திருக்கும்போது என் குறை தெரிந்த எனக்கு என் பலம் தெரியாதா என்ன. அர்த்தத்தின் உந்துதலினாலே பல குறிப்பான உருவங்கள் தோன்றினாலும் ஒவ்வொரு குறிப்பிட்ட உருவத்திலும் இவ்வளவுதான் என்று எல்லையை நானே நிர்ணயித்துக் கொள்ளுதல் 'கூடாது' என்ற தடைவிதிப்பும் வேண்டுமென்ற உரிமை அளிப்பும் எனக்கு அவசியமாகிறது. பிரச்சனைகளுக்குத் தீர்வு காணுவன கதைகள் என்று யாராவது கூறினால் அவரைப் பார்த்து நான் அனுதாபமுறுகிறேன்.

பிரச்சனைக்கும் கதைக்கும் சம்பந்தமே இல்லையென்று யாராவது கூறினால் அவர்களை நோக்கி நான் சிரிக்கிறேன். இலக்கிய விமர்சனம் என்பது எழுதினவனைப் பற்றியே கவலைப்பட்டுக்கொண்டிருக்காது. அதற்கு அப்பால் எழுதியது ஒன்று தன்னை எப்படிப் பாதிக்கிறது என்பதைக் கணக்கில் எடுத்துப் பேச வேண்டும்' என்றெல்லாம் எழுதியது க.நா.சுவை நினைத்துக்கொண்டுதான் என்று யூகிக்க முடியும். அதேபோல ஜெயகாந்தன் கதைகள் முற்போக்கா பிற்போக்கா என்று விவாதித்தபோது க.நா.சு 'ஜெயகாந்தன் முற்போக்குக் கொள்கைகளை ஆதரிப்பவர் எனினும் இவரது கதைகளில் முக்கால்வாசி முற்போக்கு கொள்கைக்கு ஒத்துவராது' என்று கூறியதைச் சாதகமாகக் குறிப்பிட்டிருக்கிறார்.

ஜெயகாந்தன் - நியாயமாகத் தி. ஜானகிராமன், ஆர். சூடாமணி, ஜெயகாந்தன் மூவரையும் க.நா.சு பெரிய அளவில் பேசியிருக்க வேண்டும். இவர்கள் கலைமகள், ஆனந்த விகடன், கல்கி, தினமணிக் கதிர் இதழ்களில் எழுதி பெரிய செல்வாக்கைப் பெற்றனர். க.நா.சு சிற்றிதழ்களில் எழுதாத இவர்களைப் புறந்தள்ளினார். தி.ஜா வெகுஜன இதழ்களில் எழுதியவர் என்றாலும் தமிழில் வந்த எல்லா சிற்றிதழ்களுக்கும் சந்தா செலுத்தி சிற்றிதழில் நடக்கும் இலக்கியப் போக்குகளைக் கற்றுக்கொண்டே இருந்தார்.

அவ்வப்பொழுது சிவாஜி, இலக்கிய வட்டம், எழுத்து இதழ்களிலும் பங்களிப்புச் செய்தார். தரமற்ற எழுத்துக்களைக் கி.வ.ஜகந்நாதன் கலைமகளில் வெளியிடுவதாகத் தாக்கி எழுதத் தொடங்கியதும் கலைமகளிலிருந்து க.நா.சுவுக்கு வந்துகொண்டிருந்த பணம் இல்லாமல் ஆயிற்று. அதையெல்லாம் பொருட்படுத்தாமல் தொடர்ந்து விமர்சித்தார் க.நா.சு.

க.நா.சுவை வெகுஜன இதழ்கள் வெறுத்து ஒதுக்கியது போலவே க.நா.சுவும் சிற்றிதழ் பக்கம் நின்று வெகுஜன இதழ்களைத் தீவிரமாகவே விமர்சித்தார். இந்த முரண்கூட தி. ஜானகிராமன், ஆர். சூடாமணி, ஜெயகாந்தன் மூவரையும் க.நா.சு அதிகம் பேசாமல் போனதற்குக் காரணமாக

இருந்திருக்கலாம். சுந்தர ராமசாமி சிற்றிதழ் சார்ந்து மட்டும் இயங்கியதால் அவருக்கு ஓர் அழுத்தமான அடையாளத்தைத் தர வேண்டும் என்று நினைத்தார் க.நா.சு.

4

க.நா.சு மேல் பெரும் மதிப்பு வைத்திருந்த கிருஷ்ணன் நம்பியின் எழுத்தையும் அவர் உச்சிமுகரவில்லை. க.நா.சுவிடம் சிஷ்யன்போல் உறவாடி இருந்தவர்தான் கிருஷ்ணன் நம்பி. க.நா.சுவை இடதுசாரிகளுக்கு பிடிக்காததைப் போல கிருஷ்ணன் நம்பியிடம் வெளிப்பட்ட இடதுசாரி மனோபாவம் க.நா.சுவிற்குப் பிடிக்கவில்லை. ‘அவர் கதைகளை நான் தமிழில் நல்ல கதைகள் என்று வெளிப்படுகிற பட்டியலில் சேர்ப்பதில்லை என்று அவருக்கு வருத்தம்தான் என்பது எனக்குத் தெரியும். அவர் தன் சிறுகதைகளில் நல்ல தரத்தை எட்டியவர் என்பது எனக்குத் தெரியும். அந்தத் தரத்திற்கும் அப்பாற்பட்ட ஒரு தரத்தை அவரால் எட்ட முடியாமல் போனது அவருடைய முற்போக்குச் சிந்தனை இருட்டினால்தான் என்றும் நினைப்பு’ என்று குறிப்பிட்டிருக்கிறார் க.நா.சு.

‘எனக்கு ஒரு வேலை வேண்டும்’, ‘மருமகள் வாக்கு’, ‘எக்சென்ரிக்’, ‘கணக்கு வாத்தியார்’, ‘விளையாட்டுத் தோழர்கள்’, ‘காலை முதல்’, ‘தங்க ஒரு’, ‘வருகை’, ‘நீலக்கடல்’ முதலிய கதைகள் எல்லாம் பொருட்படுத்தத்தக்கவை. நம்மையும் மீறி சரிந்துவிழ நேர்கிற வலியைக் கிருஷ்ணன் நம்பி கதைகளில் உணர்கிறோம். க.நா.சு முற்போக்குத் தன்மை என்பதை ஒரு குறையாகக் காணாமல் அணுகியிருக்க வேண்டும். என்றாலும் கிருஷ்ணன் நம்பி என்ற எழுத்தாளன்மீது க.நா.சுவிற்கு ஒரு மதிப்பிருந்தது என்பதே உண்மை.

5

சி.சு.செல்லப்பா ‘எழுத்து’ இதழ்வழி புதிய இலக்கிய விமர்சன மரபை ஏற்படுத்தினார். செல்லப்பாவின் அலசல் விமர்சன முறையைக் க.நா.சு ஏற்கவில்லை. எழுத்துவில் வந்த விமர்சனக் கட்டுரைகள் ஒரு படைப்பின் அடிப்படைகளைப் பல்வேறு கோணங்களில் ஆராய்ந்தன. க.நா.சு.வின் சுருக்கமான அபிப்பிராயப் பார்வையிலிருந்து அவை வேறானவை. அதில் உள்ள காரணக்காரியங்களை எடுத்துப் பேசின.

செல்லப்பா ‘எழுத்து’வின் ஆரம்ப எட்டு இதழ்களில் க.நா.சு(1959) மிகக் காரசாரமான கட்டுரைகளை எழுதியிருக்கிறார். மிகத் தீவிரமான கராறான மதிப்பீட்டை வெளிப்படுத்திய கட்டுரைகள் அவை. செல்லப்பா கல்விப்புலம் சார்ந்த கட்டுரையாளர்களுக்கு இடம் தர க.நா.சு விலகி ‘இலக்கிய வட்டம்’ (1963) என்ற இதழைத் தொடங்கி நடத்தினார். குழு மனப்பான்மையும் தொடர்ந்து இயங்கியிருக்கிறது. அந்த வகையில் பெயர் சொல்ல வேண்டியவர்களைப் பெயர் சொல்லாமலும் விட்டிருக்கின்றனர்.

சி.சு.செல்லப்பா - தேர்ந்த வாசகர்களுக்கு தன் அனுபவம் சார்ந்தும் இலக்கியப் பயிற்சி சார்ந்தும் மற்றவர்களுக்குத் தோன்றாத சில இலக்கியப் பார்வை வசப்பட்டுவிடும். அந்தப் பார்வை அதன் அளவில் உயர்ந்தது; மதிக்கத்தக்கது. அதனை ஒரு அளவுகோலாகக்கொண்டு மட்டும் க.நா.சுவை மதிப்பீடு செய்வது அவரது ஒட்டுமொத்த இலக்கியத்தை குறுக்கிப்பார்ப்பதாகும்.

1965 இல் க.நா.சு டெல்லி சென்றார். எழுத்தாளராக 20 ஆண்டுகள் டெல்லி வாழ்க்கையில் இருந்தாலும் அவ்வப்போது சென்னை வந்து தங்கினார். அப்படி வரும் நாட்களில் 'கசடதபற' குழுவினர் க.நா.சுவுடன் நெருங்கிப் பழகினர். ஞானக்கூத்தன், சா. கந்தசாமி, அசோகமித்திரன், நகுலன் போன்றோர் செல்லப்பாவின் எழுத்து இயக்கத்திற்கு மாற்றான தளத்தில் இயங்கினர். க.நா.சு பிந்தி இவர்களுடன் இணைந்து செயல்பட்டார். இந்தக் காலகட்டத்தில் செல்லப்பாவைவிட க.நா.சு மீது அவர்கள் அக்கறைச் செலுத்தினர். திரும்பவும் ஒரு இலக்கிய குழுபோல இயங்கினர்.

நவீனத் தமிழின் எழுச்சியே இந்தச் சிற்றிதழ் மரபுதான் என்றாலும் மணிக்கொடி காலம் தொட்டு குழுவாக இயங்கியதால் அந்தந்த குழுவில் ஓரளவு தலைமை ஏற்றவர்கள் குழுவில் இருந்தவர்களை முன்நிறுத்தினர். க.நா.சுவும் கசடதபற குழுவில் இருந்தவர்களின் படைப்புகளுக்கு முக்கியத்துவம் கொடுத்தார். எழுத்து இதழில் இயங்கிய இளைஞர்கள் சிலரைக் குறிப்பிடாது விட்டார்.

அதேபோல செல்லப்பா பதிப்பித்த ந. பிச்சமூர்த்தியின் கவிதைகளை வசனக் கவிதையாகக் கொண்டார். மரபைப் போற்றுவது கவிதைக்குரிய குணமில்லை. புதிய உலகைக் காணவைப்பதில் அதன் ஆற்றல் இருப்பதாகக் கருதியதால் ந.பி.யின் கவிதைகளைப் புதிய கவிதை மரபாகக் க.நா.சு ஏற்றுக்கொள்ளவில்லை. புதுக்கவிதைக்கு உரிய உருவமற்ற உருவம் ந.பியிடம் உருவாகவில்லை என்று விமர்சித்தார் க.நா.சு. சி.சு. செல்லப்பா ந. பிச்சமூர்த்தியை முதன்மையானக் கவிஞர் என்று முன்நிறுத்துகிறார்.

6

க.நா.சுவைக் கலைக்காகவே இயங்கிய பிற்போக்குவாதி என்று இடதுசாரிகள் கடுமையாகவே விமர்சித்து வந்தனர். உண்மையில் கலை குறித்து அவர் சொன்ன கருத்துக்களை அவர்கள் ஆழ்ந்து படிக்கவில்லை. முற்போக்காளர்களின் எழுத்துக்களில் கலைநயம் இல்லை என்பது க.நா.சுவின் கருத்து. 'உருவத்தைவிட விஷயம்தான் ரொம்ப முக்கியம். ஆனால் இலக்கியம் ஆவதற்கு உருவம் முக்கியம் என்பதும் தெரியும். விஷயத்திற்கு அதிக முக்கியத்துவம் கொடுக்கப்பட வேண்டும் என்பது என் ஆசை' என்கிறார்.

'வேதாந்தமோ எக்ஸிஸ்டென்ஷியலிசமோ கலையைக் கட்டுப்படுத்த முடியாது. எழுதுகிற என்னையும் கட்டுப்படுத்த முடியாது. கலை வியக்கத்தக்க விதத்தில் புதிய வடிவங்களைத் தோற்றுவிக்கிறது. புதிய எதார்த்தங்களைக்

காண்பிக்கிறது. இருக்கக்கூடிய நிஜத்தில் சற்று கூடுதலான நிஜத்தைத் தருவது கலை. இலக்கிய விமர்சன ரீதியாகக் கவனிக்கும் போதுகூட இலக்கியத்திற்கு அப்பாற்பட்ட விஷய கனத்தினால்தான் ஒரு நூல் நிலைக்கிறது என்று டி.எஸ்.எலியட் போன்ற கவி விமர்சகர்கள் உணர்ந்து சொல்லத் தொடங்கியிருக்கிறார்கள். இந்த விஷயத்தை உணர்ந்துகொள்ள இந்தியச் சிந்தனை, இந்திய வசனத்திற்கு உதவக்கூடும் என்பதே என் நம்பிக்கை. ஆழம் மனுஷ்யத்துவம் என்பது இலக்கியத்தின் ஆதார அடிப்படை.

அது காணப்படாத இலக்கியம் எந்த அழகிய ஒரு உருவம் பெற்றாலும் போதாது என்றுதான் சொல்ல வேண்டும். உலக இலக்கிய வளத்தை ஓரளவு ஒரு எழுத்தாளன் தெரிந்து வைத்திருப்பது நல்லது. ஏனென்றால் படிக்கப் பயிற்சிசெய்து கொள்ளாத இலக்கிய ஆசிரியன் சில சமயம் மட்டமானதையும் உயர்ந்தது என்று எண்ணி ஏமாந்து விடுகிறான். தன் எழுத்தில் மட்டுமில்லை மற்ற எழுத்திலும் தரம் பார்க்க அவன் அறியாது இருந்து விடுகிறான்'.

க. நா. சுப்ரமண்யம் - இவ்விதம் தன் காலம் முழுக்க இலக்கியத்தின் அடிப்படைகள் குறித்து ஏராளமாகச் சொல்லியும் எழுதியும் வந்திருக்கிறார். இதே கருத்துக்களை அவரது எண்ணங்களை தந்திரமாக மறைத்துவிட்டு க.நா.சுவை இலக்கியத்திற்குச் சமூக உறவு தேவையில்லை என்று சொன்னவர் என்றும் பெருங்காய டப்பா என்றும் வேலையில்லாமல் நாளை கழித்த மனிதகுல விரோதி என்றும் தகப்பனார் காசில் வாழ்ந்த சோம்பேறி என்றும் அமெரிக்க நாட்டின் ஏஜென்ட் என்றும், அமெரிக்க உளவாளி என்றும் இனிப்பும் காப்பியும் தின்னும் பிற்போக்குவாதி என்றும் முற்போக்குவாதிகள் விமர்சித்தனர். முக்கியமாக இடதுசாரிகளின் எழுத்துக்களைக் க.நா.சு கலைநயம் அற்றவை என்று ஏற்க மறுத்தார். க.நா.சு தரும் பட்டியல்களில் அவர்களது படைப்புகள் இடம் இல்லாது போயின. க.நா.சுவை வேறு விதமாக எதிர்கொண்டிருக்க வேண்டும். இலக்கியப்பூர்வமாக எதிர்கொள்ளாமல் கொள்கை சார்ந்து எதிரியாகப் பார்த்தனர்.

முற்போக்கு இலக்கியவாதிகளின் மிக முக்கியமான படைப்புகள் எவை என்று எடுத்துவைத்து முதன்மைப்படுத்தியிருக்க வேண்டும். க.நா.சு பாணியில் ஒரு பட்டியலைத் தந்து க.நா.சு தரும் பட்டியல் பொக்கானவை என்று நிரூபித்திருக்க வேண்டும். அவரது பட்டியலில் தம் படைப்பு இல்லை என்ற கண்ணோட்டத்திலேயே அவரைத் தாக்கினர். க.நா.சு முன்வைத்த படைப்புகள் மட்டும் இன்று ஏன் நிலைத்து நிற்கின்றன என்பதை இன்றுவரை கூட ஒரு ஆரோக்கியமான கண்ணோட்டத்தில் விவாதிக்கப்படவில்லை.

7

வெங்கட் சாமிநாதன் க.நா.சுவின் தொடர்ச்சிதான். க.நா.சு எழுத்தாளனின் தனித்தன்மை, தரம் என்றதை வெங்கட் சாமிநாதன் சுயத்துவம், தரம், கிராஃப்டில் இருந்து உருவாகாத கலையெழுச்சி என்றெல்லாம் சொன்னார். க.நா.சு இலக்கியம் குறித்தப் பாதையில் ஒருங்குவித்து இயங்கியபோது வெங்-

கட் சாமிநாதன் இலக்கியத்திற்கு அப்பால் ஓவியம், சிற்பம், நாடகம், கூத்து, மரபுக்கலை என்று நம்மிடம் உள்ள கலை போதாமை குறித்து விரிந்த தளத்தில் நின்று பேசினார்.

க.நா.சு இது குறித்து எல்லாம் அக்கறை கொள்ளவில்லை. இலக்கியத்தில் கூட அபிப்பிராயம் சொல்கிறார் தவிர இலக்கியக் கலை குறித்து ஆழமான பகுதிகளைப் பேசுவதாக இல்லை என்று விமர்சித்தார். உண்மையில் நாடகம், கூத்தின் நிகழ்த்து வடிவம் குறித்த அக்கறை இருக்கும் வெங்கட் சாமிநாதனிடம் ஒரு நாடகம் இலக்கியப் பிரதியாக இருக்கிறதா என்று காணும் பார்வை இல்லை என்று க.நா.சு குறிப்பிட்டார்.

வெங்கட் சாமிநாதன் - க.நா.சுவின் கவனம் முழுக்கத் தரமான இலக்கியம் என்பதிலேயே இருந்ததால் அவர் தமிழுக்கு மொழிபெயர்த்த உலக இலக்கியங்கள், உலக இலக்கியங்களைத் தமிழுக்கு அறிமுகம் செய்த காரியங்கள், உலகத் தரம் குறித்து அவர் எழுதி நிறுவ முயன்ற மகத்தான பணிபோல வெங்கட் சாமிநாதனின் இலக்கியச் செயல்பாடு இல்லை. க.நா.சுவின் பணி என்பது தனித்து உழுது உழுது உருவாக்கிய விளைநிலம். வெங்கட் சாமிநாதனின் பணி வரவு செலவு கணக்குப் போன்றது.

8

'க.நா.சு படித்து எழுதுவதில்லை. உலக இலக்கியங்களை உலக என்சைக்ளோப் பீடியாவை வைத்துக்கொண்டு எழுதினார். பல ஐரோப்பிய மொழிகள் தெரியும் என்று ஏமாற்றினார். அவரது மொழிபெயர்ப்பு பத்திரிகைத் தனமானது. மூல ஆசிரியரின் படைப்பிற்கு நெருக்கமாகவோ படைப்பு மொழி சார்ந்தோ கையாளப்படாதது. சோர்ந்து சோம்பேறியாகி கீழே விழுந்துவிட்ட கிழ நரி க.நா.சு. கசடதபற வகையறாக்களைத் தனது பட்டியலில் புகுத்தி இழந்த செல்வாக்கைப் பெற முயன்றார். அவர்களும் க.நாசு. பட்டியலில் இடம்பெற ஒட்டுண்ணிகளாகச் சுற்றினர்' என்று பிரமிள் எழுதினார். இதில் சிறிதளவு உண்மை இருக்கலாம். தன்னை அங்கீகரிக்காத கசடதபற குழுவினரைக் க.நா.சு குறிப்பிட்டு எழுபதுகளில் எழுதியதால் பிரமிளுக்கு ஏற்பட்ட கோபத்தைப் புரிந்துகொள்ள முடிகிறது.

க.நா.சு ரொமாண்டிசத்தையும் ஹ்யூமனிசத்தையும் பிரித்தறியாமல் குழப்படித்தார் என விமர்சிக்கிறார் பிரமிள். கலை கலைக்காகவே என்று ஆஸ்கர் வைல்ட் சொன்னது கலையம்சத்தின் தேவைகளைப் பூர்த்தி செய்வதாக இருக்க வேண்டும். க.நா.சு கலை கலைக்காகவே என்பது மனிதருக்காகத்தான் என்று கூறுவது சரியாக ஆராயாமல் சொல்வது என்கிறார்.

க.நா.சு.வின் ருசியுணர்வு சிந்தனை செம்மையிலிருந்து உருவாக்கிய உணர்ச்சியின் முதிர்ச்சியாக இல்லை என்றும் க.நா.சுவின் பார்வைப் போதாமைகள் கொண்டது எனவும் பலவற்றைக் க.நா.சு இறந்தபின் எடுத்து வைத்து விமர்சித்திருக்கிறார் பிரமிள். அந்தக் கட்டுரையில் க.நா.சு இலக்கியம் தெரியாத ஒரு அரைகுறை என்று காட்டி அவரைவிட தான் இலக்கியம் அறிந்த

மேதை என்று நிறுவி துவசம் செய்துவிட வேண்டும் என்ற வெறிதான் பிரமிளிடம் வெளிப்பட்டிருக்கிறது.

பிரமிள் - உண்மையில் க.நா.சு லட்சியவாதத்தை உயர்த்திப் பார்க்கும் ரொமாண்டிசத்தை விரும்பாதவர் என்பதுதான் அவரை ஆராயும்போது கிடைக்கும் தகவல். லட்சியங்களும் உன்னதங்களும் இணைந்து கொண்டிருக்கும் உலகைத்தான் அவர் முன்வைத்தார். 'பாரபாஸ்', 'தபால்காரன்' போன்ற நாவல்களை மொழிபெயர்த்து முன்வைத்ததைப் பார்த்தாலே இது புரியும். இரண்டாவது, ஒரு படைப்பு கலையம்சப் பூரணத்துவத்தோடு ஏற்று சமூகத்தோடு உறவாட வேண்டும் என்றுதான் எல்லா இடங்களிலும் அவர் குறிப்பிடுகிறார்.

மூன்றாவது, க.நா.சுவின் ருசியுணர்வு சிந்தனை செம்மையிலிருந்து உருவான உணர்ச்சியின் முதிர்ச்சியாக இல்லை என்பது, க.நா.சுவை எப்படியேனும் மடக்கி மிதிக்க வேண்டும் என்ற நோக்கில் கூட்டமைக்கப்பட்ட வலி. க.நா.சு, கின்கேட், சாந்தர், ஏங்கள்ஸ் போல தத்துவவாதி அல்ல. அவரது ருசியுணர்வு முதிர்ச்சி இல்லாமலா சேக்ஸ்பியர், செர்வாண்டிஸ், தாஸ்தாவேஸ்கி, புதுமைபித்தனைக் கொண்டாடினர்.

பிரமிள் அவரது அறுபது ஆண்டு கால இலக்கியப் பணியைக் கணக்கில் எடுத்துக்கொள்ளவில்லை என்பதே உண்மை. மகத்தான இலக்கிய கனவிற்குத் தன்னை ஒப்புகொடுத்து போராடியதை மதிக்கவில்லை. தன்னை அங்கீகரிக்காத இலக்கியக் குழுவினரை எப்படி நய்யப் புடைக்கலாம் என்ற ஆவேசம் கட்டுரையில் இருப்பதைப் பார்க்கலாம்.

9

க.நா.சுவின் திறனாய்வைக் கிட்டத்தட்ட ஐம்பது ஆண்டுகால இலக்கிய மோசடி என்கிற தொனியில் கலாநிதி க. கைலாசபதி தனி நூலாக ஆய்வு செய்து வெளியிட்டுள்ளார்.

கல்விப்புலம் சார்ந்த படைப்பிலக்கியவாதியான மு. வரதராசனை நல்ல இலக்கிய கர்த்தாவாக ஏற்றுக்கொள்ளாததைத் தான் எழுதினால் தன்னைப் பார்ப்பான், பார்ப்பனர் அல்லாதார் மீது பாகுபாடு உணர்வுடன் பார்க்கிறான் என்பார்கள் என்று கைலாசபதிக்குக் க.நா.சு எழுதிய ஒரு கடிதத்தின் அடிப்படையைச் சொல்லி, க.நா.சுவுக்குப் பார்ப்பன சாதியப்பற்று ஓங்கி இருந்ததாகவும், நிலையிழந்த பார்ப்பனர்களுக்கு நிலைபேறு தேடும் இலக்கியத்தைச் செய்து வந்திருப்பவர் என்றும் கைலாசபதி குறிப்பிடுகிறார்.

க. கைலாசபதி - எஸ்.பொ தமிழகம் வரும்போதெல்லாம் ஞானியுடன் சேர்ந்து அவரைச் சந்தித்து உரையாடுவது என் வழக்கம். அவர் திரும்பத் திரும்பச் சொன்னது, "இந்த வெள்ளாள சாதியினரான க. கைலாசபதி, கா. சிவத்தம்பி என்னை யாழ் பல்கலைக்கழகத்தில் நுழையவிடாமல் செய்தனர். என் வாழ்நாள் முழுக்க வெளிநாட்டில் எங்கெங்கோ பணியாற்றி ஜீவித்தேன். கைலாசபதி வெள்ளாளர் அல்லாதவரை வீட்டு வாசலிலேயே நிறுத்திப்பேசி

அனுப்பிவிடுவார்,'' என்றார். இதை எழுத்திலும் பல இடங்களில் பதிவுசெய்துள்ளார்.

ஈழத்து எழுத்தாளர் டொமினிக் ஜீவா, க. கைலாசபதியை அவர் வீடு தேடிச் சென்று சந்தித்த அனுபவத்தை 'நிலவிலே பேசுவோம்' என்று தனி கட்டுரையாக எழுதியிருக்கிறார். வீட்டுக்குள் அழைத்துச் செல்லாமல் வெளியே நல்ல நிலவொளி வீசுகிறது என்று தெருவில் நிறுத்தி இலக்கியம் பேசி அனுப்பியதைக் குறிப்பிட்டிருக்கிறார். ஒரு பார்ப்பனன் பார்ப்பன ஜாதிக்குத்தான் சார்பாக இருப்பான் என்று விமர்சிப்போர் உண்டு. அப்படி விமர்சிப்பவர்கள் தங்கள் சாதிய மனநிலையில் என்னவாக இருந்தார் என்பதையும் ஆராய வேண்டியுள்ளது.

க.நா.சு, மௌனியைக் கொண்டாடினார். அவர் பார்ப்பனர். ந. சிதம்பர சுப்பிரமணியத்தைக் குறிப்பிட்டார். அவர் பார்ப்பனர். அதே காலகட்டத்தில் பார்ப்பனர் அல்லாத புதுமைப்பித்தன், மௌனியைச் சிறுகதையின் திருமூலர் என்றார். புதுமைப்பித்தனை எப்படி பார்ப்பது? சரி பார்ப்பனர் அல்லாத ஆர். சண்முகசுந்தரத்தையும், புதுமைப்பித்தனையும் க.நா.சு புகழாரம் சூட்டியது எதனால்? பார்ப்பனரான தி. ஜானகிராமனின் 'அம்மா வந்தாள்' நாவலை நம்பிக்கைத் தராத தோல்வியுற்ற படைப்பு என்றது எதனால்? அதே காலகட்டத்தில் எழுதப்பட்ட வாணியஞ் செட்டியார் சமூகத்தைச் சேர்ந்த நீல பத்மநாபனின் 'தலைமுறைகள்' நாவலைத் தமிழில் எழுதப்பட்ட சிறந்த நாவல்களில் ஒன்று என்று எழுதியது எதனால்? இப்படி க.நா.சு.வைச் சுயசாதி இலக்கியத்திற்கு முட்டுக்கொடுக்க வந்த விமர்சகன் என்பது நியாயமற்ற புழுகு.

தமிழ்நாட்டிலே பூர்ஷுவா இலக்கியச் சித்தாந்தத்தின் முக்கியமான சக்தியாய் இருந்து வந்தவர் க.நா.சு எனும் விமர்சனமும் உண்டு. க.நா.சு ஏன் ஜார்ஜ் ஆர்வெல்லின் 'விலங்குப் பண்ணை', '1984' பேர்லாகர் குவிஷ்டின் 'பாரபாஸ்' நாவலைத் தமிழில் மொழிபெயர்க்க வேண்டும் எனும் எதிர்க்கேள்வியை வைக்க வேண்டியுள்ளது. அதுபோல பூமணியின் 'பிறகு', வண்ணநிலவனின் 'கடல்புரத்தில்' நாவல்களுக்கு முக்கியத்துவம் கொடுத்து எழுதவேண்டும். க.நா.சு மீது வைக்கும் இம்மாதிரியான குற்றச்சாட்டுக்குத் தமிழகத்தில் உடனடி எதிர்ப்பு திரட்ட முடியும் என்பதால் பார்ப்பனன் என்ற பழியைப் பல இடங்களில் சுமத்தப்படுகிறது.

ஒரு சம்பவத்தை நினைவு கூறலாம். 1986இல் தஞ்சைப் பல்கலைக்கழகத்தில் ஒரு பெரிய இலக்கிய நிகழ்வு. க.நா.சு சிறப்பு அழைப்பாளர். க.நா.சு பேசி முடித்தப்பின் பல்கலைக்கழகத் துணைவேந்தருடன் மதிய உணவு விருந்திற்கு அப்போது நட்சத்திர அந்தஸ்து பெற்ற சோழா ஓட்டலில் ஏற்பாடு ஆகியிருந்தது. அச்சந்தர்ப்பத்தில் க.நா.சு மீது மதிப்புகொண்ட வாசகர் பா. லிங்கம் அவரைச் சந்தித்தார். பா. லிங்கம் கதைகளையோ கவிதைகளையோ எழுதாதவர். அவர் க.நா.சுவிடம் தன் வீட்டிற்குச் சாப்பிட வாங்களேன் என்றதும் உடனே துணைவேந்தர் ஏற்பாடு செய்திருந்த விருந்தை

நிராகரித்துவிட்டு எளிய வாசகரின் அழைப்பை ஏற்றுச் சென்றார். லிங்கம் க.நா.சுவின் மீது மதிப்பு கொண்டிருந்தாலும் அவர் அப்போது பெரியாரியவாதி.

மட்டுமல்லாது அவர் தன்னை ஒரு தலித் என்று வெளிப்படையாகச் சொல்லிக்கொள்பவர். அதே சமயம் இலக்கியத்தில் சார்பு இலக்கியங்களை முற்றாக நிராகரிப்பவர். உயர்ந்த தரத்தில் உள்ள படைப்புகளையே முன்வைப்பவர். அவர் வீட்டில் பெண்கள் க.நா.சுவின் பாதம் தொட்டு வணங்கி வரவேற்றிருக்கிறார்கள். பெரியாரியவாதியான லிங்கம் அவ்விதம் செய்யவில்லை. உணவு முடிந்து லிங்கத்துடன் இலக்கியம் குறித்து உரையாடி மகிழ்ந்திருக்கிறார். உலக இலக்கியம் குறித்து வெகு ஆழமாகப் பேசும் லிங்கம் இன்று 73 வயதிலும் தீவிர வாசிப்பிலிருந்து சோர்வடையாமல் வாசித்துக்கொண்டே இருக்கிறார்.

ஒரு சமயம் லிங்கம் பேசிக்கொண்டிருக்கும் போது "அப்போது பெரியாரியவாதியாக என்னைச் சொல்லிக் சொண்டாலும் இப்போது தோன்றுகிறது... க.நா.சு பாதம் தொட்டு வணங்கி இருக்க வேண்டும். அவர் இல்லை என்றால் நவீன இலக்கியம் இல்லை" என்றார்.

க.நா.சுவை நவீனத் தமிழ் இலக்கியத்தில் மறுமலர்ச்சியை உண்டாக்கி நிலைநிறுத்திய பிதாமகன் என்பார் லிங்கம். லிங்கத்திற்கும் க.நா.சுவிற்கும் இடையிலான உறவு குறித்து தஞ்சை பிரகாஷ், நா. விஸ்வநாதன், சி.எம். முத்து முதலியவர்கள் எழுதியுள்ளனர். நா. விஸ்வநாதன் 'நான் க.நா.சு.வின் ரசிகன். லிங்கம் க.நா.சு.வின் வெறியன்!' என்றெல்லாம் கூட எழுதியும் சொல்லியும் வந்துள்ளார்.

தமிழகத்தில் திராவிட கழகம் வளர்ந்து ஆட்சியைப் பிடித்ததில் பிராமணர்களுக்கு ஒவ்வாமை ஏற்பட்டது. தி.க., தி.மு.கவின் நீண்ட கால பார்ப்பன எதிர்ப்பும் அவர்களுக்கு ஒரு வெறுப்பை உண்டாக்கியிருக்கிறது. அந்த வெறுப்பு நுட்பமாகச் செயல்பட்டிருக்கிறது. இந்த மோதலை மட்டும் வைத்துக்கொண்டு க.நா.சு.வின் இலக்கியப்பணியை அவ்வளவு லேசில் நிராகரிக்க முடியாது.

'பூர்ஷுவா இலக்கிய சித்தாந்தத்தின் முக்கியமான சக்தி', 'பணம் சம்பாதிக்க எழுதியவர்', 'அப்பனின் பணத்தை மூட்டைக் கட்டிக்கொண்டு சென்னைக்கு வந்த பிற்போக்குவாதி', 'சுதந்திரப் போராட்டம் கொழுந்துவிட்டு எறியும்போது மக்களின் இலக்கியங்களில் இறங்காமல் இலக்கியம் என்ற பெயரில் எதிர்ப்புரட்சி எழுத்தாளராக இருந்தவர்,' 'சுமாரான ஆங்கில அறிவைக்கொண்டு பம்மாத்து செய்தவர்,' 'பல எழுத்தாளர்கள் காந்திய இயக்கத்தில் தீவிரமாகச் செயல்பட்டபோது க.நா.சு கவலையற்ற இலக்கிய வாழ்வு நடத்தியவர்' இப்படி ஏராளமான குற்றச்சாட்டுகள் க.நா.சுவின் மீது விழுந்துகொண்டே இருந்தன.

ஓட்டல் முதலாளிக்கு இரண்டுமாத வாடகை பாக்கி கட்டமுடியாததால் க.நா.சு வெளியேற்றப்பட்டார். தன் வறுமையை வெளியே சொல்லாதவர். எழுதி பிழைப்பதைக் கேவலமாகப் பார்க்கத்தான் வேண்டுமா. க.நா.சு சுதந்திரப் போராட்டத்தில் பங்கெடுக்கவில்லைதான். அப்படியென்றால் அதை விமர்சிக்கும் கைலாசபதி அரசு வேலையை விட்டுவிட்டு ஈழப் போராட்டத்தில் முன் நின்றாரா? இலக்கியத்தில் பெருஞ்சாதனை செய்ய வேண்டும் என்ற பெருங்கனவோடு வந்தவர் க.நா.சு. அப்படி ஒரு சாதனையை தன் மகன் நிகழ்த்த வேண்டும் என்றே வளர்த்தவர் க.நா.சுவின் தந்தை. தன் மகன் எழுத அமர்ந்தால் காபி போட்டு தரும்படி க.நா.சுவின் பாட்டியிடம் வற்புறுத்தியவர். பாட்டியிடம் சின்ன மனக்கசப்பில் (செல்லச் சண்டை) சென்னை செல்கிறேன் என்று கிளம்பி ரயில்நிலையம் வந்துவிட்ட மகனைத் தேடி ஓடிவந்து க.நா.சுவின் சட்டைப்பையில் இருந்த பணத்தை அள்ளித்திணித்து வழியனுப்புகிறார்.

இப்படி ஒரு தந்தை வாய்க்கவில்லையே என்று ஏங்கும் மனநிலை உள்ளவர்களாலேயே க.நா.சு விமர்சனம் என்ற பெயரில் ஏளனம் செய்யப்பட்டார். எந்த முகாமில் இருந்தாலும் பிள்ளைகள் நல்லவிதமாய் வளர்ந்து புகழ்பெற வேண்டும் என்று விரும்பாத தந்தைமார்கள் உண்டா. க.நா.சு ஓரிடத்தில் 'ஜேம்ஸ் ஜாய்ஸும், டி.எஸ்.எலியட்டும், எஸ்.ரா பவுண்டும் வகுத்துக்கொடுத்த மரபுக்கு நான் வாரிசு' என்று எழுதியதை எடுத்துவைத்துக்கொண்டு புரட்சிக்கு மாறான எதிர் புரட்சியாளர்களின் இலக்கிய வழியை வற்புறுத்திய பூர்ஷ்வா என்று குறிப்பிடுகிறார் கைலாசபதி.

சமயம் வாய்க்கும் போதெல்லாம் திரும்பத் திரும்பக் குறிப்பிடுகிறார். இதே அளவு அல்லது இதற்கு மேலாகக் கொண்டாடிய டால்ஸ்டாயையும் சேக்ஸ்பியரையும் தாஸ்தாவேஷ்கியையும் பல இடங்களில் உயர்த்திப் பேசுவதை வெட்டி எடுத்து மறைத்துவிட முயற்சிக்கிறார் என்பதிலே கைலாசபதியின் நோக்கம் தெரிந்துவிடுகிறது. மதிப்பிடுவது என்றால் முழுமையாக மதிப்பிடுவதுதான் நேர்மையான முறையாகும்.

'வ.ரா ஒரு தேசத் தொண்டன். சுதந்திரப் போராட்ட தியாகி. பாரதியின் எழுத்து வன்மையை எடுத்துரைத்து மகாகவி என்று நிறுவிய பெருமகனார். இவர் எழுதிய நாவல்களை அவரது நோக்கங்களுக்குப் பாராட்டலாமே தவிர நாவல்களாகப் பாராட்ட முடியாது என்பதும், பொதுமக்களுக்கு விளங்கக்கூடியதாகவும், சாதாரணக் கதையைக் கொண்டதாகவும், சமூக - அரசியல் விஷயத்தையும் இலட்சியங்களையும் எடுத்துரைப்பதாகவும் இருப்பதால் 'தியாகபூமி' நாவலை 'இலக்கியமாக அங்கீகரிப்பது சற்று சிரமம்தான்' என்று க.நா.சு வ.ராவை விமர்சிக்கிறார். உலக இலக்கியம் என்று க.நா.சு கூறும்போது, தாஸ்தாவேஸ்கி, டால்ஸ்டாயை மனங்கொண்டு மட்டுமே ருசிய இலக்கியத்தை பேசுகிறார்.

இதற்கு மாறாக கைலாசபதி 'மார்க்ஸும் கார்க்கியும் உலக நாவல் மேதைதான் என்கிறார். க.நா.சு இவர்களை முன்வைப்பதில்லை. உலக நாவல் இலக்கியம் என்பதைப் பரந்த பொருளில் பேசாமல் மிகக் குறுகிய அர்த்தத்திலேயே பார்க்கிறார் க.நா.சு. உலக இலக்கியத்திற்குத் தரும் அளவு-கோல், தேசியம், சமூகம், மக்கள் இயக்கம் முதலியவற்றை மறந்தும் மறைத்-தும் நிராகரித்தும் எழுதப்படுகின்ற 'தூய' இலக்கியத்துக்குச் செய்யப்படும் வந்-தனையாகும். முற்போக்கு எழுத்து வகைக்கு தீங்காகும். க.நா.சு.வைவிட எத்தனையோ மடங்கு தேசபக்தி உடையவர் கல்கி. எனவே கல்கியின் இலக்-கியம் உயர்வானது என்ற விதமாய் பலப்பட விமர்சித்திருக்கிறார் கைலாசபதி.

கைலாசபதி, ஆக்கம் என்பதே சமூகப் பிரச்சனைகளை எடுத்துரைத்து அதனைத் தீர்க்கிற வழி வகைகளைப் பொதுசமூகம் முழுமைக்கும் சொல்ல வேண்டும். அதை செய்யாதன இலக்கியம் அல்ல. அவன் இலக்கிய ஆசிரி-யன் அல்ல. கலைநயம் என்பதோ வடிவ ஓர்மை என்பதோ இருக்க வேண்-டும் என்பது அவசியம் இல்லை. எவ்வளவு பிரச்சனைகளைப் பொதுஜனங்-களுக்கு எளிய விதத்தில் எடுத்து ஒரு படைப்பு முற்போக்கு சிந்தனையோடு பேசுகிறதோ அதுவே அதன் இலக்கியத் தகுதி என்பதைத் தெளிவாக முன்-வைக்கிறார்.

கைலாசபதியின் இலக்கியக் கொள்கைக்கு நேர் எதிரானது க.நா.சு வற்-புறுத்தும் இலக்கியக் கொள்கை. ஒரு படைப்பு படைப்பிற்கே உரித்தான ஒரு உருவில் சொல்லப்பட வேண்டும். நுணுக்கமும் செறிவும் கூடி நம்பகத்தன்-மையின் வலிமையைப் பெற்றிருக்கவேண்டும். சமூகத்தின் ஏதோ ஒரு பிரச்-சனையை எடுத்துக்கொண்டுதான் படைப்பு படைக்கப்படுகிறது. அது ஒரு கொள்கையைப் பிரச்சாரம் செய்வதாக இருக்கக் கூடாது. பிரச்சாரம் செய்-வது இலக்கியத்தின் வேலை இல்லை. சார்பற்று ஒரு பிரச்சனையை அணு-கிப் பார்ப்பதே படைப்புக்கலை. ஆசிரியரின் கொள்கை முழக்கம் அல்ல.

வாசகனுக்கு வாழ்வின் உண்மைகளை வெளிச்சமிட்டுக்காட்டுவது என்பது க.நா.சு.வின் இலக்கியப் பார்வை. கைலாசபதி, முற்போக்குச் சிந்தனைகளை வெளிப்படுத்த இந்தப் படைப்பிலக்கியக் கொள்கை உதவாது. வர்க்க முரண்-களைப் பேசுவதற்குத்தான் இலக்கியம். அவற்றை நிராகரிக்கிற க.நா.சு ஒரு அரைவேக்காட்டு விமர்சகர் என்கிறார். கலைக்கு முக்கியத்துவம் தேவை-யில்லை, கருத்துக்குத்தான் முக்கியம் என்பது கைலாசபதியின் கொள்கை. கலைநயம் அற்ற ஒரு படைப்பு வாசகனை ஈர்க்காது என்பது குறித்து அவர் அக்கறை காட்டியதே இல்லை. முற்போக்கு இலக்கியத்தை நிராகரிக்-கிற க.நா.சுவை நிராகரிக்க வேண்டும் என்ற தெளிவான திட்டத்தோடுதான் விமர்சிக்கிறார்.

டி.கே.சி நல்ல கவிதைகள் இவை என்று பொறுக்கி எடுத்துக்காட்டியது-போல க.நா.சு புனைகதைகளில் இவை நல்ல இலக்கியம் என்று பொறுக்கி-யெடுத்துக் காண்பித்தார். டி.கே.சி பட்டியல் தயாரித்தது போலவே க.நா.சு.வும்

தன் மனச்சாய்வுக்கு ஏற்ப 'சிறந்த நாவலாசிரியர்கள்', 'சிறந்த சிறுகதை ஆசிரியர்கள்' என்று பட்டியல் தயாரித்து மோசடி செய்தார் என்கிறார் கைலாசபதி. க.நா.சு மனச்சாய்வோடு முன்வைத்தப் பட்டியலை எடுத்துக்கொண்டு 'இவையெல்லாம் நாவல்கள் அல்ல.

இவர்கள் எல்லாம் சிறுகதையாளர்களே அல்லர். இவைகள் மூன்றாம் தர எழுத்துக்கள். இவர்கள் மூன்றாம் தர எழுத்தாளர்கள்' என்று ஏன் இன்றுவரை ஆய்வு செய்து நிராகரிக்கவில்லை. நிராகரித்துவிட்டு இவையே மிகச் சிறந்த இலக்கியம், மிகச் சிறந்த சிறுகதை ஆசிரியர்கள் என்று ஒரு மாற்றுப் பட்டியலை முன்வைக்கவில்லை என்பதுதான் விவாதத்திற்கு உரியதாகும். கைலாசபதி அதைச் செய்யவேயில்லை. கைலாசபதி மட்டுமல்ல அன்று தொடங்கி இன்று எழுதும் முற்போக்கு விமர்சகன் வரையும்தான் அது நிகழவில்லை.

க.நா.சு மட்டும்தான் பட்டியல் போட்டாரா. 100 ஆண்டுகளாகவே மேலை விமர்சகர்கள் பட்டியல் இட்டே வந்துள்ளனர். பட்டியல்காரர் என்று நக்கல் அடிப்பவர்களுக்கு இந்த வார்த்தைகளுக்கு மேல் எதுவுமே தெரியாது. உதாரணமாகப் பஞ்சாங்கம் போகிற போக்கில் க.நா.சுவை மடக்கி துவசம் செய்துவிட்டது போல மேடையில் 'பட்டியல்காரர்' என்ற ஒரு சொல்லை மட்டும் வழங்குவார்.

உண்மையில் க.நா.சு உருவாக்கிய இந்தப் பட்டியல் தரமற்றவை என எதிர்க்கருத்துடைவர்கள் நிரூபிக்க க.நா.சு முன்வைத்த நட்ஹாம்சனின் 'நிலவளம், மார்ட்டின் தூகார்ட்டின் 'தபால்காரன்' நாவல்கள் பொக்கானவை என்றோ ஆல்பர்ட் கனம்யூவின் 'விருந்தாளி', செல்மா லேகர்லேவின் 'தேவமலர்' போன்றவை நச்சு இலக்கியம் என்றோ நசிவு இலக்கியம் என்றோ விமர்சனத்தின் மூலம் நிறுவியிருக்க வேண்டும். அதைச் செய்யாதவரை இவர்களை வெற்று வாய்ச்சவடால் பேர்வழிகள் வெறும் பொச்சரிப்பு பேர்வழிகள் என்பதே சரியாக இருக்கும்.

தனி மனிதனிடம் வெளிப்படும் படைப்பு ஆளுமையை அவன் உருவாக்கும் படைப்பிலும் கூடிவருகிறது என்ற விதமாய் க.நா.சு நிரம்ப இடங்களில் பேசியுள்ளார். பாரதி, புதுமைப்பித்தன், இளங்கோ, வள்ளுவன், கம்பன், கு. அழகிரிசாமி, தி. ஜானகிராமன் இவர்களிடம் தனித்துவமான படைப்பு மேதமை இருந்ததை எடுத்துக்காட்டியுள்ளார். இந்தத் தனிமனித ஆளுமை என்பதைச் சாதியில் உயர்ந்த பார்ப்பனர்கள் மட்டும்தான் என்று கூறுவதாகக் கைலாசபதி திரித்து பொதுஜன விரோதி க.நா.சு என்றும் நிறுவ முயன்றுள்ளார்.

1910லிருந்து 1960 வரை கல்வி கற்ற பார்ப்பனர்களே அதிகம். அவர்களே இலக்கியப் பணியில் ஈடுபட்டனர். அவர்களிலிருந்து சிலரை முக்கியமானவர்களாகக் கருதினார். அதன்பின் பிற சமூகத்தவர் கல்வியில் காலூன்றி இலக்கியத்திலும் கோலோச்சினர். இதையெல்லாம் மறைத்துவிட்-

டுத்தான் க.நா.சுவைப் பார்ப்பனருக்கு முட்டுக்கொடுக்கும் விமர்சகர் என்கின்றார். எஸ். வையாபுரிப்பிள்ளையின் பணியை டி.கே.சியின் பணியை இலக்கிய மோசடி என்று விமர்சிப்பதும் இவ்வகையானதுதான்.

10

க.நா.சு இலக்கிய அரசியல் செய்யவில்லையா என்றால் செய்திருக்கிறார் என்றே தெரிகிறது. க.நா.சுவின் கலைநயம், கலை ஆளுமை என்ற கோட்பாடுகளுக்கு மிகவும் அணுக்கமாக விளங்கிய ப. சிங்காரம், கி. ராஜநாராயணன், வண்ணதாசன், ஜி. நாகராஜன், எம்.எஸ். கல்யாணசுந்தரம் என்று முக்கியமான வரிசையே உண்டு. வண்ணதாசனை முன்னிறுத்தாததற்கு காரணம் தி.க.சி தனக்குச் செய்த துரோகத்திற்கு ஈடு என்று கொள்ளலாம். கி.ரா முழுக்க முழுக்க மேற்கத்திய இலக்கிய கொள்கைக்கு நேர்மாறான நாட்டுப்புற அழகியலை முன்வைத்தார்.

நவீன பிராமண இலக்கியவாதியிடம் கூடிவராத தமிழர் பண்பாட்டு அழகியலை ஒரு விமர்சன கண்ணோட்டத்துடன் சாகசமாக எழுத்தில் நிகழ்த்தி காட்டிய சிங்காரத்தின் கலை க.நா.சுவிற்குப் பிடிபடவில்லை அல்லது ஏற்றுக்கொள்ளும் மனவிரிவு இல்லை. சி.சு. செல்லப்பாவின் 'வாடிவாசல்' நாவலை எங்கும் சிறப்பித்துச் சொன்னதில்லை. அவ்விதமான தமிழ்க் குடியானவர்களின் பண்பாடு சார்ந்த நாவலை முன்வைக்கவில்லை. அப்படைப்புகள் ஒருவகையில் மேலை நாடுகளில் உருவாகியிருந்த நவீன இலக்கிய அழகியலுக்கு நேர்மாறாக இருந்தன. க.நா.சு மொழிபெயர்த்தவை அத்தகைய இலக்கியங்களே.

பரத்தையரின் உலகை நவீன குறுநாவலாகத் தந்த ஜி. நாகராஜனின் 'குறத்தி முடுக்கு' பற்றி எங்கும் பேசவில்லை. ஆ. மாதவன் அதிகம் தி.மு.க. சார்பு இதழ்களில் எழுதினார் என்பதினால் கவனப்படுத்தக் கூடாது என்று விட்டிருக்கலாம். டி. செல்வராஜின் 'மலரும் சருகும்' கு. சின்னப்ப பாரதியின் 'தாகம்' இப்படி எல்லாம் சொல்ல வாய்ப்பு இருந்தாலும் இடதுசாரி பார்வை அணுகவிடாமல் மறைத்திருக்கிறது. க.நா.சுவை வீழ்த்த வேண்டிய இடம் எதுவென்றால் கலை நயத்தை மற்றொரு கலை நயத்தால் நிறுத்துகிறபோதுதான். இந்த வகையில் க.நா.சுவின் மௌனங்களைக் கலைத்து ஆராயலாம்.

ப. சிங்காரம் - ஆரம்பத்தில் சில நல்ல கதைகளை எழுதிய ந. முத்துசாமியைப் பாராட்டியவர் க.நா.சு. அதைவிட சிறந்த எழுத்தாளரான பா. செயப்பிரகாசம், ராஜேந்திரசோழன் கதைகளைக் க.நா.சு கண்டுகொள்ளவில்லை. ராஜேந்திரசோழன் தீவிர இடதுசாரி முகாமில் இருந்துகொண்டு மனித அகப்பிரச்சனைகளை நுணுக்கத்துடன் எழுதினார். இவர்களின் நூல்கள் 70களின் தொடக்கத்தில் வர ஆரம்பித்தன. க.நா.சு டெல்லியில் ஒதுங்கி ஆங்கில இதழ்களுக்கு மட்டும் எழுதிக்கொண்டிருந்ததால் இவரது பார்வைக்கு அப்படைப்புகள் செல்லவில்லை என்றும் சொல்ல வேண்டியிருக்கிறது.

அதுபோல கல்யாணசுந்தரம், சார்வாகன், ஆதவன், ஆர். சூடாமணி, அம்பை, சம்பத், விட்டல்ராவ், தஞ்சை பிரகாஷ் என்று க.நா.சு முக்கியத்துவம் படுத்தாமல் விட்ட ஒரு வரிசை இருக்கிறது. 1965இல் இருந்து 1980 வரை 15 ஆண்டுகள் டெல்லியிலிருந்து 65க்குப் பிறகு எழுத வந்தவர்களை முக்கியமாக 70களில் எழுத வந்தவர்களை அதிகம் படிக்காததால் க.நா.சு கவனப்படுத்தாமல் போனதற்கு இது காரணமாக இருக்கலாம். என்றாலும் திராவிட இயக்கத்தவர்களின் எழுத்துக்களை முற்போக்கு இயக்கத்தவர்களின் எழுத்துக்களை, ஜெயகாந்தன், செயப்பிரகாசம் முதலியவர்களை முன்வைக்காததற்கு அவரது கலை குறித்த நிலைப்பாடு என்றே வைத்துக்கொண்டாலும் சில கணக்கு வழக்குகளை வெளித்தெரியாமல் வைத்துக்கொண்டு பாரபட்சம் காட்டியிருப்பதும் தெரிகிறது.

தெளிவான ஒன்று 70களின் துவக்கத்தில் கசடதபற குழு க.நா.சுவை அரவணைத்திருக்கிறது. அதில் அதன் இயக்கத்தில் பின் நின்றவர்களையும் எழுதியவர்களையும் முக்கியத்துவப்படுத்தியிருக்கிறார் க.நா.சு கொடுக்கல் வாங்கல் சார்ந்த கைங்கரியம் என்று வைத்துக்கொண்டாலும் அவர்கள் சோடையான படைப்புக்களைத் தந்தவர்கள் அல்ல என்பதையும் குறிப்பிட வேண்டியிருக்கிறது. இந்த இலக்கிய உரசல்களுக்கிடையிலேயும் வண்ணதாசன் கதையை ஆங்கிலத் தொகுப்பில் சேர்த்திருக்கிறார். சற்றுப் பிந்தி கி. ராஜநாராயணனின் ‘கோபல்ல கிராமம்’ குறித்து எழுதியிருக்கிறார் என்று பார்க்கும்போது டெல்லி சூழல் எழுபதுகளின் இலக்கிய எழுச்சியை முழுமையாகக் காணமுடியாமல் செய்திருக்கிறது என்பதையும் சேர்த்துப் பார்க்க வேண்டியிருக்கிறது.

க.நா.சுவையும் மீறி கல்விப்புலத்திலும் சிற்றிதழ்களை நடத்திய புதியவர்களிடமும் இலக்கியம் ஆழங்கால்பட்டு நிலைத்திருக்கிறது என்றாலும் இலக்கியம் குறித்த பார்வையில் க.நா.சுவின் வழியே ஆற்றல் வாய்ந்ததாகவே இருக்கிறது. முக்கியமாகப் படைப்பாக்கத்திற்கு அனுசரணையாகவும் கைவிளக்காகவும் இருக்கிறது. க.நா.சு வற்புறுத்துவது ஆய்வாளனுக்கான வேலையை அல்ல, படைப்பாளிக்கான வேலையை. இந்த வித்தியாசத்தைக் கைலாசபதி ஏற்றுக்கொள்ளவே இல்லை.

க.நா.சு இலக்கிய உருவம் குறித்தும் எழுத்தில் பரிசோதனை என்பது குறித்தும் பேசியதை எல்லாம் கைலாசபதி தவறாகவே முன்வைத்தார். எழுதப்படும் படைப்பிற்கேயான ஒரு உருவம் பொருத்தமாக இருக்கும். அவ்வுருவம் தவிர்த்து வேறு ஒரு உருவம் சிறப்பாக அமையாது என்பதே உருவச் சிறப்பு. அதனை தன் படைப்பிற்கான வெளிப்பாட்டு உத்தியாகக் கொள்ளவேண்டும் என்றார்.

அதேபோல இலக்கியத்தில் பரிசோதனை என்பதை புதியமுறையில் கதைசொல்வது என்றார். அந்த விதத்தில்தான் லத்தின், அமெரிக்க சிறுகதையாளரான போர்ஹேவின் ‘குருட்டாம்போக்குவை முதன்முதல் மொழிபெ-

யர்த்தார். மாய யதார்த்தத்தில் எழுதப்படும் கதைக்குத் தமிழில் அறிமுகம் தந்தார். ‘சுவடு தெரிகிற தளத்திலே செல்ல மறுத்து புதுத்தடம் போட்டுக்கொண்டு இலக்கியத்தின் எல்லைகளைச் சற்று விரிவடைய செய்ய முயன்றவர்களைத்தான் சோதனைக்காரர்கள் என்று சொல்லலாம்’ என்று 1959 ஜனவரி எழுத்து முதல் இதழில் குறிப்பிடுகிறார்.

பின்நவீனத்துவ அழகியல் விதவிதமான கதைச்சொல்லல் முறைகளுக்கு இடம் அளிப்பதையே முதன்மையாக வற்புறுத்தியது. இந்த வகையில் பின்நவீனத்துவ உரையாடல் இல்லாத காலத்திலேயே மிகச் சரியானப் பார்வையை அன்றே தொடர்ந்து வற்புறுத்தினார் என்பது முக்கியமான விஷயம். கைலாசபதி கஞ்சி இருந்தால் போதும் கலையமே தேவை இல்லை என்பது போலத்தான் வறட்டுத்தனமாக வற்புறுத்தினார்.

புதுக்கவிதையை வளர்த்தது செல்லப்பாவின் எழுத்து இதழ் என்றால் அதற்கு அடித்தளம் அமைத்துக்கொடுத்தவர் க.நா.சு. இது குறித்து எழுத்து இதழ் பிறப்பதற்கு முன்னமே சரஸ்வதியில் காத்திரமான கட்டுரைகள் எழுதினார். புதுக்கவிதை என்பது முதலாளித்துவ எழுத்து வடிவம். அதை எழுத வேண்டாம் என்று கைலாசபதி கடுமையாக எதிர்த்தும் செல்லப்பா, க.நா.சு இருவராலும் தமிழில் புதிய கவிப்போக்கை காலூன்றச் செய்தது என்பதும் வரலாறு.

கலை கலைக்காகவே என்பதை க.நா.சு கலைநயம் என்ற நிலைப்பாட்டில் பயன்படுத்தினார். கைலாசபதி பொதுமக்களுக்கு எதிரான முதலாளிமார்களின் ரசனைக்காக எழுதப்பட வேண்டும் என்று க.நா.சு விரும்புவதாகத் தவறாகவே கணித்தார். இலக்கியம் என்றாலே பிரச்சனையை வாசகன் முன்வைத்து விவாதிப்பதுதான். வாசகனை ஈர்க்கிற சக்தி படைப்பில் இருக்க வேண்டும். அந்த ரசனை இயல்பாகக் கூடிவரவேண்டும் என்றார் க.நா.சு. ரசனை என்பதற்குப் பதிலாக சில இடங்களில் படைப்பிலே வெளிப்படும் உண்மை ஒளியே நல்ல படைப்பு என்பதை காட்டி விடும் என்றும் கூறியிருக்கிறார்.

கலை கலைக்காகவே என்று சண்டமாருதம் செய்த க.நா.சுவின் வாரிசுகள் இன்றளவும் வலுவாகவே இருக்கின்றனர். கலை மக்களுக்காகவே என்று சொல்லும் வாரிசுகளும் வலுவாகவே இருக்கின்றனர். இந்த இரண்டு குழுவிலும் கலை குறித்த விவாதங்கள் நடந்தது க.நா.சு குழுவில்தான் என்பது ஒரு ஆச்சரியமான உண்மை. கைலாசபதி குழுவில் அப்படி ஒரு விவாதம் நடைபெறவே இல்லை.

இலக்கியம் குறித்த விவாதங்களில் அற்பத்தனங்கள், அல்லறை சில்லறை விஷயங்கள், வன்மங்கள், காழ்புணர்வுகள் வெளிப்பட்டு இருக்கின்றன. அவற்றையெல்லாம் மீறி படைப்பின் உள் விவகாரங்களை இவர்களே அதிகம் பேசினர். ஒருவருக்கொருவர் இட்ட இலக்கியச் சண்டைகளில் விவாதப் பொருளாகி அதில் இருக்கும் நல்ல அம்சங்கள் ஏற்கப்பட்டு அடுத்த கட்டத்திற்கு நகர்ந்தன. க.நா.சு.விடம் இருந்த குறைகளைச் சி.சு. செல்லப்பா,

வெங்கட் சாமிநாதன், சுந்தரராமசாமி, பிரமிள், ந. முத்துசாமி விரிவாகவே விமர்சித்து மதிப்பீடு செய்துள்ளனர். தெரிந்தோ தெரியாமலோ இந்த குழுச் சண்டையால் தீவிர இலக்கியம் குறித்த புரிதல் வாசகர்களிடம் ஏற்பட்டது.

கூடுதலாக இடதுசாரி விமர்சகர்கள் தி.க.சி, நா. வானமாமலை, கா. சிவத்தம்பி, சேஷாத்திரி போன்றோர் க.நா.சு மீது வைத்த விமர்சனங்கள் அங்குள்ள போதாமைகளை உணரச் செய்தன. வரலாற்று உணர்வும் சமூக உணர்வும் அரசியல் உணர்வும் படைப்பாளிக்குத் தேவை என்று உணர்ந்து செழுமைக்கு வழிவகை செய்தன. அவ்விதமான இலக்கிய விவாதம் கைலாசபதியை முன்வைத்து முற்போக்கு முகாமில் நடைபெறவே இல்லை. அவர் நிறுத்திய இடத்திலிருந்து புதியவர்களும் பேசுகிறார்கள். எழுதுகிறார்கள்.

இலக்கியம் என்பதில் க.நா.சு வற்புறுத்தியது கலைநோக்கு. கைலாசபதி வற்புறுத்தியது பிரச்சார நோக்கு. க.நா.சு ஒரு நூலை வரவேற்றால் அதற்கு முக்கியத்துவம் உண்டானது. கைலாசபதி அப்படி ஒரு நூலை முன்வைத்தால் அப்படியான ஒரு முக்கியத்துவம் உண்டாகவில்லை. அப்படி அவர் சொன்னதும் உண்டானால் கூட ஐந்தாறு ஆண்டுகளில் முக்கியத்துவம் இழந்து மறக்கடிக்கப்பட்டன. க.நா.சு முன்வைத்த படைப்புகளுக்கு முக்கியத்துவம் இன்றளவும் இழக்கவில்லை. இன்றும் அவை செவ்வியல் தன்மை கொண்டவையாகவே உயர்வு பெற்றிருக்கின்றன.

தமிழ்நாடு முற்போக்கு எழுத்தாளர் கலைஞர்கள் சங்கத்தின் முக்கியமான பொறுப்பாளராக இருக்கும் இடதுசாரி எழுத்தாளர் உதயசங்கரின் முதல் சிறுகதைத் தொகுப்பான 'யாவர் வீட்டிலும்' தொகுப்பைப் பற்றி, 'கதைதள் மிகவும் சிறப்பாக கூக்குரலில்லாமல் கூச்சல்போடாமல், போலி அறிவுத்தளம் காட்டாமல் அமைத்திருக்கின்றன என்பது மிக மிக விசேஷம். கதைகள் எல்லாம் ஒரு விட்டேத்தியான நகைச்சுவையுடன் உருவாகி இருக்குக்கின்றன. கதையின் பார்வையிலும் ஓட்டத்திலும் இளமை ததும்புகிறது. இவரிடமிருந்து இன்னும் நிறைய எதிர்பார்க்கலாம் என்று தோன்றுகிறது' என்று எழுதியதோடு 'டேனியல் பெரியநாயகத்திம் புல்லாங்குழல்', 'பெயிண்டர் பிள்ளையின் ஏழுநாள் பொழுது' கதைகளைச் சிறப்பித்து எழுதியிருக்கிறார் என்பதையும் ஒரு சான்றாக முன்வைக்க வேண்டியுள்ளது.

11

க.நா.சு தன் பட்டியல்களில் அடிக்கடி பெயரை மாற்றினார் என்ற குற்றச்சாட்டு உண்டு. அப்படி மாற்றியப் பெயர்களில் இலக்கியத் தகுதி இல்லாதனவா என்று விவாதித்திருக்க வேண்டும். அப்படியும் விவாதிக்கப்படவில்லை. புதியவர்கள் தரும் நல்ல படைப்புகளை முன்வைக்க வேண்டும் என்று அவர் தந்திருக்கக் கூடும். அப்படி முன்வைத்த படைப்புகள் மதிப்பு மிக்கவையாகவே இருக்கின்றன. சிவசங்கரி, "மாமா என் படைப்புகளைப் பேசுவதில்லை" என்று வருத்தப்பட்டிருக்கிறார். தஞ்சை பிரகாஷ் க.நா.சுவின் மிக நெருங்கிய இளம் நண்பராக இருந்தார். உங்கள் படைப்புகள் குறித்து

நல்ல விதமாய் க.நா.சு ஒன்றும் சொல்லவில்லையே என்று நண்பர்கள் கேட்டபோது, என் படைப்புகள் அவருக்குப் பிடிக்கவில்லையோ என்னவோ என்று சொல்லியிருக்கிறார்.

தான் சொன்னால் அதற்கு ஒரு மதிப்பு உண்டு என்று அறிந்திருந்த க.நா.சு அதை தனக்குச் சாதகமாக சில கணக்கு வழக்குகளுடன் பயன்படுத்தினார் என்று குற்றச்சாட்டு உண்டு. என்னைப் பொருத்தவரை இது மிக மிகச் சிறிய உண்மையாகத் தெரிகிறது. இந்த அழுக்காறுகளை வைத்து க.நா.சுவைக் குறைத்து மதிப்பிடத் தோன்றவில்லை. அவை தனிமனித பலகீனங்கள். ஒரு க.நா.சு இல்லாது போயிருந்தால் தமிழ்ச் சூழலில் என்ன நிகழ்ந்திருக்கும் என்பது பட்டவர்த்தனமாகவே தெரிகிறது.

கல்கி, கோவி. மணிசேகரன், சாண்டில்யன், அகிலன், நா. பார்த்தசாரதி, பாலகுமாரன், சுஜாதா, சிவசங்கரி, லட்சுமி, அனுராதா ரமணன், இந்துமதி முதலியோர் எழுதியப் படைப்புக்களை இலக்கியத் தன்மையாக ஏற்றுக்கொண்டு சீரழிந்த இலக்கியத் தலைமுறை உருவாகியிருக்கும். அதை தனிமனிதராக நின்று தடுத்ததோடு புதிய இலக்கியச் சூழலையே உருவாக்கினார். தமிழில் நல்ல படைப்புகள், சிறந்த படைப்புகள் என்று எழுதப்படுவதற்குக் காரணம் அவர் வழிவகுத்துத் தந்திருக்கும் பாதைதான்.

உண்மையில் க.நா.சு போட்டது மகாச் செம்மையானப் பாதை. அவரது மௌனம் சில அரசியல் தந்திரங்கள் கொண்டவை என்பது தமிழில் நிகழ்ந்திருக்கலாம். அவர் தீவிரமாகவும் சற்றே அவசரத்துடனும் சகல இலக்கியத்தின் உன்னதங்களை விரித்துவைத்த விதத்திலும், மொழிபெயர்த்துத் தந்த பணியிலும் தனது மகத்தான பங்களிப்பைத் தந்துவிட்டுச் சென்றிருக்கிறார் என்றே கூறுகிறேன்.

12

'நான் தான் இலக்கிய விமர்சகன். க.நா.சு விமர்சகர் அல்ல' என்று சொல்லும் திறனாய்வாளர்களால் இலக்கியம் வளர்ந்திருக்கிறதா என்றால், திடமாகச் சொல்ல முடியவில்லை. கொஞ்சம் அழுத்தமாகச் சொல்வதாக இருந்தால் நல்ல இலக்கியம் வளர்வதற்குப் பதில் சார்பு இலக்கியம் வளர்ந்தது என்று சொல்லலாம். படைப்பாளியைவிட விமர்சகனின் கொம்பு உயரமானது. தான் நினைத்தால் முட்டித்தூக்கி வீசத் தெரியும். படாமல் துதிபாடவும் தெரியும் என்ற நினைப்பு க.நா.சு.விற்குப் பின் ஒரு கேடாக அமைந்துவிட்டது.

இந்த விமர்சகர்கள் முன்வைக்கும் படைப்புகள் இலக்கியப்பூர்வமான செழுமை கொண்டவை அல்ல வறட்டுத்தனமானவை. இவ்விதமானவர்கள் அப்படி ஏதேனும் சொல்லி நிலைநிறுத்தியிருக்கிறார்களா என்றால் இல்லை. விமர்சகன் விரும்புவதை இலக்கியப் பிரதியில் தோண்டிப்பார்க்கும் சார்புநிலைதான். இங்கு மேலான படைப்புகளை முன்நிறுத்துவதற்குப் பதிலாக தான் கற்ற புதிய திறனாய்வு கோட்பாடுகளை வெளிப்படுத்திக்கொள்ள பிர-

தியைப் பயன்படுத்திக்கொள்ளும் போக்கு உருவானது. இவர்களால் இலக்கிய வளர்ச்சி பெரிய அளவில் தமிழில் நிகழவில்லை.

க.நா.சு உலக இலக்கியத்தை முன்வைத்துப் பேசினார்; எழுதினார்; மொழிபெயர்த்தார். 'விருந்தாளி' ஒரு புரட்சிக்காரனின் விடுதலை வேட்கையை மிகத் தூக்கலாகச் சொல்லும் கதைதான். 'பாரபஸ்' நாவல் கிறித்துவ நம்பிக்கையை மறுக்கிறது. 'தேவமலர்' கிறித்துவத்தின் அடிப்படையான மனித நேயத்தைப் புத்தம் புதிய கோணத்தில் காட்டுகிறது. அவர் மொழிபெயர்த்த ஒவ்வொரு கதையும் சில சித்தாந்தங்களுக்கு அனுசரணையாகவும் இருக்கிறது. எதிர் நிலையில் நின்று விமர்சிக்கிறதாகவும் இருக்கிறது.

அப்படி என்றால் ஏன் அவ்விதம் மொழிபெயர்த்தார். வாழ்வை வெவ்வேறு விதத்தில் கலை நயத்தோடு சொன்ன படைப்புகளுக்கு முக்கியத்துவம் கொடுத்தார் என்பது தெரிய வரும். க.நா.சு ஓரிடத்தில் சொல்கிறார், "மார்க்சும் சரி சார்த்தரும் சரி படைப்பு சக்திக்கு உதவி செய்ய வந்தவர்கள்." பிரச்சாரம் கலையாக இருக்கலாம். கலை பிரச்சாரமாக இருக்கக்கூடாது என்பதுதான் க.நா.சு வற்புறுத்துவது.

திராவிட எழுத்தாளர்கள் காமரசத்தை விரிவாக எழுதி அதனைக் கண்டிப்பது போலப் பாவனை செய்வதைப் போலி எழுத்து என்கிறார். அதைவிட காமம் வாழ்வின் அடிப்படை சிக்கலாக அமைந்திருப்பதை 'மோகமுள்' யமுனா அப்பட்டமாகச் சொல்லும்போதும் கு.ப.ராவின் 'சிறிதுவெளிச்சம்' கதை நாயகி சொல்லும்போதும் அதன் உண்மைத்தன்மை இலக்கியத் தரத்தை கூட்டுகிறது என்று சொல்கிறார். 'இருளிலிருந்து' கதையில் கண சுகத்திற்குப் பிறகு எழுந்த அந்த ஆழ்ந்த வெறுப்பு என்று எழுதும்போது இன்னொரு கோணத்தைக் காட்ட முயல்கிறத்தன்மை இலக்கியத் தரத்தை கூட்டுகிறது என்கிறார்.

நட்ஹம்சனின் 'நிலவளம்', செல்மா லேகர்லேவின் 'மதகுரு', 'விலங்குப் பண்ணை', மார்ட்டின் துகார்டின் 'தபால்காரன்' என்று மகத்தான உலக நாவல்களில் 20க்கு மேல் தமிழில் மொழிபெயர்த்து தரமான நவீன இலக்கியச் சூழலைத் தமிழில் உருவாக்கினார். அதேபோல போர்ஹேசின் 'பாபிலோனில் லாட்டரி' ஆண்டென் செக்காவின் 'புத்திரசோகம்' என்று உலகின் மிகச்சிறந்த 100 கதைகளுக்குப் பக்கமாக மொழிபெயர்த்துத் தந்து தமிழ் இலக்கியச் சூழலை வளமாக்கித் தந்திருக்கிறார்.

என்னுடைய கவிதைத் திறனாய்வு வரலாற்று நூலில் விரிவாகவே புதுக்கவிதைக்கு அவர் ஆற்றியப் பணியை தொகுத்து தந்திருக்கிறேன். க.நா.சுவைப் பொறுத்தளவில் விமர்சனத்தை விட இலக்கியம் முக்கியம் என்று அது குறித்தே இயங்கியவர்.

கல்விப்புல திறனாய்வாளர்கள் இலக்கியப் பிரதிகளைத் திறனாய்வு செய்தார்கள். இதில் ஒருவர் ஓர் ஆளுமையாக உருவெடுத்து இலக்கியத்தை வளர்த்தார் என்று சொல்வதற்கு இல்லை. தமிழை முறையாகக் கற்று புனை-

கதையோ கவிதையோ எழுதியவர்கள், திறனாய்வு செய்தவர்களுக்கு இலக்கியம் என்பது புரிபடவில்லை என்றுகூட எழுதினார். அவர் காலத்தில் அப்படித்தான் இருந்தது.

க.நா.சு ஓய்வு ஒழிச்சல் இல்லாமல் விமர்சனம் செய்துவந்தார். அதன் அடிப்படை, இது இலக்கியத் தகுதி கொண்டது, இது இலக்கிய தகுதிக்கு உரியது அல்ல என்பதுதான். க.நா.சு திறனாய்வுக் கோட்பாடுகளைப் பெரிதாக இலக்கியப் படைப்புக் கருவியாகக் கொள்ளவில்லை. இலக்கிய ஆக்கத்திற்குக் கோட்பாடு உகந்ததல்ல என்று சொல்லி வந்திருக்கிறார். அவர் செய்வது விமர்சனம் அல்ல என்று தொடர்ந்து சொல்லி வருகிறார்கள். உண்மைதான்; மாற்றுக்கருத்து இல்லை. க.நா.சு.வின் விமர்சனம் என்பது உலக இலக்கியத்தில் மிகச்சிறந்ததைப் படித்துப் படித்து அதன் அடிப்படையில் உருவாகிவந்த ஓர் அணுகுமுறை. ஒரு விமர்சனப் பார்வை, ஒரு தேர்வு, ஒரு மதிப்பீடு. இதன் பயன் என்ன என்பது தரமானதை வாசகர்முன் வைப்பதும் தமிழ் இலக்கியப் பிரதேசத்தைச் செழுமையாக்குவதும்தான்.

தமிழில் தன்னை மிகச் சிறந்த வாசகர் என்று நம்பும் கல்வியாளர்கள் உண்டு. பல திறனாய்வுக் கோட்பாடுகளைக் கரைத்துக் குடித்துவிட்டு விமர்சிக்கிறவர்களும் உண்டு. உலக இலக்கியத்தைக் கற்றுத்தேர்ந்த வாசகர்களாக அவர்கள் இல்லை என்பதுதான் நகைமுரண். நுண்ணுணர்வுகளே இலக்கியத்தின் அடிநாதமாக இருந்து படைப்பாக மாற்றுகிறது என்ற எளிய விஷயம்கூட அவர்களுக்குப் புரிவதே இல்லை. சம்பட்டி கொண்டு பாறையைப் பிளப்பதாக நம்பிக்கொள்கிறார்கள். ஒரு ஆலம் தளிரின் மெல்லிய வேர் பாறையின் மயிறிழைக் கீறலில் இறங்கி பாறையைப் பிளந்து வளரும் விந்தை குறித்து காண்பதே இல்லை.

தமிழில் திறனாய்வாளர்கள் தங்களின் விருப்பமான சித்தாந்தங்களுக்கு உகந்ததாகப் பிரதி இருக்க வேண்டும் என்று விரும்புகிறார்கள். அவர்களிடம் எது நல்ல இலக்கியம் என்று கேட்டால், அவர்களது சித்தாந்தங்களுக்கு அனுசரணையாக எழுதப்பட்டவற்றையே முன்நிறுத்துவர். குறிப்பிட்ட சித்தாந்தங்களுக்கு அப்படியே ஒத்துப்போகாதது கலை இலக்கியம் என்று க.நா.சு புரிந்து செயல்பட்டிருக்கிறார்.

தமிழ் இலக்கியப் பரப்பில் சமணத்திற்கும் இடம் உண்டு, பௌத்தத்திற்கும் இடம் உண்டு, சைவத்திற்கும் இடம் உண்டு, வைணவத்திற்கும் இடம் உண்டு, இஸ்லாத்திற்கும் இடம் உண்டு, கிறித்துவத்திற்கும் இடம் உண்டு, சித்தர் மரபிற்கும் இடம் உண்டு, மார்க்சியத்திற்கும் இடம் உண்டு, பகுத்தறிவாதத்திற்கும் இடம் உண்டு, நாட்டுப்புற நம்பிக்கைகளுக்கும் இடம் உண்டு, காவிய நாயகர்களுக்கும் இடம் உண்டு, காவிய வில்லன்களுக்கும் இடம் உண்டு, கதைப்பாடல் நாயகர்களுக்கும் இடம் உண்டு, கிளைக்கதை நாயகர்களுக்கும் இடம் உண்டு.

இப்படி எல்லாவற்றிற்கும் இடம் அளித்து காலத்தைக் கடக்க முயலும் தன்மை கொண்டது இலக்கியம். சமூகத்தை மேலதிகமாகப் புரிந்துகொள்ளச் செய்வது. இந்தப் புரிதலில்தான் எது இலக்கியம் ஆகியிருக்கிறது என்று க.நா.சு சொல்கிறார். தன் சுதந்திரத்தை உணர்ந்து செயல்படாதவன் கவியாக இருக்க முடியாது. அரசகவி பதவி, கூலிக்கு மாரடிக்க வைக்கும். ஒரு கட்சிக்கு, ஒரு கொள்கைக்கு ஒப்புக்கொடுப்பவனால் சுதந்திரமாகச் செயல்பட முடியாது. கவிஞன் ஒரு சமூகத்தில் சுதந்திரமாகச் செயல்படவேண்டும். கம்பரின் ராமாயணம் இலக்கியம் ஆகியிருக்கிறது. உமறுப்புலவரின் சீறாப்புராணம் இலக்கியமாக ஆகவில்லை என்றால் மதவெறுப்பாளராகப் பார்க்க முடியுமா. அப்படியும் பார்க்கப்படலாம்.

சிலப்பதிகாரம் உயர்ந்த இலக்கியமாக அமைந்திருக்கிறது. பெருங்கதை அவ்விதமான தகுதியைப் பெறவில்லை என்றால் கொங்கு வட்டாரப்பற்று உள்ளவர்கள் க.நா.சுவுக்கு காவிய தரிசனமே தெரியாது என்கின்றனர். ஆர். சண்முகசுந்தத்தின் 'நாகம்மாள்' இலக்கியமாகியிருக்கிறது என்றால் ரகுநாதனின் 'பஞ்சும் பசியும்' இலக்கியம் இல்லையா? அதை இலக்கியம் என்று சொல்லவில்லையானால் நீ விமர்சகனே கிடையாது என்கின்றனர். இது திருக்குறள் வடிவச் செறிவிலும் வாழ்வை நுட்பமாகச் சொன்ன விதத்திலும் உலக அளவில் உயர்ந்து நிற்கும்போது ஏன் நாலடியாருக்கு அந்த முக்கியத்துவம் இல்லை என்பது போன்றது இதுபோன்ற புலம்பல்கள்.

இலக்கியத்தில் எல்லா பார்வைகளுக்கும் இடம் உண்டு. எழுதுவதற்கு ஜனநாயகத்தன்மை உண்டு. எழுதியவை எல்லாவற்றையும் ஜனநாயக முறைப்படி இலக்கியம் என்று சொல்ல முடியாது. வாழ்வின்மீது தேடிய உண்மை ஒளியின் பாரபட்சமற்ற வெளிச்சத்தால் ஒரு நூல் இலக்கியத் தகுதி பெறுவதும் பெறாமல் போவதுமான இரு எல்லைகளில் நிறுத்துகிறார்.

க.நா.சுவின் அளவுகோலின் படியே இலக்கியத் தகுதிப்பெறாத சில நூல்களை அறிமுகப்படுத்தியிருக்கிறார். நிர்ப்பந்தத்தாலோ உதர முடியாத சூழலாலோ நேர்ந்திருக்கலாம். திரும்பத் திரும்ப இப்படைப்பை அவர் வாசகர் முன்னிறுத்தியதில்லை. க.நா.சுவின் இலக்கியக் குறிக்கோள் அது அல்ல. புதுமைப்பித்தன், தி. ஜானகிராமன், பாரதி போன்றோரைத்தான் வாய்ப்பு கிடைக்கும் போதெல்லாம் சொல்கிறார். இதைத்தான் க.நா.சு விரும்பும் இலக்கிய நோக்கமாகக் கொள்ளவேண்டியிருக்கிறது.

அதேசமயம், ப. சிங்காரத்தின் 'கடலுக்கு அப்பால்', 'புயலிலே ஒரு தோணி' முதலான சில மகத்தான படைப்புகள் குறித்து எங்கும் பேசியதில்லை. இந்நூல்களைப் படித்தார் என்பதற்கான தடயமும் இல்லை. படிக்காமல் தவறவிட்டிருப்பதற்கான அதிக வாய்ப்பு இருப்பதாகவே கருதுகிறேன். அல்லது இப்படி முக்கியமான படைப்புகள் குறித்து அவரது இலக்கிய நண்பர்களாகிய மற்ற எழுத்தாளர்கள் அவருடன் விவாதித்து அவரது மதிப்பீட்டை கேட்டதாகவும் இல்லை. ஒருவேளை படித்து அதைப்பற்றி பேசாமல்

இருந்திருந்தால் மிகப் பெரிய இலக்கிய துரோகமாகவே கருதுவேன்.

முன் வைத்திருக்க வேண்டிய தகுதியானப் படைப்புகளைக் க.நா.சு முன்-வைத்துப் பேசாமல் இருந்தால் அவைகள் குறித்துப் பேசியிருக்க வேண்டும். அது இலக்கிய வளர்ச்சிக்கு உரமாகப் படிந்திருக்கும். அப்படியான விவாதம் நிகழவில்லை. நடந்தது சித்தாந்த பிரதிகள் சார்ந்தது.

ஒவ்வொரு படைப்பாளியிடமும் கூடிவந்த தனித்துவமான சொல்முறையில் புதைந்து கிடக்கும் நுணுக்கங்களை அர்த்தப் பரிமாணங்களை எடுத்து வைத்-துப் பேசுவதைக் க.நா.சு தன் விமர்சன முறையில் ஒன்றாகக் கொண்டிருக்கி-றார். இதனை இலக்கிய ரசனை என்றோ இலக்கிய நயம் என்றோ சொல்ல-லாம். இது திறனாய்வு இல்லை. நயம் பாராட்டுதல் என்று திறனாய்வில் பல விரல்களை முறித்துத் தூர எறிந்தவர்கள் சொல்கிறார்கள். இந்த இலக்கிய ரசனைதான் இலக்கியத்தை வளர்க்கிற மிக மிக அடிப்படையான ஆணிவேர். அதை க.நா.சு செய்தார். அப்படியான இடங்களை எழுதிவிடுகிற திறன் கொண்டவர்களைக் கலைஞன் என்று குறிப்பிட்டார். அவ்விடங்களைக் கண்-டடைந்தவர்களைத் தேர்ந்த வாசகன் என்கிறார். செல்லப்பா கைக்கொண்ட அலசல் விமர்சனத்தில் பிரதிக்குள் என்னென்ன விஷயம் இருக்கிறது என்று சொல்லப் பார்க்கிறது.

அப்பிரதி உண்டாக்கும் இலக்கிய அனுபவத்தைத் தவறவிடுகிறது. எனவே, அலசல் விமர்சனத்தை முக்கியமானதாக நான் நினைக்கவில்லை என்கிறார். நல்ல இலக்கியம் வாசகன் உள்ளத்தில் அவனே நினைத்துப் பார்க்காத விதத்தில் ஆழத்தில் கிடக்கும் அனுபவங்களைத் தீட்டி புதுமையான விதத்-தில் புரிதலை ஏற்படுத்தும் கலை என்பதைத்தான் க.நா.சு சொல்கிறார். அல்-லது அம்மாதிரியான இடங்களை எடுத்து நுட்பமாக விளக்குகிறார். பாரதியின் வசனக் கவிதையிலே வரும் 'காற்றுக்கு அஞ்சி உலகத்திலே இன்பத்துடன் வாழ முடியாது' 'வெளியும் ஒளியும் இரண்டு உயிர்கள் கலந்திருப்பதுபோல கலந்தன' என்று எழுதியிருக்கும் இடங்களைப் போல எழுத்தாளர்கள் வரிக-ளில் கொண்டு வந்திருக்கும் நுட்பமான விஷயங்களைக் க.நா.சு பேசுகிறார்.

14

உரைநடை எழுத்தாக்கத்தில் வார்த்தை செட்டு என்கிற விஷயம் மணிக்-கொடி எழுத்தாளர்கள்தான் சிறப்பாகக் கையாளத் தொடங்குகின்றனர். அதற்குமுன் இல்லை. பாரதியிடம் வேகம், தெளிவு, எளிமை இருந்தது. வார்த்தை செட்டு அமையவில்லை. இளங்கோவிடமும் வள்ளுவரிடமும் மிகக் குறைவான வார்த்தைகளில் பயன் கண்டவர்கள். பின்வந்தவர்களிடம் அப்ப-டிச் சொல்ல வேண்டியதில் மட்டும் குறியாக எழுதியதில்லை. ஈ.வெ.ராவின் நடையில் இலக்கியத் தரமான வார்த்தை செட்டு வெளிப்பட்டது. ஆனால் கல்கி, சாண்டில்யன், ராஜாஜி, மு.வ வரிசையில் யாருக்கும் வார்த்தை செட்டு என்ற செறிவு வாய்க்கவில்லை. பத்து வார்த்தைகளில் சொல்ல வேண்டியதைப் பக்கம் பக்கமாக எழுதினார்கள். இலக்கியத் தரத்திற்கு அது-

வும் தரமானப் படைப்பிலக்கியங்களில் வார்த்தை செட்டு என்பது மிகவும் அவசியமான ஒரு குணம் என்று உதாரணங்களோடு எடுத்துக்காட்டியிருக்கிறார்.

புதுமைப்பித்தன் - எழுதுவது எவ்வளவு நுட்பமான வேலையோ அதைப்போலவே வாசிப்பதும் நுட்பமான வேலை. புதுமைப்பித்தனின் 'கடவுளும் கந்தசாமி பிள்ளையும்', 'சிற்பியின் நரகம்', 'கயிற்றரவு', 'கபாடபுரம்' போன்ற பல கதைகளில் சொல்லாமல் விடப்பட்ட பகுதிகள் பல. அதை கண்டடைந்து அனுபவிக்கத் தெரிந்தவனே தேர்ந்த வாசகன். எல்லாவற்றையும் வாசகனுக்கு விளக்கி எழுதுவது ஜனரஞ்சக எழுத்தாளனின் வேலையாக இருக்கிறது. அப்படி வாழைப் பழத்தை உரித்துத் தரவேண்டும் என்கிற வாசகன் இலக்கிய வாசகன் அல்ல. ஜனரஞ்சனமாக எழுதுபவன் இலக்கியவாதியும் அல்ல.

வாசகன்தான் தன் வாசிப்பின் வழி மேலே மேலே நல்ல இலக்கியவாதிகளின் எழுத்தை நாடிவர வேண்டும். புரியவில்லை என்பது வாசகனின் போதாமை தவிர எழுத்தாளனின் குறையல்ல. புதுமைப்பித்தன், மௌனி, லா.ச.ரா படைப்புக்களை மறுபடி இரண்டாம் முறை கவனமாகப் படித்தால் புரிந்துகொள்ளக்கூடிய ஆக்கங்கள்தான். அந்த அக்கறை உள்ளவர்கள்தான் வாசகர்கள் என்றெல்லாம் ஜனரஞ்சக வாசகனையும் ஜனரஞ்சக எழுத்தாளனையும் 50 ஆண்டு காலம் தொடர்ந்து இலக்கியத்திற்குப் புறம்பானவர்கள் என்று கடுமையாக விமர்சித்து ஒற்றை மனிதராகத் தமிழ் இலக்கியச் சூழலை வளப்படுத்தி தந்தார். அந்தத் தகுதி க.நா.சுவுக்கே உண்டு. இந்தக் காரியம் க.நா.சுவால் ஆற்றப்படாமல் இருந்தால் இங்கு என்னவிதமான எழுத்துக்கள் இலக்கியமாகக் கொண்டாடப்பட்டிருக்கும் என்பதை இலக்கிய வாசகன் யாராலும் புரிந்துகொள்ள முடியும்.

மரபை நூற்றுக்கு நூறு உதறி புதுமைசெய்துவிட முடியாது. நவ நாகரிகம் என்ற போர்வையில் ஒதுக்கப்பட்ட மரபில் உள்ள செழுமையை எழுத்தாளன் லேசில் ஒதுக்கிவிடமாட்டான். அதை எதிர்கால கண்ணியுடன் இணைப்பான். மரபில் ஊன்றி புதிய மரபை உருவாக்குவது இவ்விதம்தான். வள்ளுவனும், இளங்கோவும் நேற்று இன்று நாளை என்ற மரபுக் கண்ணியை ஆழமாகப் பிணைத்தவர்கள். இயல்பாகவே படைப்பு வீரியத்தால் மரபுக்கு இப்படி முன் பின் ஒரு வலுவான பிணைப்பை ஏற்படுத்துகிறவன்தான் பெரும் படைப்பாளி என்கிறார்.

குரலை அளவுக்குமீறி உயர்த்தி, ஒலிக்கும் வார்த்தைகளை உபயோகிக்கிற வைரமுத்து, மேத்தா, காமராஜன் முதலிய சினிமாக் கவிகள் கவிகளே அல்ல என்று விமர்சித்திருக்கிறார். உண்மை என்பது எல்லா அம்சங்களையும் அடக்கியது. கட்சி உண்மையும் சித்தாந்த உண்மையும் பாரபட்சமான உண்மைகள்தான். உண்மை என்பதில் அவையும் அடங்கலாம். உண்மையின் எல்லாத் திறப்புகளையும் சொல்கிறவன்தான் கவி. வானம்பாடி கவிகளும் திராவிட கட்சி கவிகளும் நல்ல கவிதை எழுத முடியாமல் திணறுவதற்கு

இந்த உண்மை மறைப்பு ஒரு காரணமாக இருக்கலாம் என்று விமர்சித்திருக்கிறார்.

கண்ணதாசன் - கண்ணதாசனை உள் அமைதி இல்லாத கவிஞன் எத்தனை எழுதினாலும் அவன் கவிதை கவிதை போலவே இருந்தாலும் அவனைக் கவியாக மதிப்பதற்கில்லை என்று சிறப்புகொடுத்து விமர்சித்திருக்கிறார். நகுலன், ஷண்முக சுப்பையா, ஞானக்கூத்தன் முதலியோர் குரலை உயர்த்தாத நவீன கவி என்றெல்லாம் சிறப்பித்திருக்கிறார். எனினும் தன் திரைப்படப் பாடல்களின்வழி கண்ணதாசன் கவித்துவமான கணங்களை மொழியில் வசப்படுத்தியிருக்கிறார் என்பது என் கருத்து. க.நா.சுவின் நோக்கம் தீவிர இலக்கியம் வேறு வெகுஜன இலக்கியம் வேறு என்ற பாகுபாட்டை அழுத்தமாகச் சொல்ல வேண்டும் என்ற அடிப்படையில் திரைத்துறையினரை எதிர்நிலையில் வைப்பதாகக் கொள்ளலாம்.

க.நா.சுவால் நிராகரிக்கப்படுகிறவர்கள் சில நல்ல கவிதைகளைக் கொடுத்திருக்கிறார்கள். அவரால் அங்கீகரிக்கப்படுபவர்களின் கவிதையில் கவித்துவம் கூடிவராத கவிதைகளும் இருக்கின்றன. க.நா.சு இலக்கிய இயக்கப் போக்குகளில் நின்று மறுக்கிறார் என்று புரிந்துகொண்டாலும் வாசகனாக இருப் பக்கம் உள்ள நல்ல கவிதைகளைப் பொருட்படுத்தத்தான் ஆகவேண்டியிருக்கிறது.

ஓரளவு புதுக்கவிதை தமிழில் காலூன்றி 25 ஆண்டுகளில் வளர்ந்திருக்கிறது, வளர்கிறது என்றாலும் தமிழ் மரபுக் கவிதையில் நிகழ்ந்த சில சாதனைகளைப்போல நிகழவில்லை. ஆன்மிக மேன்மையைப் பக்தி இலக்கியத்தில் திருமூலர், மாணிக்கவாசகர், காரைக்கால் அம்மையார், நம்மாழ்வார், ஆண்டாள் நிகழ்த்திக் காட்டியிருக்கின்றனர். சங்க இலக்கியம் மனித உறவுகள், நடப்பு விஷயங்களில் ஒரு உச்சத்தை எட்டியிருக்கிறது. வள்ளுவர் வாழும் வாழ்க்கையில் எது மேன்மையான விஷயம் என்பதை வலுவாகப் புதிய வாழ்க்கை நெறியாகவே காட்டினார். மானுட வாழ்விற்கு ஒரு உச்சமான அர்த்த பரிமாணத்தை இளங்கோ, கம்பன், சாத்தனார் தன் காவியங்களின்வழி வழங்கினர். இதுபோல இன்னும் மரபுக் கவிதையின் சாதனைகள் தமிழில் நிகழ்ந்திருக்கின்றன.

ஷண்முக சுப்பையா, நகுலன், பசுவய்யா, சி. மணி, ஞானக்கூத்தன், தருமு சிவராம், என்று ஒரு தலைமுறையினரும், கலாப்ரியா, ஆனந்த், தேவதேவன், சுகுமாரன், சமயவேல், விக்ரமாதித்தன் என்று இளையவர்களுமாக இருபது முப்பது பேர் நன்றாக எழுதுகிறார்கள். இன்றைய நவீன உலகத்தின் வாழ்க்கை முறைகள் மாறியிருக்கின்றன. உறவுகளில் எண்ணங்களில் பெரும் மாற்றங்கள் நிகழ்ந்திருக்கின்றன. இதையெல்லாம் கிரகித்துக்கொண்டு புதுக்கவிதையில் ஒரு வலுவான புதிய இலக்கிய மரபை இன்றும் யாரும் ஏற்படுத்தவில்லை. அப்படி நிகழும்போதுதான் புதுக்கவிதையின் சாதனையாகக் கொள்ளப்படும் என்று புதிய இலக்கிய மரபு குறித்த தனது

பார்வையை முன்வைத்து எழுதியிருக்கிறார். இந்தப் புதுக்கவிதைக்காரர்களின் பலம் பலவீனம் குறித்து விமர்சித்திருக்கிறார்.

டி.கே.சி கம்பன்தான் மிக உயர்ந்த கவி என்று சொல்லுகிறார். க.நா.சு கம்பனைவிட விஷயங்களைச் சிறப்பாகச் சொன்னவர்கள் இளங்கோவும் வள்ளுவரும் என்கிறார். சொல்ல வந்ததை வழியவிடாமல், அதிகமாகச் சொல்லாமல் சில விஷயங்களை மட்டும் பொறுக்கியெடுத்துச் சொல்வதில் தமிழில் ஒரே ஒரு கவியை மட்டும்தான் இளங்கோவுக்கு ஈடாகச் சொல்ல இயலும் - திருவள்ளுவரை. தேர்ந்தெடுத்துச் சொல்லுகிற விஷயங்களைச் சாதாரணமாக வார்த்தைகளில் வடித்துக் காட்டுகிற கவிதாசக்தி இருவருக்கும் நிறையவே இருந்தது. கம்பனால் அதிகமாகச் சொல்ல இயன்றது என்பது உண்மை. அதாவது சொல்ல வந்ததற்கு அதிகமாகவே சொல்லிவிடுகிற இடங்கள் அதிகம். இது ஒரு குறை என்றுதான் எனக்குத் தோன்றுகிறது. வள்ளுவரிலோ இளங்கோவிலோ இந்த மாதிரி குறையை என்னால் காண முடியவில்லை. அதனாலே வள்ளுவரும் இளங்கோவும் கம்பரைவிடப் பெரிய உத்தமக் கவிகளாக எனக்கு தோன்றுகிறார்கள் என்று மதிப்பிட்டிருக்கிறார்.

பாரதி சொன்ன தெளிவுற அறிந்திடுதல், தெளிவுற மொழிந்திடுதல் என்ற அடிப்படையில் கம்பன் சிலபடி பின்நகர்வதாகச் சொல்கிறார். 'மிகத் தெளிவான நடையை உண்டாக்கிக்காட்ட கவிப்படுகிற பாடு வெளியே தெரிவதில்லை. அநாயசமாகச் செய்ததுபோல இருந்தாலும் நடைத்தெளிவு மிகவும் சிரமப்பட்டுத்தான் உண்டாகிறது என்று சொல்வது மிகையாகாது. ஏதாவது அகஸ்மாத்தாக ஏற்பட்ட விஷயமாக இந்தத் தெளிவு அல்லது கலைஞனின் உழைப்பின் பயனா என்றுதான் கேட்கத் தோன்றுகிறது. பாரதியில், இளங்கோவில், திருக்குறளில் இருக்கிற தெளிவு கம்பனில் இல்லை என்று சொன்னால் கம்பன் ரசிகர்கள் கோபித்துக் கொள்ளக்கூடும்.

உண்மை அதுதான். கம்பன் இரண்டு பண்பாடுகளுக்கு இடையில் அகப்பட்டுக்கொண்டவன். தமிழ் பண்பாடும் சமஸ்கிருதப் பண்பாடும் அவனை நெருக்குகின்றன. இளங்கோவுக்கு இரண்டாவது பண்பாடு பற்றி அக்கறை இல்லை. வள்ளுவருக்கும்தான். பாரதியின் காலத்தில் மூன்று பண்பாடுகளுக்கு வாரிசு அவன். ஆனால் அவன் எதை தேர்ந்தெடுத்தான் என்பது தெளிவு. அதில் குழப்பமில்லை என்றும் கம்பனை வேறு கோணத்திலும் விமர்சித்திருக்கிறார்.

'இளங்கோ ஒரு கைதேர்ந்த நாவலாசிரியர்போல பல விஷயங்களைச் சொல்லியிருக்கிறார் - பல விஷயங்களைச் சொல்லாமல் விட்டிருக்கிறார். மதுரையிலும் புகாரிலும் இந்தச் சாமியாருக்கு விலைமாதர் தெருவில் என்ன வேலை என்று கேட்கத் தோன்றுகிறது. ஆனால் ஒரு விலைமாதையே கதாநாயகியாக ஏற்றுக்கொள்கிற தைரியம் இந்தச் சாமியாருக்கு இருந்ததுதான் விஷயம். துறவு மனப்பான்மை உள்ளவர்களுக்குப் பணத்தினால் என்ன பரத்தினால் என்ன?' என்று வாய்ப்பு கிடைக்கும்போதெல்லாம் இளங்கோவின்

மேதமையை க.நா.சு சொல்லாமல் விட்டதில்லை. அப்படியொரு படைப்பு உச்சமென்று கருதுகின்றார்.

மரபு இலக்கியத்தில் திருமூலர், காரைக்கால் அம்மையார், தாயுமானவர், வள்ளலார் என்று பலரைப் பற்றியும் சொல்லியிருக்கிறார்.

சங்க கவிதையானாலும் சரி, வள்ளுவர் காலத்து கவிதையானாலும் சரி, கம்பன் காலத்து கவிதையானாலும் சரி உரை இல்லாமல் படித்து அனுபவிக்கிற ஒரு பயிற்சியை ஏற்படுத்தியிருக்க வேண்டும். உரையாசிரியர்கள் அவர்கள் நோக்கில் விளக்கம்தர முயல்கிறார்கள். கவிதை நமக்குத் தரும் அனுபவம் என்பது இல்லாமல் போகிறது. சங்க காலம் இறந்த காலம் அன்று! கவிதை எட்டுகிற உள்ளங்களில் அது எப்போதுமே நிகழ்காலம்தான். அதுதான் இலக்கியத்தின் ஆதார சக்தி. நேரடியாகப் பெறும் வாசிப்பு இன்பம் அவனது இதயத்திற்கு நெருக்கமானதாக மாறுகிறது என்றுகூட வாசிப்பு குறித்து ஒரு கருத்தைச் சொல்லியிருக்கிறார். மாணவர்கள் கவிதைகளையும் கதைகளையும் நாவல்களையும் கோனார் நோட்ஸாகத்தான் படிக்கிறார்கள். பின் எப்படி இலக்கிய உணர்ச்சி சித்திக்கும்.

15

'கலை கலைக்காகவே, கலை மக்களுக்கானது அல்ல' என்ற கொள்கையைச் சேர்ந்தவர் என்று வசைப்பாடுபவர் உண்டு. எந்தக் கலையும் கலைக்காகவே என்று இருக்க முடியாது. கலை தனிமனிதனுக்கு, சமூகத்திற்கு, எதிர்காலத்திற்கு, இந்தக் காலத்திற்கு என்று பயன்நோக்கி இருக்கவே செய்யும். அதனைப் பிரச்சாரம் இல்லாமல் எழுதுவதைத்தான் கலை என்கிறேன். இலக்கணம் இலக்கியத்திற்காக மட்டும் இருக்க முடியுமா என்று கேட்கத் தோன்றுகிறது என்றெல்லாம் தன் இலக்கியப் பார்வையைச் சொல்லியிருக்கிறார். பிரச்சாரத்தையே நோக்கமாகக் கொண்டு எழுதப்பட்டதை இலக்கியம் இல்லை என்கிறார். இலக்கிய மார்க்சியர்கள் பிரச்சாரத்தை இலக்கியம் என்றனர். அதனால் க.நா.சுவைத் தாக்கி எழுதினர்.

க.நா.சு சொல்லிவிட்டார் என்பதற்காக யாரும் ஏற்றுக்கொள்ளவில்லை. அவர் குறைவாக மதிப்பிட்ட 'அம்மா வந்தாள்', 'ஜே.ஜே சில குறிப்புகள்' தமிழ் நாவல் பரப்பில் மேலான இடத்திலேயே வைத்துப் பேசப்படுகின்றன.

சங்கரராமின் 'மண்ணாசை', ஆர். சண்முகசுந்தரத்தின் 'நாகம்மாள்' தொடங்கி வண்ணநிலனின் 'கடல்புரத்தில்', நாஞ்சில்நாடனின் 'தலைகீழ் விகிதங்கள்' வரை ஐம்பதாண்டுகால பரப்பில் தமிழில் எழுதப்பட்ட முப்பத்தைந்து நாவல்களைச் சிறந்த நாவல்கள் என்று குறிப்பிட்டிருக்கிறார். வெவ்வேறு சந்தர்பங்களில் சொல்லியிருக்கிறார். இன்றளவும் இந்நாவல்களே இலக்கிய மதிப்பை இழக்காமல் செவ்வியல் எல்லைக்குள் சென்றுகொண்டிருக்கின்றன. தனித்துவமானப் பண்பை வெளிப்படுத்தாத - ஒரு எல்லை வரையில் வாழ்வின் கோலங்களைக் காட்ட முயன்ற தமிழ் நாவல்களில் பத்துப் பதினைந்து வரை முன்வைத்துப் பேசியிருக்கிறார் (எஸ்.வி.வி.யின்

'இராமமூர்த்தி', ஜெயகாந்தனின் 'உன்னைப்போல் ஒருவன்', சங்கரராமின் 'பெண் இனம்', லா.ச.ரா.வின் 'புத்ரா'...)

'சாயாவனம்' நாவலில் சர்க்கரை ஆலையைப் பற்றி வரும் பகுதியும் 'தலைமுறைகள்' நாவலில் கிணற்றுக்குள் ஒளிந்து கொண்டிருக்கும் பகுதியும் சரியாக வரவில்லை என்றும் சொல்கிறார்.

தமிழ் படித்த கல்விமான்கள்தான் இலக்கியத் தரத்தை எட்டாத கல்கி, அகிலன், கோ.வி., மணிசேகரன், ராஜம் கிருஷ்ணனின் நாவல்களைப் பாராட்டி நாவல் வளர்ச்சியைச் சீரழித்தவர்கள் என்று விமர்சித்திருக்கிறார். ஜெயகாந்தன் நாவல்கள் இன்று திரும்ப படிக்க முடியாத கலைநயம் குன்றியப் படைப்புகளாக இருக்கின்றன என்று குறிப்பிடுகிறார்.

க.நா.சுப்பிரமணியம் அக்கால பிராமணப் பிள்ளைகள் போல அரசு அதிகாரியாகவோ ஆங்கிலப் பேராசிரியராகவோ வேலையில் சேர்ந்து சுகபோகமான ஒரு வாழ்வைத் தேர்வு செய்திருக்கலாம். மறுத்து இலக்கியவாதி என்ற ஒரு பாத்திரத்தை மிகச் சிறிய வயதிலேயே தேர்வு செய்தார். அந்த லட்சியத்திற்கு உரமாக இருந்தவர் அவரது தந்தையார் கந்தாடை நாராயணசுவாமி. தன் மனைவி இறந்தப்பின் இரண்டாம் தாரத்தை வரித்துக்கொள்ளாமல் தன் மகனின் கனவிற்குத் தீவிரமாகத் துணை நின்றார். க.நா.சுவின் இலக்கிய வாழ்விற்குத் தன் சம்பாத்தியம் முழுமையையும் தந்தார். அப்பாவுடன் சின்னச் சண்டைப்போட்டுக் கிளம்பிச் சென்றாலும் இரயிலடிக்கு ஓடிவந்து க.நா.சுவின் சட்டைப்பையில் செலவிற்குப் பணத்தைத் திருப்பி அனுப்பினார். க.நா.சுவிற்கு வாய்த்த தந்தை ஒரு அபூர்வமான மனிதர்.

க.நா.சுவின் உலக இலக்கிய வாசிப்பு தமிழ் இலக்கியத்தின் மீது மூடியிருந்த பனித்திரையை விலக்கிக் காட்டியது. உலக இலக்கியத்தின் தரத்திற்குத் தமிழில் நவீன இலக்கியம் இல்லை என்ற பொறி தட்டுகிறது. 19ஆம் நூற்றாண்டின் இறுதியிலும் 20ஆம் நூற்றாண்டின் தொடக்கத்திலும் சின்ன மின்னல் கீற்றுப் போல இரு பேராளுமைகள் தோன்றி மறைந்ததும் தெரிகிறது. தேசிய எழுச்சிக் காலத்தில் பாரதியும் மணிக்கொடி வழி புதுமைப்பித்தனும் ஆற்றல் மிக்க எழுத்தாளர்களாக மின்னி அற்ப ஆயுசில் மரணமடைந்த காலச்சதியையும் காண்கிறார். பாரதி, புதுமைப்பித்தன் இல்லாத தமிழ் இலக்கியப் பரப்பு வெறுமைகொள்ளத் தொடங்கிய தருணத்தில் க.நா.சு தரமற்ற உலகில் என்னதமான இலக்கியங்களைத் தோற்றுவிக்க முடியும் என்ற ஒரு ஆவேச பாய்ச்சலை தன்னுள் உயிர்ப்பித்துக்கொண்டு தனியொரு மனிதனாக இலக்கியக் களத்தில் இறங்குகிறார்.

தீவிரமான வாசிப்புப் பழக்கம் அவரை வாநோதராகவே மாற்றிவட்டது என்பதற்கு ஒரு சிறிய நிகழ்வு. வெங்கெட்சாமிநாதன் ஒரு புகழ்பெற்ற நாடகத்தைப் பார்க்க க.நா.சுவை அழைத்துச் செல்கிறார். பார்வையாளர்கள் நாடகத்தில் மூழ்கியிருக்கின்றனர். அரங்கின் பின்னால் கதவோரம் சிறிய வெளிச்சம் உள்ளே வருகிறது. க.நா.சு அந்த வெளிச்சத்தில் புத்தகம் படித்துக்

கொண்டிருக்கிறார். எதைப் பற்றியும் நினைக்காமல், தன்னைச் சுற்றி நடப்பதைக் கவனிக்காமல் புத்தக வாசிப்பில் மூழ்கிவிடும் வாசிப்பின் பேராசை அவரை இயக்கிக்கொண்டே இருக்கின்றது.

கேளிக்கை மிக்க ஜனரஞ்சக சூழலுக்கு எதிராக 'சுறாவளி', 'சந்ரோதயம்' என்கின்ற சிற்றிதழ்களை நடத்துகிறார். இவர்கள் எழுதுவது இலக்கியமல்ல தழுவல்கள். உண்மையான தமிழ்ப் படைப்புக்கள் இனிமேல்தான் எழுதப்பட வேண்டும். அவ்விதம் எழுதப்படும் படைப்பு முதல் தரமாக இல்லாமல் இரண்டாம் தரத்தில் இருந்தால் கூட அதுவே வருங்கால இலக்கியத்திற்கான வழித்தடம் என்று விமர்சனத்தைத் தொடர்ந்தார், முன்வைத்துப் பேசினார். அதிகாரப் பீடத்திலிருந்து எழுதி இலக்கியவாதி என்று முகம் காட்டிய ராஜாஜி போன்றோரை, பத்திரிக்கை பலமும் வாசக பலமும் புகழ் பலமும் தேசியவாதி பலமும் கொண்டு இயங்கிய கல்கி போன்றோரை முற்றாக நிராகரித்தார். பதிலாக உலக இலக்கியத்தின் சிகரங்களை மொழிபெயர்த்து இலக்கியம் என்பதற்கு முன்வடிவான ஒரு சித்திரத்தை வரையத் தொடங்கினார்.

இலக்கியத் தேக்கக்காலத்தில் ஐந்து நல்லப் படைப்பாளிகள் தோன்றினால்கூட தமிழில் ஒரு நல்ல இலக்கியச் சூழலை நிறுவிவிட முடியும் என்று சொன்னார். ஒரு லட்சம் வாசகர்கள் தேவையில்லை. இரண்டாயிரம் நல்ல வாசகர்கள் தோன்றிவிட்டாலே நல்ல இலக்கியம் தோன்றுவதற்கு ஒரு மேடை கிடைத்துவிடும் என்று தொடர்ந்து வற்புறுத்தினார். அப்படித்தான் சிற்றிதழ்களில் தொடர்ந்து இயங்கிய க.நா.சு 'இலக்கிய வட்டம்' என்ற இதழையும் தொடங்கினார். தொடர்கதை எழுதி சாகித்திய அகாதெமி விருதுபெறும் எழுத்தாளர்கள் நமக்குத் தேவையில்லை. டால்ஸ்டாயின் எழுத்தைத் தொடும் படைப்பாளியே நமக்கு வேண்டும் என்று எழுதினார், படைத்தார், மொழிபெயர்த்தார்.

காந்தி அகிம்சையை ஒரு போராட்ட முறையாக ஏற்றுக்கொண்டு ஒரு லட்சிய எல்லையைத் தொட்டதைப் போல க.நா.சு உன்னத இலக்கியத்தைத் தமிழில் உண்டாக்குவது என்ற லட்சியக் கனவுடன் தனது இலக்கிய வாழ்வை மரணத்தின் கடைசி நொடிவரை ஏற்று நடந்தார். இன்று தமிழில் சிறப்பான இலக்கியச் சூழல் உருவாகி இருக்கிறது என்றால் அது க.நா.சு.வின் ஐம்பதாண்டுகால விமர்சன குரலால் விளைந்தது எனலாம். மற்றவர்களுக்கும் அதில் பங்கு உண்டு என்றாலும் அதன் தலைமகன் க.நா.சு என்பதில் மாற்றுக்கருத்து இருக்க முடியாது. உலகத் தரமான இலக்கியத்திற்குத் தனித்து நின்று களமாடிய பெரிய வீரன் க.நா.சு.

'என் இலக்கிய வாழ்விற்குப் பரிசு தாருங்கள்' என்று வரிசையில் நிற்காமல், அல்லது சிபாரிசு நாடிச் செல்லாமல் இலக்கிய வாழ்வு வாழ்ந்த மகத்தான மனிதர். தன் வறுமையை வெளியே சொல்லாத கண்ணியவான் அவர். ஒருமுறை நாஞ்சில்நாடன் அவரிடம் 300 ரூபாய்க்குப் புத்தகம் வாங்கியபோது "நாஞ்சில் பத்து நாட்களுக்கு வீட்டில் அரிசி பஞ்சம் இல்லாமல்

செய்துவிட்டாய்'' என்று சொன்னவர். ஆங்கிலத்திலும் தமிழிலும் தொகுக்கப்படாத அவரின் எழுத்துக்கள் இன்னும் ஆயிரமாயிரம் இருக்கின்றன. தொகுக்கப்பட்டவையும் ஆயிரமாயிரம் இருக்கின்றன. தமிழ் எழுத்துக் களத்திலே தன்னை வைத்து ஆடிய துணிச்சல்காரர் அவர். தமிழில் இப்படியொரு சாதனைக்காரர்.

2. இலக்கியத்தில் சிக்கலான தன்மை ஏன் உருவாகிறது? - ஸ்ரீதர் ரங்கராஜ்

ஜார்ஜ் ஆர்வெல் - தீவிர இலக்கியத்தின் தொடக்கநிலை வாசகர்கள் உணரும் சிக்கல்தன்மை என்பது எழுத்தாளர் வேண்டுமென்றே முனைந்து உருவாக்குவதல்ல. எளிமையான அணுகலை முன்னுரிமைப்படுத்தும் நேரடிக் கதைகூறலைப் போலன்றி தீவிர இலக்கியத்தின் இயல்புகளான, ஒன்றுக்கு மேற்பட்ட அர்த்தங்கள், நுணுக்கமான சித்திரங்கள், திறந்த முடிவுகள் ஆகியவற்றினால் தொடக்கநிலை வாசகர் அதைச் சிக்கலாக உணர்கிறார்.

ஆழமான தத்துவ விசாரணைகள், வழக்கத்திற்கு மாறான கதைகூறல், மொழியியல் பரிசோதனைகள், துல்லியமான சித்தரிப்புக்காகப் பயன்படுத்தப்படும் சொற்கள் ஆகியவற்றின் மூலமும் வாசகர் உணரும் சிக்கல் உருவாகிறது. மேலும், படைப்பின் ஒருபகுதி ஒரேநேரத்தில் சமூக வர்ணனையாக, கதாபாத்திர ஆய்வாக, தத்துவப் பிரதிபலிப்பாகச் செயல்படும். எனவே எந்த விளக்கம் சரியானது அல்லது இது சரியான விளக்கம்தானா என்று வாசகருக்கு ஏற்படும் குழப்பங்களும் படைப்பைச் சிக்கலானதாக உணர வைக்கின்றன.

எனினும், அவ்வாறு வாசகரைக் குழப்புவதல்ல படைப்பின் நோக்கம். மாறாக அவற்றின் நோக்கம் சமூகத்தின் நிலை, மனிதகுலம் எதிர்கொள்ளும் சிக்கல்கள் மற்றும் உணர்ச்சி சார்ந்த விஷயங்களைக் கூடுமானவரையில் துல்லியமாக வெளிப்படுத்தி அவைகுறித்த வாசகரின் புரிதலை மேம்படுத்துவதே. சிக்கலானது என்று வாசகர் உணரும் படைப்புகள் ஒவ்வொரு வாசிப்பிலும் புதிய பரிமாணங்களை வெளிப்படுத்தக் கூடியவை. அதை ஒரே முயற்சியில் முழுமையாகப் புரிந்துகொள்ள வேண்டும் என்று எதிர்பார்க்க முடியாது. தொடர்வாசிப்பின் மூலமே இத்தகைய குழப்பங்கள் விலகும். இதுகுறித்து சென்ற கட்டுரைகளில் குறிப்பிடப்பட்டிருக்கிறது என்றாலும் அவற்றைத் தொகுத்துப் பேசுவதே இக்கட்டுரையின் நோக்கம்.

1. பல அடுக்கு அர்த்தங்கள் - தீவிர இலக்கியம் ஒரே மட்டத்தில் செயல்படுவதல்ல. மேற்பரப்பில் விவரிக்கப்பட்டதற்கு அப்பால் குறியீட்டு, தத்துவ மற்றும் உளவியல் பரிமாணங்களைக் கொண்டுள்ளது. வாசகரின் பார்வை, பண்பாட்டுப் பின்னணி மற்றும் ஈடுபாடு ஆகியவற்றின் அடிப்படையில் வெவ்வேறு விளக்கங்களின் சாத்தியத்தை அனுமதிக்கிறது. படைப்பி-

லுள்ள குறியீடுகளை, உருவகங்களை வாசகர் கண்டுகொண்டால் கதையின் ஆழத்திற்குச் செல்வது எளிதாகிவிடும்.

உதாரணமாக ஒரு புத்தகம் ஒரு பயணத்தைப் பற்றிய கதையைச் சொல்லக்கூடும், ஆனால் அந்தப் பயணம் என்பது தனிப்பட்ட நபரின் உள்முக வளர்ச்சியையோ அல்லது வாழ்க்கையின் அர்த்தத்தைத் தேடுவதையோ குறிக்கலாம். புத்தகத்தின் வெவ்வேறு பகுதிகளுக்கு இடையிலான குறியீடுகள், கருப்பொருள்கள் மற்றும் தொடர்புகளை ஆய்வு செய்வதன் மூலம், வாசகர்கள் இந்த ஆழமான அடுக்குகளைக் கண்டுபிடித்து படைப்பின் செழுமையை உணரலாம்.

எடுத்துக்காட்டாக ஜார்ஜ் ஆர்வெல்லின் 'விலங்குப்பண்ணை' - கதை, பண்ணை விலங்குகள் தங்கள் மனித உரிமையாளருக்கு எதிராகக் கலகம் செய்வது பற்றியது. இருப்பினும், உள் அர்த்தங்களை உணரமுற்படும் வாசகர்கள் இது அரசியல் அமைப்புகளின் விமர்சனம், குறிப்பாக ரஷ்யப் புரட்சி மற்றும் சர்வாதிகாரத்தின் ஆபத்துகள் என்பதைப் புரிந்துகொள்ள முடியும். இந்தக் கருப்பொருள் கூறுகளை இணைப்பதற்கு ஆழமான பகுப்பாய்வு தேவை.

2. சிக்கலான மொழி மற்றும் பாணி - பல இலக்கியப் படைப்புகள் அடர்த்தியான உரைநடை, வழக்கத்திற்கு மாறான வாக்கியக் கட்டமைப்புகளைப் பயன்படுத்துகின்றன, இதனால் அவற்றைப் புரிந்துகொள்வது வாசகர்களுக்குக் கடினமாகத் தோன்றலாம். சில எழுத்தாளர்கள் தற்போது பயன்பாட்டிலில்லாத சொற்கள், வட்டாரப் பேச்சுவழக்குகள் அல்லது கவித்துவமான சொற்களைப் பயன்படுத்தலாம், உண்மையில் அவை படைப்பிற்குச் செழுமையைச் சேர்க்கின்றன, ஆனால் அதேசமயம் வாசகர்களிடமிருந்து அதிக முயற்சியையும் கோருகின்றன. மேலும், நனவிலியை எழுதுதல் போன்ற கதை நுட்பங்கள் வாசகருக்கான சவாலை அதிகரிக்கக்கூடும்.

உதாரணமாக, கி.ரா அல்லது ஜெயமோகன் எழுதும் வட்டார வழக்கு. உண்மையில் இவை தமிழ்நாட்டிலே பிறந்து தமிழைத் தாய்மொழியாகக் கொண்டு வேறு ஒரு வட்டார வழக்கில் பேசிக் கொண்டிருப்பவர்களுக்குமே சிக்கலான ஒன்றுதான். இவ்வாறான படைப்புகள் முதலில் அணுகமுடியாததுபோல் தோன்றினாலும் தொடர் வாசிப்பாலும், இடம் பார்த்துப் பொருள் கொள்ளுதல் என்ற முறையாலும் மிக எளிதாக கடக்கக்கூடியவை.

3. வழக்கத்திற்கு மாறான கட்டமைப்பு - காலவரிசைப்படி தொடரும் வழக்கமான கதைசொல்லலைப் போலன்றி, தீவிர இலக்கியம் பெரும்பாலும் நேரியல் அல்லாத கதைசொல்லல், கண்ணோட்ட மாறுதல்கள் அல்லது பல கதைசொல்லிகளைப் பயன்படுத்துகிறது. இது வாசகரின் காலம் மற்றும் காரண-காரிய உணர்வுக்குச் சவாலாக இருக்கலாம். இதைச் சமாளிக்க நிகழ்வுகள் மற்றும் பொருள்களை ஒன்றிணைப்பதில் தீவிர கவனம் செலுத்தினாலே போதும். பல கதாபாத்திரங்கள் கொண்ட அளவில் பெரிய படைப்புக-

ளில், நேரியல் அல்லாத முறைக் கதைகளில் சிறுகுறிப்புகள் எழுதி வைத்துக் கொள்வது வாசகருக்கு உதவும்.

எ.கா: சாரு நிவேதிதா எழுதிய ஜீரோ டிகிரி நாவல். - சாரு நிவேதிதா

4. **தெளிவின்மை மற்றும் திறந்தநிலை** - தெளிவான தீர்வுகளை வழங்குவதற்குப் பதிலாக தீவிர இலக்கியம் பெரும்பாலும் தெளிவின்மையை ஏற்றுக்கொள்கிறது, பல விளக்கங்களுக்கு இடமளிக்கிறது. எழுத்தாளர்கள் தகவல்களை நேரடியாகச் சொல்வதைத் தவிர்க்கலாம், வெவ்வேறு கதைசொல்லிகளை அல்லது ஒன்றுக்கொன்று முரண்பட்ட கண்ணோட்டங்களை முன்வைக்கலாம். வாசகர்கள் வெறும் கதையை மட்டும் செயலற்ற முறையில் உள்வாங்குவதற்குப் பதிலாக அர்த்தங்களை உருவாக்கிக் கொள்வதில் தீவிரமாக ஈடுபட கட்டாயப்படுத்தும் கூறுகள் இவை. இதுகுறித்து சென்ற கட்டுரையில் விவாதிக்கப்பட்டுள்ளது.

5. **தத்துவம் மற்றும் உளவியல்** - தீவிர இலக்கியம் பெரும்பாலும் ஆழமான தத்துவ விசாரணைகள், சிக்கலான உளவியல் நிலைகளை ஆராய்கிறது. கதாபாத்திரங்கள் இருத்தலியல் சங்கடங்கள், தார்மீகத் தெளிவின்மைகள் அல்லது முரணிலைக் கருத்துகளுடன் போராடுவதாக இருக்கலாம். தத்துவம் அல்லது உளவியல் கட்டமைப்புகளைப் பற்றிய புரிதல் இல்லாமல் பாத்திரங்களின் உந்துதல்கள் மற்றும் செயல்களைப் புரிந்துகொள்வது கடினம். இதற்கு தத்துவம் மற்றும் உளவியல் குறித்த அடிப்படை அறிமுகம் போதுமானது. மிக எளிதாகச் சில மாதங்களில் வாசித்துப் பெறக்கூடிய அறிவு அது.

எ.கா: ஜெயமோகன் எழுதிய விஷ்ணுபுரம், காடு நாவல்கள்.

6. **பண்பாடு மற்றும் வரலாற்றுச் சூழல்கள்** - சில படைப்புகள் குறிப்பிட்ட பண்பாடு, அரசியல் அல்லது வரலாற்று அமைப்புகளில் ஆழமாக வேரூன்றியிருக்கும், இதனால் அந்தப் பின்னணிகளைப் பற்றி அறிமுகமில்லாத வாசகர்களுக்கு அவை சவாலாக இருக்கும். வரலாற்று நிகழ்வுகள், தொன்மக் குறியீடுகள் அல்லது இலக்கிய மரபுகள் பற்றிய அறிதல், படைப்பின் ஆழத்தையும் முக்கியத்துவத்தையும் முழுமையாகப் புரிந்துகொள்ள உதவும். ஒரு குறிப்பிட்ட படைப்பு சார்ந்த வரலாற்று நிகழ்வுகள், தொன்மங்கள் குறித்து அறிந்து கொள்வது இணையப் பயன்பாடு அதிகரித்துள்ள இன்றைய காலகட்டத்தில் மிக எளிது. இதுகுறித்தும் சென்ற கட்டுரையில் குறிப்பிடப்பட்டுள்ளது.

7. **ஊடுபிரதித்தன்மை (Intertextuality)** - பல இலக்கியப் படைப்புகள் மற்ற இலக்கிய நூல்கள், தத்துவ நூல்கள் அல்லது கலை இயக்கங்களைப் பற்றிக் குறிப்பிடுகின்றன அல்லது அதன் பகுதியைப் பயன்படுத்துகின்றன. இதுவே ஊடுபிரதி (Intertext) எனப்படுகிறது. இரண்டுக்குமிடையேயான தொடர்புகளை அறிந்தவர்கள் மட்டுமே அணுகக்கூடிய பொருள் அடுக்குகளை அவை உருவாக்கும். குறிப்பிடப்பட்ட படைப்புகளுடன் பரிச்சயம் இல்-

லாத நிலையில் அவை தெளிவற்றதாகத் தோன்றலாம். இதைத் தவிர்க்க அக்குறிப்பிட்ட படைப்பை இயன்றால் வாசிக்கலாம் அல்லது அதன் சுருக்கத்தை வாசித்தால் கூட பல சமயங்களில் தெளிவு கிடைக்கும்.

எ.கா: டி.எஸ். எலியட்டின் பாழ்நிலம். - டி.எஸ். எலியட்

8. ஒழுக்கம் மற்றும் தார்மீகச் சிக்கல் - தீவிர இலக்கியம் பெரும்பாலும் வழக்கமான ஒழுக்கநெறிகளைக் கொண்ட கருப்பொருள்களை ஆராய்வதில்லை. அவை கதாபாத்திரங்கள் மற்றும் சூழ்நிலைகளை தெளிவான சரி-தவறு என்ற இருமையில் இல்லாமல் முன்வைக்கின்றன. இந்தத் தார்மீகத் தெளிவின்மை, வாசகர்கள் முன்வரையறுக்கப்பட்ட ஒழுக்க/தார்மீக நெறிமுறைகளை ஏற்பதற்கு பதிலாக, தாங்கள் நம்புபவற்றை கேள்விக்குள்ளாக்க வேண்டும் என்பதற்கான முயற்சி என்பதை வாசகர்கள் புரிந்துகொள்ள வேண்டியது முக்கியம்.

எ.கா: இமையம் எழுதிய எங்கதெ.

9. பரிசோதனை முயற்சிகள் மற்றும் நுண்மமான கதைசொல்லல் - சில இலக்கியப் படைப்புகள் வேண்டுமென்றே கதை மரபுகளை மீறுகின்றன. நுண்மமான (Abstract), சர்ரியல் தன்மை கொண்ட அல்லது துண்டு துண்டான கதைசொல்லலைப் பயன்படுத்துகின்றன. இந்த நூல்கள் தெளிவான கதைக்களத்தைக் கொண்டிருக்காமல், பாரம்பரியமற்ற சொற்றொடரியல் சார்ந்து இருக்கலாம் அல்லது வழக்கமான வாசகர் எதிர்பார்ப்புகளை சீர்குலைத்து, வேறுபட்ட ஈடுபாட்டு முறையைக் கோரலாம்.

எ,கா: ஆதவன் தீட்சண்யாவின் மீசை என்பது வெறும் மயிர்.

தீவிர இலக்கிய வாசிப்பின் அடிப்படைத்தேவை முயற்சி. ஒரு படைப்பைச் சிக்கலானது என வாசகர் உணர்ந்தாலும் அது ஒரு தடையல்ல, மாறாக அது வாசகருக்கு விடப்படும் ஓர் அழைப்பு - விமர்சன ரீதியாகச் சிந்திக்கவும், பிரதிக்குள் ஆழமாக ஈடுபடவும், ஒரு படைப்பை ஆழமாக்கும் அர்த்த அடுக்குகளை வெளிக்கொணரவும் விடுக்கப்படுவது. மேற்கூறிய கூறுகள் வாசிப்பைக் கடினமானதாக மாற்றும் அதேசமயத்தில் மிகப்பெரிய வெகுமதிகளையும் வழங்கக்கூடியவை, வாசகரை அறிவுபூர்வமாக, உணர்ச்சி பூர்வமாக வளப்படுத்தும் ஓர் அனுபவமாக மாற்றக்கூடியவை.

நவீன இலக்கியத்தை எப்படி வாசிப்பது?

தீவிர இலக்கியம் அதன் வாசகர்களிடமிருந்து வெறும் நுகர்வைக் காட்டிலும் அதிகமாகக் கோரக்கூடியது - அதற்கு ஈடுபாடு, பொருள்கொள்ளுதல், சிக்கலான தன்மையுடன் ஊடாடும் விருப்பம் தேவை. நேரியல் முறையிலான கதைசொல்லல் மற்றும் உடனடி நுகர்வை வளர்க்கும் வெகுஜனப் புனைகதைகளைப் போலல்லாமல் தீவிர இலக்கியம் அடுக்குகள், பலபொருள்படும் தன்மை கொண்டது, பெரும்பாலும் எளிமையான புரிதலுக்கு மறுமுனையில்

இருப்பது எனலாம். தீவிர இலக்கிய வாசிப்பின் உண்மையான மகிழ்ச்சி புறவயமான நுகர்வு அனுபவத்திலிருந்து அல்லாமல் அதன் உள்ளார்ந்த பொருளைக் கண்டறிவதில், கட்டமைப்பை ரசிப்பதில், கருப்பொருள்கள் குறித்து விவாதிக்கும் செயலில் பங்கேற்பதன் மூலம் வருகிறது.

தீவிர இலக்கியத்தை வாசிப்பது என்பது ஆர்வம், பொறுமை மற்றும் நிச்சயமற்ற தன்மையை ஏற்றுக்கொள்ளும் மனநிலையுடன் ஒரு படைப்பை அணுகுவதே. இதற்கு வாசகர் வரலாற்றுச் சூழல், மொழியியல் நுணுக்கங்கள் மற்றும் மொழிபுக் கட்டமைப்புகள் குறித்த அறிவை வளர்த்துக்கொள்ள வேண்டும். இந்த ஈடுபாடு வாசகரின் அறிவுத்திறன் மற்றும் உணர்ச்சி ஆழத்தை மேம்படுத்தி இலக்கியத்தை வெறும் கதைசொல்லல் என்பதிலிருந்து தத்துவ விசாரம், சமூக விமர்சனம் மற்றும் கலைப் புதுமைகள் நிகழக்கூடிய ஊடகமாக மாற்றும். தீவிர இலக்கியத்தை வாசிப்பதால் விமர்சன ரீதியாகச் சிந்திக்கும் திறனும் ஒருவரது உடனடி யதார்த்தத்திற்கு அப்பால் மனித அனுபவங்களைப் புரிந்துகொள்ளும் திறனும் அதிகரிக்கும்.

பிறரது உணர்விடத்திலிருந்து சிந்திப்பது, உரையாடலை ஊக்குவிப்பது, முன்முடிவான கருத்துகளை மீளாய்வு செய்வது என தீவிர இலக்கியம் அறிவார்ந்த வளர்ச்சிக்கும் உதவும். கூடுதலாக, தொடர் வாசிப்பு உள்ளார்ந்த கருப்பொருள்கள், கட்டமைப்பு வடிவங்கள், சொல்லாட்சி நுட்பங்களை அடையாளங்கண்டு அங்கீகரிக்கும் திறனையும் வளர்க்கும். அவ்வகையில் தீவிர இலக்கிய வகைமையில் பொருந்தக்கூடிய ஒரு படைப்பை மேலோட்டமாக வாசிப்பது என்பது வாசகருக்கு மேற்கூறிய பலன்கள் எதையும் அளிக்காது என்பதால் அவ்வாறான படைப்பை வாசிப்பது எப்படி என்பதையும் விளக்க வேண்டியதாகிறது. இந்தக்கட்டுரை என் புரிதலிலிருந்து அதற்கான முயற்சியே.

1. மேற்பரப்பிற்கு அப்பால் நகர்தல்

சாதாரண வாசிப்புக்கும் தீவிர இலக்கிய வாசிப்புக்கும் உள்ள அடிப்படையான வேறுபாடு, மேற்பரப்பிற்கு அப்பால் பார்க்கும் திறன். மேற்பரப்பு என்பது என்ன? படைப்பில் விவரிக்கப்பட்டுள்ள கதை மற்றும் சம்பவங்களே மேற்பரப்பு. அப்படைப்பின் கதை, களம் உங்களை மகிழ்விக்கக்கூடும், ஆனால் தீவிர இலக்கியம் என்பது வெறும் சம்பவங்களின் வரிசை மட்டுமல்ல - அது, அந்தச் சம்பவங்கள் அடிப்படையில் எதை உணர்த்த முயல்கின்றன? என்பதைப் பற்றியது. தீவிர இலக்கிய வாசகன் கேட்கவேண்டிய கேள்வி: இந்தச் சம்பவங்களுக்கு அப்பால் அல்லது இந்தச் சம்பவங்களின் மூலம் எழுத்தாளர் எதை வெளிப்படுத்த முயல்கிறார் என்பதே. உதாரணமாக:

சுந்தர ராமசாமியின் 'ஜே.ஜே. சில குறிப்புகள்' - இந்த நாவல் தனிப்போக்குடைய ஓர் எழுத்தாளனின் வாழ்க்கையைப் பற்றியது மட்டுமல்ல, கருத்துகள், சித்தாந்தங்கள், நோக்கங்கள், பார்வைகள் என எல்லாமும் மாறிவரும் இன்றைய சமூகத்தில் இலக்கிய உலகில் நிலவும் பண்பாடு, அறிவுஜீ-

வித்தனம் மற்றும் தனித்துவம் குறித்த கூர்மையான விமர்சனம்.

மேற்பரப்பிலான வாசிப்பு இந்த அடுக்குகளைத் தவறவிட்டுவிடும், ஆழமான ஈடுபாட்டுடன் கூடிய வாசிப்பு அதன் பரந்துபட்ட இருத்தலியல் கவலைகளை, பிம்பங்கள் உருவாகிக் கலைவதை, உயர்ந்த தத்துவங்களின் கள யதார்த்தத்தை, வெளிப்படுத்துகிறது.

இவ்வாறு படைப்பின் ஆழத்தை அடைய வாசகர்கள் மேற்கொள்ள வேண்டிய செயல்கள் என்ன?

முதலில் ஒரு புத்தகத்தை விரைவாகப் படித்து முடிக்க வேண்டும் என்ற உந்துதலைத் தவிர்க்கவேண்டும். எத்தனை புத்தகங்களைப் படித்திருக்கிறீர்கள் என்பது இங்கு முக்கியமே அல்ல. நீங்கள் குறைவான எண்ணிக்கையில் வாசித்திருந்தாலும் ஒரு படைப்பை எவ்வளவு ஆழமாகப் புரிந்து கொண்டிருக்கிறீர்கள் என்பதே முக்கியம். படைப்பில் விவரிக்கப்பட்டுள்ள ஒரு காட்சியைப் பற்றிச் சிந்திக்க இடைநிறுத்துவது, சிக்கலான பகுதிகளை மீண்டும் மீண்டும் படிப்பது, குறிப்பிட்ட நிகழ்வு அல்லது சொற்றொடரை எழுத்தாளர் ஏன் தேர்ந்தெடுத்தார் என்று கேள்வி கேட்டுக்கொள்வது பிரதியை ஆழமாகப் புரிந்துகொள்வதற்கு வழிவகுக்கும். அதோடு, அப்படைப்பு சார்ந்த விமர்சனக் கட்டுரைகள், எழுத்தாளரின் நேர்காணல்கள் அல்லது கதை எழுதப்பட்டுள்ள வரலாற்றுச் சூழலை அறிந்து கொள்ளுதல் போன்ற துணை வாசிப்புகள் படைப்பின் மீதான புதிய கண்ணோட்டங்களைத் திறக்கும்.

2. மொழி மற்றும் பாணியில் கவனம் செலுத்துதல்

தீவிர இலக்கியம் அதன் மொழியிலிருந்து பிரித்துப்பார்க்க முடியாதது. சொற்களின் தேர்வு, அதன் இசைமை, வாக்கிய அமைப்பு மற்றும் உருவகங்கள் ஆகியவை வெறும் அலங்காரங்கள் மட்டுமல்ல, அவை அர்த்தத்துடன் ஒருங்கிணைந்தவை.

யூமா வாசுகியின் மஞ்சள் வெயில் நாவலை உதாரணமாக எடுத்துக் கொள்வோம். இந்நாவல் கவித்துவமான உரைநடையில் ஆழமாக வேரூன்றியுள்ள ஒன்று. அப்படைப்பின் மொழியிலுள்ள இசைமை, நாவலின் கருப்பொருளான காதல் மற்றும் ஏக்கம் குறித்த அதன் கவனத்தை மேம்படுத்தும் விதமாக அமைந்துள்ளது. இந்தப் பத்திகளில் அதை நீங்கள் உணரக்கூடும்:

“நான் என்ன செய்வேன் ஜீவிதா... உங்கள் மெலிந்த உருவம்.. வட்டச் சிறுமுகம்... வரண்டாவில் நடக்கும்போதான புடவைச் சரசரப்பு... அசைவுகள்... புன்னகை... பார்வைகள், வார்த்தைகள் எல்லாம் நெடும்புதர்களாகச் செழித்துக்கிடக்க நான் அதன் ஊடேதான் குழந்தையைப் போலவும் ஞானியைப் போலவும் நடந்தேன். இந்தச் சந்தோஷ நேரத்திற்கு - எனக்கு நான் மிகப்பெரியவனாகத் தோற்றமளிக்கிற இந்தத் தருணத்திற்கு - அன்பு சுரந்து ததும்புகிற இந்தப் பிரகாச நிலைக்கு - எல்லையற்று விரிந்து விகாசங்கொள்ளும் மனநிலைக்கு - பாடுகள் அத்தனையிலிருந்தும் விலக்கிவைத்த பேருன்னத ஏந்தலுக்கு - என்றென்றைக்குமாக உங்களுக்கு என் நன்றி.”

“இருளின் குமிழ்களைப்போல் உங்கள் புடவை அசைகிறது. மிகச்சன்னமாக ஒலிக்கின்றன உங்கள் கொலுசு மணிகள். தெளிந்து வருகிறது தலையில் சூடியிருந்த பூச்சரம். நடந்து நடந்து அகன்று கொண்டிருந்தீர்கள். ஒரு காலெடுத்து அடுத்த அடி வைக்கும்போது உங்கள் செருப்பிலிருந்து உதிரும் மணல், என்னை உட்கொண்டு திறந்திருக்கும் புதைகுழியை மூடுகிறது சிறுகச் சிறுக.., அலைகளை மிதித்தபடி கடலோரமாய் நடக்கத் துவங்கினேன்.”

***

இந்த இடத்தில் தி.ஜானகிராமனின் மோகமுள் நாவலையும் குறிப்பிடவேண்டும். அதில் பாபுவின் தாபம் மற்றும் உளத்தடுமாற்றம் குறித்த கவனத்தை மேம்படுத்த அதன் மொழி உதவுகிறது. நாவலில் வரும் இந்தப் பத்தியை வாசித்துப் பாருங்கள்:

”யமுனாவின் முகத்தையும் கண்ணையும் வனப்பையும் பார்த்தான் பாபு. இவளிடம் ஏதோ அசாதாரணமான ஒன்று இருக்கத்தான் இருக்கிறது. அணுகமுடியாத, தொடமுடியாத ஒரு முழுமை, பொலிவு, சந்தனக்கட்டையின் வழவழப்பு, வர்ணம். நீண்ட விரல்கள், நீண்ட கைகள், நீண்ட பாதம். உண்மையாகவே இவள் தொடக்கூடாதவளா? நெருங்க முடியாதவளா? நெருங்கத் தகாதவளா? அறிவைத் தவிர, எண்ணங்களைத் தவிர வேறு ஒன்றுமே இவளுக்குக் கிடையாதா? இவள் சரீரத்திற்கு, தங்கச்சுரங்கமான இந்தப் புறஅழகிற்குப் பலனே கிடையாதா? இவளும் ஒருகணத்தில், ஒளிமங்கிய முக்கால் இருளில் தனிமையின் கைமறையும் அந்திமங்கலில் அன்பை மட்டும் ஆடையாக அணிந்து மயங்கத்தானே வேண்டும். தனிமையின் தயங்கும் துணிச்சலில், இருள்-ஒளிக் கலவையின் மறைவில், ஆகாயத்தை மட்டும் ஆடையாக அணிந்து நாணம் மின்னி நெளிய, குன்றியும் ஒடுங்கியும் எழுச்சி பெற்று நினைவழியத்தானே வேண்டும்.”

***

இங்ஙனம் மொழியில் முனைந்து உருவாக்கப்பட்டவற்றை அடையாளங்காண்பது தீவிர இலக்கிய வாசிப்பில் முக்கியமானதொரு செயல்பாடு - என்ன சொல்லப்படுகிறது என்பதைத் தாண்டி எப்படிச் சொல்லப்படுகிறது என்ற இடத்திற்குச் செல்வது. இதையுணர, சில பகுதிகளை வாய்விட்டுச் சத்தமாக வாசிப்பது, பயன்படுத்தப்படும் சொற்களில், வாக்கிய அமைப்பில் கவனம் செலுத்துவது, தொனியில் உருவாகும் மாற்றங்களைக் கவனிப்பது ஆகியவை எழுத்தாளரின் மொழிப்பயன்பாட்டை ஆழமாகப் புரிந்துகொள்ள உதவும்.

3. கதைகூறலின் நுட்பங்களைப் புரிந்துகொள்வது

தீவிர இலக்கியத்தில் கதை அமைப்பு முக்கியமானது, பொதுவாக வழக்கத்திற்கு மாறானது. வெவ்வேறு கதைகூறல் நுட்பங்களை அடையாளங்காண்பது வாசகருக்கு படைப்பின் முக்கியத்துவத்தைப் புரிந்துகொள்ளவும் பிரதியைப் புரிந்துகொள்ளவும் உதவும். எடுத்துக்காட்டாக சில கதைகூறல்

நுட்பங்கள்:

நேரியல்முறை அல்லாத கதைகூறல்: சுந்தர ராமசாமியின் 'ஒரு புளி-யமரத்தின் கதை' நாவலின் கதை, மாறிமாறி வரும் காலவரிசை, பகுதி-பகுதியான கதைசொல்லல் மூலம் எழுதப்பட்டுள்ளது. வாசகர்கள் அதன் பொருளை ஒன்றிணைத்துப் புரிந்துகொள்ள வேண்டும்.

அகவயமான கதைசொல்லிகள்: ஜெயகாந்தனின் 'சில நேரங்களில் சில மனிதர்கள்' நாவலில், கதைசொல்லியின் கண்ணோட்டத்திலிருந்து வரும் கருத்துகள், ஒழுக்கம் குறித்த பார்வைகள் உண்மையின் அகநிலைத் தன்-மையை எடுத்துக்காட்டுபவை.

வேறுபட்ட கண்ணோட்டங்கள்: சோ.தர்மனின் கூகை நாவல் சாதிய ஒடுக்குமுறைகளை, சமூகக் கட்டமைப்புகளை பல்வேறு கதாபாத்திரங்களின் கண்ணோட்டங்கள் வழி முன்வைக்கிறது, இதன்மூலம் பல அடுக்குகள் கொண்ட வாசிப்பனுபவத்தை வழங்குகிறது.

மீபுனைவு: ஜெயமோகனின் விஷ்ணுபுரம் நாவல் வழமையான கதை-சொல்லலைத் தவிர்த்து புராணம், வரலாறு மற்றும் தத்துவத்தைக் கலந்து, கதை குறித்த வாசகரின் பார்வைக்குச் சவாலான வகையில் கட்டமைக்கப்-பட்டது.

தீவிர இலக்கியம் பெரும்பாலும் எளிமையான, ஒற்றை-நோக்கில் கூறப்-படும் கதைகளை நிராகரிக்கிறது, அதற்குப்பதிலாக வாசகரின் பங்களிப்புத் தேவைப்படும் துண்டு-துண்டான, பல அடுக்குகள் கொண்ட கதைசொல்-லலைத் தேர்வு செய்கிறது. மொழியிலுள்ள மாற்றங்கள், கண்ணோட்டத்தில் நிகழும் மாற்றங்கள், கட்டமைப்பு ரீதியிலான புதுமைகள் ஆகியவை கருப்-பொருளின் மீதான தாக்கங்களைக் கொண்டிருப்பதால், வாசகர்கள் அவற்-றைக் கவனிக்கத் தங்களைப் பயிற்றுவிக்க வேண்டும்.

4. மையக்கருத்துகள், மறைபொருளைத் தேடுதல்

தீவிர இலக்கியப் படைப்பு ஒருபோதும் அதில் நேரடியாகச் சொல்லப்படும் கதையைப் பற்றியது மட்டுமல்ல - அது எப்போதும் அறிவுசார், தத்துவ உரையாடலின் பகுதி. இலக்கியத்திலுள்ள அடிப்படை மையக்கருத்துகள், மறைபொருள்களை அடையாளம் காண வாசகர்கள் கற்றுக்கொள்ள வேண்-டும். சில உதாரணங்கள்:

பாமாவின் கருக்கு: சுயசரிதை நாவல் என்பதைத் தாண்டி, சாதிய ஒடுக்-குமுறை, எதிர்ப்புத்தன்மை மற்றும் சுய அடையாளத்தை ஆழமான தனிப்-பட்ட பார்வை மூலம் ஆராய்கிறது.

ஜெயமோகனின் வெள்ளை யானை: காலனித்துவ விடுதலைக்கால வரலாற்றுநாவல் மட்டுமல்ல, நம்பிக்கை, கண்ணோட்டங்கள் மற்றும் யதார்த்-தத்திற்கும் நம்பிக்கைக்கும் இடையிலான இடைவினை குறித்த ஆய்வு.

ப. சிங்காரத்தின் கடலுக்கு அப்பால்: இடப்பெயர்வு, பண்பாட்டு மாறுதல் மற்றும் உயிர்வாழ்வதற்கான போராட்டம் ஆகியவற்றை விவாதிப்பது மட்டு-

மின்றி காலனித்துவ, பிந்தைய காலனித்துவ யதார்த்தங்கள் குறித்த விமர்சனம்.

தீவிர இலக்கியத்தில் கருப்பொருள்கள் அல்லது மையக்கருத்துகள் அரிதாகவே நேரடியாகக் கூறப்படும்; அவை மீண்டுமீண்டும் சொல்லப்படும் காட்சிகள், உருவகங்கள், உரையாடல்கள் மூலம் யூகிக்கப்பட வேண்டியவை. தீவிர இலக்கிய வாசகர் காலப்போக்கில் இந்த நுணுக்கங்களைக் கண்டறியக் கற்றுக்கொள்கிறார். வெளிப்படையாகக் கூறப்படாதவற்றைப் போலவே, சொல்லப்படாமல் விடப்பட்டவற்றிலும் கவனம் செலுத்துவது தீவிர இலக்கிய வாசிப்பில் மிக முக்கியமானது.

5. பொருள் கொள்ளுதல்

தெளிவான தீர்வுகளை வழங்கும் வெகுஜன எழுத்துகளைப் போலல்லாமல், தீவிர இலக்கியம் தெளிவின்மையில் (Ambiguity) செழித்திருப்பது. ஒரு பிரதிக்கு வெவ்வேறு வாசகர்கள் வெவ்வேறு விதமான விளக்கங்களை அளிக்கலாம், ஒவ்வொன்றும் படைப்பின் செழுமையை அதிகரிக்கின்றன.

கி. ராஜநாராயணனின் கோபல்ல கிராமம்: கதை சொல்லியின் பயணம் நேரடியான பயணமா அல்லது சமூக மாற்றத்திற்கான ஓர் உருவகமா?

ஜோ டி' க்ரூஸின் ஆழி சூழ் உலகு: தனிமனித ஒழுக்கத்தை விமர்சிக்கிறதா அல்லது சமூகத்தின் கடுமையான கட்டமைப்புகளை விமர்சிக்கிறதா?

அசோகமித்திரனின் தண்ணீர் : இந்த நாவல் மையப்படுத்துவது '80களில் இருந்த சென்னையின் வாழ்க்கை முறையையா அல்லது திரைப்படத்துறையில் உள்ள அவலங்களையா அல்லது மனிதசமூகத்தின் குணவியல்புகளையா?

பொருள் கொள்ளுதல் என்பது தொடர்ச்சியான செயல்முறை; இலக்கியப் படைப்பு ஒவ்வொரு வாசிப்பிலும் புதிய அர்த்தங்களை வெளிப்படுத்தக் கூடியது. வாசகரின் வளர்ந்து வரும் கண்ணோட்டத்தால் புதுவடிவம் பெறுவது. இலக்கிய விவாதங்களில் பங்கேற்பது, பல பகுப்பாய்வுகளைப் படிப்பது என்பதோடு ஒருவரின் சொந்தக்கருத்துகளை எழுதுவதும் கூட பொருள் கொள்ளும் அனுபவத்தை ஆழப்படுத்த கூடியதே.

6. விமர்சனச் சிந்தனையை வளர்த்துக் கொள்ளுதல்

இலக்கியத்தை ஆழ்ந்து வாசிப்பதென்பது ஒரு படைப்பை அதன் பிரபலத்திற்காக ஏற்றுக்கொள்வதற்குப் பதிலாக அதைக் கேள்விகேட்பதை உள்ளடக்கியது. அதாவது படைப்பை வெவ்வேறு வகையில் ஆராய்வது. எடுத்துக்காட்டாக சில விமர்சனச் சிந்தனைகள்:

எழுத்தாளரின் பார்வை: எவ்வகையான சார்புகள் அல்லது சித்தாந்தங்கள் படைப்பை உருவாக்கியுள்ளன?

வரலாறு மற்றும் பண்பாட்டுச் சூழல்: படைப்பிலுள்ள காலம் மற்றும் இடம் அப்படைப்பின் மையப்பொருள்களை எவ்வாறு வடிவமைக்கின்றன?

மாற்று வாசிப்புகள்: வெவ்வேறு சிந்தனைப்பள்ளிகள் - மார்க்சியம், தலித்தியம், பெண்ணியம், பின்காலனித்துவம் போன்றவை - படைப்பை எவ்வாறு மறுபரிசீலனைக்கு உள்ளாக்குகின்றன?

உதாரணமாக, இமயத்தின் கோவேறு கழுதைகள் நாவலை சமூக ஏற்றத் தாழ்வுகளின் வர்ணனையாக அல்லது தலித்திய படைப்பாக அல்லது தொழிலாளர் வர்க்கம் எதிர்கொள்ளும் அடக்குமுறையாக அல்லது ஆண்சமூகம் பெண்ணை எவ்வாறு பார்க்கிறது என்பதாக, ஆராயப்படும் கண்ணோட்டத்தைப் பொறுத்துப் பொருள்கொள்ளலாம். விமர்சனக் கோட்பாடுகள் சார்ந்து படைப்பை வாசிப்பது வாசகர்கள் அவற்றின் மேலோட்டமான அர்த்தங்களுக்கு அப்பால் படைப்புகளை மறுகட்டமைக்க உதவுகிறது, அதிகாரக் கட்டமைப்புகள், கருத்தியல் நிலைப்பாடுகள் மற்றும் பண்பாட்டு மறைபொருள்களை கேள்விக்குள்ளாக்க உதவுகிறது.

7. ஆழ்ந்து வாசிப்பதற்கான உத்திகள்

இலக்கிய வாசிப்பில் ஆழமாக ஈடுபடுவதற்கு நிச்சயம் தீவிரமான முயற்சி தேவை. அதற்கு சில நடைமுறை உத்திகள் உள்ளன.

வரிகளைக் கோடிடுதல்: முக்கியமான சொற்றொடர்களை அடிக்கோடிடுதல், எண்ணங்களைக் குறிப்புகளாக எழுதுதல், தனித்து நிற்கும் பகுதிகளைக் குறித்து வைத்துக் கொள்ளுதல் போன்றவை புத்தகத்துடனான உரையாடலை உருவாக்க உதவும்.

மெதுவாக மீண்டும்மீண்டும் படிப்பது: பல இலக்கியப் படைப்புகள் தொடர்ந்த பல வாசிப்புகளில் மட்டுமே அவற்றின் ஆழத்தை வெளிப்படுத்தும்.

மற்றவர்களுடன் விவாதிப்பது: படைப்பை வாசித்த வெவ்வேறு நபர்களுடன் கலந்துரையாடுவதன் மூலம் வெவ்வேறு விளக்கங்களை வெளிப்படுத்தி புரிதலை வளப்படுத்தலாம்.

முன் ஆய்வு: எழுத்தாளரின் சார்புநிலை அல்லது எந்தச் சிந்தனைப் பள்ளியைச் சேர்ந்தவர், படைப்பின் வரலாற்றுப் பின்னணி என்ன, அப்படைப்பு ஏதேனும் குறிப்பிட்ட இலக்கிய இயக்கம் சார்ந்து எழுதப்பட்டிருந்தால் - உதாரணமாக பின் நவீனத்துவம் - அதுகுறித்து அறிந்துகொள்வது படைப்பைப் புரிந்து கொள்ளும் வாய்ப்பை அதிகரிக்கும்.

வாசிப்பு நாட்குறிப்பு: வாசிக்கும்போது தோன்றும் எண்ணங்கள், கேள்விகள், நீங்கள் நிகழ்த்திய பகுப்பாய்வுகளைப் பதிவு செய்வது, சிக்கலான கருத்துகளைப் புரிந்து கொள்வதற்கும் ஒரு வாசகராக உங்களது தனிப்பட்ட வளர்ச்சியைக் கண்காணிப்பதற்கும் உதவும்.

8. தவிர்க்க வேண்டிய விஷயங்கள்

தீவிரமாக வாசிக்க முனையும்போது, வாசகர்கள் அவர்களது ஈடுபாட்டைச் சிதறடிக்கும் சில விஷயங்களில் மாட்டிக்கொள்ளும் சாத்தியமுண்டு.

கதையில் மட்டும் கவனம் செலுத்துதல்: 'அடுத்து என்ன நடக்கிறது' என்பதில் மட்டும் கவனத்தை நிலைநிறுத்தும்போது மையப்பொருள்கள் மற்றும் நுட்பங்களைத் தவற விட்டுவிடலாம்.

உடனடித் தெளிவை எதிர்பார்ப்பது: சில படைப்புகள் தெளிவற்றதாகவும் திறந்த முடிவாகவும் இருக்கும்; இதை ஏற்றுக்கொள்ளாத தன்மை வாசிப்பின் மகிழ்ச்சியைத் தடுத்துவிடும்.

அறிமுகமில்லாத படைப்புகளைப் புறக்கணித்தல்: சிரமம் அல்லது பண்பாட்டு வேறுபாடுகள் காரணமாக சவாலான நூல்களைத் தவிர்ப்பது வாசகர்களின் இலக்கியத் திறப்பைக் (Literary Exposure) குறைக்கும்.

ஒற்றை விளக்கத்தைத் திணித்தல்: இலக்கியம் பல அர்த்தங்களுக்குரிய வாய்ப்பைக் கொண்டுள்ளதே அதன் சிறப்பு; 'சரியான ஒற்றை அர்த்தம்' இருக்க வேண்டுமென விரும்புவது, ஒரே கண்ணோட்டத்தில் - உதாரணமாக பெண்ணியம், மார்க்சியம், தலித்தியம் - அனைத்துப் படைப்புகளையும் பார்ப்பது அதன் செழுமையைக் குறைத்துவிடும்.

மொழிநடை மற்றும் கட்டமைப்பைப் புறக்கணித்தல்: ஒரு கதை சொல்லப்படும் விதம் அதன் உள்ளடக்கத்தைப் போலவே முக்கியமானது. இதுகுறித்து ஏற்கனவே விளக்கியுள்ளேன்.

9. தனிப்பட்ட அனுபவத்தின் பங்கு

ஒவ்வொரு வாசகரும் தங்கள் சொந்தப்பின்னணி, உணர்ச்சிகள், கண்ணோட்டத்தைக் கொண்டு படைப்பை அணுகுகிறார்கள். அவர்கள் அதை எவ்வாறு விளங்கிக் கொள்கிறார்கள், பிரதியோடு எவ்வாறு தங்களைத் தொடர்புபடுத்திக் கொள்கிறார்கள் என்பது நபருக்கு நபர் வேறுபடும். இந்த அகநிலை என்பது அதன் தனிச்சிறப்பு, வரம்பு அல்ல. ஒரு நாவல் ஒரு வாசகரின் பண்பாட்டு, சமூக அல்லது தனிப்பட்ட அனுபவங்களின் அடிப்படையில் வெவ்வேறு வாசிப்புகளை அளிக்கக்கூடும். உதாரணமாக:

ஒடுக்கப்பட்ட சமூகத்தைச் சேர்ந்த வாசகர் ஒரு நாவலின் ஒடுக்குமுறை சார்ந்த மையப்பொருள்களை மிகவும் கூர்மையாக உணரலாம்.

வெளிநாட்டில் வாழ்ந்த ஒருவர் இடப்பெயர்ச்சி மற்றும் அடையாளச்சிக்கல் சார்ந்த கதைகளின் கருத்துகளுடன் முரண்படலாம்.

இழப்பு, காதல் அல்லது சிரமங்கள் போன்ற வாழ்க்கை அனுபவங்கள், இலக்கியத்தின் உணர்ச்சி ஆழத்தை ஒருவர் உணரும் விதத்தை வடிவமைக்கின்றன.

புதிய விளக்கங்களுக்குத் திறப்புடன் இருந்து மற்றொருவரின் பார்வையை ஏற்றுக்கொள்வது வாசிப்பு அனுபவத்தை வளப்படுத்தும், இலக்கிய வாசிப்பு என்பதை தொடர்ந்து மாறும், வளரும் உரையாடலாக மாற்றும்.

***

இறுதியாக, இலக்கியத்தைத் தீவிரமாக வாசிப்பதென்பது, ஒரு படைப்பை வாசித்து அடையும் இன்பத்திற்குப் பதிலாக அவ்விடத்தில் பகுப்பாய்வை

வைப்பதல்ல, மாறாக நுண்ணறிவு மூலம் வாசிக்கும் இன்பத்தை ஆழப்படுத்துவது. இது வாசிப்பு என்ற செயலை புறவயமான நுகர்விலிருந்து முழுமையான அகவய ஈடுபாடாக மாற்றுவது, ஒவ்வொரு புத்தகத்தையும் ஓர் அறிவுசார் உரையாடலாக மாற்றுவது. மேற்பரப்பிற்கு அப்பால் பார்ப்பதன் மூலம், மொழியின் நுட்பங்களில் கவனம் செலுத்துவதன் மூலம், கருப்பொருள்களை கேள்விக்கு உட்படுத்துதன் மூலம், பிரதியைப் பொருள்கொள்ளுவதன் மூலம், வாசகர்கள் தீவிர இலக்கியப் படைப்பின் ஆழத்தைப் புரிந்துகொள்ள முடியும். அப்போது இலக்கிய வாசிப்பு என்பது வெறும் கதைவாசிப்பதாக மட்டுமின்றி, கருத்துகள், பண்பாடு மற்றும் மனித அனுபவத்துடன் நிகழும் ஓர் உயிருள்ள உரையாடலாக மாறும்.

3. இனிதாகும் இலக்கியக் கல்வி - பாரதிபாலன்

கல்வியின் நோக்கம் என்ன? எதற்காகப் படிக்கிறோம்? கல்வி என்பது வேலைவாய்ப்பிற்கான துருப்புச் சீட்டு மட்டும்தானா? 'படித்த படிப்பிற்கும் அன்றாட வாழ்கைச் சூழலுக்கும் இயைபு இல்லாமல் போனது ஏன்? இந்தக் கேள்விகளுடனே தான் நமது கல்விப் பயணம் தொடர்கிறது.

'கல்வி என்பது சமூக விடுதலைக்கும் மானுட மேன்மைக்குமானது' என்ற சித்தாந்தத்தை நோக்கிய பார்வைத் தளத்தினைத் தீவிரப்படுத்த வேண்டும், திடப்படுத்த வேண்டும் என்பது தொடர்ந்து முன் வைக்கப்படும் சிந்தனை.

மொழி, இலக்கியம், நுண்கலைப் படிப்புகள் என்ன மாதிரியான மாற்றங்களை வாழ்வில் ஏற்படுத்தும் என்பதனை நாம் உணரத் தொடங்க வேண்டும். கலை இலக்கியப் படிப்புகளின் உன்னதம் என்ன? இதனைச் சரியான தளத்தில் புரிந்து கொள்ளாததும் அதன் மூலம் பெறப்படும் அளவற்ற ஆற்றலையும் எல்லையற்ற ஆளுமைத் தன்மையையும் உணராததுமே இலக்கியப் படிப்புகளின் தற்போதைய வீழ்ச்சிக்கு அடிப்படை எனலாம்.

மேலும் சில தனியார் சுயநிதிக் கல்லூரிகளின் வணிக நோக்கமும் தவறான வழிகாட்டலும், பன்னாட்டு நிறுவனங்களின் குறுகிய நோக்கமும் மாணவ மனங்களை மடை மாற்றியுள்ளன. குறிப்பிட்ட வேலையைச் செய்யப் பயிற்றுவிப்பதாக தற்போதைய கல்வித் திட்டங்களும், பாடத்திட்டங்களும் உருவாக்கப்படுகின்றபோது, அது நிலைத்து நீடிக்கும் தன்மையை இழந்து, கல்வி என்பது தற்காலிகத் தீர்வு என்று சுருங்கிவிடுகிறது.

'இலக்கியப் படிப்புகள் வேறு ஒரு தளத்தில் இயங்குகின்றன. எல்லையில்லா சுதந்திரமும் நிகரில்லா ஆளுமையும் அளிக்கவல்லது அது. விருப்பத்தோடும், ஈடுபாட்டோடும் ஒருவர் இலக்கியப் பாடங்களை, குறிப்பாகத் தமிழ் இலக்கியப் பாடங்களைத் தேர்வு செய்து படித்தால் அவருடைய முன்னேற்றமும் வளர்ச்சியும் மேம்படுமே தவிர தடைபடாது.

குடிமைப்பணிகளான ஐ.ஏ.எஸ்., ஐ.பி.எஸ்., ஐ.எப்.எஸ். போன்ற போட்டித் தேர்வுகளில் பங்கேற்கவும் மத்திய, மாநில அரசுகள் மற்றும் பொதுத்துறை நிறுவனங்கள் நடத்தும் பல்வேறு பொதுப்பணிகளுக்கான தேர்வுகளுக்கும் இலக்கியப் படிப்புகள் உதவியாக உள்ளதே தவிர இடையூறாக அமையாது.

குடிமைப்பணிக்கான தேர்வில் இந்தியா முழுவதுவும் ஆண்டுதோறும் சுமார் 1000 முதல் 1200 பேர் வரைத் தேர்வாகிறார்கள். இவர்களில் சுமார் 10 சதவீதம் தமிழ்நாட்டினைச் சார்ந்தவர்கள். அப்படித் தேர்வாகிறவர்களில் 10 சதவீதம், தமிழ் இலக்கியத்தில் பட்டம் பெற்றவர்கள். இத்துடன் பிற பாடங்களில் பட்டம் பெற்றவர்களும் அதிக அளவில் விருப்பப் பாடமாகத் தமிழ் இலக்கியத்தினையே தேர்வு செய்கிறார்கள் என்பதும் கவனிக்கத்தக்கது.

இந்திய அளவில் மொழி, இலக்கியப் பாடங்களைப் போதிப்பதற்காக மட்டுமே தனியாக 20 பல்கலைக்கழகங்கள் உள்ளன. இதில் தமிழ்நாட்டில் இரண்டு உள்ளன. ஒன்று தஞ்சைத் தமிழ்ப் பல்கலைக்கழகம் மற்றொன்று பல்கலைக்கழக நிலையில் உள்ள 'இந்திப் பிரச்சார சபா''. இதேபோன்று பண்பாட்டுக் கல்வியை வழங்க இந்திய அளவில் ஒடிசா மாநிலத்தில் மட்டும் ஒரே ஒரு பல்கலைக்கழகம் உள்ளது.

நுண்கலைப் படிப்புகளை வழங்க இந்திய அளவில் ஏழு பல்கலைக்கழகங்களும், 110 கல்லூரிகளும் உள்ளன. சென்னையில் உள்ள அரசு கலை மற்றும் கைத்தொழில் கல்லூரி 1850-இல் அலெக்ஸாண்டர் ஹண்டர் என்ற ஆங்கிலேயரால் தொடங்கப்பட்ட தொன்மையான கல்லூரி. இத்துடன் கவின் கலைகளைக் கற்பிப்பதற்காக தனியாக கவின் கலைப் பல்கலைக்கழகம் தொடங்கப்பட்டுள்ளது.

மனிதவள மேம்பாட்டு அமைச்சகத்தின் 2015-2016 அறிக்கையின்படி இந்திய மொழிகளை இந்தியா முழுவதிலும் 2 லட்சத்து 46 ஆயிரத்து 186 மாணாக்கர்களும் நுண்கலைப் படிப்புகளை 34 ஆயிரத்து 547 மாணாக்கர்களும், பண்பாட்டுப் படிப்புகளை 9 ஆயிரம் மாணாக்கர்களும் தேர்வு செய்துள்ளனர்.

இந்தியாவில் மொத்தம் 284 சமஸ்கிருதக் கல்லூரிகள் உள்ளன. அதிக அளவில் பிகாரில் 52 கல்லூரிகளும், கர்நாடகத்தில் 22 கல்லூரிகளும் உள்ளன. தமிழ்நாட்டில் ஒரே ஒரு சமஸ்கிருத கல்லூரி சென்னையில் உள்ளது.

கீழ்திசை மொழிகளுக்காக இந்திய அளவில் 66 கல்லூரிகள் உள்ளன. தமிழ்நாட்டில் ஒரு கல்லூரி உள்ளது. இவற்றின் வாயிலாக உயர்கல்வியில் மொழிப்பாடங்களை 2 லட்சத்து 46 ஆயிரத்து 186 மாணவர்களும், நுண்கலைப் பாடங்களை 35 ஆயிரம் மாணவர்களும், பண்பாட்டுப் பாடங்களை 9 ஆயிரம் மாணவர்களும் படிக்கின்றனர்.

தமிழ்மொழி - இலக்கியப் பாடங்கள் உயர்கல்வித் துறையின் கீழ் உள்ள 11 பல்கலைக்கழகங்களிலும் அதனோடு இணைவுபெற்ற கல்லூரிகளிலும்,

தொலைநிலை மற்றும் திறந்த நிலைக் கல்வி வாயிலாகவும் வழங்கப்படுவ-துடன் டெல்லி மற்றும் பிற மாநிலங்களில் உள்ள பல்கலைக்கழகங்களிலும் கற்பிக்கப்படுகின்றன.

தமிழ்மொழி-இலக்கியப் பாடங்களைப் பொருத்தவரை 2015-2016இல் முதுகலை பட்டப்படிப்பில் 3 லட்சத்து 42 ஆயிரத்து 181 பேரும், எம்.பில் படிப்பில் 5 ஆயிரத்து 373 பேரும், பி.எச்டி., ஆய்வுப் படிப்பில் 6, 937 மாணவர்களும் சேர்ந்துள்ளனர்.

இந்தியாவில் அயலக மொழிகளான ஆங்கிலம், பிரஞ்சு, ஜெர்மன், ஸ்பா-னிஷ் போன்ற படிப்புகளை விரும்பிப் படிப்பவர்களின் எண்ணிக்கையும் கணி-சமாக உள்ளது. 2015-2016 கணக்குப்படி இப்பாடங்களில் மொத்தமாக ஒரு லட்சத்து 93 ஆயிரத்து 192 பேர் முதுநிலை படிப்புகளிலும் 3,372 பேர் எம்.பில் படிப்புகளிலும் 2,662 பேர் பி.எச்டி., ஆய்வுப் படிப்பிலும் சேர்ந்துள்-ளனர்.

கடந்த பத்து ஆண்டுகளாக உயர்கல்வியில் தமிழ்மொழி, இலக்கியம், பண்பாடு, நுண்கலை போன்ற படிப்புகளில் மாணாக்கர்கள் சேர்க்கை படிப்-படியாகக் குறைவதற்கு காரணம், வணிகமயமான சமூகச்சூழல் ஏற்படுத்தும் மனத்தடையும், வேலைவாய்ப்பு குறித்த தெளிவின்மையுமே.

தொடக்க காலத்தில் கல்வி என்பது மொழிக் கல்வியாகவும், இலக்கியக் கல்வியாகவும் இருந்தது. இதன் ஊடாகவே பல்துறை அறிவுத் தேடல் தொடங்கியது. ஒன்றுக்கு மேற்பட்ட மொழிகளில் புலமை பெற்றவர்கள் தங்-களது அறிவுத் தளத்தினை ஆழ, அகலப்படுத்திக் கொள்ள வாய்ப்பாக அமைந்தது.

தரங்கம்பாடியில் டென்மார்க் நாட்டவர் 1620-இல் வணிக மையம் தொடங்கிய உடன் 'மொழித் தொடர்பிற்காக நியமிக்கப்பட்ட முதல் இரு-மொழியாளர் (துவிபாஷி) கலிங்கராயப் பிள்ளை, இவர் தன்னுடைய மொழி அறிவாற்றலால் எவ்வளவு புகழோடும் சிறப்போடும் விளங்கினார் என்பதனை 'கப்பல் சாஸ்திரம் என்ற ஏட்டுச்சுவடி விரிவாகக் கூறுகிறது.

இதேபோல் இரண்டாம் சரபோஜி மன்னர் காலத்தில் பணியாற்றிய குப்-பண்ணன் என்னும் இருமொழியாளரும் தான் பெற்ற மொழிக்கல்வியால் பெரும் புகழ் பெற்றிருந்தார்.

மொழி என்பது ஒரு கருவிதான் என்றாலும் மொழியறிவின் மூலம் எளி-தில் பல்வேறு அறிவுத் தளங்களை அடைய முடியும். தங்களுடைய மொழிப் புலமையால் ஆங்கிலேயர்களை பச்சையப்ப முதலியாரும், பிரஞ்சுக்காரர்-களை புதுவை ஆனந்தரங்கம் பிள்ளையும், டேனிசு நாட்டுக்காரர்களை சோழ மண்டலத்தைச் சார்ந்த கலிங்கராயப் பிள்ளையும், குப்பண்ணனும் வசப்படுத்தி ஆளுமை செய்தனர் என்பது வரலாறு.

இவர்களுடைய உருவங்களை அந்நாட்டவர்கள் ஓவியங்களாக வரைந்து தங்களுடைய நாடுகளுக்கு ஆர்வமுடன் எடுத்துச் சென்றுள்ளனர். (தஞ்சை

சரஸ்வதி மகால் நூலகம், சென்னை கோட்டை அருங்காட்சியகத்தில் அந்த உருவ ஓவியங்கள் காட்சிப்படுத்தப்பட்டுள்ளன.

பச்சையப்பர் சிலை அந்த ஓவியத்தின் அடிப்படையில் உருவாக்கப்பட்டதுதான்).

1784-ஆம் ஆண்டு இந்தியர்களுக்காக மதராஸில் தொடங்கப்பட்ட முதல் பள்ளிக் கூடம் 'வேப்பேரி இலக்கணப் பள்ளி என்பதாகும். அது மொழிப் பாடங்களையே கற்பித்தது.

இதன் தொடர்ச்சியாக சமய போதகர் ஜெரிக் என்பவரது உதவியுடன் தொடங்கப்பட்ட 'சிவில் ஆதரவற்றோர் இல்லம் என்ற பள்ளியும் இலக்கியப் பாடங்களுக்கு முதன்மையிடம் வழங்கியதாகவே ஆவணங்கள் கூறுகின்றன.

இந்தப் பள்ளியில் தான் 1793 முதல் 1797 வரை தஞ்சாவூர் மன்னர் சரபோஜி கல்வி பயின்றுள்ளார்.

இந்தியாவில் முதன்முதலில் தொடங்கப்பட்ட நான்கு பல்கலைக்கழங்களில் ஒன்றான சென்னைப் பல்கலைக்கழகமும் (1857), தென் இந்தியாவில் முதன்முதலில் தொடங்கப்பட்ட மாநிலக் கல்லூரியும் (1840) அவை தொடங்கப்பட்ட காலத்தில் 'இலக்கியம் மற்றும் தத்துவப் படிப்புகளுக்கே முதலிடம் கொடுத்தன.

உலக இலக்கியங்களில் தமிழ் இலக்கியம் மிகுந்த தொன்மையும், வளமும் கொண்டது. தமிழ் இலக்கியங்களில் செவ்வியல் இலக்கியம் 41, பதினெண் கீழ்க்கணக்கு நூல்கள் 11-உம் அற மற்றும் நீதி நூல்களாகும்.

இவை ஒவ்வொன்றும் ஒவ்வொரு நிலையில் மேம்பட்டதாகும். வாழ்க்கை நெறிகளை வகுத்துக் கொடுத்து வழிகாட்டுவனவாகவும் உள்ளன. இதில் திருக்குறளுக்குத் தனி இடம் உண்டு.

1968-இல் இரண்டாம் உலகத் தமிழ் மாநாடு சென்னையில் நடைபெற்றதை ஒட்டி அப்போது தமிழக முதலமைச்சராக இருந்த அண்ணா அன்றிருந்த பல்கலைக்கழகங்களில் 'திருக்கு இருக்கை ஒன்றினை நிறுவி அதற்கு நிதியுதவியும் வழங்கி, மாணாக்கர் 'திருக்கு கல்வி பெறவும் வழிவகுத்திட்டார்.

இன்றைய நிலையில் உலகின் பல பகுதிகளில் 80 மில்லியன் மக்கள் தமிழ் மொழியை பேசுகின்றனர். தமிழ் மொழியையும் அதன் தொன்மையான இலக்கண இலக்கியங்களை உலகில் உள்ள அனைவருமே கற்க வேண்டும் என்ற நோக்கில், ஐக்கிய அமெரிக்காவில் உள்ள உலகப் புகழ்பெற்ற ஹார்வார்டு பல்கலைக்கழகத்தில் தமிழைக் கற்கவும் தமிழ் மொழி குறித்த ஆய்வுகளை மேற்கொள்ளவும் வசதியாக கல்விசார் 'தமிழ் இருக்கை நிறுவப்பட உள்ளது.

இந்த இருக்கையை அமெரிக்காவில் வாழும் சில தனிப்பட்ட தமிழ் ஆர்வலர்கள் சுமார் 6 மில்லியன் அமெரிக்க டாலர்கள் (இந்திய மதிப்பில் சுமார் 40 கோடி ரூபாய்) நிதியில் அமைக்க உள்ளனர். இதன் மூலம் சர்வதேச அளவில் தமிழ் மொழியையும் அதன் இலக்கியங்களையும் கற்பதற்கு நிலை-

யான முறையான உயர்கல்வி அமைப்பு ஒன்று உருவாக்கப்படும் என்பது குறிப்பிடத்தக்கது.

ஒருவர் விரும்பி இலக்கியப் பாடங்களைப் படிப்பது வேலை பெற மட்டுமல்ல, வேலையில் நிலைக்கவும் எல்லாவற்றிற்கும் மேலாக வாழ்வின் உன்னத நிலையை அடையவும் உதவும்.

4. திருவிளக்கும் தெருவிளக்கும்

- மு. தங்கராாசன்

அருளப்பன் “ஆல்ரவுண்ட்” எழுத்தாளராகக் கருதப்பட்டார். வானொலி தொலைக்காட்சி நிகழ்ச்சிகளுக்கு நிறையவே எழுதிப் பணம் சேர்த்தார்.

விடியலில் எழுந்துவிடும் வழக்கமுடைய டாக்டர் நல்லசிவம் தனது வீட்டின் மொட்டை மாடியில் நின்று உடற்பயிற்சி செய்து கொண்டிருந்தார். அப்போது அதிகாலை ஆறுமணி ஆகியிருக்கக் கூடும். பொழுது “பொல்”லெனப் புலர்ந்து கொண்டிருந்தது. மக்கள் நடமாட்டம் சன்னம் சன்னமாகப் பெருகிக் கொண்டிருந்தது. டாக்டர் நல்லசிவம் தான் ஏறக்குறைய முப்பது நிமிடங்கள் வரை உடற்பயிற்சி செய்திருக்கக்கூடும் என்பதை மனக் கணக்கால் ஊகித்து உணர்ந்து கொண்டார். உடற்பயிற்சியை நிறுத்திவிட்டு இருக்கையில் அமர்ந்து களைப்பு நீங்க ஓய்வெடுத்துக் கொண்டிருந்தார்.

எதிர் வீட்டில் இருந்து “சுப்ரபாதம்” உச்சஸ்தாயில் ஒலித்துக் கொண்டிருந்தது. திருமதி கனகாம்பிகை ஆவி பறக்கும் காப்பியைக் கொண்டு வந்து டாக்டர் நல்லசிவத்துக்குக் கொடுத்து விட்டுப் படியிறங்கிக் கொண்டிருந்தார். கனகாம்பிகை குளித்து முழுகிக் கூந்தலை உலர்வதற்காக நெகிழ விட்டிருந்தார். நேர் வகிடு குங்கும மங்களம் பெற்றுப் பிரகாசித்தது. நூற் புடவை வாகான உடலை வரிந்து தழுவிக் கொண்டிருந்தது. “இட்ட அடி நோக எடுத்த அடி கொப்பளிக்க.....! என்பதுபோல் இயங்கும் தன் அன்பு மனையாளின் பேசும் பின்னழகைக் கடைக்கண் பார்வையால் இரசித்துக் கொண்டிருந்தார். தாம்பத்திய வாழ்க்கையில் அன்புமனம் மணம் கமழ்ந்து கொண்டேதான் இருக்குமோ....! சூடான காப்பியைச் சுவைத்துப் பருகிக் கொண்டே சுற்றுப்புறக் காட்சிகளைக் கருத்தோடு கண்ணோட்டமிடலானார்.

இன்னும் சுப்ரபாதம் ஒலித்துக் கொண்டிருந்தது. எதிர்வீட்டு அம்மையார் - அருளப்பரின் துணைவியார் மங்கள கௌரி துளசி மாடத்தைப் பக்தி சிரத்தையுடன் வலம் வந்து கொண்டிருந்தார். அந்தப் பெரிய மாடி வீட்டின் இரும்புக் கிராதிகள் பொருத்தப்பட்ட விசாலமான தலைவாயிற் கதவு பூட்டப்பட்டிருந்தது. அந்தத் தெருவழியே நடந்து போய்க் கொண்டிருந்த பெண்கள் அந்தத் துளசி மாடத்தின் மீது ஓரக்கண் பார்வையைச் செலுத்திக் கைகூப்பி வணங்கிய வண்ணம் நடந்து கொண்டிருந்தார்கள். மாடி வீட்டு அம்மையார்

மங்கள கௌரி வேண்டுதலை முடித்துக் கொண்டார். துளசி மாடத்தினுள் பிரகாசித்துக் கொண்டிருந்த திருவிளக்கை மூன்று முறை தொட்டுக் கும்பிட்டுக் கண்களில் ஒற்றிக் கொண்டார்.

காலையிளங் காற்றைச் சுவாசிப்பதிலும் கண்ணுக் கினிய காட்சிகளைக் காண்பதிலும் டாக்டர் நல்லசிவத்துக்கு ஓர் அலாதி பிரியம். ஒரு சில சமயங்களில் அப்படியே கற்பனை இன்பத்திலும் ஆழ்ந்து விடுவார். மின்னலெனத் தோன்றி மறையும் காலந் தவறாமைப் பண்பு "நறுக்" என ஒரு கிள்ளு கிள்ளி விட்டுச் சென்றுவிடும். திடுக்கிட்டு எழுந்து செயல்படத் தொடங்கி விடுவார். பின்னர் இயந்திர வேகந்தான்..!!

சிந்தனை ஓட்டத்தில் எங்கோ சென்றுவிட்ட நல்ல சிவம் திடுமெனத் தோன்றிய உணர்வினால் நனவுலகுக்கு மீண்டு கொண்டிருந்தார். அதே சமயத்தில் சொல்லி வைத்தாற்போலத் திருமதி கனகாம்பிகை அவர்களின் "என்னங்க..!" என்ற குரலும் நல்லசிவம் அவர்களின் கவனத்தை ஈர்த்தது.

விரைந்து சென்ற அவர் துரித கதியில் இயங்கிக் காலைக் கடன்களை முடித்துக்கொண்டு தன்னுடைய தனியறைக்குத் திரும்பி வந்தார். திருமதி கனகாம்பிகை அம்மையார் காப்பி கொண்டு வந்தார். நல்லசிவம் காலையில் காப்பி மட்டும்தான் அருந்துவார்; பசியாறும் பழக்கமில்லை..!

"இன்றைக்குத் திருக்குறள் விழா..! மறந்து விடாதே...! மாலை ஆறு மணிக்கெல்லாம் மண்டபத்துக்கு வந்து விடு.." என்று கூறினார்.

"இன்று சனிக்கிழமை..வேலை அரை நேரம்தானே..! அலுவலகம் முடிந்து வீட்டுக்கு வந்து ஓய்வெடுத்துக் கொண்டு மாலையில் இருவரும் புறப்பட்டுச் செல்லலாமே..!" - நல்ல சிவத்தின் துணைவியார் கனகாம்பிகை தனது கருத்தைத் தயங்கித் தயங்கி வெளியிட்டார்..!

கையிலிருந்த காப்பிக் கோப்பையை மேசைமேல் வைத்துவிட்டு டாக்டர் நல்லசிவம் தன் துணைவியாருக்குப் பார்வையால் பதில் சொன்னார்; கனகாம்பிகையும் அவர்தம் கருத்தைப் புரிந்து கொண்டார்.

திருக்குறள் விழா ஏற்பாட்டுக் குழுவில் நல்லசிவமும் ஓர் அங்கம். யாருக்கோ வந்த விருந்தாக இருந்துவிட முடியுமா? பொறுப்பில் உள்ளவர்களுக்குப் பொறுப்பான பணிகள் இருக்கத்தானே செய்யும்...!

கனகாம்பிகை அம்மையாரிடம் விடை பெற்றுக் கொண்ட நல்லசிவம் அலுவலகத்துக்குப் புறப்பட்டுச் சென்றார். தலைவாசல் வரையில் வந்து கணவரை வழிகூட்டி அனுப்பி வைத்து விட்டுக் கனகாம்பிகை வீட்டுக்குத் திரும்பும்போது துளசி மாடமும், அதனுள் மிகச் சன்னமாகச் சுடர்விட்டுப் பிரகாசித்துக் கொண்டிருக்கும் திருவிளக்கும் அம்மையாரின் பனிப் பார்வையில் ஒளிர்ந்து மறைந்தது...!

பேருந்து நிறுத்தத்துக்கு விரைந்து கொண்டிருந்த நல்லசிவம் அவர்களின் கண்களுக்கும் துளசி மாடமும் திருவிளக்கும் துல்லியமாகத் தெரிந்தது. திரு-

விளக்கு பற்றிய சிந்தனையில் மூழ்கிய வண்ணம் நல்லசிவம் நடைபயின்றார்.

இறைவழிபாட்டு அறையில் பவ்வியமாக வைத்துப் போற்றப்படும் திருவிளக்கு பக்தி சிரத்தையானது. பவித்திரமானது. இதனில் எந்தவிதக் கருத்து வேறுபாடும் டாக்டர் நல்லசிவத்துக்கு எப்போதும் இருந்ததில்லை. பயன்பாடு என்ற அளவில் கருதிப் பார்க்கும்போதுதான் டாக்டர்தம் சிந்தனையில் சிறு அளவிலான முரண்பாடு தோன்றும்.....! திருவிளக்கு சிறு விளக்கு.......! - ஆயின் தெருவிளக்கு.....? டாக்டர் நல்லசிவம் அவர்களின் சிந்தனை சிறகடித்துப் பறந்து கொண்டிருந்தது. பழக்கத்தின் காரணமாகக் கால்கள் தாமாகவே இயங்கப் பேருந்து நிறுத்தத்திற்கு வந்து சேர்ந்தார்.

அன்று சனிக்கிழமை.... பிற்பகல் ஒரு மணிக்கெல்லாம் அலுவலகம் முடிந்து எல்லோரும் வீடு திரும்பிக் கொண்டிருந்தார்கள். பேருந்து நிறுத்தத்தில் மக்கள் கூட்டம் நிரம்பி வழிந்த காட்சி தேர்த் திருவிழாக் கூட்டத்தின் மாட்சிமைபோல் இருந்தது. அந்தக் கூட்டத்தில் நல்லசிவமும் திக்குமுக்காடிக் கொண்டிருந்தார். பேருந்து நெரிசலில் சிக்கித் தவிப்பதை எப்போதும் தவிர்த்துக் கொள்ளும் பண்புடைய நல்லசிவம் கூட்டத்தின் குறைவை எதிர்நோக்கிக் காத்துக் கொண்டிருந்தார்.

எதற்கும் ஓர் எல்லையும் ஓர் இறுதி முடிவும் ஏற்பட்டுத்தான் தீர வேண்டும்.....! டாக்டர் நல்லசிவம் எதிர்பார்த்துக் காத்துக் கொண்டிருந்த அந்த நல்ல நேரமும் வந்து விட்டது. அமைதியாகப் பேருந்தில் ஏறி அமர்ந்து கொண்டார். ஏறத்தாழ முக்கால் மணி நேரம் பயணம் செய்துதான் அவர் "எஸ் எல் எஃப்" மண்டபத்திற்குப் போய்ச் சேர வேண்டும். "சிங்கப்பூர் லேபர் பவுண்டேசன்" என்பதன் சுருக்கமே "எஸ் எல் எஃப்" என்பதாகும். தாம்சன் சாலையிருக்கும் அந்தக் கோபுர மாளிகையிலுள்ள மணிமண்டபத்தில் "திருக்குறள் விழா 1990!" நடைபெற விருக்கின்றது. குறைந்த பட்சம் முப்பது நிமிடங்கள் வரையிலாவது "அறிதுயில்" கொள்ளலாமே என்று நல்லசிவம் தனக்குத்தானே சொல்லிக் கொண்டார்.

வழக்கமாகப் பேருந்துப் பயணத்தின்போது கண்ணுறக்கம் கொள்ளும் வழக்கமுடைய நல்லசிவத்துக்கு அன்று கண்ணிமைகள் மூடுவதற்கு மறுத்துக் கொண்டிருந்தன. உள்ளத்தில் உறுத்தல் இருக்கும்போது உறக்கம் எப்படி வரும்...! அன்று இரவு ஏழு மணியளவில் தொடங்கி நடைபெறவிருக்கும் திருக்குறள் விழாவில் தனக்கு அளிக்கப்பட்டிருக்கும் பொறுப்புகள் தொடர்பான சிந்தனைகள் இடைவிடாது மனத்தின் அடித்தளத்தில் நெகிழ்ந்து கொண்டே இருந்தன. அதனால் அவருக்கு அயர்வு தோன்றவில்லை.

கற்றறிந்த பெருமக்கள் பலர் பொறுப்பேற்று நடத்துவதால் திட்டமிட்ட பணிகள் எல்லாம் திட்டவட்டமாகச் செயல்படுத்தப்பட்டு விழாவிற்கு வருகை தரும் சிறப்பு விருந்தினரை வரவேற்கச் செயற்குழுவினர் அனைவரும் திரண்டு வந்து தலைவாசற்புறத்தில் நின்று கொண்டிருந்தனர். அதோ....

அமைச்சர் பேராசிரியர் ஜெயகுமார் அவர்கள் வந்துவிட்டார்கள், நாதஸ்வர இசை முழக்கத்துடன் அன்னார் மேடைக்கு அழைத்துச் செல்லப்பட்டார். சாங்கோபசாங்கியமாகத் திருக்குறள் விழா தொடங்கப்பட்டு விட்டது.

தமிழ்மொழி பண்பாட்டுக் கழகத்தின் துணைத் தலைவர்களில் ஒருவரான-விழாக்குழு தலைவரான கொள்கைக் குன்றம் சி குமாரசாமி அவர்கள், ஆண்டுதோறும் திருக்குறள் விழா நடத்தப் பெறுவதன் முக்கியத்துவத்தையும் நோக்கங்களையும் பற்றி விளக்கமாக விரிவுரை செய்து வரவேற்புரையாற்றி-னார்.

அடுத்தபடியாகக் கழகத்தின் தலைவர் செந்தமிழ்ச் செல்வர் வை திருநா-வுக்கரசு அவர்கள் திருக்குறளின் சிறப்புகளையும், தத்துவார்த்தக் கூறுகளை-யும் பற்றித் தமிழ்மொழி - ஆங்கிலம் ஆகிய இரு மொழிகளிலும் விளக்கிக் கூறித் தலைமையுரை ஆற்றினார்.

விழாவிற்கு வருகையளித்த தமிழ்மொழிப் பண்பாட்டுக் கழகத்தின் மேலாண்மைக் குழுத் தலைவரும், சிங்கப்பூர் சட்ட, உள் துறை அமைச்சரு-மான மாண்புமிகு பேராசிரியர் ஜெயக்குமார் சிறப்புரையாற்றினார்.

“தமிழ்மொழி வாழும் மொழியாக - வளரும் மொழியாகச் சிங்கப்பூரில் செழிக்க வேண்டுமென்றால் தமிழர்கள் அனைவரும் வாழ்வியலில் வழங்கும் மொழியாகவும் அன்றாடம் புழங்கும் மொழியாகவும் விளங்கச் செய்ய வேண்-டும்....!” -

அமைச்சரின் சிறப்புரையைச் செவிமடுத்துக் கொண்டிருக்கும் நல்லசிவத்-தின் சிந்தனை விரிந்தது. “தமிழனைக் கண்டால் தமிழில் பேசு” என்று இயக்கம் நடத்தப் பெற்ற காலக் கட்டத்திற்கு அவர்தம் சிந்தனை விரைந்தது. அப்போது தோன்றி வளர்ந்த எழுச்சிகளும் துடிப்புகளும் காற்றுப்பட்டால் கரைந்து விடும் கற்பூரம் போலக் காலப்போக்கில் காணாமற் போய்விட்து. முதியவர்களாயினும் இளையோர்களாயினும் ஆங்கிலம் பேசுவதையே ஒரு பெரிய நாகரிகமாகவும், கௌரமாகவும் கருதிக் கொள்ளும் ஒரு காலக் கட்-டத்தில் சமுதாயம் இழையோடிக் கொண்டிருக்கின்ற இழிந்த நிலையை எண்-ணிப் பார்த்துக் கொண்டபோது டாக்டர் நல்லசிவத்தின் நல்ல நெஞ்சத்தில் எங்கோ ஒரு மூலையில் மின்னலின் தாக்கம்போல் வலியொன்றும் பளிச்-சிட்டு மறைந்தது. அந்தக் கால சமுதாய ஆர்வலர்களை நினைவு கூர்ந்தார் நல்லசிவம். பேராசிரியர் தம் பேச்சு தொடர்ந்தது.

“தனக்குத் தனக்கென்று வாழும் சுயநலமிகளாய்தன்னல வாதிகளாய் வாழ்வதைத் தவிர்த்து, நாடு - சமுதாயம் மொழி ஆகியவற்றின் முன்னேற்-றத்துக்காக தம் பங்கைச் செலுத்த ஒவ்வொருவரும் முன்வர வேண்டும்....”

அரங்கில் குழிமியிருந்த மக்களின் கையொலி வானைப் பிளந்தது. இந்த உணர்ச்சியும் உத்வேகமும் விழா முடிந்து மண்டபத்தை விட்டு வெளியேறும் வரைதானே....! ஒவ்வொரு நிமிடமும் “தலைநிமிர் தமிழா” என்ற பாடல்-

வரிகளை ஒலியேற்றிக் கொண்டிருக்க வேண்டியதுதானே....! என்று சமுதாயத்தினரின் பின்னடைவை எண்ணியெண்ணித் தலையில் குட்டிக் கொண்டார், வேதனைப் பட்டார்.

தமிழகத்திலிருந்து வருகையளித்திருக்கும் சிறப்புப் பேருரையாளர் சிலம்பொலி செல்லப்பனார் அரங்கில் இருந்தோரின் பெருத்த கைதட்டல் ஆரவாரத்துக்கிடையே எழுந்து வந்து பேச முற்பட்டார். அவையடக்கம் என்னும் ஆலாபரணங்களை முடித்துக் கொண்டு திருக்குறளின் சிறப்புகளைப் பற்றி பேருரையைத் தொடங்கினார். அரங்கம் அமைதியில் ஆழ்ந்தது.

“திருவள்ளுவர் தமது ஆயிரத்து முன்னூற்று முப்பது அருங் குறட்பாக்களில் நான்கே இடங்களில்தாம் அதாவது நான்கு பாடல்களில் மட்டும்தாம் வைக்கப்படும் வைக்கப்படும்’ என்று சொற்றொடரை முடித்திருக்கின்றார். முதலாவதாக, வையத்துள் வாழ்வாங்கு வாழ்பவன் வானுறையும் தெய்வத்துள் வைக்கப்படும்’ என்பது பற்றிப் பார்ப்போம். இல்லற வாழ்க்கையின் அறநெறி போற்றிப் புகழ்மிக்க நிலையில் வாழ்க்கை நடத்தும் ஒருவன் தெய்வத்துக்குச் சமமாக மதிக்கப்படுவான்...”

டாக்டர் நல்லசிவத்தின் கண்கள் கூட்டத்தில் துழாவின. சற்று நேரத்திற்கு முன்னம் குடும்ப சகிதம் திருக்குறள் விழாவிற்கு வருகை புரிந்து மண்டபத்தில் எங்கோ அமர்ந்திருக்கும் அருமை நண்பர் அருளானந்தரைத்தான் அவர்தம் விழிகள் அலசிக் கொண்டிருந்தன. மனைமாட்சி போற்றி மாசுபடா வாழ்க்கை ...! ஆடம்பரமற்ற அருள்நெறி வாழ்க்கை ...! தன்னலத்துடன் தகைமை மிகும் பொது நலமும் போற்றும் தாபம்....! அள்ளிக் கொடுக்க இயலாத நிலையிலும் இல்லையெனாது கிள்ளிக் கொடுக்கும் அருட்கொடைப் பண்பு....! மற்றவர்தம் மனம் கோணாமல் பேசுகின்ற மாண்பு... ஆகியவற்றுக்குச் சொந்தக்காரர்தாம் அருளானந்தர். டாக்டர் நல்லசிவத்தின் கரங்கள் மானசீகமாகக் குவிந்தன புகழ் சுமக்கும் புண்ணியனார்க்குப் பொழிகின்ற நல்வாழ்த்து ....!

அழகுமணி மண்டபத்தில் பொதுமக்கள் திரள் மிகுந்த ஆர்வத்தோடு நகைசச்சுவை மிளிரும் சிலம்பொலியாரின் பேச்சில் இலயித்துக் கொண்டிருந்தது. “சிலம்பு” கணீர் கணீர் என ஒலித்துக் கொண்டிருந்தது.

“ஒத்த தறிவான் உயிர்வாழ்வான் மற்றையான் செத்தாருள் வைக்கப்படும்” - என்பது திருக்குறள். எங்கள் ஊரில் என் நண்பன் ஒருவன் இருக்கின்றான். “சார்...... நான் யாருடைய வம்பு தும்புக்கும் போகமாட்டேன். நான் உண்டு என் வீடு உண்டு, என் வேலை உண்டு; என் மனைவி மக்கள் உண்டு என்று இருந்து விடுவேன். எனக்கு இந்தச் சமுதாயம் - பொது நலம் என்பதெல்லாம் அறவே பிடிக்காது - என்று பெருமையாகச் சொல்லிக் கொள்வான்.”

ஆலயத்தில் அருட்பிரவாகம் பூரிக்கும் உபந்நியாசத்தைப் பக்திப் பரவசத்துடன் கேட்கும் பக்தகோடிகளைப் போல் கூட்டம் சிலம்பொலியாரின்

சிரிப்பலைகளில் மிதந்து கொண்டிருந்தது. டாக்டர் நல்லசிவத்தின் சிந்தனை காலையில் கட்புலனாகியிருந்த காட்சிக்கு விரைந்து கொண்டிருந்தது.

ஏறத்தாழப் பன்னிரெண்டு ஆண்டுகளுக்கு முன்னம் தமது வீட்டுக்கு எதிரில் உள்ள அந்தத் தனியார் மாடி வீட்டை வாங்கிக் கொண்டு அங்குவந்து குடியேறினர் அருளப்பன் தம்பதியினர். அருளப்பன் சிங்கப்பூரில் இருக்கின்ற கப்பல் பட்டறை ஒன்றில் பணிபுரியும் ஒரு சாதாரணத் தொழிலாளர். தமிழ்மொழி நன்குகற்றவர். அந்தப் புலமை அளவில் ஒரு பாதித்திறன் ஆங்கிலத்தில் இருந்திருக்குமானால் குறைந்த பட்சம் ஒரு குமாஸ்தாவாகவாவது வேலை கிடைத்திருக்கக்கூடும். அருளப்பன் அதை ஒரு குறையாகக் கொள்ளவில்லை. தனக்குக் கிடைக்கும் ஓய்வு நேரங்களில் எல்லாம் கதை, கட்டுரை, நாடகம் எழுதிப் புகழ் சேர்த்துக் கொண்டார்.

அறுபதுகளில் எல்லாம் "ஆலையில்லா ஊருக்கு இலுப்பைப்பூ சர்க்கரை" என்பது போல, அருளப்பன் "ஆல்ரவுண்ட்" எழுத்தாளராகக் கருதப்பட்டார். வானொலி தொலைக்காட்சி நிகழ்ச்சிகளுக்கு நிறையவே எழுதிப் பணம் சேர்த்தார். அப்போதெல்லாம் ஆண்டுதோறும் தமிழர் திருநாள், திருக்குறள் விழா, முத்தமிழ் விழா போன்ற இலக்கிய விழாக்கள் ஆண்டு முழுமையும் அவ்வப்போது நடைபெற்றுக் கொண்டிருக்கும். அந்த விழாக்களின் தொடர்பாகக் கதை, கவிதை, கட்டுரை, பேச்சு, பட்டிமன்றம் போன்ற இலக்கியப் போட்டிகள் நடைபெறும். அந்த இலக்கியப் போட்டிகளுக்கெல்லாம் எழுதிப் பரிசும் புகழும் பெறுவார். இவ்வாறு நாடறிந்த ஓர் எழுத்தாளராகத் திகழ்ந்தார். ஆயின், தமிழர் அமைப்புகள் - ஆலயங்கள் - பொது நிறுவனங்கள் நன்கொடை கேட்டு வந்தால், "கழுவிய மீனில் நழுவிய மீன்" என்றொரு பழமொழி சொல்வார்களே அது போல எப்படியோ... எப்படியோதான் நகர்ந்து விடுவார்.....! |

காலப்போக்கில் சிங்கப்பூரில் தமிழ் எழுத்தாளர்களின் எண்ணிக்கை கணிசமான அளவுக்கு உயர்ந்தது. அவர்களிலே மிகப்பலர் ஆதாயம் கருதாமல் நூல்களைப் பதிப்பித்து நூல் வெளியீட்டு விழாவினை நடத்துவார்கள், அம்மாதிரியான இலக்கிய விழாக்களில் எல்லாம் அருளப்பன் கலந்து கொள்ளவே மாட்டார். அதுபோலவே ஆலயங்களில் நடைபெறும் தேர் திருவிழாக்களிலும் கலந்து கொள்வதில்லை. அன்பளிப்பு - நன்கொடை என்ற பேரால் ஏதாவது வந்து "விடிந்து விடும்" என்பதற்காகவே கூடுமான அளவுக்கு ஒதுங்கிக் கொள்வார்.

சிங்கப்பூர் தேசிய பல்கலைக்கழகத்தில் தமிழ் மாணவர்கள் தமிழ்ப் பேரவை என்ற ஓர் அமைப்பை உருவாக்கி வைத்திருக்கின்றார்கள். இதன் வழி இரண்டாண்டுகளுக்கு ஒருமுறை தமிழ்மொழி-தமிழ் இலக்கியம் வளர்ச்சி பற்றிய மாநாடு நடத்துவார்கள். இதுபோன்ற எத்தகைய இலக்கிய விழாவாக இருந்தாலும் பரிசு பெறுவதாகவோ, பங்கேற்றுப் பேசுவதாகவோ இருந்தால்

மட்டுமே அவரைப் பார்க்க முடியும். இல்லையென்றால் அவர் தம் வருகையும் இல்லை என்பதாகவே இருக்கும்.

"என்னங்க சார்.... விழாவில் உங்களைப் பார்க்க முடியவில்லையே.....! என்று யாராவது கேட்டு வைத்தால், "நான் என்னங்க சார் செய்வது.....! என் வேலை வாய்ப்பு அத்தகையது...." என்று, "ஷிப்ட்" வேலையைக் காரணங் காட்டித் தப்பித்துக் கொள்வார்.

ஒருசிலரை ஒரு சில நாட்களுக்கு ஏமாற்றலாம். "ஊர் உலகத்தைக் காலங் காலத்துக்கும் ஏமாற்றிக் கொண்டிருக்க முடியுமா என்ன...?" அருளப்பரின் "சுபாவம்" பற்றி அணுக்கமாகக் கண்காணித்துக் கொண்டிருக்கும் சமுதாயப் பார்வையாளர்கள் மிகச் சரியாகவே "ஜீரணித்து" வைத்துக் கொண்டுள்ளார்கள். அருளப்பருக்கு இதுபற்றியெல்லாம் கவலையில்லை .

தேசிய ஒருமைப்பாடு, நாட்டுப்பற்று, பணிவன்பு, பரோபகாரம், குமுகாய சேவை இன்னும் இத்தியாதி இத்தியாதி கருப்பொருட்களை எல்லாம் மையமாக வைத்துக் கதைகள் எழுதிப் பரிசுகளைத் தட்டிக் கொண்டு சென்று விடுவார். பாராட்டுகளைக் குவித்துக் கொள்வார். எழுத்துக்கும் அவரது இயல்புக்கும் எந்தவிதச் சம்பந்தமும் இருக்காது. எவரோடும் ஒட்டோ உறவோ வைத்துக் கொள்வது அவருக்குப் பிடிக்காது.

தனி மனித வாழ்க்கையில் இனிமையும் மகிழ்ச்சியும் காணக் கூடியவர். பல இன சமுதாய மக்கள் வாழும் நாட்டில் கூட்டுறவு வாழ்க்கை எவ்வளவு முக்கியத்துவம் வாய்ந்தது என்பது பற்றியெல்லாம் கதைகள், கட்டுரைகள், நாடகங்கள் எழுதிப் பரிசுகள் பெற்றிருக்கின்றார் அருளப்பர். ஆனால், ஒரு சிறந்த அண்டை வீட்டுக்காரராகத் திகழ முடியவில்லை . ஒட்டு மொத்தமாகச் சொல்வதென்றால் அருளப்பர் "கட்டுச் செட்டாக" வாழ்ந்து அன்பார்ந்த கண்ணியவனாகிக் கொண்டிருக்கின்றார்.

அருளப்பன் போன்ற தன்னைப் பேணிக் கொள்கையாளர்களை - சுய நலமிகளைத் "திருவிளக்குகளாக" உருவகித்துப்பார்த்துக் கொண்டார் நல்லசிவம்.... திருவிளக்கு பிரகாசிக்கின்ற ஒளிச்சுடர் நான்கு சுவர்களின் இடையே இருக்கும் இருளை அகற்ற உதவுகின்றது. அது திருவிளக்கின் பயன்...! தனக்குத் தனக்கென்று வாழ்பவர்களின் வாழ்க்கையும் பயன்பாடுகளும் கூட அத்தகையதுதானே....! ஆயின் தெருவிளக்கு...?

நாடு - இனம் - மொழி - சமுதாயம் - சமூகம் தழைக்கப் பாடுபடும் நல்ல பொது நலவாதிகள் காலம் காலமாக இருப்பதனால்தான் உலகம் இன்றுவரை செழித்து விளங்குகின்றது. வானோங்கி உயர்ந்து நின்று ஒளிவெள்ளம் வழங்குகின்ற தெருவிளக்கின் பிரகாசம் ஊர்மக்களுக்குப் பாதை காட்டப் பயன்படுகிறது. தெருவிளக்கின் பயன்பாடு அறிந்து அதனைக் கைகூப்பி வணங்கிச் செல்வார் உண்டா? என்று சிந்தித்துக் கொண்டபோது நல்லசிவம் தன்னையுமறியாமல் தலையை மட்டும் அசைத்துக் கொண்டார்.

இடைவிடாத கைதட்டலோசை கேட்டு டாக்டர் நல்லசிவம் சுய சிந்தனைக்குத் திரும்பலானார். சான்றோர் பெருமக்களின் உள்ளம்போல் அகன்று விரிந்து நீண்டு அமைந்திருக்கின்ற நெடுஞ்சாலை ஒன்றில் இரண்டு உந்துவண்டிகள் ஏக காலத்தில் ஒரே சீரான வேகத்தில் ஓடிக் கொண்டிருப்பதைப் போல எண்ணங்கள் இரண்டாகப் பிரிந்து எழிலாக ஓடிக் கொண்டிருக்கின்றன. ஒரு பக்கம் நிகழ்வுகள்..! மற்றொரு பக்கம் நினைவுகள்....! சிந்தனை ஒரு புறம் சிறகடித்துக் கொண்டிருக்க, திருக்குறள் விழாப் பேருரைகளும் மற்றொரு பக்க மாண்பினில் செவிப் புலனாகிக் கொண்டிருந்தது. டாக்டர் நல்லசிவமும் எல்லோருடன் சேர்ந்து கைதட்டித் தன் ஆர்வத்தைப் புலப்படுத்தினார்.

புல்லறிவாண்மை அதிகாரத்தில் வரும் "அலகையா வைக்கப்படும்" குறட்பொருளை விளக்கி முடித்தபோது எழுந்த கையொலி ஒருவகையாக ஓய்ந்தது. சிலம்பொலியாரின் பேச்சு "இறையென்று வைக்கப்படும்" என்னும் இறைமாட்சி அதிகாரத்தின் திருக்குறளுக்கு விளக்கம் கூறும் அமைப்பில் தாவிக் கொண்டிருந்தது.

சிறப்புப் பேருரைக்குப் பின் அடுத்த நிகழ்ச்சியாகப் பரிசளிப்பு நடைபெறவிருந்தது. அதற்கான ஆயத்தங்களைச் செய்யும் சிந்தனை ஓட்டத்துடன் செயல்படத் தொடங்கினார். கடந்த ஆண்டு திருக்குறள் விழாவில் கதைப் போட்டியில் பரிசு பெற்ற அருளப்பர் முன் வரிசையில் அமர்ந்திருந்தார்....! இந்த ஆண்டு.....? ஒருவேளை "ஷிப்ட்" டூட்டியாக இருக்குமோ....? அருளப்பரின் அரவத்தையே காணோம்....!

ஏறத்தாழ இரவு ஒன்பதரை மணியளவில் டாக்டர் நல்லசிவம் தன் மனைவியுடன் வீடு திரும்பிக் கொண்டிருந்தார். எதிர்வீட்டுத் துளசி மாடமும் அதனுள் மிகச் சன்னமாகச் சுடர்விட்டுப் பிரகாசித்துக் கொண்டிருக்கும் திருவிளக்கும் டாக்டர் நல்லசிவம் தம்பதிகளின் கண்களில் படத்தான் செய்தது. அகலத் திறந்திருந்த வீட்டின் முற்றத்தில் அருளப்பன் தன் அன்பு மனையாளுடன் அளவளாவிக் கொண்டிருந்த காட்சியும் தென்பட்டது.

அணிவகுத்து நிற்கும் பட்டாளத்து வீரர்களைப் போல் சாலையோரத்தில் வானோங்கி உயர்ந்து நின்று ஒளியுமிழ்ந்து கொண்டிருக்கும் தெரு விளக்குகளை டாக்டர் நல்லசிவம் சிந்தனை நுகர்ச்சியோடு ஒருமுறை பார்த்துக் கொண்டார்.

- கற்பனை மலர்கள் (சிறுகதைத் தொகுப்பு), முதற் பதிப்பு: டிசம்பர் 1995, தமிழவேள் நாடக மன்றம், சிங்கப்பூர்..

5. யாராலும் முடியும் தம்பி!

– ஆர்னிகா நாசர்

“‘நிலா’ பத்திரிகையின், சேலம் பதிப்பு அலுவலக வளாகத்திற்குள் பிரவேசித்தது, எடிட்டர் சங்கரலிங்கத்தின், கறுப்பு நிற பிஎம்டபிள்யூ கார்.

ஓட்டுனர் கதவைத் திறந்து கொண்டு சங்கரலிங்கம் இறங்க, நானும் இறங்கினேன். வயர்லெஸ் செட்டையும், இரு கைபேசிகளையும் எடுத்துக் கொண்டு நடந்தார். அலுவலக உதவியாளன், அவரது சூட்கேசை எடுத்துச் சென்றான். நான், ஒரு பத்தடி தூரம் விட்டு, அலுவலகத்தை நோட்டமிட்டபடியே நடந்தேன்.

எடிட்டரின் குளிர்பதன மூட்டப்பட்ட அறையில், அவரது இளைய சகோதரர்கள் இருவர், ஏற்கனவே வந்து அமர்ந்திருந்தனர்; வணங்கினேன்.

“”என்ன எழுத்தாளரே... சவுக்கியமா?”

“”இறைவனின் நாட்டத்தாலும், உங்க அன்பாலும், ஆதரவாலும் சவுக்கியம்.”

“”பேத்தி என்ன பண்றா?”

யாராலும் முடியும் தம்பி!“”நல்லா நடக்கிறா... அத்தா, அம்மா, அல்லா, தாத்தா, நாணி சொல்றா...

“தாத்தா’ ங்கிற வார்த்தையை கேட்டு, காது, தித்திக்குது சார்!”

நான் சொன்னதை மூன்று சகோதரர்களும் ரசித்தனர். சங்கரலிங்கத்தின் கண்கள், சுவர் கடிகாரத்தை உற்று நோக்கின.

“”என்ன பிரதர்ஸ்... குடுத்திடலாமா?”

“”ஓ!”

எழுந்தார். அறையை விட்டு வெளியேறினோம். பெண் உதவியாளர், ஒரு பெரிய ட்ரேயில், மூன்று பொக்கேயும், மூன்று சாவித் கொத்தையும் சுமந்து வந்தாள்.

கார் பார்க்கிங்கில், வழக்கமான கார்கள் தவிர, மூன்று புதிய அலங்கரிக்கப்பட்ட கார்கள் நின்றிருந்தன. கணக்காளரும், காசாளரும் ஓடி வந்தனர். அவர்கள் கைபேசியில் அழைக்க, கார்களை பரிசாய் பெற இருந்த விளம்பரப் பிரிவு மேலாளர்கள் மூவர் வந்தனர்.

தொடர்ந்து, அ<லுவலக ஊழியர்கள் அனைவரும் வந்தனர். சங்கரலிங்கம் பேசினார்...””’சேலம் பதிப்பு ஆரம்பிச்சு, பத்து வருஷமாச்சு. சிறப்பாக பணிபுரிந்து, பத்திரிகையின் விளம்பர வருவாயை பெருக்கிய இம்மூவருக்கும், கார் பரிசளிக்கப்படுகிறது...”

முதலாமவருக்கு பொக்கேயும், சாவியும் கொடுத்தார். கைதட்டல் மிகைத்தது. மற்ற இருவருக்கும், எடிட்டரின் சகோதரர்கள் வழங்கினர். மீண்டும் கைதட்டல்.

“பபே’ விருந்து ஆரம்பித்த போது, நானும், எடிட்டரும், சாப்பிடாமல் வெளியே கிளம்பினோம். கார்க் ஓப்பனரில், ரெட் ஒயின் பாட்டில் திறந்து கொடுத்தார்; சூப்பினேன்.

“”எங்கடா போகலாம்?”

“”ஏற்காடு போகலாம்...”

பத்திரிகையின் விருந்தினர் மாளிகையில், ஆயத்தமாக நின்று கொண்டிருந்த இன்கம்டாக்சில் பணிபுரியும் குணா, காரில் ஏறிக் கொண்டார்; கார் சீறிப் பாய்ந்தது.

வழியில், ஒரு கடையின் முன் நின்றது. ஐந்நூறு ரூபாயை எடிட்டரிடமிருந்து வாங்கி, பிஸ்கட் பாக்கெட்டுகள் வாங்கி, சிறு சிறு துண்டுகளாக்கி, பத்திரப்படுத்தினார் குணா.

“இவ்வளவு பிஸ்கட்டையும் ஒரு ஆளு திங்க முடியுமா?’ யோசித்தேன்; ஆனால், குணாவிடம் எதுவும் கேட்காமல் மவுனித்தேன். நாக்கில் ஒயின் சுவை, கொடுக்காப்புளி போல் துவர்த்தது.

சமவெளி விட்டு மலையேற ஆரம்பித்தது கார். ஒவ்வொரு கொண்டை ஊசி வளைவிலும், கார், தடுப்புச் சுவரை ஒட்டி நிற்க, குணா ஓடிப் போய், பிஸ்கட் துண்டுகளை போட்டு வந்தார்; கூட்டம் கூட்டமாய் குரங்குகள் வந்து, பிஸ்கட் தின்றன.

“”வாவ்! நல்ல ஐடியா!” வியந்தேன்.

பிஸ்கட் இருப்பு தீர்ந்ததும் ஆசுவாசமானார் குணா. பேச்சு, இலக்கியம் பக்கம் திரும்பியது. லாவகமாக கார் செலுத்தியபடியே, நாங்கள் பேசுவதை காதுற்றார் சங்கரலிங்கம்.

“”புத்தாண்டு தீர்மானமா, இந்த வருடம், குறைந்தபட்சம், 30 ஆயிரம் பக்கங்கள் படிக்க தீர்மானிச்சிருக்கேன். மகாபாரதம், பகவத்கீதை போன்றவற்றை மறுவாசிப்பு செய்கிறேன். சக முஸ்லிம் எழுத்தாளர்களின் படைப்புகளை தேடிப் பிடித்து வாசிக்கிறேன். <உலக சினிமா, “டிவிடி’களை தேடிப்பிடித்து பார்க்கிறேன். மொத்தத்தில், அடுத்த பத்தாண்டுக்கு என்னை ஆக்டிவாக வைத்திருக்க எல்லா முயற்சிகளையும் மேற்கொள்கிறேன். ஐ பீல் யங் அண்ட் எனர்ஜெடிக் பாஸ்...”

“”அரைநூற்றாண்டு தனிமை என்ற பெயரில் நீ எழுதப்போகும் தொடருக்கு, ஏகப்பட்ட குறிப்புகள் கொடுத்தேனே... எழுதிட்டியா?” குணா.

“”இல்ல... ஆன் ப்ராஸஸ்!”

எங்களது காருக்கு பின், ஒரு பைக் வந்து கொண்டிருந்தது. அதில், இரு இளைஞர்கள் அமர்ந்திருந்தனர்.

“”போன வாரம் வந்த செல்லம் ஜெரினா, வி.உஷா கதைகள் எப்படி இருந்துச்சு நவாப்?”

“”செல்லம் ஜெரினா கதை, “மோர் ட்ராமாட்டிக்!” வி.உஷா மாதிரியே அவங்க கதையும் மென்மையா, பேன்டஸியா இருந்துச்சு. வி.உஷாவின் கதை நாயகிகள் அமரர் லட்சுமியின் கதை நாயகிகளுக்கு ஒப்பானவர்கள்...”

சங்கரலிங்கம் கண்களை குறுக்கி, ஒரு முறை முறைத்தார் என்னை.

எங்கள், காரின் பின்னால் அந்த பைக் சடுகுடு ஆடியது. இடம் போனது; வலது போனது. வழிவிடும் சமிக்ஞை செய்தும், காரை தாண்டிச் செல்லாமல், பைக் அடம் பிடித்தது.

“”செல்லம் ஜெரினா அம்பது வயதில் எழுத ஆரம்பித்திருக்கும் அறிமுக எழுத்தாளர். வி.உஷா, 25 வருடங்களுக்கு மேலாய் எழுதி வரும் அனுபவ எழுத்தாளர். இரண்டு பேரையும் ஒப்பிடுதல் சரியாக இருக்காது!” குணா.

முறுவலித்தார் சங்கரலிங்கம்

“”இப்படியோ அப்படியோ... அபிப்ராயம் சொல்லாம, மோனாலிஸா புன்னகை வெடிப்பதில், பாஸ் சமர்த்தர்!”

இப்போது எங்களது காருக்குப் பின், இன்னும் இரு புதிய பைக்குகள் வந்து கொண்டிருந்தன. அவற்றில் தலா இருவர் அமர்ந்திருந்தனர்.

வி.வி.ஐ.பி.,க்கு பைலட் மற்றும் கான்வாய் வாகனங்கள் செல்வது போல, மூன்று பைக்குகளும் எங்களது வாகனத்தை ஒட்டி நகர்ந்தன.

“”பசங்க யாராக இருக்கும் நவாப்?”

திரும்பி, 100 நொடிகள் அந்த ஆறு இளைஞர்களை வெறித்தேன்...

“”அவர்கள் கண்களில் எதனையும் அறிந்து கொள்ள முயற்சிக்கும் ஆர்வம் தெரிகிறது. கிராமியச் சாயல் இழையோடுகிறது. இளங்கலை பட்டப்படிப்பு இறுதியாண்டு படிக்கக் கூடும். ஏற்காட்டுக்கு, பைக்கிலேயே வர உத்தேசித்திருக்கின்றனர். சேலத்தை சுற்றி, 20-30 கிலோமீட்டர் தூரத்தில் அமைந்திருக்கும், ஒரு கிராமத்தை சேர்ந்தவர்கள்!”

“”ஓய் ஷெர்லாக் ஹோம்ஸே... போதும் உன் பிரிடிக்ஷன் அண்ட் டிடக்ஷன்!” குணா.

ஒரு வளைவில் காரை நிறுத்தினார் சங்கரலிங்கம். இறங்கினோம்; மூவாயிரம் அடி ஆழத்தில், மினியேச்சர் சேலம் தெரிந்தது. எங்களுக்கு பத்தடி தூரத்தில், பைக் இளைஞர்கள் நின்றனர். அவர்கள் தங்களுக்குள் கிசுகிசுவென பேசிக் கொண்டனர்.

குணா கை உயர்த்தி அவர்களை அழைத்தார்...

“”இங்க வாங்கய்யா...”

வந்தனர். மூன்று பைக்குகளையும், ஸ்டாண்டிட்டு நிறுத்தினர். அறுவரின் கண்களும் காரின் மீதே இருந்தன.

“”ஒரு மணிநேரமா, எங்க காரையே பாலோ பண்ணிட்டு வர்றீங்களே... நீங்கல்லாம் யாருப்பா... உங்க பேர் என்ன? என்ன பண்றீங்க?”

சேலத்திலிருந்து 25 கீ.மீ., தூரத்தில் அமைந்திருக்கும், ஒரு பொறியியல் கல்லூரி பெயரைக் கூறி, “”அங்க, மெக்கானிக்கல் இன்ஜினியரிங் பைனல் இயர் படிக்கறோம்.

“ஓசி’ பைக்ல, ஏற்காடு சுத்தி பாக்க வந்தோம். <உங்க கார், ரொம்ப அழகா, ஆடம்பரமா இருக்கு; காரோட அழகை, பாத்து பருகிகிட்டே வந்-தோம்...”

“”லேடிசோட அழகை பாத்து ரசிக்குற வயசுல, காரின் அழகை பாத்து பருகுனீங்களா? அச்சச்சோ...!”

“”ஆமா சார்... நீங்க எல்லாம் யார்?”

“”இவர், சங்கரலிங்கம்; “நிலா’ பத்திரிக்கை எடிட்டர். பத்திரிகை <உலகின் ஜாம்பவான். இவர், எழுத்தாளர் நவாப். நான், இன்கம்டாக்ஸ் அதிகாரி குணா. உங்க பேர் எல்லாம் சொல்லுங்க...”

அறிமுகம் செய்து கொண்டனர்.

“நமக்கெல்லாம் இந்த பெரிய மனிதர் கைகொடுப்பாரா...’ என்ற தாழ்வு மனப்பான்மையுடன், கை நீட்டினர். சங்கரலிங்கம், கைகுலுக்கி, அவர்களின் தோள்களை தட்டிக் கொடுத்தார்.

அறுவரும் யானையைத் தடவுவது போல் காரைத் தடவினர்.”

”இந்த காரு பேரு என்ன சார்?”

“”பி.எம்.டபிள்யூ செடான் கார். ஜெர்மன் தயாரிப்பு. விலை, 75 லட்-சத்திற்கு மேல். இது, ஐந்தாவது தலைமுறை கார். கணிணி கேமராக்கள், ஜிபிஆர்எஸ் கருவி இணைக்கப்பட்டது. ஸ்டார்ட் செய்த, 5.3 நொடியில், 100 கிமீ வேகம் பாயும். எட்டு சிலிண்டர் பெட்ரோல் இன்ஜின் கொண்டது. காரின் உடல் பகுதிக்கு, 12 வருடம், பாகங்களுக்கு, 5 வருடம், “வாரன்டி’ உண்டு. இரவில், 300 மீட்டர் தூரத்தில் நகரும் பொருளைக் கண்டுபிடிக்கும், “இன்ப்ராரெட் நைட் விஷன்’ உண்டு. ஜெனான் ஹெட்லைட்ஸ். இன்டகிரல் ஆக்டிவ் ஸ்டியரிங். குளிர்பதன வசதி. வழக்கமான கார்களை விட, உள்ளே, 14 செ.மீ., விசாலம். காருக்குள், பார் கூட வைத்துக் கொள்ளலாம்.”

“”ஓ! கறுப்பு நிறம் ஏன் சார் தேர்ந்தெடுத்தீங்க?”

“”என்கிட்ட மொதல்ல சிவப்பு நிற கார்கள் தான் இருந்துச்சு. வயதும், அனுபவமும் நிறங்களின் தாய் கறுப்பு என உணர்த்தின...”

“”எங்களுக்கு ஒரு ஆசை...”

“”என்ன?”

“”காரோடு நின்னு நாங்க ஒரு போட்டோ எடுத்துக்கணும்...”

“”கேமரா வச்சிருக்கீங்களா?”

“”டிஜிட்டல் கேமரா இருக்கு!”

“”சரி...”

காரின் முன் எங்களை நிறுத்தி, எங்களுடன் இணைந்து நின்றனர். நான் அவர்களது கேமராவை வாங்கி, புகைப்படம் எடுத்தேன். இரண்டு மூன்று கோணங்களில் எடுத்தேன். எடுத்ததை அவர்களுக்கு காட்டினேன்; குதூகலித்தனர். குணா சில, பல புகைப்படங்களை எடுத்தார்.

“”தப்பா எடுத்துக்காதிங்க சார்... ஒரு சிறுபிள்ளைத்தனமான கேள்வி; படிச்சு வேலைக்கு போன பின்னாடி, எங்களாலும் இந்த மாதிரி காரை விலைக்கு வாங்க முடியுமா?”

சிரித்தார் சங்கரலிங்கம். “”ஒய் நாட்?’ தொடர்ந்து எம்.ஈ படிங்க; வழக்கமான பொறியாளர்களில் ஒருவராக இருக்காமல், தனித்துவம் காட்டி <உழையுங்க. ஒரு காரில்ல, நாலு கார் வாங்கலாம்!”

“”நிஜம்மாவா சார்...?”

“”எனது எழுதுகோலின் மீது சத்தியம் தம்பீஸ்!” சங்கரலிங்கம்.

குறுக்கிட்டேன். “”நான் ஒண்ணு சொல்ல விரும்புகிறேன் பாஸ்...!”

“”சொல்லு நவாப்!”

“”கார் வைத்திருப்பது மட்டும் வெற்றியின் அடையாளமல்ல; அது, வெறும் பொருளாதார மேன்மையே. கள்ளச் சாராயம் காய்ச்சுபவனும், கேடுகெட்ட அரசியல்வாதிகள் சிலரும் கூட, இதை விட விலை உயர்ந்த கார்களை வைத்திருக்கின்றனர்.

அவர்களுக்கு, கார் வெற்றியின் அடையாளமல்ல. ஆனால், நான்கு தலைமுறைகளாய், தமிழுக்கும், தமிழ் மக்களுக்கும் தம் பத்திரிகையின் மூலம் செய்து வரும் சேவையின் அடையாளம் தான், சங்கரலிங்கத்தின் இந்த கார். தினம், 14 மணிநேரம் உழைத்து, உள்ளூர், <<உலக செய்திகளை மக்களுக்கு கொண்டு போய் சேர்க்கும், தேனீக்கான அங்கீகாரம் தான் இக்கார். இதழியல் தேவதைக்கு மகுடம் சூட்டும் சங்கரலிங்கம் குடும்பத்தாருக்கு, இந்த கார் மட்டுமல்ல; அவர்கள் வைத்திருக்கும் ஒவ்வொரு பொருளுமே வெற்றியின் பரிசு தான்.

ஆகவே மக்களே... காரின் மீது ஆசைப்படுங்கள்; நேர்மையான தொடர் தனித்துவ உழைப்பின் மூலம்!”

“”தட்ஸ் தி பாய்ன்ட்!”

“”ஒன் மோர் பாயின்ட்... இரவல் பைக்கில், ஓட்டுனர் உரிமம் இல்லாமல் மலைப் பாதைகளில் வராதீர்கள் செல்லங்களே...” குணா.

“”பெஸ்ட் ஆப் லக்!” டாட்டா காண்பித்தபடி கிளம்பினோம்.

“”கல்லூரியில் அறுவர் குழு டிஜிட்டல் புகைப்படத்தை சக மாணவர்களிடம் காட்டி, “”தாடிவச்சிருக்கிறவரு சத்தியசீலன் சித்தப்பா. டைரக்டர் மனோபாலா மாதிரி இருக்கிறவரு சந்துரு பெரியப்பா. குள்ளமா குண்டா நிக்கிறது நம்ம ஜாகிர் மாமா. புதுக்கார் வாங்கின சித்தப்பா, கார் சாவியை எங்ககிட்ட குடுத்து, இஷ்டம் போல ஓட்டிப் பாருங்கன்னுட்டார். அப்புற-

மென்ன... ஆளுக்கு அரைமணி நேரம் ஓட்டி, ஏற்காட்டை ஒரு கலக்கு கலக்கிட்டோம்ல... பிகர்கள் எல்லாம் திறந்த வாய் மூடல!'' கதை அளந்தனர்.

6. கதைகதையாம் - குமரவேலன்

ஏகாம்பரம் வாசல் நடையில் ஈஸிச்சேரில் சாய்ந்துகொண்டு பழைய தமிழ் பத்திரிகைகளை புரட்டிக்கொண்டிருந்தார்.அவர் அரசாங்க உத்தியோகம் பார்த்து சமீபத்தில் ஓய்வு பெற்றவர். சொந்த வீடு. வீட்டின் மாடிப்படிக்குக் கீழிருந்த சிறிய ரூமை காயலான் கடைக் கந்தசாமிக்கு சொற்ப வாடகைக்கு விட்டிருந்தார்.

அப்போது கடைக்கு ஒரு ஆள் வந்திருந்தான். பார்த்தாலே யார் வீட்டிலேயோ வேலையாள் என்பது தெரிந்தது. தலையில் ஒரு சாக்கு மூட்டை, கையில் ஒரு பழைய துருப்பிடித்த இரும்புப் பெட்டி. இரண்டிலும் முழுக்க முழுக்கக் காகிதக் கட்டுகள்.

“அடுத்த தெரு ராஜம்மா அனுப்பிச்சாங்க. அவங்க வீட்டைக் காலி பண்ணிட்டு மவனோடே வடெக்கா போய்த் தங்கப் போறாங்களாம் .இதிலே இருக்கிற பேப்பரெல்லாம் போட்டுக் காசை என்னையே வச்சுக்கச் சொன்னாங்க''-என்று சொல்லிக்கொண்டே மூட்டைகளைக் கடை முன் வைத்தான். வியர்வையை மேல் துண்டால் துடைத்துக்கொண்டு, கடைப் பெஞ்சியில் உட்கார்ந்தான்.

கந்தசாமி பேப்பரையெல்லாம் எடை போட்டு அதற்கான பணத்தை கொடுத்து அந்த ஆளை அனுப்பிவைத்தான்.

தற்செயலாக வாசலில் வந்து நின்ற ஏகாம்பரம் அந்த பேப்பர் குவியலிலிருந்த பேப்பரை

எடுத்துப்பார்த்தார். எல்லாம் கதைகளின் கையெழுத்துப் பிரதிகள்! கண்ணில் ஒற்றிக்கொள்ளும்படியான மணிமணியான எழுத்து.. அத்தனையும் பத்திரிகை ஆபீசிலிருந்து திருப்பி அனுப்பப்பட்ட கதைகள் என்பது அவற்றின் மீது பதிக்கப்பட்ட ரப்பர் ஸ்டாம்பிலிருந்து தெரிந்தது. எகாம்பரம் அந்தக் கட்டுக்கள் அனைத்தையும் மேலோட்டமாகச் சோதித்தார். அனுப்பியவரின் விலாசம் கதைகளில் இருந்தது. எழுதியவர் குமாரசாமி என்று இருந்தது.

“யாருப்பா இந்தக் குமாரசாமி? உனக்குத் தெரியுமா?'' - கந்தசாமியிடம் கேட்டார்.

“என்னா சாமி, இப்படிக் கேக்கறீங்க? அந்த ராஜம்மா புருஷன் தான். எல்.ஐ.சி.லே வேலை பார்த்து

கிட்டிருந்தாரு. நீங்க பார்த்திருக்கீங்க. குண்டா கருப்பா வழுக்கைத்தலையோட தினம் காத்தாலே இந்த வழியாக் கையிலே கொடை எடுத்துகிட்டு

போவாரே, ஞாபகமில்லையா”

அவருக்கு ஞாபகம் வந்தது.

“அடேடே ஆந்த மனுஷனா! அவர் ரெண்டு மூணு மாசத்துக்கு முன்னாடிசெத்துப் போயிட்டாரில்லையோ?”

“கரேக்ட். அவரேதான். மனுஷனுக்கு எழுதறதுங்கறதுலே ஒரு பைத்தியம். ஆனா ரொம்ப துரதிருஷ்டசாலி.கதை எதுவும் பத்திரிகைலே வந்தாப்பிலேயே தெரியலை. அவரு நம்ம கடைக்கு ரொம்ப நாளைய வாடிக்கைக்காரரு.”

ஏகாம்பரத்திற்கு ஏனோ பத்திரிகை ஆசிரியர்கள் மேல் ஆத்திரமும் கோபமும் பொத்துக்கொண்டு வந்தன.

குமாரசாமி அத்தனைக் கதைகளையும் எழுத எவ்வளவு சிரமப்பட்டு உழைத்திருக்க வேண்டும்? எத்தனை நாட்கள் கதைக் கருக்களுக்காக இரவு பகலாக சிந்தனை வசப்பட்டிருக்க வேண்டும்.?எவ்வளவு ஆவலுடனும் தளராத நம்பிக்கையோடவும் இத்தனை பக்கங்களை எழுதித்தள்ளியிருக்கவேண்டும்? ஏன் இத்தனை கதைகள் பிரசுரத்திற்கு உகந்ததாக்த் தேறாமல் நிராகரிக்கப்பட்டன?. ஒவ்வொரு கதையும் திரும்பி வந்தபோது மனிதர் எவ்வளவு வேதனையுடன் தவித்திருப்பார்? பத்திரிகை ஆசிரியர்கள் ஏன் இவ்வளவு ஈவிரக்கமற்றவர்களாக இருக்கிறார்கள்? ஏன் பிரபலமானவர்களின் கதையை மட்டும் பிரசுரிப்பதில் கண்ணும் கருத்துமாயிருக்கிறார்கள்? ஆரம்ப எழுத்தாளர்களின் கதைகளுக்கு ஏன் ஊக்கமளித்து ஆதரிப்பதில்லை? அவர்களின் கதைகள் சரியாகக்கூடப் பரிசீலிக்கப்படாமல் தூக்கி எறிந்து விடப்படுவது எந்த விதத்தில் நியாயம்?” - இப்படியாகப் அடுக்கடுக்காகப் பல கேள்விகள் அவர் மனதில் எழுந்தன.

ஒரு எழுத்தாளனாக முன்அனுபவங்கள் அவருக்கும் நிறைய உண்டு. ஆனால் சொல்லிக்கொள்ளும்படியாகவோ பெருமையடித்துக் கொள்ளும்படியோ அல்ல. அனைத்துமே கசப்பானவைதான்.

சின்ன வயதிலிருந்தே எழுதவேண்டும் என்ற வெறி எப்படியோ அவரைத் தொத்திக்கொண்டது. பள்ளியில் படிக்கும்போதே அணில்,முயல்.கல்கண்டு என்ற சிறுவர் பத்திரிகைகளுக்கு மனதில் தோன்றியதை கிறுக்கி அனுப்புவார் அது ஏகாம்பரத்திற்கு ஒரு சிறு மனத்திருப்தியைத் தந்ததோடு சரி. ஒரு தடவை கூட அவர் எழுதியது அச்சு மெஷினை எட்டிப் பார்க்கும் பாக்கியம் பெறவில்லை. கொஞ்சம் வயதானவுடன்

சிறுகதை எழுதவேண்டும் என்ற துடிப்பு உண்டாயிற்று. அதற்கான முயற்சியில் கண்ணும் கருத்துமாக இறங்கினார். கை ஓயும் வரையில் எழுதி எழுதி அனுப்பினாரே ஒழிய, எல்லாக் கதைகளுமே அவர் மீதுள்ள பாசத்தால் அவரிடமே ஓடிவந்து தஞ்சம் புகுந்தன.

துவண்டுவிடவில்லை அவர். மீண்டும் மீண்டும் முயன்றார். தோற்றுக்கொண்டே இருந்தார். தொடர் தோல்விகள் அவர் கண்ணைத் திறந்தன.

எழுத்திற்கும் அவருக்கும் எட்ட முடியாத தூரம் என்பது அவருக்கு மிக நன்-றாகவே புரிந்தது. அத்துடன் எழுதுவதற்கு முற்றுப் புள்ளி வைத்தார்.

பழைய நினைவுகளிலிருந்து விடுபட்டு நிகழ்காலத்துக்கு வந்தா ஏகாம்பரம்

ஏனோ தெரியவில்லை. அந்தக் கதைகளைப் பார்த்ததும் அவருக்குள் அந்த கதை எழுதும் ஆசை மீண்டும் விசுவரூபமெடுத்தது. எதிரிலிருந்த கதைமூட்டை அவரைப் ஊக்குவித்தத்தோ ? அதே சமயம் அவருக்குள் ஒரு சின்ன ஐடியாவும் பளிச்சிட்டது. இந்தக் கட்டுகளில் உள்ள கதைகளையே கொஞ்சம் 'டச்அப்' செய்து மெருகேற்றி அனுப்பிப் பார்த்தால்?

"கந்தா, இந்த பேப்பர் எல்லாமே எனக்கு தேவைப்படுது. நீ எவ்வளவு பணம் கேட்டாலும் தந்துடறேன்." என்றார்

"என்ன சாமி நீ, உங்க்ட்டே போயிப் பணம் வாங்குவேனா ? இவ்வளவு குறைஞ்ச வாடகையிலே எவன் எனகது இந்த ஏரியாலே எடம் தருவான் ? எல்லாத்தையும் நீயே எடுத்துக்கோ. காசு எதுவும் தேவையில்லை" என்றான் தாராள மனதுடன்.

அடுத்த நாள் -

"இதோ பாரு, கமலம். இனிமே என்னை சும்மா 'டிஸ்டர்ப்' பன்னாக்கூ-டாது. நான் சிறுகதை எழுதப்போறேன். கற்பனை செய்யறதுக்குத் தனிமையும் அமைதியும் தேவை, தெரியுமில்லையா?" என்று அமர்த்தலாக மனைவிக்கு எச்சரிக்கை விட்டார். முழு மூச்சாகத் தன் வேலையில் இறங்கினார்.

குமாரசாமியின் கையெழுத்துப் பிரதிகளில் முதல் கதையை ஆழ்ந்து படித்தார். கதா பாத்திரங்களின் பெயர்களை மாற்றினார். அங்கங்கே சில மாற்றங்கள் செய்தார். புதுப்பிரதி எடுத்தார். அல்லி வார இதழுக்கு அனுப்பி வைத்தார்.

அடுத்த வாரம் தபால்காரர் அல்லி இதழ் ஒன்றைக் கொடுத்துவிட்டுப் போனார். பிரித்துப்பார்த்தார். பிரமித்துப் போனார்! அவர் கதை அழகிய படங்களுடன் அமர்க்களமாகப் பிரசுரமாயிருந்தது. அவருக்குப் பெரிய இன்ப அதிர்ச்சி!

வயதை மறந்து ஆனந்தத்தில் கூத்தாடினார். மனைவியிடம் பெருமையு-டன் காட்டினார். நெருங்கிய சொந்தக்காரர்கள், நண்பர்கள் வீட்டுக்கு வலி-யத் தேடிச் சென்றூ கதையைக் காட்டி மகிழ்ந்தார். பிரசவித்த பெண் கஷ்-டப்படாமல் ஒரு அழகான ஆண் குழந்தையைப் பெற்றது போல் முகத்தில் சந்தோஷம் தாண்டவமாடியது.

அதே சமயம் அவர் மனதின் மூலையில் தவறு செய்ததின் குறுகுறுப்பும் அரித்துக்கொண்டிருந்தது. "இது என்னால் படைக்கப்பட்ட சிசு அல்ல - யாரிடமிருந்தோ உருவாக்கப்பட்டு, என்னால் வெளிக் கொண்டுவரப்பட்ட 'டெஸ்ட் ட்யூப்' குழந்தைதான்" என்று அவர் தன்னைத் தானே சமாதானம் செய்துகொண்டார்.

அடுத்த சில நாட்களிலேயே இன்னொரு கதையை எடுத்து சில கூட்டல் கழித்தல்கள் செய்து வேறொரு வாரப் பத்திரிகைக்கு அனுப்பினார். அவர் முயற்சிக்கு மீண்டும் முழு வெற்றி! அதுவும் பிரசுரமாகி அவரை ஆச்சரியத்தில் மூழ்கடித்தது.

திருடிய கதைகளுக்கு மெருகேற்றிப் புது உருக்கொடுத்து ஒப்பனை செய்து பிரசுரத்திற்கு ஏற்றதாகச் செய்யும் கலையில் படு கில்லாடியாகி விட்டார் ஏகாம்பரம்.

அடுத்த சில வாரங்களுக்கு. குமாரசாமியின் அல்பாயுசுக் கதைகள் மறு பிறவி எடுத்து மாறு வேஷத்தில் தமிழ் இதழ்களில் உலா வந்தன. தொடர்ந்து கதைகளுக்கான சன்மானமும் வந்தது.

என்ன ஆச்சரியம்! கதைகள் பிரசுரமானதுமே எகாம்பரத்தின் அந்தஸ்தும் கௌரவமும் தாறுமாறாக ஏறிப் போயின. அவரை அலட்சியம் செய்து ஒதுக்கியவர்கள் இப்போது சிரித்துக்கொண்டு கும்பிடு போட்டார்கள். "பெரிய ரைட்டர் ஆயிட்டீங்க" என்று தபால்காரர் அவருக்கு ஐஸ் வைத்து அவ்வப்போது நல்ல 'டிப்ஸ்" வாங்கிக்கொண்டு போனார். மனைவி கமலம் அவரிடம் எப்போதையும் விட மிகவும் அன்பாக நடந்து கொண்டாள். வாசகர்கள் அவர் கதைகளைப் புகழ்ந்து எழுதினார்கள். பத்திரிகைகள் அவர் கதைகளுக்காகப் போட்டி போட்டன. பத்திரிகாசிரியர்கள் அவரை நேரிலும் தொலைபேசியிலும் தொடர்பு கொண்டு கதைகளுக்காக அவர் வீட்டி வாசலில் தவம் கிடந்தார்கள். "எழுத்தாளர் ஏகாம்பரம் நமக்குக் கிடைத்துள்ள அரிய பொக்கிஷம். அவர் இலக்கியச் சேவையைத் தகுந்த முறையில் உபயோகித்துக்கொள்ள வேண்டியது தமிழர்களாகிய நம் கடமை." என்று ஒரு பத்திரிகை எழுதியிருந்தது, அவர் உடலைப் புல்லரிக்கச் செய்தது.

கந்தசாமிக்கு ஏகாம்பரத்தின் வெற்றியின் ரகசியம் நன்றாகவே தெரியும். எங்கே அவன் இதைப்பற்று யாரிடமாவது உளறிக்கொட்டித் தன் குட்டை அம்பலப்படுத்திவிடுவானோ என்ற பயம் அடிக்கடி ஏகாம்பரத்துக்குத் தோன்றுவதுண்டு. அதனால் அவனுக்கு ராஜோபசாரம் செய்து அவன் இது பற்றி வாயைத் திறக்காமல் சர்வ ஜாக்கிரதையாக பார்த்துக்கொள்ள வேண்டியது அவருடைய முக்கிய வேலைகளில் ஒன்றாகியது.

இதுதவிர அடிக்கடி குமாரசாமி கனவில் தோன்றி அவர் குரல்வளையை நெரிப்பது போலவும் கைகளை முறிப்பது போலவும் துர்சொப்பனங்கள் அவரைப் பயமுறுத்திக்கொண்டிருந்தன.

ஒரு வருடம் உருண்டோடியது.

அவருக்கு ஒரு பாராட்டு விழா நடந்தது. அதில் ஏகாம்பரம் பின்வருமாறு பேசி லேட் குமாரசாமிக்கு மறைமுகமாகத் தன் நன்றிக்கடனைச் செலுத்தினார்.

"ஒவ்வொரு ஆணின் வெற்றிக்குப் பின்னும் ஒரு பெண் இருப்பாள் என்று சொல்வார்கள். ஆனால் என் விஷயத்தில் நிலைமையே வேறு. என் வெற்றிக்குக் காரணம் இன்னொரு ஆண்தான் என்பது உங்களுக்கு வியப்பளிக்கலாம். அந்தத் தியாக சிந்தனையுள்ள அற்புத மனிதர் இப்போது உயிரோடில்லை. அவரை நான் அதிகம் பார்த்ததுமில்லை பழகியதுமில்லை என்பதும் உங்களுக்கு ஆச்சரியத்தை உண்டாக்கலாம். ஆனால் திரைக்குப் பின்னால் இருந்துகொண்டு மௌனமாக என்னை இயக்கி எழுதத் தூண்டிய பெருமை முழுக்க முழுக்க அவரையே சாரும்' என்று சூசகமாகப் பேசி தன் மனச் சுமையைத் தற்காலிகமாக இறக்கி வைத்து நிம்மதிப் பெருமூச்சு விட்டார்.

மூட்டையிலிருந்த கதைகளின் 'ஸ்டாக்' வேகமாகத் தீர்ந்துகொண்டு வந்தது. நாட்கள் நெருங்க நெருங்க அவர் தவிப்பு அதிகமாயிற்று.

அந்த நாளும் வந்தது. கடைசிக்கதையும் திருத்தி உருமாற்றி 'எடிட்' செய்து புதிய தலைப்புடன் அனுப்பி வைத்தாகி விட்டது.

பிறகு தான் உண்மையான அந்தப் பிரச்னையை அவர் சந்திக்க வேண்டியிருந்தது.

"இனிமேல் எப்படி நிலைமையை சமாளிப்பது? பத்திரிகை ஆசிரியர்களிடமிருந்து 'ப்ரஷர்' வர ஆரம்பித்து விடும். அவருக்கோ சுயமாக எழுதும் திறமை பூஜ்யம். ஆனால் கதைகளைக் காப்பி அடிப்பதும் குறை குற்றங்களைச் செப்பனிட்டு அலங்கரித்துச் சீராக்குவதும் கைவந்த கலையாகிவிட்டது. எப்படியோ இத்தனை நாட்களும் எல்லாரையும் ஏமாற்றிக் காலத்தை ஓட்டியாகி விட்டது. அவர் எழுத்துகளை இத்தனை நாட்களாக ரசித்துப்படித்த வாசகர்களுக்கு இப்போதுஎன்ன பதில் சொல்வது? ஒரு கணம் புத்தி தடுமாறி குமாரசாமியின் கை எழுத்துப்பிரதிகளைப் படித்ததால் தானே இந்த அவஸ்தை? அதைத் தொடாமல் விட்டிருந்தால், இன்று இப்படி ஒரு இக்கட்டில் மாட்டிக்கொண்டு விழி பிதுங்க வேண்டாமே. இப்போது புலி வால் பிடித்த கதை ஆகிவிட்டதே" என்ற கேள்விகள் சரமாரியாக எழுந்து அவரை இம்சிக்க ஆரம்பித்தன.'

எப்படியாவது இந்த பிரச்னைக்கு ஒரு நிரந்தரத் தீர்வு காணாவிட்டால் மண்டை சுக்கு நூறாகிவிடும்போலிருந்தது. அவர் இசகு பிசகாக நடந்து அவருடைய திருட்டு நாடகம் தெரிந்து விட்டால், இவ்வளவு கஷ்டப்பட்டுச் சம்பாதித்த நல்ல பெயர் புகழ் இவைகளுக்கெல்லாம் களங்கம் ஏற்பட்டு விடும். அவரை கோபுரத்தில் வைத்திருந்த வாசகர்கள் குப்பைமேட்டில் வீசி எறிந்து கைகொட்டி நகைக்கலாம். அதனால் அவர் அவமானத்தால் கூனிக்குறுகி தலை குனிய நேரிடலாம். இரவு பகலாகத் தூக்கமின்றி இதே யோசனையில் ஆழ்ந்தார். அவர் முழுமனதையும் இந்த ஒரே எண்ணம் தான் ஆக்ரமித்திருந்தது.

இரண்டு மூன்று நாட்கள் தீவிரமாக ஆலோசித்த பிறகுதான் அவருக்கு அந்த அற்புதமான ஐடியா உதயமாயிற்று. உடனடியாகவே அதைச் செய-

லாற்றினார்.

அடுத்த சில நாட்களிலேயே எல்லாப் பத்திரிகைகளிலும் அவருடைய கடிதம் வெளியாயிற்று.

“என் எண்ணற்ற ரசிகப் பெருமக்களுக்கு வணக்கம். என் கதைகளை விரும்பிப் படித்துப் பாராட்டிய அனைவருக்கும், மற்றும் என் கதைகளைப் பிரசுரித்து எனக்கு ஆதரவளித்து, கௌரவப்படுத்திப் புகழ் ஏணியில் ஏற்றி விட்ட பத்திரிகை ஆசிரியர்களுக்கும், என் மனமார்ந்த நன்றியைத் தெரிவித்துக்கொள்கிறேன். உடல் நலக்குறைவு காரணமாக நான் என் எழுத்துப் பணியை இத்துடன் நிறுத்திக்கொள்ள வேண்டிய கட்டம் வந்துவிட்டது. ஆகவே இனி என் கதைகள் பத்திரிகைகளில் வராது என்பதை வாசகர்களுக்குத் தெரிவித்துக் கொள்கிறேன். என்னை மன்னித்து அருள வேண்டுகிறேன். அரைமனதுடன் உங்களிடம் இருந்து பிரியா விடை பெறும்•••..ஏகாம்பரம்”

அடுத்த வாரம். வழக்கம் போல் மீண்டும் வாசல் நடையில் ஈஸிச் சேரில் சாய்ந்து புத்தகம் படிக்க ஆரம்பித்தார் ஏகாம்பரம். இனி கந்தசாமி கடைக்கு எந்தப் பேப்பர் வந்தாலும் தொட்டு விஷப் பரிசைக்கு தன்னை ஆளாக்கிக்கொள்ள மாட்டார். தேவையில்லாத விஷயங்களில் மூக்கை நுழைத்து வீண் வம்பை விலைக்கு வாங்கிவிட்டுத் தவியாய்த் தவிக்கவும் மாட்டார்.

போர்

வியட்நாம் போர் நடந்துகொண்டிருந்த காலம். எழுத்தாளர்களுள் பொதுவுடைமைச் சிந்தனை கொண்ட இலக்கியவாதிகள் பலர் உருவான நேரம். லா.ச.ரா. தம் படைப்புப் பற்றி ஒரு கூட்டத்தில் பேசிக்கொண்டிருந்தார். கார்க்கி என்ற பொதுவுடைமைத் தாக்கம் கொண்ட திறனாய்வாளர் ஒருவர் லா.ச.ரா.விடம், “”உங்கள் கதைகளில் வியட்நாம் போர் பற்றிய தாக்கம் ஏன் இல்லை?” என்று கேட்டுள்ளார்.

அதற்கு லா.ச.ரா., “”வியட்நாம் போர் என்னை பாதிக்கவில்லை. ஆனால், எதிர்வீட்டில் வெளியே நின்ற ஓர் அழகான பெண், தலைமுடியைத் தன் கை விரல்களால் அளைந்து கொண்டிருந்த காட்சி என்னை பாதித்தது. அதுவே என்னை ஒரு படைப்பு செய்யத் தூண்டியது. என்னை பாதித்ததைதான் நான் சொல்லமுடியும்” எனக் கூறிமுடித்தார். கலை, அழகுணர்ச்சி, கலைக்குப் பிறப்பிடம், மற்றொரு கலையே தவிர போர் அல்ல என்பது அவர் வாதம்.

7. எழுத்துக் கூலி! - துடுப்பதி ரகுநாதன்

முழு நிலவு பத்திரிகை ஆசிரியர் எழுத்து வேந்தன் தமிழ் எழுத்துலகில் மிகவும் புகழ் பெற்ற கதாசிரியர்களில் ஒருவர். அவர் எழுதிய பல நாவல்கள் திரைப் படங்களாக வந்து, வெள்ளி விழா கொண்டாடியுள்ளன! அதனால் அவர் தன் நாவல் ஒன்றுக்கு பத்து லட்சம் டிமாண்ட் செய்து வாங்கி விடுவார்.

அவர் சொந்தமாக முழு நிலவு என்ற பெயரில் ஒரு பத்திரிகையும் நடத்திக் கொண்டிருக்கிறார். ஆசிரியர் என்ற இடத்தில் அவர் பெயர் போடுவதாலேயே அந்தப் பத்திரிகையை நிறைய தமிழ் வாசகர்கள் வாங்கி ஆதரித்து வந்தார்கள்.

முழு நிலவு பத்திரிகை அலுவலகத்தில், அன்று காலை நேரத்தில் ஆசிரியரின் அறைக்குள் உதவி ஆசிரியர் சுந்தரம் நுழைந்து தயங்கித் தயங்கி நின்றார்!

“என்ன சுந்தரம். என்னவோ சொல்ல வந்தீங்க!...இப்ப எதற்குத் தயங்கநீங்க?...”

“ நம்ம பத்திரிகையிலே சுமார் பத்து வருஷமா சிறுகதை எழுதி வருகிற மோகனரங்கன் என்ற எழுத்தாளர் நேற்று ஆபிஸுக்கு வந்திருந்தார்! அவர் எழுதிய ஒரு தொடர்கதை கூட நம் பத்திரிகையில் போட்டிருக்கிறோம்!...”

“ஆமா!..நினைவு இருக்கு! .நானும் பார்த்திருக்கிறேன்...அவர் நல்லாத் தானே எழுதறார்....அவருக்கு என்ன?...”

“அவருக்கு வயசாயிட்டது!...உடம்புக்கு வேறு சரியில்லையாம்!...வேற வருமானமும் இல்லையாம்!....... நம் பத்திரிகையிலிருந்து ஒரு இரண்டாயிரம் சன்மானம் எதிர் பார்க்கிறார்...நேற்று ஆபிஸுக்கு வந்து என் கிட்டப் பேசினார்..... உங்களிடம் சொல்லி என்னை சிபாரிசு செய்யச் சொன்னார்.......”

ஆசிரியர் பெரிய நகைச்சுவையைக் கேட்டது போல் கட கடவென்று சிரித்தார்.

“ என்ன சுந்தரம்!...அந்த ஆளுக்குத் தான் வயசாச்சு.... அறிவில்லேனா!...அதைச் சொல்வதற்கு காலையில் வேலையைக் கெடுத்திட்டு நீங்களும் என் கிட்டே வந்திட்டீங்க!.”.

“அவர் கதை வரும் பத்திரிகையின் ஒரு பிரதி கூட நாம் அனுப்புவதில்லை என்று ரொம்ப வருத்தப்பட்டார்! நீங்க எந்த விளம்பரமாவது இலவசமா போடுவீங்களா என்று கூடக் கேட்டாருங்க!..”

“சுத்த அதிகப் பிரசங்கியா இருப்பார் போலிருக்கு! இவர் பெரிய பெர்னாட்ஷா!...இனிமே அவர் கதைகளை எல்லாம் இனி நம்ம பத்திரிகைகளில் போட வேண்டாம்!...

தமிழ் நாட்டில் பத்திரிகைகளில் எழுதும் எழுத்தாளர்கள் எல்லாம் சன்மானம் எதிர் பார்க்கிறது ரொம்பத் தப்பு சுந்தரம்! இந்தக் காலத்திலே வீட்டுகொருவர் வேலை இல்லாம பேஸ் புக்கை நோண்டிக் கொண்டிருக்கிறாங்க! இப்ப அவங்க எல்லாம் தான் தமிழ் எழுத்தாளர்கள்! இப்ப அவங்க எழுதி பத்திரிகையில் அவர்கள் பெயர் வந்தா அது தான் அவங்களோட சன்மானம்!

அந்தக் காலத்திலே எழுத்தாளர்கள் என்று சொன்னா ஒரு நூறு பேர் தான் இருப்பாங்க!

ஆனால் இந்த 'பேஸ்புக்' வந்ததிலிருந்து எல்லோரும் எழுத்தாளர்கள் தான்! 'பேஸ்புக்'கில் நாலு வரி தப்புத் தப்பா அடிச்சு பழகிட்டா அடுத்து உடனே புகழ் பெற்ற தமிழ் பத்திரிகைகளுக்கு கூட எதையாவது எழுதி அனுப்பிடறாங்க! இந்தக் காலத்திலே தானும் ஒரு கண்ணதாசன் என்று நினைத்துக் கொண்டு கவிதை என்று பேஸ் புக்கில் தினசரி பத்து கவிதைகள் எழுதுபவர்கள் இன்று குறைந்தது ஒரு லட்சம் பேர் நம் தமிழ் நாட்டில் இருக்கிறாங்க! பேஸ் புக்கில் எதையாவது தப்புத் தப்பா இருபது வரி எழுதி விட்டு தங்களையும் கதாசிரியர்கள் என்று நினைத்துக் கொண்டிருப்பவர்கள் இன்று தமிழ் நாட்டில் இருபதாயிரம் பேராவது இன்று இருக்கிறாங்க!...

இனி நாம கூட பத்திரிகை நடத்த விளம்பரத்தை மட்டும் நம்பி பிரயோசனம் இல்லே! இந்த ஆயிரக்கணக்கான எழுத்தாளர்களையும் நாமும் கூட பயன் படுத்திக் கொள்ளலாம்!

"நீங்க சொல்றது எனக்குப் புரியலே சார்!..."

" இப்ப பதிப்பகங்கள் எல்லாம் எப்படி நூல் வெளியிடறாங்க தெரியுமா?.... தன் எழுத்தை புத்தகமாக பார்க்க நிறையப் பேர் ஆசைப் படறாங்க!... அவர்களிடம் எல்லாம் 15,000, 20,000 என்று முதலில் பணம் வாங்கிக் கொண்டு, 150 பிரதிகள் அச்சிட்டு அவர்களுக்கு ஒரு 100 பிரதிகள் கொடுத்து விட்டு பத்து பத்திரிகைகளுக்கு விமர்சனத்திற்கு இரண்டு இரண்டு புத்தகங்களை அனுப்பி வைத்து விடுவாங்க! மற்றபடி அந்த புத்தகங்கள் விற்பனைக்கே வராது! ஒரு புத்தகம் போட்டா எழுத்தாளர்களிடம் வாங்கும் பணத்தில் ஒரு ஐயாயிரமாவது மிச்சமாகும்.. வருஷத்திற்கு எப்படியும் ஐம்பது, நூறு புத்தகங்கள் போட்டு விடறாங்க!..இப்ப அவங்களுக்கு அதில் தான் இப்ப நல்ல காசு...அந்தப் புத்தகங்கள் எல்லாம் அதோடு சரி!

நாமும் இனி விளம்பரத்தை மட்டுமே நம்பி இந்த தொழிலை நடத்த முடியாது! நாம் கூட இந்த எழுத்தாளர்களைப் பயன் படுத்தி, ஒரு திட்டம் போட்டு, லாபகரமா இந்த தொழிலை நடத்தலாமா என்று யோசிக்கிறேன்!

" என்ன சார்!...அப்படி ஒரு திட்டம்?.."

" எல்லோரும் முகவரியோட போன் நெம்பரையும் தருகிறாங்க!..நாம அவர்களை கூப்பிட்டு உங்க கதையை பத்திரிகையில் போடலாமென்று

இருக்கிறோம்! பத்திரிகையில் நிதி நிலமை சரியில்லை நீங்க ஒரு ஆயிரம் ரூபாய் அனுப்பி வையுங்க...நிதி உதவி செய்பவர்கள் கதைகளுக்கு முன்னுரிமை தருவோம் என்று சொல்லிப் பாருங்க!...தினசரி குறைந்தது இருபது முப்பது பேராவது எம். ஓ. அல்லது செக் அனுப்பி வைப்பாங்க! ...... அவங்க அனுப்புகிற கதைகளில் வல்லினம்.......மெல்லினம்....சந்தி தகராறு இருக்கும்...அதை சரி செய்து ஒரு கதை மாதிரி செய்து நாம போட்டாப் போச்சு!......"

" என்ன சார்!...இப்படி சொல்றீங்க?...

"சுந்தரம்!.....இந்த உலகத்திலே இலவசமா கிடைக்கிறது அட்வைஸ் ஒண்ணு தான் அந்தக் காலத்தில் சொல்லுவாங்க! ....ஆனா இன்று பார்த்தா நாம கேட்காமலேயே பத்திரிகை ஆபிஸுக்கு வந்து குவியற இந்த கதைகள் தான் அதை விட ஏராளம்!..அந்தக் காலம் மாதிரி இல்லே!....இப்ப எழுதற எழுத்தாளர்களின் லட்சியமே அவர்கள் பெயரை பத்திரிகையில் பார்க்க வேண்டும் என்பது தான்! .... முடிந்தா அதை நாம பயன் படுத்த யோசிங்க!

சுந்தரம்! இன்னொரு முக்கியமான விஷயம்!... நம்ப பத்திரிகையில் வருகிற சினிமாச் செய்திகள் போதாது!...இன்னும் இரண்டு நிருபர்களையும் அந்தப் பீல்டுக்கு அனுப்புங்க! நயன்தாரா...தமன்னா கீர்த்தி சுரேஷ் பற்றி மட்டும் செய்திகள் மட்டும் போட்டால் போதாது... இன்று புது முகங்கள் பலர் முன்னுக்கு வந்திட்டிருங்காங்க... அவங்களைப் பற்றியும் செய்தியோட நல்ல கவர்ச்சிப் படங்களையும் போட்டு வாசகர்களை அசத்துங்க!..... வேற வேலை இல்லாதவங்க இங்கே வந்து சொல்லற விஷயத்திற்கெல்லாம் நேரத்தைப் செலவிடாதீங்க!..."

"சரிங்க...சார்!...இன்னொரு விஷயம் மறந்து போச்சு! 'போடா! ...போக்கத்தவனே!' என்று ஒரு படம்...திரைக்கு வந்து இரண்டு வாரம் ஆச்சு! சக்கை போடு போடுகிறது!...நல்ல வசூல்!...அதைப்பற்றி 'பேஸ்புக்', 'வாட்ஸ் அப்'பில் வரும் செய்திகளையெல்லாம் நீங்க பார்ப்பது இல்லையா?..."

" எனக்கு எங்கே அப்பா அதற்கெல்லாம் நேரம் இருக்கு? அப்படி அதில் என்ன விஷேசம் இருக்கு?....."

"சார்!... நீங்க நாலு வருஷத்திற்கு முன்பு 'மனோரஞ்சிதம்' பத்திரிகையில் எழுதிய 'சிலுக்கு சிந்தாமணி!' என்ற தொடர்கதையின் அப்பட்டமான காப்பி தான் அந்த சினிமாக் கதை என்று ஆள் ஆளுக்கு 'பேஸ்புக்', 'வாட்ஸ் அப்'பில் எழுதிக் கொண்டிருக்கிறாங்க!..."

" ஐய்யோ!... நான் பார்க்கவே இல்லையே!..இது என்ன அநியாயமா இருக்கு?.. ஒரு கதை எழுதுவது என்றால் சும்மாவா? எப்படி ஒரு பெண் கருவை பத்து மாசம் சுமந்து, உயிர் போகும் பிரசவ வலியைத் தாங்கிக்

கொண்டு ஒரு குழந்தையைப் பெற்றெடுக்கிறளோ....அது போல் தான் ஒரு எழுத்தாளன் தன் மூளையில் ஒரு கருத்தை நீண்ட நாட்கள் சுமந்து, அதற்கு கொஞ்சம் கொஞ்சமாக உயிர் கொடுத்து, ஒரு நாவலாக வளர்த்து, மூளையைக் கசக்கித் தன் பேனா மூலம் வெளி கொண்டு வருகிறான்...அதை இவங்க ஓசியிலேயே அனுபவிக்க பார்க்கிறாங்க!...வர வர நாடு ரொம்பத் தான் கெட்டுப் போச்சு!..நம்ம வக்கீல் கனக ராஜூவுக்கு உடனே ஒரு போன் போட்டு அந்த கம்பெனி முதலாளிக்கு நம்ம கதையை வைத்து இந்த படம் எடுத்திருக்கிறீங்க... அதனால் கதைக்கு நஷ்ட ஈடாக 25 லட்சம் கேட்டு ஒரு நோட்டிஸ் விடச் சொல்லுங்க!...”

என்று ஆவேசப் பட்டார் ஆசிரியர்.

உதவி ஆசிரியரும் வக்கீலுக்குப் போன் செய்ய உடனே விரைந்தார்!

- காமதேனு இதழ்(11-8-2019)

துடுப்பதி ரகுநாதன்

கடந்த 60 ஆண்டுகளில் கதை, கட்டுரை, நாவல்கள், தொடர்கதைகள் என 600-க்கும் மேற்பட்ட படைப்புகளை எழுதியிருக்கும் துடுப்பதி ரகுநாதன், 80 வயதைக் கடந்த நிலையில் இன்னும் சுறுசுறுப்பாய் எழுதிக்கொண்டிருக்கிறார்.

தற்போது கோவை நஞ்சுண்டாபுரம் சாலை நேதாஜி நகரில் வசித்து வரும் துடுப்பதி ரகுநாதனை சந்தித்தோம். “பூர்வீகம் ஈரோடு மாவட்டம் பெருந்துறை அருகேயுள்ள துடுப்பதி. பெற்றோர் செல்லப்பன்-செல்லம்மாள். ஜவுளி வியாபாரம். பெருந்துறை உயர்நிலைப் பள்ளியில் எஸ்.எஸ்.எல்.சி முடித்துவிட்டு, கோவையில் தங்கி கூட்டுறவில் பட்டயப் படிப்பு பயின்றேன். 1961-ல் மத்தியக் கூட்டுறவு வங்கிப் பணியில் சேர்ந்தேன். 1971-ல் சென்னையில் உள்ள மாநில நிலவள வங்கியில் சேர்ந்து, 1991-ல் கணக்குப் பிரிவு அலுவலராக ஓய்வுபெற்றேன்.

சிறு வயது முதலே படிப்பதிலும், எழுதுவதிலும் ஆர்வம் அதிகம். பள்ளிப் பருவத்திலேயே சின்ன சின்ன கதைகள் எழுதுவேன். மதுரை கருமுத்து தியாகராஜர் நடத்திய ‘தமிழ்நாடு’ நாளிதழில் முதல் சிறுகதை வெளியானது.

தொடர்ந்து, ஆனந்தவிகடன், கலைமகள், குமுதன், குங்குமம், அமுதசுரபி என ஏராளமான இதழ்களுக்கு சிறுகதைகள் எழுதி அனுப்பி, அவை பிரசுரமாகின. கடந்த 60 ஆண்டுகளில் தமிழில் வெளிவந்து நின்றுபோன, தற்போதும் வெளிவந்துகொண்டிருக்கிற பத்திரிகைகளில் சிறுகதைகள், கட்டுரைகள், குறுநாவல், நாவல், தொடர்கதை என எழுதி வருகிறேன்.

இதுவரை 6 சிறுகதை தொகுப்புகள் வெளியிட்டுள்ளேன். இதில், ஆனந்த கண்ணீர், அம்மா உன் நினைவாக ஆகியவை பரிசுபெற்ற சிறுகதை தொகுப்புகள்.

முதல் நாவலான 'மாஞ்சோலை மன்மதன்' மாலைமதி நாவலில் வெளியானது. இதேபோல, ஏறத்தாழ 10 நாவல்களை எழுதியுள்ளேன். 'என் உயிர்த் தோழி நீ அல்லவா' என்ற நாவலுக்கு திருப்பூர் தமிழ்ச் சங்கம் விருது வழங்கிப் பாராட்டியது. 1971-76-ல் நான் எழுதிய நாடகங்கள் வானொலியில் ஒலிபரப்பாகின. 1967-ல் கோவை 'நவ இந்தியா' நாளிதழில் எழுதிய 'உறவு தான் என்னவோ' என்ற தொடர்கதை மேடை நாடகமாக்கப்பட்டு, ஈரோடு மாவட்டத்தில் பலமுறை அரங்கேறியது.

முதல்வர்கள் நடத்திய இதழ்களில்...

தமிழக முதல்வராக இருந்த அண்ணா நடத்திய திராவிட நாடு, காஞ்சி, கருணாநிதியின் குங்குமம், சுமங்கலி, வலம்புரி ஜானை ஆசிரியராக கொண்டு எம்.ஜி.ஆர். நடத்திய தாய் ஆகிய பத்திரிகைகளில் நான் எழுதியுள்ளதை பெருமையாகக் கருதுகிறேன்.

இலங்கைப் பிரச்சினை குறித்து எழுதிய 'புத்தரின் அழுகை' சிறுகதை மிகுந்த வரவேற்பு பெற்றது. ஒரு நாள் திடீரென வைகோ தொலைபேசியில் தொடர்புகொண்டு, அந்தக் கதையை வெகுவாகப் பாராட்டியதுடன், தனியே ஒரு கடிதமும் அனுப்பிவைத்தார்.

8. சாவியும்... லண்டன் முரசும்...

சென்னையில் வசித்தபோதுகூட நான் எந்த பத்திரிகை ஆசிரியரையும் நான் நேரில் சந்தித்ததில்லை.

1981-ல் ஒரு சிறுகதை எழுதி, சாவி பத்திரிகைக்கு தபாலில் அனுப்பியிருந்தேன். அந்த நேரத்தில் ஓவியர் ஜெயராஜ் ஏதோ வேலையாக லண்டனுக்குப் புறப்பட்டுக் கொண்டிருந்தார்.

இந்த சூழலில், சாவி என்னை தொலைபேசியில் தொடர்புகொண்டு, "என் நண்பர் லண்டனில் 'லண்டன் முரசு' என்ற தமிழ்ப் பத்திரிகையை நடத்திக் கொண்டிருக்கிறார். அவர், ஒரு நல்ல சிறுகதை வேண்டும் என்று கேட்டார்.

நான் உங்கள் கதையை, ஓவியர் ஜெயராஜ் படத்துடன் கொடுத்தனுப்பியுள்ளேன். லண்டன் முரசு பத்திரிகையில் உங்கள் கதை பிரசுரமானவுடன், உங்களுக்கு நகல் வரும்" என்று கூறினார். அதேபோல, அந்தக் கதை லண்டன் முரசு இதழில் வெளியானது.

ஏறத்தாழ 52 ஆண்டுகளுக்கு முன் கோவை தமிழ் எழுத்தாளர் சங்கத்துக்கு கவிஞர் சக்திக்கனல் தலைவராக இருந்தபோது, நான் பொதுச் செயலராகப் பொறுப்பு வகித்தேன். நாங்கள் நிறைய எழுத்தாளர்களை பரிசுகள் வழங்கி ஊக்குவித்தோம். தற்போது சிறுகதைகளுக்கென உள்ள பிரத்யேக இணையதளத்தில் (www.sirukathaigal.com) புதுமைப்பித்தன் முதல் ஜெயமோகன் வரை நூற்றுக்கணக்கான எழுத்தாளர்களின் சிறுகதைகள் இடம்பெற்றுள்ளன. அதில், 100-க்கும் மேற்பட்ட சிறுகதைகளைப் பதிவு

செய்துள்ளது நான் மட்டுமே.

அதேபோல, எனது சிறுகதை, கட்டுரைத் தொகுப்புகள், நாவல்கள் என 24 நூல்களை இ-புத்தகங்களாகப் பதிப்பித்துள்ளேன்'' என்றார் துடுப்பதி ரகுநாதன். இவரது மனைவி சுமதி ரகுநாதனும் எழுத்தாளர் என்பது குறிப்பிடத்தக்கது.

எழுத்தாளர்கள் சாண்டில்யன், மு.வ., ஜெயகாந்தன், கவிஞர் முத்துலிங்கம், இசைஞானி இளையராஜா என ஏராளமானோரை சந்தித்துப் பேட்டி எடுத்துள்ளார். இவற்றைத் தொகுத்து 'மறக்க முடியாத சந்திப்புகள்' என்ற நூலை வெளியிட்டுள்ளார்.

2013-ல் கவி ஓவியா பத்திரிகை நடத்திய சிறந்த நூல் போட்டியில் இவரது 'ஆனந்தக் கண்ணீர்' என்ற சிறுகதை தொகுப்பு, சிறந்த நூலாகத் தேர்வு செய்யப்பட்டது. சென்னை தங்கமுத்து அறக்கட்டளை, நண்பர்கள் நற்பணி மன்றம் சார்பில் 2014-ல் நடைபெற்ற போட்டியில், இவரது 'அம்மா உன் நினைவாக' சிறுகதை தொகுப்பு சிறந்த நூலாகத் தேர்வு செய்யப்பட்டது.

இதேபோல, 'இன்னொரு அன்னை தெரசா' என்ற சிறுகதைக்கு வானதி பத்திரிகை நிறுவனம் 2016-ல் விருது வழங்கிக் கவுரவித்தது. "பாவையர் மலர், ராமகிருஷ்ண விஜயம் நடத்திய சிறுகதைப் போட்டிகள், குழந்தைக் கவிஞர் அழ.வள்ளியப்பா நினைவுப் போட்டி, ராஜம் கிருஷ்ணன் நினைவுப் போட்டிகளிலும் எனது படைப்புகள் பரிசு வென்றன.

திருப்பூர் தமிழ்ச் சங்கம் 2015-ல்வெளியான நாவல்களில், லேனா தமிழ்வாணன் தலைமையிலான நடுவர் குழுவை நியமித்து சிறந்த நாவலை தேர்வு செய்தது.

அதில், எனது 'மாயமான் காப்பகம்' என்ற நாவல் தேர்வு செய்யப்பட்டு, லேனா தமிழ்வாணன், சிலம்பொலி செல்லப்பனார் மூலம் விருது வழங்கப்பட்டது.

2017-ல் 'முன்னேற்றம் உங்கள் கைகளில்' என்ற கட்டுரைத் தொகுப்புக்காக, ராஜபாளையம் மணிமேகலை மன்றம் 'எழுத்துச் செம்மல்' என்ற விருது வழங்கி கவுரவித்தது.

இதேபோல, பல்வேறு திறனாய்வு, விமர்சனப் போட்டிகளிலும் எனது கட்டுரைகளுக்குப் பரிசுகள் கிடைத்துள்ளன.

2017-ல் மலேசிய தமிழ் மணி மன்றம், திருமூர்த்திமலை தென் கயிலைத் தமிழ்ச் சங்கம், மதுரை காமராஜர் பல்கலைக்கழகம் ஆகியவை இணைந்து மதுரையில் உலகளாவிய தமிழ்ச் சிறுகதைகள் நூற்றாண்டு விழாவைக் கொண்டாடின.

இதில், உலக அளவில் சிறந்த 100 சிறுகதைகள் கொண்ட நூலை வெளியிட்டனர்.

அதில், எனது 'ஒரு நிருபரின் கதை' என்ற சிறுகதை இடம் பெற்றிருந்தது. மேலும் அந்த விழாவில் 'சிந்தனைச் சிகரம்' என்ற விருதையும்

கொடுத்து கவுரவித்தனர்'' என்றார் மகிழ்ச்சியுடன் துடுப்பதி ரகுநாதன்.

மக்களுக்குத் தேவையானதை எழுதுங்கள்...

"இளைய தலைமுறை எழுத்தாளர்களுக்கு ஏதாவது சொல்ல விரும்புகிநீர்களா?'' என்று கேட்டதற்கு, "தங்களது எழுத்தும், பெயரும் அச்சில் வந்தால் போதும் என்று கருதி, தனக்குத் தோன்றியதெல்லாம் எழுதிக் கொண்டிருக்கிறார்கள். நமக்குப் பிடித்ததை எழுதுவதைக் காட்டிலும், மக்களுக்கு என்ன பிடிக்குமோ அல்லது அவர்களது மேம்பாட்டுக்கு என்ன தேவையோ அதை எழுத வேண்டும்.

பெண்கள் பணியிடங்களில் பாதுகாப்பாற்ற சூழ்நிலையை உணர்கிறார்கள். அவர்களது பாதுகாப்பை வலியுறுத்தி, "நானும் கூட...'' என்ற நாவலை எழுதினேன். 2018-ல் சிகரம் இலக்கியப் பத்திரிகை இதை சிறந்த நாவலாக தேர்வு செய்தது. இதுபோல, மக்களின் பிரச்சினைகளுக்குத் தீர்வுகாணும், அவர்களது முன்னேற்றத்துக்கு உதவும் எழுத்துகளே சிறந்தவை. இந்த தலைமுறை நிச்சயம் இதுபோல எழுதும்'' என்கிறார் நம்பிக்கையுடன் துடுப்பதி ரகுநாதன்.

9. கறை படிந்தவர்கள்

- இராஜேஸ்வரி பாலசுப்பிரமணியம்

'இளம் வாசகர்களுக்குப் பிடித்தாக,ஆறுமாதம் தொடர்கதையாக வரத்தக்கதாக,அரசியல் கலக்காத ஒரு தொடர்கதை எழுதித்தருவாயா?' பத்திரிகை ஆசிரியர் முரளி தனது பெரிய பற்கள் பளிச்சிடச் சிரித்தான்.அவனுக்கு முன்னாலுட்கார்ந்திருந்து அவன் பேச்சைக் கேட்டுக்கொண்டிருந்த அவனது நண்பன் கேசவன்,சிறிய புன்முறுவலைக் காட்டிக்கொண்டான்.

இருவரும் ஒருகாலத்தில் ஒன்றாகப்படித்தவர்கள்.அந்த ஒருகாலம் என்பது எத்தனையோ வருடங்களுக்கப்பாற்பட்டது.முரளி எப்போது லண்டன் வந்து சேர்ந்தான் என்று கேசவனுக்குத் தெரியாது. கேசவன் தனது படிப்பு விடயமாகத் தனது பதினெட்டுவயதில் லண்டனுகவு வந்தவன்.எப்போதாவது இருந்து ஒரு கதையோ கட்டுரையோ எழுதுவான்.

அவன் பாலிய வயதாகவிருந்தபோது,தமிழக எழுத்தாளர் ஜெயகாந்தனிலுள்ள காந்தமும்,ஜானகிராமனின் கதைகளில் வரும் காவேரி நதிக்கரைகளில் நடந்த கற்பனை இலங்கையில் ,கண்டியில் மகாவலி நதிக்கரையின் அழகிய தவழல் என்பனஅவனுள் இணைந்து,அவனையும் ஒரு எழுத்தானாக வேண்டும் என்ற உந்துதலையுண்டாக்கிவிட்டிருந்தது. பதினெட்டு வயதில் லண்டன் வந்தபோது அவன் இருதயத்தில் அந்த இலக்கிய தாகத்தையும் கொண்டு வந்திருந்தான்.

லண்டனுக்கு வந்து படிப்பில் அவனை அமிழ்த்திக்கொண்டபோது,பன்முக அனுபவங்களை எதிர்நோக்கியபோது,அவற்றிற்கு உருவம் கொடுக்கவேண்டும் என்ற எழுத்துத்தாபம் பிரசவ வேதனையாக வலித்தது. இருபது வயதில் எழு-தத் தொடங்கினான். இலங்கையிலுள்ள,அவனின் சினேகிதனின் தகப்பனின் பத்திரிகையில் அவனின் கதை பிரசுரிக்கப் பட்டது.பலரால் வாசிக்கப்பட்டது. கேசவன் என்றொரு எழுத்தாளன் அன்று பிறந்தான்.

சில எழுத்தாளர்கள்போல்,இவன் கற்பனையில்,இளம் கன்னிகள் தங்கள் தேன்வழியும் அதரங்களால் இவனை முத்தமிட்டு வெறியுண்டாக்கவில்லை. அரசியலயறிவற்ற ஆயுததாரிகள்,அறிவை மறைத்து விட்டு உணர்வைத்-தூண்டும் சுதந்திரகீதம் இசைக்கவில்லை.இவன் தனக்கு லண்டனிற் கிடைத்த அனுபவங்களை வைத்து எழுதினான்.

லண்டனில் அதிகாலையில் எழுந்து வேலைக்குப் போகும்போது,சிலவே-ளைகளில் இவனின் காதுகளுக்குள்ளால் நுழைந்து காதைப் புண்ணாக்கிய இனவாதக் கிண்டல்கள், வேலை செய்யுமிடங்களில் இவனை ஒரு இரண்-டாம்தரப் பிரஜையாக்கிய துவேசங்கள்,படிப்புத்தளத்தில் வெள்ளை மாணவர்-களையுயர்த்தி வைத்த இரட்டை வேடங்கள், அத்துடன் பிரித்தானியாவுக்குக் குடிபெயர்ந்த பல ஆசிய நாட்டவர், வசதிக்காகப் பிரித்தானிய வளங்களைப் பெற்றுக் கொண்டு, தங்களின் பாரம்பரிய'கலாச்சாரம்'; என்ற பெயரில் தங்கள் கலாச்சாரத்தில் ஆளுமைசெய்யும் ஆணாதிக்கத்தைப் பெண்களில் திணிக்கும் கொடுமைகமைகள் என்பன கேசவனை வருத்தியது. அதன் பிரதிபலிப்புக்கள் அவன் எழுத்தில் உருவெடுத்தன.

இவனின் முதற்கதை,வெளிவந்ததும்,பலர் பாராட்டுக்கள் தெரிவித்தார்கள். இலங்கையில்,பத்திரிகை நடத்தும் கேசவனின் நண்பனின் தந்தைக்குப் பெரி-தாகப் பிரித்தானிய நாட்டிலுள்ள இனவாதம் தெரியாவிட்டாலும்,அவர் ஒரு 'நல்ல மனிதர்',நல்ல விடயங்களை மதிப்பவர்,மாற்றுக் கருத்துக்களுக்கு இடம் கொடுப்பவர் என்று கேசவனின் நண்பன் மாதவன் தனது தகப்பனைப் பற்றிச் சொல்லியிருந்தான். அத்துடன்,அவர் ஆத்மிக விடயங்களில் அக்-கறை கொண்டவர்,தமிழுணர்வு கொண்டவர். இலங்கையில் ஆங்கிலம் படித்த தமிழர்கள் மட்டும் லண்டனில் வாழ்ந்த காலமது. தனது பத்திரிகை மூலம்,லண்டன் தமிழர்களின் மொழியுணர்வை வளர்க்க நினைத்தவர்.

இன்று, கேசவன் ஒருநாள் தற்செயலாக முரளியைச் சந்தித்திருக்கிறான். முரளியும்,கேசவனும் ஒருகாலத்தில் கண்டியிலுள்ள பாடசாலை ஒன்றிற் படித்தவர்கள்.இருவரின் தகப்பன்மாரும் அப்போது அங்கு அரச உத்தியோ-கத்தர்களாக வேலை செய்து கொண்டிருந்தார்கள்.இலங்கையிற் பல தமிழர்-கள் நாடோடிகளாக வந்ததும் இவர்களும் வெவ்வேறு திசைகளிற் பிரிந்து விட்டார்கள்.

கேசவன் லண்டன் பல்கலைக்கழகத்தில் படித்துக்கொண்டு பகுதி நேர வேலை செய்து கொண்டிருக்கிறான்.முரளியைத் தற்செயலாகக் கண்டது சந்-

தோசமாகவிருந்தது. முரளி மிகவும் மெலிந்திருந்தான்.முன் பற்கள் முட்டிக்கொண்டு தெரிந்தன.பலவருடங்களுக்கு முன் மிகப் பொலிவாக இருந்தான்.முரளி அவர்களின் குடும்பத்தில் மூத்த மகன். அவனுக்குக் குடும்பப்பொறுப்பு மிக அதிகம்.

இளவயதில் முரளியும் கேசவனும் பாவை விளக்குத் தொடர்கதை மூலம் இலக்கியத்தை ரசிக்கப் பழகியவர்கள். ஆனாலும், கேசவனின் தகப்பன் ரீடர் டைஜஸ்ட் போன்ற பத்திரிகைகளையும் வாங்குபவர். மகனின் ஆங்கில அறிவு வளர்ச்சிக்காக அவனுடன் ஆங்கிலம் பேசுபவர்.மகனுக்குப் பொதறிவும், பன்முக எழுத்து ஆர்வமும் வருவதற்கு கேசவனுக்கு ஷேக்ஸ்பியரின் நாடகங்களை அறிமுகம் செய்து வைத்தார்.

கேசவனும் முரளியும், அந்தக்காலத்து முன்னணித் தமிழ் எழுத்தாளர்களின் எழுத்துக்களை விரும்பிப் படித்தார்கள்.பல வருடங்களுக்குப் பின் லண்டனிற் சந்தித்துக்கொண்டபோது,முரளி ஓவர்க்கோட்டால் உடம்பை மறைத்துக்கொண்டு,லண்டன் பாதாள ரெயில்வே ஸ்ரேசன் ஒன்றில் தமிழ்ப் பத்திகை வாசித்துக்கொண்டிருந்தான்.பல காலத்தின் பின் சந்தித்துக் கொண்டதால் இருவரும் தயக்கத்துடன் ஒருத்தரை ஒருத்தர் ; பார்த்துக்கொண்டனர்.கேசவன் இயல்பாகவே கொஞ்சம் கூச்ச சுபாவமுடையவன். உருவத்தில் எத்தனையோ விதத்தில் வித்தியாசம்.எவ்வளவோ மாறியிருந்தார்கள். கேசவன் உயர்ந்து வளர்ந்திருந்தான்,முரளி எப்போதோ அன்று பார்த்ததைவிட ஒரு அடி கூட வளர்ந்திருந்தான். அடையாளம் கண்டதும் இருவரும் ஆனந்தத்துடன் பழைய உலகத்திற்கு ஒருதரம் போய் வந்தார்கள்.கேசவனின் எழுத்தைத் தான் வாசித்திருப்பதாக முரளி சொன்னான்.

கேசவன் தனது நண்பனின் புகழ் மாலைகளைத் தயக்கத்துடன் ஏற்றுக்கொண்டான்.

தான் இன்னும் தமிழ் எழுத்துக்களில் ஆர்வம் என்றும் பாலகுமார் போன்றோர் எழுத்துக்களை விரும்பி வாசிப்பதாகவும் முரளி சொன்னான் கேசவனுக்குத் தமிழ்ப்பத்திரிகைகளையோ புத்தகங்களையோ ஒழுங்காக,லண்டனில் வாங்கவோ படிக்கவோ இப்போதெல்லாம் அதிகம் நேரமிருப்பதில்லை.எப்போதாவது இருந்து விட்டு,ஏதோ ஒரு உந்துதல் வந்தால் ஒரு கதை எழுதுவான் அவ்வளவுதான்.

லண்டனில்,தான் ஒரு தமிழ்ப் பத்திகை நடத்த ஆசைப்படுவதாகவும் முரளி சந்தோசத்துடன் சொன்னான். நண்பர்களுக்கிடையில்,தமிழ் என்ற மொழியின் தொடர்பைத் தவிர இருவரின் சிந்தனையும் வெவ்வேறு விதமானவை என்பதைக் கேசவன் உணரப் பெரிய நேரமெடுக்கவில்லை. அவன் தான் கண்ட அனுபவங்களுக்குப் பின்னிருக்கும் அரசியல் முரண்பாடுகளை, கலாச்சாரக் கொடுமைகளை,இனவிரோத நடவடிக்கைகளைக் கண்டு குமுறி எழுதுபவன்.ஆனால்,முரளி தமிழ் மொழியின் ஆற்றலை வியாபாரமாக்க நினைப்பவன் என்று தெரிந்தது.

முரளி என்ன செய்யப்போகிறான்? ஒரு பத்திரிகையைத் தொடங்கி, இடியப்ப,மீன்வியாபார விளப்பரங்கள்,மணமகள் மணமகன் தேவை விளம்பரங்கள், மரணஅறிவித்தல்கள் நடுவில்,இனவெறியைத் தூண்டும் அரசியல் வாதிகளின் ஆவேசப் பேச்சுக்களுடன் ஒரு சில கதை கட்டுரை போட்டு வியாபாரம் செய்யப் போகிறானா?

கேசவன் நண்பனைப் பார்த்தான். ‘இளைஞர்களுக்குப் பிடித்தாக ஒரு கதை,அரசியில்லாத,காதற் கதையொன்றை’ எழுதித் தரச்சொல்லி கேசவனைக் கேட்கிறான்.

தான் இலங்கையில் ஒரு தமிழ்ப்பத்திரிகையில் உதவி ஆசிரியராகவிருந்ததாக முரளி சொன்னான். இலங்கையிற் தொடரும் பிரச்சினைகளால், தான் லண்டனுக்கு வந்ததும், பத்திரிகை ஒன்றைத் தொடங்கவேண்டும் என்ற ஆசையை நடைமுறைப் படுத்தப்போவதாகவும் முரளி திரும்பத் திரும்பச் சொல்லிச் சந்தோசப் பட்டான்.

எப்போதாவது இருந்து ஒரு கதை எழுதுவதை விட,ஆனமானமான ஒரு தொடர்கதை கேசவனுக்கும் விருப்பம்தான்.ஆனால் அவனுக்கு நேரமில்லை. புதிதாக ஒரு வேலை கிடைக்கும் தருணம் வந்திருக்கிறது. அது கொம்பியூட்டர் கல்லூரியிற் கிடைக்கவிருக்;கிறது.

அத்துடன் நிறைய வேலைகளும் உண்டு.

நண்பனிடம் தனது நிலையைச் சொன்னான் கேசவன். ‘வீட்டில் என்ன பிரச்சினை? நீ வீட்டில் கடைசிப் பிள்ளை,பொறுப்புக்கள் அதிகம் கிடையாது அத்துடன் இன்னும் உனக்குக்கல்யாணம் ஆகவில்லை என்று சொன்னாயே?’ ஆச்சரியத்துடன் கேட்டான் முரளி.

கேசவன் முரளியை எத்தனையோ ஆண்டுகளுக்குப்பின் கண்டதும்,முரளியிடம் ஒட்டுமொத்தமாகத் தனது தனிப்பட்ட வாழ்க்கைபற்றிச் சொல்லவேண்டும் என்று எந்த நிர்ப்பந்தமும் இருப்பதாக அவன் நினைக்கவில்லை.அவன் தனது தமக்கை இலட்சுமியுடனிருப்பது பற்றியோ,அவளின் வாழ்க்கையின் சிக்கல்கள் பற்றி முரளியிடம் விளக்க அவன் தயாராயில்லை.

இதுவரையும் பத்திரிகைத்தொழிலில் பரிச்சயம் இருப்பதால் அதைத் தவிரத் தனக்கு வேறு ஏதும் செய்யமுடியாது என்றும், அதற்கு,நண்பன் என்ற முறையில் கேசவன் உதவி செய்யவேண்டும் என்று கேட்டுக்கொண்டான் முரளி.

இருவரும் பாதாள இரயிலில் பேசிக்கொண்டு வந்தார்கள். பேச்சின் ஈடுபாட்டில் கேசவன் தான் இறங்கவேண்டிய இடத்தை மறந்து விட்டான்.’இதென்ன இந்த ட்ரெயின்,லண்டனைச் சுற்றியோடிக்கொண்டிருக்கும் சேர்க்கிள் லைன் ட்ரெயின்தானே? பேசிக்கொண்டிருப்போம், அதற்கிடையில் நீ இறங்கவேண்டிய இடம் இன்னொரு தரம்; வந்து சேரும்தானே?’ முரளி அப்படிச்சொன்னதும் கேசவன் தனது மணிக்கூட்டில் நேரத்தைப் பார்த்துக்கொண்டான்.அவன் இன்று கல்லூரிக்குப் போகவில்லை..கல்லூரியில் சில

கட்டிடத் திருத்தம் அவசரமாகச் செய்வதால் இரண்டு நாள் வீட்டிலிருந்து கல்லூரி வேலைகளைச் செய்கிறான். ஆனால் இன்று தன்னுடன் படிப்பிக்கும் சக ஆசிரியை ஒருத்தியின் மகனின் பிறந்தநாள் விழாவுக்கு அழைக்கப் பட்டிருந்தான் தான் வருவதாகச் சொல்லியிருந்தான். கட்டாயம் போகவேண்டும்.

முரளி நீண்டகாலத்துக்குப்பின் கண்ட நண்பன்தான். அதனால் நேரம்போவது தெரியாமற் பேசிக்கொண்டிருந்து விட்டார்கள்.முரளியிடமிருந்து தப்பிப்போவது போதும் போதும் என்றாகி விட்டது.

இருவரும் தங்களின டெலிபோன்; நம்பர்களைப் பரிமாறிக்கொண்டார்கள்.

தனக்குப் பிடித்தமாதிரி ஏதும் எழுதவேண்டும் என்ற உந்துதல் வந்தால் மட்டும் ஏதும் எழுதுபவன் கேசவன். அதுவும், அண்மையில் இவன் படிப்பிக்கும் கல்லூரிக்கு வேலைக்கு வந்திருக்கும் மஞ்சுளா என்ற பெண்ணை நினைத்தால்,அவளின் சோகமான முகத்தைப் பார்த்து கவிதை எழுதவேண்டும்போல் வருகிறது.; முரளியின் கட்டாயத்துக்காக அவனால் எழுத முடியுமா? என்னவென்று மஞ்சுளாவின் நினைவுவந்ததும் கற்பனை கண்டபாட்டுக்குப் பறக்கிறது?அவள் வாழ்க்கையை எழுதினால் எத்தனையோபோர் படிப்பார்கள், பரிதாபப்படவும் செய்வார்கள்-அவள் மாதிரிப் பலபெ்ணகளின் துக்கமான வாழ்க்கையை எழுதலாமா?

கேசவன் ட்ரெயினை விட்டு இறங்கியதும்,மழை பெய்யத் தொடங்கியிருந்தது. லண்டனில் பெரிய ஸ்ரேசன்களில் ஒன்றான,படிங்ரன் ஸரேசனிலிருந்து மக்கள் சாரிசாரியாகப் போய்க்கொண்டிருந்தார்கள.;பின்னேரம் நான்கு மணி என்றபடியால், பாடசாலைகளிலிருந்து குழந்தைகளை அழைத்துக்கொண்டு போகும் தாய் தகப்பன்களில் கார்களால் தெருக்கள் நிரம்பி வழிந்தன.

அவன் தான் போக வேண்டிய இடமான, சக ஆசிரியை பார்பரா கோர்டனின் விலாசத்தைச் சரி பார்த்துக்கொண்டான்.தெருவின் கடைசியில் அவள் வீடிருந்தது.

கேசவனின் சக ஆசிரியை ஒரு ஆங்கிலேயப்பெண். அவளுக்கு,ஐந்து வயதில் ஒரு மகன் இருக்கிறான். அவளின் காதலின் சின்னம் தனது மகன் என்று சொல்வாள் அந்தப் பையனுக்குத் தனது தகப்பனைத் தெரியாது.

‘ஒருகாலத்தில், எனது தகப்பன் யாரென்று உனது மகன் கேட்டால் என்ன பதில் சொல்வாய்?’ பார்பராவைக்கேட்டான் கேசவன். அவள் கேசவனை ஏற இறங்க ஒருதரம் பார்த்தாள்.

‘தகப்பனிலாமல், தாயாகலாம் என்ற வித்தில் விஞ்ஞானம் வளர்ந்தபின்னும் இப்படிக்கேள்வி கேட்கிறாயே? நீ ஒரு இந்தியன், பெண்கள் எதையும் ஆண்களின் தயவிற்தான் பெற்றுக்கொள்ளமுடியும் என்பதைச் சொல்லப் போகிறாயா,அது காலம் கடந்த தத்துவம்’ என்று அவள் விளக்கச் சொல்லவிருப்பதை அவள் பார்வை விளக்கியது.

அதற்கு மேல் அவன் அவளிடம் அவளின் பழைய வாழ்க்கையையோ, அவள் மகனின் தகப்பனின் தகப்பனைப் பற்றியோ எதுவும் கேட்க-

வில்லை.பார்பரா,கேசவனைவிடக் கூடப்படித்தவள். நிறைய விடயங்களில் ஈடுபடுபவள்.அவனைவிடப் பரந்த விதத்தில் உலகைப் பார்ப்பவள்.

உலக அரசியலில் அக்கறைகாட்டுபவள். கேசவனும் பார்பராவும் பல மணித்தியாலங்கள் அரசியற் சர்ச்சைகளில் ஈடுபட்டு நேரத்தைக் கழித்திருக்கிறார்கள். கேசவன் கல்லூரியிலிருந்து வீடுவர நேரமாகிவிட்டால், அவனது தமக்கை இலட்சுமி பார்பராவின் வீட்டுக்குப் போன்பண்ணி அவனைத் தேடுமளவுக்கு பார்பராவும் கேசவனும் சினேகிதமாகியிருந்தார்கள்.

கொஞ்ச காலத்துக்கு முன்வரையும் இருவரும் ஒருத்தொருத்தர்,மிகவும் அண்மையான வீடுகளில்,கல்லூரிக்கு அருகில் வசித்தார்கள். அடிக்கடி சந்தித்தார்கள். இப்போது அவள் வீடு மாறிவிட்டாள். அவளை அடிக்கடி சந்தித்து அரசியல் பேசமுடியாதிருக்கிறது. கொஞ்ச நாட்களுக்கு முன் கல்லூரியில் சில மாணவர்கள் ரகளை செய்தார்கள்அதில் கேசவன் இடையிட்டபோது,சில மாணவர்கள் அவனைத் தாக்கி விட்டார்கள். கேசவன் ஒரு 'இந்தியன்' என்பதாற்தான் அவர்கள் அவனைத் தாக்கினார்களா அல்லது சண்டையில் இடையில் அகப்பட்டுக்கொண்ட ஒரே காரணத்துக்காத் தாக்கப் பட்டானா? என்று பல கேள்விகளை எழுப்பினாள் பார்பரா.

தான் ஒரு இந்தியனில்லை, இலங்கையன் என்ற சொல்ல அவன் முயற்சித்தபோது, அவள் சிரித்தாள்.'இங்கிலாந்தில் வாழும் எங்களின்; மூதாதையினர் ஐரோப்பாவின் பல பகுதியிலுமிருந்து வந்தவர்கள். அப்படித்தான், நீயும், ஏதோ ஒரு காலத்தில் உனது மூதாதையினரும் இந்தியாவிலிருந்து இலங்கைக்கு வந்திருப்பார்கள்' என்று விளக்கம் சொன்னாள்.

'எங்களின் மூதாதையினர் அத்தனைபேரும் ஒரு காலத்தில் ஆபிரிக்காவிற் பிறந்து பல கால கட்டங்களில் உலகின் பல பாகங்களிலும் சிதறிப்போய்ப் பல அடையாளங்களைக் கொண்டிருக்கிறோம்'.அவளின் விளக்கங்கள் எப்போதும், 'நாங்கள் எல்லோரும் ஏதோ விதத்தில் இணைக்கப் பட்டிருக்கிறோம்'; என்பதன் அடித்தளத்தில் அமைந்திருக்கும். அவை அரசியலாகவிருக்கலாம்,ஆத்மீகமான விடயமாகவிருக்கலாம், எதிலும்,மனித இனத்தின்,வளர்ச்சியின், மாற்றத்தின், என்று பல விடயங்களிலும் ஏதோ ஒரு ஒற்றுமையைக் காண்பவள் பார்பரா.

கல்லூரியில் மாணவர் பிரச்சினை நடந்த கால கட்டத்தில், 'அந்த நிகழ்ச்சியில் ஏதும் இனத் துவேசம் காட்டப்பட்டால் அதற்காக ,வெள்ளையினத்தவரின் சார்பில் மன்னிப்புக் கேட்டுக்கொள்கிறேன்' என்று அவள் சோகத்துடன் சொன்னாள். அதற்காக அவள்,அவனைத் வீட்டுக்குத் தேனிர் சாப்பிட அழைத்தாள். அதுதான் அவர்களின் சினேகிதத்தின் ஆரம்பம். அவனைப் பற்றி அவளுக்கு அதிகம் தெரியாது.

அன்று அவன் அவளின் வீட்டுக்குப் பின்னேரத் தேனிர் விருந்துக்காகப் போனபோது, பிரான்ஸ் நாட்டைச் சோர்ந்த ஒரு இளம்பெண்,அவளின் மகன் ஜெரமியைப் பார்த்துக்கொள்ள நியமிக்கப் பட்டிருந்தது தெரிந்தது. ஐரோப்-

பாவிலிருந்து ஆங்கிலம் படிக்க வரும் நூற்றுக்கணக்கான இளம் பெண்கள், மத்தியதர ஆங்கிலேயர்களின் வீட்டில் வேலை செய்வது தெரியும்.'அவள் பெயர்; சிமோன்' என்று கேசவனுக்கு அந்தப் பெண்ணை அறிமுகம் செய்து வைத்தாள் பார்பரா. பிரான்சிய இளம் பெண்ணான சிமோனின் சிரிப்பு அழகான மலர் விரிதுபோலிருந்தது. ;'பிரான்ஸ் நாட்டின் பிரபல எழுத்தாளி சிமோன் டி புவாக்கு இவள் சொந்தம் என்று நினைத்துக்கொள்ளதே' பார்பரா கேசவனைச் சீண்டினாள்.

சிமோன் மிகவும் கள்ளமற்ற இளம் பெண். லண்டன் தனக்குப் பிடித்திருப்பதாகத் தனது மழலை ஆங்கிலத்தில் கேசவனுக்குச் சொன்னாள்.தான் இலங்கையைச் சேர்ந்த தமிழன் என்று சிமோனுக்குச் சொன்னான் கேசவன்.

சிமோன்,பிரான்சிலுள்ள தமிழ் அகதிகள்பற்றி தனக்குத் தெரிந்த விடயங்களை, கேசவனுக்குச் சொன்னாள் இவன் உம் கொட்டிக்கொண்டான்.சிமோனின் குரலில் தமிழ் அகதிகளுகு;கான பரிவு நிறைந்திருந்தது. அவனும் லண்டனில் ஒரு தமிழ் அகதியா என்று கேட்டாள். அவள் குரலில் அவனை 'அணைத்துக்'கொள்ளும் தாய்மை கலந்திருந்தது. சுயநலம் பிடித்த உலகில், வாழ்வின் முதற்படியில் காலடி எடுத்து வைக்கும் இந்த இளம்பெண் எவ்வளவு பாசத்துடன் இன்னுமொரு இனத்தவனைக் கணிக்கிறாள் என்ற நினைவு அவனை மெய்சிலிர்க்கப் பண்ணியது.

அதன்பின் பல தடவைகளில் பார்பரா வீட்டில் சிமோனை அடிக்கடி சந்தித்திருக்கிறான்.அவள் குரல் கேசவனுக்கு மிகவும் பிடிக்கும். கபடமற்ற இளவயதின் பரிசுத்தமான புன்னகையில் அழகு நர்த்தனம் செய்கிறது.ஆங்கிலம் படிப்பதற்காகத் தனது பதினேழுவயதில் இன்னொரு நாட்டுக்கு வந்த அவள் துணிவு அவனுக்குப் பிடித்திருந்தது. முப்பத்திஏழு வயதான தமக்கை இலட்சுமிக்கு அந்தத் துணிவு கிடையாது. வாழ்க்கை இலட்சுமியின் தலையில் போட்டுக் குவிக்கும் பல தரப்பட்ட பாரங்களால் இலட்சுமி திணறிக் கொண்டிருக்கிறாள்.

சிமோன்,இன்னும் சில வருடங்களில்; பல்கலைக் கழகம் போவாளாம்,அதற்கு முதல் ஆங்கிலம் திறமையாகப் பேசிப்பழக லண்டன் வந்தாளாம்.அவள்,குழந்தை ஜெரமியை வெளியில் அழைத்துக்கொண்டுபோகும்போது,இவனையும் கூட வரச் சொல்லிக் கேட்பாள் இவன் மறுத்துவிடுவான். பார்பரா இவனை ஆச்சரியத்துடன் பார்ப்பாள்.

'சிமோனுடன் பார்க்குக்குப்போக ஏன் இவ்வளவு தயக்கம் உனக்கு?' பார்பரா குழப்பத்துடன்; கேட்பாள்.

'லண்டன் நிறையத் தமிழர்கள் இருக்கிறார்கள். என்னை ஒரு இளம் பெண்ணுடன் கண்டால் கண்டபாட்டுக்குப் பேசத்தொடங்கிவிடுவார்கள்' அவன் முணுமுணுத்தான்.

பார்பரா அவளின் நீலவிழிகள் இவனைப்பார்த்து நகைத்துத் தானும் சிரிப்பாள். சிமோன் இப்போது பிரான்சுக்குத் திரும்பி விட்டாள். அவன் வாழ்க-

கையில் அவன் காணும் சில பெண்கள் அவனின் நினைவில் நிலைத்து நிற்பவர்கள் அவர்கள் ஒவ்வொருத்தரிடமும் எத்தனையோ கதைகள் இருக்-கின்றன். ஆனால் அவர்களின் கதைகள்; கடைசி வரைக்கும் முரளிக்குத் திருப்தி தராது என்ற அவனுக்குத் தெரியும்.

பார்பரா வீட்டுக்குப்போனதும்,'ஏன் லேட்டாக வருகிறாய்?' என்பதுபோல் அவள் இவனைக் கேட்கவில்லை. இந்தியர்களுக்கும்,குறிப்பிட்ட இடத்திற்கு சரியான நேரத்துக்குச் செல்வது என்ற நியதிக்கும் எந்தத் தொடர்பும் கிடை-யாது என்று இவனுடன் பழகத் தெரிந்த கொஞ்ச நாட்களில் பார்பரா தெரிந்து nhண்டாள்.

'வரும் வழியில் ஒரு சினேகிதனைக் கண்டேன் அதுதான் நேரமாகிவிட்-டது' குற்ற உணர்வுடன் கேசவன் முணுமுணுத்தான்.

அவள் வீடுநிறையக் குழந்தைகளும் அவர்களுடன் வந்த பெற்றோர்களு-மாக நிறைந்திருந்தார்கள்.பார்பராவின் பெற்றோர்களை இவனுக்கு அறிமுகம் செய்து வைத்தாள்.அங்கு வந்திருக்கும் ஒருசிலரைத் தவிரப் பலரை இவனுக்-குத் தெரியாது. மகனின் ஐந்தாவது பிறந்த தினப் பார்ட்டிக்கு வந்த குழந்தை-களின் பெற்றோர்களில் ஒருத்தனாகக் கேசவனில்லை,ஆனால்,அவன் பார்-பராவின் வாழ்க்கையில் ஒரு முக்கியமானவனாக இருக்கவேண்டும் என்ற பார்வை வந்திருந்த ஒரு சிலரிடமிருந்து வெளிப்பட்டது. அந்த மாதிரியான உறவுடன் பார்பராவையும் தன்னையும் இணைப்பதை நினைத்து அவன் தர்-மசங்கடப் பட்டான்.

'குழந்தைகளின் கும்மாளம் முடியப் பெரியவர்களுக்குச் சாப்பாட்டு விருந்து நடக்கும், நீ நிற்பாய்தானே?' அவனுக்கு ஒரு கேக் துண்டைக் கொடுத்த-படி,அவனின்; சம்மதத்தை எதிர்பார்த்த தொனியில் பார்பரா கேட்டாள்.

' மன்னிக்கவும் பார்பரா, அக்காவின் சினேகிதி ஒருத்திக்குக் குழந்தை பிறந்திருக்கிறது. அந்தச் சினேகிதியைப் பார்க்க ஹாஸ்பிட்டலுக்குப் போக-வேண்டும் என்று அக்கா சொன்னாள்....நான்..'அவன் அவள் கொடுத்த கேக்குடன் வார்த்தைகளையும் மென்று விழுங்கினான்.

அவள் சிரித்தாள். கேசவன் அக்காவின் சந்தோசத்துக்கும் திருப்திக்கும் எதையும் செய்யத் தயங்காதவன் என்று அவளுக்குத் தெரியும்.

கேசவனின் மைத்துனர் ஒரு குடிகாரன். லண்டன் மாம்பிள்ளை என்று பெரிய கற்கனைகளுடன் கைபிடித்தவள் கணவனின் குடியைமாற்ற வழிதெ-ரியாமல் தவிப்பதும் அவள் வாழ்க்கையை அவளின் தம்பி கேசவன் தாங்கிப் பிடிப்பதும் பார்பராவுக்குத் தெரியும்.முப்பது வயது தாண்டியம் தனது எதிர்கா-லத்தைக் கவனிக்காமல் அக்காவுக்காகக் கேசவன் வாழ்கிறான்.

'நாளைக்குக் கட்டாயம் வருவேன்''அவன் அவள் கொடுத்த காப்பியை உறிஞ்சியபடி சொல்கிறான்.

;'நிச்சயமாகவா?'அவள் அவநம்பிக்கையுடன் கேட்கிறாள். ஐந்து வயதுப் பட்டாளங்களால் வீடு அமளி துமளியாகிறது.இந்தப் பிஞ்சுமனம் படைத்த

குழந்தைகள் ஒவ்வொருத்தரிடமும் எதிர்காலத்தில் எத்தனையோ கதைகள் ஆரம்பிக்கும்

அவன் நினைவு எங்கேயோ போகிறது.

'இங்கு வரும்போது ஒரு நண்பனைச் சந்தித்தேன்'

அவன் பார்பராவைப் பார்த்தபடி சொன்னான்.

'அதுதான், இங்கு வந்து இறங்கியதும்; சொன்னாயே' அவள் குழப்பத்துடன் புருவத்தை உயர்த்துகிறாள்.

'அவன் ஒரு பத்திரிகை தொடங்கப் போகிறானாம்...

'ஓ நல்ல விடயம்;'

அவள் மேலும் அவன் சொல்லப் போகிறான் என்று தன்னைத் தயார் படுத்திக்கொண்டாள்.

'...அவன் என்னிடம் ஒரு தொடர்கதை ..காதற்கதை எழுதச்சொல்லிக் கேட்டான்'அவன் பார்பராவைப ;பார்த்தபடி சொன்னான். அவளது நீலவிழிகள் ஆயிரம் கவிதைகளுக்குச் சமம் என்று அவனுக்குத் தோன்றியது.

அவள் கணிரென்று சிரித்தாள்

'ஏன் சிரிக்கிறாய்?';.

'உனக்குக் காதலிக்கத் தெரியுமா?'அவளது கிண்டல் அவனைந் துண்டியிழுத்தது.

''ம்..ம்; மஞ்சுளா போன்ற பெண்களின் கதையைப் பற்றி எழுதப்போகிறேன்'

'ஏன் மஞ்சுளாவைக் காதலிக்கிறாயா?'

அவனுக்கு எரிச்சல் வந்தது.

'அவள் ..மஞ்சுளா கல்யாணமானவள்' அவன் மெல்லிய குரலில் முணுமுணுத்தான்.

அவள் அவன் குடித்த முடித்த தேனிர்க் கோப்பைகளை வாங்கிக் கொண்டாள். அவன் அவளைப் பார்த்தான்.பார்பரா, இன்று மிகவும் அழகாக இருக்கிறாள். அவனுடைய வயதுதான் அவளுக்கும். ஆனால் இவனை விடப் பல அனுபவங்களில் மூழ்கியெழுந்து அறிவில் முதிர்ச்சி கண்டவள்.

கலைகளைப் பற்றிய பல்கலைக்கழகப் பட்டம் முடித்த கையோடு, தன்னுடைய காதலுடன் ஆபிரிக்காச் சுற்றுப் பயணத்தை மேற்கொண்டாள்.

திரும்பி வரும்போது வயிற்றில் ஒரு குழந்தை, வாழ்க்கையின் துணைவனான இருப்பான் என்று இவள் நினைத்து நம்பியவனுடன் முறிவு.

வாழ்க்கையைத் தனியாக ஓட்டத் தொடங்கினாள் அழகிய ஓவியங்களை வரையும் ஒரு கலைஞி. கேசவனையும் இழுத்து வைத்து அவனையும் ஓவியமாக்கினாள்.

அந்த ஓவியத்தைக் கேசவன் தனது தமக்கைக்குக் கொண்டு காட்டினான். அக்காவுக்கு அதையெல்லாம் ரசிக்க நேரமில்லை.

அவனது மைத்துனர் நாகலிங்கம் வேலைக்குப்போகாத நேரங்க-ளில்,அளவுக்கு மீறிக்குடித்தபோதையில் தள்ளாடிக்கொண்டிருப்பார்.அவள் அவருடன் மாரடித்துக் கொண்டிருப்பாள்,வாதம் செய்து கொண்டிருப்பாள், அல்லது பல தடவைகளில் அழுது கொண்டிருப்பாள்.அவளது குழந்தைக-ளான,

அவனது மருமக்களுக்கு இப்போதுதான் பத்து,ஆறு,நான்கு வயதுகளா-கின்றன.

பத்து வயது மகன், பாடசாலையற்ற நேரத்தில் சினேகிதர்களுடன, பந்து விளையாட வெளியில் போய்விடுவான்.

ஆறுவயது மருமகன் எதிர்காலத்தில் கலைகளை ரசிப்பான் எனத் தெரி-கிறது. விளையாட்டுக்காகக் களிமண்ணில் உருவங்கள் செய்து மகிழ்கி-றான்.தாய் தகப்பனில் சண்டையிலிருந்து தப்ப அவன் தனது மனத்தைக் களிமண் சிலைகளுடன் சங்கமித்துக்கொண்டான் என்று கேசவனுக்குத் தெரி-யும்.

கேசவன்,தனதுநேரத்தைப் பார்த்துக்கொண்டான்.

'என்ன அவசரப்பட்டு ஓடுகிறாய்?'

அவனுக்குச்சில பலகார வகைகளைக் கட்டிக்கொடுத்தபடி பார்பரா கேட்-கிறாள். அவளுக்கு அவன் தமக்கை ஆஸ்பத்திரிக்குப்போவதுபற்றிச் சொன்-னது ஞாபகம் வருகிறது.

இலட்சுமியில் பார்பராவுக்குப் பரிதாபமா அல்லது கோபமா என்று தெரி-யாத உணர்ச்சி வருவதுண்டு. இலட்சுமி தன் கணவனின் சுயநலமான போக்-கைக் கண்டிக்காமல்,சமுதாயத்தின்' கவுரமான' தம்பதிகள் என்ற போர்-வைக்குள் தன்னைத்தானே பலியாக்கிகொள்வதை பார்பரா போன்றவர்களால் விளங்கிக் கொள்ளவோ அல்லது பொறுமையாகச் சகித்துக் கொள்ளவோ முடியாமலிருக்கிறது.

'மஞ்சுளாவைப்பற்றி எழுத ஏன்யோசிக்கிறாய்?' கேசவனை வழியனுப்ப வாசல் வரைக்கும் வந்த பார்பரா கேட்டாள்.அவன் அந்தக் கேள்வியைத் தனக்குத் தானே ஒருதரம் கேட்டுக்கொண்டான்.

'அவள் உனது ஆசிரியர் கேட்கும் காதற்கதைக்குத் தகுதியானவள் இல்-லையே' பார்பரா சொன்னாள்.

'நீ சொல்வது சரிதான் பார்பரா' கேசவன் ஒப்புக் கொண்டான்.

அவன் புறப்பட்டான். மழை தூறத் தொடங்கிவிட்டது.போகும் வழியில் முரளியை நினைத்துக் கொண்டான் முரளி எப்படியும் வாழ நினைப்ப-வன்.அந்த மனப்போக்கு முரளிக்கு அவனது இளவயதிலேயே அப்பட்டமாகத் தெரிந்தது. கேசவன் இப்படித்தான் வாழவேண்டும் என்ற இலடசியத்தைக்-கொண்டவன்.அவனது தமக்கை இலட்சுமியின் வாழ்க்கையை நினைத்தபோது அவனுக்குச் சோகமாகவிருக்கிறது.அவள் தான் சந்தோசமாக இருப்பதாக மற்றவர்களுக்கு நடிக்கிறார்கள். அவர்கள் வீட்டில் நடக்கும் இடைவிடாத

தர்க்கங்களையும் சண்டைகளையும் கேசவன் அறியாதவனல்ல.

'இலங்கையில் நடக்கும் கொடுமையால் வாழவேண்டிய எத்தனையோ தமிழ்ப்பெண்கள்,தங்கள் வாழ்க்கைத் துணைவர்களைப் பறிகொடுத்துவிட்டு விதவைகளாக வாழ வழியில்லாமலிருக்கிறார்கள்,அவர்களோட பார்க்கும்போது நான் அதிர்ஷ்டசாலிதானே' என்று தம்பியைக் கேட்கிறாள்.

'அக்கா பாவம்' அவன் தனக்குள் சொல்லிக் கொள்கிறான்.

அக்காவின் கணவர் லண்டனில் நல்ல வேலையிலிருக்கிறார், என்று சொல்லிக் கல்யாணம் செய்துவைத்தார்கள். ஒரு நல்ல மனிதனா அவர்? என்று யாரும் கேள்வி கேட்கவில்லை. தமிழ்ச்சமுதாயக் கல்யாண சந்தையின் பலியாடுகளில் அக்காவும் ஒருத்தி. தன் துயர்களைத் தன் குழந்தைகளில் அன்பில் மறக்கிறாள் அவள். அவர்களின் படிப்பில், நன்னடத்தையான வளர்ச்சியில் மிக மிக அக்கறையாகவிருக்கிறாள்.

கல்யாணத்தில் அக்கா மாதிரி தோல்வி கண்ட மஞ்சுளாவுக்குக் குழந்தை என்று கொஞ்ச ஒன்றும் கிடையாது. மஞ்சுளா,கிழக்கு ஆபிரிக்காவிற் பிறந்தவள்.பெற்றோருடன் லண்டனுக்கு வந்து படித்தவள். தாய் தகப்பன் சொல்லிக் கொடுத்த இந்து உபதேசங்களின் கட்டுப்பாட்டில் வளர்ந்தவள்.இந்தியாவில் தாய்தகப்பன் பார்த்த உறவுக்காரப்பையனைத் திருமணம் செய்யச் சென்றாள்.

மிக மிக ஆடம்பரமானவிதத்தில் திருமணம் நடந்தது.சாந்தி முகூர்த்தத்திற்கு முதல் 'மனம்விட்டுப்'போசவேண்டும் என்று மாப்பிள்ளை கேட்டானாம். மஞ்சுளாவும் சந்தோசத்துடன் தலையாட்டினாள்.

புது,மாம்பிள்ளை,மஞ்சளாவின் 'லண்டன் அனுபவங்களைப்' பற்றிக் கேட்டானாம். அவளும் சந்தோசமாகத் தனது படிப்பு, சுதந்திரமான வாழ்க்கைமுறைகள் பற்றிச் சொன்னாளாம். மாப்பிள்ளை, மஞ்சுளாவுக்கு, லண்டனில் எத்தனை ஆண் சினேகிதர்கள் இருந்தார்கள் என்று கேட்ட, அவளும் தனது பல்கலைக்கழக் மாணவ சினேகிதர்களை;பற்றிச் சொன்னாளாம். 'அதில் எத்தனைபேர் சீரியசான போய்பிரண்டாகவிருந்தார்கள்'என்று அவன் கேட்க,

'ஒருத்தரும் போய் பிரண்டாக இருக்கவில்லை. சாதாரண சினேகிதர்களே' என்ற அப்பாவித்தனமாக மஞ்சுளா சொல்ல, 'அப்படியானால் நீ ஒருத்தருடனும் படுத்தெழும்பவில்1யா?' என்று கூருராமாகக் கேட்டானாம். ஒரு சில மணித்தியாலங்களுக்கு முன் தாலி கட்டிய புது மாம்பிள்ளை.நடுச்சாம்தில் அவளின்'கற்பு@(?) பற்றிய வினாவிடையால் ஆத்திரமடைந்த மஞ்சுளா தேசாய் பெட்டி படுக்கையுடன் அடுத்த நாட்காலையிலேயே விமானம் எடுத்து லண்டனுக்கு வந்து விட்டாள்.

கன்னி கழியாத கல்யாணப் பெண்ணாகத் திரும்பி வந்ததும் உலகம் அவளுக்கு வெறுத்து விட்டது. இப்படியான ஒரு கேவலாமான மனிதனைத் தனது தலையிற் கட்டிவைத்த தாய்தகப்பனில் அவளுக்கு ஆத்திரம்.அவர்களின் உபதேசங்கள், நல்ல அறிவுரைகளைக்கேட்டு வளர்ந்த தன்னை அவமானம் செய்த இந்திய ஆண்களில்; அவளுக்குப் படுகோபம்;. கறைப-

டிந்த ஆண்வர்க்கம் என்று திட்டுகிறாள்.ஒட்டு மொத்தமாக உலகத்து ஆண்வர்க்கமே அவளுக்குத் தற்போது எதிரியாகவிருக்கிறார்கள். கண்ணியமாகப் பெண்களை நடத்தத்தெரியாதவர்கள் என்று திட்டுவாள்.பெரும்பாலான ஆண்கள், சதைப் பிண்டத்தைத்தேடும் மிருகங்கள் என்று வைவாள். பலகாலமாக ஒரு இடமும் போகாதவள், கடந்த நத்தார்ப் பண்டிகைப் பார்ட்டியில் அளவுக்கு மிறி வைன்குடித்து விட்டு தள்ளாடினாள்.

அவளைப் பார்க்க கேசவனுக்குப் பரிதாபமாகவந்தது. தள்ளாடியவளைத் தாங்கிப் பிடிக்கப்போன கேசவனை மஞ்சுளா தேசாய் கண்டபாட்டுக்குத் திட்டினாள். கேசவன் அவளுக்கு ‘இந்திய’மாப்பிள்ளையை ஞாபகப் படுத்ததியிருக்கலாம்.அவர்களுடன் வேலை செய்யும் சைமனின் தோளில் துவண்டு விழுந்தாள். கேசவனுக்கு,சைமனைப்பற்றி நல்ல அபிப்பிராயம் கிடையாது. சேறுகண்ட இடத்தில் கால் புதைத்து, தண்ணி கண்ட இடத்தில் கழுவி விட்டு வாழக்கையைக் கொண்டு செல்பவன் சைமன் என்று கேசவன் அறிவான். கேசவன் அவளைச் சமாதானப்படுத்தி,; அவளைப் பத்திரமாக வீட்டுக்குக் கூட்டிக்கொண்டு போய்விட்டான். அதன் பிறகு மஞ்சுளா,கேசவனைக் கவுரமாக நடத்துகிறாள். எப்போதாவது ஒரு புன்னகையையும் அவனுக்குச் சமர்ப்பிக்கிறாள்.

இன்று,கேசவனை அவனது நண்பன் முரளி காதல் கதை ஒன்று எழுதித் தரச் சொல்லிக் கேட்கிறான்.

கேசவனுக்கு, இதுவரை காதல் வரவில்லை. அவனுக்குத் தெரிந்த பெண்கள், அக்கா, பார்பரா, மஞ்சுhளா போன்றவர்கள். ஏதோ ஒரு விதத்தில் ஆண்களால் மனவேதனைப் பட்டவர்கள். காதல், கல்யாணம், சினேகிதம் என்ற பல போர்வைகளுக்குள்களால் நடக்கும் கொடுமைகளுக்கு ஏதோ ஒரு வித்தில் பலியானவர்கள்.

பிரான்சிய இளம் பெண் சிமோன் ஞாபகம் வந்தாள் அவள், பிரான்சுக்கு வந்த தமிழ் அகதிகளைக் கண்ட அனுதாபத்தில் கேசவனிடம் நட்புடன், பரிவுடன், மதிப்புடன் நடந்துகொண்ட இளம் மொட்டு. அவளும் ஒரு காலத்தில் யாரோ ஒரு ஆணால் மஞ்சுளா மாதிரி சோகத்தின் கொடுமையைக் காண்பாளா, அல்லது அக்கா மாதிரி எல்லாவற்றையும் மூடிமறைத்துவிட்டு நடிப்பாளா, கண்ணீரைக் காஞ்சிபுரப் பட்டாற் துடைத்துக்கொள்வாளா? பார்பரா மாதிரி துணிந்து நிற்பாளா?

பார்பராவின் அன்புக்காக,நட்புக்காக,வாக்குவாதத்திற்காக,அவள் தயாரிக்கும் வித விதமான உணவுகளுக்;காக ஏங்குபவன் அவன் என்று அவளுக்குத் தெரியும். அதற்கு மேலும் அவளிடம் வேறு ஏதோ தேடி ஏங்குகிறானா?இவனின் ஏக்கம் இவனிற் பார்வையிற் தெரிந்ததோ என்னவோ, ஒரு நாள் அவள் கேட்டாள், ‘முட்டாளே, நான் உன்னைக் காதலிப்பேன் என்ற கற்பனை செய்யாதே, நான் ஒரு லெஸ்பியன். எனக்கு வந்த அனுபவத்துக்குப் பின் இன்னமொருதரம் ஒரு ஆணை நம்புவேன் என்று நினைக்-

கிறாயா'?

கேசவன் ஆடிப்போனான். அவள் லெஸ்பியன் என்று தெரிந்து கொண்டது அவனுக்கு ஆச்சரியமான விடயமாகவிருந்தாலும், அவளின் சந்தோசமான நட்பு அவனுக்குத் தேவையாகவிருந்தது. அவர்களின் நட்பான வாழ்க்கை அவனுக்குத் தேவையாகவிருந்தது.

மழை நின்று விட்டது. அக்கா பிள்ளை பிறந்த சினேகிதியைப்பார்க்க ஆஸ்பத்திரிக்குப்போய்விட்டா. முரளிக்குக் காதல் கதை எழுத கேசவனால் முடியாது. அதை அவனுக்குச் சொல்லவேண்டும் என்ற நினைத்தபடி தூங்கிப் போனான் கேசவன்.

எங்க பெரியம்மா தேசத்தின் குரலோடு கதைத்தது இன்னும் பசுமையாக...

10. எழுத்தாளன் வியாபாரி ஆகிறான்

- ஸ்ரீ. தாமோதரன்

சுரேஷ் இப்பொழுது வலைதள வாசகர்களுக்கு நன்கு அறிமுகமான எழுத்தாளராகிவிட்டான்.அவனது கதைகளும் வலைதளத்தில் அடிக்கடி வெளியாகிக்கொண்டிருக்கின்றன. ஆனாலும் அவனுக்கு ஒரு எதிர்ப்பார்ப்பு தோன்றியது, கணினி உபயோகிப்பவர்கள் மற்றும் கை பேசி வைத்திருப்போ-ரும் இவனது கதைகளை வாசிப்பது இவனுக்கு பெருமைதான் என்றாலும், அச்சில் வந்தாலும் நன்றாக இருக்குமே. என்று நினைத்தான்.அதற்காக பத்-திரிக்கைகளும் இவனது கதைகளை வாங்க போட்டி போட்டுக்கொண்டிருக்-கவில்லை,அப்படியே ஒரு பத்திரிக்கையில் வந்தாலும் இவனாக அந்த பத்-திரிக்கையை கையில் வைத்துக்கொண்டு அந்த பத்திரிக்கையை காண்பித்து என் கதை வந்துள்ளது என்று சொன்னால் "ஓ அப்படியா" நான் இந்த பத்-திரிக்கையெல்லாம் படிக்கறதில்லை அதனால தெரியாம போச்சு என்று உதார் விடுவார்கள்.

ஒருவனை மனசு திறந்து "எழுத்தாளன் இவன்" என்று ஏற்றுக்கொள்-வதில் மக்களுக்கு கொஞ்சம் கஞ்சத்தனம்தான்.அதே நேரத்தில் அவனது எழுத்துக்களை ஏற்றுக்கொண்டுவிட்டால் தலையில் தூக்கி வைத்து கொண்-டாடுவார்கள். இவன் ஏன் இதைப்பற்றி இப்போது பேசுகிறான் (புலம்பல்) என வாசகர்கள் நினைக்க வேண்டாம்,ஏனென்றால் இந்தக்கதையின் கதாநா-யகனும் சுற்றி உள்ளோரும் தன்னை எழுத்தாளனாய் ஏற்றுக்கொள்ள வைக்க வேண்டும் என்று நினைக்க ஆரம்பித்து விட்டான்.அதற்காக தன்னுடைய கதைகளை அச்சாக்கிகொண்டு வருவது என்று முடிவு செய்துவிட்டான். அதற்கு நாமும் நம் வாசகர்களைப் பற்றி அவனுக்கு நாலு வார்த்தைகள் சொல்ல வேண்டுமென்றுதான் இந்த பேச்சு.(புலம்பல்)

முதலில் வெளி வந்த கதைகளை வரிசைப்படுத்த வேண்டும். எப்படி வரிசைப்படுத்துவது? நண்பர்களிடம் யோசனை கேட்டான்.பலர் அதைப்பற்றி

தெரியாது என்று சொல்ல ஒரு நண்பன் மட்டும் நீ புத்தகத்தை விக்கணும்னு நினைக்கிறயா, இல்லை உன் திருப்திக்கு வெளியிடுறயா? திருப்திக்கு செலவு செய்து வெளியிடும அளவுக்கு சுரேஸ் வசதியானவனும் அல்ல, இல்லை நண்பா வரும்படி கொஞ்சமாவது வந்தாத்தான் நல்லா இருக்கும்.அப்படி-யின்னா படிக்கும்போது முதல்ல விறுவிறுப்பான கதைகள் இருந்தா வாசகனும் விறு விறுப்பாயிடுவான், உடனே படிச்சு முடிச்சே ஆகணும்னு தீவிரமா படிப்பான். அப்படியே கதைகளை வரிசைப்படுத்தினான்.

அடுத்த விசயமாக பதிப்பாளரை அணுகவேண்டும் என்று நண்பர்களை கேட்க அவர்கள் நகலம் மூலம் புத்தகமாக்கலாம், செலவும் குறைவு என்று யோசனை சொன்னார்கள், ஆனால் புத்தக உலகில் பதிவாகாமல் போய்விட வாய்ப்புண்டு என்று சொல்ல, பயந்துவிட்டான்.

புத்தக வடிவிலே கொண்டு வருவதுதான் நல்லது என்று முடிவு செய்தான். தெரிந்தவர் ஒருவர் புத்தக பதிப்பாளர் ஒருவரை அறிமுகம் செய்து வைத்தார். அவர் இவனை வரவேற்று புத்தகம் வெளி வருவதில் உள்ள சாதக பாதகங்களை சொல்லி, அவரிடம் புத்தகமாக்கி எடுத்துச்சென்ற எழுத்தாளர்களின் கதையைச்சொல்லி,(உங்கள் காதுகளுக்கு "கதி" என்று விழுந்தால் நான் பொறுப்பல்ல) அதில் ஒரு எழுத்தாளரின் மனைவி அவரிடம் சண்டைக்கே வந்துவிட்டார்களாம் (சொத்தை எல்லாம் புத்தகம் செய்தே அழித்து விட்டதாக) சொல்லி இவன் வயிற்றில் புளியை கரைத்தார்.

மொத்தம் எத்தனை பிரதிகள் வேண்டும் என்று கேட்க இவன் தோராயமாக சொல்ல இவர் வெளிவரும் பிரதிகளின் அளவுக்கு தொகையும் இருக்கும் என்று சொல்ல இவன் ஏடாகூடமாக ஏன் சார் ஒரு ஐந்தாயிரம் ரூபாய்க்கு போடலாமே என்று சொல்ல அவருக்கு கோபம் வந்துவிட்டது, சார் இந்த மாதிரி ஐந்துக்கும் பத்துக்கும் போடுவதாய் இருந்தால் பேசாமல் பதிப்பகத்துக்கு வராமல் நகலகத்துக்கு சென்றுவிடுங்கள் என்று பதில் சொல்ல இவன் அவரை சமாதானப்படுத்தினான்

சமாதானமான அவர் இவன் கொண்டு வந்த கதைகளை வாங்கிப்பார்த்து அதை ஒழுங்கு படுத்தி ஒரு வாரத்தில் பதில் சொல்வதாக சொன்னார். இவனும் ஒரு வாரம் காத்திருக்க, அவர் முதலில் நீங்கள் பதிவு பண்ணிய "எழுத்துரு" புத்தக வடிவுக்கு ஏற்றதல்ல, ஆகவே முதலில் அதை எல்லாம் மாற்ற வேண்டும் என்றார். இவன் மீண்டும் அதை எல்லாம் மாற்ற மெனக்கெட்டான். இப்படியாக ஒரு மாதம் ஓடியது.

அடுத்ததாக உங்கள் கதைகளில் எழுத்துப்பிழைகள்,குறியீட்டுப்பிழைகள் நிறைய இருக்கின்றன, அதை சரி செய்ய ஒரு வாரம் ஆகும் என்று சொல்ல, அதற்கும் காத்திருக்க ஆரம்பித்தான்.பின் ஒரு வழியாக ஓரளவு பிழைகள் சரிசெய்யப்பட்டபின், உங்கள் கதைகளை மதிப்பீடு செய்ய பிரபலமான கதை ஆசிரியர் ஒருவர் தேவைப்படுமே என்று சொல்ல இவன், "நான் ஒரு அரை குறை எழுத்தாளர், எனக்கு எப்படி ஒரு பிரபல கதாசிரியர் என்

கதைக்கு மதிப்பீடு தருவார் என்று சொன்னான்.

உடனே அவர் ஒரு புன்னகையை சிந்தவிட்டு கவலைப்படாதீர்கள், அதை நான் பார்த்துக்கொள்கிறேன்,என்று சொல்ல சுரேஸ¥க்கு அவர் "அபயம் அளிக்கும் கிருஷ்ண பரமாத்மாவாக" அப்பொழுது தோற்றமளித்தார்.

புத்தகத்துக்கு ஒரு விலை நிர்ணயம் செய்ய வேண்டும் என்று அவர் சொல்ல விலை நிர்ணயம் செய்வதில் உள்ள சாதக பாதகங்களை ஆராய்ந்து ஒரு விலையை அவரே நிர்ணயித்தார்.நிர்ணயித்த விலையை விட பாதி அளவே உங்களுக்கு செலவாகியிருக்க வேண்டும், அப்பொழுதுதான் விற்பனை செய்பவருக்கும் வருமானம் கிட்டும் என்று சொல்ல இவன் கணக்கு போட்டு பார்த்ததில் நிர்ணயித்த விலையை விட அதிகமாக அவன் கையிலிருந்து செலவாகியிருந்தன. இவை வெளியே வந்தாலும் செலவு செய்த தொகை கிடைப்பதே "குதிரைக்கு கொம்பு முளைத்தது போல" என்பது புரிந்தது, என்றாலும் முன் வைத்த காலை பின் வைக்க மனசு வரவில்லை நம் எழுத்தாளனுக்கு.

ஒரு வழியாக புத்தகம் அச்சிடப்பட்டு பதிப்பகத்தார் புத்தககட்டுக்களை அவன் கையில் கொடுத்து ஒரு பரிதாபப்பார்வை பார்த்து வழி அனுப்பி வைத்தார். வெற்றிகரமாய் புத்தகங்களை கொண்டு வந்து வீட்டில் வைத்தான். குழந்தைகள் முதல் பெரியவர்கள் வரை இவனை வினோதமாக பார்த்தனர். இவன் வீட்டுக்காரி "இது எங்க வீட்டுக்காரரு எழுதின புத்தகம்" என்று விளம்பரப்படுத்த பக்கத்து வீட்டுக்காரர்கள் புத்தகததை ஆவலுடன் (பரிதாபமாக என்று எடுத்துக்கொண்டாலும் தவறில்லை) பணம் கொடுத்து வாங்கிச்சென்றனர்.இப்படியாக இவன் வசிக்கும் இடங்களில், புத்தகங்களை விலைக்கோ அல்லது இலவசமாகவோ கொடுத்து (பணம் அப்புறம் தருவதாக சொன்னவர்கள்) எழுத்தாளன் என்று அறிமுகமாகிவிட்டான்.அடுத்ததாக புத்தக கடைகளுக்கு படை எடுத்துக்கொண்டிருக்கிறான்,எல்லா நண்பர்களுக்கு போன் போட்டு விசாரிக்கிறான். (அதன் சாக்கில் புத்தகத்தை தள்ளி விடவும்) முயற்சிக்கிறான்.

நீங்களும் எங்காவது பார்த்தால் அவனிடம் புத்தகங்கள் வாங்கிக்கொள்ளுங்கள், ஒரு எழுத்தாளனை ஊக்குவித்த புண்ணியம் கிடைக்கும்.

இவ்வளவு துன்பப்படும் அவனிடம் கேட்டால் அடுத்த புத்தகம் சீக்கிரம் வெளியிடவேண்டும் என்று சொலுகிறான்.

11. மன கண்ணாடி

- டாக்டர் என்.லட்சுமி அய்யர்

"என்ன நான் கேட்டது நிஜம்தானா ? ...பாட்டி ! என்று தன் வேலைக்காரி லட்சுமி பாட்டியிடம் விசாரித்தாள் பவானி.

“என்ன கேட்டீங்களாக்கும் .? எதையும் கண்டுகொள்ளாமல் பாத்திரத்-தைப் சிங்கில் துலக்கியபடி கேட்டாள் லட்சுமிபாட்டி.’’

“உங்கள் கணவர் இறந்துவிட்டாராம், நீங்க ஆஸ்பத்திரிக்கு போய் பிணத்தை கூட பார்க்கமாட்டேன் என்று பிடிவாதமாக சொல்லிட்டீங்ளாம்’’!?

“ அதுகடக்கு வுடுமா..!இருக்கும் போதே நிறைய அழுதுட்டேன் ,இனி கண்ணீர் இல்லை .. வேற ஏதாவது சொல்லுங்க.........என்று ..சொன்-னாள் பாட்டி .’’... .

பெண்ணிய எழுத்தாளர்கள்,.... மகளிர் முன்னேற்றதிட்டங்கள்.. பெண்கள் விடுதலைப்போரட்டங்கள்....,விமன் லிப் மூவ்மெண்ட்ஸ்.... பெண்களின்-மேல் வீட்டில் நடக்கும் வன்முறைகள் ,அவைகள் மேல் தடைசட்டங்கள் பெண்களின் பாலியல் வன்முறைகள் இவைகள்..எல்லாம்...ஒரு பக்-கம்...படிக்காத பணம் இல்லாத ஓர் புரட்சி செய்யும் மூதாட்டி ..ஓர் பக்கம் பவானி மனதில் ஏதோ நெருடல் .

“ஏன்! புருஷன் செத்துட்டா வீட்டில சேர்க்கமாட்டீங்களாக்கும் ...! அய்-யரூட்டம்மா ....? என்று அறைவதுபோல் ,ஆனால் அமைதியாய் கேட்-டாள்,’’லட்சுமிபாட்டி..

“ சீ, சீ’’ அதெல்லாம் இல்ல ! பாட்டீ , விளக்கு மின்சுமோ திரி மின்-சுமோ ? யாருக்கு தெரியும். . இல்ல.. நீங்க ரொம்ப நல்லவங்ளாச்சே ! எப்-படி இப்படி இருக்க முடிந்தது ? கட்டின புருஷனை கடைசியில் கூட போய் பார்க்கவில்லை என்றால்...? சொந்தகாரர்கள் திட்டவில்லையா ? என்று கவலையுடன் இழுத்தபடி கேட்டாள் பவானி .

“சரிதான் போங்கம்மா , கட்டண புருஷனா,கட்டின புருஷன் . அவன் மனுசனே இல்ல..! குடித்து ,கூத்தாடி நாப்பது வருஷத்துக்கு முன்னால நாலு குழந்தைகளோட அனாதையாய் நடுதெருவுலவுட்டுட்டு போனவன் இருந்தா என்ன? செத்தா என்ன?.. என்று சொல்லிகொண்டே புடவை முந்தானையால் கண்ணீரை துடைத்துகொண்டாள்,லட்சுமி பாட்டி ’’’’.சொந்தமாவது ....பந்த-மாவது எல்லாம் பணபேய்கள் ! காசிருந்தா சேறும்...என்றாள் மேலும் .

“ சரி .. சரி ..விடுங்க.. நான் கிளம்புகிறேன் காலேஜூக்கு, நேரமாச்சு ! சாவியை பக்கத்துக்கு வீட்ல குடுத்து விடுங்க... என்று சொல்லிக்கொண்டே பதிலுக்கு எதிர்பார்க்காமல் ஓடினாள் பவானி .

வலசரவாக்கத்தில் ஓம்சக்தி நகரில் லட்சுமி பாட்டியை தெரியாதவங்களே கிடையாது என சொல்லலாம். ஆறு அடி உயரம், மெலிந்த,தேகம்,சுருக்கங்-களுடன் கூடியதிருநீறுஅனிந்தநெற்றி..,கோடாலிமுடிச்சு,ஹவாய்செப்பல்கள் இவைதான்லட்சுமி பாட்டியின் அடையாளங்கள்.அதிகாலையில் பிள்ளையார் கோவிலை பெருக்கி,வெளியில் சாணி தெளிச்சு கோலம் போட்டு ஓடுவ-துப்போல்...மூன்று சுத்துசுத்தி விட்டுக்கு வேளைக்கு கிளம்புவாள் லட்சுமி பாட்டி. ஒரு வீட்டில் காபி,டிபன். ஒரு வீட்டில் மதிய உணவு, ஒரு வீட்டில்

குழம்போ, ரசமோ சேர்த்து சாதத்துடன் சாப்பிட்டு விட்டு இரவு படுக்க மட்டும்தான் தன் குடிசைக்கு போவாள். எந்த வீட்டில் என்ன விசேஷம் என்றாலும் ஆஜராகிடும் லட்சுமி பாட்டிக்கு கோபமும் அதிகம்தான், குணமும் அதிகம்தான் .

மூன்று வருஷங்களாக பவானிக்கு லட்சுமி பாட்டியை தெரியும் . சென்னை ஓம்சக்தி நகரில் வாடகை வீட்டில் குடியேறும்போது அவளை வீட்டுவாசலில் நிறுத்தி , கேள்வி மேல் கேள்விகளை கேட்டு முதல் நாளில் இருந்து அந்த வீட்டில் வேலை செய்ய ஒட்டிகொண்டவள் , லட்சுமி பாட்டி. தானாக வந்து கையை பிடுங்கி வேலை செய்யும் லட்சுமி பாட்டியை பவானிக்கு ரொம்ப பிடிக்கும். சம்பளம் கூட அவள் கேட்கவில்லை

பவானியாகத்தான் சொன்னாள். நீங்கள் சொன்னா சரிதான் என்று சொல்லி அந்த வீட்டில் தனக்கு என்று ஓர் இடம் பிடித்து விட்டாள்.

வீட்டில் எந்த டிபன் செய்தாலோ அல்லது வெளியிலிருந்து பலகாரமோ இனிப்போ வாங்கினால் லட்சுமி பாட்டிக்கு கட்டாயம் ஒரு பங்கு உண்டு,

தமிழ்நாட்டில் பெண்ணியத்தை சேர்ந்த எழுத்தாளர்களின் பட்டியலில் பவானியும் ஒருத்தி, வீட்டின் நிலைமையோ வேறு. இரண்டு குழந்தைகள் பெண் பெங்களூரில் மெடிசன் படிக்கிறாள். பையன் இவள் கிட்ட இருந்து பத்தாம் வகுப்பு படிக்கிறான் கணவர் ஒரு தனியார் நிறுவனத்தில் பணியாற்றுபவர். கல்யாணம் ஆகிய சில நாட்களிலேயே அவர் ஓர் காம்ப்ளக்ஸ்பெலோ, சாடிஸ்ட், அன்பில்லாதபிறவிஎன்று தெரிந்துகொண்டாள் பவானி . பார்த்து பார்த்து பி.எச்.டி பட்டம் பெற்ற எனக்கு ஆண்டவன் அரேன்ஜ்ட் மேரேஜ் என்கிற பெயரில் எவ்வளவு அற்புதமான கணவனை தந்திருகிரான் என்று மனதில் குமுறாத நாளே கிடையாது.

படிக்காத வேலைக்காரியின் புரட்சி எண்ணம் படித்த முட்டாளான எனக்கு ஏன் தோன்றவில்லை.... ஜடமாய் வாழ்ந்து கொண்டிறிக்கிறேன்..மனம்தனையால்துடித்தது. .“இளமையில் கணவனால் ,நடுத்தெருவில் நான்கு குழந்தைகளுடன் நிறுத்தப்பட்ட லட்சுமி அம்மாள் - ஒரு பக்கம் ,மனதில் ஏதோ ஓர் தடுமாற்றம், ஓர் வேதனை ஓர் குழப்பத்துடன் கூடிய புயல் வீசிக்கொண்டிருந்த்து.......

“வெள்ளை அடித்தார்கள் என் திருமணத்திற்கு..

அதில் தொலைந்துவிட்டன என் வண்ண கனவுகள் ...என்னமா எழுதி இருக்காங்க கனி மொழி கவிதையை .மனது துடித்துபோய்விட்டது.

“எந்த உலகத்தில் உலாவிக் கொண்டிடுகிறாய்... கண்ணா ! ஏதேனும் புது கதையா, நாவலா “? தோழியின் கேள்வியை கேட்டு இந்த உலகத்திற்கு வந்தாள் பவானி.

“ஏதோ நினைவுகள்..... சாந்த்...!”என்றாள் பவானி

“அப்புறமா கற்பனை உலகிற்க்கு போலாம் ,பசிக்குது •••வா..டிபன் சாப்பிடலாம்.” என்று தன் கேபினுக்குள் அழைத்துசென்றாள் ஆங்கில பேராசிரியை சாந்த்னி.

“ காண்டின்சே ஊத்தப்பம் லாயி ஹீம் (காண்டின்லிருந்து ஊத்தப்பம் கொண்டு வந்திருக்கிறேன்) •••••••ராவே (வாடி) ••• கம்”..என்று கூப்பிட்டாள் மினி கோஷ் ..“அடடா கோஷ் .! எவ்வளவு அழகாய் நாலுமொழியை ஒரே சமயத்தில் நாசூக்காய் பேசறா •••பார் ..என்றாள் சாந்த்னி கண் சிமிட்டிபடி

“வாட் இஸ் ஷி சேயிங் ? பொறுக்க முடியாமல் கேட்டாள், மினி .

பவானி ஆங்கிலத்தில் விள்க்கினாள் .மூன்றுபேரும் சிரித்துக்கொண்டே டிபனை முடித்தார்கள் .தன் வேலைக்காரியை பற்றி அவர்களிடம் சொன்னாள் பவானி .நேரமாகி விட்டதால் அவரவர் தன் வகுப்பறைக்கு ஓடினார்கள்.

பவானி, சாந்தினி,மினி மூன்று பேறும் ஒரே பல்கலைகழகத்தில் பணிபுரியும் தோழிகள். பத்து வருஷமாய் நண்பர்களும் கூட .உழைப்பினால் முன்னேறி முனைவர்களாய் ஒரே பல்கலைகழகத்தில் வெவ்வேறு துறைகளில் பண்ணியாற்றும் வெவ்வேறு மாநிலத்தை சேர்ந்த இவர்கள் என்றால் மற்றவருக்கு மதிப்பும், மரியாதையும் , அதிகம் . பவானி தமிழ் முனைவர்.அவள் ஒரு முறை முதுகளை பட்ட மாணவர்களுக்கு இலக்கிய வரலாறு சொல்லித்தந்தால் போதும், மு.வா, தமிழ் அண்ணல், சுபாஸ்சந்திரபோஸ் •••.நுல்களை படித்தாற்ப்போல் இருக்கும்.ஆகையால் தான் மாணவர்களுக்கு அவள் மேல் தனி விருப்பம் .அவள் கிளாசை எவரும் மிஸ் பண்ண மாட்டாங்க .காலி நேரங்களில் கதைகளையோ ,புதினங்களையோ எழுதிக்கொண்டிருப்பாள். பெண் எழுத் தாளர்களில் தனக்கென்று ஒரு சிறப்பிடம் பெற்று விட்டாள்.

பவானிக்கு அன்று இரண்டு பீரியட்ஸ் காலி, ஆகையால் நூலகத்திற்க்குள் நுழைத்தாள் .அவள் மனம் நூல்களின் மேல் செல்லவில்லை. லட்சுமி பாட்டியின் முகம் தான் முன்னே வருகிறது. படிப்பும் இல்லை பணமும் இல்லை நடு ரோட்டில் ரயில்பயணி போல் விட்டு விட்டு கணவன் போய் விட்டான். நான்கு குழந்தைகள் இளமை பருவம் எப்படி லட்சுமி அம்மாள் கஷ்டபட்டிருப்பாள் •••••.. பாவம்..அவள் வாழ்கையை மையமாக கொண்டு ஒரு புதினத்தை எழுத துவங்கி ஏழே நாட்களில் அதை முடித்து பிரமுக பத்திரைக்கு அனுப்பிவைத்தாள் .

எப்போதும்போல ஒன்பது மணிக்கு கேபினில் மூவரும் காலை டிபன் நேரத்தில் ஒன்று சேர்ந்தார்கள். “எப்படி சாந்த் ! அவளால் முடிந்தது,? ஒரு படிப்பில்லாதவள்•••,வசதி இல்லாதவள்•••. புரட்சி புயலாய் எப்படி மாறினாள் ? பவானி ஆதங்கத்துடன் கேட்டாள்.

“எல்லாம் பெண் எழுத்தாளர் வீட்டின் சாப்பாட்டின் மகிமை என்று நகைத்தாள் எப்பவும் போல சாந்த்னி . மினி டிபன் பார்சலை பிரித்து கொண்டிருந்தாள்.செல் அடித்தது . ஒரு நிமிடம் , என்று கூறி பவானி வெளியே ஓடினாள். போனை அட்டென்ட் செய்து விட்டு சொன்னாள்,” சாந்த் ! என் புதினத்துக்கு தினகரன் பத்தரிக்கையில் சிறப்பு பரிசு தர்றாங்களாம் ,பத்தாயிரத்துடன் மெமெண்டோ பரிசு தராங்கலாம் வர சனிக்கிழமை மைலாபூர் அகாடமி ஹாலில் விழாவாம் ..! உற்சாகத்துடன் சொன்னாள்பவானி . அது தெரிந்துதானே நான் பால் பாயசம் செய்து கொண்டு வந்திருக்கிறேன் “என்றாள் சாந்த்னி .மினிக்கு சொன்னவுடன் பதாயி ஹோ (வாழ்த்துக்கள்) என்றாள். நீங்க ரெண்டு பேரும் அவசியம் வந்திருங்க என்றாள் பவானி.

“ நீ கூப்பிடுனுமா என்ன ..! நாங்க வந்து சேர்ந்துடுவோம்” என்றார்கள் இரண்டு பேறும் ஒரே நேரத்தில்.

சனிக்கிழமை மாலை பவானி காரில் தன் மகனுடன் லட்சுமி பாட்டியையும் கூட அழைத்து சென்றாள் பவானி. ஒரே கும்பல் பல எழுத்தாளர்கள், நிருபர்கள், தமிழ்நாட்டை சேர்ந்த எல்லா சேனல்காரர்களும் வந்திருந்தார்கள். சாந்த்னி மற்றும் மினி கோஷ் முன் வரிசையில் ஆஜர்.

எழுத்தாளர்கள், நிருபர்கள் பவானியின் புதினாங்கள், சிறுகதைகள் பாத்திரபடைப்புகள் ஆகியவற்றை பற்றி பேசி கொண்டிருந்தார்கள். பவானி மேடைக்கு அழைக்கப்பட்டாள் அங்கு அமர்திருந்த பிரபலங்கள் இவளுக்கு புகழாரம் சூட்டினார்கள் .கடைசியில் பரிசு ரொக்கமும் நினைவு சின்னமும் தர அழைக்கபட்டாள் . சென்னை மகளிர் அணி தலைவி பூ மாலை போட்டு பரிசு கொடுக்க போகும் போது...” ஒரு நிமிடம் “ என்று பவானி மைக்கை கையில் எடுத்து பேச துவங்கினாள் . சபை அனுமதித்தால் எல்லோருக்கும் ஒரு விஷயம் சொல்ல விரும்புகிறேன்” என்றாள் பவானி. அனுமதி வழங்கபட்டது .”இந்த புதினத்திற்குக்கு பரிசளித்து வாழ்த்திய எல்லா நல்ல உள்ளங்களுக்கும் மனமார்ந்த நன்றி வணக்கங்கள் .. இந்த கதையை பொறுத்தவரை நான் ஒரு தபால் காரன் மாதிரிதான்

“ ஒரு வாரத்திற்கு முன் ஒருநிருபர் என்னை தொலைபேசியில் இந்த புதினத்தைபற்றியும் ,இதற்க்கு முன்னால் வெளிவந்த என்னுடைய புதினம் “’அய்யர்களின் அவலங்கள்“பற்றியும் படு விமர்சினம் செய்து விட்டு ஒரு கேள்வி கேட்டார் “ என்ன மேடம்? அய்யராக இருந்து கொண்டு சமுதாய வழக்கத்துக்கு மாறாக ஓர் பாத்திரம் படைத்து கலாசாரத்தை இழிவு படித்தி விட்டீர்கள் ? தாலி கட்டின புருஷன் செத்தா பிணத்தை கூட பார்க்காத ஒரு கதாபாத்திரத்தை படைத்து ,சீர்திருத்தம் செய்கிறீர்களா ? என்று. அதற்க்கும் ,இதற்க்கும் சேர்த்து என் பதில் இது தான் கேளுங்கள் .... “நான் அய்யராக இருந்தால் தானே என் ஜாதியில் நடக்கும் அக்கிரமகங்கள், பெண்

மேல் நடத்தும் வன்முறைகள் ,குறைபாடுகள், ஊழல்கள் அணைத்தையும் உணர்த்து அதை வெளியே கொண்டுவர முடியும்.

பாரதி தானே ஜாதி மதங்களின் வேறுபாட்டை தூக்கியெறிந்தவன் .எத்தனை பாரதிகள் ,பெரியார்கள் வந்தாலும் இந்த சமுதாயம் அவ்வளவு சுலபமாய் மாறி விடாது . மேலும் இலக்கியவாதிகள் ,படைப்பாளிகள் ஜாதியையோ ,பணத்தையோ குறி வைத்து எழுதுவது இல்லை . சமுதாய முன்னேற்றம் தான் எங்களின் ஒரே குறி கோள் . அந்த புதினத்தை பொறுத்தவரை நான் கூறினது அனைத்தும் உண்மையே . என் ஜாதியில் பெண்கள் நிறைய படிப்பாங்க ,ஆனால் படிக்காத ஆண்களான கணவர்மார்கள் அவர்களை நாலுபேர் மத்தியில் மட்டம் தட்டுவார்கள் .மனைவியை •••வாடீ. போடீன்னு மரியாதை.. மதிப்பு தராமல் இளமையில் ..ஆடுவார்கள் .. வயது முதிர்ந்த பின் மாமி தான் ஆட்சி செய்வாள் •••என்று எழுதி இருந்தேன் .

. “ இந்த கதையை பொறுத்தவரை அது புரட்சியோ, சீர்திருத்தமோ, சமுதாய கட்டுபாட்டின் எதிர்ப்போ கிடையாது ஒரு சாதாரண அவல பெண்ணின் ஊமை கண்ணீரில் நனைந்த புரட்சி உணர்வுகள் .. இளமையில் நடு தெருவில், நான்கு குழைந்தைகளுடன் , அனாதையாய் கணவன் விட்டுட்டு போனாப்போ ••••.படிப்பில்லாமல், பணமில்லாமல் தனியே, ••••. ஆணவத்தோடும், காமத்தோடும் பார்க்கும் பலஆண்களின் மத்தியில் நின்று கஷ்டபட்டு ,சொந்த முயற்சியில் ,வீட்டு வேலை செய்து நாலு குழந்தைகளை, படிக்கவைத்து நல்லவர்களாய் வளர்த்து,கரை சேர்த்து , சமுதாயத்தில் நல்ல பெயருடன் வாழும் ஓர் வயதான மூதாட்டியின் மௌன புரட்சி புயலின் பிரதிபலிப்பு. கொஞ்சம் யோசியுங்கள்•••! பெண்களின் மனது மென்மையான கண்ணாடிப்போல் தான் .அதை பத்திரமா பாதுகாக்க வேண்டிய பொறுப்பு ஆண்களுக்கு வேண்டும். பெண் என்பவள் மென்மையான அன்புக்கு கட்டுப்பட்டவள் .கல்லையும் கரையவைக்கும் மனம் பெண்ணுக்கு உண்டு.

ஆனால் அந்த மன கண்ணாடி சுக்கு நூராய் உடைத்து விட்டால் அது என்றுமே ஒட்டாது. மனைவி செத்தால்ஒரு வாரத்தில் ஆடவன் புது மாப்பிள்ளை ஆகிவிடுகிறான். அதுதான் நம் சமுதாயம் அதே கணவன் இறந்தாலோ இல்லை விட்டு சென்றாலோ பெண்னை பற்றி குறை கூறாமல் இந்த சமுதாயம் இருந்ததில்லை இந்த சமுதாயத்தில் நாற்பது வருஷத்துக்கு முன்பு இந்த பெண் ஆண்வர்க்க ஆணவத்திற்க்கு சமாதி கட்டியவள் இந்த முத்தாட்டி நெஞ்சில் எத்தனை வேதனைகள்,.சுமைகள்,..சமுதாய கல்லடிகள் இவைகளை எல்லாம் சகித்து கொண்டு..இறந்த கணவனை பார்க்க செல்ல வில்லை என்றால் •••அவள் மனதுக்குள் எத்தனை மௌன போராட்டங்கள் , வேதனை அலைகள் வீசி இருக்கும் . பொதுவா நம்ப சமுதாயத்துல டிவி சேனல்ஸ் எல்லாமே உயர் வர்க்கம் ,மத்திய வர்கங்களுக்கான போட்டிகளையும் பரிசுகளையும் அள்ளி தருகிறது .ஏதாவது ஒரு சேனல் சொல்லுங்க •••சிறந்த வேலைக்காரி,அல்லது தொழிலாளி ? என்ற தலைப்பில் பரிசுக்-

கான போட்டிகள் வைத்து பரிசுகளை குடுத்து ஊக்க படுத்துவது என்று ...? இல்லை.

இந்த நாட்டில் ''முப்பத்து ஆறு வயதினிலே ..வசந்தி (ஜோதிகா) மட்டும் இல்லை எத்தனையோ நாற்பத்து ஆறு, ஐம்பத்தி ஆறு வயது பெண்மணிகள் நடமாடும் ஏ.டீ.எம் கார்டுகளாக வாழ்ந்து கொண்டுத்தான் இருக்கிறார்கள் .பெண்கள் பிரச்சினை தேசிய பிரச்சினை இல்லை உலக பிரச்சினை ..படித்த பெண்களுக்கு சட்டம் தெறியும், பெண்கள் விடுதலை போராட்டம் என்று கூட்டம் போட்டும், மீடியாவை உதவிக்கு கூப்பிட்டும் நியாயம் கேட்கதெரியும்.

நாற்பது வருடங்களுக்கு முன் இளமையில் குழைந்தைகளுடன் நடு தெருவில் நிறுத்திய கணவனை லட்சியம் செய்யாமல் சொந்தக்காலில் நின்று பிள்ளைகளை கரை சேர்த்த ஏழை, வயோதிக பெண்மணி ,பெண்ணியதுக்கு பாடுபடும் புரட்சிகாரி இல்லையா?..... அவர்வேறு யாரும் இல்லை என் வீட்டில் வேலை செய்து கொண்டிருக்கும் லட்சுமி பாட்டிதான்...அவர் . இங்கு தான் உள்ளார் , நீங்கள் அனுமதித்தால் ஓர் பெண் எழுத்தாளராய் அந்த புரட்சி புயலுக்கு இந்த பரிசை நான் தர விரும்புகிறேன் என்றாள்.. . பவானி .

கைதட்டல்களுடன் சபை அனுமதி தந்தது .இரண்டு பெண்கள் கூட்டி வர லட்சுமி பாட்டி மேடைக்கு வரவழிக்க பட்டாள் .பவானி பாட்டிக்கு மாலை அணிவித்து பரிசுரொக்கத்தையும், சின்னத்தையும் தந்து “’’ இன்று நான் பெருமை படுகிறேன் ,ஓர் மௌன புரட்சிக்காரியை கண்டு “’ என லட்சுமி பாட்டியை தழுவினாள் பவானி . கண்ணிரை சேலையில் துடைத்தபடி பரிசை ஏற்றுக்கொண்டு கை கூப்பினாள் லட்சுமிபாட்டி. எல்லோறும் நின்று கைதட்டி சந்தோஷமாய் அவரை வாழ்த்தினார்கள்.

12. இக்கரைக்கு அக்கரை பச்சை!

– கா. சங்கையா

சோபாவில் சாய்ந்தபடி அன்றைய தமிழ் நாளிதழை புரட்டிக் கொண்டிருக்கிறார்... தமிழ் மறையான். தாய்மொழி தமிழ்மொழியின்பால் கொண்ட பற்றால் ஆழமான காதலால் ‘செல்வம்’ எனும் தன்னுடைய பெயரை ‘தமிழ்மறையான்’ என்று மாற்றி வைத்துக் கொண்டவர் அவர். நாட்டு நடப்புகளை உலக விவகாரங்களை அறிந்து கொள்வதில் அவருக்கு ஆர்வம் அதிகம். ‘ எழுத்தாளன் ‘ என்றால் தன் நாட்டைப் பற்றி சமுதாயத்தைப் பற்றி உலகத்தைப் பற்றி ஓரளவாவது அறிந்திருத்தல் வேண்டும்... அல்லவா ! ஆம் ! தமிழ்மறையான் ஓர் எழுத்தாளன். நாலைந்து கதைகளையோ கட்டுரைகளையோ எழுதிவிட்டு ‘நான் ஓர் பெரிய எழுத்தாளன்’ என்ற கூறித் திரியும்...

'அரைகுடமல்ல அவர்! எழுத்தாளன் என்பவன் ஓர் நாட்டுக்கு சமுதாயத்துக்கு விழிகளாக விளங்கக் கூடியவன்' என்பதை மற்ற எழுத்தாளர்கள் மறந்துவிட்டார்களோ இல்லையோ... ஆனால் தமிழ் மறையான் மறக்கவில்லை எழுத்தாளன் என்று மற்றவர்கள் தன்னை நினைக்க வேண்டும் எனும் நப்பாசையில் அவர் எழுத்து துறையில் நுழையவில்லை சமுதாயம் எனும் தோட்டத்திலே தான் காணும் குற்றம் குறை எனும் புற்பூண்டுகளை களையெடுக்க தன் பேனாவை மண்வெட்டியாக பயன்டுத்த துவங்கியவர்தான்.... தமிழ்மறையான்.

வாய்மை நேர்மை இவைகளை தன்னிரு விழிகளாகக் கொண்ட அவர்... சமுதாயத்தில் காணும் குறைபாடுகளை சிறுகதைகளின் வழி சுட்டிக்காட்ட வேண்டும்'' எனும் எண்ணத்தில் 1970-ஆம் ஆண்டில் பேனாவை கையில் பிடித்தவர்தான்.... இன்றுவரை பிடித்துக் கொண்டிருக்கிறார். இருநூற்றுக்கும் மேற்பட்ட சிறுகதைகளை எழுதியிருக்கும் அவர் இதுவரை ஒரு நூல் கூட வெளியிட்டதில்லை! யார்யாரோ விலாசம் தெரியாதவர்கள் எல்லாம் எதையாவது கிறுக்கி புத்தகமாக வெளியிட்டு... "சிங்கப்பூர் தமிழ் இலக்கிய வளர்ச்சிக்கு நானும் பெரும்பங்காற்றிவிட்டேன்! புகழின் உச்சியை தொட்டுவிட்டேன் என்று பிதற்றி பீத்திக் கொண்டிருக்கின்றனர். ஆனால் தமிழ் மறையான்? அவர் ஓர் விசித்திரமான மனிதர்! விளம்பரத்தை விரும்பாத'' மனிதர் " உங்கள் கதைகள் கொடுங்கள். தொகுத்து புத்தகங்களாக வெளியிட்டு தருகிறோம்'' என்று பலர் அவரிடம் கெஞ்சிக்கேட்டுப் பார்த்துவிட்டனர்.

ஆனால் அவர் மசியவில்லை; இலக்கியத்தை வியாபாரமாக்க அவர் விரும்பவில்லை! அன்றைய பாரதியை போல் இன்றைய ஜெயகாந்தன் போல் அவர் யாருக்கும் தலைவணங்கா இலக்கியவாதியாக திகழ்ந்தார். மனித மனம் ஒரு குரங்கு என்பதை நன்கு அறிந்து வைத்திருந்த அவர்... எல்லோரிடமும் ஓர் அளவோடுதான் பழகுவார்! யாரையும் உற்ற நண்பராக அவர் மனம் ஏற்றுக் கொள்வதில்லை! ஏதாவது இலக்கிய சம்பந்தப்பட்ட நிகழ்ச்சிகளுக்கு முறைப்படி அழைப்பு வந்தால் மட்டுமே அங்கு அவர் தலைகாட்டுவார். மற்றபடி வீடுதான் அவருக்கு உலகம்; தனிமைதான் அவருக்கு இனிமை!

கிர்ர்ர்க்! கிர்ர்ர்க்! சோபாவுக்கு வலப்புற மூலையில் கிடந்த அந்த சிறிய வட்ட வடிவ மேசையின் மீது அமர்ந்திருக்கும் தொலைபேசிதான் அவரை அழைக்கிறது . பத்திரிகையில் பதிந்திருந்த தனது விழிகளை பிடுங்கி அந்த தொலைபேசியின் மீது அவர் பதிக்க... அவரது வலக்கரம் அந்த தொலைபேசி ரிசீவரை கைப்பற்றுகிறது.

"ஹலோ! வணக்கம்! ஆமாம் தமிழ்மறையான்தான் பேசுகிறேன்! ஓ! நீங்களார என்னா விஷயமுங்க? 'பிரபல எழுத்தாளர் ' வனஜா' சிங்கப்பூர் வராரா? அவரோடு ஓர் கலந்துரையாடலா? நம்ப 'முத்தமிழ் மன்றம் ஏற்பாடு

செஞ்சிருக்கா? சந்தோஷம்! என்ன? அந்த நிகழ்ச்சியிலே நா அவசியம் கலந்துக்கணுமா? சரி கலந்துக்கிறேன்! சிறப்புரை ஆற்றணுமா? மன்னிக்கணும் எனக்கு பேசத் தெரியாது; எனக்கு பேனாவில் பேசிதான் பழக்கம்! நிகழ்ச்சியிலே நிச்சயம் கலந்துக்குவேன்! கட்டணம் ஐம்பது வெள்ளியா! சரி கொடுத்துடுறேன்; சரி...! நன்றி !” தமிழ்மறையானின் வலக்கன்னத்தை தழுவி நின்ற தொலைபேசி ரிசீவர் மீண்டும் தன் இருப்பிடத்தில் போய் அமர்ந்து கொள்கிறது தமிழ்மறையானின் விழிகள் அந்த தொலைபேசி ரிசீவரை வெறுப்போடு நோக்க ஓர் ஆழ்ந்த பெருமூச்சு அவரது இதயத்தில் நின்று வெளிப்படுகிறது.

‘ச்சே! இவன்களுக் கெல்லாம் வேறு வேலையே...யில்லையா? எவன் வந்தாலும் மாலைப்போட்டு விருந்து வைப்பதே! இவன்களுக்கு பொழைப்பாய் போச்சு! ‘தமிழ்மறையானின் உள்ளம் தான் முணுமுணுக்கிறது. நல்ல காரியங்களுக்கு... ஆதரவற்றோர்... உடல் குறையுள்ளோர்... கோவில் - கல்வி அறப்பணிகளுக்கு நன்கொடை என்றால் ஐம்பது வெள்ளியில்லே... ஐநூறு வெள்ளிக் கொடுக்கக்கூட அவர் தயங்கமாட்டார். ஆனால் தனக்கு பிடிக்காத தேவையற்ற காரியங்களுக்கு செலவு செய்வது என்பது அவருக்கு பிடிக்காத ஒன்று!

குறிப்பாக தமிழ்நாட்டிலிருந்து இங்கு சுற்றிப்பார்க்க வரும் கலைஞர்களையோ எழுத்தாளர்களையோ வலிய சென்று மாலைப்போட்டு வரவேற்பதும் விருந்து வைப்பதும் ‘அன்பளிப்பு’ எனும் பெயரில் ‘சம்திங்’ கொடுப்பதும் தமிழ்மறையானுக்கு அறவே பிடிக்காது. அதுவும்... குறிப்பாக எழுத்தாளர்கள் வந்தால்... வந்தவர் சுண்டைக்காயாக இருந்தாலும் சரி... பூசணிக்காயாக இருந்தாலும் சரி நம் நாட்டு எழுத்தாளர் களின் முகங்களில் காறி உமிழாத குறையாக... இங்குள்ள எழுத்தாளர்களின் கதைகள் உலகதர அளவில் இல்லை;

அவர்கள் தங்கள் எழுத்தாற்றலை வளர்த்துக் கொள்ள முனைய வேண்டும்; தமிழ்நாட்டு எழுத்தாளர்களின் கதைகளை நிறைய படிக்க வேண்டும் என்ற நோட்டஞ் சொல் சொல்லிவிட்டு போவதால்தான் அவர்கள் மீது அவருக்கு எரிச்சல்... வெறுப்பு! ஊரார் பிள்ளையை ஊட்டி வளர்த்தால் தன் பிள்ளை தானே வளரும் என்று அன்று ஒரு அறிவிளி சொல்லிச் சென்றதை தெய்வ வாக்காகக் கொண்டு ஓர் சில இந்திய அமைப்புகள் தமிழ்நாட்டு கலைஞர்களை எழுத்தாளர்களை இன்முகம் கொண்டு வரவேற்று அவர்களுக்கு பெருமை சேர்க்கின்றனர்.

ஆனால் நம் உள்நாட்டு தமிழ் எழுத்தாளர்களை கலைஞர்களை அலட்சியப்படுத்துகின்றனர். நம் பிள்ளைகளின் பசியை வளர்ச்சியை கவனிக்காது அவர்களை அலட்சியப்படுத்திவிட்டு ஊரார் பிள்ளைகளுக்கு ஊட்டிவிட்டு அவர்களின் வளர்ச்சிக்கு ஏணிப்படியாய் நின்றுக் கொண்டிருந்தால் நம் பிள்ளைகளின் கதி என்னாவது? ஊக்குவிப்பு இல்லாததால் எதிர்காலத்தில் நமது

நாட்டில் தமிழ் எழுத்தாளர்களோ•••. கலைஞர்களோ இல்லாது போய்விடு-வார்களோ என்ற எண்ணம் கலக்கம் அவரது மனதில் அலைமோதுவதால்-தான் தமிழ்நாட்டு எழுத்தாளர் கலைஞர்களின் வருகையை அவரது மனம் வெறுக்கிறது. ஆனால்••• முத்தமிழ் மன்றத்தில் அவரும் ஓர் உறுப்பினராக இருப்பதால் தனது சொந்த விருப்பு வெறுப்புகளை மறந்து மன்றம் ஏற்பாடு செய்யும் நிகழ்ச்சிகளில் கட்டாயம் கலந்து கொள்ள வேண்டிய ஓர் இக்கட்-டான சூழ்நிலை அவருக்கு! ' ஆம்! உரலுக்குள் தலையை விட்டால் தலை இடிபடதானே செய்யும்!

முத்தமிழ் மன்றத்தில் ஒரே கலகலப்பு தமிழகத்திலிருந்து வருகை புரிந்-திருக்கும் பிரபல எழுத்தாளர் ' வனஜாவோடு கலந்துரையாடல் நிகழ்ச்சி••• இன்னும் சற்று நேரத்தில் ஆரம்பமாகப் போகிறது. வளர்ந்து வரும் இளம் எழுத்தாளர்களும் அனுபவமிக்க மூத்த எழுத்தாளர்களும் வலப்புர வரிசையில் அமர்ந்திருக்க எழுத்தாளர் வனஜாவை நேரில் காணும் ஆவலில் வந்திருந்த வாசகர்கள் இடப்புர வரிசையில் அமர்ந்திருக்கின்றனர். மேடையில் போடப்-பட்டிருந்த இருக்கைகளில் முத்தமிழ் மன்றத் தலைவரும் செயலாளரும் நிகழ்ச்சிக்கு ஆதரவு தந்த பிரமுகர்களும் அமர்ந்திருக்கின்றனர். எல்லோரும் ஆவலோடு வனஜாவின் வருகையை எதிர்நோக்குகின்றனர். மூத்த எழுத்-தாளர்களோடு அமர்ந் திருந்த தமிழ்மறையானும் பெண்ணின் பெயரில் நின்-றுகொண்டு எழுதிவரும் அந்த பிரபல எழுத்தாளரின் தோற்றத்தைக்காண ஆவலோடு காத்திருக்கிறார்.

ஆம்! அகிலன் - மு.வ. பார்த்தசாரதி - புஸ்பா தங்கதுரை, ஜெய காந்-தன் போன்றவர்களின் சிறுகதைகளை••• நாவல்களை அவர் அதிகம் படித்-திருக்கிறார். அந்த எழுத்தாளர்களைப் பற்றி ஓரளவு அறிந்தும் வைத்திருக்-கிறார் ஆனால் வனஜாவின் படைப்புகளை அவர் தொட்டுப்பார்த்ததில்லை காரணம் மற்ற எழுத்தாளர்களைப் போல வாசகர்கள் புரிந்து கொள்ளும்-வன்னம் கதையை எளிய நடையில் எழுதாமல்••• கதைக்கருவை சுற்றி வளைத்து••• சுட்டுப் பொசுக்கி சுவைத்தவர்களுக்கு ஜீரணத்தை ஏற்படுத்தாத கதைகூறும் பாணி தமிழ்மறையானுக்கு பிடிக்காததால் அவர் வனஜாவின் படைப்புகளை படிப்பதில்லை; அதனால் அவரைப் பற்றி அறிந்து கொள்ள-வும் விழையவில்லை!

ஒட்டகச்சிவிங்கியை போல உயரமான மெலிந்த தோற்றத்தோடு ஒருவர்••• அலட்சிய பார்வையை வீசியபடி அரங்கினுள் நுழைகிறார். அரங்கினுள் அலைவீசிக் கொண்டிருந்த சிறு சலசலப்பு மெல்ல தேய்கிறது. மூத்த எழுத்-தாளர் ஒருவருடன் நம் இந்திய சமூகத்தில் வளர்ந்து நிற்கும் விவாகரத்து பிரச்னையை குறித்து விவாதித்துக் கொண்டிருந்த தமிழ்மறையான் அவை அடக்கத்தோடு நிமிர்ந்து உட்காருகிறார். அந்த உயர்ந்த மனிதர் அரங்கினுள் நுழைந்ததுமே முத்தமிழ் மன்றத்தின் தலைவர் வண்ணதாசன் ஓடிச் சென்று இருகரங்களையும் பற்றி அரங்கினுள் அழைத்து வந்து ஒலிபெருக்கியை பற்-

றுகிறார்.

“எழுத்தாளர்களே! வாசகர்களே! இவர்தான் பி ரபல எழுத்தானர் வனஜா! சிங்கையின் எழிலை பருகி போக வந்தவர் : நம் முத்தமிழ் மன்றத்தின் அழைப்பை ஏற்று ந(oது எழுத்தானர் வாசகர்களோடு கலந்துரையாடலில் கலந்து கொள்ன வந்திருக்கார்! அவருக்கு முதலில் நமது நன்றியை தெரி-வித்துக் கொண்டு உங்கள் சார்பாகவும் முத்தமிழ் மன்றத்தின் சார்பாகவும் இந்த மலர்மாலையை அணிவிக்கிறேன்|’ ‘ என்று கூறிய படி செயலானர் செல்லப்பன் நீட்டிய மாலையை லாவகரமாக வாங்கி எழுத்தாளர் வனஜாவின் கழுத்தில் சூட்டுகிறார் கர ஒலியால் அந்த சிறிய அரங்கம் அதிர்கிறது;

மறுகணம் ஒரே...பளிச்! பளிச்! பளிச்! சற்று நேரத்துக்கு முன்பு முக-மெல்லாம் பல்லாக வந்தவர்களுக்கெல்லாம் குளிர்பானப் பாக்கெட்டுகளை அள்ளி வழங்கிக் கொண்டிருந்த வள்ளல்தான் இப்போது புகைப்பட நிருபராக மாறி... குனிந்து -நிமிர்ந்து தாண்டி குதித்து பதுங்கி படுத்து இன்னும் பல கோணங்களில் எழுத்தாளர் வனஜாவை தனது புகைப்பட கருவிக்குள் திணித்துக் கொண்டிருந்தார்.

அவரின் செயல் சிலருக்கு வேடிக்கையாகவும் பலருக்கு வேதனையாகவும் இருக்கிறது. காரணம் அவர் வேறு யாருமல்ல; முத்தமிழ் மன்றத்தின் செல்-லப்பிள்ளை! சிங்கை மணி. சிங்கை மணி பரந்த மனம் கொண்ட பொது தொண்டர். அவர் வெறும் தொண்டர் மட்டுமல்ல, சிங்கைத்தாயின் மடியிலே அவரும் ஓர் எழுத்தாளார்தான்! அவரது செய்கையை தமிழ்மறையானின் விழிக் வேதனையோடு நோக்குகின்றன.

எழுத்தாளராக இருக்கும் இவர்... சபையிலே இப்படியா நடந்து கொள்ள வேண்டும்? வந்திருக்கும் அந்த எழுத்தாளர் இவரைப்பற்றி என்ன நினைப்-பார்? எழுத்தாளனுக்கே உரித்தான அந்த தன்மான உணர்வு இவரிடம் கொஞ்சங்கூட இல்லையே! சிங்கை மணியின் செய்கை தமிழ்மறையானின் உள்ளத்தை நெருடுகிறது. முத்தமிழ்ச் சங்கத் தலைவர் வண்ணதாசன்... அந்த தமிழ்நாட்டு எழுத்தாளர் வனஜாவை கவிதை மொழியில் புகழோபு-கழென்று புகழ வனஜா... அந்த புகழ் மழையில் நனைந்து உச்சிக்குளிர நிற்கிறார்.

தமிழ்மறையானின் சல்லடைக்கண்கள் வனஜாவை சலிக்க ஆரம்பிக்-கின்றன! வலப்பக்கமாக வளித்து சீவப்பட்ட தலைமுடி, அடர்ந்த புருவங்-கள்... ஒட்டிய கன்னங்கள்.... எடுப்பான மூக்கு... குவிந்த சிறிய உதடுகள். அந்த மேல் உதட்டுக்கும் மூக்குக்கும் இடைப்பட்ட பகுதியில் ‘கரு வண்டு அமர்ந்திருப்பது போல் கட்டையான குட்டை மீசை!’ வனஜாவின் தோற்றம் யாரையோ தமிழ்மறையா னுக்கு நினைவுபடுத்த... அவரது சிந்தனையில் ஓர் உருவம்; ஆம்! இரண்டாம் உலகப்போரில் இவ்வுலகையே கதிலகங்க வைத்த சர்வாதிகாரி ஹிட்லரின் முகச்சாயல், வனஜாவின் முகத்தில் பிர-திபளிப்பதை காண்கிறார் தமிழ்மறையான். முத்தமிழ் மன்றத் தலைவர் ஒரு

வழியாக தமிழ்நாட்டு எழுத்தாளருக்கு புகழ்மாலையை சூட்டி முடிக்க மீண்டும் கர ஒலி. அரங்கை அதிர வைக்கிறது. புன்னகை முகத்தில் ஒளி வீச. .. ஒலிபெருக்கியின் முன் வந்து நிற்கிறார்..

வனஜா. சிங்கையின் எழிலை நம் மக்களின் உழைப்பை... ஒற்றுமையை தமிழரின் தமிழ்ப்பற்றை.. தமிழ் இலக்கிய வளர்ச்சியைப் பற்றி அவர் பேச போகிறார் எனும் எண்ணத்தில் ஆசையில் தன் செவிகளை கூர்மையாக்கிக் கொள்கிறார்... தமிழ்மறையான். ஆனால் ஏமாற்றம்! சிங்கை திருநாட்டைப் பற்றியோ... மக்களின் மாண்பைப் பற்றியோ அவர் பேசவில்லை! இங்கு வந்துபோன மற்ற எழுத்தாளர்களைப் போலவே அவரும் தான் எழுத்துலகில் நுழைந்த விதத்தையும் ஆற்றிய சாதவுகளையும் வெளிக் கொட்டுகிறார்.

தான் பணியாற்றிய பத்திரிகைகளைப் பற்றியும் தன்னுடைய எழுத்துக்குக் கிடைத்த பரிசு, பதக்கங்களைப் பற்றியும் தன் எழுத்தில் மயங்கி தன்னை வட்டமிட்ட பெண்களைப் பற்றியும் தன்னை மறந்து அவர் சொல்லி மகிழ்ந்துக் கொண்டிருக்க அவ்வப்போது கர ஒலி எழுப்பி... அவர் மென்மேலும் அள்ளிவிடுவதற்கு வடிகால்களை வெட்டிக் கொடுகின்றனர். எழுத்துலக ஏட்டிலே நடைபயில ஆரம்பித்திருக்கும் இளம்பயிர்கள்! உற்சாகமூட்டினால் மண்புழுவும் துள்ளி குதிக்கத்தானே செய்யும்! இளம்பயிர்கள் கைத்தட்டி ஊட்டிய உற்சாகத்தில் வனஜாவின் பேச்சு மடை திறந்த வெள்ளமாகிறது.

ஆனால் அந்த பேச்சு... மூத்த எழுத்தாளர்களை முகம் சுளிக்க வைக்கிறது. ஆம்! தனக்குத்தானே அவர் புகழ்மாலைச் சூட்டிக் கொள்கிறார். சுற்றி வளைத்து, 'இந்த உலகத்திலே தானே பெரிய எழுத்தாளன் இலக்கியவாதி என்பதை அவர் சொல்லாமல் சொல்லுகிறார். அவருடைய பேச்சை வாகர்களும் இளம் எழுத்தாளர்களும் ரசிக்கின்றனர்; மூத்த எழுத்தாளர்களோ ரசிப்பது போல பாவனை செய்கின்றனர். ஆனால் ஜாடைமாடையாக ஒருவரை ஒருவர் பார்த்து அர்த்தத்தோடு சிரித்துக் கொள்கின்றனர்.

ஒரு வழியாக வனஜா தன் மடைத்திறந்த பேச்சுக்கு முற்றுப்புள்ளி வைக்க.. கர ஒலியால் அரங்கம் மீண்டும் அதிர்கிறது. முத்தமிழ் சங்கத்தினால் ஏற்பாடு செய்யப்பட்டிருந்த சில பேச்சாளர்கள் மேடையில் தோன்றி... தமிழ் இலக்கியத் துக்கு புதுமை சேர்த்தவர்... அறிவியலை நிழலாடவிட்டவர் நம் வனஜாதான் என்று கூறி கனமான புகழ்மாலைகளை அவருக்கு சூட்ட அதனால் அவரது உச்சிக்குளிர அவரது முகமெல்லாம் பல்லாகுகிறது. மேடை முழக்கங்கள் ஓர் முடிவுக்கு வர சிற்றுண்டி வேளை ஆரம்பமாகிறது.

சிற்றுண்டி வேளையின் இறுதியில் கலந்துரையாடல் இடம் பெறுகிறது மூத்த எழுத்தாளர்கள் ஒரு பக்கம் ஓரம்கட்ட.... வளரும் எழுத்தாளர்களும் வாசகர்களும் வனஜாவோடு கைக்குலுக்கிக் கொண்டும்... கையெழுத்து வாங்கிக்கொண்டும் புகைப்படங்கள் எடுத்துக் கொண்டும் இருக்கின்றனர். எழுத்துலகின் இளம் பயிர்கள்.... சில... தங்களது எழுத்தாற்றலை வளர்த்துக் கொள்ள அவரிடம்... ஆலோசனை கேட்டு நிற்கின்றனர். அவர் புதி-

தாக புதுமையாக எண்னா சொல்லப் போகிறார்? என்பதை அறிந்துகொள்ள தமிழ்மறையான் தன் செவிகளை நீட்டிக் கொள்கிறான்.

நிறைய படியுங்கள்! படித்ததை சிந்தியுங்கள் சிந்தித்ததை... காகிதத்தில் கிறுக்குங்கள்; கிறுக்கியதை கூட்டிக் கழியுங்கள்! சிறுகதை எழுதும் ஆற்றல் உங்களை அறியாமலேயே உங்களை வந்தடையும்! என்று.... பிரபல எழுத்தாளர்கள் சிறுகதை எழுத விரும்புவோருக்கு எழுதும் அந்த தாரகமந்திரத்தையே... வனஜாவும் ஓதுகிறார். தமிழ்மறையானுக்கும் ஏமாற்றம்! மூத்த எழுத்தாளர்களின் முகங்களிலே கேலிப்புன்னகை! அலைபாய்கின்றன அப்போது முத்தமிழ் மன்றத் தலைவர் வண்ணதாசன் உள்ளூர் எழுத்தாளர் சிலர் எழுதிய சிறுகதைகளை... கதை பிரதிகளை. கொண்டு வந்து வனஜாவின் கையில் கொடுக்கிறார். "சார்! இது எங்க சிங்கப்பூர் எழுத்தாளர்களோட சிறுகதைங்க! இந்த கதைகளை கொஞ்சம் ஆய்வு செஞ்சி... உங்க கருத்தை சொல்லுங்க சார். அது எங்க எழுத்தாளர்களுக்கு பெருமை சேர்க்கும்!" என்கிறார்.

"உங்க எழுத்தாளர்களோட சிறுகதைங்களா! ஹூம்! பார்க்கிறேன்! அப்படி என்னதான் எழுதியிருக்காங்கன்னு! பார்த்து சொல்லுறேன். அலட்சியமாக கூறியபடி அந்த சிறுகதை பிரதிகளை அலட்சியமாக நோக்குகிறார்... வனஜா; அவரை வெறுப்போடு நோக்குகிறார் தமிழ்மறையான். வனஜாவின் கதைகளை படித்திராவிட்டாலும்... தமிழகத்தில் அவர் ஓர் பிரபலமான எழுத்தாளர் என்ற முறையில் அவர் மீது மதிப்பும் மரியாதையும் வைத்திருந்தார் தமிழ்மறையான்.

ஆனால் இன்று...? அதோ! கால் மேல் கால் போட்டு சொகுசாக அமர்ந்து கொண்டு வலக்கையால் பூரியை சட்டினியில் நனைத்து சுவைத்தபடி தன் மடிமீது கிடக்கும் கதைப்பிரதிகளை அவரது இடதுக்கரம் பற்றுகிறது; அவரது இடக்கர கட்டை விரல்... ஆள்காட்டி விரலின் துணையோடு முதல் பக்கம் இரண்டாம் பக்கங்களை புரட்டிவிட்டு, ஒரே நாவலாக கடைசிப் பக்கத்துக்கு தாவுகின்றன.

ஆம் நுனிப்புல்லை மேயும் மாட்டைப்போல கதைகளை வனஜா ஆய்வு செய்யும் விதம் மூத்த ஏழுத்தாளர்களுக்கு வியப்பை ஏற்படுத்துகிறது. ஒருவேளை... ஒரு பானை சோற்றுக்கு ஒரு சோறு பதம் மாதிரி... ரெண்டு மூணு வரிகளைக் கொண்டே கதையின் தரத்தை அறிந்து கொள்ளும் ஆற்றல் இவரிடம் இருக்கிறதோ எனும் ஐயத்தில் எல்லோரும் மூழ்கி நிற்க, தனது மடியில் கிடந்த கதைப்பிரதிகளை அள்ளி, அலச்சியமாக வண்ணதாசனிடம் நீட்டுகிறார் வனஜா!

"என்னங்க... சார்....! இந்த கதைகளைப் பத்தி ஒண்ணுமே சொல்லலயே?" நம் எழுத்தாளர்களின் தரத்தை அறிந்து கொள்ளும் ஆவலில் கேட்கிறார்.... முத்தமிழ் மன்றத் தலைவர் வண்ணதாசன். அவரை அலட்சியமாக

நோக்குகிறார் வனஜா - அவரது விழிகளிலே ஏளனம்!

"எனக்கு எதையுமே வெளிப்படையாகப் பேசிதான் பழக்கம். நா உண்மையை சொல்லப் போறேன்; யாரும் என் மேலே வருத்தப்படக் கூடாது; நண்பர் வண்ணதாசன் 'கதைங்கன்னு சொல்லி இந்த ஸ்கிரிப்டுங்களை கொடுத்தாரு! ஆனா இதுங்களே கதைங்களே இல்லை! வெறும் குப்பைங்க! இதையெல்லாம் கதைங்கன்னு சொன்னால்.... கதைங்களுக்கே மதிப்பில்லாமே போயிடும்!

இங்கே கதை எழுத விரும்புறவங்க.... முதல்லே நிறைய கதைங்களை படியுங்க! அதுவும் குறிப்பாக தமிழ்நாட்டு எழுத்தாளர்களோட கதைங்களை படிச்சாலே போதும்... கதை எழுதுறது எப்படின்னு உங்களுக்கு புரிஞ்சிடும். அதைவிட்டுவிட்டு சிறுகதைக்கு இலக்கணம் தெரியாமே இப்படி கிறுக்கினால் இதுங்க சிறுகதையாயிடுமா? தலையில்லாமே வாலில்லாமே... சேச்சே! இதுங்களாம் கதைங்கள்...? குப்பைங்க!". ஏளன வார்த்தைகளை அவர் அள்ளி வீச... மூத்த எழுத்தாளர்களின் முகங்கள் கருக்கின்றன.

அங்கே சலசலப்பு! எந்த எழுத்தாளராவது உணர்ச்சிவசப்பட்டு... பொறுமையிழந்து வசைமொழியால் வனஜாவை நாறடித்து விடப் போகிறாரோ என்று எண்ணி அஞ்சிய முத்தமிழ் சங்கத் தலைவர் வண்ணதாசன் தனது விழிகளை மின்னற் வேகத்தில் மூத்த எழுத்தாளர் பக்கம் நழுவவிடுகிறார்; ஆனால் காரியம் மிஞ்சிவிட்டது. இது பனங்காட்டு நரி எந்த சலசலப்புக்கும் அஞ்சாது எனும் தோரணையில் வனஜா ஏளனப் பேச்சை தொடர.... தன்மான உணர்வில் சிலிர்த்தெழுகிறது ஓர் கிழட்டுச் சிங்கம். சிங்கம் கிழடானாலும் அதன் வீர கர்ஜனை முடமாகியா போய்விடும்?

"எங்க நாட்டுக்கு வந்து எங்க சங்கத்துலே உட்கார்ந்துக்கிட்டு நாங்க கொடுத்த பூரியையும் கிழங்கையும் சுவைச்சுக்கிட்டு... எவ்வளவு சௌடாலாக எங்க கதைங்களை குப்பையின்னு சொல்லுவீங்க! நாங்க என்னா உங்க மாதிரி பத்திரிகையிலே ஆசிரியராய் வேலைப்பார்த்து மனம்போன போக்கில் கண்டதையெல்லாம் கிறுக்கி அவற்றை நாவல் என்றும்... சிறுகதை என்றும் பெரிசா விளம்பரப்படுத்தி... விளம்பரத்தா லேயே ஓர் எழுத்தாளனாய் உங்களை உயர்த்திக்கிட்ட நீங்க... படிக்கிறவங்க புரிஞ்சிக்கிற மாதிரி ஓர் நாவலோ ஓர் சிறுகதையோ எழுதத் தெரியாத ஓர் அரைவேக்காடு நீங்க நீங்க போயி எங்கக் கதைங்களை குப்பை - ன்னு சொல்லுறீங்க! எழுத்துத்துறையிலே... சிறுகதை துறையிலே ஊறிப்போன் பழுத்த அனுபவசாலிங்க பலர் இங்கே இந்த சிங்கை நாட்டிலே இருக்கோம்!

அதை நிரூபிக்க எங்க நாட்டு எழுத்தாளர்கள் சார்பில் இப்பவே...உங்களோடு போட்டியிட நான் தயார்..! நீங்க தயாரா? "சிங்கை நாட்டின் பழம்பெரும் எழுத்தாளர்களின் ஒருவரான சே.வே.சா தான் தன்மான உணர்வால் குமுறி எழுகிறார். சிங்கை வாழ் தமிழ் எழுத்தாளர்களிலேயே மிகுந்த

கோபக்காரராக... விசுவாமித்திரராக விளங்கும் தமிழ்மறையானோ... சபை அடக்கத்தை மனதில் கொண்டு... சே.வே.ச.வை சாந்தப்படுத்துகிறார்.

"அவர் விருந்தினராக வந்திருக்கார்! ஆகையால் விருந்தோம்பலை மனதிற் கொண்டு கொஞ்சம் பொறுமையாக இருங்க சார்! இவர் இப்படி பேசுவதற்கு வழிவகுத்து கொடுத்ததே நாம்தான். தமிழ்நாட்டிலே கொடிகட்டி பறக்கிற எழுத்தாளர்களையெல்லாம் விழுங்கி ஏப்பமிடக்கூடிய உங்களைப் போன்ற பழுத்த எழுத்தாளர்கள்... இலக்கிய வாதிங்க நம்ப நாட்டிலே நிறைய இருக்காங்க!

இருந்தும் நம் திறமை வெளியுலகுக்கு தெரியாமலேயே இருக்கு! காரணம்.... நாமே குண்டு சட்டிக்குள்ளே குதிரைய ஓட்டிக்கிட்டிருக்கோம்! நம்ப நாட்டுக்குள்ளேயே நம்ப எழத்துத்திறனை காட்டிக்கிட்டிருக்கோம் நம்முடைய படைப்புகள் நூட்கள்... வெளிநாட்ட வாசகர்கள்.... குறிப்பாக தமிழ்நாட்டு வாசகர்களின் கைகளில் தவழ்ந்தால்தான் நாமும் தமிழ்நாட்டு எழுத்தாளர்களைப் போல் புகழ் பெற முடியும்!

குடத்துக்குள் எரியும் விளக்காய் இராமல், குன்றின் மேல் எரியும் விளக்காய் நாம் பிரகாசிக்க வேண்டுமானால் நம்முடைய படைப்புகள் நூட்கள் தமிழ் நாட்டு வாசகர்களை போய் சேர வேண்டும். அப்போதுதான் தமிழ்நாட்டு வாசகர்கள்... எழுத்தாளர்கள் நம்முடைய எழுத்தாற்றலை அறிந்து நமக்கு மதிப்பும் மரியாதையும் கொடுப்பார்கள்!" என்று தமிழ்மறையான் சொல்லி முடிக்க உற்சாகமிகுதியால் தலைவர் கைதட்டுகிறார்.

திரு.தமிழ் மறையான் சொல்வது நூற்றுக்கு நூறு உண்மை! நம் சிங்கை எழுத்தாளர்களை எல்லாம் விரைவில் ஒன்றுதிரட்டி இது குறித்து விவாதித்து ஓர் நல்ல முடிவெடுப்போம்; நமது எழுத்தாளர்களின் ஆற்றலை தமிழ்நாட்டு வாசகர்கள் அறியும்படி செய்வோம்! இன்று... இக்கரைக்கு அக்கரை' பச்சை! நாளை அக்கரைக்கு இக்கரை பச்சையாகிவிடும். மீண்டும் அரங்கம் கரவொலியால் அதிர்கிறது.

- புது அப்பா!, முதற்பதிப்பு: பெப்ரவரி 2011, தமிழ்க் கலை அச்சகம், சிங்கப்பூர்

4

0. நாஞ்சில் நாடன்

மது வேண்டி எவனிடமும் இரந்தேனில்லை
எவள் நிதம்ப வாசனைக்கும் விரைந்தேனில்லை
கூலிக்காய் எவரையும் நான் புகழ்ந்தேனில்லை
சலுகைக்காய் குய்யமெதும் தாங்கவில்லை
முன்னுரைக்கும் மதிப்புரைக்கும் அலைந்தேனில்லை
தமிழ்த்துறையின் தாழ்வாரம் உருண்டேனில்லை
பதிப்பாளர்முன் குனிந்து நின்றேனில்லை
விருதுக்காய் பரிசுக்காய் நடந்தேனில்லை
சுயசாதி இருக்கைக்காய் நச்சவில்லை
சவத்துக்குத் தேசக்கொடி உவந்தேனில்லை
எவர்காலும் நக்குவதெம் தமிழும் இல்லை.

13. மலேசியத் தமிழ் எழுத்தாளர் சங்கத்தின் இலக்கிய மோசடி!

- கே. பாலமுருகன், அ. பாண்டியன், தயாஜி

கடந்த 15.08.2013 ஆம் நாள் மக்கள் ஓசையில் வெளிவந்த மலேசியத் தமிழ் எழுத்தாளர் சங்கத்தின் அறியாமைகள், இயலாமைகள் குறித்த அதன் செயலாளர் ஆ. குணநாதனின் அறிக்கையைப் படித்தோம். இத்தனைநாள் எழுத்தாளர்களின் காப்பிரைட் சட்டத்திட்டங்கள் குறித்து அறியாமல் இருந்தது சங்கத்தின் மிகப்பெரிய குற்றமாகும். 5 ஆண்டுகளாக வருடாந்திர சிறுகதைகளைத் தேர்ந்தெடுத்துத் தொகுப்பு போடும் செயல்பாட்டில் தன்னை ஈடுப்படுத்தி வந்த எழுத்தாளர் சங்கத்திற்கு எப்படி இது குறித்து தெரியாமல் போக வாய்ப்புண்டு?

அப்படியென்றால் இத்தனை வருடங்கள் காப்பிரைட்/எழுத்தாளர்களின் உரிமம் குறித்த சிக்கல்களையும் அதன் சட்டவிரோதங்களையும் அறியாமல்-

தான் செயல்பட்டார்கள் என்றால் அந்தக் குற்றங்களுக்குப் பொறுப்பேற்று அதன் நடப்பு தலைவர் அவர்களும் செயலாளரும் உடனே பதவி விலகுவார்களா? சட்டச்சிக்கல்கள் குறித்து எழுத்தாளர் சங்கம் அறிந்தவுடன் என்ன செய்திருக்கலாம்? உடனே தங்கள் வருத்தத்தைத் தெரிவித்துக் கொண்டு இனி அன்பளிக்கு என்றில்லாமல் தேர்ந்தெடுக்கப்படும் கதைகளுக்கு காப்பிரைட் பணம் கொடுக்கப்படும் என்றல்லவா அவர்கள் அறிவித்திருக்க வேண்டும்? அதுதானே ஒரு சங்கத்தின் மிக முக்கியமான கடப்பாடு.

அதைவிடுத்து, சகோதரமனத்துடன்தான் செய்தோம், ஓர் அன்பின் காரணமாகத்தான் செய்தோம் என்கிற பம்மாத்தும் மலுப்பலும் எதற்கு? பொதுவான மலேசியத் தமிழ் எழுத்தாளர்களைப் பிரதிநிதிக்கும் சங்கத்திடம் மக்கள் அன்பையோ சகோதரத்துவமனபான்மையையோ எதிர்பார்ப்பதில்லை. சங்கம் தனது நேர்மையான செயல்திட்டங்களையும் கடப்பாடுகளையும் கொண்டிருத்தலே அவசியம்.

தோல்வியை ஒப்புக்கொள்ளல் - ஒரே ஒரு சட்டச்சிக்கலுக்குப் பயந்து மலேசியத் தமிழ் எழுத்தாளர் இயக்கம் தனது அனைத்து இலக்கிய நடவடிக்கைகளையும் கைவிட்டுள்ளது. ஒரு சமூகத்தின் இலக்கிய சங்கமாக இருக்கும் மலேசியத் தமிழ் எழுத்தாளர் இயக்கம் இலக்கியம் சார்ந்த அனைத்து செயல்பாடுகளையும் நிறுத்திவிடுவதன் மூலம் தொடர்ந்து அடுத்த என்னவெல்லாம் செய்யவுள்ளது என அறிய ஆவலாக இருக்கின்றது. புதுக்கவிதை ஆய்வு, சிறுகதை தேர்வு எனச் சங்கத்தின் கடப்பாடுகளை அதன் இழப்பதன் மூலம் இனி என்ன செய்வதாகத் திட்டம்? அப்படியொன்றுமில்லையென்றால் பிறகு ஏன் மலேசியவிற்கு ஓர் இலக்கிய இயக்கம் வேண்டும்?

அதன் அவசியம் இப்பொழுது என்ன? உடனே சங்கத்தையும் களைப்பதுதானே உத்தமம்? அனைத்து நடவடிக்கைகளையும் உடனடியாக நிறுத்திவிட்டு இனி என்ன கலந்துரையாடல்கள் அல்லது தீர்மானங்கள் எடுக்க வேண்டியுள்ளது? மலேசியாவே நீங்கள் கடந்த காலங்களில் செய்த தவறுகளை அறியும்படி வாக்குமூலம் கொடுத்துவிட்ட பிறகு இனியும் என்ன அனைத்தையும் மீண்டும் ஆலோசிப்பதாக அறிக்கை?

மலேசியப் பல்கலைக்கழகங்கள்/கல்லூரிகள் நடத்தும் இலக்கியப் போட்டிகள் - குணநாதனின் அறிக்கையில் மற்றுமொரு விசயம் பல்கலைக்கழகங்கள் நடத்தும் இலக்கியப் போட்டிகள்/தொகுப்புப் பிரசுரித்தல் தொடர்பான எச்சரிக்கை. பல்கலைக்கழகங்கள் இனி தொடர்ந்து தங்களின் இலக்கிய நடவடிக்கைகள் குறித்து கவனம் செலுத்த வேண்டும் மலேசியத் தமிழ் எழுத்தாளர் இயக்கம் கேட்டுக்கொள்வதில்தான் பயங்கரமான வேடிக்கை அடங்கியுள்ளது. மலாயாப்பல்கலைக்கழகமும் மலேசியத் தேசியப் பல்கலைக்கழகமும் நடத்தும் இலக்கியப் போட்டிகள் தொடர்பான விதிமுறைகளில் ஒன்று அப்போட்டியில் வெற்றிப்பெறும் படைப்பாளர்களின் சிறுகதைகள் புத்தகமாக அச்சடிக்கப்பட்டு பொதுமக்களுக்கும் மாணவர்களுக்கும் விநியோகிக்கப்படும் என்ப-

தாகும். அதனை முழுமையாக ஏற்றுக்கொண்ட பிறகே ஒரு படைப்பாளன் அப்போட்டிக்குத் தன் கதைகளை அனுப்புகின்றான்.

பிறகெப்படி தமிழ் எழுத்தாளர் இயக்கம் தங்களின் நடவடிக்கைகளை மிகச்சரியாகச் செய்யும் பல்கலைக்கழகங்களை நோக்கி இப்படியொரு ஆலோசனையைப் பிறப்பிக்க முடியும்? மலேசியப் பல்கலைக்கழகங்கள் உடனே இதைக் குறித்து மறுப்புத் தெரிவிக்க வேண்டும் எனக் கேட்டுக்கொள்கிறோம்.

ஆனால், மலேசியத் தமிழ் எழுத்தாளர் இயக்கம் வருடாந்திர கதை தேர்வுகளை மலேசியத் தமிழ் பத்திரிகைகளில் பிரசுரமான கதைகளைத் தேர்ந்தெடுத்துப் புத்தகமாக அச்சிடுகின்றது. அப்படி அவர்கள் செய்கையில் சம்பந்தப்பட்ட படைப்பாளரிடம் இது குறித்து எந்த முன்னறிவிப்பும் செய்ததில்லை. ஒருவேளை அக்கதை பிரசுரமான பத்திரிகைகளுக்கு இது தொடர்பாக அவர்கள் கடிதம் எழுதி படைப்பாளர்களைத் தொடர்புக்கொள்ளவும் முயன்றதில்லை. இப்படிச் செய்யாமல் கதைகளைப் புத்தகமாக்கி அதை விற்பது மிகப்பெரிய திருட்டுக் குற்றமாகும். இது தொடர்பாக வழக்குத் தொடுக்கவும் நாங்கள் முடிவெடுத்துள்ளோம்.

அனுமதியில்லாமல் எங்கள் சிறுகதைகளை அச்சாக்கி அதை வெளியீடும் செய்து பணம் திரட்டிய எழுத்தாளர் சங்கம் கடந்த காலங்களிலும் நிகழ்ந்தே இதே தவறுக்குப் பதில் சொல்லியாக வேண்டும். இல்லாத பட்சத்தில் நாங்கள் எங்கள் புகாரை அடுத்தடுத்தக் கட்டங்களுக்குக் கொண்டுச் செல்வதை தவிர வேறு வழியில்லை.

14. கட்டுரை எழுதுவது எப்படி?

- ஜார்டன் பீட்டர்சன்

கனடாவைச் சேர்ந்த உளவியல் நிபுணர், பேராசிரியர். இன்று உலக அளவில் அறிவுத்தளத்தில் புழங்குபவர்களில் மிகவும் பிரபலமானவர்களில் ஒருவர். தீவிர வலதுசாரி.

இணைய ஆளுமை என்கிற பதம் தற்போது புழக்கத்தில் இருக்கிறது. சமூக ஊடகங்கள் வழியாகப் பிரபல்யம் அடைபவர்களையும், அங்கு கவனிக்கப்படுபவர்களாக இருப்பவர்களையும் குறிப்பது அது. அப்படியாக, அறிவுத் தரப்பிலிருந்து சமூக ஊடகங்கள் வழியாகக் கவனத்தை ஈர்த்தவர் ஜார்டன் பீட்டர்சன். இதுவரையில் மூன்று புத்தகங்கள் - 'மேப்ஸ் ஆப் மீனிங்' (Maps of Meaning 1999), '12 ரூல்ஸ் பார் லைப்' (12 Rules for Life 2018), 'பியாண்ட் ஆர்டர்' (Beyond Order 2021) - எழுதியிருக்கிறார். இவற்றில் '12 ரூல்ஸ் பார் லைப்' புத்தகம் அவருக்கு பெரும் வாசகப் பரப்பை ஈட்டித்தந்தது. எனினும், அவர் முதன்மையாக அவரது புத்தகங்களின் வழியாக அல்லாமல், அவரது யூடியூப் உரைகள், பாட்காஸ்ட்

(Podcast) வழியாகவே அறியப்படுபவர். பெரும்பாலும் அவரது உரைகள் நடத்தைசார் நெறிகளை மையப்படுத்தியவை.

2019ஆம் ஆண்டு ஏப்ரல் மாதம் கனடாவின் டொராண்டோவில் உள்ள மெரிடியன் ஹாலில் 3,000 பார்வையாளர்களுக்கு முன்னிலையில் ஜார்டன் பீட்டர்ஸனுக்கும் தத்துவவியலாளர் ஸ்லாவாய் ஜிஜெக்குக்கும் (Slavoj Zizek) நடந்த விவாதம் மிகவும் புகழ்பெற்ற ஒன்று. பீட்டர்சன் இடதுசாரிகளை, பின்நவீனத்துவாதிகளைக் கடுமையாக விமர்சிப்பவர். இந்நிலையில் பீட்டர்சனின் அணுகுமுறை 'போலி அறிவியல்' என்று ஜிஜெக் விமர்சித்தார். அதற்கு பீட்டர்சன் 'வாருங்கள் நேருக்கு நேர் விவாதிப்போம், எங்கு வேண்டுமானாலும் எப்போது வேண்டுமானாலும்' என்றரீதியில் சவால் விட்டார். அதையெடுத்தான் மெரிடியன் ஹாலில் 'மகிழ்ச்சி: முதலாளித்துவம் எதிர் மார்க்ஸிஸம்' (Happiness: Capitalism vs Marxism) எனும் தலைப்பில் இருவருக்கிடையே விவாதம் ஏற்பாடு செய்யப்பட்டது. பார்வையாளர் கட்டணம் 300 டாலர். இந்திய மதிப்பில் ரூ.22,500.

பீட்டர்சன் வெளிநாடுகளுக்குப் பயணம் மேற்கொண்டு கருந்துரையாற்றிவருகிறார். திரையரங்குகளில் கூட்டம் கூடுவதுபோல் அவருடைய உரை நிகழ்ச்சிகளுக்குப் பெருந்திரள் கூடுவது வழக்கம். அந்த அளவுக்கு பீட்டர்சனுக்கு மிகப் பெரும் ரசிகப் படை உண்டு. மிகக் கச்சிதமாகவும் மிக வலுவாகவும் (மூர்க்கமாக) தன் தரப்பை முன்வைக்கூடியவர். அரசியல் சரிநிலையைப் (Political Correctness) பொருட்படுத்தாது தான் மனதில் நினைப்பதைச் சொல்பவர். இதனால் எந்த அளவுக்கு இவருக்கு ரசிகர்கள் இருக்கிறார்களோ அந்த அளவுக்கு இவரைக் கடுமையாக விமர்சிப்பவர்களும் உண்டு.

பீட்டர்சன் கட்டுரை எழுதுவதற்கான வழிகாட்டி ஒன்றை (Essay Writing Guide) எழுதியிருக்கிறார். கட்டுரை என்றால் என்ன? கட்டுரை ஏன் எழுதப்படுகிறது? ஒரு கட்டுரையை எப்படி ஆரம்பிப்பது? அதை எப்படி வடிமைப்பது? அதில் என்னவெல்லாம் இருக்க வேண்டும்? இப்படிக் கட்டுரை எழுதுவதற்கான அனைத்து விஷயங்களையும் உள்ளடக்கிய வழிகாட்டி அது. பீட்டர்சன் மீதான ஈர்ப்பு, விமர்சனம் ஆகியவற்றைத் தாண்டி அவரது இந்த வழிகாட்டி அவசியம் வாசிக்கப்பட வேண்டிய ஒன்று. அந்த வழிகாட்டியின் சுருக்கத்தை 'அருஞ்சொல்' தன் வாசகர்களுக்காக இங்கே தருகிறது.

ஏன் கட்டுரை எழுதுவது அவசியம்? - ஒரு விஷயத்தைப் பற்றித் தெளிவான புரிதலைப் பெற, ஒரு விஷயத்தைப் பற்றிய சிந்தனையை வெளிப்படுத்த, ஒரு விஷயம் குறித்த கேள்விக்கு விடை காண எழுதப்படுவதுதான் கட்டுரை. தெளிவாகச் சிந்திப்பதற்கு எழுதவதைத் தவிர வேறு சிறந்த வழியில்லை. ஒரு சிந்தனையை எழுதிவிட்ட பிறகு அதை நாம் வேறு கோணங்களில் அணுக முடியும். ஆனால், எழுதாமல் மனதில் மட்டும் யோசித்துக்கொண்டிருக்கும்போது அந்தச் சிந்தனையை மேம்படுத்துவது கடினமானது.

நீங்கள் வாழ்க்கையில் வெற்றிபெற, உங்கள் தரப்பைத் தெளிவாக முன்வைப்பது அவசியம். எவர் ஒருவர் அவரது தரப்பைச் சிறப்பாக ஒருங்கமைத்துத் தெளிவாக முன்வைக்கிறாரோ அவர் எப்போதும் வெற்றிபெறுவார். எழுதுவதன் மூலம் நீங்கள் உங்கள் சிந்திக்கும் திறனையும், அதை வெளிப்படுத்தும் திறனையும் வளர்த்துக்கொள்ள முடியும். அது உங்களைப் பலமிக்கவராக மாற்றும். சிந்தனை என்பது உலகத்தை மாற்றும் வல்லமைக்கொண்டது. குறிப்பாக, அது எழுத்தில் இருக்கும்போது. ரோமானியர்கள் கட்டிடங்கள் கட்டினார்கள். இப்போது அவை மறைந்துவிட்டன. யூதர்கள் புத்தகங்கள் எழுதினார்கள். இப்போதும் அவை உள்ளன.

ஆக, சமூகத்தில் உங்கள் தரப்பு புறக்கணிக்கப்படாமலும், மனரீதியாகவும் உடல்ரீதியாகவும் நீங்கள் ஆரோக்கியமாக இருக்க வேண்டும் என்றால் எழுதக் கற்றுக்கொள்ளுங்கள். அதன் வழியே சிந்திக்கவும், சிந்தனையைத் தெளிவாக வெளிப்படுத்தவும் முடியும். இல்லையேல், அதில் தேர்ந்தவர்கள் உங்களைப் பின்தள்ளிச் சென்றுவிடுவார்கள். உங்கள் வாழ்க்கைக் கடினமாதாகவே தொடரும். எப்போதும் நீங்கள் அதிகாரப் படிநிலையின் கீழ்நிலையில் இருக்க வேண்டியதாகிவிடும்.

வார்த்தைகளுக்கு இருக்கும் சக்தியைக் குறைத்து மதிப்பிட்டுவிடாதீர்கள். வார்த்தைகள் வழியாகத்தான் நாம் நாகரிகம் அடைந்துவந்துள்ளோம். வார்த்தைகள் இல்லாவிட்டால், இன்னும் நாம் மரங்களில்தான் வசித்துக்கொண்டிருப்போம். ஆக, நீங்கள் எழுதும்போது கலாச்சாரத்தின் முழு பலத்தையும் உங்கள் வார்த்தைகளில் பயன்படுத்துகிறீர்கள் என்பதை உணருங்கள்.

எப்போது எழுதுவது? - மனிதர்களின் மூளை காலை நேரத்தில் சிறப்பாக வேலைசெய்யும். எனவே அதிகாலையில் எழுந்திருங்கள். ஏதாவது சாப்பிடுங்கள். முறையான தூக்கமும் உணவும் இருந்தால் நீங்கள் சிறப்பாக செயல்படுவீர்கள். ஒரு நாளில் 90 நிமிடம் முதல் 3 மணி நேரம் வரையில் எழுதத் தயாராகுங்கள். தினமும் எழுதுவீர்கள் என்றால் 15 நிமிடங்கள் எழுதுவதுகூட பயனளிக்கக்கூடியதுதான். ஓய்வு நேரம் கிடைக்கும்போது எழுதலாம் என்று காத்திருக்காதீர்கள். ஒருபோதும் உங்களுக்கு ஓய்வு நேரம் கிடைக்கப்போவதில்லை. இல்லாத ஒன்றை நம்பிக்கொண்டு உங்கள் வெற்றியை வீணடிக்காதீர்கள். சிறந்த எழுத்தாளர்கள் அநேகர் தினமும் எழுதக்கூடியவர்கள்.

எழுத உட்காரும்போது உங்கள் மனம் கவனம் குவிக்க மறுக்கும். இது இயல்பானது என்பதை முதலில் உணருங்கள். உங்கள் மூளையில் பழக்கமாகியுள்ள அன்றாட நடைமுறைகள் உங்களைத் திசை திருப்பும். பொறுமையைக் கைகொண்டு அந்தத் திசைத்திருப்பல்களை வெல்ல முடியும். எழுத உட்காரும் முதல் 15 நிமிடங்களுக்கு அந்தத் திசைத்திருப்பல் எண்ணங்களுக்கு செவிசாய்க்காமல் இருந்தால் அதன் பிறகு உங்கள் மனம் தானாகவே அமைதி அடைந்துவிடும். எழுத உட்காரும்போது திசைதிருப்பும் எண்ணங்கள் வருவது இயல்பு என்பதையும், அந்த எண்ணங்களுக்கு ஒப்புக்கொடுக்-

காமல் இருந்தால் கொஞ்ச நேரத்தில் அவை தானாகாவே மறைந்து, எழுதும் மனநிலை ஏற்பட்டுவிடும் என்பதை நீங்கள் உங்கள் மனதில் இருத்திக்கொள்ளுங்கள். இந்தக் கொள்கையைக் கடைப்பிடித்தாலும், திசைத்திருப்பும் எண்ணங்கள் ஏற்படத்தான்செய்யும். ஆனால், நீண்ட நேரத்துக்கு அவை நீடிக்காது.

அதேபோல் ஒரு நாளைக்கு 6 மணி நேரம் எழுத முடியும் என கற்பனைச் செய்துகொள்ளாதீர்கள். அது உங்களை நீங்களே ஏமாற்றிக்கொள்ளவது. ஒரு நாளைக்கு அதிகபட்சம் 3 மணி நேரம்தான் முழு ஆற்றலுடன் எழுத முடியும். கவனம் குவித்த 3 மணி நேர எழுத்தானது கவனமற்ற 10 மணி நேர எழுத்தைவிடச் சிறந்தது. தினமும் எழுத விரும்பினால். எழுதத் தொடங்குவதற்கு நீண்ட நேரம் காத்திருக்காதீர்கள். அதேசமயம், வெறிகொண்டு உங்களை வருத்திக்கொள்ளாதீர்கள். குறிப்பிட்ட இடைவெளியில் ஓய்வு எடுத்துக்கொள்ளுங்கள். பூரணத்தை நோக்கி உட்கார்ந்து பலர் எதையும் எழுதாமல் இருந்துவிடுவார்கள். பூரணம் முக்கியமல்ல. ஒன்றை எழுதி முடிப்பதுதான் முக்கியம். நீங்கள் எழுதினால்தான் அதில் ஏதேனும் மாற்றி அமைக்க முடியும்.

வார்த்தை - வாக்கியம் - பத்தி - கட்டுரை எழுதுவதற்குச் சில அடிப்படையான விஷயங்கள் உள்ளன. முதலாவது வார்த்தைத் தேர்வு. அடுத்தது, தெளிவான வாக்கிய அமைப்பு. மூன்றாவது பத்தி ஒழுங்கு. ஒரு வாக்கியத்தில் ஒவ்வொரு வார்த்தையும் துல்லியமாகப் பொருந்தியிருக்க வேண்டும். ஒவ்வொரு வாக்கியமும் தர்க்கரீதியாகவும் முறையாகவும் அமைக்கப்பட்டிருக்க வேண்டும். பத்தியைப் பொறுத்தவரையில் 100 வார்த்தைகளுக்கும் மேல் ஒரு பத்தியை நீட்டிக்க வேண்டாம்.

ஒரு பத்தியில் ஏதேனும் ஒரு சிந்தனை முன்வைக்கப்பட்டிருக்க வேண்டும். 100 வார்த்தைகள் அளவில் ஒரு சிந்தனையை உங்களால் எழுத முடியாவிட்டால், அந்தச் சிந்தனை உங்களுள் இன்னும் முழுமை பெறவில்லை என்று அர்த்தம். அதுவே, ஒரு பத்தி 300 வார்த்தைகளுக்கு மேல் நீளும்பட்சத்தில் அதில் ஒன்றுக்கும் மேற்பட்ட சிந்தனைகள் இருப்பதாக அர்த்தம். அவற்றை இனம்கண்டு தனித்தனியாகப் பிரிக்க வேண்டும். ஒவ்வொரு பத்திகளும் தர்க்கரீதியான வரிசைப்பாட்டில் அமைக்கப்பட வேண்டும். கட்டுரை எழுதுதலில் இதுதான் முக்கியமான விஷயம்.

கட்டுரையின் வார்த்தை எண்ணிக்கையைப் பொறுத்தவரையில் 1,000 வார்த்தைகளைத் தாண்டி எழுத வேண்டாம். பொதுவாக, 1,000 வார்த்தைகளுக்கும் மேல் கட்டுரை எழுதும்போது கட்டுரையின் சாராம்சம் திரிந்துவிடுவது உண்டு. அதனால், 1,000 வார்த்தைகள் அளவிலே கட்டுரை இருப்பது நல்லது. ஒரு பத்திக்கு நூறு வார்த்தைகள் எனில் 1,000 வார்த்தைகள் கட்டுரையில் 10 பத்திகள் இருக்கும். இதுவே நல்லதொரு செறிவான அமைப்பு.

எந்த ஒரு விதியும் இறுதியானது அல்ல. ஒரு தொழில்நுட்பத்தில் கைதேர்ந்தவராக ஆகிவிட்டால் நீங்கள் பழைய விதிகளை உடைத்துப் புதிய சாத்தியங்களைக் காட்டலாம். தொடக்க நிலையில் உள்ள நபர் எனில், விதிகளைப் பின்பற்றுவதே நல்லது. வாக்கியங்களும் பத்திகளும் முறையாகவும் செறிவாகவும் அமைக்கப்பட்டிருப்பதால் மட்டும் ஒரு கட்டுரை நல்ல கட்டுரை ஆகிவிடாது. அதில் தனித்துவம் இருக்க வேண்டும். அது உங்கள் திறன் சார்ந்தது. அனைத்துக்கும் மேலாகக் கட்டுரையில் அழகியல் மிகவும் முக்கியம். உங்களுடைய மொழி நடையாகட்டும், வார்த்தைத் தேர்வாகட்டும் மிகவும் அழகாக இருக்க வேண்டும். ஒருபோதும், உங்கள் கட்டுரை அலுப்பு ஏற்படுத்துவதாக இருக்கக்கூடாது.

தலைப்புக் கேள்வி - உங்களை ஈர்க்கும் விஷயங்களை, உங்களுக்கு ஆர்வம் ஏற்படுத்தும் விஷயங்களை, உங்களுக்கு முக்கியமாக இருக்கும் விஷயங்களை நீங்கள் கட்டுரை எழுதுவதற்குத் தேர்வுசெய்யுங்கள். நீங்கள் எழுத விரும்பும் விஷயத்தை, அதாவது கட்டுரையின் மையமாக நீங்கள் எதை பேசப்போகிறீர்களோ அதைக் கேள்வி வடிவில் மாற்றிக்கொள்ளுங்கள். கீழே சில உதாரணங்கள்.

ஹெமிங்வேயின் 'தி சன் ஆல்ஸோ ரைஸஸ்' (The Sun also Rises) முக்கியமான புத்தகமா?

மனதைப் பற்றிய கார்ல் யுங் மற்றும் சிக்மெண்ட் பிராயிட்டின் கருதுகோள்கள் எப்படி முரண்படுகின்றன?

காலத்தைப் பற்றிய கருத்தாக்கத்தில் நியூட்டனும் ஐன்ஸ்டைனும் எப்படி வேறுபடுகின்றனர்?

வாசிப்புப் பட்டியல் மற்றும் குறிப்பு எடுத்தல் - நீங்கள் தேர்வுசெய்திருக்கும் தலைப்பு சம்பந்தமாக குறைந்தது 5 முதல் 10 கட்டுரைகள் அல்லது புத்தகங்களைப் படிக்க வேண்டும். அவற்றை 1,2,3... என்று பட்டியலிடுங்கள். ஒவ்வொரு கட்டுரையிலிருந்தும் நீங்கள் முக்கியமெனக் கருதும் அல்லது நீங்கள் மாறுபடும் விஷயங்களைக் குறிப்பு எழுதுங்கள். அச்சில் படிப்பதாக இருந்தால் படிக்கும் பக்கங்களின் மீது பென்சில் வைத்து அடிக்கோடிடுவது, கணினியில் படிப்பதாக இருந்தால் மஞ்சள் நிறம்கொண்டு தனித்துக் காட்டுவது போன்றவற்றின் பெயர் குறிப்பெடுப்பது அல்ல. நீங்கள் படித்தவற்றின் சாராம்சத்தைத் தொகுத்து எழுதுவதுதான் குறிப்பு எடுப்பது. கட்டுரையாளர் என்ன எழுதியிருக்கிறாரோ அதே தொனியில் குறிப்பு எழுதக் கூடாது. மாறாக, நீங்கள் அந்தக் கட்டுரையை என்னவாகப் புரிந்துகொண்டிருக்கிறீர்கள் என்பதைத் தொகுத்து எழுதுங்கள். அது உங்களைச் செறிவூட்டும். உங்கள் சிந்திக்கும் திறனையும் மொழி வளத்தையும் மேம்படுத்தும்.

உள்ளடக்கக் கேள்விகள் - உள்ளடக்கக் கேள்விகளை உருவாக்குவதுதான் கட்டுரை எழுதுவதில் மிகவும் முக்கியமான இடம். அதுதான் கட்டுரையின் உள்ளடக்கமாக இருக்கப்போகிறது. 1,000 வார்த்தைகள் கட்டுரைக்கு

10 உள்ளடக்கக் கேள்விகள் தேவை. அதிகபட்சம் 15 உள்ளடக்கக் கேள்விகள் இருக்கலாம். அதற்குமேல் வேண்டாம். உள்ளடக்கக் கேள்விகளுக்கான உதாரணம்:

ஆபிரகாம் லிங்கன் என்பவர் யார்? இதுதான் நீங்கள் எடுத்துக்கொண்டிருக்கும் தலைப்பு என்றால், அதற்கான உள்ளடக்கக் கேள்விகள் கீழ்வருமாறு இருக்கலாம்.

ஏன் ஆபிரகாம் லிங்கன்
நினைவுகூரப்பட வேண்டியவராகிறார்?
அவருடைய குழந்தைப் பருவத்தில் நடந்த முக்கியமான நிகழ்வு என்ன?
அவருடைய வாலிபப் பருவம் பற்றி?
அவருடைய இளவயது வாழ்க்கையைப் பற்றி?
அவர் எதிர்கொண்ட சவால்கள் என்ன?
அவருடைய காலத்தில் முதன்மையான பொருளாதார மற்றும் அரசியல் பிரச்சினை என்ன?
அவருடைய எதிரிகள் யார்?
அந்த எதிரிகளை அவரை எப்படிக் கையாண்டார்?
அவருடைய முக்கியமான சாதனைகள் என்ன?
அவர் எப்படி இறந்தார்?

நீங்கள் மூவாயிரம் வார்த்தைகள் கொண்ட நெடுங்கட்டுரை எழுத விரும்பினால் அதற்கான உள்ளடக்கக் கேள்விகள் கீழ்வருமாறு இருக்கலாம்.
முதலாளித்துவம் என்பது என்ன? இது நீங்கள் தேர்ந்தெடுத்த தலைப்பாக இருந்தால் அதற்கான உள்ளடக்கக் கேள்விகள்:

1. முதலாளித்துவம் எப்படி வரையறுக்கப்படுகிறது? முதலாளித்துவம்பற்றி வெவ்வேறு எழுத்தாளர்கள், கோட்பாட்டளர்கள் கூறிய வரையறை.
எழுத்தாளர் 1 எழுத்தாளர் 2 எழுத்தாளர் 3

2. எங்கு, எப்போது முதலாளித்துவம் தோன்றியது?
நாடு 1 நாடு 2

3. முதலாளித்துவம் அது தோன்றிய முதல் 50 ஆண்டுகளில் எப்படி வளர்ந்தது?
இரண்டாவது 50 ஆண்டுகளில் அதன் வளர்ச்சி எப்படி இருந்தது?

4. முதலாளித்துவத்துக்கு முன்னோடி என்ன?

5. முதலாளித்துவத்தின் நன்மைகள் என்ன?
சொத்து உருவாக்கம் - தொழில்நுட்பப் பாய்ச்சல் - தனிநபர் சுதந்திரம்

6. முதலாளித்துவத்தின் தீமைகள் என்ன?
சமத்துவமற்ற பகிர்வு - மாசுபாடு மற்றும் ஏனைய பாதிப்பு

7. முதலாளித்துவத்துக்கு மாற்று என்ன?

பாசிஸம் - கம்யூனிஸம்

8. மாற்றுகளின் விளைவுகள் எப்படியானதாக இருக்கும்?

9. எதிர்கால சாத்தியம் என்ன?

10. முடிவு

பத்து உள்ளடக்கக் கேள்விகளுக்கான பதில்களை எழுதிவிட்டீர்கள் என்றால் உங்கள் கட்டுரையின் முதல் வரைவு முடிவுக்கு வந்துவிட்டது என்று அர்த்தம். 1,000 வார்த்தைகள்கொண்டதாக உங்கள் கட்டுரை இருக்க வேண்டும் என்றால், உங்கள் முதல் வரைவில் நீங்கள் 1,250 வார்த்தைகள் எழுத வேண்டும். அதாவது எப்போதும் முதல் வரைவு என்பது இறுதி வடிவத்தில் நீங்கள் திட்டமிட்டிருக்கும் வார்த்தைகளின் எண்ணிக்கையைவிட 25% கூடுதலாக இருக்க வேண்டும்.

எப்போதும் முதல் வரைவு என்பது குப்பைக்கூளம் போல்தான் இருக்கும். அது குறித்துக் கவலைப்படாதீர்கள். எடிட்டிங்கில் அதை சரிசெய்துகொள்ளலாம். பொதுவாக, கட்டுரை எழுதுவது என்பது இரண்டு கட்டங்களால் ஆனது. முதலாவது உருவாக்கம். இரண்டாவது எடிட்டிங். இந்த இரண்டையும் ஒரேநேரத்தில் மேற்கொள்ளக் கூடாது. முதலில் எழுத வேண்டிய அனைத்தையும் எழுதிவிடுங்கள். அதன் பிறகு அதை எடிட்செய்யுங்கள்.

15. எடிட்டிங்

ஒவ்வொரு பத்தியாக எடிட்செய்ய வேண்டும். முதலில் ஒரு பத்தியின் ஒவ்வொரு வாக்கியத்தையும் தனித்தனி வரியாக ஆக்கிக்கொள்ளுங்கள். இப்போது அந்த வாக்கியத்தை மாற்றி எழுதுங்கள். அதாவது முந்தைய வாக்கியத்தைவிட செறிவு மிக்கதாக. ஏனென்றால், முதல் வரைவில் நீங்கள் ஒரு வாக்கியத்தைச் சீரானதாக, துல்லியமானதாக எழுதாமல் இருந்திருக்கலாம். அதனால் இப்போது அதை மாற்றி எழுதுங்கள். தேவையற்ற வார்த்தைகளைப் பாரபட்சமில்லாமல் நீக்குங்கள். ஒவ்வொரு வாக்கியத்தையும் வாய்விட்டு வாசித்துப்பாருங்கள். அது உங்களுக்கு எப்படி ஒலிக்கிறது என கவனியுங்கள். இவ்வாறாக ஒவ்வொரு பத்தியையும் எடிட்செய்யுங்கள். வாக்கியத்தை முன்னும் பின்னும் மாற்றியமைத்தால் சரியாக இருக்கும் எனத் தோன்றினால் அதையும் செய்யுங்கள்.

இப்போது உங்கள் கையில் எடிட்செய்து புதிதாக உருவாக்கப்பட்ட 10 பத்திகள் இருக்கும். இப்போது ஒவ்வொரு பத்தியாக சரிபாருங்கள். பத்திகள் சரியான வரிசையில் அமைக்கப்பட்டிருக்கின்றனவா, அவை ஒவ்வொன்றும் தம்மளவில் சிந்தனையைக் கடத்துகின்றனவா, அவை உள்ளடக்கக் கேள்வியுடன் பொருந்திப்போகின்றனவா என்பதைத் தீவிர கவனம் எடுத்துப்பாருங்கள். பொருத்தமற்று இருக்கும்பட்சத்தில் பத்திகளை மாற்றியமைத்து ஒத்திசைவை உருவாக்குங்கள். பத்திகளை வரிசைப்படுத்துவதில் தர்க்க ஒழுங்கு

மிகவும் முக்கியமானது.

இப்போது உங்கள் கையில் இருப்பது கட்டுரையின் இரண்டாவது வரைவு. இரண்டாவது வரைவிலேயே உங்கள் கட்டுரை மற்றவர்களின் கட்டுரைகளைவிட மேம்பட்டதாக மாறிவிடும். ஆனால், உங்கள் கட்டுரை இன்னும் முடிந்துவிடவில்லை. இப்போது உங்கள் கட்டுரையை ‘பி’ நிலையிலிருந்து ‘ஏ’ நிலைக்கு, அதாவது ‘நல்ல’ என்ற நிலையிலிருந்து ‘சிறந்த’ என்ற நிலைக்கு எடுத்துச்செல்ல வேண்டும். அதற்கு பின்வரும் வழிமுறைகள் உதவும்.

கீழ்வரும் விதிகள் உங்களுக்குத் தேவையற்றதாக எரிச்சலூட்டக்கூடியதாகத் தோன்றலாம். ஆனால், இந்த விதிகள்தான் உங்கள் கட்டுரையைத் தனித்துக் காட்டக்கூடியது.

உங்கள் கையில் இருக்கும் இரண்டாவது வரைவை மீண்டும் ஒருமுறை முழுமையாக வாசியுங்கள். நீங்கள் வாசித்ததிலிருந்து புதிதாக மீண்டும் 10 உள்ளடக்கக் கேள்விகளை எழுதுங்கள். அவற்றை எழுதும்போது உங்கள் கட்டுரைக்குச்சென்று பார்க்காதீர்கள். உங்கள் நினைவிலிருந்து எழுதுங்கள். அப்படி எழுதும்போது மிக அத்தியாவசியமானவையும் முக்கியமானவையும் மட்டுமே தங்கும். தேவையற்றவை நீங்கிவிடும். இப்போது உங்கள் உள்ளடக்கக் கேள்விகளுக்கு ஏற்ப, நீங்கள் கட்டுரையில் எழுதிய பத்திகளைப் பொருத்துங்கள். அப்படிப் பொருத்தும்போது உங்கள் முந்தைய வரைவில் எழுதிய பல விஷயங்கள் உங்களுக்குத் தேவையற்றவையாகத் தோன்றக்கூடும். பாரபட்சம்பார்க்காமல் அவற்றைக் கழித்துவிடுங்கள்.

இப்போது உங்கள் கையில் இருப்பது மூன்றாவது வரைவு. சில நாட்கள் காத்திருந்து வாசித்துப்பாருங்கள். இன்னும் மேம்படுத்தலாம் எனத் தோன்றினால், மீண்டும் எடிட்செய்யுங்கள். எடிட் பண்ணுவதற்கு இடமே இல்லை என்ற நிலை வரும்போது உங்கள் கட்டுரை முடிந்துவிட்டதாக அர்த்தம்.

சிறந்த கட்டுரை எழுதுவதற்கு என்னுடைய வாழ்த்துகள்!

0

‘புதிய தலைமுறை’ இதழில் பணிக்கு சேரும்போது ‘எழுதுவது எப்படி?’ என்று மாலன், தான் எழுதிய பதினாறு பக்க சிறுநூல் ஒன்றை தந்தார். சி.பா.ஆதித்தனாரின் ‘இதழாளர் கையேடு’ போன்ற அந்நூல் ஊடகத்துறையில் பணிபுரிபவர்களுக்கு மிகவும் பயன்படும். பல பத்திரிகை ஆசிரியர்கள் அந்த நூலை ஜெராக்ஸ் போட்டுக்கொண்டு திருப்பித் தருகிறோம் என்று கேட்டார்கள். அதுமாதிரி ஒருவரிடம் போன copy இன்னமும் எனக்கு திரும்ப வரவில்லை. மாலன் சார், ஒரு soft copy கொடுத்தால் மகிழ்ச்சி.

அது மட்டுமின்றி அவ்வப்போது நம்முடைய கட்டுரைகளை திருத்தும்போது என்னென்ன மாற்றங்கள் செய்யப்பட்டிருக்கிறது என்பதை கவனித்து, அடுத்தமுறை அந்த தவறை திருத்திக் கொள்ளும்படி அறிவுறுத்துவார்.

ஒருமுறை 'இந்தித் திணிப்பு' குறித்து நான் எழுதியிருந்த கட்டுரை ஒன்று அரைகுறையாக வெந்திருந்தது. அதை வாசித்துவிட்டு, 'கட்டுரை எழுதுவது எப்படி?' என்று ஒரு மடலில் சில அறிவுறுத்தல்களை வழங்கினார். முடிந்த-வரை அதை இன்றுவரை கடைப்பிடிக்கிறேன்.

'யாம் பெற்ற இன்பம், பெறுக இவ்வையகம்' என்று மாலன் சாரின் அனு-மதியில்லாமலேயே அதை இங்கு பகிர்கிறேன். அவருக்கு தகவல்களை பரப்-புவதில் பேரார்வம் உண்டு. எனவே எனக்கே எனக்காக கொடுத்த அறி-வுரைகள் பலருக்கும் பயன்பட பகிர்வதை ஆட்சேபிக்க மாட்டார் என்றும் கருதுகிறேன். இப்போது சமூக வலைத்தளங்களில் ஏராளமானோர் கட்டு-ரைகள் எழுதிவருகிறார்கள். பத்திரிகையாளர்கள் மட்டுமின்றி இவர்களுக்கும் மூத்தப் பத்திரிகையாளரின் அனுபவ அறிவுறுத்தல்கள் உதவக்கூடும்.

மாலன்

1. கட்டுரையின் மையம் -focus- என்பதை எழுதத் துவங்கும் முன்னரே தீர்மானித்துக் கொள்ளுங்கள். உங்களிடம் கட்டுரை எழுதும் பணி ஒப்படைக்-கப்படும் போது அதைக் குறித்துக் கேட்டுத் தெளிவுபடுத்திக் கொள்ளுங்கள்.

உதாரணமாக இந்தித் திணிப்புப் பற்றிய கட்டுரையை பல்வேறு விதங்க-ளில் எழுதலாம். இந்திப் போராட்டங்களின் வரலாற்றைப் பற்றி எழுதுவது ஒரு வகை. நாம் current affairs பத்திரிகை. அதில் வரலாற்றுக்கு முக்-கியத்துவம் இல்லை. வரலாற்றுக் கட்டுரைகளாக வருமிடங்களைத் தவிர மற்ற இடங்களில் வரலாற்றை மையமாகக் கொண்டு எழுதுவதைத் தவிர்க்க வேண்டும்.

செய்தித் தாளிலிருந்து தலைவர்கள் அறிக்கைகளைத் தொகுத்து எழுது-வது ஒரு வகை. ஆனால் அது அரைத்த மாவு.

இந்தத் திணிப்பின் காரணங்கள் என்ன, விளைவுகள் என்ன என்பதை மையப்படுத்தி எழுதுவதே சுவையும் பயனும் தரும். அப்படி எழுத விளை-வுகள் என்ன என்பதைப் பற்றி சிந்திக்க வேண்டும். சிந்தனையும் உழைப்பும் இல்லாமல் சிறந்தவை உருவாவதில்லை

2. மையத்தைத் தீர்மானித்த பிறகு அதற்கான தரவுகளைத் திரட்ட வேண்டும். உதாரணத்திற்கு இந்திக் கட்டுரைக்கே வருவோம். அந்த ஆணையில் இடம் பெற்றுள்ள வாசகங்கள் என்ன? அது என்று வெளியி-டப்பட்டது போன்ற தகவல்களைத் திரட்ட வேண்டும்.

3. தரவுகளைத் திரட்டிய பின் அவை அனைத்தையும் மொத்தமாகப் பயன்படுத்திக் கொள்ள வேண்டும் என்ற அவசியம் இல்லை. கட்டுரையில் முன் வைக்கப்படும் கருத்திற்கு ஏற்ப உரிய இடத்தில் தரவுகளிலிருந்து தேவையானவற்றை மட்டும் பொருத்தமாகப் பயன்படுத்த வேண்டும்.

4. தரவுகளைத் திரட்டும் போது புதிய கோணங்களோ, புதிய செய்திகளோ கிடைக்கலாம். அப்படி ஏதும் கிடைக்குமானால் அது மையப்புள்ளியிலிருந்து மாறுபட்டதாக இருக்குமானால் அதை ஆசிரியரிடம் விவாதித்து தெளிவு பெற வேண்டும்

5. கட்டுரைகளை எழுத உட்காரும் முன் அதனுடைய வடிவம் - format- என்ன என்று தீர்மானித்துக் கொள்ள வேண்டும். உள்ளடக்கமே வடிவத்தைத் தீர்மானிக்கும் என்ற அடிப்படை விதியை நினைவில் கொள்க. பொருளாதரம், அறிவியல், அரசிடமிருந்து பயனர் பெறுவதற்கான விதிகள் போன்ற எளிதில் விளங்கிக் கொள்ள இயலாத, செய்திகளை கேள்வி பதில் வடிவில் எழுதலாம். உலர்ந்த விஷயங்களை வாசிக்க சுவாரஸ்யமாக கதை வடிவில் எழுதலாம். நச்சென்று முகத்தில் அறைவது போன்ற விஷயங்களை கடித வடிவில் எழுதலாம். விவாதத்திற்குரிய விஷயங்களை முழுவதும் உரையாடலாக எழுதலாம். எல்லாக் கட்டுரைகளும் பள்ளிக் கூட வியாசங்களாக இருக்க வேண்டிய அவசியம் இல்லை

6. எப்படிக் கதைக்கு முதல் வரி முக்கியமோ அதைப்போல கட்டுரையின் துவக்கம் முக்கியம். முதல் வரியின் முக்கியத்துவம், அவற்றின் வகைகள் பற்றி ஏற்கனவே எழுதியிருக்கிறேன். அவற்றை மீண்டும் ஒருமுறை வாசியுங்கள். கட்டுரைகளை, சம்பவங்களில் துவக்கலாம். மேற்கோள்களில் துவக்கலாம். உதாரணங்களில் துவக்கலாம். கேள்விகளில் துவக்கலாம் (விஷயம் கேள்விப்பட்டீங்களா? என்று துவங்கும் பழைய முறைதான் தகவல் பரிமாற்றத்தில் இப்போதும் இருந்து வருகிறது என்பதைக் கவனித்திருக்கிறீர்களா?) அதிர்ச்சி தரும் ஒரு வாக்கியத்தில் துவங்கலாம். புனையப்பட்ட ஒரு கதையில் துவங்கலாம். மோனை நயம் பொலியும் ஒரு வாக்கியத்தில் துவங்கலாம். வாய்ப்புக் கிடைக்கும் போது நம் தலையங்கங்களை எடுத்துக் கொண்டு அவற்றின் ஆரம்பங்களை மட்டும் ஆராய்ந்து பாருங்கள். காலத்தின் குரல் நம் நூலகத்தில் இருக்கிறது.

7. கட்டுரைகளின் நடை ஒரு சீராக, ஒரு செய்தியிலிருந்து அடுத்தற்கு இட்டுச் செல்வதாக அமைய வேண்டும். அதற்குரிய transition உத்திகளைப் பின்பற்ற வேண்டும்.

8. பாக்ஸ் என்பது அட்டிகை ஆறாவது விரல் அல்ல. கட்டுரைக்கு அதில் உள்ள தகவல் அவசியம் இல்லை. ஆனால் அந்தக் கூடுதல் தகவல் அதற்கு அழகு அல்லது கனம் சேர்க்கும். எனவே எழுதும் போதே அதைப் பிரித்து தனியாக வைத்துக் கொள்ளுங்கள்.

9. முடிவு முக்கியம்/ ஆரம்பம் எவ்வளவு முக்கியமோ அந்த அளவு முடிவும் முக்கியம் முடிவு என்பது அந்தக் கட்டுரையின் சாரம் முழுவதையும் தொகுப்பதாக இருக்கலாம். கட்டுரையின் மையத்தை நினைவுபடுத்திக் கேள்வி எழுப்புவதாக இருக்கலாம். 'பஞ்ச்'க்கான இடம் அது. 'காலம்தான் பதில் சொல்ல வேண்டும், பொறுத்திருந்துதான் பார்க்க வேண்டும், 'என்ப-

தோடு முடித்துக் கொண்டார்' 'அவரிடமிருந்து விடை பெற்றோம்' என்பது போன்ற மொக்கை முடிவுகள் வேண்டாம்

10. intro எனப்படும் அறிமுகக் குறிப்பு. கட்டுரையின் மொத்தத்தையும் ஒரு வரியில் சொல்லும் திருக்குறள். இந்தக் கட்டுரையைப் பற்றி நீங்கள் உங்கள் நண்பரிடம் உரையாடலில் சொல்வதானால் என்ன சொல்வீர்களோ அதுதான் அறிமுகக் குறிப்பு. பாண்டிச்சேரியில் ஆழ்கடல் டைவிங் சொல்லித் தராங்க நான் போயிருந்தேன் என்றோ, ஆர்ட்ஸ் காலேஜ் படிப்புக்கு இந்த முறை டிமாண்ட் அதிகமாயிருச்சாமே என்றோ, இருக்கிற வேலையெல்லாம் விட்டு எதுக்கு இப்போ இந்திப் பிரச்சினையை கிளப்பறாங்க என்றோ சொல்வீர்கள் இல்லையா அதுதான் அறிமுகக் குறிப்பு.

11. தலைப்பு மிக மிக முக்கியம். அதுதான் வாசகரைக் கட்டுரைக்குள் இழுக்கும் விஷயம். அதில் கவனத்தில் கொள்ள வேண்டியது அது நாளிதழ் தலைப்புப் போல இருக்கக் கூடாது. நாம் பத்திரிகைகள். நாளிதழ்கள் அல்ல. நம் இருவரின் நோக்கமும் சுவையும் வேறு. ஒரே மாவில் இருந்து செய்தாலும் இட்லியும் தோசையும் வேறு வேறு. கேள்விகள், கிண்டல்கள், சீண்டல்கள் ஆச்சரியங்கள் பெருமிதம்,சினம் இப்படி ஏதேனும் ஓர் உணர்வை வெளிப்படுத்த வேண்டும் (நாளிதழ் தலைப்புக்கள் வெளிப்படுத்தாது/ வெளிப்படுத்தக் கூடாது) நயமாக இருக்க வேண்டும். நாகரீகமாக இருக்க வேண்டும். கருணாநிதிக்கு சிபிஐ ஆப்பு, பழனிமாணிக்கம் பதவி டர்ர்ர்ர் என்பதெல்லாம் கூடாது.

12. கட்டுரை மட்டுமல்ல, எதை எழுதும் போதும் எழுத்தாளன் வாசகனாகிவிட வேண்டும். ஒரு வாசகனாக இதை நாம் படித்தால்.... என்ற எண்ணம் நினைவில் ஒரு ஓரத்தில் இருந்து கொண்டே இருக்க வேண்டும்

முழுமனதோடு முயற்சியுங்கள். நல்ல கட்டுரை நிச்சயம் உருவாகும்.

16. சமகாலத்தில் சாதியை அர்த்தப்படுத்துதல்

- மு. அப்துல்லா

சாதி சார்ந்து எந்த பாதிப்புக்கும் ஆளாகாதவரோ அல்லது சாதியை முற்றும் ஒழித்த பரிபூரண சமூகத்தில் வாழ்கின்றவரோ யாரேனும் உண்டா?... அப்படி இருக்கிறார்கள் என்று சொன்னால், அவர்கள் சாதியினால் துன்பத்திற்கு ஆட்பட்டிருக்க முடியாது. ஆனால், அதன் சலுகைகளை (Privilage) அனுபவித்தவர்களாக இருப்பார்கள். இவர்களில் ஏதும் அறியாதவர்களைச் சொற்பங்களில் அடைத்துவிடலாம். சமூகம் அவரவருக்கு அளித்திருக்கும் சாதிய பாத்திரத்தைத் தொந்தரவின்றி ஏற்க வேண்டும். அதுவே, சுமூகமான வாழ்வு என நினைப்பார்கள். அதில் ஏதும் இடையீடு நேரும்போது சலனமடைகிறார்கள். இவர்களிடமிருந்து நாம் எதிர்நோக்கும் கேள்வி - 'சாதியை இன்னும் பேசத்தான் வேண்டுமா?..'

தலித் சினிமா மீதான ஒவ்வாமை - உதாரணம், கடந்த தசாப்தத்திற்கு பிறகு தோன்றிய தலித் சினிமா மீதான விமர்சனங்கள். சாதியைச் சொற்பமாக வெகுஜன தளத்தில் கேள்வி எழுப்பிய அத்தகைய சினிமாக்கள் 'பொது ஒழுங்கை' சிதைப்பதாகக் குறை கூறப்படுகிறது. இதே தமிழ் சினிமாவில் சாதியைப் போற்றியும், அதுசார்ந்த சலுகை வாழ்வியலைப் புனிதப்படுத்தியும் வந்த சினிமாக்கள் எவ்வித கேள்விக்கும் ஆளாகவில்லை. இன்றும் முன்னணி தொலைக்காட்சிகளில் முதன்மை நேரங்களில் அவை இடம்பெறுகின்றன. அனைவருக்கும் ஏற்ற பொழுதுபோக்காக உள்ளது. ஏனெனில், அவை இயல்பிலேயே பாகுபாட்டோடு இருக்கும் சமூகத்தை ஒத்திருக்கிறது. இந்நிலையில், பெரும்பரப்புள்ள ஓர் சமூகத்தை வகைப்படுத்தச் சாதிதான் அளவீடா? என்பதற்கான பதில் - இந்தியர்களின் மரபார்ந்த இயற்பண்பாகச் சாதியே இருக்கிறது.

சாதி எனும் கூர்மையான வாள் 'பொதுத்தன்மை' என்ற உறைக்குள் தன்னை அடக்கி வைத்துக்கொள்கிறது. இது நாம் தலைப்பிடும் 'இரு சமூகங்களுக்கு இடையேயான மோதல்' என்ற பாதுகாப்பான வரியைப் போன்றது. மோதலின் தன்மையைப் பேசி பாதிக்கப்பட்டவர்களைத் தாண்டி யாரும் பதற்றப்படுத்துவது பெயரளவிலான சமூக ஒழுங்குக்கு கேடானது. சாதியைப் போலவே சாதிய வன்முறைகளும் மூடுண்டே காக்கப்படுகிறது. ஓர் சாலை விபத்தோ இயற்கை பேரிடரோ ஏற்படுத்தும் அதிர்ச்சியை ஒருபோதும் சாதிய ஒடுக்குமுறை ஏற்படுத்திவிடுவதில்லை. சமீபகாலத்தில் நடந்த வேங்கை வயல், மேல்பாதி சம்பவங்களும் இதையே கற்பிக்கின்றன.

அனைவரையும் உள்ளடக்கும் சினிமாவிற்கே வருவோம். மாரி செல்வராஜின் மாமன்னன் படத்தின் பொதுமக்கள் பார்வையில் குறிப்பான ஓர் விஷயத்தைக் கவனிக்க முடிந்தது. பெரிய நட்சத்திரங்களின் தோற்றம் பலரையும் கவர்ந்தது. அதேநேரத்தில், 'சாதி பேசிருக்காங்க', 'இந்த படத்துல சாதி இருக்கு', 'சாதியைக் கொஞ்சம் தவிர்த்திருக்கலாம்', 'இது பிரச்சனையை ஏற்படுத்துற மாதிரி இருக்கு' போன்ற மனக்குறைகள் இருந்தது. மேலாக, தன்னை நாத்திகராக வெளிப்படுத்தும் 'ப்ளூ சட்டை மாறனின்' விமர்சனம். அதில், 'இந்தப் படம் இரு பிரிவினரிடையே வன்முறையையே ஏற்படுத்துகிறது. சாதி ஒழிப்பிற்குப் பெரியாரின் நாத்திக பிரச்சாரமே தீர்வு' என்றார். இதை, மேல்பாதியில் பூட்டைப்போட்டுத் தீர்வைக் கண்ட தமிழக அரசோடு ஒப்பிடலாம்.

மாமன்னன் படம் கொண்டிருந்த எதிர்-அழகியல் பொது மனநிலைக்குப் பரிச்சயமாக இல்லை. அப்பட திரையாக்கப் போதாமையைத் தவிர்த்து மனதில் நின்ற இரண்டு காட்சிகள் முக்கியமானவை. அதிர்ச்சியான உருக்கத்தை ஏற்படுத்திய கிணற்றில் விளையாடும் சிறுவர்களின் கொலை. மற்றொன்று, சமமாக உட்காருவது மறுக்கப்படுவதில் உள்ள சாதி அதிகாரம். முதலாவது, தலித் போராட்ட மரபில் குடிகொண்ட துன்பகர விளைவையும்,

இரண்டாவது எந்தவொரு மனிதருக்கும் வேண்டிய அடிப்படை சுயமரியாதை-யும் பேசியிருக்கிறது. இவை இரண்டிலும் கதை சொல்லிப் பாதிக்கப்பட்ட-வர். அவர் கொண்ட துயரும், அடையும் அறச்சீற்றமும் நம்மைத் தனிப்பட்ட முறையில் சலனப்படுத்தவில்லை. மாறாக, 'வன்முறையை ஏற்படுத்தும் படம்' என்ற ஒற்றை வார்த்தையில் மதிப்பிழக்க வைக்கிறது. சாதித் துயரின் கழிவி-ரக்கம் கூட சாதிய சமூகத்திற்கு அர்த்தமற்றதாகுகிறது.

இளவயதினரிடையே புரையோடும் சாதிய உணர்வு - இன்று இளவயதி-னரிடையே புரையோடும் சாதிய உணர்வானது முக்கிய அச்சுறுத்தலாக முன் நிற்கிறது. குறிப்பாக, அறம் போதிக்கும், பலதரப்பட்ட நிலையினர் ஒன்றி-ணையும் கல்விக் கூடங்களில் ஏற்படும் வன்முறைகள் கலக்கமடையச் செய்-கின்றன. புத்தாயிரத்திற்குப் பின்பு மெல்ல முளைவிட்ட சாதிக் கயிறு, சாதி வளையம் பழக்கம் இன்று கல்வி நிலையங்களின் ஒழுங்கையே சிதைத்துள்-ளது. எந்த பள்ளிக்கூடங்கள் சீருடையின் மூலம் காட்சி ஏற்றத் தாழ்வைக் களைந்தனவோ, இன்று அவை இந்த சுய அடையாள கூர்தீட்டலைச் சமா-ளிக்க முடியாமல் திணறுகின்றன.

2015ம் ஆண்டு பரதன் எனும் சமூக ஆர்வலர் இந்த தீவிர நிலையைக் குறிப்பிட்டு தேசிய மனித உரிமை ஆணையத்திற்குப் புகாரொன்று அளிக்கி-றார். உடனே, பள்ளிகளில் நடக்கும் சாதிய பழக்கங்களைக் கண்காணிக்கத் தமிழக அரசுக்கு ஆணையம் முறையிட்டது. தென் தமிழகத்தில் அச்சுறுத்-தலாக இருக்கும் சாதிக் கயிறு நடைமுறையை ஐஏஎஸ் அதிகாரிகள் உட்-படப் பலரும் கவனப்படுத்தத் தொடங்கினர். விளைவாக, பள்ளிகளில் சாதிக் கயிறு கட்டுவதைத் தடை செய்து 2019ம் ஆண்டு அரசாணை வெளியிட்டது தமிழ்நாடு அரசு. மீறும் பள்ளிகளைக் கண்காணித்து நடவடிக்கை எடுக்கும்-படி அதிகாரிகளுக்கு உத்தரவிட்டது.

பாஜகவின் எச். ராஜா 'இந்துக்களுக்கு எதிராக' (Anti-Hindu) அரசு செயல்படுவதாகப் பிரச்சனையைத் திசை திருப்பினார். 'எனது அனுமதி இல்-லாமலேயே அறிவிப்பு வெளியிடப்பட்டுள்ளது' என்று முழுவதுமாக சரண-டைந்தார் அதிமுக அரசின் பள்ளிக் கல்வித்துறை அமைச்சர் செங்கோட்-டையன். 'தேவையான புகார்கள் எழுந்தால் உரிய நடவடிக்கை எடுக்கப்படும்' என்ற அறிவிப்போடு பின்வாங்கியது அதிமுக அரசு[1]. இன்று, 'பள்ளி விண்ணப்பங்களில் சாதி குறிப்பிடும் அவசியமில்லை' என்று கூறும் பள்ளிக் கல்வித் துறை அமைச்சரே ஆங்காங்கே வண்ண வண்ண கயிறுகளோடு காட்சி தருகிறார்.

சாதிய ஏற்றத்தாழ்வுக்கு எதிரான கொள்கை உறவு கொண்ட திராவிட கட்சி பாரம்பரியத்தில் பாடப்புத்தகங்களில் சாதிக்கு எதிரான கறாரான போக்கு ஏனோ இருந்ததில்லை. புராண இதிகாசம், வழமையான இந்திய வரலாறு, இந்தியச் சுதந்திரப் போராட்டம் போன்றவற்றிற்குக் கொடுக்கும் இடத்தோடு ஒப்பிட சமூக நீதி மரபுகள் இடம்பெறுவது அரிது. இன்றும்

பல பிற்பட்ட கிராமிய சூழலில் மாணவர்களைச் சாதியோடு வகைப்படுத்தும் 'இயல்பான' சூழலே நிலவுகிறது. உதாரணத்திற்கு, சமீபத்தில் தமிழ் நாட்டின் மேற்கு மாவட்டம் ஒன்றில் அரசு பெண்கள் மேல்நிலைப் பள்ளியில் மாணவிகளுக்குச் சைக்கிள் வழங்கும்போது, எஸ்சி, எம்பிசி, பிசி என்று ஒவ்வொரு சைக்கிளிலும் எழுதி வைத்தார்கள். இது சர்ச்சையை ஏற்படுத்தியது.

'ஆதிதிராவிட மற்றும் பிற்படுத்தப்பட்டோர் நல வாரியம் என்று வெவ்வேறு துறைகள் மூலம் அவை வழங்கப்பட்டதால் பொதுவில் எழுதி அறிவிக்க நேர்ந்தது' என்று பொறுப்பற்ற பதிலை அளித்தது பள்ளி நிர்வாகம். இதனால், மாணவர்கள் உளவியல் ரீதியாக எவ்வித நெருக்கடிக்கு ஆளாவார்கள், சமூகத்தில் எத்தகைய தாக்கத்தை ஏற்படுத்தும் என்ற அக்கறையோ புரிதலோ அவர்களுக்கு இல்லை. மேலும் பல இடங்களில் அரசும் கூட சமூகப் புரிதலை (Social conscious) உறுதிப்படுத்தத் தவறுகிறது.

பட்டியலினப் பெண் தங்கள் பிள்ளைகளுக்குச் சமைக்கக் கூடாது என்று பெற்றோர்கள் புகாரளிப்பது தொடர்ச்சியாகிறது. இது ஒன்றே சாதிய கூர்தீட்டலில் பெற்றோர்களின் பங்கை வெளிப்படுத்துகிறது. சாதிய ஓர்மையை மைய நீரோட்டத்திற்குக் கொண்டு வந்துள்ள சாதி சங்கங்கள் மற்றும் இந்துத்துவ அரசியல் எழுச்சியின் வெளிப்பாடாகவும் இதனைக் கொள்ளலாம். இந்நிலையிலேயே, மாணவர்களை நேரடியாக எதிர்கொள்ளும் ஆசிரியர்களை மதிப்பிட வேண்டியுள்ளது. சாதியவாத ஆசிரியர்கள் பலர் கயிறை இயல்பாக ஆதரிக்கிறார்கள். ஆனால், திரளான (Mass) மாணவர்களைக் கொண்ட பள்ளிகள், தங்கள் நிர்வாக தேவைக்காக இடையூறு இல்லாத பொது ஒழுங்கையே விரும்புகின்றன.

முடி வைத்திருத்தல், பிற ஸ்டைலான ஒப்பனைகளுக்கு எதிராகத் தீவிரமாக ஆசிரியர்கள் இருக்கிறார்கள். மாறிவரும் கால சூழல், தனிமனித உரிமையில் கவனம் கொள்ளாது அக்கறையோடு மாணவர்களைத் தண்டிக்கிறார்கள். இதனை மாணவர்களின் பெற்றோரும் ஒருவிதத்தில் விரும்பவே செய்வர். ஆனால், கயிறு பழக்கத்தை அச்சத்தோடே ஆசிரியர்கள் அணுகுகிறார்கள். காரணம், ஏதேனும் நடவடிக்கை எடுத்தால், பெற்றோர் மற்றும் சாதிய திரட்டல் போன்ற புறக்காரணிகளின் எதிர்வினைக்கு ஆளாவார்கள். உதிரிகளான ஆசிரியர்களின் கையாளாகத்தனத்திற்கும் பாதிக்கப்படும் மாணவர்களே விலை கொடுக்க வேண்டியிருக்கிறது. நாங்குநேரி கொடுந்தாக்குதல் வரை அவர்களின் கல்வி இடை நிற்றலையே சூழல் கோருகிறது.

காலத்திற்கேற்ப தகவமைத்துக்கொள்ளும் சாதி - சாதி ஒவ்வொரு காலத்திற்கேற்ப தன்னை தகவமைத்து வந்துள்ளது. அடிப்படை ஏற்றத்தாழ்வும் பிற சமூகங்கள் மீதான பகைமையும், பொருளியல் ஒடுக்குமுறையும் அதன் மாறாத அடித்தளம். மாறிவரும் சமூக-பொருளாதார நிலையிலும் தன்னை தக்கவைத்துக் கொள்ளும் சாதியின் பலவிதமான பண்புகளைக் கவனப்படுத்துவது அவசியம். அதற்கு முன் ஒவ்வொரு முறையும் அதற்கான வெளியை

அமைத்துக் கொடுக்கும் காலத்தை அளவிட வேண்டியுள்ளது. அது, ஒருவி-தத்தில் இன்றைய நவீனத்துவத்தின் போதாமை குறித்த சுய விமர்சனமாகவும் அமையலாம்.

நவீனத்துவம் மரபார்ந்த அடையாளங்களை மறுத்தது. ஆனால், இந்திய நவீனத்துவவாதிகளே (குறிப்பாக கடல் கடந்து லண்டனில் ஆங்கில கல்வி கற்றவர்கள்) மரபின் புதிய முகவர்களானார்கள். இந்தியத் தேசியவாத எழுச்சியும், உடன் எழுந்த பழம்பெருமை லட்சிய மீட்பும் காலனியத்தின் கொடையால் விளைந்தவை. காலனியத்திற்கு பிந்தைய தொழிற் வளர்ச்சி இந்தியாவில் சாதியை மைய பிரச்சனையாகக் காணவில்லை. புதிய சமூக-பொருளாதார உறவுகளில் அது இயல்பாக மறைந்துவிடும் என்று கனவு கண்டனர். சாதியை விமர்சன ரீதியாக அணுகிய இந்திய அரசியலமைப்பு சட்டத்தால் விளைந்த ஒடுக்கப்பட்டோருக்கான இட ஒதுக்கீடும், 'இந்தியா-வின் மௌன புரட்சி' என்று வர்ணிக்கப்படும் 90களில் அமலாகிய பிற பிற்படுத்தப்பட்டோருக்கான இட ஒதுக்கீடுமே குறிப்பிட்ட முன்னேற்றத்தைக் கண்டன.

கல்வி மற்றும் வேலை வாய்ப்பில் கொண்ட பிரதிநிதித்துவம் ஒருபுறம் என்றால், தாராளமயத்தின் தனிமனித சிந்தனைகள் மற்றொருபுறம் வரலாற்று உறவுகளிலும் சமூக அடையாளங்களிலும் தாக்குதலைத் தொடுத்தன. பழமையான பெயர்கள், கிராமிய வழக்காறுகள், பண்பாட்டு உறவுகள் போன்-றவற்றிலிருந்து தம்மை விடுப்பதை புதிய தலைமுறையினர் விரும்பினர். இது சாதியை மறுக்கவில்லை என்றாலும் பெயரளவில் விலக்கி வைத்தது[2].

தொழிற்நுட்பத்தில் புதிய பாய்ச்சலைக் கண்ட இன்று இந்த மாற்றம் தலைகீழாகியுள்ளது. தனிநபர் சிந்தனையை வளர்த்த தாராளமயம், தனிமனித சிந்தனைக்கு சமூக முகவரியை வழங்கும் நவதாராளவாதமாக உருவெ-டுத்துள்ளது. சந்தையின் கட்டற்ற சுழற்சி தொழிலாளர்களை 'இருத்தலியல் நெருக்கடியில்' (Existential Crisis) வைத்துள்ளது. இந்நிலையில், தம் சுயம் குறித்த தேடலும், இழந்த அடையாள மீட்பும் அவர்களுக்கு புறவுலக மீட்சியாகத் தோன்றுகிறது. சமூக வலைத்தளங்களை உள்ளடக்கிய இணை-யமும், டிஜிட்டல் உறவுகளும் அதைச் சாத்தியப்படுத்துகின்றன.

சாதி வெளிச்சம் கொள்ளும் டிஜிட்டல் வெளி - 2020ம் ஆண்டு புதிய அமெரிக்க அதிபரான ஜோ பைடன், அப்பொழுது தீவிரமாக இருந்த கொரானா தொற்றைக் கட்டுப்படுத்த ஓர் மீட்புக் குழுவை (Task force) ஏற்படுத்துகிறார். அதில், இந்திய வம்சாவளி மருத்துவரான செலின் கவுண்டர் என்ற பெண்மணி தேர்வாகிறார். ஒரு இந்திய-தமிழர் அமெரிக்க அதிபரின் முதன்மை குழுவில் இடம்பெறுகிறார் என்று மகிழ்ந்தோம். அதேநேரத்தில், தமிழ்நாட்டின் சமூகநீதி பாரம்பரியத்திற்கு எதிராகச் சாதிப் பெயரை பின்-னொட்டாகக் கொண்டதற்கு விமர்சிக்கப்பட்டார். அதற்குப் பதிலளித்த செலின், 'எனது பெயரே எனது பெயர். அது எனது வரலாறு மற்றும் அடை-

யாளத்தின் பகுதி. அது வலிமிகுந்ததாக இருந்தபோதும் நான் பெயரை மாற்றியதில்லை, திருமணமான பிறகும் மாற்றவில்லை' என்றார்.

ஒரு பின்காலனிய நாட்டிலிருந்து வந்து உலகின் முன்னணி வல்லரசில் படித்து அரசின் முக்கிய பொறுப்பை அடைந்ததை அவர் சாதனையாகப் பார்க்கவில்லை. மாறாக, தனது சாதிய சுமையைப் பிற்போக்கு நிலை எனக் கூறாது, தனது வரலாற்றின் லட்சிய நிலையாக வகுக்குகிறார். அமெரிக்கா போன்ற சமூகச் சூழலில் ஒருவரின் பார்வையே இவ்வாறு இருக்கும்போது, இந்தியாவில் எழும் புதிய சாதிய அடையாள மீட்புகளை ஆபத்தாகவே காண முடிகிறது.

உலகமயத்தின் ஆரம்பக்காலத்தில் பழமையான வட்டார பெயர்களை அவமானமாகப் பார்த்த தலைமுறையினர் இருந்தனர். இன்று பழமையான பெயர் என்பது சாதி சேர்த்தும் இடம்பெறுவது இயல்பாகிறது. 'பழமைக்குத் திரும்புதல்' என்ற மரபு மீட்பு பல இடங்களில் பிற்போக்கு கலாச்சார வழிபாட்டிற்கு இணங்குகிறது. இங்கு ஒவ்வொருவரும் செலின் போன்று தர்க்க ரீதியாக அதை விளக்குகிறார்கள். இதன் நீட்சியாக, பெயரில் சாதியை ஒழித்த தமிழ்நாட்டிலேயே சாதியை வெளிப்படையாக அறிவித்து, அது ஒரு வாழ்வியலாகக் கூறி 'திருமண வரன்' (Matrimony) விளம்பரங்கள் மெயின்ஸ்ட்ரீம் ஆகின்றன.

பள்ளி சிறுவர்களின் சாதிய கூர்தீட்டல் தொடங்கி தகவல் தொழிற்நுட்பவாதிகள் வரையிலான சாதிய தாக்கத்திற்கு முதன்மை காரணியாக சமூக வலைத்தளங்கள் உள்ளது. குடும்பம், உறவுகள், ஊர் என்று விரியும் வாட்ஸ் அப் குரூப்கள் சாதியில் நிறைவடைகின்றன. இதில் பகிரப்படும் மந்தையான (Boomer) கருத்துகள், கற்பனையான பெருமிதம், போலி வரலாறு மற்றும் அறிவியல் இளம் தலைமுறையை வழிநடத்துகின்றன. குறிப்பாக, பிராந்திய அளவில் தொடங்கி தேசிய அளவிலான தகவல்கள், அறிவிப்புகளின் தன்மை (Narration) வன்முறையான சார்புத் தன்மையைக் கொண்டுள்ளன. இதன் விரிவுபடுத்தப்பட்ட வெளியாக பேஸ்புக், இன்ஸ்டா போன்ற சமூகத் தளங்கள் உள்ளன. பரந்துபட்ட நபர்களை ஒன்றிணைப்பதை விட, ஒற்றை சிந்தனை கொண்ட (Monolithic) குழுக்களை ஒரு குடையில் அடைக்கின்றன. நாம் நினைத்துப்பார்க்க முடியாத அளவிற்கு வெறுப்பு பிரச்சார களத்தில் உரையாடல் நிகழ்கின்றன.

சமூக வலைத்தளத்திற்கே உரிய சுய வெளிப்பாடு ஓர் சிக்கலாக எழுகிறது. ஒரு குறிப்பிட்ட நபரின் கருத்து எதுவாயினும் அதற்கு ஏற்பையும் அதை ஆதரிக்கும் கும்பல் மனப்பான்மையையும் அது உருவாக்குகிறது. உள்ளடக்கமற்று சுயத்தை வெளிப்படுத்தியே தீரவேண்டும் என்று நினைக்கும் சிறுவர்கள், சாதி வசனங்களை 'டிக்டாக்' செய்வதன் மூலம் தன்னிறைவு அடைகிறார்கள். மற்றொருபுறம், முகவரியற்ற உதிரி சாதியவாதிகள் எளிதில் வெளிச்சம் பெற்றுக் கொள்கிறார்கள்.

தனிநபர் வலைத்தளங்களின் ஒழுங்கற்ற தன்மை அதற்கே உரியது எனலாம். அதேநேரத்தில், கட்டமைப்பு ரீதியான டிஜிட்டல் ஊடகங்கள் எவ்வாறு செயல்படுகிறது என்றால் ஏமாற்றமே மிஞ்சும். மைய நிலை ஊடகம் மூடி மறைத்து வந்த பல தகவல்களை டிஜிட்டல் ஊடகங்கள் பேசியிருக்கின்றன. ஆனால், அது ஒருகட்டத்திற்கு மேல் சாதி சங்க பிரமுகர்களுக்கு ஊடக வெளி (Digital Space) அமைத்துக் கொடுக்கும் அளவிற்குத் தீவிர நிலைக்குச் சென்றன. ஒரு குறிப்பிட்ட சாதியின் பிரச்சனை, வரலாறு அல்லது உரிமைகள் குறித்துப் பேச வரலாற்று ஆய்வாளர்களோ, சமூக ஆர்வளர்களோ அல்லது அதே சாதியைச் சேர்ந்த கல்வியாளர்களோ (Academic) கூட அழைக்கப்படுவதில்லை. மாறாக, சாதி சங்கங்கள், தனிநபர் சர்ச்சைவாதிகளே தோன்றுகிறார்கள். சொல்லி வைத்தாற்போல் அனைவரும் பட்டியல் வெளியேற்றம், ஆண்ட பரம்பரை கௌரவம், இதிகாச மீட்பு, இட ஒதுக்கீடு வெறுப்பு என்ற புள்ளியில் ஒன்றிணைகிறார்கள். இது பொதுவான பார்வையாளர்களுக்கும் அல்லது பேசுபவரின் சாதியைச் சேர்ந்த விளிம்புநிலை இளைஞர்களுக்கும் எதைக் கடத்தும் என்று உணரலாம்.

முதலாளித்துவமும் நகரமயமும் - நவீனம் மற்றும் தொழிற்நுட்பத்தால் சாதியை ஒழிக்க முடியவில்லை. அது மற்றொரு விதத்தில் உடன்பட்டு சாதியை இயக்கி வருகிறது. இந்த சமகால உறுதிப்பாட்டோடு சாதியை எடை போட வேண்டியிருக்கிறது. ஏனெனில், சாதி ஒழிப்புக்கான சமூகநீதி அரசியலை விட, சாதியை ஏற்கும் அல்லது அதைப் பிரச்சனையாகக் கருதாத பழமைவாதங்கள் புதுப்புது வியாக்கியானங்களைப் பேசுகின்றன. இட ஒதுக்கீடும் சாதி சான்றிதழும் ஒழிக்கப்பட வேண்டும் என்ற கருத்து வழமையானது. அது இன்று, பட்டியல் வெளியேற்றம் மற்றும் பிற வகைப்பாடு ஒழிப்பில் தீவிரம் கொண்டுள்ளது. காலனியவாதிகளே சாதியை உருவாக்கினார்கள் என்று இந்துத்துவர்களின் பரப்புரையை, பிராந்தியத்தில் திராவிடம் தான் சாதியை ஊக்குவித்தது என்று நகலெடுக்கிறார்கள் குடிபெருமைவாதிகள்.

அரசியல் மற்றும் அரசியல்வாதிகளால்தான் சாதிய வன்முறைகள் நடக்கின்றன. அரசியல்வாதிகள் இல்லையென்றால் நாங்கள் அண்ணன்-தம்பியாக வாழ்வோம் என்ற தவறான புரிதலை (false propaganda) சமீபத்திய திரைப்படங்கள் ஏற்படுத்துகின்றன. இப்படங்கள், நிலவுடைமை பெருமிதத்தை மீட்க வேண்டுகின்றன. மேலும், சாதியை மூட்டிவிடுவதாக இவர்கள் குறிப்பிடும் அரசியல்வாதிகள் திராவிட கட்சிகள் பின்னணி கொண்டவர்களாகவே உள்ளார்கள். தமிழகத்திலும் சாதிய திரட்டலைச் செயல்படுத்தும் இந்துத்துவவாதிகளை ஏனோ காண முடியவில்லை.

சாதி எதிர்ப்பு பற்றிய திறந்த உரையாடலில் நகரமயமாதலும் முதலாளித்துவமும் சாதியை ஒழித்துவிடும் என்ற பொதுக் கருத்து உள்ளது. நகரங்களின் மூடுண்ட சமூகங்கள் (Gated community) யாருக்கானது, நகரத்திலிருந்து பெயர்த்தெடுக்கப்படும் மக்கள் யார் என்ற கேள்வியில் தொடங்குகிறது நகரம-

யமாக்கள் குறித்த விமர்சனம். தொழிலாளர் சந்தையில் (Labour Market) சாதியை ஓர் வாய்ப்பாகப் பயன்படுத்தி எந்தளவிற்கு அவர்களைச் சுரண்டுகிறது [3] என்பதிலிருந்து நீளுகிறது முதலாளித்துவத்தின் பண்பு. சமூகத்தின் ஒவ்வொரு நிலைகளிலும் தன்னை இருத்தி வைத்திருக்கிறது சாதி. பின்வரும் உரையாடல்களுக்கும் களமாடல்களுக்கு முன் நிற்கும் கேள்வி இது,

சமகாலத்தில் சாதியை எவ்வாறு அர்த்தப்படுத்திக் கொள்ளப் போகிறோம்?

பிரெஸ்னோ பசிபிக் பல்கலைக்கழகத்தில், ஒரு சொற்பொழிவாளர் கூட்டத்தில் ஒரு தம்பதியரில் உள்ள பெண்மணியை பார்த்துக் கேட்டார். "உங்கள் கணவர் உங்களை சந்தோஷமாக பார்த்து கொள்கிறாரா?". அருகிலிருந்த கணவர் நிமிர்ந்து, நம்பிக்கையுடன் அமர்ந்தார். காரணம், மனைவி அவரிடம் எந்த புகாரும் சொன்னதே இல்லை. அவர் சந்தோஷமாகவே இருந்தார். ஆனால், அந்த மனைவி தெளிவாக,

"இல்லை, என் கணவர் என்னை சந்தோஷமாக வைத்துக் கொள்ளவில்லை" என்றார். கணவர் அதிர்ந்தார். ஆனால், மனைவி தொடர்ந்தார். "என் கணவர் என்னை சந்தோஷமாக வைத்திருக்கவில்லை. என்னை சந்தோஷப்படுத்தியதும் இல்லை. ஆனால், நான் சந்தோஷமாக இருக்கிறேன். நான் சந்தோஷமாக இருப்பது என்பது அவரை சார்ந்தது இல்லை. என்னையே சார்ந்தது.

நான் சந்தோஷமாக இருக்கிறேனா என்பது நான் சம்பந்தப்பட்ட விஷயம்... வாழ்வின் ஒவ்வொரு கட்டத்திலும் சந்தோஷமாக இருப்பது என்பது என் முடிவு. அடுத்தவரால் நான் சந்தோஷமாக இருப்பேன் என்றால், இன்ன பொருளால் நான் சந்தோஷமாக இருப்பேன் என்றால், இன்னின்ன தருணங்களில் நான் சந்தோஷமாக இருப்பேனென்றால்,

நான் பெரும் பிரச்சனையில் இருக்கிறேன் என்று பொருள்... நம்மை சுற்றியுள்ள எல்லாம் மாறிக்கொண்டே இருக்கின்றன.

மனிதர்கள், செல்வங்கள், என் உடல், தட்பவெப்பம், என் முதலாளி, சந்தோஷங்கள், நண்பர்கள், எனது உடல் மற்றும் மன ஆரோக்கியம் எல்லாமே. இது ஒரு நீண்ட பட்டியல்.

என்ன ஆனாலும் சந்தோஷமாக இருப்பது என்பது நான் எடுத்த முடிவு.

நிறைய இருந்தாலோ, குறைவாக இருந்தாலோ என் சந்தோஷம் குறைவதில்லை. வெளியே சென்றாலோ, வீட்டில் இருந்தாலோ, ஏழையாக இருந்தாலோ, பணக்காரியாக இருந்தாலோ என் சந்தோஷம் குறைவதில்லை."

"திருமணத்துக்கு முன்னும் சந்தோஷமாகத்தான் இருந்தேன்,

பின்னும் சந்தோஷமாகவே இருக்கிறேன். என்னைப் பற்றி எனக்கே சந்தோஷமாக இருப்பதால் சந்தோஷமாக இருக்கிறேன்.. என் வாழ்க்கையை நான் விரும்பக் காரணம்... என் வாழ்க்கை மற்றவர்களதை விட சுலபமானதாக இருப்பதால் அல்ல. நான் தனிப்பட்ட முறையில் சந்தோஷமாக இருப்-

பது என்று தீர்மானித்திருப்பதால். நானே என் சந்தோஷத்துக்கு பொறுப்பு... இதை நான் ஒரு தீர்மானமாக மனதில் கொள்ளும்போது, என்னை சுமக்கும் பொறுப்பை மற்றவர்களிடமிருந்து நீக்குகிறேன். இது அனைவரது வாழ்க்கை-யையும் எளிதாக்குகிறது. அதனால்தான், எங்கள் திருமண வாழ்க்கை இத்-தனை ஆண்டுகளாக சந்தோஷமாக இருந்து வருகிறது" என்றார்.

கைதட்டல் ஓயவே இல்லை....

உங்களை சந்தோஷமாக வைத்துக்கொள்ளும் பொறுப்பை பிறரிடம் ஒப்ப-டைக்காதீர்கள்.

வெயிலோ, மழையோ, உடல் சரியில்லையா, பணமில்லையோ, காயப்-பட்டிருந்தாலோ, விரும்பப்படவில்லையோ... உங்கள் மனதில் உள்ள சந்தோ-ஷத்தை விட்டுக்கொடுக்காதீர்கள்.

உங்களை நீங்கள் மனதார மதிக்கும்வரை உங்களுக்குள் நீங்களே சந்தோ-ஷப்பட்டுக் கொள்ளுவீர்கள். சந்தோஷம் உள்ளே தான் உள்ளது. -- **தமிழரசி நாகலிங்கம்**

17. மூக்குப்பொடி

மறு நாள் காலையில் நான் என் சீட்டுக்கு வந்து அலுவலக வேலைகளில் மூழ்கலானேன். வ.வ.ஸ்ரீ. அவர்கள் இன்னும் சீட்டுக்கே வரவில்லை. வரும் வழியில் யார் யாரிடம் எழுச்சியாக என்னென்ன பேசிக்கொண்டு இருக்கி-றாரோ? என்ற கவலை எனக்கு. அவரிடம் மேற்கொண்டு என்னென்ன கேள்-விகள் கேட்டுத் தெரிந்து கொள்ள வேண்டும் என்று, ஒரு பேப்பரில் குறித்து ஞாபகமாக என் சட்டைப்பையில் வைத்துக்கொண்டேன்.

என் மேஜை மீதிருந்த தொலைபேசி சிணுங்கியது. எடுத்தேன். வ.வ.ஸ்ரீ யே தான் பேசினார். அப்போது தான் கவனித்தேன் அவர் தன் சீட்டுக்கு வந்துவிட்டார் என்பதை.

“குட் மார்னிங் சார், என்ன சார், கொஞ்சம் லேட்டா?” என்றேன்.

”நான் அப்போதே வந்து விட்டேன், நீ தான் கவனிக்கவில்லை. ஏதோ குனிந்து எழுதிக்கொண்டிருந்தாய். If you are free, please come to my seat. Let us continue our discussions" என்றார்.

ஆஹா, இன்றைக்கும் நம் ஆபீஸ் வேலை அம்போ தான் என்று நினைத்தேனே தவிர, அவருடைய நகைச்சுவையான பேச்சுக்கள் என்னை வசீகரித்ததால், உடனே அவர் சீட்டுக்கு அருகில் இருந்த மற்றொரு காலி நாற்காலியில் போய் அமர்ந்து விட்டேன்.

”சொல்லுப்பா, நாம நேத்திக்கு எங்கே விட்டோம்” என்றார் முகத்தில் ஒரு வித பேரெழுச்சியுடன்.

"தங்களில் 99 வயது தந்தைக்கு நீங்கள் எல்லோரும் வாக்கரிசி .... இல்லை இல்லை .... மூக்கரிசி .... அதுவும் இல்லை .... மூக்குப்பொடி

போட்டும், அவர் வைராக்கியத்துடன், அதை ஏற்றுக்கொள்ளாமல் தன் இறுதி மூச்சை விட்டதில், விட்டோம், சார்" என்றேன்.

சிரித்துக்கொண்டவர்,"நான் சொல்வதையெல்லாம் அப்படியே கிரஹித்துக் கொண்டு, கரெக்ட்டாகச் சொல்லுகிறாய் நீ, அது எனக்கு ரொம்பப் பிடிச்சி-ருக்கு" என்றார்.

"நீங்கள் எப்படி சார், இந்தப்பொடிப்பழக்கத்திற்கு அடிமை ஆனீங்க?" என்றேன் ஒரு வித ஆச்சர்யமான முகபாவனையுடன்.

"பொடி போடும் என் அப்பாவுக்கு நான் தான் அந்தக்காலத்தில் பொடி வாங்கி வருவேன். அவருக்கு திருச்சி மலைவாசலில் தேரடி பஜாரில் மேற்-குப்பார்த்த முதல் கடையில் தான் 'டி.ஏ.எஸ். ரத்தினம் பட்டணம் பொடி' வாங்கி வரணும். அங்கு எப்போதும் கமகமவென்று ஒரே பொடிமணமாக இருக்கும்.

சோம்பலில், வேறு கடைகளில் நான் பொடி வாங்கி வந்தால், அதன் காரசார மணம் குணம் முதலியவற்றை ஆராய்ச்சி செய்து விட்டு, என் மூஞ்-சியிலேயே தூவி விடுவார். அவ்வளவு கோபம் வந்துவிடும் அவருக்கு.

அந்த மலைவாசல் கடையில், பருமனான ஒருவர் முரட்டு மீசையுடன் பனியன் மட்டும் போட்டுக்கொண்டு கம்பீரமாக அமர்ந்திருப்பார். ஒரு பெரிய பத்துபடி டின்னிலிருந்து புதுப்பொடியாக ஒரு பெரிய கரண்டியில் எடுத்து, அங்குள்ள ஜாடிகளில் (ஊறுகாய் ஜாடி போல பீங்கானில் இருக்கும்) போட்டு வைத்துக்கொள்வார்.

அதன் பிறகு அந்த ஜாடிகளிலிருந்து கரண்டியால் எடுத்து தராசில் தங்கம் போல நிறுத்து, பதம் செய்யப்பட்டு, கத்தரியால் வெட்டப்பட்ட, வாழைப்பட்-டைகளில், பேரெழுச்சியுடன் பேக் செய்து, வெள்ளை நூலினால் ஸ்பீடாகக் கட்டிக்கட்டிப் போட்டுக்கொண்டே இருப்பார், 10 கிராம், 50 கிராம், 100 கிராம் என்று பல எடைகளில்.

அவர் கட்டிப்போடப்போட, அவர் எதிரில் வெள்ளைவெளேரென்ற கதர் சட்டையுடன், கோல்ட் ப்ரேம் கண்ணாடி, தங்க மோதிரங்கள், தங்கத்தில் புலி நகம் கட்டிய மைனர் செயின் முதலியன அணிந்த, மிகவும் குண்டான முதலாளி ஒருவர் அவற்றை உடனுக்குடன் விற்று, கைமேல் காசு வாங்கிப் போட்டுக்கொண்டே இருப்பார். கடை வாசலில் எப்போதுமே, (தற்கால ரேஷன் கடைகள் போல), கும்பலான கும்பல் இருந்து வரும். மொத்த வியா-பாரம், சில்லறை வியாபாரம் என பொடி வியாபாரத்தில் கொடிகட்டிப் பறந்து வந்தனர் அவர்கள்.

அதை விட வேடிக்கை என்னவென்றால், பொடிப்பயல்கள் முதல் பெரி-யவர்கள் வரை, நடுநடுவே ஓஸிப்பொட்டிக்கு கைவிரலை நீட்டுபவர்களுக்-கெல்லாம், இலவசப்பொடி வழங்கப்பட்டு வந்ததே அந்தக்கடையின் தனிச்சி-றப்பு.

ஒரு அடி நீளத்திற்கு மேல் நீண்ட ஒரு மெல்லிய இரும்புக்குச்சிபோல ஒரு கரண்டி வைத்திருப்பார்கள். அதன் கொண்டைப்பகுதியில் ஒரு 10 சிட்டிகை மட்டும் பொடி பிடிக்கும் அளவு குழிவான பகுதி இருக்கும். பொடி ஜாடிக்குள் அதை நுழைத்து, அடிக்கடி 5 நிமிடங்களுக்கு ஒரு முறை வீதம், வெளிப்பக்கம் நிற்கும் வாடிக்கையாளர்களை நோக்கி அந்த இரும்புக்குச்சி போன்ற கரண்டியை நீட்டுவார்கள். அதே நேரம் கோவிலில் சுண்டலுக்கு பாய்வது போல அங்கு நிற்கும் அனைவரும், தங்கள் விரலை ஒரு வித நேச பாசத்துடன், அந்த மிகச்சிறிய கரண்டிக்குள் விட்டு, பொடியை எடுத்துக்கொண்டு நுகர்ந்து மகிழ்வார்கள். இழுக்க இழுக்க இன்பம் அடைவார்கள். அந்தக் காலத்தில் அதுபோல இலவசப்பொடியை நுகர ஆரம்பித்த நுகர்வோர்களில் 12 வயதே ஆன நானும் ஒருவன்.

தினமும் எதற்காக இப்படி என்னைப்போன்ற நூற்றுக்கணக்காண பொடியன்களுக்கு இலவசப்பொடி தர்மம் செய்கிறார்கள் என்று அந்த நாளில் வழுவட்டைத்தனமாக நானே ஆரம்பத்தில் ஆச்சர்யப்பட்டதுண்டு. பிறகு நாளாக நாளாகத்தான் அது அவர்களின் வியாபார யுக்தி; அனைவரும் எழுச்சியுடன் பொடி போட வேண்டும்; அடுத்த தலைமுறை இளைஞர்கள் எல்லோருமே ஒரு வித எழுச்சியுடன் விளங்க வேண்டும் என்ற தொலை நோக்குத் திட்டமும், வியாபாரத் தந்திரமும் என்பதைப் புரிந்து கொண்டேன்.

இன்றைய இலவச இணைப்புகள், ஆடித்தள்ளுபடி, அதிரடித்தள்ளுபடி என்பதெல்லாம் இந்த இலவசப் பொடியிலிருந்து தான் பிறந்திருக்க வேண்டும்'' என்ற சரித்திர உண்மைகளைச் சரமாரியாக எடுத்து விட்டார், நம் வ.வ.ஸ்ரீ.

18. பெரியாரின் குடி அரசு இதழுக்கு விளம்பர முகவராக இருந்த எஸ் எஸ் வாசன்...

- பாண்டியன் சுந்தரம் :

ஆனந்த விகடன் எஸ்.எஸ். வாசனிடம் 'உங்களிடமிருந்து நான், மாதந்தோறும் ஒரு பச்சைத் தாளை

எதிர்பார்க்கிறேன்...' என்று கடிதம் எழுதினார், பெரியார்!

அந்தக் காலத்தில் விளம்பரங்களில் கோலோச்சி வந்தவை பத்திரிக்கைகள் தான். அவை பற்றிய ஒரு சுவையான தொகுப்பு இது...

1930 காலகட்டங்களில் சுதேசமித்திரன் போன்ற பத்திரிகைகளில் வெளியாயின தாது புஷ்டி லேகிய விளம்பரங்கள். ஒரு நடுத்தர வயது ஆண் சோர்ந்து போய் மேசை மீது கைவைத்துத் தலை சாய்ந்து இருக்கிறான். அவன் அருகில் சில பாட்டில்கள் இருக்கின்றன. 'இனி உங்களுக்குக் கவலை வேண்டாம், இதோ' என்று கூறி அந்த ஆணிடம் ஒரு மருந்துப் புட்டியைக் காண்பிக்கிறாள் அவன் மனைவி.

அந்த மருந்து 'மன்மதக் குளிகை.' 'இது தாது புஷ்டியைக் கொடுப்பதில் சிறந்தது' என்கிறது இந்த விளம்பரம். இந்த மருந்தை அந்த ஆணுக்குப் பரிந்துரை செய்வது சக நண்பனோ அல்லது மருத்துவரோ இல்லை. அவன் மனைவி. பெண் சுதந்திரம் உச்சத்தில் இருப்பதாக நம்பப்படும் இன்றைக்குக் கூட இம்மாதிரி 'தைரியமான' விளம்பரங்கள் பத்திரிகைகளில் வருவதாகத் தெரியவில்லை. சரி, இதன் விலை? அதிகமில்லை, 20 குளிகை ரூபாய் இரண்டுதான். அணுக வேண்டிய முகவரி : மலையப்பசாமி வைத்தியசாலை, பழனி!

இது மட்டும்தானா? நிரந்தர தாதுபுஷ்டி டானிக் மருந்து, நரசிங்க லேகிய தங்க பஸ்பம், ஒரிஜினல் தங்கம் சேர்த்த நர்வினஸ் டானிக் மருந்து, ஜீவாம்ருதம், ஸண்டோஜன் (இது உறுப்புகளுக்கு வலிமை தரும் உலோக ஆகாரம் என்கிறது விளம்பர வாசகம்) வெளிப்புறத்தில் உபயோகிக்க கஸ்தூரி லினமெண்டேன், ஒருமுறை பரீட்சித்துப் பார்த்துவிட்டுப் பலன் இல்லை என்றால் ரூ. 10,000 இனாம் தரத் தயார் என்று சொல்லும் தாது புஷ்டிக்கான 'பீம - வீர்' விளம்பரம், நடுத்திர வயதினர் 'வாலிப வலுவு' கொள்ளவும், மனைவி, 'மீண்டும் 20 வயது இளைஞர் போலிருக்கிறீர்களே' என்று ஆச்சரியப்படவும் கல்ஸானா மாத்திரைகள் (இதனைப் பெண்களும் சாப்பிடலாமாம். சூதகக் கோளாறுகள் உள்ளிட்ட அனைத்தும் நீங்கி பெண் வலிவும், பொலிவும் பெறுவாளாம்) என்று இந்தப் பட்டியல் நீண்டுகொண்டே போகிறது. இதெல்லாம் படிக்கப் படிக்க ஆண்களுக்கு 'இது' அந்தக் காலத்தில் இருந்தே பிரச்சனையாக இருந்து வந்திருக்கிறது என்று தோன்றுகிறது.

ஆனால், மிகப் பெரிய அதிர்ச்சியைத் தருகிறது 'கருங்குரங்கு ரஸாயன' விளம்பரம்.கருங்குரங்கின் கழுத்தில் உள்ள ஒரு நரம்பை வயதாகித் தளர்ந்த ஒரு மனிதனின் கழுத்து நரம்புடன் சேர்த்தால் அவனுக்கு வாலிப உணர்ச்சியும், உடல் பலமும் உண்டாகுமாம். இது இந்தூர் மஹாராஜா அவர்களுக்குச் செய்யப்பட்டு நிரூபிக்கப்பட்டுமிருக்கிறதாம்.

கருங்குரங்கின் ஜீவ உறுப்புக்களை மனிதனுடைய உறுப்புகளில் சேர்ப்பது டாக்டரின் சாமர்த்தியத்தைப் பொறுத்தது என்கிறது விளம்பரம். சகல வியாதிகளுக்கும் ஓர் கைகண்ட ஔஷதமாம் இது. அக்காலத்தில் ஜீவ காருண்ய சங்கத்தார் எப்படி இதையெல்லாம் கண்டுகொள்ளாமல் விட்டார்கள் என்பது தெரியவில்லை.

இப்படி சிருங்கார ரசம் பெருக்கும் விளம்பரங்கள் ஒருபுறம் என்றால், மறுபுறம் கொசுவலை விளம்பரம், பட்டுப் புடைவை விளம்பரம், பற்பொடி விளம்பரம், இன்ஸ்யூரன்ஸ் கம்பெனி விளம்பரம், பிராவிடண்ட் பண்ட் பைனான்ஸ் விளம்பரம், கூந்தல் ஆகார விளம்பரம், நரை மயிர் நீக்கும் விளம்பரம், பெண்களின் சூதகப் பிரச்சினைகளை நீக்கும் கெற்ப சஞ்சீவி எண்ணெய் விளம்பரம், நீலகிரி காபிக் கொட்டை, சகல வியாதிக்கும் மருந்தாகும் 'மின்சார ரசம்' (அப்படின்னா என்னவாக இருக்கும்?), கேள்விகளுக்கு பதில்

எழுதி அனுப்பச் சொல்லும் ஜோதிட விளம்பரம், நினைத்ததை நிறைவேற்றித் தரும் 'மாந்த்ரீக மோதிரம்' .இதன் மூலம் இறந்தகாலம், நிகழ்காலம், எதிர்காலம் என எல்லாம்

தெரிந்து கொண்டு விடலாமாம். ஆவிகளுடனும் பேச முடியுமாம்; ஏன் புதையல் எங்கே இருக்கிறது என்பதைக் கூட இதன் மூலம் கண்டறிந்து விட முடியுமாம்...(அப்பவே நம்ம டுபாக்கூர் ஆசாமிகள் ஏமாற்ற ஆரம்பித்திருக்கிறார்கள்) என்று பல விளம்பரங்கள் அக்காலச் சமூக நிலையைக் காட்டுகின்றன.

இவ்வகை விளம்பர வாசகங்களில் சுவாரஸ்யத்திற்குப் பஞ்சமேயில்லை. ரோமங்களை நீக்கும் ஜனானா கிரீம், வேண்டா ரோமத்தை உடனே நீக்கி சருமத்தை மிருதுவாக்கிப் பாதுகாக்கின்றதாம்.

பெரிய குடும்பங்களால் உபயோகிக்கப்படும் அதன் பெரிய ட்யூப் விலை 12 அணா. பாட்டிலிலும் கிடைத்திருக்கிறது, விலை 14 அணாதான். சிடுசிடுவென்றிருக்கும் மனைவியை 'குளு' 'குளு' என்று மாற்ற தினமும் அவளுக்கு 'குவேக்கர் ஓட்ஸ்' கொடுக்குமாறு பரிந்துரைக்கிறது ஒரு விளம்பரம். 'கோடைக் காலத்தில் மனைவி அடுப்படியில் கஷ்டப்பட வேண்டாம். அவளுக்கு ருக்மணி குக்கர் வாங்கிக் கொடுங்கள். ஒரு மணி நேரத்தில் சாதமும் ஐந்துவித பதார்த்தங்களும் செய்யலாம்' என்கிறது இன்னொரு விளம்பரம்.

ரிப்பனுக்கு ஒரு விளம்பரம் வந்துள்ளது. 'கோடை ரிப்பன்' என்ற பெயரில் பெண்களின் ஜடையில் ஆரம்பித்து டைப்ரைட்டர் மிஷின் வரை எல்லாவற்றுக்கும் ரிப்பன் வினியோகம் செய்வோம் என்று சொல்கிறது இந்த விளம்பரம்!

மேனகா, (1935இல் வெளிவந்த இப்படம்தான் தமிழில் வெளியான முதல் சமூகப் படம்; வடுவூர் துரைசாமி ஐயங்காரின் நாவலைத் தழுவி எடுக்கப்பட்ட இப்படத்தில்தான் என்.எஸ்.கிருஷ்ணன் அறிமுகமாகி இருக்கிறார்) ஆயிரம் தலைவாங்கி அபூர்வசிந்தாமணி, சந்திரலேகா, கண்ணகி, பாலாமணி (இதுவும் வடுவூராரின் பிரபல நாவல்தான்; பாரதிதாசன் முதன்முதலில் கதை, திரைக்கதை, வசனம், பாடல்கள் எழுதி வெளியான படம். இதன் மூலமே திராவிட இயக்கத்தாரின் திரையுலகப் பிரவேசம் ஆரம்பமாகியிருக்கிறது) என்று பெண்களை மையப்படுத்தி வெளியான திரைப்படங்களுக்குக் குறைவே இல்லை.

இப்படங்களில் குறிப்பிடத்தகுந்த ஒரு படம் 'சிந்தாமணி.' எம்.கே. தியாகராஜ பாகவதரின் வாழ்க்கையில் திருப்புமுனையை ஏற்படுத்திய படம் இது. 1937இல் வெளியாகி 52 வாரங்கள் தொடர்ந்து ஓடி, தமிழில் அதுவரை வெளியான படங்களிலேயே அதிக நாட்கள் ஓடிய படம் என்ற பெயரைப் பெற்றது இப்படம். (மூன்று தீபாவளிகள் கண்ட 'ஹரிதாஸ்' பின்னர் 1944இல்தான் வெளியானது.) சிந்தாமணி படத்தின் மூலம் கிடைத்த லாபத்-

தைக் கொண்டு மதுரையில் ராயல் டாக்கீசார் கட்டிய திரையரங்கம் தான் 'சிந்தாமணி'.

இந்தப் படத்தின் பாடல்களை கிராமபோன் ரெக்கார்டாக (இசைத் தட்டாக) வெளியிடத் தயாரிப்பாளர்கள் கருதினார்கள். பாகவதரை அணுகினார்கள்.

ஆனால், பாகவதருக்குத் தயக்கம். காரணம், அதற்கு முன்னால் படங்கள் வெளியான பின்னர்தான் பாடல்கள் கிராமபோன் ரெகார்டாக வெளிவந்தன. ஆனால், இப்போது படம் நன்றாக ஓடிக் கொண்டிருக்கும்போதே ரெகார்ட் வந்தால், பலரும் அதை மட்டும் வாங்கிக் கேட்டுவிட்டு, படத்தைப் பார்க்காமல் இருந்துவிடுவார்களோ என்று அவர் நினைத்தார். மேலும் அதற்கு முன்னால் அவரது பாடல்கள் தொகுப்பை வேறு ஒரு நிறுவனம்தான் வெளியிட்டிருந்தது. இது புதிய நிறுவனம். அதனால் கிராமபோன் ரெகார்ட் வெளிவர அவர் ஒத்துழைக்கவில்லை.

இதனால் தயாரிப்பாளர்கள் ஒரு தந்திரம் செய்தார்கள். படத்தில் நாயகி அஸ்வத்தம்மா, பாகவதருடன் பாடிய டூயட் பாட்டான 'மாயப்பிரபஞ்சத்தில் ஆனந்தம்' என்ற பாடலை கர்நாடக இசை வல்லுநரும், இசையமைப்பாளரும், பாடகருமான துறையூர் ராஜகோபால் சர்மாவை வைத்துப் பதிவு செய்து வெளியிட்டு விட்டனர். இதற்கு அவர் குரல் பாகவதரின் குரலை ஒத்திருந்ததாக அவர்கள் கருதியதே காரணம். (ராஜகோபால் சர்மா தான் எம்.எஸ்.சுப்புலட்சுமி - ஜி.என்.பி. நடித்த 'சகுந்தலை' படத்தின் இசையமைப்பாளர்.)

கூடவே பாடியது யார் என்று விளம்பரம் செய்யாமல் 'சிந்தாமணி படப்பாடல்' என்று மட்டுமே தயாரிப்பாளர்கள் இசைத்தட்டில் குறிப்பிட்டிருந்தார்கள்.

இசைத்தட்டும் நிறையவிற்பனையானது.

ஆனால் மக்களுக்கு உண்மை சீக்கிரமே தெரிந்துவிட்டது. கண்டனம் எழுந்தது. அதனால் வேறு வழியில்லாமல் அவர்கள் மீண்டும் பாகவதரை அணுகி, சமாதானம் செய்து, அவர் கேட்ட தொகைக்கு ஒப்புக்கொண்டு மீண்டும் படத்தின் பாடல்களை ஒலிப்பதிவு செய்து வெளியிட்டனர்.

ஆனால், 'மாயப்பிரபஞ்சத்தில்..' பாடலை மட்டும் மீண்டும் பாட பாகவதர் உடன்படவில்லை. 'ஏற்கெனவே அந்த இசைத்தட்டுதான் வெளிவந்து விட்டதே!. மீண்டும் எதற்காகப் புதிதாகப் பாட வேண்டும்?' என்று கூறி, அந்தப் பாடலை மட்டும் பாட மறுத்து விட்டார். ஆக, படத்தில் தியாகராஜ பாகவதர் குரலில் ஒலிக்கும் அந்தப் பாடல், இசைத்தட்டில் ராஜகோபால் சர்மாவின் குரலில் ஒலித்தது. அந்த வகையில் தமிழின் முதல் பின்னணிப் பாடகர் என்று துறையூர் ராஜகோபால் சர்மாவைச் சொல்லலாம். இந்த விளம்பரமும் அன்றைய பத்திரிகையில் வெளி வந்திருக்கிறது!

அந்தக் கால நகைச்சுவை நடிகை டி.ஏ.மதுரம் கதாநாயகியாகவும் நடித்திருக்கிறார் என்பது 'பாண்டுரங்கன் அல்லது ஜே ஜே விட்டல்' என்ற பட விளம்பரத்தின் மூலம் தெரிய வருகிறது. நாயகனாக நடித்திருப்பவர் மஹா-

ராஜபுரம் ஆர்.கிருஷ்ணமூர்த்தி. அக்காலத்தின் பிரபல இசையறிஞர் மஹா-ராஜபுரம் விஸ்வநாத ஐயரின் சகோதரர் இவர். உடன் ‘காளி’என்.ரத்னம், பி.எஸ்.சிவபாக்கியம், எம்.எஸ்.சரோஜா உள்ளிட்டோர் நடித்திருக்கின்றனர். இதே கிருஷ்ணமூர்த்தி நாயகனாக நடித்திருக்கும் மற்றொரு படம் ரத்னா-வளி. இதில்தான் டி.ஏ.மதுரம் அறிமுகமானார்.

மஹாராராஜபுரம் கிருஷ்ணமூர்த்தியும் கர்நாடக இசை வித்வான் ஜி.என்.பாலசுப்ரமணியமும் இணைந்து நடித்த படம் பாமா விஜயம். இந்தப் படத்தில் கிருஷ்ணமூர்த்திக்குக் கிருஷ்ணன் வேடம். ஜி.என்.பி. நாரதர். படத்தின் இறுதிக் காட்சியில் கிருஷ்ணன், பாமா, ருக்மணி, நாரதர் எல்லா-ரும் ‘ஜன கண மன’ பாடலைப் பாடுகிறார்கள்.

முதன்முதலில் ஒரு தமிழ்ப் படத்தில் தேசியகீதம் ஒலித்தது என்றால் அது இந்தப் படத்தில்தான். இந்தக் காட்சிக்கு அந்தக் காலத்தில் அவ்வளவு வரவேற்பு. காரணம், சுதந்திரப் போராட்டம் உச்சத்தில் இருந்த 1934இல் இப்படம் வெளியானதுதான்!1911-ஆம் ஆண்டு டிசம்பர் 27-ஆம் தேதிதான் முதன்முதலாக கல்கத்தா நகரில் இந்திய தேசிய காங்கிரசு மாநாடு நடக்கும்-போது ஜன கண மன பாடல் பாடப்பட்டது. தாகூரின் உறவினரான சரளா-தேவி சௌதுராணி இந்தப் பாடலைப் பாடினார்!

அந்தக் காலத் திரை விளம்பரங்களில் இருந்தும் சுவையான பல செய்தி-களை அறிந்து கொள்ள முடிகிறது. ‘பாலநாகம்மா’ என்ற படம் 25 வாரங்-களுக்கும் மேல் ஓடியிருக்கிறது. தலைப்பு தமிழில் இருந்தாலும் உண்மை-யில் இது தமிழ்ப்படமல்ல; தெலுங்குப்படம். இது ஜெமினியின் இரண்டாவது தயாரிப்பும் கூட. (முதல் தயாரிப்பு: மதனகாமராஜன்) ஒரு தெலுங்குப்படம், தமிழ்நாட்டில் 25 வாரம் ஓடியிருக்கிறது என்பது அன்றைக்கு உண்மையி-லேயே சாதனைதான். (நீண்ட வருடங்களுக்குப் பிறகு 1978-இல் வெளிவந்த கமல் நடித்த ‘மரோசரித்ரா’ அந்தச் சாதனையை முறியடித்தது.)

தமிழ்ப் படங்களுக்கு ஆங்கிலத்தில் தலைப்பு வைப்பது தற்போதைய வழக்கம். ஆனால், அக்காலத்தில் சில தமிழ்ப் படங்களுக்குப் பிற மொழி-களில் தலைப்பு வைத்திருக்கின்றனர். அதற்கு நல்ல வரவேற்பும் இருந்தி-ருக்கிறது. சான்று ‘சம்சார நௌகா’ என்று பெயரிடப்பட்டிருக்கும் ஒரு படம். நடித்திருப்பவர்கள்:

டி.ஆர்.ராமச்சந்திரன், பி.ஆர்.பந்துலு, பிரேமாவதி, சூர்ய குமாரி. இயக்-கம்: ஹெ.எல்.என்.சிம்ஹா. இவர் கன்னடத் திரைப்பட உலகின் புகழ்பெற்ற இயக்குநர். முதலில் கன்னடத்தில் வெளியாகி வெற்றி பெற்று பின்னர் தமி-ழுக்கு 1948-இல் வெளிவந்தது இப்படம். கன்னடத்தில் வெளியான முதல் சமூகப் படம் சம்சாரா நௌகா (கன்னடத்தில் நௌகே) தான்!

திரைப்படங்களை விளம்பரப்படுத்தும் வகையில் படம் பார்ப்பவர்களுக்குப் பரிசுகளை அறிவிக்கும் உத்திகளை அந்தக் காலத்திலும் பயன்படுத்தி உள்-ளனர். படத்தின் சிறந்த பாடல்களை வரிசைப்படுத்தித் தந்து, பரிசுகளை

வெல்லுங்கள் என்கிறது 'ஜெமினி'யின் 'நந்தனார்' பட விளம்பரம்.

இக்காலத்தில் பழைய படங்களின் தலைப்புகளில் புதிய படங்கள் வெளியாவது போல் அந்தக் காலத்திலும் 'நந்தனார்' என்னும் இதே பெயரில் 1933லும், 1935லும் படங்கள் வெளியாகியுள்ளன.

சினிமா விளம்பரங்கள்தான் என்றில்லை. கிராமபோன் இசைத் தட்டு விளம்பரங்களும்கூடப் பல சுவையான செய்திகளைச் சொல்கின்றன.

வஸந்தகோகிலம், எம்.எஸ்.சுப்புலட்சுமி, டி.கே.பட்டம்மாள் போன்ற இன்றைக்கும் புகழ்பெற்றவர்கள்தான் என்றில்லை; தர்மாம்பாள், கொச்சம்மாள் (ஹரிகதா), குமாரி மாசிலாமணி (பெண்தான்!), எம்.எஸ்.விஜயாள், சுந்தர காமக்ஷி, தாயம்மாள், நஞ்சன் கூடு நாகரத்னம்மாள், மிஸ். ரத்தினாம்பாள், மிஸ் மனோரஞ்சிதம், மிஸ்.கண்ணாமணி, மிஸ். தேவநாயகி, மிஸ். லோகநாயகி, மிஸ்.ஜயலஷ்மி போன்ற பல பெண் வித்வாம்சினிகளின் பாடல்களும் கிராமபோன் இசைத்தட்டுக்களாக வெளியாகியுள்ளதை அறிந்துகொள்ள முடிகிறது.

இக்காலத்தை விட அக்காலத்தில் பெண் பாடகிகள் அதிகமாக இருந்திருப்பார்களோ என்று எண்ணத் தோன்றுகிறது. அதிலும் சுந்தர காமாக்ஷி எம்.எஸ்.சுப்புலட்சுமியை விடப் புகழ்பெற்றவராய் இருந்திருக்கிறார். 'பிராட்காஸ்ட் ரத்தினம்' என்று போற்றப்பட்டிருக்கிறார்.

இன்று நாம் அறியாத டி.ஏ.கே.ஸ்வாமி பாகவதர், சௌரிராஜ ஐயங்கார், இரத்தின பத்தர், எஸ்.எஸ்.ராஜப்பா, பபூன் ஷண்முகம், கே.சுப்ரமணியம், விளாத்திகுளம் சுவாமிகள்,மகம்மத் பீர், எஸ்.வி. சுப்பய்யா பாகவதர் எனப் பலரும் அக்காலத்தில் புகழ்பெற்றவர்களாய் இருந்திருக்கின்றனர். அவர்கள் பாடி கிராமபோன் இசைத்தட்டுக்களும் வெளியாகியிருக்கின்றன. கர்நாடக சங்கீதம், ஹரிகதை, நாதஸ்வரம், நாடகப் பாடல்கள் என்றில்லாமல் 'பாண்டு வாத்தியம்', 'ஹார்மோனியம்' போன்றவையும் தனித்தனி கிராமபோன் ரிகார்டாக வெளிவந்திருக்கும் செய்திகள் ஆச்சரியமூட்டுகின்றன.

நாடக விளம்பரங்களுக்கும் குறைவில்லை. பாய்ஸ் கம்பெனி,

ஸ்ரீராம பாலகான வினோத சபா, மதுரை தேவி பாலவிநோத சங்கீத சபை (நவாப் டி.எஸ். ராஜமாணிக்கத்தின் நாடகக்குழு இது) என பல நாடகக்குழுக்களின் விளம்பரங்கள் மூலம் அக்காலத்தில் நாடகங்களுக்கு இருந்த வரவேற்பை அறிந்து கொள்ள முடிகிறது.

பாரதியாரின் நூல்கள் பற்றிய பாரதி பிரசுர விளம்பரம், 'பெண்களுக்காகப் பெண்கள் பலர் எழுதிய, கதைகளும், கட்டுரைகளும், பாட்டுக்களும் நிறைந்து விளங்கும் ஸ்தீரிகள் சித்திர மாதப் பத்திரிகை. ஒவ்வொரு ஸ்திரீயும் வாசித்து இன்புற வேண்டியது - கிரஹலக்ஷ்மி', என்னும் பெண்கள் இதழுக்கான விளம்பரம், பாரதி புதுச்சேரியில் இருந்தபோது எழுதிய, நீலகண்ட பிரம்மச்சாரி ஆசிரியராக இருந்த 'சூரியோதயம்' இதழ் விளம்பரம் போன்றவை ஆச்சரியப்படுத்துகின்றன.

இன்றைய பாக்கெட் நாவல், க்ரைம் நாவல் போல் அந்தக் காலத்தில் துப்பறியும் நாவல்களாக எழுதித் தள்ளியவர் வடுவூர் துரைசாமி ஐயங்கார். நாவல் வெளியீட்டிற்காக அவர் ஆரம்பித்து நடத்திய இதழின் பெயர் 'நவர-சமாலிகா' என்பதை ஒரு விளம்பரத்தின் மூலம் தெரிந்து கொள்ள முடிகிறது. 'மனோரஞ்சனி' என்னும் மாத இதழ் மூலமும் வடுவூரார் துப்பறியும் நாவல்-களைத் தொடர்ந்து வெளியிட்டு வந்ததை அறிந்து கொள்ள முடிகிறது.

ஒரே முகவரியில் இருந்து ஆனால், வெவ்வேறு நிறுவனப் பெயர்களில் அவர் செயல்பட்டு வந்ததையும் விளம்பரங்கள் காட்டுகின்றன.

அந்தக் கால 'நாவல் ராணி'யான வை.மு.கோதைநாயகியின் நாவல்கள் பட்டியல் வியப்பைத் தருகிறது. இசை வளர்ப்பதற்காக 1933 முதல் வெளி-வந்த இதழ் 'ஸங்கீத அபிமானி' என்பது . கொக்-சாஸ்திரம் என்பது எதைப் பற்றிய விளம்பரம் என்று உங்களுக்குச் சொல்லத் தேவையில்லை. 'படுக்-கையறைப் படங்கள்' (புத்தகம்தான்) விளம்பரங்களும்கூடச் சில இதழ்களில் இடம் பெற்றிருக்கின்றன.

1 + 0 = 2 என்கின்றன இன்றைய ஆடித்தள்ளுபடி விளம்பரங்கள். இலவசமாக ஒன்றைக் கூடுதலாகத் தருவதை இப்படிச் சொல்லாமல் சொல்-கிறார்களாம். அன்றைக்கும் இப்படிச் சில பொருட்கள் 'இனாம்' ஆக அளிக்கப்பட்டிருக்கின்றன. அவற்றுள் ஒன்று, 'றாவ்ஸ் டெவலப்பர்' என்னும் உயர்ந்த ரப்பரினால் ஆன தேகப்பயிற்சி உபகரணம்.

12 வயதுமுதல் 70 வயதுவரை யாவரும் உபயோகிக்கலாம் என்கிறது இவ்விளம்பரம். கடிதம் எழுதிப் போட்டால் போதுமாம். வீடு தேடி வந்து விடுமாம். இரண்டாயிரம் ரூபாய்க்கு 20 பொருள்கள், ஆயிரம் ரூபாய்க்கு 10 பொருள்கள் என்று மிக்ஸி, பேன், குக்கர், கேஸ் ஸ்டவ் எல்லாம் ஆங்காங்கே இக்காலத்தில் விற்கப்படுவது போல, அந்தக் காலத்திலும் சில பொருட்கள் விற்கப்பட்டிருக்கின்றன. ரூ. 6க்கு 15 நல்ல சாமான்கள் என்ற தலைப்பில், டார்ச் லைட், ஸேப்டி ரேஸர், ப்ளேட், ப்ரஷ், பொத்தான்-கள், செண்ட்பாட்டில், ரோல்டு கோல்டு நிப் பேனா என்று அளிக்கப்படும் பொருட்களின் பட்டியல் நீளுகிறது.

1937களில் விலைவாசி எப்படி இருந்தது என்பதைக் காட்டுகிறது ஒரு விளம்பரம் (உப்பு ஒரு படி 1 அணா; துவரம் பருப்பு 15 அணா, உளுத்தம்-பருப்பின் விலை: 1 ரூபாய் 2 அணா, களிப்பாக்கு ஒரு வீசை: 5 ரூபாய், 6 அணா..)

சர்க்கரை வியாதி அந்தக் காலத்திலும் இருந்திருக்கிறது என்பதை 'ஏழே நாளில் குணமாகும்' என்ற அறிவிப்புடன் வெளியாகி இருக்கும் விளம்பரம் காட்டுகிறது. தான் விலாசம் மாறியதை அனைவருக்கும் தெரிவிக்கும் வகை-யில் மிருதங்கம் கண்ணன் என்ற இசைக்கலைஞர் கொடுத்திருக்கும் விளம்-பரம், தொழில் மீதான அவரது அக்கறையைக் காட்டுகிறது.

நெய் விளம்பரம் குறிப்பிடத்தக்க ஒன்று. தங்கள் நெய் சுத்தமானது; கலப்படம் இல்லாத அசல் நெய் என்பதற்காக பி.கே.வி. பிராண்ட் நெய் ஆதாரச் சான்றிதழ் ஒன்றை தன் விளம்பரத்தில் சேர்த்து வெளியிட்டு இருக்கிறது. காலிகட்டைச் சேர்ந்த 'கேரளா சோப் இன்ஸ்டிட்யூட்' பரிசோதனை செய்து சான்றளித்திருக்கிறது. சோப் இன்ஸ்டிட்யூட்டிற்கும் நெய்க்கும் என்ன சம்பந்தம் என்பது கண்களில் அசல் விளக்கெண்ணெய் விட்டுக்கொண்டு தேடியும் அகப்படவில்லை.

அதுபோல ஆனந்த விகடனுக்கும் பாக்குத்தூளுக்கும் என்ன சம்பந்தமோ தெரியவில்லை; விகடன் தாத்தாவின் படத்தோடு 'விகடன் பரிமள பாக்குத்தூள்' என்ற விளம்பரம் அன்று வெளியாகி இருக்கிறது.

ஸ்திரீகள் ஆரோக்கியமாக இருக்கச் சாப்பிட வேண்டியது லோத்ராவாம். ருசித்துச் சாப்பிட நீங்கள் வரவேண்டியது மவுண்ட்ரோடில் இருக்கும் 'ஷாங்காய் பிறாமணாள் காபி ஹோட்டல்' என்று வரவேற்கிறது ஒரு விளம்பரம். 'ஷாங்காய்'க்கும் 'பிறாமணாள்'க்கும் என்ன சம்பந்தம் என்பது தெரியவில்லை.

இன்றைக்கு ரயில்களில் பயணம் செய்ய டிக்கெட் கிடைப்பதே அரிதான விஷமாய் இருக்கையில் அந்தக் காலத்தில் ரயிலில் பயணம் செய்யச் சலுகைகளை அறிவித்திருக்கும் விளம்பரங்கள் ஆச்சரியத்தைத் தருகின்றன. தீபாவளிக்கான பயணத்தில் '100-மைல்களுக்கு மேற்பட்ட பிரயாணத்திற்கு எல்லா ஸ்டேஷன்களுக்குமிடையே எல்லா வகுப்புகளுக்கும் மலிவான ரிடர்ன் டிக்கட்டுகள் கொடுக்கப்படும்' என்கிறது ஒரு விளம்பரம்.

மைசூர் மகாராஜா பிறந்த தினத்தை முன்னிட்டு நடக்கும் குதிரைப் பந்தயம் காண மலிவு விலையில் டிக்கெட்டுகள் அளிக்கப்பட்டிருக்கின்றன. இந்த ரிடர்ன் டிக்கெட்டுகளை கிட்டத்தட்ட ஒரு மாதத்திற்குள் உபயோகப்படுத்திவிட வேண்டுமாம். 3 வயதிற்கு மேல் 12 வயதுக்குள் உள்ள குழந்தைகளுக்கு அரைக் கட்டணமாம். இன்றைக்கும் குழந்தைகளுக்கு 5 முதல்12 வயது வரை அரைக் கட்டணம் என்பதை நினைத்து ஆறுதல் பட்டுக்கொள்ளலாம்!

'லக்ஸ்' சோப்பை மேனியின் அழகுக்கு அழகு சேர்க்கும் சோப்பாகத்தான் நாமறிந்திருக்கிறோம். ஆனால், அது ஆரம்ப காலத்தில் துணி துவைக்கும் சோப்பாகத்தான் இருந்திருக்கிறது என்பது ஓர் ஆச்சரியம். குழந்தையின் உத்தமமான துணைவன், மேனிக்கு அழகு தரும், தோல் வியாதியை நீக்கும் - இதெல்லாம் குட்டிக்கூராவின் பெருமைகள். இது ஆயிண்மெண்டாகவும் கிடைத்திருக்கிறது. மூன்று தலைமுறைகளாகத் தாய் மகளுக்குக் கொடுக்கச் சொல்லித் தரும் உட்வர்ட்ஸ் க்ரைப் வாட்டர் (1937 விளம்பரம் இது) என்று விதம் விதமான விளம்பரங்கள் அக்கால இதழ்களை அலங்கரிக்கின்றன.

'குஜராத்தில் உங்கள் வியாபாரம் நன்கு நடக்க எங்கள் பத்திரிகைகளில் விளம்பரம் செய்யுங்கள்' என்கின்றன குஜராத் சமாச்சார் மற்றும் பிரஜாபந்து

இதழ்கள். ஆங்கிலத்தில் கடிதம் எழுத வேண்டும் என்பதுதான் நிபந்தனை. 'வியாபாரத்திற்கு அழகு விளம்பரம் செய்தல்' என்று சொல்லியபடி விளம்பரத்திற்கே விளம்பரம் செய்கிறது எம்.சி.அப்பாசாமி செட்டி & கம்பனி

அந்தக் காலத்தில் ஆனந்தவிகடன் வார இதழை ஆரம்பிக்கும் முன்னர் எஸ். எஸ். வாசன் விளம்பர முகவராக செயல்பட்டுக் கொண்டிருந்தார். பெரியார் அப்போது நடத்தி வந்த, 'குடி அரசு' இதழுக்கு, ஏராளமான விளம்பரங்களை சேகரித்துக் கொடுத்து, அதற்கான பணத்தையும், காலம் தவறாமல் அனுப்பி வந்தார், வாசன்.அந்தக் காலத்து, 100 ரூபாய், அகலமாக பச்சை நிறத்தில் இருக்கும். பச்சை நோட்டு என்றால், 100 ரூபாய் என்று அர்த்தம்.

வாசன், பணத்தை ஒழுங்காக அனுப்புவதைப் பார்த்து, 'உங்களிடமிருந்து நான், மாதந்தோறும் ஒரு பச்சைத் தாளை எதிர்பார்க்கிறேன்...' என்று கடிதம் எழுதினார், பெரியார்.

'விடுதலை' நாளிதழுக்கு, குத்தூசி குருசாமி மற்றும் கி.வீரமணி ஆகியோர் ஆசிரியர்களாக இருந்தபோது, சினிமா செய்திகளோ, விளம்பரங்களோ இடம்பெறாத நாளேடாகத் தான் வெளிவந்தது.ஆனால், 'ஜெமினி' படநிறுவனராக ஆன பிறகும் வாசன் மட்டும், நன்றி தவறாது, நட்பு மாறாது, தன் திரைப்படங்களின் விளம்பரங்களை, 'விடுதலை' இதழுக்கு அனுப்பி வந்தார். இப்படி ஒருமுறை, விளம்பரம் வந்ததும், 'சினிமாவை எதிர்த்து எழுதும், நம் பத்திரிகையில், இந்த விளம்பரம் வரலாமா... இந்த வருமானம் நமக்குத் தேவையா..?' என, பெரியாரிடம் கேட்டனர்,

தோழர்கள். அதற்கு, பெரியார், 'எந்த விதிக்கும், விலக்கு உண்டு; வருமானம் வருகிறது என்பதற்காக அல்ல; அதுவும் முக்கியமானது தான். குடி அரசு ஏட்டின் கருத்துகளைப் பற்றி கவலைப்படாமல், சென்னையிலிருந்து ஈரோடுக்கு, ஏராளமான விளம்பரங்களை வாங்கி அனுப்பியவர் வாசன். அதற்கு, நாம் மரியாதை காட்டுகிறோம்...அவரும், நம் கொள்கைகளை அறிந்து தானே விளம்பரம் அனுப்புகிறார். எனவே, யார் சொல்வது பற்றியும் கவலைப்படாமல் வெளியிடுவோம்.."என்றார் சிரித்தபடி!

19. புறக்கணிப்புகள்; சாதி

இங்கு வேலை செய்வதால் தான் பொருளாதார ரீதியாக நம் நாட்டில் உள்ள சொந்த பந்தங்களுக்கு உதவி செய்யும் பாக்கியம் கிடைக்கிறது.

குழந்தைகள் இருவரின் திருமணத்திற்குப் பிறகு என் சொந்த பந்தங்களுடன் வாழ்வைக் கழிக்க வேண்டும் என்பது இப்போதைய முடிவு. காலம் எனக்கு என்ன முடிவை வைத்திருக்கிறது என்பதைப் பொறுத்திருந்து தான் பார்க்க வேண்டும்,அது வரை வாழ்க்கை சொல்லும் வழியில் பயணிப்போம்

நாங்கள் அயலகத்தை நோக்கி வருவதற்கு மிக முக்கியமான காரணம் காசோலையைச் சம்பாதித்து குடும்ப பொருளாதாரத்தை உயர்த்துவதற்கு மட்டுமல்ல, நீங்கள் நுட்பமாகக் கவனித்தால் அதற்குப் பின்னால் இருக்கும் அரசியல் உங்களுக்குப் புலப்படும், ஏன் எங்களால் தாயகத்தில் உழைத்துச் சராசரி குடும்ப வாழ்க்கையை நடத்தும் அளவிற்கு வருமானத்தை ஈட்ட முடியாதா? அங்குக் கிடைக்கு வருமானத்தை வைத்து மகிழ்ச்சியாகக் குடும்ப வாழ்க்கையை நகர்த்த முடியாதா? நிச்சயமாக நகர்த்தலாம், பின்பு எதற்கு இங்கு வருகிறோம் என்றால், எங்களை வசதியில்லாதவன் என்று எங்களின் உறவினர்கள் நல்ல நிகழ்வுகளில் கூட எங்கள் குடும்பத்தைப் புறக்கணிப்பார்கள், அதையெல்லாம் பொறுத்துக் கொள்ள முடியாமல் எப்படியாவது நம் குடும்பத்தின் பொருளாதாரச் சூழலை மேம்படுத்தி, அவர்களுக்கு மனிதத்தைக் கற்பிக்க வேண்டுமென அயலகத்தை நோக்கி வருகிறோம், அதுமட்டுமா, சாதிய ஒடுக்குமுறைகளும், ஏற்றத்தாழ்வும், தீண்டாமைகளும் பிரதானக் காரணங்களே, சாதியை வைத்து ஒரு சமுகத்தையே ஒடுக்கி, அடக்கி அடிமைப்படுத்த வேண்டியது, இப்போது நீங்கள் எந்த சாதி மக்களைக் கல்வியறிவு, பண பலம், ஆதிக்கச் செருக்கை வைத்து அடக்கி ஆண்டீர்களோ அவர்கள் இன்றுக் கல்வியறிவில் மேம்பட்டு வாழ்க்கையில் வெற்றி பெற்று அவர்களின் சமூகத்தையே தலைநிமிரச் செய்வதற்காக இந்தப் பிரபஞ்சத்தில் எங்கு வேண்டுமானாலும் உழைக்கத் தயாராகிவிட்டார்கள், இப்படியும் நாங்கள் அயலகத்தை நோக்கிப் படையெடுத்து வருகிறோம், எங்களுக்கு இங்கு நிகழும் அவமானங்களுக்கு இந்த சுயநலம் மிக்க சமுதாயமும் ஒரு வகையில் காரணம்.அயலகத்தில் எங்கள் நிலையைப் பற்றி நான் என் கவிதை வாயிலாக உங்களுக்கு எடுத்துரைக்க விருப்பப்படுகிறேன், இந்தக் கவிதையை நான்கு ஆண்டுகளுக்கு முன் நான் மனவலியோடு எழுதியது,

கொடும் வெய்யில் - வீசும் பாலையில்,
நெடுங்கனவுகள் - தீயில் மிதக்கிறது,
வெறும் கால்களை - நிலத்தில் பதிக்க முடியாது
விழும் பனித்துளிகளைத் - தேகம் தாங்கிக் கொள்ளாது,
கதறி அழும் ஓசை - எவரிடத்திலும் ஒலிக்காது
கண்ணீர்த் துளிகளுக்கு - வறண்ட மனதில் இடமேது,
வற்றாத ஏக்கம் சிந்தையில் - நித்தமும் உறவாடும்
என்றாவது ஓர் நாள் விடைபெற - மாட்டோமா என மனம் ஏங்கும்,
வெற்று முகனமர்ந்து - பெற்றோருடன் கதைப்போம்
மாதத்தின் முதல் நாள் - அகனமர்ந்து முழுமையாய்
சோறு உண்போம், - பிறந்த இடம் என்றைக்கும்
எங்களுக்கு நிரந்தரமில்லை, - பிழைக்க வந்த இடத்தில்
எவ்விதச் சுதந்திரமுமில்லை.

இந்த சுருக்கமான கவிதையில் எங்களின் வாழ்வியல் உங்களுக்கு நன்றாக விளங்கியிருக்குமென நம்புகிறேன்.

20. தமிழ் உரைநடை வளர்ச்சி -கட்டுரை

-எஸ். வாசுதேவன், விமர்சகர்

தமிழ் இலக்கியம் முழுவதும் ஐரோப்பியர்கள் வரும் வரையில் செய்யுள் நடையில் இருந்துள்ளது. தமிழ்மொழியில் தனி உரைநடை நூல் இருந்ததில்லை. பண்டைத்தமிழர் செய்யுள் நடையில் மட்டும் நூல் இயற்றி, உரைநடையில் நூல் இயற்றுவதை ஏன் புறக்கணித்தனர்? உரைநடை நூல் எழுதும் வழக்கம் ஏற்படாத காரணம் என்ன? பண்டைக்காலத்தில் காகிதம்,பேனா,மை,பென்சில் முதலிய எழுது கருவிகள் இல்லை.பனையேடுகளில் எழுத்தாணியால் எழுதுவது மிகக்கடினமான காரியம்.ஆக எழுத்து வேலையை எவ்வளவு குறைக்கவேண்டுமோ அவ்வளவும் குறைக்க வேண்டியவர்களாயிருந்தனர்.

ஆக சுருங்கச் சொல்லல், சொற் சிக்கனம் போன்ற முறைகளை எழுத்தில் கைக்கொள்ள வேண்டியிருந்தது என்கிறார் மயிலை.சீனி. வேங்கட சாமி. உரைநடையில் நூல் இயற்றுவது எழுத்து வேலையை குறைக்காது மாறாக எழுத்து வேலையை மிகுதிப்படுத்தும். மற்றொரு காரணம் எழுத்தை நகல் எடுக்கும் வசதி இல்லை. ஆசிரியர்களுக்கும், கற்கும் மாணவர்களுக்கும் தாம் போதிக்கும்/கற்கும் நூல்களை மனப்பாடம் செய்யவேண்டிய அவசியம் ஏற்பட்டிருந்தது. மனப்பாடம் பண்ணுவதற்கு உரைநடை ஏற்றதல்ல. செய்யுள் நடை சிறந்தது. ஆக இக்காரணங்களினால் செய்யுள் நடையை ஏற்றுக்கொண்டு உரைநடையை கைவிட்டனர் என்ற யூகங்களுக்கும் இடமுண்டு.

16ம் நூற்றாண்டில் ஸீகன்பால்கு அறிமுகப்படுத்திய முதல் அச்சியந்திரம் தமிழ்நாட்டுக்கு வந்தது. தமிழ் இலக்கிய வளர்ச்சிக்கு வித்திட்டத்தில் அச்சியந்திரங்கள் முக்கிய பங்கு வகித்தது உரைநடை வளர்ச்சி மற்றும் அச்சியந்திரங்களின் அறிமுகத்தை பற்றி தெரிந்துகொள்வதற்கு முன் 18 மற்றும் 19ம் நூற்றாண்டுகளில் தவறான சமய காழ்புணர்வால் பல தமிழ் ஓலைச்சுவடிகள் அழிந்த அவலமும் நடந்துள்ளது என்பதை நாம் நினைவில் கொள்ள வேண்டும்.. தமிழ் இலக்கிய வரலாற்றில் 1880ம் ஆண்டு அக்டோபர் 21ம் தேதி(வியாழக்கிழமை) ஒரு முக்கிய நாள்.

இந்நாளின் முக்கியத்துவத்தைப் பற்றி அறிந்துகொள்வதற்கு முன் 18ம் நூற்றாண்டில் மத்தியில் தமிழ் இலக்கிய வரலாற்றில் ஒரு மிகப்பெரிய அவல வரலாறை பார்க்கலாம்.

தமிழ்க் கல்வியில் மாணவர்கள், வித்துவான்கள்,புலவர்கள் சங்க நூல்களையும், சங்க காலத்துக்கு பிற்பட்ட நூல்களாகிய சிலப்பதிகாரம், சீவக சிந்தாமணி, மணிமேகலை முதலிய நூல்களையும் பயில்வது தொன்று தொட்டு

வந்த வழக்கமாகும். ஆனால் இந்த வழக்கம் 18ம் நூற்றாண்டின் மத்தியில் தடை செய்யப்பட்டுள்ளது. இந்நூல்களை வாசிக்கக் கூடாது என்ற கருத்து தமிழ்நாடு முழுவதும் பரவியுள்ளது. இந்த தவறான கருத்தை பரப்பி, தடைக்கு காரணமாணவர்கள் சைவ மடலாயங்களின் தலைமையில் இருந்த சுவாமிநாத தேசிகரும், சிவஞான சுவாமிகளும் ஆவர்.

மிகுந்த சைவப் பற்றுடைய அதிகாரமிக்க இந்த இருவரும், சங்க நூல்களையும்,சமண, பௌத்த,வைணவ இலக்கியங்களையும் வாசிக்கக்கூடாது என்றும் சைவ நூல்களை மட்டும்தான் படிக்கவேண்டும் என்று வலியுறுத்தியுள்ளனர். சுவாமிநாத தேசிகர் தன்னுடைய இலக்கணக் கொத்து என்ற நூலில் இத்தகைய நூல்களை இகழ்ந்து எழுதியுள்ளார். இதேபோல் சிவஞான சுவாமிகளும் தன்னுடைய சோமேசர் முதுமொழியிலும் எழுதியுள்ளளார்.

தமிழ்க் கல்வி பெரும்பான்மையாக சைவ மடங்களில் கற்பிக்கபட்டுள்ளது. ஆக இவர்களின் கருத்தால் தமிழ் இலக்கியத்திற்கு பெரும் பின்னடைவு ஏற்பட்டுள்ளது. சங்க இலக்கியம், சமண,பௌத்த நூல்களை படிக்கக்கூடாது என்ற கருத்து அக்காலத்தில் தமிழ்நாடு முழுவதும் பெரும் செல்வாக்கு பெற்றிருந்தது. இந்த குறுகிய தவறான கருத்தால் சில பழந்தமிழ் நூல்கள் மறைந்துவிட்டன. பல ஓலைச்சுவடிகள் பராமரிப்பின்றியும், மறைத்தும், ஒழித்து கட்டவும் செய்தனர். வளையாபதி, தகடூர் யாத்திரை போன்ற முக்கிய நூல்கள் இந்த காலத்தில் அழிந்து போனவை.

இந்த அவலம் 18ம் நூற்றாண்டில் மத்தியில் தொடங்கி 19ம் நூற்றாண்டு இறுதிவரை (ஏறத்தாழ நூறு ஆண்டுகள்) நிலைபெற்றிருந்தது. இதன் தாக்கம் மகா வித்துவான் மீனாட்சி சுந்தரம் பிள்ளை அவர்களையும் (உ.வே.சா வின் ஆசிரியர்) விட்டு வைக்கவில்லை. மகா வித்துவான் மீனாட்சி சுந்தரம் பிள்ளை தம் மாணவர்களுக்கு சங்க இலக்கியம், மணிமேகலை, சிலப்பதிகாரம் முதலிய நூல்களை பாடம் சொல்லவில்லை. பெரும்பான்மையினரின் கருத்து உ.வே.சா, பிள்ளை அவர்களிடம் சங்க இலக்கியம் கற்றார் என்பதாக இன்றளவிலும் இருக்கிறது. இதை மயிலை சீனி.வேங்கடசாமி ஆதாரத்துடன் மறுக்கிறார். பிற்காலத்தில் சங்க இலக்கிய ஓலைச் சுவடிகளை தேடி அலைந்து அச்சில் புதுப்பித்த உ.வே.சாமிநாத ஐயர் அவர்களுக்கு, மகா வித்துவானிடம் பாடம் கற்கையில் சங்க இலக்கிய நூல்களின் பெயரே தெரியாது. ஆக இந்நூல்கள் திட்டமிட்டு புறக்கணிக்கப்படுள்ளது என்பதை கவனிக்கவேண்டும்.

பிறகு எப்படி உ.வே.சாமிநாத ஐயர் அவர்களுக்கு சங்க இலக்கியம் பற்றி தெரிய வந்தது?

சங்க இலக்கியம், சிலப்பதிகாரம், சீவக சிந்தாமணி முதலிய அதி முக்கிய நூல்களை ஐயர் அவர்களுக்கு முதன் முதலாக தெரிவித்தவர் சேலம் இராமசுவாமி முதலியார். அச்சமயம் சேலம் இராமசுவாமி முதலியார் அவர்கள் கும்பகோணத்திற்கு முன்சீப்பாக வந்துள்ளார். நட்பு நிமித்தமாக உ.வே.சா

அவரை சந்தித்தபோது 'யாரிடம்/என்ன பாடம் கற்கிறீர்கள்?' எனக் கேட்டாராம். உ.வே.சா தான் மீனாட்சி சுந்தரம் பிள்ளை அவர்களிடம் பாடம் கற்பதாகவும். அந்தாதி, கலம்பகம்,பிள்ளைத் தமிழ், உலா,கோவை முதலிய நூற்களை எடுத்துக் கூறியுள்ளார்.

"இதையெல்லாம் படித்து என்ன பிரயோசனம்?" என்றும், "பழைய சங்க நூல்களை ஏதாவது படித்ததுண்டா" எனவும் முதலியார் அவர்கள் உ.வே. சாவை வினவியுள்ளார். இதைக்கேட்ட ஐயரவர்கள் திடுக்கிட்டுள்ளார். உடனடியாக முதலியார் தன்னிடம் இருந்த சீவக சிந்தாமணி ஏட்டுச் சுவடியை கொடுத்துள்ளார். சங்க இலக்கியத்தைப்பற்றி முதலியார் தெரிவித்த செய்திகள் உ.வே.சாமிநாத ஐயர் அவர்களின் மனக்கண்ணை திறக்கச் செய்தது. பத்துப்பாட்டு, எட்டுத்தொகை,சிலப்பதிகாரம், மணிமேகலை போன்ற சங்க இலக்கிய நூல்களை ஆராய்ந்து அச்சிடுவதற்கு உ.வே. சாமிநாத ஐயர் அவர்களுக்கு தூண்டுகோலாக இருந்து உற்சாகமூட்டியவர் முதலியார் அவர்கள்.

இதைப்பற்றி உ.வே.சா அவர்கள் தன்னுடைய என் சரித்திரம் என்றநூலில் "என்ன பிரயோசனம்?" என்ற தலைப்பில் முதலியார் பற்றி விரிவாக எழுதியுள்ளார். அதிலிருந்து சில வரிகள்.

" அவரிடம் என் நல்லூழ் என்னை கொண்டுபோய் விட்டது.அவருடைய நட்பினால் என் வாழ்க்கையில் ஒரு புதுத்துறை தோன்றியது. தமிழிலக்கியத்தின் விரிவை அறிய முடிந்தது." என உ.வே.சா எழுதியுள்ளார். உ.வே.சா இராமசுவாமி முதலியாரைச் சந்தித்த நாள் மேற்குறிப்பிட்ட 1880ம் ஆண்டு அக்டோபர் 21ம் தேதி. தமிழ் இலக்கிய வரலாற்றில் அதிமுக்கிய நாள்.

ஆக சமயக் காழ்ப்பால் பல தமிழ் இலக்கியங்கள் மறைந்ததற்கு, இந்த மறைக்கப்பட்ட வரலாறும் முக்கியமாகும்.

தமிழ் உரைநடையின் ஆரம்ப கால வடிவம் சிலப்பதிகாரத்திலுள்ள கானல் வரி, ஆய்ச்சியர் குரவை, குன்றக்குரவை பகுதிகளில் பயிலப்பட்டுள்ளதை விநாசிதம்பி செல்வநாயகம் (தமிழ் உரைநடை வரலாறு) குறிப்பிட்டுள்ளார். 17ம் நூற்றாண்டு வரை மூன்று வகையான உரைநடைகள் தமிழ் வழக்கில் இருந்துள்ளன. அதாவது 10ம் நூற்றாண்டு முதல் 17ம் நூற்றாண்டு வரை (1) உரையாசிரியர்கள் கையாண்ட நடை (2) சாசனங்களில் உள்ள நடை (3) மணிப்பிரவாள நடை என்ற மூன்று நடைகள் வழக்கில் இருந்துள்ளன.

மரபிலக்கியங்களுக்கு உரை எழுதிய இளம்பூரணர் காலம் முதல் நச்சினார்க்கினியர் காலம் வரை உரையாசிரியர்கள் காலம் என அழைக்கப்படுகிறது. கல்வெட்டுகள், செப்புப் பட்டயங்களில் காணப்படும் உரை நடை பகுதிகள் சாசன நடை என அழைக்கப்படுகிறது. வடமொழி சொற்கள் தமிழில் புகுந்ததின் விளைவாக உண்டானது மணிப்பிரவாள நடை.

உரையாசிரியர்கள் கையாண்ட நடை இலக்கண வரம்போடு இருந்ததால், பொதுமக்கள் படித்து அறிந்து கொள்ள கடினமாக இருந்தது. சாசனத் தமிழ் பொது மக்களுடைய பேச்சுத்தமிழோடு ஒத்திருந்தது. வடமொழி சொற்களோடு கலந்த மணிப்பிரவாள நடையும் பேச்சுத் தமிழோடு ஒத்திருந்தது.

ஆனால் ஐரோப்பியர்கள் தமிழ்நாட்டில் காலூன்றியப் பிறகுதான் தமிழ் உரைநடை புதிய திசையில் செல்லத்தொடங்கியது. தங்களுடைய மதக் கொள்கைகளை பொதுமக்களுக்கு எடுத்துச் செல்வதற்கு வசதியாக மக்கள் மத்தியில் புழங்கும் பேச்சுத் தமிழ் சொற்களையும், எளிய இலக்கண விதிகளோடு இணைத்து தமிழுக்கு ஒரு புதிய உரைநடையை உருவாக்கினார்கள்.

முழுதும் உரைநடையிலான தமிழ் நூல் ஐரோப்பியர்களால் எழுதப்பட்டது. 18ம் நூற்றாண்டில் வீரமாமுனிவர்தான் தமிழில் முதல் உரைநடை நூலை எழுதியவர் என்பது பெரும்போலோரின் கருத்து, ஆனால் 1577ம் ஆண்டு பெயர் தெரியாத ஒருவரால் எழுதப்பட்ட "கிருஸ்துவ வேதோபதேசம்" என்றநூல்தான் முதல் தமிழ் உரைநடை நூல். பிறகு 1578ம் ஆண்டு அண்ட்ரிக் என்ற பாதிரியார் "தம்பிரான் வணக்கம்" என்ற உரைநடை நூலை எழுதி வெளியிட்டுள்ளார். இவ்விரு நூல்களும் இந்தியாவில் இல்லை. வெளிநாட்டில் ஏதோ ஒரு சில நூலகங்களில் இருக்கலாம். ஆனால் தமிழ் உரைநடை வேரூன்றி நிலைப் பெற்று வளரத் தொடங்கியது 19ம் நூற்றாண்டில்தான். 1577ல் முதல் உரைநடை நூல் உண்டானதற்குப் பிறகு ஏறத்தாழ முன்னூறு ஆண்டுகள் (19ம் நூற்றாண்டு வரை) உரைநடையின் வளர்ச்சி தடைப்பட்டுள்ளது. காரணம் என்ன?

இடைப்பட்ட இந்த முன்னூறு ஆண்டு வரலாறு ஒரு குழப்பமான காலக்கட்டம்.. அதாவது பண்டைய தமிழ் மன்னர்களும் சிற்றசர்களும் அரசாட்சி இழந்து பல புதிய அரசர்கள் தோன்றினர். குறுநில மன்னர்கள், பாளையங்காரர்கள் அரசாண்டனர். மற்றும் பிரெஞ்சு,இங்கிலீஷ் கம்பெனிக்காரர்களுக்கிடையான மோதல்கள், கர்நாடக நவாப்களின் போர்கள், பாளையங்காரங்களின் தொல்லைகள், மராட்டியர்களின் படையெடுப்புகள், திப்புசுல்தானின் கலகங்கள் என பல அரசியல் குழப்பங்கள் மக்களை பாடாய் படுத்தின. உயிருக்கும், பொருளுக்கும் எந்த உத்திரவாதமும் இல்லாத காலக்கட்டம். இத்தகைய குழப்பான காலக்கட்டத்தில் மக்கள் கல்வியில் கவனம் செலுத்த இயலவில்லை. 19ம் நூற்றாண்டின் தொடக்கத்தில் அரசியல் குழப்பங்கள் ஓய்ந்து ஆங்கில அரசாங்கம் வலுவாக காலூன்ற தொடங்கியது.

கிருஸ்துவ மதத்தை பரப்பும் நோக்கில் தமிழ்நாட்டில் பல பாடசாலைகள் உருவாக்கப்பட்டு மற்றும் பல பாதிரிமார்கள் எழுத்தில் உரைநடையை மேற்கொள்ள ஆரம்பித்தனர். இப்பாடசாலைகளில் ஐய்ரோப்பிய முறைப்படி இலக்கியம்,பூகோளம்,சரித்திரம் முதலிய பாடங்கள் உரைநடை வாயிலாக கற்பிக்க ஆரம்பித்துள்ளனர். சமயத் தொண்டாற்ற ஐரோப்பிவிருந்து வந்து இறங்கிய பாதிரிமார்களுக்கு தமிழ்மொழியை கற்க வேண்டிய கட்டாயம் ஏற்-

பட்டிருருந்த படியால், தமிழைக் கற்கும் பொருட்டு உரைநடை நூல்கள் அச்சிடப்பட்டன. கிருஸ்துவ சங்கங்கள் நிறுவப்பட்டு மதச் சார்பான உரைநடை நூல்கள் விநியோகிப்பட்டுள்ளது.

கி.பி.16ம் நூற்றாண்டில் அச்சியந்திரங்கள் வந்திருந்தாலும், 19ம் நூற்றாண்டில்தான் இந்தியர்களுக்கு குறிப்பாக தமிழ் மக்களுக்கு அச்சியந்திரங்கள் வந்தன. அதாவது 16ம் நூற்றாண்டில் கிருஸ்துவ பாதிரிமாரிகளிடம்தான் அச்சியந்திரங்கள் இருந்தன. 19ம் நூற்றாண்டில்தான் இந்தியர்கள் அச்சியந்திரங்களை அமைக்கும் உரிமைப் பெற்றனர். இதே நூற்றாண்டில்தான் ஓலைச்சுவடிகளில் இருந்த பழைய தமிழ் இலக்கியங்கள் அச்சிடப்பட்டு அறிவுப் பரவலாக்கம் சாத்தியமாயிற்று. அச்சியந்திரங்களால் அனைவருக்கும் சொற்ப விலையில் தமிழ் இலக்கியம் வாங்கி வாசிக்கும் நிலை உருவானது. உதாரணமாக வீராமாமுனிவர் எழுதிய சதுரகராதி, ஓலைச் சுவடியாக வாங்கவேண்டுமென்றால் (19ம் நூற்றாண்டுக்கு முன்) இன்றைய மதிப்பில் ரூ.150 கொடுக்கவேண்டும். அதே நூல் அச்சு புத்தகமாக 19ம் நூற்றாண்டில் ரூ.2 க்கு கிடைத்ததாக முர்தாக் என்ற பாதிரிமார் 1865ல் எழுதியுள்ளார். (John Murduch: Classified Catalogue of Tamil Printed Books with Introductory Notes, Madras. 1865).

ஆங்கிலேயர்கள் இந்திய மொழிகளில் பயிற்சி பெறுவதற்காக கிழக்கிந்திய கம்பெனியால் 1812ம் ஆண்டு The College of Fort St.George என்ற கல்லூரி உருவாக்கப்பட்டது. இச்சங்கம் சார்பில் அச்சியந்திரம், நூல் நிலையம், வாசக சாலை நிலையங்களும் அமைந்திருந்தன. இக்கல்லூரி ஏறத்தாழ 30 ஆண்டுகள் செயல்பட்டு 1856ம் ஆண்டு மூடப்பட்டது. இவர்கள் வெளியிட்ட பஞ்சதந்திர கதைகள், கதா மஞ்சரி போன்ற சில நூல்கள் முக்கியமானவை. அச்சியந்திரம் வந்த பிறகு, 19ம் நூற்றாண்டில் தமிழ் எழுத்தில் சில மாற்றங்கள் வந்தன. கிருஸ்துவ பாதிரிமார்கள் 19ம் நூற்றாண்டில் பல கல்விச் சாலைகளை அமைத்து ஐய்ரோப்பிய முறையில் பாடங்களை கற்பித்தார்கள். அது வரையில் தமிழ் நாட்டில் திண்ணைப் பள்ளிகளே இருந்துள்ளன.

மேலும் தமிழ் இலக்கணத்தைத் தவிர வேறு எந்தப் பாடங்களும் கற்பிக்கப்படவில்லை. ஆக பாதிரிமார்கள் நிறுவிய கல்விச் சாலைகளில் தமிழ் இலக்கியம் மட்டுமல்லாமல், வரலாறு, புவியியல், கணிதம், இயற்கை போன்ற பாடங்களும் கற்பிக்கப்பட்டன. தமிழில் எண்களுக்கு தனி வரி வடிவங்கள் உண்டு. க,உ,ச,ரூ என்று புழக்கத்தில் இருந்த வடிவங்கள் எழுதுவதற்கு கடினமாக இருந்தபடியால், கிறிஸ்துவ பாதிரிமார்கள் ஐரோப்பிய எண்களை அறிமுகப்படுத்தினார்கள். ஐரோப்பிய எண் வடிவங்களான 1, 2, 3, 4 முதலியவை எழுதுவதற்கு எளிதாக இருந்ததால் இது அனைவராலும் ஏற்றுக்கொள்ளப்பட்டது.

ஆக 19ம் நூற்றாண்டில் தமிழ் மொழி அடைந்த சிறப்புகளில் முக்கியமானதும் முதன்மையானது வசன நூல்களின் வளர்ச்சி. 19ம் நூற்றாண்டுக்கு

முன் வசன நூல்கள் மிகக்குறைவாகவே வெளிவந்துள்ளன. அச்சியந்திரங்கள் முதலான வாய்ப்பான எழுத்துக் கருவிகள் இல்லாததானால், சுருக்கமாக எழுத்து வேலையை முடிப்பதற்கு செய்யுள் நடையையே 19ம் நூற்றாண்டு வரை கையாண்டுள்ளனர். 19ம் நூற்றாண்டில் பாதிரிமார்கள், மிஷனரிகள் வந்த பின், பழைய பாட முறைகள் மாற்றப்பட்டு புதிய பாடங்கள் புகுத்தப்பட்டு, பாடங்களுக்கு ஏற்றமுறையில் உரைநடை நூல்கள் இயற்றப்பட்டன. 19ம் நூற்றாண்டில் அதாவது 1862ல் தமிழ் ஆங்கில அகராதியை தொகுத்த வெளியிட்ட வின்ஸ்லோ பாதிரியார் தன்னுடைய நூலின் முன்னுரையில் "தமிழர்களுடைய வசன நடை இன்னும் வளர்ச்சியடையவில்லை. தமிழர்கள் பலர் பாக்களை விரைவாக பாடக்கூடியவர்களாக இருந்தும், பிழையின்றி உரைநடை எழுதத்தெரியாமல் இருந்தார்கள் " எனும் பொருள்பட எழுதியிருந்ததை முக்கியமாக கவனிக்கவேண்டும்.

வீரமாமுனிவர் தமிழ் நாட்டில் 1710 முதல் 1747 வரை மறைப்பணியும், தமிழ்ப்பணியும் ஆற்றினார். உயிரெழுத்திலும், உயிர்மெய்யெழுத்திலும் வீரமாமுனிவர் கொணர்ந்த எகர ஒகர சீர்திருத்தம் நிலைபெற்று, இன்றும் அனைவராலும் பின்பற்றப்படுகிறது. பேச்சுத்தமிழை விவரித்து கொடுந்தமிழ் இலக்கணம் என்ற நூலையும், சதுரகராதியையும் தொகுத்தவர் இவர். இதைத் தவிர திருக்குறள், தேவாரம், திருப்புகழ், நன்னூல், போன்ற நூல்களை ஐரோப்பிய மொழியில் வெளியிட்டவர். இதில் சதுரகராதி என்பது நான்கு வகையான அகராதியின் தொகுப்பு நூல். அவை: (1) பொருட்களின் பெயர்ச் சொற்களை தொகுத்து பெயர் அகராதி (2) பொருள்களின் பெயர்களை தொகுத்து பொருள் அகராதி (3) சொற்கள் பலவாக கூடிநின்று ஒரு சொல்லாக வழங்குவதை தொகுத்து தொகை அகராதி (4) எதுகை மற்றும் ஓசை வரும் சொற்களை தொகுத்து தொடை அகராதி.

வீரமாமுனிவர் மறைப்பணி ஆற்றிய அதே காலகட்டத்தில் 1706ல் தரங்கம்பாடியில் இரு ஜெர்மானிய பாதிரிமார்கள் டென்மார்க்கிலிருந்து வந்து இறங்கினார்கள். தனது காலனி நாடு ஒன்றில் கிறிஸ்துவின் நற்செய்தியை பரப்பும் மறைப்பணியை செய்யும் பொருட்டு டென்மார்க் மன்னர் நாலாம் பிரெட்ரிக் திட்டமிட்டபோது, அரசவை பாதிரிமார்களால் தேர்ந்தெடுக்கப்பட்டவர்கள்தான் ஸீகன்பால்கும், ஹெய்ன்ரிச் புளூட்சோவும். இவர்களைப் பற்றி விரிவாக ' தமிழ் அச்சுப் பண்பாடு ' என்ற நூலில் பேராசிரியர் அ.மார்க்ஸ் எழுதியுள்ளார். தமிழ்நாட்டில் முதலில் அச்சியந்திரத்தை நிறுவி நூல்களை அச்சிட்டவர் என்ற பெருமை ஸீகன்பால்குக்கே சாரும். ஸீகன்பால்கு அறிமுகப்படுத்திய அச்சியந்திரமும் நூல் வெளியீடுகளும் சாதாரண மக்கள் மத்தியில் அறிவுப் பரவலை சாத்தியமாக்கின.

அச்சியந்திரம் அறிமுகம் மட்டுமல்லாமல் முக்கியமான மற்றொரு பணியையும் செய்தவர் என்பது கவனத்துக்குரியது என தன் நாலில் அ.மார்க்ஸ் குறிப்பிட்டுள்ளார். அதாவது 13 வருடங்களே தமிழ்நாட்டில் வாழ்ந்து தன்-

னுடைய 34வது வயதில் காலமான ஸீகன்பால்கு தொடர்ந்து பிற மதத்தாருடனும், தமிழ் புலவர்களுடன் மற்றும் சாதாரண மக்களுடனும் உரையாடி தன்னுடைய கிருஸ்துவ கருத்துகளை அவர்களிடம் பிரச்சாரம் செய்தது மட்டுமல்லாமல், அவர்களுடைய கருத்துகளையும் குறிப்பெடுத்துள்ளார். சிலவற்றை மொழியாக்கம் செய்து ஐய்ரோப்பாவிற்கு அனுப்பியும் உள்ளார். இந்திய சமூகம், மதங்கள், கலாச்சாரம், பண்பாடு ஆகியன குறித்து பல கோணங்களை அறிமுகப்படுத்தியவர் ஸீகன்பால்கு.

மக்கள் மத்தியில் பரவலாக பயிலப்பட்ட நீதி வெண்பா, உலக நீதி, கொன்றை வேந்தன் ஆகிய மூன்று அற நூல்களை 1708ம் ஆண்டு ஜெர்மன் மொழியில் மொழிபெயர்த்துள்ளார். இதே ஆண்டில் சேந்தன் திவாகரம், சூடாமணி நிகண்டு போன்ற நூல்களை அடிப்படையாகக்கொண்டு ஐய்ரோப்பிய அகராதியக் கோட்பாட்டு அடிப்படையில் அகர வரிசையில் இரு அகராதிகளை தொகுத்துள்ளார். மக்களிடையே அதிகம் புழங்கும் சொற்களை கொண்டு 'கிறிஸ்துவத் தமிழை' வளமாக்கினார். “தென்னிந்தியச் சமூகம்” என்ற ஸீகன்பால்குவின் முக்கிய நூல் ஏறத்தாழ 200 ஆண்டுகளுக்குப் பிறகு 1921ம் ஆண்டு காலண்ட் என்பவரால் வெளியிடப்பட்டது. மற்றொரு நூலான “தென்னிந்தியக் கடவுளரின் வம்சாவழி” என்ற நூலை அவர் 1713ல் எழுதினார். இவ்விரு நூல்களும் தற்போது ஆங்கிலத்தில் படிக்க கிடைக்கின்றன.

புதிய ஏற்பாட்டை ஸீகன்பால்க் தமிழில் மொழிபெயர்த்ததால், லண்டனில் இருக்கும் 'கிறிஸ்துவ அறிவுப் பரப்புக் கழகம்' அச்சியந்திரத்தையும், 100 ரீம் காகிதத்தையும் தரங்கப்பாடிக்கு அனுப்பியது. ஆக 1712ல் தரங்கம்பாடியில் முதல் அச்சு இயந்திரம் நிறுவப்பட்டது.

இந்த நவீன அச்சியந்திரம் வருவதற்கு முன், 16ம் நூற்றாண்டில் அதாவது 1578ல் அண்ட்ரிக் அடிகளார் எழுதி வெளியிட்ட “தம்பிரான் வணக்கம்” என்ற நூல் முதலில் அச்சில் வெளிவந்த தமிழ்நூல் என்ற பெருமைப் பெற்றது. அண்ட்ரிக் அடிகளார்தான் இந்தியாவில் முதல் அச்சகத்தை கொல்லத்திலும், கோவாவிலும் நிறுவியவர். அவர் நிறுவிய அச்சியந்திரம் மரச்செதுக்குகளை பயன்படுத்தி இயங்கியது. எனினும் அச்சுக் கோர்த்து அச்சிடும் நவீன அச்சியந்திரத்தை கொண்டு தொடர்ந்து பல நூல்களை வெளியிட்ட பெருமை ஸீகன்பால்குவையே சாரும். 16ம் நூற்றாண்டு முதல் 18ம் நூற்றாண்டு வரை 313 நூற்கள் அச்சிடப்பட்டன. ஐரோப்பாவிலிருந்து தருவிக்கப்பட்ட அச்செழுத்து வார்ப்புகள் பெரிதாக இருந்ததால், தரங்கம்பாடியில் பட்டறை அமைத்து ஈய எழுத்துகள் வார்க்கப்பட்டன.

மேலும் காகிதத்திற்காக ஐரோப்பாவை நம்பி இருக்காமல், தரங்கம்பாடி அருகே பொறையாரில் காகித உற்பத்திக்கான ஒரு பட்டறையும் அமைக்கப்பட்டது. 18ம் நூற்றாண்டில் தமிழ் ஓலைச்சுவடிகள் மடங்கள், அரசவைகள்

மற்றும் பெரும் செல்வந்தவர்கள் இல்லங்களிலேயே சேகரித்து வைக்கப்படிருந்தன. 1708ம் ஆண்டு ஸீகல்பால்க் ஓலைச்சுவடிகளை சேகரித்து தொகுத்து Bibliotheca Malabarica என்ற தமிழ் நூலகத்தை உருவாக்கினார். இந்த நூலகத்தில் தமிழிலக்கணம், அற நூல்கள், பக்தி இலக்கியம், தல புராணங்கள், காப்பியங்கள் என அமைந்திருந்தன. மொத்தம் நான்கு தொகுதிகளாக இந்த நூலகம் பிரிக்கப்பட்டிருந்தது. முதல் தொகுதியில் அவர் எழுதிய 14 நூற்கள், இரண்டாவது தொகுதியில் கத்தோலிக்க மறைப் பணியாளர்கள் எழுதிய 21 நூற்கள், மூன்றாம் தொகுதியில் 119 தமிழ் நூற்கள், நான்காம் தொகுதியில் இஸ்லாம் குறித்த 11 நூற்கள் அடங்கி இருந்தன.

தமிழில் செய்யுளுக்கு இருக்கும் நெடிய வரலாறு உரைநடைக்கு கிடையாது. தமிழ் நவீன உரைநடையின் வயது ஏறத்தாழ 200-300 வருடங்கள் தான். பல தமிழ்க் கவிதைகள் உலகத்தரமானவை என்பதற்கு இந்நெடிய வரலாறும் ஒரு காரணம். மேற்கத்திய வரலாறு போல் தமிழுக்கு நெடிய உரைநடை வரலாறு இல்லை. முதல் தமிழ் நாவல் 1879ல் தான் வெளிவருகிறது.(பிரதாப முதலியார் சரித்திரம்). ஆக தமிழ் எழுத்து உரைநடை என்ற வடிவத்தில் இன்னும் அதிகம் பிரயாணம் செய்யவேண்டியுள்ளது.

21. ஜெயகாந்தன் - ஒரு நாள் ஒரு பொழுது! - தாஜ்

தி. ஜானகிராமனை சந்தித்து உரையாடிய அதே தினத்தில் ஜெயகாந்தனையும் சந்தித்தேன்! தி.ஜா.வை காலையில் என்றால் ஜே.கே.வை மாலையில்! 1982ம் ஆண்டு, நவம்பர் மாதம்! என் இலக்கிய குளிரின் முன் அனுபவக் காலம்! முன்தைய மாதங்களில் சௌதியில் சிற்றிதழ் நடத்தி, அதனூடான சாரலில் நனைந்த 'ஜில்லிப்பு' வேறு! அன்றைய மாலைப்பொழுது ரம்மியமாகவே தெரிந்தது. ஜே.கே. குறிப்பிட்ட அவரது அலுவலக முகவரியை நண்பனின் உதவியோடு கண்டடைந்தேன்.

எனது சிற்றிதழுக்காக, ஓர் நேர்காணல் வேண்டி ஜே.கே.யிடம் அனுமதி பெற்றிருந்தேன். அந்த அனுமதி அத்தனை சீக்கிரம் தகைத்துவிடவில்லை! சௌதியில் இருந்து அது குறித்து கடிதம் எழுதியபோதும், ஊர் வந்திருந்த நாளில் நினைவூட்டித் தபால் எழுதிய போதும், அவரிடமிருந்து ஒரு பதிலும் இல்லை. தி.ஜா.வை சந்திக்க சென்னைக்குப் போன தினத்தில், டெலிபோனில் அவரைப் பிடித்தேன். என் கடிதங்களை ஜே.கே. நினைவு கூர்ந்தார்! வாருங்கள் என்றார்! அன்றைக்கே, மாலைப் பொழுதில் ஒரு நேரத்தையும், தனது அலுவலக முகவரியையும் சொன்னார்!

ஜே.கே.வை இப்படி இலக்கிய கோதாவில் நேர்சந்திப்பது இதுதான் முதல் முறை. என்றாலும், அவரை இதற்கும் முன் சில தடவைகள் பார்த்ததுண்டு. அவரது சில சிறுகதைகளையும், ஓரிரு நாவல்களையும் கல்லூரிக் காலங்களில் படித்ததினாலான பிம்பம் மனதில் தங்கியதைவிட, ஆனந்த விகடனில்

எழுதும் தலைசிறந்த எழுத்தாளர்; தலைவர் காமராஜ் பக்கம் நின்று பேசுகி-றார் என்கிற பிம்பம்தான் ஓங்கி இருந்தது. அப்பொழுது அவர், காமராஜின் தூதராக தமிழகம் முழுவதும் கூட்டங்கள் பேசிக்கொண்டு இருந்தார். அப்படி ஓர் கூட்டம் பேச சிதம்பரத்திற்கு வந்திருந்தபோது, அண்ணாமலை யூனிவர்-சிட்டி கெஸ்ட் ஹவுஸில் அவருக்கு ஒரு பகல் பூராவும் ஜாகை அமர்த்-தப்பட்டிருந்தது. நான் என் சக மாணவர்களோடு சென்று, அவரை அங்கு வைத்து சந்தித்து, கொஞ்சம்போல உரையாடியதுண்டு. அந்த உரையாடல் அரசியல் சம்பந்தப்பட்டது. மாணவர்களது பார்வையில் பேசப்பட்ட எங்களது அரசியல் பேச்சை, தூக்கியெறிந்தபடி கணீரென்றுப் பேசினார்.

அண்ணாமலை மாணவர்களில் பெரும்பகுதியினர், அன்றைக்கு காமராஜ் வாழ்க என்கிற ரகம்! கூடவே, உலகத்திலேயே சிவாஜி தான் உயர்ந்த நடிகர் என்றும் சத்தியம் செய்வார்கள்! அதில், என் சத்தியம் உணர்ச்சிக் கொந்த-ளிப்பானது! அந்த அழகில்தான் இருந்திருக்கும் அன்றைக்கு அவரோடான எங்களது அரசியல் பேச்சும்! அவர் எங்களை தூக்கியெறிந்துப் பேசியது சரி-யென்று புரிய காலங்கள் ஆனது!

புனைக் கதைகளின் மேல் ஆர்வமும், நல்ல எழுத்தை தேடிப் படிப்பதில் நாட்டமும் கொண்ட என் சமகால 'எழுத்து' விரும்பிகள் மாதிரி, நானும் என் நல்ல எழுத்தின் தேடலை ஜெயகாந்தனில்தான் தொடங்கினேன்! அவரை முட்டமுட்டப் படித்தப் பிறகுதான் (அவரது எல்லா எழுத்துக்களையும் படித்-திருக்கிறேன் என்கிற அர்த்தத்தில் அல்ல) பிற படைப்பாளிகள் எல்லாம் பரிச்சயம். ஜே. கே.யை படித்தக் காலத்தில், கா.நா.சு, தி.ஜானகிராமன், எம்.வெங்கட்ராமன், மௌனி, நகுலன், ஜி.நாகராஜன், புதுமைப்பித்தன், சுந்த-ரராமசாமி, கி.ராஜ நாராயணன், அசோகமித்திரன் என்போர்களில் ஒருவரது பெயரும் கூட அறிந்தவனில்லை நான்!

அன்றைக்கு கைக்கெட்டிய தூரத்திலெல்லாம் ஜெயகாந்தன்தான் கிடைப்பார். தடங்களே இருக்காது. வாசிக்க விரும்பும் ஜே.கே.யின் புத்தகங்கள் சக நண்-பர்களிடம் கிடைக்காவிட்டாலும், கட்டாயம் பெண் நண்பர்களிடம் கிடைத்து விடும்! அவர்கள் ஜே.கே.யின் கதைகளையும், நாவல்களையும் சேகரிப்பதில் ஒருவருக்கொருவர் போட்டி கொண்டவர்களாகவும் இருந்தார்கள்! வாரப் பத்-திரிகையில் தொடராக வந்த அவரது கதைகள், நாவல்கள் அத்தனையையும் படித்தப்பின் தனியே எடுத்து, தைத்து பைண்ட் செய்யப்பட்ட தொகுப்புகளாக பாதுகாத்தும் வைத்திருப்பார்கள். அன்றைக்கு ஜெயகாந்தனின் கீர்த்தி அப்ப-டியோர் உச்சத்தில் இருந்தது!

அன்றைக்கு, வேலைக்குப் போகிற பெண்களின் கைப்பையில் தயிர்சாதமும் மாங்காவடு ஊறுகாயும் தட்டிப் போனாலும், ஜே.கே.யின் கதைப் புத்தகம் ஒன்று அதில் தட்டாது என்கிற அளவுக்கு நம் படித்த பெண்கள் அவரது கதையோடவே போவார்கள், வருவார்கள்! அவர்களிடம் புத்தகம் வாங்கிப் படிக்க வேண்டியாகிலும் ஜே.கே.யின் கதைகளை, நாவல்களை இரண்டாம்

முறை, மூன்றாம் முறையெனப் படித்த அனுபவங்களும் உண்டு!

இந்தப் பெண்களும் சும்மாவேணும் ஜே.கே.யின் புத்தகங்களை படித்து விட-வில்லை. அவர்களுக்காக ஜே.கே. தனது கதைகளில் எத்தனை எத்தனை 'லாஜிக்'குகள் பேசி அவர்களின் நவீனப் போக்குகளை, தடையுடைப்புகளை எத்தனை இடங்களில் நியாயப்படுத்தியிருக்கிறார்! 'அக்கினிப் பிரவேசம்' கதையில், அலுவலகம் போகும் சின்ன வயதுப் பெண் ஒருத்தி கற்பு ரீதியான சம்பிரதாயக் கட்டுகளில் இருந்து வழுவிவிட, அவளுக்காக, அல்-லது அவளையொத்த சிலருக்காக அவர் செய்திருக்கும் வாதமும், தீர்வும் சாதாரணமானதா என்ன? பெண்களில் எவருக்குத்தான் அது இஷ்டமில்லாது போகும்?

ஜெயகாந்தனின் கதைக்களம் பெரும்பாலும் நகர்ப்புறம் சார்ந்த, பின் தங்கிய பகுதிகள் என்றால் பெரிய தவறென்று ஆகிவிடாது. அந்தப் பகுதிகளில் வாழும் பாவப்பட்ட மக்கள், தங்களது சுயகுணாதிசயங்களோடும் சொந்தப் பிரத்தியோக மொழியோடும் அவரது கதைக்களில் சகஜமாவார்கள். ஜே.கே.யின் கதைவழியாக, அந்த மக்களை வாசிக்கும் வாசகர்கள், திடு-மென இன்னொரு உலகத்தின் கதவுகளைத் திறந்துப் பார்க்கும் உணர்வும் கொள்வார்கள்! அந்த மக்கள் பேசும்மொழி, சுயகுணாதிசயங்கள் மட்டுமல்-லாது அவர்களது அறநெறிகள் அத்தனையும்கூட அதிர்வலைகள் எழுப்-பவல்லது! அவைகள் அத்தனையும், அவர்கள்/அவர்களுக்காக/அவர்களா-ளேயே வகுத்துக் கொண்ட, சுயசாயலோடு இருக்கும்! இந்த வகை மனி-தர்களை, திரையில் வியூசுவலாக்குவதென்பதும் கடினம். 'பசி'/'ஈ' ஆகிய இரண்டு படங்களில் அந்த மக்களை காமிக்க கொஞ்சம்போல் முனைந்திருந்-தார்கள். அதில் 'பசி' நாடகத்தனமானது. 'ஈ' மிக நெருக்கத்திலான வியக்க வைத்த முயற்சி.

அவரது கதைகளில்/நாவல்களில் வரும் மேட்டுக்குடி மக்கள் எப்பவும் சுய தர்க்கப் பேர்வழிகள்! வழிவழியாக தொடரும் கலாச்சாரக் கட்டுக்களை தர்க்-கத்தின் வழியே தகர்ப்பதில் அவர்கள் தங்களை நிறுவிக் கொள்வார்கள். அல்லது, பெரிய சுயதர்க்கத்திற்குப் பிறகு, இன்னும் அதிகமாக பழமைகளை பூஜிப்பவர்களாகவும் பரிமாணம் கொள்வார்கள். பொதுவில், பழமைகளை தகர்ப்பவர்களே அவரது கதை மாந்தர்கள் என்று கொள்ளலாம்.

எழுத்தினூடே அவர் தன்னை வாசகனிடம் காமித்துக்கொள்ள யத்தனிக்கும் தோறும், வாசகனைத் துணுக்குறவைக்கும் அதிர்வலைகளை எழுப்பக் கூடி-யவராகவே இருப்பார்! இந்த பிரயத்தனம் அவரது கதைகள், நாவல்களைக் காட்டிலும் கட்டுரைகளில் பிரமாதப்படும். "மாணவர்களே மாடு மேய்க்கப் போங்கள்!" "பெண்களே திருமணம் செய்துக் கொள்ளாதீர்கள்!" "சமஸ்கிரு-தம்தான் உன்னதமொழி!" "நீங்கள் முன்னே பிறந்து விட்ட ஒரே காரணத்திற்-காக பின்னே பிறக்க இருப்பவர்களை வேண்டாம் என்று சொல்ல உங்களுக்-கென்ன நியாயம் இருக்கிறது!" (கர்ப்பத்தடைப் பிரச்சாரத்திற்கு எதிர்ப்பாக

அவர்) "பார்ப்பனர்கள் தீண்டாமையை கடைப்பிடிப்பவர்களாக இருந்தால் இருந்துவிட்டுப் போகட்டும், நீங்களும் அவர்களை அதே தீண்டாமையைக் கொண்டு பாருங்கள்!" ('ஜெய ஜெய சங்கர' நாவலில் ஓரிடம்) இப்படி, அதிர்வு தரும் பாங்கில் அவர் எழுதிய எழுத்துக்கள் அனேகம் உண்டு. அவரது மேடைப் பேச்சும் இதே ரகம்தான்! கூடவே, கணீரென்ற வையலும் சாடலும் இழையோட மின்னும்.

அவரது துணிவு அன்றைக்கு எழுத்துலகிலும், அரசியல் மேடையிலும் பிரபலமானது. அந்த துணிவுக்குப் பின்னாலான வாழும் நிஜங்கள் எப்போதும் அவரை நொடிக்க விடாது. தடாலடிக் கருத்துக்களும், சந்தர்ப்பத்திற்கேற்ப மாற்றிக் கொள்ளாத நேர்மையும் தான் ஜெயகாந்தன்! என்றாலும், சில நேரங்களில் அவர் தனது கருத்துகளை அபூர்வமாக மாற்றிக் கொண்டிருக்கிறார். இந்திரா காந்தி பிரதமராக பதவி வகித்தபோது இந்தியாவில் தீவிர எமர்ஜன்ஸியை பிரகடனப்படுத்தினார். அன்றைக்கு பெரும்பாலான எழுத்தாளர்கள் அதை எதிர்ப்பவர்களாகவே இருந்தார்கள். சுதந்திரத்தின் வழியே நமக்கு கிட்டிய பேச்சுரிமை, எழுத்துரிமை, வழக்காடும் உரிமையெல்லாம் பறிப்போய்விட்டதாக புழுங்கினார்கள்.

ஆனால், ஜெயகாந்தன், எமர்ஜன்ஸியை வரவேற்றார். இந்திரா காந்தியை ஆதரித்தார். என் பிந்தைய நாட்களில் அவரது எமர்ஜன்ஸி குறித்த கருத்துகளை, காலத்தின் கருத்தாகவும், அவரது அழகியல் முடிவுகளில் ஒன்றாகவும் அதை கணித்து உணர்ந்தேன். "கண்டதைப் பேசுவதற்கும், கண்டதை எழுதுவதற்கும் உங்களுக்கு எதற்கு சுதந்திரம்? அதை அருமருந்தாய் உபயோகிக்கத் தெரிந்தவனுக்குத்தான் அதுதேவை" என்பதாக அவர் தீர எழுதி, தன் சக பேச்சாளர்களையும், எழுத்தாளர்களையும் சாடினதுதான் எத்தனை சரி! எதன் பொருட்டும் இன்றுவரை அவர் இந்தக் கருத்தை மாற்றிக் கொண்டவர் இல்லை!

சமீபத்தில், தனித் தமிழ்வாதிகளை எதிர்த்துப் பேசிய மேடையில், "தமிழ் என்போர் தன்னைத்தானே நக்கிக்கொள்ளும் நாய்கள்" என்றார்! இந்தப் பேச்சு மக்கள் மத்தியில் பெரிய சர்ச்சையை கிளப்பியது. என்ன நினைத்தாரோ தெரியவில்லை அப்படி பேசியதற்காக வெளிப்படையான மன்னிப்பும் கேட்டார்! எனக்குத் தெரிந்து அவர் மன்னிப்பென்று கேட்ட ஒரே நிகழ்வு இதுவாகத்தான் இருக்கும். கிட்டத்தட்ட இதே மாதிரி அவர் இறங்கி வந்த அல்லது பிசகிய ஓரிரு நிகழ்வும் உண்டு. கலைஞர் கருணாநிதியை அவர் விமர்சிக்காத விமர்சனங்கள் இல்லை, அத்தனையும் அப்படியே அட்சரம்பிசகாது பதிவுகளில் 'இலக்கியவாதியின் அரசியல் அனுபவங்களாக இருக்கிறது. கலைஞர் தனது சொந்த அறக்கட்டளை சார்பாகத் தந்த பொற்கிழியை பெற்றுக்கொண்டு; கூடுதலாக மகனுக்கு' அரசு உத்தியோகமும் கேட்டுப் பெற்றவராக, கலைஞரை காந்தியோடு ஒப்புமைப்படுத்தி புகழ்ந்ததாகத் தகவல்!

அவர் அமெரிக்கா போய் வந்த நேரம், அந்த நாட்டை 'நிஜமான கம்யூ-

னிஸ்ட் நாடு!"யென அவர் கணித்துக் கூறிய செய்தியைப் படித்ததும் அப்படிதான்! காஞ்சி சங்கராச்சாரி, ஓர் கொலை வழக்கில் முதல் குற்றவாளியாக கைது செய்யப்பட்டபோது, அவருக்கு வக்காலத்து வக்கீல் மாதிரியான அனுசரனைப் பேச்சும்கூட அந்த ரகம்தான்!

ஜே.கே., சில ஆண்டுகளுக்கு முன் தமிழில் தேர்ந்தப் படைப்பாளியாக உருவெடுத்த ஒருவரை தனது இலக்கிய வாரிசாக அறிவித்தார். அந்தப் படைப்பாளியின் படைப்புகளைக் கண்டு அவர் மலைத்திருக்க வாய்ப்பில்லை. அவரே ஒரு இமயம்! ஆனால், அந்தப் படைப்பாளியின் அகம்; புறம் கணித்தவராகவும், அவரது எழுத்தின் அடிநாதம் புரிந்தவராகவும், இன்னும் அவரை சமன் செய்ய வேண்டியதின் அதி அவசியம் உணர்ந்தவராகவுமே, அவர் அப்படியொரு தீர்வை அறிவித்திருக்கக் கூடும் என்று கருதுகிறேன். அதை அவரது அழகியல் தீர்வுகளில் ஆக முக்கியமானதாக பார்த்தேன். ஜெ.கே.யின் மதிநுட்பத்தை திரும்பத் திரும்ப ரசித்தேன். இதற்காகவே அவர் மீதான சின்னச் சின்ன கசடுகளையும் கலைந்தேன்.

ஜெயகாந்தனை அடுத்து, வரிசையாக தமிழின் சிறந்தப் படைப்பாளிகளையெல்லாம் வாசித்த நாளில் அவரிடம் காணாத ஏதேதோ இவர்களிடம் தட்டுப்பட உணர்ந்தேன். வாழ்வியல் நிஜங்கள் இவர்கள் எழுத்தில் அபரிமிதமான ஜாலவித்தை புரிவதுமாதிரி இருந்தது. மனித வாழ்வின் கோலங்கள் எண்ணற்ற சுழிகள் கொண்டது! ஜே.கே. வரையவிட்ட அதன் இன்னும் பல பரிமாணங்களை இவர்கள் பிரமாதப்படுத்தியிருந்ததை உள்வாங்கவும் சிலிர்த்தேன். இவர்களது மொழி, ஜெயகாந்தனது மாதிரியான நேரிடையானது அல்ல! எதையெதையோ சொல்லி எதையெதையோ சொல்லாமல் விடும் மொழி! ஜே.கே.யைப் படித்தபோது அவரது வேகத்திற்கே ஓடியது மாதிரி இவர்களிடம் முடியவில்லை.

ஆங்காங்கே இடறியது. சிலநேரம், அவர்களது வார்த்தைகள் மறித்து நிறுத்தியும் விடுகிறது. ஆழ்ந்த யோசிப்புக்குப் பிறகேதான் இங்கே அனுமதி! இவர்களின் பின்னலது சூட்சமம் அப்படி! அது பிடிப்படாதப்போதும், அதன் மீது ஆர்வ இழப்பு ஏற்படுவதில்லை. மாறாய் இன்னும் இன்னுமென்ற ஆர்வம் தொற்றிக் கொள்ளவே செய்தது. அதனால் தான் என்னவோ இன்றுவரை இந்த வகை எழுத்தின் மீதான பரபரப்பும் கவர்ச்சியும் கிளைத்துக் கொண்டே இருக்கிறது.

அன்றையக் காலக்கட்டத்தில் படித்த சில விமர்சனக் கட்டுரைகளில் ஜெயகாந்தனின் பற்றிய உருவம் வேறுமாதிரியானது. கிறுக்கலான கோணத்தின் வினோத சித்திரம். அது, என்னில் தங்கிய ஜெயகாந்தன் அல்ல. அதன்பின் சிலஆண்டுகள் கழித்து வெளிவந்த 'ஜே.ஜே.சில குறிப்புகள்' என்கிற சு.ரா.வின் நாவலில் முல்லைக்கல் என்றொரு கதாப்பாத்திரம் பிரபல்யம். கொஞ்சம் கூடிய இலக்கியப் போலித்தனம் அவனது லட்சணம். அந்த நாவல் குறித்து வந்த விமர்சனங்களில் ஜெயகாந்தன் பேசப்பட்டார். அந்த முல்-

லைக்கல்தான் ஜெயகாந்தன் என்றார்கள். சூதுவாது அறியாத அன்றைய மனம் அதை நம்பியது. என்றாலும், அந்த நம்பிகை நாள்பட நிலைக்க-வில்லை. ஜெயகாந்தன் மீண்டும் என்னில், அவருக்குரிய இருப்பில் அமரவே செய்தார். ஆனால், அன்றைக்கு அவரை அவரது அலுவலகத்தில் வைத்து சந்திக்கச் சென்ற நாளில் முல்லைகல்லாக நம்பிய மனதோடுதான் போனேன். ஆழ்வார்பேட்டை ஒரு குடியிருப்பின் முகப்பில் சின்ன கன்னிக் கோவில். அதையொட்டி ஓர் பழைய கட்டிடத் தொகுப்பு. கட்டிட காம்பௌண்ட் வழியே உள்ளே போனேன். மிகவும் எளிமையாகத் தெரிந்த அந்தக் கட்டிடத்தின் முதல்மாடியில், ஒரு கதவிலக்கம் தான் ஜே.கே.யின் அலுவலகமாக இருக்-கவேண்டும். அவர் குறிப்பிட்டிருந்த முகவரி அதுதான். மாலைப்பொழுது தாழ்ந்து, இரவின் கூறுகள் கவிழவும், தெரு விளக்கெல்லாம் மினுக்கென பற்றிக் கொண்டிருந்தது. கட்டிடத் தொகுப்பையொட்டி புறத்தே தெரிந்த கல் கட்டுமானப் படிகளின் வழியே, முதல் மாடியின் கால் வைத்தத் திருப்பத்தில் அவரது அலுவலகம் இருந்தது.

ஜே.கே. முன்பே வந்திருந்தார். வாசகர்கள்; நண்பர்கள்; சகப் படைப்பாளிகள் என்று பத்துக்கும் குறையாதவர்கள் அங்கு குழுமி இருந்தனர். பத்துக்கு பதி-னைந்து அறை அது. உள் சுவற்றில் ஒரு நிலைத் திறப்பு. ஒட்டு அறை மாதிரி. முன்பு இருந்தவர்கள் அதை சமையலுக்கான பிரத்தியோக புழங்கிட-மாகப் பயன்படுத்திருக்கலாம். தலைவாசல் நிலையருகே ஒரு பழைய மேஜை, அதற்குப் பொருந்தும் ஒரு நாற்காலி. மேஜையின் வலதுகையில் ஒரு சின்ன இருக்கை. நாற்காலியில் ஜே.கே.! எதிரே தரையில் அவரது சகபாடிகள். அமரச் சொல்ல... வலதுகை இருக்கையில் நான்!

என்னோடு வந்த எனது பார்ப்பன நண்பன் வெளிவராந்தாவிலேயே நின்று விட்டான். கதை கவிதை என்றாலே முகம் சுழிப்பவன். அதெல்லாம் உதவாக்கரைகளின் செயல்பாடுகள் என்பது அவனது தீர்மானமான முடிவு. இந்த சனியனையெல்லாம் விட்டொழி என்று பலமுறை சொல்லிவிட்டான். ஒருதரமாவது அவனது பேச்சை கேட்டிருக்கலாம் என்று இன்றைக்குத் தோன்றுகிறது. இப்பொழுது ஜெயகாந்தனோடு குழுமியிருக்கும் இந்தக் கூட்-டம் நிச்சயம் அவனை மிரட்டலாம். எல்லாவற்றையும் எனக்காக சகித்துக் கொள்ளும் மனம் கொண்டவன்தான் அவன்!

நான் ஜெயகாந்தனுக்காக வாங்கிவந்த வெளிநாட்டு சிகரெட் பாக்கெட் சில-வற்றை அவரிடம் கொடுத்தேன். நன்றியோடு அதனைப் பெற்றுக் கொண்டு, மேஜை இழுப்பைத் திறந்து உள்ளே வைத்துச் சாற்றினார். வெளிநாட்டு சிக-ரெட் பற்றியும், அந்தப் பாக்கெட்டை திறந்து நுகரும் சுகந்தத்தைப் பற்றி-யும் அவர் எழுதிய கட்டுரையைப் படித்திருக்கிறேன் என்பது மட்டுமல்ல, அதைப் பழக்கத்தில் ஏற்றி, வழக்கப்படுத்திக் கொண்டவன். இந்த நினைவின் தொகுப்பாகத்தான், அவருக்கு இந்த சிகிரெட் தேர்வு. ஒரு பாக்கெட்டை மட்டும் எடுத்துத் திறந்து, அதில் ஒரு சிகரெட்டை எடுத்துக் கொண்டவராக,

பிற யாரிடமும் நீட்டாது; என்னிடம் மட்டும் நீட்டினார். என் கை நீளத் துவங்கி, யோசனைக்குப் பின் இழுத்துக் கொள்ள, தவிர்த்தேன். இங்கே பத்துக்கு மேற்பட்ட சகாக்கள் வாளாவிருக்கும்போது, ஜே.கே.யோடு நான் புகைப்பதென்பது சரியாகப் படவில்லை.

அவர் சிகரெட்டை ரசித்துப் புகைத்தார். நான் அந்த ரூமை கண்களால் துழாவினேன். பக்கச் சுவரில், கூடுதலான நீள அகலத்தில் செல்ப் அடிக்கப்பட்டு, அதில் புதுமைப்பித்தன் படைப்புகள் முழுமையும் அடுக்கப்பட்டிருந்தது! அதே அளவில், எதிர்புற சுவற்றில் இன்னொரு செல்ப். அது பூராவிலும் ஜெயகாந்தன் படைப்புகள்! இப்பொழுது அவரைப் பார்க்கவும் "பேட்டி" என்றேன். "பேட்டி என்று தனியாக ஒன்று வேண்டாம், இங்கே நீங்கள் பார்ப்பவைகள், கேட்பவைகள் கொண்டு கட்டுரையாக எழுதிக் கொள்ளுங்கள். உங்களுக்கென்று கேள்விகள் இருக்குமென்றால், அதை நீங்கள் கேட்கலாம். நிகழும் சம்பாசனைகளின் இடையில் அதற்கு பதில் கிடைக்கும்" என்றார். அவர் மாற்றி அமைத்த இந்த திட்டத்தில் மிகுந்த சுதந்திரத்தை உணர்ந்தேன். கொஞ்ச நஞ்ச இறுக்கமும் இத்துவிட்டது. ஏக சந்தோசம்.

ஒட்டு ரூமிலிருந்து முதிர்ந்த பெரியவர் ஒருவர் வெளிப்பட்டார். வெளுத்த மெலிந்த தேகம். சட்டையில்லை. வேஷ்டி மட்டும்தான். அதைகூட மார்புக்கும் வயிற்றிற்கும் இடையில் தூக்கிச் சொருகியிருந்தார். உடல் பூராவும் பட்டைப் படையாய் திருநீரு. நீண்டு அலையலையாக இறங்கிய வெண்தாடி. அடர்த்தியில்லை. அவரது கையில் ஒரு மண்பானையும், காலி டம்ளர்களும் இருந்தது. அதிலிருந்து டம்ளரில் சாய்த்த பானத்தை முதலில் ஜெயகாந்தனுக்கென்று கொடுத்து விட்டு; தொடர்ந்து எதிரே அமர்ந்திருந்த நண்பர்கள் குழுமத்திற்கும் கொடுத்தார்.

அதன் நெடி காற்றில் தவழ்ந்து வந்தது. அது கள்ளா? அல்லது வேறு லாகிரியா? உறுதி செய்யத் தெரியவில்லை. அதையொட்டிய ஞானத்தின் போதாமை எனக்கு எப்பவும் உண்டு. பெரியவர் என்னிடமும் ஒரு டம்ளரில் சாய்த்து நீட்டினார். ஜே.கே.யுடன் நண்பர்கள் அனுபவிக்கும் அந்த பேரனுபவம் எனக்கும் வேண்டித்தான் இருந்தது. அதுவும் அவருக்குச் சமமாக! பக்கத்தில்! தயாராகத்தான் இருந்தேன். வாழ்வில் இன்னொரு முறை கிட்டக்கூடிய பாக்கியமா அது! ஆனால், அந்தப் பெரியவரிடம் ஜே.கே. தலையசைத்து எனக்கு வேண்டாமென்றார். நிகழவிருந்த உன்னத தருணங்கள் பறிபோனது.

ஜே.கே.யின் அலுவலகக் கட்டிடத் தொகுப்பை ஒட்டி, கடைசியில் குடிசைகள் தொடங்கி நீள்கிறது. அந்த குடியிருப்பு பகுதியைச் சேர்ந்த ஒருவன், நேற்று இரவு குடித்துவிட்டு தனது மனைவியை நையப்புடைத்திருக்கிறான். அந்தக் கொடுத்து வைத்தவனின்(!) மகாத்மியத்தை புகாராக ஜே.கே.யிடம் சொல்ல வந்திருந்தாள் அவனது மனைவி. எழுதிய, பேசிய நேரம்போக இப்படியான பஞ்சாயத்துகளிலும் ஜே.கே. ஆர்வம் காட்டுவாரோ என்னவோ!

அவளது கனவனை கூப்பிட்டனுப்ப ஆள்விட்டார். இரண்டாவது மூன்றாவது என்று டம்ளரில் பானம் வட்டச்சுற்று வந்தப்படி இருந்தது. பருகிய நண்பர்கள் இருகிய மௌனத்தில் அவரைப் பார்த்தபடியே உட்கார்ந்திருந்தார்கள். ஓரிருவர் மட்டும் "ஜே.கே."யென சகஜமாக அழைத்து அவரிடம் ஓரிரு வார்த்தைகள் பேசினர். அங்கே ஜே.கே.மட்டும்தான் தொடர்ந்தும் சப்தமாக பேசியபடி இருந்தார். வெளியே நான் எட்டிப்பார்க்க, பால்கேனி நடையில் என் நண்பன் குறுக்கும் நெடுக்கும் நடை பயின்றுக் கொண்டு இருந்தான்.

அவளது கணவன் அலுவலக நிலைமறைவில் வந்து நின்றான். மறைவில் அவன் நின்றபோதும் என்னால் அவனை உட்கார்ந்த இடத்திலிருந்து பார்க்க முடிந்தது. ஏழ்மை தரித்த சகமனிதனாக இருந்தான். கூலி வேலை செய்பவனாக இருக்கவேண்டும். முகத்தில் இலேசான பயம். மூன்றாவது டம்ளர் பானத்தை இப்பொழுது ஜே.கே. முடித்தார். அவனை இணக்கமாய் பெயர் சொல்லி அழைத்தார். அவரது அழைப்பின் கணீரில் சுருதி தப்பியதாகப் பட்டது. மறைவிலிருந்து நிலையின் மையத்திற்கு நகர்ந்துநின்று எல்லோருக்கும் முகம் காட்டினான்.

ஜே.கே. அவனிடம், குடிப்பது எவ்வளவு பெரிய தப்பு என்கிற ரீதியில் மட்டுமே போதனை செய்தார். மனைவியை அவன் அடித்ததைப் பற்றி எந்தப் பேச்சுமில்லை. ஜே.கே.யின் இந்த அளவுகோளை சரியென்ற கோணத்தில் வியந்தேன். அவன் ஜே.கே.யின் எந்த சொல்லுக்கும் மறுப்பு சொல்லாமல், தலையை மட்டும் ஆட்டியபடி, அத்தனையும் ஒப்புக்கொள்பவனாகவே நின்றான். அவனது மனைவியைப் பார்த்து இனி இப்படி நடக்காதுயென தைரியம் சொல்லி அனுப்பிவிட்டு, அவனிடம் "சரி போ" என்றார்.

இரு கைகளையும் குவித்து ஜே.கே.யை வணங்கியபடி தயக்கமாக நகரத் தொடங்கினான். நகர்ந்தவனை நிற்கச் சொல்லி, பெரியவரிடம் ஜே.கே. கண் ஜாடைக் காட்டினார். அவனுக்கும் ஒரு டம்ளர் ஊற்றிக் கொடுக்கப்பட்டது. மறுப்பேதும் சொல்லாமல் அதை அவன் வாங்கி சுவர் மறைவில் முடித்து, டம்ளரையும் தந்துவிட்டு, மலர்ந்த முகமாய் தெளிவான கும்பிடைச் செலுத்தி விடை பெற்றான். அவன் அப்படி விடைபெறும் பாங்கைக் கண்டு அமர்ந்திருந்த நண்பர்களின் குழு கொல்லென சிரித்தது. ஜே.கே.யும் சிரித்தார். நான் ஆரம்பம் தொட்டே, அந்த நிகழ்ச்சியின் சிரித்த சாட்சியாகத்தான் இருந்தேன்.

ஜே.கே. இப்பொழுது என் பக்கம் திரும்பினார். சௌதியில் சிறிய திருட்டுக் குற்றங்களுக்கெல்லாம், விரல்களை தறித்து விடுவார்களாமே என்று கேட்டார். ஆமாம் என்றேன். சிறிய திருட்டுக்களில் சம்பந்தப்படுபவனை மனிதாபிமானக் கண்ணோட்டத்திலும், பொருளாதார ஏற்றத்தாழ்வு நிலைப்பாட்டிலும் பொருத்திக் கணிக்க வேண்டும் என்றார். அதை ஒப்புக்கொண்ட நான், அவர்கள் அவர்களது மத குற்றவியல் சரத்துப்படி தண்டனைகள் வழங்குகிறார்கள் என்றும், அந்தவகைத் தண்டனைகளால் பிற நாடுகளை விட

அங்கே குற்றங்கள் குறைவாக இருக்கிறதென்றும் சொன்னேன். மேலும், இந்த வகையான தண்டனைகளை சௌதி அரேபியா தவிர்த்து பிற இஸ்லாமிய நாடுகளில் பெரும்பாலும் இல்லை என்றேன். சௌதி அரேபியா மட்டும்தான் இன்னும் அப்படி முழுமையான சரியத்து சட்டத்தை கெட்டியாகப் பிடித்துக் கொண்டு இருக்கிறது என்றபோது அவரும் ஒப்புக் கொண்டார்.

ஒரு நாட்டின் ஆட்சியாளர்களுக்கு, தனது மதத்தை எங்கே வைக்கனுமோ அங்கே மட்டுமே வைக்கத் தெரிந்திருக்க வேண்டும் என்றவர், எங்கள் நாட்டிலும் மதம் இருக்கிறது! நான் போய் பார்த்த சமாதிகளில் எல்லாம் அதைப் பார்த்தேன்! என்றார். எங்கள் நாடு என்று அவர் சொன்னதை 'சோவியத் யூனியன்' என்றும், நான் போய் பார்த்த சமாதிகளில் எல்லாம் அதைப் பார்த்தேன் என்றதை 'அவர் போய் பார்த்த சமாதிகளில் மதத்தின் அடையாளமான சிலுவைகள் சொருகப்பட்டிருந்த காட்சியையும்' அவர் குறிப்பிடுகிறார் என்று நான் அர்த்தப்படுத்திக் கொண்டேன்.

அவரது அழகு சொட்டும் இந்த வாக்கிய அமைப்பிலும்; அதன் 'சரி'யிலும் சொக்கினேன். ஜே.கே. என்றால் ஜே.கே.தான்! ஞானபீடப் பரிசு, அவருக்கு சும்மா கிடைத்து விடவில்லை! பிற்காலத்தில், பாபர் மசூதி இடிக்கப்பட்டபோது மத ஆளுமைகளுக்கு எதிராக எழுந்த சமூக பகிஷ்கரிப்பையொட்டி ஜெயகாந்தன் செய்த பதிவு வலுவானது. குறிப்பிடத்தகுந்தது. மதங்கள் ஒரு கட்டுக்குள் இருக்கவேண்டுமென அன்றைக்கு அவர் பேசியதின் நேர்மையை அந்தத் தருணமே ஒப்புக்கொண்டேன். இடதுசாரி மனோபாவம் கொண்டவர்களுக்கெல்லாம் அன்றைய சோவியத் யூனியன் ஒரு செல்லம். அதை அவர், எங்கள் நாடென குறிப்பிட்டதை அப்படித்தான் யதார்த்தப் பொருள் கொண்டேன். நிஜமும் அதுதானே!

என்னுடைய 'தமிழ்ப்பூக்கள்' சிற்றிதழின் பிரதி ஒன்றை என்னிடமிருந்து பெற்று புரட்டினார். 'அரசியல்வாதிகளிடமிருந்து நாட்டை மீட்பது எப்படி?' என்கிற தலைப்பில் இருந்த கட்டுரையை கொஞ்ச நேரம் பார்வை செய்து விட்டு, 'அரசியல்வாதிகளிடமிருந்து அரசியலை மீட்பது எப்படி?' என்பதாக அந்த தலைப்பு இருந்திருக்க வேண்டுமென்றார். மௌனமாக இருந்த அவரது சகாக்கள் இப்பொழுது, "ஆமாம் அதுதான் சரி" என்றார்கள். ஜே.கே. மீண்டும் தொடர்ந்தார். பண்டிட்நேரு, ஜீவா, காமராஜ் எல்லாம் அரசியல்வாதிகள்தான் என்றார். "ஜே.கே. பிரமாதம்" என்றோர் குரல் அந்தப் பக்கமிருந்து எழுந்தது. நானும் ஒப்புக் கொண்டேன்.

அடுத்து எங்களது பேச்சு, சினிமாவின் பக்கம் நகர்ந்தது. அவரது சிறுகதைகளிலிருந்தும், நாவல்களிலிருந்தும் சில காட்சிகள் உருவப்பட்டு தமிழ்ச் சினிமா வல்லுனர்களால்(!) பயன்படுத்தப்படுவது குறித்து ஜே.கே.யிடம் கேட்டேன். தாராளமாக எடுத்துப் பயன்படுத்திக் கொள்ளட்டும். ஆட்சேபனை இல்லை என்றவர், அவர்கள் மீது நான் வழக்குத் தொடுத்தால், என் மீது சோவியத் எழுத்தாளர்கள் பலர் வழக்குத் தொடுப்பதும் நியாயம் என்றார்!

இத்தனை தாராள மனத்தோடும், நேர்மையோடும் தமிழ்ச் சினிமாக்காரர்களைப் பார்த்த ஜே.கே., டைரக்டர் பாலசந்தரை கண்டமேனிக்கு திட்டத் தொடங்கினார். அவரது முகத்தில் ஆவேச கோடுகள் நெளிய, கர்ஜனைக் குரலும் கரகரத்தது. அவரை சாந்தப்படுத்த யாரும் முன்வராத நிலையில், இன்னும் இன்னுமென்று ஏகத்திற்குத் தீட்டித் தீர்த்தார். பாலச்சந்தரை, அவர் சார்ந்த மதத்தின் பெயர் சுட்டி கோபப்பட்டபோது, இந்த ஜெயகாந்தன்தானா 'ஜெய ஜெய சங்கரா' எழுதினாரென சந்தேகமே வந்துவிட்டது. மீண்டும் என்பார்வை வெளியே துழாவியபோது, பால்கனியில் உலாத்தும் என் நண்பன் தலையில் அடித்துக்கொண்டு என்னை உடனே எழுந்துவரச் சொல்வதும் தெரிந்தது.

பாலச்சந்தர் இயக்கி, மகத்தான வெற்றி பெற்ற 'அவள் ஒரு தொடர்கதை'யில் இரண்டு கதாநாயகிகள். அதில் ஒருத்தி ஆங்கில நாவல்கள் படிக்கும் வழக்கம் கொண்டவள். மற்றொருத்தி ஜெயகாந்தனின் நாவல்கள் படிக்கிற ரகம். ஆங்கிலம் படிக்கிற நாயகி, தனது வாழ்வின் பிரச்சனைகளில் மிகத் துல்லியமாக முடிவெடுக்கிறவள். ஜெயகாந்தனைப் படிக்கும் நாயகியோ, வாழ்வை சாதாரணமாக எடுத்துக் கொள்பவளாகவும், விதண்டாவாதம் புரிபவளாகவும், எல்லாவற்றிற்கும் ஒரு நியாயம் கற்பிப்பவளாகவும் தலையெடுத்து தோல்விக் கண்ட பெண்ணாக முடிகிறாள். இது பாலச்சந்தருக்கு வேண்டாத வேலை. அந்தப் படம் வந்த நாளிலேயே இது குறித்த ஜே.கே.யின் கோபம் பத்திரிகைகளில் பேசப்பட்டது. ஜெயகாந்தனைப் படித்தப் பெண்கள் இப்படி சீர்கெடுவார்கள் என்பதற்கும், ஆங்கில நாவல்களைப் படிக்கும் பெண்கள் வாழ்வை சிலாக்கியமாக்கிக் கொள்ளுபவர்கள் என்பதற்கும் என்ன இருக்கிறது உத்திரவாதம்?

எப்பவோ வந்த அந்தத் திரைப்படம் குறித்த பாலச்சந்தரின் மீதானக் கோபம்,ஜே.கே.யிடம் இன்னும் தணியாதிருப்பது வியப்பாக இருந்தது. பேச்சு தொடர்ந்து இயக்குனர் பி.ஆர்.பந்துலுவைப் பார்க்க நகர்ந்தது. சினிமாவைப் பற்றி அவனுக்கு என்ன தெரியும்/சில நேரங்களில் சில மனிதர்கள் எனது 'டிரிட்மெண்ட்'படி இயக்கப்பட்ட படம்/இப்படி அவரதுப் பேச்சு நீண்டு கொண்டே இருந்தது. இரவு ஒன்பதைத் தாண்ட, பருகிய பானம் அவரை முன்னேற்றப் பாதையில் இட்டுச்செல்ல, சபை இப்பொழுது சலசலத்தது. ஒருவர் பின் ஒருவராக விடை பெறத் தொடங்கினார்கள். நானும் எழுந்தேன். ஜே.கே.யும் எழுந்தார்.

அவர் கீழே இறங்கி, காம்பௌண்டை தாண்டியவுடன், நெருக்கத்தில் அவரிடம் நன்றியையும் வணக்கத்தையும் சொல்லி விட்டுப் புறப்பட கருதினேன். மாடிப்படியில் அவரை முன்னே இறங்கவிட்டு நான் பின் தொடர்ந்தேன். தடாலடியான பேச்சும் சிரிப்புமாக கீழே இறங்கி காம்பௌண்டை தாண்டிய அவர், கட்டிட சுவற்றிற்கும் சுவற்றையொட்டி இருந்த கன்னிக்கோவிலின் பின்புறத்திற்கும் இடையே தெரிந்த கழிவுநீர் பாதையின் அருகே

போய், பேண்ட் ஜிப்பைத் திறந்து, எல்லோரிடமும் பேசி சிரித்தப்படி, நின்ற பாட்டிற்கு சிறுநீர் கழித்தார்.

ஒரு சின்னப் பையன், சிறிதுமில்லாத பெரிதுமில்லாத சைக்கிளை கொண்டுவந்து ஜே.கே.அருகில் நிறுத்தினான். பின் இருக்கையில் இரண்டு பக்கமும் கால்களைத் தொங்கப்போட்ட நிலையில் ஏறி அமர்ந்தார். நான் அருகில் போய் நன்றி கூறி விடை பெற்றேன். அமர்க்களமாக சிரித்தபடியே விடை தந்தார். அந்தச் சிறுவன் சைக்கிளை மிதிக்கத் துவங்க வேகம்பிடித்தது. ஜே.கே. தலையைத் திருப்பி எல்லோருக்கும் 'டாட்டா' காண்பித்தபடி, பெரிய சப்தம் கொடுத்தவராக இருளில் போய் மறைந்தார்.

என் நண்பன் பஸ்ஸை எதிர்நேக்கியவனாக தூரத் தெரிந்த ரோட்டின் வளைவில் போய் நின்றான். டி.நகர் போகவேண்டும். நான் அவனிடம் போய் சேர்ந்தபோது, "இந்த மாதிரி இடத்திற்கெல்லாம் இனி என்னை அழைக்காதே, நீயும் போகாதே" என்று அதட்டினான். அவனது கோபம் இன்னும் அதிகமாக இருக்கும் என்று நினைத்திருந்தேன். அப்படியெல்லாம் இல்லை. முகத்தை மட்டும் தொடர்ந்து இறுக்கமாகவே வைத்துக் கொண்டு வந்தான். ஜே.கே.யை அறிந்தவர்களால்தான் அவரைப் புரிந்துக் கொள்ள முடியும். ஜே.கே.யை இவன் என்றைக்கு அறிவது! நான் என்றைக்குப் புரியவைப்பது! டி.நகர் போகிறவரை, "ஸாரி விசு..." "ஸாரிய்யா.." சுலோகத்தை அப்பப்ப சொல்லி குழையடித்துக் கொண்டே போனேன். பாவம் அவன்! ஜெயகாந்தனின் உலகைக் கண்டு அநியாயத்திற்கு பயந்து விட்டான்.

22. தமிழ்ப் பேராழியில் கலந்த சமுத்திரம்

- வாய்மைநாதன்

இருபதாம் நூற்றாண்டுத் தமிழ் இலக்கியத் தளத்தில் எந்தப் புள்ளியிலிருந்து நம் பயணத்தைத் தொடங்கினாலும் சமுத்திரத்தை எதிர்கொள்ளாமல் அடுத்த இலக்கை எட்ட முடியாது. அந்த அளவிற்கு இருபதாம் நூற்றாண்டுப் புத்திலக்கிய முயற்சியில் முத்திரை பதித்தவர் இவர். 61 ஆண்டு மட்டுமே வாழ்ந்த மிகவும் பிற்பட்ட குடியைச் சேர்ந்த இந்த நெல்லைச் சீமைக்காரரின் பிள்ளைப் பருவமோ ஆதரவற்ற அகதி நிலையில் தொடங்கியது; தொடர்ந்தது. தத்தித் தடுமாறி அலைகாற்றில் அகப்பட்ட சருகு போல் சுற்றிச் சுழன்று எவ்வாறோ பொருளியல் பி.ஏ., பட்டம் பெற்றார்; பிறகு பல பணிகளுக்குத் தாவித் தாவிச் சென்று கடைசியாக மத்தியத் தகவல் தொடர்பு ஒலிபரப்புத் துறையில் பணிபுரிந்தார்; இதே காலத்தில் தமிழ் இலக்கியத்தில் புதிய சாதனை களையும் சாதித்திருக்கிறார். 24 சிறுகதைத் தொகுப்பு, 10 குறும் புதினத் தொகுப்பு, 15 நவீனம், லியோ டால்ஸ்டாய் நாடகம்; 3 கட்டுரைத் தொகுப்பு என்று இவரது சாதனைச் சமுத்திரம் பரந்து விரிந் திருக்கிறது. 1979 முதல் வாழ்நாள் இறுதி வரை இந்தப் பேனா ஓய்வின்றி உழைத்தது.

பேராசிரியர் இரா.காமராசு ஒருவரில் ஒன்று வாரானால், அவர் தனித்தன்மை படைத்தவர் என்று உறுதியாய்க் கூறலாம். பேராசிரியர் நாவானமாமலையின் ஆய்வுத் தடத்தை அங்குலம் அங்குலமாக அளந்தறிந்த இவர் படைப்பாளி சமுத்திரத்தின் அலைகளையும் துளிகளையும் எண்ணிக்கை பிடித் திருப்பது பொருத்தமான முயற்சியே.

அவர் பேனா செல்லும் வழியில் சமுத்திரத்தின் சாதனைச் சுவடுகளை உற்றுநோக்குவோம். சாகித்திய அகாதெமியின் 'இந்திய இலக்கியச் சிற்பிகள்' வரிசையில் 'சு.சமுத்திரம்' காமராசு கையில் மதிப்பீடாகிறார். 128 பக்க அளவிலான இந்நூல் படிக்கத் தொடங்கியவரின் நெஞ்சுப் பரப்பை ஆட் கொள்கிறது. ஆறு தலைப்புகளில் சமுத்திரத்தின் வாழ்க்கைச் சுருக்கம், சிறுகதைகள் பற்றிய நெட் டோட்டப் பார்வை, நவீனங்களின் உயிர்ப்பைச் சுவாசிக்கச் செய்தல், நாடக மேடையில் டால்ஸ் டாய், கட்டுரைகள், புயலுக்கும் பேராழிச் சுழலுக்கும் தடுமாறாத படைப்பாளியின் நிமிர்ச்சி எனச் சாதனைச் சரித்திரத்தைக் கட்டம் கட்டமாக வகுத்துக் காட்டுகிறார் காமராசு.

மனித சமுதாயத்தின் எதிரிகளையும் துரோகி களையும் பேனா என்ற பேராயுதத்தால் 'சங்காரம்' செய்த போராளி சமுத்திரம் என்பதை நூலாசிரியர் நிறுவும் பொழுது நாமும் 'நிச்சயம்' என்று நிமிர் கிறோம். இருபதாம் நூற்றாண்டு முதற் பாதி வரை மேல்சாதியாரால் தாழ்த்தப்பட்டவர்களைப் போல நடத்தப்பட்ட மிகவும் பின்தங்கிய குடும்பத்தில் பிறந்தவர் சமுத்திரம். அது இவர் வாழ்க்கை நெடுகிலும் இடறியது.

தொடக்கத்தில் இவர் பேனா முனைக்குப் பக்கங்களை ஒதுக்கியது செல்வாக்குமிக்க ஒரு வணிக இதழ்க் குழுமம். அதுவே ஒரு கட்டத்தில் இவரைக் காயப்படுத்துவதில் ஆனந்தப்பட்டது; பின் சமரசத்திற்குச் சாமரம் வீசியது. மற்றவரானால் நீண்ட கையை விடாமற் பற்றிக்கொள்ளுவார். அதை உதறி நிமிர்ந்த செம்மாப்பு சமுத்திரத்தின் தனித்தன்மை. ஒடுக்கப்பட்ட மக்களுக்குச் சம உரிமையும் சுயமரியாதையும் கிடைக்கப் போராடியது சமுத்திரத்தின் பேனா. அது மையோடு கொண் டிருந்த உறவினும் உரிமையோடு கொண்ட உறவே கொண்டாடத்தக்கது. திரையுலக அனுபவங்கூட இவரது தன்மானத்தை நாடி பார்க்க முனைந்த பொழுது அந்த உறவை உதறி எறிந்தவர் இவர்; தமிழக அரசு அளித்த பரிசுகளைப் பெற்ற இவர், "இப்பரிசுகள் மக்கள் வரிப்பணத்தின் மாற்று வடிவம்.

எனவே மக்களுக்கு விசுவாசமாக எழுதுவேன்" என்றுரைத்தபோது, முதுகு சொறியும் முனைப்பிற்குத் தாம் ஆளில்லை என்று நாடே கேட்க உரக்க மொழிந்தவர். சாகித்திய அகாதெமி விருது பெற்ற பொழுது, 'இடஒதுக்கீடு' என்று ஒரு மேட்டுக்குடி இதழ் பொருமியது. இவரோ, 'முப்புரி நூல் வலுவானதா? பனைநார் வலுவானதா? பார்த்து விடு வோம்' என்று போர் முழக்கம் புரிந்தவர். விருது பெற்ற சமுத்திரத்தைப் பாராட்டிப் பணமுடிப்பு அளிக்க 'மகாசன மாநாடு' வருந்தி வருந்தி அழைத்த பொழுது, 'அந்த மாநாட்டிற்கு

வரமாட்டேன்' என்று தயங்காமல் மறுத்த இவர் சமரசமற்ற சாதி மறுப்பாளர்.

'வரலாற்றுத் தடம் எழுத்துகளால் ஆனது தான், ஆனால் வெறும் எழுத்துகளால் ஆனது என்ற எல்லைக்குள் நுடங்காமல், வாழும் சமுதாயத்தின் வேட்கைக்கான போர்க்களத்தில் மெச்சத்தகுந்த பங்குப் பணியாற்றியிருக்க வேண்டும்.' இந்த இலக்கணத்திற்கு வாழும் சான்றுகள் இந்த ஆறடி மனிதரும் இவர் பேனா வடித்த எழுத்துகளும்.

தலித்தியம் என்ற சொல் பயன்பாட்டு அரங்கில் முகம் காட்டாத நாளிலேயே தீண்டாமை, சாதி இழிவு, ஆதிக்க அநீதி ஆகிய இருட்டுக் கோட்டை களைத் தம் பேனாப் பீரங்கியால் பேர்த்தெறிந்தவர் சமுத்திரம்.

பெண்ணியம் பேச்சு முனைக்கு வராதிருந்த காலத்திலேயே ஆணாதிக்கம், வரதட்சணைக் கொடுமை, விதவை நிலை ஆகிய பெண்மைக்கு எதிரான ஓரவஞ்சங்களை வேரற வெட்டியழித்தவர் இவர். வைகுண்டர் வழியில் செருக்குடன் நடந்த இவருக்கு ஏகலைவன் என்ற பாரதக் கதைமாந்தன் மனத்திற்கு ஏற்றவன். இன்னும் குறிப்பிட வேண்டிய செய்தி இவர் பேனா முனையோடு நில்லாது கள மிறங்கிச் சமரசமின்றிப் போராடியவர் என்பதே. காலப்போக்கில் இவர் கொண்ட வளர்ச்சி இவரது பெண்ணுரிமையைப் போற்றும் இயல்பை உறுதி செய்தது. கால வரிசைப்பட்ட இவரது படைப்புகள் இதை வெளிப்படுத்தும்.

'வேரில் பழுத்த பலா' (குறுநாவல்) சாகித்திய அகாதெமி விருது பெற்றது. இது முதல் தலை முறையாக வேலைக்குச் சென்ற பெண் எதிரிடும் இடர்ப்பாடுகளையும் சாதிய இழிவழிவையும் வெளிப்படுத்தியது.

இவர் ஐந்நூறு சிறுகதைகள் வரை எழுதி யுள்ளார். அவை 24 தொகுப்பாக வெளிவந்தன. அதுவரை படைப்புத் தறியில் பாகாகவோ ஊடாகவோ முகம் காட்டியிராத பொருண்மை பல இவர் கைப்பட்டுக் கதைப் பொருளாயின.

'முகம் தெரியாத மனுசி' என்ற கதை தோள்சீலைப் போராட்டத்தில் பங்கேற்ற சூழலை விவரிக்கிறது.

'வாழ்க்கைப் பாக்கி' சாவு வீட்டுச் சலனங்களைப் படம்பிடிக்கும் மிகச் சிறந்த கதை. பண்டாரம் என்ற அலுவலக உதவியாளர் மேற்கொண்ட அலுவலகப் பயணம் பற்றி எள்ளல் துள்ள விளக்கும் கதை. 'பண்டாரம்', 'தராசு' என்ற கதை அலுவலக ஊழியரின் நேர்மையை முன்னிலைப்படுத்தும் ஒரு சத்தியத்தின் அழுகை (சாதியம்), எதிர் பரிணாமம் (போலி அரசியல்), ஐம்பெரு விழா (சமூகத்தின் போலித் தனம்), மானுடத்தின் நாணயங்கள் (பெண்ணின் அவலம்),

அம்மையப்பன் (தனிமனித நேர்மை), பிணம் தின்னும் சாத்திரங்கள் போன்ற ஒவ்வொரு புதினமும் அதனதன் தனித்தன்மைச் சாதிப்பினால் வெற்றி பெற்றது.

“என் எழுத்து ஏழ்மையின் வெற்றியாகாது; ஏழைகளின் வெற்றியாக வேண்டும்” என்ற நோக்கத்தி லிருந்து இவர் வழி தவறியதில்லை. இதுவே இவர் பெருமைகளில் முதன்மையானது. இவர் படைப்பு களில் உத்தி, வடிவம் என்று சிலம்ப மாடுவதிலும் பொருண்மையே அழுத்தம் பெற்றது. இது இவரை முற்போக்கு அணியில் நிறுத்தியது எனலாம்.

இவர் தெளிவும் ஆற்றலும் பெற்ற எழுத்தாளர்; சமூகத்தின் தூதுவராகப் படைப்பைப் பயன்படுத்தி யவர். முளைக்கும் பருவத்திலேயே நாட்டுப்புறக் கலையில் கால் பதித்த ஈடுபாடு பிற்காலத்தில் சாமானியர் உணர்வுகளைப் படைப்பின் பொருளாக்க ஆர்வ மூட்டியது. இளமைப் பருவத்திலேயே தேசிய இயக்க ஈடுபாடும் காமராசர் பாராட்டும் நேர்ந்தாலும், இந்த முதல் தலைமுறைக் கல்விமான் எச்சரிக்கை யாகவே அடிவைத்து முன் சென்றார். பிள்ளைப் பருவ வறுமையும் அநீதி கண்ட பொருமலும் இவரை இடதுசாரிச் சார்புக்கு ஈர்த்தன. “கலை மக்களுக்காக” என்ற அணியில் இவர் நின்றார்.

“இவர் எழுதுகோலுக்கு இதயம் இருக்கிறது” என்ற இராம.குருநாதனின் கூற்று சரியான மதிப்பீடு.

அரசியல் தலைவர்களின் காலில் விழுந்து விழுந்து தமிழர்கள் முதுகெலும்பின் செயல்பாட்டை மறந்து தவழ்கிறார்கள் என்ற எள்ளல் எதிர் பரிணாமத்தில் அம்பலமேறியது. தேவதாசி முறைக்கு எதிராகச் “சாக்கம்மாவும்” பெண்ணின் பொருளாதாரச் சுதந்திரம் கோரிச் “சுமைதாங்கியும்” தனித்தன்மை பெற்றன.

இவர் படைப்புகளில் மரபு வழிப்பட்ட உவமை களும் ஊர்ப்புற வழக்காறுகளும் இடம்பிடித்தது தனி அழகு. அவை சமூக வரலாற்றிற்கும் தமிழிலக்கிய வரலாற்றிற்கும் நிச்சயமாக உதவி புரியும் உள்ளீடு உடையவை. இவரது நவீனங்களில் “ஒரு கோட்டுக்கு வெளியே” முதற் பிரசவம், பதினெட்டு மொழிகளில் வானொலி நாடகமாகவும், பதினான்கு மொழிகளில் மொழிபெயர்ப்பாகவும் அமைந்த பெருமை பெற்றது. ஊருக்குள் ஒரு புரட்சியோ ஐந்தாண்டுத் திட்டம் செயல்படும் அவலநிலையைத் தோலுரித்தது “புத்தம் புது காலை” என்ற பெயரில் திரைப்படமாகவும் வெளிவந்தது.

இவர் எழுதிய அரவாணிகளைப் பற்றிய “வாடா மல்லி” வாரத் தொடராக வந்த பொழுதே வாசகர்களை ஆட்கொண்டது. “பாலைப்புறா” என்ற நவீனம் எய்ட்ஸ் நோயாளிகளை மனித நேயத்துடன் அணுகியது.

ஆண்மைக் குறைவால் உண்டாகும் உளவியற் சிக்கலை ஒத்தை வீடும் ஓரினச் சேர்க்கைக்கு அடிமைப்படுதலைப் புதை மண்ணும் கலைப் பாங்குடன் வடித்தன. இவ்வாறாக விளிம்பு நிலையினரின் மன உணர்வுகளை எழுது பொருளாக ஏற்றுக் கதை படைத்து இலக்கிய உலகம் கொண்டாடுமளவு வெற்றி பெற்றவர் சமுத்திரம்: தனியார் கல்லூரியின் அழுக்குகளை சத்திய ஆவேசம் எழுத்தில் ஏற்றியது ‘சோற்றுப் பட்டாளம்’ ‘இல்லந்தோறும் இதயம்’

என்பவை திருமணத்தில் பெண்ணுரிமைப் போராட்டத்தையும், தொழுநோய் பாதித்த பெண்ணிடம் ஏற்படும் உடன்பாடான மாறு பாட்டையும் முன்வைத்தன. சுருங்கச் சொன்னால், இவர் கதைகள் யதார்த்த வழியில் கலைப் படைப் பாயின; பிறர் தொடாத களத்திலும் புலத்திலும் இறங்கி ஈடுபாட்டுடன் மேம்பட்டன.

இவரது நாடக மேடை அனுபவம் 'லியோ டால்ஸ்டாய்' என்ற நாடகமாகும். பத்தே கதை மாந்தரைக் கொண்ட இக்கலை வடிவம் நெடுங் காலம் சுவைஞர்கள் நினைவில் ஆட்சி செய்தது.

இவரது கட்டுரை நூல்கள் 1. கதைகளின் கதைகள் 2. சமுத்திரம் கட்டுரைகள் 3. என் பார்வையில் கலைஞர் என்பவை. தம் கதைகளின் பின்னணியை சுவையுடன் கூறியது முதல் தொகுப்பு எழுத்தாளர் களுக்குப் பயனளிக்கும் பயிலரங்கு. மற்றிரு கட்டுரை நூல்களும் மேற்கொண்ட பொருளுக்கியைந்து பெயர் சொல்லும் நூல்கள்.

சமுத்திரம் ஒரு சமஉரிமைப் போராளி, சமரச மற்ற எழுத்துப் போராளி, உண்மையை உரத்துக் கூறியவர். இவரைப் பொறுத்தவரை மனிதநேயம் தற்கருணை வாதம் அல்ல, ஒரு போராட்டக் குறியீடு. இவரை உருவாக்குவதில் வள்ளலாரும் வைகுண்ட சாமியும் பங்கேற்றனர். வீரன் சுந்தரலிங்கமும் குணங்குடி மஸ்தான் சாகிபும் வேதநாயக சாத்திரியும் தோள் சீலைப் போராட்ட முன்னோடி. மீட் பாதிரியும் சாதிப் பட்டப் பெயர் சேர்த்துக் கையெழுத்துப் போட மறுத்த மதுரை மாவட்ட (நாட்டாண்மை)க் கழகத் தலைவர் இராமச்சந்திரனும் வழிகாட்டிகளாயினர். எழுத்தாளரினின்று வேறு படுத்துவன. அவை, சமூக நிகழ்வுகளிற் பங்கேற்பு, மனிதநேயம், தம்மைத் தாமே பரிசீலனை செய்து கொள்ளுதல், அனுபவத்திலிருந்து பெறும் பாடம், தொலைநோக்குப் பார்வை, புகழ்மயக்கின்மை, படைப்பில் வெளிப்படும் பொதுமை, தம்மையும் ஒரு பாத்திரமாக இணைத்தல், சொந்த வாழ்விற் பற்றின்மை, தம் படைப்பைப் பொதுச் சொத்தாக்கக் கருதும் மனப்பான்மை என்பன.

ஒரு படைப்பாளியின் வாழ்க்கையும் சாதனையும் பரவலாக வரையப்பட்டிருக்கிற வகையில் நூலாசிரியர் பாராட்டிற்குரியவர். படைப்பாளியின் வாழ்க்கையே படைப்புக்கு வேராக மறைந்தும் மறையாமலும் அமைய வேண்டும். இதனை வெளிப்படுத்துதல் நூலின் நுட்பமாகக் கையாளப்பட்டிருக்கிறது. படைப் பாளியிடம் கொண்ட மதிப்பு அவரை மதிப்பிடுவதில் குறுக்கிடாமல் நூலாசிரியர் நடுநிலையுடன் நடந்து கொண்டிருக்கிறார்; சார்புச் செய்தி எதுவும் இடம் பெறுதலோ, படிப்பவரை மயங்கச் செய்தலோ இல்லாமல் தாம் மேற்கொண்ட பணியை நிறைவு செய்திருக்கிறார்.

நூலில் அங்கங்கு காணப்படும் எழுத்துப் பிழைகள் பார்வை இடம் மாறினாலும், நூலாசிரியர் சமுத்திரம் என்ற படைப்பாளியின் முழுப் பரி மாணத்தை நம் முன் நிறுத்துவதில் பெரு வெற்றி பெற்றிருக்கிறார்.

23. சு.சமுத்திரம் புதினங்களில்...

– ம. ஹரிகிருஷ்ணன்
முனைவர் பட்ட ஆய்வாளர் (முழு நேரம்),
முதுகலை மற்றும் தமிழாய்வுத்துறை,
அரசு ஆடவர் கலைக்கல்லூரி, கிருஷ்ணகிரி.
நெறியாளர்: முனைவர் அ.திலகவதி, இணைப்பேராசிரியர், முதுகலை மற்றும் தமிழாய்வுத்துறை, அரசு ஆடவர் கலைக்கல்லூரி, கிருஷ்ணகிரி.

தனக்கெனத் தனித்ததோர் இடத்தை எழுத்துலகில் தக்கவைத்துக் கொண்டவர் சு.சமுத்திரம் அவர்கள். அவரது படைப்புகளில் பல இடங்களிலும் பொதுவுடைமைச் சிந்தனைகளை எடுத்தாண்டுள்ளமையைக் காணமுடிகிறது. அத்தகைய உயரிய சிந்தனைகளைக் கண்டறிந்து வெளிக்கொணர்ந்திடும் நோக்கில் இக்கட்டுரை அமைகிறது.

'வர்க்க பேதம்' தவிர்த்தல் : 'வெளிச்சத்தை நோக்கி' எனும் புதினத்தின் கதைத் தலைவன் மெய்யப்பன். இவன் அரசு அலுவலகம் ஒன்றில் பணிபுரிந்து வருகிறான். அந்த அலுவலகத்தின் மேலாளர், அங்குப் பணிபுரியும் வாணியிடம் நெறிபிறழ் நடத்தை கொண்டவராய் நடக்க முற்படுகிறார். இதனால் வாணி மிகுந்த மனவேதனையடைகிறாள். தன்னுடன் பணிபுரியும் மெய்யப்பனிடம் ஒரு சகோதரியாக தன்னுடைய நிலையை எடுத்துக் கூறுகிறாள்.

“மானேஜர், என் வீட்டுக்கு வந்திருந்தார். தங்கச்சி, தங்கச்சின்னு வார்த்தைக்கு வார்த்தை சொல்லுவார். அப்படிப்பட்ட மனுஷன். நேற்று என் கையை வலுக்கட்டாயமா பிடிச்சுக்கிட்டு நாளைக்கு சினிமாவுக்குப் போகலாமுன்னு கேட்கிறார்.”1 என்று கூறி வருந்துகிறாள். இதனைக் கேள்வியுற்ற மெய்யப்பன் வெகுண்டெழுகிறான். தன் மேலாளரிடம் சென்று,

“எதுக்கு ஸார் கண்ணாமூச்சுப் பேச்சு? வாணியக்காவ எதுக்காக சினிமாவுக்குக் கூப்பிட்டீங்க? உங்க பெண்டாட்டியை இன்னொருத்தன் இப்படிக் கூப்பிட்டால் சம்மதிப்பிங்களா? ஒங்களை மாதிரி ஆட்கள், சம்மதித்தாலும் சம்மதிப்பிங்க”2 என்று கேட்டு கடிந்துரைக்கிறான்.

பணிபுரியும் இடங்களில் ஆடவர் மகளிர் எனும் வர்க்கபேத முரண்பாடுகள் இருப்பது முறையன்று. மேலதிகாரிகள் எனும் போர்வையில் தங்களுக்குக் கீழ் பணிபுரியும் மகளிரை இதுபோன்ற பாலியல் சீண்டல் செய்யும்போது அதனைக் கண்டிக்க / கடிந்துரைக்க வர்க்கபேதமின்றி ஆடவர் சகோதர உணர்வுடன் முன்வர வேண்டும் எனும் சிந்தனையை ஆசிரியர் வலியுறுத்துவதைக் காணமுடிகிறது.

மற்றவருக்காக வாழ்தல் : 'இல்லம் தோறும் இதயங்கள்' எனும் புதினத்தின், கதைத்தலைவி 'மணிமேகலை' இன்ஜினியராக பணிபுரியும் ஜெயராஜ் என்பவரை மணந்து வாழ்ந்து வருகிறாள். இந்நிலையில் அவளது முகத்தின் காதோரத்தில் சிறிய வெண் புள்ளி ஒன்று தோன்றுகிறது. அதனை மருத்துவரிடம் காண்பிக்கும்போது இது தொழுநோய்க்கான அறிகுறி என்கிறார். இதனையறிந்த ஜெயராஜ் அவளை அவளுடைய தாய்வீட்டிற்கு அனுப்பிவிட்டு, மறுமணம் செய்து கொள்கிறான். ஆனால், மணிமேகலையோ வீட்டைவிட்டு வெளியேறி தன்னைப் போன்றே நோயால் பாதிக்கப்பட்டும், ஆதரவற்றும் உள்ளவர்கள் உள்ள காப்பகத்தில் பணியில் சேர்கிறாள். பின்பு அந்தக் காப்பகத்தின் தலைவராகப் பொறுப்பேற்று,

"பூந்தமல்லிக்கு அருகே மதுரவாயல் என்ற சாலையோர கிராமத்தில் திருமதி லில்லி பிரபாகர் என்ற நிஜமான சமூக சேவகி குழந்தைகள் காப்பகம் ஒன்றை உருவாக்கி இருக்கிறாராம். நாடெங்கிலுமுள்ள பெரு வியாதிக்காரர்களின் பிள்ளைகளைக் கொண்டுவந்து நாள்தோறும் மும்முறை உணவளித்து, கல்வியளித்து, நற்பணி செய்வதாகக் கேள்வி. நாமும் ஏன் இந்த தாய்மார்களின் வசதியற்ற பிள்ளைகளைக் கொண்டுவந்து இதர அனாதைக் குழந்தைகளையும் கூட்டி வந்து ஒரு காப்பகம் கட்டக்கூடாது? மணிமேகலை அந்த காம்பவுண்டுக்குள் வெற்றிடம் ஒன்றை நோக்குகிறாள். அவள் மனவெளிக்குள் ஒரு கட்டிடம் எழுகிறது. குழந்தைகள் குவிகிறார்கள். கட்டிடம் பெரிதாகிக் கொண்டே வருகிறது. குழந்தைகளின் எண்ணிக்கை கூடிக்கொண்டே வருகிறது." எனும் கூற்றிலிருந்து, மணிமேகலையின் தியாக உள்ளமும் தாயுள்ளமும் பொதுநல நோக்கும் வெளிப்படுவதைக் காணமுடிகிறது. தன்னுடைய வாழ்க்கையை இழந்தபோதும் பிறரை, வாழ வேண்டும் என நினைப்பதும் வாழ வைக்க முற்படுவதும் மிக உயரிய பொதுவுடைமைச் சிந்தனை ஆகும். இதனை ஆசிரியர் மணிமேகலையின் செயல்பாட்டின்வழி அறிவுறுத்துவதைக் காணமுடிகிறது.

மூன்றாம் பாலினத்தவரின் பொதுவுடைமைச் சிந்தனை - 'வாடாமல்லி' எனும் புதினத்தின் கதைத்தலைவன் சுயம்பு. இவன் சென்னையில் பொறியியல் படிப்பைப் படித்து வந்தான். பின்பு காலப்போக்கில் அவன் உடலில் தோன்றிய பாலின மாற்றத்தால் திருநங்கையாக மாறிவிடுகிறான். பிறகு வீட்டைவிட்டு பெற்றோரால் துரத்தப்படுகிறான். சிறிது காலம் சென்னையில் வாழும் திருநங்கைகளோடு சேர்ந்து வாழ்கிறான். இந்நிலையில், டெல்லி செல்கிறான். அங்கு திருநங்கைகளின் மாதாவிடம் மேகலை எனும் பெயரில் வளர்ப்பு மகளாக வளர்ந்து வருகிறான். அப்போது அவனது வளர்ப்புத்தாயிடம் ஒருவர்,

"நாங்க போபாலுல இருந்து வாரோம். முர்கே மாதாவுக்கு ஒரு கோயில் கட்டுற விஷயமா. ஆமா. உங்க லெட்டர் கிடைச்சது. கோவில் கட்ட எவ்-

வளவு செலவாகும்'' எனக் கேட்க, மேகலை அவசர அவசரமாய்க் குறுக்கிட்டாள். "எம்மா. முர்கேமாதாவுக்கு கோவில் கட்டட்டும். வேண்டான்னு சொல்லல. ஆனால் அந்தக் கோவிலோட கோவிலா, நம்மள மாதரி பிறப்பெடுத்து சூடுபட்டவங்களுக்கும், தெருவுல தூக்கியெறியப்பட்டவங்களுக்கும் ஒரு சத்திரம் சேர்த்து கட்டனும்ணு சொல்லுங்கம்மா'' என்கிறாள்.

"என் ராசாத்தி இந்தத்திட்டம் எனக்கு வரல பாரு. சரி. அப்புறமா இவங்ககிட்ட பேசி மொத்தம் எவ்வளவு ஆகுதுன்னு கணக்கு பாரு. பாதிச் செலவ நாம குடுத்திடலாம்.''4 என்கிறாள். திருநங்கைகளின் வாழ்விற்காக சுயம்பு கூறும் இக்கூற்று ஒவ்வொருவரிடமும் இருந்தால் யாரும் யாராலும் துன்புறும் நிலை உருவாகாது. எல்லாரும் எல்லாமும் பெறுகின்ற சூழல் உருவாகும்.

ஒற்றுமையுடன் போராடுதல் : 'நெருப்புத்தடயங்கள்' எனும் புதினத்தில் கலாவதி என்ற பெண் அவளது உறவினர்களாலேயே வன்கொடுமை செய்யப்படுகிறாள். இதனை அறிந்த அவளது உறவினளான தமிழரசி அவ் அநீதியை எதிர்த்து காவல் நிலையம் நோக்கி போராட்டத்தை மேற்கொள்கிறாள். அதனைக் கண்ட "ஊர் மக்கள், மரம் வெட்டுபவர்கள், கிணறு தோண்டுபவர்கள், விவசாயக் கூலிகள் உட்பட ஏழை எளியவர்கள் நடந்த கூட்டத்தில், ஒதுங்கியிருந்த சேரிமக்களில் பலரும் சேர்ந்து கொண்டார்கள். வாலிபப்பையன்கள், வயதுப்பெண்கள், விடலைப்பயல்கள், முதியவர்கள் என்று சமூகத்தின் எல்லா வயதுகளுக்கும் பிரதிநிதித்துவம் காட்டும் கூட்டம் நிராயுத பாணியாய்த் தோன்றினாலும், போர்ப்பரணிப் பார்வையோடு போய்க் கொண்டிருந்தது.

போலீஸ்காரர்களையும்,பணக்காரர்களையும் எதிர்க்க முடியும் போலுக்கே என்று பலர் வியந்து கொண்டார்கள்.''5 எனும் இக்கூற்றின்மூலம் நீதிக்கு எதிராக செயல்படுவர்களை ஒற்றுமையுடன் கூடி எதிர்த்தால் நீதியை நிலைநாட்ட இயலும் என்பதை அறியமுடிகிறது. மேலும், சமுத்திரம் அவர்களின் 'சத்திய ஆவேசம்' புதினத்திலும் அநீதிக்கு எதிரான போராட்டங்களை பதிவு செய்துள்ளமையைக் காணமுடிகிறது.

மத நல்லிணக்கம்/சகோதரத்துவம் : இந்து - முஸ்லீம் மக்களிடையே நிகழ்ந்த மதக்கலவரத்தை மையமாகக் கொண்டு எழுதப்பட்டது 'மூட்டம்' எனும் புதினமாகும்.

மேலப்பாளையம் எனும் கிராமத்தில் உள்ள மசூதியை யாரோ இடித்துவிடுகின்றனர். அதனால் அங்குள்ள இந்து மக்கள் மீது முஸ்லீம்களுக்கு கோபம் உண்டாகிறது. இதனால் அப்போது வெகுண்டெழுந்தவர்கள் அங்கு வந்த முத்துக்குமார் என்ற இளைஞனை வெட்டுவதற்கு செல்கின்றனர். அவர்களிடமிருந்து முத்துக்குமாரை,

"முத்துக்குமார் கண்ணடிப்பதா? இவன் நடிக்கான்! இவனைத்தான் முதல்ல முடிக்கணும். பொல்லாத போக்கிரி. காதர்பாட்சா இப்போது கூட்டத்-

திலிருந்து விடுபட்டு, முத்துக்குமாரின் முன்பக்கம் தனது முதுகைச் சாய்த்தபடியே சர்வசாதாரணமாகக் கேட்டான்.

“யாராவது இவனை வெட்டணுமின்னா வெட்டுங்க! அப்படி வெட்டினால், அவன் தலையோட என் தலையும் சேர்ந்துதான் விழும். முத்துக்குமார் உணர்ச்சிப் பெருக்கில் பாட்சாவின் கழுத்தைக் கட்டிக் கொண்டு விம்மி விம்மி அழுதான்”6 என்பதிலிருந்து காதர்பாட்சாவின் சகோதரத்துவ/மதநல்லிணக்க சிந்தனையை அறியமுடிகிறது. இச்சிந்தனை அனைவரிடமும் மேலோங்க வேண்டும்.

உழைப்புச் சுரண்டலை எதிர்த்தல் : ‘தாழம்பூ’ எனும் புதினத்தில் சரோசா என்பவள் சாராயத் தொழில் செய்து வருகிறாள். அவளை இளங்கோ என்பவன் அத்தொழிலை விட்டு மாற்றி, அவன் வேலை செய்யும் அரசு அலுவலகத்தில் தற்காலிக உதவியாளர் பணியில் சேர்த்து அவளுக்கு உதவிபுரிகிறான். அவ்வலுவலகத்தில் பணியாற்றும் பலரும் அவளிடம் வேலை வாங்கி அவளது உழைப்பைச் சுரண்டுகின்றனர். அவளுக்கு சம்பள நாள் அன்று தற்காலிகத்துக்கு சம்பளம் இல்லை என்று கூறி அவமானப்படுத்துகின்றனர். உழைப்பைச் சுரண்டிக்கொண்டு ஊதியம் தராமல் இருப்பதை கேள்விப்பட்டு அங்கு வந்த இளங்கோ,

“இந்தப் பொண்ணு நியூசென்ஸ் காரின்னா, நாமெல்லாம் அரசாங்கக் கேடிங்க. ஒரு மாசமா நாய் படாத பாடா உழைச்சிட்டு அதுக்குப் பலன் கிடைக்கலன்னா அவள் குலைக்கத்தான் செய்வாள். நாமா இருந்தால் கடிச்சிருப்போம். நம்பவச்சு கழுத்தறுத்துட்டீங்களே! இந்தாம்மா சரோசா. ஏன் அழுவுறே? இந்தா, என் சம்பளம் முழுசும். ஒனக்கு வேலைக்குக் கூலியாயும், இவங்களோட அகம்பாவத்துக்கு அபராதமுமாவும் தாறேன். இளங்கோ, ஆவேசப்பட்டு தனது சட்டைப் பையைக் கிழித்தான். அந்த வேகத்தில் இடது கையிலிருந்த பை அவனது வலது கைக்குள் ஒரு சதுரத்துணியாக நூறு ரூபாய் நோட்டுக்களோடு வெளியிடப்பட்டது. அந்தத் துணியோடு அந்த நோட்டுக்களை சரோசாவின் கைக்குள் திணித்தான்.”7 எனும் இக்கூற்றின்வழி அறியமுடிகிறது. ஒருவருடைய உழைப்பினைச் சுரண்டும்போது அவர்களுக்குத் துணையாக நின்று நீதியைப் பெற்றுத்தருவது உயர்ந்த சிந்தனையாகும்.

பொருந்தா மணத்தைத் தடுத்தல் : ‘வளர்ப்பு மகள்’ எனும் புதினத்தில், சொக்கலிங்கம் - பேச்சியம்மா தம்பதியர்களுக்குக் குழந்தை இல்லாததால் அவன் தங்கை செல்லம்மாவின் குழந்தையைத் தத்து எடுத்து வளர்த்து வருகிறான். அப்போது அவனுக்கு ஆண்வாரிசு இல்லை என்ற ஏக்கத்தால், ஓர் இளம் வயது பெண்ணைத் திருமணம் செய்ய ஏற்பாடு செய்யப்படுகிறது. இதனை, கேள்விப்பட்ட மல்லிகா வெகுண்டெழுகிறாள்.

“மல்லிகா அழைப்பிதழை வாயில் கடித்துக் கொண்டே யோசித்தாள். பெண் விடுதலை பேசும் இந்தக் காலத்திலா இப்படி? ஒருத்தி, ஏழையாகப் போய்விட்டால், அவளை யாரும் வாங்கலாம் என்பது இன்னும் நடக்குதே. மாமா சொத்தைக் காப்பாற்ற நினைத்தால், இந்த பேச்சியம்மாவையே தத்து எடுத்து மகளாய் வளர்க்கலாமே! அப்பாவா இப்படிச் செய்கிறார்? அப்பா அல்ல, அப்பாவோட பணம். பணத்தை, வாலிபமாய் பெண்கள் நினைக்கிறார்கள் என்கிற அகங்காரம். இதை தடுத்தே ஆகணும்.”8 என்று அத்திருமணத்தை தடுக்க முயற்சி செய்கிறாள். அதற்கு அவளின் பெற்றோரும்,

“செல்லம்மா பதறினாள். மல்லிகா என்னம்மா இது? இது உங்களுக்குப் புரியாதும்மா. இது ஒரு இளம்பெண்ணோட விவகாரம். விற்பனைக்கு வந்திருக்கிற ஒருத்தியோட எதிர்காலப் பிரச்சினை. வாங்கப்பா போகலாம். பணம் இருக்கா? கோணி வாங்க ஐம்பது ரூபாய் இருக்கு. பரவாயில்ல. நாம பட்டினிகூட கிடக்கலாம். கேணியில் ஒரு பெண்ணை தள்ளப்போவதை நாம் பார்த்துட்டு நிற்கப்படாது வாங்கப்பா”9 என்று மல்லிகா மற்றும் அவளது பெற்றோர் பொருந்தா மணத்தைத் தடுத்து நிறுத்துகின்றனர்.

பாலியல் சீண்டலைத் தடுத்தல் : சாமியாடிகள் எனும் புதினத்தின் கதை மாந்தர்களில் ஒருத்தி ரஞ்சிதம்(தொழிலாளி). அவள் பீடி சுற்றி வருகிறாள். அவளிடம் பீடி ஏசெண்ட் ராமசாமி (முதலாளி)

“இப்பவே ஒன் சேலயப் பிடிச்சு இழுக்கேன். ஒன் கள்ளப்புருஷன்ல எந்தப் பய வந்து காப்பாத்துறான்னு பாக்கலாம்.”10 எனும் கூற்றின்மூலமும்;

“செம்பட்டையான் பெண்களைப் பயமுறுத்துவதற்காவது ரஞ்சிதத்தை ஏதாவது செய்ய வேண்டும். ஒப்புக்காவது, அவள் தோளில் கிடக்கும் முந்தானையைக் கீழே இழுத்துப் போட வேண்டும். செறுக்கி மவள்” எனவும், “ஏசெண்டு, ரஞ்சிதத்தை, அடிமேல் அடிவைத்து நெருங்கினான். என்ன செய்யப் போகிறோம் என்பது தெரியாமலே - அதேசமயம், ஏதாவது செய்ய வேண்டும் என்ற வீறாப்புடன் நெருங்கினான்.”11 எனும் கூற்றின்மூலமும் சில ஆடவர்களின் நெறிபிறழ் நடத்தைகளும், அத்துமீறல்களும், பாலியல் சீண்டல்களும் சமுதாயத்தில் இருப்பதைக் காணமுடிகிறது.

இதனைக் கண்ட ரஞ்சிதம் மற்றும் உடன் பீடி சுற்றும் பெண்கள், வெகுண்டெழுகின்றனர்.

“ஏய் பால்பாண்டி நீ நெசமாவே மனுஷன்னா ரஞ்சிதத்த தொடு பார்க்கலாம். என்னடா நெனச்சே. பன்னிப்பயலே. ஒருத்தி இரண்டாவது கணையைத் தொடுத்தாள். இதையடுத்து எல்லாப் பெண்களும் முந்தியடித்துப் பேசினார்கள். ஒரு பொம்புளய, அதுவும் ஒத்த வீட்டு பொண்ண, அடிக்கவாறியே நீயுல்லாம் ஆம்புளையாடா. பீடிக் கம்பெனில நீ பெரிய வேலைக்காரன். நாங்க சின்ன வேலைக்காரிவ. எங்கள வராதன்னு நீ எப்படிடா சொல்லலாம்”12 என்று ஒன்று கூடி எதிர்க்கின்றனர். இதுபோன்ற நிலைகளில்

மகளிர் பொதுவுடைமைச் சிந்தனை கொண்டவர்களாய் செயல்பட வேண்டும்; துணிவுடன் போராட முன்வர வேண்டும்.

பட்டினி : 'ஒரு கோட்டுக்கு வெளியே' புதினத்தில், குட்டாம்பட்டியில் வசித்து வருபவன் அருணாசலம். பி.ஏ. படித்துவிட்டு வேலை தேடிக் கொண்டிருப்பவன். அவன் வசித்து வந்த ஊரில் பயங்கரமான வெள்ளம் வருகிறது. இதனால் ஊரே அடித்துச் செல்லும் நிலை ஏற்படுகிறது. இதனால் ஊரைக் காப்பாற்ற குளம் உடைபடுவதிலிருந்து தடுக்க உபரி நீரைத் திறந்து விடும்படி அருணாசலம் உண்ணாவிரதம் மேற்கொள்கிறான்.

"பயங்கரமான வெள்ளத்தால், நெல்லை மாவட்டமும், இதர மாவட்டங்கள் போல பலமாகப் பாதிக்கப்பட்டது. குட்டாம்பட்டிக் குளத்திற்கு, ராம நதியின் உபரி நீர் விரைவில் வெள்ளமாக வரும் என்று எதிர்பார்க்கப்பட்டதால், குளம் உடையாமல் இருக்க, மதகைத் திறக்கும்படி ஹரிஜனங்கள் சொன்னதை - அதனால் தங்கள் சேரி அழியும் என்று சொன்னதை - நிலபிரபுக்கள் ஏற்றுக் கொள்ளவில்லை. இதை ஆட்சேபித்து, அருணாசலம், மதகருகே ஒரு கட்டிலைப்போட்டு படுத்துக்கொண்டு, சேரி மக்களின் பேச்சையும் கேட்காமல், சாகும்வரை அல்லது மதகுகள் திறக்கப்படும்வரை, இந்த இரண்டில் எது முன்னால் வருகிறதோ அதுவரை உண்ணாவிரதம் இருக்கப் போவதாக, படுத்துக்கொண்டே அறிவித்தான்."13 என்பதால் அறியமுடிகிறது. அருணாசலம் ஊர் மக்கள் நலனுக்காக உண்ணாவிரதம் இருப்பதிலிருந்து அவனின் பொதுவுடைச் சிந்தனையை அறியமுடிகிறது. இவ்வுயரிய பண்பு அனைவரிடத்தும் மேலோங்க வேண்டும்.

பிறருக்கு ஏற்படும் துன்பத்தை தடுத்தல் : 'பாலைப்புறா' எனும் புதினத்தில், கலைவாணி மனோகர் என்பவனைத் திருமணம் செய்துகொள்கிறாள். இந்நிலையில் மனோகரால் அவளுக்கு எய்ட்ஸ் நோய் பரவுகிறது. இதனால் அவள் அவனை வெறுத்து, சுமதி என்பவளிடம் தற்காலிக உதவியாளராகப் பணிபுரிந்து வருகிறாள். அப்போது,

"மிஸ்டர் பத்மநாபன் இருக்காரா? நீங்கதானா. ஓங்களோட எதிர்கால மருமகன் ரகோத்தமன் எயட்ஸ் கிருமிகள் உள்ளவர் சார். கல்யாணம், கருமாந்திரத்தில முடியும் சார். நான் சொல்வதில் சந்தேகம் வந்தால், நம்பிக்கையான டாக்டர்கிட்டே அந்தப் பையனை டெஸ்ட் செய்து பாருங்க. என் பேரா? கோணசத்திரத்தில் இருக்கிற கலைவாணி. டாக்டர் சுமதியோட தற்காலிக உதவியாளர்"14 என்று கூறி எய்ட்ஸ் நோய் உள்ள ஒருவனுக்கு ஒரு பெண்ணுடன் நடக்க இருந்த திருமணத்தைத் தடுத்து அப்பெண்ணின் வாழ்க்கையைக் காப்பாற்றுகிறாள். பிறகு, 'எய்ட்ஸ் திருமண தடுப்பு இயக்கம்' என்ற தன்னார்வ அமைப்பு ஒன்றை நடத்தி,

"ஐந்தாறு எய்ட்ஸ் கல்யாணத்தைத் தடுத்திருக்கோம். ஹெச்.ஐ.வி. பெண்களுக்கு வேலை கொடுத்திருக்கோம். பல நோயாளிகளுக்கு பயனுள்ள

தொழில்களை நடத்தப்போறோம். நம்மகிட்ட யோசனை கேட்க எத்தனையோ பேர் காத்திருக்காங்க. நம்ம அமைப்போட பெயர், நாலு பக்கமும் இடிபடுது"15 எனும் கூற்றால் ஒருவரிடம் உண்டாகும் பொதுவுடைமைச் சிந்தனை பலரையும் காப்பாற்றி நல்வழிப்படுத்தி வாழ வைக்கும் என்பதை அறியமுடிகிறது.

தொகுப்புரை : ஒரு மனிதனுக்கு கிடைக்கின்ற அனைத்து வசதிகளும் மற்றொரு மனிதனுக்கும் கிடைக்க வேண்டும் என்று கூறுவது பொதுவுடைமைச் சிந்தனை ஆகும். எங்கெல்லாம் அலுவலகங்களில் அதிகார துஷ்பிரயோகம் நடக்கிறதோ அதைத் தட்டிக் கேட்டல் வேண்டும். பிறர் துன்பம் போக்க போராடுதல் வேண்டும்.அனைவருக்கும் அனைத்தும் கிடைக்க வேண்டியது பொதுவுடைமை. மனிதர்களுக்கிடையே நிகழும் பிரச்சினைகளுக்கு எதிராக ஒன்றுகூடி ஒற்றுமையுடன் போராடி நீதியை நிலைநாட்டுதல் வேண்டும். அனைவரிடமும் மதநல்லிணக்கமும் சகோதரத்துவமும் வளர வேண்டும். சமுதாயத்தில் நிகழும் பாலியல் சீண்டல், உழைப்புச் சுரண்டல் முதலியவற்றிற்கு பொதுநலத்துடன் போராட அனைவரும் முன் வருதல் வேண்டும்.

முதலாளி - தொழிலாளி இடையே உள்ள வர்க்கப்பிரிவினையை போக்கிட வேண்டும். ஒருவரின் நேர்மை சமுதாயத்தில் பொதுவுடைமைச் சிந்தனையை மேலும் வலுப்பெறச் செய்யும்.

அரசு /தனியார் அலுவலகங்களில் பணிபுரிவோர் நேர்மையோடும், மனிதநேயத்தோடும் நடந்து கொள்ளுதல் வேண்டும் ஆகிய பொதுவுடைமைச் சிந்தனைகளைத் தமது புதினங்களில் சு.சமுத்திரம் அவர்கள் பதிவு செய்துள்ளமையைக் காணமுடிகிறது.

24. சு.சமுத்திரம் - சந்திப்பு : சூரியசந்திரன்

பாட்டாளி வர்க்கத்துக்காக பேனா பிடித்தேன்:

சமூக அக்கறையும் சத்திய ஆவேசமும் நிறைந்தவை சு.சமுத்திரம் அவர்களின் எழுத்துகள். திருநெல்வேலி அருகிலுள்ள திப்பனம்பட்டி எனும் குக்கிராமத்தில், ஒடுக்கப்பட்ட, வறுமையான குடும்பப் பின்னணியில் பிறந்த இவர் தன்முனைப்புடன் கற்று, அரசுப் பணியாளராகி, அதிகாரியாக உயர்வு பெற்று ஓய்வு பெற்றவர். இவர் எதிர்கொண்ட பிரச்சினைகள், சவால்கள், போராட்டங்கள் ஆகியவற்றை அவ்வப்போது- வரலாற்று ஆவணம் போல -கதைகளாக, நாவல்களாக எழுதி வருகிறார். இவரது படைப்புகளுக்குள் எளிய மக்களின் எதார்த்த வாழ்க்கை பாசாங்கின்றி பதிவு செய்யப்படுகின்றன. சாகித்ய அகாதமி, ஆதித்தனார், இலக்கியச் சிந்தனை உட்பட சில விருதுகளை பெற்றுள்ளார். சென்னை, திருவான்மியூரில் உள்ள அவரது இல்லத்தில் நிகழ்த்தப்பட்ட உரையாடலின் தொகுப்பு இது.

இளம் வயதில் கிட்டத்தட்ட அனாதையாகவும், ஒரு சாதிக்குள்ளேயே வர்க்கபேதம் இருப்பதையும் உணர்ந்தவன் நான். அதில் பாட்டாளி வர்க்கம் சுரண்டப்படுவதைக் கண்டிருக்கிறேன். பல சமூகக் கொடுமைகளை நானே அனுபவித்திருக்கிறேன். நான் கதை எழுதத் தொடங்கியபோது இந்த விசயங்களை அப்படியே நேரடியாக கதைகளில் கையாண்டேன். பிறகு, ரஷ்ய நாவல்களைப் படித்தபோது இத்தகைய வர்க்க பேதங்கள் சர்வதேச தன்மை வாய்ந்தவை என்பதை உணர்ந்தேன். அதன் பிறகு பாட்டாளி வர்க்கத்துக்காக இயலும் வரை பேனா தூக்க வேண்டும் என்ற முடிவுக்கு வந்தேன்.

இந்தச் சந்தர்ப்பத்தில்தான் 'தாமரை' ஆசிரியர் கே.சி.எஸ். அருணாசலம் அவர்களின் தொடர்பும், தமிழ்நாடு முற்போக்கு எழுத்தாளர் சங்கத்தின் அப்போதைய செயலாளரும், செம்மலர் ஆசிரியருமான கே.முத்தையா அவர்களின் நட்பும் கிடைத்தன. இதே காலகட்டத்தில் எனது குடும்ப நண்பர் ச.செந்தில்நாதன் நடத்திய 'சிகரம்' இதழில் எழுதும் வாய்ப்பும் கிடைத்தது. இந்த மூவரும்தான் என்னை வழிப்படுத்தினார்கள்.

ஆக, எந்த ஓர் எழுத்தாளனுக்கும் அவனது ஆரம்ப காலத்தில் எந்த வகையிலாவது எழுத்து வெளிவர வேண்டும் என்கிற வேகம் அவசியமாக இருக்கலாம். அது காற்றாற்று வெள்ளம்போல வெளிப் படலாம். இவற்றை அவனது தோழர்கள் - புறச்சூழல்கள் எப்படி அணைப்படுத்துகிறார்கள் என்பதைப் பொருத்தே அந்த எழுத் தாளனின் சமூகநோக்கு பெரும்பாலும் தீர்மானிக்கப்படுகிறது.

ஜெயகாந்தனும் விந்தனும் இந்த வகையில் உருவானவர்கள்தான். கம்யூனிஸ்ட் இயக்கமோ, ஆர்.கே.கண்ணனோ இல்லை என்றால் ஜெயகாந்தனும் இல்லை; விந்தனும் இல்லை. 1947 காலகட்டத்தில் தில்லியில் வேலை பார்த்துக் கொண்டிருந்தேன். அங்கே தமிழ் வணிகப் பத்திரிகைகள்தான் கிடைக்கும். 'தாமரை', 'செம்மலர்' போன்ற இதழ்கள் வருவதில்லை. வணிகப் பத்திரிகைகளை மட்டுமே படித்து, அதில் வருகிற கதைகளைப் படித்துவிட்டு, அவற்றை குறைகூறி, 'தில்லி தமிழ்ச் சங்க'த்தில் பல தடவை பேசி இருக்கிறேன். அப்போது பிரசு.செல்வராஜ் என்கிற ஓர் எழுத்தாள நண்பர், "நீங்கள் ஒரு சிறந்த எடுத்துக்காட்டு கதையை எழுதிக் காட்டிவிட்டு குறை சொல்லுங்கள்" என்று அறைகூவல் விடும் பாணியில் கூறினார்.

அன்றே நான் இரண்டு சிறுகதைகளை எழுதத் தொடங்கினேன். 'அங்கே கல்யாணம், இங்கே கலாட்டா', 'கலெக்டர் வருகிறார்' எனும் அந்த இரண்டு கதைகளும் ஆனந்த விகடன், குமுதம் ஆகிய இதழ்களில் அடுத்தடுத்து வெளிவந்தன.

அந்த காலகட்டத்தில் கல்யாண வீடுகளிலும் அரசியல் எப்படி தாக்கத்தை ஏற்படுத்துகிறது என்பதைச் சொல்வதுதான் 'அங்கே கல்யாணம், இங்கே கலாட்டா' கதை. ஒரு கலெக்டர் பஞ்சாயத்து அலுவலகத்துக்குப் போனால், அங்கு என்னவெல்லாம் நிகழும் என்பதைக் கூறுவது 'கலெக்டர் வருகிறார்'

கதை.

இதுதான் நான் கதை எழுத வந்த சூழல். இத்தகைய சமூக நோக்கிலே, ‘எந்நன்றி கொண்டார்க்கும்’, ‘ஒரு சந்தேகத்தின் நன்மை’, ‘ஒரு போலீஸ் படையின் கிராமப் பிரவேசம்’ போன்ற கதைகளைத் தொடர்ந்து எழுதினேன்.

சென்னை தொலைக்காட்சியில் செய்தி ஆசிரியர், வானொலியில் செய்தி ஆசிரியர், களவிளம்பரத் துறை இணை இயக்குநர் ஆகிய பதவிகளில் நான் இருந்தபோது, கை சுத்தமாக இருப்பதற்காக கடுமையாகப் போராடி வலுவாக எதிர்ப்பை சம்பாதிக்க வேண்டியிருந்தது. எனது பதவி காலத்தில் நான் ஐ.ஏ.எஸ். அதிகாரிகளுக்கு எதிராக நேரடியாகவே போராடி இருக்கிறேன். மூன்று முறை நீதிமன்றங்களுக்குச் சென்றிருக்கிறேன். அனைத்திலும் வென்றாலும், அவை கொடுத்த காயங்கள் இன்னும் வலித்துக் கொண்டுதான் இருக்கின்றன. இவற்றை எல்லாம் வைத்துத்தான் ‘சத்திய ஆவேசம்’ என்ற நாவலை எழுதினேன். அது செம்மலரில் தொடராக வெளி வந்து, அதிக கவனிப்பைப் பெற்றது.

அரவாணிகள், ஆண் உடலில் சிறைபட்ட பெண்கள். இந்த நிலைக்கு பெற்றோரின் - குறிப்பாக தந்தையின் குரோமோசோம் களின் கோளாறே காரணம். அரவாணிகள் மானுடத்தின் மூன்றாவது பரிமாணம். இவர்கள் சினிமா, நாடகம் போன்றவற்றில் கேலிப் பொருளாக்கப்படுகிறார்கள். இந்தப் பின்னணியில், கடலூருக்கு அருகே இன்னொரு கூவாகமாக இருக்கிற ஒரு கிராமத்தில் அரவாணி மாந்தர்களைச் சந்தித்து அவர்களின் பிரச்சினைகளை அறிந்தேன். பல்வேறு வர்க்க அரவாணிகளை சந்தித்து, அவர்களைப் பற்றி ஆனந்த விகடனில் தொடராக எழுதினேன். பிறகு அது நூலாக வெளிவந்தது. இந்நூல் இப்போது பாரதிதாசன் பல்கலைக் கழகத்தில் பாடநூலாக உள்ளது. இந்நூலுக்கு ‘ஆதித்தனார்’ விருதும் கிடைத்தது.

இதில் கிடைத்த 50,000 ரூபாயில் 10,000 ரூபாயை அரவாணித் தோழர்களுக்கு நன்கொடையாக வழங்கினேன். அதைக் கொண்டு அவர்கள் ‘அரவாணிகள் சங்கம்’ உருவாக்கி இருக்கிறார்கள். அவர்களின் நிகழ்ச்சிகளில் என்னை பங்கேற்க அழைக்கிறார்கள். சாகித்ய அகாதமி விருது பெற்ற எனது ‘வேரில் பழுத்த பலா’ நாவலானது, எனது சொந்த வாழ்க்கையில், கிராமத்தில் சொந்த வீடு என்று ஒன்று இல்லாமல் எனது கிராமமே வீடாகி வாழ்ந்த காலம் என்று ஒன்று இருந்தது. பிறகு, அந்த என் கிராம மக்களுக்காக தெருவிளக்குகள், குடிநீர் வசதி போன்றவற்றிற்காக மனுக்கள் எழுதி அவர்களிடம் கையெழுத்து வாங்கி, பஞ்சாயத்து யூனியனில் கொடுத்து, வெளிச்சமும் நீரும் கிடைக்க வழிவகை செய்தேன்.

கல்லூரி நிர்வாகம் தெலுங்கு மாணவர்களுக்கு ஒரு நீதியும், தமிழ் மாணவர்களுக்கு ஒரு நீதியுமாக இருந்தபோது போராட்டம் நடத்தி வெற்றி பெற்றிருக்கிறேன். பின்னர், செங்கல்பட்டு அருகிலுள்ள காட்டுக்கரணை என்ற கிராமத்தில் ஆரம்பப் பள்ளி ஆசிரியராக பணியாற்றினேன். அப்போது

மழையின் காரணமாக பள்ளிக்கூடம் ஒழுகியபோது மாணவர்களை அருகிலிருந்த கோயிலுக்கு அனுப்பிவிட்டு நான் பின்னே போனபோது, தலித் மாணவர்கள் வெளியே தூக்கி வீசப் படுவதைப் பார்த்தேன். மக்களை ஒன்று திரட்டி மீண்டும் தலித் மாணவர்கள் கோயிலுக்குள் நுழைய முயற்சித்தபோது பெரிய ரகளையே ஏற்பட்டது.

அதன் பிறகு, ஸ்ரீபெரும்புதூரில் பஞ்சாயத்து வளர்ச்சி அதிகாரியாக இருந்தபோது, என்னை ஊழல் செய்யச் சொன்ன அதிகாரிகளுக்கும் எனக்கும் பெரும் போராட்டம் நடந்தது. இதனால் பதவியை விட்டு விலகி, மத்திய தகவல் அமைப்பில் சேர்ந்தேன். அங்கே தலைநகரில் வடமொழித் தமிழைப் போற்றியவர்களுக்கும், மண்வாசனைத் தமிழை வலியுறுத்திய எனக்கும் நீண்ட நெடும் போராட்டம் நடந்தது. இதில் மேல்சாதி ஆதிக்கமும் சேர்ந்து கொண்டது. ஆனாலும், நான் சளைக்காமல் போராடினேன். இதன் விளைவாக 'அகில இந்திய அதிகாரிகள் சங்க'த்துக்கே செயலாளர் ஆனேன். பொதுவாக தாழ்த்தப்பட்ட படித்த இளைஞர்கள், தூசு படிந்த கண்ணாடி மாதிரி. கண்ணாடியைத் துடைக்க வேண்டுமே தவிர, உடைக்கக் கூடாது. நானே என்னைத் துடைத்துக் கொண்டேன். இதிலிருந்தெல்லாம் பீறிட்டு எழுந்ததுதான் 'வேரில் பழுத்த பலா' நாவல். அரசு அலுவலகத்தில் நிலவும் சாதியத்தையும், நேர்மை யானவர்கள் எதிர்கொள்ள வேண்டிய சவால்களையும் சித்தரித்த அந்த நாவலுக்கு 'சாகித்ய அகாதமி' விருது கொடுத்தது.

இதை தாங்கிக் கொள்ள முடியாத மேட்டுக்குடியினர். "இலக்கியத்தில் இட ஒதுக்கீடு வந்துவிட்டது" என்றார்கள். உடனே நான், "எனது இலக்கியத்தை என் முன்னோர்கள் ஏறுவதற்குப் பயன்படுத்திய பனை நாரால் அளக்கிறேன். இந்த நார் இவர்கள் குறுக்கே போட்டிருக்கும் நூல்களை விட வலுவானது" என்று தெரிவித்த பிறகு அவர்கள் வாயடைத்து போனார்கள்.

ஆக, சமுத்திரத்தின் எழுத்துகள் எதிர்ப்பு அலைகளை எழுப்புபவையாக மட்டுமல்லாமல், சமூகத்தின் வரலாற்று ஆவணமாகவும் இருக்கிறது.

25. கடலடியில் - ஜெமோ

இருபதாண்டுகளுக்கு முன்பு நடந்த ஒரு விவாதம் இது. ஒரு பெண்ணெழுத்தாளரைப் பற்றிய விமர்சனத்தில் சு.சமுத்திரம் எழுதினார் 'இப்போதெல்லாம் பெண்ணெழுத்தாளர்கள் தலைப்பிலேயே முந்தானை விரிக்கிறார்கள்'. கீழ்த்தரமான உள்ளர்த்தம் கொண்ட வரி. நான் அப்போதைய இந்தியா டுடேயில் அதற்குக் கடுமையாக எதிர்வினையாற்றினேன்.

தமிழிலக்கியத்தின் ஆயிரமாண்டுக்கால வரலாற்றில் சங்ககாலம் தவிரப் பெண்கள் எப்போதுமே தீவிரமாக எழுதியதில்லை. ஔவையும் ஆண்டாளும் காரைக்காலம்மையும் விதிவிலக்குகள். ஔவை முதுமையைத் தருவித்துக்கொண்டார். ஆண்டாள் இளமையை அடையவேயில்லை. காரைக்காலம்மை

பேயுருக்கொண்டார். நவீன இலக்கியம் உருவானபின்னரும் பெண்கள் அதிகம் எழுதவரவில்லை. எல்லா மொழிகளிலும் இதுவே நிலை. இந்தியவரலாற்றில் அரசியலிலும் பொதுவாழ்க்கையிலும் பெண்களுக்கு கௌரவமான ஒரு நுழைவாயிலைத் திறந்தது காந்திய இயக்கம்தான். அதிலும் குறிப்பாக காந்தி பெண்களை நோக்கி நேரடியாக அறைகூவல் விடுப்பவராக இருந்தார். பெண்களைப் பொதுவெளிக்குக் கொண்டுவராமல் இந்தியா விழிக்காது என ஆத்மார்த்தமாக நம்பி அதற்காகத் தொடர்ந்து முயன்ற ஒரே இந்தியத்தலைவர், அனேகமாக கடைசித்தலைவர், அவர்தான்

இந்தியா எங்கும் அதிகமான பெண்கள் பொதுவெளியில் அறிமுகமானது காந்திய அலையின்போதுதான். இந்தியாவில் இன்றும் புகழ்மிக்க சாதனையாளர்களாக விளங்கும் பெண்எழுத்தாளர்கள் பாடகிகள் கலைஞர்கள் சமூகசேவகிகள் அதிகபட்சம் முப்பதாண்டுக்காலம் நீடித்த அந்த அலையில் எழுந்து வந்தவர்கள் மட்டுமே. தமிழகத்திலும் அதுதான் வரலாறு. வை.மு.கோதைநாயகி அம்மாள், லட்சுமி போன்ற எழுத்தாளர்கள், பட்டம்மாள், எம்.எஸ்.சுப்புலட்சுமி போன்ற பாடகிகள், சௌந்தரம் ராமச்சந்திரன், கிருஷ்ணம்மாள் ஜெகன்னாதன் போன்ற சமூகசேவகர்கள்,ருக்மிணி அருண்டேல் முதலிய கலைஞர்கள் என ஒரு நூறுசரித்திரநாயகியரை நாம் பட்டியலிடலாம்.

பின்னர் உருவான கம்யூனிச இயக்கமும் அதன்பின்னர் வந்த திராவிட இயக்கமும் பெண்களுக்கான இடத்தை மிகமிகக் குறைவாகவே அளித்தன. அந்த தரப்புகளில் இருந்து பெண் ஆளுமைகளை மிக அரிதாகவே காணமுடியும். அதன்பின் இன்றுவரை பெண்கள் பொதுவெளிக்கு வருவது பெரிய அளவில் நிகழ்வதுமில்லை. நவீன இலக்கியத்திலேயேகூட பெண்களின் பங்களிப்பு ஒப்புநோக்க குறைவுதான். தொண்ணூறுகளில்தான் பெண்கள் ஒரு சிறிய அலைபோல இலக்கியத்துக்குள் நுழைந்தனர். அதிகமும் எளிய கவிதைகள் எழுதிக்கொண்டு. அவரது தரமற்ற சொற்களால் சமுத்திரம் அவமதித்தது அந்த சிறிய அலையைத்தான். நான் அதற்குக் கடுமையாகவே எதிர்வினையாற்றியிருந்தேன். அதில் சாகித்ய அக்காதமி 'வாங்கிய' சமுத்திரம் என்ற ஒரு வரி இருந்தது. அது சமுத்திரத்தைக் கடுமையாகப் புண்படுத்தியது. அவர் வேறு ஒரு இதழில் என்னை மேலும் கடுமையாக விமர்சனம் செய்திருந்தார். அதன்பின் அவர் நினைத்து நினைத்துப்பார்த்தபோது என்பெயர் தட்டுப்பட்டது.

எங்கிருந்தோ என் விலாசத்தைத் தேடி எடுத்து அவர் எனக்கு பதில் போட்டிருந்தார். 'டேய் நான் சாகித்ய அக்காதமிக்குத் தகுதியற்றவன் என்று சொல் . ஆனால் வாங்கியவன் என்று சொல்லாதே. நான் எப்போதும் எதற்கும் அலைந்தவன் கிடையாது. திமிராக இருக்கவேண்டும் என்றே திமிராக இருந்து கிடைத்தவற்றைக்கூட இழந்தவன் நான். திமுக தலைவருக்கே நெருக்கமானவன். ஆனால் அவரிடமிருந்து எதையும் பெற்றுக்-

கொள்ள மறுத்தவன் ' என்று ஆரம்பித்து ஒரு நீண்ட வசை...

'நீ யார்? நீ என் கதைகளை வாசித்து வளர்ந்தவன். ஒரே - யில் இருந்து பிறந்தவர்கள் நாம். நீ இளையவன் நான் மூத்தவன். பெரிய - போல பேசினால் பத்மநாபபுரத்த்துக்குத் தேடிவந்து உதைப்பேன். எனக்கு உன் வீடு விலாசம் எல்லாம் தெரியும். எனக்கு எல்லா இடத்திலும் ஆளிருக்கிறார்கள்' என்று சமுத்திரம் எழுதியிருந்தார். நான் அவருக்கு சுருக்கமாக 'எல்லாரை-யும் உருவாக்கும் அந்த - பற்றிய உணர்வு உங்களுக்கும் இருந்தால் சரி' என்று எழுதி விட்டுவிட்டேன்.

ஏழெட்டு மாதம் கழித்து கோவையில் விஜயாபதிப்பகத்தின் ஒரு புத்தகக் கண்காட்சிக்கு சென்றிருந்தேன். விஜயாவேலாயுதம் வந்து 'இப்பதான் சமுத்-திரம் வந்துட்டு போனார். அந்தப்பக்கம் நிக்கிறார்' என்றார். 'என்னைப்-பார்த்தாரா?' என்றேன். 'பாத்ததனாலதானே போனார்' என்றார். ''போய்ப்-பேசலாமா?'' என்றேன். 'கண்டிப்பா. அவரு நல்ல மனுஷனுங்க' என்றார் வேலாயுதம்

நான் நேராக சமுத்திரம் நின்றிருந்த இடத்தை நோக்கிப்போனேன். எனக்-குப் பின்பக்கம் காட்டி எவரிடமோ பேசிக்கொண்டிருந்த சமுத்திரத்தின் அருகே சென்று 'அண்ணாச்சி' என்று அழைத்தேன். அவர் திரும்பியதும் 'அண்ணாச்சி, நான் ஜெயமோகன். ஒரு காலத்திலே உங்க எழுத்துக்களை வாசித்து உருவானவன்' என்றேன்.

'டேய் நீ என்னடா பெரிய -யா?' என சமுத்திரம் ஆரம்பித்தார். நான் சிரித்துக்கொண்டு 'விடுங்கண்ணாச்சி, நான் கணக்குப்படி உங்க தம்பியில்ல? தம்பி அண்ணனை ஒரு வார்த்தை சொல்லக்கூடாதா? மன்னிச்சிருங்க' என்-றேன். சமுத்திரம் சட்டென்று என்னை அப்படியே கட்டிக்கொண்டார். 'டேய் நீ என் தம்பிடா...இப்ப சொன்னியே இது போரும்' என்றார்.

சமுத்திரம் கரிய நெடிய மனிதர். ஏதோ கரிசல்காட்டு விவசாயி என்று தோற்றமளிப்பார். ஆனால் எப்போதும் சபாரிதான் உடை. எண்ணைபூசிப் படிய வைத்த சுருள்முடி. எச்சில்தெறிக்கும் உரத்த பேச்சு. கிட்ட்டத்தட்ட கத்-தல்தான் அது. ஒரு விரோதம் என்றால் அவரிடமிருக்கும் எல்லா முட்க-ளும் சிலிர்த்துக்கொள்ளும். அவரளவுக்கு ஆவேசமான உயிராற்றல் கொண்ட மனிதரை நான் பார்த்ததே இல்லை. அன்று நெடுநேரம் பேசிக்கொண்டிருந்-தோம். 'சாயங்காலம் நீ என்னைப் பாக்க வரே' என்றார். 'இல்லை, நான்...' என்றேன். 'டேய் எதுத்துப்பேசாதே' என்றார்

மாலை அவர் தங்கியிருந்த விடுதிக்குப் போனேன். சபாரியைக் கழட்டி-விட்டு பனியனுடன் இருந்தார். நான் மது அருந்துவதில்லை என அறிந்து மனமுடைந்தார். எனக்காக அவரும் குடிக்கவில்லை. பேசிக்கொண்டே இருந்தார். அவருக்கு அந்தரங்கமென்பதே இல்லை. விமர்சனங்கள்,கோபங்-கள், நக்கல்கள் எனக் கொட்டிக்கொண்டே இருந்தது. பேசப்பேச நெருங்கி வந்து, ஒரு கட்டத்தில் நம் ஆன்மாவில் அவரே ஒரு நாற்காலியை பயங்கர

சத்தத்துடன் இழுத்துப்போட்டு அமர்ந்து, காலைத்தூக்கி சப்பணம் போட்டுக்கொண்டு நம்மை அதட்ட ஆரம்பிக்கும் மனிதர் அவர்.

'டேய் நான் சரியான கரிசல்காட்டான். எங்க தலைமுறையிலேதான் படிச்சு பரீட்சைகள் எழுதி இந்தா இப்டி வந்து சேர்ந்திருக்கோம்.நீ சும்மா குமாஸ்தா வேலைசெய்றே. உனக்கு சொன்னா புரியாது. ஆபீசரா இருந்தா தெரியும்•••டேய், நம்மள பாக்குற ஒவ்வொருத்தனும் வீட்டுக்குள்ள நுழைஞ்ச நாய பாக்கிற மாதிரி பாப்பானுங்க. நம்ம கலரு நம்ம உருவம் எல்லாம் அதுக்கேத்தமாதிரி இருக்கு•••நல்ல அவமானம்லாம் பட்டிருக்கேன். செருப்ப கழட்டி மூஞ்சியில அடிச்சதுமாதிரி பேச்சுகேட்டிருக்கேன்.டேய் காறி மூஞ்சிலே துப்புற மாதிரி பேச்சு கேட்டிருக்கேன் தெரியுமா•••'

'சீனியர்கிட்ட கேட்டாக்க பணிஞ்சுபோன்னு சொன்னாங்க. நம்ம காலம்னு ஒண்ணு வாரது வரை எல்லாத்தையும் தாங்கிட்டுபோன்னு சொன்னாங்க. மனசிலே குறிச்சு வச்சுகிட்டு சிரிச்சுட்டு இருன்னு அட்வைஸ் பண்ணினாங்க••••..அது நம்ம சாதிக்குள்ள புத்தி இல்ல. எனக்கு அதெல்லாம் சரிவராது•••குமுறிட்டிருந்தப்ப ஒருவாட்டி அய்யா வைகுண்டர் கோயிலுக்கு உங்கூருக்கு வந்தேன். அப்ப ஒரு வெளிச்சம் கிடைச்சுது. நான் எப்டியோ அதுதான் என் வழின்னு தெரிஞ்சுட்டுது•••அதோட ஆளே மாறிட்டேன்''

'பாத்தியா சபாரி••••இதைத்தான் போடுவேன். எனக்கு என்ன மரியாதையோ அதைக் குடுத்தாகணும். இல்லேன்னா அவன் நார்நாரா ஆகிற வரைக்கும் விடமாட்டேன். என் பேரைக்கேட்டாலே அலற வச்சிருவேன்•••சமுத்திரமா அவன் ஓநாய்லான்னு சொல்லுவானுக•••பணிஞ்சு போக மாட்டேன். ஒரு இஞ்சுகூட விட்டுக்குடுக்க மாட்டேன்••••. அப்டி ஒரு ஆங்காரத்த மனசிலே ஏத்திக்கிட்டேன்.. எத்தன பேர கதறிட்டு ஓட அடிச்சிருப்பேன். சர்வீஸிலே கையில கருக்குமட்டையோட அலைஞ்சவன் நான்•••எவ்வளவு டிரான்ஸ்பர்.எவ்வளவு சஸ்பென்ஷன்••• என்னை ஒரு மண்ணும் செய்யமுடியாதுன்னு காட்டினேன்'

'ஆனா நானே உருவாக்கிக்கிட்ட அந்த ஆங்காரத்த என்னாலேயே தாங்கமுடியல்லை. ஒரு கட்டத்திலே எப்ப பாத்தாலும் கால்படி வத்தல மென்னுட்டிருக்கிற மாதிரியே இருந்தது. அலைமோதிட்டிருந்தேன். அப்ப நான் செண்டிரல் கவர்மென்ட் செர்வீஸிலே இருந்தேன். நெறைய வாசிப்பேன். எனக்கு புதுமைப்பித்தன்தான் ஆதர்சம். ஒருநாள் ஒரு கதை எழுதினேன். கடல்மணிங்கிற பேரிலே அதைக் குமுதத்துக்கு அனுப்பினேன். அப்டியே பிரசுரமாச்சு. அதான் என் மொதல் கதை•••'

நான் புன்னகைசெய்தேன். 'அந்தக்கதைக்கு எட்டு லெட்டர் வந்திச்சு. ஒரு சின்னப்பையன் லெட்டர் போட்டிருந்தான். அஞ்சாம்கிளாஸோ ஆறாம்கிளாஸோ படிக்கிற பையன்•••கொழந்தைமாதிரி கையெழுத்து. நல்லா இருக்கு கதைன்னு. லெட்டர கையிலே வச்சுகிட்டு நான் அழுதேன்'

நான் சிரித்தேன். ' -க்காளி நீ எழுதின லெட்டர் அது' என்றார் சமுத்திரம் . 'கதை எழுதல்லேன்னா எவனையாவது வெட்டிப்போட்டுட்டு ஜெயிலிலே இருந்திருப்பேன். எழுதி எழுதி ஆத்திக்கிட்டு இதுவரை வந்துட்டேன். எனக்கு எலக்கியம் ஒரு மண்ணும் தேவையில்ல. என் எழுத்து வேற...'

இளமையில் சமுத்திரத்திற்கு நான் நிறைய வாசகர்கடிதங்கள் எழுதியிருக்கிறேன். தொடர்சியாகப் பல வருடங்கள். ஆச்சரியமென்னவென்றால் கடல்மணியும் சமுத்திரமும் ஒருவரே என்றுகூட ஊகித்து எழுதியிருந்தேன். அவரது கதைகளின் முகத்திலறையும் அப்பட்டம் எனக்கு மனவிலகலைக் கொடுத்தது. ஆனால் அவற்றின் நேர்மையான உணர்ச்சிவேகம் இன்றும் என்னைக் கவர்கிறது.

சமுத்திரம் மறுமுறை நாகர்கோயில் வந்தபோது சதங்கை ஆசிரியர் வனமாலிகை என்னைக் கூப்பிட்டனுப்பினார். நான் வனமாலிகையுடன் மீனாட்சிபுரம் ஆசாரிமார் சாலையில் சமுத்திரம் தங்கியிருந்த ஓட்டலுக்குச் சென்றேன். செல்லும்வழியில் 'அண்ணாச்சிக்கு நீங்கதான் என்னோட அட்ரஸைக் குடுத்ததா?' என்றேன். 'ஆமா, ஏன் கேக்கிறியோ?' என்றார். இரவு ஏறுவது வரை சமுத்திரத்திடம் பேசிக்கொண்டிருந்தேன் என்றால் அது பிழை. அவர் பேசுவதைக் கேட்டுக்கொண்டிருந்தேன். நள்ளிரவில் திரும்பிக்கொண்டிருந்தபோது வனமாலிகை சொன்னார் 'தப்பா நினைச்சுக்கிடாதீய...அவரு இப்பிடித்தான். ஆனா நல்ல மனுசனாக்கும்' .நான் புன்னகைசெய்தேன். மறுநாள் அவர்கள் சாமிதோப்புக்குச் செல்வதாக இருந்தது.

அதன்பின் பலமுறை நான் சந்தித்திருக்கிறேன். ஒவ்வொருமுறையும் அவர் வரும்போது வனமாலிகைதான் தகவல் தருவார். பின்னர் அவர் நாகர்கோயில் வருவது நின்றுபோனது. விஷ்ணுபுரம் நாவலை ஒரு பிரதி அனுப்பி வைத்தேன். 'பசிச்சு எலையிலே ஒக்காந்திட்டிருக்கிறப்ப ஆத்துமணலக் கொண்டாந்து முன்னால வச்ச மாதிரி இருக்கு' என்று சொல்லிக் கடுமையாகத் திட்டி போன்செய்துவிட்டு அதையே எழுதி ஒரு கடிதமும் அனுப்பியிருந்தார் அதன்பின்னர் ஒருமுறை நான் எங்கோ படிமம் என்று சொன்னதை வாசித்துவிட்டு 'படிமம்னா என்ன? அக்கானி காய்ச்சுறப்ப அடியிலே தங்குறத நாங்க படிமம்னு சொல்லுவோம். அதுவா? இதெல்லாம் பம்மாத்து. ஏழைகளை ஏமாத்துற பசப்பு. சொல்றதுக்குண்டானத வெட்டித்தெறந்து சொல்லாம என்ன படிமமும் மத்ததும்?' என்று போனில் சத்தம்போட்டுவிட்டு அதை ஏதோ இதழில் எழுதவும்செய்தார்.

'வாயாடியாக இருந்த என்னை சில பத்திரிகையாசிரியர்கள் ஊமையாக்கிவிட்டார்கள்' என்று தொண்ணூற்றி மூன்றில் எனக்குக் கடிதம் எழுதினார் சமுத்திரம். ஆனால் கொஞ்சநாள் கழித்து ஆனந்த விகடனில் அவர் வாடாமல்லி என்ற நாவலை எழுதினார். சமுத்திரத்தின் கதைகளில் மனித இயல்புமீதான அவதானிப்புகளோ வாழ்க்கை நுட்பங்களோ இருக்காது. சமு-

கப்பிரச்சினைகளின் கொந்தளிப்பான வெளிப்பாடுதான் அவரது கலை. அவ்வகையில் வாடாமல்லிதான் அவரது நல்ல படைப்பு.

அந்நாவலை நான் 2000 த்தில் புத்தக வடிவில்தான் வாசித்தேன். என் எண்ணத்தை எழுதி அனுப்பினேன். உணர்ச்சி மேலிட்டு எனக்கு போன் செய்தார். ‘நீ இந்த மாதிரி ஒண்ணு எழுதணும்...நம்ம நாட்டு பஞ்சப்பராரிகளப்பத்தி எழுதணும்... கலைன்னா அதுதான்யா’ என்றார். அதுதான் நான் கடைசியாக அவரிடம் பேசியது... திருநெல்வேலி மாவட்டத்தில் கடையம் அருகே திப்பண்ணம்பட்டி என்ற சின்ன கிராமத்தில் 1941இல் பிறந்தவர் சமுத்திரம்.மக்கள் தொடர்பாளராக மத்திய அரசில் பணியாற்றினார். கொஞ்சகாலம் திட்டம் என்ற மத்திய அரசின் செய்தி இதழின் ஆசிரியராக இருந்தார். வானொலியிலும் தொலைக்காட்சியிலும் வேலைபார்த்தார். அடிப்படையில் அவர் காங்கிரஸ்காரர். திமுகவிலும் கம்யூனிஸ்டுக்கட்சியிலும் அவருக்கு நண்பர்கள் அதிகமிருந்தாலும் குடும்பப் பாரம்பரியம்போல காங்கிரஸ்பற்றைப் பேணிவந்தார்

2003இல் ஒருநாள் தினமணியில் செய்தி வாசித்துத்தான் சமுத்திரம் காலமான தகவலை அறிந்தேன். உடனே இதழாளர்களான நண்பர்களிடம் விசாரித்து நடந்ததைத் தெரிந்துகொண்டேன். சென்னையில் ஒருசாலை விபத்தில் சிக்கிய சமுத்திரம் சாலையில் நெடுநேரம் நினைவிழந்து ரத்தம்பெருகக் கிடந்திருக்கிறார். அவரை அருகே இருந்த ஆஸ்பத்திரியில் கொண்டுசென்று சேர்த்திருக்கிறார்கள். அவர் யாரென்று தெரியவில்லை என்பதனால் அவரிடம் கட்டணம் வசூலிக்கமுடியாது என எண்ணி அவசியமான அறுவைசிகிழ்ச்சை செய்யாமல் இரண்டரை மணிநேரம் சும்மாவே ஒரு கட்டிலில் போட்டிருக்கிறார்கள். உறவினர்கள் வந்து பார்க்கும்போது அவர் இறந்திருந்தார்.

சமுத்திரத்தின் கதைகளில் வருவது போன்ற ஒரு நிகழ்ச்சி. மனித மனத்தின் சிறுமையை, நம் அமைப்புகளின் ஈவிரக்கமற்ற தன்மையைப் பிடித்து நிறுத்திக் கன்னத்திலறைவதுபோன்ற நடையில் எள்ளலும் எரிச்சலுமாக எழுதியவர் அவர். வாசக ஊகத்துக்கோ கற்பனைக்கோ ஒரு துளிகூட மிச்சம் வைப்பதில்லை. பல கதைகள் ரத்தம் கொதிக்கச்செய்பவை. ஊமை ஜனங்கள், கைவிடப்பட்ட மக்கள் - அவருடைய மொழியில் சொல்லப்போனால் சோற்றுப்பட்டாளம்- தான் அவருடைய கதைமனிதர்கள். ஒவ்வொரு கதையும் அந்த மனிதர்களுக்காக நரம்பு புடைக்க தொண்டை தெறிக்கக் குரலெழுப்புகிறது. அவர் கடைசிவரை அவர்களில் ஒருவராகவே இருந்தார்.

‘நான் காட்டானாக்கும் தம்பி’ கைகளை முஷ்டி பிடித்து சமுத்திரம் சொல்வார். ‘நம்ம பாட்டு காட்டான் பாட்டாக்கும். இதிலே பல்லவி அனுபல்லவி சங்கீதம் ஒண்ணும் கெடையாது...’அவரைக் கோவையில் சந்தித்த முதல்நாள் முதல் நான் கேட்க முனைந்து இடைவெளியே கிடைக்காமல் தவித்ததை நாகர்கோயிலில் சந்தித்த முதல்நாள் கேட்டேன். ‘அண்ணாச்சி,

நீங்க எழுதினது சரியா? பொண்ணுங்க இப்பதானே எழுதவே வராங்க?'

சமுத்திரம் எந்த விமர்சனத்தையும் ஏற்றுக்கொள்பவரல்ல. உரத்த குரலில் கத்த ஆரம்பித்தார். 'மனுசன் செத்திட்டிருக்கான் தம்பி...வாங்க காயாமொழி இட்டமொழிக்கு வந்து பாருங்க...முள்ள நட்டு வெள்ளாம பண்றான். கரி எடுத்து வித்துக் கஞ்சி குடிக்கான். இவளுக என்னத்த எழுதறாளுக? எனக்குப் பத்தலைன்னு எழுதறாளுக"

மீண்டும் கொஞ்சம் இடைவெளி கிடைத்தபோது நான் சொன்னேன் ' நீங்க எழுதறது உங்க பிரச்சினை அண்ணாச்சி, ஏன் அது அவங்க பிரச்சினையா இருக்கக்கூடாது?'

'கொழுப்பு. நல்ல கருக்கு மட்டையால குண்டியிலே போட்டா புத்திவரும்' என்று மேலும் கத்தினார் சமுத்திரம்.

'அண்ணாச்சி மனுஷனுக்கு வயிறு நெறைஞ்சா அடுத்த பிரச்சினை ஆண்பெண் உறவுதானே? அது அவங்களுக்குப் பெரிய விஷயமா தோணினா அவங்க ஏன் அதை எழுதக்கூடாது?'

'அப்ப நீ ஏண்டா அதை எழுதல?'

நான் சிரித்து 'அது எனக்குப் பெரிய விஷயமா இல்லியே'.

அவர் அதைப்பிடித்துக்கொண்டார்.'பாத்தியா நீயே சொல்லிட்டே"

ஒருவழியாக அவர் கத்தவேண்டியதை எல்லாம் கத்தியபின் நான் கிளம்பும்போது கார் பார்க்கிங்கில் அரை இருட்டில் வைத்துக் கேட்டேன் 'சரி அண்ணாச்சி, எண்ணைக்காவது நம்ம சோத்துப்பட்டாளத்துக்கு வயிறு நெறைஞ்சபிறவு நம்ம பொண்ணுக இதை எல்லாம் எழுதினா என்ன சொல்லுவீங்க?'

சமுத்திரம் சட்டென்று என் தோளைப் பிடித்தார். இருட்டில் ஈரக்கரிய முகம் மிளிரச் சொன்னார். 'தம்பி,டேய், நம்ம சனம் சோத்தைவிட அதைப் பெரிய பிரச்சினையா நினைக்கிற அளவுக்கு ஆயிடுச்சின்னா அதைவிட அண்ணனுக்கு என்னடா வேணும்?'

26. ஸ்ரீவில்லிபுத்தூர் எஸ். ரமேஷ்

திருவாளர் N.மன்னார் ராமன், இலக்கம் 1 கோபுரத்தெரு, ஸ்ரீவில்லிபுத்தூர்

(A Boswell to Johnson matter of narration)

"மன்னார் ராமன் செய்த எல்லாக் கோணங்கித்தனங்களையும் அடியேன் சகித்துக் கொள்ளுவேன். ஆனால், வாய் பேச முடியாத தன் சொந்தத் தங்கையை எழும்பூர் ரயில் நிலையத்தில் அம்போவென்று தவிக்க விட்டு விட்டு, தான் மட்டும் சொந்த ஊருக்குத் திரும்பிய அந்தச் செயலை மட்டும் மன்னிக்கவே மாட்டேன்."

***

புத்தகங்களை வாசிப்பதை விட, மனிதர்களை வாசிப்பது வெகு சுவாரசியமாக இருக்கும். ஒரு நாவல் என்பது ஆகச்சிறந்த இலக்கிய வடிவம் என்றும், அது ஜீவியத்தின் ஒளிரும் ஒரு புத்தகம் என்றும் புகழ் பெற்ற பிரித்தானிய புனைவாளரான டி.ஹெச்.லாரன்ஸ்1 கருதுகிறார். எனினும், மனிதர்களை விடவா ஒரு சிறந்த இலக்கிய வடிவம் இருந்து விடப்போகிறது?!

நம் கண் முன்னே ரத்தமும், சதையுமாக நடமாடும் மனிதர்கள், ஜீவனுள்ள புத்தகங்கள் அல்லவா? இவர்களை வாசிப்பதை விட, வேறு எந்த இலக்கிய வடிவம் சிறந்ததாக இருக்க முடியும்? இந்தப் பீடிகையுடன் திருவாளர் N. மன்னார் ராமனின் சரித்திரத்தை விவரிக்கிறேன்.

எங்கள் ஊரில், கிழக்கு மேற்காய் நீளும் கந்தாடைத்தெருவில் சகல முக்கிய இடங்களும் அமைந்தது தற்செயலானது தான். இந்த வீதியின் அருகே இருக்கும் பாவை பாடிய நாச்சியார் ஆண்டாள் கோவில், ஒன்றரை நூற்றாண்டுகளைக் கடந்த இந்து மேல்நிலைப்பள்ளி, வெள்ளைக்காரன் காலத்து சார்பதிவாளர் அலுவலகம், ஹிந்து பண்டாபீஸ், தனியார் நூலகம், புகழ் பெற்ற ஜவுளிக்கடைகள். இவையெல்லாவற்றையும் விட அடியேன் அடிக்கடி செல்ல விரும்பியது திருவாளர் N. மன்னார் ராமனின் கோபுரத் தெரு வீட்டுக்குத் தான்.

சி.எம்.எஸ். பள்ளியின் ஆசிரியர் ராகவன் சாரின் வீட்டுக்கு எதிரில் சகலரும் வந்து அமரும் திண்ணையில் தான் இக்கட்டுரையின் நாயகன் மன்னார் ராமனை முதன் முதலாய்ச் சந்தித்தேன். அரைக்கைச் சட்டையும், கார்ட்றாய் பேண்டும், மூவாயிரத்து எழுநூற்று ஐம்பத்து எட்டு தோல் சுருக்கங்கள் கொண்ட சிறிய ஓவல் வடிவ முகத்தில் ஒரு அரை வட்டக் கண்ணாடியும் அணிந்து கொண்டிருந்தார். அவருடைய ஒட்டு மொத்த உடல் எடையே 14 கிலோ தான் இருக்கும், அவர் அணிந்திருக்கும் உடைகளோடு சேர்த்து.

அதே தெருவில் குடியிருந்து வந்த டைப்பிஸ்ட் வரதன் மாமா தன் வீட்டு வாசலில் "Expert in Court matters" என்று போர்டு ஒன்றை மாட்டி வைத்திருப்பார். கோர்ட் விஷயங்களை டைப் அடிப்பவர். அந்தத்தொழில் செய்தே தனது இரண்டு பெண்களையும் கரையேற்றி விட்டார். ஆனால், வரதன் மாமாவுக்கு டைப் அடிப்பதைப்பற்றி ஒன்றுமே தெரியாது ; எல்லாமே தப்புத்தப்பாக டைப் அடிப்பார் என்று மன்னார் ராமன் கேலியாக விமர்சிக்க ஆரம்பித்த போது, எங்கள் பேச்சு ஆரம்பமானது. வரதன் மாமாவைப் பற்றிச் சொல்லும் போது, "He is a full-fledged cipher" - அவர் ஒரு முழு பூஜ்யம் என்று சொன்ன போது, நான் என்னையும் அறியாமல் சிரித்து விட்டேன். அங்கு தான் எங்கள் நட்பு தொடங்கியது.

அவரது வீடு எங்கே என்று விசாரித்துக்கொண்டேன். அதே தெருவின் கிழக்கு முனையில் தான் அவரது வீடு இருக்கிறது என்று சொன்னார். அடுத்து வரும் நாட்களில், அவரைச் சந்திக்க ஆவலாதியாய் இருந்தேன்.

பிழையின்றி ஆங்கிலம் பேசுவோரைக்கண்டால், எனக்கு ஆச்சரியம் மேலிடும். அவர்களை வியந்து பார்ப்பேன்.

அவரது வீட்டில் அவரைச் சந்தித்த நாள் அற்புதமானது என்பேன். மேற்குப் பக்கமாய் வாசல் வைத்த அவரது வீடு, பழைய காலத்து சுண்ணாம்புக் காரை வீடு. வாசலில் மூங்கில் தப்பையில் கதவு. உள்ளே பழுப்பு நிறத்தில் சுவர்கள். வடக்குப் பக்கச் சுவரில் இருக்கும் ஜன்னல் வழியாய் வீட்டுக்குள் வரும் சூரிய வெளிச்சம். எனக்குப் பழைய காலத்து வீடுகளின் அமைப்பைப் பார்ப்பதில் இருக்கும் ஆவல், அவற்றைப் பார்க்கும் போது வரும் வியப்பு, ஒரு போதும் தணிந்ததில்லை.,

பகல் நேரங்களில் அவரது வீட்டின் முன்புறம், தண்ணீர் தெளிக்கப்பட்டு, பளிச்சென்று இருக்கும். உள்ளே சின்ன ரேழி. அதைத்தாண்டினால், மையக்கூடம். இரண்டாய்ப்பிரிந்து, ஒரு புறம் மடப்பள்ளி. மற்றொரு புறம் கொல்லைப்புறம் செல்வதற்கான பாதை. அவரது வீட்டுத் திண்ணையில் இருந்த நீள அந்தக்காலத்து மர பெஞ்சில் அமர்ந்து கொண்டு நாங்கள் மணிக்கணக்கில் பேசிக் கொண்டிருப்போம். அது, ஒரு குறிப்பிட்ட பொருளில் இல்லாமல், அனைத்துத் தலைப்புகளிலும் அலைந்து கொண்டிருக்கும். இலக்கியம், அரசியல், சினிமா, ஐரோப்பாவின் நிலைமை, குற்றாலத்தில் அருவிக்குளியல், திருக்கோவில்களில் அரசு செய்யும் திருட்டு, உள்ளூர் தாசில்தார் சேர்த்த சொத்துக்கள், ஸ்ரீவில்லிபுத்தூரின் முன்னாள் மனிதர்கள், விலைவாசிப் பிரச்சனை, அவ்வப்போது கொட்டித் தீர்க்கும் அடிக்கும் அடை மழை, ராஜபாளையத்து சப்பட்டை மாம்பழம், என்று சகலத்தைப் பற்றியும் நாங்கள் பேசிக்கொண்டிருப்போம்.

அவரது ஆங்கிலம், இலக்கணச் சுத்தமாக இருக்கும். எந்த ஒரு வாக்கியத்திலும் இருக்கும் இலக்கணப் பிழையை கண்டுபிடித்துத் திருத்தி விடுவார். அவரது வீட்டின் திண்ணையில், பகல் பொழுதிலும் நல்ல குளிர்ச்சி இருப்பதைக் கண்டிருக்கிறேன். மேற்குப்பக்கம் பார்த்த வாசலின் மூங்கில் தப்பைக்கதவின் வழியாக கிழ-மேலாக கந்தாடைத் தெருவில் நடக்கும் போக்குவரத்தை நாள் முழுக்க பார்த்துக்கொண்டே இருக்கலாம். சந்தியா காலத்திற்கு மேல், வீட்டிற்குள் நாற்பது வாட்ஸ்

பல்புகள் ஒளி தந்து கொண்டிருக்கும். விளக்குகளைப் போட்ட பின்பு, யாராவது வீட்டிற்குள் நடமாடினால், வெளியில் இருந்து பார்ப்பவர்களுக்கு கனவுலகில் நடமாடுவது போலக்காட்சி தரும்.பதினைந்தாம் நூற்றாண்டு தொடங்கி, இருபதாம் நூற்றாண்டு வரை வாழ்ந்த ஆங்கில இலக்கியத்தின் ஜாம்பவான்கள் எவரையும் மன்னார் ராமன் அறிந்திருப்பார். அவரது புத்தகச் சேகரிப்பு ஒரு சிறு நூலகம் என்று தான் சொல்ல வேண்டும். சென்னை, நாக்பூர், கல்கத்தா, பாம்பே, ஹைதராபாத், கொச்சின், புது டில்லி, சண்டிகர், ஜெய்ப்பூர், ஆக்ரா என்று அவர் சுற்றாத ஊர்கள் இல்லை. எங்கு போனாலும், நல்ல புத்தகங்களைத் தேடிப்பார்த்து, வாங்கி வந்து விடுவார்.

ஆங்கில செவ்வியல் இலக்கியத்தின் முற்பிதாக்களான ஆலிவர் கோல்ட்ஸ்மித், டாக்டர் சாமுவேல் ஜான்சன் அலெக்சாண்டர் போப், அடிசன் அண்ட் ஸ்டீல், சார்ல்ஸ் லேம்ப், சாமுவேல் ஸ்மைல்ஸ் ஆகியோர் மரித்த பிறகும், அவர்களை அனுதினமும் நினைத்துக் கொண்டிருந்தது அவர்களது சொந்த இனமாகிய ஆங்கிலேய இனம் அல்ல. நமது மன்னார் ராமன் தான் என்று அடித்துச் சொல்லுவேன். டாக்டர் சாமுவேல் ஜான்சன் எழுதிய கரடு-முரடான ஆங்கிலத்தை அப்படியே மனப்பாடம் செய்து வைத்துக்கொண்டு, நினைத்த போது அதை ஒப்பிப்பார் ராமன்.

தான் ஒரு நாள் இரவு நடைப்பயிற்சி போன போது ஒரு கிராமத்துக்கா-ரனைப் பார்த்ததைப் பற்றி சாமுவேல் ஜான்சன் சொன்ன வரிகளை ராமன் அப்படியே வார்த்தை பிசகாமல் சொன்ன போது, அது என் மனதில் கல்-வெட்டு போல எழுதப்பட்டு விட்டன.

"While I was perambulating in the nocturnal hours of the previous day through the combined latitudes and longitudes, I spied a rustic, whom I interrogated and with the rotary motion of the cudgel in my hand, I made his perpendicularity into horizontality."

ஒரு நீதிபதி, நீதிமன்றத்தில் கேட்ட கேள்விக்கு ஆங்கில ஜாம்பவான் டாக்டர் சாமுவேல் ஜான்சன் தந்த பதில் தான் இது. ஜான்சன் முந்தைய நாள் இரவில், நகரின் தெருக்களில் குறுக்கும், நெடுக்குமாக சாவதானமாகப் போய்க்கொண்டிருந்த போது, ஒரு கிராமத்தானைக் கண்டு, அவனிடம் ஏதோ கேள்வி கேட்டதாகவும், பிறகு, தனது கையில் இருந்த கைத்தடியைக்-கொண்டு அவனை ஓர் அடி அடித்து, நின்றிருந்த அவனைத் தரைமட்ட-மாக வீழ்த்தியதாகவும் சொல்லியிருந்தார். இதை ராமன் என்னிடம் விளக்கிய போது, அசந்து போய் விட்டேன்.

இதே போல, ஒரு பெண்ணிடம், ஒரு சிட்டிகை மூக்குப்பொடியை ஜான்-சன் எவ்வாறு கேட்டார் என்பதற்கு இன்னொரு நீண்ட வாக்கியத்தைச் சொன்னார்.

Madam, will you please allow me to dip my digital extremities into that odoriferous concavity and extract therefrom some pulverised atoms which when blown through my nasal cavities would cause grateful titillation to my olfactory nerves?

இதைத் தமிழில் அவ்வளவு எளிதாக மொழிபெயர்க்க முடியாது என்-றெண்ணுகிறேன்.

கோல்ட்ஸ்மித் எழுதிய "விக்கார் ஆப் வேக்பீல்ட்" என்ற நூலைப்பற்றி அவர் விவரித்ததை செவி குளிரக் கேட்டுக்கொண்டே அவரது வீட்டுத் திண்-ணையில் நேரம் போவதே தெரியாமல் அமர்ந்திருப்பேன். அந்த நூலை

மதராஸ் உயர்நீதிமன்ற முன்னாள் நீதிபதி சர் சி.பி. முத்துசாமி ஐயர் நூறு முறை (ஆமாம். நூறு முறை தான்) வாசித்திருப்பதாகவும் அறிந்து கொண்டேன். ஷேக்ஸ்பியரை முறையாக வாசித்தவர் மன்னார் ராமன். அவர் அடிக்கடி, மேற்கோள் காட்டியதும் ஷேக்ஸ்பியர் மற்றும் சாமுவேல் ஜான்சனிலிருந்து தான்.

ஒரு தடவை நாங்கள் இருவரும் அமர்ந்தால், இரண்டு அல்லது மூன்று மணி நேரமாவது உரையாட வேண்டும் என்பது அவர் எனக்கு விதித்த நிபந்தனை. அவருக்குச் சமமாக இலக்கிய சம்பாஷணை செய்ய எங்கள் சிறிய ஊரான ஸ்ரீவில்லிபுத்தூரில் ஒருவரும் இல்லாதது துரதிருஷ்டமே. சாமுவேல் ஜான்சன் எழுதிய புதினங்களான "தி ரேம்ப்லர்" மற்றும் "தி ஐட்லர்" என்ற நூல்களைக்குறித்து, அவர் விளக்கிச் சொன்னதை இன்று வரை நினைவில் வைத்திருக்கிறேன். நூலகத்தின் மர அலமாரியிலிருந்து ஆர்வமுள்ள ஒரு வாசகரால் அது எடுக்கப்பட்டு, ஒரு சில பக்கங்கள் வாசித்து முடிப்பதற்குள், அவசர அவசரமாக அது மீண்டும் அதே அலமாரியில் வைக்கப்பட்டதாம். காரணம், ஜான்சனின் ஆங்கிலம் அவ்வளவு கரடு முரடானது.

1980'களில் பொழுதுபோக்கு என்பது திரையரங்கில் மட்டும் தான். பலரும் நூலகத்திலோ. அல்லது வீட்டிலோ, புத்தகமும் கையுமாக அமர்ந்து வாசித்துக்கொண்டிருந்த காலம். பருவ இதழ்களின் விற்பனை உச்சம் தொட்ட காலம் அது. தினசரிகளின் முகத்தில் தான் தமிழகமே விழித்தது. அந்தக் கால கட்டத்தில், அவர் நாள் தவறாமல், நூலகம் செல்லுவார். நிறைய வாசிப்பார். அவர் தொடாத ஆங்கில நூல்களே இல்லை.

இப்படிப்பட்டவருக்கு என்ன தொழில் என்று நீங்கள் கேட்பீர்கள். எந்தத்தொழிலும் கிடையாது. ஆனால், எல்லாத் தொழிலும் தெரியும். மெடிக்கல் ரெப்பாக வேலை செய்திருக்கிறார். அவரது மாதச் சம்பளம் தரப்படாத போது, தன்னிடம் கம்பெனி தந்த மருந்து பாட்டில்களை விற்று அந்தப்பணத்தை எடுத்துக்கொண்டதாக அவரே என்னிடம் சொன்னார். பள்ளி ஆசிரியர் வேலை தெரியும். ஒரு தடவை, தெற்கு ரத வீதியில், ஜெயராம் ஷெட் அருகே ஜான் ஸ்டீபன் நடத்தி வந்த "பி.டி.சி. டூட்டோரியல் கல்லூரி"யில் 10, 12 வகுப்பில் தவறிப்போன மாணவர்களுக்கு பாடம் எடுக்கப்போனார். மாதச் சம்பளம் ரூபாய் ஐநூறு. இரண்டு மாதங்கள் அங்கு வேலை பார்த்தார். தினசரி, அரைக்கைச் சட்டையும், கார்ட்ராய் பேண்டும் அணிந்து கொண்டு வேலைக்குப் போய் விட்டு வந்தார்.

அவரது தரம் உயர்ந்த ஆங்கிலத்துக்கு ஈடு கொடுக்க முடியாமல், மாணவர்களும், டூடோரியலின் முதல்வரும் திணறினார்கள். வின்ஸ்டன் சர்ச்சில் தான் மறு ரூபம் எடுத்து வந்திருக்கிறாரோ என்று டூட்டோரியல் கல்லூரியின் முதல்வர் ராமச்சந்திரன் பலரிடமும் சொல்லி வியந்தார். சிவகாசியில், தீப்பெட்டி தயாரிப்பாளர்கள் சங்க அலுவலகத்தில், கடிதப் போக்குவரத்தைச் சில ஆண்டுகள் பார்த்துக்கொண்டிருந்தார். பண வரவு இல்லாத போது, தெவ-

சங்களில், பிராமணார்த்தம் சாப்பிட்டு தட்சிணை வாங்கிக்கொண்டு வந்திருக்கிறார்.

தான், மைசூர் பல்கலைக்கழகத்தில் எம்.ஏ., பட்டம் பெற்றதாக என்னிடம் சொன்னார். அவரது திருமணப்பத்திரிக்கையிலும் அவ்வாறு அச்சிடப்பட்டிருப்பதை நானே கண்டேன். ஆனால், அவரது எம்.ஏ., சான்றிதழ்களை நான் பார்க்க வேண்டும் என்று கேட்ட போது அவர் காட்ட மறுத்து விட்டார். மகாராஷ்ட்ராவிலிருந்து வெளி வந்து கொண்டிருந்த "மாள்வா கிரானிக்கிள்" என்ற இதழின் நிருபராக சில காலம், தான் வேலை பார்த்ததாக அவர் சொன்னார். ஐம்பதுகளில் இருந்த அவர், எங்கள் ஊரில் இருந்த வழக்கறிஞர்களுக்கு பிராது தயார் செய்து தந்து பணம் சம்பாதித்துக் கொண்டிருந்தார். கற்றறிந்த வழக்கறிஞர்கள் கூட அவரிடம் வந்து சிவில் வழக்கின் பிராதுகளைத் எழுதி வாங்கிக்கொண்டு போவார்கள்.

அவர் சொல்வது தான் கட்டணம். அதை வழக்கறிஞர்கள் தந்தே ஆக வேண்டும். தலையில் விக் வைத்த ஆங்கிலேய நீதிபதிகள் உரைத்த முத்து முத்தான ஆங்கிலத் தீர்ப்புகள் தொகுக்கப்பட்டிருக்கும் பழைய லெதர் பைண்டிங் போடப்பட்ட ப்ரீவி கவுன்சில், க்வின்ஸ் பெஞ்ச் தீர்ப்புகளை அவர் எடுத்து வைத்துக்கொண்டு வரி வரியாக விளக்கி அர்த்தம் சொன்ன போது, நான் வியப்படைந்தேன். அவர் இருந்திருக்க வேண்டிய இடம், சென்னை உயர் நீதிமன்ற வளாகம். அங்கே இருக்கும் மூத்த வழக்கறிஞர்களுக்கு இவர் ரொம்ப உதவிகரமாக இருந்திருப்பார். ஆனால், என்ன காரணமோ தெரியவில்லை, எங்க ஊரிலேயே அவர் தங்கி விட்டார். அவரது குடும்பம் நாக்பூரில் இருப்பதாகவும், தன் மனைவியும், இரண்டு பிள்ளைகளும், அங்கேயே வளர்ந்து வருவதாகவும், தன் பிள்ளைகளுக்கு நான்கு மொழிகள் தெரியுமென்றும் அவர் பெருமையுடன் சொன்னார்.

அவரது குடும்பத்தைப்பற்றி அவர் கொஞ்சம் தான் என்னிடம் சொல்லியிருந்தார். இரண்டு உடன் பிறந்தோர் அவருடன் வீட்டிலேயே இருந்து வந்தனர். ஒருவன் நம்பி. பத்தாம் வகுப்பு படித்து முடிப்பதற்குள்,, பள்ளிக்கூடத்தின் தலைமை ஆசிரியரே சோர்ந்து, வெறுப்படையும் அளவுக்கு படிப்பில் அவன் இழுத்துக்கொண்டிருந்தான். பத்தாம் வகுப்புச் சான்றிதழை வைத்துக் கொண்டு, அமெரிக்காவிலோ, பிரான்சிலோ, ரஷ்யாவிலோ வேலை கிடைக்கும் என்று எண்ணிக் கொண்டிருந்தவன், அப்படி நடக்காததால், சோர்வுற்று, வீட்டிலேயே கிடந்து உழல ஆரம்பித்தான். ஆறரை அடி உயரம் கொண்ட நம்பி, வெறும் எலும்புக்கூடு நடந்து போவதைப் போலத்தான் நடந்து போவான். அது ஸாம்பி போலத்தான் இருக்கும். சிவப்பேறிய கண்கள், பின்புறம் இழுத்து வாரிய தலைமுடி. அழுக்கு அப்பிக்கொண்டு நிற்கும் நான்கு முழ வேஷ்டி. அடிக்கடி பீடி குடிக்கும் பழக்கம். இது தான் மன்னார்

ராமனின் தம்பி, நம்பியின் அறிமுகம். "My brother is an expert in cycling" என்று மன்னார் ராமன், தனது தம்பி, நம்பியைப் பற்றிச்

சொன்ன போது, நம்பியின் சைக்கிள் ஓட்டும் திறமைக்காக, அவனுக்கு டி வி. எஸ். கம்பெனியில் தலைமை நிர்வாகியாக பதவி வகிக்கும் பெரிய அலுவலக வேலை கிடைத்து விடும் என்று தான் நானும் எண்ணிக்கொண்டிருந்தேன்.

வீட்டில் இன்னொரு ஆத்துமா, ராமனின் தங்கை பத்மா. காது கேளாத. தெளிவாய்ப் பேச முடியாத ஒரு பெண். கவண் போல வளைந்து விட்ட கால்கள். வளர்ச்சி குன்றி மெலிந்து, ஒடுங்கிய உடல். குச்சியாய் உடம்பு. சாய்ந்து, சாய்ந்து தான் நடப்பார். ஆனால், முகமோ, எப்போதும் பிரகாசமாய் எலுமிச்சை நிறத்தில் ஜொலிக்கும். நெற்றியில் எப்போதும் இருக்கும் ஒற்றைக்கோடான சிவப்பு ஸ்ரீசூர்ணம். இந்தப்பெண்ணுக்குத் திருமணம் ஆகவில்லை. ராமன், இல்லாத போது, நான் அவரது வீட்டுக்குப்போனால், பத்மா தான் என்னை வரவேற்பார். அவர் பேசுவதைப் புரிந்து கொள்வது ரொம்ப கஷ்டம்.

ஆனால், ஒவ்வொரு தடவையும் அவர் என்னிடம் பேசும் போது, "ராமன் முண்டம். ராமன் முண்டம்" என்று தான் பேச ஆரம்பிப்பார். ஒரு தடவை, என்னிடம் ஒரு இன்லான்ட் கடிதத்தைக் கொடுத்து அதைத் தபாலாபீஸில் சேர்த்து விடச்சொன்னார். அதன் உறை மேல் இருந்த முகவரியில், கோயம்புத்தூர் விலாசம் எழுதியிருந்தது. அந்த விலாசத்தில், "N. அச்சுதன்" என்று எழுதியிருந்தது. அச்சுதன் என்ற அந்த பிரகஸ்பதி, ராமனின் சகோதரன் என்று உடனே கண்டு கொண்டேன். இவருக்கு எத்தனை சகோதர, சகோதரிகள் என்ற கணக்கும் எனக்குத் தெரியாது.

எந்த வேலைக்குமே போகாமல், இவரால் எப்படி காலட்ஷேபம் செய்து கொண்டிருக்க முடிகிறது என்று எண்ணிப்பார்த்ததுண்டு. இவரது ஆங்கிலமே இவருக்கு அன்றாடம் சோறு போட்டதுண்டு. "தமிழ் ஒரு நுய்சன்ஸ். தமிழ் ஒரு காட்டுமிராண்டி மொழி. தமிழ் படித்தால் பிச்சை தான் எடுக்க வேண்டும். புலவர்கள் எல்லாம் பொய்யர்கள்" என்று வெண் தாடி வேந்தர், பகுத்தறிவுப்பகலவன் சொல்லி வைத்து விட்டுப்போனது யாருக்குப் புரிந்ததோ இல்லையோ, நம்ம மன்னார் ராமனுக்கு ரொம்பவே புரிந்து விட்டது. தமிழ் சோறு போடாது. ஆங்கிலம் காப்பாற்றும் என்று ரொம்பத் தெளிவாக, நம்பிய அவர், ஆங்கிலத்தில் நொண்டியடிக்கும் உள்ளூர் வக்கீல்களின் தயவில் வயிறு வளர்த்து வந்தார்.

சிவில் வழக்கின் பிராதுகளைத் தமிழில் எழுதினாலே போதும். 'சட்டை போடாத குடியானவனுக்கு எதற்கு ஆங்கிலத்தில் பிராது? எத்தனை பேருக்கு ஆங்கிலம் புரியும்?' என்றெல்லாம் எங்க ஊரு வக்கீல்கள் எண்ணாத காரணத்தால், நமது மன்னார் ராமனுக்கு மவுசு அதிகமாகியது. சாயங்கால வேளைகளில், அவர் வெகு சாவகாசமாக தனது கோபுரத் தெருவில் உள்ள தனது வீட்டிலிருந்து புறப்பட்டு, தெக்குப்பக்கமாகச் சென்று, தெற்கு ரத வீதி

என்னும் கச்சேரி ரோட்டில் நடந்து போவார். எங்காவது ஒரு வக்கீலின் ஆபீஸ் தென்பட்டால், உள்ளே நுழைந்து விடுவார். தன்னை அறிமுகப்படுத்திக்கொண்டு, பத்து

நிமிடங்கள் பேசிக்கொண்டிருப்பார். வந்திருப்பவரின் தகுதி, திறமை ஆகியவற்றை அறிந்து கொள்ளும் வக்கீல், தனது தமிழ் பிராது ஒன்றை இவரிடம் கொடுத்து, அதை மொழி மாற்றம் செய்யக் கேட்டுக்கொள்ளுவார். இவருக்கு அடித்தது யோகம். அதை வாங்கிக் கொள்ளுவார். வீட்டுக்கு வந்து ஒரே நாளில் அதை மொழியாக்கம் செய்து கொடுத்து விட்டு, சில்லரையை வாங்கிக்கொண்டு நேராக பலசரக்குக் கடைக்குப் போய் விடுவார். அவரது சம்பாத்தியம், வீட்டுக்குப் பலசரக்கு வாங்க மட்டுமே பயன்பட்டது. அவர் பார்த்தது கிட்டத்தட்ட துபாஷி வேலை தான். ஆனால், அவரது ஆங்கிலம் பட்லர் ஆங்கிலம் அல்ல என்று கண்டிப்பாகச் சொல்லுவேன். பழைய ஒரு பக்கக் காகிதங்கள் மற்றும் ஒரு பால் பாய்ன்ட் பேனா இருந்தால் போதும், எதையாவது எழுத ஆரம்பித்து விடுவார்.

என் அப்பாவிடம் இவரைப்பற்றிக் கேட்டேன்.

“மன்னார் ராமனா, அவன் ஒரு ப்ராடாச்சே.. அவன் அப்பா, டவுட்டா2 இருந்தார்.”

“டவுட்டுன்னா என்னப்பா ?”

‘பல வக்கீல்களுக்கு கேஸ் கிடைக்காது. அவங்களுக்கு கேஸ் பிடிச்சுக் கொடுக்கற ப்ரோக்கர் தான் டவுட். இவனோட அப்பா பேரு திரளி நாராயண ஐயங்கார். அவரும் ஒரு டவுட்டு தான். நிறைய சொத்து வெச்சுருந்தார். எல்லாத்தையும் வித்துட்டு ஒண்ணுமில்லாம ஆயிட்டார். அவருக்கு ஆறு பிள்ளைகள். எல்லாரும் அட்ரசே இல்லாம போயிட்டாங்க.”

“இந்தாளு கிட்ட இப்ப என்ன இருக்கு ?”

“வீடு மட்டும் தான் வெச்சுண்டுருக்கான்.”

மன்னார் ராமனின் அம்மாவைப்பற்றி என் அப்பா சொன்னதை இங்கு எழுத முடியாத நிலைமையில் இருக்கிறேன்.

ஸ்ரீவில்லிபுத்தூரின் சாலைகளில் நாங்கள் ஆங்கிலத்தில் உரையாடிக்கொண்டே நடந்து போன போது எங்களை ஒரு மாதிரியாகப் பார்த்தவர்கள் உண்டு. அநேகமாக நான் கற்றுக்கொண்ட ஆங்கிலத்தில் பெரும்பான்மை அவரிடமிருந்து கற்றுக்கொண்டது தான் என்பேன். இங்கிலாந்தில் பாரட்லா படிப்பைத் தரும் நான்கு சட்டக் கல்லூரிகளின் பேர்களை அவர் வரிசையாக ஒப்பிப்பார்.

“க்ரேசஸ் இன். லிங்கன்ஸ் இன். மிடில் டெம்பில். இன்னர் டெம்பில். இங்க தான், பாரட்லா படிக்க முடியும். இந்த நாலுமே பெஸ்ட் இன்ஸ்டிட்யூஷன்.”

“அப்படியா?”

இணைய தளங்கள் இல்லாத அக்காலத்தில் இவர் சொல்வதே சரி என்று நம்பிக் கொண்டேன். டில்லியின் கார் காலம் பற்றி அவர் தந்த வருணனைகள் அபாரம். அங்கு உள்ள பூங்காக்கள், வீதிகள், கட்டிடங்கள், அலுவலகங்கள், மரங்களில் புஷ்பிக்கும் பூக்கள், வீதிகளில் நடமாடும் மக்கள், அங்கு கிடைக்கும் உணவு, தெருவோரங்களில் விற்கப்படும்

பழங்கள், பெரிய புத்தகக்கடைகள் என்று டில்லியை வார்த்தைகளிலேயே என் கண் முன்னே காட்டி விடுவார். அந்தக்கால கட்டத்தில் நான் நிறைய வாசிக்க ஆரம்பித்திருந்தேன். இந்த இந்த லிட்டரேச்சர் புத்தகம் இப்படிப்பட்டது என்று விலாவாரியாக அவர் விளக்கி ஆற்றுப்படுத்திய போது, எனக்கு ஒரு கல்லூரிப் பேராசிரியரே தேவையில்லாமல் இருந்தது.

"நான் அடுத்த வாரம் டெல்லி போறேன்" என்பார்.

"எதற்காக?" என்பேன்.

"I have my business there."

"என்ன பிஸ்னஸ்?"

"லா. லிடரேச்சர்."

"எனக்கு அப்போது, பதினெட்டு வயது. லாவும், லிட்டடேரச்சரும் வைத்துக்கொண்டு ஒருவர் பிஸ்னஸ் பண்ண முடியும் என்று எனக்கு எண்ணத் தோன்றவில்லை.

டில்லி புறப்பட்டால், திரும்பி வர ரெண்டு வாரங்கள் ஆகும். டில்லியில் தான் பார்த்த இடங்கள், சந்தித்த மனிதர்களைப் பற்றி விலாவாரியாகப் பேசிக்கொண்டிருப்பார். டில்லியில் இருக்கும் "கல்காட்டியா, புக் வர்ம்" ஆகிய புத்தகக் கடைகளில் தான் தேடிப்பார்த்து வாங்கிய புத்தகங்களைப் பற்றிப் பேசுவார். அவரது வீட்டின் மேல் மாடியில் இருந்த அடைசலான சிறு அறையில், அவர் வாங்கிய, வாசித்த புத்தகங்கள், அவரது அப்பா காலத்திலிருந்து வீட்டில் தங்கி விட்ட புத்தகங்கள், யாவும் சேகரம் செய்யப்பட்டிருக்கும். ஒவ்வொரு புத்தகத்தையும் தனது கையில் வைத்துக்கொண்டு அதை ஒரு புரட்டு புரட்டி விட்டு, அதைப்பற்றி அவர் அறிமுகம் செய்து பேசும் போது, நான் வாய் பிளந்து கேட்டுக் கொண்டிருப்பேன். அவருக்குள் இன்னொரு டாக்டர் சாமுவேல் ஜான்சன் இருப்பதை அப்போது அறிந்து கொண்டேன்.

நாட்கள் செல்லச்செல்ல அவரைப்பற்றி அறிந்து கொள்ளும் சுவாரசியம் அதிகரித்துக் கொண்டே போனது. அவரது, நடை, உடை, பாவனை, அவரது தோற்றம் எல்லாவற்றையும் வைத்துக்கொண்டு அவர் கொஞ்சம் மனநிலை பிறழ்ந்தவர் என்றெல்லாம் அனுமானித்தவர்கள் உண்டு. ஆனால், அவரிடம் தெரிந்தது ஒரு ஆங்கிலோ - இந்தியனின் பாவனைகள். அல்லது பதினெட்டாம் நூற்றாண்டின் பிரித்தானிய இலக்கிய வட்டத்தின் மரபியல் ரீதியிலான பாவனைகள் என்று தான் எனக்குத் தோன்றியது.

இவரது வீட்டுக்கு அருகே, கந்தாடைத்தெருவில், வாடகை வீட்டில் குடியிருந்து வந்த ஆராவமுதன் எனக்கு நண்பன் தான். எஸ்.எஸ்.எல்.சி. மட்டுமே படித்த அவனுக்கு எந்த ஒரு உருப்படியான வேலையும் கிடைக்கவில்லை. நான் 1980-களின் கால கட்டத்தைச் சொல்லுகிறேன்.

ஒரு நாள் சந்தியா கால வேளையில், காய்கறி மார்கெட் அருகே என்னைப் பார்த்த ஆராவமுதன்,

"என்ன மன்னார் ராமன் கிட்ட ரொம்ப நெருங்கிப் பழகுறீங்களாமே?!"

"ஆமா, இப்ப என்ன ?"

"பாத்து இருங்க. அந்தாளு ஒரு மாதிரி. பலர் கிட்டயும் ஏமாத்தி பிராடு வேலை பண்ணியிருக்கான்."

"எனக்கு தெரியாதே ! நீங்க சொல்லித்தான் தெரியும்."

"அவன் சரியான போர் ட்வென்டி. பாத்து நடந்துக்கங்க."

"சரி!"

"நீங்க எனக்கு வேண்டப்பட்டவங்க. அதனால சொல்றேன்."

"தேங்க்ஸ் !"

"அவனோட பொண்டாட்டி எங்க போனாங்கன்னு தெரியுமா ?"

"அவங்க, நாக்பூர்ல இருக்கறதா அந்தாளு சொன்னாரு."

"நாக்பூர்ங்கறது சரி தான். ஆனா, அவங்க ஏன் நாக்பூர் போனாங்கன்னு அந்தாளு உங்க கிட்ட சொன்னானா ?"

"தெரியாதே !"

"இவன் ஒரு மாதிரி. இவனோட வைப் ரொம்ப நல்லவங்க. தங்கமான குணம். அவங்களுக்கு ரெண்டு பிள்ளைங்க. ரெண்டுமே ஆண் பிள்ளைகள் தான்."

"ஆமா, அவர் சொன்னாரு !"

"அவர்னு சொல்லாதீங்க. அவன்னு சொல்லுங்க."

"என்ன இருந்தாலும் படிச்சவரில்லையா ?!"

"படிச்சவன் தான். ஆனா, படிச்சவன் என்ன காரியம் பண்ணி வெச்சான் தெரியுமா?"

"என்ன பண்ணினான்?"

"இவனோட வைப் பேரு கமலா. ராத்திரி நேரத்துல அவங்க கிட்ட படுத்துக்கிட்டு இருக்கற போது வெறி வந்து, இவன், அவளோட மார்புல கடிச்சு வெச்சுட்டான். ராத்திரி பூராவும் அந்தக் கமலாவை சித்திரவதை பண்ணியிருக்கான் இந்த மெண்டல். இது பல நாட்கள் நடந்துருக்கு. எந்தப் பொண்ணுக்கும் பொறுமை உண்டு. ஒரு நாளா, ரெண்டு நாளா? தினசரி, இவன் அவளோட மார்புல காயம் வர்ற அளவுக்கு கடிச்சு வெப்பான். இவனோட வைப் இந்த அக்கிரமத்தைத் தாங்கிக்க முடியாம, ஒரு நாள் வீட்டை விட்டு வெளிய ஓடி

வந்துட்டா. இவங்க வீட்டுக்கு பக்கத்து வீட்டுல இருக்கற ஒரு கொத்தனாரு, அந்தக் கமலா மேல இரக்கப்பட்டு, தன்னோட வீட்டுல பாதுகாப்பா தங்க வெச்சுக்கிட்டாரு. இவங்களோட அப்பா நாக்பூர்ல இருக்காரு. அந்தக்கொத்தனாரு, இந்தப்பொண்ணோட அப்பாவுக்கு விலாவாரியா லெட்டர் போட்டு, அவரை உடனே இங்க ஸ்ரீவில்லிபுத்தூருக்கு வரவழைச்சு, அந்தப் பொண்ணை அவங்க அப்பாவோட நாக்பூருக்கே அனுப்பி வெச்சுட்டாரு. அன்னிக்கு இவன் வைப் கமலா, இவனை விட்டுட்டுப் போனவங்க தான். அப்புறம் திரும்பி வரவே இல்லை. இவன் தான் அப்பப்ப போயி, வைபையும், பிள்ளைங்களையும் பாத்துட்டுத் திரும்பி வருவான்."

"இவன் என் கிட்ட, டில்லி போறேன்னு சொல்றான்."

"இவனுக்கு அங்க என்ன வேலை? இவனோட கதை ஒண்ணும் அங்க ஆவாது. இவன், நேரா அந்த நாக்பூருக்குப் போவான். அங்க இவனோட மாமனார், சரி, தொலைஞ்சு போறான்னு நெனைச்சுக்கிட்டு, வீட்டுக்குள்ள வெச்சு, பத்து நாளைக்கு சோறு போடுவாரு இவன் நல்லா, மாமியார் வீட்டுச் சமையலை ஒரு பிடி பிடிப்பான். இவனோட மாமனார், ஊருக்குப் பொறப்படுற போது, இவன் கிட்ட வழிச்செலவுக்கு பணம் கொடுத்து அனுப்பி வைப்பாரு. அங்க நாக்பூர்ல தங்கிட்டு, இங்க வந்து, டில்லிக்குப் போனேன்னு கதை விடுறான். யாரு போயி இவனைப் பாக்கப்போறா?"

சுற்றுப்புறச்சூழல் மாசடைந்த இவ்வுலகில், நோய் நொடி இல்லாமல், ஒரு மனிதனும் வாழ முடியாது என்று எண்ணுகிறேன். ராமனுக்கு ஆஸ்துமா வியாதி இருப்பது எனக்குத் தெரிய வந்தது. அடிக்கடி நெஞ்சில் சளி கட்டிக்கொள்ளும். அருகே எங்காவது சுவரில் துப்பி விடுவார். வீட்டின் கூடத்தில், தரையின் சிமென்ட் பூச்சு அரிக்கப்பட்டு, சிவப்பு சதுரச் செங்கல்கள் தெரிந்து கொண்டிருந்தது. சுற்றுச் சுவர்கள் கிருத யுகத்தில் வெள்ளையடிக்கப்பட்டது போலக் காட்சியளித்தன. அந்தக் கூடத்தின் ஓரத்தில், பழைய, அழுக்கு மெத்தை ஒன்றை விரித்து, அதன் மேல் படுத்துக்கொண்டு ராமன் அவதிப்பட்டுக் கொண்டிருப்பார்.

அவரது வியாதிக்கு "டெட்ரால்" என்ற மாத்திரை உண்டு. அதன் விலை பத்து பைசா. வடக்கு ரத வீதியில் பாண்டியன் மெடிக்கல் ஷாப்பில் ஒரு டெட்ரால் வாங்கி, அங்கேயே வாய்க்குள் போட்டுக்கொள்ளுவார். ஆஸ்துமா அவரது உடலை உருக்கிக் கொண்டிருந்தது. அவரோ, எதைப்பற்றியும் கவலைப்படாமல், ஏதோ ஓர் ஆங்கில நாவலை வாசித்துக்கொண்டிருப்பார். இரவும், பகலும் தொடர்ந்த புத்தக வாசிப்பு அவரது உடலை மெலிய வைத்தது. "அதிக படிப்பு உடலுக்கு இளைப்பு"[3] என்று சாலமோன் தீர்க்கதரிசி கூறுகிறான்.

புலமையும், வறுமையும் சேர்ந்தே இருக்கும் என்று அந்நாளில் நம்மவர்கள் கூறிய கூற்று எத்தனை மெய்யானது தெரியுமா? இது இந்தப் பாரத

தேசத்துக்கு மட்டுமல்ல. எல்லா நாடுகளுக்கும் பொருந்தும் என்று தான் எண்ணுகிறேன். சரஸ்வதியும், லட்சுமியும் ஒரே இடத்தில் வாசம் பண்ணுவதில்லை.

இந்த மன்னார் ராமன் ஏதாவது ஒரு சின்ன வேலைக்குப் போயிருந்தாலும் கூட, அவரது நிலைமை ரொம்ப மோசமடைந்திருக்காது. ஆனால், எந்த ஒரு வேலைக்கும் போக விருப்பமில்லாமல் இருப்பவரிடம், வறுமை தங்கி விடும். லட்சுமி போயி, தரித்திர தேவி வந்து விடுவாள். குந்தித்தின்றால், குன்றும் மாளும் என்ற பழமொழியை மன்னார் ராமன் அறிந்திருக்கவில்லை. கந்தாடைத்தெருவும், கோபுரத் தெருவும் சந்திக்கும் வட-கிழக்கு மூலையில், தான் குடியிருக்கும் கதவு எண். 1-ம் நம்பர் வீட்டை ராமன் ரூபாய் இருபதாயிரத்துக்கு ஒத்திக்கு வைத்திருந்தார். அதை ஒத்திக்கு வாங்கியவர் இராஜபாளையத்தைச் சேர்ந்த பூத்தானம் தங்கவேல் என்ற ஒரு பாத்திரக் கடைக்காரன். ஓரிரு முறை என்னை அவரது வீட்டுக்கு அழைத்துக்கொண்டு போயிருக்கிறார்.

இருபதாயிரத்தை வைத்துக்கொண்டு எத்தனை மாசம் காலம் தள்ள முடியும்? நான் சொல்வது 1980' களின் கால கட்டத்தை. வீட்டில் வைத்திருந்த சிறு சிறு தங்க நகைகளை விற்றுச் செலவு செய்ய ஆரம்பித்தார்.

“இப்படி ஒவ்வொண்ணா வித்துக்கிட்டிருந்தா, கடைசியில என்ன பண்ணுவீங்க?” என்று அவரிடம் கேட்டேன்.

“உன்னிடம் எதுவுமே இல்லாவிட்டாலும், உன்னிடம் உழைத்துச் சம்பாதிக்க விரல்கள் இருப்பதை மறந்து விடாதே” அப்படின்னு ஒரு பழமொழி இருக்கு” என்றார் ராமன்.

அவரது வீட்டில் இருந்த நகைகள் ஒவ்வொன்றாய் வீட்டை விட்டு வெளியேறி, பெரிய கடை பஜாரில் உள்ள நகைக்கடைகளில் வந்த விலைக்கு விற்கப்பட்டன. தங்கை பத்மா அணிந்திருந்த வளையல்கள், மூக்குத்தி, காது தோடு என ஒவ்வொன்றாய் அந்த வாய் பேசாத ஜீவனிடமிருந்து கழட்டி எடுத்து விற்க ஆரம்பித்தார் ராமன்.

அவரது வீட்டுத் திண்ணையில் அமர்ந்து ஆங்கில, இலக்கிய சம்பாஷணைகளில் ஈடுபட்டிருக்கும் தருணங்களில், அவரைப்பற்றி நான் அறியாதன அறிந்தேன். “கண்டறியாதன கண்டேன்”.

அரிசிக் கடை வைத்திருந்த செட்டியாரிடம் அரிசி வாங்கிய வகையில் அவர் நிறைய கடன் வைத்திருந்தார். ஒரு நாள், செட்டியார் கடன் வசூல் செய்ய நேராகவே அவரது வீட்டுக்கு வந்து விட்டார். நான் அப்போது திண்ணையில் அமர்ந்திருக்கிறேன். அரிசிக்கடைச் செட்டியார் என்னருகே அமர்ந்தார். ராமன் என்னருகே உக்காந்து கொண்டு, கடன் பாக்கியைக் கேட்க வந்த செட்டியாரைச் சமாளிக்க ஆரம்பித்தார்.

"செட்டியார், அவ்வையார் என்ன சொல்றாங்க தெரியுமா? கம்பன் என்ன சொல்றாரு தெரியுமா? அவ்வையார் சொல்றாரு "தோழனோடும் ஏழைமை பேசேல்" அப்படிங்கறாங்க. இதுக்கு என்ன அர்த்தம்? நமக்கு நெருங்கிய நண்பன் கிட்டயும் நம்மோட பணக்

கஷ்டத்தைப் பத்திப் பேசக்கூடாதுன்னு அர்த்தம். கம்பன் கூட இதப்பத்தித்தான் சொல்றாரு. கணியன் பூங்குன்றனார் என்ன சொன்னார்.....சீத்தலைச் சாத்தனாரும் அதைத் தான் சொல்றாரு...."

தமிழ் இலக்கியத்தில் வறுமையைப்பற்றி யார் யாரெல்லாம் என்ன சொல்லியிருக்காங்களோ, அதையெல்லாம் பட்டியல் போட்டுச் சொல்ல ஆரம்பித்தார். எல்லாரைப்பற்றியும் சொன்ன அவர், உழைக்காமல் இருப்பதைப்பற்றி மேற்கோள் காட்டவில்லை. ஒரு நீண்ட இலக்கிய உரையாற்றிய மன்னார் ராமன், என் கண் முன்னேயே எப்படியோ அரிசிக்கடைச் செட்டியாரைச் சமாளித்து அனுப்பி விட்டார். சில கடன்காரர்கள் வந்த போது, பணத்திற்குப் பதிலாக, அவரது வீட்டில் இருந்த பொருட்களைத் தந்து அனுப்பி விட்டார். செட்டியார் போன பின்பு, தனது தம்பி நம்பியைக் கூப்பிட்டு, "நம்பி, வீட்டுல அரிசி ஜாஸ்தியா செலவாகுது. மத்தியானம் சாப்பிடுற போது, குறைச்சு சாப்பிடுப்பா" என்றார். ஒரு நாள் ஒரு கடன்காரன் வந்த போது, வீட்டில் இருந்த வெங்கலப் பாத்திரங்களை ஒரு சாக்கில் போட்டு, அவனிடம் தந்தார்.

எப்போதும், நான் அவர் வீட்டுக்குப் போகும் போது, சூடான காபி கிடைக்கும். ருசியான பில்டர் காபியை விட, அவரது ஆங்கிலம் தான் எனக்கு ரொம்ப ருசியாகத் தென்படும். சில மாதங்கள் கழித்து, அவரது வீட்டுக்காப்பியில் சர்க்கரை இல்லாமல் இருந்தது. "இது ஷுகர்லெஸ் காபி" என்றார் மன்னார். காபிக்கு சர்க்கரை வாங்கக்கூட வசதியில்லாமல் இருக்கிறார் என்று எனக்குப் புரிந்தது.

முன்னோர்கள் விட்டுச்சென்ற அந்நாளைய பித்தளை, வெண்கலப் பாத்திரங்கள், குத்து விளக்குகள், பண்டம் பழஞ்சாமான்கள், வீட்டை விட்டு கொஞ்சம், கொஞ்சமாய் வெளியேற ஆரம்பித்தன. அவரது வீட்டுக்குள் ஒரு நாள், நாற்காலி, மேஜைகளைக் காணவில்லை. என்ன விஷயமென்று கேட்டேன். அவைகளை அடமானம் வைத்து விட்டதாகக் கூறினார். எங்கள் ஊரில் அடகு பிடிக்கும் வட்டிக்கடைக்காரர்கள் நிறையப்பேர் கிடையாது. மேல ரத வீதியில் தியாகராஜன் செட்டியார் வட்டித்தொழில் செய்து வந்தார். வேறு யாரும் வட்டித்தொழில் செய்ததாக எனக்கு ஞாபகம் இல்லை. அநேகமாக, ராமன் வீட்டு மரச்சாமான்கள் அவரிடம் தான் அடகுக்குப் போயிருக்க வேண்டும்.

ஒரு நாள், மாலை வேளையில் அவரது வீட்டின் மையக்கூடத்தில் அமர்ந்திருந்த போது, சுவர்க்கடிகாரமும் இல்லாமல் இருந்ததைக் கண்டேன்.

அதுவும் அடகுக்குப் போய் விட்டது. வீட்டின் மாடியில் இருந்த சிறு அறை-யில் வைத்திருந்த நூற்றுக்கணக்கான புத்தகங்களை கச்சேரித் தெரு வக்கீல் அன்புச்சாமி ஒரு விலை கொடுத்து வாங்கிக் கொண்டதாக அவர் சொன்-னார்.

அவரது வீட்டின் கொல்லைப்புறத்தில் இருக்கும் துளசி மாடம் ரொம்ப அழகானது. கொல்லைப்புறத்தின் பின்புறம், எப்போதும் வாகன சந்தடி நிறைந்த கீழ ரத வீதி. அங்கே உள்ள நிழல் தரும் மஞ்சணத்தி மரத்தின் கீழே அமர்ந்து, நாங்கள் ஆங்கிலேயர்கள் மறந்து விட்ட செவ்விலக்கிய நூல்களை அசை போட்டுக் கொண்டிருந்தோம். அதே மஞ்சணத்தி மர நிழ-லில் அமர்ந்து தாஸ் கேபிட்டல் நூலின் எல்லாத் தொகுதிகளையும் தான் வாசித்ததாகவும், கார்ல் மார்க்ஸின் சித்தாந்தங்கள் அருமை என்றும், அவை நடைமுறைக்கு சாத்தியமற்றவை என்றும் ராமன் திட்டவட்டமாக என்னிடம் சொன்னார். சில நாட்கள் கழித்து கொல்லைப்புறத்திற்குள் நான் நுழைந்த போது, சட்டை போடாத கூலியாள் ஒருவர், கோடாரியால் மஞ்சணத்தி மரத்தை வெட்டிக்கொண்டிருந்தார்.

“ஐநூறு ரூபாய்க்கு இதை வித்துட்டேன்” என்றார் ராமன்.

மதுரை அருகே இருக்கும் சோழவந்தானில் உள்ள எனது கல்லூரியில் இளங்கலை வகுப்பில் படித்துக்கொண்டிருந்தேன். அவ்வப்போது ஊருக்குத் திரும்பி வருவேன். எனது வீட்டு வேலைகளை ஒதுக்கி வைத்து விட்டு, ராமனின் வீட்டுக்குப் போய் விடுவேன். கோபுரத்தெரு வீட்டில் இருந்த பொருட்கள் ஒவ்வொன்றாகக் காணாமல் போய்க் கொண்டிருந்தன. திருட்டு போகவில்லை. ஒவ்வொன்றாய் விற்றுச் சாப்பிட்டுக் கொண்டிருந்தார் ராமன். ஒரு ஞாயிற்றுக்கிழமை அன்று, அவரது வீட்டு முற்றத்தில், மண்ணெண்-ணெய் அடுப்பில் சமையல் செய்யும் போது, அவரது அருகில் அமர்ந்து கொண்டு கவனித்துக் கொண்டிருந்தேன். நிறைய பேசினார். எங்கள் தலைக்கு மேலே முற்பகல் வெயிலின் வெளிச்சம் வீட்டின் முற்றத்தில் வீழ்ந்து கொண்டிருந்தது. சாதாரண சமையல் தான். இருப்பினும், அதை ரசனை-யோடு செய்து கொண்டிருந்தார். அவர் பேசப்பேச அது எல்லாமே எனக்குத் தகவல்கள் தான். ஒரு கலைக்களஞ்சியத்தின் அருகே நான் அமர்ந்திருந்-தேன். ஒவ்வொரு பலசரக்குப் பொருளுக்கும் ஆங்கில வார்த்தை என்ன-வென்று சொன்னார்.

சீரகத்துக்கு cumin seed என்று ஆங்கிலத்தில் சொல்ல வேண்டும். கொத்தமல்லிக்கு கோரியாண்டர் என்று சொல்ல வேண்டும். அது தவிர மசாலாப் பொடிகள் ஒவ்வொன்றுக்கும் ஆங்கிலப் பெயர்கள் என்னவென்று சொல்லிக்கொண்டே சமையல் செய்து கொண்டிருந்தார். கடுகு, உளுத்தம் பருப்பு இட்டு எண்ணையில் தாளிப்பதற்கு “seasoning” என்ற ஆங்கில வார்த்தை உண்டு என்றார். மன்னார் ராமனுடன் நீடிக்கும் இத்தகைய அமர்-வுகள் எனக்கு முறை சாராக் கல்வி வகுப்புகளாகவே அமைந்தன. அவரது

மொழி, அதன் பிரயோகங்கள், கைகளைக் குலுக்கி அவர் பேசும் உடல் மொழி, உச்சரிப்பு, ஆகியவை எனக்கு கல்லூரிப் பேராசிரியர்கள் சொல்லித்-தராததைச் சொல்லித் தந்தன.

வீட்டுச் சமையல் செய்து கொண்டிருப்பதில், அவருக்கு ஏதோ சலிப்பு தோன்றியிருக்க வேண்டும். அரிசிக்கடை செட்டியாருக்கும், பலசரக்குக் கடைக்காரனுக்கும் எத்தனை நாள் கடன் சொல்லுவது? வீட்டுச் சமையலை விட்டு விட்டு, பிறகு, வடக்கு ரத வீதியில் இருந்த சுந்தரம் கபேயில் கணக்கு வைத்துக்கொண்டு சாப்பிட்டுக்கொண்டிருந்தார். (தான் மட்டும் சாப்பிட்டுக்-கொண்டிருந்தார்). ஒரு சிகரெட் அட்டையில் அவரது சாப்பாட்டுக்கணக்கு எழுதப்பட்டிருந்தது. இரவு நேரங்களில், கீழ ரத வீதியில், தேரடி அருகே உள்ள திருப்பதி தென் திருப்பதி திறந்த வெளி ஹோட்டலில் கணக்கு வைத்-துக்கொண்டு சாப்பிட்டுக் கொண்டார். கணக்கு மட்டும் தான் வைக்கப்பட்டி-ருந்தது. ஆனால், அந்தக்கணக்கு காந்தி கணக்காகத் தான் இருந்தது. ஒரு போதும் ரொக்கம் செலுத்தி தீர்க்கப்படவில்லை....

என் கல்லூரிக்காலம் முடிவுற்றது. சில காலம் ஒன்றும் செய்யாமல் வீட்-டிலேயே தெண்டச் சோறாக இருந்தேன். என் நூலக வாசிப்பு தொடர்ந்தது. ராமன் என்னிடம் சொல்லியிருந்த எட்வர்ட் கிப்பனின் "தி டிக்லைன் அண்ட் பால் ஆப் ரோமன் எம்பயர்" என்ற நீண்ட சரித்திர நூலின் ஆறு தொகு-திகளையும் வாசிக்கத் தொடங்கியிருந்தேன். "எவரி மேன்ஸ் லைப்ரரி"யின் ஆறு தொகுதி கொண்ட வெளியீடு அது. மொத்தம் சுமார் மூவாயிரம் பக்-கங்கள். எனக்கு அதை வாசித்து முடிக்க இரண்டரை ஆண்டுகள் ஆனது. சோர்வடையாமல் அதைத் தொடர்ந்து வாசித்தேன். ராமனின் வாசிப்புக்கு முன்னால் என் வாசிப்பு ரொம்பக் கொஞ்சமே.

ஒரு நாள் காலையில், பஸ் ஸ்டாண்ட் அருகே நடந்து போய்க்கொண்டி-ருந்த போது, ஒரு சைக்கிளை நம்பி ஓட்டிக்கொண்டு போக, அதன் பின்-புறத்தில், ராமன் அமர்ந்திருந்தார். இடுப்பில், இளம் பச்சை நிறத்திலான பழைய சேலையை கிழித்து சுற்றிக்கொண்டு அமர்ந்திருந்தார். ஒரு எலும்-புக்கூடு, இன்னொரு எலும்புக்கூட்டை வண்டியில் வைத்து ஓட்டிக்கொண்டு போவதைப் போன்ற அக்காட்சியைப் பார்த்து சிரித்து விட்டேன். வீட்டில் இருந்த வேஷ்டி, சட்டை, துணிமணிகள் எல்லாம் என்னவாயின என்று நான் ராமனிடம் கேட்கவில்லை. அதையும் ஒரு விலைக்கு அந்த ஆள் விற்றி-ருப்பார் என்று தான் எண்ணிக்கொண்டேன்.

வீட்டில் நடுக்கூடம் வெளியே தெரியக்கூடாது என்பதற்காக, தங்கை பத்-மாவின் சேலையைக் கிழித்து அதைக் கூடத்துக்கு வெளியே தொங்க விட்-டிருந்தார். தட்டு முட்டுச் சாமான்கள் எதுவும் இல்லாமல் வீடு பளிச்சென்று இருந்தது. புத்தகங்கள், மேசை, நாற்காலி. சுவர்க்கடிகாரம், சமையல் பாத்-திரங்கள், கொல்லைப்புறத்தில் கழித்துக் கட்டப்பட்ட பழைய பாத்திரங்கள், இரும்பு, தகரச் சாமான்கள், துணிமணி மூட்டைகள், அப்பாவின் உடைந்த

சாய்வு நாற்காலி, பழைய மரக்கட்டில், திண்ணையில் இருந்த மரப்பெஞ்சு, கொல்லைப்புறத்தில் நெடிதாய் வளர்ந்து நிழல் தந்து கொண்டிருந்த மஞ்சணத்தி மரம், இப்படி எதையும் விட்டு வைக்காமல், எல்லாவற்றையும் விற்று விட்டு, வெறும் ஆளாய் அவர் அந்தக் காலி வீட்டில் குடியிருந்து வந்தார். உடலுக்குள் இருந்து, அவரது உயிரை உருக்கிக் கொண்டிருந்த ஆஸ்துமா வியாதி, வர வர அதிகரித்துக்கொண்டே தான் போனது.

வீட்டைப் பெருக்கி, தண்ணீர் தெளித்து கோலமிடும் வேலைக்காரிக்குக் கூட சம்பளம் தரவில்லை. இருந்தால் தானே தர முடியும் !?

ஒரு நாள் மத்தியான வேளையில் அங்கு அமர்ந்திருந்தேன்.

"நம்பி, இங்க வா. தூக்கு வாளியை எடுத்துக்கோ. நேராப் போயி, பஸ் ஸ்டாப் பக்கத்துல சூடா இருக்கும். வாங்கிண்டு வா. சூடா. சூடா...." என்றார் ராமன்.

நம்பியும், ராம பிரானின் சொல் தட்டாத இலக்குவனனைப்போல ஒரு தூக்கு வாளியை எடுத்துக்கொண்டு வெளியே புறப்பட்டான். எனக்கு சந்தேகம் வந்தது. சூடா என்ன வாங்கப்போறான்? காப்பியா, டீயா? வெயில் மண்டையைப் போட்டுப் பொளக்குற மத்தியான நேரத்துலயா காபி சாப்பிடுவாங்க?! நான் வெளியே போய், அவனைப் பின்தொடர்ந்தேன். நேராக, கீழ ரத வீதி பஸ் ஸ்டாப் அருகே, கோதண்டம் பிள்ளை ஹோட்டலின் அருகே இருக்கும் டீக்கடைக்குப் போனவன், அங்கே டீ மாஸ்டரிடம் அந்தத் தூக்குவாளியை நீட்டினான். டீ மாஸ்டர் புரிந்து கொண்டு, அதில் நிறைய வெந்நீர் ஊற்றித் தந்தான். நம்பி அதை வாங்கிக்கொண்டு வீட்டுக்குத் திரும்பி வந்தான். ராமன் அதை வாங்கி, ஒரு தம்ளரில் ஊற்றி உறிஞ்சி, உறிஞ்சிக் குடித்தார். வெறும் வெந்நீரையே ஆகாரமாக உட்கொள்ளும் அளவுக்கு இந்த மனிதன் பக்குவப்பட்ட நல்ல யோகி போலாகி விட்டார் என்று எண்ணிக்கொண்டேன். என் வீட்டில் யாரோ கொண்டு வந்து தந்த கல்யாண நிகழ்ச்சியின் பட்சணங்கள் இருந்தன. அதை எடுத்துக் கொண்டு வந்து அவருக்குத் தந்தேன். திருப்தியாய்ச் சாப்பிட்டார்.

"Boswell to Johnson" என்ற சொற்றொடரை ராமன் தான் எனக்குச் சொல்லித் தந்தார். ஒருவருக்கு நெருக்கமாக இருந்து கொண்டு, அவரது வாழ்க்கையைக் கூர்ந்து கவனித்து, அதை எழுத்தில் பதிவு செய்பவருக்கு இந்த "பாஸ்வெல் டு ஜான்சன்" என்ற சொற்றொடர் பொருந்தும். ராமனுக்கு நான் ஒரு பாஸ்வெல் போலவே ஆகியிருந்தேன். எங்க ஊரிலும் எங்களை இணையராகவே கருத ஆரம்பித்து விட்டனர். அவ்வப்போது என்னிடமிருந்து சிறு சிறு தொகைகளை வாங்கிக்கொள்வார் ராமன். அதையெல்லாம் கணக்கில் கொள்ள முடியாது. எல்லாவற்றையும் அவர் ரெட்டத்தனையாய்த் திருப்பித் தருவதாகச் சொன்னார். நான் அதை நம்பவில்லை.

வீட்டின் பேரில் வாங்கிய அடமானக்கடன் அதிகரித்தது. மேலும், மேலும் இருபதாயிரம், இருபதாயிரமாக வாங்கி, அந்தப்பணத்தை வைத்து வீட்டுச் செலவை சமாளித்துக்கொண்டு வந்தார் ராமன். வீட்டின் உட்புறம் வெகு சுத்தமாக இருந்தது. இரவில் வீட்டைப் பூட்ட வேண்டிய அவசியம் இல்லாமல் இருந்தது. அவரிடம் இருந்த துணிமணிகளின் எண்ணிக்கை எத்தனை என்று விரல் விட்டு எண்ணி விடலாம்.

சென்னையில் குக்கர் விற்கும் ஒரு தனியார் நிறுவனத்தில் தற்காலிகப் பணி கிடைத்து பயிற்சிக்காக அங்கு தங்கியிருந்தேன். பயிற்சி முடிந்ததும் மதுரையில் பணி நியமனம் செய்து அனுப்பினார்கள். அது ப்ரெஷர் குக்கர் விற்கும் வேலை. மதுரையில் என்னால் ஒரு குக்கர் கூட விற்க முடியவில்லை. எனக்கு விற்பனைத் திறன் கிடையாது என்று முடிவு செய்து கொண்டேன். வீட்டில் சேகரமாகும் பழைய பேப்பர், கொல்லைப்புறத்தில் இருக்கும் பழைய இரும்பு, தகரங்களை எடுத்துக்கொண்டு போய், பஜாரில் உள்ள ஒரு கடையில் போட்டு, தராசில் எடை போடுவதைப் பார்த்து விட்டு, பணம் வாங்கிக்கொண்டு வருவது என் வழக்கம். அந்த ஒரு இடத்தில் தான், நான் விற்பனையாளராகி இருப்பேன். மற்றபடி, எனக்கு பொருள் விற்பனை எதுவும் செய்யத்தெரியாது. ப்ரெஷர் குக்கர் விற்கும் வேலையை விட்டு விட்டு, சொந்த ஊர் திரும்பி விட்டேன். கந்தாடைத் தெருவில் இருந்த என் நண்பன் ஸ்ரீவத்சனின் வீட்டுக்குப்போனேன்.. ஸ்ரீவத்சனின் அம்மா யசோதா, எனக்கு இனிப்பு தந்து, தன் பையன் ஸ்ரீவத்சனுக்கு தெற்கு ரயில்வேயில் வேலை கிடைத்திருப்பதாகச் சொன்னார்.

“ரொம்ப சந்தோஷம்!”

“ஆமா, ஸ்ரீவத்சனுக்கு எங்க போஸ்டிங் போட்டுருக்காங்க ?”

“முதல்ல திருச்சிக்குப் போய் ஜாயின் பண்ணிட்டான். அனேகமா, சீக்கிரத்துல மெட்ராசுக்குப் போயிருவான். உங்களுக்கு காபி கொண்டு வர்றேன்.”

காபியை ஆற்றிக்கொண்டிருக்கும் போது, யசோதா, என்னிடம்,

“உங்களுக்கு விஷயம் தெரியுமோ என்றார்?”

“என்ன விஷயம்?”

“உங்க ப்ரண்ட் மன்னார் ராமன் என்ன பண்ணிட்டார் தெரியுமா?”

“என்ன பண்ணினாரு? நானும் அவரைப்பத்திக் கேக்க மறந்துட்டேன்.”

“அவருக்கு என்ன பணக்கஷ்டமோ தெரியல. அவர், தன்னோட தங்கை, பத்மாவைக் கூட்டிண்டு, மெட்ராஸ் போயிருக்கார். அங்க, எக்மோர் ஸ்டேஷன்ல அந்தப்பொண்ணை பிளாட்பார்ம்ல உக்கார வெச்சுட்டு, நான் வர்றேன்னு சொல்லிட்டு, அப்படியே அவள அங்கயே விட்டுட்டு, ஊருக்குத் திரும்பிட்டார். அந்தப்பொண்ணு பத்மாவுக்கு வாய் பேச முடியாது. நடக்க முடியாது. அவளோ, திகைச்சுப்போய், திரு திருன்னு பாத்துண்டு, ஸ்டேஷன்ல பிளாட்பாரம் பெஞ்சுல உக்காந்துண்டுருந்தாளாம் அந்த வழியா வந்த

ரோந்து போலீஸ்காரர் ஒருத்தர் அந்தப்பொண்ணு யாருன்னு விசாரிச்சுருக்கார். அந்தப்பொண்ணுக்கு பேச வரல. கையை அசைச்சு அசைச்சு, ஏதோ பேசியிருக்கா. அந்தப் போலீஸ்காரருக்குப் புரிஞ்சு போச்சு.

அவர், அந்தப்பொண்ணை ஸ்டேஷனுக்கு வெளிய கூட்டிக்கிட்டு வந்து, அங்க இருந்து ஸ்ரீவில்லிபுத்தூருக்கு வர்ற திருவள்ளுவர் பஸ்ல ஏத்தி விட்டுட்டு, பஸ் சார்ஜ் கொடுத்து, பஸ் கண்டக்டர் கிட்டச் சொல்லி, அந்தப்பொண்ணை ஸ்ரீவில்லிபுத்தூர்ல இறக்கி விடச் சொல்லியிருக்காரு. அந்த நல்ல மனசு கொண்ட பஸ் கண்டக்டர் பத்மாவைக் கொண்டு வந்து இங்க இறக்கி விட்டுருக்காரு. அந்தப்பொண்ணு இங்க வீட்டுக்கு வந்து பாத்தா, அவளோட வீட்டுல வேற ஒருத்தர் இருக்காரு. மன்னார் ராமன், தன் வீட்டை, அடமானத்துக்கு வாங்கியிருந்த ராஜபாளையம் பூத்தானம் தங்கவேலுக்கு அதை வித்துட்டு, எங்கயோ போயிட்டாரு. அவரோட தம்பி நம்பி எங்க போனாருன்னு

தெரியல. அந்த வாய் பேச முடியாத பொண்ணு பத்மா, என்ன பண்றதுன்னு தெரியாம, தெருவுலயே பக்கத்து வீட்டுப் படியில உக்காந்துண்டிருந்தா. அப்புறம் யாரோ சொல்லி விட்டு, பிராமணர் சங்கத்துல இருந்து வரதன் மாமா வந்து, அந்தப்பொண்ணை ஒரு அனாதை ஆஸ்ரமத்துல கொண்டு போய்ச் சேத்துட்டார். மன்னார் ராமன் இப்ப எங்க இருக்கார்னு தெரியல'' என்றார்.

நான் திடுக்கிட்டு, நாற்காலியில் அமர்ந்திருந்தேன். தொண்டை வறண்டு போனது. நெஞ்சம் திக்கென்று அடைத்துக்கொண்டது. வாயிலிருந்து வார்த்தைகள் வரவில்லை. என்ன சொல்வதென்றே எனக்குத் தெரியவில்லை. வீட்டுக்கு வெளியே பார்த்தேன். வெளியே சிறு தூறல் போடத் தொடங்கியிருந்தது. கந்தாடைத்தெருவில் இருட்டு கவிழத் தொடங்கியது. மன்னார் ராமன் செய்த எல்லாக் கோணங்கித்தனங்களையும் அடியேன் சகித்துக் கொள்ளுவேன். ஆனால், வாய் பேச முடியாத தன் சொந்தத் தங்கையை எழும்பூர் ரயில் நிலையத்தில் அம்போவென்று தவிக்க விட்டு விட்டு, தான் மட்டும் சொந்த ஊருக்குத் திரும்பிய அந்தச் செயலை மட்டும் மன்னிக்கவே மாட்டேன்.

அனுபந்தம் : பூத்தானம் தங்கவேலிடம் அடமானம் வைக்கப்பட்டிருந்த ராமனின் வீடு, மன்னார் ராமனால், கிரயத்துக்கு அவரிடமே விற்கப்பட்டது. பிறகு, உள்ளூர் கேபிள் டி.வி. உரிமையாளர் க்ளாரன்ஸ் அதை ரூபாய் இரண்டரை லட்சத்துக்கு பூத்தானம் தங்கவேலிடமிருந்து கிரயத்துக்கு வாங்கினார். க்ளாரன்ஸ் என் நெருங்கிய நண்பர். திருநெல்வேலி மாவட்டம், வடக்கன்குளம் ஆங்கிலிக்கன் சபையைச் சேர்ந்த வெள்ளாளர் கிறிஸ்தவர். அவர், அந்த வீட்டை முற்றிலுமாக இடித்து விட்டு, ஒரு மேல் மாடி வைத்து நன்கு கட்டி, அழகுற அந்த இடத்தை மாற்றி விட்டார். வீட்டின் முன்புறம் ஒரு தையலகம் நடத்தி வருகிறார் அவரது மனைவி. அந்த வீட்டைக் கடந்து

போதெல்லாம் நான் அமர்ந்து ஆங்கிலப்பாடங்கள் கற்றுக்கொண்ட அந்த வீட்டின் அகலமான திண்ணையை சூட்சும வடிவில் நினைவில் கொள்ளு-வேன். அங்கு சிறிது நேரம் அமர்ந்து விட்டு வரலாமே என்ற எண்ணம் தோன்றும். ஆனால், அங்கு திண்ணை இல்லை. மன்னார் ராமனும் இல்லை.

அடிக்குறிப்புகள் : 1. "...the novel the "supreme form of literature" and the "one bright book of life" because it alone portrays the "whole man alive"—uniting body, soul, mind, and emotion. - "Why the Novel Matters"-by D.H. Lawrence. "புதினம் ஏன் முக்கியத்துவம் வாய்ந்தது?" - டி.ஹெச்.லாரன்ஸ்.

2. டவுட் - (tout) ஒரு வழக்கறிஞருக்கு வழக்குகள் பிடித்துக் கொண்டு வரும் தரகர்.

3. பழைய ஏற்பாடு, சாலமோன் அருளிச் செய்த பிரசங்கியின் புஸ்தகம் 12 : 12

27. கடல்புத்திரன்

ஆசிரியர் என் அயலவர்! இது ஒரு நூல் விமர்சனமும் கூட!

ஆசிரியர் என் அயலவர். சிறிய கடலே(நீரே) வேலணையிலிருந்து என் கிராமத்தை, அராலியைப் பிரிக்கிறது. நீந்திக் கடந்து விடக்கூடிய தூரம் தான். முன்பும், அராலித்துறை போக்குவரத்துக்கு வள்ளப்பாதையாக விளங்கி இருக்கிறது. காலனிக்காலத்திலிருந்தே அரசாங்கம் தரைவழிப்பாதை அமைக்கும் திட்டத்தை வைத்திருக்கிறது புங்குடு தீவு (கைவேப்) பாதையின் நீட்சி செயல் வடிவம் பெறவில்லை. கடலில் கல்லைக் கொட்டி பண்ணை வீதி, காரை வீதி, புங்குடுதீவு வீதி போன்றவை என்று அமைக்கப்பட்டன ? அப்படி அராலித்துறை வீதி ஏன் அமைக்கப்படவில்லை ? விபரம் தெரிய-வில்லை. பண்ணைப்பாலம் என்கிறார்கள். அங்கே பாலம் ஒன்றும் இல்லை. பாலங்கள் இல்லாது இருப்பதால் தான் இவை வற்றுக்கடலாகிக் கொண்டு செல்கிறதா ? அந்த பைலை, மகிந்தா தன் ஆட்சியில் எடுத்து தூசி தட்டி பார்த்திருக்கிறாரோ ? என்று தோன்றுகிறது.

1985 இல் பண்ணை வீதியை, காரைநகர் பெர்ரி பாதையை இலங்-கைப்படையினர் மூடி விட வேலணை, புங்டு ...நயினை மக்கள் தம்-தேவைகள்....வள்ளங்களின் மூலம் அராலித்துறைக்கு வந்து...கல்லுண்டாய் பாதையில் யாழ்ப்பாணத்துக்கு செல்லத் தொடங்கினர். வள்ளம், பெரு வள்-ளமாகி, படகுகளாகி... பிறகு, புளட் அமைப்பினால்.சிறிய பெர்ரி போன்ற மிதவையும் கூட தயாரிக்கப் பட்டு மிதக்க விடப்பட்டது, அதில், மோட்டர் சைக்கிள்... கறுவாட்டுச்சிப்பம் என கணிசமானளவில் கொண்டுச் செல்வதில்

முன்னேற்றம் கண்டவர்கள். மிதவையில் ட்ராக்டர், கார்கள் கூட ஏற்றிச் செல்ல தலைப்பட்டனர். அந்த நேரமே நானும்•••இது சிறிய கடல் தான் என்பதை அறிந்தேன். இடைப்பட்ட கடலில் பெரிதும் கழுத்தளவு நீர் உயரம் தான் என்பது என்னையும் ஆச்சரியப்படுத்தியது. பிறகு, அவ்வூரவருக்கு நானும் கொஞ்சம் தெரிந்தவன் ஆனேன்.

அராலி த்துறைக் கடலைப்பற்றி..அராலியர், நவாலியர், ஆனைக்கோட்டையயினர்க்கே நன்கு தெரியும். வள்ளப்பாதை கண்டே ஓட வேண்டும். ஓடியபாதை வாய்க்கால் போல நிலத்தில் கீறி இருக்கிறது. அதில் படகுகளைச் செலுத்தினால் சேதமடையாது. வெளியாருக்கு வாய்க்கால் பற்றிய விபரம் துப்பரவாக தெரியாது. முதலில் அராலியரின் சிறிய வள்ளங்கள் மட்டுமே ஓடின. நவாலியரின் பெரியவை வந்தன.இரு வள்ளக்காரர்களும், அடிபட பிரச்சனை உருப்பெற்றது. புலிகள்"இரு வள்ளத்தாரையும் ஓட வேண்டாம்" என்று நிறுத்தி விட, தோழர்கள் நாம் அவர்கள் வள்ளத்தில் மக்களை ஏற்றி, எங்களுக்கு என்ன வள்ளம் ஓடத் தெரியுமா?, கயிறுகளைக் கட்டி இழுத்து அக்கரையிலும், இக்கரையிலும் விட்டு வரத் தொடங்கினோம்.

அதில்,இயக்கப் பிரசன்னம் தொடங்கியது. (அதை வெகுண்ட உள்ளங்கள் என்ற நவீனமாக எழுதியிருக்கிறேன். நூலகத்தில் நூல், வேலிகள் என்ற தலைப்பில் இருக்கிறது. நீங்கள் வாசிக்கலாம்). மற்றைய இயக்கங்களும் அரசு தானே. புளட்டும், புலி ஆதரவாளர்களுமே முழுதாக படகோட்டத்தை நடத்தியதாகப் படுகிறது•••எல்லாவற்றிலுமே ஆதரவாளர், தோழர், என இரு பிரிவுகள் இருக்கின்றன. புலிகள், சமூகப்பிரச்சனைகளில் எதிலும் நேரடியாக, தலையை நுழையாது விலகி நின்று ஆதரவாளர்களிடம் விட்டு விடுவது வழக்கம். ஆரம்பத்தில் இருந்தே••• இது தான் அவ்வியக்கத்தின் நடைமுறை.

படைத்தரப்பு, மீன்பிடி தடைகளை ஏற்படுத்தியதால் வேலையற்றிருந்தவர் பலருக்கு உழைப்பு இல்லை •••.பிரச்சனைப்பட மாட்டார்களா ? அவர்களும் ஒய்வில் கிடந்த தமது பைபர் கிளாஸ் படகுகளை ட்ராக்டரில் கட்டி இங்கே கொண்டு வந்தார்கள். அரசுக்குப் பதிலாக இயக்கங்கள் இருந்தன. டெலோவை புலிகள் அடித்த போது நிறைய கிழக்குத் தோழர்களை கொன்று விட்டார்கள் என்ற விமர்சனம் இருந்தது. அதோடு அவசியமற்று ஆதரவாளர்களையும் கொன்று விட்டார்கள் என்ற கோபமும் இருந்தது. இஸ்ரேல், ஹாமாஸ் ஆதரவாளரான மக்களை அளவுக்கதிகமாக கொன்று கொண்டிருக்கிறார்கள். இது பெருங்குற்றம். இலங்கை, ஆதரவாளரான மக்களைக் கொன்று விட்டு போர்க்குற்றவாளியாக மாட்டுப் பட்டு நிற்கிறது.

தெய்வம் நின்று கொல்லும் என்பது நம்பிக்கை. அது தான் இனி நடைபெற இருக்கிற சுபகாரியம். எந்த கதைக்கும் ஒரு முடிவு இருக்க வேண்டுமல்லவா. அது இது தான்.மனித உரிமை அமைப்பின் குரல்," நாலு

வயசு சிறுவர் தொட்டு சரணடைந்தவர்க்கு என்ன நடந்தது என்பதை இலங்கையரசு,இன்னமும்...சொல்லவில்லை" என்று உரத்து ஒலிக்கத் தொடங்கி இருக்கிறது. யூதர்களைக் கொன்ற ஜேர்மனியருக்கெதிராக ஒலித்தது போல, ஒட்டு மொத்த இலங்கை அரசுக்கும் எதிராகவும் ஒலிக்கிற குரல். உலகம் ஒரு செவிட்டு பிறவி தானே. எழுந்தாலும் உடனே கேட்டு விடுவதில்லை. தொடக்கத்தில், சிலவேளை கேளாதது போல பாசாங்கு செய்யும். கேட்டாலும் கூட ஒரு காதில் வாங்கி மறுகாதால் விட்டு விடுவதாக இருக்கும். இப்படி பலவித நடிப்பைக் காட்டும்.

புலிகள், ஒரு கிழமைப் புரட்சியர்கள். குண்டை வெடிக்க வைப்பர், அல்லது வெளிய தனியவரும் இராணுவத்தினர் ...இலக்காவார்கள். உடன்டியாக சுட்டுக் கொல்லப்படுவர். இப்படி, ஒரு தாம் தூம் ஒன்றை நிச்சியமாக ஒவ்வொரு கிழமையும் எதிர்பார்க்கலாம். வழக்கத்திற்கு மாறாக மற்றைய இயக்கங்கள் மேல் புலிகள் உடனடியாக பாயவில்லை. பள்ளிப்பிரார்த்தனைக் கூடத்தில் கீதம் பாடும் புதிய (சந்ததி) பிறவிகளுக்கு ...இயக்கமே புரியப் போவதில்லை, இதெல்லாம் எங்கே புரியப் போகிறது?.. பிறகு பைபர்கிளாஸ் படகுகள் மட்டுமே ஓடின. பைபர் படகுகளிற்கு நிறைய பிரச்சனைகள் ஏற்பட்டன. ஏர்கள் உடைந்தன. கற்கள் கிழித்து கீழ், பக்க பகுதிகளில் சேதங்கள் கணிசமாயின. செலவும் ...பயமுறுத்தன ....ஓட்டமுமில்லை, வேலையுமில்லை, எனவே அவ்விடத்தவரையும் சேர்க்க வேண்டிய கட்டாயம் நேரிட்டது. படகிற்கு இருவர் தான் ஓட்டுனர். ஒருமாதிரி சேர்த்து கொண்டு ஓடின.

கிட்டத்தட்ட 8 மாதங்கள் வரையில் மினிபஸ்கள் டீசல் புகையில் புளுதி பறக்க ஓடின. அந்த நாட்களில் ஓலை அடைப்புகளில் பல தேத்தண்ணீக்கடைகள் முளைத்தன. பிளாஸ்டிக் டீப்புகளில் (குட்டிபரல்) வைத்து எரிபொருள் விற்றார்கள் . வீதி, அதே பழைய குண்டும் குழி தான். திருத்தப்படவே இல்லை. இரவிலும் மண்ணெண்னெய் விளக்கில் சந்தடிகள் நிலவின. நாம் தெற்கராலி வீடொன்றில் காம் பண்ணி இருந்தோம்.

ஒருநாள், மேலே சுற்றிக் கொண்டு திரியும் கெலியின் பார்வையிலும் பட்டு, மெசின்துவக்கு சுட்டுத் தள்ளியது. நம்ம குண்டுத் தோழன் " நிலத்திலே படுங்கடா" என்று கத்தி படுக்க வைத்தான். இருந்த போதிலும் வர்த்தகர் ஒருத்தரின் மகன் குண்டு பட்டு இறந்து போனான். இன்னொருவருக்கு காயம். 90களிலும் அத்துறையில் சுட்டு பலர் இறந்ததாக கேள்வி. அந்த விபரம் எனக்குத் சரிவர தெரியவில்லை. புலிகள் புளட்டை தடைசெய்யா விட்டிருந்தால் மேலும் இன்னும் சில காலம் நம் கடல்ப் புறாக்கள் (படகுகள்) ஓடி இருக்கும். புளட்டிலும், உட்கொலைகள் வெளிப்பட்டு உட்தள,வெளித்தள மாநாடுகள் என்றெல்லாம் நடந்து கொண்டிருந்தன. தளத்தில் வேறு போதிய ஆயுதமில்லை. ஆயுதம் சேர்க்க மோட்டர்பைக் கடத்-

தல் •••இந்தியாவில் விற்றல் என அமைப்புக்கள் பீறிட்டுக் (மீறல்களுடன் செயல்பட்டுக்) கொண்டும் இருந்தன. இப்படி விடுதலையில் நிறைய புதியப் பாடங்கள் வேறு படிக்க வேண்டி இருந்தன.

புலிகள், சுடத் தொடங்கியதில் இயக்கங்களின் ஆயுள் வெகுவாக சுருங்கிப் போய் விட்டது, நாமெல்லாம் கனவு நிலைக்குத் தள்ளப்பட்டோம். எவனும் ஒருமுறை தான் வாழ்கிறான். நமக்கு பக்கத்தில் இருப்பவரோடும் போராடித் தான் கிடக்க வேண்டும் என்றால் இது என்ன வாழ்வு?. தூரத்தில் இருப்பவரோடு வாழும் வரையில் போராட வேண்டும். நாம் எதைத் தெரிந்தோமோ, அதில் உறுதியாக நின்றிருக்க வேண்டும்.புலிகள் மட்டுமில்லை எல்லா இயக்கங்களும் பயிற்சியின் போது உறுதி மொழி எடுத்துக் கொண்டு தானிருந்தன. உட்கொலைகள் நிகழவும் ஒருவேளை, அது தான் காரணமாக இருந்திருக்கலாம். விடுதலைக்கு எதிரானவர்களை ஓரேயடியாக துரோகி என்ற வரையறுப்பு செய்து விடுகிறோம்.

நாம் உறுதியை பிழையாய் எழுதிக் கொண்டிருந்ததாகப் படுகிறது. சரியாய் எழுதிக் கொள்ளவில்லை. எழுத்தாளச் சிங்கங்களே, ஒவ்வொரு சிறு விசயமும் எம்மை தலைகுப்புற வீழ்த்திக் கொண்டிருக்கிறது. எழுத்தை, வரைபடத்தை சரிவர எழுதுங்கள். வருபவர்களுக்கு ••••இலகுவாக இருக்கும். எதையும் விற்கிறதோ, தாரை வார்த்துக் கொடுக்கிறதோ எம் இலட்சியமில்லை. இலக்கை அடையும் வரையில் இழப்பு இருந்து கொண்டே இருக்கும். காலனியிலிருந்து விடுதலை கிடைத்த போது அதை தமது விடுதலையாய் எடுத்துக் கொண்ட சிங்களவரின் பரிசக்கேட்டைத் தான் இன்று நாம் பார்க்கிறோம்.

இன்று, நாம் அனைவருமே •••. புதுப் பிரச்சனையாய் வீதிகளாலும், பஞ்சத்தினாலும் செத்துக் கொண்டிருக்கிறோம். அபிவிருத்தியடைந்த •••நாடுகளில் சதா வீடுகள் எரிந்து செத்துக் கொண்டிருப்பார்கள். அக்னித்தகனம். நம்நாடுகளில் வீதி விபத்துகள். முந்தி என்றால் இராணுவத்துடன் சேர்ந்து,நகரக்காவலரும் •••என்னவோ நாட்டைக்காப்பாறுவது போல தமிழிளைஞர்களை தினமும் கொன்று கொண்டிருப்பர். வடக்கு கிழக்கு தனிநாடு. ஏன் ?, சுடுதல், படுகொலை, கடை எரிப்புகள், அவசரகால நேரக்கொலைகள் (கேவ்வுயூ)••• நடைபெறுகின்றன' என்றே புரியாமல் இருக்கும். குமுதினி, மண்டைதீவு, பஸ்சை நிறுத்தி, இறக்கி வரிசைக்கு நிரையாக நிற்க வைத்து நிகழ்ந்தேறிய படுகொலைகள் ••••இன்று வரையில் தெரியவில்லை. எங்களுக்கே இந்த நிலை என்றால்..புதுக்குஞ்சுகளின் ••• நிலை, யானைப் பார்த்த குருடர் தான். இலங்கையில், நடக்கிறது, நடந்தது •••" இனப்படுகொலையே இல்லை" என கையில் சூடத்தை ஏந்தி சிறிலங்கா அரசு சத்தியம் செய்யும். எவன் தான் தன் குற்றத்தை ஒப்புக் கொண்டிருக்கிறான்?.

இயக்கங்களில் நிகழ்ந்த உட்கொலைகளும் உள்ளே வலிக்கவே செய்தன. முஸ்லிம்களும் பேசப் பிரியப்படாத, விரும்பாத •••கிழக்கில், இனக்கலவரம்

போல நிகழ்த்தப்பட்ட ஊர்காவல்படைக் கொலைகள். விடுதலையிலேயே இறங்காத, கௌரவப்பிரஜை என்கிற சாதி, சடங்கெனத் திகழ்ந்த படித்த பெடியள் கணிசமாக இறந்தது இவர்களால் தான். காணாமல் போனோருடன் இந்த அழுகுரலும் உள்ளது. சட்டமும்,ஜனநாயகமும் தன் கடமைகளைச் செய்யாது. நாம் தாம் செய்ய வேண்டும்.

பரிகாரத்தில் இறங்காத வரையில் கேள்விகளும், விமர்சனங்களும் என்றுமே இருக்கும், மறைந்து போகாது. புலிகள் எம்மை தடைசெய்த போது,' இவர்கள் யார் தடை செய்ய ? என்ற கோபம் என்னுள் பொங்கியது. வாழ்வில் 2 ம் பாகம் தொடங்கியது. இந்தநேரத்திலே சின்னம்மா எனக்கு சைக்கிள் வாங்க 800 ரூபா தந்தார். நட்பு அவ்விலைக்கு சைக்கிளைத் தர உடன்பட்டது. அவன் நோர்வே செல்ல இருந்தான். தம்பியும் கொழும்பு செல்ல வேண்டியிருந்தது. பெண்களிற்கு லேடீஸ்பைக்கே தேவைப்பட்டது. அவை விலை கூடியவை. இயக்கப்பெட்டைகளும், கம்பஸினருமே அவ்வேளை ஓடியவர்கள். தடை, கிடை... என புதிய அடக்குமுறைகள். அச்சைக்கிள், நட்பின் வழியிலும், உறவினர்களை தேடியும் அளவெட்டி, மயிலிட்டி, கரவெட்டி, வேலணை ...என எல்லா இடங்களிற்கும் ஓடியது. புலிகள், இந்தியனாமியிடம் ஆயுதம் ஒப்படைப்பதையும், சுதுமலையில் பேசுவதையும் கூட சென்று பார்த்திருந்தேன். அச்சமயம் புலேந்திரனின் பேச்சு எனக்கு நிரம்ப பிடித்திருந்தது.

ஒரிரு தடவை புலியினர் என்னை மறித்து விசாரித்தனர். சாரமும் சேர்ட்டும் தான் என் தேசிய உடை. என்னுடன் வந்தவர்" சொந்தக்காரர். வீட்ட வந்திருக்கிறார்" என்றார். விட்டு விட்டார்கள். சில புலிகள் உர்ரென பார்க்கவும் செய்தார்கள். இந்தியனாமியோட பிரச்சனையில் ஓடுபட்டுக் கொண்டிருந்த பதற்றம். நான் புளட் என்பது அயலவருக்கு மட்டும் தான் தெரியும். இது வேறு இடம். என்னைப் பிடித்து விசாரிக்க அவர்களுக்கு நேரமில்லை. நான் பண்ணை வீதியில் நின்ற மெற்றாஸ்ரெஜி மெண்ட் சிப்பாயியிடம் கூட "...இப்படி சொல்கிறார்களே ...?" என்று கேட்டிருக்கிறேன். அவர்" நாங்கள் உங்களுக்காகத் தான் வந்திருக்கிறோம். தெரியல்லை" என்றார்.

பிறகு, அந்த ரெஜிமெண்டையே மாற்றி வேற சிப்பாய்களை இறக்குமதி செய்து விட்டார்கள். அதற்கிடையில் சுழிபுரத்திலே இரண்டு வயசான சிப்பாய்கள் புலிகளிடம் மாட்டுப்பட்டு மாலை போல விடுவிக்கப்பட்டார்கள். மெற்றாஸ்தமிழ். புலிகளையும் ...அசைத்திருக்கிறது. இந்த சிங்கள அரசு தமிழில்,தமிழ்பகுதியில் மட்டும் பேசி பழகக்கூடியவர்களை பணிக்கு அமர்த்தி இருந்திருந்தால் அரைவாசி வெறுப்புகள் இருந்தே இருக்காது. எல்லாப்பகுதிகளிலுமிருந்து நேர்மை, நியாயம் .... பெருக்கெடுக்கவும் வேண்டும்.

நிலக்கொள்ளையிடும் கும்பலோடு எப்படி பேச முடியும்?. உண்மையிலே, சிறிலங்கா அரசு தீர்வைப் பேசினாலும் கூட....நம்புவது சிரமாகவே இருக்கி-

றது. முதலில், தவறு செய்தவர்கள் பட்டியலை தெரிவித்து, தண்டிக்கா விட்டாலும், பொதுப்படையாக மன்னிப்பாவது கேட்க வேண்டும். பிறகு கீலிங்கள் தொடங்கப்பட வேண்டும். சட்டங்கள் திருத்தப்பட வேண்டும். இதில் கால் வைக்காமல் ••••••அந்த நாகரிகம் எங்கே செல்கிறது ?, எந்த அதிசயங்களும் இந்த மண்ணில் நிகழப் போவதில்லை.

கிராமங்களில், தீவுகளில் ஓரளவு படித்தவர்கள்,பரவாயில்லையான வேலையில் •••உறவுகளுடன் ஈரத்துடனும் ஈர்ப்புடனும் இருந்தார்கள், சரி,பிழையை ஒருபுறம் விட்டு, விட்டு சந்தித்தால் எவருடனும் முகம்பார்த்து உரிமையுடன் கதைப்பார்கள். சந்தர்ப்பம் கிடைத்தால் உதவுவர். இடையில் சச்சரவு ஏற்பட்டு கதைக்காமலும் இருப்பர் மத்தியிலும் கூட இளகியவர்கள் இருப்பார்கள். எதற்காக அவர்களின் பிள்ளைகளிடம் சாதிக்கவே மாட்டார்கள். கடன் கொடுத்து கொடாமல் இருப்பது நீண்டிருக்கும்.

ஒரு நேரத்தில் •••' கொடுக்கவேண்டியதில்லை எனத் தளர்த்தியும் விடுவர். திரும்ப பிழங்குற போது •••வன்மம் இருக்காது. இவருடைய அம்மாவிற்கு இரு அண்ணர்மார்,மூன்று தம்பிமார். அம்மம்மா, பெரும்பாலும் பெண்ணுடன் தான் இருப்பார். எல்லாருமே •••விசேசம் என்றால் இவர் வீட்டிலே கூடி விடுவர். ஏதும் பாதிப்பு ஏற்பட்டால் அம்மம்மா அந்த சகோதரத்துடன் போய் இருப்பார். அம்மாவின் அண்ணரை •••பெரிய மாமா, சின்ன மாமா என்பதும், தம்பிமாரை சின்னு, சீனி மாமா, ஆசை, குஞ்சு மாமா •••என்பதும் அறியப்பட வேண்டியவை.

நான் கையில், வைத்திருந்த புத்தகத்தை எழுதிய எழுத்தர் ; ஆசிரியர் இவ்வகையான குடும்ப பிணைப்புடையவர். யாழ்ப்பாணத்தில் வேலை இல்லை என்றாலே..ஆள் காலி. நான் இப்படியான சொந்தங்கள் மத்தியில் வேறு இருக்க வேண்டும் என்ற ஏக்கம் பிடித்தவன். எனது நண்பன் அகிலன் இதைப் புரிந்து கொண்டு அவனுடைய உறவினரில் என்ன விசேசம் என்றாலும் என்னை இழுத்து கொண்டு செல்வான். சில சமூகங்களில் (பெரும்பாலானவற்றில்••••.) இந்த பிணைப்பும், ஈர்ப்பும் அதிகம். அதற்காக அவர்கள் முறை, கிறை•••என எழுதப்படாத விதிகளை பின்பற்றுறவர்களாக, மொய் குறிப்பேடு வைத்திருப்பவர்களாக திகழ்கிறார்கள்.

என்னைப் போல யாழ் இந்துக்கல்லூரியில் படித்த இப்புத்தகத்து ஆசிரியருக்கு, அன்று, பல்கலைக்கழகம் செல்வேனா ? என்ற ஒரு யோசனை எழுகிறது. படிக்கிற காலத்தில் கல்வியைக் கடந்து விட வேண்டும். இனம், மதம், மொழி என தடைப்பட்டு நிற்கக் கூடாது. பட்டதாரியாக வருகிறவர்களிற்கு எதிராக இலங்கையரசு தீவிர நிலை எடுப்பதில்லை, ஓரளவு தயவு காட்டுகிறது. ஆயிரத்தில் ஒன்று தான் ஜே. ஆர் போல கொடுங்கோலத் தலைவராக வருகிறார். அடிப்படையில், அரசு ஒரு மிருகம்.

அதனுடன் நெடுக மோதிக் கொண்டிருப்பதிலும் அர்த்தமில்லை. அப்படியே இருந்தால் எல்லாவற்றையும் இழந்து போய் விடுவோம் என்ற நினைப்பு

வடமராட்சி, வட்டுக்கோட்டை வேறும் சில இடங்களிலும் நிலவுகின்றன. மாறுதலாக சிலரிடம் ஏன், வெளியே போக வேண்டும். இது நம்ம நாடு, இங்கேயே படித்து, இங்கத்தைய படிப்பிலேயே இங்கே நல்லாய் இருக்க வேண்டுமென்ற சத்திய ஆவேசமும் கிடக்கிறது. அந்த வித்திலிருந்து தான் விடுதலைப் போராட்டமும் முளைத்தது. இலங்கையரசு, இவர்களை'' பயங்கரவாதிகள்'',''இது பயங்கரவாதம்'' என்று சொல்லி •••கசாப்புத் தொழிலில் இறங்கியது. (கொன்றொழிக்க ஆரம்பித்தது).

அவர் இந்தியா செல்கிறார். அவருடைய அக்காமார் ஏற்கனவே இந்தியாவில் படித்துக் கொண்டிருக்கிறார்கள். அவர்கள் பி.யூ.சி என்கிற புகுமுக வகுப்பை,பிளஸ் 2வை திரும்ப எடுக்கச் சொல்கிறார்கள். சென்னையில் இடம் கிடைக்காததால் காஞ்சிப்புரத்திற்குச் சென்று பச்சையப்பன் கல்லூரியில் சேர்கிறார். கல்லூரிக்கு விடுதி கிடையாது. மாடவீதியிலுள்ள வீடுகளே விடுதியாக பயன் பட்டன. தங்கிய வீட்டை '' வாசலுடன் திண்ணை.ஒற்றைக்கதவைத் திறந்ததும் ••••நீள நடுக்கூடம். முன்,பின்•••ஆக அறைகள். பின் கதவைத் திறந்ததும் திண்ணையில் வலது பக்கம் சில அறைகள். திறந்த மாடி. பின் வளவில் கிணறு, அடைப்பு மலசலக் கூடம். வீட்டுக்காரர் சில பன்றிகளும் வளர்க்கிறார்'' என்று நகைச்சுவையாகவும் விபரிக்கிறார். காஞ்சிப்புரம் பற்றியும் தெரிந்திருக்கிறது.

அந்த காஞ்சிபுரம் சரித்திரப்புகழ் பெற்றது. (11.6சதுர கிலோமீற்றர், 4,5சதுர மைல் பரப்பளவைக் கொண்டது) காஞ்சியை••••. ஒரு மாநகராட்சியாக ஸ்டாலின், ஒகஸ்டு 21, 2021 இல் அறிவித்தார்.

காஞ்சி' ஆய்வுக்கு உட்படுத்தி••• எழுதப்பட வேண்டிய பழம் நகர். ஏற்கனவே, இப்படி ஒரு புத்தகம் வெளி வந்திருக்கிறதா?. நல்லூர் நகர அமைப்பை ஆய்வு செய்தது போல் •••இதுவும் விரிவாக ஆய்வு செய்யப்பட வேண்டும். பாலாறில் வேகநதி வில்வளைவாக இணைகிறதுக்கு இடைப்பட்ட நிலப்பரப்பில் காஞ்சிநகர் அமைந்திருக்கிறது. தமிழர்களின் சிறப்புகளை வெளிப்படுத்த வேண்டும் என்று தேடலைச் செய்த எழுத்தர் சாண்டில்யன், அவர் கதைகளில் வாரது போல பாலாறு, வேகநதி••• பெயர்கள். •••நிச்சியம், இதைப்பற்றியும் எழுதி இருப்பார், தேட வேண்டும். அங்கிருந்தமல்லைக்கோவில்கள் சிலவற்றை கடல் கொண்டு விட்டதும் என்கிறார்களே, உண்மையா ?சரித்ததிரம் தெரியாதவனாக இருக்கிறேனே. இதற்குப் பிறகு தான் தஞ்சை.

காஞ்சியை, 2500 ஆண்டுகளிற்கு முன் தொண்டைமான் இளந்திரையன் ஆண்டான் என்று சங்க இலக்கிய "பரிபாடல்"கூறுகிறது. இது, புத்தர் காலத்தில், கல்விச் சிறப்பு பெற்ற நகர். உலகில், முதல் பல்கலைகழகம் எல்லாம் ••••இங்கே தான் தோன்றியது. 2ம் நூற்றாண்டில் பதஞ்சலி (யோகக்கலையை எழுதியவர்) முனிவரால் குறிப்பிடப்படுகிறது.2 ம் நூற்றாண்டில்

மணிமேகலையிலும் காஞ்சிநகர் குறிப்பிடப்படுகிறது. 4 ம், 9 ம் நூற்றாண்டு வரையில் பல்லவர் தலைநகர். சென்னை, வேலூர், திருவண்ணாமலை, திருவாரூர் மாவட்டங்கள், இவற்றை அடக்கி இருந்ததாகச் சொல்லப்படுவது ஒருவேளை தொண்டைமண்டல நாட்டையோ? தொண்டைமண்டலம் பெருநாடு.

பல்லவர் ஆண்ட தொண்டைமண்டலம் 1000 கோவில்களைக் கொண்ட நாடு என சிறப்பு பெற்றது. மீனாட்சியம்மன் ஆலயத்தில் நின்று சூழபார்க்கிற போது பெரிய தெப்பக்குளம் இருக்கிறது, கூட பிரமாண்டமும் ....தெரிகிறது. எறும்புகள் போல நிரைய மக்கள், இடிச்சு, நெருக்கிய கடைகண்ணிகள், வெளிநாட்டவரைக் கண்டால் கையை நீட்டும் மதிப்பிறக்க பண நாணயத்தின் நிலமை ....இந்தியாவின் ரூபா அதிகமாகி விட்டால் ... யாரிடமும் கையேந்த வேண்டியிராது.. அனைத்து அலகுகளிலும் வளர்ர தொடங்கி விட்டால் ....இந்தியாவின் அகோர வெய்யில் ....அதைப்பற்றியும் கலாம்கள் சிந்திக்க வேண்டும்.

வரலாற்று ஆசிரியர்கள், தமிழ்நாட்டில், பார்க்க வேண்டிய இடங்கள் என்றால் காஞ்சியையும், மாவலிப்புரத்தையுமே முதலில் சொல்கிறார்கள். அண்ணாத்துரை பிறந்த இடம் காஞ்சி. அதனாலே எம்.ஜி. ஆரின் பாடல்களில் மிதமிஞ்சி ....'காஞ்சி' வருவதைப் பார்க்கிறோம்.

நல்லூரை விட பெரிதான மீனாட்சியம்மன் கோவிலும் அதை சுற்றிவர ஏகாம்பரநாதர், வரதராஜப்பெருமாள், கைலாசநாதர், கச்சபேசுவரர்...கோவில்கள் எழுந்திருக்கின்றன. இரு நண்பர்களுடன் கைலாசநாதர் கோவிலைப்பார்க்க குதிரை வண்டியிலும் செல்கிறார். நல்லூரைப் போல நகரவமைப்பு இல்லையா? கைலாசநாதர் கோவில்... பல்லவன் நரசிம்மனால் கட்டத் தொடங்கியது, மகன் மகேந்திரனால் தொடரப்பட்டு, பின்னர் மாமல்லன் நந்திவர்மனால் கட்டி முடிக்கப்பட்டது. அக்கோவில் சுண்ணாம்புச்சுதையால் முழுக்க எழுப்பப்பட்டது. சிறிது புரியவில்லை. குகூளில் போய் தேடிப் பார்க்க வேண்டும் கைலாசநாதர் கோவில் சூழவுள்ள கோவில்களில் ஒன்றாக இங்கேயும் வருகிறது. நல்லூருக்கும் இதற்கும் ஏதும் தொடர்பு இருக்கலாமோ?.

பிறகு பட்டதாரியாக திரும்பிய போது, இங்கேயே படித்த வரதா ஆசிரியையாக வேலை பார்த்துக் கொண்டிருக்கிறாள். இவர் வேலையில் இல்லை. கிடைப்பதாக இல்லை. மாட்டுப்பண்ணை வைக்க யோசிக்கிறார். எங்க கிராமத்தில் சிலர் சிறிமாவின் காலத்தில், காடு வெட்டி தோட்டம் செய்ய விசுவமடுவிற்குச் சென்றிருக்கிறார்கள். வெங்காயம், மிளகாய்ச்செய்கையில் ஒருவர் லாபம் பெற்று கனடா கூட சென்றிருக்கிறார். முதலில் இத்தினி இறங்கி, அவரின் அனுபவத்தில் மற்றவர்கள்..என மூன்றுபேர்கள் கோழிப்பண்ணை வைத்து வெற்றி அடைந்திருக்கிறார்கள். மரநாயும், சாரைப்பாம்பும் பெரும் கோழிக்கு எதிரிகள், சமாளிப்பது என்பது லேசுபட்ட காரியமில்லை. இத்தி-

னியே இழப்புகளை சந்தித்து நின்று தாக்குப் பிடித்து குருவாகி வழி நடத்தி இருக்கிறார். அவரோடு நின்றிருப்பவருக்குத் தான் தெரியும் அந்த வலிகள்.

மாட்டுப்பண்ணைக்காட்சிகளைக் காட்டுகிறார். முதலில் இரண்டு மாடுகள் வாங்கினார். சே !, பிழைப்புக்கு இது போதாது என மேலும் மாடுகள், கன்றுகள் வாங்கிறார். தொடக்கம் நல்லாவே கலக்கிறது.சில்லறைக்கடன்களை எல்லாம் அடைக்கிறார். பிறகு, மழைக்காலம். காற்று கடுமையாகி கச்சானும்,கொண்டலும் மாறி, மாறி வீசுகிறது. கொட்டலைச் சுற்றி குளிருக்கு சிமால் போட்டு திணறிப் போகிறார். பிறகு, பங்குனி வெய்யில் வாட்ட தீவனம் கிடைக்காமல் நட்டத்தையே ஏற்படுத்தி விடுகிறது. வரதா வருகிறாள் "பண்ணையாரே, இந்த ஏழைப்பெட்டையை மறந்திடாதிங்க, பசுக்களைப் பார்க்கலாமா ?" என்றுகேட்கிறாள். தாவடித்தோட்டதிற்கு கூட்டிச்செல்கிறார். அதில் சிவப்பியைப் அவளுக்கு பிடித்து விடுகிறது.

பிரதேசசபையினூடாக பட்டதாரிகளை பயிலுனராக சேர்க்க விண்ணப்பங்களை கோர. அதில் மூன்று மாசப்பயிற்சி பெற்ற இவருக்கும் ஆசிரியராக பணி கிடைக்கிறது. போதுமடா சாமி என்று களைத்துப் போகிற அவர் முதல் காரியமாக மாடுகளை விற்று கடனை வட்டியுடன் அடைத்து ஈட்டுப்பத்திரத்தை வாங்கி அம்மாவிடம் கொடுக்கிறார். அம்மாவின் முகமலர்ச்சி மகிழ்விக்கிறது. மீதியை நகைகளைக் கொடுத்து உதவிய அக்காவிடம் கொடுக்கிறார். சிவப்பியை வரதாவிற்கு கொடுக்க, அவள் 2000ரூபா கொடுக்க வாங்க மறுத்து விடுகிறார். அக்காமாருக்கும் திருமணங்கள் தகைகின்றன.

இவருக்கு ரூட் கிளியர். இவரிடம் இப்ப பணமில்லை." தாலியை பத்து பவுணில் நானே செய்கிறேன்.சடங்கை எளிமையாகச் செய்வம் நல்லூரிலே ருத்ராபிஷேகம் செய்து தீபம் காட்டேக்க தாலி கட்டலாம்" என்கிறாள், கௌரவப்பிரச்சனை அவருள் எட்டிப் பார்க்கிறது போல" வயசிருக்கு தானே, படுவேகமாக இருக்கிறதே" என்கிறார்.." வயசு வட்டுக்க போற வரைக்கும் ஏன் காத்திருக்க வேணும்?" என்று கேட்கிறாள்." உனக்கு 25 வயசு. இரண்டு வருசம் பொறுப்பமே. வேலை நிரந்தரமாகட்டும் பார்ப்போம்" என்கிறதுக்கு சம்மதிக்கிறாள். பேச்சுத்தமிழ் ரசிக்க வைக்கின்றன.

ஆசிரியர், வரதா வீட்டிலே அவளுடைய அறையிலே அடுகிடையாக இருந்தேன் என்கிறார். கிராமத்திலும், இப்படி பழகிறதை நானும் கேள்விப்பட்டிருக்கிறேன். நீங்களும் அறிவீர். நம் ஊரிலே கூட மணமாக முதலே," மாப்பிள்ளை வந்திருக்கிறார், பொஞ்சாதி வீட்ட போயிருக்கிறார்.." என்று கூறுகிறதைப் பார்க்கிறோம். இளவாளைத் தோழரின் தம்பியர் முறைக்காரியைக் கட்ட முடிவாகியிருக்கிறது. அவனோடு நிற்கிற போது" அம்மா,தம்பி எங்கே ?" என்று கேட்டான்." அவன் பொஞ்சாதி வீட்ட போயிருக்கிறான்" என்று அவர் இயல்பாக பதிலளிக்கிறார். கிராமத்தில், அயலில் உள்ள அக்காவை சேது அண்ணர் கட்ட முடிவாகி இருந்தது. அந்த அக்காவிற்கு

அவருடைய அம்மா இறந்து விட்டிருந்தார். தம்பி, தங்கைமார் படித்துக் கொண்டிருந்தனர். வீட்டிலே அவர் தான் அம்மா. நாலைந்து வருசம் காத்திருக்க சேது அண்ணரும் ஒத்துக் கொண்டிருக்கிறார். தம்பிக்காரன் வேலையில் சேரவும் உதவினார்.

தம்பிக்கு என் வயசு, என் நண்பர். அந்த வீட்டுக்கு அடிக்கடி வந்து போவார். அவரும் அந்த வீட்டில் ஒருத்தர். தம்பியர் வெளியில் போக மூன்றாம் வருசத்திலே அவர்களுடைய கல்யாணம் நடதேறியது. நகரப்பள்ளியில் படிக்கிற போது நம்பக்கத்தில் இருந்தவர் பற்றி ஒன்றுமே தெரிவதில்லை. அப்படி கிராமத்தில் இருப்பதில்லை. பள்ளியிலும் அப்படி இருந்திருக்கக் கூடாது என்ற தாக்கத்தில், தொழில்க்கல்லூரியில் படித்த போது விடுமுறை நாளில் வகுப்புத் தோழர்கள் வீடுகளிற்குச் சென்று அக்குடும்பத்தில் ஒருத்தராக உபசரிக்கப்பட்டு ஒருநாளை ....கழித்து வந்தோம். அவர்களில் ஒருத்தராக பழகிய போதே சதாவிற்கு ...கட்ட மச்சாள் ஒருத்தி இருப்பதும் தெரிய வந்தது. பெற்றவர்களின் விருப்பமும் கூட .

இவர்களுக்கிடையிலும் சிறுவயதிலிருந்தே வரதாவைப் போல விருப்பம் நிலவி வந்திருக்கிறது. நாங்களும் அவனை கலாயித்து தள்ளினோம். அன்று தான், ரமணனின் அப்பா, அவனை டெக்கிற்கு பஸ்சில் ஏற்றி அனுப்பிய பிறகு வீதியில் வைத்து கத்தியால் குத்தப்பட்டு கொல்லப்பட்டார் என்ற செய்தியை அறிந்தோம். அவர் ஒரு அப்பிராணியான ஆசிரியர். எவ்வளவு வலி !. எங்களுக்குத் தெரியாத வலி. தமிழ்ச்சினிமாவில் காணும் ரவூடியிசம் இங்கே சண்டியர் ...என கீறப்படுத்தப்படும் காயங்கள்.

சண்டியரும் பொலிஸும் நட்பினர். ஏன் ?, மாகாணவரசுக்கு பொலிஸ் அதிகாரம் வேண்டும் என்பது உங்களுக்கு புரியும் என நம்புகிறேன். சிறையில் வைத்து தமிழர்களை கொத்தாக கொலை செய்து பொலிஸ் தான் ஜூலைப்படுகொலையை தொடக்கி வைத்தது. ரிபன் வெட்டுறவர் எல்லாம் பொலிஸ் தான். ஆசிரியரின் காதல் கதையை எதிர்ப்பு, பிரச்சனைகளில் கடைசியில் வெற்றி பெற்ற பதின்ம வயசு ....எழுத்துக்களை வெகுவாக ரசிக்கலாம். என்னுடைய விமர்சனம் வாசிக்கிற உங்களுடைய சுவாரசியத்தை எந்த விதத்திலும் குறைத்து விடாது.

சொந்தத்தில் கட்டுறது பிழை, அறிவியலாக செயல்பட வேண்டுமென்பது இன்றைய நிலை ... ஆனால் இனச் சூழலில்.. ? ....எவ்விசயத்திற்கும் தொடங்கிறதுக்கு என்று ஒருநாள் இருக்கிறது.

“இனப்பிரச்சனை இருக்கும் வரையில் ....எம்மில் எவருமே சரி,பிழைகள் ..பார்த்துக் கொண்டு நிற்க க்கூடாது. உங்களை யாரும் விரும்பினால் அறிவியல்,அது,இது என பேசிக் கொண்டு தயவு செய்து நிற்காதீர்கள் ?” தொழில்கல்லூரியில் எங்களுடன் படித்த வசந்தா (அக்கா போன்றவர்) பெடியளிடம் நெடுக கூறுவார். நாங்கள் சிறுகதைகள் நிறைய எழுதணும், சாதிக்க வேண்டும் என்று எல்லாம் நிறைய ஆசைப்படுகிறோம். நிறைவே-

றுவது கொஞ்சமாகத் தான் இருக்கிறது. வாழ்க்கையும் அப்படி தான். ஏன், எங்களுக்கு மட்டும் நடக்கிறது ? என்ற கேள்வியும் எல்லாருக்கும் தொக்கி விடுகிறது. அதற்கு, நாம் கணிசமாக அறியாமையில் கிடக்கிறோம் என்பதே காரணம். சிலவேளை, அறியாமை கூட அவசியமாகவும் கிடக்கிறது. நேரம் என்ற ஒற்றைச் சொல் அங்கே வந்து நிற்கிறது. அதையே நம் சந்ததிக்கு கடத்துகிறோம்.

அடிமைத்தனம், காலனித்துவம் களையப்பட வேண்டியவை. அதில் மாறுக்கருத்து இல்லை. அறியாமையால் தாம் நாம் அவற்றைக் களையாமலும் கிடக்கிறோம். வேலை வாய்ப்பு இரண்டு மடங்காகி முதன்மையான பிரச்சனையாகி நம்மைக் கொல்கிறது. பெண் சமத்தன்மை நிலவ, நாமும் சிறிது தடைப்படுத்தி என்பதையும் •••உணர வேண்டும். அரசியல் அதிகாரம் நம் கையில் இல்லை. எனவே •••முழுமையாகவில்லை. அதிகாரம் கையில் பெற்ற தமிழ்நாட்டில் இந்த சாட்டைக் கூற முடியாது. என்ன தான் எங்களிலே பிழை ?. கோயில்களில் உள்ள அர்த்தநாரீஸ்வரரை •••விளங்கிக் கொள்ளாத வரையில் •••நா யாரோ, நீ யாரோ ? அங்கே நிகழும் வன்முறைகளைக் குறித்து தலை குனிய வேண்டும். சேர வேலைவாய்ப்புகள் அவளுக்கும் கிடைக்கிற சூழலும் நிலவ வேண்டும். அதற்குப் பிறகே, அறிவியல் மண்ணங்கட்டி எல்லாம். படைத்தரப்பு ••••.பாலியலையும் ஒரு ஆயுதமாக கேவலமாகப் பயன்படுத்துறது.

இலங்கையில், வெறும் வார்த்தைகளில் தான் "சோசலிச ஜனநாயகக் குடியரசு" வாழ்கிறது. அவர்களின் "சர்வோதய" அமைப்பை இயங்க வைக்கிறது. அதே மாதிரியான தமிழர் தரப்பில் இயங்கிய "காந்தியசேவையை" அமைப்பின் நிலங்களை எல்லாம் பறித்துக் கொண்டு தடை செய்து விட்டிருக்கிறது.போரின் பிறகு, இஸ்ரேலைப் போல எம்மவரின் நிலம் முழுதையுமே பறித்து சொந்தம் கொண்டாடவும் ••• கெலி பிடித்து அலைகிறது, முயல்கிறது. அரசு, தமிழருக்கு முழுமையான எதிரி, பயங்கரமான எதிரி. கொரானா போன்ற கொடிய ஒரு வைரஸ். இந்தியாவிற்கு சுற்றுலாவை மனைவியுடன் இருதடவைகள் மேற் கொள்கிறார். மனைவி, ஒரே கோயில் பைபித்தியமாய் இருக்கிறார். கையில் நூல் கட்டுவது போல எடுத்ததிற்கும் நேர்த்திக்கடன் வைப்பவர். முதல்ப் பயணம் தேனிலவுப்பயணமாகப் படுகிறது. மணமுடித்த கையோடு மேற்கொண்டது. தலைமன்னாரிலிருந்து கப்பலில் பயணம் (மன்னாருக்கும், தலைக்குமிடையில் வீதி இருக்கிறது) தனுஸ்கோடியை அடைந்து, அங்கிருந்து ரயில்

சென்னைப்பயணம். அங்கிருந்து,கோவில் சுற்றுலா நிறுவனத்தின் மூலமாக சென்றிருக்க வேண்டும் போலப்படுகிறது. திருச்சியில் மலைக்கோவில், தஞ்சாவூர்கோவில், மதுரை மீனாட்சியம்மன், சில ஆறுபடை வீடுகளில் பழமுதிர்சோலை, பழனி, திருப்பெருங்குன்றம் •••திருநெல்வேலி நெல்லையப்பர் கோவில், திரும்பவும் திருச்சி வழியாக பெங்களூர் வைட் பீல்ட் ( ),சாய்-

பாவாவின் கோடை வாசஸ்தலம், அவர் வந்திருக்கவில்லை, புட்டப்பர்த்திக்கு செல்கிறார்கள். அவரின் ஆசி பெற்று திரும்பி வருகிறார்கள். ஆசிரியரை சாயின் சர்வமத இணக்கம் அதன் சேவைகளும் கவர்கின்றன. அப்பவும் வெய்யில் கொளுத்தி எரிந்திருக்கும். ஆனால், பயணம் மனத் திருப்தியை அளிக்கிறது. தெய்வங்களை தரிசித்தப்பலன் •••வசந்தமாக வீசுகிறது. சங்கரின் படத்தைப் போல பார்க்கும் இடமெல்லாம் பூக்களாக பூத்துச் சிரிக்கின்றன. எத்தனை மகிழ்ச்சி.

வாழ்க்கையில் ” நமக்கு, எவர் பிறந்தாலும் சரி தான். எப்படி, •••உனக்கும் சரி தானே ?” என்ற வரதாவின் பேதமையான கேள்வியில் •••கொஞ்சும் குழந்தைத்தனம். எம்மையும் சந்தோசம் தொற்றிக் கொள்கிறது. நெருப்புக் காய்ச்சல் தொற்றி •••சிதைவுறபோது••••. கண்ணுக்குத் தெரியாத ••••.இந்த வில்லன்களும், பூதக்கணங்களும் ••••. எங்கே மறைந்திருந்தார்கள் என அதிர்ந்தே போய் விடுகிறோம். அவர்களோடு சேர்ந்து நாமும் அழுகிறோம். ஆண்கள் எவ்வளவு வேண்டுமானாலும் வதைப்படலாம் போல படுகிறது. கடவுள். இவளை போய் ஏன் இப்படி••• சோதித்தார் ? என்று கடவுள் மேல் கோபம் வருகிறது. நமக்கு மட்டும் ஏன் •••நடக்கிறது ? ••••.என்ற சம்மட்டி கேள்விகள் இருவருக்குமே இடியாக இறங்கிறது. தாங்கும் சக்தி என்பது பாதிக்கப்படுபவருக்கு எப்பவும் இருப்பதில்லை. நெருப்புக் காய்ச்சலிருந்து விடுதலை இல்லை.

பெண்களிற்கான பிள்ளைப்பேறே வாழ்வா, சாவா ? என்ற ஒரு கண்டம். அவள் அந்த வயதில் பள்ளியில் விளையாட்டுப் பயிற்சிகள் எடுத்துக் கடந்திருந்தால் ••• உடற் பலம் கிடைத்திருக்குமோ, மனத்திடம் இவ்வளவு கீழே விழுந்து நொறுங்கியிருக்காதோ. பலவீனம், வலி, மனம்..இவையும் நோய் தான். ஒரு சமூகம், தன் சந்ததியை சரிவர வளர்க்கா விட்டால்..' அதுவும் குற்றம் தான். டே கெயர் போல சிவில் கெயர். எந்த ஒரு பிரச்சனையும், ஒன்றுடன் மட்டும் நிற்பதில்லை. இனப்பிரச்சனை போல கிளைக்கும், கிளைக்கும். அடி மேல், அடிக்கும். அந்தகாரத்தினுள் கடைசியில் வீழ்த்தியும் விடும்.

ஆசிரியர்” மனது பாழ்பட்டு விட்ட உணர்வு நம்மை நடைபிணமாக்கி விட்டது.துயரங்கள் கடந்து வாழ வேண்டும் அது தான் மனித இயல்பு.” என்று தன்னை சமாதானப்படுத்திக் கொள்கிறார். வரதாவால் சமனுக்கு வந்திருக்க முடியுமா ?

இதன் மத்தியில் வரதாவிற்கு இடது மாரில் சில புள்ளிகள். கான்சராக இருக்குமோ ?••• என' கிலி' வேற பரவ மள, மளவென நேர்த்திக்கடன்களை ஏற்றிக் கொண்டே போகிறாள். கொன்றோல் என்பது கிடையாது.” நல்லூர் சிவனுக்கு வெள்ளி மேலங்கி, நயினையில் உள்வீதியில் ஏழு தடவை பிரதட்ணம் (பிரதிட்டை எடுத்தல்),திநெல்வேலி அம்மனுக்கு பொங்கல், முத்து-

மாரிக்கு •••கடன்•••" சட்டர் கையைப் பிசைக்கிறார்.

வாழ்க்கைச் சுழலில் அகப்பட்ட பிறகே, இவர்கள் 2வது முறை இந்திய சுற்றுலா சென்றதாகப் படுகிறது. திரும்பவும் ஆறுபடை வீடுகளின் தரிசனம், தவற விட்ட வீடுகளாக இருக்கலாம். கடற்கரையோரமிருந்த சிறு குன்று சார்ந்து திருச்சிலைவாய்த் தணிகைச்செல்வன் தெய்வானையோடு இருக்கிற(வள்ளி •••அவுட், சின்ன வீடோ ?) திருதணி தனக்கு பிடித்தது என்கிறார். திருவனந்தபுர சிறு விமான நிலயத்தில், வரியில்லாமல் வாங்கி வரும் ஏலம், கராம்பு, மதுப்புட்டிகளை இவர்களிடமிருந்து வாங்க அங்கத்தைய சனம் பரபரக்கிறது. இன்று, கட்டுநாயக்கா விமான நிலையத்திலும் உதவி செய்ய •••. கூட்டம் •••.பரபரக்கிறது. டிப்ஸாக கிடைக்கும் வெளிநாட்டுக்காசுகள் அங்கத்தைய பணத்தில் பெருந்தொகை. ஆசிரியர், "இதெற்கெல்லாம் அனுமதி அளிக்கிறார்களே" என நம்மைப் போலவே ஆச்சரியமாக பார்க்கிறார். போர்களை ஏற்படுத்திக் கொண்டிருக்கிற அமெரிக்கா, தனது டொலரின் மதிப்பை இறங்க விடாதும் வைத்துக் கொள்கிறதையும் கவனியுங்கள். இதுவே, கூட இன்னொரு உலகப்போருக்கும் வழிவகுத்து விடலாம்.

நம் மனிதரின் கீழிறங்கி விட்ட நிலையைப் பார்த்தீர்களா ?. அவருடைய உழைப்பு, நேரம் •••விவசாயத்திற்குப் போகவில்லை. விரயமாகவே போகிறது. தேசநேசதையே அரசுகள் அழித்துக் கொண்டிருக்கின்றன. கேரளத்தில், கோவளம் கடற்கரை பார்க்க வேண்டிய இடம் என்கிறார். 1000 தீபங்களைக்காட்டும் அநாதபத்மநாதர் கோவிலிற்குள் வேட்டியுடனே செல்ல முடியும். இரவலாக வேட்டியை அணியக் குடுக்கிறார்கள், அதற்கு பணம் அறவிடவில்லை என்றும் கூறுகிறார். திருவனந்தப்புரத்திலிருந்த போது இவர், மின்நிலையங்களில் எல்லாம் ஏறி, நீல பத்மநாதனையும் தேடுகிறார். நம் நிலையும் அது தான். நாம் தாம் நம்மை பற்றி பெரிய எழுத்தாளராக நினைத்துக் கொண்டிருக்கிறோம். அயலில் தெரிந்திருக்குமா ? ஒருத்தருக்கு கூட தெரிந்திருக்கவில்லை. இந்தியாவிலிருக்கிற பல இடங்களில் மக்களைப் பார்க்கிற போது எமக்கும் கூட இவர்களுக்குத் 'அரசியல் தெரியுமா ? என்ற சந்தேகம் எழும்.

கோயம்புத்தூர் வந்து வரதாவின் சினேகிதி, ஆசிரியையின் வீட்டில் ஒருநாள் தங்குகிறார்கள். இப்படியான நட்புகளை ஆடவர், எம்மால் கட்டிக் கொள்ள முடிவதேயில்லை. எம் தலைகளில் அரசியல், அது, இது என குப்பைகளுடன் சதா அலைபுரண்டு கொண்டிருப்பதால் மனிதத் தன்மைகளை ஒருபுறம் இழந்து கொண்டிருக்கிறோம். அது தான் இலங்கையர்களையும் இனவெறியர்களாக மாற்றி, எம்மை பலிக்கடாவாக்கி விட்டிருக்கிறதா ?. ஆடவரின் வேதம். சர்வதேசம் உட்பட இஸ்ரேலும் கூட" மக்களை கொல் !"உலகம் சிறிதும்..கவலைப்படுவதில்லையே. பிரான்ஸ் ஒலிம்பிக்கை நடத்த முனைகிறது. அணுகுண்டு வெடித்தாலும் எதுவுமே நடக்கவில்லை போல

உலகம் இயங்க விரும்புகிறது. பகிஸ்கரிக்க வேண்டும் என்ற சிந்தனை யாருக்கு எழ வேண்டும் ?

உலகத்தில் ஒரே ஒரு பெரிய மனிசர் ....காந்தி தான் இருப்பார் ...போல இருக்கிறது. இஸ்ரேல், நீதியாக நடக்கவில்லை என்று அன்றே கூறி விட்டார். ஒரு காலத்தில் யூதர்கள் இஸ்ரேலை எங்கே அமைப்பது என மூளையைக் குழப்பிக் கொண்டவர்கள் தாம். அமெரிக்க மாநிலம் ஒன்றிலா, பாலஸ்தீனத்திலா..? இப்படியும் ஒரு தரவும் இருக்கிறதாகப் படுகிறது. பிரிட்டன்,'' லூசியானா மாநிலம் பழங்குடிகளின் மாநிலம் ஆகலாம் !'' என்று கூறியது போல ...! போரில் தோற்று விட்டது. கை விட்டு விட்டது. இன்று, கனடாவில் ....அவர்களுக்கென்று ஒன்று உள்ளதா ? அறுபதுகளிற்குப் பிறகு ...பள்ளி விடுதி கொலைகள் தான் நிறைவேறுகிறது.'' புத்தி உள்ள மனிதர் எல்லாம் புத்திசாலி இல்லை !''.

''காலம் உயிர் வாழதலையே அர்த்தமில்லாதாக்கி விட்டது'' என்கிறார்.'' இந்த நிலையிலே தமிழைவாலாய்ப்படுத்திக் கொள்ள எழுதத் தொடங்கினேன் ''என்கிறார். இதற்கு முதலே கவிதைகள் எழுதி அனுப்பிக் கொண்டிருக்கிறார், எதுவும் பிரசுரமாகி இருக்கவில்லை. (29ம் வயதில்)'' நாணயம்'' என்ற சிறுகதை வீரகேசரியில் பிரசுரமாகியது. பிறகு, அஞ்சலியில்'' அந்தஸ்து'' சிறுகதை, மல்லிகையில் ... மாற்றம், உலா, உறவுகள், இப்படியும் காதல் வரும், பிச்சைப்பெட்டிகள் ...பல கதைகள், அலையில்'' கிராமத்துச் சிறுமி'', பூரணியிலும் வருகிறது ...என்கிறார். மு. த வும், ஏ.ஜே உம்'' உனக்குத் தோன்றுதை தொடர்ந்து எழுது'' என்று ஆறுதல் கூறுகிறார்கள் (தூண்டினர்). அதை வேதமாக' வைத்துக் கொண்டேன்'' என்கிறார்.

எழுதுறவர்க்கு பல தடைகள் இருக்கின்றன. மேலும் கால் வைக்க வேண்டிய பிரச்சனைகளைத் தான் படிகளாகக் கூறுகிறேன். அவற்றையும் தாண்டி பாய்ய வேண்டும். புத்தக முயற்சியில் ஆசிரியர் இறங்கி விடுகிறார். அன்று, பட்டாரி ஆசிரியரின் வருவாய் ஆயிரம் வரையிலே இருந்தது. பயிற்றுவிக்கப்பட்ட ஆசிரியரின் வருவாய் எண்ணூறு வரையிலே இருந்தது. இவ்வருவாயில் ...வாழ்க்கைச் செலவை மட்டுமே சமாளிக்க முடியும். வேறுச் செலவுகளை ....தொடர முடியாது. கூரையைப் பொத்திக் கொண்டு ஏதாவது ...அற்புதம் நிகழ வேண்டும். வரதா, தாலியை இலங்கை வங்கியில் அடவு வைத்து ஆறாயிரம் ரூபாவைப் பெற்றுக் கொடுத்தார். இவர் சிறுகதைகளைக் கொண்ட புத்தகத்தை சாவச்சேரி அச்சகத்தினூடாக வெளி கொணர்ந்தார். அதிலுள்ள ஆறு கதைகள் முத்தானவை என்று வேறு பாராட்டினாள்.

அந்த மனம் வரதாவிற்கு இருக்கிறது. இந்த கொடுப்பினைகள் எல்லாருக்கும் இருப்பதில்லை. வரதாவே இவர் எழுதுறதை சரி பார்க்கிறதை.... செய்கிறாள்.'' விற்று வார பணத்தை உன்னிடமே தந்தேன். சிறு உதவியாய் இருந்திருக்கும். இரண்டு வருடங்களில் சிறுக, சிறுக பணத்தை சேகரித்து

தாலியை மீட்டுக் கொண்டாய் " என்று இவர் கூறுகிற போது இந்த வரிகளிலே எல்லா நிலமைகளும் பிரதிபலித்து விடுகின்றது. மேலும் சில புத்தகங்கள் வெளியாகின என்கிற போது, எழுத்தர் சிறிது முரடுள்ளவர் •••என்பது தெரிகிறது. மேலும் கஸ்டதசைகளை இழையோட வைக்க காத்திருக்கிற தொடர் என்பது ••••.புரிந்தும் விடுகிறது,.

தமிழரில், ஏன் வாசிப்பு குறைவாகவிருக்கிறது ? ••••. என்பதற்கு ••••.சராசரியைத் தொட முடியாத பொருளாதாரமும் ஒரு காரணம். இனப்பிரச்சனை எல்லாப் பிரச்சனைகளிலும் புரையோடிப் போய் அத்திவாரமாகக் கிடக்கிறது. !. தலையீடற்ற மாகாணவரசு தேர்த்தலை நடத்தினால் ••••.புத்தகப்பிரச்சனைகளை மாகாண அரசே கணிசமாக குறைத்து விடும். நூலகங்களை எரிய விடவே விடாது. மேன்மேலும் பெருக்கும். எரிப்பவர்களை வாழ்நாள் முழுதும் சிறையில் போட்டு பாடம் படிப்புக்கும். தற்போதைய நிலைக்கு மத்திய அரசே, பிரதான குற்றவாளியாக நிற்கிறது.

2 வருடங்களின் பின் சிறுகச் சிறுக சேர்த்து தாலியை மீட்டாள்". என்றதில் பெண்ணின் பெருவலி தெரிகிறது. மழை விட்ட பாடில்லை. மேலும் புத்தகங்கள், ஒரு கவிதைத் தொகுதி.. வெளியாகிக் கொண்டேயிருக்கின்றன. அவருக்கென்ன புகழ் மயக்கம், அது ஒருவகை போதையும் கூடத் தான். ஆனால், புத்தகம் வெளியாகிறதும் அவசியம் தானே. புத்தகம் வெளியாகா நாடு, கண்ணின் ஒலியை மெல்ல, மெல்ல இழந்து குருடாகிப் போய் விடும் என்கிறார்கள். வள்ளுவர், குறளில் அதை •••கல்வி •••எனக் கூறி குறிப்பிடுகிறார். எழுத்தாளன் பிள்ளைகளைப் பெற்றுத் தான் ஆண்டியாக வேண்டும் என்பதில்லை, புத்தகங்களை வெளியிட்டும் ஆண்டியாகி விடலாம். அரசியல் தான் எல்லாத்திற்கும் கைகொடுக்க வேண்டும். புத்தக அமைச்சு என்கிற ஒன்றை •••நிறுத்த வேண்டும். மானியம் வழங்கல், அன்பின் கரங்கள் என்கிற வெளியையும் ஏற்படுத்த வேண்டும்.

இடையே அரசியல்.. துளிகளை தெளித்தும் கோலம் போடுகிறார். (கீழே)

"எழுபதுகளின் கடைக்கூறில் முளைவிட்டு எண்பதுகளின் ஆரம்பத்தில் ஆயுதம் ஏந்தியது ••••.தீவிரமடைந்து திம்புபேச்சிற்கு சென்றது, அமைதி ஒப்பந்தத்தையும் எழுதியது. வடக்கு,கிழக்கு இணைப்புடன் மாநிலசுயாட்சி ஓரளவு அதிகார பகிர்வுடன் கிடைத்தது. தமிழிஞர்த்தலைமையும், தலைவர்களும் இழுபறிபட்டதால் எல்லாம் தலைகீழாகிப் போய்ச்சுது. திலீபனின் உயிர் போனது. அதிகாரமில்லாத சபை •••, என்னவாக இருந்தாலும் பெடியள் ஏற்று, அதிகார வரம்புகளை அகலிக்கச் செய்ய நிர்ப்பந்திருக்கலாம். தமிழிழக்கனவுடன் இருந்தவர்களிற்கு பத்தியப்படவில்லை.எல்லாம் வீணடிக்கப்பட்டன.இயக்கதிற்கு போர் வல்லபவம் இருந்தளவிறகு அரசியல் வல்லபம் இருக்கவில்லை.

இணங்கிப் போகும் இயல்பு இல்லை. சர்வதேச வல்லூறுகளின் வல்லாதிக்கமும் காந்தித்தேசத்தின் தவறும் மக்களை முள்ளிவாய்க்கால் வரையில் இழுத்து நிலத்தோடு நிலமாய் அரைத்து விட்டது. தலவரும்,அவர் மனைவி, அருமந்தக்குழதைகள் அழிக்கப்பட்டது•••. துயரம் !. இது தான் நியதி போலும். சர்வதேச ஒடுக்குதலின் முன் நமக்கு எதுவுமே சாத்தியமில்லை என்பது உறுதிப்படுத்துகிறது.

ஆசிரியரின் இந்தக்கூற்றுடன் நானும் உடன்படுகிறேன். - பொதுமகன் என்பதால் " கடலோடி மகனால் முன்னெடுக்கப்பட்ட போராட்டம் ஒருவித அதீத கற்பனைக் கூறுகளைக் கொண்டதாக இருந்த போதிலும் தமிழரின் வீரத்தையும் வரலாற்றில் சாற்றியிருக்கிறது." என்று பாராட்டவும் விரும்புகிறார். ஆனால் அத்தலைவர் ஈவ்விரக்கமற்று நிகழ்த்திய கொலைகளை••••. பாரதூரமான செயலை (எவர் செய்தாலுமே •••) சுலபமாக கடந்து போய் விட முடியாது. அப்படியானால், போர்க்குற்றங்களைச் செய்து விட்டு •••கிடக்கும் அரச தரப்பைக் கடந்து விடவாச் சொல்கிறீர்கள். என்னால் முடியாது, முடியவில்லை. காந்தியத் தத்துவங்களைக் கூறுவதையே" காந்தியம்" என்கின்றனர். அவர் கருத்துக்களை இலட்சியமாக ஏற்றுக் கொண்டு ஈழத்தமிழரில் " காந்தியம்" என்றொரு அமைப்பு இயங்கி வந்தது.

" சர்வோதயம்" என்கிற சேவை பிரிவை விட ஒரு படி மேலாக இயங்கிய இவ்வமைப்பு, தாக்கப்பட்டு பாதிக்கப்பட்ட மலையகத்தமிழர்களிற்கு உதவுறதையே முழுக்க, முழுக்க நோக்கமாகக் கொண்டிருந்தது. வடக்கு கிழக்குத் தாயகம் (இங்கேயே தமிழர் துரத்தப்படுவர்) மலையகத்தவரை •••அவ்வளவாக வரவேற்கவில்லை. வேலை வாய்ப்பின்மை, நெடுக அரசின் கொல்லும் மெசினின் இயக்கம். சதா •••நசுக்குண்டு செத்துக் கொண்டிருப்பவர்கள். ஈழத்தமிழருக்கெதிராக செயல்படும் போதெல்லாம் இலங்கை அரச் ஆதரவுக் காடையர் மலைலயகத்தாரையும் தாக்கத் தவறுவதில்லை. மாகாணவரசு என்கிற ஜனநாயகக் கட்டமைப்பும் இருக்கவில்லை. பாராளமன்ற உறுப்பினர்கள் இவர்கள் பிரச்சனையை ••• மேலதிகமாகக் கருதி எம்மோடு பார்க்கத் தவறி விட்டனர். எம்மத்தியிலும் இனக்கூறுகள் போல சாதிக்கூறுகள் நிலவியிருந்தன.

இளைஞர்கள் •••இப்படியே அடிமை நிலையில் நெடுக இருப்பதில் •••சலிப்பும்,வெறுப்பும்,விரக்தியும் எய்யப் பெற்றிருந்தனர். தீவிரச் சிந்தனைகளும் பற்றிப் படற தொடங்கியிருந்தன. சாதிப் பள்ளங்குழிகளை சமப்படுத்தி விட விரும்பினர். காந்தியம் இவ்விளைஞர்களின் சரீர உழைப்பை •••மலையகத்தவர்களின் வாழ்க்கைப்படிகளை கட்டிக் கொள்வதற்கு திருப்பி விட விரும்பியது. அதில் அது கணிசமாக வெற்றியும் பெற்றிருந்தது. ஆயுத இளைஞரா. இல்லையா..என்பதையெல்லாம் அது பாராது அனைவரையும் சேவைக்கு அழைத்தது. ஒரு அரசாங்க அமைச்சு செயல்படுவதை விட

...அதிகமாகவே நல்வாழ்வுத்திட்டங்களை செயல்படுத்தி இருக்கிறது. காந்தியத்தால் அவர்களை தீவிரவாதியாகாமல் நல்ல குடிமகனாகவும் மாற்றி விட முடியும்.

நாட்டை ஜனநாயக வழியில் நடை போட வைப்பது அரசின் பிரதான பொறுப்பாகும். வேலை வாய்ப்புக்களை வழங்கி, ஜனநாயக அலகுகளை ஏற்படுத்துவதே அதன் வேலை, பொறுப்பு. தவிர,சிறுசெவை நிலையத்திற்குக் கூட சுயாதீனமாக நிதி சேகரிக்க நிலமைகளை கையாள ...உரிமைகள் வழங்கி இருக்க வேண்டும். இலங்கையில் ஒரு சிறிய குடும்பம் ...செலவை சமாளிக்க வேண்டுமானால் குறைந்தது 18,000 —, 20,000 /ரூபா வரையில் வேண்டும். மலைத்தொழிலாளியின் மாசச்சம்பளம் 16,000 / ரூபா. இன்று வரையில் அரசு அவர்களின் நாள்ச் சம்பளத்தை 1,000/ ரூபாக உயர்த்தவில்லை. காந்தியம் அமைப்பு இயங்குமானால் ...அது புலம் பெயர்ந்தவர்களிடமிருந்தும் நிதியைச் சேர்த்து ...ஒவ்வொருவருக்கும் சிறுககொடுப்பதன் மூலம்,உதவுறதன் மூலம் ...வாழ்வை ஈசியாக்கி விட முடியும்." காந்தியம்" ஒவ்வொரு ஈழத்தமிழரின் நம்பிக்கைக்குரிய ஊழலற்று செயல்படுகிற அமைப்பு.

முடிவுரை : எனக்குப் பிடித்த புத்தகத்தை உங்கள் முன்னும் வைத்திருக்கிறேன். வாழ்வு சுழிகள் நிறைந்தது. அதற்குள் அகப்பட்டு ....அவருடைய வரதா இறந்தும் விட்டாள். ஆசிரியருக்கு எப்படி ஆறுதல் கூறுவது எனத் தெரியவில்லை. புத்தகம் ஒரு தாஜ்மகால். அதையே செதுக்கி கட்டியிருக்கிறார். இந்த புத்தகம் எனக்கென்றும் ஒன்று தேடி வாங்கிக்கப் போகிறேன். நல்ல நாவல். வாசித்து விட்டு ...நீங்களும் ஆசிரியருக்கும் ஆறுதலையும் ...கூறுங்கள். அண்ணரிடம் இப் புத்தகத்தைப் பற்றி ...கூறினேன் "விமர்சனம் எழுதன்". என்றார். இந்த புத்தகத்திலுள்ள ஒரு குறிப்பு என்னைக் கவர்ந்தது. இவரை வாசித்த எழுத்தர்கள், மு.த (தளையசிங்கம்), எ. ஜே (கனகரத்தின) உம்" உனக்கு மன்தில் தோன்றியதை எழுது" என்று எனக்கும் கூறியது போல தோன்றியது. நானும் ... எழுதியிருக்கிறேன்.

"என் உயிரினில் கலந்த வாசம்" என்கிற க. சட்டநாதர் எழுதிய நூலை வாசித்ததில் ஏற்பட்ட அதிர்வில் எழுதியது. இது ஒரு விமர்சனமும் கூட. இது சிறுகதையா அல்லது விமர்சனமா? அது உங்களைப் பொறுத்தது.

5

28. ஷாராஜ்

பல்லேலக்காபாளையத்தில் காக்காக் கூட்டம் மல்லாக்கப் பறக்கிறது!

ஆழியாறு மலைச்சாரலில், அறிவுத் திருக்கோவிலுக்கு ஆப்போஸிட் எதுக்க, 5.4 கிலோ மீட்டர் தொலைவில் இருக்கிறது பல்லேலக்காபாளையம். இயற்கை எழில் கொஞ்சும் அந்த மலைக் கிராமத்திலிருந்துதான் இலக்கியக் காலாண்டிதழான வெள்ளைக் காக்கா' வெளியாகிக்கொண்டிருக்கிறது. அதன் ஆசிரியன், நவீன கதைஞனும், பெருங்குடி மகனுமான பல்லேலக்கா பாலு.

பல்லேலக்காவின் சிறுகதைகள் மற்றும் நாவல்களை, அவனையும், DTP செய்த நபரையும் தவிர வேறு யாராவது முழுதாக வாசித்திருப்பார்களா என்பது சந்தேகமே. தொல் மொழி, படிம மொழி, புனைவு மொழி, பூடக மொழி என்றெல்லாம் பிதற்றிக்கொண்டு, இருபதாயிரம் வருடங்களுக்கு முன்னால் மூதாதைத் தமிழர்கள் லெமூரியாக் கண்டத்தில் பேசிக்கொண்டிருந்த மொழியை, தற்காலத் தமிழ் எழுத்தில் எழுதினால் யார் வாசிக்க முடியும்? ஆனால், மற்ற படைப்பாளிகளுக்கும் இடம் கொடுக்கிற அவனது வெள்ளைக் காக்கா சிற்றிதழை வேண்டுமானால், ப்ரம்மஹத்தி தோஷம் நீங்க புரட்டிப் பார்க்கலாம்.

காலாண்டிதழ் என்ற கிரமம் கொண்ட வெள்ளைக் காக்கா, சிற்றிதழ்களுக்கே உரித்தானபடி கெடுவைத் தாண்டி ஐந்து மாத, ஏழு மாத இடைவெளிகளில் வரும். பாகிஸ்தான்காரன் கைக்குச் சிக்கிவிடக் கூடாத ராணுவ ரகசியம் போல, தனிச் சுற்றுக்கு மட்டும்' என்கிற வாசகம் தாங்கியிருக்கும் அது, முந்நூறு பிரதிகள் அச்சடிக்கப்பட்டு, 37 பேரால் மட்டுமே வாசிக்கப்படுவது. அச்சடித்ததில் பாதியை அவன் வீட்டு அட்டாலிக் கரையான்கள் வாசித்துக் கொண்டிருக்கும். அடுத்த காற்பாதி, இலக்கிய விற்பனையகங்களில் சீந்துவாரின்றிக் கிடக்கும்.

பங்கு பெறும் படைப்பாளிகள் மற்றும் நெருங்கிய நண்பர்களுக்கான இலவசப் பிரதிகளில் வாசிக்கப்படுவதுதான் மேற்படி 37 பேர் கணக்கு. எழுத்-

தாளர்களே வாசகர்களுமாக உள்ள, முந்நூற்றுச் சிலுவானம் பேரே கொண்ட தமிழ் இலக்கிய உலகத்தில், இது பெருந்தொகைதானே! தவிர, பல்லேலக்காவைக் கேட்டால் தமிழகத்திலும் பிற மாநிலங்களிலுமாக உள்ள தமிழ் அறிவுஜீவிகள், தான் நீங்கலாக இந்த 37 பேர்தான் என்றும் சொல்வான்.

தமிழ் இலக்கியத்தை செவ்வாய் கிரக ரேஞ்சுக்கு உயர்த்தியாக வேண்டும் என்கிற குண்டுச் சட்டிக் கனவு, மற்ற நவீன இலக்கியவாதிகளைப்

போலவே பல்லேலக்காவுக்கும் உண்டு. இதற்காகவே அட்டாலிக் கரையான்களும் 37 அறிவுஜீவிகளும் வாசிக்கும்படியான வெள்ளைக் காக்காவை, நடா'த்திக்கொண்டிருக்கிறான். இது தவிர காக்காக் கூட்டம் என்ற பெயரில், மாதாந்திரக் கூட்டங்களும், காக்கா மாநாடு என்ற பெயரில் வருடாந்திர விழாவும் இதற்காகவே நடத்தப்படுகின்றன.

இலக்கியத்தில் 7 பேர் சேர்ந்தால் கூட்டம், 25 பேர் சேர்ந்தால் பெருங்கூட்டம் என்று இலக்கியவாதிகளே கிண்டலடிப்பார்கள். பெரும்பாலான இலக்கியக் கூட்டங்களுக்கும் ஆட்கள் வருவது அந்தளவிலேயே இருக்கும். காக்காக் கூட்டங்களும் இதற்கு விதிவிலக்கல்ல.

மாதாந்திரக் காக்காக் கூட்டங்கள் நடத்தப்படுவது பல்லேலக்காபாளையம் டாஸ்மாக் அல்லது புள்ளாச்சி நகர ஒயின் ஷாப் பார்களிலாக இருக்கும். இவனும், இவனது இணை மற்றும் துணைக் காக்காய்களும், சிங்கிடிக் காக்காய்களான புள்ளாச்சி வட்டார இலக்கியப் பெருங்குடி மக்கள் சிலரும் மட்டுமே கூடுகிற இந்தக் காக்காக் கூட்டத்தின் எண்ணிக்கை இரட்டை இலக்கத்தை ஒருபோதும் தொட்டதில்லை. ஆனால், மத்தியானம் பட்டைச் சாராயத்தோடு கெடா விருந்து, ராத்திரி வெடிய வெடிய அண்ணன்மார் கதை, தெருக் கூத்து, கரகாட்டம் போன்ற நாட்டார் கலைகள் சகிதம் ஒரு பகல் - ஒரு இரவாக நடைபெறும் காக்கா மாநாட்டுக்கு, தமிழகம் முச்சூடிலுமிருந்து அழையா விருந்தாளிகளும் சேர்த்து அறுபது, எழுபது இலக்கியவாதிகள் பறந்தடித்து வருவார்கள். பல்லேலக்காபாளையமும் பாலுவும் இலக்கிய உலகில் பேர் பெற்றதே அப்படித்தான்.

அடங் கொப்பன் தன்னானே! அந்த மாற மாநாடு நடத்தோணும்னா லவுண்டு லவுண்டாக் கள்ண்டு போயிருமே! அவனென்னொ இலக்கி ஈயம் பூசுன அரசியல்வாதியா? இல்லாட்டி அவனுக்கென்னொ இடுப்பச் சுத்தி கிட்னி கீது இருக்குதா, ஒவ்வொண்ணா வித்து செலவு பண்றதுக்கு?' என, உங்களுக்குள் கேள்விக் குறி நெளிவதைப் புரிந்துகொள்ள முடிகிறது.

பொண்டாட்டி தாலியைப் புடுங்கி வித்தோ, தனது கிட்னியை அடமானம் வைத்தோ இதழ் நடத்துகிற சராசரி இலக்கிவாதியல்ல பல்லேலக்கா. பரம்பரை ஈஸ்வரங் கூட்டம் (கோடீஸ்வரர்கள்). ஆழியாற்றுக் கால்வாய் பாசனத்தில் செழித்த நெல் வயல்களும், கரும்புத் தோட்டங்களும், தென்னை, வாழை, கமுகுத் தோப்புகளுமாக உள்ள ஏழரை ஏக்கர் புஞ்சைக்கு ஏக வாரிசு. தோப்பில் ஒரு கெடு உளுகிற கொப்பரைக் காசுக்கு சமானமாகாது

மாநாட்டுச் செலவு. கறி கிலோ ஐநூறு, முட்டை ஒண்ணு ஆயிரம் என விற்கிற ஈழு, எச்சமாகப் போடுகிற காசுதான் இதழ் நடப்புக்கும் மாதாந்திரக் கூட்டங்களுக்கும்.

போன ஜென்மத்தில் மசை நாயாகப் பிறந்து, ஐஞ்சணக்கு சாமியாரை சொல்லப் பாங்கில்லாத இடத்தில் கடித்துக் குதறியதால்தான் இந்த ஜென்மத்தில் இலக்கியவாதியாக ஆகியிருக்கிறான் என்றும், இதனால்

இப்படியான ஊதாரிச் செலவுகள் செய்வானே தவுத்து, வேறு தோஷம் கிடையாதென்றும் காக புஜண்ட நாடி சோசியமே சொல்லியிருக்கிறது.

பல்லேலக்கா பாலுவுக்கு ரெஜினா மனோன்மணியின் கவிதைகள் என்றாலே ஒரு நித்த நிது'.

"அவளோட கவிதைகளப் படிச்சாலே நமக்கு நித்த நிது' ஆயிப் போயிருதுங் பங்காளி! மொதல் வடிசல் பட்டை ஆப் பாட்டலு அப்புடியே ராவாக் கமுத்துனாப்புடி, சும்மா ஜிவுஜிவுன்னு ஒடம்பே பத்தீட்டு எரியுது போ! சந்தேகமே இல்ல; சாட்சாத் சரோஜாதேவியோட மறு அவதாரமேதான்!" என்று ஒயின் ஷாப் இலக்கியக் கூட்டங்களுக்கு வருகிற துணை, இணை, சிங்கிடிக் காக்காய்களிடமும், அசலூர் இலக்கியக் கூட்டங்களில் அரங்குக்கு வெளியே நின்று விவாதித்துக்கொண்டிருக்கும் வெளிநடப்பு இலக்கியவாதிகளிடமும் சொல்லிச் சிலாகிப்பான்.

பிரசித்தி பெற்ற சமகால, போர்னோ பெண்ணியக் கவிஞிகளில் ட்ரிபிள் எக்ஸ் நட்சத்ரம் ரெஜினா மனோன்மணி. அவளது கவிதைகள் அந்தளவுக்கு ஹார்ட் கோராகத்தான் இருக்கும். அதனால்தானே எழுத வந்த இரண்டே வருடங்களில் சீனியர் போர்னோ பெண்ணியக்காரிகளையும் முறியடித்து உச்சாணிக் கொம்பிலேறி, ஆண் இலக்கியவாதிகளைப் பார்த்துக் கொக்காணி காட்டிக் கொண்டிருக்கிறாள்.

"நாமெல்லாம் இரவது வருசம், நுப்பது வருசம் எளுதி என்ன பிரயோசனம் பல்லேலக்கா? நாமளுந்தான் பொம்பளைகளோட ஸ்பேர் பார்ட்சுகள பச்சை பச்சையா இவளுகளாட்டவே எளுதறம். ஆனாட்டி இவளுகளுக்கு இருக்கற மவுசு நம்முளுக்கு வர மாண்டீங்குதே...!" சீனியர் சகாக்கள் பொறாமையில் பொறத்தாண்டி எரிச்சல் படுவார்கள்.

"செரியாப் போச்சு போ! ஆம்பளைக படிக்கறதுல ஆம்பளைகளே அப்படி எளுதுனா அதுல என்னுங் பங்காளி ஒரு நிது இருக்கும்? பொம்பளைக, அதுவும் இவளாட்ட கலியாணமாகாத வலசப் புள்ளைக, மூஞ்சியும் லச்சணமா, ஒடம்பும் கிண்ணு கிண்ணுன்னு மதாளிச்சுட்டு இருந்து, எளுதறதும் அந்த மாற எளுதுனா,... அது ஒரு நிது'!" என விளக்கமளிப்பான்.

ரெஜினா மனோன்மணியின் கவிதைகள் மீது, பல்லேலக்காவுக்கு இருக்கிற நிந்த நிது, அவள் மீதும் உண்டு. அவளது கவிதைகளை வாசிக்கிற ஆண்கள் எல்லாருக்குமே அந்த நிது வரத்தான் செய்யும்.

கன்னிமை, கற்பு, ஒழுக்கம் போன்ற கெட்ட வார்த்தைகள் ரெஜினாவின் விவிலியத்திலேயே கிடையாது என்பது இலக்கிய உலகம் அறிந்த விஷயம். அவளது அந்தரங்கங்கள் பற்றி அனேக செய்திகள் நம்பத் தகுந்த

வட்டாரங்கள் வாயிலாக உலவிக்கொண்டிருந்தன. அவளது அந்தப்புர லீலைகள் பற்றிய சுவிசேஷங்களை, பல படைப்பாளிகளும் தங்களது கதை, கவிதை, நாவல்களில் எழுதியுமிருக்கிறார்கள். ரெஜினா அது பற்றிக் கவலைப்படுவதில்லை. ஆனால், அவளைக் கோபமூட்டுகிறபடி வாலாட்டி-னால் தக்க பதிலை பேச்சிலோ, எழுத்திலோ அல்ல; செயலில் காட்டி-விடுவாள். அவளுக்கு பலான குறுஞ்செய்தி அனுப்பிய குத்தாட்டப் பாட-லாசிரியன் பாரதிநேசனும், எச்சுப் பண்ணாட்டுப் பண்ணிய நாவலாசிரியன் வீரகேசரியும் அவ்வாறு மேடையிலேயே அறைச்சல் பட்டவர்கள்.

இப்படியான அசம்பாவிதங்களுக்கு தானும் ஆட்பட்டுவிடக் கூடாது என்ற எச்சரிக்கையினாலேயே பல்லேலக்கா தனது தாண்டுகால் ஆசைக்கு தளை-கவுறு போட்டிருந்தான். எனினும் எப்படியாவது ரெஜினாவுக்குப் பிடித்தமான-வனாக ஆகி, ஒரு முறையேனும் தனது ஆசையை நிறைவேற்றிவிட்டால், ஜஞ்சணக்கு சாமியாரின் பிரசுரிக்கத் தகாத ஸ்பேர் பார்ட்ஸைக் கடித்துக் குத-றிய, போன ஜென்மப் பாவத்துக்குப் பரிகாரமாகிவிடும்; இலக்கியவாதியாகப் பிறப்பெடுத்திருக்கிற இந்த ஜென்மமும் சாபல்யமடைந்து விடும் என லட்சி-யம் கொண்டு, பல வகையிலும் முயற்சித்துக்கொண்டுமிருந்தான்.

வெள்ளைக் காக்கா இதழ் 11 மற்றும் 12&13-ல் அவளது கவிதைகளுக்கு சிறப்புப் பக்கங்கள் ஒதுக்கி வெளியிட்டது இதன் காரணமாகவே. இதழ் 14-ல் அவளது ஜிகாலோக்கள் தேவை' கவிதைத் தொகுப்புக்கு அவனே ஆறு பக்-கம் மாய்ந்து மாய்ந்து மதிப்புரை எழுதியுமிருந்தான்.

பெண்களைத் தமது இச்சை தணிக்கும் போக உறுப்புகளாக மட்டுமே பார்க்கிற ஆயிரத்தாண்டு ஆணாதிக்கத்துக்கு எதிராக, ஆண்களைத் தமது தினவு தணிக்கும் எதிர் பால் உறுப்பாக மட்டுமே பார்க்கிறது சமகால தமிழ் பெண்ணியம். பரத்தையர் பாரம்பரியத்தில் ஊறித் திளைத்த ஆணாதிக்க சங்க மரபுக்கெதிராக, காதலன்களையும் கணவன்களையும் கள்ளக் காதலன்களை-யும் மறுதலித்துவிட்டு, ஜிகாலோ'(gigolo)க்களை, அதாவது ஆண் விபச்-சாரர்களைத் தெரிவு செய்கிறார் ரெஜினா மனோன்மணி. இதை இருபத்-தோராம் நூற்றாண்டுப் பெண்ணியத்தின் உச்சம் என்றே சொல்லலாம்' என எழுதியிருந்த அந்த மதிப்புரை மட்டுமே அவனுடைய எழுத்தில் புரியக்கூடிய ஒன்றாக இருந்தது என்று ரெஜினாவே அழைத்துப் பேசினாள்.

அந்த இரவுப் பேச்சின் குழறலில் அவள் கன மப்பில் இருப்பது தெரிய வந்தது. இவனும் அப்போது மப்பும் மந்தாரமுமாகவே இருந்தான். எனவே அதன் தைரியத்தில், மற்றவர்களிடம் சொல்கிறபடியே அவளது கவிதைகள் தன்னைக் கிளர்த்தும் அனுபவங்கள் பற்றி, பட்டைச் சாராய - சரோஜாதேவி ஒப்பிடல்களோடு குறிப்பிட்டான்.

உடனே அவள், “பட்டைச் சாராயம் அவ்வளவு ஹார்ட் கோரா பண்ணை? அப்படின்னா அதை நான் அடிச்சுப் பாக்கணுமே! ஒரு ஆப் பாட்டில் கெடைக்குமா?” என்று கேட்டாள்.

“ஆப் பாட்டலென்னுங் ஆப் பாட்டல்? உன்னீம் மூணு மாசத்துல காக்கா மாநாடு வாறக்கு இருக்குதுங். அதுல நீங்க நிந்த நிதா - அதுதானுங் ப்பெசல் கெஸ்ட்டாக் கலந்துட்டீங்னா, உங்களைய வடிசல்லயே குளிப்பாட்டிப் போட-லாங்” என்றான்.

“ஓ.கே., டன்!” என்றவள், “மாநாட்டுக்கு நான் மட்டும் வந்தா அவ்வளவு நல்லா இருக்காதே! இந்திராணி, தில்ஷாத் மாதிரி மத்த பெமினிஸ்ட்டுகளை-யும் கூப்பிடுங்க. பெண்ணிய அமர்வு கூட வெச்சுக்கலாம்” என்று யோசனை-களும் நல்கவே, அவனுக்கு குஷி கிளம்பிவிட்டது. “கும்படப் போன குப்-பியண்ணன் குறக்கால வந்ததும்மில்லாம, கைலிருக்கற சாராய பாட்டலையும் கஞ்சா சுருட்டையும் வரமாக் குடத்தாப்புடி இருக்குதுங்” என்று குதியாளம் போட்டான்.

அமைதிச் சோலையாகத் திகழும் பல்லேலக்காபாளையம் சற்று பரபரப்புக்-குள்ளாவதே காக்கா மாநாடுகளின்போதுதான். அதிலும் இந்த மாநாடு, முன் எப்போதும் இருந்திராதபடி ப்பெசல் ஐட்டங்களோடு களை கட்டியிருந்தது. ஊர் மையமான பேருந்து நிறுத்த முச்சந்தியில் பேனர்கள், ஐந்தாவது காக்கா மாநாட்டுக்கு வருகை தரும் இலக்கியப் பெருந்தகைகளுக்கு வருக வருக போட்டன. பெண்ணியப் பேரொளி பட்டத்தோடு 8′x4′ ப்ளக்ஸில் ட்ரிபிள் எக்ஸ் கவிஞ்ரி ரெஜினா மனோண்மணி ஜீன்ஸில் நிறைந்து ட்டீ - ஷர்ட்டில் ததும்பிக்கொண்டிருந்தாள். பொக்குனு போயிருவாளுகளே என சீலை கட்டிய இந்திராணிக்கும், பர்தா போட்ட தில்ஷாத் பேகத்துக்கும் சேர்த்து பட்டைக்-கடையாக ஒரு 6′x3 ப்ளக்ஸ். டபுள் எக்ஸ் கவிஞிகளான அவள்களுக்கு கெவுருதிப் பட்டமளிப்பும் கிடையாது.

கடைசி நேர அவுதியில் மேற்படி பேனர் கட்டுதல், ப்ளாக்ஸ் போர்டு நாட்டுதல்களை பல்லேலக்காவும் மூன்று சிங்கிடிக் காக்காய்களும் மேற்பார்-வையிட்டுக்கொண்டிருக்க, “என்னுங் கவுண்ரே,... இந்த வாட்டி இலக்கிய நோம்பி பெலமாட்டிருக்குதுங்!? பேனரு, கட்டவுட்டெல்லாம் வெச்சுக் கலக்-கீட்டிருக்கறீங்கொ?! தாருங் இந்த சீன்சு அம்முணி; நடிகீங்ளா? நமீதாளாட்ட கும்”முனு இருக்குது?!” என்று சுற்றுப்புறநர்களும் வெட்டி ஆப்பீசர்களும் குசலம் விசாரிப்புக்கு வந்துவிட்டனர். வடிசல் எத்தனை லிட்டர், கெடாய் எவ்வளவு என்று கூப்பிடாத பந்திக்கு கூட்டு பொரியல் எண்ணிய குடிகாரக் குப்பனுகள், “தேனுங் கவண்ரே,... விசுவேசமெல்லாம் முடிஞ்சவிட்டுன்னா-லும் அடி வடிசலாச்சு அரைக் கௌாஸ் - காக் கௌாஸ்

கெடைக்கும்ங்ளா,... நெல்லுக்குப் பாயறது பில்லுக்கும் பாயறாப்புடி” என்று அச்சாரமும் போட்டனர்.

நேற்றிரவே புள்ளாச்சி வந்து சேர்ந்து சக்தி லாட்ஜில் தங்க வைக்கப்பட்டிருந்த கருத்தரங்க அமர்வாளர்களான இலக்கியப் பெருந்தகைகளையும், சிறப்புக் கருத்தரங்கிகளான பெண்ணியப் பேரொளி மற்றும் பேகம் அன்ட் கோ'வையும் அழைத்து வருவதற்காக இணைக் காக்கா சோழீஸ்வரனும், உதவிக் காக்கா லெனின் பாலாஜியும் பல்லேலக்காவின் காரை எடுத்துக்கொண்டு சென்றிருந்தனர். போர்னோக்காரிகளுக்கு மட்டுமே கார். ஆண் அமர்வாளர்களுக்கு அங்கிருந்தே வாடகை ஜிப்ஸி பிடித்துக்கொள்ள வேண்டியது.

தமிழகத்தின் திக்கெட்டிலுமிருந்து ராப் பயணம் முடிந்து வந்த இலக்கிய விடியா மூஞ்சிகள், புள்ளாச்சியிலிருந்து நகரப் பேருந்தோ சிற்றுந்தோ பிடித்து கூட்டம் கூட்டமாக முச்சந்தியில் இறங்கிக்கொண்டிருந்தன. விவசாயத்துக்கு மட்டும்' என எழுதிய டெம்ப்போ அந்த இலக்கிய லக்கேஜ்களை ஏற்றிக்கொண்டு, மாநாடு நடக்கும் இடமான பல்லேலக்காவின் தோட்டத்திற்குச் செல்வதும், இறக்கிவிட்டு வருவதுமாக இருந்தது. எட்டு மணி முதல் அரை மணி, முக்கால் மணி இடைவெளிகளில் அசலூர் விடியாமூஞ்சிகள் மம்மானியமாக வந்து இறங்கிக்கொண்டேயிருக்க, டெம்ப்போ நாலைந்து ட்ரிப் அடிக்க வேண்டியதாயிற்று.

“ஏன் ராசு,... ரெஜினா வாறதுனால இந்த வாட்டி கூட்டம் டப்புள் மடங்கு வரும்னு கணக்குப் பண்ணியிருந்தம்... உப்பப் பாத்தா முட்பிள் மடங்கே ஆயிருமாட்ட இருக்குது!? உரிச்சுட்டிருக்கற கெடாய்க பத்தாது. உன்னீமு ரெண்டு கெடாய்க்குச் சொல்லீரு. அதுக்குத் தகுந்தாப்புடி எஸ்ட்டாப் பாசுமதிச் சாக்க அண்ணாச்சி கடைலருந்து எடுத்து டிம்போலயே போட்டுட்டுரு. பிரியாணி சாமானம், ப்ளாஸ்டிக் கௌாசு, எஸ்ட்டா ஏனம் எது வேணுமோ அதெல்லாம் அங்கயே வாங்கிக்கொ. கொளந்தானக் கூப்புட்டு எலை எஸ்ட்டா அறுக்கச் சொல்லீரு” என உத்தரவு போட்டுக்கொண்டிருக்கையில் அலைபேசி ஒலித்தது.

அடுத்தடுத்து அழைப்புகள். தாமதமாக வந்துகொண்டிருக்கும் அசலூர்க்காரர்கள் சிலர், ரெஜினா மாநாட்டுப் பந்தலுக்கு வந்து சேர்ந்தாயிற்றா, மாநாடு சரியாக எத்தனை மணிக்கு என்று புள்ளாச்சியிலிருந்து ஒருத்தர், மாநாட்டுப் பந்தலிலிருந்து மேற்பார்வைக் காக்காய்களின் அதென்ன பண்றது, இதென்ன பண்றது கேள்விகள்.

அதற்குள், “காரு வந்துருச்சு,... காரு வந்துருச்சு...” என இங்குள்ள சிங்கிடிக் காக்காய்கள் றெக்கையடித்தன. பல்லேலக்கா இன்னும் இங்கே நிற்பதைப் பார்த்து சோழீஸ்வரன் காரை நிறுத்த, பின்னால் வந்த ஜிப்ஸியும் நின்றது. சிங்கிடிக் காக்காய்கள் புடை சூழ பல்லேலக்கா சிறப்பு விருந்தினர்களை வரவேற்க விரைந்தான்.

காரின் முன்னிருக்கையிலிருந்து ரெஜினா மனோண்மணி இறங்கியதுமே சுற்றுபுறச் சூழலில் தட்ப வெப்ப நிலை பெரும் பாதிப்புக்குள்ளாகிவிட்டது.

முகத்தில் பாதி மறைக்கிறபடி குளிர்க் கண்ணாடி அணிந்திருந்தாள். ஆனால், இடுப்பெலும்பின் உட்சரிவுக் கோணம் தெரிகிற அளவுக்கு வெகு கீழே இறங்கியிருக்கும்படியான, DLJ எனப்படும் (Dangerly low Jeans) அபாயத் தாழ்ச்சி ஜீன்ஸ். தொப்புளுடன் கண்ணாமூச்சி ஆடிக் கொண்டிருக்கும்படியான, இறுக்கிப் பிடித்த ஸ்லீவ்லெஸ் ட்டீ - ஷர்ட். தொப்புளுக்கு இடது பக்கம் தேளோ, நட்டுவாக்காலியோ ஸ்டாச்சூ.

தாங்குமா பல்லேலக்காபாளையம்?

"ரெஜினா, அவ கவிதையாட்டவேதான் இருக்கறா பங்காளி! ஆப் பாட்டலல்லொ; வடிசல் பானையவே ப்புல்லாக் கமுத்துனாப்புடி, வெந்தே போச்சு போ!" என்ற சிங்கிடிக் காக்காய்கள், இவனுக்கு முன்பே பறந்தடித்துப் பாய்ந்து அவளைச் சூழ்ந்துகொண்டன. எவ்வளவு முடியுமோ அவ்வளவு பக்கத்தில் சென்று தரிசித்துவிடுகிற ஆவல்; எங்கெங்கேயோ தொட வேண்டும் என்றிருக்கிற கொதிப்பைத் தணித்து, கையையாவது தொட்டுவிடுகிற ஆறுதலுக்காக கை குலுக்குதல்கள்; ஒரு வார்த்தையாவது பேசிவிட வேண்டும் என்பதற்காக, உங்களோட அந்தக் கவிதை சூப்பர், இந்தக் கவிதை டாப்பு என்கிற பாராட்டுதல்கள்...

சக்கர வியூகத்தை உடைத்துக்கொண்டு பல்லேலக்கா பாலு உட்பிரவேசித்தபோது இந்திராணியும் தில்ஷாத் பேகமும் இறங்கியிருந்தனர். இந்திராணி உள்ளாடைகள் ஊடுருவித் தெரியும்படியான சுடிதாரை மாட்டியிருந்தாள். அப்படியிருந்தும் அவளது கருத்த நிறத்துக்கும், அழகற்ற முகத்துக்கும் அது பெப்பரப்பே' எனப் பல்லிளித்தது. பொறத்தால குச்சீல கட்டித் தூக்கி சோளக் காட்டுல நிறுத்தலாம். துப்பட்டாவைத் தலைக்கு முக்காடிட்டிருந்த தில்ஷாத் பேகத்தின் முகம், எப்பவும் போல ஆப்கானிஸ்தான் அகதியாட்டமே இருந்தது.

நேற்றிரவே ரயில் நிலைய வரவேற்புக்கு இணைக் காக்கா, உதவிக் காக்கா சகிதம் சென்று சந்தித்திருந்ததால் இப்போது அறிமுகப் படலம் வேண்டியிருக்கவில்லை. மருகேதி நிமித்தமான "வாங் - வாங்!" கும்பிடுவை மட்டும் எல்லோருக்கும் போட்டு முடித்தான். சிங்கிடிக் காக்காய்கள் ரெஜினாவைக் கொத்தித் தின்றுவிடும் போல் மொய்த்துக்கொண்டிருந்தன.

உள்ளாடைக் கவர்ச்சி காட்டிக்கொண்டிருந்த இந்திராணியை ஒரு காக்கா கூடக் கண்டுகொள்ளவில்லை. அந்தக் கடுப்பில் அவள் சுற்றுமுற்றை பராக்குப் பார்க்க, ரெஜினாவுக்கு மட்டும் நின்ன மானிக்கு தனி ப்ளக்ஸ்; தங்கள் இருவருக்கும் சேர்த்து பட்டக்கடையாக, அளவிலும் சிறியதாக என்கிற விஷயமும் எரிச்சல் கூட்டுவது தெரிந்தது. முழங்கையில் இடித்து பேகத்திடம் சாடை காட்டவும் செய்தாள். பேகத்தின் ஆப்கன் முகத்தில் இந்தச் சோகமும் சேர்ந்துகொண்டது.

இடது கையால் குளிர்க் கண்ணாடியைத் தலையில் ஏற்றிக்கொண்டு, ரெஜினாவும் தனது ப்ளக்ஸை ஏறிட்டாள். அவள்களுடையதையும் அள்ளக்

கண்ணில் நோட்டமிட்டு, தனது அந்தஸ்து நிலைநாட்டப்பட்டதின் பெருமிதத்தோடு கண்ணாடியை இறக்கிக்கொண்டாள்.

கூடியிருந்த வெட்டி, திண்ணை தேய்ப்பு, வழிப்போக்கு, வேலை மெனக்கெடுப்புக் கூட்டமும் இவர்களைச் சூழ்ந்துகொண்டது. ரெஜினாவைப் பார்த்து இன்னும் சில ஆண்களும், பெண்களும், சிறார்களும் கூட தத்தமது காரியங்களை விட்டுவிட்டு வந்தனர். "பத்து வருசத்துக்கு மிந்தி நாம ஓம் ப்ரகாஷ் தேட்டர்ல காலைக் காட்சி பாத்தாப்புடியே இருக்குதுறா." நடுத்தர வயதினன் ஒருவன் சொல்ல, "அ - ஆண்டா! சாடை கூட சக்கீலா படத்து செக்கண்ட் கதாநாயகி ரேஷ்மாவாட்டவே இருக்குதல்லொ!? ஒடம்பும் பாரு அப்புடியே அவளாட்டமே கிண்ணு கிண்ணுனு மதாளிச்சுட்டு!" என்றான் உடனிருந்தவன். அவிழ்ந்து விழுமா, விழாதா என்ற அவளது அபாய விளிம்பு பேன்ட் பற்றிய ஆண்களின் விவாதங்கள் ப்ரார்த்தனைகளாக மாறின.

"தென்ன இந்தம்முணி, அவுந்துளுறாப்புடி லூசுப் பேன்ட்டு போட்டுட்டிருக்குது,... ஆம்பளைக சொள்ளுத்தீட்டுப் பாக்கறது கூடத் தெரியாம!? ஏனம்முணி,... ப்பேன்ட்ட மேல தூக்கி பெல்ட்ட இறுக்கிக் கட்டு." பெண்மணி ஒருத்தி அக்கறைப்பட, "விளுந்தா விளுகுட்டும்னுதாங்க அப்புடிப் போட்டிருக்கறா" என்று இந்திராணி ப்ளக்ஸ் காம்ப்ளக்ஸைத் தீர்த்துக்கொண்டாள். ரெஜினாவும் சிரித்தாள். "அவ சட்டி - பாடி தெரியறாப்புடி சுடிதாரு போட்டிருக்கறா; இவ அவுந்துளுகறக்கு பேண்டு போட்டிருக்கறா. இதுக செரியான டில்லி முள்ளு ஆட்டக்காரீகளாட்ட இருக்குது" என்றபடி பெண்கள் போய்விட்டனர்.

வழிப்போக்கில் இருந்த இவனது மாமா ஒருவரும் பைக்கை நிறுத்தி, "ஏம் மாப்ள,... வருசா வருசம் உங்க எளுத்தாளருக கூட்டத்து நோம்பிக்கு ராத்திரி அண்ணம்மாரு கதை, பாரதக் கூத்துன்னு நடத்துவீங்கொ. இந்த வாட்டி என்னொ ரிக்காட் டேன்சுங்ளா, டில்லி முள்ளு ஆட்டம்ங்ளா? ரேட்டு எப்புடிங்?" என்றபடி ரெஜினாவின் இடுப்பு வட்டாரத்தில் தன் பொலி காளைப் பார்வையை மேய விட்டார்.

"அய்யய்யோ,... அப்புடியில்லீங் மாமா! இவுங்களும் எளுத்தாளருக கூட்டந்தானுங். கவிதை எளுதறவீக" என்பதற்குள் ரெஜினா இவர்கள் பக்கம் வந்து நின்று, "டில்லி முள் ஆட்டம்னா என்னங்க பண்ணை? அந்த லேடீஸூம்

சொன்னாங்க; இவரும் அதையே கேக்கறாரு!?" என்று ஆர்வத்தோடு வினவினாள்.

"சேம் சேம் பப்பி சேம் ஆட்டம்ங்க. ஊருக்கு ஒதுக்கமா காட்டுக்காள ஐநூறு, ஆயிரம்னு டிக்கிட்டுப் போட்டு நடக்கும். இங்கல்லாம் டவுன்ல, சிட்டில மாற இல்லீங்ளே! ஆடியன்சுக பாஞ்சு பண்ணையம் பாத்துருவாங்க. அதுக்கொசரம் சுத்தீலயும் டில்லி முள்ளுப் போட்டு, உருட்டுக் கட்டையோட

அடியாளுகளக் காவலுக்கும் நிறுத்தியிருப்பாங்'' என விளக்கியவன், ''உன்னீமு இங்க நின்னுட்டு நின்னா நம்ம பண்ணையம் கடவு முட்டிரும். ஏறுங் கார்ல'' என்று முன் கதவை விரியத் திறந்தான்.

பச்சை மலைத் தொடர் பின்புலத்தில் கொக்கு பூத்த வயல்களும், பூவெடுத்த கரும்புத் தோட்டங்களும் பின்னோக்கி ஓட, கமுகு - வாழை - தென்னந் தோப்புகளில் டார்வின் சித்தாந்தங்கள் தாவிக்கொண்டிருந்தன. ''இதெல்லாம் நம்ம தோட்டந்தானுங். கௌக்குத் தலைலிருந்து மேக்குத் தலை முட்டும், வடக்குத் தலைலிருந்து தெக்குத் தலை முட்டும் ஏள்ரை ஏக்கரா இருக்குதுங். ஏக்கரா இருவது லச்சத்துக்குப் போகுங்'' என சொத்துக் கணக்கை ஒப்பித்துக்கொண்டிருந்தான் பல்லேலக்கா. சோழீஸ்வரனைத் தனது பைக்கில் வரும்படி பணித்துவிட்டு ஓட்டுநர் இருக்கையை அவன் கைப்பற்றியிருக்க, முன் இருக்கையில் வீற்றிருந்த ரெஜினா, வாவ், பென்ட்டாஸ்ட்டிக், எக்ஸலென்ட் என சூப்பர்லெட்டிவ் டிகிரியில் வியந்தபடி அந்த இயற்கை அழகுகளை ஹேண்டிகேமில் பதிவாக்கிக்கொண்டிருந்தாள்.

சிதிலமடைந்த அப்பாறு காலத்துக் களத்து வீட்டின் பரந்த காரை வாசலை அடைத்தபடி தென்னோலையால் மாநாட்டுப் பந்தல் போடப்பட்டிருந்தது. மாவிலை, பனங்குருத்துத் தோரணங்கள், நுழைவாயிலில் குலைத்த வாழை சகிதம் விழாக் கோலம் பூண்டிருந்த அங்கும் முச்சந்தியில் போலவே பேனர்கள், ப்ளக்ஸ்கள். மாட்டுத் தொழுவத்திற்கப்பால் புளிய மரவாதில் தலைகீழாகத் தொங்கவிடப்பட்டு கிடா முண்டங்கள் தோலுரிக்கப்பட்டுக்கொண்டிருந்தன.

வந்திருந்த கூட்டம் பந்தலுக்குள் கெடை கொள்ளாமல் மாமரத்தடி, பலா மரத்தடிகளிலும், தோப்பு நிழல்களிலுமாகத் தஞ்சமடைந்திருந்தது. நகரவாசிகள் சிலர் மோட்டார் நீரில் ஆசை தீரக் குளித்துக்கொண்டிருக்க, மற்ற சிலர் தோட்டத்தைக் கள ஆய்வு செய்வதில் ஈடுபட்டிருந்தனர். பொறத்தால கையைக் கட்டியபடி பொளியில் நின்று களை பிடுங்கும் பெண்களை மேற்பார்வையிட்டுக்கொண்டிருந்த காட்டுப் பண்ணாடியிடமும் ஓரிரு ஜோல்னாப் பையர்கள் ஏதோ நேர்காணல் நிகழ்த்திக்கொண்டிருப்பது தெரிந்தது.

பைக்குகள் பின்தொடர காரும் ஜிப்ஸியும் வந்து களத்து வளாகத்தில் நின்றதுமே நாலா புறமும் சிதறியிருந்த கூட்டம் பந்தலை நோக்கிக் குழுமலாயிற்று.

சீன்ஸ் அம்முணி, சுடிதார் சுந்தரி, முக்காடு பேகம் ஆகிய முப்பெரும் தேவியர் இறங்கிச் சென்றதுமே, அங்கிருந்த சிங்கிடிக் காக்காய்கள் அவரவர் பொறுப்புகளை உதறியெறிந்துவிட்டு, நாற்காலி விரிப்பு, இளநீர் விநியோகம், மாநாட்டு மலர் வழங்கல் என தேவியர் சேவையில் புண்ணியம் தேடிக்கொண்டனர். இளநீரை ஸ்ட்ராவில் உறிஞ்சிச் சுவைத்த பேகம், மாநாட்டு மலரை ஹராம் என ஒதுக்கிவிட்டாள். நாகர்கோவில் எலிமென்ட்ரி கவிஞன்

குறுநகை கிருஷ்ணவேணி சுய அறிமுகத்துடன் குறுநகை பிரதிகளை மூவருக்கும் வழங்கிவிட்டு இதழுக்கு படைப்புகள் அனுப்புமாறு கோரிக்கை விடுக்க, “சிறுவர் மலர்லல்லாம் நாங்க எப்படிப்பா எழுதறது?” என்று கேட்டாள் இந்திராணி. “பொம்பளைப் பேரு வெச்சிருக்கீங்களே,... நீங்க அரவாணியா? ஆப்பரேஷன் பண்ணீட்டீங்களா?” என்று கேட்டுக் கடுப்படித்த ரெஜினா, சிகரெட் எடுத்துக் கொளுத்திக்கொண்டு உல்லாசமாக கால் மேல் கால் போட்டு ஆட்டியபடி, வாயிலும் மூக்கிலும் ஜோராகப் புகைவிட்டாள்.

பத்து மணிக்குத் துவக்கம் என்று அழைப்பிதழில் போடப்பட்டிருந்த மாநாடு, பத்தே முக்காலுக்கு சோழீஸ்வரனின் வரவேற்புரையோடு ஆரம்பமாயிற்று. ஆண் கருத்தரங்கிகளின் முதல் அமர்வுக்கான கொங்குநாட்டானின் தலைமையுரையின்போதே அரங்கின் பின் பகுதியில் இருந்தவர்கள் வெளிநடப்பைத் துவக்கிவிட்டார்கள். முதல் கருத்தரங்கி அம்பேத்கர் அடிமை மைக்கைப் பிடித்தபோது மத்தியப் பகுதியும் புலம் பெயர்ந்துவிட்டது.

அப்படியிருந்தும் அயராமல், ஆளுக்குக் கால் மணி நேரம் என்ற வரையறையை மீறி, ஆவேசம் பொங்க 35 நிமிடங்கள் வறுத்தெடுத்தார் திரு. அடிமையவர்கள். லோக்கல் கூட்டம்தானே என்று சாவகாசமாகப் புறப்பட்டு இரு சக்கர வாகனங்களில் வந்த புள்ளாச்சி மற்றும் சுற்று வட்டார இலக்கியவாதிகள், பந்தலுக்கு மேல் கட்டியிருந்த ஒலிபெருக்கிகளில் புகையைப் பார்த்ததுமே உள்ளே வராமல் வெளிநடப்பான்களிடமே நின்றுகொண்டனர். முன் வரிசைகளிலிருந்து கபாலம் கரிந்தவர்களும் தப்பியோடப் பார்க்கையில் பல்லேலக்கா குறுக்கு சால் ஓட்டி, அடுத்து வரும் கருத்தரங்கிகளை சுருக்கமாகப் பேசி முடிக்கும்படி கேட்டுக்கொண்டான். அந் நேரத்தில் சமையல் கூடத்திற்குச் சென்று நிலவரங்களைப் பார்வையிட்டுவிட்டும் வந்தான்.

பனிரெண்டு மணிக்குத் தேநீர் இடைவேளை.

பிறகு இரண்டாம் அமர்வாக நட்சத்ரப் போர்னோப் பெண்ணியக் கவிஞிகளின் சிறப்புக் கருத்தரங்கம். அப்போது மாமரத்தடி, பலா மரத்தடி மற்றும் தோப்பு நிழல்களில் இளைப்பாறியபடி இலக்கிய விவாதங்களிலும், போர்னோ நட்சத்ரங்களின் அந்தரங்கம் பற்றிய முனைவர் பட்ட ஆய்விலும் ஈடுபட்டிருந்த வெளிநடப்புவாதிகள் மற்றும் உள் நுழையாவாதிகள் ஒருவர் பாக்கியில்லாமல் பந்தலுக்குள் வந்துவிட்டனர்.

காரோட்டப் பழக்கியிருக்கிற வளர்ப்புப் பிராணியான கணவனுடன் மதுரையிலிருந்து தன் காரிலேயே வந்துவிட்ட அர்த்தநாரீஸ்வரிதான் பெண்ணிய அமர்வுக்குத் தலைமை. கவிதைகளும் கதைகளும் எழுதக்கூடிய அவளுக்கு ஒரு பிரி கழன்றிருப்பது அவளது எழுத்தில் தெரியாது; பேச்சிலும் நடவடிக்கைகளிலும் தெரியும். “பெண்ணியவாதிக எல்லாருமே நெம்ப நல்லவய்ங்ய! காக்காக் கூட்டமும் நெம்ப நல்ல கூட்டம்னு சொன்னாய்ங்ய. என்னோட

புஜ்ஜிக் குட்டிக்கு பிரியாணி ரொம்பப் புடிக்கும்ங்கறதுனாலதான் நான் இந்த இலக்கியக் கூட்டத்துக்கே வந்தேன்'' எனத் தலைமையுரை ஆற்றிவிட்டு அமர்ந்தாள்.

கருத்தரங்கின் முதல் வீச்சு இந்திராணியினுடையது. ரெஜினாவுக்கு சரி-சமானமான ப்ளக்ஸ் வைக்காத கடுப்பு, அவளைவிட அதிகமாக ஊடுருவல் கவர்ச்சி காட்டியும் ஒருத்தன் கூட தன்னைப் பார்த்து ஜொள்ளு விடாத எரிச்சல் ஆகியவற்றால், ஆண்கள் என்றாலே ஆதிக்கம்தான் என்று விளா-சியடித்தாள். அதைக் கேட்டு ஆண்கள் கைதட்டினார்கள். அடுத்து வந்த தில்ஷாத் பேகம் முக்காடை இழுத்து இழுத்து மூடிக்கொண்டு, அண்ணன் அடிச்சுப்போட்டான், ரெண்டாவது புருசனும் தலாக் பண்ணீட்டான், ஜமாத் தள்ளி வெச்சிருச்சு என்று மூக்கைச் சிந்தி, எனது ....கள் அழுகின்றன; எனது .... அழுகிறது; எனது நான்' அழுகிறது' என்று கவிதையாக ஒப்-பாரி வைத்துவிட்டு அமர்ந்தாள். கூட்டம் கை தட்டுவதா, கர்ச்சீப் கொண்டு போய்க் கொடுப்பதா எனப் புரியாமல் ஒரு நிமிடம் மௌன அஞ்சலி செலுத்-தியது.

இறுதிப் பேச்சாக ட்ரிபிள் எக்ஸ் கவிதாயினி ரெஜினா மனோண்மணி.

“மச்சான்ஸ் அன்ட் மாம்ஸ் ஆப் ஆல் காக்காக் கூட்டம்'' என்று அவள் துவங்கியதுமே குய் குய் என்று சிங்கிடிக் காக்காய்களின் விஸில் பறந்தது. “ஆணாதிக்கத்தைத்தான் நான் வெறுக்கறேன்; ஆம்பளைகளையல்ல'' என்-றபோது அரங்கமே ஆர்ப்பரித்தது. “பெண்ணுடல்ல எந்த அளவுக்கு உங்க-ளுக்கு மயக்கமோ, அந்தளவுக்கு ஆண் உடல்ல எனக்குக் கிறக்கம்'' என்-றபோது கூட்டமே உச்சகட்டப் பரவசத்தில் திளைத்தது. போதாக்குறைக்கு ஆவலுறும் பதற்றத்தை ஏற்படுத்திக்கொண்டிருந்த அவளின் அபாயத் தாழ்ச்சி ஜீன்சும், தொப்புளுடன் கண்ணாமூச்சியாடுகிற ஸ்லீவ்லெஸ் ட்டீ - ஷர்ட்டும், பட்டைச் சாராய போதையை இப்போதே ஏற்படுத்தியிருந்தன.

அவள் பேசி முடித்ததுமே கூட்டத்திலிருந்த குறுந்தாடிக்காரனான ஒல்லிப்-பிச்சான் ஒருவன் எழுந்து நின்று முஷ்டியை உயர்த்தி, “எங்கள் தலைவி

ரெஜினா மனோண்மணிக்கு'' என்று குரல் எழுப்பினான். ஓரஞ்சாரமாக நின்றுகொண்டிருந்த சிங்கிடிக் காக்காய்கள் உற்சாகமாக ஜே!' போட்டன.

“தன்மானத் தங்கம், பெண்மானச் சிங்கம், தலைவி ரெஜினா மனோண்ம-ணிக்கு - ''

“ஜே...! ஜே...!''

“வருங்கால முதல்வர், செம்மொழிச் செல்வி ரெஜினா மனோண்மணிக்கு - “

“ஜே...! ஜே...!''

கோஷத்தோடு இப்போது விஸிலடிப்பும் காது ஜவ்வைக் கிழித்த்து.

யார் அந்தக் குறுந்தாடி ஒல்லிப்பிச்சான் என்று பல்லேலக்காவும் மற்றவர்களும் உற்றுப் பார்த்தனர். வெள்ளைக் காக்கா வாசகனும், நவீன கவிதைகள் மற்றும் நடுத்தரக் கதைகள் எழுதுகிறவனும், அந்த 37 அறிவுஜீவிகளில் இருபத்தேழாமவனுமான ஷாராஜ்.

கருத்தரங்க அமர்வுகள் முடிந்ததுமே காக்கா மாநாட்டின் அடுத்த அமர்வான பட்டைச் சாராயக் கலை நிகழ்ச்சி. அரங்கமாக இருந்த பந்தல் பகுதியை, அடுத்து வரவிருக்கும் கலை நிகழ்ச்சியான கெடா விருந்துக்குத் தக்கபடி மாற்றி அமைக்க வேண்டியிருந்ததால், ஆலைச் சாளைக்குப் பின் பக்கமுள்ள மாமரங்களடியே சாராய வைபவத்துக்கு ஏற்பாடு செய்யப்பட்டிருந்தது.

பட்டைச் சாராய மகிமைகள் பற்றி புதியவர்களுக்குத் தெரியாதென்பதால் பல்லேலக்கா ஓர் அறிமுகச் சிற்றுரை ஆற்றினான்.

“பட்டை வடிசல் நம்ம பெண்ணியக் கவிஞிகளோட கவிதைகளாட்ட செம காட்டமா இருக்குமுங் பங்காளி. விஸ்க்கி, பிராந்தியாட்ட லேசுப்பட்ட காரியம்னு நெனைச்சுக்காதீங். பளக்கமில்லாதவீக ராவாக் குடிக்கவே முடியாது. ஒண்ணுக்கு எட்டு, ஒண்ணுக்குப் பத்துங்கற விகிதாச்சாரத்துல தண்ணி கலக்கோணும். காக் கௌாசுல பாதி, அரைக்கா அளவு வடிசல் ஊத்தீட்டு, கௌாசு நெறக்கா தண்ணி ஊத்தீட்டா செரியா இருக்கும். இல்லாட்டி ஓமட்டிரும். ஜின்னு, ஓட்காவாட்டம் இதுலயும் கனி (எலுமிச்சை) ரெண்டு மூணு சொட்டு புளிஞ்சுட்டுட்டா வாசமும் தெரியாது; டேஸ்ட்டும்

நல்லா இருக்கும். மொதல்ல அப்புடிக் குடிச்சுப் பாத்துட்டு, காட்டம் பத்துலீங்கறவுங்க மட்லும் வடிசலச் சேத்தி தண்ணியக் கொறைச்சுக்குங்.”

சிற்றுரை முடிந்ததும் சிங்கிடிக் காக்காய்கள் விநியோகத்தைத் துவக்கின. மேஜை, பெஞ்ச்சுகளில் வரிசையாக ப்ளாஸ்டிக் டம்ளர் சரம், வடிசல் கேன், தண்ணீர் அண்டா, எலுமிச்சைத் துண்டுகள், கமுகு மட்டைத் தட்டம், கிடா வறுவல், தோட்டத்தில் விளைந்த வெள்ளரி - ஹை ப்ரீட் தக்காளி - பல்லாரி நறுக்குகள், உப்பு - மிளகாய்ப் பொடி தூவிய மாங்காய்த் துண்டங்கள் ஆகியவை வைக்கப்பட்டிருக்க, குடிகாரக் குப்பன்கள் பபே சிஸ்ட்டத்தில் பட்டை வடிசல் பெற்று, நீர் விளாவி எலுமிச்சை பிழிந்து, கமுகுத் தட்டத்தில் கறி வறுவல், காய்கறிக் கலவை, மாங்காய்த் துண்டங்கள் வாங்கி, ஆங்காங்கே நின்றுகொண்டும், சவுரியமாக அமர்ந்துகொண்டும் ச்சியர்ஸ்’ முட்ட வைத்துக்கொண்டனர்.

வளர்ப்புப் பிராணி பின்தொடர அவர்களூடே புகுந்து பராக்குப் பார்த்துக்கொண்டிருந்த அர்த்தநாரீஸ்வரி, “இங்க வந்திருக்கறவய்ங்க எல்லாருமே நெம்ப நல்லவய்ங்ய” என்று தனக்குத்தானே பேசிக்கொண்டு, “அய்ய்...! அங்க பாரு கொரங்கு தூறியாடுது!” எனக் குதூகலமாகி, “நான் கொரங்கு பாக்கப் போறேன்” என தனக்குத்தானே அறிவித்துவிட்டு, தூரத்து மரங்களில்

தலைகீழாகத் தம் வாலிலேயே தொங்கித் தூறியாடும் டார்வின் சித்தாந்தங்களை நோக்கி நகர்ந்தாள்.

பாடி கார்டாகப் பின்தொடர்ந்துகொண்டிருந்த வளர்ப்புப் பிராணி, "வேண்டாம் மகி! கொரங்கு புடிச்சுட்டுப் போயிரும்" எனப் பூச்சாண்டி காட்டியதில் சற்று பயந்து தருகியவள், "ஏங்...! கிஸ்க்கு நக்குடி கொய்யாப் பளம்; கிண்டு மந்தரம் செவ்வாக் கௌமை. நீ சும்மானாச்சிக்குத்தான சொல்ற? நானொண்ணும் பயப்பட மாட்டனே! கொரங்குகல்லாம் நெம்ப நல்லவய்ங்ய" என்றபடி முன்னேறினாள்.

கூட்டத்தார் தத்தமது கடமையில் கண்ணும் கருத்துமாக, கையும் வாயுமாக இருந்ததால் கண்டு களித்திருக்க வேண்டிய இந்த ஓரங்கக் காட்சியைத் தவற விட்டுவிட்டனர். பட்டைச் சாராயம் என்கிற கிடைத்தற்கரிய தேவாம்ருதம் கிடைத்திருக்கும்போது, இந்த ஒரு பிரிக் கேஸை யார் பொருட்படுத்துவார்கள்? ஒரே இழுப்பில் டம்ளரை காலியாக்கி அடுத்த சுற்றுக்குப் போவதும், வெச்சு வெச்சுக் குடிப்பதுமாக கூட்டம் ரசித்து ருசித்துக்கொண்டிருந்தது.

அம்பேத்கர் அடிமைக்குப் பெருத்த சந்தேகம். "ஏன் பல்லேலக்கா,... இது கள்ளச் சாராயம்தானே! இதைக் குடிச்சு 27 பேருக்கு கண் பார்வை போயிருச்சு, 13 பேர் பலின்னெல்லாம் பேப்பர்ல வருதே..." என்று டம்ளரும் கையுமாக தர்க்கம் புரிந்துகொண்டிருந்தார்.

"அது வெசச் சாராயமுங் பங்காளி. பேட்ரைக் கட்டை, பல்லி வாலு, சுண்ணாம்புக் கல்லு, பாம்புப் பல்லு, யூரியான்னு கண்ட

கருமாந்தரத்தையெல்லாம் போட்டு உடனடியாக் காச்சற ஸ்ப்ரிட்டு. அதையக் குடிச்சா கொடலு குண்டாமண்டியெல்லாம் வெந்து, கண்ணும் உசுரும் போறது மட்லுமில்லீங், கல்யாணக் கருவியே லிப்பேரு ஆயிரும். இது அசல் பட்டைச் சரக்குங். சட்டப்படி கள்ளச் சாராயம்னாலும், சாஸ்த்தரப்படி சோம பானம், சுராபானமுங்" என்றவன் அதன் செய்முறையையும் விவரித்தான்.

ஒரு பெரிய மொடாவில் வெள்ளை வேலம் பட்டை, கரும்புச் சர்க்கரை ஆகியவற்றுடன் ஆப்பிள் - ஆரஞ்சு, அன்னாசி - திராட்சை, மா - பலா - வாழை முதற்கொண்டு கள்ளிப் பழம், கழுதைவிட்டாம் பழம் வரை கைக்குக் கிடைக்கிற பழ வகைகள் அனைத்தையும் அவுசேகமாட்டம் பிசைந்து போட்டு, மொடா நிறைய நீரூற்றிக்கொள்ள வேண்டும். பிறகு அதன் வாப்பாடை துணியில் கட்டி மூடி, மண்ணில் குழி தோண்டிப் புதைத்துவிட வேண்டும். வேலம் பட்டையும் பழங்களும் சேர்ந்து நீரில் ஊறி வேதிவினை புரியும். ஊறல் என்பது இதுதான்.

வாரம் பத்து நாக் கிருமிச்சு இந்த ஊறலை எடுத்து வடிசல் காய்ச்சப்படும். வாப்பாட்டுத் துணியை நீக்கிவிட்டு கல் அடுப்பில் ஊறல் மொடாவை வைத்து, அதற்கு மேல் அளவில் சற்று சிறிய காலி மொடா, அதற்கு மேல் இன்னும் சற்று சிறிய பானை, அதற்கு மேல் இன்னும் சிறியது என்று,

கரகாட்டக்காரிகள் தலையில் வைத்து சாகசம் பண்ணுவது போல அடுக்கி வைத்து, உச்சிப் பானையை மூடி, அடி மொடாவின் ஊறலைச் சூடேற்றிக்கொண்டேயிருப்பார்கள். ஊறல் கொதித்து நீராவியாகி, மேல் மொடாவைச் சூடேற்றி, அதனுள் நீர்த் திவலைகளாக வடிந்து சேகரமாகும். வடிசல் எனப்படுவது இதுதான். தொடர்ந்து தீ மூழக்கிக்கொண்டேயிருப்பதில் இந்த வடிசலும் கொதித்து ஆவியாகி, அடுத்த பானையில் மேல் வடிசல் சேகரமாகும். இப்படியே சென்று சென்று, உச்சிப் பானையில் சேகரமாவதுதான் முதல் வடிசல்.

வடிசல்களிலேயே ஆகச் சிறப்பானது இந்த முதல் வடிசல்தான். அளவில் குறைவாகவும், ஆனால் மிக மிகக் காட்டமாகவும் உள்ள அதை சாராயம் காய்ச்சுபவர்கள் பொதுவாக விற்பதில்லை. தங்களின் சொந்த உபயோகத்துக்கென்றே வைத்துக்கொள்வார்கள். மிகுந்த மருத்துவக் குணமுடைய அது கபம், காசம் போன்ற வியாதிகளுக்கு சாலச் சிறந்தது. ஒரு டம்ளர் முதல் வடிசலில் தண்ணீர் கலக்காமல் மூன்று நாலு சொட்டு எலுமிச்சையை மட்டும் பிழிந்துவிட்டு, மூக்கைப் பொத்தியபடி ஒரே இழுப்பில் கஷாயம் மாதிரி குடித்துவிட்டால் நெஞ்சு சளியை ஆணி வேர், அக்கு வேரோடு பிடுங்கிப் போட்டுவிட்டு கபம், காசமெல்லாம் சிட்டுக் குருவியாட்டம் பறந்தோடிவிடும்.

“ஆனாட்டி அதையக் குடிக்கறது நெம்ப கசட்டமுங் பங்காளி. தாங்க முடியாத ஒடம்பா இருந்தா நத்த வாந்தியே வந்துருமுங். ரெஜினா கவிதையாட்ட டப்புள் ஹாட்டு, முப்பிள் ஹார்டுக்கோரு” என அம்பேத்கர் அடிமையிடம் சொல்லி முடித்தான்.

அதே வேளையில் இவர்களின் பக்கத்திலேயே இணைக்காக்கா சோழீஸ்வரனும், உதவிக்காக்கா லெனின் பாலாஜியும் முப்பெரும் தேவியரை வடிசல் டம்ளரும் தீனித் தட்டங்களுமாக உபசரிக்க, “நான் குடிக்கறதில்ல” என வருத்தம் தெரிவித்து முக்காடை இழுத்துப் போர்த்திக்கொண்டிருந்தாள் தில்ஷாத் பேகம். “நான் பீர் மட்டும்தான்” என இந்திராணியும் ஒதுக்கிவிட்டிருந்தாள். ரெஜினாவிடம் இருவருமே டம்ளர்களை நீட்ட, “எனக்கு இதில்ல,... இப்ப பண்ணை சொன்னாரே,... என்னோட கவிதைகள் எந்த மாதிரி இருக்குதுன்னு கம்ப்பேர் பண்ணி எப்பவும் சொல்லுவாரே,... அந்த மொதல் வடிசல் - அத தர்றதா சொல்லியிருக்காரு. அது வேணும் எனக்கு” என்றாள்.

பல்லேலக்கா கட்டளையிட, களத்து வீட்டின் ஓய்வறையில் அவன் தனியாக எடுத்து வைத்திருந்த முதல் வடிசல் அரை பாட்டில் வந்து சேர்ந்தது. “நெம்ப நிதா இருக்குங் ரெஜி! தண்ணி நெறக்கா சேத்திக்குங்” என்று இவனும் மற்ற காக்காய்களும் எவ்வளவோ எடுத்துச் சொல்லியும் அவள் கேட்கவே இல்லை.

“ராவாக் குடிச்சு, இது என்னோட கவிதையளவுக்கு இருக்குதாங்கறத நான் டெஸ்ட் பண்ணியே ஆகணும்” என்று வீம்பு பிடித்து, எலுமிச்சை கூடப்

பிழியாமல் அப்படியே பாட்டில் மூடியைத் திறந்து கடகடவென அண்ணாக்க விட்டடித்தாள்.

ஆண்கள் கூட்டம் அசந்துபோய்விட்டது.

வேறு யாராவதாக இருந்தால் மறு நொடியிலேயே குடல் குண்டாமண்டியெல்லாம் வாய் வழியாக வந்திருக்கும். ஆனால் ரெஜினா அசராமல் நின்று, காலி பாட்டிலை வீசியெறிந்தாள். ஏப்பமோ எதுக்களிப்போ வந்ததை அடக்கிக்கொண்டு, லெனின் பாலாஜி நீட்டிய தட்டிலிருந்து கிடா வறுவல் எலும்புகளை எடுத்து நொறுக்கிவிட்டு, "கிட்னி இல்லையா மச்சான்?" என்று கண் சிவக்கக் கேட்டாள்.

பத்தே நிமிடத்தில் முதல் வடிசல் வீரியம் சீன்சு அம்முணியின் மண்டைக்கேறிவிட்டது. கால்கள் துவள மிதந்தவள், "என் கவிதையளவுக்கு இருக்குதோ இல்லையோ,... மொதல் வடிசல் ஜிவு ஜிவுன்னுதான் இருக்குது பண்ணை" என்றபடி பல்லேலக்காவின் தோளில் கையைப் போட்டு சேர்த்தணைத்துக்கொண்டாள். அந்தத் தொடுகையிலும் சேர்த்தணைப்பிலும் அவனது உடலுமே ஜிவுஜிவுத்தது. தள்ளாடிக்கொண்டிருக்கும் அவள் தடுமாறாதபடிக்கு என்கிற சாக்கில் இடக் கரத்தால் அவளது இடுப்பைச் சுற்றி வளைத்துக்கொண்டான்.

அதற்குள் இரண்டு சுற்று முடித்துவிட்டிருந்த சோழீஸ்வரனுக்கு ஊடுருவல் உள்ளாடைக்காரி கவர்ச்சிக் கன்னியாகத் தெரிந்தாளோ, இல்லை, நமக்கு வாச்சது இவ்வளவுதான் என்று மனசைத் தேற்றிக்கொண்டானோ தெரியவில்லை; "ஏனுங் இந்திராணி,... ரெஜினா பாருங் ஆம்பளைகளே சாமானியமா அடிக்க முடியாத மொதல் வடிசல, ராவா, அதுவும் ஆப் பாட்டல் அப்புடியே அடிச்சப் போட்டுது. நீங்க என்னுமோ அடி வடிசல்ல தண்ணியூத்திக் கூட அடிக்க மாண்டீங்கறீங்கொ. அப்பறம் நீங்கல்லாம் என்ன பெரிய பெண்ணியவாதி?" என்று ஏத்திவிட்டு அழகு பார்த்துக்கொண்டிருந்தான். இதற்கு மேலும் பிலுக்கிக்கொண்டிருந்தால் தனது தன்மானத்துக்குப் பங்கம் வந்து விடுமென்று அவளும் அவன் நீட்டிய டம்ளரை வாங்கி மடக்கென்று கவிழ்த்துக்கொண்டு, கிறக்கமாக நவுண்டைக் கடித்தாள்.

இந்தக் காட்சிகளைக் காவிய சோகத்தோடு பார்த்துக்கொண்டிருந்த முக்காடு பேகத்திடம், "எளநியாச்சு குடீங் தில்லு", "மந்தரம் ஓதாத்த கறிய அக்கட்டால எடுத்து வெச்சுட்டு, குஸ்க்காவன்னாலும் சாப்புடுங் தில்லு" என்று பரிந்து உபசரித்துக்கொண்டிருந்தான் லெனின் பாலாஜி. போகிற கோப்பைப் பார்த்தால் முக்காடுக்கு மூன்றாவது தலாக்கும் ஆகிவிடும் போலத் தெரிந்தது.

"நானு கொரங்கு தூறியாடறதப் பாத்தனே...! கொரங்கு, குட்டிக்கு பேன் பாக்கறதப் பாத்தனே...!" என்று பெருமிதத்தோடு சொல்லிக்கொண்டே வந்த ஒரு பிரியாள், முப்பெரும் தேவியர்களைப் பார்த்து டெங்சனாகி, "இவிய்ங்கெல்லாம் நெம்ப மோசம். ஆய்ப் புள்ளைங்க. நான் மதுரைக்கே ரிட்டன்"

என தனக்குத் தானே அறிவித்துவிட்டு, மாநாட்டுப் பந்தலருகே நிறுத்தியிருக்கும் காரை நோக்கி விடுவிடுவென நடந்தாள். "பந்தி ரெடி. பிரியாணியாச்சும் சாப்ட்டுட்டுப் போயர்லாம் மகி. ப்ளீஸ், ப்ளீஸ்..." எனக் கெஞ்சியபடி வளர்ப்புப் பிராணி மோப்பம் பிடித்துக்கொண்டே பின்னால் குண்டுறு குண்டுறுவென ஓடியது.

"சில்ல்ல்...லென்று பூஊஊ...த்த
சிறுநெருஞ்சிக் காஆஆ...ட்டினிலேஏஏ...
நில்ல்ல்...லென்று கூஊஊ...றி
நிறுத்த்தி வழி போஓ... ஓனாளேஏஏ..."

எங்கிருந்து தேவ கானம் என்று ஆங்காங்கே இருந்தவர்கள் திரும்பித் திரும்பிப் பார்க்க, மா நிழலில் ரசிகர் வட்டத்தினிடையே சம்பிரமமாக சம்மணம் போட்டு, ராக ஆலாபனையைக் காற்றில் வரைந்தபடி, குறுந்தாடி ஒல்லிப் பிச்சான், பதிமலையான் பண்டாரமாட்டம் கள்ளக் குரலெடுத்துக்கொண்டிருந்தான்.

"அவருதானே எனக்கு கோஷம் போட்டவரு? யாரு அவரு?" என விசாரித்த ரெஜினா, பல்லேலக்காவின் தோள் மீது போட்ட கையை

எடுத்துக்கொண்டு, இடுப்பணைத்திருக்கும் அவனது பிடியையும் விலக்கிவிட்டு, பாடல் பகுதியை நோக்கித் தள்ளாடிச் சென்றாள். தொகையறா முடிந்து செந்தமிழ் தேன்மொழியாள் எனப் பல்லவி தொடங்கவும் தானாகவே ஆட்டம் வந்தது. ரசிகர் வட்டத்துக்குள் மையமாக நின்று இடுப்பை வெட்டி, கைகளில் அபிநயம் பிடித்து, பாடலுக்கேற்ற மெல்லசைவுகளோடு நடனமாடலானாள். ரசிகர் கூட்டம் கைத்தாளமும் போட, சூழ்ந்திருந்த கூட்டமும் சுற்றிக் குழுமலாயிற்று. கள்ளக் குரல் பாடகன் சுதியைக் கூட்டி, பல்லவி வரிகளுக்குத் திரும்ப வரும்போது,

"ரெஜினா மனோண்மணியாள்
நிலாவெனச் சிரிக்கும் மலர்க்கொடியாள்"

- என்று பாட, கூட்டம் போதை கொண்டு கூத்தாடியது. அவளும் பூரித்து, ஒரு பறக்கும் முத்தத்தைப் பாடகனுக்குப் பரிசாக நல்கினாள்.

பல்லேலக்காவுக்கு அந்தக் கள்ளக் குரலானின் கொரவளியைக் கடிச்சுத் துப்ப வேண்டும் என்று வெறி வந்தது. "ஊத்துடா பங்காளி" என்று டம்ளரை நீட்டி, ராவாக அடித்துவிட்டு, சங்கிலிப் புகைப்பாக சிகரெட்டுகளை ஊதித் தள்ளலானான்.

"பம்பரக் கண்ணாலே - காதல்
சங்கதி சொன்னாளே
தங்கச் சிலை போல் வந்து மனசைத்
தவிக்க வைத்தாளே..."

ஸ்லீவ்லெஸ் கைகளைத் தலைக்கு மேல் தூக்கிக் கோர்த்துக்கொண்டு, ஜீன்ஸின் அபாயத் தாழ்ச்சியை சட்டை பண்ணாமல், தேளூரும் இடுப்பை வெட்டி வெட்டி வேகம் காட்டினாள் ரெஜினா. அவளுக்குக் கிடைத்துவரும் அமோக ஆதரவைக் கண்டு வெகுண்டு, ஊடுருவல் சுடிதார் சுந்தரியும் களத்தில் இறங்கிவிட்டாள். முக்காடு பேகத்தின் ஆப்கான் முகம் கூட மோனலிசாப் புன்னகை கொள்ள, "அடிச்சுடு அடிச்சுடு" என்று சிங்கிடிக் காக்காய்கள் சூடேறின.

"கத்தாளக் கண்ணால குத்தாத
நீ என்னெ...
இல்லாத இடுப்பால இடிக்காத
நீ என்னெ..."

கள்ளப் பாடகன் கருப்பு வெள்ளையிலிருந்து மஞ்சள் பச்சைக்கு மாற, ஜீன்ஸ் அம்முணியும் சுடிதார் சுந்தரியும் தேவையான இடத்தில் "ஆஆ..." என கோரஸும் கொடுத்தபடி குத்தாட்டம் தொடர்ந்தனர்.

"ரிக்காட் டேன்சு, டில்லி முள்ளாட்டமெல்லாம் இதுககிட்ட பிச்சை வாங்கோணும். என்னா குத்துக் குத்தறாளுக!" காக்காக் கூட்டம் வெந்து வாய் பிளந்தது.

சிங்கிடிக் காக்காய்கள் ஒவ்வொருவராக களத்தில் இறங்கி குத்தாட்டக் கவிஞிகளோடு சேர்ந்தாட, சம்மணமிட்டு அமர்ந்திருந்த சுற்று வட்டமும் எழுந்துகொண்டு ஆடலாயிற்று. தொலை தூரத்திலிருந்து வந்த இலக்கிய விருந்தாளிகள், கருத்தரங்க அமர்வாளர்களான இலக்கியப் பெருந்தகைகள் கூட மெல்ல மெல்ல ஆடத் தொடங்கினர். உச்சி பழுத்த கொங்குநாட்டான் சீன்சு அம்முணியுடனும், வீறாவேசியான அம்பேத்கர் அடிமை சுடிதார் சுந்தரியுடனும் ஜோடி சேர்ந்து ஆடியதுதான் உச்சம்.

ஆட்டம் பாட்டங்களால் நேரம் போனதே தெரியவில்லை. ஓய்ந்து பசியுணர்ந்தவர்கள் கெடா விருந்துக்கு வரும்போது பிரியாணி, வறுவல், குழம்பு வகையறாக்கள் சூடாறிவிட்டன. வயிறு நெறக்க வடிசலும் தண்ணியும் ஊற்றி, அதற்கு மேல் கிடா வறுவல், காய்கறிக் கலவை, மாந்துண்டங்கள் எனத் திணித்திருந்தாலும் ஆடிய ஆட்டத்தில் அத்தனையும் சீரணமாகியிருந்தது. அல்லது சில பேருக்கு எதுக்களித்து வாந்தியெடுத்ததில் வயிறு காலியாகியிருந்தது. ஆறிய பிரியாணியென்றாலும் ஒரு பிடி பிடித்தார்கள்.

மனசும், உடம்பும், வயிறும் வெகு திருப்தியாகி, "இலக்கியக் கூட்டம்னா இப்புடி இருக்கோணுமப்பா" என்று புகழ்ந்த வாயாற புகை ஊதியபடி மரத்தடி நிழல்களில் குழுக் குழுவாக இளைப்பாறிக்கொண்டிருந்தது மாநாட்டுக் கூட்டம். பலா மரத்தடியில் சிறப்பு விருந்தினர்களுடன் அமர்ந்திருந்த ரெஜினாவும் இந்திராணியும் ஒரே சிகரெட்டை மாற்றி மாற்றிப் புகைத்து தங்களின் நெருங்கிய நட்பை வெளிப்படுத்திக்கொண்டிருந்தனர். காக்காக் கூட்டமும் அங்-

கேயே வட்டமிட்டுக்கொண்டிருந்தது.

அடி மரத்திலிருந்தே காய்த்துத் தொங்கிக்கொண்டிருந்த பலாக் காய்களைப் பார்வையிட்ட ரெஜினா, "இதெல்லாம் காயா, பழமா பண்ணை?" என பல்லேலக்காவிடம் விசாரித்தாள்.

"இதுகல்லாம் வெக்காய்ங். முள்ளு விரிஞ்ச பெறப்பாடுதான் பளுக்கும்" என்றவன் அண்ணாந்து பார்வையிட்டு, "அங்க பாருங் வடக்க வாற வாதுல நாலாவதாத் தொங்குதல்லங்,... அது முள்ளு விரிஞ்சிருச்சு. அப்பறம் இதே இங்க பாருங். அங்கல்லங், இவடத்தால் பாருங். அதும் முள்ளு விரியறக்கு ஆச்சுங்.

அதுகள வேண்ணா வெட்டி எறக்கி சாக்கப் போட்டு மூடி வெச்சாப் பளுக்கும். இதுகள்ல சொளைக கம்மின்னாலும் வேர்ப் பெலாவாட்ட ருசி பிரமாதமா இருக்குமுங் ரெஜி. ஊருக்குக் கொண்டுட்டுப் போறதுன்னாச் சொல்லுங், நாளைக்கு வேண்ணா மாதேரீகள உட்டு ரெண்டையும் வெட்டி எறக்கீர்லாம்" என்றான்.

"இவ்ளோ பெரிச எப்படித் தூக்கீட்டுப் போறது? இப்பவே சாப்பிடற மாதிரி பழுத்தது ஏதாவது இருந்தா சொல்லுங்க."

மீண்டும் அண்ணாந்து உன்னித்தவன், உச்சாணிக் கொம்பில் இருந்த ஒன்றைச் சுட்டிக் காட்டி, "அது வேண்ணா சிறுசா இருந்தாலும் நல்லா முள்ளு விரிஞ்சிருக்குதுங். பளுத்திருந்தாலும் பளுத்திருக்கும். ஆனாட்டி அதைய வெட்டி எறக்கறக்கு எசவு இல்லீங்ளே...! ஏறிப் போயிப் புடுங்கறக்கு இல்லாதபடிக்கு கொனைல இருக்குது. கொக்கிச் சல்லைல இளுத்து உளுக்காட்னாத்தான் ஆச்சு. ஆனாட்டி அத்தனை ஒசக்கத்துலிருந்து உளுந்தா காயி ஒடைஞ்சு செதறீருமுங்" என்றான்.

இரண்டு மணி நேரத்துக்கு முன்பு அடித்திருந்த முதல் வடிசலின் வீரியம் குறைந்திருந்தாலும் ரெஜினாவுக்கு இன்னும் மப்பு இருந்தது. மிதப்பான மனோ நிலையிலேயே இருந்த அவள் சற்றே யோசித்துவிட்டு, கூட்டத்தினர் அனைவரையும் பார்த்து ஒரு சவாலை முன் வைத்தாள். "யாராவது மரத்துல ஏறி அந்தப் பலாப் பழத்தைக் கையாலயே பறிச்சு எனக்குக் குடுத்தீங்கன்னா, நான் அவங்களைக் கல்யாணம் பண்ணிக்கறேன்."

கூட்டம் உடனே ஆர்ப்பரித்தது. ஆனால் ஒருவரும் சவாலை ஏற்க முன்வரவில்லை.

"சவாலை ஏத்துக்க ஒரு ஆம்பளை கூட இல்லையா?"

"ஏத்துக்கத் தயாருங் ரெஜி. ஆனாட்டி உங்களையக் கல்யாணம் பண்ணிக்கறதுங்கற ப்ரைசுதான் ஒதைக்குது. அப்பப்ப வந்துட்டுப் போறாப்புடி செட்டப்பா இருக்கறதுன்னாச் சொல்லுங். நாங்க ரெடி" என்று சிங்கிடிக் காக்காய்கள் முன் வந்தன.

அவர்களை நெற்றிக் கண்ணில் முறைத்துவிட்டு, “செட்டப்பாக் கூட வேண்டாங் ரெஜி. ஒரே ஒரு சலக்காப் போதுங். உளுந்து கையிக் காலு ஓடைஞ்சாலும், உசுரே போனாலுஞ் செரியே” என்றான் பல்லேலக்கா.

“அது கூட வேண்டாமம்முணி. ஒரே ஒரு இங்கிலிப்பீஸ் கிஸ்சு குடக்க-றதுன்னாலே நமக்குப் போதும்.” முச்சூடும் நரைத்த கொங்குநாட்டான் கூட வேட்டியை வரிந்து கட்டினார்.

ரெஜினா அந்த ஏற்பாடுகள் எதற்கும் ஒத்துக்கொள்ளவில்லை. “அதெல்-லாம் எனக்கு போரடிச்சிருச்சு. இனிமே கல்யாணம் பண்ணி செட்டிலாயிட-லாம்னு பாக்கறேன்” என்று கறாராக சொல்லிவிட்டாள்.

மற்றவர்கள் பின்வாங்க, பல்லேலக்காவுக்கு துணிந்துவிடலாமா வேண்-டாமா என்று ரெண்டர்த்தமாகவே இருந்தது.

அப்போது அண்ணாந்து பார்த்துக்கொண்டிருந்த சோமீஸ்வரன், “அங்க பாருங் ஒரு அனுமாரு உச்சாணிக் கொம்புல ஏறீட்டிருக்கறாரு” என்று தெரி-வித்தான். எல்லோரும் அண்ணாந்து பார்க்க, “ஏனுங் ரெஜி,... ஒருவேளை அந்த வாயு புத்தரன் பெலாப் பளத்தப் புடுங்கீட்டு வந்து குடுத்துட்டாருன்னா என்ன பண்ணுவீங்?” என்று கேட்டான்.

“அதையே கல்யாணம் பண்ணிக்குவேன்” என்றாள் அலட்சியமாக.

கூட்டத்தினர் ஆவலோடு கவனித்துக் கொண்டிருக்க, வானரம் உச்சாணிக் கொம்பின் நுனிக்குச் சென்று பலாப் பழத்தைப் பரிசோதித்துவிட்டு காம்பைத் திருகிப் பறித்தேவிட்டது. பிறகு காம்பை வாயில் கவ்வியபடி பதனமாக இறங்கி வந்தது.

“ஏய்...! நெஜமாவே உங்கிட்டதான் குடுக்கறக்கு வருதாட்டிருக்குது!” இந்திராணி குதூகலித்தாள்.

ஆளுயரத்துக்கு சற்று மேலிருக்கும் கிளை வரை இறங்கிய வானரம், அதன் கவுட்டிப் பகுதியில் வாகாக உட்கார்ந்துகொண்டது. ரெஜினாவும், “ச்சோ ச்வீட். நீதான் சரியான ஆம்பளை. ஐ லவ் யூ ஸோ மச்” என்றபடி நெருங்கி, “ஓ.கே. டார்லிங். சவால்ல நீ ஜெயிச்சுட்ட. சொன்ன மாதிரியே நான் உன்னைக் கல்யாணம் பண்ணிக்கறேன். பழத்தக் குடு” என்று இரண்டு கைகளையும் உயரே நீட்டினாள்.

வானரம் ஈஈஈயென்று பல்லைக் கிஞ்சித்துக் கொக்காணி காட்டியது.

- வாரமலர், 2011, செப். 18, செப். 25 & அக். 02 இதழ்கள்.

கதாசிரியர் குறிப்பு:

வாரமலர் இதழில், ஆங்காங்கே வணிக இதழ் தரப்பின் எடிட்டிங்குக-ளோடு பிரசுரமான இக் கதை, வேலந்தாவளம் உங்களை வரவேற்கிறது' என்ற தலைப்பிலான எனது சிறுகதைத் தொகுப்பில் (2016, பழனியப்பா ப்ர-தர்ஸ் வெளியீடு) எனது மூலப் பிரதிப்படியே முழுமையாக இடம்பெற்றுள்ளது. இங்கு இடம்பெற்றிருப்பது, அந்த மூலப் பிரதியின் செப்பனிடப்பட்ட (2022

ஜனவரி) வடிவம். வாசகர்கள் இதையே இறுதிப் பாடமாகக் கொள்ளவும்.

0

கலை - இலக்கியத்தில் மேன்மையுற: செய்யக் கூடியதும், செய்யக் கூடாததும் - எனது அனுபவங்களிலிருந்து...

பொள்ளாச்சி இலக்கிய வட்டத்தின் டிசம்பர் 2023 மாதாந்திரக் கூட்டத்தில், எழுத்து இலக்கிய அமைப்பின் நாவல் போட்டியில் பரிசு பெற்றதற்காக எனக்கு சிறப்பு செய்யப்பட்டது. வழக்கமான அமர்வுகளுடன், சிறப்பு அழைப்பாளர்களில் ஒருவர், தனது எழுத்து அனுபவங்களைப் பகிர்ந்து-கொள்ளும் நிகழ்வும் பொ.இ.வ. கூட்டத்தில் சமீப காலமாக இடம்பெற்று வருகிறது. அவ் வகையில் என்னிடமும் கேட்டுக்கொள்ளப்பட்டிருந்தது.

பொதுவாகவே நான் முகநூல் பக்கம், கட்டுரைகள், எனது நூல் முன்னு-ரைகள் ஆகியவற்றில் சிறுகதை மற்றும் நாவல் எழுத்து, நுண்கலை ஓவியம் ஆகியவை பற்றிய விஷயங்களை - குறிப்பாக கலை, இலக்கியப் படைப்-பாக்கம் தொடர்பானவற்றை - பகிர்ந்துகொள்வது வழக்கம். சக படைப்பாளி-கள், புதிதாக எழுதுபவர்கள் ஆகியோருக்குப் பயனுள்ளதாக இருக்க வேண்-டும் என்பதற்காக, அத்தகையதை மட்டும் எழுதுவேன். அவ்வாறே அவை பயனுள்ளதாக இருப்பதாக பலரும் சொல்வதுண்டு.

பொ.இ.வ.-வில் பெரும்பான்மையினர் கவிஞர்கள் என்பதால், வழக்கமாக நான் எழுதுகிற, சொல்கிற வகையிலான, கதை - நாவல் எழுத்து, ஓவியம் தொடர்பான அனுபவங்களோ, கருத்துகளோ, படைப்பாக்க டிப்ஸ்களோ அக் கூட்டத்திற்குப் பொருந்தாது. கவிதை பற்றிய உரையெனில் அவர்களுக்கு நிச்சயமாகப் பயனளிக்கும். ஆனால், எனக்கு கவிதை பற்றி உரையாற்று-மளவு எதுவும் தெரியாது. அதனால், கலை - இலக்கியத்தில் மேன்மையுற, செய்யக் கூடியதும், செய்யக் கூடாததும் - எனது அனுபவங்களிலிருந்து' என்ற பொதுத் தலைப்பில் எனது அறிதல்கள், அனுபவங்கள், கருத்துகள் ஆகியவற்றைப் பகிர்ந்துகொண்டேன். மிக முக்கியமான பத்து புள்ளிகளை மட்டும் குறிப்பிட்டு, ஒவ்வொன்றுக்கும் சிற்சிறு விளக்கங்கள் அளித்தேன்.

நாற்பது நிமிடங்கள் கொண்டிருந்த, அனுபவபூர்வமான அந்த உரை நன்-றாக இருந்ததாக பலரும் தெரிவித்தனர். பத்து கட்டளைகள் மாதிரி அந்த பத்து புள்ளிகளும் மிக முக்கியமானவையாக இருந்தன' என்று இரண்டு முதியோர்கள் ஒரே மாதிரி வர்ணித்தது வியப்பளித்தது.

கலை - இலக்கியத்தில் மேன்மையுற விரும்புகிற இளம் படைப்பாளிகள், சக படைப்பாளிகள் ஆகியோருக்கு இந்தப் பத்து புள்ளிகளும் - அல்லது அதில் சில புள்ளிகளாவது - உதவும் என நம்புகிறேன். எனவே, அதன் விரிவுபடுத்தப்பட்ட கட்டுரை வடிவத்தை இங்கே பகிர்ந்துகொள்கிறேன்.

****

மேதைகளிடம் கற்றுக்கொள்ளுங்கள்; மேதைகளைப் போல சிந்தியுங்கள்!

சாதாரண படைப்பாளிகளின் படைப்புகளை நாம் வாசிக்கவோ, பார்க்கவோ, கேட்கவோ செய்வதன் மூலம் அவர்களின் படைப்புகளில் உள்ளவற்றைத் தெரிந்துகொல்ளலாம். ஆனால், கலை - இலக்கிய நுட்பங்களை அவர்களிடமிருந்து கற்றுக்கொள்ள இயலாது. சிறந்த படைப்பாளிகளிடமிருந்து கொஞ்சம் கற்றுக்கொள்ளலாம். மேதைகளிடமும், கலை வல்லுநர்களிடமும் இருந்துதான் முழுமையாகவும், ஆழமாகவும் கற்றுக்கொள்ள முடியும். ஆகவேதான், மேதைகளிடம் கற்றுக்கொள்ளுங்கள் என்று, கலை - இலக்கியப் பயில்வுகளில் தவறாமல் வலியுறுத்தப்படுகிறது.

கூடுதலாக நான், மேதைகளைப் போல சிந்தியுங்கள்!' என்பதையும் சொல்கிறேன். அதுவும் மிகப் பயனளிக்கக்கூடிய ஒன்று. மேதைகளைப் போல சிந்திப்பதால் ஒருபோதும் நாம் மேதைகளாக ஆகிவிட மாட்டோம். ஆனால், மேதைகளைப் போல சிந்திக்கும்போது, நிச்சயமாக நமது சாதாரண சிந்தனைகளிலிருந்தும், சாதாரண படைப்புத்தன்மையிலிருந்தும் மேன்மையுறத் துவங்குவோம். அவ் வகையிலான தொடர் செயல்பாடு, நம்மையும், நமது படைப்புகளையும் சிறிது சிறிதாக காத்திரமடைய வைக்கும்.

தஸ்தாயெவ்ஸ்கியைத் தொடுகிறவர் தஸ்தாயெவ்ஸ்கியாகவே ஆகிறார் என்ற, படைப்புலகின் பிரபலமான ப்ளாட்டினமொழியை இங்கு நினைவுகூர விரும்புகிறேன். இந்தக் கூற்றை கலை - இலக்கியத் துறைகளின் மகா மேதைகள் அனைவருக்கும் பொருத்திச் சொல்ல இயலும்.

தஸ்தாயெவ்ஸ்கியை வாசிக்கிறவரே தஸ்தாயெவ்ஸ்கியாக ஆகிறார் எனும்போது, மேதைகளைப் போல சிந்திக்கவும், செயலாற்றவும் செய்கிறவர், பிற்பாடு மேதையாக ஆகக்கூடும் என்பது இயலாத காரியமல்ல. மேதையாக ஆகாவிட்டாலும் கலை நுட்பங்கள் கற்றுத் தேர்ந்த நிபுணராகவோ விற்பன்னராகவோ ஆக முடியும். அது கூட இல்லாவிட்டாலும், நிச்சயமாக ஒரு சிறந்த படைப்பாளியாக ஆக முடியும் என்பது உறுதி.

2. பாராட்டுகளில் மயங்காதீர்கள்; பட்டங்கள் ஜாக்கிரதை!

நமது துறைசார் செயல்கள், மற்றவர்கள் பாராட்டுகிறபடியாக இருக்க வேண்டும் என்பது, பொதுவான நல்ல கருத்து. கலை - இலக்கியத்தில் மட்டுமல்ல; எந்தத் துறையிலும் செயல்படுகிறவர்கள் பாராட்டுகளை எதிர்பார்ப்பதும் இயல்பானது. மற்றவர்கள் பாராட்டத் தக்க அளவில் நம் செயல்களோ, படைப்புகளோ இருக்கின்றன, நாம் சரியான முறையில் செயல்பட்டுக்கொண்டிருக்கிறோம் என்பதை இது உறுதிப்படுத்துகிறது என்ற அளவில் மட்டுமே பாராட்டுகளை எடுத்துக்கொள்ள வேண்டும். அதற்கு மேல் அதில் பெருமிதமோ, அகந்தையோ, நார்சிஸ சுயமோகமோ வந்துவிடக் கூடாது.

புற ரீதியாக, அவை நம் மீதான மதிப்பைக் குறைக்கும். அதைவிட மிக முக்கியம், அக ரீதியில் அவை நம் செயல்பாடுகளின், படைப்புகளின் தரத்-

தைக் குறைக்கக்கூடும் என்பது.

எழுத வந்த காலம் முதலாகவே எனக்கு ஒரு பழக்கம் உண்டு - பாராட்டுகளில் மயங்காததும், பரிசுகள் மற்றும் விருதுகளைப் பெரிதாகவோ, சாதனையாகவோ கருதாதும்.

மற்றவர்கள் பாராட்டுகிறபடியாக எழுதவும், வரையவும்தான் நானும் விரும்புகிறேன். அவ்வாறு பாராட்டப்பட்டால் அதில் எனக்கு கொஞ்சம் மகிழ்ச்சி இருக்கவே செய்கிறது. ஆனால், அது ஆகச் சிறிதளவே. பாராட்டுகளை அரை நிமிடம் கேட்பேன். அதற்கு மேல் ஆனால், இனி பாராட்ட வேண்டாம்; விமர்சனம் செய்யுங்கள் என்பேன். விமர்சனங்களில் பாராட்டுகளும் இருக்கலாம். ஆனால், பாராட்டுகள் மட்டுமே கூடாது. நிறை - குறை இரண்டையும் சொல்லுங்கள் என்பதே எனது விருப்பம், வேண்டுகோள்.

ஏனென்றால், பாராட்டுகள் என்னை ஒரு அங்குலம் கூட வளர்த்தாது; விமர்சனங்கள்தான் - என்னை வளர்த்துகிறதோ இல்லையோ - என் படைப்புகளை மேம்படுத்திக்கொள்ள உதவும்.

எழுத வந்த காலம் முதல் இன்றுவரை இதைத் தவறாமல் கடைபிடிக்கிறேன். அடிக்கடி நான் சொல்லக்கூடிய, மேலே குறிப்பிட்டுள்ள எனது (முத்திரை) வாக்கியங்கள், நெருங்கிய இலக்கிய நண்பர்கள் அனைவருக்கும் தெரிந்திருக்கும். தஞ்சை ப்ரகாஷ், தொண்ணூறுகளில் எனக்கு எழுதிய கடிதம் ஒன்றில், பாராட்டினால் உங்களுக்குப் பிடிக்கலை. அரோசிகம்' என்று எழுதியிருந்தார். (அரோசிகம் என்னும் சொல் ஒவ்வாமை, வெறுப்பு, அருவருப்பு ஆகியவற்றைக் குறிக்கும்).

நான் அவ்வளவு சீக்கிரம் யாரையும், எந்தப் படைப்பையும் பாராட்டிவிட மாட்டேன். நண்பர்கள் என்பதற்காக அவர்களின் படைப்புகளைப் பாராட்டுவதை ஒருபோதும் செய்ய மாட்டேன். ஆனால், நண்பர்கள் என்று பாராமல் கறாராக விமர்சனம் செய்து, பலரின் மனஸ்தாபங்களை சம்பாதித்துக்கொண்டிருக்கிறேன். நண்பர்களானாலும் சரி, நான் மதிக்கிற படைப்பாளிகளானாலும் சரி, மிதமிஞ்சிப் பாராட்டுவதோ, புகழ்வதோ கிடையாது. ஆனால், தகுதியுடைய படைப்பென்றால், அறிமுகமற்ற எந்தப் படைப்பாளியானாலும், ஒரே ஒரு சிறுகதை என்றாலும், விரிவான திறனாய்வு செய்து, பாராட்ட வேண்டியதை மிச்சம் மீதியில்லாமல் பாராட்டிவிடுவேன். எனது முகநூல் பதிவுகளிலேயே அவ்வாறு செய்ததுண்டு.

ஜனரஞ்சக எழுத்துத் தரப்பில் பாராட்டுகள் மட்டுமல்ல; பட்டங்கள் வழங்கி, பிறகு அந்தப் பட்டப் பேராலேயே குறிப்பிட்டுப் பேசுவதும், எழுதுவதும், போற்றுவதும் நடைமுறையாக்கப்பட்டுவிடும்.

மித இலக்கியத் தரப்பும் சளைத்ததல்ல. அவர்களில் பலரும் ஒருவருக்கொருவர் பாராட்டுப் பெருமழையில் நனைத்து, புகழ்ச்சிப் புயலில் மையம் கொள்ளச் செய்வதை, இலக்கியக் கூட்டங்களிலும், நூல் முன்னுரை, அணிந்துரை ஆகியவற்றிலும் காணலாம். அதிகமான நகைச்சுவை உணர்-

வும், அளவு கடந்த சகிப்புத்தன்மையும் இருந்தால் நாமும் இவற்றை ரசிக்க முடியும்.

தீவிர இலக்கியத் தரப்பு, நவீன இலக்கியத் தரப்பும் இதற்கு விதிவிலக்கல்ல. முன்னே கூறப்பட்ட அளவுக்கு இங்கே பாராட்டுகளைக் கேட்க இயலாது; பட்ட வழமைகளும் கிடையாது. இன்னமும் சொல்லப் போனால், அவ்வளவு சீக்கிரம் யாரையும் பாராட்டாத, பாராட்டப்படுவதை விரும்பாத சீரிய படைப்பாளிகள்தான் இங்கே அதிகம். ஆனால் இங்கும் கூட, தகுதிக்கு மீறிய வீண் புகழ்ச்சிகளை செய்கிறவர்களும், அதை விரும்புகிறவர்களும் இருக்கிறார்கள்.

பாராட்டுகள் என்பது பூக்களை மேலே எறிந்து கொல்வது என ஒரு எழுத்தாளர் சொன்னதாகக் கேள்விப்பட்டிருக்கிறேன். விருதுகள் என்பவை படைப்புத்தன்மைக்கு அளிக்கப்படும் சவப்பெட்டிகள் என்று கூட ஒரு முன்னோடிப் படைப்பாளி தனது நேர்காணலில் சொல்லியிருந்தார்.

3. உங்கள் படைப்புகளை நீங்களே விமர்சனம் செய்யுங்கள்!

படைப்பாளிகளுக்கு தமது துறைப் படைப்புகள் மீதான விமர்சனத் திறனும், கண்ணோட்டமும் மிக அவசியம். அப்போதுதான் எந்தப் படைப்புகள் சிறந்தவை, எவை தரமானவை, எவை மோசமானவை என்பது தெரியும். அந்த அடிப்படையில் தமது படைப்புகளைத் தரமாகவும், சிறந்ததாகவும் படைக்க இயலும்.

மற்றவர்களின் படைப்புகள் மீது மட்டுமல்ல. தனது படைப்புகள் மீதும் விமர்சனப் பார்வைகள் தேவை. இன்னமும் சொல்லப்போனால், மற்றவர்களின் படைப்புகளை விமர்சிக்கிறோமோ இல்லையோ, தத்தமது படைப்புகளை விமர்சனக் கண்ணோட்டத்தோடு அணுக வேண்டியது மிக அவசியம். கட்டாயம் என்று கூட சொல்லலாம். அப்போதுதான் அவற்றில் உள்ள குறைகளைக் களைந்து, மேம்படுத்திக்கொள்ளவும், மேலான படைப்புகளைப் படைக்கவும் இயலும்.

மற்றவர்களின் படைப்புகளை விமர்சிக்கும்போதாவது, தேவைப்பட்டால் சில சலுகைகள் காட்டலாம். ஆனால், தனது படைப்புகளை விமர்சிக்கும்போது துளி கூட சலுகை காட்டக் கூடாது. கறாரான விமர்சனம் தேவை. எந்த அளவுக்கு ஒருவர் தனது படைப்புகள் மீது கறாரான விமர்சனங்கள் கொண்டவராக இருக்கிறாரோ, அந்த அளவுக்கு அவரது படைப்புகள் மேம்பட வாய்ப்பு இருக்கிறது.

சுய விமர்சனத்தால் மட்டுமே ஒருவரின் படைப்பு மேம்பட்டுவிடாது. மற்றவர்களின் விமர்சனங்களில் தக்கதை ஏற்றுக்கொண்டு, குறைகளைக் களைந்து, நிறைகளை மிகுதிப்படுத்தவும் வேண்டும்.

என்னைப் பொறுத்தவரை, நான் சுமாரான படைப்பாளி; ஆனால், கறாரான விமர்சகன். எந்தப் படைப்பையும் விமர்சனத்துக்கு எடுத்துக்கொள்ளும்போது, அது யாருடைய படைப்பு என்பதைப் பார்க்க மாட்டேன். அந்தப்

படைப்பு எப்படியிருக்கிறது என்றுதான் பார்ப்பேன். நண்பர்கள், வேண்டியவர்கள், பிரபலமானவர்கள், முன்னோடிகள் யாராயினும் சரி - அதற்காக என் விமர்சனங்களைத் தளர்த்திக்கொள்ள மாட்டேன். தக்க காரணங்களால், சில படைப்பாளிகளின் படைப்புகள் மீதான விமர்சனத்தில் சில சலுகைகள் காட்ட நேரலாம். ஆனால், என் படைப்புகள் மீதான விமர்சனத்தில் இம்மியேனும் சலுகை காட்ட மாட்டேன்.

புத்தாயிரத் துவக்க காலகட்டத்தில் சக இலக்கியவாதிகள் யாராவது என்னிடம், இதுவரை எத்தனை சிறுகதைகள் எழுதியிருப்பீர்கள் என்று கேட்டால், "குப்பைக் கதைகள் உட்பட சுமார் 75 கதைகள்" என்று சொல்வது வழக்கம். இப்போது எனில், 100 கதைகள் என எண்ணிக்கை மாறியிருக்கும்.

நான் இப்படிச் சொல்லும்போது, கேட்பவர்கள் திகைப்பும், வியப்பும் அடைவார்கள். "உங்களோட கதைகள்தானே! அப்படியிருந்தும் குப்பைங்கநீங்களே...!?" என்று ஆச்சரியத்தோடு கேட்பார்கள்.

"என்னோட கதைகளா இருந்தாலும், குப்பை - குப்பைதானே!" என்பேன்.

கதை, கவிதை, நாவல், ஓவியம் - எதுவாயினும், எனது படைப்புகள் சிறந்தவை என்று ஒருபோதும் சொல்ல மாட்டேன். அது தற்பெருமையாகவோ, அகந்தையாகவோ ஆகிவிடும். மற்றவர்கள் அவ்வாறு மதிப்பீடு செய்தால் மகிழ்ச்சி. ஆனால், நான் அவ்வாறு சொல்ல மாட்டேன். எனது கதைகளில் சிலவற்றை நல்ல கதைகள் என்றும், சிலவற்றை சுமாரான கதைகள் என்றும், சிலவற்றைக் குப்பைக் கதைகள் என்றும் தரம் பிரித்துச் சொல்வேன். இந்த தர வேறுபாடு, மற்ற பல இலக்கியவாதிகளின் படைப்புகளிலும் இருக்கும். ஆனால், பெரும்பாலும் மற்ற கலை - இலக்கியவாதிகள் தங்களின் படைப்புகளில் சிறந்தவை, சுமாரானவை என இரு தரம் இருப்பதைச் சொல்லவோ, ஒப்புக்கொள்ளவோ செய்வார்களே தவிர, குப்பைப் படைப்புகள் இருப்பதைச் சொல்லவோ, ஒப்புக்கொள்ளவோ மாட்டார்கள்.

நான், தானாகவே முன்வந்து என் கதைகளில் குப்பைக் கதைகள் இருப்பதைச் சொல்கிறேன். இத்தகைய சுய விமர்சனமும், நேர்மையும், துணிச்சலும் இருப்பதால்தான், மற்றவர்களின் படைப்புகளையும் தயவு தாட்சண்யமின்றி விமர்சிக்கிற தகுதி எனக்கு இருப்பதாகக் கருதுகிறேன். அது மட்டுமல்ல; என் படைப்புகள் மீதான, கறாரான சுய விமர்சனத்தால்தான், எனது படைப்புகளில் சிலதேனும் நல்ல படைப்புகள் என நான் திருப்தியடையத் தக்க அளவில் வந்துள்ளன.

மற்றவர்களின் பாராட்டுகள், பரிசுகள், விருதுகள், விமர்சனங்கள் யாவும் எனக்கு இரண்டாம் பட்சம். எனது படைப்புகள், எனது மதிப்பீட்டில், விமர்சனத்தில், தேறுகிறதா, தேர்ச்சி மதிப்பெண்ணாவது பெறுகிறதா என்பதுதான் எனக்கு முக்கியமானது.

இங்கே இன்னொன்றையும் சொல்லியாக வேண்டும். குப்பைக் கதைகள் என நீங்களே சொல்கிறீர்கள் எனில், அதை ஏன் எழுதுகிறீர்கள் என்ற கேள்வி வரும். எனக்கு வருமானத்துக்கு வேறு வழியில்லை. எழுத்தின் மூலமே வருமானம் ஈட்ட வேண்டிய நிலை. அதனால்தான் மசாலாக் கதைகள், நீதிபோதனைக் கதைகள், போட்டிக் கதைகள் ஆகியவற்றை எழுத வேண்டியதாகிறது. எனக்கு இத்தகைய பொருளாதார சிக்கல் இல்லாவிட்டால், அல்லது நிலையானதும், போதுமான குறைந்தபட்ச வருமானத்துக்கு வழி ஏற்பட்டுவிட்டால், பிறகு காசுக்காக எழுத மாட்டேன்.

மோகமுள் திரைப்படத்தின், நெஞ்சே குருநாதரின்' என்ற பாடலில், பின்வரும் வரிகள் இடம்பெற்றிருக்கும். குருவின் திருவடியில் கற்றறிந்த ஞானம்/ தெருவில் கடைப்பொருளாய் விற்பதுவும் ஈனம்!' இந்த வரிகளை எண்ணிப் பார்க்கையில், என்னை ஈனனாக உணர்ந்து கூனிக் குறுக வேண்டியுள்ளது. அதே சமயம், நல்லதோர் வீணை செய்தே அதை நலம் கெடப் புழுதியில் எறிவதுண்டோ?' என்று கேட்ட என் குருநாதனின் நிலைதான் எனக்கும் என்று தேற்றிக்கொள்கிறேன்.

குரு மூலம் கற்றோமோ, சுயமாகக் கற்றோமோ; கலை - இலக்கியத்தைக் காசுக்காகவே படைப்பது, காசு கிடைப்பதற்காக தரம் குறைப்பது ஆகியவை, கலை - இலக்கியவாதிகளின் இழிநிலைகளில் ஒன்று. எப்போதும் சீரிய இலக்கியம் படைக்கவே நான் விரும்புகிறேன். ஆனால், சீரிய இலக்கியக் களமான சிற்றிதழ்களில், படைப்புகளுக்கு சன்மானம் கிடைக்காது; அவர்களால் வழங்க இயலாது. முன்னணி வணிக இதழ்களில் தரப்படும் சன்மானத்தில் மூன்றில் ஒரு பங்கு மட்டுமாவது நாலைந்து சிற்றிதழ்களிலிருந்து கிடைக்குமானால் எனக்கு அது போதும்; பிறகு அவற்றில் மட்டுமே எழுதுவேன்; ஜனரஞ்சகப் பக்கம் போக மாட்டேன்.

ஆனால், போதுமான வருமானமும், கை நிறைந்து வழியுமளவு சம்பாத்தியமும் உள்ள பலரும் கூட, காசுக்காக குப்பைக் கதைகள், தரமற்ற மசாலாக் கதைகள், தரம் குறைக்கப்பட்ட போட்டிக் கதைகள் ஆகியவற்றை எழுதத்தானே செய்கிறார்கள்! அவர்களைக் குற்றம் சாட்டவில்லை. ஆதங்கமாகத்தான் சொல்கிறேன்.

அது ஒரு புறம் இருக்க, சுய விமர்சனத்துக்குத் திரும்புவோம்.

ஒரு படைப்பாளியாக நீங்கள் வேறு எதைச் செய்கிறீர்களோ இல்லையோ, உங்கள் படைப்புகளைக் கறாரான முறையில் விமர்சனம் செய்யுங்கள்; அது உங்களின் கலை - இலக்கியம் மேம்பட வழி வகுக்கும் என்று பரிந்துரைக்க விரும்புகிறேன்.

4. அமெச்சூர் ஆர்ட், ஸன்டே ரைட்டிங் ஆகியவை கூடுமா, கூடாதா?

தொழில் ரீதியான கலைஞர்களை ப்ரொபஷனல் ஆர்ட்டிஸ்ட் என்றும் தொழில் சாரா கலைஞர்களை அமெச்சூர் ஆர்ட்டிஸ்ட் என்றும் சொல்வது வழமை. சில சமயம், அமெச்சூர் ஆர்ட் என்னும் சொல்லாக்கம், தேர்ச்சி

பெறாத தன்மைகளைக் குறிக்கக்கூடியகாகவும் பயன்படுத்தப்படுகிறது.

தரத்தை வகைப்படுத்தும் Kitsch என்ற சொல்லை நுண்கலை ஓவியத் தரப்பின் புழக்கத்தில் காணலாம். சரியாக வரையத் தெரியாத, மிகவும் தேர்ச்சிக் குறைவான வரைவுகளைக் குறிக்கக் கூடியது அது. தேர்ச்சி பெறாத தன்மை கொண்ட படைப்புகளை அமெச்சூர் படைப்புகள் என்பதை விட, Kitsch படைப்புகள் என்பதே சரியானது.

விடுமுறைகளிலும், ஓய்வுப் பொழுதுகளிலும் மட்டுமே படைப்புகளில் ஈடுபடுகிறவர்களை ஸன்டே ரைட்டர்ஸ், ஸன்டே ஆர்ட்டிஸ்ட் என சொல்வார்கள். அமெச்சூர் கலை - இலக்கியவாதிகள் என்பதும் கிட்டத்தட்ட இத்தகையதுதான். இவை கூடுமா, கூடாதா என்பது சரியான கேள்வி அல்ல. காரணம், எல்லோராலும் முழு நேர கலை - இலக்கியவாதியாக செயல்பட இயலாது; அது தேவையும் இல்லை. அது மிகச் சிலருக்கு மட்டுமே இயலும்.

கலை - இலக்கிய உலகில் அதிகமானோர், பிழைப்புக்கு வேறு வேலையோ, தொழிலோ செய்துகொண்டு, பகுதி நேர கலை - இலக்கியப் பணியில் ஈடுபடுகிறவர்களாகவே இருப்பர். இதன் காரணமாக அவர்களின் படைப்புகளில் தீவிரம் குறைய வாய்ப்பு இருக்கிறது. கலை - இலக்கியத்தில் மேன்மையுற வேண்டுமெனில், படைப்பில் தீவிரமாக ஈடுபட்டு, காத்திரமான படைப்புகளைச் செய்தால் போதுமானது. முழு நேர படைப்பாளியாக இருக்க வேண்டும், அல்லது தினமும் எழுதியாக வேண்டும் என்ற கட்டாயம் இல்லை.

24 சிறுகதைகள் மட்டுமே எழுதியவரும், குறுகிய காலத்திலேயே எழுத்தை நிறுத்திவிட்டவருமான மௌனி, அரை நூற்றாண்டு கழிந்தும் இன்னமும் தமிழ் இலக்கியத்தில் பேசப்படுகிறவராக இருக்கிறார். நுண்கலை ஓவியத்தில், ஓவியம், சிற்பம், எட்சிங், கொலாஜ், செராமிக் என பல வகையிலும் சேர்த்து, பத்தாயிரத்துக்கு மேற்பட்ட படைப்புகளைச் செய்த பிக்காஸோவைப் போலவே, தற்போது இருபத்துக்கும் குறைவான ஓவியங்கள் மட்டுமே கிடைக்கப்படக் கூடியதாக உள்ளவரான டாவின்ஸியும் உலகின் மகா ஓவிய மேதையாகப் போற்றப்பட்டு, நுண்கலை ஓவிய வரலாற்றின் சிம்மாசனத்தில் வீற்றிருக்கிறார். பிக்காஸோவுக்கு நவீன ஓவியத்தின் சிம்மாசனம் எனில், டாவின்ஸிக்கு செவ்வியல் ஓவிய சிம்மாசனம்.

சுந்தர ராமசாமி இறுதிக் காலகட்டத்தில், வருடத்துக்கு ஒன்றே கால் சிறுகதை எழுதியிருக்கிறேன் என்று குறிப்பிட்டிருந்தார். க,நா.சு. தினமும் பதினைந்து பக்கங்களாவது எழுதுவதை வழக்கமாகக் கொண்டிருந்தார்.

எவ்வளவு படைக்கிறோம், எத்தனை நாள் படைப்பில் ஈடுபடுகிறோம், எவ்வளவு நேரம் அதற்காக ஒதுக்குகிறோம் என்பதெல்லாம் அவ்வளவு முக்கியமல்ல. படைப்பில் எவ்வளவு ஆழமாகச் செல்கிறோம், எந்த அளவுக்கு சீரிய படைப்புகளைப் படைக்கிறோம் என்பதே முக்கியமானது.

5. உங்கள் இலக்குகளைத் தீர்மானித்துக்கொண்டு, அதற்கேற்ப செயல்படுங்கள்!

எந்தத் துறையாயினும் அதில் சாதிக்கவோ, பணம், புகழ் உள்ளிட்ட பிற பலன்களை அடையவோ, இலக்குகள் அவசியம். கலை - இலக்கியத் துறையைப் பொறுத்தவரை, இதில் கூடுதல் கவனம் தேவைப்படுகிறது. காரணம், இலக்கில்லாமலேயே உழைப்பு, காலம் ஆகியவை விரயமாகக் கூடிய வாய்ப்பு இதில் அதிகம்; இலக்குகள் இருந்தாலுமே வாழ்க்கையை இழந்துவிடக் கூடிய வாய்ப்பும் அதிகம்.

எழுத்தில் இலக்குகள் இல்லாததால் எனது இருபது முதல் நாற்பது வயது வரையிலான இருபது வருடங்களை இழந்து, பிந்தைய கால வாழ்க்கை இழப்புக்கும் காரணமாக இருந்துவிட்டேன். இளம் எழுத்தாளர்கள் அத்தகைய தவறுகளைச் செய்துவிடக் கூடாது என்பதற்காக அதன் முக்கிய விபரங்களை மட்டும் அறியத் தருகிறேன்.

17 வயதில் இலக்கியத் துறைக்கு வந்தேன். நாலைந்து வருடங்கள், அந்த விடலைக் கால அறியாமையிலும், பொறுப்பின்மையிலும் கழிந்ததாக வைத்துக்கொள்வோம். 22 - 23 வயதுக்குப் பிறகாவது தெளிந்திருக்க வேண்டுமல்லவா! அது நடக்கவில்லை. அப்போது சக படைப்பாளிகளாக இருந்த நண்பர்களில் பலரும், அவர்களாகவே புரிந்துகொண்டோ, பெற்றோர் சொல்லியோ, கவிதை - கதை எழுதுவதை விட்டுவிட்டு, சம்பாத்தியம், லோகாயத வாழ்க்கை என்று,'திருந்தி வாழ'த் தொடங்கிவிட்டார்கள்.

ஒன்றா சுயபுத்தி வேண்டும்; அல்லது சொல்புத்தியாவது வேண்டும். இரண்டும் இல்லாத என்னைப் போன்ற சிலர், கலை - இலக்கியத்தில் தொடர்ந்து பயணித்தோம். அப்போது நான் கோவையில் சைன் போர்ட் ஓவியராக வேலை செய்துகொண்டிருந்தேன். சம்பாத்தியத்துக்கு அந்த வேலை இருந்ததால், வீட்டுக்கு ஒரு ரூபாய் கூட கொடுக்காவிட்டாலும், என் செலவுகளை மட்டும் பார்த்துக்கொண்டு வாழ்க்கை உருண்டது.

புற வாழ்க்கை இப்படி இருக்க, எழுத்து வாழ்வும் மெல்லமாக நகர்ந்தது. முன்பே சொன்னபடி, அப்போது எனக்கு எழுத்தில் எந்த இலக்கும் இல்லை. இலக்கியவாதிகளில் பலரையும் போல, நானும் கவிதை மூலமாகவே இலக்கியத்தில் பிரவேசித்திருந்தேன். பிறகு சிறுகதை எழுத்துக்கு வந்தேன். அது எனக்கு கவிதையை விட நன்றாக கைவந்தது; அதில்தான் ஓரளவு கவனம் பெற்றேன்; ஓரிரு சிறிய விருதுகள், சில பரிசுகள் கிடைக்கப் பெற்றன. ஆயினும் எது குறித்தும் எனக்கு கவனம் இல்லை. எனக்கு எழுத வந்தது; எழுதினேன். அவை பிரசுரமாயின. சுமாராக எழுதுகிறேன் என்று சில பேராவது பாராட்டும்படியாக என் எழுத்து இருக்கிறது. அவ்வளவுதான்! அதற்கு மேல் சிந்திக்கவில்லை.

வழக்கமாக இலக்கியத் தரப்பில் கவிதையோ, சிறுகதையோ எழுதுகிறவர்கள், சில வருடங்கள் ஆனதும் தொகுப்பு வெளியிட முயற்சிப்பார்கள்.

92 முதல் 2004 வரை 12 ஆண்டுகள் ஆகியும் நான் அதையும் செய்யவில்லை. 2004-ல் பா.ராகவன் கேட்டு வாங்கி, கிழக்கு பதிப்பகத்தில் முதல் தொகுப்பை வெளியிட்டார். இல்லாவிட்டால் அதுவும் இல்லை.

இதற்கிடையே, மில்லேனியத்திலிருந்து ப்ளக்ஸ் போர்டுகள் வரவால், சைன் போர்ட் ஓவியத் தொழில் நலிவடைந்து, அந்த ஓவியர்கள் அனேகரும் வேலை/தொழில் இழந்தனர். அதில் நானும் ஒருவன். அதன் பிறகு வேறு வேலைக்கோ, தொழிலுக்கோ போக விருப்பம் இல்லை. எழுத்தை நம்பி வாழ்வது இயலாத காரியம் என்று தெரிந்தும், முழு நேர எழுத்தாளராக வாழ்வது என்று தீர்மானித்து, அதில் ஈடுபட்டேன். அப்போதே இலக்கிய நண்பர்களில் சிலரும், இலக்கியம் சாராத நண்பர்களும், குடும்பத்தினரும், நிரந்தர சம்பாத்தியத்துக்கு வேறு வேலை ஏதாவது செய்துகொண்டு, எழுத்தை ஓய்வு நேரப் பணியாக வைத்துக்கொள்ளும்படி அறிவுரைத்தனர். எனக்குத்தான் ரெண்டு புத்தியும் இல்லையாயிற்றே! அதனால், அறிவுரைகள், ஆலோசனைகள் எதையும் பொருட்படுத்தாமல், முழு நேர எழுத்தாளக் கனவில் மிதந்துகொண்டிருந்தேன்.

சிறுகதைகள் எழுதி மட்டுமே சம்பாதிக்க முடியாது என்று, நாவல்கள், தொடர்கதைகள் எழுதும் முயற்சிகளில் தீவிரமாக ஈடுபட்டேன். அடுத்தடுத்து நாலைந்து நாவல்களை முயற்சித்து, எதுவும் திருப்தியாகமல், பாதியிலேயோ, கால்வாசியிலோ கைவிடப்பட்டன. 2004 முதல் 2006 வரை கடுமையான ரைட்டர்ஸ் ப்ளாக். படைப்பிலக்கியமாக எதையுமே எழுத இயலவில்லை. அதிலிருந்து மெல்ல மீண்ட பின், மீண்டும் கவிதையிலேயே மறு பிரவேசம் செய்து, பிறகு அதை விட்டுவிட்டு சிறுகதை எழுத்துக்கு வந்து அதில் நிலைகொண்டேன். அப்போதைய கதைகள் காத்திரமாக அமைந்து, பல தரப்பிலும் கவனம் பெற்றன. ஓரிரு போட்டிகளில் பரிசும் பெற்றேன். ஆனால், 2010 வரை, சம்பாத்தியம் என்று சொல்லிக்கொள்ளும்படியாக எதுவும் இல்லை. கண் மூடித் திறக்கும் நேரத்தில் பத்து வருடங்கள் ஓடிவிட்டிருந்தன.

இலக்கியம் சாராத உள்ளூர் நண்பன் ஒருவன், எழுத்தில் இத்தனை காலம் ஈடுபட்டு என்ன சாதித்தாய் என்று கேட்டான். அந்தக் கேள்வி என்னைக் கடுமையாகத் தாக்கி, எதார்த்தத்தை உணர வைத்தது. கடந்த 20 ஆண்டுகளாக எழுத்தில் சிறு சிறு வெற்றிகளை அடைந்திருந்தாலும், வாழ்வில் மாபெரும் தோல்வியையே அடைந்திருக்கிறேன் என்ற உண்மையை உணர்ந்துகொண்டேன். எழுத்தின் மீதும், என் மீதும் தாங்கவியலாத வெறுப்பு உண்டாயிற்று. நெருங்கிய இலக்கிய நண்பர்களிடம், எழுத்தாளன் ஷாராஜ் இறந்துவிட்டான்' என அறிவித்துவிட்டு, நுண்கலை ஓவியத்துக்கு வந்தேன்.

அதுவும் இன்னொரு கனவுதான். எழுத்திலிருந்து ஓவியத்துக்கு மடைமாற்றப்பட்ட கனவு. ஆனால், என்னைப் பொறுத்தவரை, எழுத்தையும் ஓவியத்தையும் தவிர வேறு எந்தத் தொழிலையோ, வேலையையோ செய்ய விருப்பம் இல்லை. மேலும், தமிழில் எழுதுவது, அந்த மொழிக்கும், சிறு

பிரதேசத்துக்கும் மட்டுமே உரியது. ஓவியம் உலகப் பொதுமொழி. எனவே, அதில் கனவை நனவாக்க வாய்ப்புகள் அதிகம் என்று களம் இறங்கினேன். அந்தக் கனவு இன்னும் தொடர்கிறது. என்றும் தொடரவே செய்யும். இதை விட்டுவிட்டு இனி திரும்ப இயலாது. வேறு வழியில் செல்லவும் வாய்ப்பில்லை.

ஓவியத்துக்கு துறை மாறியதுமே நான் முதலில் எடுத்த தீர்மானம், எழுத்தில் செய்த தவறுகளை ஓவியத்தில் செய்யக் கூடாது என்பதுதான். ஆகவே, அதில் ஒவ்வொரு அம்சங்களையும் கவனித்து, திட்டமிட்டே செயல்பட்டேன். படிப்படியாக முன்னேறினேன். பொருளாதார பலன் இன்னும் வராவிட்டாலும். ஓவியத்தில் காத்திரமான, விலை மதிப்பு பெறக்கூடிய ஓவியங்களைப் படைத்திருக்கிறேன் என்ற திருப்தி எனக்கு இருக்கிறது.

ஆகவேதான், இளம் படைப்பாளிகளுக்கு இதைச் சொல்கிறேன்; உங்கள் இலக்குகளைத் துவக்கத்திலேயே தீர்மானித்துக்கொள்ளுங்கள்.

அது புறவயமாக, அதாவது, பிரபலம், பணம், புகழ், வசதி வாய்ப்புகள், பரிசுகள், விருதுகள் ஆகியவற்றை லட்சியமாகக் கொண்டதாக இருக்கலாம்; அல்லது, மேற்கூறிய எதுவும் எனக்குப் பொருட்டல்ல, நான் அகவயமான முன்னேற்றத்தை, அதாவது சிறந்த, சீரிய படைப்புகளைப் படைக்கவே விரும்புகிறேன் என்பதாகவும் இருக்கலாம். இலக்கு எதுவோ, அதைத் துல்லியமாக நிர்ணயித்துக்கொள்ளுங்கள். அதற்கு உங்களைத் தகுதிப்படுத்திக்கொள்ளுங்கள். பிறகு, உங்கள் இலக்கை அடைவதற்கு உரிய வழியில், உரிய முறையில், திட்டமிட்டு செயல்பட்டு, உங்கள் இலக்கை அடையுங்கள்!

6. முழு நேர இலக்கியவாதி/கலைஞராக ஆகும் எண்ணம் இருந்தால்...

கலை - இலக்கியத் துறை, உலகாயத வாழ்க்கைக்கு உத்தரவாதமளிக்கக் கூடியதல்ல. உலகம் முழுதுமே இதுதான் பொது நிலவரம். கலை மேம்பாடு குறித்த ஒரு ஆங்கில நூலில் - அனேகமாக, ஜூலியா கேமரூனின் தி ஆர்டிஸ்ட் வே' என்ற நூலில் என்று நினைக்கிறேன் - இளைஞர்கள் கலைத்துறையில் ஈடுபட விரும்பினால், அவர்களின் பெற்றோர்கள், கலை, கரன்ட் பில் கட்ட உதவுமா?' என்று கேட்பார்கள் என்று ஒரு வாக்கியம் இடம்பெற்றிருக்கும்.

குறிப்பாக, தமிழில், முழு நேர ஜனரஞ்சக எழுத்தாளராக இருந்து வேண்டுமானால் வருமானம் ஈட்ட இயலும். ஆனால், முழு நேர இலக்கியவாதியாக இருந்து சம்பாதிப்பது, சராசரியான வாழ்க்கையையாவது நடத்துவது என்பது இயலாத காரியம். பிழைப்புக்கு வேறு வேலையோ, தொழிலோ பார்த்துக்கொண்டு, இலக்கியத்தை ஆத்மார்த்தத்துக்கானதாக வைத்துக்கொள்வதே நல்லது. அதில் பணம் சம்பாதிக்கவும், நிரந்தர வருமானத்துக்கும் உத்தரவாதம் ஏற்பட்ட பிறகு வேண்டுமானால், அதுவரை பார்த்துவந்த வேலையையோ தொழிலையோ விட்டுவிடலாம். இது பிற கலைகளுக்கும்

பொருந்தும்.

ஆனால், தீவிர கலை - இலக்கியவாதிகள், ஆன்மிகவாதிகள், இறையியலாளர்கள், சமூக சேவகர்கள், போராளிகள் ஆகியோருக்கு பணம், சம்பாத்தியம், குடும்ப வாழ்க்கை, உலகாயதம் ஆகியவற்றில் அவ்வளவாக நாட்டமிராது. துறை சார் செயல்பாடுகளே அவர்களுக்கு மகிழ்ச்சியும் ஆத்ம திருப்தியும் அளிக்கக் கூடியதாக இருக்கும். இது முற்றி, லட்சியமாகவும் ஆகிவிட்டால், பிறகு புற வாழ்வில் எதையும் பொருட்படுத்தாத நிலையும் ஏற்பட்டுவிடும். வேறு எந்த வேலைக்கும் போக மாட்டேன்; எழுத்து அல்லது இலக்கியம்தான் எனக்கு முழு நேரத் தொழில் என்று என்னைப் போல வாழ்ந்து, கஷ்டப்பட்டவர்கள் ஏராளம். அவர்கள் தமக்கும் துன்பங்களை ஏற்படுத்திக்கொண்டு, குடும்பத்தாரையும் கஷ்டத்துக்கு உள்ளாக்குவது நடைமுறை.

முந்தைய தலைமுறைகளில் இப்படி வாழ்ந்து கஷ்டப்பட்டவர்கள், வாழ்வை இழந்தவர்கள் அனேகர். இன்றைய தலைமுறையினர் பொதுவாக எச்சரிக்கையோடு இருப்பதால், இத்தகைய அபாயங்களில் இறங்குவதில்லை. ஆயினும், திரைப்படத் துறையில், தமது இருபதுகளின் துவக்கம் முதல் கனவுகளோடேயே போராடி, ஐம்பது வயது கடந்த பின்னும் லட்சியத்தை அடையாமல் தோற்கிறவர்கள் ஏராளம்.

அகவயத் தேடலில் உள்ள ஆன்மிகவாதிகள், இறையியலாளர்கள் ஆகியோருக்கு போராட்டமோ, வெற்றி இலக்கோ, பணம் உள்ளிட்ட புற ரீதியான நோக்கமோ இல்லை அல்லது தேவையில்லை. சமூக சேவகர்கள், போராளிகள் ஆகியோர் சமூகத்துக்காவே போராடுகிறவர்கள். அவர்களது போராட்டங்களின் வெற்றி - தோல்விகள், அவற்றின் சூழலைப் பொறுத்தது. அதில் ஒருவர் இல்லாவிட்டால் வேறொருவர் அதைச் செய்யவோ, தொடரவோ இயலும். கலை - இலக்கியவாதிகள் தமது இலக்குகளையும், வெற்றிகளையும் தாமே அடைய வேண்டிய நிலையில் இருப்பவர்கள். ஆனால், இங்கே வெற்றி பெறுகிறவர்கள் சொற்பம். தோல்வியடைகிறவர்கள் ஏராளம். ஆகவே, முழு நேர இலக்கியவாதி / கலைஞராக ஆகும் எண்ணம் இருந்தால் அதைக் கைவிட்டுவிடுங்கள்; அல்லது நிரந்தர வருமானத்துக்கு உத்தரவாதம் ஏற்பட்ட பிறகு அதைச் செய்யுங்கள்.

7. தனித்துவமும் ஆளுமையும் இருந்தால்தான் நீங்கள் நீங்களாகிறீர்கள்! (Copy cat ஆகவோ, மந்தையாடாகவோ இருக்காதீர்கள்).

கலை - இலக்கியப் படைப்பாளிகளுக்கு தனித்துவமும் ஆளுமையும் மிக மிக அவசியமானவை. கலை - இலக்கியப் பயில்வுகளில் அவை வலியுறுத்தப்படுவது அதனால்தான்.

ஆயிரம் - லட்சம் - கோடிக் கணக்கான படைப்பாளிகளிடையே ஒருவர் தனித்து அடையாளப்பட தனித்துவம் அவசியம். இல்லாவிட்டால், அந்தப் பெருங்கூட்டத்தில் ஒருவராக, அடையாளமற்றுப் போய்விட நேரும். உதார-

ணத்துக்கு, இன்று தமிழில் மலினமான முறையில் டன் கணக்கில் உற்பத்தி செய்யப்படுகிற கவிதைகளை எடுத்துக்கொள்வோம். அவற்றை எழுதியவர்களின் பெயர்களை நீக்கிவிட்டால், எது யாருடையது என்று வாசகர்களால் கண்டறிய இயலுமா? இயலவே இயலாது.

தமிழ் சூழலிலேயே இவற்றின் தரம் இப்படி எனில், இந்திய அளவில், உலக அளவில் இவற்றை வைத்தால் என்னாகும்?

ஆனால், இந்த பூமிப் பெருங்கோளத்தின் மேல் வான்கோ, பிக்காஸோ, காகெய்ன் போன்றவர்களின் ஓவியங்களை வையுங்கள். கையொப்பத்தைப் பாராமலேயே எவையெவை யாருடையவை என்று ஓவிய ஆர்வலர்களால் சொல்லிவிட இயலும். அல்லது மாப்பஸான் கதை எது, முரகாமி கதை எது என்று, அவர்களின் பெயர்கள் இல்லாமலேயே வாசகர்கள் கண்டறிந்துவிட இயலும்.

வான்கோ எவரின் உருவச் சித்திரத்தை வரைந்தாலும் அது அவர்களின் உருவச் சித்திரம் மட்டுமல்ல; வான்கோவுடையதும்தான். அவர் எந்தப் பொருள்களை வரைந்தாலும் அதில் நீங்கள் அவரைக் காண இயலும். புதுமைப்பித்தனின் எந்தக் கதையானாலும் அதில் புதுமைப்பித்தன் தெரிவார். அதுதான் தனித்துவம்.

ஆங்கிலத்தில், கலைப் பயில்வுகளிலும், மதிப்பீடுகளிலும் Individuality, uniqueness ஆகிய சிறப்புச் சொற்கள் பயன்படுத்தப்படுவதைக் காணலாம். இவை இரண்டும் ஒத்த தன்மைகள் கொண்ட சொற்கள். ஆனால், இரண்டுக்கும் ஒரே பொருள் அல்ல. அவற்றுக்கிடையே கனத்த பொருள் வேறுபாடுகள் உள்ளன. Individuality என்ற சொல்லைத்தான் தமிழில் தனித்துவம், தனித்தன்மை என்று குறிப்பிடுகிறோம். இது கூட்டத்தில் தனித்துத் தெரிகிற ஒருவரின் / ஒன்றின் குணச்சித்திரத்தைக் குறிப்பதாகும். Uniqueness என்னும் சொல்லைத் தமிழில் தனிச்சிறப்பு என்கிறார்கள். இது ஒருவர் / ஒன்று, தன்னளவில் தனி அடையாளங்களோடோ, தன்மைகளோடோ இருக்கும் நிலையைக் குறிப்பது. கூடுதலான புரிதலுக்காக இப்படிச் சொல்லலாம்: Uniqueness என்பது பிறப்பியல்பு. அது உருவாக்கப்படுவதோ, வளர்த்துக்கொள்ளப்படுவதோ அல்ல. Individuality என்பது உருவாக்கப்படுவதும், வளர்த்துக்கொள்ளப்படுவதும் ஆகும். கலை - இலக்கியப் படைப்பாளிகளிலும், படைப்புகளிலும் uniqueness இருக்கிறதோ இல்லையோ, Individuality கட்டாயம் தேவை.

படைப்பாளிகளுக்கு தனித்துவம் மட்டும் போதுமானதல்ல. ஆளுமையும் மிக அவசியம். காத்திரமற்றதும், பலவீனதுமானதுமான மாறுபட்ட தன்மைகளே கூட தனித்துவமாக ஆகிவிடும். அவ்வாறான படைப்பாளிகளும் நிறையவே இருப்பார்கள். ஆனால், அந்தத் தனித்தன்மை, அவர்களின் கலையை மேன்மையானதாக ஆக்கவோ, அவர்களை மேதைகளாக ஆக்கவோ செய்யாது. அங்க அடையாளங்களில் மிக மாறுபட்டு இருக்கிற ஒருவர், கூட்டத்-

தில் தனித்து அடையாளப்படுவது போலத்தான் அவர்களின் தனித்தன்மையானது அடையாளத்துக்கு மட்டுமே பயன்படும். தனித்தன்மை மட்டுமன்றி, ஆளுமையும் கொண்டிருந்தால்தான் சிறந்த படைப்பாளிகளாகவும், மேதைகளாகவும் இயலும்.

ஆளுமை என்ற தமிழ் சொல்லுக்கான ஆங்கிலச் சொல் personality என்பது தெரிந்ததே. இவ்விரு மொழிச் சொற்களையும் ஒப்பிடுகையில், ஆளுமை என்ற சொல்லின் பொருள் அளவுக்கு பர்சனாலிட்டி என்ற சொல்லின் பொருள் இருக்குமா என்று எனக்கு ஒரு கேள்வி எழுந்தது. ஆங்கிலத்தில் தேர்ச்சி கொண்ட ஒருவரிடம் விசாரித்தேன். ஆளுமை என்ற சொல்லில் இருக்கும் ஆழம், கனம் ஆகியவை personality என்பதில் இல்லை என்றார்.

ஆளுமை என்ற சொல், ஆள்தல் என்னும் வேர்சொல்லில் இருந்து வருவது. படைப்பாளி, எழுத்தாளர் என்றால் படைப்பை, எழுத்தை ஆள்கிறவர் என்ற பொருள். வெறுமனே படைக்கிறவர், எழுதுகிறவர் என்று பொருள் அல்ல. அவற்றை ஆள்கிறவர். ஆகவே, அந்த வல்லமை நம்மில் இருக்க வேண்டும்; நம் படைப்பில், எழுத்தில் வெளிப்படவும் வேண்டும்.

மந்திரம் போல் சொல் வேண்டும் என்றானே பாரதி! நெருப்பு என்று சொன்னால் நாக்கு சுட்டுவிட வேண்டும் என்றாரே லா.ச.ரா.! அதுதான் படைப்பாளுமை. ஓவியத்தில் மாஸ்டர் ஸ்ட்ரோக் என்பார்கள். கலை மேதைகள், ஆளுமைகளின் வல்லமை மிக்க தீற்றல்களைக் குறிப்பது அது. ஒரே ஒரு தீற்றல் போதும், அவர்களின் மேதைமை, ஆளுமை, வல்லமை ஆகியவற்றை வெளிப்படுத்த.

வான்கோ தீற்றும் ஒரு புள்ளி, சூரியனாக ஆகிவிடுகிறது. மற்றவர்கள் வரையும் சூரியன், வெறும் புள்ளியாக ஆகிவிடுகிறது' என்றார் பிக்காஸோ.

இங்கே இன்னொன்றையும் சொல்லியாக வேண்டும். மக்கள் இயல்பாகவே சராசரி வாழ்வில், சாரமற்ற கூட்டத்தன்மையோடு இருப்பவர்கள். மந்தைத்தன்மை என்று பரவலாகவே சொல்லப்படக்கூடியது அது. கலை - இலக்கியத்திலும் இதே வித கூட்டத்தன்மையும், மந்தைத்தன்மையும்தான் பெரும்பான்மையாக நிலவுகிறது. அதுவும் இயல்பானதே. தமக்கு அது போதும் என்றிருப்பவர்கள் அதிலேயே இருக்கலாம். ஆனால், தமது கலை - இலக்கியம் மேன்மையுற வேண்டும் எனில் அந்தப் போக்குகளிலிருந்து மாறுபட்டு, தனித்துவமும், ஆளுமையும் அடைந்தாக வேண்டும்.

கலை - இலக்கியங்களைக் கற்கத் துவங்கும்போது, வழிகாட்டிகள், ஆசிரியர்கள், குருமார்கள், பிடித்தமான முன்னோடிகள், மேதைகள் ஆகியோரின் தாக்கங்களும், சாயல்களும் வருவது பலருக்கும் இயல்பு. துவக்க நிலையில் அது தவறல்ல. ஆனால், எவ்வளவு சீக்கிரம் அதிலிருந்து விடுபட்டு, தனித்துவத்தை அடைய முடியுமோ, அவ்வளவு சீக்கிரம் அதை அடைந்துவிட வேண்டும். இல்லாவிட்டால் copy cat ஆக மலினப்பட நேரும்.

ஒருவேளை உங்களால் ஆளுமையாக ஆக முடியாவிட்டாலும் கூட பாதகம் ஏதுமில்லை. ஆனால், ஒருபோதும் copy cat ஆகவோ, மந்தையாடாகவோ இருக்காதீர்கள். முந்தையது கலைத்தன்மைக்கு மட்டுமாக சொல்லப்பட்டது. பிந்தையது, உங்களின் சமூகத்தன்மை, கருத்தியல், நிலைபாடுகள் ஆகியவற்றுக்கும் சேர்த்து சொல்லப்படுவது.

தனித்துவமும் ஆளுமையும் இருந்தால்தான் நீங்கள் நீங்களாகிறீர்கள். இல்லாவிட்டால் பெருங்கூட்டத்தின் அடையாளமற்ற யாரோ ஒருவராக, அனாமதேயமாக மட்டுமே இருப்பீர்கள்.

8. உங்களை நீங்கள் முறியடித்துக்கொண்டே இருங்கள்!

கலை - இலக்கியத்தில் படைப்பாக்க மேம்பாடு என்பது தொடர்ந்து நிகழ்ந்துகொண்டே இருக்கக் கூடியதும், தொடர்ந்து நிகழ்ந்துகொண்டே இருக்க வேண்டியதுமாகும். இது தொடர் பயிற்சி, பல்திறக் கற்கை, மேம்பாட்டில் அக்கறை ஆகியவற்றின் மூலமே சாத்தியமாகும்.

நாம் படைப்பாளியாகிவிட்டோம், நமக்கான அங்கீகாரம் கிடைத்துவிட்டது, நமது படைப்புகளைப் பலரும் பாராட்டுகிறார்கள் அல்லது பாராட்ட ஒரு கூட்டமே இருக்கிறது, நமது படைப்புகளுக்காக பரிசுகளும், விருதுகளும் தொடர்ந்து கிடைக்கின்றன, இதுவே போதும் என்று திருப்திப்பட்டால் அவர்களின் படைப்பு மேம்படாது. அவர்கள் தமக்குத் தெரிந்த அளவிலேயே தேங்கியிருப்பார்கள். தேக்க நிலை என்பது இதுதான்.

பொதுவாக ஜனரஞ்சகப் படைப்பாளிகள், மித கலை - இலக்கியவாதிகள் இப்படியான தேக்க நிலை கொண்டவர்களாகவே இருப்பார்கள். அவர்களுக்கு அது போதுமானது. ஜனரஞ்சகப் படைப்பாளிகள் தேடலற்றவர்கள், மித கலை - இலக்கியவாதிகள் ஆழ்ந்த, தீவிர தேடலை மேற்கொள்ளாதவர்கள். ஆனால், தீவிர கலை - இலக்கியவாதிகள் இதற்கு மாறாக, தேடலில் தணியாத வேட்கை கொண்டிருப்பார்கள். விரிவும் ஆழமும் நாடுகிற அவர்களின் தேடல், அவர்களை மென்மேலும் ஆழங்களுக்கும், புதிய புதிய சிகர அடைதல்களுக்கும் வழி அமைத்துக்கொண்டேயிருக்கும்.

கலை - இலக்கியத்தில் ஆழ்ந்த தேடல் உள்ளவர்களாக இருந்தால், மேதைகள் எப்போதும் கற்றுக்கொண்டே இருப்பார்கள்' என்ற பிரபல கூற்று உங்களுக்குத் தெரிந்திருக்கும். மேதைகளின் முக்கிய இயல்புகளில் ஒன்றாக அது சொல்லப்படுகிறது. அவர்கள் மேதைகளாக ஆவதற்கான, நீடிப்பதற்கான முக்கிய காரணிகளில் ஒன்று, அவர்கள் எப்போதும் கற்றுக்கொண்டே இருப்பது.

மேதைகளுக்கே அப்படி எனும்போது, சாமானிய படைப்பாளிகளான நாம் எம் மாத்திரம்?

என்னைப் பொறுத்தவரை, கற்றுக்கொள்வதில் என்றும் தணியாத ஈடுபாடு கொண்டிருப்பது மட்டுமே நான் ஒரு கலைஞன், இலக்கியவாதி என்பதற்கான அடிப்படைத் தகுதி என உறுதியாகச் சொல்வேன். ஆகவேதான், கலை

-இலக்கியத்தின் கடைசி பெஞ்ச் மாணவன் நான்!' என்றும் அடிக்கடி சொல்கிறேன். சொல்வது மட்டுமல்ல; இன்றும், ஒவ்வொரு நாளும் ஏதாவது ஒன்றைக் கற்றுக்கொண்டுதான் இருக்கிறேன். வரையாத நாட்கள் எல்லாம் வாழாத நாட்கள்' என்றான் வான்கோ.

நான் வரையாத நாட்களும், எழுதாத நாட்களும் அதிகம். ஆனால், கற்காத, பயிற்சி செய்யாத நாட்கள் குறைவு. வரையவோ, எழுதவோ செய்யாவிட்டாலும், ஓவியம் கற்பது தொடர்பான நூல்களை சிறிதேனும் வாசிக்கவோ, காணொளிகளைப் பார்க்கவோ செய்வேன். அல்லது சேகரிப்பில் உள்ள, நாவல் எழுத்துக் கலை நூல்களில் எதையாவது எடுத்து வாசிப்பேன். அவ்வளவு இல்லாவிட்டாலும், கூகுளில் சிறு டிப்ஸ்களையாவது பார்த்துக்கொள்வேன். இவை என்னை மயிரிழை அளவேனும் மேம்படுத்துகின்றன.

நேற்றைக்கு நீங்கள் படைத்த படைப்புக்கும், இன்று நீங்கள் படைத்த படைப்புக்கும் ஒரு மில்லி மீட்டராவது மேம்பாடு இருக்க வேண்டும். மேம்பாட்டில் கவனம் உள்ளவராக இருந்தால் அது நிச்சயமாக நடக்கும். ஒவ்வொரு நாளும் நிகழ்கிற மேம்பாடு நுண்ணியதாக இருப்பதால் அது நம் கண்களுக்குத் தெரியாமல் இருக்கலாம். ஆனால், துவக்க நிலையில் உள்ள இளம் படைப்பாளிகள் எனில், அவரின் கற்றல் படிநிலைகளில் இது நன்றாகவே தெரியும். உதாரணமாக, ஒரு ஓவிய மாணவரின் மேம்பாடு, ஒவ்வொரு நாளும், ஒவ்வொரு வாரமும் முன்னேறிக்கொண்டிருக்கும். அடிப்படைகளைக் கற்று முடித்த முதிர் படைப்பாளிகள் எனில், அதற்குப் பிறகான மேம்பாடு இவ்வளவு விரைவாக இராது. ஆனால், அவர் மேம்பாட்டில் அக்கறை கொண்டு அதற்காக செயல்படுகிறவர் எனில், ஒவ்வொரு வருடத்திலுமோ, அல்லது ஓரிரு வருடங்களுக்குள்ளாகவோ படைப்பு முன்னேற்றங்களை அடையாளப்படுத்த இயலும்.

நீங்கள் எவ்வளவு மலிவான படைப்புகளை உற்பத்தி செய்தாலும், அதைப் பாராட்ட சிலரோ, பலரோ, ஒரு பெருங்கூட்டமோ இருக்கத்தான் செய்யும். அது போதும் என நினைத்தால் உங்கள் படைப்பு ஒருபோதும் மேம்படாது.

படைப்பு மேம்பாட்டுக்கு, அதிருப்தி ஒரு முக்கிய காரணி. பல கலைஞர்கள், இலக்கியவாதிகள், தங்கள் படைப்புகளை மென்மேலும் செம்மைப்படுத்தி, மெருகேற்றிக்கொண்டே இருப்பார்கள். தங்களால் இயன்றவரை செம்மையான படைப்புகளை உருவாக்க வேண்டும் என்பதே அவர்களின் நோக்கமாக இருக்கும். மற்றவர்கள் பாராட்டுவதற்காகவோ, குறை சொல்லிவிடக் கூடாது என்பதற்காகவோ அல்ல; தன்னளவில் முழு திருப்தியான படைப்புகளைப் படைக்க வேண்டும் என்பதற்காக.

உங்கள் படைப்புத்தன்மை தேர்ச்சி பெற்றதாக இருந்தால், அதற்குப் பிறகு தொடர்ந்து கற்கிறீர்களோ இல்லையோ, உங்களை - உங்கள் படைப்புகளை - நீங்கள் தொடர்ந்து முறியடித்துக்கொண்டே இருக்க வேண்டும்.

1992-ல் சிறுகதை எழுதத் தொடங்கிய எனக்கு, 2004-ல், வடக்கந்தறயில் அம்மாவின் பரம்பரை வீடு என்னும் முதல் சிறுகதைத் தொகுப்பு வெளியானது. சக படைப்பாள நண்பர்கள், வாசகர்கள் சிலர் அத் தொகுப்புக் கதைகளைப் பாராட்டவும், கொண்டாடவும் செய்தனர். சக சிறுகதையாள நண்பரான பலராம் செந்தில்நாதன், அத் தொகுப்புக்காக, சாஹித்ய அகாடமி - ஞான பீடம் விருதுகளை விட மேலாக நான் மதிக்கக் கூடிய வகையிலான மரியாதையை எனக்கு செய்தார். ஆனாலும், அத் தொகுப்பு வெளியான பின் எனக்கு அத்தகைய கதைகளில் அலுப்பு வந்துவிட்டது. குடும்பக் கதைகள் என பொதுவாக வகைப்படுத்தக் கூடிய கதைகள் அவை.

குடும்பங்களில் நடக்கும் சம்பவங்கள், உறவுகளுக்கிடையிலான அன்பு, பாசம், நட்பு, காதல் முதலான உணர்வுகள் ஆகியவற்றை மையமாகக் கொண்ட கதைகளே அதில் அதிகமாக இருக்கும். சமூகக் கதைகள் குறைவு. மித இலக்கியத் தரப்புக்கும், ஜனரஞ்சகத் தரப்புக்கும் ஏற்ற அக் கதைகள், அத் தரப்பில் சிலரது பாராட்டுகளைப் பெற்றாலும், தீவிர இலக்கியத் தரப்பில் கவனம் பெறவில்லை. எனக்கு அது குறையாகப் பட்டது. நான் தீவிர இலக்கியம் படைக்கிறேனோ இல்லையோ, இனி மேல் இப்படியான குடும்பம், நட்பு, காதல் போன்ற மெல்லியல் கதைகளை எழுதக் கூடாது; காத்திரமான சமூகக் கதைகளையே எழுத வேண்டும் எனத் தீர்மானித்தேன்.

பிற்பாடு சிறுகதைகள் எழுதும்போது அவ்வாறுதான் எழுதினேன். சமூகக் கதைகளும், கூரிய சமூக விமர்சனங்கள் கொண்ட நையாண்டிக் கதைகளுமாக, 2016-ல், வேலந்தாவளம் உங்களை வரவேற்கிறது என்னும் தொகுப்பு வெளியாயிற்று. அது இன்னொரு ஜனரஞ்சகத் தரப்பிலும், தீவிர இலக்கியத் தரப்பு சக படைப்பாளிகள் சிலரிடத்திலும் பாராட்டுப் பெற்றது. ஆனால், முதல் தொகுப்பு பிடித்திருந்தவர்களுக்கு இது பிடிக்கவில்லை. அந்தத் தொகுப்பு போல இல்லை என்று ஏமாற்றத்தோடு கூறினர்.

அவர்களிடம் அது பற்றிப் பேச நேரும்போது, "வடக்கந்தற தொகுப்பு ஒரு கட்டம். நான் அந்தக் கட்டத்தைப் பத்து வருடங்களுக்கு முன்பே கடந்துவிட்டேன்" என்பேன்.

அது என்னை நானே தாண்டிய ஒரு முறியடிப்பு.

2010-ல் எழுத்தைக் கைவிட்டு ஓவியத் துறைக்கு வந்தபோது, அதிலும் இத்தகைய ஒரு முறியடிப்பு நேர்ந்தது.

அதுவரையிலான எனது எழுத்தாக்கங்களில், சிறுகதை - கவிதை ஆகிய இரண்டையும் ஒப்பிட்டுப் பார்த்தால், எழுத்தில் நான் உச்சம் தொட்டது கவிதையில்தான். கவிதை என்று பொதுவாக சொல்வதைவிட, எனது எதிர்கவிதைகள், குறுங்காவியங்கள் ஆகியவற்றில்தான் என்பது இன்னும் சரியானது. ஓவியத்தில் நான் என்ன செய்யப்போகிறேன் என்பது கூட தீர்மானமாகாத துவக்க நிலையிலேயே, எனக்கு ஒரு லட்சியம் உண்டாயிற்று. எனது ஓவியங்கள், கவிஞன் ஷாராஜைத் தோற்கடிப்பதாக இருக்க வேண்டும் என்பது-

தான் அது.

நவீன தாந்த்ரீக ஓவியத்தை எனது சிறப்புத் துறையாகத் தேர்ந்தெடுத்து, அதில் விரிவும் ஆழமும் கொண்ட தேடல்கள் செய்து, அந்த அடிப்படையில் ஓவியங்களை வரைந்தேன். போகப் போக எனது தேடல் மிகத் தீவிரமுற்றது. ஏழு ஆண்டு கால கடும் உழைப்பின் பயனாக, எனது மேஜர் ஓவியங்கள் பலவற்றை வரைந்தேன். அது நானே எண்ணிப் பார்த்திராத அளவுக்கு ஆழமானதாகவும், மேன்மையானதாகவும் இருந்தது. அதற்குப் பிறகு, இன்று வரை நான் சொல்வது இதுதான்: "எழுத்தாளன் ஷாராஜ் ஏழு ஜென்மம் எடுத்தாலும் ஓவியன் ஷாராஜைத் தொடக் கூட முடியாது!"

என்னளவில் இது மாபெரும் முறியடிப்பு.

ஆனால், இதோடு நான் தேங்கிவிட மாட்டேன். 2017-ல் ஏற்பட்ட கடும் விபத்தின் விளைவாக, கடந்த ஆறு ஆண்டுகளாக என்னால் ஓவியப் பணியைத் தொடர இயலவில்லை. இனி மேல் தொடரவிருக்கிறேன். அப்போது, எனது இந்த ஓவியங்களை முறியடிப்பதே என் லட்சியமாக இருக்கும்.

9. லட்சியவாதம் நாட்டுக்கு நல்லது; ஆனால் வீட்டுக்குக் கேடு. ஒருவேளை, லட்சியவாதிகளுக்குமே கூட.

லட்சியவாதங்கள் நாட்டுக்கு மட்டுமல்ல; உலகம் முழுமைக்குமே தேவையானது. சமூகம், அரசியல், மதம், ஆன்மிகம், அறிவியல், கலை - இலக்கியம், வரலாறு, மருத்துவம் உள்ளிட்ட பல்வேறு துறைகளிலும், லட்சியவாதிகளே அந்தந்தத் துறைகளைச் செழுமைப்படுத்தி, உலக முன்னேற்றத்துக்குக் காரணமாக அமைகிறார்கள். அவ் வகையில் லட்சியவாதங்கள் நாட்டுக்கும், உலகிற்கும் கட்டாயம் தேவை. லட்சியவாதிகள் இல்லாவிட்டால், நாடும், உலகமும் சுயநலவாதிகளால் நிறைந்து, மனிதனை மனிதன் தின்று, வெகு விரைவில் அழிந்தேவிடக் கூடும்.

லட்சியவாதிகளால் உலகிற்குப் பெரும் நன்மை. ஆனால், அவர்களால் அவர்களின் குடும்பத்திற்கு எந்த நன்மையும் இல்லாமல் போகவும், கேடுகள் விளையவும் அதிக வாய்ப்புள்ளது. அதே போல, லட்சியவாதிகள் தம்து லட்சியத்தாலேயே தம் வாழ்வையும், தம் உயிரையும் கூட இழக்க நேரிடுவதுண்டு. குறிப்பாக சமூகம், அரசியல், மதம், கலை - இலக்கியம் ஆகியவற்றில் லட்சியவாதிகளால் அவர்களின் குடும்பத்துக்கும், அவர்களுக்குமே உண்டாகக் கூடிய தீங்குகள் அதிகம்.

அப்படியானால், லட்சியமே கூடாதா என்ற கேள்வி எழும். தனி மனித அளவில், முன்னேறவும், சாதிக்கவும் நினைக்கிற ஒவ்வொருவருக்கும் லட்சியம் தேவை. அது குடும்பத்தையோ, தன்னையோ பெரிதாக பாதிக்காத அளவுக்குப் பார்த்துக்கொள்வது அவசியம். இந்த தனிமனித லட்சியம் என்பது வேறு; சமூக - அரசியல் லட்சியவாதங்கள் என்பது வேறு. அந்த லட்சியவாதங்களைப் பொறுத்தவரை, கூடுமா - கூடாதா என்ற கேள்விக்கே இடமில்லை. சீர்திருத்தம், முன்னேற்றம், மறுமலர்ச்சி யாவும் லட்சியவாதங்-

களால்தான் உண்டாகின்றன. அதற்கான போராட்டத்தில், உயிரிழப்பு உள்ளிட்ட பெரும் பாதிப்புகள் நேரவே செய்யும். அது குறித்து கூடுதலாக விவாதிக்க இது இடமல்ல. இது கலை - இலக்கிய மேம்பாட்டுக்கான கட்டுரை என்பதால், அதைப் பற்றி மட்டும் பார்ப்போம்.

கலை - இலக்கிய லட்சியத்தால் வீணாய்ப்போனவர்களில் நானும் ஒருவன். இந்த லட்சியம் மட்டும் இல்லாதிருந்தால், நானும் சராசரி வாழ்வை வாழ்ந்து, நன்றாக இருந்திருப்பேன்; என்னால் என் குடும்பத்துக்கும் பல நன்மைகள், முன்னேற்றங்கள் உண்டாகியிருக்கும். எனக்கும் பயனனின்றி, என் குடும்பத்துக்கும் பயனின்றி, ஐம்பது ஆண்டு கால வாழ்வை வீணடித்துவிட்டேன்.

கலை - இலக்கியத்தில், தமிழகத்தில் மட்டுமே இதே போல எத்தனை ஆயிரம் பேர் இருப்பார்கள்! இந்த லட்சியத்தால் பெரும் பணத்தை இழந்தவர்கள், வாழ்வை இழந்தவர்கள், குடும்பத்தைக் கஷ்டப்படுத்தியவர்கள், வறுமையில் உழன்றவர்கள், திருமணம் கூட செய்துகொள்ளாதவர்கள் என எத்தனை எத்தனை பாதிப்புகள், கேடுகள்! எனது நட்பு வட்டத்திலேயே பலர் உண்டு. முந்தைய தலைமுறையினரில் இது அதிகம். இன்றைய தலைமுறையும், இனி வரும் தலைமுறைகளும் இப்படி கலை - இலக்கிய லட்சியத்தால் சீரழிந்துவிடக்கூடாது; குடும்பத்துக்கு சீர்கேட்டை உண்டாக்கிவிடக் கூடாது என்பதே என் விருப்பம்.

10. பரிசுகளும் விருதுகளும் முக்கியமல்ல; தரமும், காலம் கடந்து நிற்பதுமே முக்கியமானது.

அங்கீகாரம் என்ற வகையில் விருதுகள் ஓரளவு முக்கியமானதாக இருக்கக் கூடும். பணப் பரிசுகள், நிச்சயமாக பணத் தேவையைப் பூர்த்தி செய்யப் பயன்படும். அதோடு, விருதுகளும் பரிசுகளும், அவற்றைப் பெற்ற படைப்புகள் மீதும், அந்தப் படைப்பாளிகள் மீதுமான கவனத்துக்கு வழி வகுக்கலாம். இது எந்தப் பரிசு, எந்த விருது என்பதைப் பொறுத்தது. தரமானதும், தேர்வில் நியாயமானதுமான விருதுகள், பரிசுகள் என்றால் மட்டுமே அவற்றைப் பெறுவது மதிப்புக்குரியதாகப் பாராட்டப்படும். இல்லாவிடில், தொகை பெரிதெனினும் மதிப்பு இராது.

தமிழ் இலக்கியச் சூழலைப் பொறுத்தவரை சில விருது, போட்டி அமைப்புகள் மட்டுமே நேர்மையான முறையில் நடத்தப்படுவதாகவும், மதிப்புக்குரியதாகவும் உள்ளன. பல அமைப்புகளிலும் நேர்மையான செயல்பாடுகள் இல்லை என்ற குற்றச்சாட்டு பரவலாகவே இருந்துவருகிறது. பெரும்பாலான விருதுகளைப் பொறுத்தவரை, விருது வாங்குவது ஒரு கலை; அதிகாரம் உள்ளவர்கள் விருதுகளை எடுத்துக்கொள்வது இன்னொரு கலை; இது தவிர, தமக்கு வேண்டியவர்களுக்கு விருது வழங்குமாறு பரிந்துரைப்பது ஒரு புறம். இது பெறுவதல்ல; வாங்குவது. இப்படி விருது வாங்குவதில் என்ன பெருமை இருக்க முடியும்? ஆனால், இத்தகையோர் விருது வாங்கியதைப்

பற்றிக் கூசாமல் பீற்றிக்கொள்வார்கள். அவர்களுக்கு ஜால்ரா அடிப்பவர்கள் அதைப் பற்றி பெருமை முழக்கவும் செய்வார்கள்.

போட்டிகளில் நடுவர்கள் நியாயமற்ற முறைகளில் நடந்துகொண்டதாகவும், தேர்வுகள் தவறாக இருப்பதாகவும் பல சமயங்களில் சர்ச்சைகள் எழுகின்றன. சாஹித்ய அகாடமி விருதைப் பொறுத்தவரை, தகுதியற்ற படைப்பாளிகளுக்கு வழங்கப்படுவது முன்பு பல முறை நடந்து, பலத்த விவாதங்கள் நடந்துள்ளன. அல்லது இந்தப் படைப்பாளிக்குக் கொடுத்தது சரி; ஆனால், அவரது இந்தப் படைப்புக்குக் கொடுத்தது சரியல்ல; முந்தைய அந்தப் படைப்புக்குக் கொடுத்திருக்க வேண்டும் என்கிற பேச்சு வரும். சமீப காலங்களாக அத்தகைய அகாடமி சர்ச்சை குறைந்திருக்கிறது.

சாஹித்ய அகாடமி, ஞானபீடம் ஆகியவை இந்திய அளவில் முக்கிய விருதுகளாகக் கருதப்படுகின்றன. தமிழில் ஞானபீடம், தகுதி உடையவர்களுக்கெல்லாம் கிடைத்ததா? இல்லையே! ஆனால், அதிகாரம் மூலம் அகிலனுக்குக் கிடைத்தது. அகிலனின் படைப்புகளை எந்த தீவிர இலக்கியவாதியாவது பாராட்டுவது உண்டா? அவருக்கு ஞானபீடம் கிடைத்தது சரிதான் என்பதுண்டா? தமிழில் சாஹித்ய அகாடமி விருது பெற்றவர்களில் எத்தனையோ பேரின் பெயர்கள் கூட இலக்கியத் தரப்பினருக்குத் தெரியாது. அவர்களை யாரும் இன்று பேசுவதும் கிடையாது. நகுலன், சுந்தர ராமசாமி, ஜி.நாகராஜன், பிரமிள், தஞ்சை ப்ரகாஷ் ஆகியோருக்கு சாஹித்ய அகாடமி வழங்கப்படவில்லை. ஆனால், இலக்கிய வட்டத்தினர் அன்றும், இன்றும், என்றும் அவர்களின் படைப்புகளைப் பேசிக்கொண்டிருப்பார்கள்.

அவ்வளவு ஏன், புதுமைப்பித்தன், பாரதி, பஷீர், மாண்ட்டோ, தல்ஸ்தோய், தஸ்தாயெவ்ஸ்கி போன்ற மேதைகள் காலம் கடந்து நிற்பது அவர்கள் பெற்ற பரிசுகளாலும், விருதுகளாலுமா? படைப்புத் தரத்தினால்தானே! உலகெங்கும் நூற்றாண்டுகள், ஆயிரத்தாண்டுகள் கடந்து கலை - இலக்கியப் படைப்புகள் புகழோடு வாழ்ந்துகொண்டிருப்பதும், அவற்றின் தரத்தினாலும், காலம் கடந்து நிற்கக் கூடிய தகுதியினாலும்தானே!

எனக்கு பரிசுகளும் விருதுகளும் ஒரு பொருட்டல்ல. பணத் தேவைக்காகத்தான் வணிக இதழ்களுக்கும், போட்டிகளுக்கும் எழுதுகிறேன். சம்பாத்தியத்துக்கு வேறு வேலையோ, தொழிலோ இல்லை. அதனால் எழுத்து, ஓவியம் மூலமாகத்தான், என் செலவுக்கான குறைந்தபட்ச பணத்தை ஈட்டிக்கொண்டிருக்கிறேன். இதில் வீட்டுக்குக் கொடுக்கிற அளவுக்கு வருமானமும் இல்லை. என்னை நம்பி குடும்பத்தார் இல்லை என்பதால் எப்படியோ வாழ்க்கை நகர்ந்துகொண்டிருக்கிறது. இன்னமும் சொல்லப்போனால், இந்த ஐம்பது ஆண்டு காலமாக எனக்கு சோறு போட்டுப் பராமரித்துக்கொண்டிருப்பது என் குடும்பத்தார்தான். நான் அவர்களுக்கு இன்றுவரை ஐநூறு ரூபாய் கூட கொடுத்ததில்லை. இப்படித்தான் இருக்கிறது கலை - இலக்கியப் பிழைப்பு.

வெளிப்படையாகச் சொல்லப்போனால், குடும்பத்தாருக்கு நான் பெரும் பாரம். அதில் பொருளாதார பாரத்தை சற்று குறைக்க, என் செலவுகளை மட்டுமாவது நான் பார்த்துக்கொள்ள, காசுக்காக எழுத வேண்டியிருக்கிறது. முன்பே சொன்னபடி, எனக்கு இத்தகைய பொருளாதார சிக்கல் இல்லாவிட்டால், அல்லது நிலையானதும், போதுமான குறைந்தபட்ச வருமானத்துக்கும் வழி ஏற்பட்டுவிட்டால், பிறகு காசுக்காக எழுத மாட்டேன்.

கதை எழுத்துகளைப் பொறுத்தவரை, எனது சில சிறுகதைகளில் எனக்கு முழுமையான திருப்தி உண்டு. இலக்கியம், ஜனரஞ்சகம், நடுமை ஆகிய மூன்று தரப்பு இதழ்களிலும் எழுதப்பட்ட நல்ல கதைகள் அவை. ஆனால், போட்டிக்காக எழுதப்பட்டு பரிசு பெற்ற கதைகளில் அத்தகைய திருப்தி இல்லை. முதல் பரிசு பெற்ற கதைகள் என்றாலும் கூட. காரணம், அவை போட்டிக்கு ஏற்ப எழுதப்பட்டதுதான்.

போட்டிகள் ஒவ்வொன்றிலும், அதை நடத்தும் இதழ்கள் அல்லது அமைப்புகளுக்கு ஏற்ப தர வேறுபாடும், நிபந்தனைகளும் இருக்கும். அவற்றுக்கு உட்பட்டே எழுத வேண்டும். இது தவிர, அனைத்து போட்டிகளிலும், சொல்லப்படாத நிபந்தனைகள் சிலதும் இருக்கும். அவற்றையும் புரிந்துகொண்டு எழுதவேண்டும். அதனால் எழுத்தாளர்கள் தன்னிச்சையாகவோ, சுதந்திரத்தோடோ எழுத இயலாது. ஆகவே, அவை என்னளவில் திருப்தியற்றதாகவே அமைந்தன.

வேலந்தாவளம் தொகுப்பில் முதல் மூன்று கதைகள் பரிசுக் கதைகளாக வைத்திருந்தேன். ஒன்று ஆறுதல் பரிசுக் கதை, மற்ற இரண்டும் முதல் பரிசுக் கதைகள். ஆனால், அந்தத் தொகுப்பைப் பாராட்டிய, இன்றளவும் பாராட்டுகிற சக படைப்பாளிகள் யாரும் பரிசுக் கதைகளைப் பாராட்டவில்லை. அது மட்டுமல்ல; அந்த மூன்று கதைகளும் தொகுப்போடு ஒட்டவில்லை, சிறந்த கதைகளாகவும் இல்லை என்றும் ஒருவர் குறிப்பிட்டார்.

2020-லிருந்துதான் நாவல் எழுத்துக்கு வந்தேன். இதுவரை ஆறு நாவல்கள் எழுதிவிட்டேன். அதில் வானவில் நிலையம் தவிர மற்ற ஐந்தும் போட்டிகளுக்காக எழுதப்பட்டவைதான். ஆனால், இப்போது ஒரு விஷயத்தில் மிக கவனமாக இருந்தேன். சிறுகதைகளை போட்டிகளுக்காக தரம் குறைத்து எழுதினால் பெரிய இழப்பில்லை. பரிசு பெறுகிறதோ இல்லையோ; அவற்றை விரும்பினால் தொகுப்பில் சேர்க்கலாம்; பத்தோடு ஒன்றாக அந்த பலவீனக் கதை இருப்பது பெரிய பாதிப்பாகாது. அல்லது, வேண்டாம் என நினைத்தால் அக் கதைகளை தொகுப்புகளில் சேர்க்காமல் விட்டுவிடலாம். குறுகிய கால உழைப்புதான் என்பதால் அதிக நட்டம் நேராது. ஆனால், எனது நாவல்கள் ஒவ்வொன்றும் சில மாத உழைப்பில் உருவாக்கப்படுபவை.

போட்டிகளுக்காக தரம் குறைத்துக்கொண்டு எழுதினால், பரிசு கிடைக்காதபட்சத்தில் சிக்கலாகிவிடும். பரிசு கிடைத்தால், நாவலில் தரம் இல்லாவிட்டாலும், அந்தப் பணம் லாபம். பரிசு கிடைக்கவில்லை எனில்,

நாவலை சாதாரணமாக வெளியிடும்போது, தரம் இன்மை காரணமாக, உரிய கவனம் பெறாமல் போய்விடும். பல மாத உழைப்பு வீணாகிவிடும். ஆகவே, போட்டிக்காக நாவல்களை எழுதும்போது, உள்ளடக்கம் பரிசுக்குரிய வகையில் இருக்க வேண்டும்; ஆனால், தரத்தைக் குறைத்துக்கொள்ளக் கூடாது; போட்டியில் பரிசு பெறாத பட்சத்தில், சாதாரணமாக வெளியிடும்போது, போட்டிக்காக எழுதப்பட்டது என்பது தெரியாதபடி தரம் இருக்க வேண்டும் என்று தீர்மானித்துக்கொண்டு, அதற்கேற்பவே எழுதினேன்.

அதில் வள்ளிநாயகம் காம்பௌண்ட், ஸீரோ டிகிரி போட்டியில் பிரசுரத் தேர்வுடன் ஆறுதல் பரிசு பெற்றது. நீர்க்கொல்லி, எழுத்து அமைப்பின் திருமதி சௌந்தரா கைலாசம் இலக்கியப் பரிசு வென்றது. மாதீஸ்வரி, யாவரும் பதிப்பகத்தின் புதுமைப்பித்தன் நினைவுப் போட்டியில் நெடும்பட்டியலில் இடம்பெற்றுள்ளது.

எழுதிய ஆறு நாவல்களில் ஒன்று, பிஞ்ச் செயலிக்கு ஏற்பவும், மற்ற நாவல்கள் போட்டிகளுக்கு ஏற்பவும் எழுதப்பட்டவை. தரம் குறைத்துக்கொள்ளவில்லை எனினும், இவற்றை நான் தன்னிச்சையாகவும், முழு சுதந்திரத்தோடும் எழுதவில்லை. ஆகவே, எனது சில சிறுகதைகளில் உள்ள முழு திருப்தி, இந்த ஆறு நாவல்களிலுமே கிடைக்கவில்லை. பணத் தேவை காரணமாக, இனியும் கூட சில நாவல் போட்டிகளில் கலந்துகொள்வேன். அவற்றிலும் இத்தகைய மனக்குறை இருக்கவே செய்யும். போட்டிகளுக்காக இல்லாமல், தன்னிச்சையாக நாவல் எழுதும்போதுதான் நாவல் எழுத்தில் எனக்கு முழு திருப்தி கிடைக்கும்.

பரிசுகளும் விருதுகளும் சில தேவைகளைப் பூர்த்தி செய்கின்றனவேயன்றி, கலை - இலக்கிய மதிப்பீட்டில் அவை முக்கியமல்ல. தரமும், காலம் கடந்து நிற்பதுமே முக்கியமானது. நம் படைப்புகள் காலம் கடந்து நிற்பது நம் கையில் இல்லை. ஆனால், அதற்கான தகுதிப்படுத்தலும், தரமும் நம் பொறுப்பில்தான் உள்ளன.

****

ஷாராஜ்

கேரளாவைப் பூர்வீகமாகக் கொண்டவர். தற்போது பொள்ளாச்சியில் வசித்துக்கொண்டிருக்கிறார். தமிழ் வழிக் கல்வியை பள்ளி இறுதி வரை மட்டும் பயின்றவர். 90-களின் துவக்கம் முதல் இலக்கியத்தில் ஈடுபட்டுவரும் இவர், சுயமாக நுண்கலை ஓவியம் கற்றுக்கொண்டு நவீன தாந்த்ரீக ஓவியராகவும் செயல்பட்டுக்கொண்டிருக்கிறார். 5 சிறுகதைத் தொகுப்புகள், நான்கு நாவல்கள், ஒரு கவிதைத் தொகுப்பு, ஒரு மொழிபெயர்ப்பு ஆகியவை வெளியாகியுள்ளன.

சிறுகதைப் போட்டிகளில் பல பரிசுகளும், சில விருதுகளும், நுண்கலை ஓவியத்துக்காக கே.எம்.கோபால் நினைவு விருதும், கவிதைக்காக நெருஞ்சி இலக்கிய விருதும் பெற்றவர். இந்த ஆண்டுக்கான சௌந்தரா கைலாசம்

நாவல் போட்டியில், நீர்க்கொல்லி என்ற இவரது நாவல் பரிசு பெற்றது.

29. முகநூலில் இலக்கிய விவாதமா...!

September 16, 2023

அகரமுதல்வனுக்கு வணக்கம். முகநூல் பயன்பாட்டிலிருந்து முழுதாய் விலகி, தளத்தை ஆரம்பித்திருக்கிறீர்கள். தினந்தோறும் உங்கள் பதிவுகளை வாசிக்கிறேன். ஆனால் முகநூலில் நடைபெறும் இலக்கிய விவாதங்கள் சர்ச்சைகள் குறித்தெல்லாம் தெரியாமல் இருப்பதில் என்ன சுவாரஸ்யம் இருக்கும். நீங்கள் மீண்டும் முகநூலுக்கு வரவேண்டும். ஒரு இலக்கியவாதிக்கு முகநூல் முக்கியமென நான் சொல்லியா நீங்கள் அறியவேண்டும். நன்றி.

சாருகேசி

புதுவை.

உங்களுடைய மடலைப் போல இதுவரைக்கும் பத்துக்கு மேலானவை இருக்கின்றன. அவற்றின் சாரம்சமும் இதுதான் என்பதால் எல்லாவற்றுக்குமான பதிலாகவும் இந்தப் பதிவு அமையும்.

நான் எழுதத் தொடங்கியது ஏழு வயதில். அப்போதே பள்ளிக்கூடத்தில் வெளியிடப்படும் ஆண்டுமலர்களில் கவிதைகள் வெளியாயின. பின்னர் ஊடகங்களில் அச்சாகின. குரல் பதிவாக சென்றடைந்தன. எழுத்தின் மீது தீராத பக்தியும் பயவுணர்வும் கொண்ட சிறுவன் நான். சகலாகலாவல்லி மாலையில் வருகிற பாடல்களை நெக்குருகிப் பாடிப் பணிந்து "உன் போல் கண்கண்ட தெய்வ முளதோ சகல கலாவல்லியே" என்று வணங்கியெழும் மரபில் பயிற்றுவிக்கப்பட்டவன். "எழுதுகோல் தெய்வம், இந்த எழுத்தும் தெய்வம் " என்று பாடியவனைத் தான் என்னைப் போன்றவர்கள் மஹாகவி என்கிறோம்.

இலக்கியத்தை மீண்டும் மீண்டும் சாதனமாய்க் கொள்கிறோம். அதற்கு நான் ஆற்றும் பணிவிடை பெரிது. என்னுடைய அனைத்து துயரங்களுக்கு அப்பாலும் நானொரு புன்னகையை இந்த உலகத்தோடு பரிமாற முடிகிறதென்றால் அது இலக்கியத்தின் பெருங்கருணையால் பொலிந்தது. படைப்பாளியாக இருக்கிறேன் என்பது நல்லூழ். இத்தனை ஆயிரம் பழமையான செம்மார்ந்த மரபின் தொடர்ச்சியில் தமிழ் மொழியோடு என்னை அடையாளப்படுத்துவது என் அம்மை முற்பிறவியில் வாங்கிவந்த வரம். எழுத்திடம் அப்படித்தான் நான் பணிகிறேன். அதுதரும் ஆசியினால் படைப்பில் எழுகிறேன். பூர்வீக ஒளியின் சாயல் அப்போதுதான் என்னில் படிகிறது.

இன்றைக்கு சமூக ஊடகங்கள் நமது வாழ்வில் செலுத்தும் பாதிப்பு தவிர்க்க இயலாதது என்கிறார்கள். ஒருகட்டத்தில் தொலைக்காட்சிகள் எம்மை விழுங்கியதை விடவும் பெரும் எண்ணிக்கையில் இன்று தொடர்-

கிறது. சமூக ஊடகங்களில் ஒரு கணக்கு வைத்துக்கொள்வது அந்தஸ்தாக கருதப்படுகிறது. நாள்தோறும் வந்து குவியும் செய்திப் பெருக்கை வாரியள்ளி மூளையில் புதைக்க வேண்டியிருக்கிறது. பெருந்தொகை குப்பைகள். ஆலோசனைகள். எந்தத் தகுதியுமற்ற மருத்துவ ஊகங்களில் இருந்து விஞ்ஞான விளக்கங்கள் வரை எவர் எவரோ பேசுகிறார்கள். பரிமேலழகர் எழுதிய திருக்குறளில் இப்படியொரு அதிகாரம் என்று புலம்பும் அறிவிலிகள் பலர் காணக்கிடைக்கிறார்கள். அன்றாடம் காலையில் எழுந்து இரவு தூங்கும் வரை என்ன செய்ய வேண்டுமென ஆலோசனை வழங்கும் எத்தனை எத்தனையோ காணொளிகள் புற்றீசல்களாய் வருகின்றன.

எது தகுதியானது என்பதைக் கண்டுபிடிக்கவே நாள்கள் ஓடிவிடுகின்றன. குன்றென வளர்ந்து நிற்கும் குப்பை மேட்டில் குண்டுமணியைத் தேடுவது போல தகுதியான நல்லனவற்றை கண்டுபிடிக்க வேண்டியிருக்கிறது. சமூக ஊடங்களில் எல்லாமும் அப்படியானதா என்றால் அதுவுமில்லை. ஆனால் போலிகளும், பாவனைகளும் பெருகிக்கிடக்கிறது. இதுதான் இன்றைய மொத்த சமூக ஊடகங்களின் நிலையென்றால் எவரும் மறுக்கார்.

முகநூலில் ஒவ்வொரு துறைசார்ந்தும் விவாதங்களும் சர்ச்சைகளும் நிகழ்கின்றன. இது அவரவர் வட்டத்தைப் பொறுத்து கவனத்தில் கொள்ளப்படுகிறது. ட்விட்டர் தளத்தில் வேறொரு பண்பாடு, வேறொரு எதிர்வினை. ஒவ்வொரு சமூக ஊடகத்திற்கும் வெளிப்பாட்டு முறை, முன்வைக்கும் தன்மைகள் மாறுபடுகின்றன. முகநூலில் இலக்கியத்தை வளர்த்தெடுத்து விடுவேன் என எப்போதும் நான் எண்ணியதில்லை. சீமெந்து தரையில் நெல் அறுப்பேன் என்று நம்புகிறவன் உழவனில்லை. வயல் மண்ணள்ளித் தின்று விதை விதைத்து அறுவடை செய்யும் கமக்காரன் நான்.

முகநூலில் இருந்தால் தான் தன்னுடைய படைப்பூக்கம் பீறிட்டுக் கிளம்புமென எந்தவொரு இலக்கியவாதியும் எண்ணவில்லை. அதனை தனக்குரிய ஒரு வெளிப்பாட்டு தளமாக கருதுகிறார்கள். அந்த ஊடகத்தை ஒரு தொடர்பாடல் சக்தியாக பொருள் கொள்கிறார்கள். அதனால் அங்கே இருக்கிறார்கள். சிலரோ அதனை தங்களை முன்னிறுத்தும் குறுக்குவழியாக கண்டடைகிறார்கள். குறுக்கு வழிகள் எப்போதும் சரியான திசையைக் கையளிப்பதில்லை.

தற்காலத்தில் நிகழும் இலக்கிய விவாதங்கள் — சர்ச்சைகள் பெரும்பாலும் உட்சத்து அற்றவை. வெறும் தனிமனித வசைகள் மேலோங்கி கீழ்மைகள் சீறித் தேங்கும் அநாகரீகத்தின் குழியாக மாறிநிற்கிறது முகநூல். சக படைப்பாளி ஒருவனுக்கு ஏதேனும் அங்கீகாரம் கிடைத்துவிட்டால் ஒரு கும்பலாய் அணிதிரண்டு பதிவுகளை இறைக்கிறார்கள். அதில் பொருட்படுத்தக்கூடிய ஒரு இலக்கிய மதிப்பீடும் இருக்காது. வெறுமென எரிச்சலும், பொறாமையும் அவமானப்படுத்தலும் தான் நிரம்பிக்கிடக்கும்.

சமீபத்தில் எழுத்தாளர் யுவன் சந்திரசேகருக்கு விஷ்ணுபுரம் விருது அறிவிக்கப்பட்டதும் சகபடைப்பாளி ஒருவர் எழுதிய பதிவின் சாரத்தைக் கேள்விப்பட்டதும் வெட்கித் தலைகுனிந்தேன். யுவன் சந்திரசேகர் போன்றதொரு படைப்பாளுமைக்கு தமிழ் இலக்கியப்பரப்பில் நிகழ மறுத்த ஒரு அங்கீகாரமும் அவதானமும் இந்த விருதினால் குவிந்திருக்கிறது. ஆனால் இன்னொரு படைப்பாளி அதனை எவ்வளவு கீழ்மையாக கையாளுகிறார் என்பதை அறிந்ததும் உள்ளம் கொதிக்கிறது. இந்த அநாகரீகங்களுக்காய் தலைகுனிந்து மொழியிடமும் குருவிடமும் மன்னிப்புக் கேட்கும் பொறுப்பு எனக்கிருக்கிறதென நான் உளமாரச் சொல்கிறேன். குருவென்பவனை தெய்வத்துக்கு முன்னே வைத்து வணங்குதல் என் மரபு.

ஒப்பீட்டளவில் இலக்கியத்தோடு நாம் கொள்ளக்கூடிய பிணைப்பை நீர்த்துப் போகச்செய்யவல்லது முகநூல். ஏனெனில் அங்கே கண்டடைய எதுவுமில்லை. எல்லாமும் தீர்ப்புக்கள். கண்மூடித்தனமான வெறுப்புக்கள். இவ்வளவு இருண்மையும் கசப்பும் இலக்கியத்தை கண்டடையவோ சென்று சேரவோ விடாது. வெறும் அரட்டைகள், கமெண்டுகள் வழியாக இலக்கியப் பாவனைகள் பூத்துக் குலுங்குகின்றன. முகநூலில் வசவுகள், வன்மங்களைக் கடந்து எதுவுமில்லையா என்று சிலர் கேட்கக்கூடும். அப்படி பொத்தாம் பொதுவாக தீர்ப்பு வழங்க எவராலும் முடியாது. இலக்கியமெனக் கருதி அவரவர் புரிதல், சக்திக்கேற்ப அங்கே திரண்டு இயங்குகின்றனர். எந்தவித எதிர்பார்ப்புமற்று புத்தகங்களை வாசித்து, வாசக அனுபவங்களைப் பகிர்கிறார்கள். எழுத்தாளர்களோடு விவாதிக்கிறார்கள். உரையாடுகிறார்கள். சில விதிவிலக்குகள் எங்குமுள்ளன.

கொரோனா பெருந்தொற்றுக் காலத்தில் எழுத்தாளர் ஜெயமோகன் அவர்களோடு கதைத்துக் கொண்டிருந்த போழ்து முகநூலை சில நாட்களுக்கு செயலற்றதாய் (Deactivate) ஆக்கிவிட்டேன் என்று சொன்னேன். ஜெயமோகன் சிரித்துக்கொண்டே எத்தனை நாளைக்கு என்று சீண்டலாகக் கேட்டார். அந்தச் சீண்டல் குருவினது. எப்போதும் பற்றியெரிந்து கொண்டிருக்கும் என் உள்ளத்துள் இன்னொரு கனல்துண்டு விழுந்திற்று. முகநூலை விட்டுவிடமுடியாதளவுக்கு பீடிக்கப்பட்ட ஆளாக என்னை ஜெயமோகன் கருதிவிட்டாரோ என்று உள்ளூரச் சிரித்தேன். மிக விரைவில் முகநூலை விட்டு வெளியேற வேண்டுமென நினைத்துக் கொண்டேன்.

அந்த நாட்களில் ஆகக் குறைந்தது பதினாறு மணிநேரங்கள் வாசித்திருக்கிறேன்.என் சமகாலத்து தலைமுறைக்கு சமூக ஊடகங்களிலிருந்து இலக்கியத் திறப்பை பெற்றுவிடலாமென ஒரு நம்பிக்கை இருக்கிறது. அதனை நான் எப்போதும் கடுமையாகச் சாடுவதுண்டு. “நீச்சல் பழக கால்களை அசைக்க வேண்டுமென தெரிந்து வைத்திருக்கிறாய். ஆனால் அந்தக் கால்கள் கண்டிப்பாக தண்ணீரில் இருக்கவேண்டும் என்பதை அறியவில்லை நீ.” என்று நண்பரொருவரிடம் சொன்னேன். அவர் ஒவ்வொரு நாள் காலையி-

லும் கண்விழித்ததும் பதிவெழுதும் நோயால் பீடிக்கப்பட்டிருப்பவர்.

தன்னையொரு இலக்கியவாதியாக நம்பிக்கை கொள்பவர். பிரமிளுக்கு நிகர்த்த கவிஞன் தானென எப்போதாவது சாராயக் குப்பியை ஊற்றினால் சொல்லிக்கொள்வார். அந்த நண்பருக்கு நவீன இலக்கியத்தில் இருக்கும் பரீட்சயம் பிரமிள் என்கிற பெயர் மட்டும் தான். அதுவும் தெற்குவாசல் என்கிற கவிதையை நான் வாசித்துக் காண்பித்ததால் அந்தப் பெயரை பிடித்துக் கொண்டார்.

முகநூலில் நடைபெறும் இலக்கிய விவாதங்கள் கசப்பும் வசவுகளும் அன்றி வேறில்லை. இன்று நம்முடைய இலக்கிய விவாதங்களை விடவும் காட்டமாக முன்னோடிகள் மாறி மாறி எதிர்வினை ஆற்றியிருக்கிறார்கள். ஆனால் எப்போதும் விவாதங்களில் இலக்கியம் நழுவிப்போகவில்லை. எழுதுவதை விடவும் விவாதிப்பதற்கு அறிவு அவசியமென அறிவேன். எழுத்தாளரின் ஒரு கதையைக் கூட வாசிக்காமல் "உங்க கதைகள்ல..." என்று ஆரம்பிக்கும் கேள்விகளை எத்தனை இலக்கியக் கூட்டங்களில் சந்தித்திருக்கிறேன்.

சமூக ஊடகங்களிலும் அது போன்ற அரட்டைகள் ஆயிரமுண்டு. எனக்கோர் அனுபவம். "உங்களுடைய நாவலில் வருகிற கோவில்பட்டியைப் போல யாரும் எழுதவில்லை" என்று தகவல் அனுப்பும் ஒருவருக்கு நான் என்ன பதில் சொல்வேன். பற்களை இறுகக் கடித்தபடி நீங்கள் சொல்லும் கோவில்பட்டியை நான் கூட இன்னும் எழுதவில்லையே என்று பதில் அனுப்பினேன். "ஓ...அது உங்க நாவல் இல்லையா, சாரி" என்பதோடு உரையாடல் முடிகிறது. ஒரு எழுத்தாளனுக்கு முகநூலில் நிகழும் இலக்கிய விவாதமோ — சர்ச்சையோ அவசியமற்றது. அவன் வாசிக்கவும் எழுதவும் பல்லாயிரக்கணக்கான பக்கங்கள் உண்டு.

அன்பின் சாருகேசி நீங்கள் என்னை முகநூலுக்கு அழைப்பதை அன்புடனும் மரியாதையுடனும் மறுக்கிறேன். இலக்கியவாதியாக இருப்பவன் முகநூலில் இருக்கவேண்டுமென நீங்கள் எண்ணுவது கற்பனை. நான் எப்போதும் உரையாடும் புதுமைப்பித்தனோ, தி.ஜானகிராமனோ, எஸ். பொன்னுத்துரையோ, மு.தளையசிங்கமோ, கே.டானியலோ, லா.ச.ராவோ, அசோகமித்ரனோ.....என நீளும் முன்னோடி கர்த்தாக்கள் யாருமே முகநூலில் இருந்தவர்களோ, இருப்பவர்களோ அல்ல. எழுத்தாளன் மொழியின் ஆதிக்கனவு. அவனை முகநூலில் பலியிடலாமென தப்பாக எண்ணாதீர்கள்.

நன்றி.

30. நாய்ச்சண்டையும் பபாசியும் - 2026

நாய்ச்சண்டை (dogfight) என்பது வான்போரில் ஈடுபடும் சண்டை விமானங்கள் பங்கேற்கும் ஒரு சண்டை வகை. பொதுவாக இரண்டு அல்லது அதற்கு மேற்பட்ட விமானங்கள் இச்சண்டையில் பங்கேற்கின்றன. பங்கேற்கும் விமானங்கள் அருகில் எதிரி விமானங்கள் உள்ளன என்பதை உணர்ந்தே சண்டையில் ஈடுபடுகினறன. குறுகிய எல்லைக்குள் அதிவேகத்தில் நடக்கும் இச்சண்டையின் இலக்கு எதிரி விமானத்தை வீழ்த்துவதே. இதற்காக துப்பாக்கிகள், ஏவுகணைகள் போன்ற ஆயுதங்களை விமானங்கள் பயன்படுத்துகின்றன.

விமானங்கள் கண்டுபிடிக்கப்பட்ட பின் நடைபெற்ற முதல் பெரிய போர் முதலாம் உலகப் போர். இப்போரில் தான் முதன் முதலில் விமானங்கள் ஆயுதங்களாக பயன்படுத்தப்பட்டன. ஆரம்பத்தில் எதிரிகளின் தரைப்படைகள் மீது குண்டு வீசவும், உளவு பார்க்கவும் மட்டுமே விமானங்கள் பயன்படுத்தப்பட்டன. பின்னர் இரு தரப்பு விமானங்களும் நடு வான்வெளியில் ஒன்றோடு ஒன்று மோதத் தொடங்கின. "நாய்ச்சண்டை" என்ற பெயர் இவ்வாறு தான் ஏற்பட்டது.

நாய்க்கூட்டங்கள் மூர்க்கத்துடன் சாகும்வரை ஒன்றையொன்று தாக்கிச் சண்டையிடுவது போல இந்த சண்டை முறை அமைந்திருந்ததால் இப்பெயர் ஏற்பட்டது.

1919ம் ஆண்டே "நாய்ச்சண்டை" என்ற தொடர் அச்சில் வந்து விட்டாலும், இரண்டாம் உலகப் போரில் தான் பிரபலமானது. தற்கால வான்படை விமானிகளுக்கு நாய்ச்சண்டை உத்திகளில் பயிற்சி அளிப்பது இன்றியமையாததாகி விட்டது.

சென்னைப் புத்தகக்காட்சியில் மைக்செட் மைபபாசியாக குரைத்த நாட்களை யாரும் மறக்க மாட்டார்கள்.

சரிங்க பாடும் நிலா பபாசி

அடுத்தாண்டு பொன்விழாவில் ஆளுங்கட்சியைப் பாராட்டி பாடுங்கள்

31. இராசேந்திர சோழன் - எம். பாண்டியராஜன்

தோற்றத்தில் மட்டுமல்ல, எழுத்திலும் பேச்சிலும் கம்பீரம்!

இராசேந்திர சோழன் நினைவாக...

தமிழ் இலக்கிய உலகின் ஆகச் சிறந்த ஆளுமைகளில் ஒருவர் மறைந்த எழுத்தாளர் அஸ்வகோஷ் என்ற இராசேந்திர சோழன். தோற்றத்தில் மட்டுமல்லாமல், கதையோ, கட்டுரையோ, நாவலோ, எழுத்திலும் மொழி நடையிலும் கம்பீரத்தைக் கைக்கொண்டிருந்தவர். பேச்சும் உரையும்கூட அப்படித்தான்.

2004 ஆகஸ்ட் மாதத்தில் இலக்கியச் சுற்றத்தின் இராசேந்திர சோழன் கதைகள் நூல் அறிமுக விமர்சனக் கூட்டத்தில் பங்கேற்பதற்காகத் திருச்சி வந்திருந்த இராசேந்திர சோழன், எழுத்து பத்திக்காகத் 'தினமணி'க்கு அளித்த நேர்காணல் இது. சில மாதங்களுக்கு முன்னர், இராசேந்திர சோழனுடன் உரையாடியது யார் என்பதை அறிந்துகொள்வதற்காக இந்த நேர்காணலின் செய்தி நறுக்கை அனுப்பியிருந்தார் நண்பர். இவ்வளவு விரைவில் இதைப் பயன்படுத்த வேண்டியிருக்கும் என்று அப்போது தோன்றவில்லை.

நேர்காணல் அன்று வெளியானவாறே:

'கோட்பாடு, செய்நேர்த்தி கொண்டிருக்க வேண்டும் இலக்கியம்'

எழுதத் தொடங்கியபோது எந்த இசங்களையும் சார்ந்திருக்கவில்லை நான் என்று சொல்லும் இராசேந்திர சோழன், இன்றும்கூட இசங்களுக்கு அப்பாற்பட்டவராகவே தோன்றுகிறார்.

1970-களில் அஸ்வகோஷ் என்ற புனைபெயரில் எழுதத் தொடங்கிய இவர் ஆசிரியப் பணியிலிருந்து விருப்ப ஓய்வு பெற்ற பின் இயற்பெயரிலேயே படைக்கத் தொடங்கினார்.

சிறகுகள் முளைத்து, 21-வது அம்சம் இரண்டும் இவருடைய நாவல்கள். சிறுகதைகள் யாவும் 'இராசேந்திர சோழன் கதைகள்' என முழுத் தொகுப்பாக வெளிவந்திருக்கிறது.

"எழுதும் காலத்தில் என்னையுமறியாமல் சார்பான சிந்தனை உருவானது" என்று கூறும் இராசேந்திர சோழனின் இன்றைய கருத்து:

"கருத்தியல் சார்ந்த விஷயங்களைக் கேள்விக்கு உள்படுத்த வேண்டும் என்பதே இலக்கியத்தின் நோக்கமாக இருக்க வேண்டும். கோட்பாடு, செய்நேர்த்தி இரண்டும் இணைவாகக் கொண்டிருக்க வேண்டும் இலக்கியம். படைப்பு நுட்பம் சார்ந்த விஷயங்களை அதன் சூழலைப் பொருத்துப் பார்க்க வேண்டும்."

அண்மையில் திருச்சி வந்திருந்த அவருடன் ஒரு சந்திப்பு:

பொதுவுடைமைக் கருத்து சார்பு பற்றிய இன்றைய கருத்து என்ன?

"பொதுவுடைமைச் சிந்தனைதான் ஒரு படைப்பாளியை ஆழ்ந்த நேசிப்புள்ளவனாக மாற்றுகிறது. என்னையும் அப்படித்தான் மாற்றியது. ஆனால், அதை மட்டுமே வைத்துக்கொண்டு எவரும் தங்கள் படைப்பை, பலவீனத்தை நியாயப்படுத்தும் போக்கில் எனக்கு உடன்பாடில்லை.

எழுத்தாளர் அஸ்வகோஷ் (எ) இராசேந்திர சோழன் காலமானார்

"முற்போக்கு எழுத்தாளர்கள் கணிசமாக இருக்கின்றனர். ஆனால், நிறுவனமயமாகும்போதுதான் கட்டுத்திட்டங்கள் வருகின்றன.

"இலக்கியத்தை மார்க்ஸ், எங்கெல்ஸ், மாவோ பார்த்த அளவுக்கு விரிவான நோக்கில் பார்க்கும் தலைவர்கள் இங்கில்லை. இடதுசார்பாக எழுது-

வதாலேயே தங்களை விமர்சிக்கக் கூடாது என்று நினைப்பது சரியல்ல.”

அரசியல் சார்ந்த இதழ்கள் போலவே இன்றைய சிறுபத்திரிகை உலகமும் குழுக்களாக இருக்கின்றன. இதுவும் இலக்கியச் சூழலை ஒரு வரையறைக்-குள் இட்டுச் செல்லத்தானே முயல்கின்றன?

“உண்மைதான். படைப்பாளிகள் சார்ந்த இதழ்களும் குழு மனப்பான்மை-யும் சிறுபத்திரிகை உலகில் இருக்கின்றன. இருந்தாலும்கூட, இந்தக் குழுக்-கள், குழுசார் சுதந்திரத்துடன் இயங்குகின்றன; மீறித் தனிநபர் சுதந்திரமும் இருக்கிறது. “நிறுவனமாக்கப்பட்ட அரசியல் சார்ந்த இதழ்களில் இந்நி-லைமை இருப்பதில்லை. இலக்கியத்தில் சில விஷயங்கள் தாண்டிச் செல்ல கட்சி அமைப்புகள் அனுமதிக்க வேண்டும்.”

படைப்பு எப்படி இருக்க வேண்டும்?

“கருத்துகள் படைப்பில் வெளிப்படாமல் வாசிப்பவரின் மத்தியில் தூண்ட வேண்டும்: பக்கச்சார்பாக இருந்தால் அதுவே திகட்டலாகிவிடும்.

“நியாயத் தீர்வு எடுப்பவனாகப் படைப்பாளன் இருக்கக் கூடாது; நியாயத் தீர்ப்பு எடுக்கச் செய்பவனாக இருக்க வேண்டும். ஒரேயொரு ஒளிக்கீற்றைத் தோன்றச் செய்தாலும் போதும்.

“சமூகம் என்ன சொல்லுமோ என்ற கட்டுப்பாடுகள் இங்கிருக்கின்றன. சமூகம் சார்ந்த மதிப்பீடுகள் கேள்விக்குள்ளாக்கப்பட வேண்டும்.

“தன்னுடைய புரிதலில் பார்த்த நிகழ்வுக்கு உண்மையாக முன்வைக்கப்-பட்டால் அதுவே நல்ல படைப்பு. இசங்களை முன்வைத்தால் பாதிக்கும்.”

படைப்பாளிக்கும் வாசகனுக்கும் இடையேயான மொழி இயல்பாக இன்றிச் சிக்கலாக மாற்றப்படும்போது வாசிப்பதில் தடை ஏற்படாதா?

“படைப்பாளனுக்கும் வாசகனுக்குமுள்ள உறவு, தன் அனுபவத்தில் படைப்பாளன் வெளிப்படுத்த, வாசகன் அவன் அனுபவத்தில் பார்க்கிறான். அதற்கு வாசகனும் படைப்பாளியின் அனுபவத் தளத்துக்கு உயரும்போது மொழிச் சிக்கல் இருக்காது. அதற்காக வேண்டுமென்றே மொழிநடையைச் சிக்கலாக்குவதில் எனக்கு உடன்பாடில்லை.

“அனுபவ நெருக்கத்தில் வாசகன் தன்னையே படைப்பில் காண்கிறான். படைப்பு என்பது வாசகனைச் சென்றடைய வேண்டும்.”

சிறுகதை வடிவம் எப்படி இருக்க வேண்டும் என்று கருதுகிறீர்கள்?

“அம்பு அல்லது ஸ்ப்ரிங்கைப் போல இருக்க வேண்டும் சிறுகதையின் வடிவமும் பண்பும். இலக்கை நோக்கி விடுபட்டுத் தெறிக்கும்.

“இந்த வகையில் எழுத்தாளர்களில் எனக்குப் பிடித்தவர்கள் புதுமைப்பித்-தனும் தி. ஜானகிராமனும்.”

பின்நவீனத்துவத்தை ஏன் கடுமையாக விமர்சிக்கிறீர்கள்?

“வரலாற்றில் ஒவ்வொரு காலத்தில் ஒவ்வொரு தத்துவம் மனிதனுக்கு நம்-பிக்கையூட்டுபவையாக இருந்துவந்துள்ளன. கிறித்தவம், அறிவார்ந்த உலகம்

என.

“பின் நவீனத்துவம் என்பது ஒரு தத்துவமேயல்ல. இதுவரையுள்ள தத்துவங்களைக் கேள்விக்குள்ளாக்குவது. அது முன்வைப்பது வெற்றிடத்தைத்தான். மனிதனைச் செயல்படவிடாமல் முடக்குவதுதான் பின் நவீனத்துவம்.

“பின் நவீனத்துவத்துக்கு இளம் படைப்பாளிகள் பலியாகிவிடக் கூடாது. வாழ்க்கையின் உண்மையை உணரத் தடையாக இருந்துவிடக் கூடாது அது.”

இதுவரை மற்றவர்கள் சொல்லாததை எழுத முடியுமானால் எழுதுங்கள், இல்லையெனில் எழுதாதீர்கள் என்று சொல்கிறீர்கள். ஒரு படைப்பு எழுதி முடித்த பிறகுதானே அதை தீர்மானிக்க முடியும்?

“படைக்க வருவோர் தங்கள் சொந்த அனுபவத்தைப் பதிவு செய்யலாம். மேலை இலக்கியங்களை முன்னுதாரணமாக வைத்து எழுதுவதால் எந்தச் சிறந்த படைப்பையும் தந்துவிட முடியாது. அவற்றின் நகல்களாக இருக்கக் கூடாது.

“ஒரு ஓட்டல் சர்வரும் மனிதன்தான் என்று புதுமைப்பித்தன் பார்க்கும் பார்வையிலேயே மீண்டும் பார்க்கத் தேவையில்லை. வேறு விஷயங்களை வேறு கோணங்களில் பார்த்து வெளிப்படுத்தலாம். அதை மனதில் கொண்டுதான், புதிதாகப் படைக்க முடியாவிட்டால் எழுதாதீர்கள் என்று சொல்கிறேன்.”

பெண் கவிஞர்கள் பாலியலை வெளிப்படையாகப் பேசும் கவிதைகளை எழுதுகின்றனர். இவை இயல்பாக இல்லாமல் வெறும் அதிர்ச்சி மதிப்பீட்டுக்காக எழுதப்படுகின்றன என்ற குற்றச்சாட்டும் எழுகிறது...

“இங்கே பெண் சார்ந்த ஒழுக்கவியல் கோட்பாடுகள் வலுவாக இருக்கின்றன. இதையே இன்னமும் உடைக்க முடியவில்லை.

“பெண் படைப்பாளிகளின் சுதந்திரத்தை ஏற்றுக்கொள்ள வேண்டும். மிக நீண்ட காலமாக ஒடுக்கப்பட்டவர்கள், ஒரு கலகக்குரல் எழுப்புவது இயல்பு. யார் ஆதிக்கம் செலுத்தினார்களோ அவர்கள்தான் விட்டுக் கொடுத்துப் போக வேண்டும். அவர்கள் எழுத எழுத இந்த விஷயங்கள் குறைந்து போய்விடும். ஆனால் ஆண் சாராமல் வாழ்வதுதான் பெண் விடுதலை என்ற கருத்து சரியல்ல. ஆணுக்குச் சமமாக இருக்க வேண்டும், ஆணுடன் இணைந்து வாழ்வதுதான் இயற்கை வாழ்க்கை.”

மண்ணை அளந்தவர்கள் நூலை இராசேந்திர சோழன் வெளியிடப் பெற்றுக்கொள்கிறார் பொறியாளர் இரா. வெங்கடசாமி.மண்ணை அளந்தவர்கள் நூலை இராசேந்திர சோழன் வெளியிடப் பெற்றுக்கொள்கிறார் பொறியாளர் இரா. வெங்கடசாமி.

மறைந்த பாசனப் பொறியியல் வல்லுநர் முனைவர் பழ. கோமதிநாயகத்தின் மூன்றாம் ஆண்டு நினைவு நாளில் அவர் எழுதிய இரு நூல்களின் வெளியீட்டு விழாவுக்காகத் திருச்சிக்கு மீண்டும் (2012 டிச. 29) அழைத்தி-

ருந்தோம்.

விழாவில் கோமதிநாயகத்தின் முனைவர் பட்ட ஆய்வையொற்றி, ஆங்கிலத்தில், தாமிரவருணி — சமூக பொருளியல் மாற்றங்கள் (Thamiravaruni: Conflicts Over Water Resources) என்ற ஆங்கில நூலும் நிலவரை - நில அளவை பற்றி அவர் எழுதியிருந்த `மண்ணை அளந்தவர்கள்' என்ற நூலும் வெளியிடப்பட்டது. மண்ணை அளந்தவர்கள் நூலை வெளியிட்டுப் பேசினார் இராசேந்திர சோழன். விழா முடிந்த பின் உணவருந்திவிட்டு, நள்ளிரவிலேயே மயிலத்துக்கு பேருந்திலேற்றி அனுப்பி வைத்தோம்.

வெறும் எழுத்தாளராக மட்டுமின்றித் தீவிர செயற்பாட்டாளராகவும் திகழ்ந்தவர். ஏறத்தாழ 20 ஆண்டுகளுக்கு முன் எடுக்கப்பட்டதாக இருந்தாலும் இன்றைக்கும் படித்துப் பார்க்க அவருடைய நேர்காணல் அதே காத்திரத்துடன், கூர்மையுடன் திகழ்கிறது. அவர்தான் இராசேந்திர சோழன்

எழுத்தாளர் என்பது தான் இருபாலருக்குமே பொறுத்தமான சொல். ஏனென்றால் செய்யும் தொழில் இரு பாலருக்கும் பொது.

இந்தப் பால் சார்ந்த குறியீடு பல மொழிகளில் (தமிழ் உட்பட) மறைந்து கொண்டு வருகிறது. எடுத்துக்காட்டு: ஆங்கிலத்தில் பெண் எழுத்தாளரை authoress என்று அழைப்பது வழக்கத்திலிருந்து மறைந்து விட்டது.

———

இலக்கணப்படி எழுத்தாளினி என்பது சரியாக இருக்கலாம். பிழை இல்லை. அவ்வாறு கூறுவதால் தமிழ் என்றென்றும் ஆண்-பெண் எனப் பிரிவுபடுத்தியது கிடையாது. ஆண்-பெண் சமத்துவம் உணர்வில் இருக்க வேண்டுமே தவிர இலக்கணத்தில் அல்ல.

ஆனால் மாறும் வழக்கு நடையில் அவ்வாறு கூறுவது குறைந்து கொண்டே வருகிறது. இதற்குக் காரணம் மேலை நாடுகளின் பெண்ணுரிமைப் போராட்டங்களின் தாக்கம் எழுத்திலும் பேச்சிலும் விரிந்தது. Author-authoress, poet-poetess, teacher-teacheress என்ற பிரிவுகள் மறைந்து, இருபாலருக்கும் பொதுவாக author, poet, teacher என்று கூறுவது வழக்கத்தில் உள்ளது. இன்னும் சொல்லப்போனால் teacheress என்ற சொல் ஆங்கில அகராதிகளிலிருந்து அகற்றப்படுவிட்டது அல்லது "archaic" (=வழக்கத்தில் இல்லாத மிகப் பழமையான சொல்) என்று அகராதிகளில் குறிப்பிடப்படுகிறது.

அவ்வழக்கத்தைப் பிறமொழிகளும் பின்பற்றுகின்றன.

பெண் நீதிபதியை எவ்வாறு அழைக்கிறோம்? ‘நீதிபதி’ (அ) ‘நீதிபதினி’?

பெண் பொறியாளரை எவ்வாறு அழைக்கிறோம்? ‘பொறியாளர்’ (அ) ‘பொறியாளினி’?

அவ்வரிசையில், பெண் எழுத்தாளரை எவ்வாறு அழைக்க வேண்டும்? ‘எழுத்தாளர்’ (அ) ‘எழுத்தாளினி’?

நான் பார்த்த அளவில் 'எழுத்தாளினி' என்பது குறைந்து 'எழுத்தாளர்' என்றுதான் எழுதுகிறார்கள். இது சரியென்றே படுகிறது.

32. எழுத்தாளர்களின் எழுத்துக்கள்

மறைந்த எழுத்தாளர் பேராசிரியர் கல்கி தன் கையெழுத்தைப் பற்றி தாமே விமர்சனம் செய்து கொள்வார் என்று அப்புசாமி டாட் காமில் படித்தேன். அதற்கு அவர் ராபர்ட் ப்ரவிநிங்கின் (யாருக்குமே அர்த்தம் புரியாதாம்!) கவிதைகளை மேற்கோள் காட்டி சொல்லியிருப்பது படிக்க சுவாரஸ்யமாக இருந்தது.

கல்கியின் கையெழுத்து பற்றி ஒரு பழைய கல்கி இதழில் நான் படித்த துணுக்கு ரொம்ப சுவாரஸ்யமானது.

கல்கி அப்போது விகடனில் ஆசிரியராக இருந்தார்.

கல்கியின் நண்பர் ஒருவர் தான் பல கதைகள் அனுப்பியும் பிரசுரமாகாதது குறித்து வருத்தத்தைத் தெரிவித்தாராம். வாங்கிப் படித்துப் பார்த்த கல்கி,

"நல்லாத்தானே இருக்கு. இது எப்படி பிரசுரமாகாமல் போயிற்று" என்று வியந்து,

"சரி, நான் பர்சனலா ரெகம்மண்ட் பண்ணி பப்ளிஷருக்கு அனுப்பறேன்" என்று வாங்கிக் கொண்டாராம்.

பல வாரங்கள் ஆயிற்று கதை பிரசுரமே ஆகவில்லை.

நண்பர் மறுபடி கல்கியை சந்தித்தார்.

தான் சிபாரிசு செய்தும் பிரசுரமாகாதது கல்கிக்கு குழப்பத்தை உண்டு பண்ணியது.

பப்ளிஷரை அழைத்தார். வந்திருந்தவர் பெயரைச் சொல்லி, அவர் எழுதின கதையின் பெயரைச் சொல்லி,

"ஞாபகம் வருதா?" என்று கேட்டார்.

"ஏன் வராம, நீங்க காமென்ட் கூட எழுதி அனுப்பியிருந்தீங்க"

"என்ன ஆக்ஷன் எடுத்தீங்க?"

"கிழிச்சி குப்பைலே போட்டுட்டேன்"

"என்னது?"

"ஆமாம் சார், rubbish ன்னு எழுதி அனுப்பினா குப்பைலே போடாம என்ன பண்றது?"

"அட ராமா, நான் publish ன்னு இல்லே எழுதியிருந்தேன்!"

33. வழியெங்கும் புத்தகங்கள் - ச. தமிழ்ச்செல்வன

நான் ஐந்தாம் வகுப்புப் படித்துக்கொண்டிருந்தபோது எங்கள் பள்ளிக்கு எதிரே ஒரு வாசக சாலை இருந்தது.அதில் சாணி மெழுகிய திண்ணையில் விரித்த ஓலைப்பாயில் தினசரிகள்,வார,மாத இதழ்கள் கிடக்கும்.பெரிய ஆட்கள் உட்கார்ந்து படித்துக்கொண்டிருப்பார்கள்.அப்போது பொடியன்களான நாங்கள் சிலர் அவ்வப்போது உள்ளே நுழைந்து எதையாவது வாசிப்போம்.பிறகு மணியடிக்கவும் ஓடிவிடுவோம்.அப்படி ஒருநாள் ஒரு வார இதழில் வாசித்த பெட்டிச்செய்தியில், பகத்சிங்கைத் தூக்கு மேடைக்கு அழைத்த போது அவர் லெனின் எழுதிய ஒரு புத்தகத்தை வாசித்துக்கொண்டிருந்தார் என்றும் அதை முழுதாகப் படித்து முடிக்கும்வரை கால அவகாசம் கேட்டார் என்றும் படித்து முடித்ததும் மகிழ்ச்சியோடு தூக்கு மேடைக்குப் போனார் என்றும் எழுதியிருந்தது.பாருய்யா சாகப்போற நேரத்திலே கூடப் படிச்சிருக்கான்...அவன் மனுசனா.. நாம மனுசங்களா என்று பெரியவர்கள் ரெண்டுபேர் பேசிக்கொண்டதையும் கேட்டேன்.அந்த செய்தியும் பேச்சும் என் மனதில் ஆழப்பதிந்து விட்டது

பின்னர் பெரியவனாகிக் கோவில்பட்டியில் கல்லூரியில் படித்த காலத்தில்(1970-71) பஸ் நிலையத்துக்கு எதிரே என்சிபிஹெச் புத்தகக் கண்காட்சி நடந்துகொண்டிருந்ததைப் பார்த்தேன்.சிவப்புப் புத்தகங்களின் அணிவகுப்பில் லெனின் எழுதிய புத்தகங்களைத் தேடிப்பார்த்துக்கொண்டிருந்தேன்.மேசை அருகே சேர் போட்டு அமர்ந்திருந்த வெள்ளை வேட்டி வெள்ளைச் சட்டை மனிதர் ஒருவர் என்ன புத்தகம் தேடுறே தம்பி என்று கேட்டார்.'பகத்சிங் சாவதற்கு முன்னால் படித்த லெனின் புத்தகம்' என்று சொன்னேன்.உடனே அவர் 'அரசும் புரட்சியும் 'என்ற நூலை எடுத்துக்கொடுத்தார்.என்னை இன்றும் செதுக்கிக் கொண்டிருக்கும் புத்தகமாக அது இருக்கிறது.

இதையும் சேர்த்துப்படி என்று அந்தச் சிவந்த மனிதர் ஏங்கல்ஸ் எழுதிய குடும்பம் ,தனிச்சொத்து,அரசு ஆகியற்றின் தோற்றம் என்கிற புத்தகத்தையும் அன்பளிப்பாக எனக்கு வழங்கினார்.அந்த இரண்டு புத்தகங்களும் நூற்றுக்கு மேற்பட்ட முறைகள் என்னால் மீண்டும் மீண்டும் வாசிக்கப்பட்டு பைண்டிங் கிழிந்து தாள் தாளாக ஆகிவிட்டாலும் பொக்கிஷம் போலக் கையில் வைத்திருக்கிறேன்.

அதே நூல்களின் வேறு இரு பிரதிகள் அப்புறம் வாங்கிவிட்டாலும் அந்தப் பெரியவர் கொடுத்ததுதான் என் புத்தகமாக என் வாசிப்புக்கான சொந்தப் பிரதியாக பிரியத்துடன் வைத்திருக்கிறேன்.அந்தப்பிரதி பேசுவது போல வேறு பிரதிகள் என்னோடு நெருங்கிப் பேச முடிவதில்லை.அந்தப் புத்தகங்களை எனக்கு எடுத்துக் கொடுத்த பெரியவர் பெயர் எஸ்.எஸ்.தியாகராஜன் என்பதும் அவர் இந்தியக்கம்யூனிஸ்ட் கட்சியின் முக்கிய தலைவர்களில் ஒருவர் என்பதும் அவர் என் சித்தப்பாவின் நண்பர் என்பதும் பின்னர் அறிய நேர்ந்த

கூடுதல் தகவல்கள்.

அரசு என்பது காலம் காலமாக எப்போதும் இருந்து கொண்டிருக்கும் ஒன்று- அது எல்லா மக்களுக்கும் பொதுவான ஒரு நிர்வாக ஏற்பாடு மட்டும்தான் என்கிற என் பொதுப்புத்தியை வெடிகொண்டு தகர்த்தன இவ்விரு புத்தகங்களும்.தீர்க்க முடியாத வர்க்கப்பகைமையின் விளவுதான் அரசு.தனிச்சொத்தைப் பாதுகாக்க உருவாக்கப்பட்ட ஒழுங்கமைக்கப்பட்ட வன்முறையின் பெயர்தான் அரசு என்பதும் வரலாற்றில் தனிச்சொத்து தோன்றுவதற்கு முன்னால் அரசு என்கிற வன்முறைக்கருவி இருந்திருக்கவில்லை என்பதும் இவ்விரு புத்தகங்களால் தெளிவானது.அப்போது இலக்கிய வாசிப்பில் நான் நா.பார்த்தசாரதியிடமிருந்து விடைபெற்று ஜெயகாந்தனின் ஆளுகைக்குள் வந்துகொண்டிருந்த காலமாகவும் இருந்தது.பொன்விலங்கும் குறிஞ்சிமலரும் அந்த நாட்களில் என் மனதுக்கு நெருக்கமான நாவல்களாக இருந்தன.

அரவிந்தனைப்போல சத்தியமூர்த்தியைப்போல தேசம் பற்றிய பொங்கும் பெருமிதத்தோடும் ஒருவித கற்பிதமான சத்திய ஆவேசத்தோடும் சிலபல நா.பா. கொட்டேசன்களோடும் ஒரு பூரணியை அல்லது பாரதி-கல்யாணியைத் தேடும் இளைஞனாக இருந்துகொண்டிருந்தேன்.கோகிலா என்ன செய்துவிட்டாள் என்கிற குறுநாவல்தான் ஜெயகாந்தனில் நான் முதலில் வாசித்தது.அப்படியே அவர் இழுத்துக்கொண்டு போய்விட்டார்.பாரீசுக்குப் போவின் கலை சார்ந்த தத்துவ விவாதங்களில் பிரமித்து அக்கினிப்பிரவேசத்தில் குளித்தெழுந்த கங்காவைப் பின்தொடர்ந்து சிலநேரங்களில் சில மனிதர்களைச் சந்தித்துச் சினிமாவுக்குப் போன சித்தாளுவுடன் ரிக்ஷாவில் ஏறி எம்.ஜி.ஆரின் பட வால் போஸ்டரை உடம்பில் சுற்றிக்கொண்டு அலைந்தேன்.விகடனில் அவர் எழுதிய வசீகரமான தொடர்களை விடாமல் வாசித்துக்கொண்டிருந்தேன்.

ஆனால் வெகு சீக்கிரமாக நான் ஜெயகாந்தனிடமிருந்து விடைபெற்றுக் கொள்ள நேர்ந்தது. புதுக்கவிதை பொங்குமாங்கடல்போலப் பொங்கிப் பிரவகித்துக்கொண்டிருந்த நாட்களாக அவை இருந்தன.பழைய தடைகளை எல்லாம் உடைத்துக்கொண்டு மொழி புதிய எல்லைகளில் பிரவேசித்த அனுபவத்தில் நின்று ஜெயகாந்தனின் சத்தமான குரலை முன்போலக் கேட்க முடியவில்லை.வண்ணநிலவன்,வண்ணதாசனிடம் மிக இயல்பாக வந்து சேர்ந்தேன்.வண்ணநிலவனின் கடல்புரத்தில் நாவலையும் தோழர் பால்வண்ணம் கொடுத்த ஜூலியஸ் பூசிக்கின் தூக்குமேடைக்குறிப்புகளையும் ஒரே சமயத்தில் படித்துக்கொண்டிருந்தேன்.

இந்தப்பிரியங்களும் பாசங்களும்தான் வாழ்க்கை என்று கடல்புரத்துப் பிலோமிக்குட்டி சொன்னதையும் சிறைக்குள்ளே உலகத்தொழிலாளர் மீதான பாசத்துடன் ஜூலியஸ் பூசிக் மேதினம் கொண்டாடியதையும் ஒரே நேர்கோட்டில் வைத்து வாசித்துக்கொண்டிருந்தேன்.'உன் அடிச்சுவட்டில் நான்' புத்தகத்தையும் அதே நேரம் வாசித்து அந்த ட்ராயைப்போல உலகத்தின் மக்-

கள் எல்லோருக்காகவும் சாகத் தயாராகிக்கொண்டிருந்தேன்.வண்ணதாசனின் கலைக்க முடியாத ஒப்பனைகள் என்ற சிறுகதைத்தொகுப்பின் அகல விரித்த வார்த்தைப் பரப்பில் தீட்டப்பட்ட நுட்பமான ஓவியங்களைக் கண்டு மனம் நடுங்கி 'எச்சங்கள்' சிறுவர்களின் எச்சிற்சோடாக் குடிக்கும் காட்சியைக்கண்டு மனம் பதறி அச்சிறுவர்களுக்காகப் போராட உறுதிகொண்டேன்- கண்ணீ-ரைத்துடைத்துக்கொண்டு.

இப்படியான மனநிலையோடு பாலியல் சார்ந்த குழப்பங்களும் கூடவே ஓடிவந்து கொண்டிருந்த ஒரு வயதில் —அப்போதுதான் ராணுவத்திலிருந்தும் திரும்பியிருந்தேன் —ராணுவமுகாம்களில் வாசிக்கக் கிடைத்த கமலாதாஸ் அக்காவும் சஸ்தி பிரதாவும் பாரதி முகர்ஜியும் இன்னும் என்னோடு இருந்-துகொண்டிருந்தார்கள்.குறிப்பாக சஸ்தி பிரதாவின் HE AND SHE, MY GOD DIED YOUNG போன்ற நாவல்களும் கமலாதாசின் என் கதையும் கவிதைகளும் கதைகளும் இருட்டுக்குள் என்னை இழுத்துக்கொண்டே இருந்தன.இருட்டு எப்போதும் மயக்கம் தரவல்ல வசீகரத்தோடு கூடியது-தானே.

கல்லூரிநாட்களின் இறுதியில் அறிமுகமான ஜே.கிருஷ்ணமூர்த்தியின் தத்துவ உரையாடல்களையும் இன்னும் விடாமல் வாசித்துக்கொண்டிருந்தேன். அவருடைய COMMENTARIEES ON LIVING இரண்டு தொகுதிகளும் BEYOND VIOLENCE மற்றும் THE AWAKENING YEARS ,அவருடைய கிருஷ்ணமூர்த்தி நோட் புக் போன்ற நூல்கள் என்னோடு இருந்தன.அப்போதைய என்னுடைய பட்ஜெட்டில் அவற்றை வாங்கியது பெரிய செலவுதான்.என்றாலும் ஜே.கிருஷ்ணமூர்த்தி அப்படி ஈர்த்தார்.கேள்வி பதில் பாணியிலான அவருடைய உரைகள் அன்று என்னை ஆட்டி வைத்தன.

நீங்கள் ஒரு குழுவோடு உங்களை ஏன் அடையாளப்படுத்திக்கொள்கி-றீர்கள்? ஒரு இனத்தோடு-ஒரு மதத்தோடு- ஒரு இயக்கத்தோடு?ஒரு கூட்-டத்தோடு உங்களை ஐக்கியப்படுத்திக்கொள்ளும் கணத்தில் உங்கள் படைப்-பாற்றல் (CREATIVITY) மறும் கேள்வி கேட்கும் சுரணை முற்றுப்பெற்று விடுகிறது.என்கிற ஜே.கே யின் முன்வைப்பு நீண்ட காலம் என்னை அலைக்-கழித்தது.

ஆனால் ஆர்.கே.கண்ணன் மொழிபெயர்ப்பில் வாசித்த ஜார்ஜ் பொலிட்-சரின் மார்க்சீய மெய்ஞ்ஞானம் நூல் என்னைப் பிடித்திழுத்துப் பிரகாசிக்கும் சூரிய வெளிச்சத்தில் தள்ளிவிட்டது.இயக்கவியல் பொருள்முதல்வாதத்தைப் பச்சைக்குழந்தைகளுக்குச் சொல்வதுபோலச் சொன்ன புத்தகம் அது.அதைத்-தொடர்ந்து ராகுல்ஜியின் வால்கா முதல் கங்கை வரை நூலையும் பொது-வுடமைதான் என்ன என்கிற புத்தகத்தையும் வாசித்ததில் மனம் மேலும் துலக்கமானது.வரலாற்று ரீதியாக ஒரு கதை வடிவில் வரலாற்றுப் பொருள்-முதல்வாதத்தையும் மனித குல வரலாற்றின் முக்கியமான பக்கங்களையும்

பேசிய வால்கா முதல் கங்கை வரை வாசித்து அதில் வரும் ஒரு கதாபாத்திரமான ரேக்காபகத் என்கிற பெயரைப் புனைபெயராகக் கொண்டு சில கதைகளைச் செம்மலரில் எழுதினேன்.

ஜே.கிருஷ்ணமூர்த்தியிடமிருந்தும் சஸ்தி பிரதாவிடமிருந்தும் கமலாதாசிடமிருந்தும் முறையாக விடைபெற்று வர மாரீசு கான்போர்த்தின் இயக்கவியல் பொருள் முதல்வாதம் நூலும் சோவியத் வெளியீடாக அன்று வந்த Marxist Ideology என்கிற அட்டவணைகள் நிறைந்த எளிய புத்தகமும்தாம் கை கொடுத்தன.மனம் என்பதின் செயல்பாடுகள் பற்றியும் உள்மனம்-வெளி மனம்-ஆழ் மனம் மற்றும் அறிவு-உணர்வு என்பவற்றின் அடிப்படை அறிவியல் உண்மைகளோடும் இயக்கவியலைப் புரிய வைத்த இப்புத்தகங்கள் என் வாழ்க்கையையும் வாழ்க்கைக் கண்ணோட்டத்தையும் தலைகீழாகப் புரட்டிப்போட்டன.

என் பசிக்குத் தீனியாக அப்போது சென்னை புக்ஸ் பாலாஜி பல நல்ல நூல்களை வெளியிட்டுக்கொண்டிருந்தார்.போல்ஷ்விக் கட்சியின் வரலாறு அப்போது வெளியாகியிருந்தது.அந்தக் கறுப்பு ஞாயிறு பற்றிய பக்கங்கள் என் மனதைப் பாதித்தன.பின்னர் பேட்டில்ஷிப் பொடெம்கின் திரைப்படத்தைப் பார்த்தபோது ஒடெஸ்ஸா படிக்கட்டுகள் காட்சி மீண்டும் என்னைப் போல்ஷ்விக் கட்சியின் வரலாற்றைப் படிக்க வைத்தது.சோவியத்யூனியனைப்போலவே அன்று கிழக்கு ஜெர்மனியிலிருந்தும் ஏராளமான மார்க்சிய அடிப்படை நூல்கள் வந்து கொண்டிருந்தன.அப்புத்தகங்கள் சோவியத் புத்தகங்களைப்போல சிவப்பு வண்ணத்தில் அல்லாமல் நீல வண்ன அட்டைகளுடன் இருக்கும்.ப்ளூ மார்க்சிஸ்ட்ஸ் என்று அவற்றைப்பற்றிய ஒரு கேலியான சிரிப்பு கோவில்பட்டித் தோழர்களிடம் இருக்கும்.

பிளெக்கனோவின் இரு புத்தகங்கள் அந்தத் தருணத்தில் தெளிவான பார்வையைத் தந்தன.வரலாற்றில் தனி நபர் பாத்திரம் என்கிற நூலும் கலையும் வாழ்க்கையும் என்ற நூலும்.அப்போது கு.சின்னப்பபாரதியின் தாகம் நாவலும் டி.செல்வராஜின் மலரும் சருகும் நாவலும் வந்துவிட்டிருந்தன.இதுதான் எனது பாதை எனத் தீர்மானிக்க இவ்விரு நாவல்களும் பிளெக்கனோவின் நூல்களும் வழிகாட்டின என்பேன்.

இவ்வளவு புத்தகங்களுக்குப் பிறகுதான் நான் 1848இல் மார்க்சும் ஏங்கல்சும் வெளியிட்ட கம்யூனிஸ்ட் அறிக்கையை வாசித்தேன்.ஐரோப்பாவை ஒரு பூதம் பிடித்து ஆட்டிக்கொண்டிருக்கிறது என்று துவங்கி எத்தனை இலக்கியப்பூர்வமான மொழிநடையில் உலகத்தொழிலாளர்களை ஒன்றுசேர அறைகூவி அழைத்த புத்தகம் அது.இன்றுவரை அப்புத்தகத்தை மீண்டும் மீண்டும் வாசித்துக்கொண்டே இருக்கிறேன்.ஒவ்வொரு முறை வாசிக்கும்போதும் ஒரு புதிய தெளிவு கிடைத்துக்கொண்டே இருக்கிறது.எதைப்பற்றி எழுதப்போனாலும் பேசப்போனாலும் கம்யூனிஸ்ட் அறிக்கையை ஒருமுறை பார்த்துக்கொள்வது ஒரு பழக்கமாகவே ஆகிவிட்டது.அப்போது Radical review பத்திரி-

கையில் இ.எம்.எஸ். அவர்களின் நேர்காணல் ஒன்று வெளியாகி இருந்தது.

CPI-CPM-CPI-ML என்பது அந்நேர்கணலின் தலைப்பு அதைப்படிச்-சிட்டு அப்புறம் இதைப்படி என்று தோழர் பால்வண்ணம் என்னிடம் மார்க்-சிஸ்ட் கட்சியின் கட்சித்திட்டம் என்கிற நூலையும் மார்க்சிஸ்ட் கட்சியின் கொள்கை அறிக்கை என்கிற சிறு நூலையும் கொடுத்தார். கட்சித்திட்டம் என்றால் ஏதோ அது அவர்கள் கட்சியைப்பற்றியும் அவர்களின் வழியைப் புகழ்ந்தும் எழுதியிருக்கும் என்று எதிர்பார்த்த எனக்கு அது ஓர் ஆழமான வரலாற்று ஆவணம்போல பல உண்மைகளை அடுக்கி மக்கள் ஜனநாயகப்-புரட்சிக்கு மக்களை அழைக்கும் புத்தகமாக இருந்து என்னை ஆச்சர்யப்ப-டுத்தியது.

சோவியத் நூல்களைச் சரளமாக வாசிக்கும் பழக்கம் இதற்குள் வந்து-விட்டிருந்தது.கார்க்கியைவிட அன்று என்னை மிகவும் ஈர்ப்பவராக தஸ்-தாவ்ஸ்கியே இருந்துகொண்டிருந்தார்.வெண்ணிற இரவுகளின் பனி பொழியும் பாதைகளில் காதல்வயப்பட்ட இளைஞனாக நான் நடந்துகொண்டிருந்-தேன்.சிங்கிஸ் ஐத்மாத்தோவின் ஜமீலாவைக் காதலிக்கும் பலகோடி உலக இளைஞர்களில் நானும் ஒருவனாக நிலவொளியில் நீந்திக்கொண்டிருந்-தேன்.கோகோலின் 'மேல்கோட்'டை அணிந்து இருமிக்கொண்டு அந்தோன் செகாவின் கதைகளுக்குள் ஆறாவது வார்டில் ஒரு பாத்திரமாக மனப்பிறழ்-வுடன் அலைந்து கொண்டிருந்தேன்.

இவான் துர்கனேவின் முதற்காதல் என்கிற குறுநாவல் என்னை அந்நா-வலில் வரும் சிறுபையனாகவே மாற்றியது.டால்ஸ்டாயின் புத்துயிர்ப்பு நாவ-லில் வரும் ஏமாற்றுக்காரப் பெண்ணும் அவள்மீது காதல் கொண்டு வாழ்நாள் முழுக்க அவள் பின்னாலேயே ஏமாந்து அலையும் அந்த இளைஞனும் அந்-தக்காதலின் புனிதமும் மனதைத் தாக்கினாலும் இது ஒரு கிறித்துவப்பார்வை-யுடன் எழுதப்பட்ட நாவல் என்று டால்ஸ்டாயையே விமர்சிக்கும் அளவுக்கு அப்போது வளர்ந்துவிட்டிருந்தேன்.

உண்மையில் அன்றைய பல இளைஞர்களைப்போலவே நானும் மொழி-பெயர்ப்பு நூல்கள் என்னும் பெரும் கடலில் விழுந்து கிடந்தேன்.நட் ஹாம்-சனின் நிலவளம் நாவல் மனித வாழ்க்கையை ஆதியிலிருந்து புரிந்து கொள்ள உதவிய வரலாற்று ஆவணம் போல வந்து சேர்ந்த்து.அந்நாவலில் வரும் மேல் உதடு பிளந்த பெண்ணின் வயிற்றில் பிறந்த அவளைப்போலவே மேல் உதடு பிளந்த குழந்தையை அவள் யாருக்கும் தெரியாமல் மண்ணில் புதைக்கும் காட்சியில் இன்னும் மனம் உறைந்துபோய்க் கிடக்கிறேன்.நிலவளம் போலத் தமிழில் வந்த ஒரு புத்தகமாக அப்போது சா.கந்தசாமியின் சாயா-வனம் நாவலை இயற்கையை வெல்லும் மனிதக்கதையாகப் புரிந்து கொண்-டேன்.இன்று அதே கதையை இயற்கையை அழித்த மனிதன் சீரழியும் கதையாகப் புரிந்துகொள்கிறேன்.

வி.ஸ.காண்டேகரின் எரிநட்சத்திரம் நாவலில் வரும் புரட்சிகர இளைஞனாக என் ஆசிரியர்களுடன் வாதம் செய்திருக்கிறேன்..வங்கத்திலிருந்து தமிழுக்கு மொழிபெயர்க்கப்பட்ட கதைகள் ஏராளம்.விபூதிபூஷனின் இலட்சிய இந்து ஓட்டல், பங்கிம் சந்திரரரின் விவசாய எழுச்சியை மையமாக்க் கொண்ட வந்தேமாதரம் பாடலைத் தந்த ஆனந்த மடம் நாவல் ,வெளிநாட்டுக்குப் பிழைக்கப்போகும் உயர்சாதி இளைஞன் பற்றிய பாரதி நாவல் எனப்பல நாவல்கள். தாகூரின் கீதாஞ்சலி வாசித்துத் தலை நிமிர்த்தி நடந்திருக்கிறேன்.

வங்க நாவல்களின் தத்துவப் பார்வையை விட என்னோடு எளிமையாகவும் நெருக்கத்துடனும் பேசிய கதைகளாக மலையாள எழுத்தாளர்களின் படைப்புகள் இருந்தன.வைக்கம் முகம்மது பஷீரின் பாத்தும்மாவுடைய ஆடும் இளம்பருவத்துத் தோழியும் குறுநாவல்களும் பஷீரின் சிறுகதைகளும் கேசவ்தேவின் நடிகையும் ஓர் அழகியின் சுயசரிதையும் என் திருமணத்துக்கு அன்பளிப்பாக வந்த என்.பி.டி.யின் சமீபத்திய மலையாளச்சிறுகதைகள் தொகுப்பும் என ஒரு வளமான பங்கு கேரளத்திலிருந்து வந்து கொண்டிருந்தது.அந்த அளவுக்குத் தமிழிலிருந்து பிற மொழிகளுக்கு ஏதும் செல்லவில்லை என்பது இன்றுவரை தீராத ஒரு சோகம்தான்.

இந்த சந்தர்ப்பத்தில் நான் தொழிற்சங்க இயக்கத்தில் கூட்டங்களில் பேசுகிற ஆளாக மாறிப்போனதால் தேவையை ஒட்டித் தேடிப்படிக்கும் பழக்கமும் வந்து விட்டது.அப்படி வாசித்த புத்தகங்களில் என்னை மிகவும் பாதித்த புத்தகம் என தோழர் இ.எம்.எஸ். அவர்கள் எழுதிய INDIAN PLANNING IN CRISIS என்கிற நூலையும் அதன் தொடர்ச்சியாக வந்த CRISIS INTO CHAOS என்ற நூலையும் குறிப்பிட்டுச் சொல்ல வேண்டும்.இந்தியாவில் சுதந்திரத்துக்கு முன்பிருந்தே பொருளாதார அமைப்பு குறித்து எழுந்த விவாதங்கள் 1948இல் திட்டக்கமிஷன் உருவாக்கப்பட்ட பின்னணி அதன் பின் இயங்கிய வர்க்க அரசியல் பற்றியெல்லாம் தெளிவாக விளக்கிய நூல்கள் இவை.

இ.எம்.எஸ் மீது ஏற்பட்ட ஈர்ப்பு அவர் எழுதிய எல்லா நூல்களையும் தேடி வாசிக்கத் தூண்டியது.அவரது இந்திய வரலாறு-ஒரு சுருக்கமான வரலாறும், நான் ஏன் கம்யூனிஸ்ட் ஆனேன் என்கிற நூலும் அப்போது தமிழில் கிடைத்தன.பின்னர் அவரது A HISTORY OF INDIAS FREEDOM STRUGGLE என்கிற புத்தகம் வந்ததும் ஓடிப்போய் வாங்கிப்படித்தேன்.இப்போது அது தமிழிலேயே கிடைக்கிறது.நம் நாட்டின் கடந்த கால வரலாற்றை ஒரு மார்க்சிய நோக்கில் பயில இதைவிடச் சிறந்த புத்தகம் வேறொன்றும் இல்லை.பின்னர் வேதங்களின் நாடு வந்தது.இந்தியாவில் சாதிகளின் தோற்றம் பற்றிய ஒரு புதிய விளக்கத்தை இந்நூல் தந்த்து.

அங்கிருந்து என் வாசிப்பு வரலாற்று நூல்களின் மீது ஆவலுடன் தாவியது.குறிப்பாக இந்திய வரலாறு,தமிழக வரலாறு குறித்து என்ன துண்டுத்தாள்

கிடைத்தாலும் வாங்கி வாசித்துத் தீவிரமாக்க் குறிப்புகளும் எடுத்துக்கொண்டிருந்தேன்.இந்திய வரலாற்று ஆய்வுக் கவுன்சிலின் நூல்கள் பலவற்றை அப்போது என்.சி.பி.எச் வெளியிட்டுக்கொண்டிருந்தது.என்சிபிஎச் கிளை பொறுப்பாளர் ஒருவரிடம் ரகசியமாக்க் கணக்கு வைத்துக்கொண்டு மாத்த் தவனையில் அந்த எல்லா வரலாறு நூல்களையும் வாங்கிக் குவித்து வெறிகொண்டு படித்துக்கொண்டிருந்தேன்.

டி.டி.கோசாம்பியின் பண்டைய இந்திய வரலாறு,ராகுல்ஜியின் ரிக் வேத கால ஆரியர்கள்,ரோமிலா தாப்பரின் வரலாறும் வக்கிரங்களும்,சுவீரா ஜைஸ்வாலின் வைஷ்ணவத்தின் தோற்றமும் வளர்ச்சியும்,ஆர்.பி.ஷர்மாவின் பண்டைய இந்தியாவில் அரசு நிர்வாகத்தின் தோற்றம்,விடுதலைப்போரில் சேதுபதி மன்னர்கள்,பி.சி.ஜோசியின் 1857 புரட்சி ,சுசோபன் சர்க்காரின் வங்காள மறுமலர்ச்சி என எண்ணற்ற புத்தகங்கள்.படித்த நூல்களை நோட்டுப்போட்டுக் குறிப்புகளாக எழுதி வைத்துக்கொண்டிருந்தேன் - எதற்கென்று தெரியாமலே.இவ்வாசிப்பில் 1857 புரட்சியை ஒரு தனித்த சிறப்பு வாய்ந்த நூலாக உணர்ந்தேன்.

ஒரு வரலாற்று நூல் எப்படி அமைய வேண்டும் என்பதற்கான முன்னுதாரணமான நூலாக இது அமைந்தது.ஏற்கனவே 1857 சிப்பாய்ப் புரட்சி பற்றி வேறு சில நூல்களையும் நான் வாசித்திருந்தேன்.மௌலானா அபுல்கலாம் ஆசாத் அவர்கள் முயற்சியில் 1957இல் அரசு வெளியிட்ட 1857 என்கிற விரிவான ஆங்கில நூலையும் பட்டாபி சீத்தாராமையா எழுதிய 1857 கலகம் என்கிற நூலையும் சவர்க்காரின் இந்தியப்புரட்சி நூலையும் வாசித்திருந்தாலும் அவை எதுவும் பி.சி.ஜோஷியின் நூலுக்கு ஈடாக நிற்கவில்லை.1857 புரட்சி பற்றிய வரலாறுக் காரணங்கள்,அன்றைய பத்திரிகைகளில் அது பற்றி வந்த செய்திகள்,நாட்டுப்புறப்பாடல்கள் ,பிற நாட்டு அறிஞர்கள் அப்புரட்சி பற்றி எழுதிய குறிப்புகள் என எல்லாவற்றையும் உள்ளடக்கிய முழுமையான நூலாக அது வந்திருந்தது.என்னைப்போன்ற அன்றைய இளம் வாசகர்களுக்குச் சரியான தீனியாக அது அமைந்தது.

கோ.கேசவனின் எழுத்துக்களை நான் இந்த சமயத்தில்தான் வாசிக்க வாய்ப்புக் கிடைத்தது.அவரது சமூகமும் கதைப்பாடல்களும் என்கிற சின்னஞ் சிறிய புத்தகம் எனக்குள் ஏற்படுத்திய தாக்கம் இன்றுவரை இருக்கிறது.பாளையக்காரர்களின் காலத்தைப்புரிந்துகொள்ள தமிழில் இதைவிடச் சிறந்த நூல் ஏதும் இல்லை என்பேன்.அவரது மண்ணும் மனித உறவுகளும், இந்திய தேசியத்தின் தோற்றமும் வளர்ச்சியும் மற்றும் இயக்கமும் இலக்கியப்போக்குகளும் போன்ற நூல்களையெல்லாம் ஒருசேரத் தேடித் தேடி வாசித்தேன்.இயக்கங்களில் பணியாற்றும் தோழர்களுக்குக் கல்வி புகட்டும் மொழியில் அவர் எழுதினார்.அவரது மறைவு இட்து சிந்தனை உலகுக்குப் பேரிழப்பாகும்.

இப்போது கதைகள் எழுதவும் துவங்கியிருந்தேன்.ஒரு திட்டமிட்ட பாடத்திட்ட அடிப்படையில் இலக்கியங்களைக் கற்பது என்று முடிவு செய்து கால வாரியாக நூல்களைப் பட்டியலிட்டு நூலகங்களிலிருந்தும் நண்பர்களிடமிருந்தும் நிறைய சொந்தமாகவும் வாங்கிப் படிக்கலானேன்.(இந்த வைராக்கியம் ஓராண்டுக்கு மேல் நீடித்தது எனக்கு ஆச்சரியமே-அவ்வளவு நீண்ட காலத்துக்கு என் புத்தி ஒரு நிலையில் நிற்பது —வாசிப்பைப் பொறுத்து-அபூர்வம்தான்)

1920களின் முக்கிய உரைநடை இலக்கிய எழுத்துக்கள் என பாரதியின் சிறுகதைகளையும் அவரது சந்திரிகையின் கதை என்னும் நாவலையும் அ.மாதவய்யாவின் குட்டிக்கதைகளையும் வ.வே.சு.அய்யரின் மங்கையர்க்கரசியின் காதல் தொகுப்பையும் படித்தேன்.சமூகத்துக்கு ஏதேனும் சொல்லத்துடித்த கதைகளாக அவற்றை உணர்ந்தேன்.மாதவய்யா கதைகளின் சமூக சீர்திருத்தக் கருத்துக்கள் நான் எதிர்பாராதவை.சிறுகதை என்னும் வடிவம் பூரணமாகக் கைவராத படைப்புகளாக இம்மூவரின் கதைகள் இருந்தன.ஆனாலும் சிறுகதையின் துவக்கம் சமூக அக்கறை கொண்டதாகவே இருந்தது-உள்மனப் பயணம் பற்றியதாக இல்லை என்பது குறிக்கத்தக்கது.

1925இல் இம்மூவரும் மறைந்து விட்ட பின் புதுமைப்பித்தனும் கு.ப.ராஜகோபாலனும் மௌனியும் முன்னுக்கு வந்தனர்.இப்போதுபோல ஒட்டுமொத்தத் தொகுப்புகள் அக்காலத்தில் இல்லை.மௌனியின் அழியாச்சுடர் ஒரு தொகுப்புதான் வந்திருந்தது.என்னைப்போலவே(!) மிகக் குறைந்த எண்ணிக்கையில் கதை எழுதியவர் அவர் என்பதாலும் சிறுகதைகளின் திருமூலர் என்று புதுமைப்பித்தன் அவரைப்பற்றிச் சொன்னதாலும் அவரை ஆவலுடன் வாசித்து ஏமாந்தேன்.அன்றுமுதல் இன்றுவரை மௌனி என்னை வசீகரிக்கவில்லை.புதுமைப்பித்தனின் காஞ்சனை,புதுமைப்பித்தன் கதைகள், துன்பக்கேணி போன்ற பத்துத்தொகுப்புகள் என் கையில் இருந்தன.ஒவ்வொரு கதையும் எனக்குப் பாடம் சொன்ன கதைதான்

.இலங்கைக்குப் போய் பரங்கிப்புண் பெற்ற மருதாயியின் சோகமும் கடவுளோடு ஒருநாள் கழித்த கந்தசாமிப் பிள்ளையின் எள்ளலும் மகாமசானம் என்று சென்னைப்பட்டணத்தை மயானம் என்று சொல்லி முதலாளித்துவத்தின் முகத்தில் அடித்த கோபமும் அவருக்கன்றி யாருக்கு வரும்? கு.ப.ராவின் சிறிது வெளிச்சம் தொகுப்பின் கதைகள் இன்றைக்கும் மனதை ஈர்ப்பவையாக இருக்கின்றன.சிறிது வெளிச்சம்,ஆற்றாமை,மெகருன்னிசா போன்றவை இறவாப்புகழ் பெற்ற கதைகள்தாம்.

40களின் படைப்பாளிகளில் நான் தடுமாறி விழுந்தது கு.அழகிரிசாமியின் மடியில்தான்.இன்றைக்குவரை எனக்கு ஆதர்சம் அவர்தான்.நான் கதை எழுதிய ஒவ்வொரு நாளும் அவரது மடியில் உட்கார்ந்து கதை எழுதுவதான உணர்வே எனக்கு இருக்கும்.எளிய வார்த்தைகளில் எங்கள் கரிசல் மனிதர்களின் கள்ளமில்லாத உள்ளத்துடன் கதை சொன்ன அவர்தான் எமக்கு

அப்பா.அவரது சிரிக்கவில்லை,தவப்பயன்,அன்பளிப்பு,கற்பக விருட்சம் போன்ற 11 தொகுப்புகள் அன்று என் கைவசம் இருந்தன. அது பற்றிய அளவற்ற கர்வமும் எனக்கு இருத்து.அவற்றை மொத்தமாக வாங்கிப்போன ஜோதிவிநாயகம் திருப்பித்தராமலே போய்விட்டது ஒரு சோகம்தான்.இன்று மொத்தக்கதைகளின் தொகுப்பு வந்துவிட்டாலும் அந்த என் புத்தகங்கள் போன சோகத்தை அது ஈடு செய்யவில்லை.

50-60 களின் இலக்கிய ஆளுமைகளாக அசோகமித்திரனும் கி.ராஜ-நாராயணனும் சி.சு.செல்லப்பாவும் ஜி.நாகராஜனும் சுந்தரராமசாமியும் லா.ச.ராமாமிர்தமும் என் வாழ்வில் வந்து சேர்ந்தார்கள்.சென்னை வாழ்வின் கீழ் மத்தியதர வாழ்வைக்களனாக்க் கொண்ட அசோகமித்திரனின் சிறுகதை-களைப்(காலமும் ஐந்து குழந்தைகளும்) பார்க்கிலும் என்னைப் பாதித்தவை அவரது அற்புதமான நாவல்களான கரைந்த நிழல்கள்,தண்ணீர்,பதினெட்டா-வது அட்சக்கோடு போன்றவைதாம்.தண்ணீரில் வரும் ஜமுனாவின் துக்கம் நம்முடையதாகிவிடும்.அதை ஒரு குறியீட்டு நாவல் என்று அப்போது பேசிக்-கொள்வார்கள்.

பத்னெட்டாவது அட்சக்கோடு ஹைதராபாத்தைக் கதைக் களனாகக் கொண்டு இந்து முஸ்லீம் கலவரத்தில் சிதையும் மனித மாண்புகள் பற்றி நுட்பமாகப் பேசிய நாவல்.கி.ரா எங்க காட்டுப் பெரியவர். வேட்டி,கிடை,கன்-னிமை போன்ற சிறுகதைத் தொகுப்புகளாலும் கோபல்லபுரம் மற்றும் கோபல்-லபுரத்து மக்கள் ஆகிய நாவல்களாலும் கரிசல் வாழ்வின் பல பரிமா-ணங்கலை எளிய பேச்சுவழக்கில் கதைகளாக்ச் சொன்னவர் கி.ரா.பிரசாதம் சிறுகதைத் தொகுப்புத்தான் சுந்தரராமசாமியின் எழுத்துக்களில் நான் முத-லில் வாசித்தது.புளியமரத்தின் கதையை ரொம்பப் பின்னாளில்தான் வாசித்-தேன்.அவருடைய எழுத்தின் மீது ஏற்பட்ட ஒரு வசீகரமும் மோகமும் இன்-றுவரை தீரவில்லை.

ஜே.ஜே.சில குறிப்புகள்தான் அவருடைய மாஸ்டர்பீஸ்.கருத்துரீதியாக அந்நாவலில் விமர்சனம் எனக்குண்டெனிலும் மொழி மற்றும் உத்தி ரீதியில் அது வந்த காலத்தில் மிக முன்னதாகப் பாய்ந்த படைப்பு அது.லா.ச.ராவை அன்று வாசித்தபோது பிரமிப்பாக இருந்தது.மொழியின் எல்லைகளை இவ்-வளவு தூரம் விரிக்க முடியுமா என்று வியந்ததுண்டு.பின்னர் 90களில் அபி-தாவை எடுத்து வாசித்தபோது என்னால் வாசிக்கவே முடியாத அயர்ச்சி ஏற்பட்டது.ஜி.நாகராஜனின் குறத்தி முடுக்கு குறுநாவலும் நாளை மற்றொரு நாளே நாவலும் தமிழ் நவீன இலக்கியம் அதிகம் பேசாத பக்கங்களைப் பேசின.எல்லோரும் வாழ்க்கையை முன்வாசல் வழியாகப் பார்க்கும்போது ஜி.நாகராஜன் புழக்கடை வழியே அதைப் பார்க்கிறார் என்ற சு.ரா.வின் கருத்து முற்றிலும் சரிதான்.இன்றும் என்னை ஈர்க்கும் ஒரு எழுத்து ஜி.நாக-ராஜனுடையது.

70-80 களில் நானும் மைதானத்தில் இறங்கியிருந்தேன்.எனக்கு முன்னால் பிரபஞ்சனும்,வண்ணநிலவனும்,வண்ணதாசனும்,பூமணியும்,பா.செயப்பிரகாசமும் ,கந்தர்வனும் மேலாண்மை பொன்னுச்சாமியும் போய்க்கொண்டிருந்தார்கள்.

தொழிற்சங்க மற்றும் இலக்கிய உலகத்தோடு நான் தமிழ்நாடு அறிவியல் இயக்கத்தில் சேர்ந்து சில வேலைகளைச் செய்தபோது என் அறிவுலகின் வாசல்கள் இன்னும் அகலத் திறந்தன.கே.கிருஷ்ணகுமாரின் இயற்கை,சமுதாயம்,மனிதன் என்ற புத்தகம் எளிமையாக மனித குலவரலாற்றினூடாக அறிவியல் செய்த பயணம் பற்றிப் பேசியது. அறிவியல் இயக்கம் எனக்குச் செய்த மாபெரும் உதவி சில தலை சிறந்த மனிதர்களை எனக்கு அறிமுகம் செய்ததுதான். ச.மாடசாமி,டாக்டர் சுந்தரராமன்,டாக்டர் த.வி.வெங்கடேஸ்வரன்,டாக்டர் ராமானுஜம்,டாக்டர் (?) செந்தில்பாபு போன்ற அறிஞர்கள் எனக்கு முற்றிலும் புதியதோர் உலகத்துப் புத்தகங்களை வாரி வழங்கிய கொடை வள்ளல்களாக அமைந்தனர்.

எளிய மக்களின் மனதோடு பேசும் கலையைக் கற்றுத்தந்த பேராசிரியர் ச.மாடசாமியின் எனக்குரிய இடம் எங்கே? அவரவர் கிணறு,சொலவடைகளும் சொன்னவர்களும் ஆகிய மூன்று நூல்களும் வாசிப்பவரின் மனங்களை விசாலமாக்கும் தன்மையுடையவை..சொலவடைகள் புத்தகம் கடுமையான உழைப்பையும் ஈடுபாட்டையும் கோரிய புத்தகம்.டாக்டர் சுந்தரராமன் தான் எமக்கு அந்தோனியோ கிராம்ஷியையும் மிஷேல் பூக்கோவையும் அறிமுகம் செய்து வைத்தவர்.

அவருடைய அறிமுகத்தால் உந்தப்பெற்றுத் தேடிப் பிடித்து வாசிக்க முயன்ற புத்தகங்களென கிராம்ஷியின் PRISON NOTE BOOK மற்றும் CULTURAL WRITINGS ஆகிய இரு நூல்களையும் குறிப்பிட வேண்டும்.தோழர் தொ.மு.சி.ரகுநாதனின் கடைசி நாட்களில் இப்புத்தகங்களை அவர் கேட்கக் கொண்டுபோய்க் கொடுத்த சந்தோஷமும் எனக்குக் கிட்டியது.சவுத் விஷன் பாலாஜி வெளியிட்ட (எஸ்.வி.ஆர்-கீதா) அந்தோனியோ கிராம்ஷி-வாழ்வும் சிந்தனையும் அக்காலத்தில் முதல் அறிமுக முயற்சி.இப்போது விடியலில் அதைவிட நல்ல புத்தகங்கள் வந்துவிட்டன.

செந்தில்பாபு வரலாற்றாளர் எரிக் ஹோப்ஸ்வாம் அவர்களை எனக்கு அறிமுகம் செய்து வைத்துவிட்டார்.இப்போது அவரை விடவே முடியவில்லை.நான் முதலில் வாசித்து அவரது AGE OF EXTREMES தான் .நான் வாசித்த வரலாற்று நூல்களில் CLASSIC என்று இந்நூலைத்தான் சொல்வேன்.20ஆம் நூற்றாண்டைப்பற்றிய ஒரு முழுமையான பார்வையை இந்நூல்தான் வழங்கியது.அவருடைய Nations and Nationalism,Age of Empires,Age of Capitalism, சமீபத்திய Globalisation,Democracy and Terrorism போன்ற நூல்கள் வரலாற்றின் பக்கங்களைப் புரிந்துகொள்ள உதவிய நூல்கள்.ஒவ்வொரு நூற்றாண்டும்

நமக்குச் சில வார்த்தகளை விட்டுச்செல்கின்றன என்கிற அவருடைய வரியும் மறந்து கொண்டே இருப்பது மக்களின் இயல்பு-நினைவு படுத்திக்கொண்டே இருப்பது வரலாற்றாளனின் கடமை என்கிற வரியும் மறக்க முடியாதவை.

த.வி.வெங்கடேஸ்வரன் திருவனந்தபுரத்தில் இருந்தபோதும் இப்போது டெல்லியில் இருக்கும்போதும் அவ்வப்போது அறிய புத்தகங்களை எனக்கு அறிமுகம் செய்பவராக இருக்கிறார்.முக்கியமாக புவியியல் நூல்களின் அரசி-யலை எனக்குப்புரிய வைத்து Jared Diamond என்கிற அற்புதமான புவியியல் எழுத்தாளரையும் எனக்கு அறிமுகம் செய்து வைத்தார்.Jared Diamond இன் Why Geography என்கிற நூல் புவியியல் கற்பதன் அவசியத்தையும் உன்னதத்தையும் எனக்கு உணர்த்தின.அவருடைய இன்-னொரு புத்தகமான GUNS,GERMS AND STEEL இதுவரையிலும் பார்க்காத ஒரு புதிய புவியியல் கோணத்தில் உலக வரலாற்றைப் புரிந்து கொள்ள உதவியது.

வரைபடங்களின் அரசியலையும் வரைபடங்களின் வழியே வரலாற்றைப் புரிந்து கொள்ளவும் SUSAN GOLE அவர்களின் நூல்கள் சில உதவின.குறிப்பாக INDIA WITHIN GANGES- இண்டியா இந்த்ரகேஞ்-சம் என்கிற அவரது நூல் ஐரோப்பியர்களின் பார்வையில் ஆதி காலந்-தொட்டு இந்தியா பற்றிய சித்திரங்கள் எவ்விதம் மாறி மாறி வடிவம் கொண்டன என்பதை விளக்குகிறது.- இப்பாதையில் புத்தகங்களோடு என் வாழ்வில் குறுக்கிட்ட இன்னொரு ஆளுமை சேலம் சகஸ்ரநாமம்.நானும் அவரும் சேர்ந்து மனிதகுல வரலாறு,சமூக வரலாறு, கட்சித்திட்டம் போன்-றவற்றை நழுவுபடக்காட்சிகளாகத் தயாரிக்கப் பெரும் திட்டங்கள் தீட்டி-னோம்.(நடக்கிறதோ இல்லையோ கனவுகளை விரித்துக்கொண்டே இருப்பது-தான் வாழ்வின் ஆதாரம் இல்லையா).

மனித குல வரலாறு தொடர்பான சமீபத்திய பல நூல்களை அவர் பல ஊர்களிலிருந்து தருவித்தார்.ஒரு மேப் பாணியிலான கண்காட்சியைத் தயாரித்து ஆளுக்கு ஒரு செட் வைத்துக்கோண்டோம். சில ஊர்களுக்குக் கொண்டு சென்றோம்.அதற்குள் பவர் பாயிண்ட் என்கிற இன்னும் சிறப்பான வடிவம் வந்துவிட்டது.அவர் மூலம் வாசிக்க்க் கிடைத்த புத்தகங்களில் முக்-கியமானவையாக JaredJared Diamond எழுதிய DioThe Rise anf Fall of Third Chimpanzee யையும் by Robert Wright எழுதிய The Moral Animal என்கிற நூலையும் குறிப்பிட்டுச் சொல்ல வேண்-டும்.மரபணு ஆராய்ச்சிகளின் விளைவாக மனித குலம் பிறந்தது ஆப்பிரிக்கா கண்ட்த்தில்தான் என்பது நிரூபணமான பிறகு இந்நூல்களை வாசித்தது நம் வேர்களை இன்னும் நெருக்கமாக அடையாளம் காண உதவியது. நமது ஆதி விலங்கினத் தொடர்பு எவ்விதம் இன்றுவரை நம் பண்பாட்டு வளர்ச்-சியில் தாக்கம் செலுத்துகிறது என்பதையும் நாம் ஏன் இவ்விதமாக வாழ்கி-றோம் என்பதற்கான டார்வினிய அடிப்படையிலான விளக்கத்தை இந்நூல்-

கள் அளிக்கின்றன.

90களில் சோவியத் யூனியன் சிதறுண்டதும் கிழக்கு ஐரோப்பிய சோசலிச நாடுகள் வீழ்ச்சியடைந்ததும் பண்பாட்டுத்தளத்தில் நாம் பணியாற்ற வேண்டிய அவசியத்தை வலியுறுத்தின. எனது பார்வையும் இயக்கத்தின் பார்வையோடு சேர்ந்து மாற்றம் பெற்றது.அம்பேத்கரின் நூற்றாண்டு அவரது சிந்தனைகளின் மீது கவனத்தைத்திருப்பியது எனலாம்.அவரது நூல்கள் தமிழில் வெளியாகத் துவங்கியதும் ஈர்ப்புக்கு ஒரு வடிவம் கொடுத்தது.அவருடைய இந்தியாவில் சாதிகள் என்கிற கொலம்பியா பல்கலைக்கழக உரையும் புத்தரும் அவரது தம்மமும் என்கிற நூலும் காந்தியும் காங்கிரசும் தீண்டாதோருக்குச் செய்தது என்ன என்கிற நூலும் முதல் வாசிப்பிலேயே வாசகனின் கண்ணோட்டத்தை மாற்றியமைத்தன.

அவரைப்பற்றிய புத்தகங்களில் பாளையங்கோட்டை சேவியர் கல்லூரியின் அம்பேத்கர் ஆய்வு மையம் வெளியிட்ட அம்பேத்கர்-ஒரு பன்முகப்பார்வை ஒரு நல்ல எளிமையான அறிமுக நூலாகவும் DR.AMBEDKAR AND UNTOUCHABILITY- என்கிற CHRISTOPHER JAFFRELOT அவர்களின் நூல் அவரது சிந்தனைகளின் அறிமுகமாகவும் எனக்கு வாசிக்-கக் கிடைத்தன.மராட்டிய அரசு வெளியிட்டுள்ள 40க்கு மேற்பட்ட அம்-பேத்கர் நூல்வரிசையில் 20க்கு மேற்பட்டவற்றை வாங்கி வைத்து அவ்வப்-போது வாசித்துக் கொண்டிருக்கிறேன். முழு தொகுதிகளையும் வாங்கியாக வேண்டும்.அவருடைய ஆய்வு முறையும் ஆழ்ந்தகன்ற வாசிப்பும் ஒவ்வொரு வார்த்தையிலும் குமுறும் அவரது கோபாவேசமும் அம்பேத்கரை என் மனதின் உச்சத்தில் கொண்டு வைத்துள்ளது-மிகத் தாமதமாக அவரிடம் வந்து சேர்ந்தோமே என்கிற குற்ற உணர்ச்சியுடன்.

தந்தை பெரியாரின் நூல்களில் பெண் ஏன் அடிமையானாள்? மற்றும் திராவிடர் கழக வெளியீடுகளான பெரியார் களஞ்சியம் பத்துத் தொகுதிகள் (பெண்ணியம்,சாதி மட்டும்)வாங்கி வாசித்திருந்தாலும் வழக்குகளைச் சந்-தித்து வெற்றி கண்டு பெரியார் திராவிடர் கழகத்தோழர்கள் வெளியிட்ட பெரியாரின் குடி அரசு எழுத்துக்களின் 27 தொகுதிகளை வாங்கி பரீட்-சைக்குப் படிப்பது போல (ஒரு கூட்டத்தில் பேச வேண்டி இருந்ததால்)படித்த அனுபவம் அலாதியானது.பெரியாரின் எழுத்துக்களில் மிளிரும் கிண்டலும் கேலியும் நாட்டுப்புறக் கதைகளும் சொலவடைகளும் தனியே விவரித்து எழு-தத்தக்கவை. காதல் பற்றிய அவரது கிண்டலான கருத்துக்கள் முதல் வாசிப்-பில் எனக்கு வியப்பூட்டின. மக்கள் மொழியில் மக்களிடம் பேசிய மகத்தான தலைவராக அவர் மனதில் உயர்ந்து நிற்கிறார்.கிராம்ஷி சொல்லும் Organic Intellectual இவர்தான் என்று தோன்றியது.

பெண்களின் நிலை குறித்துத் தொடர்ந்து பேசி வந்தாலும் வலுவான புத்தகங்கள் வாசிக்க்க் கிடைக்காத சூழலில் எழுத்தாளர்-பத்திரிகையாளர் ஏ.எஸ்.பத்மாவதி அவர்கள் வீட்டுக்கு ஒருமுறை சென்றபோது அரிய பல

நூல்களை அப்படியே எனக்கே எனக்கு என அள்ளிக்கொடுத்து விட்டார்.அவற்றில் — SIMON DE BEUOVA எழுதிய நான் ரொம்ப காலமாகத் தேடிக்கொண்டிருந்த THE SECOND SEX என்கிற புத்தகமும் இருந்தது.பிரான்ஸ் நாட்டையும் ஐரோப்பாவையும் குலுக்கிய அப்புத்தகம் பெண்நிலையில் நின்று இவ்வுலகைக் காணப் புதிய சாளரங்களைத் திறந்து விட்டது.The Beauty Myth மற்றும் Sacrificing Ourselves ஆகிய இரு புத்தகங்களும் வ.கீதா எழுதிய Gender மற்றும் Patriarchy ஆகிய இரு நூல்களும் பெண்ணியம் தொடர்பான என் பல குழப்பங்களுக்கும் விடையளிப்பதாக அமைந்தன.

நெல்லைக்குப் பணியாற்ற வந்த வரலாற்றாய்வாளர் ஆ.இரா.வேங்கடாசலபதியும் தமிழறிஞர் தொ.பரமசிவமும் பேராசிரியர் ஆ.சிவசுப்பிரமணியனும் எனக்குச் செய்துள்ள உதவிகள் சொல்லாலே விளக்கிவிட முடியாதவை.இந்திய-பாகிஸ்தான் பிரிவினை குறித்த சில முக்கியமான புத்தகங்களை சலபதிதான் எனக்கு வாங்கித்தந்தார்.ஊர்வசி புட்டாலியாவின் The Otherside of Silence கமலா பாஷின் எழுதிய Borders and Boundaries ஆகிய இரு நூல்களும் எந்த வரலாற்று நூலும் இதுவரை சொல்லியிராத தேசப்பிரிவினையின் காயங்களைத் திறந்து காட்டின.இந்தியாவின் விடுதலை என்பது பெண்களின் உடம்பின் மீது எழுதப்பட்ட ஒரு வரலாறுதான் என்பதை இவ்விரு நூல்களும் நம் முகத்திலறைந்து சொல்கின்றன.கண்ணீரில் கரைந்தபடி வாசித்த நூல்கள் இவை.எஸ்.ராமானுஜம் மொழி பெயர்ப்பில் வெளியான மண்ட்டோ படைப்புகள் இவ்வரிசையில் ஓர் மகத்தான நூலாகும்.

தொ.பரமசிவன் அவர்களின் அறியப்படாத தமிழகம் என்கிற நூல் தமிழகப்பண்பாட்டு வரலாற்றில் உண்மையிலேயே அறியப்படாத ஒரு தமிழகத்தை அறிமுகம் செய்து பலத்த அதிர்வுகளை உண்டாக்கிய நூல்.அந்நூலை நாங்கள் எம் தோள்களில் சுமந்து சென்று விற்பனை செய்தோம்.இன்று அவருடைய எல்லாக் கட்டுரைகளும் பண்பாட்டு அசைவுகள் என்கிற நூலாக வந்துள்ளது.நாட்டார் தெய்வங்களி வரலாற்றை ஆய்வு செய்து வெளிக்கொண்டுவந்த வாழும் நா.வானமாமலை என நான் மதிக்கிற தோழர் ஆ. சிவசுப்பிரமணியன் அவர்களின் அடித்தள மக்கள் வரலாறு, கொலையில் உதித்த தெய்வங்கள், கிறித்துவமும் சாதியும் ,மந்திரங்கள் சடங்குகள் என அவரது ஒவ்வொரு நூலும் ஒவ்வொரு எழுத்தும் தமிழகப் பண்பாட்டு வரலாற்றைக் கட்டமைக்க உதவும் அடிப்படையான நூல்களாக அமைந்துள்ளன.சின்ன வயதிலேயே பெரும் சாதனைகள் புரிந்தவராக நான் மதிக்கும் ஆ.இரா.வேங்கடாசலபதியின் அந்தக்காலத்தில் காப்பி இல்லை,நாவலும் வாசிப்பும்,திராவிட இயக்கமும் வேளாளரும்,முச்சந்தி இலக்கியம் உள்ளிட்ட பல நூல்கள் தமிழில் வரலாற்று நூல்களின் வரிசையில் மிக முக்கிய இடம் பிடிப்பவை.

தமிழகத்தில் நானறிந்த ஒரே பொருளாதார வரலாற்றாய்வாளரான முனைவர் கே.ஏ.மணிக்குமாரின் 1930களில் தமிழகம் என்கிற நூலும் முதுகுளத்தூர்

கலவரம் குறித்த அவரது 1957 RIOTS என்கிற நூலும்(அச்சில்) தமிழக வரலாற்றுக்கு அரிய பங்களிப்புகளாகும்.முத்துராமலிங்கத்தேவர் பற்றிய ஒரு விருப்பு வெறுப்பற்ற கணிப்பை மணிக்குமார் அவர்களின் இந்நூல் செய்துள்ளது குறிப்பிடத்தக்கது.1930களில் தமிழகம் நூலை முன் வைத்து புதுமைப்பித்தனின் கதைகள் சிலவற்றை ஆய்வு செய்து பார்ப்பது அவசியம்.30களின் பொருளாதார மந்தம் பற்றி பல கதைகளில் புதுமைப்பித்தன் அழுத்தமாகவும் வெளிப்படையாகவும் பேசியுள்ளார்.

நான் சந்தித்த மனிதர்கள் எல்லோருடைய முகங்களுமே எனக்குச் சில புத்தகங்களாகவே மனதில் தோன்றுகின்றன.புத்தகம் சுமந்த (புத்தகங்களை நானும் என்னைப் புத்தகங்களும்) வரலாறுதான் என் கடந்தகாலமும் நிகழ்காலமும் எதிர்காலமுமாக இருக்க முடியும்.என் மனப்போக்கின் ஒவ்வொரு திருப்பத்தையும் நடப்புகளும் நிகழ்வுகளும் தீர்மானித்ததை விட மேலே குறிப்பிட்டுள்ள நூற்றுக்கு மேற்பட்ட புத்தகங்களே தீர்மானித்தன என்று உறுதியாகச் சொல்லுவேன்.

சமீபத்திய வாசிப்பில் இளம்பிறை,குட்டி ரேவதி, சுகிர்தராணி,சல்மா,மாலதி மைத்ரி போன்ற பெண் படைப்பாளிகளின் கவிதைகளும் கதைகளும் லிவிங் ஸ்மைல் வித்யாவின் தன் வரலாறும் ப்ரியாபாபுவின் எழுத்துக்களும் என்னைத் தலைகீழாகப் புரட்டிப் போட்டுள்ளன என்பேன்.இவர்களைப்பற்றி இப்படி ஒட்டுமொத்தமாக ஒரு வரியில் எழுதுவது நியாயமில்லை.ஒவ்வொருவரும் ஒவ்வொருவிதமான வாழ்வை முன்வைத்துப் பேசுகிறார்கள்.பொதுவான அம்சம் ஒன்றுண்டு என்பதால் பொதுவாக்க் குறிப்பிட்டேன்.வாசிக்கும் ஆண் மனதைக் குற்ற உணர்வு கொள்ளச்செய்யும் படைப்புகளாக இவை யாவும் உள்ளன என்பதே அது.

கீரனூர் ஜாகிர் ராஜாவின் வடக்கேமுறி அலிமா,யோ.கர்ணனின் தேவதைகளின் தீட்டுத்துணி மற்றும் சேகுவேரா இருந்த வீடு போன்ற படைப்புக்கள் சமீபத்தில் நான் வாசித்து அதிர்வுக்குள்ளான உயிர்த்துடிப்புள்ள படைப்புக்கள்.இஸ்லாமிய வாழ்க்கைப் பின்புலத்தோடு மனித வாழ்வை, நம்பிக்கைகளை , மனித மதிப்பீடுகளைக் கேள்விக்குள்ளாக்கும் நாவல்களைத் தொடர்ந்து எழுதி வரும் ஜாகிர் ராஜாவின் எழுத்துக்களில் தனித்துவமான ஒன்றாக வடக்கே முறி அலிமாவை நான் மதிப்பிடுகிறேன்.ஈழப்போராட்டத்தில் எனது சாட்சியம் என்கிற புஷ்பராஜாவின் புத்தகமும் ராஜனி திராணகம எழுதிய முறிந்தபனை யும் காட்டிய ஈழப்போராட்ட்த்தின் மறுபக்கத்தையும் முழுமையான சித்திரத்தையும் வலி மிகுந்த வாழ்க்கையையும் துக்கத்தின் உச்சியில் பிறக்கும் பகடியாக யோ.கர்ணன் தன் சிறுகதைகளில் எழுதிச்செல்கிறார்.சேகுவேரா இருந்த வீடு ஒட்டுமொத்த ஈழப்போராட்டத்தின் குறியீடாக அமைந்துவிட்ட்து.

கோ.ரகுபதியின் தலித்துகளும் தண்ணீரும் சமீபத்தில் நான் வாசித்த மிக முக்கியமான புத்தகம்.பாவங்களைக் கழுவும் புனித வஸ்துவாகக் கருதப்ப-

டும் தண்ணீரைக் குடிப்பதற்காக தலித்துகள் நடத்தி வரும் போராட்டங்களை வரலாற்று ரீதியில் விளக்கும் இந்நூல் பரவலாக வாசிக்கப்பட வேண்டிய நூலாகும்.சு.கி.ஜெயராமன் தொடர்ந்து எழுதிவரும் புவியியல் சார் புத்தகங்களான குமரி நில நீட்சி,மணல் மேல் கட்டிய பாலம் போன்றவை இன்றைய இந்துத்துவப் புரட்டுகளையும் புளுகுமூட்டைகளையும் எதிர்கொள்ள உதவும் முக்கியமான புத்தகங்கள்.

என் இலக்கிய வாசிப்பு குறித்துப் பாதியிலேயே நிறுத்தி விட்டேன்--500 புத்தகங்களுக்கு மேல் அது வளரும் என்பதால்.

.இவையெல்லாம்தான் என் புத்தகங்கள்.இவற்றை என் நெஞ்சோடு அணைத்துக்கொண்டுதான் என் அன்றாடம் நகர்கிறது.இன்னும் கூட வாசிக்காத பல புத்தகங்கள் என் அலமாரிகளில் இருக்கின்றன.வாழ்வு முடிவதற்குள் நம்மிடம் இருக்கும் புத்தகங்களையாவது நாம் வாசித்து முடிப்போமா என்கிற சந்தேகம் அவ்வப்போது வரத்தான் செய்கிறது.என்றாலும் வாசிக்காமல் முடியாது.வாசித்தாலும் தீராது.

இப்படிச் சொல்ல உங்களுக்கும் நிறையவே இருக்கும்.

34. கொடிகள் எங்கே, எப்போது, எப்படி உருவாயின?

- ஒரு வரலாற்றுப் பார்வை

- முரளிதரன் காசிவிஸ்வநாதன்

உலகம் முழுவதுமே கொடிகள் என்பவை நாடுகளாலும் சமூகங்களாலும் அமைப்புகளாலும் அடையாளத்தைக் குறிக்கும் விதமாகப் பயன்படுத்தப்பட்டு வந்திருக்கின்றன. இப்போதும் பயன்படுத்தப்பட்டு வருகின்றன. இப்படி கொடிகளை உருவாக்கிப் பயன்படுத்துவது எப்படித் துவங்கியது?

கொடிகள் எப்படி உருவாயின?

கொடிகள் எப்படி உருவாயின என்பதற்கு தெளிவில்லாத வரலாறுகளே உள்ளன. ஆகவே, கொடி என்பது எதனை அர்த்தப்படுத்துகிறது, எப்படி உருவானது என்பதிலிருந்து இதனைப் பார்ப்பது சுவாரஸ்யமாக இருக்கும். ஜே.இ. சிர்லாட் தொகுத்த A DICTIONARY OF SYMBOLS என்ற 'குறியீடுகளின் அகராதி', கொடிகளின் அர்த்தத்தை விளக்குகிறது.

"வரலாற்றுப் பார்வையில், கொடி அல்லது பதாகை என்பது பண்டைய எகிப்திலும் மேலும் பல நாடுகளிலும் காணப்படும் புனித அடையாளங்களிலிருந்து (totem) உருவானது. பாரசீகர்கள் நீண்ட கம்பிகளின் மீது விரித்திருக்கும் சிறகுகளுடன் கூடிய தங்கப் பருந்துகளை தம் அடையாளமாக எடுத்துச் சென்றனர்; மீடியர்கள் (பழங்கால இரானியர்கள்) மூன்று கிரீடங்களை அடையாளமாக வைத்திருந்தனர்; பார்தியர்கள் (வரலாற்று துவக்க கால இரானியர்கள்) ஒரு வாள் முனையை தம் அடையாளமாக வைத்திருந்தனர்; கிரேக்கரும் ரோமரும்கூட தங்களுக்கான இலச்சினைகள், முத்தி-

ரைகள், பதாகைகளை வைத்திருந்தனர்." என்று அதில் கூறப்பட்டுள்ளது.

உயர்ந்த இடத்தில் உருவங்களை வைக்கும் பழக்கம் - "எந்த உருவம் பயன்படுத்தப்பட்டது என்பது இதில் முக்கியமல்ல, ஆனால் அந்தச் சின்னம் எப்போதும் ஒரு தூண் அல்லது கம்பியின் உச்சியில் வைத்திருக்கப்பட்டிருந்தது என்பதுதான் முக்கியமானது. இப்படி உயர்ந்த நிலையில் ஒரு உருவத்தை வைப்பது, ஒரு வகையான அதிகார உணர்வையும், அந்த உருவம் அல்லது விலங்கின் உள்ளார்ந்த அர்த்தத்தை உயர்த்தும் நோக்கத்தையும் வெளிப்படுத்துகிறது. இதிலிருந்தே வெற்றியையும் தன்னம்பிக்கையையும் குறிக்கும் சின்னமாக பதாகை வளர்ந்தது" என்கிறது அந்த அகராதி.

அதாவது, உருவங்களைத் தூக்கிச் செல்லும் வழக்கத்திலிருந்தே கொடிகள் உருவாகியிருக்க வேண்டும் என்கிறது இந்த அகராதி.

இதுபோல சின்னங்களை ஒரு கம்பியின் உச்சியில் பொருத்தி தூக்கிச் செல்லும் வழக்கம் பழங்கால எகிப்து, பாரசீகம், இரான் போன்ற நாடுகளில்தான் ஆரம்பத்தில் காணப்பட்டாலும், கொடிகள் முதன்முதலில் இந்தியத் துணைக் கண்டத்திலோ, சீனாவிலோதான் பயன்படுத்தப்பட்டிருக்க வேண்டும் என்கிறது கலைக்களஞ்சியமான 'என்சைக்ளோபீடியா பிரிட்டானிகா'.

சீனாவில் கி.மு. பதினொன்றாம் நூற்றாண்டில் இருந்து கி.மு. மூன்றாம் நூற்றாண்டு வரை ஆட்சியில் இருந்த சவ் (Zhou) அரச மரபை உருவாக்கிய அரசன் வூ-வின் (King Wu) காலத்தில் கொடிகள் அறிமுகப்படுத்தப்பட்டிருக்கலாம் என்கிறது அந்த கலைக்களஞ்சியம். மன்னர் வூ வெளியில் செல்லும் போது அவருடைய பரிவாரங்களுக்கு முன்பாக வெள்ளைக் கொடியை பிடித்துச் செல்வது வழக்கமாக இருந்திருக்கிறது. அதாவது தற்போதிலிருந்து சுமார் 3,100 ஆண்டுகளுக்கு முன்பாக சீனாவில் கொடிகள் பயன்படுத்தப்பட்டிருக்கின்றன.

இந்தியாவிலும் கொடிகள் பயன்படுத்தப்பட்டதற்கான குறிப்புகள் உள்ளன. "மாபெரும் காப்பியமான மகாபாரதத்தில் பல விதங்களில் கொடிகள் குறிப்பிடப்படுகின்றன. இதுபோல தம்மை அடையாளப்படுத்தும் விதத்தில் கொடிகளைப் பயன்படுத்துவது என்பது அந்த கால கட்டத்தில் துவங்கி, நவீன காலம்வரை நடைமுறையில் இருக்கிறது. எல்லா நாடுகளிலும் எல்லா பண்பாடுகளிலும் இது இருக்கிறது. இதுபோல தம்மை அடையாளப்படுத்தும் விதமாக கொடிகளைப் பயன்படுத்துவது என்பது ஒரு பழங்குடித் தன்மையின் அடிப்படையில் உருவாவது" என்கிறார் ஆய்வாளர் பொ. வேல்சாமி.

மகாபாரதத்தில் வரும் பல முக்கியப் பாத்திரங்கள் தங்கெளுக்கென தனித்த வடிவம் பொருந்திய கொடிகளைக் கொண்டிருக்கின்றன. தங்க நிற நிலா, பனை மரம், அன்னம், யானை, சங்கு என பலவிதமான கொடிகளை மகாபாரதம் குறிப்பிடுகிறது. மகாபாரதத்தைப் பொருத்தவரை சுமார் 2,400 வருடங்களுக்கு முன்பாக முழுமையடைந்ததாகக் கருதப்படுகிறது.

அதேபோல, 2,000 ஆண்டுகளுக்கு முன் தொகுக்கப்பட்ட மனுஸ்மிருதியிலும் கொடி குறித்த குறிப்புகள் இடம்பெற்றுள்ளன. பாடல் எண் 9.285ல், "ஒரு பாலத்தையோ, கோவில் அல்லது அரண்மனையின் கொடியையோ சின்னத்தையோ சேதப்படுத்துபவன் அதனைச் சரிசெய்ய வேண்டும், 500 பணம் (pana) தர வேண்டும்" என்று அதில் குறிப்பிடப்பட்டுள்கொடிகள்

சங்க இலக்கியத்தில் கொடிகள் - தமிழைப் பொருத்தவரை, Flag என்ற அர்த்தத்தைத் தரும் சொற்கள் பல இருந்தாலும் பழந்தமிழ் இலக்கியங்களில் பெரும்பாலும் 'கொடி' என்ற சொல்லே இதற்குப் பயன்படுத்தப்பட்டு வருகிறது. இம்மொழியின் மிகப் பழமையான நூலான தொல்காப்பியத்திலேயே கொடிகளைப் பற்றிய குறிப்புகள் காணப்படுகின்றன. "படையுங் குடையுங் கொடியும் முரசும்/நடைநவில் புரவியுங் களிறுந்/தேருந் தாரும் முடியும் நேர்வன பிறவுந்/ தெரிவுகொள் செங்கோல் அரசர்க்கு உரிய" என்கிறது ஒரு பாடல். அதாவது "படை, குடை, கொடி, முரசு உள்ளிட்டவை அரசருக்கு உரியது" என்கிறது இந்தப் பாடல்.

கி.பி. ஒன்றாம் நூற்றாண்டிலிருந்து 5ஆம் நூற்றாண்டிற்குள் இயற்றப்பட்டதாகக் கருதப்படும் சங்கப் பாடல்களின் தொகுப்பான புறநானூற்றிலும் கொடிகளைப் பற்றி குறிப்புகள் விரிவாகவே காணப்படுகின்றன. புறநானூற்றின் 362வது பாடலான "ஞாயிற்று அன்ன ஆய் மணி மிடைந்த" என்ற பாடலில் 'வெற்றியைக் குறிக்கும் வெண்கொடி' எனப் பொருள்படும் "விசய வெண் கொடி" என்ற வார்த்தைகள் இடம்பெற்றிருக்கின்றன. இந்தப் பாடலில் 'வெண் கொடி' எனக் குறிப்பிடப்பட்டிருந்தாலும் இதே காலகட்டத்தை ஒட்டி பல நிறங்களில் கொடிகள் இருந்திருப்பதை வேறு பல இலக்கியங்களில் இருந்து தெரிந்துகொள்ள முடிகிறது.

புறநானூற்றின் 38வது பாடலில் "வரைபுரையு மழகளிற்றின்மிசை" என்று துவங்கும் பாடலில் "பல நிறத்தையுடையனவாகிய கொடிகள் அசைந்து தோன்றும்" என்ற அர்த்தத்தைத் தரும் "விரவுருவின கொடிநுடங்கும்" என்ற வரிகள் இடம்பெற்றிருக்கின்றன. புறநானூற்றில் மட்டுமல்லாமல், பல மலைபடுகடாம், நெடுநல்வாடை, பரிபாடல், மணிமேகலை போன்ற பழந்தமிழ் தொகுப்புகள் அனைத்திலுமே கொடிகளைப் பற்றிய பல குறிப்புகள் இடம்பெற்றிருக்கின்றன.

இதற்குப் பிறகு கி.பி. மூன்றாம் நூற்றாண்டை ஒட்டி இயற்றப்பட்டதாகக் கருதப்படும் சிலப்பதிகாரத்தில் பல இடங்களில் கொடிகள் குறித்த குறிப்புகள் இடம்பெற்றிருக்கின்றன. உதாரணமாக ,சிலப்பதிகாரத்தின் மதுரைக் காண்டத்தில் கண்ணகியும் கோவலனும் மதுரைக்குள் நுழைவதற்கு முன்பாக நகரை வெளிப்புறமாகச் சுற்றிவருகின்றனர். அப்போது "போர் உழந்து எடுத்த ஆர் எயில் நெடுங்கொடி/வாரல் என்பன போல மறித்துக் கைகாட்ட" என்கிறது ஒரு வரி. அதாவது பல பகைவர்களை வென்று, வெற்றிக் கொடியாக

மதுரை நகரின் மீது பறந்து கொண்டிருந்த கொடிகள், கண்ணகியும் கோவலனும் அடையப்போகும் துயரத்தை முன்பே உணர்ந்ததைப் போல, வராதே மறித்துக் கைகாட்டின என்கிறது சிலப்பதிகாரம்.

கொடிகளில் சின்னங்களைப் பயன்படுத்துவதும் சங்க காலத்திலேயே இருந்திருக்கிறது. சேர, சோழ, பாண்டிய மன்னர்களின் கொடிகளில் வில், புலி, மீன்கள் இடம்பெற்றிருந்ததை சங்கப் பாடல்கள் சொல்கின்றன.

பெரும்பாலும் அரசர்களுடனேயே கொடிகள் தொடர்புபடுத்தப்பட்டாலும் தமிழில் கடவுள்களின் கொடியை குறிப்பிடும் வழக்கமும் இருக்கிறது. குறுந்தொகையின் கடவுள் வாழ்த்துப் பாடலில், "சேவலங் கொடியோன் காப்ப ஏம வைக லெய்தின்றா லுலகே" என்ற வரிகள் இடம்பெற்றுள்ளன. அதாவது சேவல் கொடியை உடையவன் (முருகன்) காப்பதால் உலகிலுள்ள உயிர்கள் இன்பமான நாட்களை அடைகின்றன" என்கிறது அந்தப் பாடல்.

ஆசியப் பகுதிகளில் இருந்த கொடிகளைப் பயன்படுத்தும் வழக்கம், இஸ்லாத்தைப் பின்பற்ற ஆரம்பித்தவர்களால் ஐரோப்பாவிற்கு எடுத்துச் செல்லப்பட்டது என்கிறது பிரிட்டானிகா கலைக்களஞ்சியம். இதற்குப் பிறகு ஐரோப்பாவில் தேசியக் கொடிகள் உருவாக்கப்பட்டன. பெரும்பாலும் அந்த நாடுகள், எந்தப் புனிதர் (patron saint) தங்களைக் காப்பதாக கருதுகிறார்களோ, அந்தப் புனிதர்களை மையமாக வைத்து தேசியக் கொடிகளை உருவாக்க ஆரம்பித்தன. கிட்டத்தட்ட 14 - 15ஆம் நூற்றாண்டுகளில் உலகம் முழுக்க கொடிகள் என்பவை நாடுகள், அரசர்கள், அமைப்புகளின் சின்னமாக ஏற்றுக்கொள்ளப்பட ஆரம்பித்தன.

சிந்துச் சமவெளி காலகட்டம் என்பது அரசுகளே உருவாகாத காலகட்டம். உள்ளூர் மட்டத்தில் ஏதாவது ஒரு அமைப்பு இருந்திருக்கலாமே தவிர எல்லோரையும் கட்டுப்படுத்திய அரசுகள் இருந்ததாகத் தெரியவில்லை. தவிரவும் சிந்துவெளிக் குறியீடுகள் என்ன குறிக்கின்றன என்பது குறித்த விவாதங்களும் இருக்கின்றன. ஆகவே, அந்த காலகட்டத்தில் கொடிகள் இருந்தனவா என்பதைவிட, அந்த காலகட்டத்துக் குறியீடுகளை ஆராய்வது சுவாரஸ்யமாக இருக்கும்" என்கிறார் உலகத் தமிழாராய்ச்சி நிறுவனத்தின் தலைவரும் சிந்துவெளி ஆய்வாளருமான ஆர். பாலகிருஷ்ணன்.

"சேர, சோழ, பாண்டிய மன்னர்களின் சின்னமாக இருப்பது வில், புலி, மீன் ஆகிய சின்னங்கள். தமிழ்நாட்டின் நிலப்பரப்பில் இருந்து வெகுதூரத்தில் இருக்கும் சிந்துச் சமவெளியிலும் இந்த மூன்று சின்னங்களும் இருக்கின்றன. அதேபோல, உலகில் சிங்கங்கள் இந்தியாவின் சில பகுதிகளையும் ஆப்பிரிக்காவையும் தவிர வேறு எங்கும் கிடையாது. இந்தப் பின்னணியில் பார்க்கும்போது இந்தியாவின் பல அரசுகள் சிங்கத்தை தம் கொடியில் பயன்படுத்தியதில் ஆச்சரியமில்லை. ஆனால், இலங்கையில் சிங்கம் இருந்ததேயில்லை. ஆனால், அந்நாட்டின் கொடியில் சிங்கம் இருக்கிறது. அதேபோல,

சிங்கம் வசிக்காத பகுதியான பிரிட்டனின் பல அரச முத்திரைகளில் சிங்கம் இடம்பெற்றுள்ளது. ஆகவே, ஒரு அரசு தம் கொடிக்கான சின்னத்தை எங்கிருந்து எடுத்துக்கொள்கிறது, ஏன் எடுத்துக்கொள்கிறது என்று ஆராய்வது மிக சுவாரஸ்யமானது" என்கிறார் ஆர். பாலகிருஷ்ணன்.

35. ஒலிக்காத ஓலம் - கோகிலா மகேந்திரன்

என்னால் பாஷனைப் பற்றியோ அடுத்தவர்களைப் பற்றியோ அல்லது அரசியலைப் பற்றியோ ஐந்து நிமிடத்திற்கு மேல் பேசமுடியாது என்ற உண்மையில் நான் ஒரு சாதாரண மனிதனில் இருந்து ரொம்ப தூரம் விலகிப்போய் விட்டது எனக்கே நன்றாகத் தெரிந்த போதிலும் எனக்கு நானே ஒரு சுயகட்டுப்பாடு வைத்துக்கொண்டு இப்படி வாழ்வதில்தான் ஒரு இனிமை இழைவதாக எனக்குத் தோன்றுகிறது.

சென்ற வாரம் தினமலர் பத்திரிகையின் வார ஏட்டில் வெளியாகியிருந்த என் 'பார்க்காத பார்வைகள்' சிறு கதைக்கு வந்து குவிந்திருந்த விமர்சனக் கடிதங்களை மேலோட்டமாகத் தட்டிப் .பார்த்தபோது எனக்கு மிகவும் பரிசயமான அந்தக் கையெழுத்துக் கொண்ட 'என்வலப்'பைக் கண்டதும் மனம் நிறைந்த மகிழ்வுடன் உறையைப் பிரித்தேன். "பல்கனி"யில் மெல்லிய இருள் கவிந்திருந்தும் இருளில் இருக்கும் உணர்வே இல்லாமல் ஏதோ ரசனையில் ஆழ்ந்துபோய் இருந்திருக்கிறேன் என்பது அந்தக் கடிதத்தைப் பிரித்து வாசிக்க முற்பட்டபோதுதான் உறைத்தது. எழுந்துபோய் 'லைட்' சுவிச்சைப் போட்டுவிட்டு வந்து படித்தேன்.

"கூலி வாங்கித் தாலி கட்டும் முதுகெலும்பற்ற ஆண்வர்க்கத்தை உங்கள் முற்போக்கான சிறுகதை நல்ல அடி கொடுத்துத் தாக்குகிறது. உங்களது எழுத்தாற்றல் எமது கேடுகெட்ட, நாறிப்போன சமுதாயத்தின் சீரழிவுகளைத் திருத்திவிடும் என்று நான் முற்றாக நம்புகிறேன்" என்று தொடங்கிய அவரின் கடிதம் என். எழுத்தாற்றலுக்குப் பெரிய சான்றிதழாய் அமைந்திருந்தது. வழக்கம் போலவே அந்த இன்பமான நிறைவின் அழுத்தத்தில் நான் லயித்து மயங்கியிருந்தேன்.

"இவர் எனது ஆக்கங்களைப் பாராட்டுபவராக மட்டும் இல்லாமல் என்னையே விரும்புபவராகவும் இருந்துவிட்டால்..." இவ்வாறான ஓர் இனிய கற்பனை உதிப்பதைத் தடை செய்யும் சுய கட்டுப்பாடு இல்லாதவளாய் அந்தக் கற்பனையைத் தொடரவிட்டு ரசித்துக் கொண்டிருக்கிறேன். கடிதத்தைப் பாதியில் நிறுத்திவிட்டது கூடத் தெரியாமல் மறைத்துக்கொண்டிருந்த கற்பனைச் சுகத்தின் முடிவில் எப்போதாவது ஒருநாள் எப்படியாவது ஒரு வகையில் இவரை நான் நேரில் சந்தித்துவிட வேண்டும் என்ற பிடிவாதமான தீர்மானத்துடன் தொடர்ந்து கடிதத்தைப் படிக்கிறேன்.

மல்லிகையின் 'ஜில்' என்ற மணம் மூச்சைத் துளைத்து என் அக்காவின் வருகையை முன்னறிவிப்புச் செய்தபோது ஸ்கூலில் நடைபெறும் ஏதோ ஒரு 'பார்டி'க்குப் போக ஆயத்தமாக அலங்காரம் செய்துகொண்டு வருகிறாள் என்பதைப் புரிந்துகொண்டேன். இரண்டு வருடங்கள் இவ்வுலகில் என்னைவிட அதிகமாக வாழ்ந்துவிட்ட தோற்றம் அவளிடம் தோன்றாமைக்கு அவளது குழந்தைத்தனமான உள்ளந்தான் காரணமோ எனப் பலமுறை நான் ஐயப்பட்டுக் கொண்டதுண்டு. 'பாஷனை'ப் பற்றி எனக்கு ஒன்றுமே தெரியாது என்பது அவளுக்கு நன்றாகத் தெரிந்திருந்தபோதிலும் புறப்படுமுன் ஒன்றும் தெரியாத என்னிடமே.

"என்னடி இலட்சியவாதி, இந்த சாறிக்கு இந்த பிளவுஸ் 'மாச்' பண்ணுதா? கொண்டையிலை பூ வைச்சது சரியா எண்டு பாரன்!" என்று இரண்டு வார்த்தை கேட்காமல் புறப்பட்டால் அவளுக்கு நிறைவு வராது எனது வாயால்.

"நல்லாயிருக்குது அக்கா" என்ற பதிலைக் கேட்பதில் அவளுக்கு ஒரு மகிழ்வு இருக்குமாயின் அதைக் கொடுப்பதில் எனக்கு என்ன நட்டம் ஏற்பட்டுவிடப்போகிறது என்ற நினைப்பில் நானும் "நல்லாயிருக்குது" என்று சொல்லிவிடுவேன். அவளுக்கு மிகவும் அக்கறை உள்ள ஒரு விடயத்தில் நான் ஒட்டிக்கொள்ளாமல் பதில் சொல்வதுபோலவே எனக்கு மிகவும் பிடித்தமான விடயத்தை அவள் மிக மேலோட்டமாகக் கேட்பாள்.

"அந்த உன்ரை-அவற்றை பெயர் என்னடி? கோபால் இல்லையே! அந்த அபிமான ரசிகரின்ரை விமர்சனம் வந்ததேடி!"

"வந்தது வந்தது" சுரத்தில்லாததுபோல் நான் பதில் சொன்னாலும் அவள் மேலும் அதைப்பற்றிக் கேட்கமாட்டாளா என்ற ஏக்கம் அந்தச் சுரத்தில்லாப் பதிலுக்குள்ளேயே ஒளிந்து கொண்டிருந்தது. ஆனால் அவள் தான் 'பார்ட்டி'க்குப் போய்த்தன் 'போய் பிரண்டை'ச் சந்திக்கும் அவசரத்தில் இருக்கிறாளே!

"ஏதோ இரண்டு பேருமாய்ச் சேர்ந்து உலகத்தைத் திருத்திப் போடுங்கோ! நேரம் போயிட்டுது. நான் போட்டு வாறன்" என்று கூறிக்கொண்டே படியிறங்கி ஓடும் அவள் வேகத்திலேயே அவளுடைய சுரேஷைச் சந்திக்கும் அவசரம் தெரிகிறது. என்னிடம் - நான் அவளைவிட இளையவளாய் இருந்தும்கூட என்னிடம் - எப்போதோ வந்து குடிகொண்டுவிட்ட நேர்கொண்ட பார்வையும் நிதானமான நடையும் அக்காவிடம் இன்னும் வரவில்லை. சிறிய பிள்ளைகளுக்கு ஆசிரியையாக இருந்து எப்போதும் அவர்களுடன் பழகுவதாவோ என்னவோ இன்னமும் அதே குழந்தை ஓட்டமும் துள்ளல் நடையுந்தான்.

ஐந்து பக்கங்கள் முழுப்பக்கங்கள் நிறைய என் சிறு கதைக்கான விமர்சனம் என்ற பெயரில் என் எழுத்தாற்றலைப் புகழ்ந்திருந்த கோபாலின் கடி-

தத்தின் ஆறாம் பக்கத்தைப் புரட்டுகிறேன்.

“உங்கள் தரமான ஆக்கங்களுக்கு நல்ல விமர்சகனாக மட்டுமே இன்றுவரை இருந்துவரும் நான் உங்களை நேரில் பார்த்ததில்லை. அந்தக் குறையை நிறைவு செய்வதற்கு விரைவிலேயே ஒரு சந்தர்ப்பம் வரும்போல இருக்கிறது. ஆம், வருகிற வாரம் ஒரு நண்பனின் திருமணத்திற்காக யாழ்ப்பாணம் வரும்போது உங்கள் வீட்டிற்கும் விஜயம் செய்ய யோசித்திருக்கிறேன்...”

என் தலை திடீரென்று ‘ஜில்’ என்று குளிர்வது போலிருந்தது. அவரை நேரில் சந்திக்க வேண்டும் என்ற எனது அந்தரங்க ஆவல் இவ்வளவு விரைவில் நிறைவேறப் போகிறது என்ற நிச்சயமான தவிப்பில் மனம் பூவாகிப் பறந்தது. அந்தக் கணத்திலிருந்தே நான் அவருடன் கதைக்க வேண்டிய விடயங்களை மனம் உருப்போடத் தொடங்கி விட்டது. என்னைச் சுற்றியுள்ள எல்லாருமே ‘பாஷனை’ப் பற்றியும் அடுத்தவனைப் பற்றியும் பேசும்போது... என்னுடன் என்னைப்போல எனக்கு ஆர்வமுள்ள கலை, கலாசாரம், நாவல். இலக்கியம், புத்தகங்கள், இலக்கிய கர்த்தாக்கள் பற்றிக் கதைப்பதற்கு ஒருவர் வரப்போகிறார் என்பது எனக்கு நம்பமுடியாத நிச்சயமாய்த் தோன்றி என்னை மயங்க வைத்தது. எனது ஆழமான சிந்தனைகளைக் கொட்ட ஒரு வடிகால்... சீதனக் கொடுமை, சாதிப் பிரச்சினை, சமுதாய மூட நம்பிக்கைகள் இவற்றைப்பற்றி எல்லாம் யதார்த்தமாகக் கலந்துரையாட வேண்டும். அதற்கான எடுகோள்கள் பல எழுத்தாளர்களின் எண்ணங்கள் - இப்படிப் பலப்பல ஆயத்தங்கள்.

அக்கா அடுத்தநாள் கேட்டாள். என்ன திடீரென்று நூலகத்தையே திரட்டிக் கொண்டுவந்து வீட்டில் வைத்திருக்கிறாய்? இவ்வளவு புத்தகத்தையும் எங்கையிருந்து கொண்டுவந்து குவித்தாய்? என்ன விஷேசம்? நான் சொன்னேன்,

“கோபால் இங்கே வரப்போகிறார். அவரோடை இதைப் பற்றியெல்லாம் கலந்துரையாட வேணும்”.

“சரிதான்” அக்காவின் இதழ்க் கடையில் ஒரு மென்முறுவல் இழைந்து மறைந்தபோது என்னைப் பரிகசிப்பதுபோல் தோன்றினாலும், அடுத்தநாளே வீட்டில் காணப்பட்ட அழகான மலர்ச் செண்டுகளும், மேசை விரிப்புகளும், எனது விருந்தாளியை வீட்டிலே வரவேற்க அக்காவும் தன்போக்கில் ஆயத்தம் செய்கிறாள் என்று புரிந்தபோது, அக்காவின் நல்ல உள்ளத்தை எண்ணி நான் உள்ளூர மகிழ்ந்து போனேன்.

கோபால் படலையைத் திறந்துகொண்டு வரும்போதே பார்த்தேன். என்னைப் போல்தான் நிமிர்ந்த நிதானமான நடை. அக்காவைப்போல் மாநிறமாகவோ கறுப்பாகவோ இல்லாமல் என்னைப்போல் வெள்ளையாக இருக்கிறார். உயரம், எளிமை விரும்பியாக வெள்ளைக் காற்சட்டையும் வெள்ளைச்

சேட்டுமே அணிந்த உருவம், சுருள் சுருளான மயிர், வெளித் தோற்றத்தில்-கூட எங்களுக்கிடையில் எல்லாமே ஒற்றுமைப்பட்டு நிற்கும் அதிசயத்தை... நிதர்சனமாகக் கண்டபின்னும் என்னால் நம்பமுடியவில்லை.

அவர் உள்ளே வந்து அமர்ந்தபின் நான் நிதானமாக வந்து வணக்கம் தெரிவித்து உரையாடிக்கொண்டிருக்கிறேன்.

“இலக்கியம் என்பது யதார்த்தமாக இருக்க வேண்டும். அதீதமான கற்பனைகளும் குரூரம் ரசனைகளும், நடக்கமுடியாத சம்பவங்களும் கொண்ட சிறுகதை நாவல்களை நான் ரசிப்பதில்லை. அந்த வகையில் உங்கள் ஆக்கங்கள் தனித்துவம் பெற்றிருப்பதால் அவற்றை நான் மிகவும் விரும்பி வாசிப்பேன்.”

என்று அவர் சொல்லும்போது எனது முகம் என்றும் இல்லாமல் சிவந்து போகிறதுபோல் இருக்கிறது. அதை வெளிக்காட்டிக் கொள்ளாமல் நான் பேசுகிறேன்.

“நாம் ஒவ்வொரு நாளும் காணுகின்ற - கேட்கின்ற பிரச்சினைகளைப் பற்றியே இலக்கியமும் பேசுவதானால் அதில் என்ன சுவை இருக்க முடியுமென்று பலர் கேட்கிறார்களே!”

அந்தக் கேள்விக்கு அழகாக விடைசொல்ல எனக்குத் தெரிந்திருந்தாலும் கோபால் என்ன சொல்லுகிறார் என்று அறிவதில் இருந்த ஆர்வத்தில் அவரிடம் கேட்கிறேன்.

“நிச்சயமாக அதில்தான் சுவை இருக்கிறது. எமது வாழ்க்கை. போராட்டங்களும் பிரச்சினைகளும் நிறைந்தது. அதில் எமக்குப் புரிந்துகொள்ள முடியாத, விளங்கிக்கொள்ள முடியாத சம்பவங்கள் நிறைய நடைபெறுகின்றன. அவற்றைப் புரிந்துகொள்ள நாவல்களும் சிறுகதைகளும் உதவவேண்டும். இல்லாத ஒரு பிரச்சினையைப் பற்றிப்பேசி இருக்கிற பிரச்சினையைத் தீர்க்க முடியாது.

நான் நினைத்த பதிலை எனது மனதிற்குள்ளே சென்று பார்த்து வந்திருந்தால்கூட இப்படி அட்சரம் தவறாமல் சொல்ல முடிந்திருக்குமோ என்ற வியப்பில் இருந்து நான் விடுபடுமுன்பே அக்கா குசினி வாசலில் நின்று மெதுவாக எட்டிப் பார்த்தாள்.

“என்ன அக்கா?”

“இங்கே வாடி” என்று கூறிவிட்டு உள்ளே தலையை இழுத்துக்கொள்ளும் அக்காவிடம் போய் அவள் போட்டு வைத்திருந்த தேநீரை எடுத்துவந்து நீட்டும்போது அவர் கேட்கிறார்,

“அது யார் உள்ளே?”

“என் அக்கா. ஸ்கூல் ரீச்சராக இருக்கிறாள். புதியவர்களிடம் விரைவாகப் பழகமாட்டாள்.” என்று கூறிக்கொண்டே,

“அக்கா, வெளியிலை வாவன்” என்று குரல் கொடுக்கிறேன். அவள் நெளிந்து, வளைந்து மிகவும் சங்கடப்பட்டு வெளியே வருவதைப் பார்த்து,

“உங்கள் அக்காவுக்கு உங்களைப்போல் எழுத்தார்வம் இல்லையா?” என்று வேறு திசையில் கேள்வி கேட்கிறார் கோபால்.

அவளா? “காண்டேகர் என்று சொன்னால் அவர் எதைக் கண்டுபிடித்-தார். நான் படிக்கவில்லையே!” என்று கேட்பாளே என்று நான் கூறிக் கோபாலுடன் சேர்ந்து வாய்விட்டுப் பெரிதாகச் சிரிக்கும்போது தலையைக் குனிந்துகொண்டு மெதுவாகப் புன்முறுவல் செய்கிறாள் அக்கா.

பல நாட்டின் எழுத்தாளர்களைப் பற்றியும் அவர்களின் படைப்புகள் பற்-றியும் அவர் பேசப்பேச அவருக்கு அருகே -மிக அருகே உள்ளம் செல்ல விழைகிறபோது எனக்கு அருகே இருந்த அவரது ‘சூட்கேசை’ என்னை அறியாமலே நீவி விடுகிறேன்.

பேச்சுவாக்கில், “வாசலில் போடப்பட்டுள்ள கோலம்...” என்று அவர் தொடங்க,

“அது அக்காவின் கைவண்ணம். எனக்கு இதெல்லாம் அவ்வளவு இன்-ரறெஸ்ற் இல்லை” என்று நான் சொல்வதை,

“ஓ... ஐ... சீ... உங்கள் சிந்தனை எல்லாம் இலக்கியம் பற்றித்தானா?” என்று பெரிதாக எடுத்துக் கொள்கிறார்.

சாப்பிடும்போது பேச்சு. மறுபடியும் சீதனப் பேச்சுக்குத் திரும்புகிறது. “உங்-கள் குடும்பத்தில் யாருக்கும் சீதனம் கொடுக்க மாட்டீர்கள் என்று நினைக்-கிறேன்.” என்று அவர் அபிப்பிராயப்படும் போது,

“இல்லை! இல்லை! அக்கா தன் சம்பளத்தில் மிஞ்சுவதெல்லாம் சீதனத்-திற்கே சேமித்து வைக்கிறாள். நான்தான்... என்னை எனக்காக மட்டுமே விரும்புபவரையே திருமணம் செய்வதென்றிருக்கிறேன்.” என்று அவசரமாகக் குறுக்கிடுகிறேன்.

கோபால் போனபின்னர் அக்கா என்னைக் கேலி செய்கிறாள். “உனக்குப் பொருத்தமான ஆள்தான். நீ ஊரைத் திருத்தப் புறப்பட்டால் அவர் நாட்-டையே திருத்தி விடுவார் போல் இருக்கிறது. இருவரும் சேர்ந்தால் உலகத்-தையே திருத்திவிடலாம்.”

“ஆனாலும் அடக்கமான ஆசாமிதான். என்னை விரும்புகிறாரோ என்ப-தைப்பற்றி இலேசாகக் கூடத் தெரிவிக்கவில்லையே!”

எனக்குள்ளே இவ்வாறு சிந்தித்துக் கொண்டவள், இம்முறை வரும் கடி-தத்தில் காதல் ராகத்தின் முதல் அரிச்சுவடி மீட்கப்படும் என்றுதான் பெரிதாக எதிர்பார்த்திருக்கிறேன்.

நான் எதிர்பார்த்தபடியே அவர் போன மூன்றாம் நாள் கடிதம் வந்தது. அவசரமாகப் பிரித்த எனக்கு இதயத்தை யாரோ சுறுக்கென்று முள்ளால் குத்தியது போலிருந்தது. அது... அக்காவிற்கு எழுதப்பட்ட காதல் கடிதம்...!

வேறொரு இளைஞரை ஏற்கனவே விரும்பும் அக்காவிற்கு அதை நான் காட்டவில்லை. இந்த உலகில் பேச்சும் செயலும் எவ்வளவு தூரம் முரண்பட்டுப் போய்க் கிடக்கிறதென்பது எனக்கு மட்டுமே புரிகிறபோது அந்த என் மௌனத்தின் அழுகுரல் எனக்கேகூடக் கேட்காமல் ஒலிக்காத ஓலமாய் பெரிதாக, மிகப் பெரிதாக எனக்குள்ளே உருவாகி ஓய்ந்து போகிறது.

36. மலைப்புலயர் சொன்ன கோவலன் - கண்ணகி கதை - ஆ.கார்த்திகேயன்

சிலப்பதிகார வஞ்சிக்காண்டத்தின் தொடக்கம் மலைவாழ் மக்களைக் குறித்து அழகாகவும் விரிவாகவும் வர்ணிக்கிறது. மலையில் வாழும் ஆதிவாசி மக்களை மலைமிசை மாக்கள் என்ற தொடரால் சிலம்பு குறிக்கின்றது. அம்மக்கள் செய்யும் தொழில்கள், பொழுதுபோக்குகளைக் குறிப்பிடுகின்றது,

குருவி ஓம்பியும்
கிளி கடிந்தும்
குன்றத்துச் சென்று வைகி
அருவி ஆடியும் சுனை குடைந்தும்
அலவுற்று வருவேம் (குன்றக்குரவை)

kannaki 640அதுமட்டுமல்ல, மலையில் கிடக்கும் பல்வேறு மலைபடு பொருட்கள், வாழும் விலங்குகள் ஆகிய வற்றையும், எப்பொழுதும் முழவு போல ஒலித்துக் கொண்டேயிருக்கும் அருவியின் அழகு குறித்தும் படம்பிடித்துக் காட்டுகிறது. 'பெருமலை துஞ்சாது வளம் சுரக்க' அம்மக்கள் செய்யும் பல்வேறு சடங்கு களையும் பட்டியலிட்டு விவரிக்கிறது. தொண்டகப் பறை, சிறுபறை, கோடுவாய், கொடுமணி போன்ற இசைக் கருவிகளின் பெயர்களும் சடங்குகளோடு அவற்றுக்குள்ள தொடர்பும் சுட்டிக் காட்டப்படு கின்றன. மலை நிலத்திற்குள்ள வாசனை திரவியங்கள் குறித்தும், மன்னர்க்கு அவற்றைப் பரிசாக அளித்து வரவேற்கும் முறைகள் யாவும் குன்றக் குரவையில் அறிந்து கொள்ள முடிகின்றது. கண்ணகி குறவர் குடியினரையே சந்தித்து உரையாடுவதாகச் சிலம்பின் தொடக்கம் அமைந்துள்ளது. கோவலன் மதுரையிலே இறந்தபின் பதினான்கு நாட்கள் கழித்து கண்ணகி திருச்செங்குன்றினைச் சேர்கிறாள். மலைவேங்கை மரத்தின் நிழலில் நின்றிருந்து குறவர்கள் கண்ணகியைக் காண்கின்றனர்.

மலைவேங்கை - நறுநிழலின்
வள்ளி போல்வீர் மனம் நடுங்க
முலை இழந்து வந்து நின்றீர் - யாவீரோ! எனக் கேட்கின்றனர். கண்ணகி கோபப்படாமல் தீவினையால் மதுரை மாநகரில் கணவனை இழந்த நான் இங்கே வந்துள்ளேன் என்று பதில் சொல் கிறாள். பின்னர் குறவர் கண்ணகியைத் தெய்வமாக ஏற்றுக்கொண்டு வழிபாடு செய்கின்றனர். சேரமான்

செங்குட்டுவனைக் கண்டு கண்ணகி குறித்துத் தெரிவிக்கின்றனர். சேரமன்னன் கண்ணகிக்குக் கோயில் கட்டி வழிபட்டான் என்பதும் சிலம்பு கூறும் வரலாறு.

அவ்வாறு சேரமன்னன் 1800 ஆண்டுகளுக்கு முன்னர் கட்டிய கோயில் இன்னும் கேரளாவில் இடுக்கி மாவட்டத்தில் 'மங்கலதேவி கோயில்' என்ற பெயரில் நிலைபெற்றுள்ளதை அனைவரும் அறிவர். இக்கோயில் குமுளியிலிருந்து 14 கிலோமீட்டர் தொலைவிலும், தமிழ்நாட்டின் கூடலூர் வனப் பகுதியில் பளியங்குடி என்னுமிடத்திலிருந்து

6 கிலோமீட்டர் தொலைவிலும் அமைந்துள்ளது. இங்கு ஒவ்வொரு ஆண்டும் சித்ரா பௌர்ணமி தினத் தன்று ஒருநாள் மட்டுமே மக்கள் இக்கோயிலுக்குச் சென்று வழிபட அனுமதிக்கப்படுகிறார்கள். இக் கோயில் கேரளப்பகுதியில் இருப்பதால் கோயில் கவனிப்பாரின்றிச் சிதிலமடைந்து காணப்படு வதாகவும், புதிய கோயில் கட்டுவதற்கு மங்கலதேவி கண்ணகி அறக்கட்டளை முயற்சி எடுத்து வருவ தாகவும் விக்கிமீடியாவிலிருந்து தெரிந்துகொள்ள முடிகின்றது. இந்த அறிமுகம் சிலப்பதிகாரத்திற்கும், பழங்குடி மக்களுக்கும், இடுக்கி மாவட்டத்திற்கு முள்ள பழைய தொடர்பை அறிந்துகொள்ள உதவும்.

இடுக்கி மாவட்டத்தில் பல்வேறு பழங்குடி மக்கள் வாழ்கின்றனர். முதுவன், மலைப்புலயன், மன்னான், உராளி, மலை அரையன், உள்ளாடன், மலைவேடன், மலைப்பண்டாரம் போன்றோர் அங்கு வாழும் முக்கியமான ஆதிவாசி மக்களாவர். இடுக்கி மாவட்டம், கிட்டத்தட்ட, முழுவதுமே வனப்பகுதியாகும். பெரியார் ஆறு பாய்ந்து, மாவட்டத்திற்கு நீர் ஆதாரமாக விளங்குகின்றது. இந்த ஆதிவாசி மக்களின் மொழி தமிழ், மலையாள மொழிகளின் கலவையாக அமைந்தும், தனித்துவம் பெற்றும் விளங்குகின்றன. இம்மக்களிடையே கண்ணகி-கோவலன் கதை பிரபலமாக இருந்து உள்ளது. குறிப்பாக முதுவன், மன்னான் ஆகிய ஆதிவாசி மக்களிடையே கண்ணகி-கோவலன் கதை வழங்கி வந்ததைக் கடந்த காலத்தில் ஆய்வாளர்கள் கண்டறிந்து பதிவு செய்துள்ளனர்.

எரிக் மில்லர் என்ற அறிஞர் முதுவன் பழங்குடி மக்களிடையே காணப் படும் கோவலன்-கண்ணகி கதையை இளங்கோவடி களின் சிலம்போடு ஒப்பிட்டு ஒரு கட்டுரை எழுதி யுள்ளார் (2016 ஆசியவியல் கழகம் நடத்திய கருத்தரங்கக் கட்டுரை). முதுவர்கள் கண்ணகியை முதுகில் சுமந்து கொண்டு வந்ததாலேயே முதுவர் என்ற பெயர் பெற்றதாகவும் கூறப்படுகின்றது. மன்னான் என்ற ஆதிவாசி மக்களிடையே கோவலன்-கண்ணகி கதை வழங்கி வந்துள்ளது. இதனைக் குறித்து டாக்டர் நசிமுதின், கேரளப் பல்கலைக்கழக ஓய்வுபெற்ற பேராசிரியர் ஆய்வு நிகழ்த்தியுள்ளார். இனி, இடுக்கி மாவட்டத்தில் மறையூர், காந்தளூர் பஞ்சாயத்துகளில் வாழும் மலைப்புலயர் மக்களிடையே களஆய்வு நிகழ்த்தும்போது ஒரு தகவலாளி கோவலன்-கண்ணகி

கதையைச் சொன்னார். அவர் சொன்ன கதை அவரது கிளை மொழியிலேயே கீழே தரப்படுகின்றது.

தகவலாளி பெயர் கண்ணம்மா, வயது 64. பொங்கம்புளி என்ற ஆதிவாசி குடியைச் சேர்ந்தவர். அவருக்கு இந்தக் கதை அவருடைய பெற்றோர் கூறியதாகச் சொன்னார். கண்ணகி என்ற பெயரை ஒருசில இடங்களில் கர்ணகி என்றும் மாற்றிச் சொன்னார். கோவலன் பெயரைச் செட்டியார் என்று அடைமொழி சேர்த்துக் கோவாலன் செட்டியார் என்று சொன்னார். அவர் கதை சொல்கிற எடுத் துரைக்கும் முறை மிகவும் உணர்ச்சிமயமாக இருந்தது. இடையிடையே கண்ணகியைத் தெய்வ மென்றும் அவதாரம் என்றும் உணர்ச்சி மேலிடக் கூறினார்.

கதை ரொம்ப பெரிசு, இப்பொ சுருக்கி வந்திருக்கு என்று இருமுறை இடையில் கூறினார். கண்ணகி தனது மார்பைப் பிய்த்து எறிகின்ற செயலை எச்சரிக்கையோடு எடுத்துரைத்தார். தயக்கத்தோடு கூறினார். தகவலாளி இக்கதையை வேறு இன மக்களிடம் இருந்தும் கேட்டும் கூறியிருக்க வாய்ப்புள்ளது. வெவ்வேறு மலைப்புலயர் குடிகளில் கோவலன்-கண்ணகி வழங்குவதாகத் தெரிய வில்லை. அத்தகைய கதை தெரியாது என்றே பலரும் கூறினர். இனி, கதை தொடர்கிறது.

கண்ணகி பாண்டியனின் மகள் - பாண்டிய ராசனுக்கும் பாண்டிய ராணிக்கும் கொளந்த இல்ல. ரெம்ப நாளா ஏதோ தெய்வ பத்தியா இருந்து ஒரு பெண் கொளந்தெ கெடச் சிருக்குதாம். கொளந்தெய ராஜ சபையிலெ வெச்சு ரெம்ப பாராட்டி வெச்சிருக்காங்க. அப்போ, சோசியரெ கொண்டு வந்து சோசியம் பாத்திருக் காங்க. சோசியம் பாக்கையிலெ, இந்தப் பெண் கொளந்தெ கிழக்கு முகமா திரும்பி வாய்விட்டு சிரிசா தெம்மதுரெ தீப்பிடிக்கும். வடக்கு முகமா (பாத்து) வாய்விட்டு சிரிசா வடமதுரெ தீப்பிடிக்கும். அப்ப இந்தக் கொளந்தெய வளத்த வேண்டாம். மதுரை அழிஞ்சிரும். வளக்காம கொண்டு போயி தங்கத்துலெ பெட்டி செஞ்சி கடல்ல வுட்ருங்கான்னு சொன்னாரு. அதெ மாரியே தங்கத்துலெ பெட்டி செஞ்சி கொண்டு கடல்ல விட்டாங்க. பெத்த தாயி விடமாட்டாள் எந்து எவ்வளவோ தடபட்டிருக்கா (தடுத்திருக்கிறாள்).

கப்பல் செட்டிமாரு - அப்போ... மாசானம் செட்டியாரும் மாநாய்கன் செட்டியாரும் மச்சானும் மச்சானும் - கப்பல் யாபாரிங்க. இந்த மாசானம் செட்டியாரு வீட்லெ ஒரு பையன் இருக்கான். இவங்க ரெண்டு பேரும் கப்பல்ல போய்க்கொண்டு இருந்தாங்களாம். அப்போ, அந்தப் பெட்டி மெதந்து போய்க் கிட்டிருக்காம். தண்ணியிலெ என்னமே ஒண்ணு மெதந்து போய்க் கொண்டிருக்குது. அதெப் போயி பாப்போம். எந்து மச்சானும் மச்சானும் போனாங் களாம். அப்போ... இந்த ரெண்டு பேரு தம்முள ஒரு சவால்.

'பெட்டிக்குள்ள என்ன இருக்கோ அது எனக்கு. பெட்டி வந்து உனக்கு.'

இப்படி இவுங்க ரெண்டு பேரும் எடுத்துக் கொண்டு பாக்கும்போது அதுக்குள்ள கொளந்தெ இருக்குது. கொளந்த இல்லாத செட்டியாரு கொளந்தெய எடுத்துக்கிட்டாரு.

மாங்காய கொடுத்து கல்யாணம் - வீட்டுக்குப் போனா என்னாயி போச்சி? கொளந்தெ வளந்து வந்தா நம்ம பையனுக்கே கல்யாணம் பண்ணி வச்சிருவோம். அவுங்க மச்சானும் மச்சானும் தானே. அப்படின்னு சொல்லிட்டு அவுங்க கொளந்தெய வளத்திட்டு வந்தாங்க. அஞ்சு வயசு ஆகும்போது கொளந்திக்குக் கல்யாணம் பண்ணிட்டாங்க. இந்தக் கொளந்தெக்குக் கல்யாணம் என்னந்தே தெரியாது. மடியிலெ வெச்சுதான் கோவாலன் செட்டியாரு அந்தக் கர்ணகியெ கல்யாணம் செஞ்சாரு. மாங்காயெ கையிலெ குடுத்துதான் கொளந்தெ சாவட்டுக்கிட்டு இருந்தசெல தாலி கெட்டுனாங் களாம்.

மாதவி நாட்டியம் - கல்யாணத்துக்குத் திருக்கடையூர் சிந்தாமணி மக(ள்) நாட்டியத்துக்கு வாரா. திருக்கடையூர் சிந்தாமணி மக மாதவி ஒரு வேசி. மாதவி நாட்டியம் ஆடயிலெயே கோவாலன் செட்டியாருக்கு மாதவி பேர்ல நோட்டம் ஆயிடுச்சு. அப்ப... என்னா பண்ணிட்டா, "நான் நாட்டியம் ஆடி கடெசியிலெ ஒரு மாலையெ எடுத்துப் போடுவேன். அந்த மாலை யாரு கழுத்துலெ விளுகுதோ அவுங்களெ நான் கொண்டுகிட்டு போயிடுவேன்" எந்து சொல்லிட்டா. அதேபோல மாலை கோவாலன் செட்டியாரு களுத்துலெ வுளுந்தது. அவ வாக்குபடி அவனெ அவளோடெ விட்டுறணும்.

ஆனை வால் மாதிரி தாலி - இந்தக் கொளந்த (கண்ணகி) இன்னும் வளந்து கிட்டிருக்குது. வளந்து பத்து பதினைஞ்சு வயசாகி புஷ்பவதி ஆகுதில்ல. அதுக்கப்புறம் ஒரு நா(ள்) அலங்காரம் செஞ்சி சடங்கெல்லாம் வெக்கிதாங்க. ஒரு நா(ள்) கண்ணகி கண்ணாடி பாக்குறா. பாக்கும் போது கழுத்துலெ ஒரு தாலி இருக்குது. தாலின்னா எப்படி? ஆனை வால் மாதிரி சைஸ். ஆனை தலை மாதிரி தாலி. இப்படி இருக்கையிலெ "தாலின்னா என்ன அர்த்தம்? இது நமக்குத் தெரியவே தெரியாதே" அப்படின்னு தாதிமாருகிட்டெ கேட்டிருக்கா. அப்புறம்தான் சொல்லுதாங்க. உனக்குக் கல்யாணம் ஆயிடுச்சு. இந்தக் கல்யாணம் எப்படி ஆச்சுன்னு கண்ணகி கேட்டுருக்கா. 'தாலின்னா என்னா?' ஆணும் பெணும் வெச்சு கல்யாணம் முடிச்சு வெக்கிறது. சொந்தங்களு விட்றகூதாதுன்னு ஒன்னெயும் அவனெயும் கெட்டி வெச்சுட்டாங்க.

கோவலனை மீட்டு வருதல் - கல்யாணம் ஒரு ஐதீகத்துக்குத்தான். வேறெ குடும்பமெல்லாம் கிடையாது. குடும்பம் ஆயி பொழுச்சவ மாதவிதான். கண்ணகி இல்லெ. கண்ணகிதான் தெய்வமாச்சே. இப்டி இருக்கையிலெ அது எங்கெ இருக்க, என்னா விவரம் எந்து கண்ணகி கேட்டிருக்கா. இன்னென்ன மாதிரி காரியம் அவ கொண்டுகிட்டு போயி இத்தனெ வருஷம் ஆச்சு. இன்னும் வந்து சேர்லை - எந்து தாதிமாரு சொல்லிருக் காங்க. அதற்கு கண்-

ணகி, சரி... அப்படியா இருந்தா, நானு அவரெ கொண்டுகிட்டு வரணும்! என்று சொல்லிருக்கா. மாதவி கோவலனை விட்டபாடே யில்லெ. ‘மாதவி சொன்னா நீ கொண்டு போகணும் எந்தா அந்த நகெ போக்குவரத்து சீவி, சொரண்டி வெச்சுட்டு அவரெ போல ரூவம் செஞ்சி வைச்சுட்டு நீ கொண்டு போ’ அப்படி சொன்னா.

‘சரி, பரவாயில்லெ. நான் அப்டியே பண்ணிடறேன்’ எந்து கண்ணகி சொல்லிட்டு எல்லாம் செஞ்சிட்டுக் கோவலனெ கூட்டிகிட்டு வாறா. கோவலன் செட்டியாரு நகை நட்டு இல்லாம பாளும் கௌவனா தடிய ஊணிக்கிட்டு வாறாரு.

நடுவழியில் கொள்ளைக்காரர் - கண்ணகி கோவலனெக் கூட்டிகிட்டு வாறா. வரும்போது என்னாயிடுச்சு எனக்கு முடியல்ல. “ரெம்ப தாகமாக இருக்க. தண்ணி கொண்டுகிட்டு வாங்க”ன்னு கேட்டுருக்கா கண்ணகி.

“நான் இந்தக் காட்டுலெ உன்னெய மட்டும் விட்டுட்டு எப்டி போவேன்.”

‘எனக்குப் பயமில்ல நீங்க போங்க.’

கோவலன் தண்ணி தேடிக்கிட்டு போயிட்டாரு. அப்போ கொஞ்சம் கொள்ளேகாரு வந்துட்டாங்க. இவ போட்டிருந்த நகை, அழகு இதெல்லாம் பாத்துப் புடுங்க வந்துட்டாங்க. கொள்ளேகாரு நகையெல்லாம் கழட்டி குடுன்னு கேட்டாங்க.

‘நகெயெல்லாம் கழட்டி குடுக்கலாம். அதெபத்திப் பரவாயில்லெ. ஆனா நீங்க இங்கெயிருந்து போக முடியாது’ - கண்ணகி.

‘என்னா... நீ ஒரு பொண்ணா நடுகாட்லெ இருந்துகிட்டு இப்டி பேசுத. எங்களெ நீனாலெ அடிக்க முடியுமா?’ - எந்து கொள்ளேகாரு கேட்டாங்க.

கண்ணகி நகெயெல்லாம் கழட்டிக் குடுத்துட்டு உக்காந்துகிட்டிருந்தா. கொள்ளேகாரு நகையெ எடுத்துக்கிட்டு போகையிலெ ஒருத்தன் மட்டும் இவ அழகெ பாத்து இவளெக் கொண்டுகிட்டுப்போகப் பாத்திருக்கான். கண்ணகி எல்லாரையும் குத்துக் கல்லா மாத்தி சாபம் குடுத்துட்டா. மரத்துமேல இருந்த ஒருத்தனை வௌவாலா மாத்திட்டா.

கோவலன் தண்ணி கொண்டு வந்து பாக்கையிலெ, ‘குத்துக்க கல்லே இல்லாம இருந்தது. நெறைய குத்துக்கல்லு இருக்கே எந்து கேட்டாரு.’ இந்த அம்மா விவரத்தைச் சொல்லிச்சு. குத்துக்கல்லா இருந்தவங்களெ மனுஷாளா ஆக்கியாச்சு.

சிலம்பை விற்று மோர் யாவாரம் - பௌப்புக்கு வழியில்லெ. தெருவுக்குள்ள போயி யார்கிட்டெயும் பிச்சையும் கேட்க முடியாது. மாதவி வந்துட்டு எல்லாத்தையும் பறிச்சிட்டா. ஒண்ணுமே இல்ல. கால்ல சிலம்பு இருக்குது. அதைத் தாறேன். கொண்டு போய் யாவாரம் பண்ணி பொளச்சி வாங்க. கால்ல இருந்த செலம்பு என்னாயிடுச்சு அழுதுது.

'இல்ல... நீ போ... நான் ஒன்னே ஒரு நாளக்கித் திருப்பி எடுத்துடறேன்' - எந்து கர்ணகி சொல்றா.

சிலம்ப அடகுக் கடெயிலெ வெச்சுட்டு 'என்ன யாவாரம் பண்ணலாம்ன்னு யோசிக்காரு. ஏதாச்சும் ஒண்ணு பண்ணுங்க'. ரெண்டு பேரும் சேந்து யோசனை பண்ணிக்கிட்டிருக்காங்க.

'மோரு யாவாரம் பண்ணுவோம்.'

மோரு தெருத் தெருவா எடுத்துக்கிட்டு போயிருக்காங்க. மோரு யாவாரமே ஆகல்லெ.

'யாவாரமே இல்லெம்மா, நாம என்னா பண்ணறது'-ன்னு சொல்லிருக்காரு.

'மோரு யாவாரம் நல்லா ஆச்சின்னா ஆயிரம் வெளக்கு போடறன்-னு காளிக் கோயிலுக்கு நேர்ச்ச போட்டுருங்க' - என்று கண்ணகி சொன்னா. மோரு எடுத்துக்கிட்டுப் போகையிலெ நல்ல யாவாரம் ஆச்சு. நேர்ச்ச போட்டதனாலெ.

கோவலன் வெட்டப்படுதல் - காளிக்கோயிலுக்குப் போட்ட நேர்ச்சயெ செய்யனும் இல்லெ. ஆயிரம் வெளக்கு போயி கோயில்ல போட்டாச்சு. பாண்டி ராசனோடெ அனுபோகம் (அனுமதி) இருந்தா மட்டும்தான் கோவிலுக்குள்ள போக முடியும். இந்தச் செய்தி பாண்டி ராசனுக்குத் தெரிஞ்சது. ராஜன் பாத்தருக்கான். 'என்னடா, கோயில்ல வெளக்கு எரியுது. வாளுக் காரன் தோளுக்காரன் வாங்கப்பட்ட சம்பளக்காரன்' யாராலும் சரி... 'இப்ப அவனெக் கொண்டு வந்து வெட்றா-ன்னு சொல்லியாச்சு. அதேபோல கோவாலஞ் செட்டியாரெக் கொண்டு வந்து வெட்டியாச்சு.

கண்ணகி மதுரையை எரித்தல்

'என்னடா- போனவரு வரவேயில்லயே'

கண்ணகி போயிப் பாத்திருக்கு. கோவலன் வெட்டப்பட்டு கீழே கெடக்குறான். எந்தக் காரணத்தைக் கொண்டும் உறுப்புக்கள் அழிஞ்சிடக் கூடாதுன்னு ஒவ்வொரு உறுப்புக்கும் ஒவ்வொரு உயிரு காவல். கண்ணுக்கு மட்டும் கட்டெறும்புதான் காவல்.

கண்ணகி ராஜன்கிட்டெ போயி கேட்டிருக்கா. 'இப்படி ஏன் அனுபோகம் இல்லாம என் புருஷனை எப்படி வெட்டலாம்.Õ

அதற்கு ராஜன் சொன்னான் 'நீங்க எங்க அனுபோகம் இல்லாம கோயிலுக்குள்ள போகக் கூடாது. வெளக்கு ஏத்தக்கூடாது'. பெத்த அம்மெ அப்பன் கூடயே மகளுக்குப் பயங்கர கோவம் வந்தாச்சு. கண்ணகிக்கு பயங்கர கோவம். ஆங்காரம் வந்தாச்சு. இந்த நாலு திசை எந்தப் பக்கம் சிரிக்கிறாளோ அத்தனெயும் தீ! வாய்விட்டு சிரிசால் தீ! தீயெ கட்டுப்படுத்த முடியல்ல. எல்லாம் அல கோலமா அங்கிட்டு இங்கிட்டு போக முடியல்ல.

வலகை மார்பைப் பிச்சி எறிஞ்சோடனே வடமதுரெத் தீப்பிடிச்சுது. இடகை மார்பைப் பிச்சி எறிஞ்சோடனே தெம்மதுரை தீப்பிடிச்சுது. எங்கப் பார்த்தாலும்

தீ. பயங்கர ஆங்காரத்துலெ நின்றிருக்கா. ஒண்ணும் அவளால முடியல்ல. ஆங்காரம்-னு சொன்னா அழிக்கிற ஆங்காரம்.

இடையமாரு கோபத்தைத் தணித்தல் - கண்ணகி நிக்கையிலெ இடையமாரு மாடு ஆடு மேய்க்கிறவங்க ஓடிவந்து அவளோட மார்பை எடுத்து துணி போட்டுக் கெட்டிட்டு சொளகு இருக்குல்ல (முறம்) அதனால வீசி குடுத்திருக்காங்க அவளது ஆங்காரம் தணியறதுக்கு வேண்டி. ஆங்காரம் தணிஞ்சிடுச்சு. பாக்கையிலெ இடையமாரு சுத்தி நிக்கறாங்க. அப்ப அவங்களுக்குக் கண்ணகி வாக்கு குடுத்தாளாம். "யாரு வீட்லெ தீப்பிடிச்சாலும் எடையரு வீட்ல தீப்பிடிக்கக் கூடாது."

"நீங்க நாட்டுல எல்லாம் தீப் பிடிச்சா, அந்தப் பட்டணமே அழிஞ்சிடும். எங்களுக்குத் தீப்புடிச்சா இந்த விட்ல மட்டுந்தான் எரியும். அடுத்த வீட்ல தீப்பிடிக்காது. அப்ப அந்த எடையருமாரு யாரா இருக்கும்?" (கதை சொன்னவர் கூற்று)

மதுரையிலெ நடந்த தீக்கலகத்துலெதான் நாடு அங்கிட்டு இங்கிட்டு பிரிஞ்சு கலைஞ்சி மதுரையி லெருந்து வந்தவங்கதான் நாங்க. இந்த அளவுலெ கதையெ முடிச்சுக்கிறேன். (கண்ணம்மா, வயது 64, பொங்கம்புளி, இடுக்கி)

முடிவுரை - இளங்கோவடிகளின் சிலப்பதிகாரத்திற்கும் மலைப்புலயர் சொன்ன கோவலன்-கண்ணகி கதைக்கும் ஏணி வைத்தாலும் எட்டமுடியாத அளவுக்கு வேறுபாடுகள் காணப்படுகின்றன. எத்தனையோ நூற்றாண்டுகளைக் கடந்து வந்ததனால் இத்தகைய வேறுபாடுகள் ஏற்பட்டனவா? பல்வேறு நாட்டுப்புறக் கதைகளில் வரும் பகுதிகளை இணைத்து புதிய புதிய கதைகளை உருவாக்கும் கதை சொல்லும் மரபு இக்கதையிலும் தொடர்கிறது. செவ்வியல் கதைகள் நாட்டுப்புற மக்களின் கைவண்ணத்தில் அவர்களின் பின்புலத்திற்கேற்ப மாற்றம் பெறும் அழகினை மலைப்புலயர் சொன்ன கதையிலும் காணலாம்.

37. கதையின் பெயர் - பிரானா

"இந்த உலகத்துல நம்ம ரெண்டு பேரத் தவிர வேற யாராவது இருக்காங்களா என்ன?" என்றாள். நான் "அத தெரிஞ்சிக்கிட்டு என்ன பண்ணப் போற?" என்றேன். "எனக்கு என்னவோ நாம ரெண்டு பேர் மட்டும் தான் தான் இருக்கோமோனு தோணுது.." என்று சொல்லிக் கொண்டே நான் அமர்ந்திருந்த ச்சேரோடு பின்புறமாக அணைத்துக் கொண்டு கன்னத்தோடு கன்னம் உரசினாள்.

"பாவம், படிச்சிட்டு இருக்குற மனுஷனுக்கு எடஞ்சல் தரேன்" என்று அவளே முடிவு செய்து கொண்டு பால் எடுத்துவரச் சென்றாள். "இந்த நாலு

சுவரே கதின்னு இருக்கவளுக்கு அப்படித்தான் இருக்கும்.'' என்று மனதுக்குள் ஓடியது. கூடவே "என்ன நான் இப்படியெல்லாம் யோசிக்கிறேன்?'' என்ற கேள்வியும். "ஆனா கொஞ்ச நாளா இவளுக்கு ரொம்பத்தான் கரிசனம் காட்டுறேன்'' என்று முனகினேன்.

இவள் கதவை திறந்து ஒரு அடி வைத்தால் போதும். உலகமே வெளியே காத்திருக்கிறது. இவள் ஏன் எதற்கும் நேரத்தைத் தர மனமின்றி என்மீதே அனைத்தையும் கொட்டிக் கொண்டிருக்கிறாள் என்று புரியவில்லை. ஆனால் இவள் இப்படி இருப்பது தான் சரியெனப் பட்டது. அதற்குத்தான் என் மனம் உள்ளூர ஆசைப்படுகிறது. ஆனால் வாய் மட்டும் புதிதாக சமத்துவம் பேசுகிறது. இவள் காபி, சாப்பாடு என்று வாசலைத் தாண்டி அடுப்பறை வரை சென்றால் மட்டும் போதும். "நானே இங்க இருக்கும் போது வேற என்ன வேணும்?'' என்று படிக்கத் தொடங்கினேன்.

நான் பெரிதாகப் புத்தகம் படிக்கும் ஆள் இல்லை. என் நண்பனின் வற்புறுத்தலுக்காக இந்தப் புத்தகத்தில் ஒரு கதையை மட்டும் சிறிது நாட்களாகப் படித்துக் கொண்டிருக்கிறேன். இந்தக் கதையை ஏற்கனவே அவன் கூறியிருக்கிறான். அதனால்தான் அவனே அடிக்கோடிட்டுத் தந்த முக்கியமான சில கட்டங்களை மட்டும் படிக்கலாம் என்று நேராக அந்தப் பக்கங்களை மட்டும் தேடிப் படிக்கிறேன். சொல்லப்போனால் அட்டையிலேயே இருந்தாலும் இந்த புத்தகத்தின் பெயர், அவ்வளவு ஏன் இந்த கதையின் பெயர் கூட எனக்குத் தெரியாது. அதைப் பார்க்கும் ஆர்வமும் இல்லை. பெயர் என்றால் சுருக்கமாக ஒரு வார்த்தையில் இருக்க வேண்டும். வாக்கியமாக இருந்தால் எப்படி?...

இந்தக் கதையில் வரும் ஆண் போல் தான் உல்லாசமான ஒரு வாழ்க்கையை வாழ நினைத்தேன். கல்யாணத்தில் உடன்பாடு இல்லை என்ற கொள்கையில் இருந்தேன். ஆனால் கல்யாணம் தான் ஒரு பிடிப்பை ஏற்படுத்துகிறது. இவள் எனக்கானவள் என்ற நம்பிக்கையையும், உறுதியையும் தருகிறது.

இவளும் என் நண்பனைப் போலவே கதை சொல்வாள். எப்பொழுதும் ஒரே கதை, அது ஒரு பட்டாம்பூச்சியின் கதை. அந்தப் பட்டாம்பூச்சி தனக்கு மட்டும் வாழ்க்கை ஏன் இவ்வளவு கஷ்டமாக உள்ளது என்று கடவுளிடம் முறையிடும். கடவுளின் அருளால் அந்த பட்டாம்பூச்சிக்கு ஒரு துணை தூரத்தில் தெரியும். பட்டாம்பூச்சியும் மனம் முழுக்க மகிழ்ச்சியுடன் ஆவலோடு பறந்து செல்லும். அருகில் சென்று பார்த்த போது தான் தெரியும் அது ஒரு வெட்டுக்கிளி என்று.

இப்படியே ஒவ்வொரு கதையிலும் அந்தப் பட்டாம்பூச்சி இன்னொரு பட்டாம்பூச்சியை எதிர்பார்த்து எங்கெங்கோ பறந்து சென்று இறுதியில் தும்பி, சிலந்தி, குருவி போன்று வேறேதாவதொன்றை கண்டடைவதாகக் கதை முடி-

யும். இதற்கு அவனே பரவாயில்லை என்றிருக்கும்.

இரண்டு நாட்களுக்கு முன்பு கூட கதையோடு வந்தாள். என் மனதில் ஏதேதோ ஓடிக்கொண்டிருந்தது. இவள் என் மீது சாய்ந்து "இந்த பட்டாம்பூச்சி இருக்குல்ல" என்று ஆரம்பித்தாள் .

"நானே எதத் திண்ணா பித்தம் தெளியும்னு இருக்கேன். இதுல நீ வேற. பட்டாம்பூச்சி... இந்தப்பூச்சினு" என்று தள்ளினேன். நான் புத்தகத்தை விரித்து வைத்தபடி இதை நினைத்து வருந்தினேன். புத்தகத்தின் பக்கங்கள் காற்றில் இப்படியும், அப்படியும் ஓடின. இதற்கு முன்னாள் எவ்வளவோ செய்திருக்கிறேன். இப்பொழுது ஏன் இதற்கெல்லாம் வருந்துகிறேன் என்று தெரியவில்லை.

இவள் பால் எடுத்து வந்து என் கால் மாட்டில் உட்கார்ந்து ஆற்றிக் கொண்டிருந்தாள். நான் இரவு உணவு சாப்பிட்டு சற்று நேரம் தான் ஆகியிருந்தது. நான் குடித்துவிட்ட பின் முந்தானையால் துடைத்துவிட்டுப் போனாள். இவள் இப்படி செய்வது ஒருவித சங்கோஜத்தை ஏற்படுத்தியது. வீட்டிற்குள் சரிதான். ஆனால் வெளியிலும் இதையே தொடர்வது தான் பிரச்சனை.

நான் "இத பாரு நீ எனக்கு லாஸ்ட் பிரியரிட்டி தந்தா போதும்" என்றேன்.

"அப்படினா?" என்றாள்.

"கடைசி முக்கியத்துவம்" என்றேன்.

வெடுக்கென்று கண்கள் கசிந்தாள். நான் இழுத்து ச்சேரின் கைப்பிடியில் அமர்த்தி மார்பில் சாய்த்துக் கொண்டேன் "அதாவது, வீட்டுக்குள்ள இருக்கும் போது சரிதான். உங்க அம்மா வீட்டுக்குப் போனாலோ இல்ல எங்க அம்மா வீட்டுக்குப் போனாலோ நீ மத்தவங்கள கவனிச்சுட்டு கடைசியா என்ன கவனிச்சா போதும். குறிப்பா தொட மட்டும் செஞ்சிடாத.." என்றேன். அது ஏன் இவளை ஓயாமல் அழவைக்கிறேன் என்று புரியவில்லை. ஆனால் இம்முறை ஆறுதல் படுத்தியதால் எனக்கே என்னை நினைத்து ஒரு வித பெருமை. நான் இவளை இப்படி கனிவாக கையாண்டதே இல்லை. பொறுமையாக விளக்கம் கொடுத்ததும் இல்லை.

நான் தொட வேண்டாம் என்று சொன்னதற்கு மூஞ்சைத் தூக்கி வைத்துக்கொண்டாள். ஆனால் மற்ற விஷயங்களில் ஒரு குறையும் இல்லை. தூங்கும் முன் நான் சிறிது நேரம் மாடிக்குச் சென்று வானத்தைப் பார்த்தபடி பார்த்தபடி நின்றேன். நான் படித்துக்கொண்டிருந்த கதையின் பதின்நான்காம் பக்கத்தில் ஒரு பெண் அழுவது போல காட்சி. அதை என்னால் ஏற்றுக்கொள்ளவே முடியவில்லை. வீரமும், உறுதியுமாய் இருந்தவள் ஒரு கட்டத்தில் கண்ணீர் விட்டு அழுகிறாள். நான் மேகத்தைப் பார்த்தேன். அது அமைதியாக கூட்டம்-கூட்டமாய் நிலவைக் கடந்து சென்று கொண்டிருந்-

தது. நிஜத்தை விட கதையில் துக்கத்தையும்-துரோகத்தையும் ஏற்றுக்கொள்ள முடியவே இல்லை.

நான் திரும்பி வந்த போது இவளும் கண்களைக் கசக்கிக் கொண்டிருந்தாள். என் மனம் கனத்தது. நான் கையைப் பிடித்துக்கொண்டேன். "மனக்கஷ்டத்தில் பிடித்துக்கொள்ளத்தானே கை" என்ற புத்தகத்தின் வரிகள் காதில் கேட்டது. "எனக்கு நீங்க தான் எல்லாமே" என்று விட்ட இடத்திலிருந்து ஆரம்பித்தாள். எனக்கும் இவள் அப்படித்தான் என்று சொல்ல ஏன் வாய் வரமாட்டேன் என்கிறது..?

என்னால் இந்த தனிமையைப் பொறுத்துக்கொள்ள முடியவில்லை என்று கதறிய போது வந்தவள் இவள் என்று நான் நன்கு அறிவேன். இருந்தாலும் நான் "நம்ம அடிமைப்படுத்தும் அளவுக்கு அன்பு தேவையா?..." என்றேன். அமைதியாக இருந்தாள்.

"புரியுதா..." என்றேன். இவள் "அதெல்லாம் எனக்குப் புரியாது..." என்றாள்.

இதைச் சொல்வது இவளைக் கஷ்டப்படுத்தும் என்று அறிவேன். நான் என்னையே அறியாமல் இவள் கண்ணீருக்குப் பழகிவிட்டேன் என்று நினைக்கிறேன். எந்த நாளோ அல்லது உரையாடலோ இவளின் அழுகை இல்லாமல் முடிந்தால் அது நிறைவாகவே இல்லை.

இவளது கண்ணீர் என் தோளை நனைப்பதை உணர்ந்தேன்.

"நான் என்ன சொல்லிட்டேன்? எல்லாத்துக்கும் ஒரு இடம் பொருள் இருக்குனு சொன்னேன்" என்றேன். எனக்கு உள்ளூர உறுத்தியது. ஏனென்றால் இவளுக்கு முன்னால் என்னுடன் இருந்தவளும் நானும் பல ஆளில்லா வீதிகளில் முத்தங்களை பரிமாறிக் கொண்டிருக்கிறோம்.

"தூங்கி எழுந்திருப்போமான்றதே நிலை கிடையாது. பிடிச்ச ஒரே மனுஷன் பக்கத்துல இருக்கும் போது எந்த இடமாயிருந்தா என்ன. யாரு இருந்தாதான் என்ன? தொடறதுக்கெல்லாமா விதிமுறை..." என்றாள் இவள்.

அது சற்றே சம்பந்தம் இல்லாததாகத் தெரிந்தாலும். என் மன உறுத்தலுக்கு ஆறுதலாய் இருந்தது. இவள் சொல்வது உண்மைதான். நான் அருகில் இருப்பதே இவளுக்கு சந்தோஷம். நான் பேச வாய் திறந்தால் புன்னகை செய்யத் தொடங்கி விடுவாள். ஆனால் இவளுடன் இருப்பதற்கும், அவளுடன் இருந்ததற்கும் வித்தியாசம் உண்டு. அவளுடன் இருந்த போது எந்தவிகட்டாயமும் இல்லை. இவள் காட்டும் அன்பு என்னை அடிமைப்படுத்தி, நான் நானாக இயங்க முடியாமல் செய்கிறது. அதாவது நான் நானாக இருப்பதற்கு இவளிடம் மன்னிப்புக் கேட்க வேண்டி இருக்கிறது.

எனக்கு ஏன் இவளிடம் மன்னிப்புக் கேட்க வேண்டும் என்று தோன்றுகிறது..? இதெல்லாம் இந்தக் கொஞ்ச நாட்களாகத்தான்.

“ஒருத்தங்க வாழ்க்கைல எவ்வளவு மனுஷங்கள நேசிச்சாங்க எவ்வளவு மனுஷங்களால நேசிக்கப்பட்டாங்க அப்படிங்கறது தான் வாழ்க்கையோட அர்த்தம்னு சொல்லியிருக்காங்க தெரியுமா?” என்று ஒரு எழுத்தாளர் சொன்னதாக என் நண்பன் சொல்லி கேட்டிருக்கிறேன். இதை எனக்கு சாதகமாக சொல்லி அவளுக்கு இருக்கும் சுதந்திரத்தையும் என்னுடைய பழைய வாழ்க்கையையும் அவளிடம் திறக்க நினைத்தேன்.

“இதெல்லாம் சாத்தியமா?... இதெல்லாம் ஏத்துக்க முடியுமா?” என்று கையை இறுகப் பிடித்து கொண்டாள். இவள் என்னவோ இறுகப் பிடித்துக் கொண்டுதான் இருந்தாள். ஆனால் மனம் எதற்கும் பிடிபடாமல் எங்கெங்கோ திரிந்து முட்டிமோதி ஒரு கணம் கடந்த கால கோபத்தின் - சந்தோஷத்தையும் மறுகணம் நிகழ் கால அன்பின் எரிச்சலையும் கண்முன்னே கொண்டு வந்தது.

எனக்கு குடிக்க வேண்டும் போலிருந்தது. ஹாலுக்குச் சென்று தேடினேன். எதுவும் இல்லை, நான் பணத்தை எடுத்து கொண்டு கேட்டை திறந்து வெளியே நின்றேன். நாய்கள் ஒரு குலை-குலைத்து, பின் “இவன் தானா...” என்பது போல் அடங்கின. அதோடு பேசிக்கொண்டிருந்த ஒரு சிறுவனை அழைத்தேன். அவனுக்கு எந்நேரமும் பாட்டில் கிடைக்கும் இடம் தெரியும். என்ன ப்ளாக்கில் வாங்குவதால் காசு சற்று அதிகம். விற்பவர்கள் ஏற்றி சொன்னால் இவன் பங்கிற்கு இவனும் சற்று காசு ஏற்றி வாங்கிக் கொள்வான். இம்முறையும் அப்படி வாங்கிக் கொண்டு தெருமுனைக்குச் சென்று ஒருமுறை தெருவைப் பார்த்து அனைத்தும் சரியாகத்தான் இருக்கிறதா என்று உறுதி செய்துவிட்டு திரும்பி வரும் அவசரத்தில் விறு-விறுவெனச் சென்றான்.

நான் மாடிக்கு எடுத்துச் சென்று நிலவை நக்கிக் கொண்டு குடித்தேன். அண்ணாந்து பார்த்து இரு கைகளையும் விரித்து வானத்தைக் கட்டிக்கொண்டு அழவேண்டும் போல் இருந்தது. ஏன் சில நாட்களாக ஏதோ ஒரு மன உறுத்தல். இதில் இவள் வேறு இப்போது சேர்ந்து கொண்டாள்.

ஆனால் இவளை சட்டென்று மகிழ்ச்சியின் உச்சிக்குக் கொண்டு போகும் யுக்தி எனக்குத் தெரியும். வருடம் முழுக்க, ஏன் வாழ்க்கை முழுக்க கூட இதை இவள் தனக்கும், மற்றவர்களுக்கும் நினைவுபடுத்தி மகிழ்வாள். எனக்கு சரியாக ஞாபகம் இல்லை என்றாலும் இந்த மாதத்தில் ஏதோ ஒரு நாள் இவளுக்குப் பிறந்தநாள். திருமணமான புதிதில் ஒரு முறை கடைத்தெருவிற்குச் சென்றபோது பிங்க் கலர் பூ போட்ட ஒரு சிறிய ஹேண்ட் பேக் கேட்டிருந்தாள். “அப்புறம் வாங்கிக்கலாம்” என்றேன்.

அதையடுத்து ஓரிரு முறை இவளை ஊருக்கு பஸ்ஸில் அழைத்துச் செல்லும்போது, இவளின் மாதப் பிரச்சனைக்கான ஒரு சிறு பொருளை எடுப்பதற்கு கூட மேலிருக்கும் பெட்டியை எடுத்து சிரமப்பட வேண்டியிருப்பதாகச்

சொல்லி "இதுவே ஒரு ஹேண்ட்பேக் அடக்கமா இருந்திருந்தா?" என்று நொந்து கொண்டாள்.

ஒரு ஹேண்ட் பேக் வாங்கிக் கொடுத்தால் போதாதா... சில நேரங்களில் வெறும் பலூனை வாங்கிக்கொடுத்து சந்தோஷப்படுத்தி இருக்கிறேன். எது கொடுத்தாலும் மூச்சுத்திணற கட்டிக் கொள்வாள்.

சீதனமாகக் கொடுத்த பைக்கில் இவளை ஏற்றி ஒரு வட்டம் அடித்ததை இன்னமும் சொல்வாள். "இந்த வண்டில மொதல்ல என்னத்தான் வச்சி ஓட்டுனாரு" என்று.

ஆனால் அவள் அப்படியில்லை, அவள்தான் என்னை வைத்துக் கொண்டு வட்டமடிப்பாள். சரி எதற்கு போனவள் பற்றிய பேச்சு...

கூடலுக்குப் பின் நள்ளிரவில் முழிப்புத் தட்டி புத்தகத்தை எடுத்துப் புரட்டினேன். ஒன்றை எடுத்து படித்துக் கொண்டிருக்கும் போதே, அதில் ஆர்வம் குறைந்து வேறு ஒரு கதைக்குப் புரட்டினேன். இதைப் படிக்கத் தொடங்கியதும் அதையே படித்திருக்கலாம் என்று தோன்றுகிறது. நான் ஒரு இடத்தில் இருக்க முடியாமல் நெளிந்து கொண்டிருந்தேன். கால்கள் குடைவது போலிருந்தது. இது பரிச்சயமானது தான். அவளின் நினைவு என்னைத் தின்று கொண்டிருந்தது.

இவளும் "கை, கால் முட்டிக்குமுட்டி உட்டுப்போவுது" என்று எழுந்தாள். என்னை பார்த்து "ஏன் தூக்கம் புடிக்கலையா?" என்றாள்.

நான் புத்தகத்தை விரித்து வைத்தபடி அமர்ந்திருந்தேன். "கத உள்ள போய்ட்டீங்களா" என்றாள். விழிகள் இடம்-வலமாய் ஆட, கீழ் உதட்டு தோலை பற்களால் பிய்த்தபடி ஏதோ ஒரு தர்க்கம் எனக்குள். எப்பொழுதும் ஏதோ ஒரு குரல் என் காதோரம் பேசி குற்றவுணர்ச்சி ஏற்படுத்துகிறது. இவள் கேட்டு 5 நிமிடம் ஆகியிருக்கும். இந்த வார்த்தை எனக்குள் சென்று பதில் சொல்ல மேலும் 5 நிமிடம் ஆனது. நான் "கத உள்ளதா போய்ட்டேன்" என்றேன்.

எனக்கு ஏன் இதெல்லாம் கேட்கிறது என்று முடியைப் பிய்த்துக் கொண்டேன். அப்போதும் "தன்நெஞ் சறிவது பொய்யற்க... இத்தான வாழ்க்க பொய்த்தபின் வாழ்றதா வாழ்க்க" என்று அந்தக் குரல் கேட்டது. இது போதாதா என்னைச் சீண்டிப்பார்க்க.

"உள்ள வேவுது, நான் மாடில இருந்துட்டு வர்றேன்" என்று மேலே நடந்தேன். இந்நேரத்தில் என்னைப் போலவே யாரேனும் மாடியில் இருந்துவிட்டால், என்று இவள் மேலே வரமாட்டாள்.

நான் வானத்தைப் பார்த்தேன். அமைதி அடைந்தேன். நிலவைக் கடந்தபடி மேகங்கள் சென்று கொண்டிருந்தன.

ஒரு ஜோடி இத்தெருவின் வசீகரத்தால் உள்ளிழுக்கப்பட்டு இருளை அடைந்ததும் முத்தங்களைப் பரிமாறிக் கொண்டனர். இது எனக்கு அவளை

நினைவு படுத்தியது.

இதே நிலவொளியில் அவள் என் கன்னத்தில் முத்தமிட்டிருக்கிறாள். நான் சுற்றும் முற்றும் பார்த்து "ஆள் யாராவது வந்துடப் போறாங்க..." என்றேன். அவள் "வந்தா என்ன நா அவங்களுக்கா கொடுத்தேன்" என்றாள். இது போன்ற ஒன்றை நான் செய்ய பல அனாதை இடங்களைத் தேடி அலைந்ததை நினைத்து சிரித்துக் கொண்டேன். இப்பொழுது மட்டுமில்லை எதிர்காலத்தில் இக்காட்சியைப் பார்த்தாலும் எனக்கு அவளேதான் ஞாபகம் வருவாள். இக்காட்சியை தெருவை காக்கும் அச்சிறுவன் ஒளிந்திருந்து பார்ப்பதைக் கண்டேன். அவன் வாய் ஒழுக மட்டும்தான் இல்லை.

ம்ம்... என்ன நடந்து என்ன. அவள் இப்போது இல்லை. இதுவும் ஒரு மரணத்தைப் போல் தான். ஒரு நொடியில் நடந்து விட்டது. அந்த ஒரு நொடி வரும் என்று தெரியாமலே என்னென்ன செய்திருக்கிறேன்..? எத்தனை காலக் கோபமோ. அவள் எந்த விளக்கமும் சொல்லவில்லை. பல வகையான புரிதல் எனக்குள். இதில் ஏதேனும் ஒன்று என்று நினைப்பது முட்டாள்த்தனம். இது அத்தனையும் தான் என்பது தான் உண்மையாக இருக்கும். அவள் அனைத்தையும் அணு-அணுவாய்த் தேக்கி வைத்திருந்தது ஒரு கட்டத்தில் வெடித்திருக்கக் கூடும்.

எங்களிடம் இத்தனை காலம் அல்லது இதுவரை சேர்ந்திருக்க வேண்டும் என எந்தவித ஒப்பந்தமும் இல்லை. ஒப்பந்தம் என்று ஒன்று இருந்திருந்தால் அதுவும் அளவாகத் தான் இருந்திருக்கும். இறுதி வரை இருப்பேன் என்று உறுதி கொடுக்க முடியாது.

"ஒருவரை விதிமுறைப்படி அட்டவணை போட்டு விரும்பவும் வெறுக்கவும் முடியுமா என்ன?" என்றது குரல். நான் பல்லை கடித்து கொண்டேன்.

இருவரும் கைகுலுக்கி விடை பெற்ற போதும் கூட எனக்கு விளக்கம் கேட்கத் தோன்றவில்லை. அவளிடம் ஒரு ஆண்மை தெரிந்தது. பிரிந்த சில நாட்கள் எந்த வித்தியாசமும் இல்லை. அவள் என் வாழ்வில் இல்லை. சாகும் வரை அவளை மறுமுறை சந்திக்கவே கூடாது என்று முடிவெடுத்தேன். மழை காலம் வந்துவிட்டதால் அதை மாற்றிக் கொண்டேன்.

"எது-எது உன் கவனத்தை ஈர்க்கிறதோ... அது-அது கவனம் செலுத்த வேண்டிய கவலைக்குரிய நிலையில் இருக்கிறது" என்ற வரிகள் தலையில் ஓடியது. அவள் அருகில் இருக்கும் போதும் ஈர்த்தாள். இல்லாது போன போதும் ஈர்த்தாள்.

என்னால் இருக்க முடியவே இல்லை, அனைத்தையும் அவளிடம் கேட்டுத் தெரிந்துகொள்ள அவளின் நினைப்புடன் இரவு பகலாய்த் தேடிக் கண்டடைந்தேன். அவள் பிரிந்திருந்த இத்தனை நாட்களின் துக்கத்தையும் பகிர்ந்து கொள்ளவில்லை, சந்தோஷத்தையும் பகிர்ந்து கொள்ளவில்லை. இத்தனை நாட்களைக் கடத்தி விட்டாள். அவள் சரியாக எப்போது சென்றாள் என்றால்

இனிப் பிரிவே இல்லை என்று என் மனம் உறுதி செய்த போது. பல முறை உறுதி செய்ய சிரமப்பட்டேன். செய்தபோது சென்றுவிட்டாள். எனக்கு இது அவளேதானா என்ற சந்தேகம். நான் மெல்ல பழைய நினைவுகளை அடுக்கினேன்.

அவள் உதடுகள் ஒட்டிக் கொண்டு விம்மின. ஒரு கட்டத்தில் அவள் கண்கள் கலங்கின. சற்றே வென்றது போல் தோன்றியது. அவள் மிகுந்த மன வலியோடு பேசத்தொடங்கினாள். பாரத்தால் வார்த்தைகள் தொண்டையில் சிக்கி-சிக்கி ஒன்றும் பாதியுமாய் வெளியே வந்தன. நான் மட்டும் தான் அவளை நினைத்து வருத்தப்பட்டதாக நினைத்தேன். அவள் பிரிய முடிவெடுத்த காரணத்தைக் கேட்டறிந்தேன். “இதுக்காகவா…” என்று கோபமடைந்து அவளை தூக்கியெறிந்துவிட்டு வந்துவிட்டேன். அவளை நானாக வேண்டாம் என்று நிராகரித்ததில் ஒரு பெருமிதம். அவள் என்ன காரணம் சொல்லியிருந்தாலும் நான் இதைத்தான் செய்திருப்பேன் என்பது அவளை சந்திக்கும் வரை எனக்கே தெரியாது.

ஆனால் இதெல்லாம் முடிந்த கதை. என்று பெருமூச்சு விட்டேன்.

என்னதான் இருந்தாலும் அவள் என்னைப் போல் திருமணம் செய்து கொள்ளவில்லையே என்றது குரல். என் மனதை நான் போதும்-போதும் என்று அடக்கினேன். இந்தக் குரல் என்னோடு பேசுவது எரிச்சலைத் தந்தது.

எனக்கு ஏன் ஏதோ ஒன்று உறுத்திக்கொண்டே இருக்கிறது. எல்லாம் சிறிது நாட்களாகத்தான். அனைத்திற்கும் காரணம் கதையா? அப்படியென்றால் இப்புத்தகம் இங்கு தொடங்கி நான் சிறுவயதில் இருந்து செய்த எல்லாத் தவறுகளையும் உணரச் செய்யுமா? இல்லை இது ஏதாவது மாந்திரீகமா? அதில் நம்பிக்கை இல்லையென்றாலும் அவளை நினைத்து பித்துப் பிடிக்க செய்வினை ஏதாவது வைத்திருக்கிறாளா? என்று சில நாட்களுக்கு முன்பு வீட்டைப் புரட்டிப் போட்டு தேடினேன். ஆனால் அப்படி எதுவும் அகப்படவில்லை. இதையெல்லாம் நினைத்துப் பார்த்து இப்போது என்ன ஆகப் போகிறது? நினைவு எதை மாற்றிவிடப் போகிறது… தூக்கம் தான் போனது. அப்படியே உடல் அலுப்பில் பத்து நிமிடம் கண் ஈர்த்துக் கொண்டு போனாலும் பற்கள் சில்லு-சில்லாய்க் கொட்டுவது போல் கனவு.

திடுக்கிட்டு எழுந்து பற்களைத் தொட்டுப் பார்த்துக் கொள்ள வேண்டிய நிலைதான் தொடர்கிறது.

இன்னும் சற்று நேரத்தில் விடிந்துவிடும் போலிருந்தது. நான் கீழே சென்றேன். புத்தகத்தை எடுத்து வெளியே வீசியெறிந்தேன். அப்போதும் அந்தக் கதையின் பெயரைத் தெரிந்து கொள்ளும் ஆர்வம் துளியும் இல்லை.

இவளை பார்த்தேன், கால்களை கைகளால் கட்டிக்கொண்டு முகத்தைப் புதைத்தபடி அமர்ந்திருந்தாள். நான் எதுவும் கேட்டுக் கொள்ளவில்லை. முன்பொருமுறை கேட்டதற்கு எனது வாசம் இவள் மேல் எங்கும் வீசுவதாகவும். அதை வெளியே விடாமல் பிடித்து வைத்திருப்பதாகவும் சொன்-

னாள். அப்பொழுதே முடிவு செய்துவிட்டேன், இவளுக்கு முற்றிவிட்டது என்று எனக்கென்று ஒரு வாசம் இருப்பது எனக்கே அப்போது தான் தெரியும். ஆனால் உணரத்தான் முடியவில்லை.

நான் அருகில் அமர்ந்ததுதான் தாமதம். முட்டைக் கண்களால் மேல் நோக்கிப் பார்த்து. "உங்களுக்கு ஏன் பட்டாம்பூச்சி பிடிக்காது?" என்று பாவமாகக் கேட்டாள்.

"பிடிக்கும்" என்றேன்

"என்ன பிடிக்குமா" என்றாள்.

"பிடிக்கும்" என்றேன்

"எவ்வளவு?" என்றாள்.

"பிடிக்கும்னு சொன்ன உடனே ஏன் ஒரு அளவுகோல் கொண்டுவர சொல்ற? அளவு சொன்னா அதோட மதிப்புத் தெரிஞ்சிடும். அளக்க முடியாதது என் அன்பு" என்றேன். "வார்த்தைகளை வைத்து ஏமாற்றுவது மிகவும் சுலபம்." என்று அந்த குரல் கரைந்தபடியே மெல்ல அடங்கியது.

என் தோளில் தலை சாய்த்து, கையைப் பிடித்துக் கொண்டு மீண்டும் அதே கதையை சொன்னாள். அது ஏனோ இவள் பேசினால் மட்டும் என் காதில் எதுவும் ஏற மறுக்கிறது. லைட்டில் கட்டப்பட்டு ஆடிக்கொண்டிருந்த காகிதத்தின் நிழல் முகத்தில் ஆடி தொந்தரவு தந்தது. இம்முறை இவள் சொன்ன கதையில் அந்தப் பட்டாம்பூச்சிக்கே தான் ஒரு பட்டாம்பூச்சியா என்று சந்தேகம் வந்துவிட்டது. அதை சோதித்துப் பார்க்க மனம் வராமல், "அது பட்டாம்பூச்சி தான்.... பட்டாம்பூச்சி தான்... பட்டாம்பூச்சி தான்..." என்று உரக்க சொல்லி உறுதிப்படுத்தினாள். சோகத்தை மறைத்து அடிமனதில் இருந்த விருப்பத்தை புகுத்தி இம்முறை அந்த பட்டாம்பூச்சி இணையை கண்டுபிடித்து அதோடு சேர்ந்து மகிழ்ச்சியுடன் கடற்கரையின் காற்றின் போக்கில் பறந்து, மறைந்து போனதாக ஒரு வழியாய் முடித்தாள்.

நான் வீட்டில் லைட்டில் தொங்கிக்கொண்டிருந்த எண்ணெய் காகிதத்தை பிய்த்து எறிந்தேன். அதில் ஒளியைத் தேடி வந்து மாட்டிக்கொண்ட ஈசலின் இறகுகள் ஒட்டிக் கொண்டிருந்தன. ஒளியைத் தேடி வந்து சாவதில் இவற்றிற்கெல்லாம் என்ன சந்தோஷமோ...

சில வாரங்களில் இவளின் பிறந்தநாள் வந்தது. நான் ஹேண்ட் பேக் வாங்க கடைத்தெருவிற்குச் சென்றேன். இவள் கேட்ட பை கிடைக்கவே இல்லை, தெருத்-தெருவாக சுற்றிக் கண்டுபிடித்தேன். அது அதே பை தான். ஆனால் அதன் பக்கத்தில் அதைவிடப் பெரிதாக இருந்த கருப்பு நிறம் கொண்ட வேறொரு பையை வாங்கினேன். அதில் என் பொருட்களையும் வைத்துக் கொண்டால் வெளியே பயணம் செல்லும் போது இவள் சிரமப்பட வேண்டியிருக்காது. எனக்கு எந்தக் குரலும் கேட்கவே இல்லை.

எதை வாங்கினால்தான் என்ன... மூச்சு திணற ஒரு அணைப்பு நிச்சயம் தானே!...

38. அறிமுக விழா

- புலோலியூர் ஆ. இரத்தினவேலோன்

"அறிமுகமான ஆக்கள். ஆறு தருகினமாம். இனி வீடு வளவு தோட்டத்-தறையள் போகப் பெடிச்சிக்கு நகைநட்டு. என்ன மோனை சொல்லுறாய்?"

"ஆறு இலட்சமும் இந்த நாளையிலை ஒரு காசே? என்னோடை வேலை செய்யிற வேந்தனுக்கு பத்துத் தாறம் எண்டு ஒரு சம்மந்தம் வந்ததாம். அவன் அதுக்கே ஓம்படேல்லை. நீ உதையும் ஒரு கதையெண்டு என்னைக் கேட்கி-றியே?"

"காசையும் ஏறக் கேட்டு என்ன மோனை செய்யிறது? பெடிச்சியும் படிச்-சதாம். ஆளும் வலு இலட்சணமான தெண்டு கேள்வி. இதுகளையெல்லாம் பாக்கக்குள்ளை காசு.......

"விசர்க்கதை கதையாதையணை அம்மா. கடைசி பத்தோடை ஆரும் வந்து கேட்டால் சொல்லு. யோசிச்சு சொல்லுறன். அதுக்குக் குறைய ஆரும் வந்து கேட்டதெண்டு இண்டு மேற்பட்டுச் சொன்னியோ.

அவள் படித்தவள். அழகானவள். யாவற்றிற்கும் மேலாக வசதிபடைத்த-வள். இருந்த போதும் தனக்கு வரப்போகும் கணவன் எந்தவித சீதனத்தையும் விரும்பாதவனாகத் தன்னையே விரும்பி வருபவனாக வரவேண்டும் என்று எதிர்பார்க்கிறாள். தனத்தைத் தேடுபவர்கள் அவள் மனதைக் கவரவில்லை. தன் மனதைக் கவர்ந்தவனையே அவள் தேடுகிறாள்.

அருமையான கதை! இத் தொகுதியில் இடம் பெற்றுள்ள முதலாவது சிறுகதை. இந்தக் கதையில் கதாசிரியரின் கற்பனாவாதத்தைவிட அவரது முற்போக்கான சிந்தனைகளே கதையின் வெற்றிக்கு வழி கோலுகின்றன.

சுற்றிவளைக்காது நேரடியாகச் சொல்ல வந்ததைச் சொல்லிவிடுந் தன்மை, கதாசிரியரது நுண்மையான காட்சித் திறமை, வாழ்க்கையைப் புரிந்துகொண்ட விதம், நடுநிலைமையாய் நின்று பொருளுணரும் பாங்கு யாவும் இக்கதை முழுக்க விரவியுள்ளன. நல்ல கதைகளை எவரும் எழுதிவிடலாம். ஆனால், அவை சமுதாயத்திற்கு எந்த வழியில் உதவுகின்றன? எவ்வகையில் பாதிப்பை ஏற்படுத்துகின்றன? என்பதைப்பற்றியே நாம் சற்றுச் சிந்திக்கவேண்-டும். இந்த வகையில் இந்தக்கதை ஆசிரியருக்கு மகத்தான வெற்றியையே தேடித்தந்துள்ளது.

வெறுமனே முற்போக்கான பாத்திரங்களை வலிந்து வரவழைத்து கதை மாந்தர்களாக உலவவிடாது, சமூகவியல் ரீதியில் சிந்தித்து செயலாற்றிய இந்த இளம் கலைஞர் அளையூரான் அவர்கட்கு ஒரு சபாஷ் போடத்தான்

வேண்டும்.

"நேற்று மைமலுக்கை அரசடியூருக்கையிருந்து ஒரு சம்மந்தம் வந்தது மோனை. அரசடியூர் அப்புக்காத்து அருணாசலத்தாற்றை ஒரே மகளாம். பொம்பிளைப் பிள்ளையளின்ரை பள்ளிக்கூடத்திலை பெடிச்சி சங்கீதம் படிப்பிக்கிறதாம். பத்துப்பரப்பு வளவுக்கை மாடி வீடு, கரைச்சி வயல் நிலத்திலை இருபது ஏக்கர் போக எட்டுத் தருகினமாம். வாய்ச்ச சம்மந்தம் எல்லே மோனை? இதுக்கு என்ன சொல்லுறாய்?"

"அப்புக்காத்து அருணாசலத்தார் எண்டால் அந்த நாளையிலே என்னோடை படிச்ச பொடியன்களே காறித்துப்புவாங்கள். அவன் மனுசன் என்ன சாதியெண்டு உனக்குத் தெரியுமே? வசதியாய்ச் சீதனங்கள் வாய்ச்சாப்போலை நல்ல சம்மந்தமே? விசர்க் கதையை விட்டுட்டு வேறை இடத்தைப் பார்."

"அது அப்புக்காத்தற்றை பெண்சாதி பகுதி எங்களைவிட ஒல்லுப்போலை சாதி குறைவுதான். அதுக்காண்டி? இந்த நாளையிலை உதுகளையெல்லாம் பாக்க ஏலுமே மோனை?"

"அம்மா, எங்கடை அப்பு ஆத்தை அவையளின்ரை குலங்கோத்திரமென்ன? இப்ப நீ கேட்கிற இடத்து நிலவரமென்ன? நாலுகாசு சேந்தாப்போலை.நாலெழுத்துப் படிச்சாப்போலை.

நாலெழுத்துப் படிச்சாப்போலை. பிறந்த குலங் கோத்திர மெல்லாம் மறைஞ்சு போகுமோ? சீதனம் ஒரு சதமும் இல்லாமல் கட்டினாலும் கட்டுவனே ஒழிய ஒருக்காலும் இப்பேர்ப்பட்ட சம்மந்தத்திற்கு ஒத்துவர மாட்டன்! ஓ! சொல்லிப் போட்டன்!"

இப்பேர்ப்பட்ட கலப்பு மணங்கள் வரவேற்கப்பட வேண்டியவை. இவைகளால் தான் சாக்கடையாகிவிட்ட இந்த சமூகத்திற்குப் புத்தொளி பிறக்கும்! என மேடையில் முழங்குகிறான் அவளது அண்ணன். ஆனால்.. அவளோ தாழ்ந்த சாதிக்காரனுடன் காதல் என்பதை அறிந்தபோது கொதித்தெழுகிறான்! "நாடகமென்கிறது வேறை. நடைமுறை என்கிறது வேறை" என்கிறான். அந்த வேடதாரியை இனங்கண்ட அவள், அண்ணனது வரட்டுக் கௌரவங்களை விரட்டி, அவனது முகமூடியைக் கிழித்துத் தான் காதலித்தவனையே கைப்பிடிக்கிறாள். பக்குவமான பாத்திர வார்ப்புகள். அருமையான களம். கதையை இலாவண்யமாக நகர்த்துவது கதையின் மொழி நடை. யாவற்றிற்கும் மேலாக கதையின் கருவே கதையின் வெற்றிக்கு வழிசமைக்கிறது.

முற்போக்கான சிந்தனை நம்மண்ணுள் உரமாகி நின்ற வேளைகளில் அம்மண்ணிலிருந்து வெடித்தெழுந்த எழுத்தாளர்களுள் நண்பர் அளையூரான் அவர்கள் குறிப்பிட்ட இடத்தில் நிற்பவர்.

வடமராட்சி பகைப்புலத்தினை வலு கச்சிதமாகத் தன் கதைகளில் படம்பிடித்திருக்கிறார் இவர். இத் தொகுதியில் இடம்பெற்ற அடுத்த சிறுகதையில்

கதாசிரியரது பரந்த மனப்பாங்கையும் 'யாதும் ஊரே யாவரும் கேளிர்' என்கின்ற திராவிட மனப் பாங்கையும் நன்கு இனங்காண முடிகிறது!

"பொன்னுத்துரை மாமா தன்ரை பொடிச்சிக்கு ஆள்விட்டிருக்கிறார் மோனை. பொடிச்சியும் வாசிற்றியிலை படிச்சதெல்லே? அதுபோக கொம்மானின்ரை சொத்துபத்துகளைப் பற்றி உனக்குத் தெரியாதே? வட்டிக் கடை நாகலிங்கத்தாற்றை ஒரே மோளைக் கட்டினவர்தானே கொம்மான். எப்பிடிப் பாத்தாலும் உன்ரை படிப்புக்கும் தகுதிக்கும் வேறை ஒரு இடமும் இப்பிடிப் பொருந்தி வராது. இதுக்கு என்ன மோனை சொல்லுறாய்?"

"உனக்கென்னம்மா பைத்தியமே பிடிச்சிருக்கு? போயும் போயும் பொன்னுத்துரையற்றை பெட்டையைக் கட்டச் சொல்லுறியே? படிக்கைக்குள்ளை அந்தப் பெட்டை அங்கையொரு பெடியனோடை சிநேகிதம் வைச்சிருந்ததெல்லே? அந்தப் பெடியன் எனக்குப் பழக்கமானவன். அவன் இவளைக் கூட்டிக்கொண்டு திரிஞ்சதைப் பற்றிக் கதைகதையாச் சொல்லுவான். அவன் 'மோட்டர் பைக் அக்சிடென்ரிலை செத்தாப் போலை.... அந்தக் கதையள் எல்லாம் மறைஞ்சு போமே? உதையும் ஒரு கதை எண்டு என்னைக் கேட்டனியே? பொடியன்கள் அறிஞ்சாலும் நையாண்டி பண்ணப் போறாங்கள்."

"அதென்ன மோனை கட்டுப்பட்டதேரி? அல்லது கட்டிவிட்டதோ? உங்கை சில பொடியங்கள் வாழ்விழந்ததுகளுக்குக்கூட வாழ்வளிக்கிறாங்கள்! நீயும் ஒரு கதை!"

"அப்புக்காத்தர் வளவுக்கை செம்பெடுத்தாலும் எடுப்பனே தவிர, செத்தாலும், ஒருத்தனோடை 'உல்லாசமா' வாழ்ந்த அவளை மட்டும் கட்டுறதுக்கு ஓம் பட மாட்டன். முடிவாச் சொல்லிப்போட்டன்."

அவளோ பட்ட மரம். இந்தச் சமூகத்தைப் பொறுத்தமட்டில். அவள் வெள்ளைச் சேலை போர்த்தி ஒதுக்கப்பட்டவள். நடைப்பிணமான தருணத்தில்தான் அதில் படர ஒரு பச்சோந்தி அவாவுற்றது. வேலி என்பது அவளைப் பொறுத்த மட்டில் வேண்டப்படாத ஒன்று. ஆனால், இந்தச் சமூகத்தைப் பொறுத்தமட்டில். ..... ? இதை உணர்ந்தவளுக்கு வாழ்வளிக்கத் தலைப்பட்டான் ஒருவன். போலிக் கட்டுக்களாலும் முரட்டுப் பிடிவாதங்களாலும் பட்டுப் போன இச் சமூகத்தில் புரட்சிக் காற்றுக்களாலும், புத்தொளிகளாலும் ஏற்படும் 'தளிர்ப்பு' இத்தொகுதியின் மூன்றாவது கதையில் உணரவைக்கப்படுகிறது. குறியீடுகளும், கதையை நகர்த்தக் கையாண்ட யுக்தியும் கதையினை மெருகேற்றி நின்றாலும், சாதாரணமாக உலவ விடப்பட்ட முற்போக்கான பாத்திரங்களே மனதை நிறைக்கின்றன!

எழுபதுகளின் இறுதியில் எழுத ஆரம்பித்து எண்பதுகளின் ஆரம்பப் படிகளிலேயே அளையூரான் பிரபலமாகி விட்டார் என்றால் அவர் எழுதிய இப்பேர்ப்பட்ட கதைகள் தான் அதற்குக் காரணமோ..? குறுகிய காலத்தில் வெறுமனே எண்ணிக்கைக்காகக் கதை பண்ணாது மன நிறைவைத் தரும்

படைப்புக்களை அளித்து வந்தவர் அவர். அளையூரான் அவர்களுக்கு இத்தொகுதியில் இடம்பெற்ற இச் சிறுகதையே மிக வெற்றியளித்துள்ளது என்பது எனது தாழ்மையான அபிப்பிராயம். பரந்த நோக்கில் சிந்தித்துச் செயலாற்றும் நண்பர் அளையூரான் உண்மையிலேயே பாராட்டப்பட வேண்டியவர். மிகைக்காக நான் கூறவில்லை. அவரது இந்தச் சிறுகதை நற்சிந்தனையாக இச்சமூகத்திற்குப் போதிக்கப் பட வேண்டியது.

"வித்துவான்ரை பெட்டைக்கெண்டு நேற்று வீரகத்தியார் வந்தார் மோனை. பெடிச்சியை உனக்கும் தெரியுந்தானே? அதுதான் அந்த நாளையிலிருந்து உன்னோடை கூடி பேப்பர்களிலை கதையள் எழுதித் திரிஞ்சுதே அதுக்குத்தான். சொத்துப்பத்துகள் அவ்வளவு இல்லாட்டிலும் உன்னைப்போல உலகம் அறிஞ்ச பெடிச்சி. நாலுந் தெரிஞ்ச பெடிச்சி, என்ன மோனை சொல்லுறாய்?"

"என்ன நீ என்னோடை பகிடியே விடுறாய்? இனி உப்பிடியான சம்மந்தங்கள் பேசிக் கொண்டு வந்தாயெண்டால் பிள்ளையார் கோயில் பூங்கொல்லைக் கிணத்துக்கை தான் குதிப்பன். ஓ! சொல்லிப் போட்டன். அண்டைக்கும் அளையூர்ப் பள்ளிக்கூடத்திலை நடந்த மாதர் சங்க விழாவிலை பெட்டை மேடையிலை பேசிச்சுதாம், எவன் ஒருவன் சீதனம் இல்லாமல் எனக்குத் தாலி கட்டுவானோ அவனுக்குத்தான் கழுத்தை நீட்டுவன் எண்டு எல்லாக் குமர்களும் வைராக்கியத்தோடை இருந்தால் தான் இந்த உலகம் திருந்துமெண்டு. அம்மாடி! உப்பிடி வீறாப்புப் பேசுறதுகளைக் கட்டிப் போட்டு என்னாலை மாரடிக்கேலாது. ஆளை விடு."

"நீ என்ன மோனை ? நானுந்தான் கேட்க நினைச்சனான். நீயும் உதுகளைத்தானே சொல்லிஊர் திருந்த வேணு மெண்டு இரவு பகலாக் கதையள் எழுதிறாய். கூட்டங்களிலை பேசிறாய். உப்பிடியெல்லாஞ் செய்து போட்டு நீயே வாற ஒவ்வொரு சம்மந்தத்திலும் அதில்லை, இது குறைவு எண்டு குழப்பியடிக்கிறாய். உன்னைப் பெத்த என்னாலையே உன்னைப் பற்றி புரிஞ்சு கொள்ளேலாமல் கிடக்கு."

"எணை அம்மா கதையள், நாடகங்கள், எல்லாம் பேர் புகழுக்காக எழுதிறது. அதுகளாலை ஒரு சல்லிக் காசு கூடச் சம்பாதிக்கேலாது. அதெல்லாம் வெறும் பேர் புகழோடை சரி. .அதையே வாழ்க்கையிலை கடைப்பிடிச்சால் வாழ்க்கையும் நாங்கள் எழுதிற சோகக் கதையளாத்தான் அம்மா முடியும்."

சபாஷ்! அருமையான கதை இது! மிகவும் அற்புதம்! சொல்வது ஒன்று செய்வது இன்னொன்று! இப்பேர்ப்பட்ட 'மாறுதல்களை'ச் செய்பவர்களை இந்தச் சமூகத்தால் மன்னிக்கவே முடியாது. இவர்கள் ஒதுக்கப்பட வேண்டியவர்கள். இந்தச் சமூகத்திலிருந்து விலக்கப்பட வேண்டியவர்கள். இந்த முகமூடி மனிதர்களை, விஷக் கிருமிகளை, நச்சுப் பாம்புகளை விரட்டியடிக்க சமுதாயத்தின் ஒவ்வொரு அங்கத்தவர்களும் திட சங்கற்பம் பூண வேண்டும்.

தொகுதியின் இறுதிக் கதையில் முடிவாக அளையூரான் வேண்டிக்கொள்வது வாசிப்போர் மனதையே தட்டி எழுப்பி விடுகிறது. இந்தக் கதையிலேயே, நூலிலேயே •••. நெஞ்சத்தைத் தொடும் உச்சக்கட்டம் இது.

“அப்ப, உன்ரை முடிவுதான் என்ன? ஆரையாவது மனதிலை வைச்சி-ருக்கிறியோ? அந்த இழவையாவது சொல்லித் தொலையன். இந்த வயது போன காலத்திலை இந்தக் காரியத்துக்காக நானும் எவ்வளவு பங்கப்படுறன்? நான் கவுண்டு போக முன்னம் கடைசியாக உன்னைக் கலியாணக் கோலத்-திலையாவது கண்டிட்டுப் போவம் எண்டு பாத்தால்••• நீ என்னடா வெண்-டால்?”

“நான் எழுதின கதையளைத் தொகுத்து ஒரு புத்தகமாக வெளியிடப் போறன். அந்த வெளியீட்டு விழாவைப் பெரிய அறிமுக விழாவா அளை-யூர்ப் பள்ளிக்கூடத்திலை வைக்கப்போறன். அந்த அறிமுகவிழா என்ரை புத்-தகத்துக்கு இல்லை. என்ரை பேருக்கு. என்ரை புகழுக்கு. இப்ப “ஏழெட்டு” கேக்கிறவை அதுக்குப் பிறகு “பத்து”, “இருபது” எண்டு கேப்பினம். இப்ப ரீச்சரையும், கிளறிக்கல் பொம்பிளையளையும் தாறவை அறிமுக விழாவுக்குப் பிறகு டாக்குத்தர், எஞ்சினியர், எக்கவுண்டன் பொம்பிளையளையே தர வெளிக்கிடுவினம்.வேணு மெண்டால் நீ இருந்து பாரன்.”

“இருந்துதான் பாக்கிறனோ அல்லது அதுக்கிடையிலை கவுண்டுதான் போறனோ அளையூர் விநாயகனுக்குத்தான் தெரியும். என்ன கூத்தெண்டா-லும் செய்யிறதை கெதியாச் செய்து முடிச்சு நான் கண்ணை மூடுறதுக்கு முன்னாலையாவது கட்டிப்போடு.”

“சம்பாத்தியத்தைப் பாத்துச் சீதனத்தை ஏத்திற இந்தச் சமுதாயம், பேராலை புகழாலை நான் சம்பாதிச்சதுக்கும் கூடுதலான ஒரு தொகையை ஒதுக்கிறதுக்குத்தான் ஊரளாவிய முறையிலை இந்த அறிமுகவிழாவை நான் நடத்திறன்.”

இப்பேர்ப்பட்ட முற்போக்குவாதியை, சிந்தனைச் சிற்பியை, இலக்கியச் சுடரைப் பெற்றதற்கு இந்த அளையூர் மட்டுமல்ல, வடமராட்சி மட்டுமல்ல, ஈழத்திருநாடே பெருமைப் பட வேண்டும். இந்த ஒரு படைப்பை மட்டுமல்ல- அளையூரான் மென்மேலும் நூல்களை எழுதவேண்டும். அவையும் இதனைப்போல ஊரிற்கு•••. இந்தச் சமூகத்திற்குப் பயன்படும் உயர் பொக்-கிஷங்களாக அமைய வேண்டுமென்று இளம் கலைஞர் நண்பர் அளையூ-ரானை இந்த மேடையில் நான் பகிரங்கமாகவே கேட்டுக் கொள்கிறேன்.

இந்த அறிமுகவிழா சாதாரண ஒரு நூல் அறிமுக விழா மட்டுமல்ல. இரண்டு தசாப்தங்களாக இலைமறை காயாக இலக்கிய உலகில் இருந்த ஒரு தரமான இலக்கியவாதியை, சிந்தனைச் சிற்பியை, ஒரு முற்போக்குவாதியை, மேலான ஒரு இலக்கியக் காவலனை அகில ஈழத்திற்குமே இனங்காட்டும் ஒரு மாபெரும் அறிமுக விழா எனக் கூறிக்கொண்டு, இதுவரை நேரமும்

மிகவும் அமைதியாக இருந்து என் கருத்துக்களைக் கேட்ட உங்கள் அனைவருக்கும் நன்றிகூறி, இத்துடன் எனது சிற்றுரையை முடிக்கிறேன்.

வணக்கம்.

39. எழுதுவது எதற்காக? - எழுத்தாணி

ஒரு நாடகத்திலோ அல்லது நாவலிலோ வரும் பாத்திரத் தின் தன்மை என்ன, அதன் பங்கு அதில் எத்தகையது என் னும் கேள்விகள் எமக்குள் எழும் சந்தர்ப்பங்கள் உண்டு. ஆனால் இவற்றிலும் முக்கியமாக நாம் விடை காணவேண்டிய கேள்வி சமுதாயத்தில் ஒரு எழுத்தாளன் வகிக்கும் பாத்திரம் என்ன என்பது பற்றியதாகும்.

இரண்டாயிரம் ஆண்டுகளுக்கு முன்னரே இக்கேள்விக்கு விடை தர பிளேட்டோ முயன்றதை நாம் அறிவோம். பிபோட் டோவுக்கு முன்னரே இக்கேள்வி தோன்றியிருக்கக்கூடும் - தோன்றியிருத்தல் வேண்டும். என்றாலும் இக் கேள்விக்குரிய நிச்சயமான விடை எது என்பது தீர்க்கப்படாமலே இருந்து வந்துள்ளது, சமூகத்தில், எழுத்தாளனின் பாத்திரம் என்ன என்பதுபற்றிய சிந்தனைகள் வெவ்வேறு காலப் பகுதிகளில் வெவ்வேறு விதமாகக் கொள்ளப்பட்டு வந்தமை இதற்கான காரணங்களில் ஒன்றாகும். ஒரு காலப் பகுதியிலேயே இவ் விடயம் பற்றி மாறு பா டான கொள்கைகள் நிலவியதற்கு பிளேட்டோவின் கொள்கையும், அவருடைய மாணவரான அரிஸ்டோட்டலின் கொள்கையும் வித்தியாசப்பட்டிருந்தமை சிறந்த உதாரணமாகும்.

இதற்குக் காரணம் இரண்டு மனித ருடைய கொள்கைகளிலே வேறுபாடுகள் இருக்கக்கூடும் என்பதல்ல. ஏனெனில் அபிப்பிராய பேதங்கள் இருக்கக் கூடும் என்பதுதான் உண்மையே தவிர, வெவ்வேறு மனிதர் களிடையே அபிப்பிராய பேதங்கள் இருக்கவேண்டும் என்பது உண்மையல்ல. ஆகவே, சமூகத்தில் எழுத்தாளனின் பங்கு பற்றிய எண்ணங்களும், கொள்கைகளும் வேறுபட்டதற்கு காரணம் ‘ உலகில் எதுவும், எப்பொருளும் மாறுபாடு அடைந்து கொண்டேயிருக்கிறது’ என்பது தான். எதுவுமே உலகில் நிலையாக இருப்பதில்லை. ஆகவே சமூகமும் மாறு தலுக்கூடாக வளர்ந்து கொண்டே செல்கின்றது. இந்த மாறு பாட்டுடன் எழுத்தாளனுடைய கடமையும் அதற்கேற்ப மாறு பட்டுச் செல்கின்றது.

சமூகத்தில் எழுத்தாளனுடைய கடமை என்ன என்பதை அறிவதற்கு முன்பதாக உலகில் நிகழும் சகல மாற்றங் களுக்கும் அடிப்படைக் காரணம் என்ன என்பதனைப் பரிசீலனை செய்யவேண்டும்: உலகம் மாறிக்கொண்டே செல்கின்றது என்பதனை உணர்ந்தால் மட்டும் போதாது; அதன் காரணத்தை அறிதல் வேண்டும்.

இம்மாற்றத்திற்குக் காரணம் முரண்பாடு (Contradiction) ஆகும். எவ் வம்சத்திலும் (Phenomena) முரண்பாடு இயற் கையானது ; தவிர்க்க முடி-

யாதது என்பதனை அறிஞர்கள் அறிந்து வந்துள்ளனர். உடம்புக்கும், ஆத்-மாவிற்கும் உள்ள முரண்பாட்டினைக் கூறும் இந்து சமயமும், தெய்வீக மனிதனுக்கும், பாவிக்கும் உள்ள முரண்பாட்டைக் கூறும் கிறிஸ் தவ சமயமும் மாற்றத்திற்குக் காரணமான முரண்பாட்டையே கூறுகின்றன. பிளேட்டோவும் தனது தத்துவத்தையும், கவிதை பற்றிய தமது சிந்தனை களையும் உலகில் எவராலும் தவிர்க்க முடியாது என நாம் கண்ட மாறுபாடடை உணர்ந்து அதன் அடிப்படையிலேயே அமைத்தார்.

இன்றைய மனிதன் பிளேட்டோவிலும் இரண்டாயிரம் ஆண்டுகளுக்கு மூத்தவன். இரண்டாயிரம் ஆண்டுகளாக வளர்ந்து வந்த மனித அறிவை உபயோகிக்க வேண்டிய அவன், உலக மாற்றத்திற்கு காரணம் என பிளேட்டோ அறிந்திருந்த முரண்பாட்டை, அதன் உண்மையான தன் மையை அறிந்து செயல்பட வேண்டியவனாகின்றான்.

ஒவ்வொரு எழுத்தாளனுக்கும் இம் முரண்பாடு பற்றிய அறிவு முக்கியமா-னதா? இதை அவன் அனுபவத்தின் மூலம் உணர்ந்தால் மட்டும் போதாதா என்று கேள்விகள் இவ்வேளை யில் எழலாம். உதாரணமாக ஷேக்ஸ்பியர் இம் முரண்பாட்டை உணர்ந்து எழுதினாரா அல்லது ஆராய்ந்து பெற்ற தீர்க்-கமான முடிவுடன் எழுதினாரா என்ற கேள்விகள் தோன்றலாம். ஷேக்ஸ்பியர் இம் முரண்பாட்டை அறிந்து எழுதியதாகக் கொள்ள முடியாது. இம் முரண்-பாட்டின் தன்மையையும், அதன் தவிர்க்க முடியாமையையும் அவர் நன்கு உணர்ந்து எழுதியுள்ளமை தெளிவாகும். அவருடைய சோக நாடகங் களில் வரும் நாயகர்கள் தமது சூழ்நிலையுடன் மாறுபட்ட காரணத்தால் வீழ்ச்சியுற்-றதை அவர் சித்தரித்துள்ளார்.

இலக்கிய ஆக்கத்திற்கு முரண்பாடு பற்றிய அறிவு தேவை என்பதை அறிய இரண்டாயிரம் ஆண்டுகள் மூத்த பிளேட்டோவிடமோ. ஏழாயிரம் மைல்களுக்கப்பால் வாழ்ந்த ஷேக்ஸ்பியரிடமோ நாம் போகவேண்டியதில்லை. தமிழிலக் கியத்திலும், வடமொழிக் காவியங்களிலும் 'கொழுவல்கார நாரதர் உண்டாக்கும் குழப்பங்களும், ஆதனால் ஏற்படும் முரண்பாடுகளும் இலக்கி-யங்கள் உருவாகப் பயன்படுத்தப் பட்டுள்ளன.

இன்று உலகில் நிலவுகின்ற முரண்பாடுகளுக்குக் கார ணம் நாரதர் அல்ல என்பதனை நாம் அறிவோம். இம் முரண் பாடுகள் என்றும் உள்ளவை; எங்-கும் உள்ளவை ; எவற்றையும் பாதிப்பவை; பலமும், மூர்க்கமும் பொருந்தி-யவை. என் றும் எளிதில் விளங்கிக்கொள்ள முடியாதவை என்பதனால் - பிரச்சினைகளைப் பெரிதுபடுத்துவன என்பதனால் எந்த எழுத் தாளனும் இம் முரண்பாடுகள் நிலவுவது தனக்குத் தெரியாது என்று கூறமுடியாது; அல்-லது இம் முரண்பாடுகள் முக்கிய மற்றவை எனக் கூறித் தப்பித்துவிடவோ, எல்லாவற்றிற்கும் மேலாகத்தானே உள்ள தால் இவை தன்னைப் பாதிக்க முடி யாது என்றோ சொல்லமுடியாது. சமூகத்தில் ஓர் அங்கம் என்னும் காரணத்தால் அவன் இம் முரண்பாடுகளால் நிச்சயம் பாதிக்கப்படுகின்றான்.

அவனை அறியாமலே அவன் சிருஷ்டி களில் இம் முரண்பாடுகள் இடம் பெறுகின்றன.

ஆகவே இம் முரண்பாடுகளின் தன்மைகளை அறிந்து அவற்றிற்கு இலக்கிய வடிவம் கொடுக்கும் பொழுது அவனால் சிறந்த இலக் கியங்களை உருவாக்க முடிகின்றது. இதனால் இம் முரண்பாடு களை ஓரளவே உணர்ந்து எழுதுபவனுடைய சிருஷ்டிகளை விட, அவற்றை அறிந்து எழுதுபவனுடைய சிருஷ்டிகள் வலிவும், கம்பீர்யமும், சத்தியமும் நிறைந்து விளங்கும் என்பது தெளிவாகும். ஆகவே, ஒரு சிறந்த எழுத்தாளன் இம் முரண் பாடுகளை இலக்கிய வடிவமாக்குவதற்கு கருப்பொருளாக அமைப்பதுடன் மட்டும் நின்று விடுவதில்லை. அவனுடைய எழுத்து இம் முரண்பாடுகளின் பிரதிபலிப்பாகவே அமைந்து விடுகின்றது.

ஆனால் எழுத்தாளன் இம் முரண்பாடுகளை ஒரு தத்துவ ஞானியைப் போலவோ, சமூகவியல் வல்லுனன் மாதி ரியோ, அல்லது அரசியல்வாதியைப் போலவோ, விஞ்ஞானி யைப் போலவோ சித்தரிக்கமாட்டான். அவ்விதம் அவன் செய்வானாயின் அவனுடைய சிருஷ்டி எதுவாகவும் அமையும்; இலக்கிய அந்தஸ்தை மட்டும் பெறமுடியாது. ஒரு சிருஷ்டி கர்த்தா புகைப்படம் பிடிப்பதில்லை; ஓவியம் தீட்டுகின்றான் என்பதைச் சொல்லவேண்டிய அவசியம் இல்லை.

தான் கண்ட முரண்பாட்டைப் பிரதிபலிக்கும் ஒரு எழுத் தாளனுக்கு முக்கியமான பிரச்சினை ஒன்று உருவாகின்றது. அம் முரண்பாட்டை எதிர்ப்பதா ஆதரிப்பதா என்பது தான் அப் பிரச்சினை. உதாரணமாக உலகில் இன்று பழமைக்கும், புது மைக்குமிடையில் நிகழ்ந்து வரும் போராட்டத்தில் எதை அவன் ஆதரிப்பது? அழிந்து கொண்டிருப்பதையா, வளர்ந்து வருவதையா அவன் ஆதரிக்க வேண்டும்? நேற்றுப் பலமாக நிலைபெற்று நின்றதையா நாளை பலம் பெற்று விளங்கப் போவதையா அவன் ஆதரிக்க வேண்டும்?

உலகில் மாற்றம் தவிர்க்க முடியாத நியதி என்னும் உண் மையை உணர்ந்தால் அல்லது சிவ நடனத்தின் தத்துவமும் உலக மாற்றத்தைக் குறிப்பது என்று கூறப்படுவதையாவது அவன் ஏற்றுக்கொண்டால் அவன் உலகத்துடன் சேர்ந்து செல்வதற்குப் புதுமையை ஆதரித்தே ஆகவேண்டும். 'பழைய கழிதலும் புதியன புகுதலும் வழுவல, கால வகையினானே' என்பது கூட சமூகத்தின் தேவைக் குரலாகவே தமிழ்நாட்டில் ஒலித்தது என்பதனை நாங்கள் மறந்துவிட முடியாது.

சிலர் தாம் பிரச்சினைகளின் பக்கம் சார்வதில்லை என்றும் நடுவு நிலைமை வகிப்பதே தமது கொள்கை என்றும் கூறிக் கொள்வர். நடுவு நிலைமை என்ற சொல்லுக்கு எழுத்து அர்த் தம் (Literal Meaning) கொடுக்கப்போய் ஏற்பட்ட மயக்கம் இது. ஒரு வழக்கிற்கு தீர்ப்பளிக்கும் நீதிபதி, அநீதி இழைத் தவனுக்கு எதிராகவும், அநீதி இழைக்கப்பட்டவனுக்கு சார்பா கவும் தீர்ப்பு அளிக்கும் பொழுது தான் நடுவு நிலைமையைக் காக்-

கிறான். இதை மாறிச் செய்யும்போது நீதியையும் அதன் தன்மையான நடுவு நிலைமையையும் அழிக்கின்றான். ஆனால் அவன் எதைச் செய்தாலும் ஒரு பக்கம் சார்ந்தே ஆகவேண் டும். ஆகவே நடுவு நிலைமை என்பது பக்கம் சாராது நிற்ப தல்ல; நீதியின் பக்கம் நிற்பதுதான் என்பதை நாம் உணர வேண்டும்.

சிலர், தாம் இருபக்கங்களையும் சார்ந்துள்ளதாகக் கூறிக் கொள்வர். ஆனால் பழமையை ஆதரிக்கும் அதே அளவிற்கு அவர்கள் புதுமைக்குத் தடை போடுகின்றனர் என்பதை மறுக்க முடியாது. ஓடிக்கொண்டே இருக்கும் வாழ்க்கை என்னும் ஆறானது மாறமறுக்கும் மனிதர்களை குப்புறத்தள்ளி விடுகிறது. புதுமையை ஆதரிப்பதாகக் கூறுபவர்கள் பழமை யைப் பற்றிய அறிவற்றவர்கள்; அதை முற்றாகவே நிராகரிப் பவர்கள் என பழமைவாதிகள் பிரசாரம் செய்கிறார்கள். இது முற்றிலும் தவறானது மட்டுமல்ல ஓங்கி எதிர்க்கத்தக்க கருத்து மாகும். புதுமையென்பது திடீரென முளைத்ததல்ல.

பழமை யின் தர்க்கரீதியாக ஏற்றுக்கொள்ளப்பட்ட நல்ல அம்சங் களைத் தன்னோடு கொண்டு, காலத்தின் தேவைக்கான கருத் தையும் இணைத்துத்தான் புதுமை தோன்றுகிறது. புதுமை என் பது ஒரு சங்கிலிப்பின்னல் தொடர்ச்சியே தவிர திடீரென்று முளைத்தது அல்ல. பிற்போக்கான - உளுத்துப்போன அம் சங்களை மட்டுமே பழமை எனப் போற்றுபவர்கள் புதுமைக்கு மட்டுமல்ல பழமையின் நல்ல அம்சங்களுக்குமே விரோதிகள் ஆகிறார்கள். எனவேதான் தங்கள் உண்மையான ரூபத்தை மறைக்கவும், பிற்போக்கு அம்சங்களைக் காக்கவும் இத்தகைய பிரசாரத்தை அவர்கள் ஆயுதமாகப் பயன்படுத்துகிறார்கள்.

ஆகவே வாழ்க்கையைப் பிரதிபலிக்க விரும்பும் எழுத்தா ளன் தானும் வாழ்க்கையுடன் வளர்ந்து செல்வது தவிர்க்க முடியாது போகின்றது. எழுத்தாளன் வாழ்க்கையைப் பிரதி பலிக்க வேண்டும் என்னும்போது அவன் புகைப்படம் பிடிப்பது போன்று வாழ்க்கையைக் காட்ட வேண்டும் என்பது கருத்து. ஆகவே. ஒரு போதாது. அவன அறிகரமாக வா வம்க்கால் மட்இரு இலக்கியதன்று. வாழ்க்கையை அப்படியே நேரடியாகப் பிரதிபலிக்கும் எழுத்துக் கலை உருவம் பெற்று விளங்காது என்பது மட்டு மல்ல, அப்படி எழுதும் எழுத்தாளன் வாழ்வில் ஏற்படும் - ஏற்பட வேண்டிய மாற்றங்களுக்குத் தனது பங்கைச் செலுத் தத் தவறுகிறான் என்பதையும் நாம் கவனிக்க வேண்டும்.

ஆகவே ஒரு இலக்கியாசிரியன் வாழ்க்கையைப் பிரதி பலித்தால் மட்டும் போதாது. அவன் அதை விமர்சனம் செய்ய வும் வேண்டும். அவன் எவ்வளவு வெற்றிகரமாக வாழ்க் கையை விமர்ச்சிக்கிறானோ அவ்வளவு தூரம் வாழ்வில் ஏற்பட வேண்டிய மாற்றத்திற்கு அவன் துணைபுரிகிறான். ஆகவே அவன் வாழ்வில் உள்ள முரண்பாடுகளைக் கூராக்கிக் காண பிப்பதன் மூலம் ; இம் முரண்பாடுகளில் எப்பக்கத்தின் வெற்றி மக்களுக்கு நன்மை தருமோ அப்பக்கத்தைச் சார்வதன் மூலம், வாழ்க்கையின் ஓட்டத்தைத் தங்களுக்குச்

சாதகமாகத் திசை திருப்ப மக்களுக்கு உதவி செய்கிறான். ஆகவே வாழ்வில் ஏற்படும் எப்பிரச்சினையிலும், வாழ்வில் காணும் எந்த முரண் பாட்டிலும் அவன் ஒரு பக்கம் சேர்ந்தே ஆகவேண்டும். ஆகவே ஒரு பக்கம் சாராது இருக்கும் வரை அவனால் முன் னேற முடியாது.

தனது சொந்த இயற்கைத் தன்மையைச் (Personality) செயல்படுத்த முடியாது. அவனுடைய இலக் கியப் படைப்புக் காலத்தின் கண்ணாடியாகவோ, காலமாற்றத் திற்கு ஒரு சாதனமாகவோ இருக்கத் தவறுவது மட்டுமல்ல, அவனுடைய தனித் தன்மையையும் (Originality) காட்ட மாட்டாது. உள்ளவற்றைக் காட்டவேண்டிய, காட்ட முயலும் அவனுடைய படைப்பு உண்மைக்கு மாறானதாகத் தானே பொய்யான தாகி இறந்து விடுகிறது. உண்மையில், உயிரற்ற படைப்பாகவே அது பிறக்கிறது. இது ஒரு இலக்கியாசிரிய னின் பாத்திரங்களுக்கு மட்டுமன்றி அவனுக்கே ஒரு சோக முடிவை ஏற்படுத்தி விடுகிறது.

ஓர் இலக்கியாசிரியன் வாழ்க்கை முரண்பாடுகளில் சரியான பக்கம் சேர்ந்தால் மட்டும் போதாது. சரியான பக் கம் வெல்வது தவிர்க்க முடியாதது என்பதையும் காட்ட வேண்டும். உதாரணமாகப் பழமைக்கும் புதுமைக்கும் நடக்கும் போராட்டத்தில் (பழைமையில் இருக்கும் தீங்குகளை அழிக் கப் புதுமை முயலும் போது புதுமை வென்றே தீரும் என்பதை அவன் காட்ட வேண்டும். இம் முயற்சியின் பயனாக மக்களை அவன் சிந்திக்க வைக்கிறான். தனது காலத்தின் முரண்பாடு களுக்கமைய வாழ்க்கையை மக்கள் தங்களுக்குச் சாதகமான புத்துலகத்தை அமைப்பதற்கும் உதவி செய்கிறான். உலகத் தைப் பிரதிபலிப்பது, விமர்சிப்பது, மாற்றியமைப்பது - இவை தான் ஒரு எழுத்தாளனின் கடமைகளாகின்றன.

40. முன் கதை சுருக்கம் - பாலகுமாரன்

"ஏய்...எழுந்திரு" யாரோ நெற்றியயை பின்னுக்குத் தள்ளி எழுப்பினார்கள். ஸ்டேஷனில் இப்போது கும்பல் அதிகமாக இருந்தது.

"இனிமே பீச்சுப்பக்கம் வர மாட்டேன்னு எழுதிக் கொடுத்திட்டுப் போ."

"யார்ப்பா அது ?"

"என்னமோ தியானம் பண்ண பீச்சுக்கு வந்தானாம். இட்டந்துட்டாங்க. தடி மாடு மாதிரி இருக்கே. என்னத்துக்கு இது உனக்கு... அதெல்லாம் கிழவனுங்க வேலை...ம்... எழுது இதுல."

"இங்கிலீஷிலயா, தமிழிலியா..." லொட்டென்று தலையில் தட்டினார்கள்.

"பெரிய மயிறு இவரு. தமிழ்ல எழுதுறா" திராவிட முன்னேற்றக் கழகம் நகரசபை பிடித்துக் கொண்ட நேரம் அது. தமிழுக்கு மரியாதை வரத்துவங்கிய காலம்.

1988ல் ஒரு பத்திரிகையில், முன் கதை சுருக்கம் என்ற பெயரில் எழுதிய பாலகுமாரனின் சுயசரிதை தொடர். அவர் எழுத்தாளனாகிய கதை. அல்லது நிஜம். நான்கு வருட இடைவெளியில் இரண்டு முறை படித்ததால் இதை பற்றிய கருத்துக்கள் நிறைய.

மனிதர் கசக்க கசக்க உண்மை பேசுகிறார். இல்லாவிட்டால் வெறும் பரபரப்புக்காக இந்த புத்தகத்தில் உள்ள சில உண்மைகளை சொல்ல வேண்டியதில்லை. கவிதை எழுதினால் கை தட்டுவார்கள் என்ற நினைப்பில் தான் ஆரம்பித்ததாகவும் அந்த ego சிறிது நாளில் அடங்கி உரைநடை பக்கம் வந்ததை மிக விளக்கமாக மிகைபடுத்தாமல் சொல்வது தான் பிடிக்கிறது. தெருவில் போகும்போது எல்லோரும் என்னை 'கவிஞரே' என்று கூப்பிட வேண்டும் என்று ஆசைப்பட்டேன். வெறும் எஸ்.எஸ்.எல்.சி டைப்பிஸ்ட் என்பதற்கு மேல் ஒரு அடையாளம். பாலகுமாரன் பி.ஏ இல்லை. எம்.ஏ இல்லை. படிப்பு வரவில்லை. அதனாலென்ன...அவன் கவிஞன். மற்ற ஜனங்களை விட இரண்டங்குலம் உயரமாக நடப்பவன்.

என் ஈகோ என்னை இழுத்துப் போயிற்று. பாராட்டுக்கும் புகழ் போதைக்கும் மனம் தவித்தது.

மதம் தரும் பக்தி இலக்கியமே வாழ்க்கை வளப்படுத்தும் என்று தனக்கு சொல்லப்பட்டது முதலில் தெரியவில்லை என்றும் பின்னர் சென்னை திமுக நடத்திய இரண்டாம் உலகத் தமிழ் மாநாட்டில் தான், மணிப்பிரவாள கதா கலாட்சேபங்கள் தாண்டி பழந்தமிழ் இலக்கியம் புலப்பட்டது என்கிறார். இந்தப் எழுத்தாளனாகிய கதையில் மிக முக்கியமாக எனக்கு பட்டவை இரண்டு. ஒன்று, பாலகுமாரனின் இலக்கிய வட்ட பரிச்சயம். இரண்டு, சுஜாதா-சாவியின் வாசக விழாவில், சுப்பிரமணிய ராஜு என்பவரை பார்த்து பின்பு அவர் உயிர்த் தோழனாக மாறியது.

மிக முக்கியமான தமிழ் இலக்கியவாதிகளுடன் நெருங்கி பழக வாய்ப்பு கிடைத்தும், அவர்களிடம் இருந்து பல literary nuancesசை கற்றுக் கொண்டும், தனக்கென ஒரு பாணி அமைத்து, அதிலேயே எழுதுவது, பாலகுமாரனின் பலம். என்ன தான் இலக்கியவாதிகள், எழுத்தை விற்கிறார் என்றெல்லாம் கிண்டலடித்தாலும், பொதுஜன எழுத்து ஒரு போங்கு என்று எழுதினாலும், தனக்கு தெரிந்ததை எழுதுவதாக அவர்களிடமே சொல்லியதும் பலம்.

சுப்பிரமணிய ராஜுவின் நட்பை பற்றி அவர் இறந்த பின் இந்த புத்தகத்தில் எழுதியதால் கொஞ்சம் எதிர்ப்பு வந்ததாக தெரிகிறது. இரண்டு பேரும் சேர்ந்து நீலாயதாட்சி என்னும் பெண்ணுடன் ஊர் சுற்றியதாய் எழுதி இருந்ததால் இருக்கலாம்.

ஆனால் பாலகுமாரனும், ராஜுவும் கதை பற்றி பால பாடம் படித்த கதை தான் மனங் கவர்கிறது. இப்படி போகிறது -

'வாசகர் வட்டம்' என்கிற அமைப்பு நல்ல புத்தகங்கள் வெளியிட்டது. அதில் சுஜாதாவின் நெடுங்கதை ஒன்று இருந்தது. படிக்கப் படிக்கப் பிரமிப்பு தட்டியது.

'யம்மா... எப்படி எழுதறார் இந்த ஆள்... இப்படி எழுத எனக்கு என்று வரும், என்ற ஏக்கம் எனக்கு வந்தது.

சுஜாதாவின் அடுத்த நெடுங்கதை....நான் நூறு முறையாவது அதை படித்திருப்பேன்..... அச்சில் வந்த அந்தக் கதையை நாள் வெள்ளைத்தாள் எடுத்து அப்படியே காப்பி செய்தேன். 'இது நான் எழுதின கதை' என்று பக்கத்து போர்ஷன் மாமியிடம் காப்பி செய்த பேப்பரை காட்டினேன். " ஏ க்ளாஸ் கதைடா, உனக்கு ரொம்ப நன்னா எழுத வர்றது"

....

சிறுகதை பிடிபட்டது போலவும், பிடிபடாதது போலவும் இருந்தது.

மறுபடி எழுத்தாளர் சுஜாதா சென்னை வந்திருக்கிறார் என்கிற செய்தி கிடைத்தது.

...

ஒன்பது மணிக்கு மறுபடி போய் வீட்டுக் கதவை தட்டினோம்.

"வாங்கய்யா" உற்சாகமாய் ரங்கராஜன்(சுஜாதா) வெளியே வந்தார்.

"சாப்பிட்டீங்களா?"

"ஆச்சு சார்" பொய் சொன்னோம். உடனே இலக்கியம் பேசத் துவங்கினோம். பார் பார் பட்டணம் பார் என்று சுஜாதா தூக்கிப் போட, ஒவ்வொரு தகவலும், ஒவ்வொரு இலக்கிய செய்தியும் வியப்பாக இருந்தது.

நான் கேட்டேன் : " எத்தனை ட்ரை பண்ணாலும் சிறுகதை எழுத வரலை...சிக்கறது... ஒரு நல்ல சிறுகதை எப்படி எழுதறது?"

எக்மோரில் டாக்டர் நாயர் பாலத்துக்கு அடிவாரம். நான்கு முனை சந்து. அப்போது ஒரு புல்வெளி ரவுண்டானா அங்கே இருந்தது. வாகன ஓட்டம் வெகுவாய் குறைந்திருந்த பத்துமணி இரவு. ரங்கராஜன் என்கிற சுஜாதா உற்று மெர்க்குரி விளக்கில் என் முகம் பார்த்துவிட்டு தொண்டையை செருமிக் கொண்டார்.

"கதை எழுதறது கஷ்டம் இல்லையா, சுலபம். ஒரு பத்து நிமிஷம் நான் சொல்லித் தரேன். புடிச்சிக்க !"

....

ஆனால் ரங்கராஜன் பத்தாம் வகுப்பு பையனுக்கு பாடம் நடத்துவது போல் எழுதும் கலை இது என்று எளிமையாக சொல்லித் தந்தார்.

ஒரு விழாவில் " எனக்கு எழுதச் சொல்லித் தந்த சுஜாதா அவர்களே" என்று நான் குறிப்பிட... சுஜாதா பேசும் போது " நான் நிறைய பேருக்கு சொல்லிக் கொடுத்தேன். அதுல பாலகுமாரனுக்கு மட்டும் உடனே புரிஞ்சுது. காரணம் ஆர்வம்."

மணிரத்ன பட க்ளைமாக்ஸ் போல பாலகுமாரனின் இரும்புக் குதிரைகள் நாவலுக்கு ராஜா அண்ணாமலை செட்டியார் விருது கிடப்பதோடு புத்தகம் முடிகிறது. சில வருடங்கள் மற்றோரு முன் கதை சுருக்கம் வரும் என்கிறார். வருகிறது. குமுதம் பக்தியில் காதலாய் கனிந்து என்கிற தொடரில் தன் ஆன்மிக வாசத்தை பற்றியும், தன் உடல்நிலை கவலைக்கிடமான போது நிகழ்ந்தவை பற்றியும் எழுதுகிறார். அவரே முயன்றாலும் மீண்டும் ஒரு புத்தகம் இத்தனை மணியாய் எழுத முடியாது. Aspiring Writers கண்டிப்பாக படிக்க வேண்டிய புத்தகம். தமிழ் எழுத்தாளர்களின் சுய சரிதைகளிலேயே உ.வே.சா வின் என் சரித்திரம் தான் பெஸ்ட் என்கிறார்கள். அதை படித்ததில்லை. ஆனால் மனம் திறந்து உண்மையாய் எழுதிய சுயசரிதைகளில், பாலகுமாரனுக்கு முக்கிய இடம் கட்டாயம்.

0

நான் கேள்விகள் கேட்கக் கேட்க மிகச் சரளமாக பதில் வந்தது அவரிடமிருந்து.

அவருக்கிருந்த மேதமை, தான் என்ற அகங்காரமின்மை, எதையும் பெரிதாக நினைத்து அலட்டிக் கொள்ளாத தன்மை, நான் என் கடமையைத் தானே செய்தேன் என்ற அடக்கம், கிராமத்துப் பின்புலம், அந்த நினைவுகளின் உயிர்ப்பு, குடும்பத்தின் மீது இருந்த பாசம், பேரனின் மீது இருந்த அளவு கடந்த நேசம் என ஒவ்வொன்றாக அறிந்து கொள்ள முடிந்தது அவரது பேச்சிலிருந்து.

“நான் என்னங்க பெரிசா செஞ்சிட்டேன். என் வேலை அது. அதை செய்யச் சொன்னாங்க. நானும் அதுக்காக நிறைய புஸ்தகங்களை தேடி, படிச்சு, கருத்தை உள் வாங்கிக்கிட்டு செஞ்சேன். அவ்ளோதான். எதுவுமே என்னோட சொந்தக் கருத்து கிடையாது. எல்லாமே இரவல்தான். என்னைப் போய் ”மகான்”னு நினைச்சி கடிதம்லாம் போட்டிருக்காங்க. சில பேர் நான் பெரிய சாமியார்னு நினைச்சி என் கிட்ட ஆசிர்வாதம் வாங்கணும்கறதுக்காக எனக்கு முன்னாடியே ஆபிஸ்ல வந்து காத்திட்டிருப்பாங்க. இப்படித்தான் ஒருதடவை ஒரு அம்மா தன் மகளோட வந்திருந்தாங்க. நான் சாமியார் எல்லாம் இல்லம்மா. சாதாரண ஆசாமின்னு சொன்னாலும் கேட்காம, சார், உங்களைப் பத்தி உங்களுக்குத் தெரியாது சார். எங்களுக்குத்தான் தெரியும்னு பிடிவாதமாச் சொல்லி, இரண்டு பேரும் என் காலில விழுந்திட்டாங்க. அப்புறம் எந்திரிச்சு நின்னு திருநீறு பூசி விடுங்கன்னாங்க.

அட, நானே வச்சிக்கிறதில்லையேம்மான்னேன். பரவாயில்லீங்க. நாங்க கொண்டு வந்திருக்கோம்னு சொல்லி அவங்க கொண்டு வந்த திருநீறை என் கையில கொடுத்து, ’சீக்கிரம் கல்யாணம் ஆகணும் சொல்லி ஆசிர்வாதம் பண்ணுங்க சார்’ன்னு சொல்லி அதை மகளுக்கு வச்சி விடச் சொன்னாங்க.

நானும் வேற வழியே இல்லாம அப்படியே செஞ்சேன். இதுலெ என்ன ஆச்சரியம்னா 15 நாள் கழிச்சு அந்த அம்மா வந்தாங்க. மறுபடியும் ஆசிர்வாதமான்னு நான் பயந்துகிட்டிருக்கிறப்போ அவங்க ரொம்ப சந்தோஷமா, சார் உங்க ஆசிர்வாதத்துனால என் பொண்ணுக்கு கல்யாணம் நிச்சயமாயிருச்சி அப்படின்னாங்க. அவங்களுக்கு சந்தோஷம். எனக்கோ அதிர்ச்சி. ஒருவேளை நமக்கு ஏதோ பெரிய அருள், சக்தி எல்லாம் இருக்கோன்னு கூட நினைக்க, நம்ப ஆரம்பிச்ட்டேன்னா பார்த்துக்குங்களேன் " என்றார் சிரிக்காமல்.

தான் அதிகம் சிரிக்காமல், நம்மை சிரிக்க வைக்கும்படி எளிமையாகப் பேசும் அவரது பாணி எனக்கு மிகவும் பிடித்திருந்தது. அந்த நேர்காணல் மிக சுவாரஸ்யமான ஒன்றாக, மறக்க முடியாத ஒன்றாக அமைந்தது. ஆன்மீகம் என்பது பற்றிய அவரது ஆழமான கருத்து, தெளிவான சிந்தனை, குழப்பமின்மை, தான் என்ன செய்கிறோம் என்பது பற்றிய உறுதி, 'நான் கடமையைச் செய்தேன்; பலனை எதிர்பாராமல்' என்ற உளப்பாங்கு, 'இந்த உலகத்துல உள்ள எதிலுமே பெரிசா எனக்கு எந்த ஈடுபாடும் கிடையாதுங்க' என்று சொன்ன நேர்மையான ஒப்புதல் என எல்லாமே என் கண்ணுக்கு அவரை ஒரு "கர்மயோகி"வே காட்டியது.

அவர் போட்டிருந்தது ஒரு சாதாரண வெள்ளை நிற வேட்டி. வெள்ளை நிறச் சட்டை. அந்தச் சட்டையிலும் கூட முன் புறத்தில் ஒரு பட்டனை அவர் போடவில்லை. அலட்சியம் என்பதில்லை. அதைப் பற்றியெல்லாம் அவர் கவலைப்படவில்லை. அதை ஒரு பெரிய விஷயமாக நினைக்கவும் இல்லை. எந்தக் கேள்விக்கும் அவர் உணர்ச்சிவசப்படவில்லை. புகைப்படம் எடுக்கும் போதும் கூட அப்படியே இருந்தார். புகழையும், பணத்தையும் பலர் தேடித் தேடி அலைந்து கொண்டிருக்கையில் அது குறித்த எந்தப் பிரக்ஞையும் இல்லாமல் இருக்கும் இவர் உண்மையிலேயே கீதை சொல்லும் "ஸ்திதப் பிரக்ஞன்"தான் என்று நினைத்தவாறே மீண்டும் சந்திப்பதாகக் கூறி விடைபெற்றேன்.

என் மனம் முழுதும் அவரது எளிமையும், அகங்காரமின்மையும் வியாபித்து இருந்தது.

0

இதழ் வெளிவந்ததும் தொலைபேசிவிட்டு ஒரு மாலை நேரத்தில் நானும் எங்கள் முதன்மை ஆசிரியர் திரு. மதுரபாரதி அவர்களும் அவரைக் காணச் சென்றோம்.

அதே எளிமையான மாடி அறை.

"வாங்க.. வாங்க.." என்று வரவேற்றார்.

''இதுதான் என்னோட ரூம். எழுதறது, படிக்கறதுன்னா இங்க வந்துதான் எல்லாம் செய்வேன். மீதி நேரத்துல கீழே பேரப் பிள்ளையோட போய் விளையாடுவேன். எங்க கிராமத்துலேர்ந்து யாராவது ஏதாவது வேலையா வந்தா இங்கே தான் வந்து தங்கிக்டுவாங்க. அவங்க குளிக்க கொள்ளன்னு எல்லாத்துக்கும் மொட்டை மாடில சௌகர்யம் பண்ணியிருக்கேன்'' என்றார்.

"பொதுவா என்னை மாதிரி ஆளுங்களோட இன்டர்வியூ எல்லாம் பத்திரிகைல வந்தா நாமதான் பாத்து தெரிஞ்சிக்கிட வேண்டி இருக்கும். ஆனா உங்க இன்டர்வியூ வந்தவுடனே அமெரிக்காவுலேர்ந்தே கூப்பிட்டுப் பேசினாங்க. ஆச்சரியமாதான் இருக்கு'' என்றார்.

இதழை அவரிடம் கையளித்தோம். வாங்கிப் புரட்டிப் பார்த்து விட்டு, 'அப்புறமா படிக்கிறேன்' என்றார். அப்புறம் பொதுவான பல விஷயங்களைப் பேசிக் கொண்டிருந்தார். சமூகம் பற்றி, மக்கள் வாழ்க்கை பற்றி, சமூகம் தற்போது அடைந்து கொண்டிருக்கும் மாற்றங்கள் பற்றிச் சொன்னார். கடந்த முறையை விட இந்த முறை சற்று உற்சாகமாகவே இருந்தார். (எடிட்டரும் வந்திருந்ததுதான் காரணமோ?) எழுத்துலகம் பற்றி, பதிப்புலகம் பற்றி நிறைய விஷயங்களைப் பேசினார். "பா.ராகவன்'' நூல்கள் எனக்கு ரொம்பப் பிடிச்சிருக்குது. எளிமையா, ரொம்ப சுவையா எழுதறாரு'' என்றார்.

''கிராமத்துப் பக்கம் பாத்திங்கன்னா முன்னாடி எல்லாம் கல்யாணம்னு போய் பத்திரிகை வச்சா பத்திரிகையக் கொடுத்துட்டு அவங்க வீட்டிலேர்ந்து தீப்பெட்டிய வாங்கிட்டு வந்திருவாங்களாம். எதுக்குன்னா பத்திரிகை வச்சதுக்கப்புறம் அவங்க தங்களோட வீட்ல சமைக்கக் கூடாதாம். இவங்க வீட்லதான் சாப்பிடணுமாம். அப்படி எல்லாம் சம்பிரதாயம் இருந்திருக்கு. ஆனா இப்போ எல்லாம் தலைகீழா மாறிப் போச்சு'' என்றார்

தனது திரையுலக அனுபவம் பற்றி அவர் சொன்னது மிகவும் நகைச்சுவையாக இருந்தது. பேசிக் கொண்டிருக்கும்போதே அவரது துணைவியார் தேநீர் எடுத்து வந்து உபசரித்தார். பேரப் பிள்ளை ஸ்கூல் லீவ் என்பதால் ஊருக்குப் போயிருப்பதாகச் சொன்னார்.

''கண்ல எனக்கு க்ளுக்கோமா ஆபரேஷன் பண்ணியிருக்காங்க. அது இன்னொரு கண்ணுக்கும் பரவிடுமாம். அதுனால விடாம ஐ-ட்ராப்ஸ் போட்டுட்டு வர்றேன். இது ஏன் வருதுன்னு டாக்டர் கிட்ட கேட்டேன். நம்ம உடம்புல பிரஷர் இருக்கிற மாதிரி கண்லயும் பிரஷர் உண்டாம். கண்ல நெகிழ்ச்சித் தன்மை இல்லாமப் போய், அதாவது ஈரப்பசை இல்லாம காஞ்சு போய் கண்ணுக்கு ஒருமாதிரி பிரஷர் அதிகமாகிடுதாம். அது அதிகமாக அதிகமாக பார்வை நரம்பு பாத்திச்சிடுமாம். கண்ல நல்லா எப்பவும் ஈரப்பசையோட இருக்குற மாதிரி பார்த்துக்கணுமாம். அழுதாக்க அந்த ஈரப்பசை அதிகமாச் சுரக்கும்ங்கறாங்க. ஆனா பாருங்க நான் அழுததே இல்ல. இப்படித்தான் சின்ன வயசுல எங்க வீட்ல ஒரு துக்கமாயிருச்சி. எல்லாம் அழுதுக்கிட்டி-

ருக்காங்க.

ஆனா எனக்கு அழுகையே வரலை. அழுகக் கூடாதென்னாம் இல்ல. எனக்கு ஏனோ அழுகை வரலை. வந்திருக்கிற சொந்தக்காரங்க எல்லாம் ஒருமாதிரி பார்க்க ஆரம்பிச்சிட்டாங்க. சிலபேர் திட்டக் கூட ஆரம்பிச்சிடாங்க. இவன் என்னடா பைத்தியமா! கொஞ்சம் கூட கவலைப்படாம, அழாம இருககனேன்னுட்டு. என்ன செய்யறது, எனக்கு அழுகை வரலை. ஆனா, அப்படி இருக்கக் கூடாதாம். அழணுமாம். அப்படி அழுதாதான் கண்ணுக்கு நல்லதாம். கண்ணீர் அந்த ஈரப்பசையை உருவாக்கி, காய்ஞ்சு போகாம வச்சிருக்குமாம். நான் அதிகம் அழாததுனாலதான் களுக்கோமா வந்திருக்குமோ என்னவோ" என்றார்.

அப்புறம் தனது பணி அனுபவங்கள் பற்றி, தான் செல்லும் கூட்டங்கள், விழாக்கள் பற்றிய அனுபவங்களைச் சொன்னார். எல்லாவற்றிலும் ஒரு நகைச்சுவை இழையோடியது. நான் பெற்ற அந்த நகைச்சுவை இன்பத்தை-நீங்களும் பெற இங்கே செல்லுங்கள்...

தன் வாழ்க்கையில் 'போதும்' என்ற ஒரு மன நிறைவோடு வாழ்ந்த ஒரு நல்ல மனிதரைச் சந்திக்கும் வாய்ப்பை அளித்த "தென்றல்" இதழுக்கு எப்போதும் என் நன்றி உண்டு.

அவரை நான் சந்தித்து விட்டு வந்த சில மாதங்களிலேயே அவர் மறைந்து விட்டார் என்றாலும் காற்றின் குரலாய் அவர் குரல் இணைய வெளிகளிலும், வானொலியிலும் இன்றும் ஒலித்துக் கொண்டிருக்கிறது

என் நினைவிலும்...

41. கதைவாணன் கதை எழுதுகிறான்

- பொ. சண்முகநாதன்

'கனகு' என அழைக்கப்படும் திருவாளா அ.கனகசபை என்பவருக்கு திடீ-ரென்று இருந்தாற்போல் ஓர் எண்ணம் தோன்றியது. தானும் ஏன் கதைகள் எழுதக் கூடாது? என்பது தான் அந்த எண்ணமாகும்.

ஏராளமான கதைகளைப் படித்த தன்னால், நூற்றுக் கணக்கான சினிமாப் படங்களைப் பார்த்த தன்னால், எத்தனையோ வாழ்க்கை அனுபவங்களைக் கண்டும் கேட்டும் அறிந்த தன்னால் 'ஏன் கதைகள் எழுத முடியாது?' என அவன் சிந்திக்கலானான்.

'நேற்று முளைத்த கன்றுக் குட்டிகள் எல்லாரும் கதைகள் எழுதிப் பெய-ரும் புகழும் பெறும் போது, தமிழ்ப் பாடங்களில் விசேட திறமையுடன் எஸ்.எஸ்.சி. பரீட்சையில் சித்தியடைந்த தான் கதை எழுதப் புறப்பட்டதில் என்ன தவறிருக்கிறது?' என அவன் தன்னைத் தானே கேட்டுக் கொண்டான்.

கதைகள் எழுதி அதன் வருவாயைக் கொண்டுதான் காலத்தை ஓட்ட வேண்டும் என்ற நிர்ப்பந்தம் அவனுக்குக் கிடையாது. 'நான் அனுப்பும் கதை-

களை பத்திரிகைகள் விளம்பரமாக மதிப்பிட்டு அதற்காக பில் அனுப்பாமல் ஏற்றுப் பிரசுரிக்க வேண்டும். சன்மானத்தைக் கூட எதிர்பார்க்க மாட்டேன்' - இவ்வாறு எல்லாம் வல்ல இறைவனை வேண்டிக்கொண்டு கனகு கதை எழுதுவதற்காக தன்னைத் தயார் படுத்தலானான்.

கதை எழுதுவதற்கு முன், கதை எழுதுவதற்கான முதலாவது தகுதியெனக் கருதிக்கொண்டு அடுத்த கணமே கனகு தனக்கு ஒரு புனை பெயர் வைத்துக் கொண்டான். 'கதைவாணன்' என்பதே எதிர்கால எழுத்துலக் மேதையான 'கனகு' என்னும் திருவாளர் அ.கனகசபையின் புனைப் பெயராகும்.

இப்பொழுது கதைவாணன் கதை எழுத அடுத்துத் தேவைப்படும் தங்கு தடையின்றி எழுதக் கூடிய பேனா புல்ஸ்காப் பேப்பர்கள், லோங் என்வலப்புக்கள், முத்திரைகள், வசதியாக இருந்து எழுதுவதற்கேற்ற மேசை நாற்காலிகள் முதலியவற்றையும் தேடிக்கொண்டு இதோ கதை எழுத ஆரம்பித்து விட்டான்-

“கிழக்கு வானத்தில் இருந்து சூரியன் கிளம்பித் தனது யாத்திரையைத் தொடங்கி விட்டான். இரத்தினவேல் இன்னும் எழும்ப மனமின்றிப் படுக்கையில் புரண்டு கொண்டிருந்தான்...”

மேற்படி முதல் பந்தியை எழுதிய கதைவாணன், பந்தியின் கருத்தில் மீண்டும் ஆழமாக கவனம் செலுத்திப் பார்த்தான். 'சூரியன் தன்னைத்தானே தான் சுற்றும் பூமியோ தன்னைத்தானே சுற்றுவதுடன் சூரியனையும் சுற்றிவரும். இது தான் புவியியலின் ஆரம்ப பாடம். அப்படி இருக்கும்போது உண்மைக்குப் புறம்பாக சூரியன் கிழக்கு வானத்தில் இருந்து கிளம்பி யாத்திரை செய்வதாக எழுதியது எவ்வளவு தப்பு! இதைப் புவியியல் பேராசிரியர்கள் கண்டால் என் மீது வீண் பழியன்றோ சுமத்துவார்கள்' இப்படியாக எண்ணியவர் எழுதிய பகுதிகளைக் கிறுக்கி விட்டு வேறு முறையில் கதையை ஆரம்பித்தார்.

'பொழுது விடிந்து இத்தனை நேரமாகியும் படுக்கையை விட்டெழ மனமின்றிக் கிடந்தார் இரத்தினவேல். அவரை அசைத்து எழுப்ப முயன்ற அவரின் வாழ்க்கைத் துணைவியார் 'என்ன இன்னுமா துக்கம்? பொழுதின் அருமை தெரியாதவர் போல் - இழந்த காலத்தை மீண்டும் பெற முடியாது என்பதை மறந்தவர் போல் கவலையற்றுக் கிடக்கிறீர்களே! பாடசாலை சென்றுவிட்ட சிறுவர்கள், பால் தந்து விட்டுப் போன வயோதிபன், இவர்களுக்செல்லாம் இருக்கும் பொறுப்பு உணர்ச்சி கேவலம் உங்களிடம் பட்டும் கிடையாதா?' என்றாள்.'

இப்படிக் கதையை ஆரம்பித்தவன் அடுத்த வினாடி அதையும் வெட்டி விட்டான். அப்படியெல்லாம் ஒரு பெண் பாத்திரம் பேச முடியாது என்பது தான் அதற்கான காரணம். சாதாரண ஒரு குடும்பப் பெண் இப்படியான ஒரு நீண்டதும், அர்த்தமும் அழகும் நிறைந்தது மான அடுக்குத் தொடர் வசனத்தைப் பேசமாட்டாள் - பேசவும் முடியாது என்பது கனம் கதைவாணனின்

கருத்தாகும். அப்படிப் பேசுவதாக எழுதிவிட்டால் அது வாழ்க்கையில் இருந்தும் வேறு பட்ட - நடக்க முடியாத விவகாரமாக முடியும் எனவும் அவன் கருதினான்.

அடுத்து அவன் வேறு கதை ஒன்றை வேறு முறையில் எழுதுவது பற்றிச் சிந்திக்கலானான்.

"மனைவி அகால மரணம் அடைந்து விட தந்தைக்குத் தந்தையாய், தாய்க்குத் தாயாக இருந்து, தனது ஒரே மகன் குமாரைக் கவலை என்பதே தெரியாமல் வளர்த்து விட்டவர் குமாரலிங்கம். வளர்த்த கடா மார்பில் பாய்வது போல சடார் இப்படித் தன்னை நட்டாற்றில் விடுவான் என்று குமாரலிங்கம் கனவிலும் நினைத்திருப்பாரா?"

சோகக் கதை ஒன்றை எழுத ஆரம்பித்தான். ஆனால் இதிலும் தவறும் அபத்தமும் இருப்பதாகத் தோன்றவே தான் எழுதிய கடதாசியையே, கசக்கிக் குப்பையில் எறிந்து விட்டான்.

ஒரே ஒரு தகப்பன். ஒரே ஒரு மகன். இப்படியாகப் பாத்திரங்களைப் படைத்தது, சிக்கலின்றிக் கதையை நகர்த்துவதற்காக, வேண்டும் என்றே படைத்ததுபோல் அவனுக்குத் தோன்றியது. கேவலம் கதையை உணர்ச் சிகரமாகச் சித்தரிப்பதற்காக மனைவியை இழந்த கணவனையும் சகோதரர்கள் அற்ற மகனையுமா படைத்துக் காட்ட வேண்டும்?

கதைவாணன் புதிதாக ஒரு கடதாசி எடுத்து, புதிதாக, சுடச் சுட ஓர் இலக்கியக் கதை புனையலானார்.

"பூந்தாது சொரியும் அந்தி மாலையினை உடைய சோழனின் அருள் மிகுந்த வெண்கொற்றக் குடை போன்று, அதுவும் இந்த அழகிய உலகிலே தண்ணொளி பரப்புகின்ற..."

இலக்கியக் கதையாவது தனக்குக் கை கொடுக்காதா என்று முயன்றவன் அதிலும் வெற்றிகரமாகப் பின் வாங்க வேண்டி வந்துவிட்டது.

மக்களுக்காக, மக்கள் இலக்கியம் படைக்கப் புறப்பட்ட தான் மக்களில் பலருக்குப் புரியாத மொழி நடையை, சொல் ஆட்சியை கையாளலாமா? 'பூந்தாது' என்பதும் 'வெண்கொற்றம்' என்பதும், 'தண்ணொளி' என்பதும் எல்லாருக்குமா புரியப் போகிறது?

இப்படியாக இரவு பதினொரு மணிவரை முயன்றும் கதைவாணனால் ஒரு கதையின் ஆரம்பப் பகுதியைக்கூட எழுத முடியாமல் போய் விட்டது. தூக்கம் கண்களைத் தழுவியதனாலும், அலுப்பினால் உடல் தளர்ந்து விட்டதனாலும் அவன் தனது கதை எழுதும் திட்டத்தினை அடுத்த நாள் இரவுக்கு ஒத்தி வைத்தான்.

6

42. கடல் ஓசை 90.4:

மீனவர்கள் முன்னேற்றத்துக்கான சமுதாய வானொலி

பரபரப்பான நம் காலை நேரங்களில் வீடு தொடங்கி பயண இலக்குகள் வரை நம்முடன் சேர்ந்தே பயணிப்பது ரேடியோ பண்பலை ஒலிபரப்புகள். எத்தனையோ பொழுதுபோக்கு ஊடகங்கள் வந்துவிட்டாலும்கூட இன்னமும் பெரும்பான்மை இந்தியச் சமூகத்தின் ஆதர்ச ஊடகமாக இருப்பது ரேடியோ பண்பலைகள்தான். நிலப்பரப்பில் வாழும் நமக்கு மட்டுமல்ல கடலோடிகளுக்கும் ரேடியோ நேசமிகு ஊடகமாக இருக்கிறது என்பதற்கான சாட்சிதான் கடல் ஓசை 90.4 எப்.எம்.

ராமேஸ்வரத்தின் பாம்பனில் அப்படி ஒரு வானொலி ஒலித்துக் கொண்டிருக்கிறது. தினமும் அதிகாலை 12 மணிக்குத் தொடங்கி மாலை 5 மணி வரை ஒலித்துக் கொண்டிருக்கிறது கடல் ஓசை.

'பாம்பன் நேசக்கரங்கள் அறக்கட்டளையின் கடல் ஓசை 90.4.. நமது முன்னேற்றத்துக்கான வானொலி' என்ற அறிவிப்புடன் ஒவ்வொரு நிகழ்ச்சியையும் தொடங்குகின்றனர். ஆசியாவிலேயே மீனவ சமுதாயத்துக்கு என்றே பிரத்யேகமாகச் செயல்படும் ஒரு சமுதாய வானொலி. அண்மையில் கடல் ஓசை சமுதாய வானொலியின் நிலைய இயக்குநர் காயத்ரியையும் அதன் தொகுப்பாளினி சேலாஷையும் நேரில் சந்திக்கும் வாய்ப்பு கிடைத்தது.

'இந்து தமிழ் திசை' இணையதளத்துக்காக அவர்கள் இருவரையும் பேட்டி கண்டோம்.. சேலாஷ் எம்.காம். பட்டதாரி. பாம்பன் மீனவ சமுதாயத்தைச் சார்ந்தவர். 2016-ல் கடல் ஓசை எப்.எம் ஆரம்பிக்கப்பட்டபோதிலிருந்து அதனுடன் தொகுப்பாளினியாகப் பயணித்துக் கொண்டிருக்கிறார்.

அவருடனான நேர்காணல்..

சேலாஷ்... உங்களுக்கும் கடல் ஓசைக்குமான பந்தம் குறித்துச் சொல்லுங்கள்?

ன் படித்தது எம்.காம். ஆனால் என்னுடைய சமூகத்துக்கு ஏதாவது செய்ய வேண்டும் என்ற உந்துதல் இருந்துகொண்டே இருந்தது. அப்போதுதான் கடல்

ஓசை பாம்பனில் ஒலிப்பதாக இருந்தது. அத்துடன் என்னை இணைத்துக் கொண்டேன். கடல் ஓசை மீனவ சமுதாயத்துக்கான வானொலி என்பதால் இத்துடன் பயணிப்பது எனது இலக்கைப் பூர்த்தி செய்துள்ளது.

உங்கள் நிகழ்ச்சியின் பெயர் என்ன? எப்போது ஒலிபரப்பாகிறது?

எனது நிகழ்ச்சி தகவல் வீச்சு. இது நேரலை. காலை 8 மணி முதல் 10 மணி வரை ஒலிபரப்பாகும். தினமும் பெட்ரோல், டீசல் விலை தொடங்கி, காற்றின் வேகம், கடல் வானிலை என மீனவர்களுக்கு உபயோகமான பல்வேறு தகவல்களை நான் பகிர்வேன். இதில் நாங்கள் பாடல்கள் என்று எதுவும் ஒலிபரப்புவதில்லை. அப்படியே எப்போதாவது ஒலித்தாலும் அது மக்களிசை சார்ந்ததாக இருக்குமே தவிர சினிமா பாடல்களாக இருக்காது. பெரும்பாலும், மீனவ மக்களுக்குத் தேவையான தகவல்கள், விழிப்புணர்வுகளைப் பகிர்வதுதான் கடல் ஓசை தகவல் வீச்சு நிகழ்ச்சியின் நோக்கம்.

காலநிலை மாற்றத்தை ஒரு மீனவப் பெண்ணாக நீங்கள் எப்படி உணர்கிறீர்கள்?

நான் சிறு வயதில் கரையோரத்தில் கால் நனைக்கும்போதே மீன்கள் துள்ளிக் குதித்துச் செல்வதைப் பார்ப்பேன். ஆனால், இப்போதெல்லாம் பல கிலோ மீட்டர் சென்றால்தான் மீன்கள் கிடைக்கின்றன. கடல் வெப்பம் அதிகரித்திருக்கிறது. அதனால்தான் நான் சிறுவயதில் பார்த்த பல மீன்களை இப்போதெல்லாம் பார்க்கவே முடியவில்லை என்றளவில் எனக்கு காலநிலை மாற்றம் பற்றி புரிதல் ஏற்பட்டுள்ளது.

மீனவ சமுதாயத்துக்கான விழிப்புணர்வில் நீங்கள் எவற்றை முன்னிறுத்துகிறீர்கள்?

மன்னார் வளைகுடாவில் அதிலும் பாம்பனில் பவளப் பாறைகள் அதிகம். பவளப்பாறைகள் என்பன மீன்வளத்தைப் பாதுகாக்கும் உயிரினம். காலநிலை மாற்றத்தால் அவ்வப்போது பவளப்பாறைகள் ப்ளீச்சிங் எனும் வேதியல் மாற்றத்துக்கு உள்ளாகின்றன. சில நேரம் கடல் வெப்பம் குறையும்போது மீண்டும் உயிர் பெறுகின்றன. சில நேரங்களில் இறந்து விடுகின்றன. மீனவர்கள் ட்ரால் வலைகளைப் பயன்படுத்தும்போது பவளப்பாறைகள் சேதமடைகின்றன. முன்பெல்லாம் பவளப்பாறைகள் பற்றி பெரிய அளவில் விழிப்புணர்வு இல்லாமல் இருந்தவர்களுக்கு இப்போது அவற்றின் முக்கியத்துவம் பற்றி மீண்டும் மீண்டும் வானொலியில் தெரிவித்துக் கொண்டே இருக்கிறோம்.

கடல் ஓசை வாயிலாக ஒலித்த உங்கள் குரலால் ஏற்பட்ட குறிப்பிடத்தக்க மாற்றம் என்று எதையாவது சுட்டிக்காட்ட இயலுமா?

நிச்சயமாக. முன்பெல்லாம் வலைகளில் ஆமைகள் சிக்கினால் அதனை எங்கள் மீனவர்கள் வீட்டுக்குக் கொண்டுவந்து விடுவார்கள். அப்புறம் என்ன ஆமைக்கறி சமையல்தான். அந்த ருசிக்கு எங்கள் நாக்கு அப்படி அடிமைப்பட்டிருந்தது. ஆனால், ஆமைகள் கடல் வளத்துக்கு எவ்வளவு முக்கியமானது. கடலில் உணவுக் கன்னி உடையாமல் பாதுகாப்பதும் ஆமைகள்தான்

என்பதை விஞ்ஞானிகள் மூலம் நாங்கள் புரிந்து கொண்டோம். குறிப்பாக எம்.எஸ்.சுவாமிநாதன் ஆராய்ச்சிக் கழகத்தின் விஞ்ஞானிகள் ஏற்படுத்திய விழிப்புணர்வு மிகவும் உதவிகரமாக இருந்தது. இப்போது எல்லாம் எங்கள் மீனவர்கள் ஆமைகள் வலையில் சிக்கினால் வலையை அறுத்து விடுவிக்கிறார்கள். இது மிகப்பெரிய மாற்றம் என நான் நம்புகிறேன். அதேபோல் கடல் அட்டைகள், நட்சத்திர மீன்கள், கடல் பசுக்கள் ஆகிய உயிரினங்களின் முக்கியத்துவத்தையும் நாங்கள் புரிந்து கொண்டிருக்கிறோம்.

மீனவ மக்களின் பிரதிநிதியாக நீங்கள் அரசாங்கத்துக்கு வைக்கும் கோரிக்கைகள் என்ன?

1. கழிவுநீர் கடலில் நேரடியாகக் கலப்பதால் மன்னார் வளைகுடாவின் உயிர்கோளப் பாதுகாப்பு கேள்விக்குறியாகிறது. அதனால், மன்னார் வளைகுடாவின் கடல் வளத்தைப் பாதுகாக்க கழிவுநீர் சுத்திகரிப்பு நிலையம் அமைக்க வேண்டும்.
2. மீனவர்கள் பிடித்துவரும் மீன்களைப் பாதுகாத்து வைக்க குளிரூட்டப்பட்ட பாதுகாப்பு குடோன்கள் அமைக்க வேண்டும்.
3. மீன்களுக்கான ஆதார விலையை நிர்ணயிக்க கூட்டுறவு சங்கங்களை அரசே அமைக்க வேண்டும்.

இதுதான் பாம்பன் மீனவர்களின் பிரதான கோரிக்கை. கடல் ஓர் அதிசயம் அதைப் பாதுகாப்பது அவசியம் என்று சொல்லி முடித்தார் சேலாஷ்.

கடல் ஓசை நிலைய இயக்குநர் காயத்ரி உஸ்மான் பேசியதாவது:

அடிப்படையில் நான் ஒரு சவுண்ட் இன்ஜினீயர். சென்னையில் ஹலோ எப்.எம்., துபாயில் ரேடியோ சலாம் ஆகிய பண்பலைகளில் வேலை செய்தேன். எப்போதுமே நாம் பார்க்கும் வேலை சுவாரஸ்யமாக இருக்க வேண்டும் என்றால் புதிய புதிய விஷயங்களைக் கற்றுக்கொள்ள வேண்டும். புதிய விஷயங்களுக்கான தேடல் என்னை கடல் ஓசையில் இணைத்தது. கடலும், கடலோடிகளும் எனக்கு இன்றளவும் எண்ணற்ற ஆச்சர்யங்களையும், படிப்பினைகளையும் அன்றாடம் அள்ளிக் கொடுக்கின்றன.

கடலைப் பற்றி புரிந்துகொள்வதோடு கடலோர மக்களின் வாழ்வாதார மேம்பாட்டுக்காகப் பணியாற்றுகிறோம் என்ற ஆத்ம திருப்தி கிடைக்கிறது. மீனவ மக்களின் நம்பிக்கையைப் பெறுவது அவ்வளவு எளிதல்ல. ஆனால் அதை நான் பெற்றிருக்கிறேன். அதற்கு கடல் ஓசை தளம் அமைத்துக் கொடுத்திருக்கிறது. கடல் ஓசையின் நிறுவனர் எஸ்.ஆர்ம்ஸ்ட்ராங் பெர்ணாண்டோ. இவருக்கு பாம்பன் தான் பூர்வீகம். இப்போது வேறு தொழிலில் இருந்தாலும் தன் மக்களுக்காக இந்தச் சேவையை ஆரம்பித்துள்ளார்.

என்னுடன் சேர்த்து மொத்தம் 11 பேர் இங்கு பணியாற்றுகிறோம். முழுக்க முழுக்க மீனவ சமுதாயத்துக்காக மட்டுமே இயங்குவதுதான் இதன் சிறப்பே. ஆந்திராவில் ஆலா ரேடியோ என்று ஒன்று இயங்குகிறது. ஆனால், அதில்-

கூட மீனவர்களுக்கான தகவல்களுடன் சேரி மேம்பாட்டுக்கும் முக்கியத்துவம் கொடுக்கப்படுகிறது. அதனால் எங்களின் கடல் ஓசை மட்டும்தான் இப்போதைக்கு மீனவர்களுக்கான எக்ஸ்குளுசிவ் சமுதாய வானொலி என்பதில் எனக்கு மிகுந்த பெருமை.

மீனவ சமுதாயத்தில் இன்னமும் சில குடும்பங்களில் பெண் கல்வியைப் பெரிதாகப் போற்றுவதில்லை, 17 வயது முடிந்தவுடன் திருமணங்கள் நடத்தப்படுகின்றன. கடல் ஓசை மீனவர்களுக்கான வானிலை அறிக்கை, கடலுக்குச் செல்லும் நேரம், மானியம் வழங்கும் காலம் போன்ற அறிவிப்புகளோடு நிறுத்திக் கொள்ளாமல் சமுதாயத்தின் ஒட்டுமொத்த வளர்ச்சியைப் பேணுவதற்காக பெண்கள் மற்றும் குழந்தைகள் மீதும் அக்கறை கொண்டிருக்கிறது. ஷேலாஸ் எங்களிடம் முழுநேரத் தொகுப்பாளினியாக இருக்கிறார். நிறைய மீனவ கிராமப் பெண் பிள்ளைகள் இப்போதெல்லாம் சூழியல் சார்பாக ஆர்வத்துடன் வந்து வானொலியில் பேசிச் செல்கின்றனர். அவர்களுக்கு ஊக்கத்தொகையாக ரூ.250 தருகிறோம். 10 நிகழ்ச்சிகள் ஒரு மாதத்தில் செய்தால் அவர்களுக்கு சுமார் 2500 ரூபாய் வரை கிடைக்கிறது. இது ஒரு சிறு நிதி ஆதாரமாக இருக்கிறது.

குழந்தைகள், பெண்கள் என எங்கள் வீச்சு முழுமையாக இருப்பதால் பாம்பன் மக்கள் எங்களோடு ஐக்கியம் ஆகிவிட்டனர் என்றுதான் சொல்ல வேண்டும். நிறையப் பேர் ஆர்வத்துடன் தொடர்புகொண்டு தங்கள் பாரம்பரிய அறிவையும் அனுபவங்களையும் பகிர்ந்துகொள்ளத் தயாராக இருக்கின்றனர். நீங்கள் கேட்டுக் கொண்டிருப்பது கடல் ஓசை 90.4.. இது மீனவர்கள் முன்னேற்றத்துக்கான வானொலி என்ற ஒலி பாம்பன் சுற்றுவட்டாரத்தின் 10 கி.மீ. பகுதியில் நீங்கள் எங்கு சென்றாலும் கேட்கக்கூடிய ஒலியாக மாறியிருப்பதுதான் இதன் வெற்றி என்றார். கடல் என்றால் நமக்குத் தெரிந்தது கடற்கரை, சுவையான கடல் உணவு. ஆனால் ஷேலாஸ் சொல்வதுபோல் கடல் அதையும் தாண்டி ஒரு அதிசயம். கடலில் இருந்து உயிர்கள் உருவாகின. கடலை, கடல் வளத்தைப் பாதுகாப்பது நம் கடமையும்கூட. அது கடலோடிகளின் கடமை என நாம் ஒதுங்கி நிற்க வேண்டியதில்லை.

43. குட்டி ரேவதி

பெண் எழுத்தாளர்கள் மீது ஆண் எழுத்தாளர்கள்
கொள்ளும் வெறுப்பு! - இயங்கியல் பார்வை

இன்று தான் என்று இல்லை. பெண்கள் எழுத வந்த முதல் கணம் முதலே பெண் எழுத்தாளர்கள் மீதான வெறுப்பும், சந்தேகங்களும் சமூகத்திடம் இருந்து கொண்டு தான் இருக்கிறது. அது வரை, ஆணின் ஆளுமைகளையும், குடும்பம், திருமணம், சாதி, மதம் இன்ன பிற, ஆணுக்கு இசைவான அமைப்புகளையும், ஆண் ஏற்ற அதிகார அடையாளங்களையும்

கட்டிக்காக்கும் பொறுப்புகளை மட்டுமே நிறைவேற்றி வந்த பெண்கள், தம் கைக்கு மொழி கிடைத்ததும், சிந்திப்பதைப் பதிவு செய்யும் வாய்ப்புகளை ஏற்படுத்திக்கொண்டனர்.

ஆனால், இதுவும் காலங்காலமான தடைகளுக்குப் பின்பு தான் நிகழ்ந்தது. எல்லா வர்க்கப்பெண்களுக்கும், எல்லா சாதியைச் சேர்ந்த பெண்களுக்கும் இது ஒன்று போல, ஒரே சமயத்தில் நிகழவில்லை. இந்தியாவின் பார்ப்பனப் பெண்களின் இரண்டாவது தலைமுறையைச் சேர்ந்தவர்கள் எழுதிக்கொண்டிருக்கும் போது தான், பிற இடைநிலைச் சாதிகளின் முதல் தலைமுறை, எழுத வாசிக்கவே கற்றுக்கொண்டிருந்தனர். இன்றும் இன்னும், தாழ்த்தப்பட்டவர்களின் பெரும்பகுதியும், பழங்குடிப் பெண்களின் பெரும்பகுதியும் எழுத்து மொழியைப்பெறாமல் இருக்கிறார்கள் என்பதையும் நாம் இவ்விடத்தில் நினைவில் கொள்ளவேண்டும்.

பெண்கள் எழுத வரும்போது, சமூகத்தில் உருவாகும் பதட்டம் என்பது, நிறைய விடயங்களை அம்பலமாக்கும் என்பது தான். அது வரை மறைத்தலுக்கும் மறந்துபோதலுக்கும் ஆளான வாழ்க்கைச் சம்பவங்கள், அது சார்ந்த முறையீடுகள் எல்லாம் பகிரங்கமாகத் தெரிய வந்து, இது வரை தாம் அனுபவித்து வந்த அதிகாரங்களையும் சமூக மரியாதைகளையும் குலைக்கும் என்பதை ஆண் எழுத்தாளர்கள் உள்ளிட்ட, அதிகாரங்களை அனுபவித்தவர்கள் அறிந்தது தான். நான் எழுதுவது ஒன்றும் புனைவு இல்லை. கடந்த கால நாவல்களிலும், திரைப்படங்களிலும் தெளிவாகப் பதிவுசெய்யப்பட்டிருக்கிறது.

ஆனால், இதை விட, அதிகமாகவும் ஆண் சமூகத்தை அச்சுறுத்துவது, பெண் தன் கற்பனைகளை எழுதத்தொடங்கிவிடுவாள் என்பதும், அதற்காகவே கற்பனை செய்வதை ஓர் ஆற்றலாக்கிக் கொள்வாள் என்பதும் தான். இதற்கு முன், பெண்கள் கற்பனை செய்வதற்குக் கூட வாய்ப்பு தராத சமூகச்சூழல் தான் எப்பொழுதும் வழங்கப்பட்டிருந்தது. தரவேற்றம் செய்யப்பட்டதை ஓர் இயந்திரம் போல, ஆணைகளுக்கு ஏற்ப அவளால் நிறைவேற்றமுடியும். அவ்வளவே.

இன்று நிலைமை மாறிவிட்டது. குறிப்பாக, மீனவர் பெண்கள், தாழ்த்தப்பட்ட பெண்கள், மதச்சிறு பான்மையினர், உழைக்கும் பெண்டிர், பாலியல் வாழ்வைத் தொழிலாக ஏற்றவர்கள், அதிகாரத்திற்கு எதிரான போராட்ட வாழ்வைத் தம் வாழ்வாக ஏற்றுக்கொண்டவர்கள் என எல்லோரும் எழுத வந்துவிட்டனர். இதனால், ஏற்படும் "பாதுகாப்பின்மை உணர்வு" ஆண் எழுத்தாளர்களைப் பதட்டம் நிறைந்தவர்களாக ஆக்கியுள்ளது. இதுமட்டுமன்று, இந்தப் பாதுகாப்பின்மையை நான் எழுத வந்த காலத்தில், இப்படித்தான் என்னிடம் செயல்படுத்தினார்கள்:

இப்படியெல்லாம் எழுதுவது எழுத்து இல்லை என்றும், இந்தச் சாதியிலிருந்து வரும் எழுத்தை மற்ற சாதியினர் ஏன் வாசிக்கவேண்டும் என்றும், 'நீ தான் எழுதவந்து விட்டாயே, எழுதும் ஆண்களுடன் உடலுறவு வைத்-

துக்கொள்ளவும், குடிக்கவும் தயாரா?' என்றும் 'பெண்களால் எத்தனை வருடங்களுக்குத் தொடர்ந்து இப்படி எழுதிவிட முடியும்!' என்ற பரிகாசங்களும் பல முனைகளிலிருந்து வந்து கொண்டே இருந்தன. அதை விட எளிதாக, பாலியல் நகைச்சுவையுணர்த்தும் குறிப்புகளையும் பாலியல் அறிவை நமக்கு புகுத்துவதற்கான ஆலோசனைகளையும் கடிதங்களாகவும் மின்னஞ்சல்களாகவும் ஆண் எழுத்தாளர்கள் தொடர்ந்து அனுப்பிக் கொண்டிருந்தனர். அதில், இன்றைய பெரிய படைப்பாளிகள் என்பவர்களும் அடக்கம்.

இம்மாதிரியான அணுகுமுறைகள், ஆண்களுக்குத் தத்தம் சாதிச்செயல்பாடுகளிலிருந்து வருபவையே என்று என்னால் உறுதியாகச் சொல்லமுடியும். படைப்புவெளியில், வெவ்வேறு சாதிப் பின்புலத்திலிருந்து வந்த ஆண் எழுத்தாளர்கள் இருக்கின்றனர். ஆனால், பெண்கள் மீதான பாலியல் வெறுப்பை வெளிப்படுத்துவதிலும், கேலி செய்வதிலும் இவர்கள் எல்லோருமே ஒன்று போல இருந்தாலும் அதற்குக் காரணமான பதட்டமும், வெளிப்படுத்தும் விதமும், அவரவர் சாதி அதிகாரம் சமூகத்தில் எந்த இடம் கொண்டிருக்கிறதோ அதற்கு ஏற்றாற் போன்ற "வன்ம அளவுடன்' தான் செயல்படுவார்கள் என்பது குறிப்பிடத்தக்கது. இதை எந்த நீதிமன்றத்திலும், அல்லது எந்த அறிவியல் பரிசோதனைச்சாலையிலும், நான் வந்து நிரூபிக்கத்தயார்.

பார்ப்பனர், பிள்ளைமார், முதலியார், நாயர், நாயக்கர், கவுண்டர், நாடார், தேவர், கோனார், வன்னியர் எனத் தத்தம் வீடுகளில், தன்னையொட்டிய சாதிச்சமூகத்தில் பெண்களை நடத்தும் முறையொத்த முறைகளையே பெண் எழுத்தாளர்களிடம் கையாள்வது, இந்த ஆபாசங்களிலேயே மிகவும் சுவாரசியமானது. இதை யாரும் இப்படி நுணுகிப்பார்த்திருக்கமாட்டீர்கள், என்றால் இனி அப்படிப் பார்ப்பதை ஒரு பயிற்சிமுறையாகக் கொள்ளலாம்.

பெண் எழுத்தின் மீதான அச்சமும், வெறுப்பும், ஒரு கட்டத்தில் வேறு வழியின்றி ஆண்களின் கண்காணிப்பாக மாறியது. பின், அவள் எழுதுவதில், பாலியல் விடயங்களோ, கல்வி, விவசாயம், அரசியல், வரலாறு போன்ற விடயங்களோ இருந்துவிடக்கூடாது என்பதைத் திட்டவட்டமாக எல்லோரும் உணர்ந்து முழு எதிர்ப்பும் அத்திசையில் திரும்பியது. இப்பொழுது, அது 'பெண் எழுத்தையே' முற்றிலும் நிராகரிக்கும் ஒரு போக்காக மாறிவிட்டது.

அதற்கு இந்த வெறுப்புணர்வும், வன்மமும், காழ்ப்புணர்வும் உதவும் என்று அவர்கள் நம்புகிறார்கள். எழுத வந்த தொடக்கக்காலப் பெண்கள், இந்தியச்சாதியச்சமூகத்தின் காட்டுமிராண்டித்தனத்திலிருந்து விடுபடத் தமக்கு தேவையான விடுதலை மற்றும் பிரச்சார முன்மொழிதல்களை மேலைநாட்டுப் பெண்ணியத்திலிருந்து எடுத்துக்கொண்டார்கள். இயல்பாகவே, மேலை நாட்டுப்பெண்ணியம், அங்கு நிலவும் அரசியல் புரிதலின்பாற்பட்டு, ஆண் இனத்தைப் பெண்ணுக்கு எதிராக வைப்பது கெடுவாய்ப்பானது.

அந்த முறையையே, இந்தியப்பார்ப்பனீய, ஆதிக்க சாதிப் பெண்களும் முன்மொழிந்ததால், பெண்ணியம் பேசும் பெண், ஆண்களை எதிரியாக, எதிர்

இனமாகத் தான் பார்ப்பாள் என்பது நடைமுறையில் பதிந்து போன ஒன்றாகி-விட்டது. தொடர்ந்த எதிர்ப்புக்கு, ஆண்கள் இதையே காரணமாகவும் பார்க்-கிறார்கள். உண்மையில், இந்தியப் பெண்களின் மரபணுவிலோ, நினைவுக-ளின் நரம்புக்கூட்டங்களிலோ கூட, பிழையாகக் கூட, பெண்ணுக்கு ஆண் எதிரி என்று நினைப்பது இந்தியாவில் சாத்தியமாகாது. அத்தகைய பண்-பாடு, இந்தியாவில் வேர்விடவே வாய்ப்பு இல்லை. சாதிச்சிக்கல்களும் அதன் மரபார்ந்த அடக்குமுறைகளும் பெண்களுக்கு இருக்கும் சவால்களும் அந்த அளவிற்குக் கொடுமையானவை.

இத்தகைய பிரச்சனையின் மையம், பார்ப்பன மற்றும் ஆதிக்கசாதி ஆண்கள் தான். இவர்கள், பெண்களைக் காலம்காலமாக இப்படித்தான் பார்த்துவந்திருக்கிறார்கள். தம் பாலியல் இச்சையை, வெறுப்பை, அதிகா-ரத்தை நிலைநிறுத்தும் வெளிக்காட்டிக்கொள்ளும் இடமாகவே பெண்களை வைத்திருக்கின்றனர். வரலாறு தோறும் இதற்கான சான்றுகள் இலட்சோப இலட்சம் நிறைந்திருக்கின்றன. ஆக, அறிவின் உறைவிடமாகவோ, கருத்தின் பிறப்பிடமாகவோ பெண்கள் மாறுவது, ஆண்களின் தன்னிருப்பை அச்சுறுத்-தும் ஒன்று தான். அதிலும் எழுத்து என்பது சிந்தனை முறையைக் கேள்வி-கேட்கும் பணி என்பதால், இயல்பாகவே ஆண் படைப்பாளிகள் சாதாரண, பழைமைகள் தோய்ந்த, ஒரு சராசரி அவரவர் சாதி ஆண்களாகிவிடுகின்-றனர். மொழியில் கையாளவேண்டிய குறைந்தபட்ச அறம் கூட, தேய்ந்து-போய்விடுகிறது.

ஆனால், தாழ்த்தப்பட்ட மற்றும் சாதி அதிகாரத்தில் ஒடுக்கப்பட்டவர்க-ளாக இருக்கும் பின்புலத்தில் இருந்து வரும் ஆண் படைப்பாளிகள், பெண்-களிடம் இது போல நடந்து கொள்வது இல்லை. (இதில், விதிவிலக்குகள் இருக்கலாம். அப்படி இருப்பின், அவர்கள் சாதி அதிகாரத்தை உள்வாங்கிய, பார்ப்பனீயமயமாக்கச் சிந்தனைக்கு இரையாகிப்போனவர்கள் என்று கொள்-ளவேண்டும்.) இத்தகைய ஒடுக்கப்பட்டப் பின்னணியிலிருந்து வரும் ஆண்-கள், வாழ்வின் எந்தக்கட்டத்திலும் பெண்கள் மீது வெறுப்பையும் வன்மத்-தையும் உமிழும் வாய்ப்பை எடுத்துக்கொள்ளவே மாட்டார்கள்.

காரணம், இவர்கள் எப்பொழுதுமே பெண் பாலியல் ஆற்றலை ஓர் அச்-சுறுத்தலாகப் பார்த்தப் பண்பாட்டில் வந்தவர்கள் இல்லை. இன்னொன்று, வரலாற்றின் எந்தக் கட்டத்திலும் தன் மனைவியோ, சகோதரியோ எந்தப் பிறச் சாதி ஆணுடனும் சென்று உறவு கொண்டு விடுவாளோ என்ற அச்சம் இவர்களுக்கு இருந்ததே இல்லை. சாதிக்கலப்பு, ஆதிக்கசாதி ஆண்களுக்கு ஓர் அச்சமாக இருந்தது போன்று, இவர்களுக்கு ஒரு பொருட்டு இல்லை. இவர்கள் ஒடுக்குமுறையின் ஒரு வடிவமாகவும், ஒடுக்குமுறைகளின் போதும், பாலைகளிலும் வனாந்திரங்களிலும் ஆணும் பெண்ணுமாக, கையறு நிலை-யில் விடப்பட்டவர்கள். அந்த அளவிற்கு, சாதி அதிகாரங்கள் ஏதும் இல்-லாதிருந்தவர்கள்.

இவர்கள் எல்லோருமே, ஆதிக்கசாதி ஆண்படைப்பாளிகள் காட்டும் தற்பொழுதைய வெறுப்புக்கு எதிராக, பெண் எழுத்தின் பக்கம் நின்று அறம் பேணுபவர்கள். ஏனெனில், எந்தப்பெண்ணின் மீது, சாதி வன்கொடுமை நிகழும் போதும், அதைத்தம் சகோதரிக்கும் மகளுக்கும் நிகழ்வதாக உணரும் சிந்தனை உடையவர்கள். 'இசைப்பிரியா' என்ற பெண் மீதான பாலியல் வன்முறையைத் தம் சகோதரி மீதான வன்முறையாகப் பார்க்கும் மாண்பு கொண்டவர்கள்.

பெண்கள் எழுதுதல் என்பது ஒன்றும் எளிதாக நடந்துவிடவில்லை. தமக்கான நேரத்தைக் கண்டுகொள்ளல், தரவேற்றம் செய்யப்பட்ட சுயத்தணிக்கை முறைகளிலிருந்து விடுபடல், சமூகத்தணிக்கைகளைச் சமாளித்தல், இது மீறிய கற்பனை வெளிகளுக்கு உய்யும் வாய்ப்பைத் தேடிக்கொள்ளுதல், பணியிடங்களில் உயர்பதவிகளில் இருக்கும் ஆண் அதிகாரங்களால் பெண் பாலியல் மரியாதைகளுக்கு இழைக்கப்படும் சவால்களைச் சமாளித்துத் தன் இருப்பைப் போற்றுதல், சமரசம் ஆகாதிருத்தல், எந்த அங்கீகாரமும் இல்லாத நிலையிலும் தொடர்ந்து எழுதுதல், பதிப்பக அதிகாரங்களைக் கையாளுதல் எனத் தொடரும் சவால்கள் என்றுமே புதியவை.

இன்றும் மாறாதவை. இன்னும் சொல்லப்போனால், தமிழ் ஆண் எழுத்தாளர்கள் சொல்வது போல், பெண்கள் ஒன்றும் ஆண்களின் பாலியல் இச்சைகளுக்கு இரையாகி 'ஊடகப்பிம்பங்களாக' ஆகிவிட முடிவது இல்லை. 'உன்னை எவ்வளவு பெரிய ஆளாக ஆக்கிக்காட்டுகிறேன்!' என்ற பசப்பு வார்த்தைகளுடன் வந்த ஆண் படைப்பாளிகள், அத்தகைய பெண்களைச் சமூக வெளிச்சத்திலிருந்து முற்றிலுமாக விலக்கி, இருட்டடிப்பு தான் செய்திருக்கிறார்கள். இத்தகைய முறை, நடைமுறைக்கு உதவாது என்பது தான் அடிப்படையான தர்க்கம். பெண் நாளும் உழைத்தும், போராடியும் தான் எழுத்தை மட்டுமல்ல, எந்தவகையான கலைவெளிப்பாட்டையும் இந்தச்சமூகத்தில் செய்யமுடியும் என்பது வெகு யதார்த்தம்.

இவ்விடத்தில், மிகவும் குறிப்பிட்டுச் சொல்லவேண்டிய ஒன்று. உலகெங்கிலும் உள்ள ஆண் படைப்பாளிகள் இப்படி இருப்பதில்லை. அல்லது, உயர்ந்த அலல்து புகழ்பெற்ற ஆண் படைப்பாளிகள் என்று பாரட்டப்பட்டவர்கள்,

உண்மையில் அப்படியான புகழ்பெறுவதற்கு அடிப்படையான காரணம், பெண்களை எதிரினமாகப் பார்க்காதது தான். மனித இனமாகப் போற்றியது தான். பெண்ணும் ஆணும் ஹோமோசேப்பியன்ஸ் என்ற ஒரே வகை இனத்தைச் சேர்ந்தவர்கள் என்ற அடிப்படை அறிவியல் அறிவை அவர்கள் பெற்றிருப்பது தான். குதிரையும் கோழியும் என்ற வேறு வேறு இனத்தைச் சேர்ந்தவர்கள் இல்லை என்பதைப் புரிந்துகொண்டவர்களும் கூட. எந்தச்சந்தர்ப்பத்திலும், அவர்கள் பெண்கள் மீது அபாண்டமான சொற்களை உபயோகித்ததில்லை, உபயோகிக்கத் தயங்கியிருக்கிறார்கள்.

இன்றைய ஆண்படைப்பாளிகளின் ஆண் எழுத்து, அவர்கள் கொண்டிருக்கும் பெண் மீதான அடிப்படை வன்மங்களினாலேயே கடுமையாகப் பரிகசிக்கப்படும், புறக்கணிக்கப்படும் சூழலில் இருக்கிறது என்பதை அறியாதிருக்கிறார்கள். மார்க்வெஸ், தாஸ்தாயேவ்ஸ்கி, டால்ட்ஸ்டாய், பஷீர், நொபக்கோ என்று இந்த எழுத்தாளர்களே கொண்டாடும் படைப்புகளிலிருந்து கூட, இந்த ஆண் எழுத்தாளர்கள் தம் மூடப்பழக்கவழக்கங்களை மாற்றிக்கொள்ளும் துணிவைப் பெறவில்லை என்பது வருத்தமான விடயம் தான். பெண் எழுத்தின் மீதான நாட்டாமை அதிகாரத்தையும் அவர்களுக்கு எழுத்து அங்கீகாரம் வழங்கும் சலுகை உணர்வையும் இவர்கள் தக்கவைத்துக்கொள்வதன் வழி தான் இவர்கள் தம்மைப் படைப்பாளிகளாகக் காட்டிக்கொள்ளும் குறைந்தபட்ச வாய்ப்பையும் பெற்றிருக்கிறார்கள் என்பதை இன்று உணர்த்தியிருக்கிறார்கள்.

இது அடிப்படையில், ஆர்.எஸ்.எஸ். மனநிலை. துப்பாக்கியைக் கையில் எடுத்துச் சுடும் வாய்ப்புக் கிடைக்காத பட்சத்திலும், துப்பாக்கியில் குண்டு போட்டு எதையாவது சுட்டுச்சுட்டுப் பார்க்கும் கற்பனையின் வழியாகவே, மனப்பயிற்சியை தொடர்ந்து எடுத்துக்கொள்வது போன்றது தான்.

ஆனால், பெண்கள் இந்த வெறுப்புணர்வில் இருந்தெல்லாம் எளிதாக விடுபடக்கூடியவர்கள். உடனே எதையும் எவரையும் மன்னித்துவிடக்கூடியவர்கள். வரலாற்றில், இதைவிடக்கடுமையான சம்பவங்கள் பெண்கள் மீது இழைக்கப்பட்டிருந்தபோதும், பெண்கள், ஏதோ ஒரு வகையில் இப்படி மன்னிக்க முடிந்ததால் தான், இனஉற்பத்திப்பணியைக்கூட செவ்வனே செய்யமுடிந்தது. மானுடம் அதனால் தான்தொடர்கிறது. கருப்பையின் வழியாகப் பெண்களை மட்டுமே ஈனும், அற ஒழிப்பைப் பெண்கள் ஒருபொழுதும் செய்யமாட்டார்கள். மானுட இயங்கியலை, அறிவியலை மாற்றிவிட முடியும் என்ற மூடநம்பிக்கையைப் பெண்கள் ஒரு பொழுதும் கொண்டதில்லை! பெண் எழுத்தும் ஒரு பொழுதும் அதைப் பாராட்டாது!

44. நவீன இலக்கியத்தில் பெண் படைப்பாளிகள்

எழுத்து என்னோடு தொடர்ந்து இருந்து கொண்டிருந்தாலும், இலக்கிய அரசியல், இலக்கிய வாசிப்பு, இலக்கியவாதிகளூடான தொடர்பு 1998ற்கு பிறகுதான் எனக்கு ஏற்படுகின்றது. அதுவும் கணினி, லட்சுமிஅம்மாள் ஊடாக, பின்னால் பாரதி இலக்கிய சங்கத்தின் வழியாக.

என்னைப் பொறுத்தவரை நவீன இலக்கியம் 1998க்குப் பிறகாக இன்றுவரை நீளுகின்றது. ஆரம்பத்தில் என் வாழ்வு என் எழுத்து என்று இருந்து வந்த எழுத்து இயங்கியலில் இருந்துதான், இங்கு இயங்கிக் கொண்டிருக்கின்ற இலக்கிய புரிதல் அல்லது வாசிப்பு எனக்குள் ஒப்பீடு ரீதியாக நிகழ்கின்றது.

அதன் அடிப்படையில்தான் இலக்கியத்தில் பெண் படைப்பாளிகள் குறித்த என் கருத்தாடல்களை பதிவு செய்கின்றேன்.

1. பெண் படைப்பாளிகளின் அடிப்படை இயக்கம் எப்படி இருந்தது அல்லது இருக்கின்றது.

2. இன்றைய இலக்கிய விமரிசன உலகம் அதை எப்படி எதிர் கொள்கிறது.

இந்த இரண்டும் ஒன்றை ஒன்று நகட்டுகின்ற பாதிக்கின்ற விசயமாகவே இருந்து வருகின்றது.

பெண் படைப்பாளிகளின் அடிப்படை அவர்கள் வாழுகின்ற வாழ நேர்ந்து விடுகின்ற வாழ்வியலின் வேர்களிலிருந்து கிளைத்து வருகின்றது. சிலரது வாழ்க்கை பெண்ணிய, கலை இலக்கியம் ஊடாகவும், பெரும்பாலானோர் வாழ்க்கை அன்றாட யதார்த்த போராட்டங்களிலிருந்தும் கிளம்பி வருகின்றது. பெண்ணிய கலை இலக்கிய செயற்பாடுகள் மூலமாக கிளம்பி வருகின்ற எழுத்துக்கள் தங்களுக்கு சாட்சியங்களாக சில பல முன்னுதாரணங்களை கொண்டிருக்கின்றன.

அதைப் போலச் செய்ய நினைத்து இடத்திற்கு பொருந்தாமற் போனதும் உண்டு.

அதிலிருந்து தொடங்கிய வேறொன்றாய் முடிந்ததும் உண்டு.

தமிழக சூழலில் புதிய வகைமைகளாக கொடி பிடிக்கப்பட்ட போதும் பல பிரதேசங்களில், அல்லது தேசங்களில் பயன்படுத்தப்பட்டவையாகவே அவை இருந்தன. தமிழக சூழல் தாண்டிய பெண் ஆளுமைகளை சந்திக்கின்ற போது, பயன்படுத்தப்பட்டு நிராகரிக்கப்படவையாகவும் சில நேரங்களில் அடையாளம் காணப்பட்டிருக்கின்றன. தெலுங்கு பெண் எழுத்தாளர் சுபத்ரா ஒரு சந்திப்பில் காமத்தை எழுதுபவர்களுக்கு, வயிற்றுப் பசி பத்திய அறிமுகம் இல்லை என்று சொல்லி ஆதங்கப்படுகின்றார். கோட்பாடு அடிப்படையிலான பரீட்சார்த்த எழுத்துக்கள் ஒட்டு மொத்த கவன ஈர்ப்பு என்றும் இதுவரை இல்லாத வகைமையென்றும், உலக இலக்கியங்களோடு ஒப்புமை தரம் மிக்கவையாகவும் சொல்லப்படுவதற்கு வசதியானதாக மாறி விடுகின்றன.

பெண் படைப்பாளிகள் பல்வேறு பாடு பொருள்களை கவிதை, கலைப்படைப்பாக்கிவிட்ட போதும், "காமத்துப்பால் கவிஞர்கள்" என்று ஊடக வெளிச்சத்தைப் போட்டு, அங்கீகாரம் கொடுப்பதைப் போன்று நடித்து ஒரு வழிப் பாதைக்குள் மீண்டும் பெண் தன்னையே உடல் மட்டுமானவளாக பார்த்துக் கொள்ள வைக்கின்ற அபத்தத்தை செய்து விட்டன. கோட்பாடு ரீதியான ஆண்குறி மையப்புனைவு எதிர்ப்பு மட்டுமானதாக நவீன தமிழ் சில பெண் படைப்பாளிகளின் படைப்புகள் மாறிப் போயிருந்த அவலமும் நிகழ்ந்து கொண்டேதான் இருந்தது.

அதைத் தொடர்ந்து கோட்பாடுகள் ரீதியான படைப்புகள் ஒரு தேக்க நிலையை அடைந்ததை விமரிசர்கள் மட்டுமல்லாது படைப்பாளிகளும்

உணர்ந்தபடியேதான் இருந்தனர். இன்னொரு வகைமை தமிழகச் சூழலில் கோட்பாடுகள் கருதியல்கள் ஏதுமறியாது தனது அடிப்படை வாழ்வு எதுவென்றே புரியாமல் வாழ்ந்து கொண்டிருக்கும் பெண்ணுக்கு ஏற்படுகின்ற உணர்வுச் சிதைவுகள்,

உணரப்படாமலேயே இருந்து கொண்டிருக்கின்றன. உணர்வுச் சிதைவுகளைப் பல நேரங்களில் உணரப்படாமல் இருப்பதனால் அடையாளம் காணப்பபடாமல் பேசப்படா பொருளாகவும், அப்படி வாழ்வியலில் இருந்து பேசுகின்ற படைப்பாளிகள் பெண்குரலாக வாசிப்பு இல்லாமல், சமுதாய குரலாக ஏன் "ஆண் குரல் என்ற குற்றச்சாட்டோடு" மட்டுமே வாசிப்பும் நிகழ்த்தப்பட்டு விடுகின்றன. கோட்பாடுகளையும், மேலை தேயத்து பெண்ணிய குரல்களையும் புது பெண் மொழியாக ஒப்புக்கொள்ளத் தயாராக இருக்கின்ற இலக்கிய விமரிசன உலகம் மரபிலிருந்து, மண்ணிலிருந்து கொண்டு கேள்வி எழுப்பும் குரல்களை அலட்சியமாக புறந்தள்ளி விடுகின்றன. அதில் திட்டமிட்ட புறக்கணிப்பும் சேர்ந்தேதானிருக்கின்றன.

கோட்பாடுகளையும், மேலை தேயத்து பெண்ணிய குரல்களையும் புது பெண் மொழியாக ஒப்புக்கொள்ளத் தயாராக இருக்கின்ற பெண் படைப்பாளிகளும், தங்களுக்கு எதிரான தளத்திலிருந்து (உணர்வுச் சிதைவுகளை பேசும் பெண்மொழி தளத்திலிருக்கும், அவற்றை தனக்கு பரிச்சியமான மொழியில் எழுதிக் கொண்டு போவது என்பது) வார்த்தைகளின் அரசியல் அல்லாமல் வாழ்வின் அரசியலை பேசுபவர்களிடமிருந்து வரும் எப்படைப்புக்களையும் அவற்றிற்கான பொதுத்தன்மைகளையும் உரத்துப் பேசுவதே இல்லை. தங்களுடைய போக்குகள் மட்டுமே தமிழகத்தில் இயங்குவதாக எங்கெங்கும் பேசியும், பதிவேற்றியும் வந்தனர். நிராகரிப்பதாக பேசுவதற்கு கூட அருகதை அற்றவையாக அவை புறந்தள்ளப்பட்டன. இந்த காலகட்டத்தில் பெண் எழுத்துக்களை தனது வியாபாரப் பொருளாக பத்திரிக்கை வட்டாரங்கள் மாற்றிக் கொண்டன.

"கொஞ்சம் போர்னோவாக எழுதித் தர முடியுமா" எனக் கேட்ட இலக்கியப் பத்திரிக்கைத் தாதாக்களும் பெண் மொழி எழுதினால் புத்தகம் போடுகின்றேன் என கேட்கும் மிகச் சாதாரண பதிப்பகங்களும் பெண் படைப்பாளிகளிடம் கோரிக்கைகள் விடுத்தது இதற்குச் சான்று.

தன் உடல் பொருளாவதை எதிர்த்து எழுதத் தொடங்கப்பட்ட கவிதைகளை பொருளாக மாற்றிக் கொண்டது பத்திரிக்கை வியாபாரம்.

இலக்கிய விமரிசன உலகம் இதை எப்படி எதிர் கொண்டது.

பெண்கள் எழுதத் தொடங்குகின்ற போதே ஆண் படைப்பாளிகளிடமிருந்தும், விமரிசகளிடமிருந்தும் உன் படைப்பு எதைப் பேசினால் பார்க்கப்படலாம் எனப் பாடம் நடத்தத் தொடங்கியிருக்கின்றனர்.

எதைப் பாடு பொருளாக எழுதுவது

கவிதையில் எடிட்டிங்

எழுதப்பட்ட கவிதைகள், இலக்கிய விமரிசகர்களின் வாசிப்புக்குள் தினித்து வடிவமைத்து விடுவது என்பதாக அவை நீண்டது. பாலியல் சுதந்திரம் பேசும் பெண்களுக்கு ஆதரவானவர்கள் நாங்கள் என்று சொல்லும் போது, அச்சுதந்திரத்தில் நாம் குளிர்காயலாமா என்று தோளில் கை போட்டவர்கள் எங்களிடயே ஆகச் சிறந்த படைபாளிகளாகவும், விமரிசகர்களாகவும் இருந்தவர்கள்தான். இவர்கள் பாலியல் தெரிவில் சுதந்திரம் என்பதை பெண்கள் உணர்ந்து விடக் கூடாது என கவனமாக செயல்பட்டவர்கள்.

நானும் பெண்ணிய எழுத்துக்களை எழுதுகின்றே்ன். உடல் மொழி கவிதைகள் நாங்களும் எழுதுவோம் என்று கிளம்பியவர்களில் எழுத்தில் கருத்தியலில், வாழ்வு, கவிதை இரண்டுமே அபத்தப் புரிதலாக மாறிப் போயிருந்தது. ஒரு மேடையில் பெண்கள் எழுத்து அதிர்வை மட்டும் நோக்கியதாகவும் விளம்பரத் தனத்தோடும் இருக்கின்றது என எதிர்த்தவர்களும் கோட்பாடு எழுத்துக்களுக்கு எதிர்திசை எழுத்துக்களை ஆதரித்தவர்களாய் இருக்கவில்லை.

ஒரு பக்கம் பெண் எழுத்து வேகமாகப் பார்க்கப்பட்டு விடுவதற்கான தேவை இருந்ததை அதன் மேல் கல்லெறிவதற்காக மட்டுமே பயன்படுத்திக் கொண்டதோ இலக்கிய விமரிசன உலகம் என கேள்வி கேட்க வைத்தது. தொடர்ந்து எழுதுகின்றவர்களை, தங்களது விமரிசன தராசில் நிற்க தகுதியற்ற புலம்பல்களாக புறந்தள்ளுவதும் நிகழ்ந்தபடி இருந்தது. பல விமர்சகர்களிடம் இருந்த மௌன அங்கீகாரங்களும் நிராகரித்த எழுத்துக்களின் மேலான உரத்த கூச்சல்களும் உண்மையான எழுத்துக்களும் புதிய பெண் குரல்களுக்கும் சவக்குழி தோன்றிய வண்ணமே இன்றும் இருக்கின்றன. இதில் தாக்குப் பிடிக்க முடியாமல் காணாமல் போனவர்கள், காணாமல் போனாதாக பிரகடனப்பட்ட எழுத்துக்கள் அதிகம்.

ஏற்கனவே இருந்து கொண்டிருந்த இலக்கிய அளவீடுகள், பெண் எழுத்துக்கும், அவள் பேசுகின்ற வாழ்வியலுக்கும் கோருகின்ற புதிய பார்வைகளுக்கும் பொருத்தமற்றவைகள். இதற்கிடையில் பெண்களின் விமரிசனங்கள் ஒட்டு மொத்த இலக்கிய படைப்பின் மேல் எப்படியாக இருந்து வருகின்றது.பெண்களுக்கான இலக்கியத்தில் அவள் வாழ்வு சவாலாகிப் போனதிலிருந்து எழுதத் தொடங்கும் எழுத்துக்கள் வாழ்வை விட பெரிய சவாலை அரசியலை எதிர் கொள்ள வைக்கின்றன. அவள் எழுதுவதற்கான நேரமும் அவள் எழுதுவதற்கான அரசியலில் அவளே பிரகடனப்படுத்த வேண்டிய தேவையும் அவள் வாசிப்புத் தளத்தை, அது குறித்த விமரிசனத்தை பதிவு செய்யும் நேரத்தை எண்ணத்தை தின்றே விடுகின்றன எனலாம்.

பெண் விமரிசனம், எதை அவன் வார்த்தையில் சொன்னால் ஒப்புக் கொள்வானோ அப்படி அவன் பாணியில் இறங்கி அவனை ஒத்துக் கொள்ள வைப்பது ஒரு விமரிசன வெற்றி என்றால் என் ரசனை, என் விமரிசனம் எதுவென்று உனக்குப் புரியவைப்பேன். உன் எடைக்கற்களை நிராகரித்து

புதிய அளவுகோள்கள் என்னிடமிருந்தும் வரலாம் என்பதான பகிரல்களையும் ஒரு விமரிசன வெற்றியாகவே பார்க்கின்றேன்.

ஆனால் இவையெல்லாம் ஒரு முழுப்பக்கத்தில் உள்ள ஒரே ஒரு புள்ளி அளவினதாகவே இருப்பதால் கடந்து போய்க்கொண்டிருக்கின்றன.

எழுத்தே வாழ்வு - எழுத்தே கருத்தியல்
எழுத்தே விமரிசனம்
எழுத்தே இச்சமூக சிந்தனை கட்டமைப்பு
எழுத்தே இச்சமூக எதிர்ப்பு

அப்படியான சிந்தனைக் கட்டமைப்பே என் நவீன கலை வடிவம் என்பதாக நவீன தமிழ் இலக்கியத்தில் விளைவும், எதிர்விளைவுமாக பெண் எழுத்துக்கள் பயணிக்கின்றன. அவற்றின் தடங்களை நீங்கள் விரும்பினாலும் விரும்பாவிட்டாலும் கடந்துதான் போக வேண்டி இருக்கும், அதன் சுவடுகள் காலங் கடந்து அதை சொல்லும் சாட்சியங்களாக உருமாறும்.

45. சமூக இலக்கிய வரலாற்றில் பெண்களும் அவர்களுக்கெதிரான பெருந்துயரமும்

சமூக இலக்கிய வரலாற்றில் தந்தை வழிச் சமூகச் சூழலை, மையமிட்ட சமூக பின்புலத்தைக் காண முடிகிறது. சங்க இலக்கிய வரலாற்றில் 2381 — பாடல்களுள் 517 — புறப்பாடல்களும், 1862 — அகப்பாடல்களும் காணப்படுகின்றன. அவற்றில் அகப்பாடல்களுள் மருதத் திணைப் பாடல்கள் முழுவதும் பரத்தைத் தொடர்பு கொண்ட தலைவன் மீதான கோபம், ஊடல், பாணர்களின் தூது ஆகியவையே பெரும்பகுதி காணப்படுகின்றன. ஏக்கம், எதிர்பார்ப்பு, ஈர்ப்பு என பல பாடல்களும் காணப்படுவதை அறியலாம்.

அடுத்தக் கட்ட வரலாற்றில் காப்பிய காலங்களிலும் சிலம்பில் கண்ணகியை விட்டுவிட்டு மாதவியோடு கிடப்பதும், பிறகு கோவலன் கொலையுண்டு போவதும், கண்ணகி அழிப்பதும், மாதவி நோன்பு நோற்பதும், மணிமேகலையானவள் திருமணமே செய்து கொள்ளாததும், உதயணன் வற்புறுத்தியும் மறுத்த சமூகச் சூழலும் சீவகன் எட்டு பெண்களை திருமணம் செய்து கொண்ட நிலையையும் காண முடிகிறது. இது யாவும் அடிப்படையில் பெண்ணினத்திற்கு இழைக்கப்பட்ட கொடுமையான வரலாற்றின் ஒரு பகுதியேயாகும்.

ancient tamil loversபக்தி இலக்கிய வரலாற்றிலும் இந்நிலை தொடர்கிறது. குறிப்பாக சுந்தரர் பரவை நாச்சியார், சுந்தர நாச்சியார் ஆகிய இரு பெண்களை திருமணம் செய்து கொண்;டதையும், பக்தி மேலிட்டால் காரைக்கால் அம்மையை விட்டுவிட்டு வேறு பெண்ணை அவர் கணவன் மணம்

செய்து கொண்டதையும் அறிய முடிகிறது.

அடிப்படையில் சங்க காலத்திய பெண்கள் என்று பொதுவில் வைத்துக் கூறினாலும் தனித்தனித் கூறுகளாய் அவர்களை ஆராய வேண்டியுமிருக்கிறது. அதாவது உயர் குலத்து பெண்களான, அந்தணர், அரசர் அவர்களின் பெண்களும், வணிகர், வேளாளர் பெண்களும், அடியோர், ஏவலர், வினைவலர், இழிந்தோர் என்று கூறப்படுகின்றவர்களின் பெண்களும், அவர்களின் நிலையும், குறிஞ்சி, முல்லை, மருதம், நெய்தல், பாலை எனும் 5 நிலத்தில் வாழ்ந்த நில மக்களும், அம்மக்களில் பெண்களின் நிலைகளும் ஒத்த தன்மையில் இருந்திருக்கவே இல்லை என்பதையும் வரலாற்று வழி உறுதி செய்ய முடிகிறது.

சிற்றிலக்கிய வரலாறு பெரும்பகுதி தூது, உலா, கலம்பகம், குறவஞ்சி, பள்ளு என பலவும் பெண்ணினத்தின் நிலையை தெளிவாக விவரித்து செல்கின்றது. ஒரு இறைவன் (அல்லது) தலைவன் மீது காதல் கொண்டதாகவும், அவளுக்கு காதல் நோய் மிகுந்தபடியால் 'குறி' சொல்ல குறத்தி வருவதாகவும், குறி சொல்லி 'தலைவன் கிடைப்பான் எனக் கூறி பொருள் பெற்றுச் செல்வதையே கருவாகக் கொண்டது குறவஞ்சி நூல்கள்.

'தூது நூல்களும் மேற்கூறியதை போன்றே காதல் கொண்ட பெண்ணொருத்தி ஏதேனும் ஒரு பொருளை தூதாக அனுப்புவதாக அமைவது. 'உலா' வரும் தலைவனோ அல்லது இறைவனோ தூதாக வர, காதல் கொண்ட தலைவி புலம்புவதாக அமைந்திருக்கிறது. சில நூல்கள் இறைவனை புகழ்ந்து பாட வேண்டுமெனும் நோக்கில் பாடப்பட்டுள்ளதைக் காணமுடிகிறது. குறிப்பாக பள்ளு நூல்களில் உழவர் மக்களின் வாழ்க்கையை எடுத்துக் கூறி, இரு முரண்பட்ட தெய்வங்களைப் பற்றி ஏசுவது போல கூறி, இறுதியில் இருவரும் ஒருவரே என்ற ஓர் பொதுக் கருத்தை வலியுறுத்தும் பாங்கில் அமைக்கப்பட்டிருக்கிறது. இதில் ஒரு ஆணுக்கு இரு மனைவியர் இருப்பதாகவே கதை உள்ளது குறிப்பிடத்தக்கது.

பரணி போன்ற நூல்களில் மன்னனின் வலிமை, போர் பற்றி கூறப்படினும், அதிலும் தலைவன் வரவும் பெண்கள் கதவுகளை மூடுவதும், திறப்பதும் என தாழ்பாழ்களே தேய்ந்து போகும் அளவிற்கு தலைவன் வருகையை எதிர்நோக்கி காத்திருத்தல் எனும் கருத்தையும் பரணி தருகிறது. சிற்சில நூல்கள் மாறுபட்டும் அமைந்துள்ளது. 'விறலி விடு தூது' நூல் மட்டும் தலைவன் விறலியிடத்து தூது விடுவதாக அமைந்துள்ளது. அதற்கும் அடிப்படைக் காரணம் தலைவன் பரத்தைத் தொடர்பு செயல்பாடுகளே ஆகும். தலைவன் பரத்தை மீது கொண்ட உறவால் தலைவி ஊடலுறுகின்றாள். அதனால் தலைவியை இது காதல் பொருள் கூறாது புலவன் தான் பரத்தையருடன் கூடி கேடு அடைந்த செய்தியை விறலிபாற் கூறி மனைவியின் ஊடல் நீக்குமாறு தூது விடுத்ததாகப் பொருள் அமைந்துள்ளது. வேறு ஆண்கள் தூது விடும் நூல் இல்லை என்றே கருதலாம்.

மேற்கூறிய பெரும்பாலான சிற்றிலக்கியங்களில் பலவற்றிலும் பெண்ணினத்திற்கான தன்மை ஒரே வகைத்தாகும். யாவற்றிலும் மதக் கருத்துக்களையும், மன்னர், சிற்றரசர், தலைவன் என ஏதோ ஒரு அதிகாரம் படைத்த தனி மனிதரின் புகழை வெளிப்படுத்த வேண்டும் என நோக்கிலேயே பல சிற்றிலக்கியங்கள் உருவாக்கப்பட்டிருக்கின்றன. இந்நூல்கள் அனைத்திலும் பெண்களுக்கு எதிரான சமூகச் சூழலையே காண முடிகிறது. 16-ம் நூற்றாண்டிற்குப் பின்னர் கூட பல சிற்றிலக்கியங்கள் தோன்றி இருக்கின்றன. மராத்திய மன்னன் தஞ்சை 'சரபோஜி' மன்னனை மையமிட்டு "சரபேந்திர பூபால குறவஞ்சி" படைக்கப்பட்டு அவன் புகழ் கூறப்பட்டுள்ளதைக் காண முடிகிறது.

பள்ளு நூல்களிலிருந்து சில குறிப்புகளை உள்வாங்க முடிகிறது. குறிப்பாக தம் மதக் கருத்துக்களைப் பரப்புரை செய்யும் நோக்கோடு சில நூல்கள் எழுதப்பட்டுள்ளதை காண்கிறோம். உதாரணமாக, முக்கூடற்பள்ளு எனும் நூல் சிவன், திருமால் ஆகிய இருவரைப் பற்றியும், பெத்தலேகம் (எபிரேய) பள்ளு நூல் இயேசுவின் புகழையும், மக்காப் பள்ளு நபிகளின் பெருமையையும் கூறுவதை காணலாம். ஒரு குறிப்பிட்ட மக்களின் செயலை வெளிப்படுத்தி தம்மதக் கருத்துக்களை பரப்புரை செய்த நிலையை நன்கு அறிய முடிகிறது.

ஐரோப்பிய வருகைக்குப் பின்னர் சமூகத்தில் சிற்சில மாற்றம் தெரிந்தது. 18 ஆம் நூற்றாண்டிற்குப் பின்னர் பெண்கள் சார்ந்த கருத்தியலில் பெருமாற்றம் ஏற்பட்டது. பாரதியார் முதல் பட்டுக்கோட்டை வரையுமாய் பெண்ணுரிமை, பெண்ணடிமை எதிர்ப்பு குறித்த பாடல்கள் உருவாக மக்களிடையே வரவேற்பை பெற்றன. சிறுகதை, புதினம், ஹைக்கூ போன்ற வடிவங்களிலும் பெண்களின் சமூகக் கொடுமைகள், ஆணாதிக்கத்தால் அல்லலுறும் அவர்களின் வாழ்வு அதற்கெதிரான குரல் தொடர்ந்து இலக்கியங்களில் ஒலித்துக் கொண்டே வருகிறது. இன்றைய சமூக நடவடிக்கைகள் பெரும்பாலும் பாலியல் வல்லுறவுக்கு உள்ளாகுகின்ற சூழல், கொடுந்துயரமான வாழ்வு என பெண்கள் ஒருபுறம் வளர்ச்சியை நோக்கி சென்று கொண்டிருக்க, மறுபுறம் பெருந் துயரமான சூழலுக்கு உட்பட்டே வேறு வழியின்றி வாழ்ந்து வருவதை அறிகின்றோம். பண்டைய காலந் தொட்டு இன்று வரையும், அன்றைய ஔவை தொடங்கி இன்று அம்பை வரையும் தமது குரலை ஓங்கி ஒலிக்க எழுத்தாளுமையை பயன்படுத்தி நின்றாலும் பெண்கள் வாழ்வு எத்தகைய சிறப்புடையதாய் அமைந்து விளங்குகின்றது என்று கேட்பின் அதற்கு முழுமையான பதில் இந்தியாவெங்கும் வராது என்பதே உண்மை.

ஆண்களின் மிகச் சரியான நடத்தையும், பெண்ணினத்திற்கு எதிரான, பொருளாக பாவிக்கின்ற, நிலையிலிருந்து விடுத்து 'மனித இனத்தின் மாபெரும் புரட்சி' பெண்களென ஒவ்வொரு ஆணும் எண்ணுகையில் தான் இத்தகைய மாற்றம் நிகழும்.

புராண இதிகாசங்களிலும் பெரும்பாலான கருத்துக்கள் பெண்ணினத்திற்கு எதிரானதாகவே காணப்படுகிறது. குறிப்பாக, 'நிலவு' தேய்ந்து வளர்வதைப்

பற்றி ஒரு கதை காணப்படுகிறது. அது 28 பெண்ணை நிலவு எனும் ஆண்மகன் திருமணம் செய்து கொண்டதாகவும், 'அரிச்சந்திரன்' கதையில் தன் மனைவியை விற்கின்ற சூழலும், இராமனே சீதையை சந்தேகப்படுவதும், மஹாபாரதத்தில் பாஞ்சாலியை பணயம் வைப்பது, நளவெண்பாவில் நளன் தன் மனைவியை விட்டுவிட்டு சூதாடி கெடுவது என பல காவியங்களிலும் கூட பெண்ணின் நிலைமை மிக மோசமாக இருந்துள்ளதை அறிந்து கொள்ள முடிகிறது.

சமூக, இலக்கிய வரலாற்றில் மகட்பாற்காஞ்சி (பெண்தராததால் போரிடல்) உடன் கட்டை (கணவன் இறந்தால் மனைவி இறப்பது) விதவை (நல்ல உணவு உண்ணாது, நல் உடை உடுத்தாது தன்னந்தனியாய் வாழுதல்) தேவரடியார், முறை போன்ற பல தவறான செயல்களையும் வரலாற்று வழி அறிகின்றோம். இன்றும் கூட காதல் செய்யும் பெண் கொலை செய்யப்படுவது, பல்வேறு வகையில் தண்டிப்பது, திருமண வரதட்சணை கொடுமை, சிறு குழந்தை முதல் வயோதிகப் பெண்கள் வரையும் பாலியல் துன்புறுத்தலுக்கு ஆளாகுவதும், கொடுமைப்படுத்தப்பட்டு அழிக்கக்கூடிய சூழலை சமூகம் எவ்வாறு ஏற்றுக் கொண்டு நடைபோட்டுக் கொண்டிருக்கிறது என்பது பெருங் கேள்விக்குறி.

எத்தனை சட்டங்கள் இருந்திடினும், இன்னும் இன்னும் கடுமையான தண்டனை வழங்கக் கூடிய சட்டங்கள் இயற்றி நடைமுறைப்படுத்துவதே இன்றைய அரசின் மிகமுக்கிய கடமை. அதே சூழலில் ஆண்களாய் திருந்தாவிட்டால் இத்தவறுகளை தடுக்க முடியாது. மேலும் பெண்களும் தவறான செயல்களுக்கு வழி ஏற்படுத்தாமலும் இருக்கும் சூழலும், பழைய மரபு சிலவற்றை மாற்றி, பட்டுக்கோட்டை கல்யாண சுந்தரம் பாடல் ஒன்றில்,

"தாலி கட்டிக்கிட்டா இரண்டு பேரும் சேர்ந்து கட்டிக்கணும் இருக்கிற பழைய முறையை மாத்திக்கணும்" என்ற கருத்திற்கேற்ப திருமணமான ஆண்களுக்கென தனி அடையாளம் போன்ற பல சட்டங்களை இயற்றும் போது — பெண்ணினம் பேரழிவிலிருந்து கொஞ்சம் காப்பாற்றப்படும். இல்லையேல் பேரழிவுக்கு உள்ளாக்கப்பட்டு மேலும் மேலும் அழிவுக்குள்ளாக்கும் வழிகளே ஆணாதிக்கச் சமூகத்தால் எதிர்காலத்தில் அரங்கேற்றப்படும்.

இன்றைய நவீன இலக்கியங்கள் காட்டப்படும் பெண்களுக்கு எதிரான செயல்கள் வித்தியாசமான முறையில் மாறுபட்டு இருப்பதையும் உணர முடிகிறது. "வீட்டுக்குள்ளே பெண்ணைப் பூட்டி வைப்போம் என்ற விந்தை மனிதர் தலை கவிழ்ந்தார் என்ற நிலை மாறி வீட்டை விட்டு பெண்ணை ஏன் அனுப்பினோம் என மனிதர் தலை கவிழும் சூழலுக்கு மனித நேய சமூகம் மானக்கேடான சமூகமாகவே மாறிக் கொண்டிருக்கிறது.

வேலை கேட்டுப் பெண்ணொருத்தி
வீதியிலே நடந்து வந்தால்
சேலைதனை அவிழ்த்துவிடும் உலகமடி

பணக்கார வர்க்கமடி பாம்பினும் கொடியதடி
சுதந்திர இந்தியாவாம் சொல்லும் போதே எறியுதடி
என்றார் கவிஞர் இன்குலாப். இப்படி தான் இன்றைய பெண்ணினத்தின் நிலை.

காந்தி பின்வருமாறு கூறினார்.

“ஒரு பெண் தன்னந்தனியே இரவில் நகைகளோடு எப்போது சென்று வருகிறாரோ அப்போது தான் அது முழு சுதந்திரம்” என்று. இங்கு ஒரு பெண் அல்ல ஒரு சிறுமி கூட, அதுவும் பகலில் நடமாட முடியாதபடி, கொடுமையான சூழல், இவ்வளவு அறிவியல் வளர்ச்சிப் பெற்ற 21 ஆம் நூற்றாண்டில் நிகழ்கிறது என்றால் அதை விடவும் கொடுஞ் செயல் உலகில் வேறொன்றுமில்லை என்றே கூறலாம்.

நவீன செயலிகளின் மூலமும், வாட்ஸ் அப், பேஸ்புக் போன்ற சமூக வலைதளங்கள் பலவற்றின் ஊடாகவும் கூட பெண்கள் அடையும் பாதிப்பை விரல் விட்டு எண்ணலாகாது. இத்தகைய கொடுமையை முற்றிலும் அகற்றுவதற்கு பெண்களே தமக்கென ஒரு பொதுவான அமைப்பாய் திரள வேண்டிய தேவையும் இங்கிருக்கிறது நினைவிற்கொள்ள வேண்டிய செயல்.

பெண்ணினத்தின் அழிவு... மானுட இனத்தின் அழிவு... மானுட இனத்தின் அழிவு... மனித குல வரலாற்றின் இழிவு...

- முனைவர் பா.பிரபு, உதவிப் பேராசிரியர், தமிழ்த்துறை, ஸ்ரீமாலோலன் கலை மற்றும் அறிவியல் கல்லூரி, மதுராந்தகம் - 603 306

46. பெண்ணிய இலக்கியமும் வரம்புகளும்.

-- அ.பாண்டியன் • 2013

கடந்த வாரம் தலைநகரில் நடைபெற்ற ஒரு நிகழ்வில் முனைவர் கிருஷ்ணன் மணியம் அவர்கள் தமிழ்நாட்டில் பெண்ணிய இலக்கியம் வரம்பு மீறி செல்வதாகவும் நம் நாட்டில் அந்த நிலை இல்லை என்றும் பேசியதாக தகவல் அறிந்தேன். அந்த உரையை முழுமையாக கேட்காததால் அது பற்றிய கருத்துகளை சொல்வது இயலாது. ஆனால் மேற்கண்ட செய்தியில் ‘பெண்ணிய இலக்கியம்’ , ‘வரம்பு’ ஆகிய இரண்டு சொல்லாடல்களும் நம்மை கவர்வதால் அவை பற்றிய தொடர் சிந்தனையின் விளைவே இக்கட்டுரை.

பெண்ணிய சிந்தனை என்பதும் பெண்ணிய இலக்கியம் என்பதும் நமக்கு புதிதல்ல. சங்ககால புலவர்களில் பல பெண்பால் புலவர்கள் வாழ்ந்துள்ளனர். ஔவையார் அவர்களில் புகழ்பெற்றவர். பின்னர் தோன்றிய பக்தி இலக்கிய காலத்திலும் பல பெண் கவிகள் இறையை போற்றி பாடி அமரத்துவம் எய்துள்ளனர். ஆண்டால், காரைக்கால் அம்மையார் போன்றோர் குறிப்பிடத்தக்கவர். அக்கால பெண்பால் கவிகளின் பாடுபொருள் இயற்கை, இறைபக்தி,

நன்னெறி கூறுகள் போன்ற வற்றை அடிப்படையாக கொண்டிருந்தது. அக்காலகட்ட மக்களின் வாழ்க்கை முறையில் பெண்களின் பங்களிப்பு பலவகையிலும் மாறிக் கொண்டே வந்திருப்பதை இலக்கியங்களில் காண முடிகிறது. சங்க கால மகளிரிடம் இருந்த சுதந்திரம் பின்னர் தோன்றிய பக்தி காலத்தில் குறைந்து காணப்படுகிறது. பெண் தன் துணையை தேர்வு செய்வதில் சங்க காலம் கூடுதல் சுதந்திரம் தந்திருக்க வேண்டும்.

யாரும் இல்லை; தானே கள்வன்
தான்அது பொய்ப்பின் யான் எவன் செய்கோ
தினைத்தாள் அன்ன சிறுபசுங்கால
ஒழுகுநீர் ஆரல் பார்க்கும்
குருகும் உண்டுதான் மணந்த ஞான்றே.
போன்ற சங்க பாடல்கள் உணர்த்தும் பெண் வாழ்க்கை சுதந்திரம்
பின்னர் வந்த தமிழ்ச்சமுதாயத்திடம் காணமுடியவில்லை.

சமயத்தின் பெயராலும் பண்பாட்டின் பெயராலும் பெண்கள் பலவகையிலும் கட்டுப்பாட்டுக்கும் நெருக்குதலுக்கும் ஆலான காலம் சில நூற்றாண்டுகள் தொடர்ந்தன. தொடர் போர்கள், வறுமை, வெளியிட பாதுகாப்பின்மை, சாதீய சிந்தனைகள், அரசாட்சி நிர்வாகத்தில் அத்துமீரிய சமய தலையீடு போன்ற பல்வேறு காரணங்களால் பெண்கள் இரண்டாம் தர குடிமக்களாக ஒடுக்கப்பட்டனர். கல்வி, காதல், திருமணம் போன்ற பெண்களின் எல்லா விருப்புரிமைகளும் முடக்கப்பட்டு ஆண்களின் முடிவிற்கு ஏற்பவே பெண் தன் வாழ்க்கையை அமைத்துக் கொள்ளும் நிலையே நமது பண்பாடானது.

19- நூற்றாண்டில் உலகெங்கும் பாய்ந்து பரவிய புத்தெழுச்சியும் புது சிந்தனையும் உலக மக்களின் மனதில் புதுநம்பிக்கைகளை விதைத்துச் சென்றது. துறை தோறும் தோன்றிய அறிவியல் தர்க்க சிந்தனைகள் இலக்கியத்திலும் தோன்றியது. மேற்கத்திய பெண்கள் தாங்கள் சுதந்திரமான பெண்கள் என்றும் ஆண்களுக்கு சமமானவர்கள் என்றும் கூறி பல்வேறு போராட்டங்களை முன்வைத்தனர். அதுவே 'பெண்ணிய சிந்தனையாக வடிவம் பெற்று உலக பெண்கள் அனைவரையும் கவர்ந்தது. தமிழ்ப் பெண்கள் மனதிலும் சுதந்திர சிந்தனை தோன்ற பாரதி போன்ற புதுமையாளர்கள் பணியாற்றினர்.

உலகில் எந்த ஒரு இயக்கமும் தோன்றிய அதே வடிவத்தோடும் அளவுகோலோடும் இருப்பதில்லை. ஆரம்பத்தில் தாங்கள் உள்வாங்கிக் கொண்ட மைய கோட்பாட்டை புணரமைத்தும் சீரமைத்தும் கால எல்லைகளை தாண்டி அவை பயணிக்கின்றன. பெண்ணிய சிந்தனையும் அவ்வாரே தனது ஆழத்தையும் அகலத்தையும் ஒவ்வொரு காலகட்டத்திலும் மாற்றிக் கொண்டே வந்திருக்கிறது. பின் நவீனத்துவ சிந்தனை தோன்றிய பிறகு பெண்ணிய சிந்தனையும் பெண்ணிய இலக்கியமும் தீவிர தன்மை கொண்டதாக சமுதா-

யத்தின் இருண்ட பகுதிகளுக்குள்ளும் சென்று பார்க்கும் தீரம் கொண்டதாக தன்னை உயர்த்திக் கொண்டது.

தொடக்ககால பெண்ணிய சிந்தனை என்பது பல்வேறு முற்போக்கு சிந்தனைகளின் தொகுப்பாகவே இருந்துள்ளது. பெண் கல்வி, விதவை திருமணம் போன்ற சமுதாய சட்ட திட்டங்களை மறு விசாரணை செய்யும் விதமாகவே அவை அமைந்துள்ளன. இந்த இயக்கங்களுக்கு பாரதியார், இ.வே.ரா, பாரதிதாசன் போன்ற ஆண் சிந்தனையாளர்கள் பலர் முன்வந்து குரல் கொடுத்துள்ளனர். அவர்களின் நோக்கம், பெண்கள் கல்வி அறிவும் உலக நடப்பும் தெரிந்த சிறந்த சமுதாய உறுப்பினராக இருக்க வேண்டும் என்பதுதான். அதனினும் மேலாக, பெண்கள் சிறந்த குடும்ப அமைப்புகளை நிர்வகிப்பதும் அதன்வழி ஆண்களுக்கு உற்ற துணையாக இருப்பதும் அன்றைய பெண்ணிய சிந்தனையாளர்களின் நோக்கமாக இருந்துள்ளது. பாராதி பாடிய பெண்விடுதலை பாடல்களும், பாரதிதாசனின் குடும்ப விளக்கு போன்ற படைப்புகளும் உணர்த்துவதும் இதுவே.

அதன் அடுத்த நிலையில் பெண்கள் அரசியலில் ஈடுபாடு காட்டுவதும் நாட்டுப் பற்றை நிலைநாட்டுவதும் பெண்ணிய சிந்தனையின் சிறந்த வெளிப்பாடாக கொள்ளப்பட்டது. மகாத்மா காந்தி இந்த வகையிலேயே பெண்ணிய சிந்தனையை ஆதரித்தார்.

பொதுவாக இந்த அளவு வரை பெண்ணிய சிந்தனை என்பது ஆக்ககரமான வகையில் தமிழ்மக்களால் ஏற்றுக் கொள்ளப்பட்டுள்ளது என்றே தோன்றுகிறது. ஆனால் அதன் அடுத்த விரிவாக்கம் பல சர்ச்சைகளை கிளப்பக்கூடியதாக இருக்கிறது. பெண் தன் அறிவையும் ஆற்றலையும் பெருக்கி அதன் வழி குடும்ப சேவைக்கோ நாட்டு சேவைக்கோ தங்களை அற்பணித்தலே சிறப்பு என்றும் காலங்காலமாக வழியுறுத்தப்படும் அடிப்படை சமூக நெறிகளை பெண்ணிய சிந்தனை மீராது இருக்கவேண்டும் என்னும் முன்முடிவும் பலரிடமும் காணப்படுகிறது. ஆனால் அப்படி நிகழாமல் பெண்ணியம் வேறொரு பாதையை தேர்வு செய்யும் போது பெண்ணியம் விவாதப் பொருளாகிறது.

இதனாலேயே பெண்ணியம் இரு பிரிவுகளாக பிரிந்து காணப்படுகிறது. நம் நாட்டின் மூத்த எழுத்தாளரும் தொடர்ந்து பெண்ணிய கருத்துகளை கூறி வருபவருமான கா. பாக்கியம் அவர்கள் “ ‘பெண்ணியம்’ என்பதற்கு இன்றைய பொருள் வேறு. அன்றைய பொருள் வேறு” என்று வல்லினத்துடனான பேட்டியில் கூறுகிறார்.

பெண்ணிய சிந்தனைப் போக்கு, தன்னைப் பற்றி, தன் உடலைப் பற்றி, தன் உணர்ச்சிகளைப் பற்றி வெளிப்படையாகக் கூறக்கூடிய வேறொரு களத்திற்கு பயணிக்கும் போதுதான் ‘வரம்பு’ என்கிற எல்லைக் கோட்டைப் பற்றி சமுதாயம் சிந்திக்கிறது. இங்கு வரம்பு எனப்படுவது பெரும்பாலும் வழக்கத்தில் உள்ள நன்னெறி, அறநெறி அல்லது சமய கோட்பாடுகளை உள்-

ளடக்கியதாக உள்ளது. பெண்ணிய இலக்கியங்களில் பெண்கள் தங்கள் பாலுணர்வு சார்ந்த அனுபவங்களையோ அல்லது கனவுகளையோ கூறுவது சமூக முறைக்கேடாக கருதப்படுகிறது. பெண்கள் தங்கள் புணர்ச்சி ரசனைகளையோ, பால் ஈர்ப்புகளையோ எழுதுவதுதை இலக்கியக் குற்றமாக பலரும் வாதிடுகின்றனர். தனிமனித ஒழுக்கங்களை மீரிய செயல் என்று கூறப்படுகின்றது. வரம்பு வகுக்க வேண்டும் என்று வற்புறுத்துகின்றனர்.

கவிஞர் லீனா மணிமேகலை ஒரு நேர்காணலில்

"பாலியல் விருப்பங்களும், தேர்வுகளும் அவரவர் சுதந்திரம். பளிச்சென்று சொல்கிறேன், என்னைப் பொறுத்தவரை குறியுடனான புணர்ச்சி என்பதை விட பாலுறுப்புகளை உரசுவதால் உண்டாகும் கிளர்ச்சியே உச்சத்தை தரும். பாலுறுப்புகளை வருடி, முத்தமிட்டு எழுச்சி ஏற்படுத்தச் செய்வதற்குரிய விரல்களோ, நாக்கோ ஆண் தோழமையுடையதாய் இருந்தால் என்ன? பெண் தோழமையுடையதாய் இருந்தால் என்ன? ஏன் என்னுடையதாகவே இருந்தால் தான் என்ன? எல்லாமே எனக்கு ஒன்றுதான், விருப்பம் தான். ஆக இருபாலுமை என்பது என் தேர்வு, உரிமை" என்கிறார்.

சில ஆண்டுகளுக்கு முன் நம் நாட்டு மலாய் பாடகி ஒருவர் தொலைக்காட்சி பேட்டியில், தனக்கு ஒரே நேரத்தில் இரு ஆண்களுடன் போகித்திருக்க வேண்டும் என்கிற செஸ்சுவல் பந்தசி (sexual fantasy) இருக்கிறது என்று கூறியதும் அதன் பின் நாடு முழுவதும் எழுந்த கண்டன குரல்களும் குறிப்பிட தக்கன.

இவ்வகை பாலியல் எழுத்தின் நோக்கமும் சமுதாய பாதிப்பும் பரவலாக பேசப்படுகிறது. பாலியல் குறித்த வெளிப்படையான பேச்சு சிக்கலான சூழ்நிலைகளை உருவாக்கும் என்பது உண்மைதான் என்றாலும் பெண்ணிய எழுத்தோடு மட்டும் இதை தொடர்பு படுத்தி பேசுவதில் தான் மிகப்பெரிய முரண் உள்ளது. ஆண்கள் மிக நீண்ட காலமாகவே பாலியல் கருத்துக்களை எழுதவும் பேசவும் அனுமதிக்கப் பட்டுள்ளனர். அதைவிட ' தமிழர்களின் உன்னத பொழுது போக்கான திரைப்படங்கள் காட்டும் வக்ரமான பாலியல் காட்சிகளை குடும்பத்துடன் கண்டுகளிக்க பழகிக் கொண்ட சமுதாயம் இன்னும் நேர்மையாக சிந்திக்க மறுப்பதாகவே தோன்றுகிறது. இதையே பிரேம் தனது கட்டுரை ஒன்றில் பின்வருமாறு கூறுகிறார்.

"தமிழில் பெண்ணியச் சொல்லாடலும், பெண்ணிய கோட்பாடுகளும் எதிர்கொள்ளப்படும் முறையை வைத்தே தமிழ்ச்சிந்தனை நவீன தன்மையை அடையவில்லை, அது மனித உரிமைகளை மறுக்கும், அறிவியல் பார்வையற்ற நிலையில்தான் இன்னும் இருக்கிறது, அதிலேயே அது பெருமை கொள்கிறது என்பது புலப்பட்டுவிடும். பெரியார் தமிழில் இடஒதுக்கீட்டு அரசியல் தவிர மற்றவற்றில் வெளியேற்றப்பட்ட ஒரு சிந்தனையாளர் என்பது புரியவரும். ஒரு மரபுச் சமூகம் பொதுப்புத்தியில் பெண்ணிய மறுப்பு, பெண் சமத்துவ எதிர்ப்பைக் கொண்டிருந்தால் அதற்கான போராட்ட முறை வேறு.

இங்கு நவீன சிந்தனை, நவீன இலக்கியம் என்ற தளத்தில் அவை நியாயப்படுத்தப்படுவதன் ஒரே பின்னணி இதுவரை இந்தத் தளங்கள் நவீனப்படவில்லை, விடுதலைக் கருத்தியல்களை ஏற்கவில்லை இவற்றின் அறிவார்த்தம் என்பது வெறும் நடிப்பு என்பதுதான்.

பெண்ணியம் மற்றும் பெண் சமத்துவம் என்பதை ஒவ்வொரு இழையிலும் அவமானப்படுத்தும் தமிழின் காட்சி ஊடகங்கள் மற்றும் திரைத்துறை என்னும் அறிவுமறுப்பு, விடுதலை மறுப்பு நிறுவனங்களுக்கு இவர்கள் அளித்துவரும் திறன் சார்ந்த பங்களிப்புகள் குறித்து இவர்களுக்கு எந்த அவமான உணர்வும் ஏற்படுவதில்லை, மாறாக அதுவே இவர்களின் வீடுபேறாக இருக்கிறது. ஆனால் இவர்களே சமூக அறம், நுண்ணுணர்வுகள் என்று பேசித்திரியும்போது தமிழின் மாற்றுச் சிந்தனைகளுக்கான இடத்தையும் அழித்துவிடுகிறார்கள்.”

47. செ. கார்கி

பெண்களின் உடல்கள் மீது பன்னாட்டு
நிறுவனங்கள் நடத்தும் விபச்சாரம்

இந்த ஆண்டுக்கான உலக அழகியை பன்னாட்டு நிறுவனங்கள் உலகம் முழுவதும் 108 நாடுகளில் தேடி இந்தியாவில் கண்டுபிடித்துள்ளன. 32-24-32 அளவுள்ள அந்த அழகியைப் பெற்றெடுத்த பெருமை நம் பாரத மாதாவிற்குக் கிடைத்திருப்பது பாரத நாட்டிற்குக் கிடைத்த மிகப் பெரிய கௌரவம். அதுவும் மோடியின் ஆட்சியில் இது நடந்திருப்பது ஒரு வரலாற்று நிகழ்வு. நமது பிரதமர் அவர்கள் ஒருமுறை நியூயார்க்கில் இருந்து வெளிவரும் 'தி வால் ஸ்ட்ரீட் ஜர்னல்' என்ற ஆங்கிலப் பத்திரிக்கை அவரிடம் குஜராத்தில் உள்ள ஊட்டச்சத்து குறைபாடு பற்றி கேள்வி கேட்டபோது அவர் மிகத் தெளிவாகவும் தீர்க்கமாகவும் பதிலளித்தார் “குஜராத் பெண்கள் எப்போதும் சுகாதாரத்தைவிட அழகுக்கே முக்கியத்துவம் தருகின்றார்கள்” என்று. இந்திய தேசிய குடும்ப சுகாதார ஆய்வின் படி 55 சதவீத குஜராத்திப் பெண்கள் ரத்த சோகை நோயால் பாதிக்கப்பட்டிருக்கின்றார்கள் என்ற விபரத்தோடு பொருத்திப் பார்த்தால் மோடி பெண்கள் மீது வைத்திருக்கும் அளப்பறிய அன்பை யாவரும் புரிந்துகொள்ள முடியும்.

பெண்களைப் பற்றி இப்படி மிக உயர்ந்த மதிப்பீடுகளை வைத்திருக்கும் ஒரு பிரதமர் நாட்டை ஆட்சி செய்யும் போது, ஒரு இந்தியப் பெண் உலக அழகிப் பட்டம் பெறுவது ஒன்றும் ஆச்சரியம் இல்லைதான். இந்தியாவில் இருக்கும் பெரும்பாலான பெண்கள் இந்த மாதிரி உலக அழகிப் பட்டம் வாங்க வேண்டும்; அதன் மூலம் நாட்டுக்கு பெருமை சேர்க்க வேண்-

டும் என்ற உயர்ந்த லட்சிய நோக்கில்தான் தங்களது உணவுத் தேவையை குறைத்துக்கொண்டு தங்களை பன்னாட்டு பெரு நிறுவனங்கள் 'அழகி' என்று தீர்மானிக்கக் கொடுத்திருக்கும் 32-24-32 என்ற அளவிற்குள் தங்கள் உடலை பொருத்திக் கொள்ள முயற்சித்து வருகின்றார்கள். மற்றபடி அவர்களுக்கு மூன்று வேளையும் தரமான ஊட்டச்சத்துக் கிடைப்பதை நமது 52 இன்ச் மார்பளவு உடைய உலக அழகனாகத் தேர்த்தெடுக்க எல்லாவகையிலும் பொருத்தமான பிரதமர் அவர்கள் உறுதி செய்திருக்கின்றார்கள்!

உலகி அழகிப் போட்டியைக் கடுமையாக எதிர்க்கும் ஆர்.எஸ்.எஸ் உட்பட சங்பரிவார கும்பல்கள், மோடி பதவியேற்ற உடனேயே தங்களது ஆணாதிக்க சிந்தனையைக் கைவிட்டு மனஷி சில்லரின் வெற்றியை அகமகிழ்ந்து கொண்டாடிவருகின்றனர். 'பெண்கள் இழுத்து மூடிக்கொண்டு வீட்டில் கணவனுக்கும், மகன்களுக்கும், மாமியார்களுக்கும் பணிவிடை செய்வதை மட்டுமே செய்ய வேண்டும், அதுதான் குடும்பப் பெண்களின் லட்சணம்' என்ற மிக உயர்ந்த ஆன்மீக சிந்தனையில் வளர்த்தெடுக்கப்பட்ட இந்தக் கும்பல், இப்போது மனஷி சில்லர் நீச்சல் உடையில் தன் உடலை பன்னாட்டு பெருமுதலாளிகளுக்குக் காட்சிப்படுத்திய போது அவரை ஒரு நீச்சல் உடை அணிந்த பாரத மாதாவாகவே கருதி ஆனந்தக் கண்ணீர் விட்டிருப்பார்கள்.

பாலிவுட்டில் இருந்து கோலிவுட் வரை பலர் உலக அழகிப் பட்டம் வாங்கிய மனஷி சில்லரை வாய் வலிக்க வலிக்க வாழ்த்திக் கொண்டு இருக்கின்றார்கள். 17 ஆண்டுகளுக்குப் பின்னால் ஒரு பாரதப் புதல்வியின் உடல், அழகு சாதனப் பொருட்கள் தயாரிக்கும் நிறுவனங்கள் விளம்பரம் செய்ய ஏற்றதாக தேர்ந்தெடுக்கப்பட்டதை இந்தியாவுக்குக் கிடைத்த மிகப் பெரிய அங்கீகாரமாக அவர்கள் கருதுகின்றார்கள். இதற்கு முன்னால் 1966 ஆண்டு ரீட்டா பாரியாவும், முறையே 1994 ஐஸ்வர்யா ராய்,1997 டயானா ஹெய்டன்,1999 யுத்தாமுகி, கடைசியாக 2000 ஆண்டு பிரியங்கா சோப்ராவும் தேர்ந்தெடுக்கப்பட்டார்கள். உலகமயமாக்கல் இந்தியாவில் திணிக்கப்பட்ட 1990 களுக்குப் பின் இதுவரை மனஷி சில்லரையும் சேர்த்து ஐந்து உலக அழகிகள் இந்தியாவில் இருந்து கண்டுபிடிக்கப்பட்டுள்ளனர்.

இந்துத்துவ கும்பல் உலக அழகிப் போட்டியை மோடி பிரதமராகப் பதவியேற்பதற்கு முன்பு வரை கடுமையாக எதிர்த்து வந்தாலும், ஒருநாளும் இந்தக் கும்பல் பன்னாட்டு அழகுசாதன தயாரிப்பு நிறுவனங்கள் இந்தியாவில் தங்கள் பொருட்களை விற்பதற்கு எதிராக ஒரு சிறு போராட்டத்தைக்கூட நடத்தியது கிடையாது. பாரதப் பண்பாட்டை தன்னுடைய யோகாவில் சரிசமமாக கலந்து இந்திய மக்களுக்கு விநியோகித்துக் கொண்டு இருக்கும் கருப்புப்பண ஒழிப்புப் போராளி ராம்தேவ் கூட தன்னுடைய பதஞ்சலி நிறுவனத்தின் மூலம் அழகு சாதனப் பொருட்களைத் தயாரித்து மிகக் குறைந்த விலையில் தருவதாக அனைத்து ஊடகங்களிலும் விளம்பரங்கள் செய்துகொண்டு இருக்கின்றார்.

ஐஸ்வர்யா ராயும், யுக்தாமுகியும், பிரியங்கா சோப்ராவும் பிறந்த இந்த மண்ணில் இன்னும் அழகற்று வாழும் பல கோடிக்கணக்கான பெண்களின் வாழ்வில் ஒளியேற்ற பாபாஜி அவர்கள் தன்னுடைய சொந்த நிறுவனத்தின் மூலமாகவே அழகுசாதனப் பொருட்களை தயாரித்து அழகிகளை உற்பத்தி செய்துகொண்டு இருக்கின்றார். மோடியின் ஆட்சியில் இந்தியாவில் அழகற்ற பெண்கள் என்று யாரும் இருக்க கூடாது என்பதில் கலாச்சாரக் காவலர்கள் மிகக் கவனமாக இருக்கின்றார்கள்.

மனஷி சில்லர் பல கோடி அழகற்ற இந்தியப் பெண்களுக்கு ஒரு முன்னோடியாக மாறியிருக்கின்றார். அழகியாக வாழ்வது ஒரு தவம். தன் உடலை அங்கம், அங்கமாக அளவெடுத்து ஒவ்வொரு பாகத்திற்கும் அழகு சாதன பொருட்கள் தயாரிக்கும் நிறுவனம் ஒரு விலையைத் தீர்மானிப்பது பாரத நாட்டிற்கும் பாரதமாதாவிற்கும் கிடைத்த பெருமை. எனவே இனி அழகற்ற இந்தியப் பெண்கள் தங்களின் உடல்களும் நல்ல விலை போக வேண்டும் என்றால் மினுமினுக்கும் முகப்பூச்சு மாவுகளையும், சுண்டி இழுக்கும் நறுமணத் திரவியங்களையும், குழவைகளையும் பயன்படுத்தி தங்களை அழகாக்கிக் கொள்ள வேண்டும். நீங்கள் உண்மையில் பாரத தேசத்தின் வளர்ச்சியில் அக்கறை உள்ளவர்களாக இருந்தீர்கள் என்றால் பதஞ்சலி தயாரிக்கும் அழகு சாதனப் பொருட்களையே பயன்படுத்துவது இன்னும் சிறப்பானது.

உலக அழகியாகத் தேர்ந்தெடுக்க வெறும் அழகு மட்டுமே பிரதானமானது கிடையாது உங்களுக்குக் கொஞ்சம் அறிவும் இருக்க வேண்டும் என்று பன்னாட்டு நிறுவனங்கள் விரும்புகின்றனர். அழகிப் போட்டியில் உங்களிடம் கேட்கப்படும் மிகக் கடினமான கேள்விகளான 'உங்கள் நாட்டிற்கு நீங்கள் என்ன செய்ய விரும்புகின்றீர்கள்? அழகு பற்றிய உங்களின் கருத்து என்ன?' போன்ற கேள்விகளுக்கு இந்த உலகில் இதுவரை யாரும் சொல்லாத கவர்ச்சியூட்டும் பதில்களை நீங்கள் அளிக்க வேண்டும். அனாதைக் குழந்தைகளுக்கு சேவை செய்வேன் என்றோ, இல்லை அன்னை தெரசா போன்று ஆவேன் என்றோ நீங்கள் பதில் சொல்லலாம்.

அழகு என்பது 32-24-32 கிடையாது, மனம் தான் உண்மையான அழகு என்று கூட சொல்லலாம். இப்படி நீங்கள் கொடுக்கும் பதில்கள் உங்களுக்கு மிகப்பெரிய வரவேற்பை பெற்றுத்தரும். இந்த ஆண்டுக்கான உலக அழகிப் பட்டம் பெற்ற மனஷி சில்லரிடம் 'உயர்ந்த ஊதியம் கொடுக்கும் தகுதியான தொழில் எது? அதற்கான காரணம் என்ன?' என்று கேட்கப்பட்ட கேள்விக்கு அவர், உயர்ந்த ஊதியம் கொடுக்கும் தகுதியான தொழில் தாய்மை என்றும், ஆனால் பணம் அவளின் வருமானமல்ல, உண்மையான அன்பும்,மரியாதையுமே அவளின் சம்பளம் என்றும் மிக உயர்ந்த வாழ்க்கைத்தொழில் தாய்மை என்றும் கூறி அனைவரையும் ஆச்சரியத்தில் மூழ்க வைத்திருக்கின்றார்.

ஏற்கெனவே இந்தியாவில் 24 சதவீதம் பெண்கள் மட்டுமே ஊதியம் பெறும் வேலைக்கு செல்கின்றார்கள் என்பதும், ஒரு ஆண்டுக்கு சராசரியாக

19.85 லட்சம் கோடி ரூபாய் மதிப்பிலான பெண்களின் உழைப்பு ஊதியமற்ற வேலைகளால் இந்தியாவில் சுரண்டப்படுகின்றது என்பதையும் சேர்த்துப் பார்த்தால், மனஷி சில்லர் கொடுத்த பதிலில் இந்தியாவின் ஆன்மீக லட்சியம் பிரதிபலிப்பதை நாம் புரிந்து கொள்ளலாம். வீட்டில் எந்தவித ஊதியமும் இன்றி சாகும்வரை அடிமை வேலை செய்யும் பெண்களுக்கு அன்பும், மரியாதையுமே போதும் என்பதுதான் இதன் உட்கருத்து.

தாய்மையை மிக உயர்ந்த வாழ்க்கைத் தொழிலாகப் பார்க்கும் மனஷி சில்லருக்கு நமது நாட்டின் பிரதமரான மோடியின் சொந்த மாநிலமான குஜராத்தான் சோற்றுக்கு வழியற்ற ஏழைப் பெண்கள் மூலம் வெளிநாட்டு வெள்ளைக்காரர்களுக்கு வாடகைத் தாய் தொழில் மூலம் அதிகம் குழந்தைகளை பெற்றுக்கொடுத்து அதிகம் வருமானம் ஈட்டும் மாநிலம் என்பது தெரியுமா என்று தெரியவில்லை.

அதுமட்டும் அல்லாமல், உலக அழகிப் போட்டியின் ஒரு பகுதியாக நடத்தப்படும் பியூட்டி வித் எ பர்பஸ் (beauty with a purpose) என்ற நிகழ்ச்சியில் உலக அழகிப் போட்டியில் கலந்துகொள்ளும் அழகிகள் புராஜெக்ட் ஒன்றையும் செய்ய வேண்டுமாம். இதற்காக மனசி சில்லர் 'மாதவிடாய் காலத்தில் சுகாதாரம்' என்ற தலைப்பில் 20 கிராமங்களுக்குச் சென்று விழிப்புணர்வுப் பிரச்சாரம் செய்தாராம். பெரும்பாலான ஏழை இந்தியப் பெண்கள் மாதவிடாய் காலத்தில் சானிட்ரி நாப்கின்களைப் பயன்படுத்துவதில்லை என்ற காரணத்தால் இதை அவர் செய்திருக்கலாம். ஆனால் பெரும்பாலான ஏழைப் பெண்கள் அதைப் பயன்படுத்தாததற்குக் காரணம் அதன் விலையே ஒழிய, அதைப் பயன்படுத்தக்கூடாது என்ற எண்ணமெல்லாம் இல்லை.

இதைக் கருத்தில் கொண்டுதான் பெண்களின் மீதும், அவர்களின் சுகாதாரத்தின் மீதும் பெரிய அக்கறை கொண்ட மோடி அரசு சானிட்ரி நாப்கின்கள் மீது 12 சதவீத ஜிஎஸ்டி வரியை விதித்து, மிகக் குறைந்த விலையில் அனைத்துப் பெண்களுக்கும் கிடைக்க ஏற்பாடு செய்தது. மோடியின் இந்த அக்கறையைப் பார்த்துத்தான் பல சமூக ஆர்வலர்கள் நிதி அமைச்சர் அருண்ஜெட்லியின் அலுவலகத்திற்கு சானிட்ரி நாப்கின்களை அனுப்பும் போராட்டத்தை நடத்தினர். இதுவும் கூட அந்த 20 வயதே நிரம்பிய 32-24-32 உலக அழகியான மனஷி சில்லருக்குத் தெரியுமா என்று தெரியவில்லை.

ஆனால் இதெல்லாம் பெண்களை தன்னுடைய சக மனுஷியாய், தன்னுடைய உற்ற தோழியாய், தன்னைவிட எந்தவகையிலும் மானூட சுதந்திரத்தை அனுபவிக்க ஒரு எள்ளளவும் குறைவான தகுதி கொண்டவள் என்று கருதாத இடதுசாரி சிந்தனைகொண்டவர்களின் பிரச்சினை. பன்னாட்டு பெருங்குழும நிறுவனங்களுக்கு அதைப் பற்றியெல்லாம் கவலை இல்லை. அவர்களுக்கு பெண்களின் உடலை சந்தைப்படுத்த வேண்டும்,

அதை நுகர்வுக்கு ஏற்றதாக மாற்றியமைக்க வேண்டும், அதன் மூலம் பல ஆயிரக்கணக்கான கோடிகளை அள்ளவேண்டும் என்பதுதான் அவர்களின் பிரதான கவலை.

அதற்காக அவர்கள் உலக அழகியாகத் தேர்தெடுக்கப்படும் பெண்களின் உடல் பாகங்கள் அனைத்தையும் தங்களின் அழகு சாதனப் பொருட்கள்தான் அழகுபடுத்திக் கொண்டிருக்கின்றன என்று காட்டுவதன் மூலம் அதைக் கோடான கோடி அழகில்லாத பெண்கள் வாங்கிப் பயன்படுத்தி, அவர்களும் தங்கள் உடலை ஒரு வியாபாரப் பொருளாக மாற்றிக்கொள்ள முயல வேண்டும் என்று வற்புறுத்துகின்றன.

பல்வேறு தேசிய இனங்கள், பல்வேறு பண்பாட்டோடு மாறுபட்ட தோற்றத்தோடு வாழும் ஒரு நாட்டில் மனஷி சில்லர் உலக அழகியாக தேர்ந்தெடுக்கப்பட்டது ஒட்டுமொத்த இந்தியப் பெண்களையும் கொச்சைப்படுத்தும் செயலாகும். இது எது போன்றது என்றால் தமிழ்நாட்டில் பத்தினியாக ஒரு கண்ணகி மட்டுமே இன்றுவரை கொண்டாடப்பட்டு வருவதற்குச் சமமாகும். எப்படி கண்ணகி பத்தினி என்று சிலை வைப்பதன் மூலம் மற்ற பெண்கள் சிலை வைக்க தகுதியற்ற விபச்சாரிகள் என்று முத்திரை தானாகவே விழுகின்றதோ, அப்படித்தான் 120 கோடிக்கும் மேற்பட்ட மக்கள் தொகை கொண்ட ஒரு நாட்டில், அதில் சரிபாதி பெண்கள் உள்ள ஒரு நாட்டில் ஒரு உலக அழகியை தேர்ந்த்தெடுப்பதும் ஆகும். உண்மையில் மானமுள்ள, சுயமரியாதை உள்ள ஒவ்வொரு பெண்ணும் இதை எதிர்க்க வேண்டும். உலக அழகிப் போட்டியை நடத்தும், அதைக் கொண்டாடும் ஒவ்வொருவனும் விபச்சாரத் தரகனைவிட மோசமானவர்கள் என்பதைப் பெண்கள் புரிந்துகொள்ள வேண்டும்.

48. ஆற்றேன் அடியேன் - அ.முத்துலிங்கம்

சிதம்பரத்தில் இருந்து கிழக்காகவோ தெற்காகவோ இரண்டு மணித்தியாலம் காரை ஓட்டிக்கொண்டு போனால் ஒரு சின்னக் கிராமம் வரும். அப்போது பார்த்து எனக்கு பசி பிடித்துக்கொண்டது. ஆட்களிடம் விசாரித்தால் எல்லோரும் ஒரு சிறிய கடையை காட்டினார்கள். வேறு தெரிவுகள் அங்கு கிடையாது என்பதால் அங்கே போனோம். சிரித்தபடி ஒரேயொரு மனிதர் வரவேற்றார். மதியம் மூன்று மணியாகிவிட்டபடியால் பசிக்கு இட்லி பரிமாறி எங்கள் பசியை ஆற்றினார். அவர்தான் பரிசாரகர். அவர்தான் மேசை துடைப்பவர். அவர்தான் சமைப்பவர். அவர்தான் காசாளர். அவர்தான் முதலாளி. அந்த நல்ல மனிதரை இன்று காலை நினைத்துக்கொண்டேன்.

நானே சிந்திக்கிறேன். நானே தட்டச்சு செய்கிறேன். நானே திருத்தி, நானே வலையேற்றி நானே கேள்விகளுக்கு பதில் எழுதுகிறேன். அந்தக் கிராமத்து மனிதரைப்போல கடுமையாக உழைக்கும் எனக்கு சிலர் வேலை

கொடுக்கிறார்கள். எனக்கு எந்த உதவியும் இல்லை. கம்பியூட்டரில் பழுது என்றால் நான்தான் பார்க்கவேண்டும். அச்சடிக்கும் மெசின் பாதியில் நின்றுவிட்டால் அதை சரிக்கட்டவேண்டும். பேப்பர் முடிந்தால், மை முடிந்தால் நான்தான் நிரப்பவேண்டும். இப்படி அல்லும் பகலும் உழைக்கும் ஒருவருக்கு பதிவுத் தபால் வந்தால் எப்படியிருக்கும்? புதுவருடம் பிறந்தபிறகு மூன்றாவது தடவையாக தலையில் கை வைத்துக்கொண்டேன்.

என்னுடைய நண்பர்களிடமும் உறவினர்களிடமும் இன்னும் புதிதாக பழக்கமானவர்களிடமும் நான் தவறாமல் சொல்லும் விசயம் ஒன்றுண்டு. கடிதமோ பார்சலோ பதிவுத் தபாலில் அனுப்பவேண்டாம். அவர்களுக்கு புரியாது. எனக்கு ஏதோ சகாயம் செய்வதுபோல பதிவுத் தபாலில் அனுப்பிவிடுகிறார்கள். கனடாவில் தபால்காரர்கள் வீடு தேடி வந்து பதிவுத் தபாலையோ பார்சலையோ வினியோகம் செய்வார்கள். நீங்கள் வீட்டிலே இல்லாவிட்டால் இன்னொருமுறை உங்களைத் தேடி வரமாட்டார்கள். ஓர் அறிவிப்பை உங்கள் வீட்டுக் கதவில் ஒட்டிவிட்டு போய்விடுவார்கள். நீங்கள் அந்த அறிவித்தலுடன் குறிப்பிட்ட அஞ்சல் நிலையத்துக்கு செல்லவேண்டும். அது அநேகமாக மதிய உணவு நேரமாக இருப்பதால் அஞ்சல் நிலையம் பூட்டியிருக்கும். அது திறக்கும்வரை காத்திருக்கவேண்டும்.

பத்து நிமிடம் சென்றபிறகு அதிகாரி வருவார். வரிசை நகரத் தொடங்கும். உங்கள் முறை வந்ததும் நீங்கள் நீங்கள்தான் என்பதை நிரூபிக்கச் சொல்வார். அதிகாரி பார்சலை எடுத்து தந்துவிட்டு 'நீங்கள் 17 டொலர் கட்டவேண்டும்' என்று சொல்வார். தேசிய பங்குச் சந்தை குறியீட்டு எண் பற்றி ஒரு விரிவான கட்டுரையை அவசரமாக எழுதச் சொன்னதுபோல நான் திடுக்கிட்டுப்போய் நிற்பேன். 'எதற்காக 17 டொலர்?' என்று மறுபடியும் கேட்பேன். அவர் 'கம்பியூட்டர் அப்படித்தான் சொல்கிறது' என்பார். கம்பியூட்டர் சொன்னால் யார் மறு பேச்சு பேசமுடியும். கட்டணத்தை கட்டிவிட்டு பார்சலை மீட்டு வரவேண்டியதுதான்.

புத்தகம் எனக்கு முன்பின் பரிச்சயமில்லாத ஒருவர் அனுப்பியது. அதைப்பற்றி ஒருவரும் எனக்கு அறிவிக்கவுமில்லை. நான் காசுகட்டி பார்சலை பெறவேண்டியிருந்தது. அதுதவிர அரை நாள் நேரத்தையும் செலவாக்கிவிட்டது. புத்தகத்தின் தலைப்பு இன்னும் அதிர்ச்சியடைய வைத்தது. 'சித்த வைத்திய மகாத்மியம்'. எளிமையான தமிழ். மாதிரிக்கு இரண்டு வரிகள். இவர்கள் செய்த நூல்கள் பெரும்பாலும் இறந்தன. இவர்களால் செய்யப்பட்ட நூல்களென்று சொல்லப்பட்டு இக்காலத்துக்கு வழங்குவன யாரோ சாமானியர் பாடிவைத்த புரட்டு நூல்களேயாம்.' 17 டொலர் கட்டி பார்சலை மீட்டபடியால் இந்த வருடம் முடிவதற்கிடையில் எப்படியும் நூலை வாசித்து முடிக்கத் திட்டமிட்டிருக்கிறேன்.

தபால் சேவை ஆரம்பித்த காலத்திலும் இப்படித்தான் பிரச்சினைகள் இருந்தன. உலகத்தில் முதல் முதலாக தபால் சேவை தொடங்கியது இங்-

கிலாந்தில்தான். அப்பொழுது எல்லாம் பெறுபவர்தான் கடிதத்துக்கோ பார்சலுக்கோ கட்டணம் செலுத்தவேண்டும். இங்கிலாந்தில் இருந்த எழுத்தாளர்களுக்கு இப்பொழுது நடப்பதுபோல அப்பொழுதும் வாசகர்கள் கடிதம் எழுதுவார்கள். அதை எழுத்தாளர் பணம் கட்டி வாசிப்பார். சிலர் தங்கள் கட்டுரைகளையும் நாவல்களையும் சிறுகதைகளையும் கவிதைகளையும் அனுப்பி கருத்து கேட்பார்கள். அதற்கும் எழுத்தாளர்தான் பணம் கட்டுவார். சிலர் தொக்கையான நாவல் கையெழுத்துப் பிரதியை அனுப்பிவைப்பார்கள். இவர் பணம் கட்டுவார். சிலர் அவரை திட்டி எழுதுவார்கள். அந்தக் கடிதத்தையும் அவர்தான் பணம் கட்டி வாசிக்கவேண்டும். நான் பார்சலுக்கு பணம் கட்டியபோது அந்தச் சம்பவம்தான் நினைவுக்கு வந்தது.

[டேவிட் செடாரிஸ்]

சில வருடங்களுக்கு முன்னர் டேவிட் செடாரிஸ் என்ற எழுத்தாளர் பாரிஸில் இருந்து ரொறொன்ரோவுக்கு வந்திருந்தார். இவர் எனக்கு மிகவும் பிடித்த எழுத்தாளர். அப்பொழுதுதான் அவருடைய புத்தகம் Squirrel Seeks Chipmunk வெளியாகி அமோகமாக விற்றுக்கொண்டிருந்தது. அவர் புத்தக சுற்றுலாவில் இருந்ததால் ஓர் இரவு தங்கும் இடத்தில் அடுத்த நாள் தங்கமாட்டார். மாநிலம் மாநிலமாக, நாடு நாடாக அவர் பயணம் செய்தார். அவர் தங்கியிருந்த ஹொட்டலில் போய் வழக்கம்போல அவரைச் சந்தித்தேன். என்னுடைய மொழிபெயர்ப்பு புத்தகம் (Inauspicious Times) ஒன்றை அவருக்கு பரிசளித்தேன். நான் வழக்கமாகச் செய்யாத ஒன்று அவர் கேட்டபடியால் கையளித்தேன். அவர் பணம் தர முயன்றபோது 'வேண்டாம், அன்பளிப்பு' என்று சொல்லிவிட்டேன்.

அடுத்து அவர் கேட்ட கேள்விதான் என்னைத் திடுக்கிட வைத்தது. நீங்கள் எப்பொழுது புத்தகச் சுற்றுலா புறப்படுகிறீர்கள்?' என்றார். என்னுடன் எனது மகனும் வந்திருந்தார். நான் திடுக்கிட்டு மகனைப் பார்த்தேன். மகன் என்னைப் பார்த்தார். பிறகு இருவரும் ஒரே நேரத்தில் சிரிக்கத் தொடங்கினோம். டேவிட் என்ன என்ன' என்று பதறினார். ஏதாவது தவறாகச் சொல்லிவிட்டேனா?' என்றார். 'அப்படி ஒன்றும் இல்லை. தமிழ் இலக்கியச் சூழலில் புத்தகச் சுற்றுலா என்பது நடப்பதற்கு இன்னும் 100 வருடங்கள் காத்திருக்கவேண்டும்' என்று சொன்னேன். அவரால் அதை புரிந்துகொள்ள முடியவில்லை. நானும் அந்தப் பேச்சை அத்துடன் நிறுத்திவிட்டேன்.

தமிழ்ச்சூழல் உற்சாகம் தரக்கூடியதாக இல்லை. தமிழ் எத்தனை தூரம் வளர்ந்திருக்கிறது என்பதை அளக்க ஒரு புதிய அளவுகோல் கிடைத்திருக்கிறது. 2012ம் ஆண்டு தொடக்கத்தில் விக்கிப்பீடியாவில் பல மொழிகளில் மொத்தமாக எத்தனை கட்டுரைகள் ஏறியிருக்கின்றன என்று தேடிப் பார்த்தேன். ஆங்கிலத்தில் 3,900,000 கட்டுரைகள், யப்பான் மொழி 791,000 கட்டுரைகள், சீனமொழி 385,000, அரேபிய மொழி 156,000, ஹிந்தி 93,000 என்று விடை வந்தது. தமிழில் 43,000 கட்டுரைகள் மட்டுமே.

இதில் பரிதாபம் என்னவென்றால் ஒரு கோடிக்கும் குறைவானவர்கள் பேசும் ஹீப்ரு மொழியில் 129,000 கட்டுரைகள் ஏறிவிட்டன. ஏழு கோடி மக்கள் பேசும் தமிழில் ஆக 43,000 கட்டுரைகள்தான். உலகத்தில் ஆக மூன்று லட்சம் பேர் மட்டும் பேசும் ஐஸ்லாண்டிக் மொழியில்கூட 36,000 கட்டுரைகள் எழுதப்பட்டுவிட்டன.

தமிழின் தொன்மையை நினைக்கும்போது பிரமிப்பாக இருக்கும். அதே சமயம் ஒருவித சோகமும் வந்து கப்பிக்கொள்ளும். இதை தவிர்க்க முடியாமல் இருக்கிறது. யேசுநாதர் பிறந்த சமயம் உலகின் சனத்தொகை 200 மில்லியன்தான். அதாவது இன்றைய பிரேசில் நாட்டு சனத்தொகை அன்றைய முழு உலகத்தின் சனத்தொகையாக இருந்தது. அப்படியானால் அன்று இந்தியாவின் சனத்தொகை என்னவாக இருந்திருக்கும்? 30 மில்லியன் என்று வைக்கலாம். தமிழ்நாட்டின் சனத்தொகை ஒரு மில்லியன் என்று எடுத்துக் கொண்டாலும் அப்பொழுதே சங்க இலக்கியம் படைக்கத் தொடங்கிவிட்டார்கள்.

தமிழர் நாகரிகம் எத்தனை உயர்ந்ததாக இருக்கவேண்டும். தமிழர்களிடம் நாவல், சிறுகதை வடிவம் இருந்ததில்லை. ஆங்கிலேயர்களிடம் இருந்து அவற்றை கடன் வாங்கியதுதான். ஆனால் தொகை இலக்கியத்தை (anthology) கண்டுபிடித்தது தமிழர்கள்தான். புறநானூறு, அகநானூறு, குறுந்தொகை என தொகை நூல்கள் தமிழிலேதான் முதலில் வந்தன. ஆயிரம் வருடங்கள் கழித்துத்தான் ஆங்கிலத்தில் Book of Exeter என்ற முதல் தொகை நூல் வந்தது. அதையிட்டு நாங்கள் பெருமைப்பட்டுக் கொள்ளலாம்.

நான் பிறந்தபோது உலகத்தின் சனத்தொகை 2.3 பில்லியன். இன்று அது 7.0 பில்லியன், மூன்று மடங்காக வளர்ந்திருக்கிறது. ஆனால் பூமியின் அளவு அதேதான். இந்த இடைப்பட்ட காலத்தில் தமிழின் வளர்ச்சி எப்படி இருக்கிறது. மூன்று மடங்கு வளர்ந்திருக்கிறது என்று சொல்லமுடியுமா? 2009ம் ஆண்டு யூன் மாதம் 16ம் தேதியை எல்லோரும் கொண்டாடினார்கள். என்ன விசயம் என்று கேட்டபோது ஆங்கில வார்த்தைகளின் எண்ணிக்கை அன்று ஒரு மில்லியனை தொட்டுவிட்டது என்றார்கள். யாரோ கணக்கு வைத்துக்கொண்டிருக்கிறார்கள். தமிழில் எத்தனை வார்த்தைகள் உள்ளன என்று யாராவது கணக்கு வைத்திருக்கிறார்களா?

சுந்தர ராமசாமியின் நினைவுகளை அவருடைய மனைவி கமலா ராமசாமி நெஞ்சில் ஒளிரும் சுடர்' என்ற தலைப்பில் நூலாக எழுதிப் பதிவு செய்திருக்கிறார். அந்த நூலின் இறுதிப் பகுதியில் அவர் எழுதிய வார்த்தைகள் என் மனதின் ஆழத்தில் போய் பதிந்துவிட்டன. 'முழுக்க அவருடைய இருதயம் பற்றிய அக்கறையில்தான் இருந்தோம். சுவாசப்பையில் ஒரு பிரச்சினை ஏற்படப்போகிறது என்னும் நினைப்பே இருக்கவில்லை. பல்மனரி பைப்ரோஸிஸ் (Pulmonary Fibrosis) என்றார்கள்.

என்னவாகவும் இருந்துவிட்டுப் போகட்டுமே. இனி எனக்கொன்றுமில்லை.' இப்படி அவர் எழுதி நூலை முடிவுக்கு கொண்டு வருகிறார். 'என்னவாகவும் இருந்துவிட்டுப் போகட்டுமே' என்ற வரிகளை என்னால் மறக்க முடியவில்லை. தமிழையும், தமிழ் இலக்கியத்தையும், அதன் எதிர்காலத்தையும் நினைக்கும்போது இந்த வார்த்தை தொடர்தான் மறுபடியும் மறுபடியும் என் நினைவுக்கு வந்து இடர் செய்கிறது. உச்சக்கட்ட விரக்தியை வேறு எந்த வார்த்தைகளால் வர்ணிப்பது?

சமீபத்தில் மின்னஞ்சலில் ஓர் ஓவியர் தொடர்புகொண்டார். பத்திரிகைகளில் வரும் என்னுடைய சிறுகதைகளுக்கு தான் படம் வரைந்திருப்பதாகக் கூறினார். என்னுடைய முதல் கேள்வி 'உங்களுக்கு சன்மானம் உண்டா? என்பதுதான். அவர் உண்டே என்று மட்டும் பதிலளித்தார். எவ்வளவு சன்மானம் என்று நாகரிகம் கருதி நான் கேட்கவில்லை. அவரும் சொல்லவில்லை. ஆனால் பத்திரிகை ஆசிரியர் என்னிடம் சொன்னது நினைவுக்கு வந்தது. 'எங்கள் பத்திரிகையில் எழுதுவதால் உங்களுக்கு பேரும் புகழும் கிடைக்கிறது. நாங்கள் எழுத்தாளருக்கு சன்மானம் எதுவும் வழங்குவதில்லை.' அது நல்ல சமாதானமாகத்தான் பட்டது. ஆனால் ஓவியக்காரருக்கு மட்டும் பேரும் புகழும் கிடைப்பதோடு சன்மானமும் கிடைத்தது. இது எப்படி நியாயம் என்பது எனக்கு தெரியவில்லை.

'எதற்காக சிறுகதைகளுக்கு ஓவியம் வரைகிறார்கள்?' என்று அதே பத்திரிகாசிரியரிடம் கேட்டேன். அவர் சொன்னார், 'ஒரு நல்ல சித்திரம் வாசிப்பை தூண்டுகிறது' என்று. 'சித்திரமே இல்லாவிட்டால் வாசகர் என்ன செய்வார்?' என்று கேட்டேன். அவர் 'வாசகர் வாசிக்காமல் போகக்கூடும்' என்றார். 'வாசகர்கள் படங்களைப் பார்த்து ஈர்க்கப்படுகிறார்கள் என்றால் படங்களை மாத்திரம் பிரசுரிக்கலாமே?' எனக் கேட்டேன். அதற்கு அவரிடம் பதில் இல்லை. அவர் தன் பத்திரிகையில் படம் வரையும் ஓவியர் ஒருவருக்கு கொடுப்பதாகச் சொன்ன பணம் நான் என் வாழ்நாளில் சிறுகதை ஒன்றுக்கு பெற்ற ஆகக்கூடிய சன்மானத்திலும் பார்க்க இரண்டு மடங்கு அதிகமானது. ஆனால் கட்டுரையையோ கதையையோ எழுதியவருக்கு ஒரு சதம்கூட கொடுக்காமல் இருப்பது அவருக்கு குற்றமாகத் தெரியவில்லை.

ஒரு படத்தை காட்டி வாசகரை இழுத்து என் கட்டுரையையோ கதையையோ படிக்க வைப்பது எனக்கு பெரிய இழுக்காகப்பட்டது. என்னை என்றுமில்லாத விதமாக ஒருவிதமான துக்கம் ஆட்கொண்டது. (இதே கட்டுரையோ சிறுகதையோ புத்தகமாக வெளிவரும்போது அங்கே சித்திரங்கள் ஒன்றுமே இரா என்பது நினைவுக்கு வந்தது. புத்தகத்தை வாங்கும் வாசகர்கள் அதில் உள்ள எழுத்தை மட்டுமே படிப்பதற்கு வாங்குகிறார்கள். அது பெரிய ஆறுதல்.) சித்திரக்காரருக்கு சன்மானம் வழங்கும் பத்திரிகை அந்தக் கதையையோ கட்டுரையையோ கவிதையையோ எழுதிய ஆசிரியருக்கும் சன்மானம் வழங்கவேண்டும். இல்லையேல் இருவருக்கும் ஒன்றுமே வழங்கா-

மல் இருக்கலாம். ஆனால் சித்திரக்காரருக்கு கொடுத்து ஆசிரியரை நிராகரிப்பது உச்சகட்டமான அவமானம் என்றுதான் எனக்குப் பட்டது.

முதலாம் உலக யுத்தம் நடந்தபோது ஒரு போர்வீரனிலும் பார்க்க குதிரை பெறுமானம் உள்ளதாகக் கருதப்பட்டது. ஒரு போர்வீரனும் குதிரையும் ஆபத்தில் இருந்தால் முதலில் குதிரை காப்பாற்றப்பட்டது; பின்னர்தான் போர்வீரன். குதிரை பீரங்கியை இழுக்கும், ராணுவத்துக்கு தேவையான உணவுப் பொதிகளை காவும். போர்வீரனைக் ஏற்றிக்கொண்டு நீண்ட தூரம் பயணம் செய்யும். இதுவெல்லாம் போக உணவு தீர்ந்த சமயத்தில் குதிரையைக் கொன்று சமைத்து சாப்பிடக்கூடியதாக இருக்கும். அது போலத்தான். சித்திரக்காரர் ஓர் எழுத்தாளரிலும் பார்க்க மதிப்பாக பார்க்கப்படுகிறார். தமிழ்ப் புலவன் எந்தக் காலத்திலும் மதிக்கப்பட்டது கிடையாது. அதியமான் நெடுமான் அஞ்சியின் வாசலில் நெடுங்காலம் நின்று வெறுங்கையோடு திரும்பிப்போன ஒளவையாரின் நினைவு வந்தது. 2000 வருடமாக வாசலில் நின்று பழகிவிட்டது. தமிழ் படைப்பது என்றால் அப்படித்தான். ஆற்றேன் அடியேன்.

வாசகர் தேவை

சிறுவயதில் ஆங்கிலப் பாடம் என்றால் நடுக்கம் எடுக்கும். வகுப்புக்குப் போக பிடிக்காது. ஆசிரியர் என்றால் பயம். ஆங்கிலக் கவிதைகளை மனனம் செய்து காலையில் ஒப்பிக்கவேண்டும். அப்படித்தான் அமெரிக்க கவிஞர் லோங்பெல்லோ எழுதிய under a spreading chestnut tree பாடலைப் பாடமாக்கினேன். ஆனால் ஆசிரியருக்கு முன்னால் அது மறந்துவிட்டது. ஒப்பிக்கமுடியவில்லை. அந்தப் பாடலை, அதை எழுதிய லோங்பெல்லோவின் கையெழுத்தில் சமீபத்தில் பார்த்தேன். பொஸ்டன் நகரில் அவர் வாழ்ந்த வீட்டை அருங்காட்சியகமாக மாற்றியிருக்கிறார்கள். அதே வீட்டில் அமெரிக்காவின் முதல் ஜனாதிபதி ஜோர்ஜ் வாசிங்கடனும் அதற்கு முன்னர் வாழ்ந்திருக்கிறார்.

லோங்பெல்லோ பாடலில் குறிப்பிட்ட செஸ்நட் மரத்தை தறித்து அதில் நாற்காலி செய்து பொஸ்டன் நகரத்துக் குழந்தைகள் அவருக்கு பரிசாகக் கொடுத்திருக்கிறார்கள். அந்த நாற்காலியும் அங்கே பார்க்கக் கிடைத்தது. லோங்பெல்லோ அவருடைய கையெழுத்துக் கவிதையில் பல இடங்களில் வார்த்தைகளை வெட்டி வேறு வார்த்தைகள் சேர்த்திருக்கிறார். வரிகளை வெட்டியிருக்கிறார். மிகவும் கடினமாக உழைத்துத்தான் அந்தக் கவிதையை நிறைவு செய்திருக்கிறார். கவிஞரின் சிந்தனை ஓட்டத்தை கவிதையை கூர்ந்து நோக்கி ஒருவாறு புரிய முடிகிறது.

லோங்பெல்லோவின் கவிதையை படித்தபோது கம்பர் நினைவுக்கு வந்தார். 10,000 பாடல்களுக்கு மேலேயுள்ள ராமாயணத்தை இயற்றியவர். கையிலே

ஓலையை பிடித்துக்கொண்டு இரும்பு எழுத்தாணியால் எழுதியிருப்பார். எத்தனை பாடல்களை திருத்தியிருப்பார். ஓலைகளில் திருத்த முடியாது. ஆரம்பத்திலிருந்து புதிதாக எழுதவேண்டும். எத்தனை ஓலைகளை கிழித்துப் போட்டிருப்பார். அவருடைய மனித உழைப்பை யோசித்தபோது பிரமிக்க வைத்தது. ஒரு நாளைக்கு எத்தனைப் பாடல்களைப் படைத்திருப்பார்? 20, 50, 100. எத்தனை முறை திருத்தியிருப்பார்? அவருடைய கவிதைத் திறனிலும் பார்க்க உடல் உழைப்புதான் ஆச்சரியப்பட வைக்கிறது.

ரஸ்ய எழுத்தாளர் ரோல்ஸ்ரோய் 'போரும் அமைதியும்' நாவலை ஏழு தடவை எழுதியதாகப் படித்திருக்கிறேன். 1300 பக்க நாவல் அது. அவர் வெட்டி வெட்டித் திருத்த அவருடைய மனைவி சோபியா அதைத் திரும்பவும் எழுதிக் கொடுப்பாராம். அப்பொழுதெல்லாம் தொட்டெழுதும் பேனாதான். மை பட்டதும் ஊறிவிடும் பேப்பர். அப்படியும் களைக்காமல், சலிக்காமல் பலதடவை இருவரும் எழுதி முடித்திருக்கிறார்கள். அச்சுக்குப் போன பின்னரும் ரோல்ஸ்ரோயுக்கு திருப்தி கிடையாது. இறுதிவரை திருத்திக்கொண்டே இருந்தாராம்.

இப்பொழுது எல்லாம் கணினியிலே எளிதாக எழுதமுடிகிறது. அதிலே சொற்களை மாற்றலாம். வெட்டலாம். திருத்தலாம். வசனத்தையே இடம் மாற்றலாம். ஒரு பாராவை தூக்கி முன்னுக்குப் போடலாம். முன்னுக்குப் போட்டதை எடுத்து நடுவிலே சேர்க்கலாம். சொற்களை தேடலாம். தேடி அவற்றை மாற்றலாம். வார்த்தைகளை எண்ணலாம். ஒரு வார்த்தை எத்தனை தடவை வருகிறது என்று பார்த்து திருத்தலாம். பேப்பர் வீணாவதில்லை. மை வீணாவதில்லை. அத்தனை திருத்தமும் அலுங்காமல் செய்து முடித்துவிடலாம். இந்தக் கணினி, கம்பரிடமோ, ரோல்ஸ்ரோயிடமோ, லோங்பெல்லோவிடமோ இருந்திருந்தால் எத்தனை வசதியாக இருந்திருக்கும். எவ்வளவு மனித உழைப்பைச் சேமித்திருக்கலாம். ரோல்ஸ்ரோய் இன்னும் நாலு 'போரும் அமைதியும்' போன்ற நாவல்களை எழுதித் தள்ளியிருப்பார்.

என்னுடைய ஐயா ஓலைச் சுவடி படிப்பதைப் பார்த்திருக்கிறேன். எங்கள் கிராமத்து சாத்திரியார் ஓலைச்சுவடியில் சாதகம் கணிப்பதையும் கண்டிருக்கிறேன். நான் படித்தபோது பயன்படுத்தியது தொட்டெழுதும் பேனாதான். பள்ளிக்கூடத்துக்கு போகும்போது பேனாக்கட்டையையும் மைப்புட்டியையும் காவிக்கொண்டு போவேன். மேசையில் வலது பக்கம் ஓர் ஓட்டை இருக்கும் அதிலே மைப்புட்டியை வைத்துவிடுவோம். திரும்பும்போது மைப்புட்டி காலியாகிவிடும்; உடையிலே மை நிரம்பியிருக்கும். ஊற்றுப்பேனா வந்தது. பின்னர் போல்பொயிண்டும் வந்து எழுதுவதை இலகுவாக்கியது.

ஒருநாள் எங்கள் கிராமத்துக்கு தட்டச்சு மெசின் வந்தது. தமிழ் தட்டச்சு மெசின். அதைப் பார்ப்பதற்காக என்னை அண்ணர் அழைத்துப் போனார். மெசினில் ஒருத்தர் தட்டச்சு செய்தார். அன்று முழுக்க என்னால் அதைப் பார்த்துக்கொண்டிருக்க முடிந்திருக்கும். பேப்பரைத் திருகுவதும், அது மேலே

உயர்ந்து சொல்லப்பட்ட இடத்தில் நிற்பதும், எழுத்துக்கள் நடனமாடியபடியே எழுந்து வந்து பதிவதும், நூதனமாக இருந்தது. ஒரு விசையை அழுத்தியதும் கறுப்பு எழுத்துக்கள் சிவப்பாக மாறின. தட்டச்சு செய்யும்போது ஏதாவது தவறு ஏற்பட்டால் அதை கோட்டினால் வெட்டி விட்டு புதிதாக வார்த்தை அடிக்கக்கூடிய வசதியும் இருந்தது. என்னைத் தீராத ஆச்சரியத்தில் ஆழ்த்திய விசயம் என்ன வென்றால் ஓர் எழுத்தின் மீது இன்னொரு எழுத்து விழவே இல்லை. சரியாகப் பக்கத்தில் விழுந்தது. வீடு வந்தபின்னரும் அந்த அதியம் மறையாமல் மனதிலேயே தங்கியது.

பின்னர் எங்கள் கிராமத்திலிருந்து தமிழ் தட்டச்சு பழகப் போன மயிலனின் கதையும் உலாவியது. கிராமத்தவரின் கேலிக்கும், கேளிக்கைக்குமாக கடவுளால் படைக்கப் பட்டவன் மயிலன். தீக்கோழிபோல காலை எட்டிவைத்து நடப்பான். மூளையும் அதைப் போலவே. ஒரு முரட்டு முன்கோபக் குருவிடம் தட்டச்சு பழகினான். தட்டச்சு செய்துகொண்டிருந்த அவன் ஒரு நாள் திடீரென்று கத்தினான். 'அண்ணை, புனா எங்கே? காணவில்லை?' அதற்கு குரு சொன்ன பதில் பிரசித்தமானது. அங்கே கீழேயிருக்கும். —— —— —— —— - கண்டுபிடி.' மயிலன் ஊரைவிட்டு போன பின்னரும் கதை அங்கேயே தங்கிவிட்டது. சிறிது காலம் கழித்து எங்கள் கிராமத்தில் ஒருவரிடம் பழைய தட்டச்சு மெசின் வந்து சேர்ந்தது. அதில் ஊ எழுத்து அடிக்க முடியாது. வசன அமைப்பை ஊ வராமல் பார்த்துக் கொள்ளவேண்டும். அப்படியும் தவறி அது வந்துவிட்டால் மையினாலே அந்த இடத்தை ஊ என்று எழுதி நிரப்பவேண்டும். இதுபற்றி நான் ஒரு சிறுகதைகூட அந்த நேரம் எழுதியிருக்கிறேன்.

தமிழ் தட்டச்சு மெசினின் முழுப்பயனையும் ஒரு காலத்தில் நான் அனுபவித்திருக்கிறேன். பதின்ம வயதிலேயே நான் கவிதைகளும் சிறுகதைகளும் கட்டுரைகளும் எழுத ஆரம்பித்துவிட்டேன். என் கையெழுத்து மோசமாக இருக்கும். அரசாங்க அலுவலகத்தில் வேலை செய்யும் யாரிடமாவது கெஞ்சி தட்டச்சு செய்யவேண்டும். அகில இலங்கை நாடகப் போட்டி ஒருமுறை நடந்தது. அதற்கு 100 பக்கத்தில் கையினால் ஒரு நாடகம் எழுதினேன். அதை ஒரு நண்பர் தட்டச்சு செய்து தந்தார். எனக்கு இரண்டாவது பரிசு கிடைத்தது. முதல் பரிசு பெற்றவர்மீது எனக்குக் கோபம். அவரைச் சந்தித்ததோ பேசியதோ கிடையாது. 50 வருடம் கழித்து கனடாவில் அவருடன் பேசும் சந்தர்ப்பம் கிடைத்தபோது என் கோபத்தை சொன்னேன். அவர் நாடகத்தனமாகச் சிரித்தார்.

கணினியில் தமிழ் எழுதலாம் என்று வந்தபோது அதைவிட மகிழ்ச்சி அளித்த விசயம் எனக்கு அந்தக் காலத்தில் வேறு ஒன்றுமே இல்லை என்று சொல்லலாம். அமெரிக்காவில் தமிழில் எழுதும் செயலியை ஒருவர் உருவாக்கிவிட்டார் என அறிந்து அவர் வீடு தேடிப்போனேன். சூரிய ஒளிபுகமுடியாத நீண்ட வீடு. இருட்டு தொடங்கும் இடத்தில் ஒருவர் உட்கார்ந்திருந்தார். அவர் ஒரு செயலியை இலவசமாகத் தந்தார். நான் உழைப்புக்கு

மதிப்புக் கொடுக்கவேண்டும் என்று சொல்லி 100 டொலர் தந்து அதை வாங்கினேன். அது என் வாழ்க்கையை மாற்றியது. கம்புயூட்டரில் தமிழில் எழுத ஆரம்பித்து விட்டேன். நானே ஆசிரியன்; நானே மாணவன். செயலியில் எல்லா வசதிகளும் இருந்தன. சொற்களைத் தேடலாம். மாற்றலாம். எண்ணலாம். நகல் செய்யலாம். வெட்டி ஒட்டலாம். மனைவி பொறாமைப்படும் அளவுக்கு அதனுடனேயே முழுநேரத்தையும் கழித்தேன். இரண்டுவருடம் அதைப் பாவித்தேன். பிரச்சினை என்னவென்றால் கட்டுரைகளை அச்சடித்து பத்திரிகைகளுக்கு தபால்மூலம்தான் அனுப்பலாம்.

பின்னர் முத்து நெடுமாறனின் செயலி வந்துவிட்டது. அதை வரவழைத்தேன். அவருடன் அப்பொழுது டெலிபோனில் பேசியதும் நினைவுக்கு வருகிறது. அவருடைய செயலியில் பல வசதிகள் இருந்தன. அதிலே எழுதி மின்னஞ்சலில் இணைப்பாக அனுப்பலாம். ஆனால் அதை பெறுபவரிடமும் அதே செயலி இருந்தால்தான் அவரால் படிக்கமுடியும். பல பிரச்சினைகள் தீர்ந்த அதேசமயம் புது பிரச்சினைகளும் கிளம்பின. கட்டுரைகளில் ஆ எழுத்து வராது. சிலநேரங்களில் இ எழுத்து வராது. கிராமத்து உடைந்த தமிழ் தட்டச்சு மெசின்போல பேனாவினால் விடுபட்ட எழுத்துக்களை நிரப்பவேண்டியிருந்தது.

நான் கனடாவுக்கு வந்துவிட்டேன். தன்னுடைய சிறுநீரகத்தை விற்று அந்தக் காசில் கனடா வந்த ஒருவரை அப்பொழுது சந்தித்தேன். என்னுடைய வயதிலும் பாதி வயது அவருக்கு. கம்புயூட்டர் படிக்கும் மாணவர். அவர் அப்பொழுது எனக்குச் செய்த உதவியை நான் என்றென்றைக்கும் மறக்க முடியாது. தமிழ் தட்டச்சு செய்யும்போது ஏற்பட்ட எல்லாவிதமான சிக்கல்களையும் தீர்த்துவைத்தார். அவர் உழைப்புக்கு கூலியும் வாங்க மறுத்தார். தமிழில் எழுதும்போது நிறைய வைரஸ்கள் தாக்கின. அவற்றை விலக்கினார். ஒருமுறை 100 பக்கம் எழுதிய பின்னர் ஏதோ பட்டனை அமுக்க முற்றிலும் அழிந்துபோனது. அதை மீட்டுத் தந்தார். இன்று என்னிடம் இருப்பதெல்லாம் அந்த இளைஞர் தந்ததுதான். இப்பொழுது அவர் பெயர்கூட மறந்துவிட்டது. ஒரு சிறுநீரகத்துடன் அவர் எங்கே இருக்கிறார் என்பதும் தெரியாது. காலத்தினாற் செய்த நன்றி ஞாலத்திலும் பெரிது என்பார்கள். அவரை நன்றியுடன் நினைத்துக்கொள்கிறேன்.

அதைத் தொடர்ந்து யூனிகோட் (ஒருங்குறி) வந்துவிட்டது. நான் என்னவென்ன வேண்டுமென்று கற்பனை செய்தேனோ அவை எல்லாம் கிடைத்தன. அது கொடுத்த மகிழ்ச்சிக்கு அளவே இல்லை. தமிழில் மின்னஞ்சல்கள் எழுதக்கூடியதாக இருந்தது. குழந்தைப் பிள்ளைக்கு விளையாட புதுப் பொம்மை கிடைத்ததுபோல மின்னஞ்சல்கள் பலருக்கும் தமிழில் பறந்தன. பதில்களும் தமிழில் வந்தன. இந்தச் சமயம் எழுத்தாளர் ஜெயமோகனும் கணினி எழுத்து உலகத்துக்குள் நுழைந்திருந்தார். அங்கே அவருக்கு அதிகாலை 2 மணி. எனக்கு ரொறொன்ரோவில் மாலை. மின்னஞ்சல்க-

ளுக்கு உடனுக்குடன் பதில் எழுதி பயிற்சி எடுத்தோம். அவர் வேகமாக டைப் செய்ய அப்பொழுதே பழகிக்கொண்டார். ஒரு மின்னஞ்சல் எழுதி விரலை எடுக்க முன்னர் பதில் வந்துவிடும். அவர் பல கேள்விகளை எழுப்புவார். ஒரு கேள்வி. இப்பொழுதும் ஞாபகம் இருக்கிறது. 'கடைசியாகக் கூட்டுக்கு வந்த பறவை வென்றதா? தோற்றதா?'

யூனிகோட் வந்த பின்னர் எல்லாமே மாறியது. எழுத்தாளர்கள் வேகமாக எழுதினார்கள். எழுதியதை அப்படியே மின்னஞ்சலில் அனுப்பினார்கள். பதிப்பாளர்களுக்கு பதிப்பிப்பது இலகுவானது. அச்சுக்கோர்க்கும் சிரமம் இல்லை. புத்தகங்களும் அதேவேகத்தில் பதிப்பிக்கப்பட்டு விற்பனைக்கு வந்தன. முன்னைப்போல ஆயிரக்கணக்கான நூல்களை அச்சடித்து கிட்டங்கியில் குவித்து வைக்கும் பழக்கம் போனது. எத்தனை தேவையோ அதையே அச்சிட்டார்கள். வேண்டும்போது மீண்டும் பதிப்பித்தார்கள்.

செல்பேசி வந்தது. அதைத் தொடர்ந்து யூட்யூப் வந்தது. எழுத்தாளருக்கு வேலை இன்னும் இலகுவானது. புத்தகங்களை அச்சடிக்கத் தேவையில்லாமல் கிண்டில் வந்தது. 20 வருடங்களாக நீங்கள் தேடிய ஒரு புத்தகத்தை நிமிடத்தில் நீங்கள் இறக்கி படித்துக்கொள்ளலாம். நூலகங்களின் தேவை சுருங்கிவிட்டது. அமெரிக்காவில் சமீபத்தில் மாபெரும் நூலகம் ஒன்றுக்குப் போனேன். பத்து லட்சம் புத்தகங்களுக்கு மேல் அங்கே உள்ளன. ஒன்றிரண்டுபேர் உட்கார்ந்து படித்தனர். புத்தகங்களை கிண்டிலிலும் ஐபாட்டிலும் மக்கள் படிக்கிறார்கள். ஒருவர் தன் ஐபாட்டில் 1000 புத்தகங்களை காவிச்செல்ல முடியும்.

எழுதுவதைச் சுலபமாக்கிய இன்னொரு முக்கிய காரணம், தமிழ் விக்கிப்பீடியா. இதை உண்டாக்கிய பெருமை இ.மயூரநாதனைச் சேரும். இன்று 84,000 கட்டுரைகள் உள்ளன. இந்திய மொழிகளில் தரவரிசையில் தமிழ் முதல் இடத்தில் இருக்கிறது. பல விசயங்களை உடனுக்குடனே சரிபார்த்துக் கொள்ள முடியும். சொற்பிழை திருத்தி, சந்திப்பிழை திருத்தி வந்துவிட்டன. இலவசமாக இவற்றை தந்தவர் எஸ்.ராஜாராமன் (நீச்சல்காரன்). இலக்கணப்பிழை திருத்தி, நிகண்டு (thesaurus) போன்றவையும் விரைவில் வந்துவிடும். தமிழ் - தமிழ் அகராதியும், ஆங்கில - தமிழ் அகராதியும் உங்கள் கணினி, செல்பேசி, ஐபாட்டுகளில் ஏற்றி வைத்துக்கொள்ளலாம்.

எதிர்காலத்தில் அச்சுப்புத்தகங்கள் அருகிவிடும். மக்களுக்கு அவற்றை வைத்துப் பாதுகாப்பதே பெரும் பிரச்சினையாக இருக்கும். மின்னூல்கள் அதிகமாகும். பழுதாகாது. தொலையாது. எங்கேயும் காவிச் செல்லலாம். விலையோ பத்து மடங்கு மலிவு. அவற்றை வாடகையிலும் வாங்கலாம். சொந்தமாகவும் ஆக்கலாம். எழுத்தாளர்கள் பத்து மடங்கு அதிகமாவார்கள். புத்தகங்களும் பல மடங்கு கூடும். வாசகர்கள் வாசிக்க வேண்டிய புத்தகங்களின் எண்ணிக்கை கணக்கு வைக்க முடியாத அளவுக்கு உயர்ந்துவிடும். அவகாசமோ நாளுக்கு 24 மணித்தியாலம்தான். வாசகர்களுக்கு, முக்கிய-

மான புத்தகங்களை இனங்கண்டு வாசித்து முடிப்பது சவாலாக அமையும். முன்பெல்லாம் ஒரு புத்தகம் எழுதி அதை வெளியிட இரண்டு வருடம் பிடிக்கும். இப்பவெல்லாம் இரண்டு மாதத்தில் ஒரு புத்தகத்தை பதிப்பித்து விற்பனைக்கு கொண்டுவர முடிகிறது. எழுத்தாளர் கணினியில் எழுதி அப்படியே மின்னஞ்சலில் பதிப்பாளருக்கு அனுப்பிவிடுவார். படங்களும் அப்படியே அனுப்பலாம். பதிப்பகம் நிமிடங்களில் பக்க அமைப்பு செய்து புரூப் அனுப்புகிறது. சொற்பிழை திருத்தி இருப்பதால் அதுவும் இலகுவாகிவிடுகிறது. அப்படியே அச்சுக்கு போகிறது. கட்டமைப்புச் (binding) செய்ய சிறிது நேரம் எடுக்கும். ஆனால் அதுவே மின்புத்தகம் என்றால் சில நாட்களிலேயே உலகம் முழுவதும் கிடைக்கும். ஒரு பட்டனை அழுத்தி யாரும் எங்கேயிருந்தும் நூலை ஐபாட்டிலிலோ கிண்டிலிலோ இறக்கிக்கொள்ளலாம்.

ஜே.கே ரோலிங் எழுதிய புத்தகங்கள் 400 மில்லியன் உலகம் முழுக்க விற்றிருக்கின்றன. எத்தனைபேர் புத்தகங்களை வாசித்தார்கள். எத்தனைபேர் பாதிவரை படித்து மூடிவைத்தார்கள் எத்தனைபேர் தொடவே இல்லை போன்ற கணக்கெடுப்புகள் இல்லை.. மின்னூல்கள் வாடகைக்கும் விடப்படும் அல்லது முழுக் காசுக்கும் விற்பனையாகும். அவற்றில் எத்தனை நூல்கள் படிக்கப்பட்டன என்ற விவரத்தை விஞ்ஞானிகள் கண்டுபிடிக்க ஒரு புது வழியை உண்டாக்கலாம். முன்பெல்லாம் காட்டு விலங்குகள் கணக்கெடுப்புக்கு ஒவ்வொரு விலங்காக எண்ணினார்கள் அல்லது தானியங்கி காமிராக்களைப் பொருத்தி படம் எடுத்து கணக்கு வைத்தார்கள். இப்பொழுதெல்லாம் அட்டைகளை பொறுக்கி அவற்றின் ரத்தத்தை பரிசோதித்து சரியாக எத்தனை, என்ன வகை விலங்குகள் என்று கணக்கு கூறிவிடுகிறார்கள். அப்படி புதுமாதிரியான ஒரு கண்டுபிடிப்பு வரலாம்.

புத்தக வெளியீடுகள் உலகளாவியவிதமாக மாறிவிடும். ஸ்கைப் மூலமாகவோ (conference call) பல்வழி அழைப்பு மூலமாகவோ (live telecast) நேரலை ஒலிபரப்பு மூலமாகவோ நடத்தலாம். நாடு நாடாகப் போய் வெளியீடு செய்யத் தேவை இல்லை. கனடாவின் எழுத்தாளர் மார்கிரட் அட்வுட் செய்வது போல எழுத்தாளர் அவரிடத்தில் இருந்தபடியே வாசகரின் புத்தகத்தில் கையெழுத்து இடலாம். வாசகர்கள் கேள்விகளுக்கு பதிலும் சொல்லலாம். மின்புத்தகம் என்றால் இன்னும் சுலபமாகிவிடும்.

1712ல் முதல் தமிழ் புத்தகம் தரங்கம்பாடியில் அச்சிடப்பட்டது. இதைச் செய்தவர் டென்மார்க் அரசர் அனுப்பிவைத்த ஜேர்மன்காரர். அவர் பெயர் சீகென்பால்க். முதல் தமிழ் அச்சுப் புத்தகத்தை அந்தக் கால மக்கள் வரிசையில் நின்று தொட்டுப் பார்த்து மகிழ்ந்திருப்பார்கள். அதிலிருந்த தமிழ் எழுத்துக்களுக்கும் இன்று புழங்கும் தமிழ் எழுத்துக்களுக்கும் நிறைய வித்தியாசங்கள் உள்ளன. இன்று உள்ள எழுத்துக்கள் 100 வருடம் பின்னர் எப்படியிருக்கும்? சேக்ஸ்பியருக்கு z எழுத்துப் பிடிக்காது. அதை அவரே லியர் மன்னன் நாடகத்தில் சொல்கிறார். திருவள்ளுவருக்கு ஔ எழுத்து பிடிக்-

காது. திருக்குறளில் ஔ எழுத்தை காணமுடியாது. இன்னும் 100 வருடத்தில் தமிழ் எழுத்து முற்றிலும் மாறக்கூடும். வாசகர்கள் எழுத்து மாற்றத்தால் சிரமப்படாமல் எதிர்காலத்தில் கணினி காப்பாற்றும்.

எண்ணித் தீராத வசதிகள் இப்போது வந்துவிட்டன. எழுத்தாளர்கள் அதிகமாகிவிட்டனர். புத்தகங்கள் பெருகிவிட்டன. அமர்ந்த இடத்திலிருந்து அசையாமல் நூற்றுக்கணக்கான புத்தகங்களைப் படிக்க முடியும். எழுத்தாளர் எழுதும்போது உசாத்துணை நூல்களை தன் முன்னே பரப்பி வைக்கத்தேவையில்;ல. அவை எல்லாமே அவருடைய கணினியிலேயோ, ஐபாட்டிலேயோ ஓர் அழுத்தத்தில் கிடைக்கும். சேக்ஸ்பியர் 32,000 வார்த்தைகளை உபயோகித்து அழியாத இலக்கியம் படைத்தார். திருவள்ளுவருக்கு, உலக வாழ்வியல் நூலான திருக்குறளை படைக்க 14,000 வார்த்தைகள் தேவைப்பட்டன. இன்று ஆங்கிலத்தில் 10 லட்சம் வார்த்தைகளுக்கு மேல் உள்ளன. தமிழ் சொல்வங்கியில் 75 லட்சம் வார்த்தைகள் இருக்கின்றன என்கிறார்கள். இத்தனை லட்சம் வார்த்தைகளை வைத்துக்கொண்டு இத்தனை லட்சம் எழுத்தாளர்கள் அழியா காவியம் படைக்க முடியுமா? இதற்கு கணினி மாத்திரம் போதாது, மனித மூளையும் தேவை.

நிமிடங்களிலும் பார்க்க வேகமாக தொழில்நுட்பம் வளருகிறது. சிந்தனையை சொல்லாக்கி, சொல்லை எழுத்தாக்கி, எழுத்தை அச்சாக்கி, அச்சை புத்தகமாக்குவது சர்வசாதாரணமாகிவிட்டது. மூளையில் பெருகும் கற்பனையை நேராக புத்தகம் ஆக்கும் காலம் நெருங்கி வரலாம். பருத்தி புடவையாக காய்த்தாலும் காய்க்கலாம். எதுவும் நடக்கும். இன்னும் பத்து வருடங்களில் இப்படி ஒன்றைக் கற்பனை செய்ய முடியும். எழுத்தாளர் தான் எழுத வேண்டியதை எழுதவே தேவை இல்லை. செல்பேசியை எடுத்துப் பதிவு செய்வார். அது அவர் பேச்சை எழுத்தாக மாற்றி அச்சடித்துக் கொடுக்கும். ஒரு பட்டனை அமுக்கி சந்திப் பிழை, எழுத்துப் பிழைகளை சரிசெய்வார். இன்னொரு பட்டனை அழுத்தி இலக்கணப் பிழைகளையும், தரவுகளையும் சரிபார்த்துவிட்டு மின்பத்திரிகைக்கு அனுப்புவார்.

அடுத்த வாரம் மின் பத்திரிகை 10 கட்டுரைகள், 20 கவிதைகள், 8 சிறுகதைகள், 2 நேர்காணல்கள் இன்னும் பல செய்திகளுடன் வெளியாகும். அதில் இவருடைய கட்டுரையும் இருக்கும். மின்பத்திரிகை உடனுக்குடன் 20,000 பேருக்கு மின்வழியாக அனுப்பப்படும். 18,000 பேர் அதை நிராகரிப்பார்கள். மீதியிருக்கும் 2000 பேரில் 1800 பேர் ஒருவார வாடகைக்கு பணம் கொடுத்து பத்திரிகையை இறக்குவார்கள். அவர்கள் ஒருவருமே படிக்காததால் அது ஒருவாரம் கழித்து திரும்பப் போய்விடும். 200 பேர் காசு கொடுத்து சொந்தமாக வாங்குவார்கள். அதில் 100 பேர் படிக்க மறந்துவிடுவார்கள். எஞ்சிய 100 பேரில் 80 பேர் ஒன்றிரண்டு கவிதைகளையும் கட்டுரைகளையும் வாசிப்பார்கள். மீதி 20 பேரில் 18 பேர் முழுப் பத்திரிகையையும் வாசிக்க ஆரம்பித்து பாதியில் நிறுத்திவிடுவார்கள். இரண்டு பேர் முதலில்

இருந்து கடைசிவரை வாசித்து முடிப்பார்கள். அதில் ஒருவர் வாசித்ததை உடனே மறந்துவிடுவார்.

49. ஷோபாசக்தியுடன் ஒரு மாலை

- சிவானந்தம் நீலகண்டன்

இன்று நான் நரிமுகத்தில் விழித்திருக்கிறேன். எழுத்தாளர் ஷோபாசக்தியுடன் பொழுதுபோக விதிக்கப்பட்டிருந்திருக்கிறது. நான் ஷோபாசக்தியின் எழுத்துகளில் இதுவரை வாசித்திருப்பவை ஜெயமோகன் இலங்கையில் நடந்தது இன அழிப்பு அல்ல என்று எழுதியிருந்த கட்டுரையை அவர் கேள்விகேட்டிருந்த ஒரு கட்டுரை, கண்டிவீரன் என்றொரு சிறுகதை இவ்விரண்டுமட்டும்தான். நவீனத்தமிழிலக்கியத்தின் முக்கியமான படைப்பாளி இவர் என்பதை இன்று அனைவரும் ஒரேகுரலில் ஏற்றுக்கொள்கிறார்கள்.

காலையில் தேசிய கலைகள் கழகம் நடத்தும் சிங்கப்பூர் எழுத்தாளர்கள் விழா (4 முதல் 13ம் தேதிவரை, நவம்பர் 2016) வின் ஓர் அங்கமாக விமர்சனத்தைக் குறித்த ஒரு கலந்துரையாடலுக்குச் சென்றுவிட்டு, பெனின்சுலா பிளாசாவில் உள்ள கறிவில்லேஜ் வாழையிலை' உணவகத்தில் ஷாநவாஸ், எம்கேகுமார், அருண்மகிழ்நன், சுபா ஆகியோருடன் சாப்பிட்டு மேசை உரையாடலில் இருக்கும்போது அங்கு எதிர்பாராமல் ஷோபாசக்தியும் சாப்பிட வந்தார். அவருக்கு 49 வயதென்று எனக்கு நம்பவியலவில்லை.

வெகு இயல்பாக உரையாட ஆரம்பித்த சக்தியின் கண்கள் அலைபாய்ந்தபடியே இருந்தன. கைகளில் தேநீர் கிளாசை எடுப்பதும் உறிஞ்சுவதும்கூட ஒரு பதட்டத்திலேயே நடந்ததுபோலத்தான் எனக்குத்தெரிந்தது. அது அவரது புலிவாழ்க்கையின் எச்சமாக இருக்கக்கூடும் என்பது என் ஊகம். இங்கு தேநீர் மட்டும்தான் கிடைக்கும் என்று எம்கே குமார் சொன்னபோது புரிந்துகொண்டவர் தான் பகலில் குடிப்பதில்லை என்றார். ஹேங் ஓவருக்காக அடுத்தநாள் காலையில் கொஞ்சம் குடிப்பது கணக்கில்வராது என்பது அவர் கருத்து. அதை எங்க ஊரில் தெளிதண்ணி' என்போம் என்றேன் நான். கேட்டு சிரித்துக்கொண்டார்.

யாழ்ப்பாணத்திலிருந்து பாரீசில் குடியேறி 23 வருடங்களாக வாழ்ந்துகொண்டிருப்பதால் அதைப்பற்றிய கேள்விகள் அவரிடம் கேட்கப்பட்டன. பாரீசிலிருக்கும் பாண்டிச்சேரி தமிழர்கள், இலங்கைத்தமிழர்கள் இவர்களுக்கிடையே உள்ள ஒவ்வாமை குறித்து பதில்சொல்ல வந்தவர், "ரெண்டுபேருமே வரும்போது நாலு பேண்ட் நாலு சட்டை ஒரு லிப்கோ டிக்ஷனரியோட வந்தவங்கதான்" என்று ஆரம்பித்து மேலே விளக்கிக்கொண்டுபோனார். உங்கள் அடையாளம் என்ன என்ற கேள்விக்கு யோசித்துவிட்டு, "தெரியல...அப்படி எதுவும் யோசிக்கல..என் நண்பன் ஒரு புத்தகம் எழுதியிருந்தான். அதோட பின்னட்டையில் ஆசிரியர் குறிப்பாக அவன் பெயர், ஊர் யாழ்ப்பாணம்

ஆகிவற்றைப்போட்டுவிட்டு அடுத்ததாக மேலதிக விவரம் எந்த போலீஸ் ஸ்டேஷனிலும் கிடைக்கும் என்று போட்டிருந்தான். என்னுடைய அடையா-ளமும் அந்தமாதிரிதான் என்றார்".

அப்போதே அவருடைய பதில்கள் அனைத்தும் உடனடியாக, மேலோட்டமாக ஒரு சிரிப்பைக் கிளப்பத்தக்கதாயும் அதைத்தொடர்ந்து மெல்லமாக, ஆழமான சோகத்தை விதைக்கத்தக்கதாகவும் இருந்ததை உணர்ந்தேன். மாலை 5:30க்கு கவிஞர் நெப்போலியன் ஷோபாசக்தியுடன் உரையாடும் ஆன்மாவின் அகதி' நிகழ்ச்சிக்கு சென்றேன். ஒருமணி நேரம் நடந்த நிறை-வான நிகழ்ச்சி. அவர் நினைவில் நிற்கக்கூடிய துரோகங்களும் விசுவாங்க-ளும் குறித்து நெப்போலியன் கேட்டபோது தமிழீழம் மலரப்போகிறது என்று வாக்குறுதிகொடுத்து புலிகளுக்காக ஆட்கள் சேர்த்ததை தமிழ் மக்களுக்குத் தான் செய்த துரோகமாகச் சொன்னார். விசுவாசம் தனக்கு எம்ஜிஆர், பிர-பாகரன் இருவர் மேலிருந்ததாகக் கூறினார்.

தான் ஏன் பாரீஸைத் தேர்ந்தெடுத்தேன் என்றால் அப்போது எனக்கு ஒரு போலி பிரான்ஸ் பாஸ்போர்ட்தான் கிடைத்தது அதனால்தான் என்றார். ஒரு-மனிதன் மூன்று மூலகங்களால் ஆனவன்; ஆன்மா, உடல், பாஸ்போர்ட். ஆன்மா, உடல் சிதைந்தாலும் பாஸ்போர்ட் இருந்தால் எந்த எல்லையையும் தாண்டமுடியும் என்று அவர் வாசித்ததைப் பகிர்ந்துகொண்டார். தன்னிடம் தற்போது சிதைந்த உடலும், போலி பாஸ்போர்ட்டும் ஆனால் இலக்கியத்தால் காக்கப்பட்ட ஆன்மாவும் இருப்பதாகச்சொன்னார்.

அரங்கத்திலிருந்து வந்த கேள்விகளுக்கு சக்தி அளித்த பதில்கள் கூர்மை-யானவை; முக்கியமானவை. முதலில் ஆன்மா(?) குறித்து எழுந்த ஒரு தத்-துவார்த்தமான கேள்விக்கு இது ஜெயமோகனிடம் கேட்கவேண்டிய கேள்வி என்று பதிலளித்து அடுத்தகேள்விக்குப் போய்விட்டார். ஒருபதிலின்போது தமிழகத்தில் உள்ள எழுத்தாளர்களிடம் நெருக்கமான தொடர்பிருப்பதாகச்-சொல்லி சாரு, எஸ்வி ராஜதுரை, மோகன் இன்னும் சில பெயர்களை-யும் சொன்னார். மதுவருந்தும் பழக்கமுள்ள அத்தனை எழுத்தாளர்களிடமும் தனக்கு நல்ல தொடர்புண்டு என்றார். போருக்குப்பிந்தைய ஈழ இலக்கி-யம் மொத்தமாகவே போர்தொடர்பான இலக்கியமாகவே ஆகிவிட்டதே என்ற கேள்விக்கு நாற்பது வருடங்களாகப் போரிலேயே பிறந்து, வாழ்ந்தவன் வேறு எதைப்பற்றி எழுதுவான் என்றார்.

லட்சக்கணக்கில் உயிர்ப்பலி வாங்கிவிட்ட போர் தோல்வியில் முடிந்ததால் அவ்வளவு இழப்பும் வீணாகிவிட்டதே, மீண்டும் என்றாவது போர் துளிர்க்-குமா என்ற கேள்விக்கு - எங்கள் பிள்ளைகளும் உங்கள் பிள்ளைகளைப்-போல் பள்ளிக்குப் போகவேண்டும், மாலையில் நாங்கள் வீட்டில் குடும்பத்து-டன் அமர்ந்து டிவி பார்க்கவேண்டும் இதெல்லாம்தான் எங்களுக்குவேண்டும். 12 வயதில் சயனைட் குப்பியைக் கழுத்தில் மாட்டிக்கொண்டு, சத்தத்தை-வைத்தே தலைக்குமேலே செல்லும் விமானம் என்ன ரகம் என்று சொல்லும்

வாழ்க்கை வேண்டாம் என்று அவர் சொன்னபதில்தான் இன்றைய ஈழத்தின் குரலாக நான் நினைக்கிறேன்.

நான் நினைப்பது என்னவென்றால் - போரும் வீரமரணமும் மற்ற நாட்டுத்தமிழர்களுக்கு ஒரு மாபெரும் கனவு. சாகசம். சாதாரண வாழ்க்கையை வெந்ததைத்தின்று விதிவந்தால் சாவதாக கீழாக எண்ணிக்கொண்டு போரின் கற்பனைப் பரவசங்களுக்கு ஆளாகிறோம். ஏனெனில் போர் என்னமாதிரி மிருகம் என்று நமக்குத்தெரியாது. ஆனால் போரையே தங்கள் தினப்படி வாழ்க்கையாக சுமார் நாற்பது வருடங்கள் வாழ்ந்து நைந்துபோன கனவுகளையும், தொலைந்துபோன உறவுகளையும் கொண்டவர்களுக்கு, நிம்மதியாகக் குடும்பத்துடன் உண்டுறங்கி வெடிச்சத்தம் கேட்காத வாழ்க்கை வாழ்வதே மாபெரும் சொர்க்கம்.

இலங்கையிலிருந்து ஐரோப்பாவின் பல நாடுகளுக்குப் புலம்பெயர்ந்த தமிழர்களின் அடுத்த தலைமுறை தமிழை ஒரு மொழியாக மட்டுமே அறிந்து இருக்கும் அதுவும் தமிழ்சினிமாவில் வருவதைப்போன்ற பேச்சுவழக்கில் என்றும் அவர்கள் மனதளவில் அவ்வந்த நாடுகளின் பிரஜைகளாகத்தான் இருப்பார்கள் என்றும் சொன்னவர் அதைத்தவிர்க்க முடியாது என்றார். பாரீஸில் வாழும் தன் உறவினர் குழந்தைகளை உதாரணமாகக் காட்டினார். தமிழ்சினிமாவைப்பார்த்து வளைகாப்பு போன்ற ஈழத்தமிழரிடத்தில் வழக்கத்திலில்லாத பண்பாட்டுக்கூறுகளும் மெல்ல ஊடுருவி வருவதைச்சொன்னார். என்னதான் குறைசொன்னாலும் பலநாட்டுத் தமிழர்கள் ஐம்பதாண்டுகள் கழித்து சந்திக்கையில் அவர்களுக்குள் இருக்கப்போகும் ஒரே பொதுவான விஷயம் தமிழ்சினிமாவாகத்தான் இருக்கும் என்பது என் கணிப்பு. அந்தவகையில் இலக்கியத்தைவிட சினிமாவைக் கவனமாகப் படைப்பது நம் எதிர்கால சந்ததிகளுக்கு நல்லது.

ஒரு போராட்டத்தில் நம் ஆயுதத்தை எதிரிகள்தான் தீர்மானிக்கிறார்கள் என்பதை சக்தி ஏற்றுக்கொள்ளவில்லை. உலகத்தில் பல இனங்கள் சேர்ந்து வாழும் நாடுகளில் எல்லாம் சிறிதும் பெரிதுமாக பிரச்சனைகள் இருக்கத்தானே செய்கின்றன? அவை எவ்வாறு புரட்சியின்றி அணுக்கமாகச் செயல்பட்டுத் தீர்த்துக்கொள்ளப்படுகின்றன? அதே வழியில் ஈழமும் தீர்த்துக்கொள்ளட்டும் என்பதையே தன் விடையாக முன்வைக்கிறார். பலமுறை மரணத்துக்கு அருகில் சென்றும் பிழைத்துக்கொண்டதற்கு கடவுளை ஒரு காரணமாகத் தான் நினைக்கவில்லை என்றவர் அவை தற்செயல்களே என்றார். நான்கு வருடங்கள் பாரதியார் கவிதைகள், பைபிள் இவ்விரண்டை மட்டுமே வாசித்துக்கொண்டிருந்ததை நினைவுகூர்ந்தார்.

நானும் ஒரு கேள்வி கேட்டேன். ஆயுதப்புரட்சி ஆகாவழி என்று புலிப்போராட்டத்தின் ஆரம்பகட்டத்திலேயே உணர்ந்தபின்னும் அடுத்ததாக ஏன் கம்யூனிஸத்துக்குள் போனீர்கள்? அங்கும் change comes by force என்ற தத்துவம்தானே முன்வைக்கப்படுகிறது என்று. ஆமாம் என்று அதற்கு

பதிலளித்த ஷோபாசக்தி கம்யூனிஸத்திலிருந்தும் தான் முன்பே விடுபட்டுவிட்டதாகச்சொல்லி தற்போது காந்தியை வாசித்துவருகிறேன், முடிவைக்குறித்த கவலையின்றி வழி செம்மையானதாக இருக்கவேண்டும் என்ற கவலைகொண்ட அவரது தத்துவமே சிறந்ததாகப்படுகிறது என்றார். சிலிர்த்துப்போனது எனக்கு.

Change comes by force என்ற மார்க்ஸிய சித்தாந்தத்திற்கு ஜெயகாந்தன் ஒருமுறை இங்கு force என்பதற்கு பலவந்தமாக என்ற பொருளல்ல; மக்கள் சக்தி என்ற பொருள் என்றார். அதாவது மாற்றம் மக்கள் சக்தியைத் திரட்டுவதால் வரும் என்ற அர்த்தத்தில். அது ஒரு பழைய அறிவிஜீவி கம்யூனிஸ்ட்டின் திறமையான விளக்கமாகத்தான் எனக்குப்படுகிறது. ஒரிஜினலான அர்த்தம் நேரடியானதுதான். அதை ஷோபாசக்தி நிராகரித்துவிட்டதில் எனக்கு மகிழ்ச்சி. ஷோபாசக்தியின் எழுத்துக்களை சலிக்கும்மட்டும் வாசித்துத் தள்ளிவிடவேண்டும் என்ற முடிவோடுதான் வெளியேவந்தேன்.

50. ராஜம் கிருஷ்ணன்

தமிழ் இலக்கியப்பாதையில் பதிந்த அடிகள்...எம்.ஏ.சுசீலா

ஞானபீட விருது பெற்ற எழுத்தாளர் திரு யு ஆர் அனந்தமூர்த்தி காலம் சென்றபோது தற்செயலாக நான் மங்களூரில் - அதிலும் அவர் பிறந்த ஊரான உடுப்பியில் இருந்தேன். அப்போது வெளிவந்த உள்ளூர் நாளிதழ்கள்-எல்லாவற்றிலுமே முதல் பக்கத்தில் வெளியான படமும் தலைப்புச் செய்தியும் அனந்தமூர்த்தி குறித்தவைதான். மதிப்புக்குரிய தன் மண்ணின் எழுத்தாளருக்காக ஒரு நாள் அரசு விடுமுறையும் அறிவித்துத் தனக்குப் பெருமை சேர்த்துக்கொண்டது கர்நாடக அரசு.

அனந்தமூர்த்திக்குக் கொஞ்சமும் சளைக்காத சிறப்புக்களையும் விருதுகளையும் [ஞானபீடம் ஒன்று தவிர] கொண்டிருந்த தமிழ் எழுத்தாளர் ராஜம் கிருஷ்ணன் அண்மையில் காலமானபோது தமிழகத்தில் காணக்கிடைத்த மிகக்குறைவான எதிர்வினைகளே மேற்குறித்த தமிழக - கர்நாடக ஒப்பீட்டைச் செய்யத் தூண்டுபவை. இத்தனைக்கும் தமிழ்நாட்டில் ஆண்ட இரு முதலமைச்சர்களும் ராஜம் கிருஷ்ணனை அங்கீகரித்துப் பெருமைப்படுத்தியவர்கள்தான். ஒருவர் தன் ஆட்சிக்காலத்தில் ராஜம் கிருஷ்ணனுக்கு திரு வி க விருது அளித்தார்; மற்றொருவர், ராஜம் கிருஷ்ணனின் படைப்புக்களை நாட்டுடைமையாக்கினார். ஆனாலும் எந்தத் தலைவரிடமிருந்தும் இந்த இலக்கியவாதியின் மரணத்துக்கான இரங்கல் செய்தி இல்லை.

அரசியல்வாதிகள் அப்படி என்றால் நாளிதழ் போன்ற அச்சு ஊடகங்கள், திரைக்கலைஞர்களின் மறைவுக்கு ஒதுக்கும் மிகுதியான இடத்தைக்கூட ராஜம் கிருஷ்ணனின் மறைவுச்செய்திக்கு ஒதுக்க முன் வரவில்லை என்பது வேதனையளிப்பது. அச்சு ஊடகங்களிலும் இணைய அஞ்சலிகளிலும்

வெளியான ஒரு சில கட்டுரைகளிலும் கூட ராஜம் கிருஷ்ணனின் இறுதிக்காலத் துன்பங்கள் முன்னிறுத்தப்படும் அளவுக்கு அவரது வாழ்நாள் சாதனைகள் அதிகமாக நினைவு கூறப் படுவதில்லை.

முதுமையில் வஞ்சனைக்கு ஆளாகி வறுமையும் நோயும் பீடித்த வாழ்நிலை அமைந்து விடும்போது அறிஞர்களும் மேதைகளும் கூடக் குழந்தைகளாகிப் போய் விடுவது இயல்பானதே.. ராஜம் கிருஷ்ணன் அவர்களுக்கு நேர்ந்ததும் அது போன்றதொரு சூழல்தான்.அது அவர்களின் அந்திம வாழ்வின் ஒரு சிறிய காலகட்டம் மட்டுமே. அப்போதும் கூட அவரிடம் அன்பு கொண்ட பலர் அவருக்கு உற்ற துணையாக இருந்திருக்கிறார்கள்; முதுமையின் வெறுமை,தனிமை இவற்றைத் தவிர அவரைச் சுற்றியிருந்த மருத்துவ மனைச் செவிலிகள் உட்பட அவரது தன்மதிப்பு' பழுதுபடாமல்தான் அவரைப் பேணியிருக்கிறார்கள்.தனது இறுதி ஆண்டுகளில் அவர் எழுதிய அனுபவத் தொகுப்பான காலம்'என்ற நூலே அதற்கான ஆவணம். தன்னிடம் அன்பு காட்டியவர்களுக்கும், தான் தங்கியிருந்த மருத்துவ மனைக்கும் தன் நன்றியை செலுத்தும் முறையில் என்பும் உரிய'ராய்த் தன் உடலை தானமாய் வழங்கிச் சென்றிருக்கும் ராஜம் கிருஷ்ணனின் வாழ்வு ஒரு நிறை வாழ்வு மட்டுமே.

பெண்கள் மிகக்குறைவாகவே எழுதிக்கொண்டிருந்த ஒரு காலகட்டத்தில் தமிழ்ப்புனைவெழுத்தில் கால் பதித்து வழக்கமான வணிகப்போக்குக்கு மாறான தீவிரம் கொண்ட சமூக விமரிசனங்களாகத் தன் நாவல்களை உருவாக்கியவர் ராஜம் கிருஷ்ணன். பெண் எழுத்தாளர்களில் அவரைப்போல அகலவும் ஆழவும் உழுதிருப்பவர்கள் வேறு எவரும் இல்லை. தன் உச்சபட்சப்படைப்பின் காலகட்டத்திலேயே சாகித்திய அகாதமி,பாஷா பரிஷத்,நேருசோவியத் லேண்ட்,இலக்கிய சிந்தனை போன்ற நிறைவான பல அங்கீகாரங்களைப்பெறும் வாய்ப்புக் கிடைக்கப்பெற்ற பெண் எழுத்தாளரும் அவர் ஒருவர் மட்டுமே.

பொறியாளராகப் பணி புரிந்த தன் கணவரின் அலுவல் காரணமாக இந்தியாவின் பல பகுதிகளிலும் வாழ நேரிட்டபோது ஆங்காங்கே. நிலவும் பண்பாடுகளையும்,அரசியல்,சமூகச். சிக்கல்களையும் ஆழமாக உள்வாங்கிக்கொண்டு அவற்றைத் தன் படைப்புகளில் எதிரொலிக்க முயன்றதால் தொடர்ந்து வெவ்வேறு களப்பின்னணி கொண்ட நாவல்கள் [குறிஞ்சித் தேன்'- படகர் வாழ்க்கை, முள்ளும் மலர்ந்தது' -சம்பல் கொள்ளைக்காரர்களின் வாழ்வுப்பின்னணி] பலவும் அவரிடமிருந்து உருப்பெற அந்த அனுபவமே அவருக்கு அடித்தளம் அமைத்துத் தந்தது. தீப்பெட்டித் தொழிற்சாலையில் பணிபுரியும் பெண்கள் மற்றும் குழந்தைத் தொழிலாளர் நிலை குறித்த 'கூட்டுக் குஞ்சுகள்', உப்பளத் தொழிலாளர்களின் அவலம் கூறும் 'கரிப்பு மணிகள்' ஆகிய இரு நாவல்களையும் படிக்கும்போது அன்றாட வாழ்வில் மிக எளிதாகப் பயன்படுத்தும் தீப்பெட்டிக்கும் உப்புக்கும் பின்னால் இருக்கும்

கண்ணீர்க்கதைகள் நம்மை ஆழ்ந்த துயரத்துக்குள் கொண்டு சென்றுவிடும் வல்லமை கொண்டவை; தொடர்ந்து அந்தப் பொருட்களைக் கையாளும்போ-தெல்லாம் ஒரு குற்ற உணர்வையும் தயக்கத்தையும் நம்முள் கிளர்த்துபவை.

மார்க்சியப் பார்வை கொண்டிருந்த ராஜம் கிருஷ்ணனைப்போல் உழைக்-கும் வர்க்கத்தினர் வாழ்நிலையை மெய்யான கரிசனத்தோடு பதிவு செய்-திருக்கும் எழுத்தாளர்களின் எண்ணிக்கை குறைவானதே. அது போலவே அரசியல் போராட்டங்களில் பெண்களின் பங்களிப்பை வலியுறுத்தும் நாவல்-களை அதிகமாக எழுதியவரும் அவர் ஒருவர்தான்.

அவருக்கு சாகித்தியஅகாதமி விருதைப் பெற்றுத்தந்த வேருக்குநீர்' [காங்-கிரஸ் பின்புலம்],''ரோஜா இதழ்கள்' [தமிழக அரசியலில் திராவிடக்கட்சி-களின் பின்புலம்], கோவா விடுதலைப் போராட்டம் பற்றிய வளைக்கரம்' எனப் பல நாவல்களும் இந்தப்போக்கில் அமைந்தவையே. கம்யூனிச இயக்-கத்தோடு தன்னைப்பிணைத்துக்கொண்ட மணலூர் மணியம்மையின் உண்மை வாழ்வைப் பாதையில் பதிந்த அடிகள்'என்ற தலைப்பில் புனைவாக்கியவர் அவர். கள ஆய்வு செய்து தரவுகளைத் திரட்டி ஒரு ஆய்வேட்டைப்போன்ற விரிவான ஆயத்தங்களுடன் நாவல்களைப்படைப்பது ராஜம் கிருஷ்ணனின் தனித்துவம் என்று கூறலாமே தவிர அந்த ஒரு எல்லைக்குள் மட்டுமே அவரது ஆளுமையையும்,அவரது எழுத்துக்களையும் முற்றாகவரையறை செய்து விட முடியாது.

வாழ்நாள் முழுவதும் ஒரு பெண்விடுதலைப்போராளியாகவே வாழ்ந்தவர் ராஜம் கிருஷ்ணன். அது,அவரது குறிப்பிடத்தக்க மற்றுமொரு சிறப்பான முகம். பெண்ணினம் சார்ந்த பிரச்சினைகளில் ஆக்க பூர்வமான - தீர்வை நோக்கிய ஈடுபாடு காட்டி வந்த ராஜம் கிருஷ்ணன்,'காலந்தோறும் பெண்','காலந்தோறும் பெண்மை', இந்திய சமுதாய வரலாற்றில் பெண்மை',''பெண் விடுதலை' போன்ற ஆழமான கட்டுரை நூல்கள் பலவற்றை எழுதியிருக்கிறார்.தமது சிறுகதைகள், மற்றும் நாவல்களிலும் அந்தக்கருத்தைப் பதிவு செய்திருக்கிறார்.

அலுவல் மகளிர் சிக்கலைப்பேசும் விலங்குகள்', 'ஓசைகள் அடங்கிய பிறகு', பெண் சிசுக்கொலை பற்றிய உசிலம்பட்டிப்பின்னணி கொண்டமண்ண-கத்துப்பூந்துளிகள்', தேவதாசி முறையிலிருந்து விடுபட எண்ணி அதிலிருந்து வெளிவந்து தனக்கென ஒரு வாழ்வை அமைத்துக்கொள்ளும் பெண்ணைப்-பற்றிப்பேசும் மானுடத்தின் மகரந்தங்கள்', இதிகாச மறு ஆக்கமாக சீதை-யின் வாழ்வை மீட்டுருவாக்கிய வன தேவியின் மைந்தர்கள்' ஆகிய பெண் சார்ந்த இவரது புனைவுகளைப்பட்டியலிட்டுக்கொண்டே செல்லலாம் என்ற-போதும் அவற்றுள் மிக முக்கியமானதொரு படைப்பு அவரது 'வீடு'.

'இந்த நாவலுக்கு முன்னுரை தேவையில்லை என்று நினைக்கிறேன்''

என்ற அவரது சிறு குறிப்போடு வெளியிடப்பட்ட அவரது ''வீடு'' நாவலில் - தன் ஐம்பதாவது வயதில் வீட்டை விட்டு வெளியேற முடிவெடுக்கும்

நடுத்தர வர்க்கத்துப் பெண் ஒருத்தியின் அக புற போராட்டங்களைத் துல்லியமாகப் பதிவு செய்திருக்கிறார் அவர். இந்திய மரபில் பெண் விடுதலை என்பது எத்தனை போராட்டங்களுக்குப் பிறகு சாத்தியமாகக் கூடியது என்பதை மிக நேர்மையாகவும் சரியாகவும் காட்டிய நாவல் அது என்று அந்த நாவலை மதிப்பீடு செய்திருந்தார் ஈழத் தமிழ்த் திறனாய்வாளரான கா.சிவத்தம்பி. ஐரோப்பாவில் பல அதிர்வுகளை ஏற்படுத்திய இப்சனின் பொம்மை வீட்டோடு [DOLL'S HOUSE] ஒப்பிடுகையில் அதைப்போன்ற வீரியம் வீடு' நாவலுக்கும் இருந்தபோதும் தமிழ் வாசககர்களுக்கு நடுவே அத்தகையதொரு அதிர்வை அது உருவாக்காமல் போனதற்கு வாசகப்பிழையே காரணம் என்பதையும் அவர் சுட்டிக்காட்டியிருந்தார்.

பெண்ணினம் சார்ந்த பிரச்சினைகளில் ஆக்க பூர்வமான - தீர்வை நோக்கிய ஈடுபாடு காட்டி வந்த ராஜம் கிருஷ்ணன், பெண்விடுதலை இயக்கங்கள் பலவற்றிலும் நேரடியாகவே பங்கேற்றிருக்கிறார்.; போராடியும் இருக்கிறார். தமிழ் இலக்கியமும் தமிழ்ச்சமூகமும் காலத்துக்கும் மறக்க முடியாத இரண்டு சம்பவங்களை இங்கே எடுத்துக்காட்டுவது பொருத்தமாக இருக்கக்கூடும்.

பிரபல எழுத்தாளர் தி. ஜானகிராமனின் சக்தி வைத்தியம்'என்னும் சிறுகதைத் தொகுப்புக்கு சாகித்திய அகாதமி விருது அறிவிக்கப்பட்டிருந்த நேரம் அது; அந்தப்படைப்பின் சில பகுதிகள் பெண்ணை மலினப்படுத்தும் கருத்தியல் கொண்டதாக இருப்பதாக ராஜம் கிருஷ்ணன் கருதியதால் அந்த நூல் விருது பெறுவதை எதிர்த்துத் தன் எதிர்ப்புக்குரலைப்பதிவு செய்ய அவர் தவறவில்லை.. பிற்போக்கான கருத்து வெளிப்பாடுகள் எங்கிருந்து வந்தபோதும் அவற்றைத் தீவிரமாக எதிர்க்கும் நிலைப்பாடு அவருடையது. தினமணி '97 தீபாவளி மலரில் காஞ்சி மடாதிபதி ஜெயேந்திரர், விதவைப் பெண்'ணைப்பற்றி ஒன்றும் விளையாத தரிசு நிலம்' என்று கருத்து வெளியிட்டபோது அதைக் கடுமையாக விமரிசித்து தரிசுக்கோட்பாடு'என்ற தலைப்பில் ராஜம் கிருஷ்ணன் ஒரு கட்டுரை எழுதியதும் தினமணி நடுப்பக்கத்திலேயே அது வெளியானதும் வரலாற்று நிகழ்வுகளாகப் பதிவு பெற்ற மறக்க முடியாத நிகழ்வுகள்.அவரது உச்சபட்சத் துணிவை உரக்கச்சொல்லும் இன்னொரு சம்பவம் அது..

டாக்டர் ரங்காச்சாரி, பாரதி [பாஞ்சாலி சபதம் பாடிய பாரதி] ஆகியோரின் வாழ்க்கை வரலாற்று நூல்களும் இவரது ஆக்கத்தில் உருவாகியிருக்கின்றன.

தமிழ் இலக்கியத்தின் பல களங்களிலும் தமிழ்ச்சமூகத்தின் பல தளங்களிலும் அழுத்தமாய்ச் சுவடு பதித்திருக்கும் காலடிகள் ராஜம் கிருஷ்ணனுடையவை. வீடுகளும்....கூடுகளும் பறிக்கப்பட்ட மனுஷியாய் மட்டுமே அவரைக் கண்டு கழிவிரக்கம் கொள்வதைப்போன்ற அபத்தம் வேறெதுவும் இல்லை.செங்கல்லாலும் சிமிண்டாலும் கட்டிய ஸ்தூலமான வீட்டை அவர்

இழந்திருக்கலாம். தன் எழுத்துக்களால்... உறுதியான தன் பெண்ணியச்சிந்தனைகளால் அவர் கட்டி எழுப்பியிருக்கும் வீடு' நாவலும் அவரது பிற ஆக்கங்களும் அவரை என்றென்றைக்குமாய் சாஸ்வதப்படுத்திக்கொண்டிருக்கும்.

51. முருகபூபதி

பாதிப்புற்ற பெண்கள் சார்ந்து ஒலித்த குரல் - விஜயராணி

வணக்கம்.... பாருங்கோ.... என்னத்தைச் சொன்னாலும் பாருங்கோ, உங்கடை விசாலாட்சிப்பாட்டியின்ர கதையைப்போல ஒருத்தரும் சொல்லேலாது. இந்தக்குடுகுடு வயதிலையும் அந்தப்பாட்டி கதைக்கிற கதையளைக் கேட்டால் பாருங்கோ.... வயதுப்பிள்ளைகளுக்கும் ஒரு நப்பாசை தோன்றுது. என்ன இருந்தாலும் திங்கட்கிழமை எண்டால் பாட்டியின்ர நினைவு தன்னால வருகுது. அதனால சில திங்கட்கிழமையில அவவுக்கு தொண்டை கட்டிப்போறதோ இல்லை... வேற ஏதேன் கோளாறோ தெரியாது. இவ வரவே மாட்டா..... பாவம் கிழவிக்கு என்னாச்சும் நேந்து போச்சோ எண்டு ஏங்கித் துடிக்கின்ற உள்ளங்களின்ரை எண்ணிக்கை எத்தனை எண்டு உங்களுக்குத்தெரியுமே...?

அதனாலை ஒண்டு சொல்லுறன் கோவியாதையுங்கோ... பாட்டியின்ர பிரதியளை இரண்டு மூண்டா முன்னுக்கே அனுப்பிவைச்சியளென்டால் பாட்டி பிழைச்சுப்போகும். தடவித் தடவி வாசிக்கிற பாட்டிக்கு நீங்கள் இந்த உதவியை எண்டாலும் செய்து குடுங்கோ " இக்கடிதம் இலங்கை வானொலி கலையகத்திலிருந்து 08-11-1976 ஆம் திகதி நிகழ்ச்சித் தயாரிப்பாளர் திரு. விவியன் நமசிவாயம் அவர்களிடமிருந்து ஒரு பெண் எழுத்தாளருக்கு எழுதப்பட்டது. அந்தப்பெண்தான் விசாலாட்சிப்பாட்டி தொடரை எழுதியவர்.

அந்தப்பெண் அப்பொழுது பாட்டியல்ல. இளம் யுவதி. அவர்தான் அன்றைய விஜயராணி செல்வத்துரை,அவர் பொறியியலாளர் திரு. அருணகிரியை மணம்முடித்ததும் திருமதி அருண்.விஜயராணி என கலை, இலக்கிய உலகில் அறியப்பட்டார். அவரது விசாலாட்சிப்பாட்டி வானொலித் தொடர் சுமார் 25வாரங்கள் ஒலிபரப்பாகியது. அக்காலத்தில் பல வானொலி நாடகங்கள் யாழ்ப்பாண பேச்சு உச்சரிப்பில் ஒலிபரப்பாகின. விசாலாட்சிப்பாட்டிக்குரிய வசனங்களை அந்த உச்சரிப்பிலேயே விஜயராணி எழுதினார். சமூகம் குறித்த அங்கதம் அதில் வெளிப்பட்டது. அங்கதம், சமூக சீர்திருத்தம் சார்ந்தது. அதனை அக்கால கட்டத்தின் நடைமுறை வாழ்வுடன் வானொலி நேயர்களுக்கு நயமுடன் வழங்கினார். வடக்கில் உரும்பராயைச் சேர்ந்த விஜயராணியின் முதலாவது சிறுகதை அவன் வரும்வரை இந்து மாணவன் என்ற பாடசாலை மலரில் 1972 இல் வெளியானது.

தவறுகள் வீட்டில் ஆரம்பிக்கின்றன என்ற இவர் எழுதிய மற்றும் ஒரு வானொலி நாடகத்தை பின்னாளில் துணை என்ற பெயரில் தொலைக்காட்சி நாடகமாக இயக்கித் தயாரித்து ரூபவாஹினியில் விக்னேஸ்வரன் ஒளிபரப்பினார். தொலைக்காட்சியின் வருகைக்கு முன்னர் மக்களிடம் வலிமையான ஊடகமாக செல்வாக்கு செலுத்தியிருந்தது வானொலி. அதிலும் இலங்கை ஒலிபரப்புக் கூட்டுத்தாபனத்தின் தேசிய சேவையும் வர்த்தக சேவையும் இலங்கைத் தமிழ் நேயர்களுக்கு மாத்திரமின்றி இந்தியாவில் தமிழ் நேயர்களுக்கும் பெரும் வரப்பிரசாதமாகத் திகழ்ந்தது.

அதற்கான காரணம்: ஒலிபரப்பின் தரம். ஒலிபரப்பப்படும் நிகழ்ச்சிகள். ஒலிபரப்பாளர்களின் குரல் வளம். வானொலிகள் இருந்த அனைத்து தமிழ் - முஸ்லிம் இல்லங்களிலும் காலை முதல் இரவு வரையில் ஒலித்துக்கொண்டிருந்த இலங்கை வானொலி நிகழ்ச்சிகள் அனைத்து தலைமுறையினரையும் கவர்ந்தது. அந்த நிகழ்ச்சிகளின் பெயர்ப்பட்டியலே நீளமானது. இதில் தமிழ் - முஸ்லிம் எழுத்தாளர்களை மிகவும் ஆகர்சித்த நிகழ்ச்சிகள்: வானொலி நாடகங்கள், இசையும் கதையும், மாதர் மற்றும் கிராம சஞ்சிகை, இளைஞர்களுக்கான சங்கநாதம், சிறுவர்களுக்கான சிறுவர்மலர். இவற்றில் ஏராளமான நாடக எழுத்தாளர்கள், வானொலி கதாசிரியர்கள், சிறுவர் இலக்கியம், சிறுவர் நாடகம், நேயர் கடிதம் எழுதுபர்கள் அறிமுகமானார்கள். அவ்வாறு வானொலி நேயர்களுக்கு அறிமுகமாகியவர் விஜயராணி. கொழும்பில் தெகிவளையில் தமது பெற்றோர் சகோதரங்களுடன் வாழ்ந்த காலப்பகுதியில் - இலங்கை வானொலி தமிழ் நேயர்களினால் வரவேற்பை பெற்றிருந்த சில நிகழ்ச்சிகளுடன் சம்பந்தப்பட்டிருந்தார்.

படைப்பாளியிடம் எழுதிக்கேட்டு ஆக்கங்களை ஊடகங்களில் ஒலிபரப்பிய வானொலியும் - பிரசுரித்த பத்திரிகைகளும் இன்றைய நவீன யுகத்தில் அந்த மரபை கைவிட்டமைக்கு இன்றைய நவீன தொழில் நுட்பம்தான் அதிலும் கணினி - மின்னஞ்சல் யுகம்தான் பிரதான காரணம்.

வீரகேசரி வாரவெளியீட்டின் பொறுப்பாசிரியராக பணியாற்றிய பொன். ராஜகோபால் ஈழத்து எழுத்தாளர்களை ஊக்குவித்தவர். 1970 - 1980 காலப்பகுதியில் அவர் சில பரீட்சார்த்த முயற்சிகளையும் வாரவெளியீட்டில் மேற்கொண்டார். ஏற்கனவே படைப்பாளிகள் எஸ்.பொன்னுத்துரை, குறமகள் வள்ளிநாயகி, இ.நாகராஜன், கனகசெந்தி நாதன் ஆகியோர் இணைந்து எழுதிய மத்தாப்பு புதினத்தை படித்திருந்த அவர், அதுபோன்றதொரு தொடரை வீரகேசரி வாரவெளியீட்டிலும் வெளியிட விரும்பினார். நாளைய சூரியன் என்ற தலைப்பில் ஐந்து பெண் எழுத்தாளர்கள் இணைந்து எழுதும் தொடர் வெளியானது. முதல் அங்கத்தை அருண். விஜயராணி எழுதியிருந்தார். தொடர்ந்து மண்டூர் அசோக்கா, தாமரைச்செல்வி, தேவ மனோகரி ஆகியோர் எழுதினர்.

இலங்கையில் நான் இருந்த காலத்தில் இவரைச் சந்திக்கவில்லை. குறிப்பிட்ட நாளைய சூரியன் தொடரை ஒப்புநோக்கும் (Proof Reading)பொழுதே படித்திருந்தேன். அக்கால கட்டத்தில் நாளைய சூரியன் வாசகர்களிடமும் விமர்சகர்களிடமும் வரவேற்பை பெற்றிருந்தமைக்குக்காரணம் அந்தக்கதையின் கருப்பொருள். ஹிப்பிக் கோலத்தில் அலையும் ஒரு பாத்திரம் பற்றிய கதை. ஈழத்து இலக்கியத்தில் அதனை பெண் எழுத்தாளர்கள் எழுதியமையினால் துணிகர முயற்சி என்றும் சில விமர்சகர்கள் சொன்னார்கள்.பின்னர் சிறிதுகாலம் விஜயராணியின் எழுத்துக்களை பத்திரிகையிலும் காணவில்லை. வானொலியிலும் அவரது படைப்புகள் ஒலிபரப்பாகவில்லை. வீரகேசரியில் விஜயராணியின் உறவினர் சோமசுந்தரம் ராமேஸ்வரன் பத்திரிகையாளராக பணியிலிருந்த எனது நண்பர். அவர்தான் விஜயராணி திருமணம் முடித்து மத்திய கிழக்கிற்கு கணவருடன் சென்றுவிட்ட தகவலை தெரிவித்தார். காலங்கள் சக்கரம் பூட்டியது. விரைந்துவிடும்.

விஜயராணியின் குடும்பத்தினர் கலை, இலக்கியம், இசை, நடனம் முதலான துறைகளில் ஆர்வம் மிக்கவர்கள். விஜயராணியின் தந்தையார் இலங்கையின் மூத்த ஓவியர். யோகர் சுவாமியின் சீடர். இன்றும் நாம் பார்க்கும் நாவலியூர் சோமசுந்தரப்புலவரின் படத்தை தமது ஒளிப்படக்கருவியால் எடுத்த கமரா கலைஞருமாவார். அவருடைய தங்கையின் மகன்தான் ஈழத்தின் மூத்த எழுத்தாளர் முனியப்பதாசன். விஜயராணியின் அக்காமார், அண்ணன்மாரின் பிள்ளைகள் நடன, இசை அரங்கேற்றம் கண்டவர்கள். இவ்வாறு கலை, இலக்கிய, சமூகப்பார்வையுடன் வாழ்ந்த குடும்பத்திலிருந்து வந்தவர். விஜயராணியின் கணவர் அருணகிரி ஒரு பொறியியலாளர். பெரும்பாலான பெண் இலக்கியவாதிகளின் கணவர்கள் போன்று அவருக்கு இந்தத்துறையில் நாட்டம் இல்லையாயினும் தமது மனைவியின் எழுத்துப்பணிகளுக்கு உற்றதுணையாக விளங்கியவர்.

அதனாலும் விஜயராணி செல்வத்துரை என முன்னர் நாம் அறிந்திருந்தவர் பின்னாளில் இலக்கிய உலகில் அருண். விஜயராணி என்று அறியப்பட்டார். அருண். விஜயராணி எழுதத் தொடங்கியகாலம் முதல் பல நாடகங்களை சிறுகதைகளை, வானொலிச்சித்திரங்ளை எழுதியிருந்தபோதிலும் தமது நூல்களை வெளியிடுவதில் ஆர்வம் கொண்டிருக்கவில்லை. அவர் மெல்பன் வந்தபின்னர் எனது இரண்டாவது சிறுகதைத்தொகுதி சமாந்தரங்கள் நூலின் வெளியீட்டு விழாவை 25-06-1989 ஆம் திகதி மெல்பன் வை. டபிள்யூ. சி. ஏ. மண்டபத்தில் நடத்தியபொழுது அருண். விஜயராணியும் உரையாற்றினார். சிட்னியிலிருந்து மூத்த எழுத்தாளர் எஸ்.பொன்னுத்துரையும் வருகைதந்து உரையாற்றினார். இருவரும் அவுஸ்திரேலியாவில் ஏறிய முதல் மேடையாக அந்த இலக்கிய நிகழ்வு அமைந்தது.

தாம் பலவருடங்கள் இலங்கையிலும் லண்டனிலும் இருந்தும்கூட தமது ஒரு நூலைத்தன்னும் வெளியிட முடியாதிருந்த இயலாமையை அன்று அவர்

மேடையில் சொல்லி, அந்த நிகழ்வு தனக்கு முன்மாதிரியாக இருப்பதாக குறிப்பிட்டதுடன், வீரகேசரி வாரவெளியீட்டில் அந்த நிகழ்வு பற்றிய கட்-டுரையையும் பின்னர் எழுதியிருந்தார். 1990 ஆம் ஆண்டு நான் சென்-னைக்கு புறப்படுவதற்கு முதல்நாள் மாலை தமது கணவருடன் எனது வீட்-டிற்கு வந்த அவர், என்னிடம் ஒரு கோவையை கையளித்து, அதில் தனது சிறுகதைகள் இருப்பதாகவும் அதனை சென்னை தமிழ்ப்புத்தகாலயம் அகிலன் கண்ணனிடம் சேர்ப்பித்து அச்சிடுவதற்கு வழிவகை செய்யுமாறும் கேட்டுக்கொண்டார். அன்றைய உரையாடலில் அதற்கு தூண்டுகோலாக இருந்தவர் அவருடைய கணவர்தான் என்பதையும் அறியமுடிந்தது. விமா-னத்திலேயே அந்தக் கதைகளின் மூலப்பிரதிகளை படித்தேன். தமிழகத்தின் பிரபல ஓவியர் மணியம் செல்வன் வரைந்த முகப்போவியத்துடன் அந்தநூல் கன்னிகா தானங்கள் என்ற பெயரில் சென்னை தமிழ்ப்புத்தகாலய வெளியீ-டாக வந்தது.

21-04-1991 ஆம் திகதி கன்னிகாதானங்கள் மெல்பனில் அதே வை. டபிள்யூ. சி. ஏ. மண்டபத்தில் பேராதனை பல்கலைக்கழக முன்னாள் விரி-வுரையாளர் கலாநிதி காசிநாதர் தலைமையில் நடந்தது. இலங்கை வானொ-லியின் முன்னாள் தமிழ்ச் சேவைப்பணிப்பாளர் திருமதி பொன்மணி குலசிங்-கம் வருகைதந்து வாழ்த்துரை வழங்கியபொழுது அருண். விஜயராணியின் வானொலி நிகழ்ச்சிப்பங்களிப்புகளை நினைவுபடுத்தினார்.

குறிப்பிட்ட கன்னிகா தானங்கள் நூலை தமிழகத்தில் வாசித்த சுஜாத்தா ராணி என்பவர் IndianExpress Weekendஇதழில் நல்லதொரு விமர்-சனம் எழுதியிருந்தார். அதனையும் தினகரன் வாரமஞ்சரியில் அந்தனி ஜீவா - தேவமலர் என்ற புனைபெயரில் எழுதிய பெண்பிரம்மாக்கள் என்ற தொடரில் அருண். விஜயராணி பற்றி எழுதியிருந்த குறிப்புகளையும் சிட்-னியிலிருந்து கவிஞர் பாஸ்கரன், எஸ்.பொன்னுத்துரை, மாத்தளை சோமு இலங்கையிலிருந்து பொன். ராஜகோபால், சுடர் இதழ் ஆசிரியராகவிருந்த கனகசிங்கம் (பொன்னரி) மெல்பனிலிருந்து ரேணுகா தனஸ்கந்தா, முருகபூ-பதி குவின்ஸ்லாந்திலிருந்து வானொலிக் கலைஞர் சண்முகநாதன் வாசுதே-வன் ஆகியோர் எழுதிய குறிப்புகளையும் தொகுத்திருந்த சிறிய பிரசுரமும் அன்றையதினம் வெளியிடப்பட்டது.

அருண். விஜயராணியின் மெல்பன் வருகையின் பின்னர் இங்கும் சில கலை, இலக்கிய மாற்றங்கள் தோன்றின. 1990 தொடங்கப்பட்ட அவுஸ்திரே-லியா தமிழர் ஒன்றியத்தின் கலாசார செயலாளராக அவர் அங்கம் வகித்த-துடன் சங்கத்தின் வெளியீடான அவுஸ்திரேலியா முரசுவின் ஆசிரியராகவும் பணியாற்றினார். சிட்னி - மெல்பன் குவின்ஸ்லாந்து தமிழ் வானொலிகளி-லும் இவருடைய பல படைப்புகள் ஒலிபரப்பாயின. கவியரசு கண்ணதாசனின் திரைப்படப்பாடல்களில் இழையோடிய தத்துவக்கருத்துக்களையும், சமூகம், மொழி, பெண்கள் தொடர்பான சிந்தனைகளையும் தொகுத்து தொடர்ச்சியாக

உரைச்சித்திரங்களை எழுதி வான் அலைகளில் பரப்பினார்.

மல்லிகை அவுஸ்திரேலியா சிறப்பு மலரை நாம் 2000 ஆம் ஆண்டு இறுதியில் வெளியிட்டபொழுது, அந்த முயற்சிக்கு பக்கபலமாக இருந்தார். அதில் இவர் எழுதிய தொத்து வியாதிகள் என்ற சிறுகதையை ஆங்கிலத்தில் மொழிபெயர்ந்த தமிழக கவிஞி தமிழச்சி சுமதி தங்கபாண்டியன் தாம் விரிவுரையாளராக பணியாற்றிய சென்னை இராணி மேரி மகளிர் கல்லூரியில் நடந்த கருத்தரங்கொன்றில் விமர்சித்திருக்கிறார். அருண். விஜயராணியின் கன்னிகா தானங்கள் தொகுப்பில் இருக்கும் சிறுகதைகளை கனடாவில் வதியும் சியாமளா நவரத்தினம் ஆங்கிலத்தில் மொழிபெயர்த்துள்ளார். ஆயினும் ஆங்கில வெளியீடு வெளிவருவதில் தொடர்ந்தும் தாமதம் நீடிக்கிறது. அருண். விஜயராணி எமது அவுஸ்திரேலியா தமிழ் இலக்கிய கலைச்சங்கம் - இலங்கை மாணவர் கல்வி நிதியம் முதலானவற்றிலும் அங்கம் வகித்து இவற்றின் வளர்ச்சிக்கு ஆதரவு வழங்கியவர். அத்துடன் இந்த அமைப்புகளின் தலைவியாகவும் சில வருடங்கள் பணியாற்றினார். நாம் தொடர்ந்து நடத்திவரும் தமிழ் எழுத்தாளர் விழாக்களிலும் அவரது ஆதரவு தொடர்ந்தது.

ஒருவிழாவில் இவருடைய முயற்சியினால் வெளியான மறைந்த எழுத்தாளர் முனியப்பதாசனின் சிறுகதைத்தொகுதி இலங்கையில் அச்சிடப்பட்டு அறிமுகப்படுத்தப்பட்டது. அதனை மல்லிகைப்பந்தல் ஊடாக வெளியிட்டிருந்தார். முனியப்பதாசனின் கதைகளை தேடி எடுத்து தொகுத்தவர் செங்கை ஆழியான். இவர்களும் மல்லிகைப்பந்தலும் இல்லையேல் அந்தத் தொகுப்பு வெளிவந்தே இருக்காது. முனியப்பதாசனை ஈழத்து இலக்கிய உலகம் மறந்திருந்த வேளையில், அவரை நினைவுபடுத்திய இலக்கியத் தொகுப்பாக அந்த நூல் அமைந்தது.

சில தமிழ் இணையத்தளங்களில் நிறைவடைந்த விழுதல் என்பது எழுகையே என்ற மெகா தொடர்கதைத் தொடரை புகலிட நாடுகளிலிருந்து பல படைப்பாளிகள் எழுதினர். அதிலும் அருண். விஜயராணியின் ஒரு அத்தியாயம் இடம்பெற்றது. சுமார் 35 ஆண்டுகளுக்கு முன்னர் வீரகேசரியில் நாளைய சூரியன் தொடர்கதையில் சம்பந்தப்பட்டிருந்த அருண். விஜயராணி, மீண்டும் எழுதி அங்கம்வகித்த தொடர் சர்வதேச பார்வையுடன் நிறைவுபெற்றது. படைப்பாளிகளின் படைப்புமொழி மாறிக்கொண்டிருக்கிறது. வெளியீட்டுச்சாதனங்களும் ஊடகங்களின் வடிவங்களும் காலத்துடன் மாறிக்கொண்டிருக்கின்றன.

இந்த மாற்றங்களுக்கு மத்தியில் அருண். விஜயராணி, தமிழ் இலக்கிய பரப்பில் பலதரப்பட்ட காலகட்டங்களில் எழுதிக்கொண்டிருந்தாலும் அவருடைய குரல் பாதிக்கப்பட்டவர்கள் சார்ந்து, குறிப்பாக பெண்கள் சார்ந்தே ஒலித்துக்கொண்டிருந்தது. அருண். விஜயராணி 13-12-2015 ஆம் திகதி மெல்பனில் மறைந்தார். விஜயதாரகை என்ற மலர் அவரது நினைவுகளை

பதிவு செய்துள்ளது

52. வாசிப்பின் லட்டைட்டிய இன்பங்கள் - நம்பி

அன்பு செலுத்தப்படாதவை ஒத்த சாயல் கொள்கின்றன.
- Andrés Neuman, Traveler of the century

சென்ற நூற்றாண்டின் இறுதியில், ஜெப்ரி நன்பெர்க் (Geoffrey Nunberg) தனது The Future of the Book' என்ற நூலில் இந்த விபரீதக் கணிப்பை முன்வைத்தார்: "அச்சடித்து தைத்து அட்டை போடப்-பட்ட தொகுப்புகளாய் புத்தகத்தை அதன் பொதுவான பொருளில் புரிந்து கொள்வோமாயின், பெரும்பாலான புத்தகங்கள் விரைவில் மறைந்துவிடப் போகின்றன[1]". நாம் தொட்டு, தடவி, முகர்ந்து, இன்னும் பல எண்ணற்ற காரியங்களைச் செய்து நமக்குரியதாக்கிக் கொள்ளும் புத்தகங்களை இனி கடைகளில் விலை கொடுத்து வாங்க முடியாமல் போகும். இத்தகைய எதிர்-கால சிதழ்தரிசனவுலகை நினைத்துப் பார்ப்பது இன்று சாத்தியம் என்ற எண்-ணமே திகைப்பூட்டி அச்சுறுத்துவதாக இருக்கிறது. ஆனால், இது போன்ற எதிர்மறை உணர்வுகள் புத்தகங்களைப் பிறழ்காமத்தின் இலக்குப் பொருளாக்-குவதாகச் சொல்லி நிராகரிக்கின்றனர் டிஜிடல் வலியுறுத்துனர்கள்.

சென்னையில் உள்ள என் வீட்டு நூலகத்தில் ஒரு புத்தகம் புதையுண்டு கிடக்கிறது. அதன் முன்னட்டையின் மறைவில் பல பத்தாண்டுகளுக்கு முன் ஒரு பெண் என்மீது கொண்டிருந்த அளவற்ற காதலின் நினைவுச் சின்னம் பதிவாகி இருக்கிறது. ஸ்டெந்தாலின் (Stendhal) அர்ப்பணிப்புச் சொற்-களை மாற்றிச் சொல்வதானால் "அதிர்ஷ்டமுள்ள சிலர்", தம் வாழ்வில் ஒரு முறையோ இரு முறையோ ஒரு பெண் தன்னை அறியத்தரும் அந்தச் சொற்களை, அதுவும் கொடுப்பினை உள்ள சிலருக்கு மட்டுமே கிட்டக்கூடிய அந்தச் சொற்களை, அவள் தன் கைப்பட அதில் வெளிப்படுத்தியிருக்கி-றாள். மாறுபாடுகளே இல்லாத தரத்தை நோக்கித் தலைதெறிக்கத் திரும்பும் இந்த உலகில், Ulysses - இன் ஒவ்வொரு பிரதியும் அதன் பிற பிரதி-களைப் போலும் அவையனைத்தும் வேறு எந்தப்பிற புத்தகத்தைப் போலும் தோற்றம் தரும் இந்த உலகில், புத்தகங்கள் பிறழ்காமப் பொருட்களாவதெ-னில் ஆமென் என்று அங்கீகரிக்கிறேன் நான்.

எண்பதுகளின் துவக்கத்தில், கவிதையல்ல, Octavio Paz எழுதிய கதையொன்றின் தமிழாக்கத்தைப் படித்தபோது (அந்தக் கதையின் பெயர் Blue Bouquet என்று நினைக்கிறேன்), என் ஒன்றுவிட்ட சகோதரர்களில் ஒருவன், Paz-இன் புகழ்பெற்ற புத்தகங்களில் ஒன்று Labyrinth of Solitude என்று போகிறபோக்கில் சொன்னது இன்னும் எனக்கு நினைவி-ருக்கிறது. அந்தத் தலைப்புச் சொற்களின் ரசவாதம் என்னை மந்திரத்தால்

மயக்கியது போலிருந்தது. நான் போர்ஹெஸ்ஸின் Labyrinths படித்திருந்தேன், மார்கேஸின் One Hundred Years of Solitude படித்திருந்தேன். அவற்றை வாசித்ததில் கிறுகிறுத்துப் போயிருந்தேன். ஆனால் பாஸ் சென்னையின் எந்த ஒரு பெரிய புத்தகக் கடையிலும் கிடைப்பதாயில்லை. (பெரிய புத்தகக்கடை என்று ஒரு பேச்சுக்குச் சொல்கிறேன், அப்போது சின்னச் சின்னதாக இரண்டு மூன்று கடைகள் இருந்திருந்தால் அதிகம், லாண்ட்மார்க் அப்போதுதான் ஆரம்பித்திருந்தது).

அதிர்ஷ்டவசமாக என் நண்பர்களும் நானும் மேல்தர புத்தகங்களை விற்கும், மனஸ், என்ற ஒரு சிறிய கடை தேனாம்பேட்டையில் இருப்பதைக் கண்டுபிடித்திருந்தோம், அங்கு அசிஸ்டென்ட் மானேஜராக இருந்த ஒரு அழகிய பெண்ணுக்காகவே அடிக்கடி அந்தக் கடைக்குச் செல்வதை வழக்கப்படுத்திக் கொண்டிருந்தோம். மானஸின் உரிமையாளர் ஒரு பதிப்பகத்தில் பணியாற்றிக் கொண்டிருந்தவர். அவர் பதிப்புத் துறையில் இருந்த தன் தொடர்புகள் வழியாக புத்தகங்களை இறக்குமதி செய்து தர முன்வந்தார். எப்படியோ அவர் தூசு படிந்த ஒரு காடலாகில் கிங் பெங்குவின் பதிப்பித்த The Labyrinth of Solitude எங்கே கிடைக்கும் என்று கண்டுபிடித்து அதன் ஒரு பிரதியைத் தருவிக்க ஏற்பாடு செய்தார். புத்தகம் எப்போதும் வரும் என்பது குறித்து யாருக்கும் தெரியவில்லை. அது வருமா என்பதுகூட தெரியாமல் இருந்தது. சில மாதங்கள் கழிந்தன.

காத்திருந்த இந்த நாட்களில் நான் ஒரு லத்தீன் அமெரிக்க நாவலை விரிவாகக் கற்பனை செய்து கண்டிருந்தேன், மாய யதார்த்த அழகுகளும் போர்ஹேசியானாவின் (Borgesiana) சிக்கனக் கவித்துவமும் என் கற்பனையில் இருந்த நூலை அலங்கரித்தன. என்ன சொல்வது, ஆசை தனக்கென்று தனித்துவம் கொண்ட முரணணிகளை புனைந்து கொள்கிறது!

சுட்டெரித்த ஒரு கோடைக்கால பகல் பொழுதில், ஆசீர்வதிக்கப்பட்ட அந்தப் புத்தகம் ஒரு வழியாய் வந்து விட்டது. மனஸ் அந்தச் செய்தியை தொலைபேசியில் அழைத்துச் சொன்னார்கள். அன்றைக்கே அவசர அவசரமாகப் புத்தகத்தைப் பெற்றுக்கொள்ள ஓடினேன். நீண்டகாலம் புத்தக அடுக்குகளில் இருந்த தோற்றம் என்றாலும், அதன் அட்டை என்னவோ வசீகரமாகவே இருந்தது. பஸ் ஸ்டாண்டுக்கு நடந்து செல்லும்போது அதன் பக்கங்களை புரட்டிப் பார்க்கத் துவங்கினேன். அப்போதுதான் தெரிந்தது, மெக்சிகன் அனுபவத்தின் முரணியம் குறித்து ஆக்டோவியா பாஸ் எழுதிய ஒரு நீண்ட கட்டுரைதான் இந்தப் புத்தகம் என்று.

நான் கற்பனை செய்து வைத்திருந்த அந்த மகோன்னத நாவல், பல இரவுகளாய் கட்டிக் காத்து, காய்ச்சலின் அதீத ஏக்கத்துடன் எழுப்பியிருந்த அந்தக் கனவுக் கோட்டை, இறுக்கமான ஒரு கட்டுரையின் கனத்துடன் என் மீது இடிந்து விழுந்தது. அதன்பின் அந்தப் புத்தகத்தைப் படிக்கத் துணிந்து, பாஸின் வரையற்ற உரைநடையின் அழகில் ஸ்தம்பித்து நிற்பதற்கு

பல மாதங்கள் ஆனது. தீவிரமான கற்பனை நவிற்சியில் தோய்ந்த ஏக்கங்களும், அவை காலப்போக்கில் நிறைவு பெறும் சாத்தியங்கள் குறித்த எதிர்பார்ப்புகளுமாக இருக்கும் மூன்றாம் உலக தேசத்தில் புத்தகங்களின் பற்றாக்குறைக்கென்றே சில தனி ஆறுதல்கள் உண்டு. நமது நூற்றாண்டு அதன் செழிப்பாலும் செயலாற்றலாலும் பொருட்களுக்கான கசப்பும் இனிப்பும் கலந்த ஏக்கத்தைக் கழித்துக் கட்டிவிட்டது. புத்தகக்கடைகள் இல்லாதிருத்தலில் துவங்கி அவை சர்வநிச்சயமாகப் பயனற்றுப் போகும்வரையான துயர ஆரம் நம் வாசிப்புப் பழக்கங்களில் ஏற்பட்டுள்ள மாற்றங்களை ஆவணப்படுத்துகிறது. எதிர்காலத்தில் இதன் வளர்ச்சி எவ்வாறு இருக்கும் என்றும் சுட்டுகிறது.

திரை தேய்ப்பர்கள் நம்மை நம்பச் சொல்வதற்கு மாறாக ஒரு நூலின் உள்ளடக்கத்தை நாம் உள்வாங்கிக் கொள்வதைவிட அதிகமான ஏதோ ஒன்று வாசிப்பனுபவத்தில் இருக்கிறது என்று நம்புகிறேன். டிஜிடல் தகவல்களை நம் மூளைக்குள் டிஜிடலாகப் பொதித்து வைக்கும் அறிபுனைச் சித்திரம் நியாண்டர்தல்களாகிய நாம் விடாது இறுகப் பற்றிக்கொண்டிருக்கும் வாசிப்பு அனுபவத்துக்கு ஏதோ ஒரு வகையிலேனும் ஈடாக முடியுமா என்ன!

வாசிப்பு அனுபவம் என்று நான் அழைக்கும் விஷயம், நாம் ஒரு புத்தகத்தை வாசிப்பதற்கு வெகு காலம் முன்னரே துவங்கிவிடுகிறது. நூலகங்களிலும் புத்தகக்கடைகளிலும் புரட்டிப் பார்த்தல், முன்னட்டை அமைப்பைப் பார்த்து வசீகரிக்கப்படுதல், அதன் பைண்டிங், எழுத்துருக்கள், ஓவியங்கள், எவ்ரிமேன்ஸ் லைப்ரரி எடிஷன் வாங்குவதா அல்லது பெங்குவின் மாடர்ன் கிலாசிக்ஸ் எடிஷன் வாங்குவதா என்ற இருப்பியல் சார்ந்த அகச்சிக்கல், விலையுயர்ந்த ஒரு புத்தகம், ஒரு பேச்சுக்கு பரூஸ்ட்டின் In Search of Lost Time நாவலின் மிகச் சமீபத்திய மொழிபெயர்ப்பின் ஆலன் லேன் பாக்ஸ் எடிஷன் என்று வைத்துக் கொள்வோம், அதை வாங்குவதற்கு முன் நிகழும் மனத்தடுமாற்றங்கள்...இவை ஒவ்வொன்றும் அவற்றின் துணை நினைவுகளோடு ஒரு சுருதிக் கோவையாக உருவாகி நாம் இறுதியில் புத்தகத்துடன் சுருண்டு படுக்கையில் வாசிப்பின் அடக்கமான சேம்பர் ம்யூசிக்காக வளர்கிறது.

இவை ஒவ்வொன்றும் நம் மனதில் தம் தடம் விட்டுச் செல்கின்றன, அத்தடங்களில் சில கண்ணுக்கும் புலப்படுகின்றன (வில்லியம் காஸ் புதையலாய் மதித்த ஜாம் கறை படிந்த ட்ரெஷர் ஐலாண்ட் புத்தகம் நினைவிருக்கிறதா?)., பின்னொரு கட்டத்தில் தொடர்ந்து வளரும் நம் நூலகத்தைக் கிளறிக் கொண்டிருக்கும்போது, அவை பூதம் போல் கிளம்பி எழுவதுண்டு - படித்து மறந்து கண்டெடுக்க முடியாத அந்த வாக்கியத்தை தன்னுள் ஒளித்து வைத்துக் கொண்டு, வேண்டுமென்றே தொலைந்துவிடும் அந்தப் புத்தகத்தைத் தேடிக்கொண்டிருக்கையில், நினைவுகளைத் தடங்களாகக் கொண்டிருக்கும் இந்தப் புத்தகங்கள் எப்போதுமே எதேச்சையாக தங்களை வெளிப்ப-

டுத்திக் கொள்ளும்.

சில நாட்களுக்கு முன் நான் ரயிலில் என்னோடு வந்துகொண்டிருந்த ஒரு இளைஞனிடம் மைக்கேல் ஹோல்ராய்டின் அத்தை நூலகம் செல்லத் துவங்கிய நாட்களில் தான் எடுத்துவந்த புத்தகங்களை, அவற்றில் உள்ள கிருமிகளைச் சாகடிப்பதற்காக ஓவனில் வைத்து இளஞ்சூட்டில் பதப்படுத்துவாள்[2] என்ற சுவாரசியமான தகவலைக் கூறினேன், "இதற்காகதான் நாம் மின்புத்தகங்களைப் பயன்படுத்த வேண்டும்,அவை சுத்தமாக இருக்கின்றன, அவற்றில் கிருமிகள் இருக்காது," என்று ஆர்வத்துடன் அந்த டெக்னோ-எவஞ்சலியர் பதில் கூறினார்.

எது எப்படியானாலும், உனக்கு அப்படியே அந்த ஆசை இருந்தாலும் உன்னால் எப்படி ஒரு மின்புத்தகத்தை இளஞ்சூட்டில் வறுக்க முடியும் என்று நான் கொஞ்சம் நக்கலாகவே குறுக்கிட்டேன். அவர் சிறிதுகூட சிரிப்புக்கு இடம் கொடுக்காமல் நான் சொன்னதைப் புறக்கணித்தார். தன் நூலகத்தில் உள்ள அத்தனை புத்தகங்களையும் தன்னால் இப்போது ஒரு சிறு பையிலேயே கொண்டு செல்ல முடியும் என்று அவர் பெருமைப்பட்டுக் கொண்டார். அவற்றில் உள்ள அத்தனை தகவல்களும் அவரது விரல் நுனியில் இருக்குமாம். ஏதோ புது மின்புத்தக ரீடர்களின் விற்பனையாளன் என்பது போல் அவரது உற்சாகம் இருந்தது.

ஆனால் அதற்குள் என் மனம் எங்கோ சென்றுவிட்டிருந்தது, ஒவ்வொரு பதிப்பையும் வெவ்வேறாக்கும் தொடுகையின் நுண்மைகளை யோசிக்கத் துவங்கிவிட்டேன். 84, சேரிங் கிராஸின் கதைசொல்லி ஹெலன் ஹான்ப்பை நினைத்துப் பார்த்தேன் - புத்தகங்கள் மீதான நேசத்தை அழகாகப் போற்றும் நாவல் அது: "அமெரிக்க புத்தகங்களின் செத்து வெளிறிய காகிதங்களுக்கும் கெட்டித்துப் போன அட்டைகளுக்கும் பழகிப் போயிருந்த நான், தொடுகையில் அவ்வளவு ஆனந்தம் அளிப்பதாக ஒரு புத்தகம் இருக்கக்கூடும் என்பதை அறிந்திருக்கவே இல்லை[3]". இந்தப் புத்தகத்தின் மின்பிரதியை என் மாமா எனக்கு அனுப்பி வைத்ததும் நினைவிருக்கிறது, அதன் முதல் சில பக்கங்களுக்குப் பின் ஏதோ பெரும் தவறிழைப்பதைப் போலத் தோன்றியது.

புத்தகங்களைச் சேகரம் செய்வதையும் அதனுடன் வரும் அத்தனை இன்பங்களையும் ஏமாற்றங்களையும் இனிக்க இனிக்கப் போற்றும் இந்தப் புத்தகத்தை மின்னூலாக வாசிப்பது பொருத்தமாக இருக்கவில்லை. உடனே அதன் நூற்றாண்டு பதிப்பொன்றை உள்ளூர் நூலகத்திலிருந்துத் தருவித்தேன். அதன் உள்ளடக்கத்துக்குத் தக்க மதிப்புகொண்ட ஒரு பிரசுரத்தின் உறுதியான தாள்களைப் புரட்டி ஹெலனின் புத்தகசேகரிப்புக் கிளர்ச்சிகளை முழுமையாக அனுபவித்தேன்.

Flaubert தன் தோழி Mademoiselle Leroyer de Chantepie -யிடம், "நீ வாழ விரும்பினால் வாசி!" என்று வலியுறுத்தினார்.: "சில

சமயம் நான் சொர்க்கம் என்பது முடிவற்ற தொடர் வாசிப்பாக இருக்கும் என்று நினைக்கிறேன்,'' என்று வர்ஜினியா வுல்ப் தன் கடிதங்களில் ஒன்றில் எழுதுகிறார். வாசகன் என்று சொல்லிக்கொள்ளும் தகுதி கொண்டவனுக்கு வாசிப்பே அவனது எண்ணங்களில் முன்னிலையில் இருக்கிறது, இங்கே இப்போதும் இனி எப்போதும். எனவேதான் அவர்கள் மிக நெருக்கமாக உணர்ந்து, அனுபவித்து ரசிக்கும் ஒரு விஷயத்தின் மையத்தில் தவிர்க்க முடியாத மாற்றம் புகுத்தப்படும்போது ஊழிக்காலத்து பெருந்துயரத்தால் வாட்டப்படுகிறார்கள்.

ஆனால் சரித்திரம் என்னவோ எவ்வளவு மதிக்கப்பட்டதாக இருந்தாலும் அத்தனை புத்தகத் தொகுப்புகளும் நிலையானவையல்ல என்றுதான் நம்மிடம் திரும்பத் திரும்ப நினைவுறுத்திக் கொண்டிருக்கிறது. 47 BCல் அலெக்சாண்ட்ரியாவின் ஆயுதக்கிடங்குக்கு அருகில் சேமித்து வைக்கப்பட்டிருந்த 40000 புத்தகங்கள் தீக்கிரையாகின என்கிறார்கள் - அல்லது நீங்கள் இபின் அல் கிப்தியை நம்புவதானால் மதவெறிக்கு பலியாயின, அத்தனை புத்தகங்களும் ஒவ்வொன்றாகப் பொதுக் குளியலகங்களின் அடுப்புகளில் விறகுகளாகப் பயன்படுத்தப்பட்டன. 1540ல், போர் தொடுத்துப் புகுந்த ஐரோப்பியர்கள் உள்ளூர் மக்களின் படைப்புகளுக்கு இருக்கக்கூடிய ஆன்மிக ஆற்றலை அஞ்சி அமெரிக்காவின் தொல் நூலகங்களை அழித்தனர் என்று எழுதுகிறார் நாவலாசிரியர் லெஸ்லி சில்கோ - மகோன்னதமான மிக்ஸ்டெக் மற்றும் மாயன் திரைச்சீலை ஓவியங்களை அழித்தனர். மக்களைக் கொன்று அவர்களின் மண்ணைக் கவர்வதற்கு முன் புத்தகங்களைத்தான் அழித்தனர்.

புத்தகங்கள் ஆனந்தமாய் அழிக்கப்படுவதை விவரிக்கும் சிதையுலக விவரிப்புகள் புனைவுகளில் ஏராளமுண்டு. நதானியல் ஹாதோர்ன் Earth's Holocaust என்றொரு அச்சுறுத்தும் கதை எழுதியிருக்கிறார். அதன் சமூகம் தான் நாகரிகத்தின் உச்சத்தை அடைந்துவிட்டதான நம்பிக்கையில் கடந்த காலத்தின் மிச்ச சொச்சங்களாக உள்ள பண்பாட்டுப் பழங்குப்பைகளைக் கொளுத்த மாபெரும் நெருப்பைப் பற்ற வைக்கிறது, அதில் அழிகின்றன மாபெரும் அமெரிக்க, ஜெர்மானிய எழுத்தாளர்களின் படைப்புகளும் மில்டனும் ஷேக்ஸ்பியரும் முடிவில் பைபிளும்கூட. ரே பிராட்பரியின் பாரன்ஹீட் 411 நாவலில் தீயணைப்புப் படையினர் புத்தகங்களைத் தேடிக் கண்டுபிடித்துக் கொளுத்தும் நகைமுரணைப் பார்க்கிறோம்.

அசிங்கப்படுத்தி அழிக்கும் இந்த நாகரிகமற்ற செயல்களுக்கு மாறாக, நம்பிக்கைக்கு அப்பாற்பட்ட நம்பிக்கை கொண்ட வாசகர்கள் தாங்கள் நேசிக்கும் புத்தகத் தொகுப்புகளின் ஒரு சிறு தடயத்தையாவது எக்காலத்திற்கும் தக்க வைத்துக் கொள்வதற்காக பாடுபடுகிறார்கள்.. ஆல்பர்டோ மங்வெல் போலந்து நூலகத்தில் இருந்த ஒரு நூலகர் பற்றி எழுதுகிறார். யூதப் புத்தகங்கள் எரிக்கப்பட்டுக் கொண்டிருந்த நாட்களில் அந்த நூலகர் தினமும் சில புத்தகங்களாக ஒரு வண்டியில் மறைத்துச் சென்று காப்பாற்றினாராம்.

அந்தப் புத்தகங்களைப் படிக்க எவரும் பிழைத்திருக்கப் போவதில்லை என்று தெரிந்திருந்தும் அவர் அதைச் செய்தார் என்றால் இதை நினைவைக் காக்கும் ஒரு செயல் என்றுதான் சொல்ல வேண்டும். “பண்டைய கப்பாலியர்கள் சொற்படி, இந்த உலகம் நாம் வாசிப்பதால் இருப்பதில்லை, நம்மால் வாசிக்கப்படும் சாத்தியத்தில்தான் உருக்கொள்கிறது[4]”.

எனக்கும் இடிந்து விழும் என் நூலக புத்தக அடுக்குகளின் கீழ் நான் சிக்கிக் கொள்ளும் துர்சொப்பனங்கள் வருவதுண்டு. சாவை நேசிக்கும் நோய்மைத் தருணங்களில் இது எனக்கு மிகப் பொருத்தமான மரணமாக இருக்கும் என்றும் தோன்றுவதுண்டு. வேறு நெகிழ்ச்சியான தருணங்களில் ஒரு புத்தகத்தை வாசித்துக் கொண்டிருக்கும்போதே உயிர் பிரிய வேண்டும் என்று விரும்புகிறேன் (ஆனால் அது என் விருப்பப் பட்டியலில் உள்ள அத்தனை புத்தகங்களையும் நான் படித்து முடித்தவுடன்தான் நிகழ் வேண்டும்).

எலியாஸ் கனேட்டி எழுதிய ஆட்டோ தாபே என்ற அந்த அசாதாரண புத்தகத்தின் பிகாடோர் பதிப்புதான் இப்போது நினைவுக்கு வருகிறது. 80களின் சென்னையில் அதைப் படிக்கும் அதிர்ஷ்டம் எனக்குக் கிடைத்தது - அதன் அட்டையில் ஒருவன் தன் தலையின்மீது புத்தகங்களை அடுக்கி வைத்துக் கொண்டிருப்பான். தன் மாபெரும் நூலகத்துக்காகவே வாழும் தனிமை விரும்பி பீட்டர் கைன் பற்றி எலியாஸ் கனேட்டி எழுதிய வினோதமான புத்தகம் அது. அதன் இறுதியில் அவன் சிரித்துக் கொண்டிருப்பான், அவன் நூலகத்தில் இருக்கும் அவனது நேசத்துக்குரிய புத்தகங்கள் ஒவ்வொன்றாக நூலகத்தின் பெருநெருப்பின் தீக்கங்குகள் விழுங்குகையில் அவன் ஒரு ஏணியின் மீது நின்று கொண்டிருப்பான். அதற்கு முன்னர் அவனது கேலித்தனமான, ஆனால் பரிதாப திருமணம் அவனை அவனது நூலகத்தின் சில பகுதிகளிலிருந்து பிரிக்கும்போது மறக்க முடியாத இந்தப் பத்தி வரும்;

“புத்தகங்களுக்கு உயிரில்லை; அவற்றுக்கு உணர்வில்லாமல் இருக்கலாம், மிருகங்களுக்கும், ஏன் செடிகொடிகளுக்கும் தெரியுமளவுக்குக்கூட அவற்றுக்கு வலி தெரியாமல் இருக்கலாம், ஆனால் உயிரற்றவற்றுக்கு வலிக்காது என்பதற்கு நம்மிடம் என்ன ஆதாரம் இருக்கிறது? ஒரு புத்தகம், பல ஆண்டுகளுக்கு தம் சகாக்களாக இருந்த பிற புத்தகங்களுக்காக, நாமறியாத, நமக்கு அந்நியமான வேறு ஏதோ ஒரு வகையில் ஏங்காது என்று நமக்கு எப்படி தெரியும்?... மிருகங்களைவிட, புத்தகங்களை ஒரு மாற்று குறைவாக மனிதர்கள் கருதினார்கள் என்பதுதான் கைனுக்கு அதிசயமாக இருந்தது[5]...”

புத்தகங்களுக்கு ஏங்கும் புத்தகங்கள், என்ன ஒரு கற்பனை.

மனதைத் தொடும் தீச்சுவாலைகளைப் பேசும்போது யாரால் உம்பர்ட்டோ ஈக்கோவின் நேம் ஆப் த ரோசில் ஆட்சோ தன் இளம்பருவத்து ஏடிபி-

ஷியத்துக்குத் திரும்புவதை மறக்க முடியும்: தண்ணீராலும் கரையான்களா-லும் அழிக்கப்பட்ட புத்தக அலமாரிகள், மிச்சமிருப்பவை எல்லாம் ஏட்டில் எழுதப்பட்டவற்றின் மங்கிய எச்சங்கள், புத்தகங்களின் ஆவிகள். ஈக்கோ வேறோரிடத்தில் அலட்டலில்லாமல் இதைச் சொல்லியிருக்கிறார்: "ஏடிபி-ஷியம் முடிவில் எரிந்தாக வேண்டும் என்பது எனக்கு மிகத் தெளிவாகத் தெரிந்தது... மத்திய காலகட்டத்தில் பேராலயங்களும் கன்னிகாமடங்களும் விறகு போல் எரிந்தன... பொருத்தமான லாபிரிந்த் ஒன்றை இரண்டு மூன்று மாதங்களில் அமைத்தபின் கடைசியில் காற்று புகா வண்ணம் அதில் வெட்-டுத் துளைகளை உருவாக்க வேண்டியிருந்தது[6]!"

இப்படிதான், வாசக நண்பர்களே, நீங்கள் ஒரு மகோன்னதமான பண்-பாட்டு மரபைக் கச்சிதமாக அழிப்பதை உறுதிப்படுத்திக் கொள்கிறீர்கள். கேடுகெட்ட துளைகளைப் பற்றி நமக்கு எந்த அறிவும் இல்லாது இருக்கும்-போது, திடீரென்று நம் நேசத்துக்குரிய புத்தகக் கடைகள் ஒவ்வொன்றாகக் காணாமல் போவதைப் பார்க்கிறோம், அவற்றோடு புத்தகங்களை மேய்வதில் கிடைக்கும் அதிர்ஷ்டவசமான கண்டுபிடிப்புகளும் காணாமல் போகின்றன, வாசிப்பின் தொடுகை இன்பங்களை இழக்கிறோம் (இனி மின்புத்தகங்களின் வாசகர்கள், இல்லை, பயனர்கள் தங்களுக்கு விருப்பமான மணத்தை சுவா-சிக்கவும் தேர்வு அளிக்கப்படும் என்று நினைக்கிறேன்), புத்தகங்கள் நம் வீடுகளின் சௌகரியமான மூலைகளை இழக்கும், அவற்றோடு நாமும் நம் புகலை, நம் வளையை, நம் நூலகங்களை.

தொழில்நுட்பம் சார்ந்த விஷயங்களில் என்னை ஒரு லட்டைட் என்று நீங்கள் குற்றம் சாட்டுமுன் இதைச் சொல்லிவிடுகிறேன் : இது அத்தனை-யையும் நான் என் ஐபாடில்தான் தட்டச்சினேன். தார்மீகக் கோபத்தில் நீங்கள் கத்துவது எனக்குக் கேட்கிறது, ஆனால் என்ன சொல்லட்டும், போதலேரின் சொற்கள்தான் உதவிக்கு வரவேண்டும் - நான் உங்கள் சராசரி Hypocrite lecteur தானே, உங்கள் மாற்றுருவம்தானே, உங்கள் இரட்டைப் பிறவி-தானே?

[1] Geoffrey Nunberg, Future of the Book, pp 12

[2] Michael Holroyd, Basil Street Blues, pp 102

[3] Helene Hanff, 84 Charing Cross Road, pp 3

[4] Alberto Manguel, The Library at Night, pp 237

[5] Elias Canetti, Auto-da-fe, pp 67

[6] Umberto Eco, Post-script to the Name of the Rose, pp 28-29

oOo

[i] லட்டைட் என்பது ஆங்கிலத்தில் வரும் Luddite என்ற சொல்லின் ஒலிபெயர்ப்பு. பத்தொன்பதாம் நூற்றாண்டில் நெசவாலைகளில் வேலையை மிச்சப்படுத்துவதற்காக அறிமுகம் செய்யப்பட்ட இயந்திரங்களிற்கு எதிராகப்

போராடியவர்கள் லட்டைட்கள். தொழில்நுட்பம் சார்ந்த மாற்றங்களை விரும்பாதவர்கள் என்ற அர்த்தத்தில் இப்போது பயன்படுத்தப்படுகிறது.

52. இராஜேந்திர சோழனின் யுத்த களம்

அஸ்வகோஷ் என்கிற இராசேந்திர சோழன், பெயருக்கேற்ப நல்ல உயரம், அதற்கேற்ப உடல்வாகு, ஈரத்துடன் மினுங்கும் கண்கள், கூரிய மூக்கு, அதை உதட்டிலிருந்து பிரிப்பதற்கு நெய்பூசி நீவியது போல, உதட்டோரம் இருபுறமும் உறையிலிட்ட வாள்போல மீசை. தலையில் மகுட த்தைச் சூட்டினால் சோழர் குல வாரிசென்பது நிச்சயம். எழுத்திலும் இந்த கம்பீரமும் மிடுக்கும் அப்படியே குறையாமல் இருப்பதுதான் அதிசயம்.

இராசேந்திர சோழனை நிகழ்காலத்திற்கு அழைத்து, நிலைக்கண்ணாடி முன்பாக நிறுத்தினால் அதில் நா. பார்த்தசாரதியோ, ஜெயகாந்தனோ தெரிந்தால் வியப்புமல்ல. அதிலும் பின்னவரைப்போல தனது இருத்தலை உறுதிசெய்ய உரத்து குரலெழுப்பும் அரசியல் இவருக்கு வராது என்கிறபோதும், அடித்தட்டு மக்களின் குமுறலை, ஆற்றாமையை கதைபடுத்துகிறவர். வாய்பேசாத மக்களுக்கு வக்காலத்து வாங்குகிற வழிமுறையில் அவருக்கும் இவருக்கும் ஒற்றுமை உண்டு.

இராசேந்திர சோழன்போல கம்பீரமானதொரு எழுத்தாளரை நா.பார்த்தசாரதி, ஜெயகாந்தன் ஆகியோருக்குப் பிறகு குறிப்பிட்டுச் சொல்ல யாருமில்லை. அவருடைய சிறுகதையொன்றில். « தோளில் ஒரு பையை மாட்டிக்கொண்டு கிளம்பிவிடுவார் » என்று ஒரு வரியைப் படித்த நினைவு. அதுபோலத்தான் முதன் முதலில் சந்தித்தபோது இருந்தார். அன்று எழுத்தாளர் பிரபஞ்சனும் நானுமாக புதச்சேரி கடற்கரையிலிருந்து திரும்பி வந்துகொண்டிருந்தோம். தலைமைத் தபால் நிலையத்திற்கு எதிரே சரியாகச் சொல்ல வேண்டுமெனில், மத்திய தொலைபேசி இணைப்பக அலுவலகத்திற்கு எதிரில், AITUC கொடிக்கம்பத்திற்கு அருகில் அவரைச் சந்தித்தேன். ஒரு தொழிற்சங்கவாதிபோலவே இருந்தார். கணிரென்ற குரல்.

பிரபஞ்சன் என்னை அவருக்கு அறிமுகப்படுத்தினார். இரண்டொரு நிமிடங்கள் உரையாடியிருப்போம்,பின்னர் அவர் கிழக்கு திசையிலும், நாங்கள் மேற்கு திசையிலுமாக நடந்தோம். சில ஆண்டுகளுக்குப் பிறகு நண்பர்கள் ஹைக்கூ தமிழ் மணி, மொழிபெயர்ப்பாளர் வெங்கட சுப்புராய நாயகர் ஆகியோர் உதவியால் மயிலத்தில் அவருடையை இல்லத்தில் சந்திக்கும் வாய்ப்புக் கிடைத்தது. இனிய குடும்பம், அன்பான உபசரிப்பு, என் வாழ்க்கையில் மறக்க முடியாத தருணங்களில் அதுவுமொன்று.

2017 இரஷ்யப் புரட்சியின் நூற்றாண்டு.மேற்குலகையும் அமெரிக்காவையும் வீழ்த்த மாசேதுங்கின் சீனா தனியுடமையை சுவீகாரம் எடுத்துக்கொண்டி-

ருக்க, லெனின் அறைகூவலில் கிளர்ந்தெழுந்த சோவியத் மண்ணில் சோஷ-லிஸம் இன்று நேற்றய சரித்திரம். பனிப்போரை மறந்து, உலகமயமாக்கலுக்கு உரமூட்டுவதெப்படி என்ற விடயத்தில் மேற்கு, கிழக்கு, வடக்கு, தெற்கு பேத-மின்றி நாடுகள் கைகோர்த்துள்ள 21ஆம் நூற்றாண்டு. அல்பெர் கமுய்யில் ஆரம்பித்து இராசேந்திர சோழன்வரை பொதுவுடமை ஸ்தாபனத்தின் மீதும், அதன் அபிமானிகளிடத்திதிலும், கொண்ட கோபமும் குமுறலும் நியாயமா-னவை என்பதை வரலாறு உறுதிசெய்துள்ள காலகட்டம். இத்தகைய சூழலில் இராசேந்திர சோழனைப் பற்றி எழுதுவதும் பொருத்தமானதுதான்.

கம்பீரத்தில் இராசேந்திர சோழன் ஒரு ஜெயகாந்தன் எனில் எளிமையில் அவர் மற்றுமொரு சு. சமுத்திரம். மூவருமே கலையும் படைப்பிலக்கியமும் மக்களுக்காக என வாதிடும் பரம்பரையைச் சார்ந்தவர்கள். தங்கள் படைப்-புக்களை அத்தகைய கண்ணோட்ட த்துடன் படைத்தவர்கள். மனித வாழ்க்-கையின் அலங்காரத்தை மட்டுமின்றி அவலங்களையும் தமது படைப்பில் சொல்லப்வேண்டிய கடமை படைப்பிலக்கியவாதிக்கு இருக்கிறது. அறுபதுகள் வரை நவீன தமிழ் இலக்கியம் மேலை நாடுகளில் ஆரம்பத்தில் எழுதப் பட்டதைப்போலவே மேட்டுக்குடியினரின் வாழ்க்கை முறையை, வாழ்க்கைப் பார்வையை படைப்பில் மையப்படுத்தி அல்லது அவைகளை மையமாக வைத்து, விளிம்பு நிலை மக்களை முற்றாக நிராகரித்து இதுதான் தற்கால தமிழர்களின் வாழ்வியல், சமூக நெறிகள் என்று சொல்லப்பட்டன. கர்நாடகச் சங்கீதம், அலுவலகம், வற்றல் குழம்பு, சந்தியா வந்தனம் அத்திம்பேர், பட்-சணங்கள் புனைவுகளிலும், சிறுகதைகளிலும் சாகாவரம் பெற்றிருந்தன.

இவற்றிலிருந்து முரண்பட்டு ஜெயகாந்தன் சேரி மக்களுக்கு இலக்கியத்தில் இடம் அளித்திருந்தார். அவரும் பொதுவுடமை ஸ்தாபனத்தின் பிரதிநிதி என்றபோதிலும் எஜமான் தொனியில் அடித்தட்டு மக்களைப் பற்றி எழுதி-னார். விளிம்பு நிலை மக்களை புரிந்துகொள்ள அவரெடுத்த முயற்சிகள் எல்லாம், பரிசோதனை முயற்சிகள். அவர்களில் தன்னை ஒருவராகக் கண்டு எழுதியதல்ல. ஆனால் சு. சமுத்திரம் போன்றவர்கள் தாங்களும் அந்த அடித்தட்டு மக்களில் ஒருவர் என்ற உணர்வுடன் படைத்தவர்கள். அத்த-கைய பண்பை நமது இராசேந்திர சோழனிடம் காண முடிந்தது. அதேவேளை எழுத்தாற்றல்,கதை சொல்லும் திறன் இரண்டிலும் தனித்தன்மையுடன் பிர-காசிக்கிறார். இது இராசேந்திர சோழனுடைய பலம் மட்டுமல்ல பலவீனமும் ஆகும்.

இராசேந்திர சோழன் சிறுகதைகள்

முனைப்பு : தாய்மொழியான தமிழுக்கு முக்கியத்துவம் தரவேண்டும், என்ற உணர்வில் எழுதப்பட்ட கதை. தமிழ் இன உணர்வாளர்கள் கூட்டிய மாநாட்-டில் சிறுகதை நாயகனும் கலந்துகொள்கிறான். நண்பகல் இடைவேளையின்-

போது வழங்கப்பட்ட உணவுப்பொட்டலத்தைப் பிரித்தவண்ணம் :

« அதே பேச்சாளர்கள் அதேபேச்சு இப்படி மாநாடு நடத்திக்கினு இருந்தா எப்பத்தான் விடிவு காலமோ... » என்கிறான். « நம்மகிட்ட என்ன செயல் திட்டம் இருக்கு அதை நடைமுறை படுத்த. அது இல்லாத வரைக்கும் சும்மா வாயாலேயே பேசிக்கினு இருக்க வேண்டியது தான் » என்ற நண்பரின் பதிலுக்கு, « எல்லாரையும் ஒரு சேர சந்திக்கிறதுக்கு ஒரு வாய்ப்பு அதைத் தாண்டி வேற என்ன ? » என்பது அவன் அங்கலாய்ப்பு. தம்முடைய அன்றாட வாழ்க்கையில் தமிழ்ச் சொற்களை மட்டுமே பாவிப்பது எனத் தீர்மானித்து அவன் படும் சங்கடங்களை ஆசிரியர் அழகாகச் சொல்லிக்கொண்டு போகிறார். இன்றைக்கு உலகமெங்கும் தம்ழ் மாநாடுகள் என்ற பெயரில் அரங்கேறும் கூத்துக்களை படைப்பிலக்கியவாதி அவருக்கே உரித்தான தொண்டை மண்டல வட்டாரத் தமிழில் சொல்லியிருக்கிறார்.

சூரப்பன் வேட்டை : பெயரைக்கொண்டே சட்டென்று நம்மால் எதைப்பற்றி ஆசிரியர் பேசுகிறார் என்பதைச் சுலபமாக விளங்கிக் கொள்கிறோம். நாட்டின் அத்தியாவசிய பிரச்சினையிலிருந்து மக்களை திசை திருப்ப அன்றைய அரசு எடுத்துக்கொண்ட முயற்சியே வீரப்பன் வேட்டை என்பதை த் துணிச்சலுடன் சொல்லும் கதை. நேர்மையான சமூக உணர்வுள்ள எழுத்தாளனுக்கு வரும் கோபத்துடன் எழுதியிருக்கிறார். அந்தக் கோபத்திலும் இராசேந்திர சோழன் தமது வழக்கமான எள்ளல் மொழியைக் கையாள மறப்பதில்லை. ஏமாளிதேசம், ஏமாற்று தேசம் வஞ்ச்சகப் பேரரசு, சூரப்பன், தடாலடிப்படை என்ற உருவகப்படைப்பில் ஒளிந்திருப்பவர்கள் யார் என்பதை விளங்கிக்கொள்வதில் அதிக சிக்கல்களில்லை. இக்கதையில் :

« தேடுதல் வேட்டையின் போது ரம்மியமான காலைப்பகுதியில் வீசும் மெல்லிய இளங்க்காற்றில் இயற்கைக்கு மாறான ஏதோ ஒரு துர் நாற்றமும் கலந்து வருவதாக உணர்ந்த தடாலடிப் படைத் தலைவர்....... இது காட்டு விலங்குகள் விட்டதாகவே இருக்க முடியாதென்றும், அதே வேளை இது பருப்பு, சாம்பார், காய்கறி உணவுகளை மட்டுமே சாப்பிட்டு வருபவர்கள் விட்டதாகவும் தெரியவில்லை. காடை, கௌதாரி....உடும்பு அயிட்டங்களாகவே தெரிகிறது என்றும்.....தொடர்ந்து காட்டில் வாழ்பவர்களுக்கே இது சாத்தியமென்றும், எனவே சூரப்பனோ அல்லது அவர் கும்பலைச் சேர்ந்தவர்களோ விட்டதாகத்தான் இருக்க முடியுமென்றும் சொன்ன அவர் இதை உறுதிச் செய்து கொள்வதற்காக சம்பந்தப்பட்ட அயிட்டத்தை ஆய்வுக்காக கண்ணாடிக் குப்பியில் அடைத்து வல்லுனர் முடிவுக்கு அனுப்பியுள்ளதாகவும் ....உறுதியானால் இன்னும் ஆறுமாதத்திற்குள் அவனைப் பிடித்து விடுவது நிச்சயம் என்றும் அறிவித்திருந்தார் » என்பது எள்ளலின் உச்சம்.

சவாரி : இராசேந்திர சோழனின் சிறுகதைகளில் நான் மிகவும் விரும்பி வாசித்த சிறுகதை. கி மாப்பசானை நினைவூட்டும் மொழி நடை.

த.கு கட்சியின் தலைமைக் குழு கூட்டம். « அஜண்டாவைச் சொல்லுங்க தோழர் » என்கிறார், உறுப்பினர்களில் ஒருவர். « வழக்கமான அரசியல் போல அறிக்கை எல்லாம் வேணாம். இண்ணையக் கூட்ட த்துலே ஒரே ஒரு சப்ஜெக்ட் தான், குதிரைப் பிரச்சினைன்னு அது மட்டும் போதும், அது-லியெ உட்பிரிவா அ.முகம், ஆ.வயிறு, இ.கால்கள், ஈ. வால், உ. சூத்-துன்னு அத மட்டும் போட்டுக்குங்க போதும் », என்கிறார் மற்றவர். « இயக்-கப்பணிகள் பொருட்டு தலைமைக்குழு தோழர்கள் அவ்வப்போது வெளியூர் பயணங்களை மேற்கொள்வதில் பல்வேறு இடர்ப்பாடு•••இச்சிக்கலைத் தீர்க்க கட்சிக்கு குதிரை ஒன்று வாங்குவது என்றும், முக்கியமான நிகழ்ச்சிகளுக்குச் செல்லும் த.கு தோழர்கள் இக்குதிரையைப் பயன்படுத்திக்கொள்வது என்றும், த.கு.வில் முடிவு செய்து » தலைமைகுழுப் போட்ட தீர்மானத்தை மாவட்ட வட்ட குழுக்களும் வழிமொழிகின்றன. பிறகு வழக்கமான அரசியல் கூத்து-கள். ஒரு நல்ல சாதிக்குதிரையை வாங்க குதிரை நிதி' திரட்ட அது குறித்த ஆதரவுகள் எதிர்ப்புகள் என்று நீளும் கதையில் நாம் செய்தித் தாள்களில் வாசிக்கிற அத்தனை அசிங்கங்களும் அரங்கேறுகின்றன. நல்லதொரு அரசி-யல் நையாண்டி கதையை படித்த மகிழ்ச்சி.

பிரார்த்தனைகளும் பிரசாதங்களும் : மறுபடியும் மா நாடுகளைப் பகடி செய்யும் கதை. அரசியல் மா நாடு என்றில்லை, பொதுவாக இங்கு அனைத்துமே கிடைத்த நிதியை செலவு செய்ய அரங்கேற்றும் காரியங்கள். எவனோ செத்திருப்பான், ஈமச் சடங்குகளில் தங்கள் தங்கள் உறவுக் காரர்-களுக்கு தலைக்கட்டுதல் கன ஜோராக நடைபெறும். அதன் மாற்று காட்சி-தான் இந்த மா நாடுகள். இந்த லட்சணத்தில் மைக்கைப் பிடித்துக்கொண்டு அடுத்தவன் முதுகில் அழுக்கைத் தேடுவார்கள். மா நாட்டின் முடிவில் என்ன உருப்படியாக நடந்தது, எனத் தேடினால் ஒன்றுமிருக்காது.

« என்னப்பா மா நாடெல்லாம் எப்படி » என நண்பனைக் கேட்கிறான் மா நாட்டில் கலந்துகொள்ள வாய்ப்பில்லாத கதை நாயகன்.

« ரொம்ப சிறப்பா இருந்தது. மூன்று நாளும் என்.வி. தான். மொத நாள் மீன் குழம்பு. ரெண்டாம் நாள் சிக்கன், மூணாவது நாள் மட்டன் கூடவே வட பாயாசம் வேற » என்கிறான் சினேகிதன். இவன் சிரித்து « ஏம்பா அதையா கேட்டேன் மாநாடு எப்படி இருந்த துன்னா » என் கிறான். « எல்-லாம் வழக்கம் போலத்தான் » என்கிறவன், « மா நாட்டிலே எல்லாருக்கும் பஞ்சாமிர்தம் கொடுத்தாங்க. நம்ப தோழர் ஒருத்தர் பஞ்சாமிர்த வியாபாரம் பண்றாராம். வெளி மார்க்கட்டுல வெல அமபது ரூபா. நம்ப தோழர்களுக்கு பத்து ரூபா சலுகை » என இராசேந்திர சோழன் எழுதுகிறபோது, சோரம் போகாத எழுத்தாளர்கள் ஒன்றிரண்டு பேர் எக்காலத்திலும் தோன்றுவார்கள் என்ற நம்பிக்கையை அளிக்கிறார்.

விசுவாசம்: தெரு நாய் ஒன்றின் விசுவாசம் பங்களா நாயாக மாறியதும் இடம் மாறும் அழகு மிக நேர்த்தியாகச் சொல்லப்பட்டுள்ள து. தெரு நாய்-தான் கதை நாயகன் அல்லது கதை நாய்கன். நாய், குரைப்பு, அதனை அறிந்த மனிதர்கள் என்று மூன்று தரப்பினருக்கிடையே நிகழும் சம்பவக் கோர்வை ஆழமான சமூக பார்வையுடன் கதையாகச் சொல்லப்படுகிறது. இராசேந்திர சூழன் படைப்பு குறித்து ஆய்வு செய்பவர்கள், சிறுகதை எழுத ஆர்வமுள்ள இளைஞர்கள் கட்டாயம் படித்துப் பார்க்கவேண்டிய கதை.

இராசேந்திர சோழனின் நெடுங்கதைகள்

தமிழினி வெளியீடான இராசேந்திரசோழன் குறுநாவல்கள் என்ற தொகுப்-பில் இடம்பெற்றுள்ள சில கதைகளை இங்கே குறிப்பிடவேண்டும். அவற்றில் மூன்றினை எழுத்தாளுமைக்கு, வெவ்வேறுவகையில் படைப்பை எழுத்தாளர் அணுகும் முறைமைக்கு உதாரணமாகச் சுட்டலாம்.

அ. பரிதாப எழுத்தாளர் திருவாளர் பரதேசியார் பண்டித புராணம்

முச்சந்தி இலக்கிய பாணி'யில் எழுதப்பட்ட நெடுங்கதை. சமகால எழுத்-தாளர் ஒருவரை அல்லது ஒட்டுமொத்தமாக பெருவாரியான தமிழ் எழுத்-தாளர்களின் வாழ்க்கை முறையை பகடி செய்திருக்கிறார் எனலாம். பரதேசி எழுத்தாள்ரின் பிரம்மச்சர்ய வாழ்க்கையை முடித்துவைத்த திருமணம், இல்ல-றத்தில் இணைந்துகொண்ட புதுமனையுடனான ஊடல், தாம்பத்ய கடமைகள், திருவிருக்கையில் சாய்ந்து கைகளைதலைக்கு மேலே தூக்கிப்போட்டு பின்-னிய கோலத்தில் கதையைத் தேடும் முயற்சிகள் நக்கல் மொழியில் இரா-சேந்திர சோழன் என்ற எழுத்தாளரின் இன்னொரு பரிமாணத்தை த் தெரி-விக்கின்றன.

எழுத்தாளர் பரதேசியாரைப்போல எழுத்துவாழ்க்கையை அமைத்துக் கொண்ட பரிதாப எழுத்தாளர்கள் எல்லா காலத்திலும் இருக்கவே செய்கி-றார்கள். இராசேந்திர சோழன் சொல்வது போல மனம் லயிக்காமல், உணர்வு ஒன்றாமல், ஏதோ கடமைக்கு என்று எழுதி, எழுத்தும் இலக்கியமாகாமல், மனசுக்கும் திருப்தியில்லாமல்' எழுதிக்கொண்டிருக்கும் எழுத்தாளர்கள் எழு-தாமல் இருப்பது உத்தம ம்' என்று முடிவெடுப்பின் படைப்புலகிற்கு நல்லது-தான்.

ஆ. 21 வது அம்சம்

எழுபதுகளின் மத்தியில் அமலான நெருக்கடி நிலையையும், அப்போதைய மத்திய அரசின் இருபது அம்சத் திட்டங்களையும் பரிகசிக்கும் கதை. இக்-கதை பிரச்சினையுள்ள காலத்தில் வெளிவரவில்லை என்று தெரிகிறது. வந்-திருந்தால் எழுதியவருக்கும் பெரும் பிரச்சினையாக மாறியிருக்கும். சுப்ப-ராயன் என்ற ஏழை குடியானவனுக்கு கரம்பாக க் கிடக்கும் நிலங்களை உழுது பயிரிட கடனுக்கு ஏற்பாடு செய்யவேண்டும் என்று முனைப்புடன்

ஆசிரியர் பணியிலிருக்கும் ராமச்சந்திரன் என்பவர் எடுக்கும் முயற்சிகளை-யும், அவருடன் சுப்பராயனும் அவன் தகப்பனும் ஒவ்வொரு வங்கியாக ஏறி இறங்கி படும் துயரங்களையும் ஆசிரியர் சொந்த அனுபவம்போல சித்தரிக்-கிறார். இப்பிரச்சினைக்கிடையில் குடும்பக் கட்டுப்பாடு திட்டத்தின் கீழ் குறி-யீட்டை எட்ட அறுவைச் சிகிச்சைக்கு ஆட்களைப் பிடிக்க ஆசிரியர்கள் பட்ட வேதனைகளையும் பார்க்கிறோம். வாசக்டமி என் கிற ஆண்களுக்கான அறுவைச் சிகிச்சைக்குக் கிழம் கட்டைகளையெல்லாம் ஏமாற்றி அறுவைச் சிகிச்சை செய்த கதைகள் ஏராளம்.

இ. சிறகுகள் முளைத்து : அக்காள், அம்மாள் என பாஸ்கரன் என்ற இளைஞனுக்கு ஆதரவாக இருந்த பெண்கள் இருவரும் அவர்கள் சேர்ந்த சமூகம் எதிர்பார்க்கிற அல்லது விதித்திருக்கிற நெறிமுறைகளை மீறுகிறார்-கள். சாம்பசிவம் வாத்தியார் என்ற பிம்பம் அவன் கண்முன்னே வெடித்துச் சிதறுகிறது. இம் மெய் நிகழ்வினை ஏற்றுக்கொள்ள திராணியின்றி மனதில் ரணத்துடன் நாட்களைக் கழிக்கிற இளைஞன் வாழ்க்கையில், ஆறுதலாக இளம்பெண் ஒருத்தி குறுக்கிடுகிறாள். இவனும் தன் வாழ்க்கையில் நடந்-தவற்றை மறந்து காதல் வயப்படுகிறான். ஊடலின் உச்சம் காதலர்களுக்-கிடையே பிரிவினையை எழுப்புகிறது. அழுதகண்ணீரும், சிந்திய மூக்கும் என்கிற வாய்ப்பாடுகளை மறந்து, எளிமையான மொழியில் சொல்லப்பட்ட-நேர்த்தியான கதை.

இராசேந்திரன் சோழன் என்கிற படைப்பு பிரம்மனை உறுதி செய்யும் நெடுங்கதை. இவரது படைப்புக்கே உரிய அடிதட்டுமக்கள், அதனை உறுதி செய்து காட்சிகள். தொண்டைமண்டலப் பகுதிக்குரிய நாட்டார் வழக்குச் சொற்கள், வெள்ளந்தியான உரையாடல்கள் என கதையின் தடிப்பையும் பொருண்மையின் வரைபடத்தையும் எழுத நமக்கு வார்த்தைகள் போதா. மேட்டுக்குடியினர் அபிநயகூத்தாக அமைத்துக்கொள்ளும் பொய்யான வாழ்க்கை முறை, அடித்தட்டு மக்களின் வயிற்றுக்கும் வாழ்விற்கும் விடை-யாக அமைந்து, திக்கின்றி கூனிக்குறுகி எதார்த்த த்தோடு இணங்கிப்போகும் அவலம் பச்சையாகச் சொல்லப்பட்டுள்ளது. ஓர் சமூக பிரக்ஞையுள்ள எழுத்-தாளன் என்று அவருக்குப் படைப்பிலக்கியம் பரிவட்டம் கட்டுகிறது, இக்க-தைகொண்டு. பாஸ்கரன் என்ற புள்ளியைச் சுற்றி வட்டமிடும் மாக்கோலம் அழகு. அவன் அக்காள், தாய் ரஞ்சிதம், தேவானை, வடிவேலு, மல்லிகா, சங்கரலிங்கம், ஏன் மரவள்ளிக்கிழக்கு ஆயா உட்பட சமூகத்தின் பரிதாபத்-திற்குரிய உயிர்களைக்கொண்டு, இரத்தமும் சதையுமாக படைக்கபட்ட கதை.

அடித்தட்டு மக்களின் வாழ்க்கையை அடையாளப்படுத்த சொல்வண்ணம்-கொண்டும் தீட்டும் ஓவியங்கள் ஒன்றா இரண்டா ?

« குளித்து முடித்து தலை பின்னிகொள்ள உட்காரும்போது அவள் முகத்-தில் படிந்திருந்த கலவரம், ரசம் போன ஓட்டைக் கண்ணாடியில் வெளிறித் தோன்றியது »

« அவன் உள்ளே நுழைந்தான், வீடு சின்ன வீடு. கொஞ்சம் வேகமாக ஓடிவந்தால் தாண்டி விடுகிற அகலம். அதைப்போல ஒண்ணரை மடங்கு நீளம். சுற்றிலும் இடுப்புயரம் சரிந்து மெலிந்த மண் சுவருக்குமேலே மக்கிய கீற்றுவரிசைகள். ஓரத்தில் நைந்துபோன கயிற்றுக் கட்டில். மேலே அழுக்கடைந்த கோரைப்பாய். எண்ணெய்ப் பிசுக்கு ஏறிய உறையில்லாத தலையணையுடன் கீழே ஒரு முக்காலி. சுவர் நீளத்துக்கு இழுத்துக் கட்டிய தேங்காய் நாரினால் தரித்த ஒரு கொடிக்கயிறு. மடித்துப்போட்ட அழுக்குச் சேலைகளும், கழற்றிப்போட்ட ரவிக்கைகளும்…மூலையில் ஓர் அடுப்பு »

« பிசுபிசுப்பு ஏறிய கரிய பெஞ்சுகளில் ஈக்கள் மொய்த்தன. மேசைமேல் யாரோ குடித்துவைத்துவிட்டுப் போன கிளாஸ் ஒன்றில் ஈ ஒன்று விழுந்து இறந்து போயிருந்த து. கடைப்பையன் வந்துகிளாசுகளைப் பொறுக்கிக் கொண்டுபோய் அழுக்கடைந்து வெள்ளையாய் தெரிந்த நீரில் அப்படியே போட்டுக் கழுவிக்கொண்டிருந்தான். வெற்றுடம்பில் வியர்வை வழிய புழுக்கமும் கசகசப்பும் நிறைந்த இத்தில் நின்று மாஸ்டர் டீ போட்டுக்கொண்டிருந்தான். »

எளிய மக்களின் வெள்ளந்தியான உரையாடல்களும், மல்லிகா, பாஸ்கரன் என்ற மனித உயிர்களுக்கிடையேயான பாலின ஈர்ப்பு பரிபாஷைகளும் ஆசிரியர் குரலாக ஆங்காங்கே ஒலிக்கிற வரிகளும் முக்கியமானவை :

« … மனுஷன வாழ வக்யறதே இந்தக் கவலைதான்… அதுதான் மனுஷன் வாழறதுக்கேத் தூண்டுது. என்னா. யாரபத்தியும் எதப்பத்தியும் கவலைப்படாதவன் எதுக்குப் பயப்படுவான் சொல்லு… ஒண்ணுத்துக்கும் உதவமாட்டான்… அதனால்தான் சொல்றது ஒவ்வொரு மனுஷனுக்கும் ஏதாவது ஒரு கவல அவசியம் இருக்கணம்… என்னா… »

« இந்த சிஸ்ட்டத்துல வாழர ஒவ்வொரு மனுஷனும் …உழைப்பை மட்டுமா விக்றான் கருத்தை விக்றான்… மனசாட்சிய விக்றான்… தன்மானத்த விக்கிறான்… தன்னையே விக்றான். எல்லாரும் விரும்பியா விக்றான்… அவனவனும் தன் தேவையை முன்னிட்டுதான் விக்கிறான் … இப்படி நாட்டுல எத்தனை விபச்சாரங்கள் »

கதை மக்களுக்காக : படைப்பாளியின் குடும்பம் மற்றும் சமூகச் சூழல், கல்வி, அக்கல்வியைக்கொண்டு அவர் வளர்த்துக்கொண்ட சிந்தனை, அலுவலகம், அவர் தெரிவு செய்த நண்பர்கள், வாசித்த நூல்கள் அனைத்திற்கும் படைப்பை உருவாக்கியதில் பங்கிருக்கின்றன. ஒரு பக்கம் அதிகாரம் அ நீதி, அறசீற்றம் என வெகுண்டெழும் எழுத்தாளர்கள் தங்கள் வாழ்க்கை என்ற யாக அவிற்பாகத்திற்கு' வரிசையில் நிற்பதை காண்கிறோம். இராசேந்திர சோழனின் சிறுகதைகள் ஆகட்டும், நெடுங்கதைகள் ஆகட்டும் இரண்டுமே அவரை சமூக உணர்வுள்ள மனிதராக, சகமனிதன் கரையேற கைகொடுக்கும் மனிதராகச் அடையாளப்படுத்துகின்றன. இவர் படைப்புகள் கலைக்கானவை

என்பதோடு மக்களுக்காகவும் என்ற என்ண்ணத்துடன் படைக்கபட்டுள்ளன.

அண்மையில் (2018 பிப்ரவரி மாதத்தில்) மூன்றாவது முறையாக அவரைச் சந்திக்க நேர்ந்தது, பேராசிரியர் க. பாஞ்சாங்கம், தமிழ்மணி, நாயகர், செல்வபெருமாள் என நாங்கள் ஐந்துபேரும் ஒரு பிற்பகல் வேளை அலுப்புடன் சாய்ந்திருந்த நேரத்தில் மயிலத்திற்குச் சென்றிருந்தோம். குறுகலான தெரு ; உழைப்பு, வியர்வை, சினிமா, அரசியல் சங்கேதச் சொற்களில் பல்லாங்குழி ஆடும் மக்கள். எங்களை எதிர்பார்த்ததுபோல எழுந்துவந்தார். ஆசனங்களைச் சுட்டிக்காட்டிவிட்டு, அவரும் எங்களுடன் அமர்ந்தார். எழுத்தாளன் தனிமை என்பது : எடைகற்களைத் தொலைத்த தராசு. ஒளியைத் துறந்த தீபம், புரை குத்தியும் உரையாதபால்.

அறிமுகம் சுருக்கமாக முடிந்தது. இலைமறைகாயாக முகத்தில் கண்சிமிட்டும் சந்தோஷம். மீசையில் விரைப்பு இல்லை. திறந்த விழிகளுக்குள் விலைமதிக்கமுடியாதக் கோமேதக் கற்கள். தனிமைக்குள் அடைபட்டுக்கிடந்த அறிவும் மொழியும் எங்கள் சந்திப்புக்காக காத்திருந்தனபோலும். நண்பர் சீனு தமிழ்மணி எழுத்தாளர் பற்றிய தொகுப்பினைப்பற்றிய விவரங்களைப் பகிர்ந்துகொள்ள, இன்றைய தலைமுறைக்கு நேற்றைய தமிழ் எழுத்தினால் என்ன சொல்லமுடியும் என்பதைத் தெரிவிக்கும் வகையில் தொகுப்பு இருக்கவேண்டும் என்ற யோசனையைத் தெரிவித்தார். மயிலம், இளமைக்காலம், ஆசிரியப்பணி, மார்க்சிய அபிமானம் ஆகியவற்றைக் குறித்த நண்பர்கள் பஞ்சு, சீனு தமிழ்மணி ஆகியோரின் வினாக்களுக்கு ஒரு குழந்தையின் ஆர்வத்துடன தமது கடந்தகாலத்தைப் பகிர்ந்து கொண்டார்.

அதை விவரிக்கிறபோது உதட்டசைவிற்க்கு ஏற்ப கட்டைவிரலுடன் கருத்துமோதலில் குதித்ததுபோல ஆள்காட்டிவிரல் அசைகிறது. கடந்தகாலத்தில் பயணிக்கிறபோது சந்தோஷ குளத்தில் முங்கிக் குளிப்பதை பரவசம் சொட்டும் விழிகளில் கண்டோம். பஞ்சுவும், தமிழ்மணியும் அளவளாவ அரைக்கண்மூடி தியானிப்பதுபோல நானும், நாயகரும் செல்வபெருமாளும் கேட்டு மகிழ்ந்தோம். இக்கட்டுரைரயை எழுதிக்கொண்டிருக்கிறபோதும், அக்காட்சி நெஞ்சத்திரையில் நிழலாடுகிறது.

53. நியூ செஞ்சுரி புக் ஹவுஸ்

செஞ்சிவப்புச் சிந்தனைகள் - பி.எஸ்.நரேந்திரன்

நியூ செஞ்சுரி புக் ஹவுஸ் எண்பதுகளில் பிரபலமாக இருந்த ஒரு புத்தகப் பிரசுர நிறுவனம். சோவியத் சோசலிசக் குடியரசின் (ரஷ்ய) பண உதவியுடன் நடத்தப்பட்ட நியூ செஞ்சுரி ஏராளமான ரஷ்ய் எழுத்தாளர்களின் புத்தகங்கங்களை தமிழில் மொழிபெயர்த்து வெளியிட்டுக் கொண்டிருந்தது. வழு வழுப்பான காகிதத்தில், மிகத் தரமான முறையில் அச்சடிக்கப்பட்ட புத்தகங்கள் மிகக் குறைந்த விலைக்குக் கிடைக்கும். வெறும் ஐம்பது அல்லது

நூறு ரூபாய்க்கு கால் மூட்டை புத்தகங்களை அள்ளிக் கொண்டு வருவேன். அத்தனை சல்லிசு.

ஒரு கம்யூனிஸ்டு புர்ச்சியாளனாக மாறி உலகையே உலுக்கப் போகிற மமதையில் திரிந்து கொண்டிருந்த காலமது. நான் அள்ளிக் கொண்டு வருகிற புத்தகங்களைக் கண்டு "குடுக்குற காசை இப்பிடி வீணாக்கிப்புட்டானே..." என்று வீட்டில் ஆளுக்காள் வசை பாடுவார்கள். ஒரு எதிர்கால புர்ச்சி வீரனைப் பற்றி பனாதைகளுக்கு என்ன தெரியும் என்பதால் நான் அதனை அதிகம் பொருட்படுத்தியதில்லை. Well, let us not go there...

இப்போது இருப்பது போல புத்தகங்களை வாங்கும் வசதி எண்பதுகளில் இருந்ததில்லை. சென்னையில் ஒரு சில குறிப்பிட்ட இடங்களில் அவ்வப்போது சிறிய டெண்ட் போன்ற அமைப்பு நியுசெஞ்சுரியால் அமைக்கப்பட்டு புத்தகங்களை விற்பனை செய்து கொண்டிருப்பார்கள். பூக்கடை போலிஸ் ஸ்டேசனுக்கு அருகில், சைதாப்பேட்டை மறைமலை பாலம் தாண்டியவுடன் ஒரு சிறிய இடத்தில் அல்லது எழும்பூர் பாந்தியன் சாலையில்...இப்படி. மக்ஸீம் கோர்க்கி, செக்காவ், இன்னபிற ரஷ்ய எழுத்தாளர்கள் எனக்கு அறிமுகமானது அப்போதுதான். மொழிபெயர்ப்பும் தரமானதாகவே இருக்கும்.

கோர்க்கியின் சிறுகதைகளை ரசித்த அளவிற்கு அவரது புகழ்பெற்ற "தாய்" நாவலை என்னால் கடைசிவரை படிக்கவே இயலவில்லை. கொஞ்சம் திராபைத்தனமான மொழிபெயர்ப்பின் காரணமாக எனக்குள் இதுவொரு புண்ணாக்குத்தனமான நாவல் என்ற எண்ணம் எப்படியோ ஒட்டிக் கொண்டுவிட்டது. இன்றளவும் அதுவே எனது எண்ணம். ரஷ்ய மொழியில் நேரடியாகப் படித்தால் ஓரளவிற்கு சுவாரசியமாக இருக்குமோ என்னமோ. மக்ஸீம் கோர்க்கியின் பிற்கால நடவடிக்கைகள் அவரது புரட்சிகர "தாய்" நாவலை கேலிக்குள்ளாக்கி விட்டிருந்தது.

ரஷ்யப் புரட்சியின் பெரும் ஆதரவாளராக, மானுட இருளை திறமையுடன் தனது எழுத்தில் கொண்டு வருபவராக இருந்த கோர்க்கி, ஸ்டாலினால் அந்தப் புரட்சியின் நோக்கம் திசைமாற்றப்பட்டு பல இலட்சக்கணக்கானவர்கள் கொல்லப்படுவதைப் பார்த்துக் கொண்டு சும்மாயிருந்தார். அதுமட்டுமல்லாமல், ஸ்டாலினின் ஆதரவாளராக, அவரின் துதிபாடியாக வாழ்ந்து மறைந்த கோர்க்கியின் மீதான எனது அபிமானத்தை முற்றிலுமாக இழந்தேன். அதற்காக அவரது இலக்கியப்படைப்புகளை எவராலும் ஒதுக்கித் தள்ளிவிட இயலாது. உலக இலக்கியத்தில் மக்ஸீம் கோர்க்கியின் இடம் நிரந்தரமானது. இங்கு நான் சொல்வது என்னுடைய எண்ணங்கள் மட்டுமே.

ஸ்டாலினால் சைபீரியச் சிறைகளுக்கு அனுப்பி வைக்கப்பட்டு, சித்தரவதை செய்யப்பட்டு மரணமடைந்த பல இலட்சம் ரஷ்யர்களின் துயரங்களை வெளியுலகிற்கு அறிவித்த Aleksandr Solzhenitsyn அவரது The Gulag புத்தகத்தில், மக்ஸீம் கோர்க்கியைக் குறித்துக் கூறும் ஒரு சம்ப-

வம் கவனிக்கத்தக்கது. சைபீரியச் சிறைகளைக் குறித்து "ஆய்வு" செய்வதற்காக, ஸ்டாலின் மக்ஸீம் கோர்க்கியை அனுப்பி வைக்கிறார். அன்றைய ரஷ்ய நடைமுறைகளை அறிந்தவர்களுக்கு அது வெறும் கண்துடைப்பு என்பது தெரியும். கோர்க்கி ஒவ்வொரு குலாக்காக பார்வையிட்டுக் கொண்டு வருகிறார். அவர் ஓரிடத்தில் பார்வையிட வருவது அங்குள்ள அதிகாரிகளுக்கு முன்பே அறிவிக்கப்படும். அவர்கள் ஏதேனும் ஒரு குலாக்கை சுத்தப்படுத்தி, வெள்ளையடித்து வைத்திருப்பார்கள். கோர்க்கி அதனைப் பார்வையிட்டு, அதிகாரிகளை வாயாரப் பாராட்டிவிட்டு அடுத்த குலாக்கிற்குப் போவார்.

Aleksandr Solzhenitsyn இருக்கும் தீவிற்கு மக்ஸீம் கோர்க்கி வரவிருப்பதால் அதனைச் சுத்தப்படுத்துவதற்கு சிறைக் கைதிகளை முடுக்கி விட்டிருக்கிறார்கள் அதிகாரிகள். ஆனால் எதிர்பாராத விதமாக கோர்க்கியின் நீராவிப்படகு சிறிது முன்னராகவே அந்தத் தீவிற்கு வந்து சேர்கிறது. கிழிந்த உடையுடன், சரியான உணவின்றி பசியிலும், நோயிலும் வாடிக்கொண்டு வேலை செய்து கொண்டிருந்த சிறைக்கைதிகளை கோர்க்கி பார்த்து விடக்கூடாது என்பதற்காக அத்தனை பேர்களையும் ஓரிடத்தில் தரையில் உட்கார வைத்து அவர்கள் மீது தார்ப்பாயை வைத்து மூடுகிறார்கள். சத்தமிடுபவர்கள் உடனடியாகக் கொல்லப்படுவார்கள் என்று எச்சரிக்கப்படுகிறார்கள்.

ஏதோ காரணங்கள் சொல்லி படகினுள் தாமதப்படுத்தி வைக்கப்பட்டிருந்த கோர்க்கி கரைக்கு வந்து அந்த தார்ப்பாய் குவியலைக் கண்டும் காணாதவர் போலச் செல்கிறார். அவரை ஒரு சிறுவர் விடுதிக்கு அழைத்துச் செல்கிறார்கள். ஏற்கனவே சொன்னபடி, வெள்ளையடிக்கப்பட்டு சுத்தம் செய்யப்பட்டிருந்த அந்த விடுதியில் சிறுவர்கள் தூய உடையணிந்து, படுக்கைகளில் அமைதியாக அமர்ந்திருக்கிறார்கள். கோர்க்கி அதனைக் கண்டு மிகவும் மகிழ்ந்து போகிறார்.

அங்குள்ள சிறுவர்களுடன் தான் பேச விரும்புவதாகச் சொல்கிறார். அதற்கு ஏற்பாடு செய்யப்படுகிறது. அவருடன் பேசிய சிறுவர்களில் இருந்த ஒரு பதினாலு வயதுடையவன் கோர்க்கியிடம் உண்மையைப் போட்டுடைக்கிறான். இது அத்தனையும் நாடகம் என்றும் ஏராளமான நோயுற்ற சிறைக் கைதிகள் நீங்கள் வருவதனால் காட்டுப்பகுதிக்கு அனுப்பி வைக்கப்பட்டிருக்கிறார்கள் என்றும் சொல்கிறான். இதனை எதிர்பார்க்காத கோர்க்கி திகைத்துப் போகிறார். எதுவும் பேசாமல் கண்களில் கண்ணீர் வழிய கோர்க்கி அங்கிருந்து நகர்ந்ததும் அந்தப் பதினாலு வயதுச் சிறுவன் அந்த இடத்திலேயே அடித்துக் கொல்லப்பட்டான் என்கிறார் Aleksandr Solzhenitsyn.

கோர்க்கி, ஸ்டாலினிடம் என்ன "ஆய்வு" அறிக்கையை சமர்ப்பித்தார் என்பது இன்றளவும் தெரியவில்லை. அவர் வந்து போன பிறகும் பல இலட்சக்கணக்கான ரஷ்யர்கள் குலாக்குகளில் கொல்லப்படுவது நடந்து கொண்டுதானிருந்தது.

Cannibal Island : Death in Siberian Gulag என்று ஒரு ஆவணப்படம் இருக்கிறது. சைபீரிய நதியின் நடுவிலிருக்கும் ஒரு தீவிற்கு, தனக்கு வேண்டப்படாத ஆறாயிரம் பேர்களைக் கைது செய்து அனுப்பி வைக்கிறார் ஸ்டாலின். அவர்களுக்கு உணவோ, நீரோ, மருந்தோ எதுவும் அளிக்கப்படவில்லை. அந்தத் தீவில் உண்ணும் வகையில் விளைவது எதுவுமில்லை. எனவே பட்டினியால் வாடும் கைதிகள் ஒருவரை ஒருவர் அடித்துச் சாப்பிடத் துவங்குகிறார்கள். இறுதியில் அத்தனை பேர்களும் இறந்து போனார்கள். உண்மையில் நடந்த விஷயம் இது.

நமது கம்யூனிஸ்ட்களில் எத்தனை பேர்களுக்கு இதெல்லாம் தெரியும் என்று தெரியவில்லை. இப்போதெல்லாம் ஸ்டாலின் என்று பெயர் வைத்திருப்பவனைப் பார்த்தால் என்னால் சிரிக்காமலிருக்கவும் முடியவில்லை. காலத்தின் கோலமல்லவா இது?

பேனாவோ, பென்சிலோ அல்லது எழுதும் தாள்களோ கையில் வைத்திருப்பது கடுமையான குற்றம் என்று அறியப்பட்ட சைபீரியச் சிறையில் வாழ்ந்த Aleksandr Solzhenitsyn, புழுக்கைப் பென்சிலை மறைத்து வைத்து, டாய்லெட் பேப்பரிலும், கைக்குக் கிடைத்த தாள்களிலும் சைபீரியச் சிறையில் வாடுபவர்களைப் பற்றி எழுதினார். மிகுந்த சிரமத்துடன் அந்தக் காகிதங்கள் ஜெர்மனிக்குக் கடத்திவரப்பட்டு பின்னர் புத்தகமாக வெளிவந்தது. The Gulag புத்தகத்தைப் படிக்கிற எவனும் மீண்டும் தன்னை ஒரு கம்யூனிஸ்ட் என்று சொல்லிக் கொள்ளத் துணியமாட்டான்.

* Cannibal Island : Death in Siberian Gulag புத்தகமாகவும் வெளிவந்திருக்கின்றது.

oOo

தமிழ்நாட்டில் கட்சிப் பணிக்காக தமது முழுச் சம்பளத்தையும் கம்யூனிஸ்டுக் கட்சி அலுவலகத்தில் கொடுத்துவிட்டு, அவர்கள் அதிலிருந்து பிரித்துக் கொடுக்கும் சொற்பக் காசை தனது குடும்பத்திற்குச் செலவிட்டுத் தங்களையும், தங்களின் குடும்பத்தினரையும் வாழ்வு முழுவதும் வறுமையில் வாட விட்ட பல இளிச்சவாய கம்யூனிஸ்ட் காம்ரேடுகளின் கதைகளை நீங்கள் கேட்டிருக்கலாம். அதனைக் குறித்து எண்ணிப் பார்க்கையில் எனக்குள் வரும் வருத்தத்திற்கு அளவில்லை. ஸ்டாலினிசக் கொடுமைகள் வெளியே தெரிய ஆரம்பித்துவிட்ட எழுபதுகளில் கூட இதுபோன்ற காம்ரேட் கமிசார்கள் தமிழகத்தில் நிறைந்திருந்தார்கள்.

கம்யூனிச நாடுகளில் பாலும், தேனும் ஓடுவதாக கற்பனை செய்து கொண்டிருந்த தமிழக காம்ரேட் கமிசார் பல இலட்சக்கணக்கான சோவியத் குடிமக்களை சைபீரியச் சிறையிலடைத்துக் கொன்ற ஸ்டாலினின் ஆட்சியைக் குறித்தோ, பல மில்லியன் சீனர்களைப் பட்டினியிட்டுக் கொன்ற மாவோவின் கொடூரங்களைக் குறித்தோ, கம்போடியாவில் பொதுவுடமையின் பேரால் போல்-பாட்டினால் கொல்லப்பட்ட பல்லாயிரக்கணக்கான விவசா-

யிகள், மருத்துவர்கள், பேராசிரியர்கள், தொழிற்சாலை ஊழியர்களைக் குறித்தோ, ரோமானியாவை நாசமாக்கிய செசஸ்கு குறித்தோ அல்லது இன்றளவும் கம்யூனிஸ்டுப் பொதுவுடமையின் பெயரால பல்லாயிரக் கணக்கானவர்களை கொன்று குவித்துக் கொண்டிருக்கும் வட கொரிய கிறுக்கர்கள் குறித்தோ, கியூபாவை பொருளாதார ரீதியாக நாசமாக்கிய பிடல் காஸ்ட்ரோ அல்லது இன்னபிற கம்யூனிச சர்வாதிகாரிகளைக் குறித்தோ எந்தவிதமான அறிதலும் உடையவரல்லர். மேற்கூறிய சர்வாதிகாரிகளின் கீழ் வாழ்ந்தால் காம்ரேட் கமிசாரும் அவரது குடும்பத்தினருமே முதலில் பாதிக்கப்படுவார்கள் என்ற அறிவும் அவர்களுக்கு இருந்ததில்லை.

கம்யூனிச சித்தாந்தம் ஒரு நடைமுறைக்கு ஒவ்வாத சித்தாந்தம் என்பதினை அறிந்து கொண்ட உலகின் பெரும்பாலான கம்யூனிஸ்ட்டுகள் அதனை விட்டு விலகினார்கள். சீனக் கம்யூனிஸ்ட்டுகள் உள்பட. இன்று சீனா பெயரளவிற்கு ஒரு கம்யூனிச சர்வாதிகார நாடாக மட்டுமே இருக்கிறது. கம்யூனிசம் சாதாரண சீனர்களை அடக்கி வைக்க மட்டுமே இன்றைக்கு உபயோகிக்கப்படுகிறது. ஆம்; பொதுவுடமைச் சர்வாதிகாரத்தின் பெயரால் சாதாரண சீனர்கள் அடக்கி ஒடுக்கப்படுகிறார்கள். எதிர்ப்புக் குரல் எழும்பாத வண்ணம் அவர்களின் குரல்வளைகள் நசுக்கப்படுகின்றன. இதையெல்லாம் சொல்வதால் தமிழ்நாட்டுக் காம்ரேட் கமிசார்கள் எரிச்சலடைவார்கள் என்பது எனக்கு நன்றாகவே தெரியும். என்ன செய்வது? உண்மை என்றுமே இறப்பதில்லையே? அது அங்கேயே அல்லவா நின்று கொண்டிருக்கிறது? எவ்வளவு மறைத்தாலும். ஒளித்தாலும். இல்லையா?

பொதுவுடமைச் சமுதாயத்தில் அனைவரும் சமம்; என்ன வேலை செய்தாலும் எல்லோருக்கும் ஒரே மாதிரியான வருமானம்; வாழ்க்கை முறை•••இன்ன பிற என்பது காம்ரேட் கமிசாரின் ஒரு முக்கியமான வாதம். அந்தோ பரிதாபம்! ஒரு கம்யூனிச தேசத்தில், ஒரு சர்வாதிகாரியின் துப்பாக்கியின் கீழ் வாழாத, எந்த நேரத்தில் தன்னைக் கைது செய்வார்களோ, எப்போது சிறைக்கு அனுப்புவார்களோ என்னும் அச்சத்துடன் அனுதினமும் வாழும் ஒரு பாக்கியம் கிட்டாத தமிழக கமிசார் எவரும் அவ்வாறு நினைப்பது ஆச்சரியமில்லை. அப்படியொரு வாழ்வு அன்னார் வாழ்ந்திருந்தால் இப்போது அதுகுறித்து என்ன சொல்லுவார் என்றும் என்னால் எண்ணாமலும் இருக்கவியலவில்லை.

ரஷ்யர் ஒருவர் என்னுடன் பணிபுரிந்து கொண்டிருந்தார். ஸ்டாலினின் காலத்தில் பிறந்து, குருஷ்ச்சேவ், பிரஸ்னேவ் காலத்தில் சோவியத்து சோசலிசக் குடியரசில் வளர்ந்தவர் அவர். ஸ்டாலினின் ரஷ்யா குறித்து எனது கண்ணைத் திறந்துவிட்டதில் அவருக்குப் பெரும்பங்கு இருக்கிறது. அவருடன் ஒரு ரஷ்ய ரெஸ்டாரண்டிற்கு மதிய உணவிற்குப் போயிருந்தேன். இந்தியாவில் சோவியத் யூனியனைக் குறித்தும், அங்கு பாலும் தேனும் ஓடுவதாக தமிழகத்தில் கூறப்படுவதனை, எழுதப்படுதனைக் குறித்தும் படித்து வளர்ந்த

எனக்கு, சோவியத் யூனியன் திடீரென சிதறு காயாகச் சிதறி விட்டதில் பெருத்த ஆச்சரியம் இருந்த காலம் அது.

எழுபதுகளில் ஜெயகாந்தன் போன்றவர்கள் சோவியத் யூனியனுக்குப் பயணம் போவார்கள். திரும்பி வந்து அங்கே பாலும், தேனும் பெருகி ஓடுவதாகக் கட்டுரை எழுதுவார்கள். அவர்களுக்குக் காட்டப்படுவது எல்லாம் திட்டமிடப்பட்ட கம்யூனிசப் பொய்கள் என்பதினை உணர்ந்து கொள்ளவே பல காலம் பிடித்தது ஜெயகாந்தன் போன்றவர்களுக்கு. உணர்ந்தாலும் அதனை அவர்கள் வெளிக்காட்டிக் கொள்ளவில்லை. ஜெயகாந்தனின் சோவியத் நண்பரான வித்தாலி பூர்ணிக்காவ் என்பவர்தான் அவரை மாஸ்கோவின் பல இடங்களுக்கு அழைத்துச் செல்வார். சோவியத் யூனியன் சிதறுண்ட பிறகு வித்தாலி பூர்ணிக்காவ் என்ன ஆனார் என்று ஜெயகாந்தனைத்தான் கேட்க வேண்டும்.

மேற்படி ரஷ்ய நண்பரிடம் சோவியத் யூனியனைக் குறித்து எனக்குள் இருந்த சித்திரத்தை உணர்ச்சிகரமாக விவரித்துக் கொண்டிருந்தேன். "என்ன வேலை செய்தாலும் ஒரே சம்பளமும், வாழ்க்கை முறையும் அற்புதமான ஒன்றல்லவா?" என்றேன். ரஷ்ய நண்பர் புன்னகையுடன் நான் சொல்வதனைக் கேட்டுக் கொண்டிருந்தார்.

"இந்த ரெஸ்டாரண்டிற்கு நாம் வந்தவுடன் நம்மைப் புன்னகையுடன் வரவேற்றார்கள். தண்ணீர் கொடுத்தார்கள். என்ன வேண்டும் என்று பணிவுடன் கேட்டுத் தெரிந்து சென்றார்கள். உணவின் சுவையும், தரமும் இங்கு நன்றாகவே இருக்கும். ஒருவேளை நன்றாக இல்லையென்று புகார் செய்தால் நம்மிடம் பணம் வசூலிக்காமலேயே அவர்கள் நம்மை அனுப்பி வைக்கவும் கூடும். இல்லையா?"

நான் பதில் பேசாமல் அவரையே பார்த்துக் கொண்டிருந்தேன்.

"இங்கு வேலை செய்பவர்கள் அனைவருக்கும் அவர்களின் தகுதிக்கேற்ப, திறமைக்கேற்ப ஊதியம் வழங்கப்படுகிறது. கொடுக்கும் ஊதியத்திற்கேற்ப அவர்கள் அந்த வேலையைத் திறம்பட செய்யவேண்டும் என்று எதிர்பார்க்கப்படுகிறார்கள். அவ்வாறு வேலை செய்யாவிட்டால் அவர்கள் பணி நீக்கம் செய்யப்படுவார்கள். அந்த அச்சமே அவர்கள் தங்களின் முழுத் திறமையைப் பயன்படுத்தி அவர்களை வேலை செய்ய வைக்கிறது. அதன் காரணமாகவே இந்த ரெஸ்டாரெண்ட் நன்றாக நடக்கிறது. நாமும் இத்தனை மைல்கள் பயணம் செய்து இங்கு வந்திருக்கிறோம் இல்லையா?"

ஆமென்று தலையை அசைத்தேன்.

"இப்படி கற்பனை செய்து பார். இதுவொரு கம்யூனிச நாட்டில் அரசாங்கத்தால் நடத்தபடும் ஒரு ரெஸ்டாரெண்ட். இந்த ரெஸ்டாரெண்ட்டில் அனைவருக்கும் ஒரே சம்பளம் வழங்கப்படுகிறது என்று வைத்துக் கொள். மேனஜருக்கும் ஒரே சம்பளம்; சமையலறையில் சமைப்பவருக்கும் ஒரே சம்பளம்.

பரிமாறும் சர்வருக்கும் ஒரே சம்பளம் என்று வைத்துக் கொள்வோம். இங்கு எதுவும் சரியாக நடக்குமென்றா நினைக்கிறாய்? யார் வேலை செய்தாலும், செய்யாவிட்டாலும் அதனைத் தட்டிக் கேட்க மேனஜருக்கு எந்த அதிகாரமும் கிடையாது. வேலை செய்தாலும், செய்யாவிட்டாலும் கிடைக்க வேண்டிய சம்பளம் அவரவர்களுக்குக் கிடைத்துவிடும். எனவே யாருமே அவர்களின் வேலையைச் செய்ய மாட்டார்கள். செய்தாலும் அது அரைகுறையாகத்தான் இருக்கும்''

"சோவியத் யூனியனின் எந்தவொரு ரெஸ்டாரெண்டிற்கு நான் சென்றாலும் முதலில் நான் செய்வது அங்கு சமையலறையில் உறங்கிக் கொண்டிருக்கும் சமையல்காரனுக்கு லஞ்சம் கொடுப்பதுதான் என்பது உனக்குத் தெரியுமா? அதன் பின்னர் சர்வரைத் தாஜா செய்ய வேண்டும். அப்போதுதான் அந்த உணவு ஆறுவதற்கு முன் நம் மேசைக்குக் கொண்டு வந்து வைப்பான். அந்த ரெஸ்டாரெண்டின் மேனேஜர் நமக்கு அறிமுகமில்லாதவர் என்றால் அங்கு செல்வதே வீணான ஒரு செயலாக இருக்கும். அனேகமாக தண்ணீரைப் போன்ற சூப்பைத் தவிர வேறெதுவும் கிடைக்காது. இங்கு இறைச்சியும், பாலும், காய்கறிகளும் எந்தத் தடையுமின்றிக் கிடைக்கிறது. சோவியத் யூனியனில் இறைச்சியைக் கண்ணில் பார்க்க நாள் கணக்கில் காத்திருக்க வேண்டும். இறைச்சி ரேஷனில்தான் கிடைக்கும். அதனை வாங்குவதற்கு மணிக்கணக்கில் விறைக்கும் குளிரில் நாம் நிற்க வேண்டும். நான் நின்றிருக்கிறேன்...."

"சனிக்கிழமையன்று ரொட்டி என்னுடைய ஊருக்கு ரயிலில் வருகிறதென்றால் நாங்கள் வியாழக்கிழமையே ரயில்வே ஸ்டேசன் வாசலில் கியூவில் நிற்க ஆரம்பிப்போம்...பொதுவுடமை கொடுக்கும் பரிசு அது. நீங்கள் என்ன படிக்க வேண்டும், படித்த பிறகு எங்கு வேலை செய்ய வேண்டும், எப்போது திருமணம் செய்து கொள்ள வேண்டும் என்பதையெல்லாம் அரசாங்கமே தீர்மானிக்கும். நீங்கள் மருத்துவத்திற்குப் படிக்கலாம். ஆனால் அரசாங்கம் உங்களை கிராமத்திற்கு அனுப்பி விவசாய வேலை பார்க்கச் சொன்னால் அதைத்தான் நீங்கள் செய்தாக வேண்டும். வேறு வழியே இல்லை....அப்படியான ஒரு வாழ்க்கை வாழ உனக்கு ஆசையிருந்தால் சொல்...உன்னை வடகொரியாவிற்கு அனுப்பி வைக்கிறேன்..." என்று உரக்கச் சிரித்தார்.

எங்களின் பேச்சு நீண்டு கொண்டு சென்றது. சோவியத் யூனியனைப் பற்றி ஒரு இந்தியனாக அதுவரையில் நான் அறிந்து வைத்திருந்த கற்பனை பிம்பம் எனக்குள் தகர்ந்ததை உணர்ந்தேன். பின்னாட்களில் The Gulag போன்ற புத்தகங்கள் என்னை மேலும் விழிப்படையச் செய்தன.

oOo

இப்படியாக தமிழ் நாட்டு அறிவுசீவிகளால் பரணி பாடப்பட்டுக் கொண்டிருந்த எழுபதுகளில் சோவியத் யூனியனைப் பற்றிக் கொஞ்சம் எதிர்மறையான

தகவல்களை அளித்தவர் என்று கண்ணதாசனைச் சொல்லலாம். அதற்காக அவர் வசைபாடப்பட்டிருப்பார் என்பதில் சந்தேகமில்லை.

அன்றைக்குத் தமிழ்நாட்டில் மிகப் பிரபலமாக இருந்த திரைப்பட இசையமைப்பாளர் எம். எஸ். விஸ்வநாதனும், கண்ணதாசனும் சோவியத் அரசாங்கத்தின் அழைப்பில் சோவியத் யூனியனுக்குப் போனார்கள். கண்ணதாசன் நினைத்த இடத்தில் பாடல்கள் இயற்ற, அதற்கு எம். எஸ். வி. இசையமைக்க ஒரே ஆரவாரமான பயணம் அது. பயணத்தின் முடிவில் கண்ணதாசன் ஒரு சோவியத் சூப்பர் மார்க்கெட்டைப் பார்க்க ஆசைப்பட்டிருக்கிறார். சோவியத் உழைப்பாளிகளால் உற்பத்தி செய்யப்பட்ட ஏராளமான பொருட்களும், விவசாய விளை பொருட்களும் சோவியத் யூனியனின் சூப்பர் மார்க்கெட்டுகளில் குவிந்து கிடப்பதாக தமிழ் நாட்டு அறிவுசீவிகள் எழுதிக் குவித்திருந்தார்கள். கண்ணதாசனுக்கு அதனை எப்படியும் தன் கண்ணால் கண்டுவிட வேண்டுமென்று ஆசை. எனவே பயண ஏற்பாட்டாளர்களை மிகவும் வற்புறுத்திக் கேட்க, அவர்களும் அவரை ஒரு சூப்பர் மார்க்கெட்டிற்கு அரைமனதுடன் அழைத்துச் சென்றிருக்கிறார்கள்.

ஏகப்பட்ட கற்பனையுடன் சென்ற கண்ணதாசன், மேற்படி சூப்பர் மார்க்கெட் காலியாகக் கிடப்பதைப் பார்த்து அதிர்ந்து போனார். பொதுவுடமையில் "பொலிட் பீரோ"தான் எல்லாவற்றையும் தீர்மானிக்கும் என்பது அவருக்குப் புரியவில்லை. "ஒரு சாதாரண தலைவலி மாத்திரை கூடக் கிடைக்காத பொதுவுடமை சூப்பர் மார்க்கெட்டை விடவும், நிரம்பி வழியும் பொருட்களையுடைய எங்கள் ஊர் பெட்டிக் கடைகள் எத்தனையோ மேல்" என்றார் கவியரசர் ஏமாற்றத்துடன்.

தமிழ்நாட்டுப் பொதுவுடமை அறிவுசீவிகள் அவருக்கு எத்தகைய அர்ச்சனை நடத்தியிருப்பார்கள் என்பதினை எண்ணிப்பார்க்கவே வேண்டியதில்லை. பொதுவுடமைக் கருத்தினைப் பணக்காரர்கள் ஏற்றுக் கொண்டிருந்தால் அது உலகத்தின் தலைவிதியையே மாற்றியிருக்கக் கூடும். ஆனால் பொதுவுடமை சித்தாந்தம் ஏதுவுமில்லா ஏழைகளிடம் சென்று சேர்ந்தது. அவர்களிடம் பகிர்ந்தளிக்க எதுவுமில்லை. எனவே பணக்காரர்களிடமிருந்து பிடுங்கி ஏழைகளுக்குக் கொடுக்கும் சித்தாந்தம் அவர்களைக் கவர்ந்ததில் ஆச்சரியமில்லை. அது நடைமுறைக்குச் சாத்தியமில்லாத ஒரு சித்தாந்தம் என்று உலகம் உணர்ந்து கொள்வதற்கு முன்னால் பல கோடிக் கணக்கானவர்கள் பட்டினியாலும், நோயாலும், சர்வாதிகாரிகளாலும் கொல்லப்பட்டிருந்தார்கள்.

மார்க் ட்வைன் பத்தொன்பதாம் நூற்றாண்டு ரஷ்யாவில் பயணம் செய்தவர். அது குறித்துப் பல பயணக்கட்டுரைகளையும் எழுதியவர். ரஷ்ய பிரபுக்களின் ஆடம்பர வாழ்க்கை முறைகளையும், அவர்களால் சைபீரியச் சிறைக்கனுப்பி வைக்கப்பட்டவர்களையும், ரஷ்யக் குடிமக்களின் வறுமையையும் மிகக் கசப்புடன் பகிர்ந்து கொண்டவர். அவரது ரஷ்யப் பயண நேரத்தில்

சோஷலிஸ்ட்டுக்களைப் பற்றி கேள்விப்படுகிறார். அவர்களின் சித்தாந்தங்களையும் புரிந்து கொள்ள முனைகிறார். இறுதியில் அவர்கள் அளிக்கும் பொதுவுடமைத் தத்துவம் ஒன்றுக்கும் உதவாது என்று முடிவிற்கு வரும் மார்க் ட்வைன், "Communism is idiocy. They want to divide up the property. Suppose they did it — it requires brains to keep money as well as make it. In a precious little while the money would be back in the former owner's hands and the communist would be poor again" எனக் கேலி செய்கிறார்.

oOo

ஒரு மனிதனின் வாழ்வில் பதினைந்து முதல் பதினெட்டு வயது வரையிலான பருவம் மிகவும் கடினமானது என்று நினைக்கிறேன். வறட்டுச் சித்தாந்தங்களும், தவறான புரிதல்களும் நம்மை எளிதில் ஆட்கொண்டுவிடும் வயது அது. அந்த வயதில் ஏற்படும் தவறானதொரு சிறிய சலனம் கூட நம்மைப் படுகுழியில், வன்முறைப் பாதையில் தள்ளிவிடலாம்.

அதிலும் எளிதில் உணர்ச்சி வசப்படுகிற, சினிமாப் பித்துப் பிடித்த தமிழ்நாட்டுப் பதின்பருவச் சிறுவர்களை வன்முறைப் பாதையில் திருப்பிவிடுவது மிகவும் எளிது. இலங்கைப் பிரச்சினையும், நக்ஸலைட்டுகளும் கொடிகட்டிப் பறந்த எண்பதுகளில் கருணாநிதி, கா. காளிமுத்து, வை. கோபாலசாமி போன்றவர்கள் இந்தப் பணியினைச் செவ்வனே செய்தார்கள். இன்றைக்கு செபாஸ்டியன் சைமன் (சீமான்), திருமாவளவன் போன்றவர்கள் செய்துவருகிறார்கள். வன்முறையைத் தூண்டி அதில் லாபமடைவது என்பது தமிழ்நாட்டில் நல்லதொரு தொழில். அதில் இவர்கள் விற்பன்னர்கள். எந்தப் பிரச்சினைக்கும் தீர்வு ஏற்படாமல் பார்த்துக் கொள்வதே இவர்களின் திருப்பணியே தவிர, உருப்படியான எந்தச் செயலும் இவர்களால் இங்கு நிகழ்ந்ததில்லை என்பது மறுக்கவியலாத உண்மை.

எண்பதுகளில் நக்ஸலைட்டுகள் பிரச்சினை தமிழ்நாட்டின் தர்மபுரி போன்ற மாவட்டங்களில் அதிகமிருந்தது. அன்றைய முதலமைச்சராக இருந்த எம்.ஜி.ஆர்., வால்டர் தேவாரம் போன்ற போலிஸ் அதிகாரிகளின் துணையுடன் அதனை கொடூரமாக ஒடுக்கினார். பல நூற்றுக் கணக்கான நக்ஸலைட்டுகள் கொல்லப்பட்டனர். மூளைச் சலவை செய்யப்பட்ட நூற்றுக் கணக்கான இளைஞர்கள் இந்த இயக்கங்களில் இணைந்து தங்களின் வாழ்க்கையைத் தொலைத்தார்கள். ஒரு நக்ஸலைட்டாக மாறுவதிலிருந்து மயிரிழையில் தப்பிய அனுபவமும் எனக்கிருக்கிறது. வெறும் இருபது ரூபாய் இல்லாததால்.

நாங்கள் குடியிருந்த வீட்டின் சொந்தக்காரருக்கு யாரோ ஒரு அச்சுக்கூட உரிமையாளர் பணம் தரவேண்டியிருந்தது. அவரால் அந்தப் பணத்தைத் திருப்பித் தர இயலாததால் தன்னிடமிருந்த அச்சுக்களை (அச்சு எழுத்துக்களை மட்டும்) வீட்டு உரிமையாளரிடம் கொடுத்திருந்தார். அதில் பணம்

பார்க்க நினைத்த எங்கள் வீட்டு உரிமையாளர், பிற பிரிண்டிங்க் பிரஸ்களிலிருந்து திருமண அழைப்பிதல்கள், பிற சிறு அச்சு வேலைக்கான ஆர்டர்களை வாங்கிவருவார். அந்த வேலைகளுக்கு அச்சுக் கோர்ப்பதற்காக தோழர் "இராஜநாகம்(!)" நாங்கள் குடியிருந்த வீட்டிற்கு வருவார். ஒல்லியாக, வெற்றிலை குதப்பிய வாயுடன் இருந்த தோழர் "இராஜநாகம்" ஒரு நக்ஸலைட்டாக பின்னர் எனக்கு அறிமுகமானார். அல்லது ஒரு நக்ஸலைட்டாகத் தன்னைக் காட்டிக் கொண்டார். புரட்சிப் புத்தகங்களைப் படித்து, புரட்சி முழக்கங்களைக் நித்தம் கேட்டுக் கேட்டு, ஒரு புர்ச்சியாளனாக மாற வேண்டிய கனவுடன் இருந்த எனக்கு இராஜநாகம் ஒரு ஹீரோவானார்.

இன்றைக்கு இருப்பது போல "டெஸ்க் டாப் பப்ளிஷிங்" இல்லாத காலம் அது. காரீயத்தால் செய்யப்பட்ட எழுத்துக்களை ஒவ்வொன்றாகக் கையால் கோர்க்க வேண்டும். சள்ளை பிடித்த வேலை அது. ஒரு பக்கம் கோர்க்க இரண்டு நாட்கள் கூட ஆகலாம். அவ்வாறு கோர்த்த அச்சுக்களை ஒரு சிறிய அச்சு இயந்திரத்தில் வைத்து, அதில் மசி தடவிப் பிரிண்ட் செய்வார்கள். அதற்குப் புரூப் பார்ப்பதற்காகச் சென்ற எனக்கு இராஜநாகம் மிகவும் பிடித்துப் போனார். காம்ரேட் இன்னொரு காம்ரேடைக் கண்ட நாளது! வாழ்க புர்ச்சி!!

தினமும் மணிக்கணக்கில் கம்யூனிசக் கொள்கைகளைப் பற்றிப் பேசி கொள்வோம். அல்லது அவர் பேசுவார். நான் வாயில் ஈ நுழைவது கூடத் தெரியாமல் கேட்டுக் கொண்டிருப்பேன். பேச்சோடு பேச்சாக தனக்குத் தமிழரசனைத் தெரியும் என்றார். (இந்தத் தமிழரசன் பண்ருட்டியின் முந்திரிக்காட்டுப் பகுதியில் பிரபலமாக இருந்ததொரு நக்ஸலைட். ஏதோவொரு கிராமத்து வங்கியைக் கொள்ளையடிக்கச் சென்று, கிராமவாசிகளால் அடித்துக் கொல்லப்பட்டவர். அவருடன் இன்னும் நான்கு பேர்களையும் கிராமவாசிகள் கொன்றார்கள். அதெல்லாம் இரண்டொரு மாதத்திற்குப் பின்னர் நடந்த விஷயங்கள்.)

புர்ச்சியாளனாக மாற வேண்டிய உந்துதல் இராஜநாகத்தின் தூபத்தால் நாளுக்கு நாள் எனக்குள் அதிகமாகிக் கொண்டிருந்தது. என்னை உடனடியாக தமிழரசனிடம் அறிமுகப்படுத்த வேண்டும் என்று அவரைத் துளைக்க ஆரம்பித்தேன். பிடி கொடுக்காமல் நழுவிக் கொண்டிருந்த இராஜநாகம் திடீரென்று ஒருநாள் "இன்றைக்குச் சாயங்காலம் ஒரு மீட்டிங்கிற்குப் போகிறோம் தோழர். தயாராக இருங்கள்" என்றார்.

வெடிகுண்டு தயாரித்த வழக்கில் சிறையிலிருந்துவிட்டு விடுதலையாகியிருந்த புலவர் கலியபெருமாள் என்பவரின் மீட்டிங் அது. பெரம்பூர் ஐ.சி.எப் பேக்டரியின் வாசலுக்கு எதிரில் கூட்டம். என்ன காரணத்திற்காக அந்த இடத்தில் பொதுக்கூட்டம் நடத்தினார் என்ற காரணம் எனக்குத் தெரியவில்லை. கம்யூனிச சார்பு யூனியன்கள் நிறைந்த பகுதி என்பதற்காக இருக்-

கக்கூடும். மேடையில் கலியபெருமாளும், என் வயதினையொத்த நான்கைந்து இளைஞர்களும் இருந்தார்கள். மழை லேசாகத் தூறிக் கொண்டிருந்தது. யாரோ ஒரு இளைஞன் மேடையில் முழங்கிக் கொண்டிருந்தான். கேட்பதற்குத்தான் யாருமில்லை.

அந்தத் தெருவெங்கும் போலிஸ்காரர்கள் மப்டியில் நின்று கொண்டிருந்தார்கள். நானும் இராஜநாகமும் ஒரு பெட்டிக்கடையில் ஒதுங்கி நின்று கொண்டிருந்தோம். மேடையிலிருந்த இன்னொரு இளைஞன் கலியபெருமாளிடம் இராஜநாகத்தைக் காட்டி ஏதோ சொன்னான். கலியபெருமாள் இராஜநாகத்தை நோக்கி ஒரு புன்னகை செய்தார். பார்த்துக் கொண்டிருந்த எனக்கு உடம்பெல்லாம் புல்லரித்துவிட்டது. அப்போதே புர்ச்சியாளனாக மாறிவிட்ட சந்தோஷத்தில் மிதந்தேன்.

இதனை கவனித்துக் கொண்டிருந்த ஒரு மப்டி மெதுவாக எங்களருகில் வந்து நின்று, அப்பாவியாக "யாரு சார் அவரு. பெரிய ஆளாக இருப்பார் போலேருக்கே...." என்றார். இராஜநாகத்தின் முகம் மாறியது. பதிலளிக்காமல் என்னை விடாப்பிடியாக இழுத்துக் கொண்டு போய் வீட்டில் விட்டுவிட்டுப் போனார். அதன் பிறகு நான்கைந்து நாட்களுக்கு இராஜநாகத்தின் சுவடே தெரியவில்லை.

ஒருநாள் மதியவேளையில் அவசரமாக அச்சுக் கோர்க்கும் அறையிலிருந்து வெளியே கிளம்பிப் போய்க் கொண்டிருந்த இராஜநாகத்தை வாசலில் வைத்துப் பிடித்தேன்.

"என்றைக்கு என்னை தமிழரசனிடம் அழைத்துப் போகப் போகிறீர்கள் தோழர்?" என்றேன் எரிச்சலுடன்.

"இன்றைக்கு இரவு கிளம்பி லாரியில் பெண்ணாடத்திற்குப் போகலாம் தோழர். அங்கிருந்து மீன்சுருட்டிக்குப் போய் தமிழரசனைப் பார்க்கலாம். லாரி செலவிற்கு ஒரு இருபது ரூபாய் மட்டும் தேற்றிக் கொண்டு வாருங்கள். சாயந்திரம் வருகிறேன். யானைக் கவுனிக்குப் போய் அங்கிருந்து லாரி பிடிக்கலாம்...." என்று சொல்லியபடி அவசரமாக அங்கிருந்து அகன்றார் இராஜநாகம்.

என்ன பாடுபட்டும் என்னால் அந்த இருபது ரூபாயைத் தேற்ற முடியவில்லை. இரவு வெகுநேரம் வரை காத்திருந்தும் இராஜநாகம் வரும் சுவடே தெரியவில்லை. அன்று மட்டுமல்ல. அதற்குப் பிறகு இராஜநாகத்தை எங்கேயும் நான் சந்திக்கவில்லை. நாகம் ஏதோவொரு புற்றுக்குள் புகுந்து காணாமல் போய் விட்டது.

என் வாழ்க்கைப் பயணமும் இன்னொரு கிளையை நோக்கித் திரும்ப ஆரம்பித்தது.

54. அருணா ஸ்ரீனிவாசன்

இணையமும், இணையத்தில் தமிழும்

90களின் ஆரம்பத்தில் இணையம், பத்திரிகையுலகில் பரவலாக இருந்திருக்கவில்லை. என்னைப்போன்ற சுயேச்சை செய்தியாளர்கள் செய்திகள், கட்டுரைகள் எழுதி, தபால் (இப்படி ஒன்று இருந்ததே... !!) கொரியர் அல்லது, பாக்ஸ் என்று அனுப்புவார்கள். உள்ளூரில் இருந்தால் நேரில் போய் கொடுத்துவிட்டு வருவதும் உண்டு. என்னிடம் அப்போது கணினி இருக்கவில்லை. "பிரதர்" டைப்ரைட்டரில் கார்பன் காப்பி வைத்துத் தட்டி-விட்டு, அவசரம் அவசரமாக அச்சு ஏற "டெட்லைன்" சமயத்துக்குள் போய் கொடுத்துவிட்டு - அப்படியே நண்பர்களை சந்தித்து அரட்டை அடித்துவிட்டு - வருவது வழக்கம். ஆரம்ப நாட்களில் டில்லி டிராபிக்கில் கார் ஓட்டும்-போது உள்ளூர வயிற்றைக் கலக்கும். கட்டுரை எழுதுவதைவிட அதைக் கொடுக்கப் போகும் பயணம் இன்னும் அதிக சிரமம்.

அடாது மழை பெய்தாலும் விடாது காரியத்தை முடித்தல் என்பதன் முழு அர்த்தமும் ஒரு நாள் விளங்கியது - அடை மழையில் காரை பார்க்கிங் தேடி நிறுத்திவிட்டு வருவதற்குள் தொப்பலாக நனைந்து, டைம்ஸ் ஆப் இந்தியா அலுவலகத்துள் ஈரத்தில் குரல் நடுங்க நுழைந்து, கட்டுரையை எடிட்டோரி-யல் மேஜையில் வைத்த அனுபவம் ஒரு சாம்பிள்! அந்த காலக்கட்டத்தில்-தான் டில்லியின் இன்றைய மேம்பாலங்கள் பல உருவாகிக்கொண்டிருந்தன. பல சாலைகளைக் கடப்பதே பிரம்மப் பிரயத்தனம்.

ஒரு நாள் பேட்டிக்கு செல்லும்போது கார் டயர் பஞ்சராகிவிட்டது. எனக்கோ கார் ஓட்டத்தான் தெரியும் - அதன் உள்ளே என்ன அவயவங்கள் இருக்கும் என்று கூட தெரியாது. நல்ல வேளை.. நான் பேட்டி காணச் சென்றவர் வீடு அருகில்தான் இருந்தது. மெள்ள அவர் வீட்டு வாசலில் நிறுத்திவிட்டு, அவரையே உதவிக்கு அழைத்து (பேட்டி முடிந்தப்புறம்தான் !!) டயரை மாற்றி வீடு வந்து சேர்ந்தேன் !

சரி; இதெல்லாம் இப்போ ஏன்? இணையம் என்னிடம் வருவதற்கு முன் இப்படியெல்லாம் தட்டுத்தடுமாறி செய்தி அனுப்பிக்கொண்டிருந்த சமயத்தில்-தான் இணையம் மெள்ளப் பரவலாகிற்று. அதைப் பற்றி நான் கட்டுரைகள் அனுப்ப ஆரம்பித்த சமயம் அது.

இன்று என் தடத்தில் அந்தக் கட்டுரைகளைத் திரும்பப் படிக்கும்போது ஒரு புன்முறுவல் படருகிறது. அந்த சமயம் எனக்கு இணையம் பற்றி ஏதும் தெரியாது. விமானப் பயணம் பரவலாக இல்லாத காலத்தில் ஐரோப்பாவுக்-கும் அமெரிக்காவுக்கும் இந்தியாவிலிருந்து சில மணி நேரங்களில் பயணிக்க முடியும் என்றால் எப்படி ஆச்சரியமாக இருந்திருக்குமோ அதே நிலை-தான் என்னுடையதும்! வீட்டிலிருந்தே, அப்படியே கட்டுரையை எடிட்டர் மேஜைக்கு அனுப்பி விடலாம் என்ற "கற்பனையே" (!!) எனக்கு நம்ப முடி-

யாமலும், புல்லரிக்க வைப்பதாகவும் இருக்கும். போன் இருக்குமிடம் சென்று போன் செய்வது, உங்கள் குரலை வாங்கிக்கொள்ளும் கருவி போன்ற வார்த்தைகளுக்கு அர்த்தமே இல்லாத இந்த காலத்தில் இது போன்ற ஆதிகாலத்துக் கட்டுரைகள் படிக்கச் சுவையாக இருக்கலாம்!

1990களின் ஆரம்பத்தில் தொழில் நுட்ப உலகில் ஏற்பட்ட வளர்ச்சிகளை அவ்வப்போது பதிந்து வந்தேன். இணையமே இந்தியாவில் அப்போதுதான் பரவலாக ஆரம்பித்தது என்றாலும், தமிழ் இணையமும் அடுத்த சில ஆண்டுகளில் வேகமாக வளர்ந்தது. ஆரம்பத்தில் தமிழ், GIF எனப்படும் முறையில் போட்டொ எடுத்து ஏற்றப்பட்டது. பின்னர் தமிழை வலையில் நேரடியாக எழுதும் வகையில் பல மென்பொருட்கள் உருவாகின.

இப்படி இணையத் தமிழுக்கு முக்கியப் பங்காற்றியவர்களில், மறைந்த சிங்கப்பூர் தமிழர் நா. கோவிந்தசாமி, பல வருடங்களாக ஸ்விட்சர்லாந்தின், லொஸான் (Lausanne) நகரில் பணியாற்றும் கல்யாணசுந்தரம், மலேஷியத் தமிழர் முத்து நெடுமாறன், மற்றும் தமிழக மென்பொருள் வல்லுனர்கள் பலரும் தமிழ் இணையச் சரித்திரத்தில் குறிப்பிடத்தக்கவர்கள். இவர்களில் நான் அந்த சமயம் சிங்கப்பூரில் இருந்ததால் நா. கோவிந்தசாமியுடன் நல்ல பழக்கம் இருந்தது. அவர் செய்யும் முயற்சிகளை எல்லாம் ஆர்வத்துடன் என்னுடன் பகிர்ந்து கொள்வார்.

கணினி, இணையம் இவை பற்றியெல்லாம் அதிகம் அறியாமல் பாமரத்தனமாக இருந்த எனக்கு முதல் முறையாக இணையம், தேடு பொறி போன்றவறைப்பற்றி, பொறுமையாக விளக்குவார். “இப்போ, மல்லிகை பற்றி உங்களுக்கு தெரிய வேண்டும் என்று வைத்துக்கொள்ளுங்கள்; மல்லிகை என்று தமிழில் நீங்கள் உள்ளீடு செய்தால், மல்லிகை பற்றி இணையத்தில் இதுவரை என்னவெல்லாம் இருக்கிறதோ அவையனைத்தும் உங்கள் கணினியில் தெரியும்.” என்று அவர் விளக்கும்போது மிக ஆச்சரியமாக இருக்கும். இப்படி பலவும் அதிசயமாக இருந்த அந்தக் காலக்கட்டத்தில், நான் எழுதிய இக்கட்டுரைகளிலிருந்து மாதிரிக்கு இரண்டு இங்கே - அன்றையத் தொழில் நுட்ப வளர்ச்சியை மனதில் கொண்டு படியுங்கள்

இடம்: மெட்ராஸ்; தேதி: ஜூன் 23: வருடம் 1990

அந்தப் பெண் முகத்தில் ஒரு பயமும் கலவரமும் கலந்து இருந்தன. அறையில் மேலும் கீழும் நடந்தவண்ணம் இருந்தாள். சங்கடம் தாங்க முடியாமல் போனபோது, ஒரு முடிவுடன் போன் இருக்குமிடம் நகர்ந்தாள். ஒரு நம்பருக்கு போன் செய்துவிட்டு, காதில் வைத்துக் கொண்டிருந்தாள். சற்று நேரம் கழித்து போனை வைத்துவிட்டு நாற்காலியில் சாய்ந்து உட்கார்ந்து கொண்டு, தன்னை ஆசுவாசப்படுத்திக் கொண்டாள். இப்போது முகத்தில் ஒரு அமைதி தெரிந்தது.

தகவல் தொழில் நுட்ப முன்னேற்றத்திற்கு உங்களை வரவேற்கிறோம். உங்கள் கவலைகள் பலவற்றிற்கு இன்று ஒரு போன் நம்பரில் தீர்வு கிடைக்கலாம்!

அந்தப் பெண் போன் செய்த நம்பரில் அவளுக்கு ஆறுதலும், ஆலோசனையும் கிடைத்தன. இந்த சேவையை அளித்தது, சங்கர மடம். கணினியும் ஈமெயிலும் இன்று ஆசாரமான சங்கர மடத்திற்குள்ளும் ஆக்கிரமித்துள்ளன. இங்குள்ள இந்த புதிய தொழில் நுட்பம் மூலம் இனி உங்கள் தொலைபேசியில் உங்களுக்கு விருப்பமானதைக் கேட்டு மகிழலாம்.

தினசரி கிடைக்கும் அந்த மெனுவில் 6 விஷயங்கள் இருக்கும். மகா பெரியவாளின் ஆன்மீக உரைகள் 2 நிமிடம்; அன்றைய நாளின் முக்கியத்துவம், விசேஷங்கள் இன்னொரு 2 நிமிடம்; பஞ்சாங்கம், பகவத் கீதை சுலோகங்களும் உரைகளும் தலா 2 நிமிடம்; மற்றும் பஜன்கள், குரு ஸ்துதி இரண்டிரண்டு நிமிடங்கள் என்று ஒரு தொலைபேசி மெனு தயாரிக்கப்பட்டுள்ளது பாரம்பரியம் மிக்க இந்த மடத்தில். இதைத் தவிர, உங்கள் ஆன்மீகக் கேள்விகளுக்கும், பதிலளிக்கப்படும். தவிர, தனிப்பட்ட பிரச்சனைகளுக்கு ஆலோசனைகளும் உண்டு. ஸ்பீக்கர் போன் முலம் இந்த உரைகளையும், பஜன்களையும் குடும்ப நபர்கள் அனைவரும் ஒரே சமயத்தில் கேட்டு மகிழலாம் அல்லது எதிர்காலத்துக்காகப் பதிவு செய்து உபயோகித்துக் கொள்ளலாம்.

இதற்கு நீங்கள் செய்ய வேண்டியதெல்லாம் ரொம்ப சுலபம். சங்கரரின் குரல் - Voice of Sankara - என்று பெயர் சூட்டப்பட்டிருக்கும் இந்த சேவையின் நம்பரை டயல் செய்து, உங்களுக்கு அளிக்கப்பட்டிருக்கும் ரகசிய எண்ணை - code - அழுத்த வேண்டும். பின்னர் நீங்கள் விரும்பும் ஒலிபரப்பை அந்த மெனுவிலிருந்து தேர்வு செய்ய மற்றொரு நம்பரை அழுத்த வேண்டும்.

இந்த சேவைக்கு போன் இருக்க வேண்டும் என்ற அவசியமில்லை. இந்த சேவையை சங்கர மடத்திற்காக நிறுவியிருக்கும் மென் பொருள் நிறுவனம் இதற்காக பிரத்யேகமாக ஒரு கருவியையும் தயாரித்துள்ளது. இந்தக் கருவியில் ஒலிபரப்பையும், இதர குரல் குறிப்புகளையும் சேமித்துக்கொண்டு, பின்னர் நிதானமாக கேட்டுக்கொள்ளலாம். ஒரு சிறு கையடக்க கால்குலேட்டர் போல் இருக்கிறது இந்தக் கருவி. நீங்கள் மட்டுமே ஒலிபரப்பைக் கேட்பதற்கு ஒரு கடவுச் சொல்லும் இருக்கிறது.

இது போன்ற சேவைகள் ஒரு உதாரணம் மட்டுமே. இது போல் பலவித சேவைகள், அரசுத் தகவல்கள், இன்னும் என்னவிதமான தகவல்கள் உங்களுக்குத் தேவையோ அவையனைத்தும் தகவல் தொழில் நுட்பம் மூலமாக தற்போது உங்கள் விரல் நுனியில் கிடைக்கும். மத்திய அரசின் தேசிய தகவல் அமைப்பு (National Informatic Centre) தவிர, பல தனியார் அமைப்புகளும் இப்படி தகவல் தொழில் நுட்ப சேவைகள் அளிக்கின்றன. அந்தமான் தீவுகளில் இருக்கும் ஒரு மருத்துவர், தனக்கு தேவையான மருத்துவ விவரங்களை, அமெரிக்காவில் வாஷிங்டன் நகருக்கு அருகே இருக்கும் பெதெஸ்டா தேசிய நூலகத்திலிருந்து ஒரு நொடியில் தன் கணினி மூலம்

தெரிந்து கொள்ளலாம்.
அதுபோல், ஈ மெயில் என்னும் மின் அஞ்சலும் இன்று வேகமாகப் பரவி வருகிறது. இப்படி பலவிதத் தகவல் தொழில் நுட்பக் கூறுகளை ஒரே இடத்தில் இணைத்து அனைத்து வசதிகளும் ஒரே கணினியில் கிடைக்கும் மல்டி மீடியா எனப்படும் வசதியை அளிக்கும் நிறுவனங்கள் அனேகம் உள்ளன. உதாரணமாக இந்த "சங்கரரின் குரல்' என்ற சேவையை அளிக்கும் நிறுவனம், உங்களுக்குப் பல சேவைகளை ஒருங்கிணைக்கும் "மோடம்" எனும் ஒரு சிறிய பெட்டியை அளிக்கிறது.
கேபிள் டிவி மூலம் உலகம் உங்கள் டிவி ரிமொட்டுக்குள் வந்துவிட்டதென்றால், இந்த புதிய தகவல் தொழில் நுட்ப வசதிகள் மூலம் நீங்கள் உங்கள் நாற்காலியை விட்டு அசையாமலேயே, உலகம் முழுவதும் வணிகம் செய்யலாம்; பயணம் செய்யலாம் - குரல், காட்சி, புள்ளி விவரங்கள் என்று அனைத்து பரிமாற்றங்களையும் உங்கள் விரல் நுனியிலிருந்தே பெற்றுக்கொள்ளலாம்.

இடம்: சிங்கப்பூர்: வருடம் - 1995 - 96

"•••••••தமிழ் முதன் முதலாக World Wide Web இணையத்தில் எழுதப்படுகிறது. ஏற்கனவே, இணையத்தில் தமிழ் புழங்குகிறது என்றாலும் இனி தமிழில் எளிதாக வலையில் நேரடியாக எழுத முடியும்.
சிங்கப்பூர் நான்யாங் பல்கலைகழகத்தில் பணியாற்றும் நா. கோவிந்தசாமி, தான் அமைத்த தமிழ் மென்பொருள் பற்றி என்னிடம் கூறியது:
"••••••சிங்கப்பூர் பல்கலைக்கழகத்தில் இணைய ஆராய்ச்சி பிரிவின் தலைவர் டாக்டர் டான் டின் வீ எங்கள் இணையத் தமிழ் முயற்சிக்கு பெரும் ஆதரவு அளிக்கிறார். இணையம் என்பது உலக சரித்திரத்தில் மிக முக்கிய மாற்றங்களில் ஒன்று. இதைத் தமிழ் இழந்துவிடக்கூடாது என்பது என் ஆவல்.
:••••1988 ல் சிங்கப்பூர் கீ போர்டு என்று ஒன்றை முதலில் உருவாக்கினேன். அதைப் பின்னர் கணியன் என்று மாற்றினேன். முக்கியமாக விண்டோஸ்'-இல் தமிழ் புழங்கும் வகையில் எழுத்துரு உருவாக்குவதில் என் முயற்சி இருந்தது. இணையம் பிரபலமாகும் இந்தக் காலத்தில் தமிழ் எழுத்துருவை இணையத்தில் ஏற்றத்தக்க வகையில் உருவாக்க வேண்டும் என்றும் முனைய ஆரம்பித்தேன்.
"••••இந்த சமயத்தில்தான் சீன, மற்றும் ஜப்பானிய மொழிகள் இணையத்தில் வர ஆரம்பித்தன. எனக்கோ இந்த வாய்ப்பை தமிழ் தவற விடக்கூடாதே என்று ஆதங்கம். சிங்கப்பூர் பல்கலைக் கழகம், "கவிதை இணையம்" என்றொரு திட்டத்தை அறிமுகப்படுத்தியது. சிங்கப்பூரின் நான்கு மொழிகளிலும்

கவிதைகள் இணையத்தில் இடம் பெறும் அந்தத் திட்டத்திற்காக தமிழில் கவிதைகள் ஏற்றுவது என் பொறுப்பு. ஆங்கிலக் கவிதைகளை அப்படியே படிக்கலாம். ஆனல் சீன மற்றும் தமிழ் கவிதைகளைப் படிக்க அந்தந்த மென்பொருள் தேவை. அவையும் அந்தக் கவிதைகளுக்கு உள்ளேயே இருக்குமாறு வைத்திருந்தோம். தமிழ் படிக்க எங்கள் எழுத்துருவைத் தரவிறக்கிக் கொள்ள வேண்டும். இதை வைத்து நீங்கள் இதர மின்னஞ்சல் அனுப்பவோ, கட்டுரை எழுதவோ உபயோகித்துக்கொள்ளலாம். தற்போது படமெடுத்து இணையத்தில் ஏற்றப்படுகிறது. இதை அப்படியே படிக்க முடியும். ஆனால் எதிர்காலத்தில் நிறைய தமிழ் புழங்கும்போது இந்த முறை கட்டுப்படியாகாது•••."

"•••..புது டில்லியில் இந்தி மொழிக்கு அரசின் சி டாக் அமைப்பு தேவநாகரி முறையில் எழுத்துரு உருவாக்கியிருந்தது. ஆனால் தமிழுக்கு அந்த முறை சரியாக வராது என்று எனக்குத் தோன்றியது. தவிர, இணையத்தில் ஏற்றவும் தமிழுக்காகப் பிரத்யேகமாக குறியீடு தேவையாக இருந்தது. அதுவரை இருந்த மென்பொருள் எதுவும் சரியாக இல்லை என்று தோன்றியது. அதனால் கணியன் மென்பொருளை அமைத்தேன். இதன் மூலம் தமிழை வெற்றிகரமாக இணையத்தில் ஏற்ற முடிந்தது. இப்படித் தமிழை நேரடியாக இணையத்தில் உபயோகிக்க முடிந்தால் எதிர்காலத்தில் இணையத்தில் பத்திரிகைகளும், இதர வெளியீடுகளும் எளிதாக வெளியிட முடியும். விரைவில் இணைய இதழ்கள் பிரபலமாகும்; இணையம் மூலம் தமிழ் உலகம் முழுவதும் எளிதான கருத்துப் பறிமாற்றலுக்கு உதவும் என்பது என் நம்பிக்கை."

இணையத்தில் முதன் முதலாக ஏற்றப்பட்ட இந்திய மொழி தமிழ். இதர இந்திய மொழிகளும் விரைவில் இணையத்தில் நுழையும் என்று கோவிந்தசாமி நம்பிக்கை தெரிவித்தார்.

வருடம் 2014

தமிழில் பல மென்பொருள் ஆர்வலர்கள் பலவித எழுத்துருக்களை உருவாக்கியதில் பல வருடங்கள் தமிழ் இணையத்தில் எழுதவும் படிக்கவும் பலவித மென்பொருட்கள் தரவிறக்கத் தேவையாக இருந்தது. ஆனால், பல தமிழ் / மென்பொருள் ஆர்வலர்களின் கூட்டு முயற்சியில், பல தமிழ் இணைய மாநாட்டு உரையாடல்கள் மூலமாக தீர்வுகள் அலசப்பட்டு, ஒரு வழியாக இன்று தமிழ் "ஒரே தமிழாக" ஒரே மென்பொருள் மொழியில்- ஒருங்கிணைந்த குறியீட்டில் - "யூனிகோடில், இணையத்தில் வலம் வருகிறது.

55. ஷார்லட் - ராபர்ட்

ஷார்லட் ப்ராண்டியும் ராபர்ட் சௌதியும் எழுதிக் கொண்ட கடிதங்கள்-ஓப்லா விஸ்வேஷ்

இலக்கியம் பெண்களுக்கான துறை அல்ல. அவ்வாறு இருக்கவும் இயலாது. - ராபர்ட் சௌதி

இன்று பெண் எழுத்தாளர்களைப் பற்றி இலக்கிய விமர்சன நோக்கில் எழுதப்பட்ட ஒரு கட்டுரைக்கு சில பெண் எழுத்தாளர்களே' எழுதி வரும் எதிர்வினைகளைப் பார்க்கும் பொழுது, மேற்கோள் காட்டப்பட்டுள்ள குற்றச்சாட்டிற்கு' ஆளான ஒரு பெண் எழுத்தாளர் நடத்திய கடிதப்பரிமாற்றம் என் நினைவிற்கு வருகிறது. ராபர்ட் சௌதி (Robert Southey) என்பவர் ஆங்கிலக்கவிஞர்களில் குறிப்பிடத்தக்கவர் மட்டுமன்றி அரசவைக் கவிஞர் (பொயெட் லாரியேட்- Poet Laureate) என்ற பதவியையும் தாங்கியவர். பிற்காலத்தில் தலைசிறந்த நாவலாசிரியர்களில் ஒருவராக அறியப்பட்ட ஷார்லட் ப்ராணடீ (Charlotte Bronte) என்பவருக்கு அவர் எழுதிய கடிதத்தில் மேற்குறிப்பிட்டபடி எழுதியுள்ளார்.

ராபர்ட் சௌதியின் அந்தக் குற்றச்சாட்டு' ஷார்லட் ப்ராண்டீயின் மனதை எவ்வாறு புண்படுத்தியிருக்க வேண்டும்? ஆனால், அவ்வாறில்லாமல் அந்த இளங்கவிஞர் தன்னைப் பற்றின விமர்சனத்தில் உள்ள உண்மையான பொருளை உணர்ந்து மேலும் அறிவுசார்ந்த உரையாடல்களைத் தொடர்ந்தது அந்த இளம் வயதிலும் அவருக்கிருந்த அறிவு முதிர்ச்சியைக் காண்பிக்கிறது. இத்தகைய அர்த்தமுள்ள கருத்துப் பரிமாற்றங்கள் எத்தகைய இலக்கியச் சூழலில் அவர்கள் வாழ்ந்திருக்கிறார்கள் என்பதையும் எப்படி விமரிசனங்களை அறிவு பூர்வமாக எதிர் கொண்டார்கள் என்பதையும் காட்டுகிறது.

அத்தகைய அறிவு பூர்வமான ஒரு சூழ்நிலையே நல்ல இலக்கியத்தைப் படைக்கவும், ஊக்குவிக்கக் கூடியதாகவும் அமையும். இன்று நம்முடைய இலக்கியச் சூழ்நிலையோடு இதை ஒப்பிட்டுப் பார்க்கையில் நாம் எத்தகைய இரைச்சல் மிகுந்த சூழலில் வாழ்கிறோம் என்று மிக நன்றாகவே புரிகிறது. அந்தக் கால கட்டத்தின் வாழ்க்கை முறையினை ஒற்றி பெண்களின் கடமைகள் என்று சௌதி சொல்லுவதை நாம் ஒத்துக் கொள்ள வேண்டியதில்லை. ஆனால் அத்தகைய கருத்து எவ்வாறு அறிவில் சிறந்த ஒரு பெண் எழுத்தாளரால் கண்ணியமாக மட்டுமல்லாமல் தெளிந்த நோக்குடனும் புரிந்து கொள்ளப்பட்டது என்பதைச் சுட்டவே எனக்குத் தோன்றுகிறது. சுவையான அந்த கருத்துப் பரிமாற்றத்தினை என்னால் முடிந்த அளவிற்கு மொழி பெயர்த்துள்ளேன். வாசகர்கள் நான் சொல்ல வந்ததை புரிந்து கொண்டால் அக்கடிதங்களை எழுதிய அந்த இலக்கிய கர்த்தாக்களுக்குப் பெருமை சேர்த்ததாக நான் கருதுவேன்.

****

Robert Southey to Charlotte Brontë Keswick, March, 1837.

மாடம்,

நீங்கள் எனக்கு டிசம்பர் 29ல் எழுதிய கடிதத்திற்குப் பதில் கடிதம் வராததில் ஏமாற்றமடைந்திருப்பீர்கள். அப்பொழுது நான் கார்ன்வால் எல்லைப் பகுதியில் இருந்தேன். என் கையில் கடிதம் கிடைக்கும் பொழுது நான் ஹாம்ப்ஷயரில் இருந்தேன்.வேலை நிமித்தமாகப் பல இடங்களுக்குச் செல்ல வேண்டியும் லண்டனில் மூன்று வாரங்கள் தங்க வேண்டியும் ஆகிவிட்டதால் உங்களுக்கு உடனே பதில் அனுப்ப முடியவில்லை. தங்களை அவமானப்படுத்தவேண்டுமென்றோ, தங்கள் கருத்துக்களை அலட்சியப்படுத்தவேண்டுமேன்றோ தாமதிக்கவில்லை. உங்களுக்குப் பதில் அளிப்பது அவ்வளவு எளிதான காரியமாகத் தோன்றவில்லை. ஏனெனில் உங்களுடைய இளமைக்கே உரிய இலக்கிய ஆர்வத்தைக் குறைக்கும் விதமாக பதிலளிப்பது மிகுந்த தயக்கத்தை தோற்றுவித்தது.

கையொப்பம் வேறு பெயரில் இருப்பதாக எனக்குத் தோன்றினாலும் உங்களின் கண்ணியமான கடிதத்தின் மூலம் நீங்கள் எப்படிப்பட்டவர் என்பதை கணிக்க முடிகிறது. உங்கள் கடிதமும், கவிதைகளும் ஒரே தரத்தில் அமைந்திருந்ததையும், அவை எவ்வாறான மனநிலையில் இருந்து எழுதப்பட்டவை என்பதையும் அறிந்து கொண்டேன். நீங்கள் படித்த என்னுடைய படைப்புகளின் மூலம் என்னைப் பற்றி ஓரளவு அறிந்து கொண்டிருப்பீர்கள். என்னுடன் நேரில் பழகியிருந்தால் வயோதிகத்தில் மாறும் நம்முடைய நம்பிக்கைகளையும் ஆசைகளையும் புரிந்து கொண்டு உங்களுடைய அதீத ஆர்வத்தை மட்டுப்படுத்தி இருப்பீர்கள். இவ்வாறு கூறுவதால் வாழ்க்கையில் திருப்தி அடையாத ஒருவனாகவோ, விரக்தியடைந்தவனாகவோ என்னை எண்ணி விட வேண்டாம்.

உங்களுடைய படைப்புக்களைப் பற்றிய என்னுடைய கணிப்புகளைக் கேட்டுள்ளீர்கள்.ஆனால், என்னால் கணிப்புகளை விட அறிவுரைகளையே அதிகமாகக் கூற முடியும் என்று எண்ணுகிறேன். உங்கள் எழுத்துக்களில் ஒர்ட்ஸ்ஒர்த் (Wordsworth) கூறும் கவித்திறன்' மிக நன்றாகவே அமைந்துள்ளது. இது ஒன்றும் அரிய விஷயம் இல்லை என்று கூறுவதால் அத்தகைய கவித்திறனை நான் குறைத்து மதிப்பிடவில்லை. இன்று பல நல்ல கவிதைப் புத்தகங்கள் பிரசுரிக்கப்படுகின்றன. மிகவும் குறைவாகவே வாசகர்கள் கவனத்தை கவர்ந்து வரும் அப்புத்தகங்கள் அரை நூற்றாண்டுகளுக்கு முன் பிரசுரிக்கப்பட்டிருந்தால் நல்ல வரவேற்பை பெற்றிருக்கக் கூடும். ஆகையால் புத்தகங்கள் மூலமாக பிரபலமாக வேண்டுமென்று எண்ணுவோர் ஏமாற்றத்திற்கும் தயாராக இருக்க வேண்டும்.

உண்மையாகவே நீங்கள் மகிழ்ச்சியாக இருக்க வேண்டுமென்றால் பிரபலமாவதற்காக உங்கள் திறமைகளை வளர்த்துக் கொள்ளக் கூடாது. நான் இலக்கியத்தை என்னுடைய முழு நேரத்தொழிலாக எடுத்துக் கொண்டு வாழ்-

கையை அதற்காகவே அர்ப்பணித்து வந்தாலும், அப்படிப்பட்ட முடிவினை ஒரு நாளும் நினைத்து வருந்தியவனாக இல்லாவிட்டாலும், இத்துறைக்கு வர எண்ணி என்னிடம் உத்தேசம் கேட்கும் ஒவ்வொரு இளைஞரிடமும் அவர்கள் எதிர் கொள்ளக்கூடிய அபாயங்களைக் கூறி நல்வழிப்படுத்துவதையும் என்னுடைய கடமையாக நினைக்கிறேன்.

பெண்களுக்கு இவ்வித எச்சரிக்கைகள், அறிவுரைகள் தேவையில்லை என்று நீங்கள் நினைக்கலாம். ஒரு விதத்தில் அது உண்மையாகவும் கூட இருக்கலாம். ஆனால், உள்ளார்ந்த அன்புடன் ஒன்றை எச்சரிக்க விரும்புகிறேன். கற்பனை உலகில் உங்களை ஈடுபடுத்திக் கொள்ளும் பொழுது ஒரு குழப்பமான மனநிலையில் உங்களை அது கொண்டு சேர்த்து விடலாம். அப்பொழுது இந்த உலகமே அர்த்தமில்லாததாகவும் நீங்கள் அதற்கு ஒவ்வாதவராகவும் உங்களை எண்ண வைத்து விடும். இலக்கியம் பெண்களுக்கான துறை அல்ல. அது அவ்வாறு இருக்கவும் இயலாது.

பெண்களுக்கே உரித்தான கடமைகளில் ஒரு பெண் ஈடுபாடு கொள்ளும் பொழுது, இலக்கியத்தில் பொழுதுபோக்கவோ அல்லது சாதனை படைக்கவோ மிகக் குறைந்த நேரமே செலவழிக்க இயலும். இன்னும் அவ்வித கடமைகள் உங்கள் வாழ்க்கையில் வரவில்லை என்றே நினைக்கிறேன். அப்படிப்பட்ட கடமைகளில் உங்களை ஈடுபடுத்திக் கொள்ளும் பொழுது பிரபலமாகவேண்டும் என்ற உங்களின் ஆர்வம் குறையத் தொடங்கும். கற்பனைகளில் உற்சாகத்தை தேட மாட்டீர்கள். வாழ்க்கையே அதை அளித்து விடும் - சற்று அதீதமாகவே கூட!

உங்களுடைய திறனை குறைத்து மதிப்பிடவோ, அத்திறனை நீங்கள் வளர்த்துக் கொள்ள முயற்சிக்க கூடாது என்றோ நான் எண்ணவில்லை. உங்களுக்கு நிலைத்த நன்மையை அளிக்கும் ஒரு செயலாகவே உங்கள் எழுத்துக்களை நீங்கள் கருத வேண்டுமாறு கேட்டுக் கொள்கிறேன். கவிதைப்படைப்புகளை அதன் பொருட்டே எழுத வேண்டும். எவ்வளவுக்கெவ்வளவு மற்றவர்களைப் போல் பிரபலமாவதற்கு கவனம் செலுத்தாமல் எழுத இயல்கிறதோ அவ்வளவுக்கு ஏற்ற சிறப்புடன் உங்கள் படைப்புகள் அமையும்.அத்தகைய படைப்புகள் உங்கள் மனதிற்கும், ஆத்மாவிற்கும் இதமளிப்பதாக இருக்கும். மதத்திற்கு அடுத்த படியாக உங்கள் எண்ணங்களை உயர்த்தி மன அமைதியை உறுதியுடன் அளிக்க வல்லனவாக இருக்கும். உங்களுடைய உயரிய எண்ணங்களையும் உணர்ச்சிகளையும் பிரதிபலித்து அவற்றை மேலும் வலுவுள்ளவனவாக ஆக்கும்.

நானும் ஒரு காலத்தில் இளமையில் தாங்கள் இப்போது கடந்து கொண்டிருக்கும் பாதையைக் கடந்து வந்தவன் என்ற முறையில் உங்களுக்கு இவ்வாறு எழுதுகிறேன். என்னுடைய நேர்மையான கருத்துக்களிலோ, உங்கள் மீது நான் கொண்டுள்ள நன்மதிப்பிலோ எவ்விதச் சந்தேகமும் வேண்டாம். இங்கு கூறப்பட்ட கருத்துக்களைச் சரியாக புரிந்து கொள்வது உங்கள் மனநி-

லையைப் பொறுத்தது. உங்களின் நீண்டநாள் அனுபவங்கள் நியாயமான இக்கருத்துக்களைப் புரிந்து கொள்ளும். என் எழுத்தின் மூலம் கருணையற்ற ஆலோசகராக தங்களுக்குத் தெரிந்தாலும் உங்களுடைய மகிழ்ச்சிக்கு என்னுடைய மனமார்ந்த வாழ்த்துகளைக் கூறி இத்துடன் என் கடிதத்தை முடித்துக் கொள்கிறேன்.

உங்களின் உண்மையான நண்பன்,

ராபர்ட் சௌதி

****

Charlotte Brontë to Robert Southey March 16 [1837].

ஸார்,

இரண்டாவது முறையும் உங்களுக்கு எழுதுவது மேலும் உங்களைத் தொந்தரவு செய்வதாக எனக்குத் தோன்றினாலும், உங்கள் கடிதத்திற்கு பதில் எழுதும் வரை என்னால் ஓய்வெடுக்க முடியவில்லை.

உங்களுடைய அன்பான ஆலோசனைகளுக்கு மிகவும் நன்றி. உங்களின் பதிலில் தெரிந்த கனிவான குரலும், அதன் உயரிய நோக்கமும் என்னை மீண்டும் எழுதத் தூண்டின. உங்களை மேன்மேலும் முகஸ்துதி செய்து என் பேதைத்தனத்தை வெளிப்படுத்திக்கொள்ள விரும்பவில்லை.

உங்கள் கடிதத்தை முதலில் படித்துப் பார்த்தபொழுது எனக்கு அவமானமாகவும், வருத்தமாகவும் இருந்தது. என்னுடைய விவேகமற்ற கவிதைகளை அனுப்பி உங்களை தொந்தரவு செய்து விட்டேனோ என்று என்மீதே எனக்குக் கோபமாக இருந்தது.

உங்கள் கடிதத்தைப் படித்த பிறகு அதுவரை எனக்கு மகிழ்ச்சியை கொடுத்த என் எழுத்துக்கள் முதலில் சங்கடத்தையும், பின்னர் ஒரு குழப்பத்தையும் அளித்தன. ஆனால், சற்றே சிந்தித்து மீண்டும் மீண்டும் உங்கள் கடிதத்தைப் படித்ததில் நீங்கள் சொல்கிற கருத்துக்களைத் தெளிவாகப் புரிந்து கொள்ள முடிந்தது. நான் எழுதுவதை நீங்கள் தடை செய்யவில்லை. என் எழுத்துக்களை முழுமையாக தகுதியற்றவை என்றும் நிராகரிக்கவில்லை. புகழ் பெற வேண்டும் என்று எழுதுவது, ஒரு உற்சாகத்தின் பொருட்டு எழுதுவது என் வாழ்வியல் கடமைகளை அலட்சியப்படுத்தும் என்பதையே அறிவுறுத்தி இருந்தீர்கள். அத்தகைய கடமைகளில் இருந்து நான் விலகாத வரையில், கவிதைகள் எழுத முனைவதில் தவறில்லை என்பதாகவே கூறியுள்ளீர்கள். நானும் கடமையை உணராத முட்டாள் பெண்ணல்ல என்று கூற விரும்புகிறேன்.

என்னுடைய முதல் கடிதத்தில் சற்று பொறுப்பற்றதனமாகவும், அறிவற்றதனமாகவும் எழுதியுள்ளதை நான் அறிவேன். ஆனால், அக்கடிதம் தந்த தோற்றத்தைப் போல நான் கனவு காணும் பெண்ணல்ல.

என் அப்பாவின் பாதிரியார் வருமானத்தில் வளர்ந்த குடும்பத்தின் மூத்த பெண் நான். அவரால் முடிந்தவரை என்னைப் படிக்கவும் வைத்தார்.

அதனால் படிப்பு முடிந்ததுமே ஒரு ஆசிரியையாகப் பணியில் சேர்ந்து குடும்பத்திற்காக என்னுடைய பங்கினையும் அளித்து வருகிறேன். சிந்தனைகளில் அதிக நேரம் செலவழிக்க இயலாத என்னுடைய ஆசிரியை வேலையில் உடல், மனம் இரண்டையும் அதிலேயே கவனம் செலுத்தி வந்துள்ளேன். மற்றவர்களை பாதிக்காத மாலை வேளைகளில் மட்டும் கற்பனை உலகில் வலம் வந்துள்ளேன் என்பதை நான் மறுக்க மாட்டேன். ஆனால், என்னுடைய உலகில் நான் சஞ்சரிப்பதை மற்றவர்கள் கவனிக்காதவாறும் என்னுடைய இலக்கிய வேட்கையை யாரும் சந்தேகிக்காதவாறும் மிக்கக் கவனத்துடனே இருந்து வந்துள்ளேன்.

என் தந்தையும் உங்களைப் போன்றே அறிவான மற்றும் அன்பான தொனியிலேயே என் சிறுவயது முதல் கூறிவந்த அறிவுரைகளுக்கேற்ப ஒரு பெண்ணாக நான் செய்ய வேண்டியது என்ன என்பதை அறிய மட்டும் அல்லாமல் அவற்றில் மிகுந்த ஈடுபாடும் கொண்டுள்ளேன்.

மீண்டும் உங்களுக்கு என்னுடைய உண்மையான நன்றியைத் தெரிவித்துக் கொள்கிறேன். பிரபலத்திற்காக எழுத வேண்டும், என் பெயர் பத்திரிகைகளில் வர வேண்டும் என்ற நினைவுகள் வரும் போதெல்லாம் உங்களுடைய கடிதத்தை மீண்டும் படித்து அவ்வெண்ணங்கள் எழாதவாறு மனதை அடக்கிக் கொள்வேன். நான் எழுதிய கடிதத்திற்கு சௌதி போன்ற ஒருவரிடமிருந்து பதில் வந்ததே எனக்குப் பெருமையான விஷயம். உங்கள் கடிதத்தை ஒரு பெரும் பாக்கியமாகவே கருதுகிறேன். முப்பது வருடங்களுக்குப் பின்னரும் என் வாழ்க்கையில் அமைந்த ஒரு அழகான கனவாகவே நினைவில் கொள்வேன்.

முன்பு எழுதிய கடிதத்தில் இருந்த கையொப்பம் வேறு யாருடையதோ என்று நீங்கள் நினைத்தது உண்மையிலேயே என்னுடைய சொந்த பெயர் தான். மீண்டும், என் உண்மையான பெயரிலேயே கையொப்பம் இடுகிறேன். C. BRONTE.

பின் குறிப்பு: இரண்டாவது முறை உங்களுக்கு கடிதம் எழுதியதற்கு என்னை மன்னியுங்கள். உங்களுடைய கருணையான அணுகுமுறை, நீங்கள் எனக்குச் செய்த அறிவுரைகள் வீணாகப் போய் விடாது என்று என்னுடைய நன்றியை தெரிவிக்கவே மீண்டும் எழுத வேண்டியதாகி விட்டது.

C. B.

****

Robert southey to Charlotte Bronte

Keswick, March 22, 1837

டியர் மாடம்,

உங்களின் பதில் கடிதம் எனக்கு மிகுந்த மகிழ்ச்சியைக் கொடுத்தது. உங்களைப்பற்றி நான் சொன்ன கருத்துகள் எவ்வளவு கண்ணியமாகச் சொல்லப்பட்டனவோ அதே அளவு கண்ணியத்துடன் ஏற்றுக் கொண்டீர்கள். உங்களி-

டம் இப்போது நான் கேட்டுக் கொள்வது நான் வாழும் இந்த ஏரிப்பகுதிக்கு நீங்கள் வர நேர்ந்தால் கண்டிப்பாக உங்களைப் பார்த்துப் பேச என்னை அனுமதிக்க வேண்டும். அப்படி ஒரு சந்திப்பு நிகழுமாயின் என்னுடைய அனுபவங்களால் உருவான மனநிலையினில் எந்த விதமான கடுமையும் விரக்தியும் அறவே இல்லை என்பதனை அறிந்து கொள்வீர்கள்.

கடவுளின் அருளால் நம்மை நாமே செதுக்கிக் கொள்ள இயலும் முயற்சியானது, நம்முடைய மகிழ்ச்சிக்கு மட்டுமன்றி நம்மைச் சுற்றியுள்ள பலருக்கும் மகிழ்ச்சியை அளிக்கவல்லதாக உள்ளது. உங்களுடைய அதீத உற்சாகத்தைக் கட்டுப்படுத்தி மனதை அமைதியாக்கவும் முயற்சி செய்ய வேண்டும். (உங்களின் உடல் நலத்திற்கும் ஒரு சிறந்த ஆலோசனையாக இதை எடுத்துக் கொள்ளலாம்). அப்பொழுது உங்களின் அற உணர்வுகளும், ஆன்மீக முன்னேற்றங்களும் உங்களுடைய அறிவின் வளர்ச்சிக்கு இணையாக அமையும். கடவுளின் ஆசீர்வாதம் உங்களுக்கு கிடைக்கட்டும். உங்களுடைய உண்மையான நண்பராக என்னை நீங்கள் நினைத்துக் கொள்ளலாம்.

ராபர்ட் சௌதி.

56. இலக்கியாசிரியரின் மனைவி

- **க.நா.சுப்ரமண்யம்**

"இதோ பார், காமு , தபாலில் என்ன வந்திருக்கிறது பார்."

"என்னத்தை வரும்? வழக்கமாக வரதெல்லாந்தான் வந்திருக்கும், வேறு என்ன? உங்கள் கதை ரொம்ப அற்புதமாக இருக்கிறது என்று தமிழ்நாட்டில் எழுதப் படிக்கத் தெரிந்தவர்கள் எல்லோரும் ஒரே மனசாக அபிப்பிராயப்படுகிறார்கள் என்றும், அந்த அற்புதக் கதைக்குச் சம்மானமாக நாலு ரூபாயில் மணியார்டர் கமிஷன் கழித்து மூணே முக்காலே அரைக்கால் ரூபாய்க்கு மணியார்டரும் வந்திருக்கும். வேறே என்ன வரப்போகிறது? என்றாள் காமு.

"ஒரு மணியார்டர் இல்லை; இரண்டு மணியார்டர் வந்திருக்கு இன்று."

"நம் தரித்திரம் விடிந்து விடும்!"

"ஒரு குட்டி நாவல் உடனே தேவையாம். நூறு ரூபாய் தருகிறாராம் ராமசாமி.

"உடனே தேவை என்பதற்கு உங்கள் வியாக்கியானம் ஆறு மாசத்தில் என்று. நூறு ரூபாய் என்பதற்கு உங்கள் ராமசாமியின் வியாக்கியானம் மாசம் ஒரு ரூபாயாக நூறு மாசத்தில் என்று. இதெல்லாம் என்னிடம் சொல்வதோடு இருக்கட்டும். வேறு யாராவது நாலு பேர் கேட்டால் சிரிப்பார்கள்!"

"நீ இலக்கியாசிரியனுடைய மனைவியாக இருக்க லாயக்கற்றவள். யாராவது குமாஸ்தாவைப் பார்த்துக் கல்யாணம் செய்து கொண்டிருக்க வேணும், நீ" என்றான் சுவாமிநாதன்.

“நீங்கள் யோசனை பண்ணியிருக்கலாகாதா? பெண் பார்க்க வந்தபோது, ‘இந்தப் பெண், ஏதுடா, நம்மைப்போன்ற உயர் இலக்கியாசிரியனுடைய மனைவியாக இருக்க லாயக்கில்லையே, வேறு எங்கேயாவது பார்க்கலாமே’ என்று நீங்கள் சற்றே யோசித்திருக்க வேணும்” என்றாள் காமு.

“ஏதாவது கன்னா பின்னா என்று பேசி என் வாயைக் கிளப்பாதே! எனக்குக் கோபம் வரும்.”

“இலக்கியாசிரியனின் கோபத்துக்கு என்ன மதிப்பு என்று இலக்கியாசிரியனுடைய மனைவியாகிய எனக்குத் தெரியாதா?” என்றாள் காமு புன்சிரிப்புடன்.

“சரி, சரி; உள்ளே போ. தினம் தபாலில் கதை கேட்டு நாலு கடுதாசு வருகிறது. உன்னோடு வெட்டிப் பேச்சுப் பேசிக் கொண்டு போது போக்க எனக்கு நேரமில்லை. போ உள்ளே, போ” என்றான் இலக்கியாசிரியன்.

“கைக்காரியத்தை விட்டு விட்டு வந்து நிற்க நானும் தயாரில்லை. அப்புறம் கிடைக்கிற சோறும் சரியாகக் கிடைக்காது. நீங்கதான் ‘காமு’ வைக் கூப்பிட்டேன். வந்தேன்.”

“சரி போ. உன்னைக் கூப்பிட்டது பிசகுதான். போ. கதை கட்டுரை வேணும் என்று கடிதம் எழுதுகிறவர்களுக்கெல்லாம் எழுதித் தர எனக்கு ராவணனைப் போல இருபது கைகள் இருந்தால் கூடப் போதாது போல் இருக்கு...” என்று தன் பெருமையைச் சொல்லிக் குறைப்பட்டுக் கொண்டான் சுவாமிநாதன்.

“நீங்கள் இருபது கையிலேயும் எழுதி எழுதிச் சம்பாதித்துப் போட்டால் கூட இந்த ஒத்தைக் குடும்பத்தைச் சரியானபடி சம்ரக்ஷணை செய்யப் போதுமானது வரப்போவதில்லை, எழுத்து மூலம்...”

சுவாமிநாதன் நிமிர்ந்து ஒரு விநாடி அவள் முகத்தை உற்றுப் பார்த்தான். அதில் வருத்தமும், விசனமும், தெரிந்தனவே தவிரக் கேலி தெரியவில்லை. அவன் சொன்னான்: “பாரேன் இந்த மாசம். கடிதம் போட்டிருப்பவர்கள் ஒவ்வொருவரும் பத்துப் பன்னிரண்டு தருவதாக எழுதியிருக்கிறார்கள். கேட்டிருப்பவர்களில் ஒரு நாலு பேருக்கு பிகுப் பண்ணிக்கொண்டு எழுதாமல் இருந்து விடுவேன்.”

“தவிடு தின்பதிலே ஒய்யாரம் வேறு!

“மற்றவர்கள் எட்டுப் பேரும் ஆளுக்கொரு பத்து ரூபாய் அனுப்பினால் இந்த ஜனவரிக்குக் குறைந்த பக்ஷம் எண்பது ரூபாய் வந்து விடும்...”

“வரும் எண்பது ரூபாயை எப்படிச் செலவு செய்வது என்ற யோசனையிலே காலைப் போது போகிறதோ!” என்றாள் காமு, கேலியாக.

“ஒப்புக் கொள்கிறேன். நீ சொல்வதும் உண்மைதான். என் கதைகளில் வரும் நாயகர்களிற் பலர் வேண்டுமானால் லக்ஷம், கோடி என்று பணம் படைத்தவர்களாக இருக்கலாம். ஆனால் எண்பது ரூபாயைச் சேர்ந்தாப்போல

நான் பார்த்து வருஷக் கணக்காக ஆகிவிட்டது. இப்போது கையில் கிடைத்-தால் எப்படி அதைச் செலவு செய்வது என்று தடுமாறினாலும் தடுமாறு-வேன்.''

“ஐயோ பாவம்!'' என்றாள் காமு.

அவள் குரல் திடீரென்று பரிதாபத்துக்கு மாறியதைக் கேட்டு சுவாமிநாதன் மறுபடியும் நிமிர்ந்து அவள் முகத்தைப் பார்த்தான். காமு மேலும் சொன்-னாள்.

“இதென்ன பிழைப்பு வேண்டிக்கிடக்கிறது. எழுதுங்கள். ஒருவருக்குமே புரியாத நல்ல நல்ல கதைகளாக எழுதுங்கள். நான் வேண்டாம் என்று சொல்லவில்லை. ஆனால் ஏதாவது பிழைக்கும் வழி தேடிக் கொள்ளுங்க-ளேன். ஏதாவது உத்தியோகம்...''

“உத்தியோகம் புருஷ லட்சணம் என்கிறாய் நீ.''

“இல்லாவிட்டால், ஒன்றுமே சம்பாதிக்காமல், அப்பா வைத்துவிட்டுப் போன செல்வத்தையும் நாளடைவில் கரைத்து விட்டு, பெண்டாட்டியையும் பிள்ளையையும் தெருவில் நிற்க விடுவதுதான் புருஷ லட்சணமோ?''

“எங்க ஆத்துக்காரரும் கச்சேரிக்குப் போகிறார் என்று சொல்லிக் கொள்ள உனக்கு ஆசை.''

“என்னவோ! உலகத்திலே நாலு பேர் இருக்கிற மாதிரி எல்லாம் இருக்க வேணும் என்றுதான் எனக்கு ஆசை.'

“மந்தை ஆட்டிலே நானும் ஓர் ஆடாக இருக்க வேணும் என்கிறாய் நீ, அவ்வளவுதானே!''

“வேண்டாம், வேண்டாம். ஆடாக இருக்கவேண்டாம். இலக்கியாசிரியனா-கவே இருங்கள்!'' என்று காமு சற்றுக் கோபமாகவே சொல்லிவிட்டு விறுக்-கென்று உள்ளே போய் விட்டாள்.

2

நாளடைவில் வேறு வழி காணவில்லை . இலக்கியாசிரிய னாகியிருக்க வேண்டிய சுவாமிநாதன் டில்லியில் குமாஸ்தாவாகி விட்டான்.

எழுதுவதில் தான் அதிர்ஷ்டமில்லையே தவிர அவனுக்கு, குமாஸ்தா வேலையில் போதிய அதிர்ஷ்டம் இருந்தது. எண்பது ரூபாயில் ஆரம்பித்-தான். ஆனால் இரண்டு வருஷங்களுக்குள் ளாகவே அவன் சம்பளம் இரு-நூறுக்கு உயர்ந்துவிட்டது. அதற்கு மேல் பதவி உயராது. சம்பளம் வருஷா வருஷம் உயரும். அவனுடைய ஐம்பத்தைந்தாவது வயதில் நானூறை எட்-டும். இருநூறு ரூபாய் உதவிச் சம்பளத்துடன் அவன் ரிடையர்' ஆகலாம்.

இலக்கியாசிரியனாகிப் பெயரும் புகழும் சம்பாதித்திருக்க வேண்டிய தான் இப்படிக் கேவலம் ஒரு குமாஸ்தாவாக வாழ்க்கை நடத்த நேர்ந்ததை எண்ணி அவன் முதலில் கொஞ்சநான் வருத்தப் பட்டான். ஆனால் இந்த வருத்-தமோ அமைதியின்மையோ நீடிக்க வில்லை. மாதாந்தர வருவாயுள்ளவர்க-

ளின் சுக சௌக்கியங்களுடன் அவனுடைய நாட்கள் ஒன்றன்பின் ஒன்றாகச் சுலபமாய்க் கழிந்து கொண்டிருந்தன. தபால்காரன் என்ன கொண்டு வருவானோ என்று தினம் எதிர்பார்த்து நிற்க வேண்டியதில்லை. நாளடைவில் சுவாமி நாதனுக்கு அவனுடைய புது வாழ்க்கையில் பிடிப்பும் திருப்தியும் ஏற்பட்டுவிட்டன.

அவனுடைய பழைய நண்பர்களிற் சிலர், பத்திரிகாசிரியர் களாக இருந்தவர்கள், அவனுக்கு எப்பொழுதாவது கடிதம் எழுதுவார்கள். ஏதாவது விசேஷ இதழுக்குக் கதை வேண்டுமென்று கேட்டு எழுதுவார்கள். முதலில் கொஞ்ச நாள் சுவாமிநாதனுக்கும் எழுதவேண்டும் என்றுதான் ஆசை. ஏதாவது எழுத ஆரம்பிப்பான். ஆனால் ஆரம்பிப்பதுடன் நின்றுவிடும். ஓய்வு குறைவு என்பது மட்டும் அல்ல. குமாஸ்தா வாகிவிட்ட உடனேயே எழுத்தாளனின் சக்திகளும் சிறிது சிறிதாகக் குறைந்து போய் விட்டனபோல் இருந்தது. தவிரவும் ஆபீஸ் வேலை, புது நண்பர்கள், குழந்தைகள், டெல்லிச் சமூகத்தில் இருநூறு ரூபாய் சம்பாதிக்கும் குமாஸ்தாவுக்கு உரிய ஸ்தானத்திலிருந்து நழுவாமல் இருப்பதற்கானது செய்தல் இப்படியாக அவன் பொழுது கழிந்து கொண்டிருந்தது. பொழுது இன்பகரமாகவே கழிந்தது என்றுதான் சொல்லவேண்டும்.

பின்னர் சில நாட்களில் கதை எழுத ஆரம்பிப்பதைக் கூட அவன் நிறுத்தி விட்டான். ஒரு நோட்டுப் புஸ்தகத்தில் கதைகளுக்கும் கட்டுரைகளுக்கும் பெரிய பெரிய நாவல்களுக்கும் குறிப்புகள் எழுதி வைத்துக்கொண்டான். அதுவும் சில நாட்களில் நின்றுவிட்டது. எழுதுகிறவர்களையும் பத்திரிகைகளையும் பற்றிக் குமாஸ்தாக்களுக்கே இருக்கக்கூடிய ஓர் அலக்ஷியத்துடன் நாளடைவில் பேசவும் தலைப்பட்டான். இலக்கியம், கலை என்று முன்னெல்லாம் எவ்வளவுக்கெவ்வளவு நெருங்கிய உறவு கொண்டாடிக் கொண்டிருந்தானோ அவ்வளவுக்கவ்வளவு இப்போது அவற்றினின்றும் ஒதுங்கிவிட்டான்.

அவனிடத்தில் இவ்வளவு மாறுதல்களையும் ஒன்றன்பின் ஒன்றாகக் கவனித்துக் கொண்டு வந்த காமுவுக்குத்தான் 'திக்' கென்றிருந்தது. மகோன்னதமான இலக்கிய வாழ்க்கையினின்றும் தன் கணவரை நெட்டித் தள்ளிக் கொண்டு வந்து அவரைச் சாதாரண குமாஸ்தா வாக்கிவிட்டது தன் செயலும் சொல்லுந்தான் என்று உணர்ந்து அவள் வருந்தினாள். இந்த மாறுதல்களுக்கெல்லாம் தானே ஆதிகாரணம் என்று அறிந்து அவள் நெஞ்சு, 'குறுகுறுத்தது. வேறு என்ன செய்வது? மறுபடியும் எழுத அவரைத் தூண்டுவது என்று முயன்றாள்.

"அதெல்லாம் அந்தக் காலம்!" என்றான் சுவாமிநாதன். "இந்தப் பத்திரிகாசிரியன்களுக்கெல்லாம் என்ன வேலை? ஏதாவது உத்தியோகத்திலிருப்பவன், இருந்தவன், கன்னாபின்னா என்று எழுதிக் கொடுத்துவிட்டால் அதைப் போட்டு விட்டு 'ஆஹா, ஊஹு!' என்று குதிப்பார்கள். இரவு, பகல் கண்விழித்து ஜீவகளை ததும்ப யாராவது ஏழை எழுத்தாளன் எழுதிக் கொடுப்பதைப்

படித்துக் கூடப் பார்க்காமல் திருப்பி அனுப்பிவிடுவார்கள். தப்பித் தவறிப் பத்திரிகையில் போட்டாலும் சம்மானம் தம்பிடி அனுப்ப மாட்டார்கள். ஏழை எழுத்தாளர்களுக்குப் போட்டியாக நான் இனிமேல் எழுதப் போவதில்லை . இந்தப் பத்திரிகாசிரியர்களுக் கெல்லாம் உதவியே செய்யக் கூடாது. தமிழ்ப் பத்திரிகை உலகம் ஆபாசங்கள் நிறைந்தது. அந்தச் சகதியில் நானும் காலை விடுவானேன்?'' என்று நீண்ட பிரசங்கம் நிகழ்த்தினான் சுவாமி நாதன்.

“உங்களுக்கு எழுத வராவிட்டால் அதற்காகத் தமிழ்ப் பத்திரிகை உலக-மும் இலக்கிய உலகமும் ஊழல்கள் நிறைந்தவை என்று இகழ்வானேன்?'' என்றாள் காமு.

“எனக்கு எழுத வராது என்று நினைக்கிறாய்? உம்?''

“எழுதுங்களேன், பார்க்கலாம்''.

“உனக்காக எழுதுகிறேன் பார். ஒரே ஒரு கதை எழுதுகிறேன். அதை எந்தப் பத்திரிகைக்கும் அனுப்பமாட்டேன். உனக்காக எழுதுகிறேன்'' என்-றான் சுவாமிநாதன்.

ஆனால் காமுவுக்காகக்கூட அவனால் கதை எழுத முடியவில்லை.

3

ஏதோ விளையாட்டாகத்தான் காமு கதை எழுத உட்கார்ந்தாள். ஆனால் அது வினையாகவே அவளைப் பற்றிக்கொண்டது. வீட்டு வேலை, குமாஸ்-தாக்களின் மனைவிமார் சமூகத்தில் உரிய ஸ்தானம், குழந்தைகள், கணவர்-இவ்வளவு கடமைகளுடன் எழுதுவதும் ஒரு கடமையாக அவளைப் பிடித்துக் கொண்டது. ஆரம்பத்தில் ஆத்ம திருப்தியை மட்டும் உத்தேசித்து எழுதி-னாள். இரண்டொன்று எழுதி, எழுத்துப் படிந்தவுடன் ஏதாவது புனைபெயரு-டன் பத்திரிகை களுக்கும் அனுப்பிப் பார்க்கலாமே என்று ஆசை தட்டிற்று.

தன்னுடைய உண்மையான உணர்ச்சிகளை எல்லாம் உள்ள படியே விவ-ரித்து அவள் கதை எழுதினாள். இலக்கியாசிரியன் கடைசியில் குமாஸ்தா-வான கதையைத் தனக்கு எட்டியவரையில் எழுதி அதற்கு, ‘இலக்கியாசி-ரியனின் மனைவி’ என்று மகுட மிட்டு, ‘குமாரி’ என்ற புனைபெயருடன் அனுப்பினாள். அவள் கதை எழுதியதோ, அதைப் பத்திரிகை அனுப்பியதோ அவள் கணவனுக்குத் தெரியாது. நல்ல வேளையாக கதை வெளியான இதழ் ‘ஜயந்தியை’ யும் அதற்குச் சம்மானமாக வந்த ரூபாய் இருபத்தைந்து மணி-யார்டரையும் தபால்காரன் கொண்டுவந்து அவளிடம் கொடுத்தபோது அவள் கணவன் ஆபீஸுக்குப் போயிருந்தான்; வீட்டில் இல்லை. அந்த இதழை அவன் கண்ணிலே காட்டாமல் தன் பெட்டிக்குள் போட்டுப் பத்திரப்படுத்தி-விட்டாள்.

ஆனால் அந்தப் பத்திரிகை ‘தமிழர் கிளப்பு ‘க்கு வந்திருந்தது. அதில் சுவாமிநாதன் அந்தக் கதையைப் படித்துவிட்டு வந்து இரவு அதைப்பற்றித் தன் மனைவியிடமும் சொன்னான். ”நம்மைப் பற்றி அறிந்தவர்கள்தான்

யாரோ அந்தக் கதையை எழுதியிருக்கிறார்கள்'' என்று அவன் சொன்னான். ''யார் என்று தெரியவில்லை . 'ஜயந்தி' யின் ஆசிரியன் எனக்குச் சிநேகிதன்தான். இந்தக் கதையை எழுதியது யார் என்று நாளைக்கே எழுதிக் கேட்டுத் தெரிந்து கொள்ள வேண்டும்'' என்றான்.

'குமாரி'க்குத் திக்கென்றது. ஆனால் அதை வெளியே காட்டிக் கொள்ளாமல், "கதை அவ்வளவு நன்றாக இருந்ததா என்ன?'' என்று கேட்டாள். "நானும் படிப்பேனே? கொண்டுவந்திருக்கக் கூடாதா?'' என்றாள்.

"கதை நன்றாகவே இருந்தது'' என்று தன் கணவன் சொன்னதைக் கேட்க அவளுக்குப் பரம திருப்தியாக இருந்தது.

குமாஸ்தா சுவாமிநாதன் மறுநாள் பொழுது விடிவதற்கு முன்னரே 'இலக்கியாசிரியனின் மனைவி'யையும் அதன் ஆசிரியையையும் பற்றி மறந்து போய்விட்டான். குமாஸ்தாவின் வாழ்க்கையில் எவ்வளவோ கவலைகள், வேலைகள், ஆசைகள், நிராசைகள் கேவலம் ஒரு கதையைப் பற்றி-, அது எவ்வளவு நல்ல கதையானால் தான என்ன?- ஞாபகம் வைத்துக் கொண்டிருக்க முடியுமா என்ன?

ஆனால் இரண்டு மாதங்களுக்குப் பிறகு 'ஜயந்தி' யில் அதே 'குமாரி' எழுதிய இன்னொரு கதை வெளிவந்திருந்ததைக் கண்டவுடன் சுவாமிநாதனுக்கு முதல் கதையும் ஞாபகத்துக்கு வந்தது. இந்தத் தடவையும் மறந்துவிடாமல் உடனே உட்கார்ந்து 'ஜயந்தி ' யின் ஆசிரியருக்குக் கடிதம் எழுதினான், யார் அந்தக் 'குமாரி' என்று விசாரித்து. பத்து நாட்களில் 'ஜயந்தி'யின் ஆசிரியரிடமிருந்து பதிலும் வந்துவிட்டது. புனைபெயர் வைத்துக் கொள்ளும் ஆசிரிய ஆசிரியைகளின் உண்மைப் பெயரை வெளியிட இயலாதது பற்றி வருந்துவதாக ஆசிரியர் பதில் எழுதிவிட்டார்.

அந்தக் கடிதத்தைச் சாமா தன் மனைவியிடம் காண்பித்தான். அவன் சொன்னான்: '' யார் என்று சொல்ல இயலாதாம்! யாராவது இருந்தால் தானே, சொல்ல! அவனே பெண்ணின் பெயரைப் போட்டுக் கொண்டு எழுதியிருப்பான்; அவ்வளவுதான். தமிழ்ப் பத்திரிகை உலகம் மகா மோசமானது; மட்டமானது. அதில் என்ன நடக்கும், என்ன நடக்காது என்று யாரும் சொல்ல முடியாது. புருஷர்களே புடைவை கட்டிக்கொண்டு எழுத வந்துவிடுவார்கள்...''

'குமாரி' என்பது யார் என்று தெரிவித்துவிடலாமா என்று யோசித்தாள் காமு; சற்றுத் தயங்கினாள். அதற்குள் சுவாமிநாதன் சொன்னான்.

"பார்! 'புடவை கட்டிய புருஷர்கள்' என்று நான் ஒரு கதை எழுதி அனுப்புகிறேன், இன்றே எழுதி அனுப்புகிறேன். அவன் அதை வெளியிடாமல் மட்டும் இருக்கட்டும்; பார்க்கிறேன்.''

உறுமிக்கொண்டே சுவாமிநாதன் பேனாவை எடுத்துக் கொண்டு எழுத உட்கார்ந்தான். அன்று ஏதோ லீவு; ஆபீஸில்லை. அப்படியும் 'புடவை கட்-

டிய புருஷர்கள்' முதல் இரண்டு வாக்கியங்களுக்கு மேல் ஓடவில்லை. காமு எல்லாவற்றையும் பார்த்துக் கொண்டும் கேட்டுக் கொண்டும் ஒன்றுமே வாய்திறந்து சொல்லாமல் புன்சிரிப்புடன் நின்றாள்.

மேலும் இரண்டு மாதங்கள் சென்றன. அந்த இரண்டு மாதங்களில் 'ஜயந்தி'யில் 'குமாரி'யின் கதைகள் இன்னும் இரண்டு வெளியாயின. அவையும் நன்றாகவே இருந்தன என்று சுவாமிநாதன் ஒப்புக்கொண்டான். ஆனால் யாரோ புடைவை கட்டிய புருஷன்தான் அவற்றையெல்லாம் எழுதியிருப்பான் என்று தன் மனத்தில் ஊர்ஜிதம் செய்துகொண்டான்.

ஒரு வருஷத்தில் தங்கள் இதழ்களில் வெளிவரும் கதைகளில் சிறந்ததற்கு நூறு ரூபாய் பரிசு அளிப்பது 'ஜயந்தி காரியாலயத்தாரின் வழக்கம். எந்தக் கதைக்குப் பரிசு என்பதை 'ஜயந்தி'யின் வாசகர்களே 'ஓட்டுக் கொடுத்துச் சொல்வது வழக்கம். அந்தப்படியே அந்த வருஷமும் வாசகர்களின் அபிப்பிராயம் கோரப்பட்டது. அவ்வருஷத்திய ஜயந்தி இதழ்களில் வெளிவந்த கதைகளில் 'குமாரி' எழுதிய 'இலக்கியாசிரியரின் மனைவி' என்ற கதைதான் சிறந்தது என்று 'ஜயந்தி' வாசகர்களில் நூற்றுக்கு எண்பது பேர் அபிப்பிராயம் தெரிவித்திருந்தார்கள். அவ்வருஷத்திய 'ஜயந்தி'ப் பரிசு 'குமாரி' என்பவளுக்கு வழங்கப்படும் என்று ஆசிரியர் அறிவித்திருந்தார். அத்துடன் 'குமாரி' என்பவரின் உண்மைப் பெயரும் விலாசமும் வெளியிடப்பட்டிருந்தன.

அந்த இதழ் டில்லிக்கு வந்து சேர்ந்த அன்று சுவாமிநாதன் 'கிளப்பு க்குப் போகவில்லை . ஆகவே அவனுக்குத் தகவல் தெரியாது. இரவில் அவனை அகஸ்மாத்தாகச் சந்தித்த நண்பன் ஒருவன்தான் விஷயத்தைச் சுவாமிநாதனுக்குச் சொன்னான். அவன் திடுக்கிட்டுப் போனான். அவன் எதிர்பார்க்காத விஷயம் அது. வீட்டுக்கு வந்து சேர்ந்ததும் ஒன்றும் அறியாதவன் போல அவன் காமுவுடன் சிறிது நேரம் பேசிக்கொண்டிருந்தான். ஆனால் தெரிந்ததை அதிகநேரம் அடக்கி வைத்துக்கொண்டிருக்க முடிய வில்லை. நேராகவே கேட்டுவிட்டான்.

"குமாரி" என்பது நீதானாமே? 'ஜயந்தி 'யிலே உன் பெயரும் விலாசமும் போட்டிருக்கிறதாமே!" என்றான்.

பதில் என்ன சொல்வது என்று அறியாமல் தடுமாறினாள் காமு. பல வருஷங்களுக்கு முன் தான் தன் கணவனிடம் சொல்லிய தெல்லாம் அவளுக்கு ஞாபகம் வந்தது. தான் சற்றுக் கடுமையாகவே அப்போது பேசினதாக அவளுக்கு ஞாபகம். அவள் கண்கள் நிறைந்துவிடும் போல் இருந்தது. அழுகையை ஒருவாறு அடக்கிக் கொண்டு சொன்னாள். "சம்பாதிக்க ஆரம்பித்த பிறகு நீங்கள்தான் எழுதவே மாட்டேன் என்கிறீர்கள். நானாவது எழுத வருகிறதா பார்க்கலாமே என்று ஆரம்பித்தேன்" என்றாள்.

மாஜி இலக்கியாசிரியன் பதில் சொல்லவில்லை. சிறிது நேரம் அவளையே உற்றுப்பார்த்துக் கொண்டு நின்றான்.

காமு சொன்னாள்: "எல்லாம் உங்கள் ஆசீர்வாதம் தான்."

அவள் வேறு என்னவெல்லாமோ சொல்ல விரும்பினாள். ஆனால் அதற்குமேல் அவளால் பேச முடியவில்லை.

"இவ்வளவு கெட்டிக்கார மனைவி எனக்கு இருப்பது எனக்கே இன்றைக்குத்தான் தெரியவந்தது!" என்றான் சுவாமிநாதன். அவன் என்ன சொல்வானோ என்று பயந்திருந்த காமு அவன் குரலில் தொனித்த பெருமையைக் கண்டு திக்பிரமை அடைந்தாள்.

அன்றிரவு வெகுநேரம் வரையில் இருவரும் தூங்கவில்லை. பழைய காலத்திய, அதாவது சுவாமிநாதன் இலக்கியாசிரியனாக இருந்த நாட்களைப் பற்றிய பேச்சில் ஈடுபட்டு வெகு நேரம் கண் விழித்திருந்தார்கள். மறுநாள் காலையில் சுவாமிநாதன் சாப்பிட்டு விட்டுக் கோட்டை மாட்டிக்கொண்டு ஆபீசுக்குக் கிளம்பும்போது, அவனுக்கு வெற்றிலை கிழித்துக் கொடுத்துக்கொண்டே, காமு சொன்னாள்: "குமாஸ்தாதான் என்றாலும் இலக்கியாசிரியையின் கணவன் என்பதை மறந்து விடாதீர்கள்! கன்னா பின்னா என்று யாராவது நண்பர்களிடம் ஆத்துக்காரியைப் பற்றிப் பிதற்ற ஆரம்பித்து விடாதீர்கள் !" என்று எச்சரிக்கை செய்தாள்.

"போடி, போக்கிரி!" என்றான் சுவாமிநாதன். அவனுக்கு வேறு ஒன்றும் சொல்லத் தோன்றவில்லை.

57. நீர்வை பொன்னையன்

எழுத்து இலக்கியத்தில் முதன்முதலாக ஜனித்தது கவிதை. மனிதன் தனது உள்ளுணர்வுகளை கவிதை மூலந்தான் வெளிப்படுத்தினான். இக்கால கட்டத்தில் பழம்பெரும் காப்பியங்கள் புனையப்பட்டன. ஹோமரின் 'இலியட்', 'ஒடிசி', மில்ரனின் 'இழந்த சொர்க்கம்', 'மீண்ட சொர்க்கம்' போன்றவை படைக்கப்பட்டன. தமிழில் உன்னத காப்பியங்களான கம்பராமாயணம், சிலப்பதிகாரம், மணிமேகலை போன்றவை தோன்றின. இப்படைப்புக்கள் ஆயிரம் பக்கங்களுக்கு மேலாக எழுதப்பட்டன. இச் சகாப்தத்தில் மனிதருக்குப் போதிய கால அவகாசம் இருந்தது. எனவே இப்படைப்புக்களை அவர்கள் நீண்டநேரத்தைச் செலவழித்துச் சுவைத்தார்கள்.

கவிதையை அடுத்து நாவல் இலக்கியம் தோன்றியது. இக்காலகட்டம், 'மறுமலர்ச்சிக் காலம்' என்று அழைக்கப்பட்டது. இச் சகாப்தத்தில் விக்ரர் ஹியூகோ, எமிலி ஜோலோ, சார்ல்ஸ் டிக்கின்ஸ், தோமஸ் ஹாடி, றொமெயின் றோலன்ட் முதலிய பிரபல நாவலாசிரியர்கள் உன்னத படைப்புக்களைப் புனைந்தார்கள். இப்படைப்புக்களும் ஆயிரக்கணக்கான பக்கங்களைக் கொண்டவையாக இருந்தன. மறுமலர்ச்சிச் சகாப்தத்தைத் தொடர்ந்து கைத்தொழிற் புரட்சிக் காலம் தோன்றியது. இக்கால கட்டத்தில் மக்கள் இயந்திர

வேகத்தில் உழைக்க வேண்டிய அவசியமிருந்தது. எனவே குறுகிய நேரத்தில் படிக்க வேண்டிய நிலை ஏற்பட்டது. இக்கால கட்டத்திலேயே சிறுகதை இலக்கியம் தோன்றி வளர்ந்தது.

கதைகளில் பலவிதம். நாட்டார் கதைகள், பாட்டிக் கதைகள், பஞ்சதந்திரக் கதைகள், திகிலூட்டும் கதைகள், தேவதைக் கதைகள், தென்னாலிராமன், முல்லா, ஈசாப்பு போன்றவர்களின் விகடக் கதைகள் முதலிய பலவகைக் கதைகளுண்டு. ஆனால் இவை அனைத்தையும் விட உருவத்திலும், உள்ளடக்கத்திலும் முற்றிலும் வேறுபட்டதாகவே சிறுகதையின் வடிவம் அமைந்துள்ளது. இவ்வடிவம் முதலில் ஐரோப்பாவில்தான் தோன்றியது. பின்னர் தமிழுக்கு வந்து சேர்ந்தது. இந்தவகையில் தமிழ்ச் சிறுகதையின் தந்தையாக தமிழ் நாட்டைச் சேர்ந்த புதுமைப்பித்தன் உருவாகிறார்.

சிறுகதை என்பது எதுவித நீதியையோ, தர்மத்தையோ போதிப்பதில்லை. அது நாவலைப் போல ஒரு மனிதனின் காலகட்டத்தையோ, சகாப்தத்தையோ உள்ளடக்குவதில்லை. சிறுகதை என்பது, ஒரு சிறு சம்பவத்தை அல்லது செயலைக் கூறுவதாகவும், குறுகிய நேரத்துக்குள் நடந்து முடிந்ததாகவும் அமைந்திருத்தல் வேண்டும். சிறுகதையைப் பொறுத்தவரை, கதையின் கரு, உரு, கதையை நகர்த்திச் செல்லும் உத்தி, பாத்திர வார்ப்பு, கதையின் ஆரம்பமும் முடிவும், களம், காலம் ஆகியவற்றில் போதிய கவனம் வெலுத்த வேண்டும். இவை ஒன்றிணைகையிலேயே ஒரு சிறந்த படைப்பு உருவாகும்.

சிறுகதை என்றால் என்ன? அதற்கு ஒரு குறிப்பிட்ட வரைவிலக்கணம் கிடையாது. ஆனால் சில எழுத்தாளர்கள் தமக்கேயுரிய பாணியில் சிறுகதை பற்றிக் கூறுகின்றார்கள்.

சிறுகதைக்குத் தொடக்கமோ முடிவோ இருத்தல் கூடாது, அது வாழ்வின் ஒரு பகுதி அல்லது துண்டாக அமைய வேண்டும் என்று அன்ரன் செக்கோவ் கூறுகிறார்.

சிறுகதை முடிவிலியானதாகவும் பத்துப் பதினைந்து நிமிடங்களில் உரத்து வாசித்து முடிக்கக் கூடியதாகவும் அமைந்திருக்க வேண்டும் என்கிறார் எம்.ஈ. பாற்ஸ் (BATS).

ஒரு குறிப்பிட்ட சம்பவத்தில் மனித மனம் படும்பாட்டை அல்லது ஒரு பாத்திரம் இயங்குகின்ற முறையைக் குறிப்பதுவே சிறுகதை என்கின்றார் பேராசிரியர் கா. சிவத்தம்பி.

சிறுகதை ஒரு குதிரைப் பந்தயம். தொடக்கமும் முடிவுமே மிக முக்கியம் என்கின்றார், எறிக் செச்விக் என்பவர்.

எட்கார் அலன்போவும், ஹர்தோனும் சொல்திறத்தையும், வினைப் பயனையும் வலியுறுத்துகின்றனர்.

சிறந்ததோர் சிறுகதையில் ஓர் உணர்வு அல்லது உணர்வுகள், தொடர் என்பன குறித்ததோர் சுற்றுச்சார்பு நிலையில் கூறப்பட வேண்டும். வாழ்வின் உச்ச நிலைகளை மிகச்சிறந்த எல்லைக்குள் செறிவாக்கி வழங்கல் அவசியம்.

சிறந்த சிறுகதையில் ஒரு பாத்திரத்தின் பரிமாணத்தை அல்லது முப்பரிமாணத்தை அல்லது அதன் வளர்ச்சியைக் காணமுடியாது. பாத்திரத்தைச் சந்திப்பது மிகச்சில நிமிடங்களே. அத்துடன் அதன் உறவுநிலை, தொடர்பு, சுற்றுச் சூழல், பின்புலம் என்பன வரம்புக்கு உட்பட்டனவாகவே அமையும். பாத்திரங்களின் எண்ணிக்கை, கதையின் அளவு என்பன மாறுபட்டாலும் சம்பவம் ஒன்றாகத்தானிருக்க வேண்டும். நிகழுமிடமும் காலநேரமும் ஒரு வரையறைக்கு உட்பட்டிருக்க வேண்டும். உதாரணத்திற்கு எம். ஸ்டேன்லி என்ற ஆங்கில எழுத்தாளர், உலகின் அதிநவீனச் சிறுகதை ஒன்றைப் புனைந்துள்ளார். 'கரடி வேஷம் போட்டவன் வாழ்வில் ஒருநாள்' என்பது அதன் தலைப்பு. 'என்னைச் சுடாதே' என்ற இரண்டே இரண்டு வார்த்தைகளை மட்டுமே கொண்டது இச்சிறுகதை.

றிச்சாட் பிராட்டிங்கன் என்ற ஆங்கில சிறுகதை ஆசிரியன் 'கொடுமை' என்ற மகுடத்தில் ஆங்கிலத்தில் எழுதியுள்ள கதை இது. "வயலின் கற்றுக் கொண்டிருக்கும் ஒரு மனிதனுடன் சான் ஜோஸ் நகரிலுள்ள ஓர் அறையில் வாழ்வது என்பது மிகக் கடினம் என்று குண்டுகள் பயன்படுத்திய பிறகான துப்பாக்கியை பொலீசிடம் ஒப்படைத்த அவன் சொன்னான். அகஸ்டோ மான்டிலோ என்ற சிறுகதை ஆசிரியர் ஸ்பானிஷ் மொழியில் உலகத்து அதிநவீன சிறுகதையைப் புனைந்துள்ளார் அத்தலைப்பு 'டைனோசர்'. கதை 'அவன் விழித்தெழுந்த போது அந்த டைனோசர் இன்னமும் அங்கே இருந்தது'. ஒன்றரை வரிகளை மாத்திரம் தான் இந்தக் கதை கொண்டுள்ளது.

புதுமைப்பித்தன் என்ற தமிழ் சிறுகதை மன்னன் இருபத்தாறு பக்கங்களைக் கொண்ட துன்பக்கேணி, மூன்று பக்கங்களைக் கொண்ட 'பொன்னகரம்', இரண்டரைப் பக்கங்களைக் கொண்ட 'கட்டில் பேசுகிறது' என்று பல்வேறு அளவுகளிலான உன்னதமான தமிழ் சிறுகதைகளைச் சிருஷ்டித்துள்ளார். சிறுகதையின் பாத்திரங்கள் ஒன்றாகவோ, இரண்டாகவோ அல்லது மூன்றாகவோ இருக்கலாம். ஆனால் பிரதானமானதாக ஒரு பாத்திரம் மட்டும் இருப்பதே நன்று. ஏனைய துணைப் பாத்திரங்களும் உயிர்த்துடிப்புடன் இருக்க வேண்டும்.

சிறுகதையை வீச்சாக நகர்த்திச் செல்வதற்கு மொழிவளம் அவசியம். புதுமைப்பித்தனுடைய நடையை 'தவளைப் பாய்ச்சல் நடை' என்பார்கள். கதையுடன் வாசகனை இழுத்துச் செல்லும் ஆற்றல், கதை முடிவில் வாசகனைச் சிந்திக்கத் தூண்டும் தன்மை என்பன நல்ல சிறுகதையின் இயல்புகள். கதையின் முடிவு வேறு ஒரு கதையின் தொடக்கமாக இருப்பதும் நல்ல சிறுகதையின் அம்சம். சிறுகதை ஆசிரியனுக்கு ஆழமான, தொடர்ச்சியான வாசிப்பு அவசியம். அத்துடன் அவனுக்கு இடைவிடாத தேடலும் இருக்க வேண்டும். பரந்த அனுபவமும் அவசியம். அந்த அனுபவ அருட்டலில் நல்ல உயிர்த்துடிப்புள்ள படைப்பு ஜனிக்கிறது.

'எனக்கு எழுதுவதில் எதுவித சிரமமும் இல்லை. ஏனென்றால் நான் எனக்குத் தெரியாதன பற்றி எழுதுவதில்லை. தெரிந்தவற்றைத்தான் நான் எழுதுகிறேன்' என்று மார்க்சிம் கார்க்கி கூறுகின்றார். எனவே, ஒவ்வொரு எழுத்தாளனும் தனது அனுபவங்களின் உந்துதலால் எழுதினால் அவை சிறந்த படைப்புகளாக, ஜீவத் துடிப்புள்ளவையாக அமையும், நிலைத்து நிற்கும்.

58. ஸ்ரீ. தாமோதரன்

எழுத்தாளர் சங்கர நாராயணன் எழுதிய துப்பறியும் கதை

எழுத்தாளர் சங்கர நாராயணனுக்கு அவரது எழுத்து திறமையின் மேல் சந்தேகம் வந்து விட்டது. அன்பு மனைவியின் தங்கை சுமதி ஆசையாய் அவரிடம் ஒரு துப்பறியும் கதை எழுதிக்கொடுங்கள் என்று கேட்டுவிட்டாள், அதற்காக மண்டையை உடைத்துக்கொண்டிருக்கிறார். கதைதான் வரமாட்டேன் என்று அடம் பிடித்துக் கொண்டிருக்கிறது.மூளையை போட்டு கசக்கிக்கொண்டிருக்கிறார்.காதல் கதை எழுதச்சொல்லியிருந்தால் இந் நேரம் வர்ணனையிலேயே வடித்துக்கொடுத்திருப்பார், துப்பறியும் கதை என்பதால் கற்பனை கொஞ்சம் சண்டித்தனம் செய்கிறது.

சுமதியே அவருக்கு ஒரு யோசனையும் கொடுத்தாள். அவரது மருமகன் அதாவது அக்காவின் மகன் சரவணனின் கம்பெனியில் உட்கார்ந்து எழுதினால் கற்பனை நன்கு வரும் என்று, கூட சரவணனும் உதவி செய்வார் என்று டிப்ஸ் வேறு கொடுத்தாள். அட இந்த ஐடியா நமக்கு தோணாமல் போய்விட்டதே, என மண்டையில் அடித்துக்கொண்டவர், உடனே சரவணன் கம்பெனிக்கு கிளம்பினார்.

சரவணன் கம்பெனி வைத்திருக்கிறான் என்றவுடன் வாசகர்கள் பெரியதாக எதிர்பார்க்க கூடாது, நான்கு சக்கர வாகனங்கள் பழுது பார்க்கும் பட்டறையைத்தான் அப்படி சொல்லிக்கொள்கிறான். சரவணன் அங்கு சென்ற பொழுது ஒரு காரின் அடியில் படுத்து ஏதோ ரிப்பேர் பார்த்துக்கொண்டிருந்த சரவணன் வெளியே வந்து வாங்க மாமா, ஏதோ துப்பறியும் கதை எழுதப்போறீங்கன்னு சொன்னாங்க, உள்ளே வாங்க, உங்களுக்குன்னு ஒரு இடம் பார்த்து வச்சுருக்கேன், அங்கே உட்கார்ந்து எழுதுங்க, நான் உங்களுக்கு அப்பப்ப உதவி செய்றேன், என்றவனை வியப்புடன் பார்த்தவர் பரவாயில்லையே நான் எதுக்கு வரப்போறேன் அப்படீங்கறதை கூட சுமதி உங்கிட்ட சொல்லீட்டாளா, கேட்டவர் பெருமையுடன் சரவணனை பார்த்து, ரொம்ப தேங்க்ஸ்டா சரவணா, என்று சொல்ல இதுக்கு எதுக்கு மாமா தேங்ஸ் என்று அவரை ஒரு சிறிய அறைக்குள் கூட்டிச்சென்று ஒரு பழைய நாற்காலியை காண்பித்து உடகார்ந்து எழுதச்சொல்லிவிட்டு இப்ப வந்திடுறேன் என்று பறந்துவிட்டான்.

அந்த இடமும் அந்த பழைய நாற்காலியையும் பார்த்த சங்கர நாராயணனுக்கு அதுவே ஒரு மர்ம பிரதேசமாகத் தோன்றியது, எப்படியோ நாற்காலி கீழே விழுந்துவிடுமோ என்று பயந்து உட்கார்ந்தவர், நாற்காலி அவர் உட்கார்ந்ததை ஏற்றுக்கொண்டவுடன் அப்பாடி என பெருமூச்சு விட்டு தான் கையோடு கொண்டு வந்திருந்த பேப்பர்,பேனாவை எடுத்த உடன் தான் தெரிந்தது, எங்கு வைத்து எழுதுவது என விழித்தார், பக்கத்தில் இருந்த பழைய ஸ்டூல் ஒன்றை இழுத்து எதிரில் வைத்துக்கொண்டு பேப்பரை ஸ்டூலின் மீது வைக்க, சுத்தத்தையே பார்த்திராத அந்த ஸ்டூல் தன்னுடைய அழுக்கையெல்லாம் அந்த பேப்பரின் பின்புறம் தேய்த்து தன் தாபத்தை தீர்த்தது. பின்புறம் அழுக்கானதை யோசிக்காத நம் எழுத்தாளர் எழுத ஆரம்பிக்கும் முன் போடும் “ஓம்” என்னும் எழுத்தை எழுதி அடுத்த வரிக்காக யோசிக்க ஆரம்பிக்க !

“மாமா” என்ற குரல் கேட்டு திரும்பிப்பார்த்தார் எதிரில் சுமதியும், சரவணனும் நின்று கொண்டிருந்தார்கள், வாங்க என்று அவர்களை கூப்பிட, அவர்கள் இருவரும் அவரருகே வந்து எதுவரைக்கும் வந்திருக்கீங்க என்று கேட்க இப்பத்தான் ஆரம்பிச்சிருக்கேன் என்று இவர் சொல்ல ,மாமா “இப்படி ஆரம்பிக்கலாமே” என்று சுமதி யோசனை சொல்ல ஆரம்பிக்க அது நல்லாயிருக்காதே என்று சரவணன் இழுக்க, அவர்கள் இருவருக்கும் ஒரு வாக்குவாதம் ஆரம்பித்தது. அதன்பின் அவர்கள் இருவருமே, இவரை ஒரு பொருட்டாக நினைக்காமல் பேசிக்கொண்டே இருந்து ஒரு கட்டத்தில் அவரிடம் விடைபெறாமலே வெளியே சென்று விட்டனர். இவர், அவர்கள் வாயைப்பார்த்துக்கொண்டிருந்துவிட்டு வெளியே போனவுடன் “தேமே” என்று மீண்டும் எழுத ஆரம்பித்தார்.

இப்படியாக அவரின் துப்பறியும் கதை மெதுவாக உருவாக ஆரம்பிக்க, அதற்குள் ஒரு தடங்கல், சரவணன் உள்ளே வந்து மாமா அத்தை உங்களை வீட்டுக்கு கூப்பிடறாங்க என்று சொன்னவன், அவரை கிளப்பிவிட்டான். இப்படியாக அவரின் கதைஉருப்பெற நான்கைந்து நாட்கள் ஓடிவிட்டன, தினமும் “சரவணனின் பணிமனைக்கு” அவனே வீட்டிற்கு வந்து அவரை கூட்டிச்சென்று, அந்த அறையில் உடகாரவைத்துவிட்டு செல்வான், இடை இடையே சுமதி அங்கு வந்து அவருக்கு சில உதவிகள் செய்வாள், கதை முற்றுப்பெற இன்னும் ஒரு சில நாட்களே தேவை என்ற சூழ்நிலையில், உன்னுடைய உதவிக்கு நன்றி என்று சரவணனிடம் சொல்லிவிட்டு வீட்டிற்கு கிளம்பினார்.

வீட்டின் வாசப்படியில் முகத்தில் எண்ணையில் வெடிக்கும் கடுகைப்போல முகத்தை வைத்துக்கொண்டு அவர் மனைவி நின்றுகொண்டிருந்தாள், அருகில் அவளின் அப்பாவும் அதே முகபாவத்துடன் அவரை கடித்துக்குதறும் முகத்துடன் நின்று கொண்டிருந்தார்.இவருக்கு ஒன்றும் புரியவில்லை. எதற்-

காக இருவரும் என்னை முறைத்துக்கொண்டிருக்கிறார்கள்? விளங்காது அவர்களை பார்க்க "உங்களுக்கு எதுக்கு இந்த மாதிரி வேலை எல்லாம்?" கேட்ட மனைவிக்கு எந்த மாதிரி வேலையெல்லாம்? என்று இவர் திருப்பி கேட்க ம்ம்..கதை எழுதறேன் வெங்காயம் எழுதறேன் அப்படின்னு உங்க மருமகன் வொர்க்சாப்ல போய் உட்கார்ந்துட்டு, கூட எந்தங்கச்சிய வேற சேர்த்துக்கிட்டு, நல்லா திட்ட்ம் போட்டுத்தான் உங்க குடும்பத்து ஆளுங்க வேலை செய்யறீங்க,! அவருக்கு ஒன்றும் புரியவேயில்லை,என்ன சொல்றே? சுமதி ஒரு கதை கேட்டான்னுதானே இவ்வளவு கஷ்டப்பட்டிட்டு இருக்கேன்.

நல்ல கதை எழுதி கிழிச்சீங்க, உங்களுக்கு என்னை கொடுக்கறதுக்கே எங்கப்பாவுக்கு விருப்பமில்ல, சும்மா கதை எழுதிக்கிட்டு உட்கார்ந்திருப்பவனுக்கு எல்லாம் பொண்ணை கொடுத்திட்டமேன்னு வருத்தப்பட்டிட்டிருக்காரு, இதுல என் தங்கச்சிய உங்க மருமகனுக்கு கொடுக்கறதுக்கு நீங்களும், உங்க குடும்பத்து ஆளுங்களும் திட்டம் போட்டு வேலை செஞ்சுட்டீங்க, குரலில் கார நெடி அடிக்க பேசினாள்.

அப்பொழுதும் நம் எழுத்தாளருக்கு புரியாமல் "ங்கே" என்று முழிக்க, உங்க மரமண்டைக்கு எதுதான் புரியும் என்று ஒரு இடி இடித்துவிட்டு "சரவணின் அம்மா, அப்பா, எங்க வீட்டுக்கு போய் சுமதிய பொண்ணு கேட்டுட்டு, அவங்க இரண்டு பேருக்கும் சம்மதமாக இருக்கும் போல இருக்கு, அதுக்கு அவங்க மாமா கூட ஒத்துக்கிட்டாரு அப்படீன்னு உங்களையும் சேர்த்து சொல்லியிருக்காங்க, அதனால எங்கப்பா உங்க மேல கோபமா வந்திருக்காரு, உங்களுக்கு பொண்ணை கொடுத்ததுக்கே கவலைப்பட்டுட்டிருக்கேன், இதுல இந்த ஆளு அவன் மருமகனுக்கு வேற என் குடும்பத்துல இருந்து பொண்ணு கேட்கறானே, அப்படீன்னு,நாந்தான் சொன்னேன் என் வீட்டுக்காரரு அந்தளவுக்கு விவரமான ஆளு இல்லேன்னு, அது சரிதான்னு இப்ப முழிக்கற முழிய பார்த்தா தெரியுதே, "குரலில் கொஞ்சம் பெருமை"

இப்பொழுதுதான் நம் எழுத்தாளருக்கு மெதுவாக புரிய ஆரம்பித்தது.தன்னை துப்பறியும் கதை எழுதச்சொல்லி இவர்கள் இருவரும் காதல் கதை எழுதிக்கொண்டிருந்திருக்கிறார்கள்.

59. பெயர் போன எழுத்தாளர் - நிர்மலா ராகவன்

எழுத்தாளர் கார்மேக வண்ணன் எழுத்தாளர் ஆனதற்கு முக்கிய காரணம் அவரது பெற்றோர்கள்.

'கருப்பண்ணசாமி' என்று அவர்கள் வைத்த பெயரால் சிறுவயதில் நண்பர்கள் செய்த கேலியும், அதனால் தான் அடைந்த துயரும் பொறுக்காதுதானே அவர் வாழ்வில் உயர்ந்தார்?

இப்படியெல்லாம் சொன்னால் உங்களுக்குப் புரியாது. முப்பத்தைந்து ஆண்டுகள் பின்னோக்கிப் போவோம், வாருங்கள்.

அப்போது வெறும் கருப்பண்ணசாமியாக இருந்த நம் கதாநாயகனுக்கு ஆறு வயது. தன்னை ஒத்த நண்பர்கள், ஆறுமுகத்தை 'ஆறு' என்றும், ஏழுமலையை 'ஏழு' என்றும் அழைக்கும்போது, தன்னைக் 'கருப்பு' என்று விளித்ததை வித்தியாசமாக நினைக்கத் தோன்றாத பருவம். அவன் பள்ளியில் சேர்ந்த சில வருடங்களுக்குப்பின், இலக்கணப் பாடத்தை நடத்திய ஆசிரியர் 'காரணப் பெயர்', 'இடுகுறிப் பெயர்' என்ற பதங்களை விளக்க முயன்றபோதுதான் வினை பிறந்தது.

"ஊறும் காய் என்பது ஊறுகாய் ஆயிற்று," என்று புத்தகத்திலிருந்த உதாரணத்தை விளக்கியதோடு நில்லாமல், தன் சொந்தக் கற்பனையையும் சிறிது கலந்துகொண்டார் அவர். "இதோ நம்ப கருப்பண்ணசாமியை எடுத்துக் கொண்டால், பிறந்தபோது இவன் கருப்பாக இருந்ததால், இந்தப் பெயரை இவனுக்குச் சூட்டி இருக்கிறார்கள். ஆக, இதுவும் ஒரு காரணப் பெயர்தான்!"

என்னமோ தானே நேரில் வந்து, அவனுடைய பெயர்சூட்டு விழாவை நடத்தி வைத்திருந்ததுபோல் அளந்தார் வாத்தியார். தனக்கே தெரியாமல் தன்னுள் இவ்வளவு நகைச்சுவை உணர்வு இருந்திருக்கிறதே என்ற பூரிப்பில் அவர் தொந்தி குலுங்கச் சிரித்தார். அவருடைய அடிவயிற்றை இறுக்கியிருந்த பெல்ட் எந்த வினாடியும் அறுந்து, நடக்கக்கூடாதது நடந்துவிடும் என்று பயந்தபடி இருந்த மாணவர்கள், அக்கற்பனையிலும், வாத்தியாரே சிரிக்கும்போது நாமும் சிரிக்காவிட்டால் மரியாதை இல்லை என்ற உசிதத்தாலும் பலக்கச் சிரித்துவைத்தார்கள். அவர்களில் பலரும் கறுப்புத்தான் என்பதால், 'நல்லவேளை! நம்ப வீட்டில நமக்கு இப்படி ஒரு பேரை வெக்காம போனாங்களே!' என்ற நிம்மதி அச்சிரிப்புடன் வெளிப்பட்டது.

கருப்பண்ணசாமிக்குள் வைராக்கியம் பிறந்தது அன்றுதான்.

'நான் தோத்துட்டா, என் பேரை மாத்தி வெச்சுக்கறேண்டா!' என்று எந்த ஒரு சிறு பந்தயமாக இருந்தாலும் நண்பர்கள் ஒருவருக்கொருவர் எப்போதும் சவால் விடுவதை உண்மை ஆக்கிவிட்டால் என்ன?

ஆனாலும், பணங்காசு செலவழித்து, உற்றார், உறவினர் முன்னிலையில் பெற்றோர் வைத்த பெயரை மாற்ற எண்ணுவதே அவர்களுக்குத் துரோகம் இழைப்பதைப்போல் பட்டது.

உடன்படித்தவர்கள் 'டேய் கருப்பு!' என்று விளித்தபோது, முன்போல் யதார்த்தமாக எடுத்துக் கொள்ள முடியவில்லை. உலகமெல்லாம் கூடி தன்னை மட்டம் தட்டுவதுபோல் இருந்தது. பிறருடன் பேசிப் பழகினால், அவர்கள் தன்னை அந்த பாழாய்ப்போன பெயரால் கூப்பிட்டு விடுவார்களே என்று பயந்தவனாகத் தனிமையில் இருக்கத் தலைப்பட்டான். எதுவும் செய்யாமல் இருந்ததில் விசனம் அதிகமாகவே, அந்நேரங்களில் எல்லாம் கதைப்

புத்தகங்கள் படிக்க ஆரம்பித்தான்.

அதிகம் படித்திராத அம்மா, "கண்ட புஸ்தகங்ககளைப் படிச்சுக் கெட்டுப் போகாதேடா!" என்று ஓயாது கண்டித்ததில், அவன் வயதுக்கு மீறிய புத்தகங்களைப் படிக்கும் ஆர்வம் வந்தது. புத்தகத்தைக் கையில் எடுத்தாலே தூக்கம் வந்துவிடும், அல்லது கவனம் திசைமாறிவிடும் என்ற பொது நிலை அவன்வரை பொய்த்துப்போய், யாருமே எதிர்பாராதபடி, வகுப்பில் முதல் மாணவனாக வர ஆரம்பித்தான். சகமாணவர்கள் பொறாமை தாங்காது, "காரணப் பெயருன்னா என்னடா?" என்று அவன் காதுபட கேட்டபோதுதான் அவனுக்கு அந்த யோசனை உதித்தது.

தான் ஒரு எழுத்தாளனாகிவிட வேண்டும்!

அப்பா, அம்மா வைத்த பெயரை மாற்றி வைத்துக்கொள்ள இதைவிட வேறு சிறந்த வழி கிடையாது. யாரும், எந்தக் கேள்வியும் கேட்க மாட்டார்கள். தனக்கும் குற்ற உணர்வு தோன்றாது. இந்த எண்ணம் எழுந்தவுடனேயே ஏதோ பெரிய பாவத்தைத் தொலைத்துவிட்டமாதிரி ஒரு நிம்மதி பிறந்தது அவனுக்குள்.

'எதை எழுதுவது?' என்று யோசித்து, ஒன்றும் பிடிபடாமல், அதைப் பிறகு பார்த்துக் கொள்ளலாம், இப்போதைக்கு முக்கியமான விஷயம் புனைப்பெயர்தான் என்று தீர்மானித்தான். புனைப்பெயரில் இன்னொரு சௌகரியம். எழுதுவது சற்று முன்னே பின்னே இருந்தாலும், தான்தான் அது என்று பிறருக்குத் தெரியாமல் போய்விடும்.

அடுத்த சில மாதங்களை வாசகசாலையில் கழித்தான் கருப்பண்ணசாமி. கேட்டவர்களிடம், 'ஆராய்ச்சி,' என்றான்.

எல்லாம் புனைப்பெயர் ஆராய்ச்சிதான். அந்தத் தேடுதலில் சில உண்மைகளைக் கண்டுபிடித்தான். சில எழுத்தாளர்கள் தம் மனைவியின் பெயரில் ஒளிந்திருந்தார்கள். 'பாவம், பெண்!' என்று பத்திரிகை ஆசிரியர்கள் சற்றே மட்டமான படைப்பையும் வெளியிட்டு விடுவார்கள் என்ற நம்பிக்கையோ, என்னவோ!

ஒருவேளை, மனைவியின் விருப்பு வெறுப்பில் அவ்வளவு தூரம் ஒன்றிப்போய், தாம் வேறு, அவள் வேறு என்ற வித்தியாசம் எல்லாம் இல்லை என்பதை உலகிற்கு உணர்த்தவோ என்னவோ என்றுகூட அவன் நினைத்தான். தன்னால் அப்படிச் செய்ய முடியாது, தனக்கு ஒரு மனைவி வருவதற்குப் பல வருடங்கள் இருக்கின்றன என்பதோடு, 'மிஸஸ். கருப்பண்ணசாமி' என்பதாகத் தன் பெயரை மாற்றிக்கொள்ள எவளும் வலிய வரமாட்டாள் என்று தோன்றியது. அப்படி வருபவள் அவனுக்கு வேண்டவும் வேண்டாம். சுயகௌரவம் உள்ளவளாக இருக்கவேண்டும் அவனுக்கு வாய்ப்பவள்.

இன்னும் சிலர், 'நான் ஆண்மை பொருந்தியவன், என் மனைவியை நேசிப்பவன்' என்று தங்கள் புனைப்பெயரால் விளம்பரப்படுத்திக் கொண்டார்கள். அதாவது, கொண்டவள் ஜானகியாக இருந்தால், இவன் 'ஜானகிம-

ணாளன்' அல்லது 'ஜானகிப்ரியா' என்று மாறினான். இலக்கியத் துறையில் புகழ் வாய்ந்தவர்கள் மறைந்தபிறகு, பூவுடன் சேர்ந்த நாரும் மணம் பெற-லாமே என்ற நப்பாசையுடன் தத்தம் பெயருடன் 'தாசன்' என்று இணைத்து, அந்த இரவல் சுகத்தில் புகழ் தேடியவர்கள் கண்ணில் பட்டார்கள். இப்படி-யாகத்தானே கருப்பண்ணசாமியின் ஆராய்ச்சி தொடர்ந்தது.

'அது ஏன் ஔவையாருடன் எந்தப் பெண் எழுத்தாளரும் ஒட்டிக்கொள்-ளவில்லை?' என்ற் சிலகாலம் யோசித்ததில், 'தாசன்' என்ற வார்த்தைக்குப் பெண்பால் 'தாசி'. அது அவ்வளவு மரியாதைப்பட்டதாக இருக்காது என்-பது புரிந்தது. இந்த ரீதியில் எழுத்தாளர்களுடைய பெயர் வண்ணங்களை ஆராய்ச்சி செய்துவந்ததிலும், ஓயாது படித்ததிலும் கருப்பண்ணசாமியின் வயதும், அறிவும் கூடின. ஆனால், தன் பெயரைப்பற்றிய ஏக்கம் என்னவோ சற்றும் குறையவில்லை. இயற்பெயர் பிடிக்காது போனாலும், கன்னத்தில் இருந்த மச்சத்தைப்போல் அதுவும் அவனுடைய ஒரு அங்கமாகிவிட்டது. 'விரைவில் அதை இழக்கப் போகிறோம்' என்ற நினைவு எழும்போது சற்று வருத்தம்கூட வந்தது.

பெயருக்குச் சம்பந்தம் இல்லாத இன்னொரு பெயரை எங்கேயாவது போய்த் தேடுவானேன் என்ற ஞானோதயம் அப்போதுதான் உதித்தது. இந்தமாதிரி வேண்டாத ஆராய்ச்சியும், யோசனையும் செய்துகொண்டே இருந்தால், தன் பெயருக்கு ஒரு விமோசனமே கிட்டாது என்று ஒரு நாள் உறைக்க, அண்-மையில் இறந்துவிட்ட அவனது அப்பாவின் ஆத்மா சாந்தியடைய, 'கருப்பு' என்ற பொருளில் ஏதாவது புனைப்பெயர் வைத்துக் கொள்வதுதான் நியாயம் என்று தோன்றிப் போயிற்று.

ஒரு விடுமுறை நாளன்று பகலில் அயர்ந்த தூக்கத்தில் இருந்தவன் திடுக்கிட்டு விழித்துக் கொண்டான். 'படபட'வென்று நிறையபேர் கைதட்ட, "நம்ப கார்மேகவண்ணன் இன்னும் அனேக எழுத்துப் படிவங்களைப் படைத்து நம்மை நீண்ட காலம் மகிழ்விக்க வேண்டும்!" என்று யாரோ ஒரு-வர் சொல்லி, பொன்னாடை போர்த்துகிறார். இன்னொருவர் முன்னால் வந்து, "நமது கார்மேகவண்ணனின் புகழில் பாதி அவருடைய மனைவிக்குச் சேர-வேண்டும். இரவும், பகலுமாக அவர் இலக்கியச் சேவையில் ஈடுபட்டிருப்பது மனைவியின் புரிந்துணர்வால்தான்!" என்று மெச்சுகிறார்.

இம்மாதிரி பல பாராட்டு விழாக்களில் தான் பேசி இருப்பது நினைவுக்கு வந்தது. தன்னைப் போலவே, விழா நாயகன் தலைமறைந்ததும், 'இவனெல்-லாம் பெரிய எழுத்தாளனாம்! இவனுக்கு ஒரு விழா எடுக்கறாங்களாம், வேலையத்தவங்க!' என்று அனேகமாகச் சொல்லக்கூடும் என்பதும் அவனுக்-குத் தெரிந்துதான் இருந்தது. பொன்னாடைமேல் ஒரு மலர்மாலை விழுகிறது. அதன் கனமானது எழுதி, எழுதி வலிகண்டிருக்கும் அவனுடைய கழுத்தை மேலும் அழுத்த, அந்தப் நோவைப் பெரிதாக மதிக்காது, ஒரு பெரிய

எழுத்தாளனுக்கே உரிய அடக்கத்துடனும், கம்பீரத்துடனும், "உங்களைமாதிரி தரமான வாசகர்கள் அமையாவிட்டால் நான் ஏது!" என்று பற்கள் (அவை வெகு வெண்மை) தெரியப் புன்னகைத்து...

இந்த இடத்தில் கருப்பண்ணசாமி விழித்துக்கொண்டான். சற்றும் எதிர்பாராவிதமாக புனைப்பெயர் அமைந்ததில் அவனுக்கு மகிழ்ச்சி தாங்கவில்லை. கார்மேகம். அதாவது கரிய மேகம். அந்த மேகத்தின் வண்ணத்தைக் கொண்டவன் கண்ணன். நினைவுதெரிந்த நாளாகத் தன்னை அவமானப்படுத்திவந்த பெயரை மாற்றினாற்போலவும் ஆயிற்று, கடவுள் பெயரை அடிக்கடி எழுதினால் புண்ணியத்திற்குப் புண்ணியமும் ஆயிற்று. நிம்மதி பிறந்தவுடனேயே மறைந்தும் போயிற்று. புனைப்பெயரெல்லாம் சரிதான், அதை வைத்துக்கொண்டு ஏதாவது எழுதித் தொலைக்க வேண்டுமே! தன் பெயர் மாற்றத்துக்காக செய்த ஆராய்ச்சிகள், கழித்த ஆண்டுகளையெல்லாம் நினைவில் கொண்டுவர முயற்சித்தான். நாற்பது, ஐம்பது கதைகளைப் படித்து, அதன்பின் அதில் கொஞ்சம், இதில் கொஞ்சம் என்று நிரவினால், ஒன்றாவது தேறாது! இந்தக் கற்பனை அளித்த உற்சாகத்தில், 'கருப்பண்ணசாமி' விரைவில் மறைந்து, அந்த இடத்தை 'கார்மேகவண்ணன்' பிடித்துக் கொள்வதை மானசீகமாகக் கண்டு மகிழ்ந்தான் அவன்.

பி.கு: இக்கதையால் எவரையும் நோகடிக்க எண்ணமில்லை. நகைச்சுவைக்கு மட்டுமே முக்கியத்துவம் கொடுத்து எழுதப்பட்டிருக்கிறது.

60. படித்தால் தான் புத்தகமா

- சு. ஆ. வெங்கட சுப்புராய நாயகர்

நேற்று இரவு நல்ல தூக்கத்தில் ஒரு கெட்ட கனவு. கனவு எதுவாக இருந்தாலும் நல்ல தூக்கத்தில் வந்ததாகச் சொல்லித் தானே பழக்கம்.அத்துடன் நல்லது கெட் டது எல்லாம் ஒரே இடத்தில் தானே இருக்கும். தூக்கம் கலைந்த போது, கலைந்த தலையோடு, புகழ்பெற்ற தமிழ் எழுத்தாளர் ஒருவர் கனவில் சற்று முன் புலம்பிக் கொண்டிருந்தது மட்டும் நினைவில் இருக்கிறது. (இந்த வாக்கியத்தில், எழுவாய் எங்கு இருந்தால் சரியாக இருக்கும், யாரும் உள் அர்த்தம் கண்டுபிடிக்காமல் இருப்பார்கள் என்று யோசித்து பார்க்கிறேன்.ஏன் வம்பு? எதற்கும் "புகழ்பெற்ற எழுத்தாளர் ஒருவர் என் கனவில்..." என்று ஆரம்பிப்பதே என் இலக்கிய பயணத்துக்குப் பாதுகாப்பானது என்று என் தமிழறிவு நினைவூட்டுகிறது.

இல்லை என்றால், "கனவில் புகழ்பெற்ற எழுத்தாளர் வந்தார்" அல்லது "புகழ்பெற்ற எழுத்தாளர் கனவில்" என்று நான் எழுதக்கூடும்.கதையை வாசிப்பவர் எப்போதுமே சராசரி உயிரியாக, அப்பாவியாகத்தான் இருக்க வேண்டும் என்ற கட்டாயமில்லை. அந்த வாசகர், தான் ஒரு அசல் எழுத்-

தாளர் என்ற அபார நம்பிக்கை அல்லது மூட நம்பிக்கை உடையவராக இருக்கலாம். அப்படியான விபரீத வாசகர் கண்ணில் இது பட்டால் போதும். உடனே, அதில் உள்ள "எழுத்தாளர்" என்று குறிப்பிடப்படும் நபர் தன்னைத் தவிர வேறு யாரும் இருக்க முடியாது என்னும் தீர்க்கமான முடிவுக்கு வரு-வார் அல்லது தள்ளப்படுவார். தன்னைத்தான் அச்சொல் மறைமுகமாகக் குறிப்பதாகவும் அதன் விளைவாக மிஞ்சியிருந்த தனது மானம் துறைமுகத்-தில் காத்திருக்கிறது என்றும் துடித்துப்போவார். இப்படி யாராவது முத்திய எழுத்தாளர் ஒருவரின் குற்றச்சாட்டை இந்த வாக்கியம் சம்பாதிக்க நேரும் அபாயம் உள்ளது).

அப்போது, தவளை ஒன்று தண்ணீரில் குதிக்கும் சத்தம் கேட்டது. விழித்-துக்கொண்டிருந்த நான், படுக்கையை விட்டு எழுந்தேன். அனிச்சை செய-லாய் கைப்பேசியை எடுத்துப் பார்த்தேன். குறுஞ்செய்தி வந்திருப்பதை, குறிப்பால் உணர்த்தியது கைப்பேசிக்குள் இருந்து சைகைசெய்த ஒலித்த-வளை. யாரோ ஒரு நண்பர், என்னைப் போலவே அந்த அர்த்த ராத்திரியில் தூக்கம் தடைபட, எதிர்வருகாலையை முந்தி வரவேற்றிருந்தார். இதற்குப் பதில் வாழ்த்து அனுப்ப, கோப்புக் கிடங்கில் இருந்து ஏற்கெனவே தேக்-கிவைத்திருந்த வாசக அட்டை ஒன்றை என் ஆள்காட்டி விரல் வருடித் தெரிவு செய்தது.மீதமிருந்த தூக்கம், ஒரு பக்கம் தன் கணக்கை முடிக்க-வேண்டி மீண்டும் கண்களை மூட தன்னாலான முயற்சியைச் செய்துகொண்-டிருந்தது.

அந்த நேரம், புத்தக அலமாரியில் சிறு சலசலப்பு. அதிகாலை என்பதால் சத்தம் துல்லியமாக கேட்டது. எலி,கிளி உள்ளே போயிருக்குமோ என்று கண்களால் துழாவிப்பார்த்தேன். கிளி நிச்சயமாக போயிருக்காது.எலிக்கும் இதைவிட முக்கிய வேலை இருந்திருக்கவேண்டும். எனவே, அசையும் உயிர் எதுவும் அதில் இல்லை என்ற நிம்மதியுடன் திரும்ப வந்து நாற்காலி-யில் உட்கார்ந்தேன். உள்ளே இருந்து கசியும் சத்தம் மட்டும் நிற்கவில்லை. கொஞ்சம் கூர்ந்து கவனித்தேன். புத்தகங்களின் மத்தியில் இருந்துதான் அது வந்துகொண்டிருந்தது. யாரோ முணுமுணுப்பது தெரிந்தது.புத்தகங்க-ளைத் தவிர வேறு யாரும் அங்கு இல்லை."வருங்காலத்தில் இந்தப் புத்தகம் நின்று பேசும்" என்று ஒருவர் நூல் வெளியீட்டின் போது வாழ்த்திய ஆரூட வாசகம் நினைவுக்கு வந்தது. அலமாரியில் நிற்க போகும் இந்தப் புத்தகம் பேச, அருகில் இருக்கும் புத்தகங்கள் கேட்கும் என்ற தொலைநோக்கு சிந்-தனையில் அப்படிச் சொல்லி இருப்பாரோ!

"நம்ம ஆள் இன்னைக்கு காலையில யாருக்கிட்டயோ பேசிக்கிட்டிருந்த-தக் கேட்டியா?"

"நல்ல சேதி தான? கேட்டுட்டு தான் இருந்தேன்.கொரோனாவால தள்-ளிப்போன நம்ம திருவிழா அடுத்த வாரம் ஆரம்பிக்கப்போவுதாம்.நம்மோட

துணைக்கு இன்னும் கொஞ்சம் பேர் வந்து சேருவாங்க. அதான சொல்ல வர?"

"எல்லாம் சரி.இப்ப வரப் போறது, நான் இங்க வாக்கப்பட்டு, நாலாவது கண்காட்சி. என்னையே எடுத்துக்க, நான் இங்க வந்து, 1000ஆவது நாள்லையாவது தொறந்து படிச்சிடுவான்னு நானும் நம்பிக்கையோட இருந்தேன். அதுக்கான அறிகுறியே இல்ல.இது வரைக்கும் இங்க வந்து சேந்திருக்கிற நமக்கே ஒரு வழியும் தெரியல. மூச்சு முட்ட முட்ட மூலையில தவம் கெடக்கிறோம். இதுல அடுத்தடுத்து வாங்கி அடுக்கறதல மட்டும் குறைச்சலில்ல". அக்குரல்,

அந்த ஒற்றைப் புத்தகப்பிரதியின் புலம்பலாகப் படவில்லை. அங்கிருந்த அத்தனைப் பிரதிகளின் பிரதிநிதியாய் அது பேசியது. அது வைக்கும் வாதத்தில் ஏக்கம் மட்டுமல்லாது அதில் ஒரு சிட்டிகை நியாயமும் சேர்ந்து இருந்ததால் என் தூக்கத்தை முழுமையாகத் துரத்தி அடித்தது அந்தப்பேச்சு.

"சரி விடு. இவன் மட்டுமில்ல, இப்படி நிறைய பேர் இங்க இருக்கறாங்க"

பரவாயில்லையே, நமக்கும் பரிந்து பேச ஒரு வாயில்லா தாள்வாய் இருக்கிறதே என்று மனம் சமாதானமானது.

"அப்படியா? வாங்கனத தொடக் க்கூட நேரம் தான் இல்லையே? அப்புறம் எதுக்குத் தான் இவனப்போல ஆளுங்கல்லாம் நம்மக் காசுப் போட்டு வாங்கறாங்களோ?"

"அத ஏன் கேக்கற? அது ஒரு மாதிரியான நோய். ஆனா ஒன்னு, இதனால அவங்க குடும்பத்த தவிர வேற யாருக்கும் கஷ்டம் எதுவுமில்ல"

"அது என்ன நோய்? விபரமா சொல்லு"

"அதுவா? கோயிலுக்குப் போனதுக்கு அடையாளமா விபூதி, குங்குமம் இட்டுக்கற மாதிரி, எந்தப் புத்தகக் கண்காட்சிக்குப் போனாலும், ஏதாவது புத்தகத்த வாங்கிட வேண்டியது."

"நீ சொல்றது சரி தான்.என்ன வாங்கின போது, ஏதோ உடனே படிச்சுடற மாதிரிதான், தூசுபடாமல் இருக்க மேலே சுத்தியிருந்த கண்ணாடித் தாள கிழிச்சான். எதுக்கு தான் என்ன வாங்குனான்னு புரியல."

"அதான் சொன்னேனே.நோயின்னு. யாராவது கேட்டா சொல்லவும், இல்லன்னா கேக்கறதுக்கு முன்னமே பெருமை பேசவும் தான்.

நான் ஏற்கெனவே இந்தந்த புத்தகமெல்லாம் வாங்கிட்டேன்னு தம்பட்டம் அடிக்கத்தான். என்னை வாங்கன புதுசுல யார் போன் எடுத்தாலும் சரி, உடனே இவன் சொல்றது, இன்னன்ன புஸ்தகத்தல்லாம் வாங்கிட்டேன்னு பெருமை தான்."

"இப்படி புஸ்தகம் வாங்கிறவன் கடைசிவரைக்கும் படிக்கவே மாட்டானா?"

"பின்ன என்ன? இவன்லாம் அலமாரி வாங்கி வீணா போவுதேன்னு புஸ்தகத்த வாங்கறவன். அத விட வேடிக்க ஒன்னு இருக்கு தெரியுமா?"

“அது என்ன?”

“ஏற்கெனவே வாங்குனது தெரியாம, அதே புத்தகத்த, இன்னொன்னு வாங்குவான்”

“வருஷத்துக்கு ஒருவாட்டியாவது எடுத்து தொடச்சி வச்சா தானே ஞாபகம் இருக்க?”

“அதுக்கெல்லாம் இவனுக்கு எங்க நேரம் இருக்கு?”

“எல்லாம் நம்ம நேரம்.இங்க வந்து சேந்தோம் பார்.மனைவி அமைவதெல்லாம்னு பாட்டு எழுதறானுவ, புத்தகம் வாங்கறவன் அமைவதெல்லாம் அப்படின்னு எவனும் எழுத மாட்டான்.ஏன்னா, அவனும் அதே மாதிரியான ஆளா இருப்பான்.”

“சரியா சொன்ன. இவன் படிக்கலன்னா, படிக்க முடியலன்னா, ஆசப்பட்டு கேக்கறவனுக்காவது கொடுக்கலாமில்லையா? அதுவும் செய்யமாட்டாங்க”

“அப்படி கேட்டு வாங்கிட்டுப் போறவன் மட்டும் படிச்சிட்டுவான்னு என்ன உத்தரவாதம்?”

“அதுவும் சரிதான். இவனுக்கு தெரிஞ்ச கவிஞர் ஒருத்தர், சரியாத்தான் சொன்னாரு: வாசகனா இருந்த நான் நூலகனானேன்”. தோ நிக்க முடியாம நிக்கறானே, 700 சொச்சம் பக்கத்துக்கு மேல! கனம் இருக்கிறதால பாரம் தூக்கமுடியாம நிக்கறான். இவன் காசுப் போட்டும் வாங்கனது இல்லயாம். கடன் வாங்கித்தான் வச்சிருக்கான்.நிக்கறவன் கிட்டக்

கேட்டன்.வாங்கனவாவது படிச்சுட்டுக் குடுத்தானான்னு. இல்லயாம். அங்கயும் தெண்டத்துக்குத் தான் நின்னிருக்கான்”

“அப்ப நம்ம ராசிதான்னு சொல்லு”

“சரி.இப்படிப் புலம்பிப் புலம்பியே போய்சேர வேண்டியது தானா?”

“என்ன செய்யலாம்னு நீயே சொல்லன்.”

“இவன் இப்படி கவனிக்காம விடறதால தான் பூச்சி, கரையான் அப்படின்னு பல ஜீவராசிங்க நம்மள அழிக்க வருதுங்க.”

“அது மட்டுமா, அன்னைக்கு அப்படித்தான், இவன் சரியா அலமாரிய சாத்தாம போயிட்டான்.ஈட்டி வாயோட எலி ஒன்னு உள்ள நொழஞ்சிது. அது தொட்டது யாரத் தெரியுமா. எவ்வளவோ பாடுபட்டு பரிசு வாங்கன எழுத்தாளரோட புள்ளையத்தான். போத்தியிருந்த தோல ஒரே மூச்சுல உரிச்சிட்டுது. அது சப்புக் கொட்டிச் சாப்ட்டத பாத்த போது அந்த முதுகு அவ்வளவு ருசியா இருந்திருக்கனும். எனக்கு உடம்பெல்லாம் நடுங்கிடுச்சி.நல்ல வேலயா அந்த நேரம் பாத்து ஏதோ சத்தம் கேட்டுது. எலிக் கண்டத்துல இருந்து நான் தப்பிச்சேன்.”

“இதுக்கெல்லாம் விமோசனமே இல்லையா? இப்படியே, நாம எத்தன நாளைக்கு தான் செத்து செத்து பொழைக்கிறது?”

“அதுக்கு என்ன செய்யலாம், நானே ஜோசியப் புத்தகம் தான். என் தலைவிதி எப்படி முடியுமுன்னு என்னப் படைச்சவன் எழுதிவச்சிருக்கா-னான்னு பாக்கறன், கெடைக்கல?”

“நான் ஒரு திட்டம் வெச்சிருக்கன்.கவனமாக் கேளு.”

“சொல்லு, நீ சொன்னா சரியாத்தான் இருக்கும், ஏன்னா உன்ன உற்பத்தி செஞ்சவன் நாலு ஜெயில் பாத்த நாடறிஞ்ச மக்கள் சேவகன்.

உனக்கா தில்லுமுல்லப் பத்தி சொல்லித் தரணும் ? “

“ரொம்பப் புகழாத! எனக்கு அது பிடிக்காது”

“பாத்தியா, ஒன்னோடப் புத்திய காட்டறயே. சரி, சீக்கிரம் உன்னோட திட்டத்த சொல்லு”

“அந்த சுவத்து மூலையப் பாத்தியா? அந்தப் பக்கச் சுவர் முழுக்க ஓதம் காக்குது. அவன் எப்பவும் ஆசையா அடிக்கடி தொறந்து பாப்பானே ஒரு புஸ்தகம். அதையும் இப்பல்லாம் அவன் எப்பவாவது தான் தொடறான்”

“அத தள்ளி வெச்சிட்டானோ”

“சரியா சொன்ன. அதத் தான் நாம இப்ப வேற மாதிரி செய்யப் போறோம். அவன் என்னத் தள்ளி வெக்கறது. நாம அத அந்த ஓரமாத் தள்ளி வெச்சுடுவோம்.ஈரப் பசையில ஒன்னோட ஒன்னு தாள் அத்தனையும் ஒட்டிக்கும்”

“நல்ல திட்டம் தான்”

“ஆமா.அடுத்த தடவ அத ஆசையா எடுக்கும் போது, பிரிக்க முடியாம அந்த புஸ்தகம் முரண்டு புடிக்கும்.சிலது கிழியும். பாக்கி இருக்கற புஸ்தகத்-துக்கும் இதே கதி தான்னு நினைக்க வைப்போம். அப்பவாவது புத்தி வரு-தான்னு பாப்போம்”

” இவன் கிட்ட இவ்வளவு நாளா இருந்ததுக்கு, புஸ்தகத்த திறக்கலன்-னாலும், நாங்க சிலத நின்ன இடத்தில இருந்தே சொல்லிக் கொடுப்போம் அப்படிங்கறத காட்டுவோம். நம்மள அவங்க வாசிக்கலன்னாலும், வாங்கன-துக்காவது,

நம்மால முடிஞ்ச புத்திய கொடுப்போம், அதாவது, நாம ஆறறிவு படச்ச-வங்க இல்ல அதனால கொஞ்சம் கடமை உணர்வு உடயவங்க அப்படீங்கறத புரிய வைப்போம்”

“அதல்லாம் அப்பறம் பாத்துக்கலாம்.இப்ப நம்மள தேடி வர ஆபத்த தவிர்த்தாகனும். அங்கப் பார், நான் சொன்ன மாதிரியே எலி ஒன்னு ஓடி வருது. இப்ப செய்ய வேண்டியது, எல்லாரும் சேந்து அது மேல விழணும்.”

‘தொப்…’ ஏதோ புத்தகம் ஒன்று கீழே விழ, தூக்கம் மீண்டும் கலைந்தது. இந்த முறையாவது முழுமையாக விழித்து கொண்டாகவேண்டும்.

— புதுவை பரணி (ஜனவரி-பிப்ரவரி 2026).

7

தமிழ்ப்பெயரும் இலக்கியவாதிகளும்

பெயரின் கதை

மனிதன் மட்டும் தான் பெயர் வைக்கிறான். 'மனிதன்' என்ற பெயரை விடப் 'பெயரன்' என்ற பெயர் மனிதனுக்குப் பொருத்தமானதாகும். மற்ற உயிருள்ள, உயிரற்றவற்றிற்கும் மனிதனே பெயர் கொடுக்கிறான். நாமம் (பெயர்) இல்லாது ரூபம் (வடிவம்) இல்லை.

மற்ற உயிரினங்கள் தனி நபரை அறிந்தும் தெரிந்தும் வைத்துள்ளன என்பதை மனிதன் விலங்குகளோடு கொள்ளும் உறவாலும் அறிவியல் ஆய்வுகளாலும் அறிகிறோம். ஒரு மாடு/ஆடு/நாய்/சிங்கம்/புலி/எறும்பு. . . தன் இனத்தை/குழுவைச் சேர்ந்த மற்றொரு தனி நபரை அடையாளம் கண்டு கொள்வது வேதியியல் சமிஞ்கைகள் மூலமே. அதாவது ஒவ்வொரு தனிநபருக்கும் தனித்துவமான வாசனை இருக்கிறது. மனிதனும் இப்படி தான் பிறப்பில் இருக்கிறான். மனிதக் குழந்தை தாயை அடையாளம் கண்டு கொள்வது பார்வையால் அன்று. அதற்குச் சில மாத வளர்ச்சி தேவை. அதற்கு முன் அது தாயின் வாசனையைக் கொண்டே அறியும். அதே போல் தொடுதல் மூலமும் அறியும்.

'ஔவை சண்முகி' திரைப்படத்தில் கமல், 'சண்முகி' வேடத்தில் தன் மகளுக்குக் குளித்த பின் துவட்டி விடும் போது, சிறுமி கமலை அடையாளம் கண்டு கொள்ள, 'கள்ளி, எப்படிக் கண்டு பிடிச்சே' என்று 'சண்முகி' கேட்க, சிறுமி, 'அப்பா வாசனை எனக்குத் தெரியுமே' என்பாள். கதை வசனம் எழுதிய கிரேஸி மோகன் நிச்சயம் கிரேஸி (crazy) இல்லை.

சிந்திக்கத் தொடங்கும் மனிதன் படிப் படியாக வாசனை நுட்பத்தை இழக்கிறான். மேலும் வாசனைக் குழப்பதை/ஏமாற்றதை உண்டு பண்ண பலவி-

தமான வாசனைப் பொருள்களைப் பூசிக் கொள்கிறான். மற்ற விலங்குகள் தனி நபரை அடையாளம் கண்டு கொண்டாலும் அந்தத் தனி நபர் எதிரில் இல்லாத போது எப்படி அதை அடுத்த தனி நபருக்குக் குறிப்பிட்டுத் தகவல் பரிமாற்றம் செய்கின்றன என்பதை இதுவரை அறிவியலால் விளங்கிக் கொள்ள இயலவில்லை. எடுத்துக் காட்டாக, குழுவாக வேட்டை ஆடும் காட்டு நாய், ஓநாய், சிங்கம் போன்ற விலங்குகள் குழுவின் உறுப்பினர்கள் கண்ணுக்குத் தெரியாமல் (புதர் மற்ற மறைவுகளில்) இருக்கும் போது எப்படியான தகவல் பரிமாற்றம் செய்து வேட்டையாடுதலை ஒருங்கிணைக்கின்றன என்பது வியப்பே.

அப்படியான தேவையே மனிதனையும் பெயர் வைத்துக் கொள்ளத் தூண்டி இருக்கலாம். அப்படி வந்த பெயர்கள் உடல், முக, நடை. . . அமைப்புகளை ஒட்டி இருந்திருக்கலாம். இன்றும் 'நெடுமாறன்', 'மலர்க்கண்ணன்' போன்ற பெயர்கள் வழக்கில் உள்ளன. இன்று நெடுமாறன் உயரமாகவோ, மலர்க்கண்ணன் மலர் போன்ற கண்ணுடையவனாகவோ இருக்க வேண்டியதில்லை. இன்று அப்படிப் பெயரின் பொருளை வைத்து ஆளை அடையாளம் காண முற்பட்டால் திருப்பதியில் மொட்டைத் தலையனைத் தேடியதாக முடியும்.

பிறகு மனிதக் குழுகள் பல திசையிலிருந்து வந்து கூடிப் பொருள், உறவு பரிமாற்றம் நடந்த காலத்தில் வந்த திசை குறித்த (தென்னவன், மேலையன். . .) போன்ற பெயர்கள் தேவைப் பட்டிருக்கலாம். பிறகு வாழ்விடம், தொழில் குறித்த பெயர்கள் தோன்றியிருக்கலாம். ஆங்கிலத்தில் இன்றும் West, South, North, East, White, Rose, Black, Goldsmith, Blacksmith, Shepherd, Longfellow, True, Honest, Green, Red, Tiger, Fox, Wolf, . . . போன்ற பெயர்கள் வழக்கில் உள்ளன. இப்படியான பொருள் தரும் பெயர்களைத் தமிழில் வைத்துக் கொள்ள நாம் தயங்குவோம். ஆனால் ஆங்கிலத்தில் இனிக்கின்றன!

பழந்தமிழ் காலத்தில் மன்னர்களின் சாதனைகள், வெற்றிகள் அவர்களுக்குப் பெயர்களாக அமைந்தன. பொருள் தரும் பெயர்கள் பிறகு போலிமைக்குப் பலியாகின. கால் எரிந்து கரிந்து போகாமலேயே 'கரிகாலன்' என்று பெயர் வைத்துக் கொள்வதில்லையா? கண்ணால் நகைப்பவள் 'கண்ணகி' என்றால், மா(பெரிய) தவம் செய்து பிறந்தவள் 'மாதவி' என்றால், 'பொன்முடி'க்கு பொன்னால் ஆன முடியா இருக்கிறது? பெயரும் பொருளும் நாளடைவில் பிரிந்து போயின.

இயற்கை ஆற்றல்கள், பொருள்கள் அமைந்த பெயர்களை இட்டுக் கொள்ளாத மனிதக் குழுவே இல்லை எனலாம். சூரியன், சந்திரன், மின்னல், மழை, மலை, கடல், நதி, ஆறு, மரம், செடி, கொடி, மலர், காய், கனி, விலங்குகள். . . குறித்த பெயர்கள் எல்லாச் சமூகங்களிலும் உள்ளன. அதே போல் இறைவனைக் குறித்த பெயர்களும் இடப்பட்டன. அதில் இந்தியாவில் தெய்வங்களுக்குக் குறைவில்லாததால் அவ்வாறான பெயர்களுக்கும் பஞ்-

சமில்லை. குழந்தையைக் கூப்பிடும் போதெல்லாம் இறைவனை நினைக்க எண்ணியிருக்கலாம். ஆனால் குழந்தையை வையும் போது?

உருவம் குறித்த பெயர்கள் அருவம் (கருத்து) குறித்த பெயர்களாக, அரசியல் சார்ந்தவையாக, சமூக விடுதலை நோக்கமாக வளர்ந்தன. எல்லாக் காலத்திலும் தனித்துவத் தூண்டல் மனிதரின் இயல்பாக இருந்து வருவதால், புதிய ஒலிப்புகள், சமுதாய இயக்க, மேல்தட்டுப் பாதிப்புகள் பெயர்களிலும் காண முடிகிறது. வாழ்வின் மற்ற துறைகளைப் போன்று இதிலும் தொடர்ந்து மாற்றங்கள் வந்து போகின்றன.

அப்படியான மாற்றம் கொண்டு வருபவரில் நாம் ஒருவராக இருக்க விரும்புகிறோமா என்று தெளிவாக்கிக் கொள்ள வேண்டியது அவசியம். ஏனெனில் அதில் இடர்நேர்வு (risk) இருக்கிறது. என்னைப் பள்ளியில் பல ஆண்டுகள் 'பழைய காப்பி, நெஸ் காப்பி' என்று கேலி செய்தனர். அப்போது இப்படியான தெளிவு எனக்கு இருக்கவில்லை என்றாலும் என் பெற்றோருக்கு இருந்ததால் குழப்பம் இல்லை.

கதையின் பெயர்

"அம்மா, ஒரு கதை சொல்லு"

"எந்த கதை?" - "ஏதாவது ஒரு கதை"

அம்மா கதை சொல்கிறார். குழந்தை, அடுத்த முறை, 'எந்தக் கதை?' என்று அம்மா கேட்கும் போது, முன்பு கேட்ட கதைக்கு (அம்மா சொல்லாமலேயே) அந்த யானைக் கதை (அ) பூனைக் கதை (அ) நாய்க்குட்டி கதை என்று கதைப் பாத்திரத்தைக் (வழக்கமாக கதாநாயகர்) கொண்டு பெயர் வைத்து விடுகிறது.

நாம் ஒவ்வொருவருமே ஒவ்வொரு கதை. நம் பெயர் உண்மையில் அந்தக் கதையின் பெயரே. நம் கதையை யார் சொல்கிறார்? யார் கேட்கிறார்?

நல்ல வாழ்வை நான் அமைத்துக் கொண்டேன்

. . . . .

நானே எழுதி நானே நடித்த நாடகத்தில் நல்ல திருப்பம்
- 'நல்ல வேளை நான் பிழைத்துக் கொண்டேன்' பாடல் வரிகள்
இல்லாத மேடை ஒன்றில் - எழுதாத நாடகத்தை
எல்லோரும் நடிக்கின்றோம் - நாமே
எல்லோரும் பார்க்கின்றோம்
- 'கேள்வியின் நாயகனே' பாடல் வரிகள்
இறைவன் என்றொரு கவிஞன் - அவன்
படைத்த க(வி)தை மனிதன் - அதில்
அறிஞனும் மூடனும் உண்டு - ஆனால்
தொடக்கமும் முடிவும் ஒன்று.

நம் கதையை (தலை விதியை) யாரோ எழுதி விட்டார் என்று எண்ணவும் இடம் உண்டு. நாமே நடித்து எழுதிக் கொண்டு இருக்கின்றோம் என்று சொல்லவும் இடம் உண்டு. முதலாவது நாடக மாந்தராக (நடிப்பவர், பார்ப்பவர், இயக்குபவர். . .) நம்மை நினைத்துக் கொள்வது. இரண்டாவது நாடக மேடையாக நம்மைப் புரிந்து கொள்வது. மேடைக்கு நாடகத்தில் வரும் காட்சிகளில் பற்று இருக்க முடியுமா? காகிதத்திற்குக் கதையால் பாதிப்பு வருமா? மாலிவுட்டில் நடிப்பவர் பாலிவுட்டில் நடிக்க ஏங்குகிறார். பாலிவுட்டில் நடிப்பவர் ஹாலிவுட்டில் நடிக்க ஏங்குகிறார். இந்தக் கதையில் அந்தக் கதை பற்றிய ஏக்கம். அந்தக் கதையில் இந்தக் கதை பற்றிய ஏக்கம். எந்தக் கதையிலும் ஏதோ பற்றாக்குறைத் தாக்கம்.

இக்கரைக்கு அக்கரைப் பச்சை - என்றும்
இக்கரைக்கு அக்கரைப் பச்சை
இல்லாத பொருள் மீது
எல்லோர்க்கும் ஆசை வரும் (இக்கரைக்கு. . .)
என் வீட்டுக் கண்ணாடி
என் முகத்தைக் காட்டவில்லை (இக்கரைக்கு. . .)
சம்சாரியின் ஆசை சந்நியாசம் - அந்த
சந்நியாசியின் ஆசை சம்சாரம்
கானலுக்கு நாம் அலையும்
கண் கண்ட காட்சி
கண் முன்னே காணுங்கள்
ஒரு கோடி சாட்சி (இக்கரைக்கு. . .)
கடல் மீது விழுந்தோர்கள் நீந்துங்கள்
கனி மீது விழுந்தோர்கள் உண்ணுங்கள்
வழிச்சாலை கண்டோர்கள் செல்லுங்கள்
போக வழியின்றி நிற்பவர்கள் நில்லுங்கள்
கல்தரையில் கை போட்டு
நீந்துகின்ற மனிதா
காலம் இட்டக் கட்டளையை
மாற்றுவது எளிதா (இக்கரைக்கு. . .)
மழை நாளில் உள்ளங்கள் வெயில் தேடும் - கோடை
வெயில் நாளில் உன் மேனி குளிர் தேடும்
அது தேடி இது தேடி அலைகின்றாய்
வாழ்வில் எது வந்து சேர்ந்தாலும் தவிக்கின்றாய்
அவரவர்க்கு வாய்த்த இடம்
அவன் போட்ட பிச்சை - அறியாத மானிடருக்கு
அக்கரையில் இச்சை (இக்கரைக்கு. . .)
- திரைப்படப் பாடல்

கதையும் நாமும் வேறல்ல என்று புரியும் போது
கதையே பெயராகிறது, பெயரே கதையாகிறது
நாடகமே நடப்பாகிறது, கதையே (வாழ்வே) காதலாகிறது.
பிரிந்தவர் மீண்டும் சேர்ந்திடும் போது
அழுதால் கொஞ்சம் நிம்மதி
பேச மறந்து சிலையாய் இருந்தால்
அதுதான் தெய்வத்தின் சன்னதி
அதுதான் காதல் சன்னதி
-**'காதல் சிறகைக் காற்றினில் விரித்து'** பாடல் வரிகள்
காதலாகிக் கசிந்து கண்ணீர் மல்கி
ஓதுவார் தமை நன்னெறிக்குய்ப்பது
வேதம் நான்கினும் மெய்ப்பொருளாவது
நாதன் நாமம் நமச்சிவாயவே!
இதற்கு மேல் போனால்,
உதையே உடம்பாகி விடும், உடம்பே உதை ஆகி விடும்! அதனால் சரி-யாரை, 'சரி போதும்' என்று வழி காட்டி விடுவோம்.

பெயர்ப் பட்டியல்

கொடுத்த ஈற்றடிக்கு ஏற்ற வெண்பா பாடுவது போல், இருக்கும் பொருள்களைக் கொண்டு சுவையாகச் சமைப்பது போல், எப்படி சர்வீஸ்/பவுலிங் போட்டாலும் எதிர்த்து ஷாட் அடிப்பது போல், வாடிக்கையாளர் வாங்க வந்தது இல்லாது போது கடையில் இருப்பதைப் பேசி விற்று விடுவது போல், உள்ளதைக் கொண்டே உருப்படியான வேலை செய்வது போல். . . கொடுத்த முதல் எழுத்துகளுக்கு ஏற்ற பெயர்களைத் தரும் முயற்சி இது.

வழக்கில் உள்ள ஒலிப்பு எடுத்துக்காட்டுகள் அடைப்பில் கொடுக்கப்பட்டுள்ளன.

வடமொழி எழுத்து, ஒலிப்புகளில் பெயர்கள் வருவது குறித்து விருப்பு வெறுப்பு தேவையில்லை. வடமொழி எழுத்து, ஒலிப்புகள் உயர்வு என்ற மனப்பான்மையும் நற்றமிழ் எழுத்து, ஒலிப்புகள் தாழ்வு என்ற மனப்பான்மையும் அல்லது அதற்கு மறுதலையான மனப்பான்மையும் மன நோய்கள். அவற்றைத் தவிர்த்து பொது நோக்கம், சம நோக்கம் கொள்வது நல்லது.

வடமொழி தேவபாஷை என்ற ஆணவம்/ஆதிக்கம்/அறியாமைக்கு எதிராகத் தெய்வத் தமிழ் என்று அதே குறுங்குணம் கொள்ள வேண்டியது இல்லை.

அடுத்து ஒரு பெயரே காலத்திற்கு ஏற்ற படி முருகன், முருகேஷ், கணேசன், கணேஷ், நடேசன், நடேஷ் என்று ஒலிப்பு மாறுபாடுகளுக்கு உள்ளாகிறது. உணவில், உடையில், உறைவிட அமைப்பில் மாற்றம் (அதே அரிசி,

கோதுமை, ஆடை, அறைகள். . .) காணுவது பெயரிடுவதிலும் நடக்கிறது. நாம் ஒவ்வொருவரும் சிலவற்றில் தனித்து நிற்கவும் பலவற்றில் உலகத்தோடு ஒத்து ஒழுகவும் செய்கிறோம்.

'அருள்மொழி' என்பதை விட 'இராஜராஜன்' என்றே மன்னர்கள் மயங்கினர். 'கருணாநிதி' என்பது தமிழன்று, 'அருட்செல்வர்' (கருணை = அருள், நிதி = செல்வம்) என்பதே சரி என்று சொற்பிறப்பியல் (etymology) ஆய்வுகள் செய்யலாம்.

புதிய பெயர்ச் சொற்கள் சொல்லவும் கூப்பிடவும் முதலில் விநோதமாக இருக்கலாம். ஆனால் நாளடைவில் பழகி விடும்.

பெயரிடுவதில் தனித்து நிற்க இயலாவிடில் அது சரியோ தவறோ அன்று. அது பற்றோ குற்றமோ அன்று. அது போலவே வேறு விஷயங்களிலும் சரி தவறு, பற்று குற்றப் பார்வைகளைத் தவிர்க்க வேண்டும். இயல்பறிக்கு 29. 07. 2010 அன்று எழுதிய மாற்றம்-ஒழுங்கு (Change and Stability) படிப்பது பயனளிக்கும்.

பே - பேறு, பேறவன் (பேறு + அவன்)

பேசு (ராசு, ஏசு)

பேரிறை, பேரிறைவன், பேரிறைவி

பேரலை, பேரலைவன், பேரலைவி

பேரன்பு, பேரன்பன், பேரன்பி

பேரறிவு, பேரறிவன், பேரறிவி

பேரின்பம், பேரின்பன், பேரின்பி

பேரருள், பேரருள்வன், பேரருளி

பேரியக்கன் (பெரிய இயக்கம் உடையவன்)

பேரிலக்குவன் (பெரிய இலக்கு உள்ளவன்)

பொ - பொறை, பொறையன் - பொறுமை

பொழில், பொழிலன் - பொருளி

பொய்கை(யன்) - பொற்செழி(யன்)

பொன்முடி(யன்) - பொன்னரசு

பொற்கை - பொன்னன் - பொக்கிஷ் (சந்தோஷ்)

பொக்கிஷம் (புதையல், பெருஞ்செல்வம்) என்பதை இப்படிச் சுருக்கி இக்கால ஒலிப்புக்குத் தக மாற்றிக் கொள்ளலாம்.

பொட்டாஷ் (நடேஷ்) - Potassium - பொட்டாசியம் எல்லா (பாக்டீரியா, தாவர, விலங்கு) செல்களிலும் மின்னீர் (electrolyte) சமநிலையைப் பேண முக்கியமாகப் பயன்படுகிறது என்ற அடிப்படையிலும் பொதுவாகத் தனிம அட்டவணைச் (periodic table) சிறப்பைப் போற்றும் வகையிலும் இப்பெயர் இடலாம்.

பொதுமொழி(யன்) பொற்கிழி(யன்) பொன்மொழி(யன்)

ஜலன், ஜலேஷ், ஜலந்த் (சிவன், ரமேஷ், வசந்த்)

உயிர் இருந்தால் நீர்(ஜலம்) இருக்கும், நீர் இருந்தால் உயிர் இருக்கும் என்று சொல்லக் கூடிய அளவுக்கு இரண்டும் பிரிக்க முடியாத படி உறவு கொண்டுள்ளன. இது வரை எவ்வளவோ நீர் ஆய்வுகள் நடந்திருந்தாலும் நீரின் தன்மை இன்னும் பெரும் புதிராகவே உள்ளது. எடுத்துக்காட்டாக நீர் மட்டுமே உறையும் (freezing) போது கொள்ளளவு (volume) அதிகரிக்கும் தன்மை வாய்ந்தது. இவ்வியல்பினால் தான் பனிக்கட்டி நீரின் மேல் மட்டத்தில் மிதக்கிறது. மற்ற பொருள்களைப் போல் நீர் உறையும் போது கொள்ளளவு குறைந்தால் அடர்த்தி (density) அதிகரித்து பனிக்கட்டி நீருள் மூழ்கும். கடல் அடியிலிருந்து படிப்படியாக மூழ்கும் பனிக்கட்டியால் உறைந்து பூமி உயிர் வாழ்க்கைக்கு பயன் அற்றதாகப் போய் விடும். நீரின் இந்த ஒரு வித்தியாசமான தன்மையால் 'உயிர்' வாழ்ந்து (பிழைத்து) வருகின்றது.

ஜநிகா (முருகா, கிருஷ்ணா, சரவணா), ஜநிக் (கார்த்திக்), ஜநிவ் (ராஜீவ்), ஜநிகான், ஜநிவன்

ஜலம்(நீர்), நிலம்(மண்), காற்று(வளி) என்ற மூன்றின் முதல் எழுத்துக்களைக் கொண்டு நீநிகா, வமநி என்ற பெயர்கள் இடப்பட்டுள்ளன. மாசு (pollution) இம்மூன்றனுக்குள் சுழலுமே தவிர அழிந்து விடாது. அதனால் மாசுக் கட்டுப்பாடு என்பது மாசுச் சுழற்சியே. அதே போல் ஆசை (மனமாசு) இடம் பெயருமே தவிர அழிந்து விடாது. சூழலியல் சிந்தனைகள், செயல்கள் விரிவடைந்து வரும் இக்காலத்திற்கு ஏற்றபெயர் இது.

ஜனப்பிரி(யன்) - ஜனசூரி(யன்) - ஜனன்

ஜனசக்தி - ஜன்மேந்த்(திரன்) - ஜனேஷ்

ஜன்மேஷ் - ஜனந்த் - ஜனித்

ஜனனம் (பிறப்பு), ஜனம்(பொது மக்கள், பொதுவானது) என்ற சொற்களை அடிப்படையாகக் கொண்டு பல்வேறு ஒலி பின்னொட்டுகளைப் (suffix) பொருத்திப் பார்க்கலாம்.

ஜீ ஜீன் (Gene)

கடந்த நூறு ஆண்டுகளின் மிக முக்கியமான அறிவியல் கண்டு பிடிப்புகளில் ஒன்றாகக் கருதப்படுவது நம் மரபணு (ஜீன்) கட்டமைப்பை விளக்கியது ஆகும். வைரஸ், பாக்டீரியா முதல் தாவரங்கள், பூச்சிகள், விலங்குகள் (மனிதன், திமிங்கிலம். . .) வரை அனைத்தும் மரபணு அடிப்படையில் அமைந்து உள்ளன என்பது உயிரிகளின் ஒன்று பட்ட தன்மையைச் சான்றோடு உணர்த்துகிறது. அதைப் போற்றும் வண்ணம் இப்பெயர் இடலாம்.

ஜீவன் - ஜீவ் - ஜீவிதன் & ஜீவம் (செல்வம்) - ஜீனி

மேலே கொடுத்துள்ள எடுத்துக்காட்டுகளைக் கொண்டு சிந்தித்துப் புதுப் பெயர்களைப் புனைந்து பார்க்கலாம். குழந்தை பெற்றுக் கொள்வதில் (எண்ணிக்கை) கட்டுப்பாடு தேவைப்படும் காலம் இது. ஆனால் குழந்தைகளுக்குப் பெயரிடுவதில் கஞ்சத்தனம் தேவையில்லை. ஒன்றுக்கு மேற்பட்ட பெயர்கள் பிடித்திருந்தால் பதிவு செய்ய ஒரு பெயரும், அம்மா, அப்பா, தாத்தா,

பாட்டி. . . கூப்பிடப் பல பெயர்களும் வைத்துக் கொள்ளலாம்.

அன்புள்ள,
வே. தொல்

முகங்கள் - கே. ஜே. அசோக்குமார்

சமீபகாலமாகதான் முகங்களை கூர்ந்து கவனித்துவருகிறேன் என்று நான் உறுதியாக நினைக்கிறேன். . அதற்கு முன்பு எப்படியிருந்தேன் சரியாக நினைவில்லை. ஆனாலும் ஓரளவிற்கு கவனித்தேன் என்பதை ஒத்துக் கொள்ளதான் வேண்டும். நிச்சயம் இந்த அளவிற்கு மோசமாக இருக்காது என நினைக்கிறேன். . முகங்களை கவனிப்பதென்பது வெறுமனே கவனிப்பது மட்டுமல்ல. நான் நினைப்பது அதன் வளர்ச்சியின்/வளர்ச்சியின்மையின் பரிமாணங்களை பற்றி நம் அபிப்ராயங்கள் எவ்வளவு தூரம் வளர்ந்திருக்கின்றன என்பதை கவனிப்பதுதான்.

மனித முகங்கள்மேல் இருக்கும் வசீகரம் வேறொன்றின்மேல் இல்லை என்று சொல்லலாம் எனக்கு. முகங்களை வட்டமுகம், நீளமுகம், சதுரமுகம் என்று வகைப்படுத்தி ஒரு வரிசை ஒன்றை மனதிற்குள் வைத்துக்கொள்கிறேன். . அதன் தொடர்ச்சியாக சந்திக்கும் முகங்களை அந்த வகைமைக்குள் பொருத்தி மாதிரிகளை உருவாக்கி கொள்கிறேன். இந்த வகைகளை தாண்டி முன்பு எப்படி இருந்திருக்கும், இப்போது எப்படி மாறியிருக்கிறது என்பதுவரை ஆராய்ச்சியும் செய்து கொள்கிறேன். இதை இத்தனை சிரமபடுத்தி அதை புரிந்துகொள்ளவேண்டாம் என நினைக்கிறேன். அது எளிதானதுதான்.

ஆனால் எனக்கும் சரியாக விளங்குவதில்லை எந்த இடத்தில் இதை நான் செய்கிறேன் என்று. இதெல்லாம் என்னை அறியாமல் தானாக நடந்துவிடும்தான், இதைக்கூட பின்னாலில் இருண்ட வானத்தில் சட்டென தோன்றி மறைந்துவிடும் சின்ன ஒளிக்கீற்று போலதான் தெரிந்துகொண்டேன். பலவருடங்கள் முன்பு ஒரு கணநேரத்தில் கண்ட நபரைகூட அவர் முகஅடையாளங்களைக் கொண்டு அவர் பெயரைச் சொல்லி சரியாக அந்தநபர் இவர் என்று கணித்திருக்கிறேன். ஆனால் முகங்களைப் படிப்பதினால் — என் தினப்படி வாழ்வின் சுவாரஸ்யங்களைத் தவிர — பெரியதாக எதுவும் என் வாழ்வில் நான் அடைந்துவிட்டேன் என்று சொல்ல முடியவில்லை.

மற்றவர்களுக்கு கிடைக்காத இந்த விஷயம் நான் ஓவியனாக இருப்பதனால் அமைந்திருப்பதாக நினைத்துக் கொள்வேன். தனியார் துறையில் முதன்நிலை பொறியாளராக இருந்தாலும் ஓவியங்கள் வரைவதில்தான் அதிக ஆர்வம். சிறுவயதில் இருந்தே வரைய ஆரம்பித்துவிட்டேன். ஆனால் ஓவியத்தை ஒரு பிற்சேர்க்கையாகதான் வைத்திருக்கிறேன் என்பதை யாராலும் நம்பமுடிவதில்லை. . என் மனைவிகூட ஓவிய ஆர்வத்தை தீவிரமாக செய்திருந்தால் இந்நேரம் பெரிய ஓவிய கலைஞனாக ஆகியிருக்கமுடியும்

என்று கூறியிருக்கிறாள். சிலநேரங்களில் நான் அலுவலக வேலையில் அதிக கவனம் கொள்ளவில்லை என்ற ஆதங்கத்திலும், அநேக நேரங்களில் அவள் சாமான்கள் வைக்க இடம்விடாமல் வீடுமுழுவதும் நான் ஒட்டியிருக்கும் படங்களின் மேலுள்ள வெறுப்பினாலும், சிலநேரங்களில் நிஜ அக்கறையுடனும் கூட சொல்லியிருக்கலாம்.

நிலகாட்சிகள், விலங்குகள், பறவைகள் என்று பலவகை ஓவியங்களை இதற்கு முன்னால் வரைந்துகொண்டிருந்தேன். கொஞ்சம் கொஞ்சமாக முகங்கள் மட்டுமே என்று சுருங்கிபோனது. தூசு விழுந்ததால் கையால் முகம்சுருங்க துடைக்கும் முகம், சிரிக்கும் வயதடைந்த கிழவன் முகம், இரவில் பேயை கண்டு அலறிய முகம், வெட்கப்படும் குழந்தையின் முகம் என்று பலவகை முகங்கள் மட்டுமே கொண்ட ஒரு தொகுப்பு ஒன்று என்னிடம் உண்டு. . ஆயில் பெயிண்ட் போன்ற அதீத வகைகளுக்கும் இப்போது செல்வதில்லை, முழுவதும் பென்சில் கோட்டோவியங்கள் தான். அவைகள்தாம் அழகான நாம் விரும்பும் அந்த உணர்ச்சிகளை அளிக்கமுடியும் என நினைக்கிறேன்.

முகஓவியங்கள் வரைய முகங்களைப் பற்றிய சில நுணுக்கங்கள் தெரிந்திருக்க வேண்டும். ஒருவரின் கைசாண் அளவே அவரின் முகம் இருக்கும். அவர் உடம்பின் எட்டில் ஒரு பகுதியே அவரின் முகம். இடது கன்னத்தின் அளவைவிட ஒருவரின் வலது கன்னத்தின் அளவு பொதுவாக சற்று பெரியதாக இருக்கும். சிலருக்கு இடது பெரியதாக இருக்கும். இது அவரின் உணவு பழக்கத்தால் ஏற்பட்டது. முகங்கள் அவற்றின் மாற்றங்களைப் பற்றி கூறும்போது என் முகத்தின் மாற்றங்களையும் நான் கவனிக்க தவறியதில்லை. முதலில் வாயின் இருபக்கங்களிலும் கோடுகள் விழ ஆரம்பிக்கின்றன. உதடுகள் கருத்து சற்று உள்ளடங்கிவிடும். கண்கள் கீழே கருவளையங்களும், சிரிக்கும்போதும் கண்களை சுருக்கும்போதும் கண் ஓரங்களில் பூனையின் மீசைபோல கோடுகள் விழ ஆரம்பிக்கும். முகத்தின் தாடைகள் பெரிதாகி காதுகளை சற்று பிள்தள்ளியதுபோல் ஆகிவிடும். குறிப்பாக மற்றொன்றையும் சொல்லவேண்டும் ஆற்றின் இருகரைகள்போல புருவங்களின் மத்தியில் இருகோடுகள் வளந்து நிற்க ஆரம்பிக்கும். இதில் மற்றொன்று கருத்தில் ஊர்வனவின் தோல் அடுக்குகள் போல் கருமைகோடுகள் தெரிய ஆரம்பிக்கும்.

இந்த கவனிக்கும் பழக்கம் என்னோடு இருக்கும்வரை பெரிய பிரச்சனைகள் வருவதில்லை மற்றவர்களையும் அவர்களின் முகநுணுக்கங்களை கவனித்து சொல்வது, என்னை அறியாமல் நடந்துவிடுவதாக இருந்தாலும், சமயங்களில் எனக்கு சங்கடமானதாகவே முடிந்திருக்கிறது. நண்பர்கள், உறவினர்களை ஒரு பெரிய இடைவெளிவிட்டு சந்திக்கும் போது அவர்களின் முகத்தில், தலையில் ஏற்படும் மாற்றங்களை பகிர்ந்து கொள்ளும்போது பொதுவாக அவர்கள் நான் மிக நன்றாக கவனிப்பதாகவும், நுட்பங்களை அறிந்திருக்கும் திறன் கொண்டவனாக இருப்பதாகவும் எச்சிலை விழுங்கி

கொண்டே கூறினாலும் மகிழ்ச்சியாக இருக்கும். சிலர் சட்டென விலகிசெல்வது நடந்திருக்கிறது. இந்த முகங்களை வகைப்படுத்தும் முறையால் தான் முகஓவியங்கள் சாத்தியமாகும். முகங்களை ஏன் வரைய வேண்டும். ஏனெனில் அவைகளில்தான் நாம் தேடும் அத்தனை பாவங்களை நாம் பார்த்துவிட முடியும். உடல்மொழியில் தெரியாத வார்த்தைகளில் தெரியாத ஒரு பாவத்தை ஒரு கண்ணசைவில் அல்லது உதட்டு நெளிவில் நாம் கண்டுவிடமுடியும்.

சிலரைப் பற்றி அப்படி நேரடியாக எதையும் சொல்லிவிடமுடியாது என்பதையும் சொல்லியாக வேண்டும். உடன் வேலைப்பார்த்த சகஊழியர், ஒருவருக்கு கழுத்து இல்லாம தலை தோளோடு சேர்ந்தது போலிருக்கும், ஊரில் இருக்கும் ஒரு நண்பருக்கு ஒரு கண் மட்டும் நேர்கோட்டிலிருந்து சற்றுவிலகி சாய்ந்திருக்கும், மற்றொருவருக்கு வாய் ஒருபக்கம் தள்ளியது போலிருக்கும். முன்பக்க நெற்றிபுடைத்த காதுகள் படர்ந்த நண்பர்கள் இருக்கிறார்கள். இவர்களை போன்றவர்களை மறைமுகமாக கூறுவதுகூட அவர்களை அவமதிப்பது போலாகிவிடும். கஷ்டப்பட்டேனும் அச்சமயங்களில் நாவை அடக்கி கொள்வேன். ஆனால் சிலர் சற்றும் மாறாமல் அதே புன்னகையோடு அதே முகத்துடன் இருக்கும் நபர்களை காணும்போது ஆச்சரியம் ஏற்படுவது தவிர்க்க முடிவதில்லை. ஒருவகையில் மாற்றமில்லாததை மனித மனம் விரும்பிகொண்டுதான் இருக்கிறது.

முன்பு ஒரு அலுவலத்தில் இருந்தபோது என்னுடன் வேலைப் பார்த்த ஒரு பெண்ணை இரண்டு ஆண்டுகள் கழித்து பார்த்தபோது அவள் உடலும் முகமும் சுத்தமாக மாறியிருக்கிறது என்பதை என் கண்களை கொண்டே அவள் புரிந்துகொண்டு இரண்டு வார்த்தை மட்டும் பேசிவிட்டு வெட்கமடைந்தபடி ஓடியது நினைவிருக்கிறது.

கல்லூரி நன்பன் ஒருவனை கொஞ்சநாள் முன்பு சந்தித்தேன். மிக ஒழுக்கவாதியாக அப்போது அறியப்பட்டவன் குடியும் கும்மாளமுமாக தொப்பை சரிந்து ஆளே மாறியிருந்தான். அவன் முகத்தில் தெரிந்த சோர்வு ஆச்சரியம் அளித்தது. நிஜமாகவே அது அவன்தானா என எண்ண தோன்றியது. ஏனெனில் அத்தனை உற்சாகமான மாணவனாக ஆசிரியர்களிடமும் நண்பர்களிடமும் பழகியவன். பாட புத்தகத்தையும் தேர்வையும் தவிர வேறு ஒன்றை அவன் பேசியதாக நினைவில்லை. இன்று அவனின் பேச்சுகள் முழுவதும் குடி, போதை, பேதை என்று சுற்றிசுற்றியே வந்தது. இப்போதெல்லாம் தினம் விஸ்கி இல்லாமல் இருக்க முடியாது என்றான். அதேபோல் குடிகாரனாக இருந்த ஒரு கல்லூரி நண்பன் திருமணத்திற்குபின் மிக நல்லவனாக மாறியிருந்தான். ஆனால் பின்னதைவிட முன்னதே அதிகம் ஆச்சரியம் அளிக்கிறது.

என் பள்ளிகால தோழன் ஒருவன் இணையம் வழியாக என்னை அறிந்தபோது இதுவும் முந்தைய அனுபவங்கள் போன்றதாக இருக்கும் என்று

நினைத்ததற்கு மாறாக இருந்தது. நான் எதிர்பார்த்ததைவிட வேறு மாதிரியாக ஆச்சரியமாக இருந்தது. அறிவியல் பயன்பாடு நம்மை சுருக்கியிருந்தாலும் இன்னமாதிரியான நன்மைகளை பயப்பது ஏற்புடையதாகதான் இருக்கிறது. மடப்புரத்தில் ஆறிலிருந்து ஒன்பதாவது வரை அவனுடன் படித்த நாட்கள் மறக்க முடியாதவை. என் அருகில் அமர்ந்திருந்தான். அவன் பெயர் கண்ணன், ஆனால் நாங்கள் அழைத்ததோ பூனைக்கண்ணா என்று. பூனைக் கண்களில் தெரியும் சிநேகிதம் நெகிழ்ச்சி அடையசெய்வது. அடர்ந்தியான முடி, உருண்டைமுகம், வேகமாக நடந்துவரும் அவனின் மெனரிசங்கள் எப்போதும் கேலிக்குள்ளாயின. நண்பர்கள் வட்டதில் அவன் மேல் எப்போது பாசம் உண்டு. தொட்டதெற்கெல்லாம் கோபப்படுவான். அதுவே அவன் குணமாக எடுத்து சிரித்திருக்கிறோம். அவனுடன் எப்போது நட்பாக இருப்பதால் நான் ரொம்ப யதார்த்தமாக இருப்பதாக கூறுவான். பின் மாற்றலாகி வேறு ஊர் வந்தபோது கண்ணீர் விட்டு அழுதான்.

கல்லூரி படிப்பு, வேலை என்று வேறுவேறு ஊர் வந்து புனே வந்தடைந்தேன். கடைசியில் அவன் மனைவி, குழந்தைகளுடன் புனேயில் இருக்கிறான் என்பதை அறிந்ததில் எல்லையில்லா மகிழ்ச்சியில் இருந்தேன். இருவரும் அவரவர் நிலைகளை பற்றிப் பேசி சந்தோஷம் அடைந்து கொண்டோம்.

முதலில் தொலைப்பேசியில் என்னை தொடர்ப்பு கொண்டபோது சற்று சிலிர்ப்பாகவே இருந்தது. இந்த தொழிற்நுட்பம் எவ்வளவுதூரம் நம்மை இணைத்துவிடுகிறது. அவரின் பேச்சுகள் தொடர்ந்து கேட்கவேண்டும்போல வசீகரமாக இருந்தது. அவரின் இரு குழந்தைகள் அமெரிக்க பள்ளியில் படிப்பதாக கூறினார். ஆப்சோரிங் எனப்படும் உள்நாட்டு வேலைக்காக ஒருவருடமாக இங்கிருப்பதாக கூறினார். இந்த வாரத்தில் போய்விடுவதாகவும் கூறினார். அதற்குள் தன்னை வந்து பார்த்துவிடுமாறும் கூறியிருந்தார். நானும் அவர் அளித்த முகவரியில் அந்த வாரம் வெள்ளிக்கிழமை அவர் திரும்பபோகும் ஒருநாளுக்கு முந்தினம் கிளம்பிவிட்டேன். ஊரெல்லாம் சுற்றி பல புதிய பாதைகளை இந்த நகரத்தில் இருப்பதை அறிந்து கொண்டே பயணித்தேன். பயணம் என்னவோ சுளுவாகத்தான் இருந்தது. கண்ணனை எப்படி எதிர்கொள்ளபோகிறேன் என்று காணப்போகும் அந்த முகத்தை மனக்கண்ணில் கண்டு நான் இதற்குமுன்பு அறியாத ஒரு சின்ன பதற்றத்துடனே சென்றேன்.

வயது ஏறஏற முகங்கள் விகாரமடைகின்றன, சிலருக்கு கனிவடைகிறது அவர்கள் தோல்வியை ஒப்புக்கொள்வதால் இருக்கலாம். எதைப்பற்றிய அகவினா என்பதைப் பொருத்து முகங்கள் மாறுதல் அடையலாம். நான் சின்ன வயதில் படித்த ஒரு கதையில், பலநாள் அலைச்சலுக்குபின் சாத்தானுக்காக ஒரு ஓவிய மாடலை தேர்ந்தெடுப்பார் பின்பே தெரிந்துகொள்வார் சில ஆண்டுகளுக்கு முன்பு குழந்தை ஏசுவிற்கு மாடலாக நின்றவரும் அவரே என்று.வெறும் முகமாற்றம்தான் வாழ்க்கையா என ஓவியம் வரையும்

ஒவ்வொரு சமயமும் யோசித்திருக்கிறேன். உடல்மொழியைவிட முகமொழி விசேஷ குணங்கள் கொண்டவை என நினைக்கிறேன். உடல்மொழியை மெனக்கெட்டால் மாற்றிக் கொண்டுவிட முடியும், ஆனால் முகமொழியை என்ன செய்தும் மாற்றமுடிவதில்லை.

இது மேற்குபுனே பகுதி புதியதாக வளர்ந்துவரும் பகுதிகள். ஆகவே யாருக்கும் முகவரி சரியாக தெரிந்திருக்கவில்லை. சவுக்கி என்று கூறப்படும் நாற்சந்திப்பை ஒவ்வொன்றாக கடந்து வந்தேன். பேட் என்று கூறப்படும் பல பெயர்களின் குழப்பத்தால் சுற்றிசுற்றி வரவேண்டியிருந்தது. மாலை இருட்டு வேறு அது பனிக்காலம் என்பதால் வேகமாக இருட்டு சூழ ஆரம்பித்திருந்தது. மேப் எடுத்து வந்திருக்கலாம், பல தெருக்கள் ஒரே மாதிரி இருந்தன. ஒரு கடையில் நின்று வடபாவும் டீயும் குடித்து கொண்டேன். கடைகாரரிடம் கேட்டபோது சரியான இடத்திற்கு வந்திருப்பது தெரிந்தது. அவர் குறிப்பிட்ட ந்த எதிர்சாரியில் சென்றால் இடப்புறம் அவன் இருக்கும் சொசைட்டி வந்துவிடும்.

ஆனால் நேரெதிர் திசையில் திருப்பி வீட்டை நோக்கி வண்டியை செலுத்தினேன்.

ஏன் பெயர் வைக்க வேண்டும் -எசு. ரா

இரண்டு நாட்களுக்கு முன்பாக ஒன்றாம் வகுப்பில் படிக்கும் எனது பையன் ஆகாஷ் டிராகன் ஒன்றுக்கு பெயர் வைக்க வேண்டும். நல்லதாக ஏதாவது ஒரு பெயர் சொல்லுங்கள் என்று கேட்டான். எதற்காக என்றதும் ஆங்கிலத்தில் டிராகன் பற்றி தான் ஒரு கதையை எழுதிக் கொண்டிருப்பதாகவும் அதில் வரும் டிராகனுக்கு பெயர் வைக்க வேண்டும் என்றான். டிராகனுக்கு என்ன பெயர் வைப்பது என்று உடனே நினைவிற்கு வரவில்லை. ஏன் டிராகன்களுக்கு பெயர் வைக்க வேண்டும் என்றே தோன்றிக் கொண்டிருந்தது. அத்தோடு என் பால்யத்தில் நான் டிராகன் என்ற வார்த்தையைக் கூட கேட்டதில்லை. இப்போதும் கூட டிராகன் பற்றிய கதைகள் எதுவும் தெரியாது. என்ன பெயர் டிராகனுக்கு பொருத்தமாக இருக்கும் என்று யோசித்தபடியே இருந்தேன்.

இது போன்ற விஷயங்களில் நான் உபயோகமற்றவன் என்பது போல பையனே பென் என்பது எப்படியிருக்கிறது என்று கேட்டான். நன்றாகத் தானிருக்கிறது என்றேன். அவனாக பென் என்ற பெயரை நாலைந்து முறை சொல்லிப் பார்த்து கொண்டுவிட்டு தனது கதையை கணிப்பொறியில் எழுதத் துவங்கியிருந்தான். நான் தனியே அமர்ந்தபடியே எனக்கு தெரிந்த நரி, முதலை,கரடி, காகம், குரங்கு ,சிங்கம், புலி, பாம்பு போன்றவற்றை நினைத்தபடியே அவை எல்லாம் இன்றைய கதையுலகில் இல்லையே என்று யோசித்துக் கொண்டிருந்தேன். இன்று சிறுவர் கதையில் வரும் டைனோசர்,

ஏலியன்ஸ், பிளாக் தண்டர்,பவர் ரேஞ்சர், ரோபோ எதுவும் அன்றைய கதைகளில் இல்லை. இன்றுள்ள சிறுவர்கள் இந்த விசித்திர உயிரினங்களை நேரில் பார்த்ததும் இல்லை. ஆனால் அவர்கள் மனதிற்கு மிக நெருக்கமாக மாறியிருக்கின்றன

அம்புலிமாமாவில் படித்திருந்த கதைகளில் மட்டுமே மிருகங்களுக்கு பெயர்கள் இருந்தன. அதிலும் கணேஷ் என்ற பெயர் நிறைய மிருங்களுக்கு வைக்கபட்டிருந்தன. கணேஷ் என்ற குரங்கு ஒன்றும் குணசத்ரு என்ற நரியின் பெயரும் இன்றும் என் நினைவில் இருக்கிறது. மற்றபடி நான் கேட்டிருந்த கதைகளில் வரும் நரி அதன் உருவ அமைப்புக்கு தக்கபடி நீல நரி என்றோ குள்ள நரி என்றோ ஒற்றைகண் நரி என்றோ தான் அழைக்கபட்டது.

கதைகளில் வரும் மிருகங்கள் பேசக்கூடியவை. சிரிக்க கூடியவை. சண்டையிடக்கூடியவை. சில தந்திரசாலிகள், சில அப்பாவிகள். அல்லது ஏமாளிகள். மனிதர்களை போலவே. உலகில் உள்ள எல்லா மிருகங்களையும் பற்றி கதைகள் இருக்கிறதா என்ன? கதையில்லாத மிருகங்களை பற்றி நினைக்கையில் ஏனோ வருத்தமாக இருந்தது. எத்தனையோ உயிரினங்களுக்கு கதைகள் கிடையாது. இன்று வரை நான் கடற்குதிரையை பற்றிய தனிக்கதை எதையும் தமிழில் படித்ததில்லை. யானைகளை பற்றி ஆயிரம் கதைகள் இருக்கின்றன. ஆனால் நீர்யானை பற்றிய கதைகள் அதிகமில்லை. காண்டாமிருகத்திற்கு கதையிருக்கிறதா என்ன? அது போலவே வண்ணத்துபூச்சிகள் கதைகளில் முக்கியத்துவம் கொண்ட அளவிற்கு கரப்பான்பூச்சிகள் முக்கியத்துவம் பெற்றதேயில்லை.

எலிகள் மேல் கொள்ளும் கவனம் பெருச்சாளிகளுக்கு கிடைப்பதில்லை. எறும்பு தின்னியை பற்றி ஏதாவது கதையிருக்கிறதா என்ன? கதையில்லாத மிருகங்கள் மனித நினைவில் அதிகம் தங்குவதில்லை. பல மிருங்கங்களை வாழ்வில் நேர் கண்டிராத போதும் கதைகளின் வழியே பரிச்சயமாகி ஸ்நேகம் கொண்டுவிடுகின்றன. அப்படி கதை வழியாக நான் அறிந்த அண்டரண்டாபட்சி, ஐந்து தலை நாகம், அன்னபட்சி போன்றவற்றை இன்றும் நிஜம் என்றே நம்புகிறேன். சிறுவயதில் தினம் ஒரு கதை கேட்டிருக்கிறேன். மாலை அடங்கியதும் கதை சொல்லல் துவங்கிவிடும். அப்போது இரவு நிறைய மீதமிருந்தது. இன்றுள்ள குழந்தைகளுக்கு இரவு பதினோறு மணி வரை டிவி பார்ப்பது பள்ளிபாடம் எழுவது என ஏதாவது வேலையிருக்கிறது.

ஆனால் பால்யத்தில் எனக்கோ ஆறு மணியிலிருந்து ஒன்பது மணி வரையான மூன்று மணி நேரத்தை எப்படி செலவழிப்பது என்று தெரியாது. எவ்வளவு தான் கதைபேசினாலும் இரவு நீண்டு கொண்டேதானிருக்கும். தெருவிளக்குகளைத் தவிர வேறு வெளிச்சமற்ற கிராம வீதிகள் இரவில் கொள்ளும் தோற்றம் அலாதியானது. பகலில் நாம் பார்த்த ஆட்டுஉரலும் வேலிபுதர்களும் இரவானதும் மர்மமாக தோற்றம் கொள்ளத் துவங்கிவிடும்.

ஆடு கட்டியிருந்த சந்தினை பகலில் ஆயிரம் முறை கடந்து போயிருப்பேன்.

ஆனால் இரவில் அந்த வீதியில் கால்நீட்டியபடியே ஒரு பேய் உட்கார்ந்திருப்பதாக கேட்ட கதையிலிருந்து ஒவ்வொரு நாளும் அன்னம்மா என்ற பேய் அந்த வீதியில் கால் நீட்டி உட்கார்ந்திருந்தாள். அவள் காலைத் தாண்டிக் கொண்டு போகமுடியாது. போனவர்களை அவள் தலைமயிரால் கழுத்தை சுருட்டி இறுக்கி கொன்றுவிடுவாள் என்ற துணைகற்பனையும் சேர்ந்து கொள்ள அந்தச் சந்தில் பகலில் மட்டுமே நடமாடுவேன். அன்று கதை தெரியாத சிறுவர்களே இல்லை. அது போலவே சிறுவர்களுக்கு விருப்பமாக கதை சொல்லும் பெரியவர்களும் இருந்தார்கள். ஊர் கிணற்றடியின் ஒரு பக்கம் தான் கதை சொல்லும் களம். இரவிலும் யாராவது ஒரு பெண் தண்ணீர் இறைக்க வந்து கொண்டேயிருப்பாள். கிணற்றில் வாளி விழும் சப்தம் கேட்பது ஆனந்தமாகயிருக்கும். கிணற்றை சுற்றிலும் சிமெண்டால் கட்டியிருப்பார்கள். அத்துடன் கிணற்றடியில் எப்போதும் குளிர்ச்சியிருக்கும்.

அங்கே நாலைந்து பேராக துவங்கும் கதை சொல்லும் நிகழ்ச்சியின் முடிவில் பத்துபேருக்கு மேலாக ஆகிவிடும். நாவிதர், மாட்டு தரகர் , சமையற்காரர், சலவை தொழிலாளி இவர்களே ஊரில் அதிகம் கதை அறிந்தவர்கள். பள்ளி ஆசிரியர்கள் எவருக்கும் தெரியாத கதைகள் இவர்களிடமிருந்தன. பெண்கள் இரவில் கதை சொல்வதில்லை. பலரும் பகலில் வேலை செய்தபடியே கதை சொல்லக்கூடியவர்கள். அதிலும் திருகை திரித்தபடியோ, நெல்அவித்தபடியோ, தென்னை ஒலையை பின்னியபடியே கதையை வளர்த்து சொல்வார்கள்.

அப்படி எண்ணிக்கையற்ற கதைகளை கேட்டிருக்கிறேன். கதை கேட்கும் ஒவ்வொரு சிறுவனும் தானே ஒரு கதையை சொல்ல துவங்கிவிடுவான். இதில் சுப்பையா என்ற சிறுவன் தினமும் கதை சொல்வான். அவன் எந்தக் கதையை துவக்கினாலும் நடுராத்திரி பனிரெண்டுயிருக்கும். ஒரு ஊர்ல ஒரு ராஜா என்று தான் ஆரம்பிப்பான். அவனுக்கு நடுராத்திரி பனிரெண்டு மணி என்பது அச்சமூட்டும் ஒரு நேரம். அதை விலக்கி அவனால் ஒரு போதும் கதை சொல்ல முடியாது. இன்னொருவன் பாண்டி. அவன் சொல்லும் கதையில் வரும் பூதமும், மனிதனும் மாறி மாறி சாப்பிட்டுக் கொண்டேயிருப்பார்கள். பூதம் ஆசை ஆசையாக உள்ளூர் இட்லி கடையில் கிடைக்கும் உளுந்து வடையும், மசாலா மொச்சையும் சாப்பிடும். டீ குடிக்கும். குடல்கறி தின்னும் சில வேளைகளில் கொத்து பரோட்டா வேண்டும் என்று சப்தமிடும்.

கதை சொல்லத் தெரியாத ஒருவன் செல்வராஜ். அவன் கதையைத் திணறித் திணறி ஆரம்பிப்பான். நீச்சல் பழகுகின்றவன் பாதி தண்ணீரை குடித்து மூச்சுமுட்டி கைகால்களை அடித்து உதறி சிரமப்படுவது போலிருக்கும். ஒரு ஊர்ல ஒரு ராஜா. அவரு பேரு... பேரு. . என்றபடியே வேறு யோசனைக்கு போய்விடுவான். அவன் கதையை மற்றவன் முடித்து வைப்பான்.

கதை ஒரு விளையாட்டாக இருந்தது. ஊரில் உள்ள ஒவ்வொன்றையும் பற்றி கதையிருந்தது. இடிந்த வீடுகள், தற்கொலை செய்து கொண்ட கிணறுகள். புதையல் உள்ள மேடு, முறிந்து போன ஆலமரம், திருடர்கள், ஊருக்கு வரும் சாமியார்கள், சாணை பிடிப்பவன், பேயோட்டுபவன், கருவாடு விற்பவன் என யாவரும் கதையை கொண்டிருந்தார்கள். புதிதாக வந்த ரேடியோ, டார்ச் லைட், கடிகாரம் என எல்லாவற்றையும் பற்றி கதை சொன்னார்கள். கதை ஒரு அறிதல் முறையாகவே இருந்தது.

கதை சொல்லி முடித்தபிறகு சிலர் வீடுகளுக்கு உறங்க போய்விடுவார்கள். சிலர் தெருவிலே உறங்குவார்கள். நான் தெருவில் உறங்கக் கூடியவன். ஆகாசத்தை பார்த்தபடியே படுத்துகிடப்பேன். நட்சத்திரங்கள் நகர்ந்து போவதும் வழி தவறிய பறவை தட்டழிவதையும் பார்த்தபடியே இருப்பேன். சில இரவுகளில் ஆகாசம் கொள்ளும் அற்புதம் சொல்லில் அடங்காதது. பின்னிரவில் தனியே ஊர்ந்து கொண்டிருக்கும் நிலவும் குளிர்ச்சி கொண்ட காற்றும் உறங்குபவர்கள் அறியாதது. அது போலவே விடிகாலைகளின் மென்னொளியும் புலரின் வாசமும் அற்புதமானது.

பள்ளியின் இடைவேளைகளில் கதையில் வந்த பரிகாசத்தை பரிமாறிக் கொள்வோம். நீதிபோதனை என்றொரு வகுப்பிருந்தது அதில் கதை சொல்வது வழக்கம். அதில் தான் அத்தனை பையன்களும் கதை சொல்வார்கள். எல்லோர் சொன்ன கதைகளை விடவும் சங்கரி என்ற மாணவி சொல்லும் கதைகள் வியப்பானவை. கதையை துவக்கிய இரண்டாவது வரியில் அவள் மாய உலகிற்கு சென்று விடுவாள். நத்தைகள் பறந்து கொண்டிருக்கும். தங்ககோட்டைக்கு போவதற்கு புதிரான வழிகள் இருக்கும். மாயமான ஆறுகள், பேசும் மீன்கள் என்று ஏதேதோ சொல்வாள்.

ஒவ்வொரு முறையும் அதிக கை தட்டு அவளுக்கே கிடைக்கும். அவள் எங்கிருந்து இந்த கதைகளை படிக்கிறாள் என்று ஆசிரியர் கேட்டபோது அவள் தன் வீட்டிலிருந்து நடந்து வரும் வழியில் இது போல யோசித்து கொண்டே வருவேன் என்றாள். அவள் வீடு ஊரிலிருந்து மூன்று மைல் தள்ளியிருந்தது. விவசாய குடும்பத்திலிருந்து படிக்கும் முதல்மாணவி. அவள் கதையை தன் நிழலை போல கூடவே வைத்துக் கொண்டிருந்தாள். கதை அவள் நாவிலிருந்து விரிந்து எல்லையற்று நீண்டது. பாதி படிப்பிலே அவள் நின்று போய்விட்டாள். அதன்பிறகு கதை சொல்வதில் பெரிய போட்டி வந்ததில்லை இன்று யோசிக்கையில் அந்த சங்கரி என்னவாகியிருப்பாள், ஆண்களை விட பெண்கள் வேகமாக வயதாகிவிடுகிறார்கள். இன்று அவள் வாழ்வின் பின்பாதி அத்தியாயத்திற்குள் சென்றிருப்பாள். நிச்சயம் அவளது மகளுக்கே திருமணமாகி குழந்தைகள் இருக்கும்.

பள்ளி முடித்த பிறகு அவள் யாருக்காவது கதை சொல்லியிருப்பாளா? அவள் வாழ்க்கைபாடுகளில் கதை என்னவாகியிருக்கும். என்றைக்காவது தான் நன்றாக கதை சொல்வேன் என்று யாரிடமாவது அவள் வெளிப்ப-

டுத்தியிருப்பாளா? யாராவது அவளிடம் இப்போதும் கதை கேட்பார்களா? அவள் சொல்வாளா? வாழ்க்கை நிச்சயம் அவளது கற்பனைகளின் சிறுபகுதியை கூட நிறைவேற்றியிருக்காது. கதைகள் அவளுக்குள்ளாகவே புதையுண்டு போயிருக்கும்.

எனக்கு அவள் முகம் மறந்து போய்விட்டது . ஆனால் அவள் கதை சொல்லும் முறையும் அந்த கதையின் மாயமும் நினைவில் அப்படியே இருக்கிறது, கதைகளில் வரும் மந்திரபெண்களை போலவே அவளும் மாயமாகி தான் போய்விட்டாள் இல்லையா?

வயது வளர வளர கதைகள் மாறிக் கொண்டேயிருந்தது. கதைகளில் இருந்த மாயலோகம் மறைந்து அந்த இடத்தை பெண்கள் ஆக்ரமித்து கொண்ட பதின்வயதில் சொல்லித் தீராதபடியே பெண்கதைகள் இருந்தன. கதைகள் வழியாகவே இச்சைகள் வளர்ந்தன. தனக்கு பிடித்தமான பெண்ணை பற்றிய கதையை ஒவ்வொரு ஆணும் வளர்த்து கொண்டேயிருந்தான். சைக்கிளில் நின்றபடியே எவ்வளவு நேரம் பேசிக் கொண்டிருந்தோம் என்பதை மறந்து பெண்களை பற்றிய விசித்திர கதைகளை பரிமாறிக் கொண்டிருந்தோம். சில கதைகள் உண்மையிலிருந்து உண்டானவை. சில கதைகள் உண்மையாக வேண்டியவை. சில கதைகள் ஒரு போதும் உண்மையாகிவிடக்கூடாதவை. அந்த நாட்களில் கதை ஒரு உற்சாக பானம். எவ்வளவுஅருந்தியும் போதாத பானம். கள் வெறி கொண்டது போல கதை வெறி கொண்டிருந்தோம்

வேலை, திருமணம் , குடும்பம் என்று ஆக்டோபஸ் போல அன்றாட வாழ்வின் கரங்கள் பற்றி இழுக்க ஆளுக்கு ஒரு ஊர் என பிரிந்து போன நண்பர்கள் மெல்லக் கதையிலிருந்து விடுபட்டு போனார்கள். பிறகு அவரவர் வாழ்க்கைபாடுகள் கதைகளை விடவும் சிக்கலானது. ஆனால் வாழ்வின் ஓட்டத்தில் அவரவர் குழந்தைகளின் உலகம் துவங்கியதும் மீண்டும் கதைகள் முக்கியத்துவம் கொள்ள ஆரம்பித்தன. ஆனால் கதை சொன்ன, கதை கேட்ட எவரும் இன்றும் தன் பிள்ளைகளுக்கு கதை சொல்லும் இயல்பில் இல்லை. கதை சொல்வதற்கான தனி ஆட்களும் இல்லை. ஆனால் எல்லா குழந்தைகளும் எப்போதும் கதை கேட்பதில் ஆர்வம் கொண்டேயிருக்கிறார்கள். கதையை பரிமாறிக் கொள்கிறார்கள்.

என் பால்யத்தில் நான் கேட்டது போன்று தினம் ஒரு கதையை என் பையன் கேட்க வாய்ப்பில்லை. அந்த இடத்தை தொலைக்காட்சியும் வீடியோ கேம்களும் இணையமும் பிடித்து கொண்டுவிட்டது. ஆனால் கதை புத்தகங்கள், கதை பேசுவது என்பது என் வீட்டின் இயல்பான சூழலாக இருப்பதால் என் பையன்கள் மற்றவர்களை விட அதிகம் கதையோடு நெருக்கம் கொண்டிருக்கிறார்கள். சில கதைகளை அவர்களுக்காக மட்டுமே எழுதியிருக்கிறேன். அவர்களுக்காக சில விளையாட்டுகளை உருவாக்கி தந்திருக்கிறேன்.

பெரும்பான்மை பெற்றோர்களுக்கு வேலை, அது தரும் சலிப்பு காரணமாக வீடு திரும்புதல் ஓய்விற்கான இடமாக மட்டுமே சுருங்கிப் போயிருக்கிறது. விடுமுறை நாட்கள் என்றால் நிம்மதியாக சாப்பிடுவதும் உறங்குவதும் மட்டுமே முக்கியப் பணியாகிவிட்டது. சிறுவர்களும் பள்ளி சுமையின் ஊடே நுண்ரசனைகளை அழித்து கொண்டுவருகிறார்கள். பத்து வருடங்களுக்கு முன்பு ராஜஸ்தானில் இருந்து மரபொம்மைகளாக நூற்றிற்கும் மேலாக வாங்கி வந்தேன். அந்த பொம்மைகளை வைத்து விளையாடி கதை சொல்வது பிடித்திருந்தது. அதை வெவ்வேறு பள்ளிகளில் செய்து பார்க்கலாமே என்று தோன்றியது. சென்னையில் உள்ள சில சிறார் பள்ளிகளில் கதை சொல்லத் துவங்கினேன்.

கதை சொல்வதற்கு முக்கியமான தேவை நல்ல குரல் வளம். அதன் பிறகு உடல்மொழி . அத்தோடு கற்பனைத் திறன். மூன்றும் இணையும் போது தான் கதை சுவாரஸ்யப்படும். எந்த வயது சிறுவர்களுக்கு கதை சொல்கிறோம் என்பது முக்கியம். காரணம் பத்து வயதிற்கு பிறகு சிறுவர்கள் கதைகளை விடவும் கதைகளில் இடம் பெறும் நிகழ்வுகளின் மீதும், கதாபாத்திரங்கள் மீதும் அதிக கவனமும் கேள்விகளும் கொண்டுவிடுகிறார்கள்

நாலு வயது முதல் எட்டுவயது வரை உள்ள குழந்தைகளை எனது பார்வையாளர்களாக நான் தேர்வு செய்து கொண்டிருந்தேன். அநேகமாக ஒரு வருடத்தில் நாற்பது, ஐம்பது கதை சொல்லும் நிகழ்ச்சிகள் செய்திருப்பேன். ஒவ்வொன்றும் ஒரு அனுபவம். ஒரு பள்ளியில் பலூன்களை வாங்கி நிரம்பி ஒவ்வொன்றின் மீதும் ஒரு பெயரை எழுதினேன். பிறகு அந்த பலூனை சிறுவர்கள் கையில் கொடுத்தேன். ராஜா என்ற பலூன் வைத்திருப்பவன் ராஜா. குரங்கு என்ற பலூன் வைத்திருப்பன் குரங்கு, ஆறு என்ற பலூன் வைத்திருப்பன் ஆறு . இப்படியாக பிரித்து கொண்டு நான் கதையை சொல்ல சொல்ல சிறுவர்கள் ஒடுவார்கள் குதிப்பார்கள். ஆடுவார்கள். இது வேடிக்கையாக இருந்தது.

இன்னொரு பள்ளியில் ஆளுக்கு ஒரு வரி சொல்லி ஒரு கதையை பல மணி நேரம் முடிக்கவிடாமல் நீட்டிக் கொண்டேயிருந்தோம். கதை சொல்வதில் முக்கிய இடம் பரிகாசத்திற்கே இருக்கிறது. வேடிக்கையாக கதை சொல்ல தெரிந்தால் மட்டுமே சிறுவர்கள் நம்மை கவனிப்பார்கள். அந்த வேடிக்கை நிஜமானதாக இருக்கே வேண்டும். அது போலவே அடிக்கடி தன்னை கேலி செய்து கொள்ள வேண்டும். அது தான் சிறுவர்களுக்கு ரொம்ப பிடித்த விஷயம்.

என் நிகழ்வில் ஒரு பாதி நான் கதை சொல்வதும் மறுபாதி சிறுவர்கள் கதை சொல்வதுமாக இருக்கும். அப்படியான நிகழ்வில் சிறுவர்கள் சொன்ன கதைகள் அற்புதமானவை. ஒரு சிறுவன் சிங்கம் பற்றிய கதையை சொன்னான். அந்த சிங்கம் பசியில் சாப்பிட ஏதாவது கிடைக்குமா என்று பிரிட்ஜை தேடியது. ஐஸ் வாட்டர் குடித்தது. ஸ்கூட்டரில் காட்டில் போனது. அத்துடன்

சிங்கம் இரவில் மாத்திரைகள் சாப்பிட்டது. அந்த சிங்கம் அவனது அப்பா தான் என்பதில் என்ன சந்தேகம். இன்னொரு சிறுமி டிவியில் இருந்து ஒரு கை வெளியே வந்து அவளது வீட்டில் உள்ள பொருட்களை திருடுவதைப் பற்றி கதை சொன்னாள். இன்னொரு சிறுவன் கதை சொல்லி முடித்தபிறகு இதில் வரும் சிறுவன் தன்னுடைய தம்பி என்று சொல்லி அவன் என்னை பத்தி நிறைய கதை வச்சிருக்கான் அதான் நானும் அவனை பத்தி கதை சொன்னேன் என்றான்.

நான் சென்ற பள்ளிகளில் கதை சொல்வதால் என்ன பிரயோஜனம் என்ற கேள்வி பெரும்பான்மை ஆசிரியர்களுக்கு இருந்தது. சிலர் அனுமதிக்கவே-யில்லை. சில நேரங்களில் அரைமணி கதை சொல்லும் நிகழ்விற்காக ஒரு நாள் முழுவதும் காத்திருக்க வேண்டியிருந்தது. பலநேரம் கதை சொல்லி முடிந்த பிறகு ஆசிரியர்கள் மாணவர்களிடம் இதை எல்லாம் நினைப்பில் வைத்து கொண்டு வீட்டுபாடம் செய்ய மறந்துவிடாதீர்கள் என்று எச்சரிக்கை செய்து அனுப்புவார்கள். நான் நினைத்தது போல கதை சொல்லும் கலையை என்னால் மீள்உருவாக்கம் செய்ய முடியவில்லை என்ற மனச்சோர்வும் சலிப்-பும் பற்றிக் கொள்ள கதை சொல்வதில் இருந்து விடுபட்டு போனேன். அதன் பிறகு சிறுவர்களுக்கான கதைகளை எழுதலாம் என்று தோன்றியது.

ஆலீஸின் அற்புத உலகம் என்ற உலகப்புகழ் பெற்ற குழந்தைகள் நாவலை தமிழில் மொழிபெயர்த்தேன். கால் முளைத்த கதைகள் என்று இயற்கையை பற்றிய குழந்தைகளுக்கான கதைகள் தொகுத்து தனி நூலாக வெளியிட்டிருக்கிறேன். கிறுகிறுவானம், ஏழு தலை நகரம் என்று இரண்டு குழந்தைகள் நாவல் எழுதி வெளிவந்திருக்கிறது. தமிழகத்தில் அறிவொளி இயக்கம் நடைபெற்ற நாட்களில் அவர்களுக்காக ஹான்ஸ் கிறிஸ்டியன் ஆண்டர்சனின் கதையொன்றை சிறுவர் படிக்கும் முறையில் மாற்றி எழுதி தந்தேன். அது ஆயிரக்கணக்கான பிரதிகள் விற்றது. நிறைய கிராமங்களில் கதை சொல்லும் முகாம்களை நடத்தி கதை கேட்டிருக்கிறேன்.

தினம் ஒரு கதை சொல்வது இன்றுள்ள சூழலில் பெற்றோர்களுக்கு இயலாமல் போயிருக்கலாம். ஆனால் வாரம் ஒரு கதை சொல்வது எளிதா-னது என்றே தோன்றுகிறது. கதை சொல்லாவிட்டாலும் சரி குழந்தைகளை கதை சொல்ல சொல்லி கேட்கலாம். படித்து காட்டலாம். அல்லது கதையில் வரும் பறவைகள், மிருகங்களை பட்டியலிட்டு கொண்டு அதை தேடி போய் பார்த்துவரலாம். இயற்கையை நாம் நெருங்கி செல்வதற்கு மிக எளிமையா-னதும் ஆழமானதுமான வழி கதை கேட்பது சொல்வதே.

கதை சொல்வதை ஒரு கலையாக கொண்டவர்கள் உலகெங்கும் இருக்-கிறார்கள். தமிழில் உள்ள சிறந்த கதைசொல்லியாக எழுத்தாளர் கி. ராஜ-நாராயணனை குறிப்பிடுவேன். அவர் தேர்ந்த கதை சொல்லி. அவர் போல உலகம் எங்கும் உள்ள கதை சொல்லிகளை பற்றியும் கதை சொல்பவர்க-ளின் உடல் மொழி மற்றும் பாவனைகளை அறிந்து கொள்ள இந்த வீடியோ

இணைப்புகள் உதவக்கூடும்.

சீமான்

நீங்கள் பிறந்த ஊர், உங்கள் ஆரம்ப கால வாழ்க்கை பற்றி?
நான் பிறந்தது ராமநாதபுரம் மாவட்டம் பக்கத்தில் உள்ள அரணையூர் கிராமம். விவசாயம் தான் தொழில். ரொம்பவும் வறண்ட, வறுமையான பகுதி அது. வசதியானவங்கன்னு யாரும் அதிகமாக கிடையாது. படிச்சவங்க ரொம்ப கம்மி. எங்க பகுதியில் இஸ்லாமியர்கள் அதிகம். அவர்கள் தான் எங்க ஊரில் பள்ளிக்கூடங்கள் கட்டினாங்க. ஐந்தாம் வகுப்பு வரை எங்க ஊரிலேயே படித்தேன். மேல்நிலைப்பள்ளி பக்கத்துலே உள்ள புதூரில் படிச்சேன். நான் பள்ளிப்படிப்பு முடித்த நேரத்தில் இளையான்குடியில் ஜாஹீர் உசேன் கல்லூரி வந்தது. அதனால் கல்லூரியில் படிக்கும் வாய்ப்பும் கிடைத்தது.

பள்ளிக்கூடத்தில் படிக்கும்போதே விளையாட்டில் அதிக ஆர்வமாக இருப்பேன். ஊரில் நடக்கிற தெருக்கூத்து, நாடகம் எல்லாத்தையும் உள்வாங்கிட்டு அதே மாதிரி பாடிக் காட்டுவேன். வீட்டில சொந்தக்காரங்க வந்தா என்னைப் பாடிக்காட்ட சொல்வாங்க. உற்சாகப்படுத்துவாங்க. பள்ளிக்கூடத்தில நடக்கிற பாட்டுப்போட்டி, பேச்சுப் போட்டிகள்ல கலந்துக்குவேன். நானா பாட்டெழுதி, நானே மெட்டமைச்சு பாடுவேன். இதையெல்லாம் நண்பர்கள் ரொம்ப ஆர்வமா கேட்பாங்க. நான் கல்லூரியில் படிக்கும்போது சினிமாவில் பாக்கியராஜ், டி,ராஜேந்தர் பிரபலமா இருந்த நேரம். என்னோட கலை ஆர்வத்தைப் பார்த்துட்டு நண்பர்களும், பேராசிரியர்களும், நீ சினிமாவுக்குப் போனா நல்லா வருவேன்னு சொல்வாங்க. அப்படித்தான் சென்னை வந்தேன்.

சென்னையில் உங்களோட ஆரம்ப காலகட்ட வாழ்க்கை எப்படி இருந்தது?
சென்னை வரும்போது எனக்கு வயசு 19. ஊரில் இருக்கிற வரைக்கும் பரமக்குடி, இளையான்குடி தாண்டி எதுவும் தெரியாது. கல்லூரி படிக்கும்போதுதான் மதுரை, ராமேஸ்வரத்துக்கு நண்பர்களோட போனேன், அதுவும் சினிமாப் பார்ப்பதற்குத்தான். அதனால் சென்னை வந்தபோது அந்த பிரம்மாண்டம் எனக்கு ரொம்ப பிரமிப்பாயிருந்தது. எங்க ஏரியாவுலே இருந்து யாராவது வந்து சினிமாவுலே சாதிச்சிருந்தா அவங்ககிட்டே உதவியாளரா சேர்ந்திருக்கலாம். ஆனால் அப்படி எதுவும் இல்லை. அதனால நானே போராட வேண்டிய கட்டாயம்.
அப்போ ‘என்றும் அன்புடன்’ பட இயக்குனர் பாக்கியநாதன் அறிமுகம் கிடைச்சது. இரண்டு பேரும் அறைத் தோழர்களானோம். அவரோட உதவியாலே சென்னையில் தொடர்ந்து தாக்குப் பிடிக்க முடிஞ்சது. இப்படி நண்-

பர்கள் உதவியாலத் தான் எட்டு, பத்து வருஷம் சென்னையில் இருந்தேன். அதன்பிறகு இயக்குனர் மணிவண்ணனிடம் உதவியாளராகச் சேர்ந்தேன். 'ராசாமகன்' என்கிற என்னோட கதையை படமா எடுத்தார். அது பெருசா போகலை. தொடர்ந்து 'அமைதிப்படை', 'தோழர் பாண்டியன்' படங்களில் இணை இயக்குநராக வேலை பார்த்தேன்.

அதன்பிறகு என்னோட 'பசும்பொன்' கதையை நானே படமாக்கலாம்னு முடிவு செய்தப்போ, 'ரொம்பவும் சின்னப் பையனா இருக்கானே'ன்னு எல்லோரும் தயங்கினாங்க. அப்புறம் அந்தக் கதையை நானே இயக்குறேன்னு இயக்குனர் பாரதிராஜா முன்வந்தார். அப்புறம் அவரோட சில படங்களுக்கு வேலை செய்தேன். நடிகர் பிரபுவோட அறிமுகம் கிடைச்சது. அவர் என்மேல் நம்பிக்கை வைத்து பாஞ்சாலங்குறிச்சி படத்தை இயக்க வாய்ப்பு கொடுத்தார்.

எழுத்தாளர்கள் சினிவாவுக்கு வர்றதில்லைங்கிற ஒரு புறமிருக்க, நல்ல எழுத்தாளர்களின் படைப்புகளை சினிமா ஏன் பயன்படுத்திக் கொள்ளவில்லை?

சரித்திரப் படங்கள் சமூகப் படங்களாக மாறியபோது எழுத்தாளர்களுக்கு திரைப்படத்துறையில் அவசியம் இருந்தது. ஆனால் இன்னிக்கு இருக்கிற தமிழ்ச் சினிமாவுக்கு தகுதியும் திறமையும் தேவையில்லை. இங்க இருக்கிற சினிமா ஒரு சூத்திரம். அதை இயக்குறதுக்கு பெரிய பயிற்சி தேவையில்லை. யார் வேணும்னாலும் செய்யலாம். இங்க இருக்கிற எழுத்தாளர்கள் நல்ல படைப்புகளை கொண்டு வருகிறார்கள். ஆனால் இங்கிருக்கிற கதாநாயகனுக்கு அந்தளவுக்கு நல்ல இலக்கியத் தரமுள்ள கதைகள் தேவைப்படவில்லை.

நாஞ்சில் நாடனோட 'தலைகீழ் விகிதங்கள்' நாவலை தங்கர்பச்சான் சொல்ல மறந்த கதைன்னு படமாப் பண்ணினார். அதில சேரனைத் தவிர யார் நடிக்க முன்வந்தாங்க? யதார்த்த கதைகளுக்கு இருக்கிற மரியாதை அவ்வளவுதான். வணிக ரீதியான படங்களோடு மோதமுடியாமல் நல்ல இலக்கியங்கள் சிதைந்து விடுகிறது. பக்கத்தில இருக்கிற கேரளா, மேற்கு வங்கத்தில் எழுத்தாளர்கள் கவுரவிக்கப்படுகிறார்கள். மலையாளத்தில் வாசுதேவன் நாயருக்கோ, டி.தாமோதரனுக்கோ இருபது லட்சம் குடுக்கிறதுக்கு ஆட்கள் இருக்காங்க. இங்க மிகப் பெரிய எழுத்தாளர் வசனம் எழுதினாலே ஐம்பது ஆயிரம் குடுக்க யோசிக்கிறாங்க. மார்க்சிஸ்டுகள் மண்ணில் தான் இலக்கியம் கவுரவிக்கப்படுகிறது.

பசும்பொன் படத்திற்குப் பிறகு எனக்கெல்லாம் நல்ல ஊதியம் கொடுத்து எழுதச் சொன்னா நான் ஏன் இயக்குறதுக்கு வர்றேன்? பாசமலர் பட காலத்தில் எல்லாம் எழுத்தாளர்கள் படத்தை எழுதிக் கொடுத்தாங்க. இயக்குனர்கள் இயக்கிட்டு இருந்தாங்க. அதனால நிறையப் படங்கள் வெளிவந்தது. இப்ப எழுத்தாளனுக்கு இங்கு மரியாதையே இல்லை. எல்லாருக்கும் பின்-

னாடி கடைசியா பேர் போடுவாங்க. எழுத்தாளன் என்று கவுரவிக்கப்படு-கிறானோ அன்றுதான் இந்த மண்ணில் இருந்து மிகச்சிறந்த படைப்புகள் வெளிவரும்.
காக்கிச்சட்டை படத்தோட மிக மோசமான பதிப்பு தான் பாண்டியன் திரைப்-படம். அதன் அப்பட்டமான மறுபதிப்பு தான் தெலுங்கில் வந்த போக்கிரி படம். அதோட தெலுங்கு உரிமையை ஒரு கோடி ரூபாய் கொடுத்து விஜய் வாங்கி தமிழில் பண்றார். அஞ்சு லட்சம் ரூபாய் கொடுத்தா பிரமாதமான கதையை எழுத இங்க ஆட்கள் இருக்காங்க. அவங்களை யார் பயன்ப-டுத்தறாங்க? முதல் மரியாதை, மண்வாசனைன்னு அற்புதமான படங்களோட கதை வசனகர்த்தா ஆர்.செல்வராஜை இந்த மண் எங்க வாழ வைச்சுது?

0 நளினி தேவி 0

முற்போக்கு எழுத்தாளர்களில் சிறந்த ஒருவர் சு.சமுத்திரம்! கருத்தரங்கு ஒன்றில் அறிமுகமாகி உடன்பிறவா உற்ற உறவானவர்! அவருடைய படைப்-புகள் அனைத்தையும் திறனாய்ந்து 300 பக்க அளவில் எழுதிய நூல்-வரைவை நியூ செஞ்சுரி பதிப்பகத்துக்கு அனுப்பினேன்.அதை நூலாக்கும் தகுதி உடையது என அப்பதிப்பகத்தின் நூல் தேர்வுக்குழு (வல்லிக்கண்-ணன்) பரிந்துரைத்தது.

அப்போது பதிப்பகத்துக்கும் சு சமுத்திரத்துக்கும் ஏதோ கருத்து வேறுபாடு . அதனால் நூல் வரைவை அவர்களிடமிருந்து வாங்கி வந்து மதுரையில் என் இல்லம் வந்து கொடுத்துத் தானே தம் ஏகலைவன் பதிப்பகம் வாயிலாக வெளியிடப் போவதாகப்பெற்றுச் சென்றார்.! அப்போதைய அவரது பண நெருக்கடியால் அதை 150 பக்கங்களாகச் சுருக்கி "சு. சமுத்திரத்தின் சிறு-கதை இயக்கம்" என்ற தலைப்பில் வெளியிட்டு" ராயல்டியும் " அனுப்பினார். மகளிர், தொழிலாளர், தாழ்த்தப்பட்டமக்கள் எனும் 3 பிரிவாகச் சமுதாய மாற்றங்கள், மேம்பாடு/ முன்னேற்றம்,மாற்றம்/ சமநிலை என்ற வகையில் முந்தைய ஆய்வின் தொடர்ச்சியாகவே தொகுக்கப் பட்டுள்ளன. வாடாமல்லி அவரது சிறந்த புதினம்! அன்றைய நாளில் அவருடைய சிறுகதைகளில் காணப்பட்ட உணர்ச்சிக் கொந்தளிப்பு அவரைச் சிறுகதை இயக்கமாகவே கருத வைத்தது . படைப்புகளில் கோவை. ஞானி, நான் சுட்டிக் காட்டிய குறைகளை ஏற்றுக் கொண்டு இனி அவற்றைக் களைவேன் எனப் பண்புடன் கூறிய பெருந்தன்மை போற்றத் தக்க ஒன்று!

100க்கும் மேற்பட்ட ,சமுதாயக் கவலையுடன் பெண்கள் பற்றி எந்தச் சிறுமையான புனைவோ கருத்தோ இல்லாத படைப்புகளைப் படைத்தும் தன்-னடக்கமும், எளிமையுமாக வாழ்ந்த அவரது அரிய பண்பு இன்று காண்ப-தற்கு அரிய ஒன்று !

ஆனாலும் ரா.கி.யின் மறைவும் இவரது மறைவும் அவர்களின் வீறார்ந்த வாழ்வுக்கும் , படைப்புகளுக்கும் மாறான கொடுமையான நிகழ்வுகள். அடர் சோலைக்குள் பெரிய கலையழகு மிளிரும் இல்லம்! சிவந்த முகத்தில் மூக்கு நுனி மேலும் சிவக்க உரிமைகள் பற்றி உணர்ச்சி வயப்பட்டுப் பேசுவார்! அன்பான துணைவர் கிருஷ்ணன் இறந்த பின்பு இவர் நம்பிய உறவினரே வங்கிச் சேமிப்பு உள்பட அனைத்தையும் ஏமாற்றிப் பறித்துக் கொண்டு இவரை வீட்டை விட்டு வெளியேற்றி விட்டார். முதியோர் இல்லம் ஒன்றில் எந்த வசதியும் இன்றிப் பல நாட்கள் வாடினார் . ஒரு நாள் தெருவில் நடந்து செல்லும்போது விபத்தில் சிக்கிக் கால் ஒடிந்த நிலையில் காவல் ஆணையர் திலகவதியின் பாதுகாப்பில் இருந்தார். சாகித்திய அகாதமி விருது பெற்ற இவரது நிலை அறிந்து அவ்வமைப்பு மேலும் சில பணிகளைக் கொடுத்தது. அவற்றைச் செய்து முடிக்கும் முன்பு மறைந்து விட்டார்.

சு சமுத்திரம் உயர் பணிகளில் இருப்பவர்களின் மறு பக்கத்தை அஞ்சாது மேடைகளிலும் எழுத்துகளிலும் வெளியிட்டு வந்தார். இது பொறுக்காத அவருள் ஒருவரே இவரை மகிழுந்து மோதலில் கொன்று விட்டார் என்பர்! படுகாயங்களுடன் மருத்துவ மனையில் கிடந்த தன்னைக்காப்பாற்றுமாறு அலறி உள்ளார்.

முடியவில்லை! தாழ்ந்த இனம் என்பதால் தம் பணிகளில் பல முறை பழி வாங்கப்பட்ட இவர் தம்மைப் போன்ற அத்தகையோருக்காகவே படைப்புகளில் பொங்கி எழுந்தவர் தம் இறுதியிலும் பழி வாங்கப்பட்டு மாய்ந்துள்ளார். தம் படைப்புகள் மீதான இருவரின் கலந்து உரையாடல்கள் நிறைந்து வழியும் (இவ்விருவரும் எனக்கு எழுதிய) மடற் குவியல் என் அலமாரியில் கண்ணீரில் நனைந்து கரைந்த வண்ணம்!

0

ஓ மரனித்த வீரனே!
உன் சீருடைகளை எனக்குத்தா
உன் பாதனிகளை எனக்குத்தா
உன் ஆயுதங்களை எனக்குத்தா

ஓ மரனித்த வீரனே!
உன் சீருடைகளை எனக்குத்தா
உன் பாதனிகளை எனக்குத்தா
உன் ஆயுதங்களை எனக்குத்தா

உன் இறுதிப்பார்வையை பகையைவெல்லும் உன் துணிவை
எவருமே காணாத உன்னிரு துளி கண்ணீரை

உன் இறுதிப்பார்வையை பகையைவெல்லும் உன் துணிவை
எவருமே காணாத உன்னிரு துளி கண்ணீரை
தப்பியோடும் உன்விருப்பை தனித்து நிற்கும் தீர்மானத்தை
உன்தோழன் இருகூறாய் துண்டாடப்பட்டதனால்
தப்பியோடும் உன்விருப்பை தனித்து நிற்கும் தீர்மானத்தை
உன்தோழன் இருகூறாய் துண்டாடப்பட்டதனால்
உன் துன்பம் என்னவென்று நான் அறிந்து கொள்வதற்கு...

ஓ மரனித்த வீரனே!
உன் சீருடைகளை எனக்குத்தா
உன் பாதனிகளை எனக்குத்தா
உன் ஆயுதங்களை எனக்குத்தா

உன் வீட்டு முகவரியை இறுதி மூச்சில் எனக்குத் தா
எஞ்சிய வீடுகளில் பிழைத்தவர்கள் மத்தியிலே
உன் வீட்டு முகவரியை இறுதி மூச்சில் எனக்குத் தா
எஞ்சிய வீடுகளில் பிழைத்தவர்கள் மத்தியிலே
உற்றாரைக் கண்டுபிடித்து உன்னைப் பற்றிச் சொல்வதற்கு
இன்னுயிரை உவந்தளித்த உன் துணிவைப் போற்றுதற்கு
உற்றாரைக் கண்டுபிடித்து உன்னைப் பற்றிச் சொல்வதற்கு
இன்னுயிரை உவந்தளித்த உன் துணிவைப் போற்றுதற்கு
வார்த்தைகள் போதவில்லை வரலாறு பாடுமுன்னே.

ஓ மரனித்த வீரனே!
உன் சீருடைகளை எனக்குத்தா
உன் பாதனிகளை எனக்குத்தா
உன் ஆயுதங்களை எனக்குத்தா

ஓ மரனித்த வீரனே!
உன் சீருடைகளை எனக்குத்தா
உன் பாதனிகளை எனக்குத்தா
உன் ஆயுதங்களை எனக்குத்தா

www.ingramcontent.com/pod-product-compliance
Lightning Source LLC
LaVergne TN
LVHW102012210926
848483LV00011B/270
* 9 7 9 8 8 9 8 2 6 5 6 6 3 *